የዕብራውያን መጽሐፍ ጥናት

ክፍል አንድ

ዝግጅት፦ በአድያምሰገድ ወልደማርያም

ሰ. ፊ. በ. ሰ ሰገልግሎት © የመጀመሪያ ዕትም ግንቦት 2014 ዓ.ም

WWW.GHLU.ORG

የዕብራውያን መጽሐፍ ጥናት

©2013 ዓ.ም የደራሲው መብት በሕግ የተጠበቀ ነው። ይህ የዕብራውያን መጽሐፍ ጥናት በየትኛውም መልኩ ሊወሰድና በማንኛውም መልኩ ሊባዛ እና ለሰዎች ሊታደል አይፈቀድም። ለቡድን ጥናትና ለማስተማር አጭር ጥቅሶችን መጠቀም ግን ይፈቀዳል፤ ይኸውም ደግሞ በቅድሚያ ከአሳታሚው የጽሑፍ ፈቃድ ማግኘትን ይጠይቃል። በመጽሐፉ ውስጥ ያሉ ጥቅሶች ከኢትዮጵያ የመጽሐፍ ቅዱስ ማኅበር፣ አማርኛ፣ 1962 ዓ.ም መጽሐፍ ቅዱስ ነው።

ዋና አርታዒ፦ ዳንኤል ተሾመ

የደራሲው መብት በሕግ የተጠበቀ ነው።

በኮሎራዶ፤ ዩናይትድ ስቴትስ ኦፍ አሜሪካ ታተመ

የሽፋን ዲዛይን: በወንድም አድያምሰገድ ወልደማሪያም

የውስጥ ዲዛይን: በወንድም አድያምሰገድ ወልደማሪያም

ሕይወቴ ተመልሶ እንደገና እንዲያንሰራራ፣
የጺጋው ጉልበት የበለጠ በእኔ
ይገለጥ ዘንድ ጌታ አንድ አካል አድርጎ
ላጣመረን፣ በከፋውና በሻከረው የሕይወት
ዘመኔ ብቅ ብላ ለደገፈችኝ፣ የልብ ሰው
ለሆነችኝ ለምወድዳት ባለቤቴ ለዮዲት
ዓለሙ፣ እንዲሁም እጅግ ለምወድዳቸው
ልጆቼ ለምናሴ እና ለቢንያም አድያምሰገድ ይህን መጽሐፍ
በመታሰቢያነት ሳበረክት ታላቅ ደስታ
ይሰማኛል።

ለአንዴና ለመጨረሻ ጊዜ በልጁ አማካይነት ተናገረን....

እርሱ የተሻለ እና የላቀ ካህናቴ ነው፡፡ በአብና በእኔ መካከል

የቆሠሣ ጪሣር ነው!

ዓለም አቀፍ

ፊውስ

በፍቅርና በአንድነት

በአድያምሰገድ
ወልደማርያም

ምስጋና

መቼም አንድ መጽሐፍ ሲዘጋጅ በዝግጅቱ ወቅት በየፊናቸው ድርሻቸውን የሚወጡ በርካታ ሰዎች መኖራቸው የታመነ ነው፡፡ የሁሉንም ድርሻና ተሳትፎ በዚህች አጭር ጽሑፍ ለመዳሰስ መሞከር "አባይን በማንኪያ" ስለሚሆንብኝ ከቶውንም አልሞክረውም፡፡ ሆኖም ግን የጎላ ድርሻ ያበረከቱትን አለመጥቀስ ደግሞ ሰውንም አምላክንም መበደል እንዳይሆንብኝ በማሰብ ጥቂቶቹን ልጠቅስ እወዳለሁ፡፡ ከሁሉ አስቀድሞ ግን፣ ሳላውቀው ላወቀኝ፣ ሳልፈልገው ለፈለገኝ፣ ከኃጢአተኞች መካከል ዋነኛ የሆንሁትን እኔን በበረሃማው አገር በሱዳን በድንቅ መንገድ ላገኘኝ፣ ዓለም ሳይፈጠር አስቀድሞ ለወደደኝ፣ ራሱንም ስለ እኔ በሞት አሳልፎ ለሰጠ ለመድኃኒቴ፣ ለልዑል እግዚአብሔር ልጅ ለኢየሱስ ክርስቶስ ምስጋናዬ ይድረሰው፡፡

ይህን የዕብራውያን መጽሐፍ በትምህርት መልክ ለማዘጋጀት በርካታ ዓመታትን አብሮነቱ ላልተለየኝ በኀዘን፣ በደስታ፣ በችግርና በብዙ ፈተና ውስጥ ሳልፍ ላጽናናኝና ላበረታኝ ለእግዚአብሔር መንፈስ ቅዱስ ምስጋናዬ ይድረሰው፡፡

ስወድቅ ላነሣኝ፣ እስከ ዛሬም ፈጽሞ ለተሸከመኝ የሁሉም አባት ለሆነ ለቸሩ እግዚአብሔር ምስጋናዬ ይድረሰው፡፡

ይህን መጽሐፍ በኮምፒውተር ብዙውን ጊዜዋን መሥዋዕት አድርጋ ለተየበችው፣ ጽሑፉን በማስተካከል፣ ደጋግማ በማረም ቀንና ሌሊት አብራኝ ሳትታክት በመሥራት ለረዳችኝ ለባለቤቴ ለዮዲት ዓለሙ ምስጋናዬን አቀርባለሁ፡፡

አጥንት ከአጥንት እንዲጋጠም ጅማት እንደሚያስፈልግ ሁሉ መጽሐፉን ከዓመት በላይ ጊዜ ወስዶ በጥልቀት በማረም፣ ትምህርቱን በማጋጠም በማስተካከል፣ ከእርማት አልፎ በየጣልቃው ሊገቡ የሚገባቸውን ማብራሪያዎች በመስጠትና በማስገባት ለደከመው ለወንድሜ ደረጀ አበበ፣ እንዲሁም በተመሳሳይ የበኩሉን ከፍተኛ አስተዋጽኦ ላበረከተው ለወንድሜ ዮናታን ታምሩ፣ የከበረ ምስጋናዬ ይድረሳቸው እላለሁ፡፡

በተጨማሪም ለወንድሜ የሊበን ወርቅ እና ለአርታዒው ዳንኤል ተሾመ ለአብሮነታቸውና ላበረከቱት ድጋፍ ሁሉ የከበረ ምስጋናዬን አቀርባለሁ፡፡ በድጋሚ የቃላት ግድፈትን በማረም የላቀ አስተዋጽኦ ላበረከተችው እኅቴ ለዲቦራ የማታ እና ወንድሜ ጌትነት በለጠ የከበረውን ምስጋናዬን ላቀርብ እወድዳለሁ፡፡

ማውጫ

1. መግቢያ----------------------------------29
2. ክርስቶስ ቅድስናችን ክብራችን ነው--------53
3. ምዕራፍ አንድ---------------------------149
4. ምዕራፍ ሁለት---------------------------345
5. ምዕራፍ ሶስት---------------------------431
6. ምዕራፍ አራት---------------------------489

የዕብራውያን መጽሐፍን በተመለከተ ለጥናት ተግባር የተዘጋጁ ልዩ ልዩ አስተዋጽኦዎች

ለዕብራውያን መጽሐፍ የተዘጋጀው የመጀመሪያው አስተዋፅኦ

የዕብራውያን መጽሐፍ ትንተናዊ አስተዋጽኦ

I. መግቢያ፡- የእግዚአብሔር የመጨረሻ ቃሉ ለእኛ በልጁ በኩል ተሰጠን (1፥1-4)

II. ኢየሱስ ከመላእክት ይበልጣል፤ ደግሞም እርሱ ፍጹም ሰው ነው (1፥5-218)

ሀ. የእግዚአብሔር ልጅ የሆነው ኢየሱስ ከመላእክት ይበልጣል (1፥5-14)

ለ. የተሰጠ ማስጠንቀቂያ፡- በእግዚአብሔር ልጅ ከተነገሩ ቃሎች ፊታችሁን አትመልሱ (2፥1-4)

ሐ. ልጁ በጊዜያዊነት ከመላእክት አንሷል (2፥5-9)

መ. ልጁ ከእግዚአብሔር ልጆችና ከመከራቸው ጋር አንድነትን አድርጓል (2፥10-18)

III. ኢየሱስ ከሙሴ ይበልጣል (3፥1-6)

IV. ኢየሱስ እና የሰንበት ዕረፍት (3፥7-4፥13)

ሀ. የመዝሙር 95 ምግባራዊ ምንባብ፡- ጽኑ አሊያም ትጠፋላችሁ (3፥7-19)

ለ. የመዝሙር 95 ተምሳሌታዊ ምንባብ፡- የመጨረሻውን ዕረፍት ከግንዛቤ አስገቡ (4፥1-13)

1. ተምሳሌታዊ የሆነው የክስተቶች ሰንሰለት እና ትርጓሜያቸው (4፥1-11) (ኢየሱስ ከኢያሱ ይበልጣል)

2. የእግዚአብሔር ቃል ሥልጣን (4፥12-13)

V. ኢየሱስ ታላቁ ሊቀ ካህናት ነው (4፥12-13)

ሀ. እንዲህ ያለውን ታላቅ ሊቀ ካህናት ማግኘት የሚሰጠው መጋቢያዊ ዕንድምታ (4፥14-16)

ለ. ልጁ ልዩ የሆነ ሊቀ ካህናታችን ሆኖ መሾሙ (5፥1-7፥28)

1. ቅንጅታዊ ዐረፍተ ነገር፡- የልጁ ልዩ ብቃቶች (5፥1-10)

2. የተሰጡ ማስጠንቀቂያዎች፡- ክህደት የሚያስከትለው ዐደጋ (5፥11-6፥12)

i. በመንፈስ አለመብሰል (5፥11-6፥3)

ii. ክህደትን በተመለከተ የተሰጠ ጥብቅ ማስጠንቀቂያ (6÷4-8)
3. የተስፋችን መሠረት የሆነው የእግዚአብሔር ተስፋ የደመቀ እርግጠኝነት
4. በመቤዠት ታሪክ ውስጥ ያለ የመልከ-ጼዴቅ ሥፍራ (7÷1-10)
5. ልክ እንደ መልከ ጼዴቅ ሊቀ ክህነት የሆነ የኢየሱስ የበላይነት (7÷11-28)

VI. ልክ እንደ ተሾመ ሊቀ ካህናት አገልግሎት ያለው የበላይነት (8÷1-10÷18)

ሀ. የሰማያዊው ሊቀ ካህናት አገልግሎት የበላይነት (8÷1-6)

ለ. የአዲሱ ኪዳን የበላይነት (8÷7-13)

ሐ. የአዲሱ ኪዳን መሥዋዕት የበላይነት (9÷1-10÷18)

1. በንጽጽር የቀረበ ጥናት (9÷1-14)
* የብሉይ ኪዳን መቅደስ (9÷1-5)
* የብሉይ ኪዳን መሥዋዕት (9÷6-7)
* የብሉይ ኪዳን የአቀራረብ መንገድ (9÷8-10)
* የአዲሱ ኪዳን ሥፍራ (9÷11)
* የአዲሱ ኪዳን መሥዋዕት (9÷12)
* የአዲሱ ኪዳ የአቀራረብ መንገድ (9÷13-14)

2. የአዲሱ ኪዳን መካከለኛ (9÷15-22)
3. የክርስቶስ ፍጹም መሥዋዕትነት (9÷23-28)
4. ጥላና ዕውነት (10÷1-4)
5. ጊዜያዊ እና የመጨረሻው (10÷5-18)

VII. በክርስቶስ የበላይነት ብርሃን የሚገኝ መጋቢያዊ ዕንድምታ (10÷19-25)

ሀ. ወደ እግዚአብሔር እንቅረብ (10÷19-22)

ለ. የቀረብንበትን ተስፋ አጥብቀን እንያዝ (19÷23)

ሐ. እርስ በርስ እንበረታታ (19÷24-25)

VIII. ጽናት እና በታማኝነት መጽናት (10÷26-12÷29)

ሀ. ክህደትን አስመልክቶ የተሰጠ ጥብቅ ማስጠንቀቂያ እና ለጽናት የሚሆን ምክር (10÷26-39)

1. ጥብቅ ማስጠንቀቂያ (10÷26-31)
2. ለማስታወስ እና ለጽናት የተሰጠ ማስታወሻ (10÷32-39)

ለ. ብሉይ ኪዳናዊ ታማኝነት ያለበት ጽናትን በተመለከተ የተሰጠ ዝርዝር (11÷1-40)

1. በማይታየው ማመን፡- አንቴ ዲሉቪያውያን (11÷1-7)
2. የአባቶች ዘመን (11÷8-22)
3. ዘጸአት (11÷23-29)
4. የከንዓን መያዝ እና የመሳፍንቶች ዘመን (11÷30-32)
5. በአሸናፊዎች አማካይነት ተግባራዊ የተደረገ እምነት (11÷33-35)

6. በተጠቂዎች አማካይነትተግባራዊ የተደረገ እምነት (11÷35ለ-38)
7. እምነት ወደ ፊት የሚጠባበቀው ነገር (11÷39-40)
ሐ. ተግባራዊ ዕንድምታ (12÷1-29)
1. ዐይኖችን በኢየሱስ ላይ አድርጎ በትዕግሥት መሮጥ (12÷1-2)
2. ከሰማያዊ አባታችን ተግሣጽን መቀበል (12÷3-17)
3. በሰማያዊዋ ጽዮን ባለች የአማኞች ጉባኤ በማንነታችሁ መደሰት (12÷18-24)
4. ከሰማይ የሚናገረውን ዕምቢ ማለትን በመቃወም የተሰጠ ማስጠንቀቂያ (12÷25-29)
IX. የማስጠንቀቂያ ምክሮች፣ ጸሎቶች እና የስንብቻ ሰላምታዎች
ሀ. በእግዚአብሔር መታመን እና ራስ-ወዳድነትን ማስወገድ (12÷1-6)
ለ. ለቤተ ክርስቲያን የተሰጡ ትእዛዛት (13÷7-19)
ሐ. ጸሎት እና የአምልኮ ዝማሬ (13÷20-21)
መ. ማስታወሻ፣ ሰላምታዎች እና ቡራኬ (13÷22-25)

ስዕብራውያን መጽሐፍ የተዘጋጀ ሁስተኛው ስስተዋጽኦ

1. የክርስቶስ የበላይነት - ዕብራውያን 1÷1-8÷6
ሀ. የተሻለ ነገር የሚናገር እንደ መሆኑ እርሱ ከነቢያት ይበልጣል - ዕብ. 1÷1-3
ለ. መለኮትነት እና ሰውነት ያለው እንደ መሆኑ ከመላእክት ይበልጣል - ዕብ. 1÷4 - 2÷18
ሐ. ልጅ በመሆኑና ሰማያዊ ዕረፍትን ያመጣ በመሆኑ ከሙሴ ይበልጣል - ዕብ. 3÷1-4÷13
መ. ክህነቱ የላቀ ስለሆነ ከአሮን ይበልጣል - ዕብ. 4÷16-8÷6
11. የአዲሱ ኪዳን የበላይነት - ዕብ. 8÷7-10÷18
ሀ. በተሻሉ የተስፋ ቃሎች ላይ የተመሠረተ ነው - ዕብ. 8÷7-13
ለ. በተሻለ ቤተ መቅደስ ላይ የተመሠረተ ነው - ዕብ. 9÷1-28
ሐ. በተሻለ መሥዋዕት ላይ የተመሠረተ ነው - ዕብ. 10÷1-18
111. ከዚህ የበላይነት የተወሰዱ ምክሮች - ዕብ. 10÷1-18
ሀ. ወደ እግዚአብሔር መቅረብና ተስፋውን አጥብቆ መያዝ - ዕብ. 10÷19-39
ለ. የእምነትን ሩጫ በትዕግሥት መሮጥ - ዕብ. 11÷1-12÷29
ሐ. የተለያዩ ምክሮች - ዕብ 13÷1-25

ቊልፍ የሆኑ ማስጠንቀቂያዎች

የዕብራውያን መልእክት ልዩ የሆኑ ባሕርያዊ መገለጫዎች በመላው መጽሐፉ ውስጥ የምናገኛቸው ማስጠንቀቂያዎች ናቸው፡፡ ይህንን መግቢያ እያጠቃለልን ሳለን፣ ምናልባትም እነርሱን ለሳጥሮ ማቅረቡ ጠቃሚነት ሊኖረው ይችላል፡፡

ሀ. ወደ ኋላ መመለስን ስለምልት የተሰጠ ማስጠንቀቂያ - ዕብ. 2፥1-4

1. ቸል በማለት በቀላሉ ወደ ኋላ ልንመለስ እንችላለን
2. መፍትሔው ለሰማናቸው ነገሮች የበለጠ ትኩረት መስጠት ነው

ለ. መለየትን (ተለይቶ መሄድን) በተመለከተ የተሰጠ ማስጠንቀቂያ - ዕብ. 3፥12-15

1. በኃጢአት አሳሳችነት ሳቢያ ከሕያው እግዚአብሔር ልንርቅ የምንችልበትን እምነት ማጣት እና ልብን ማደንደን ወደ ማጎልበተ ልንመጣ እንችላለን
2. መፍትሔው ዕለት በዕለት እርስ በርስ መመካከር እና ጸንቶ መኖር ነው

ሐ. ስለመታዘዝን በመቃወም የተሰጠ ማስጠንቀቂያ (ዕብ. 4፥11-13)

1. ልክ እስራኤላውያን በምድረ-በዳ እንዳደረጉት ባለመታዘዝ ወደ ዕረፍታችን በመግባቱ ረገድ ላይሳካልን ይችላል
2. መፍትሔው መትጋት እና የእግዚአብሔር ቃል መያዝ ነው

መ. የልብ ደንዳናነትን በመቃወም የተሰጠ ማስጠንቀቂያ (ዕብ. 5፥11-6፥6)

1. በክርስቶስ የተሰጠንን የበረከቶች መጠን የማድነቁን ነገር የልብ ድንዳኔ አስቸጋሪ ሊያደርግብን ይችላል፤ የእግዚአብሔርን ልጅ መልሰን መላልሰን እስከምንሰቅልበት ነጥብ ድረስ እንኳ ሊያመጣን ይችላል
2. መፍትሔው የእግዚአብሔርን ቃል አስመልክቶ የተሰጠን የመጀመሪያውን መርኅ መያዝ ነው፤ ከዚያም ደግሞ ወደ መንፈሳዊ ብስለት እና ፍጹምነት ማምራት ነው

ሠ. ቸል ማለትን በመቃወም የተሰጠ ማስጠንቀቂያ (ዕብ. 10፥26-39)

1. ለኃጢአት የሚከፈል መሥዋዕት ባለመኖሩ ምክንያት የእግዚአብሔርን ጸጋ ቸል ወደ ማለቱ ማምራት የሚቻልበት ሁኔታ አለ፤ ዳሩ ግን አስፈሪ የሆነ ሊመጣ ያለ ፍርድ የሚጠበቅ ነገር ነው

2. መፍትሔው በክርስቶስ መታመን እና በጽናት ማመን ነው

ሰ. መርከስን በመቃወም የተሰጠ ማስጠንቀቂያ (ዕብ. 12፥25-29)

1. አሁን ከሰማይ የሚናገረውን እርሱን አልሰማም ማለት ይቻላል

2. መፍትሔው በትጋት የእግዚአብሔርን ጸጋ መመልከት ነው፡፡ በተጨማሪም በአክብሮት እና በመንፈሳዊ ፍርሃት ተቀባይነት ባለው መንገድ እናገለግለው ዘንድ እንዲህ ባለው መንገድ ይህንን ጸጋ መቀበል ነው፡፡

ለዕብራውያን መጽሐፍ ማጥኛነት የተዘጋጀ ሦስተኛው አስተዋጽኦ

1. ክርስቶስ ከብሉይ ኪዳን የበለጠ ነው (ምዕራፍ 1-10)

(አስተምህሮአዊ)

ሀ. ክርስቶስ ከነቢያት ይበልጣል (ምዕራፍ 1÷1-3)

ለ. ክርስቶስ ከመላእክት ይበልጣል (ምዕራፍ 1÷4-2÷18)

1. የክርስቶስ አምላክነት (ምዕራፍ 1÷4-14)
2. የክርስቶስ ሰውነት (ምዕራፍ 2)

- አንደኛው የዐደጋ ምልክት፡- ወደ ኋላ የመመለስ ዐደጋ (ምዕራፍ 2÷1-4)

ሐ. ክርስቶስ ከሙሴ ይበልጣል (ምዕራፍ 3÷1-4÷2)

- ሁለተኛው የዐደጋ ምልክት (ምዕራፍ 3÷7-4÷2)

መ. ኢየሱስ ከኢያሱ ይበልጣል (ምዕራፍ 4÷3-13)

ሠ. ኢየሱስ ከሌዋውያን የክህነት ሥርዓት ይበልጣል (ምዕራፍ 4÷14-7÷28)

1. ታላቁ ሊቀ ካህናታችን (ምዕራፍ 4÷14-16)
2. የካህን ፍቺ (ምዕራፍ 5÷1-10)

- ሦስተኛው የዐደጋ ምልክት፡- በድንዳኔ ውስጥ ሆኖ የመስማት ዐደጋ (ምዕራፍ 5÷11-14)

3. - አራተኛው የዐደጋ ምልክት (ምዕራፍ 6)
4. ክርስቶስ በመልከ-ጼዴቅ ሥርዓት ሊቀ ካህናታችን ነው (ምዕራፍ 7)
   i. ክርስቶስ የማይለወጥ ካህን ነው (ቍጥር 1-3)
   ii. ክርስቶስ ፍጹም የሆነ ካህን ነው (ቍጥር 4-22)
   iii. ክርስቶስ በማንነቱ ዘላለማዊ እና ፍጹም የሆነ ካህን ነው (ቍጥር 23-28)

ረ. ክርስቶስ እንደ ሊቀ ካህናታችን በላቀው መቅደስ እና በተሻሉ የተስፋ ቃሎች ላይ በተመሠረተው በተሻለ ኪዳ ያገለግላል (ምዕራፍ 8-10)

1. ዕውነተኛ ድንኳን (ምዕራፍ 8÷1-5)
2. ከአሮጌው የሚሻል አዲስ ኪዳን (ምዕራፍ 8÷6-13)
3. ከአሮጌው የሚሻል አዲስ መቅደስ (ምዕራፍ 9÷1-10)
4. የላቀ መሥዋዕት (ምዕራፍ 9÷11-10÷18)
5. ማበረታቻ (ምዕራፍ 10÷19-25)

- አምስተኛው የዐደጋ ምልክት፡- ቸል የማለት ፔሪል (ምዕራፍ 10÷26-39)

ll. ክርስቶስ የተሻሉ ተግባራትን እና ትሩፋቶችን አምጥቷል (ምዕራፍ 11-13) (ተግባራዊ)

ሀ. እምነት (ምዕራፍ 11)

ለ. ተስፋ (ምዕራፍ 12)

1. ክርስቲያናዊ ዘር (ቍጥር 1፣ 2)
2. አሁን አማኞች በተቃውሞ እና በግጭቶች ውስጥ ናቸው (ቍጥር 3-14)

- ስድስተኛው የዐደጋ ምልክት፡- የክህደት ዐደጋ (ምዕራፍ 12÷15-29)

ሐ. ፍቅር (ምዕራፍ 13)

1. የአማኞች ምሥጢራዊ ሕይወት (ቍጥር 1-6)
2. የአማኞች ማኅራዊ ሕይወት (ቍጥር 7-14)
3. የአማኖች መንፈሳዊ ሕይወት (ቍጥር 15-19)
4. ልዩ እና ግለሰባዊ ቡራኬ (ቍጥር 20-25)

የዕብራውያን መጽሐፍ አስተዋጽኦዎችን የሚመለከት አጭር ማሳሰቢያ

ይህ አጭር መግለጫ እና የዕብራውያን አስተዋጽኦ ቅዱስ የሆነውን የእግዚአብሔርን ቃል፣ ለእናንተ የተላከን የእርሱን መልእክት ስታጠኑ ሳላችሁ ጥረታችሁን ያግዛል ብለን ተስፋ እናደርጋለን፡፡

በቅዱሳት መጻሕፍት ውስጥ ከሚገኙ መጻሕፍት መካከል የዕብራውያን መጽሐፍ በኢየሱስ ክርስቶስ ላይ ትኩረት ማድረግን ግቡ ያደረገ ነው፡፡ ወንጌላት በምድር ላይ ያለ የክርስቶስ ታሪክን ይነግሩናል፡፡ የጳውሎስ፣ የጴጥሮስ፣ እንዲሁም የዮሐንስ መልእክቶች በተጨማሪም የያዕቆብና የይሁዳ መልእክቶች በአማኞች ውስጥ ያለን የኢየሱስን ሕይወት ይነግሩናል፡፡ እንዲሁም የራእይ መጽሐፍ የክርስቶስን ምጽአት ይነግረናል፡፡ ዳሩ ግን የዕብራውያን መጽሐፍ ብቻውን በኢየሱስ ክርስቶስ የበላይነት ላይ ትኩረትን የሚያደርግ መረዳትን ይሰጠናል፡፡

ማጣቀሻውን በምትመለከቱበት ሁኔታ ላይ ተመሥርቶ በዚህ መጽሐፍ ውስጥ 148 ለሚሆን ጊዜ ክርስቶስ ተጠቅሷል፡፡ ዕውነታውን ተንተርሰን ስንመለከት በ303 ቁጥሮች ውስጥ ይህን ቁጥር ወደ 200 ያህል ጊዜ እናገኛለን፡፡ “የተሻለ” የሚለው ቃል በአዲስ

ኪዳን ወደ 19 ጊዜያት ያህል ተጠቅሷል፤ ከዚህ ውስጥ አሥራ ሦስት ያህሉ በዚህ መጽሐፍ ውስጥ ሆኖ እናገኘዋለን (1÷4፤6÷9፤7÷7፣ 19፣ 22፤ 8÷6(2)፤ 86 (2)፤ 9÷23፤ 10÷34፤ 11÷16፣ 35፣ 40፤ 12÷24)፡፡ "ፍጹም"፣"ፍጹምነት" የሚሉትና ተመሳሳይነት ያላቸው ቃላት 14 ያህል ጊዜ በመጽሐፉ ውስጥ ተከስተዋል፡፡ እነዚህ በዕብራውያን መጽሐፍ ውስጥ የተጠቀሱቱ ሲሆኑ፣ በአጠቃላይ በአዲስ ኪዳን የተጠቀሱት ደግሞ 49 ጊዜያት ያህል ነው (2÷10፤ 5÷9፣ 14፤ 6÷1፤ 7÷11፣ 19፣ 28፤ 9÷9፣ 11፤ 10÷1፣ 14፤ 11÷40፤ 12÷2፣ 23)፡፡

ሰብዓዊ የሆነውን የዕብራውያን ጸሐፊ ዐናውቅም፡፡ የጸሐፊውን ማንነት በተመለከተ ዕድሜ-ጠገቡ መላ-ምት ከሁለተኛው ክፍለ ዘመን ጀምሮ ሲነገር የኖረው ሲሆን፣ ይህም የዕብራውያን መልእክት ጸሐፊ ጳውሎስ ነው የሚል ነው፡፡ በሁለተኛው ክ/ዘመን ማብቂያ እና በሦስተኛው ክ/ዘመን ጅማሮ ላይ የኖረው ግብፃዊ የሆነው የእስክንድሪያው አሪገን የዕብራውያን መጽሐፍ ጸሐፊን በተመለከተ "እግዚአብሔር ብቻ ነው የሚያውቀው" ብሎአል፡፡ ሌላው ለመጽሐፉ ደራሲነት የሚጠቀሰው ቀዳሚው ሰው ሌዋዊ የሆነው በርናባስ ነው፡፡ በሁለተኛው ክ/ዘመን ማብቂያ ላይ የተነሣው ተርቱሊያኖስ ይህን ዐቋም የሚደግፍ ይመስላል፡፡ መጽሐፉ ምባልባትም ከኢጣሊያ ሳይጻፍ አልቀረም (13÷24)፡፡ ደግሞም መጽሐፉ ገና ጢሞቴዎስ በሕይወት ሳለ ከኢየሩሳሌም መፍረስ ቀደም ብሎ ተጽፎአል፡፡

መጽሐፉ የተለየ አጽንኦት በክህነት ተግባር እና በዘሌዋውያን መጽሐፍ ላይ በማድረግ ስለ ክርስቶስ የሆነ ትምህርትን አጉልቶ የሚያሳይ ነው፡፡ ይሁንና ከዚያ መጽሐፍ የተጠቀሰ ነገር የለም፡፡ ከብሉይ ኪዳን መጻሕፍት ቀጥተኛ የሆኑ ጥቅሶች ተጠቅሰዋል፤ በአጠቃላይም 212 የሚሆኑ ዕንድምታዊነት ያላቸው ብሉይ ኪዳናዊ አሳቦች ተንጸባርቀውበታል፡፡ ነገር ግን ብሉይ ኪዳንን በመጠቀም ረገድ የዕብራውያን መጽሐፍ እጅግ ብርቱ የሆነ መጽሐፍ ነው፡፡

ከየትኛውም መጽሐፍ ጋር አበሮ በማይሄድ መልኩ በዕብራውያን መጽሐፍ የጌታችን የኢየሱስ ክርስቶስ ባሕርያት ፍንትው ብለው እንዲታይ ተደርጓል፡፡ እኔ ለመጽሐፉ፡- "ኢየሱስ ክርስቶስ ምርጥ ከሚባሉት ሁሉ የተሻለ ነው!" የሚል ርእስ ሰጥቼዋለሁ፡፡ እርሱ፡-

- ከመላእክት ይበልጣል
- ከሙሴ ይሻላል
- ከአሮን ይሻላል
- ለተሻለ ኪዳን መካከለኛ ነው
- በተሻለች ድንኳን አገልጋይ ነው

* የተሻለ ምሳሌ ነው
* የተሻለ እረኛ ነው

እርሱ፡-
* ልጁ ነው - 1፥2
* ወራሽ ነው - 1፥2
* ፈጣሪ ነው - 13
* የእግዚአብሔር ብርሃን ነጸብራቅ ነው - 1፥3
* የእግዚአብሔር የገዛ ራሱ መገለጫ ነው - 1፥3
* ሁሉን የሚደግፍ ነው - 1፥3
* ኃጢአትን አስወጋጅ ነው - 1፥3
* ከመላእክት የሚሻል ነው - 1፥4
* ቀዳሚ የሆነ አካል ነው - 1፥6 (6፥7፤ 1፥15፤ መዝ. (89)፥27፤ ኤር. 31፥9ን ተመልከቱ)
* እግዚአብሔር ነው - 1፥8
* ንጉሥ ነው - 1፥8
* ጽድቅን የሚወድድ ነው 1፥9
* መተላለፍን የሚጠላ ነው - 1፥9
* ዘላለማዊ ነው - 1፥11፤ 7፥3፤ 16
* የማይሞት (የማይለወጥ) ነው - 1፥12፤ 13፥8
* የእግዚአብሔርን ቃል የሚሰጥ ነው - 2፥3
* ስለ እኛ ሞትን የቀመሰ ነው - 2፥9
* የድነታችን ፈጻሚ ነው - 2፥10፤ 5፥9
* ቀዳሻችን ነው - 2፥11፤ 13፥12
* ወንድም ነው - 2፥11-12
* ዘማሪ ነው - 2፥12
* አባት ነው - 2፥13
* ሰው ነው - 2፥14
* ሞትን የሚያጠፋው ነው - 2፥14
* ከእስራት የሚፈታ ነው - 2፥15
* መሐሪና ታማኝ ሊቀ ካህናት ነው - 2፥17
* የኃጢአት ክፍያ ነው - 2፥17
* መከራ የተቀበለ ነው - 2፥18
* በነገር ሁሉ የተፈተነ ነው - 2፥18
* ሐዋርያ (የተላከ) ነው - 3፥1
* የእግዚአብሔር ልጅ ነው - 3፥3

- የቤቱ ገንቢ ነው - 4፥14
- ኃጢአት የለሽ ነው - 4፥15
- እንዴት መጸለይ እንዳለበት የሚያውቅ ነው - 5፥7
- ተማሪ ነው 5፥8
- ስለ እኛ ቀዳሚ የሆነ ወኪል ነው 6፥20
- የጽድቅ ንጉሥ ነው - 7፥1-2
- የሰላም ንጉሥ ነው 7፥1-2
- ጌታ ነው 7፥14
- ዋስትናችን ነው - 7፥22
- አማላጃችን ነው - 7፥25
- ቅዱስ ነው - 6፥26
- ንጹሕ ነው (በደል የሌለበት ነው) - 7፥26-
- ያልረከሰ ነው - 7፥26
- ከኃጢአተኞች የተለየ ነው - 7፥26
- ከሰማያት ከፍ ያለ ነው 7፥26
- የዕውነተኛዪቱ ድንኳን አገልጋይ ነው - 8፥7
- የዘላለማዊ መቤዠት ባለቤት ነው - 9፥12
- በኃጢአት ላይ ድል አድራጊ ነው - 9፥26
- ኃጢአቶችን የተሸከመ ነው - 9፥28
- የሚመለሰው አዳኝ ነው - 9፥28
- ፍጹም አድራጊያችን ነው - 10፥14
- አዲስ እና ሕያው መንገድ ነው - 10፥20
- ትኩረታችን ነው - 12፥2
- የድታችን ሠሪና ፈጻሚ ነው - 12፥2
- ኃጢአትን በማሸነፍ ረገድ ምሳሌያችን ነው 12፥3
- ነቀፌታችንን በመሸከም ረገድ ምሳሌያችን ነው 13፥13
- ታላቁ እረኛ ነው - 13፥20

ታላቅ ውዝግብን ያስነሡ አምስት ማስጠንቀቂያዎች የተሰጡባቸው ምንባቦች አሉ፡-

- ወደ ኋላ መመለሽን በመቃወም የተሰጠ ማስጠንቀቂያ (2፥1-4)
- አለማመንን በመቃወም የተሰጠ ማስጠንቀቂያ (3፥12-4፥13)
- መውደቅን በመቃወም የተሰጠ ማስጠንቀቂያ (5፥12-6፥8)
- በፈቃደኝነት የሚሠራ ኃጢአትን በመቃወም የተሰጠ ማስጠንቀቂያ (10፥26-31)
- የእግዚአብሔርን ሥራ ማርከስን በመቃወም የተሰጠ ማስጠንቀቂያ (12፥14-29)

አንዳንዶች እነዚህን ምንባቦች የማያምኑ ሰዎችን እንደሚያመለክቱ አድርገው ተርጉመዋቸዋል፡፡ አንዳንዶች እንደሚያመልክቱ ይቈጥሩዋቸዋል፡፡ አንዳንዶች ደግሞ ማስጠንቀቂያዎቹን ሊመጣ ያለ ዘላለማዊ ፍርድን የተመለከተ ማስጠንቀቂያ አድርገው ይመለከቱዋቸዋል፡፡ ሌሎች እንደ ጊዜያዊ ማስጠንቀቂያዎች አድርገው ይመለከቱዋቸዋል፡፡ አንዳንዶች በእነዚህ ማስጠንቀቂያዎች ውስጥ ለድነት የሚሆን ድጋፍን ይመለከታሉ፡፡ አንዳንዶች በእነዚህ ማስጠንቀቂያዎች ውስጥ ድነት ዘላለማዊ ስለ መሆኑ ደጋፊ የሆኑ ነገሮችን ይመለከታሉ፡፡ የእኔ አመለካከት ማስጠንቀቂያዎቹን ከልብ መቀበል አለብን፤ በዚህም ደግሞ እነርሱ የሚያስጠነቅቁዋቸው ሊመጡ ያሉ ፍርዶችን ማስወገድ ይኖርብናል የሚል ነው፡፡

እንግዲያውስ ስለ ምንባቡ ያለኝን የእኔን አመለካከት እዚህ አስፍራለሁ፡-

* 2፥1-4፥4 - ክርስቶስ ከመላእክት የሚበልጥ በመሆኑ ምክንያት የእርሱን ድነት ብንፈልግ ይሻላል፡፡
* 3፥12-4፥13 - የክርስቶስ ቤት ከሙሴ ቤት የሚሻል በመሆኑ ምክንያት በአለማመን ምክንያት የተጣልን ሆነን ራሳችንን ባናገኘው ነው የሚሻለን፡፡
* 5፥12-6፥8 - ክርስቶስ የተሻለ ሊቀ ካህናት ስለሆነ ከእርሱ ተንሸራትተን ባንወድቅ መልካም ነው፡፡
* 10፥26-31 - ክርስቶስ የተሻለ መሥዋዕትን ያመጣ በመሆኑ ባናጣጥለው መልካም ነው፡፡
* 12፥14-29 - ክርስቶስ ኃጢአትን ከመሥራት እንድንቆጠብ ያስተማረን በመሆኑ፣ የእርሱን ትምህርት ልንከተል ይገባናል፡፡

መጽሐፉ በጌጣ-ጌጦች መካከል ያለ ጌጥ ነው፡፡ የክርስቶስ ህልዎት (መገኘት ወይም የህልውናው መሰማት) ብርቱ ማስረጃ በዚህ መጽሐፍ ውስጥ ይገኛል (13፥5)፡፡ የእግዚአብሔርን ማስረጃ በዚህ ቃል በተመለከተ ጠንካራ ዕይታኝ ይዟል)፡፡ የእግዚአብሔር ቃል ሕያው ነው (4፥12)፤ መልካም ነው (6፥5)፤ መጠጊያ ነው (6፥17-18)፤ እንዲሁም ትክክል ነው (13፥7)፡፡

I. ልጁን መገናኘት (1፥1-4)

II. ከመላእክት ይበልጣል (1፥5-2፥18)

 ሀ. በእግዚአብሔር ቃል ተረጋግጧል (1፥5-14)

 ለ. [ወደ ኋላ መመለሽን በመቃወም የተሰጠ ምክር] (-2፥1-4)

  1.የሕጉ ምሳሌ 2፥2

2. ድነትን ቸል ስላለማለት የተሰጠ ምክር 2፥3

3. የተነገረ እና የጸና ዕውነት 2፥3-4

ሐ. ሰው ሆነ - 2፥5-18

1. ከመላእክት ያነሰ ሆነ 2፥5-9

2. እንደ እኛ ሆነ 2፥10-13

3. ጠላትን ለማሸነፍ 2፥14-16

4. ኃጢአትን ለመቃወም እንድንችል ሊረዳን መጣ 2፥17-18

III. ከሙሴ ይበልጣል 3-4

ሀ. በአመክንዮ ተረጋግጧል 3፥1-6

ለ. [አለማመንን በመቃወም የተሰጠ ማስጠንቀቂያ] – 3፥7-4፥13

1. የእስራኤል ምሳሌነት 3፥7-9

2. ወደ ዕረፍቱ ለመግባት የተሰጠ ምክር 4፥1-11

3. የቃሉ ሥልጣን እና መረዳት 4፥11-13

ሐ. ወደ ዙፋኑ ለመምጣት የተሰጠ ግብዣ 4፥14-16

IV. ከአሮን ይበልጣል 5-7

ሀ. በመሐላ ተረጋግጧል 5፥1-11

1. የሊቀ ካህናቱ ተግባር 5፥1-4

2. የክርስቶስ ጥሪ 5፥5-6

3. ክርስቶስ ከእኛ ጋር የሚጋራው ማንነት 5፥7-11

ለ. [ክህደትን በመቃወም የተሰጠ ማስጠንቀቂያ] 5፥12-6፥8

1. የወጣቶች ምሳሌነት 5፥12-14

2. ፍጹምነትን ለመከተል የተሰጠ ማስጠንቀቂያ 6፥1-3

3. አንድ ድነት ብቻ 6፥4-8

ሐ. በአንባቢያኑ ዘንድ ያለ ድፍረት 6፥9-12

መ. የእግዚአብሔር ተስፋ የማይጠፋ መሆኑ 6፥13-20

ሠ. መልከ-ጸዴቅ እና ክርስቶስ 7

1. መልከ-ጸዴቅ ከአሮን ይበልጣል 7፥1-10

2. ክርስቶስ በመልከ-ጼዴቅ ሥርዓት ለማገልገል ሊመጣ ይገባል 7፥11-19

3. ክርስቶስ ከአሮን ይበልጣል 7፥20-28

V. ለተሻለ መቅደስ አገልጋይ የሆነ 8-10

ሀ. በሥፍራው እና በገንቢው ተረጋግጧል 8፥1-6

ለ. በተሻለ ቃል ኪዳን ላይ የተመሠረተ ነው 8፥7-13

ሐ. የብሉይ ኪዳን ተምሳሌትነት 9፥1-10

መ. የአዲሱ ኪዳን ዕጅግ የላቀ ሥራ 9፥11-15

ሠ. የሞት አስፈላጊነት 9፥16-22

ረ. የመሥዋዕት ታላቅነት 9፥23-28

ሰ. ለኃጢአት መፍትሔ ለማምጣት አሮጌው ኪዳን አለመቻሉ 10፥1-4

ሸ. የአካል አስፈላጊነት 10፥5-10

ቀ. የእርሱ መሥዋዕት ፍጹምነት 10፥11-18

በ. የእኛ ምላሽ 10፥19-25

ተ. [ሆን ተብሎ የሚሠራ ኃጢአትን በመቃወም የተሰጠ ማስጠንቀቂያ] 10፥26-31

1. ከሕግ በታች የሆኑ ሰዎች ፍርድ ምሳሌነት 10፥26-28
2. ነገሮችን እንደ ምሥጢራዊ አድርጎ ለመመልከት የተሰጠ ምክር 10፥29
3. በሕዝቡ ላይ የመጣ የእግዚአብሔር ፍርድ 10፥30-31

ቸ. መጽናት 10፥32-39

VII. በተሻለ ምሳሌነት ሥር ሆኖ በእምነት መኖር 11-12

ሀ. ለእምነት የተሰጠ መግቢያ 11፥1-3

ለ. እምነት እግዚአብሔርን ደስ ለማሰኘት ይፈለጋል 11፥4-7

ሐ. እምነት በሃይማኖት ጉዞዋችን እንድንቀጥል ይመራናል 11፥5-6

መ. እምነት የወደፊቱን ይመለከታል 11፥17-22

ሠ. እምነት ክርስቶስን ይመለከታል 11፥23-29

ረ. እምነት ሰዎችን ከዚህ ዓለም የተሻሉ እንዲሆኑ ያደርጋቸዋል 11፥30-40

ሰ. ስለዚህም እምነት ክርስቶስን ልብ ይላል 12፥1-4

ሸ. እንደሚቀጡ ሰዎች ተስፋ አትቁረጡ 12፥5-13

ቀ. [የእግዚአብሔር ሥራን ማርከስን በመቃወም የተሰጠ ማስጠንቀቂያ] 12፥14-29

1. የዔሳው ምሳሌነት 12፥14-17
2. የተሻለው ሥፍራችን 12፥18-24
3. ኢየሱስን አልቀበልም እንዳይባል የተሰጠ ምክር 12፥25ሀ
4. የሚመጣው ፍርድ 12ለ-29

VII. በታላቁ እረኛ ሥር መሆን 12

ሀ. በፍቅር መኖር 13፥1-6

ለ. ታላቁን እረኛ መከተል 13፥7-19

1. በቤተ ክርስቲያን ያሉ ገዦቻችሁን አስታውሱ 13፥7
2. ኢየሱስ አይለወጥም 13፥8
3. የሚመጣውን ከተማ በመናፈቅ መኖር 13፥9-14
4. እግዚአብሔርን በማመስገን እና መልካም ሥራዎችን በመሥራት መኖር 13፥15-16
5. ለገዦቻችሁ ታዘዙ 13፥17

6. ጸልዩ 13÷18-19

ሐ. የታላቁ እረኛ በረከት 13÷20-21

መ. የመዝጊያ ቃሎች 13÷22-25

የዕብራውያን መጽሐፍ በአዲስ ኪዳን ውስጥ - አጭር መግለጫ

አዲስ ኪዳን - አጭር መግለጫ

የዕብራውያን መጽሐፍ አስተዋጽኦ

ቅዱሳት መጻሕፍት እና የሚሸፍኑዋቸው ርእሰ-ጉዳዮች፡-

I. ክርስቶስ ከነቢያት እና ከመላእክት ይበልጣል - ምዕራፍ 1-2
II. ክርስቶስ ከሙሴ እና ከኢያሱ ይበልጣል - ምዕራፍ 3-4
III. ክርስቶስ ከአሮናዊ ሊቀ ክህነት ይበልጣል - ምዕራፍ 5-8
IV. የክርስቶስ አዲሱ ኪዳን ከብሉይ ኪዳን ይበልጣል - ምዕራፍ 8-10
V. በክርስቶስ ያለ እምነት ከሕግ ይበልጣል - ምዕራፍ 11-13

አስተያየቶች

በወንድማችን አድያምሰገድ ወልደማርያም የተጻፈው ይህ የመጽሐፍ ቅዱስ ማጥኛ በብዙ ዓመታት የትጋት ጥናት እና ዝግጅት የተጻፈ ሲሆን፤ ጸሐፊው የጥናት መጽሐፉን የሚያነብቡት ሰዎች ሁሉ እንደሚገባ በመጽሐፉ ውስጥ የቀረቡ መልእክቶችን ለመረዳት እንዲችሉ የሚያደርጉ ትንተናዎችን አቅርቦበታል፡፡ ይህንን በማድረግ ሂደትም ወንድም አድያምሰገድ ጥናቱን በጥልቀት እንደ ማድረጉ አንባቢያንን በብዙ የመጽሐፍ ቅዱሳዊ ምልከታዎች ባሕር ውስጥ ከቶ ግራ ከማጋባት ይልቅ በመሠረታዊ የክርስትና አስተምህሮ ላይ አተኩሮ ተገቢውን የሥነ-አፈታት መርኅ የጠበቀ መጽሐፍ ቅዱሳዊ መልእክትን ለአንባቢያን ለማቅረብ ይጥራል፡፡ ይህም በሚገባ እንደ ተሳካለት አምናለው፡፡ ስለሆነም ይህንን መጽሐፍ ከግል የመጽሐፍ ቅዱስ ጥናታችን ጎን ለጎን በጋራ ለማጥናትም ሆነ በሥነ-መለኮት ትምህርት ተቋማት በመማር ላይ ላለንም በመርጃ መጽሐፍነት ብንገለገልበት ብዙ እንጠቀምበታለን፡፡

ወንድማችንም ዋጋ ከፍሎ ይህን የመሰለ አገልግሎት ለኢትዮጵያዊያን ወገኖቹ ለማበርከት ስላሳየው ትጋት እግዚአብሔር ይባርክህ ልለው እወዳለው፡፡

ዶ/ር ወይታ ወዛ

የኢትዮጵያ ቃለ ሕይወት ቤተ ክርስቲያን ም/ዋና ጸሐፊ

ወንድም አድያምሰገድ ወልደማሪያም ወቅቱ የሚፈልጋቸውን ክርስቲያናዊ አስተምህሮዎች ለመስጠት የሚያግዙ መጻሕፍት በማበርከት ብዙ እየደከመ ያለ አገልጋይ ነው፡፡ ይህ በወንድም አድያምሰገድ የተጻፈው መጽሐፍም ውስብስብ የሥነ-መለኮት ጉዳዮች ውስጥ ባለመግባት፤ እንዲሁም ውስብስብ የሥነ-አፈታት ዝርዝሮችን ባለመነካካት ጤናማ የሆነው የሥነ-መለኮት አስተምህሮ ላይ በማተኮር፤ እንዲሁም የመጽሐፍ ቅዱስ ዕውነታ ወሰኖችን ማዕከላዊ በማድረግ የተጻፉ በመሆናቸው እጅግ ጠቃሚና አብዛኛው ክርስቲያናዊ ማኅበረሰብ በቀላሉ ተረድቶት በአገልግሎቱ ውስጥ ሊተገብራቸው ይችላል፡፡

ዶ/ር እስክንድር ታደሰ ወ/ገብርኤል

የኢትዮጵያ ሙሉ ወንጌል ሥነ መለኮት ዳይሬክተር

በመልእክቱ ወጥነት፤ በአመክንዮው ብርታትና በአጻጻፉ ውበት የታወቀውን የዕብራውያንን መልእክት፥ ወንድማችን አድያምሰገድ በቀላል ቋንቋና አቀራረብ ለአንባቢዎች ለማብራራት

ያደረገውን ጥረት አደንቃለሁ፡፡ በጽፈት ትጋቱም እገረማለሁ፡፡ ለዕብራውያን የተጻፈው በመንፈስ ቅዱስ ሁሉን ዐዋቂነት ለእኛም የተጻፈ ነውና እያገናዘብን እንጠቀምበት፡፡

ወንድም ንጉሤ ቡልቻ

ቃለ እግዚአብሔር አንባቢዎች ማኅበር ሰብሳቢ

ወንድም አድያምሰገድ አድካሚ የሆነውን የመጽሐፍ ቅዱስ ማጥኛ መጽሐፍ የማዘጋጀት ሥራን ለበርካታ ዓመታት በመሥራት ብዙ ዋጋ ከፍሏል፡፡ ምንም እንኳ ያዘጋጀው የጥናት መጽሐፍን በመጻፍ ሂደት ተቀዳሚ ትኩረቱ በጥናት መጽሐፍነቱ ተገቢ መጽሐፍ ቅዱሳዊ መልእክትን ማስተላለፍ ላይ ቢሆንም፣ መጽሐፉን በመጻፍ ሂደት ግን ይህን ሥራውን ግን ከተለመደው የጥናታዊ ጽሑፎች ቀጥተኛ አጻጻፍ በተለየ ቀለል ባለ መልኩ እና ተነባቢ በሆነ ቋንቋ ጽፎዋቸዋል፡፡ ይህ መጽሐፉን ለአንባቢ የማይሰለች፣ ግልጽ እና በቀላሉ የሚነበብ አድርጎታል፡፡ ስለሆነም መጽሐፉ ለወጣቱ ትውልድም ሆነ አማረኛ ሁለተኛ ቋንቋቸው ለሆነ አንባቢያን ሳይቸገሩ እንዲያነብቡት በሚያስችል ቋንቋ መቅረቡ ወቅታዊ እና ለሁሉም አንባቢ ጠቃሚ ያደርገዋል፡፡ መጽሐፉ የንባብ ባህል ባልዳበረበት ማኅበረሰባችን ዘንድ ያቀረበው መጽሐፍ ገጽ መብዛት የሚያስፈራ ቢያስመስለውም፣ አንዴ ማንበብ ለጀመረ ሰው ግን በቀላሉ ጥልቅ መጽሐፍ ቅዱሳዊ ቁም ነገርን እያስተማረን የሚሄድ ጠቃሚ መገልገያ ነው እና ሁላችንም ልንጠቀምበት እንችላለን፡፡

አቶ ተመስገን ሳህለ

የኢትዮጵያ ቃለ ሕይወት ቤተ ክርስቲያን የኮምኒኬሽንና ሥነ ጽሑፍ መመሪያ ኀላፊ

ይህ በወንድም አድያምሰገድ ወልደማሪያም የተዘጋጀ የዕብራውያን መጽሐፍ ማብራሪያ ቀለል ባለና ቃለ-እግዚአብሔርን ማጥናትና በመንፈሳዊ ነገሮች ለማደግ ለሚወድዱ ወገኖች ሁሉ በሚስማማ መልኩ የተዘጋጀ ሲሆን፣ በተለይም በአገራችን ተጨባጭ ሁኔታ ላይ ተገቢውን ትኩረቱን ከማድረጉና ወቅታዊ የሆኑ ዓለም አቀፋዊ ጉዳዮችን ከግምት ያስገባ፣ ጥንቱን ከዛሬው ጋር አያይዞና አጋምዶ የያዘ ሰፊም ሆነ ጥልቀት ያለው ትምህርትና ምሪትን ለአንባቢዎቹ የሚሰጥ ሆኖ አግኝቼዋለሁ፡፡ በሥራው ላይ በዋና አርታዒነት እንዳገለገለ ሰው መጽሐፉን ስቃኝ እስከ ዛሬ በትርጒምም ሆነ በአርትዖት ሥራ ከተሳተፍሁባቸው ድንቅ የሚባሉ ሥራዎች መካከል ከግንባር ቀደሞቶቹ የሚመደብ ሆኖ አግኝቼዋለሁ፡፡

ዳንኤል ተሾመ (ደራሲ፣ ተርጓሚ፣ አርታዒና የነገረ መለኮት መምህር)

ሦስት ወር ፈጀብኝ በቀደሙት ዘጠና ቀናት የከውንኩት አብይ ነገር በዕብራውያን ቅጽ አንድ የደረጀበትን 630 ገጽ፣ የዕብራውያን ቅጽ ሁለት የተተነተነበትን 646 ገጾች እንዲሁም የዕብራውያን ቅጽ ሦስት የተብራራበት 646 ገጾች በድምሩ 1,922 የንባብ ገጾችን ከየግርጌ ማስታወሻ እና ዋቢ መጽሐፍት ጋር እመለከት ነበር።

በንባቤ ውስጥ የአድያምሰገድ ወልደማሪያምን ጽናት በማስተዋል ዕዝራን በእርሱ ውጥ አገኘሁኝ። ዕዝራ 7፡10 መመልከት ለቃሌ አግባብ መሆኑን አንብቡልኝ። ይህ መጽሐፍ ሁለት ውድ ስጦታዎችን አበርክቶልኛል።

ቀዳሚው ጸሐፊው ወንጌላዊ መልዕክቱን ተረድቶ ከኢትዮጵያ ኦርቶዶክስ አማንያን ጋር መናበብና መግባባት የመቻሉን እውነተኝነት ማብሰሩ ነው። ክርስትና በምስራቁ አለም በአይሁዳውያን አውድ ተኮትኩቶ ያደገ መሆኑን የሚያስገነዝበን ቀዳሚ መጽሐፍ ይህ የዕብራውያን መልዕክት ጥናት እና ማብራሪያ መሆኑን በብዙ መረጃዎች አረጋግጫለሁ። የቅርቡ መጽሐፌ "ከምዕራቡ የምስራቁ ከመቻቻል መቀባበል" ለሕትመት ከመብቃቱ በፊት ይህን ሰነድ አግኝቼ ቢሆን ሥራዬ በብዙ እንደሚበለጽ አውቄያለሁ። የአድያምሰገድ የዕብራውያን መጽሐፍ ጥናት ዝርዝር ደግሞም ጥልቅ ትንታኔን በመስጠት በምዕራብም በምስራቅም ያሉትን ቤተክርስትያናት አግባብቷል።

ሁለተኛው አያድርገውና ከስድሳ ስድስቱ ቅዱሳት መጽሐፍት መካከል ስድሳ አምስቱ ጠፍተው የዕብራውያን መልዕክት ብቻ ቢቀር በዚህ መጽሐፍ ብቻ ክርስትና ከትውልድ ትውልድ እየተቀባበለ መዝለቅ እንደሚችል እኒህን የማብራሪያ መጽሐፍት ባነበብኩ ወቅት አረጋግጫለሁ። አዘጋጁ "ይህ ሥራ ፍጹም ነው ለፍጹምነት የቀረበ ነው እያልሁ አይደለም...." በማለት ሊታረም ሊስተካከል የተገባውን በብዙ መረጃ ለሚያቀብለው ሁሉ አርሞ እንደሚያስተካክለው ቃሉን በማስታወሻው ማኖሩ አንቱ አሰኝቶታል።

በዚህ መጽሐፍ ጥናት ዝግጅት ውስጥ የቀደሙት ሥራዎቹ ለዚህ ጥንካሬ ምክንያት እንደሆኑ መረዳቴም በዚሁ ውስጥ ተካታች አድርጎታል፤ በተለይም የዮሐንስ ወንጌልና የኤፌሶን መልዕክትን ማንበቤ የዕብራውያንን ጥናት የላቀ በማድረግ ሁላችን በሰከነ መንፈስ እና በተረጋጋ ግዜ ውስጥ ተገኝተን እንድናጤነው ግድ ይለናል። እኒህን ሦስት ቅጽ መጻሕፍት ጸሐፊው በርካታ መጻሕፍትን ሌት ተቀን አንብቦ ለኢትዮጵያውያን

አውደ ሰፊ ተደራሽ በሆነው በአማርኛ ቋንቋ መለገሱ እኔን እና መላው ኢትዮጵያውያንን እንኳን ደስ አላችሁ አስብሎኛል።

ስሜ ታደሰ (ደራሲ እና መምህር)
ባፕትሲት ቸርችስ ፊሎሸፕ ፕሬዝደንት

ወንድማችን አድያምሰገድ ይህንን የዕብራውያን መልእክት ማብራሪያ ሲጽፍ ሰፊ ዝግጅት አድርጎ፤ በቂ ጥናት አድርጎ፤ ዓመታትን ወስዶ እንደጻፈ መጽሐፉን ስታነቡ ትረዳላችሁ። ማደግ መለወጥ የሚፈልግ ሰው መጽሐፉን ማንበብ ከመጽሐፉ ጋር ጊዜ ማጥፋት ይጠበቅበታል። አንባቢዎች ሊረዱት በሚችሉት መንገድ ቀለል ባለ መልኩ የተጻፈ ነገር ግን ለሕይወት በጣም የሚጠቅም መልእክት የምናገኝበት መጽሐፍ ነው።

ወንድማችን አዲ ይህን የዕብራውያን ማጥኛ ሲጽፍ በቂ ማጣቀሻዎችን ተጠቅሟል፤ የቤተክርስቲያን አባቶችን አንስቷል፤ ይህ ሁሉ በቂ ዝግጅት እንዳደረገ ያስረዳል። ታሪካዊ ዳራ፣ ትንተናው እና ማዛመዱ በጣም የሚደንቅ ነው። ገለጣዊ እና ትንተናዊ አቀራረብን በመከተል ቁጥር በቁጥር፣ ምዕራፍ በምዕራፍ፣ አንቀጽ በአንቀጽ በጥልቀት ገብቶ ማብራሪያ ሲሰጥ ነው የምንመለከተው። አንባቢዎች አንድን ክፍል ከተለያየ አቅጣጫ እንድናይ ዕድልን ይሰጠናል። ወደ እናት ቋንቋ ግሪክ እየሄደ አውዳዊ በሆነ መልኩ ያሳየናል።

በአጠቃላይ መልእክቱን ስንመለከት ክርስቶስን ማዕከል ያደረገ ነው። ክርስቶስ ከሁሉም ይበልጣል የሚለውን ሃሳብ የሚያጎላ ነው። አማኞች በእምነታቸው ምክንያት የሚደርስባቸውን ተቃውሞና መከራ ተጋፍጠው እንዲኖሩ በብዙ የሚያበረታታ መልእክት ነው።

በማጠቃለያ ለሕይወትና ለአገልግሎት እጅግ የሚጠቅም መጽሐፍ ስለሆነ ለመጽሐፍ ቅዱስ ትምሕርት ቤቶች እና ኮሌጆች እንደ ቴክስት መፅሐፍ ብትጠቀሙበት እና ብታነቡት ብዙ እንደምታተርፉ ላሳስባችሁ እወዳለሁ። በተለይ በኢትዮጵያውያን እና በኤርትራውያን ዘንድ ብዙ የስነ መለኮት መጻሕፍት ስለሌሉን ይህን መጽሐፍ እንደ ግብዓት ልንጠቀምበት እንችላለን።

የአፈበአ አገልግሎት ዕብራውያን መጽሐፍ ጥናት

የተወደድከ አዲ በብዙ አካሉን እየጠቀምከ ስላለህ የሰማይ አምላክ ይባርከህ ለማለት እወዳለሁ፤ በርታ፤ ቀጥል፤ ጻፍ፤ እግዚአብሔር ይባርከህ፤ እጅግ አድርገን እናመሰግናለን። መጋቢ ፈቃዱ መኮንን አስማረ (ዶ/ር)

ፒ.ኤች.ዲ በቲዮሎጂ

ፒ.ኤች.ዲ. በክርስቲያን ካውንስሊንግ

"ትጉሁ ፀሃፊ አድያምሰገድ የዕብራዊያንን መልከት ዋና መልዕክት የሆነውን ወደር የለሹን የጌታችንን የኢየሱስን የክብሩንና የፍቅሩን ልቀት ከባህላዊውና ከታሪካዊው ዳራዎች በማገናዘብ ይህንን ግሩም መፅሃፍ አቅርቦልናል፡፡ ቀጣዩ ብርቱ ጉዳይ 'አንባቢው ያስተውል' የሚለው ይሆናል፡፡

የብሉይ መፅሃፍት ስለ ክርስቶስ ኢየሱስ በአንጋፋነትና በጥልቀት እንዲመሰክሩለት (ዮሃንስ 5:39) የመፃፋቸውን አላማ የዕብራዊያን ፀሃፊ ፍንትው አድርጎ በተግባራዊ መንገድ ፅፎታል፡፡ የዚያንም ኪዳን ተሻጋሪ መልከት ትርጓሜና ትንተና ወንድማችን አዲ በሚያጎለብትና በሚያረካ መልኩ ፅፎልናል፡፡ አንባቢው ግን ያስተውል፡፡

በርካታ ስመ-ጥር ምሳሌዎችና አንጋፋ መንፈሳዊ ከስተቶች በዕብራዊያን መልዕክት ተገልፀዋል፡፡ አርዓያነታቸውንም መከተል እንድሚገባ ተፅፎልናል፡፡ እነዚያ ሁሉ ግን ዛሬ በምድር ለቀረነው ረድኤት መሆን በሚችሉበት አውድና አቅም ላይ አይደሉም፡፡ ይህንን ውሱንነት ሰብሮ ወጥቶ በዘላለማዊ ማንነቱና ስራው የላቀው፤ ዛሬም ነገም ከከፉ መከራና ሞት የሚታደገው ኢየሱስ ክርስቶስ ብቻ ነው፡፡

"ኢየሱስ ክርስቶስ ትላንትና ዛሬም እስከለዘላለሙ ያው ነው" (ዕብ. 13:8)፡፡ ይህ እውነታ እነሆ በደማቅ መንገድ በሰፊ ገበታ ላይ ቀርቦልናል፡፡ እግዚአብሔር ቸር አምላክ በስከነ ልቦና እንድናነበውና ለክብሩም እንድንለወጥበት ለሁላችን ማስተዋልን ያብዛልን፡፡"

ቄስ ዶ/ር ያሬድ ሐልቼ

ዲኤምሺ ወንጌላዊት ሉተራን ቤ/ከ የሰሜን ክልል ተልዕኮ ተሳትፎ አስተባባሪ

"ክርስቶስ ይበልጣል" የሚለው የአዲስ ኪዳን ቁንጮ ትምህርት በጥልቀት እና በስፋት የተዳሰሰበት የዕብራዊያን መጽሐፍ ነው፡፡ የዕብራዊያን መጽሐፍ በምዕራፎቹ፤ በክፍለ ምንባባቱ በቁጥሮቹ እና በእያንዳንዱ ቃላት ውስጥ ውብ በሆነ እና እጅግ አሳማኝ በሆነ

ንጽጽራዊ አቀራረብ ይህን እውነት ያሳያናል፡፡ የዕብራዊያን መጽሐፍ ጸሐፊ የመጽሐፉን ትልቅ መልዕክት ለማስረዳት የተጠቀመባቸው እያንዳንዳቸው ቃላት እጅግ በጣም ጥልቅ የነገረ መለኮት ምስጢር ያላቸው ሲሆን ቃላቱ የአዲስ ኪዳን አዕማደ ቃላት ናቸው፡፡ በእነዚህ ቃላት ውስጥ ነው የእግዚአብሔር የዘላለም ምክር ያለው፡፡

ወንድማችን አድያምሰገድ ወልደማርያም በሦስት ቅጽ ያቀረበልን የዕብራዊያን የጥናት መምሪያ የመጽሐፉን ዋና ዓላማ ባማከለ መልኩ ለየት ባለ ሁኔታ ጥልቅ የሆኑ የቃላት ትንታኔዎች የቃላት ዐውዳዊ ትርጓሜዎች ቃላቱ ከሌሎቹ ቅዱሳት መጽሐፍት ያላውን ተያያዥነት እና ቃላቱን እንዴት መረዳት እንደሚገባን ከትርጓሜ አማራጮች ጋር ጭምር የሚያትት ነው፡፡ ይህ አቀራረብ ይህንን መጽሐፍ በአማርኛ ከተዘጋጁ የመጽሐፍ ቅዱስ ማብራሪያዎች ለየት ያደርገዋል፡፡ በዚህ ስፋት እና ጥለቀት መጠን በአማርኛ ቋንቋ የመጽሐፍ ቅዱስ የጥናት ማብራሪያዎች ማግኘት አዳጋች ነው፡፡

በተለይም አድያምሰገድ በዚህ መጽሐፉ የዕብራዊን መጽሐፍ የጥናት ማብራሪያ ክፍለ ምንባቦችን መሰረት በማድረግ የሚሰሙ አከራካሪ ጉዳዮችን፤ ለምሳሌ ሰው ማን ነው? እምነት ምንድን ነው? እንደ እግዚአብሔር ያለ እምነት ይኖርን? ዐስራት ምንድን ነው ? ዐስራት እና የአብርሃም ባርኮት የሚያገናኛቸው ነገር ይኖርን? ታቦቱ ምንድን ነው ? ቅድስና እና አማኝ? መሰብሰባችሁን አትተው ለአማኞች ሳምንታዊ ስብሰባ ጋር ዝምድና አለው ወይስ የለው? እና መሰል ጉዳዮችን በምርምርና ጥናት ላይ በተመሰረተ በጥልቀት እና የብዙ ሊቃውንትን አስተያየት ባካተተ መልኩ አቅርቦልናል፡፡

ወንድማችን አድያምሰገድ እጅግ በጣም የተዋጣለት ደረጃውን የጠበቀ እና ውስብስብ የነገረ መለኮት ሐሳቦችን ለማናችንም ልንረዳው በምንችል መልኩ በግልጽ በማድረግ በዚህ መጽሐፍ ውስጥ አቅርቦልናል፡፡ ረዥም ዓመት የተላፈበት እና እጅግ የሰመረ መጽሐፍ ነው፡፡

ይህን መጽሐፍ ማንኛውም አማኝ ለግል ሕይወቱ ጥናት፤ አገልጋዮችና መሪዎች ለአገለግሎት ዝግጅት፤ ለቡድን የመጽሐፍ ቅዱስ ጥናት፤ ለመጽሐፍ ቅዱስ ትምህርት ቤቶች በማጣቀሻነት በሚመጥን ሁኔታ የተዘጋጀ ስለሆነ ሁሉም አካላት እንዲጠቀሙበት አበረታታለው፡፡

ወንድም ሰለሞን ከበደ

የጌጃ ቃለ ሕይወት መፅሐፍ ቅዱስ ኮሌጅ ዳይሬክተር

4

የአፈበስ አገልግሎት ዕብራውያን መጽሐፍ ጥናት

ይህ የዕብራውያን መልእክት ማብራሪያ ለኢትዮጵያውያን ክርስቲያኖች ትልቅ መማሪያ ይሆናቸዋል ብዬ አምናለሁ፤ ለዚህም ሶስት ምክንያቶች አሉኝ። አንደኛ ምክንያት፡- በየምዕራፎቹ የተጻፉት ጥናቶች የዕብራውያንን መጽሐፍ አጠቃላይ መልእክት ከእግዚአብሔር የማዳን እቅድና ከዕለት ተለት የክርስቲያን ሕይወት አንጻር ተብራርተዋል።

እኔ እንደገባኝ የዚህ መጽሐፍ ዋነኛ ትምሕርት እንዲህ ተብሎ ሊጠቃለል ይችላል፡- እግዚአብሔር እኛን የማዳን ሃሳቡ ከጥንት ጀምሮ የነበረ ሲሆን በብሉይ ኪዳን ሐይማኖታዊ ስርዓቶች ውስጥ በሚስጥር የተጠቆመ፤ በአባቶች ዘንድ በተስፋ ሲጠበቅ የቆየ፤ በኢየሱስ ክርስቶስ አማካኝነት የተፈጸመ እና ዛሬ ደግሞ በአማኞች ሕይወት ውስጥ ተጽእኖ የማምጣት ኃይል ያለው ነው።

ሁለተኛ ምክንያት፡- መጽሐፉ በቀላል እና ግልጽ አማርኛ የተጻፈ ከመሆኑ የተነሳ ለአማኝ ሁሉ እንዲሁም ለአገልጋዮች የመጽሐፍ ቅዱስ ጥናት መመሪያና የስብከት ማዘጋጃ ሆኖ ያገለግላል። ሦስተኛ ምክንያት፡- የመጽሐፉ አዘገጃጀት ወይም አወቃቀር ነው፤ እያንዳንዱ ምዕራፍ በአጭር መግቢያ ይጀምርና ግልጽ በሆኑ ነጥቦች ላይ ቀጥተኛ ማብራሪያ ካቀረበ በኋላ አከራካሪ በሆኑ ጉዳዮች እና ከተግባራዊ ሕይወት እንዲሁም ከአገልግሎት ጋር በተያያዙ ጉዳዮች ላይ ሰፊ ትንታኔ ይሰጣል።

ወንድም ደስይበለው ደምሴ
በኢትዮጵያ ሙሉ ወንጌል ኮሌጅ የመጽሐፍ ቅዱስ መምሕር
የኢትዮጵያ ሙሉ ወንጌል አማኞች ቤተክርስቲያን

የዕብራውያን መጽሐፍ አዲስ ኪዳንን እንዲሁም ብሉይ ኪዳንን የሚመለከቱ ጠለቅ ያሉ ትምሕርቶች የተጻፉበት መልእክት ነው። በዚህ መልእክት ውስጥ የተነሱ አንዳንድ ርዕሰ ጉዳዮች ለመረዳት ቀላል አይደሉም። ሆኖም ወንድማችን አድያምሰገድ የጻፈውን ማብራሪያ በማንበብ ብዙ ተምሬያለሁ፤ ደግሞም ተባርኬያለሁ። ምክንያቱም ወንድማችን የዕብራውያን መልእክት ውስጥ የተጻፉትን ትምሕርቶች በቀላል ቋንቋ እና ግልጽ በሆነ አቀራረብ አብራርቷቸዋል።

ስለዚህ አንባቢዎች ይህንን መጽሐፍ ቢያገኙና ቢያጠኑት ብዙ ይጠቀማሉ ብዬ አምናለሁ። የመጽሐፍ ቅዱስ ኮሌጅ ቤተ መጻሕፍቶችም በብዛት ወስደውት ለተማሪዎች ቢያቀርቡት መልካም ነው እላለሁ።

ወንድም ሎየሱ እንደሻው

ምክትል ፕሬዚዳንት

የኢትዮጵያ ሙሉ ወንጌል አማኞች ቤተክርስቲያን

የዕብራውያን መልእክት በጣም አጭር ደብዳቤ ነው፤ ወንድማችን አድያምሰገድ ግን ሦስት ትልልቅ ማብራሪያ መጻሕፍት ጽፎበታል። ወንድማችን ይህን ማብራሪያ ሲጽፍ ቀላል መስለውን እንብበን የምናልፋቸውን ቃላት በጥልቀት አጥንቶ በስፋት አብራርቷቸዋል። ለምሳሌ "መንጻት" የሚለውን ቃል የገባን መስሎን ልናልፈው እንችላለን፤ ይህ ማብራሪያ ግን ከምን እንደምንነጻ፣ ለምን እንደምንነጻ፣ እንዴት እንደምንነጻ፣ እና ማን እንደሚያነጻን በዝርዝር ይገልጥልናል። በዚህ መንገድ በዕብራውያን መልእክት ውስጥ የሚገኙ ቁልፍ ቃላትና ሃሳቦችን ተንትኖ አቅርቧቸዋል። ስለዚህ ይህ ማብራሪያ የእግዚአብሔርን ቃል በጥልቀት ማጥናትና መማር ለሚፈልግ ሁሉ ጠቃሚ አጋዥ መጽሐፍ ነው።

ይህንን ማብራሪያ በማነብበት ጊዜ ወንድማችን አድያምሰገድ ዘሌዋውያንን በጥልቀት ማጥናቱን ተረድቻለሁ። የዕብራውያን መልእክት ውስጥ ከዘሌዋውያን የተወሰዱ ብዙ እውነቶች ስላሉበት ዘሌዋውያንን ሳያጠኑ ዕብራውያንን መረዳት አይቻልም። አድያምሰገድ በማብራሪያው ውስጥ ስለ ክሕነት እና ስለ መስዋእቶች ብዙ ጽፏል፤ ይህም ሁሉ ከዘሌዋውያን መጽሐፍ የተገኘ ነው። ስለዚህ ወንድማችን የዕብራውያንን መልእክት ለማብራራት ትክክለኛውን ማጣቀሻ መጽሐፍ ማለትም ዘሌዋውያንን በመጠቀሙ በጣም ደስተኛ ነኝ። አንድ አገልጋይ በማንኛውም ርዕስ ላይ ትክክለኛውን የእውቀት ምንጭ ካላገኘ እውቀቱ ጥቂት ብቻ ነው የሚሆነው፤ ይህም አደገኛ ነገር ነው። አድያምሰገድ የብሉይ ኪዳን መጻሕፍትን በተለይም ስለ መስዋእቶች፣ ስለ ካሕናት፣ እና ስለ ቃልኪዳኑ ታቦት በስፋት የተጻፈበትን ዘሌዋውያንን በጥልቀት መርምሯል።

በማብራሪያው ውስጥ ብዙ ልብ የሚነኩ መልእክቶችን አግኝቻለሁ፤ ከነዚህ መካከል አንዱን ብቻ ልጥቀስ። ማብራሪያው ስለ ጽናት ሲናገር የእውነተኛ ክርስቲያኖች መለያ እስከ መጨረሻው መጽናት ነው ይላል። እስከ መጨረሻው ታማኝ ሆኖ መኖር የእውነተኛ አማኞች መንፈሳዊ መታወቂያ ካርድ ነው። አንድ ሰው እውነተኛ ክርስቲያን መሆኑን

በምን እናውቃለን የሚል ጥያቄ ነበረኝ። በንግግሩ ነው የምናውቀው? ሰዎች የሚናገሩዋቸው ቃላት ሁልጊዜም ያሉበትን ሁኔታ በትክክል ላያሳዩን ይችላሉ። ብዙዎች በሚያባብሉ ቃላት ሰዎችን ሊያታልሉ ይችላሉ። ለዚህ ነው ጌታችን ከፍሬያቸው ታውቋቸዋላችሁ ያለን። ስለዚህ አንድ ሰው እውነተኛ አማኝ እንደሆነና በእምነቱም ጽኑ እንደሆነ ለማየት ረጅም ጊዜ ይወስዳል። የዕብራውያን መልእክት ጸሐፊ ስለ ጽናት ሲናገር እስከ መጨረሻው ታማኝ ስለ መሆን መናገሩ ነው። እኔም በዚህ በሙሉ ልቤ እስማማለሁ።

በስተመጨረሻም ወንድማችን በዚህ ሥራህ ውስጥ የረዳህን ጌታ አመሰግነዋለሁ። እኔም መጽሐፍ ቅዱስ በማስተምርበት ጊዜ ይህንን ማብራሪያ እንደ ማጣቀሻ እጠቀምበታለሁ። እግዚአብሔር ይህንን ማብራሪያ ይባርከው።

መሪጌታ ሙሴ መንበሩ

የማሕበረ ወንጌል ዘኢትዮጵያ አስተባባሪ

ወንድማችን አድያምሰገድ የጻፈውን የዕብራውያን መልእክት ማብራሪያ ሳነብ አንድ ወሳኝ ነጥብ ትኩረቴን ስቦታል። ይህም ነጥብ ኢየሱስ ክርስቶስ ከሁሉ በላይ መሆኑ ነው። ከካሕናት በላይ ነው፤ ከነብያት በላይ ነው። ከመላእክትም በላይ ነው። የዕብራውያን መልእክት ዋነኛ ሃሳቡ የኢየሱስ ክርስቶስ የበላይነት ነው። ከምዕራፍ 1 እስከ 9 ድረስ መጽሐፉ ኢየሱስ ማን እንደሆነና በብሉይ ኪዳን መጻሕፍት ውስጥ እንዴት እንደተገለጸ ያሳየናል። ከምዕራፍ 10 እስከ 13 አማኞች ለኢየሱስ ክርስቶስ የሚገባ ሕይወት እንዴት መኖር እንደሚችሉ ያሳያል። ይህ መጽሐፍ ለመንፈሳዊ እድገት በሚጠቅሙ ትምሕርቶች የተሞላ ነው።

በዕብራውያን መልእክት ላይ ማብራሪያ ማዘጋጀት ታላቅ ትጋትና መሰጠት ይጠይቃል፤ ብዙ ሌሎች መጻሕፍትን ማጥናትና መመርመርም ያስፈልጋል። አድያምሰገድ ጊዜውንና ጉልበቱን ሰውቶ ለብዙ ዓመታት ካጠና በኋላ ይህንን ድንቅ ማብራሪያ ሊያበረክትልን ችሏል። ከአንድ አጭር መልእክት ሶስት ትልልቅ ማብራሪያዎችን አዘጋጅቶልናል። ስለዚህ ይህ ለመጽሐፍ ቅዱስ አስተማሪዎች እንዲሁም ለመጽሐፍ ቅዱስ ተማሪዎችና ለአማኞች ሁሉ የሚያገለግል ማብራሪያ እንደመሆኑ መጠን ሁሉም እንዲጠቀሙበት እመክራለሁ።

ፓስተር ምስራቁ ቶርኖ

የአዲስ አበባ መጽሐፍ ቅዱስ ኮሌጅ የማታ ትምሕርት ፕሮግራም አስተባባሪ

ወንድማችን አድያምሰገድ ይህንን ማብራሪያ ለቤተክርስቲያንና ለሃገራችን በረከት እንዲሆን ስላበረከተልን እግዚአብሔር ይባርከው። በዚህ ዘመን ይህን የሚያህል ማብራሪያ ጽፎ ማዘካጀት ትልቅ መታደል ነው፤ ይህ ማብራሪያ ለእኛ ብቻ ሳይሆን ለልጅ ለጆቻችን ሁሉ መተላለፍ ይችላል።

በመጽሐፍ ቅዱስ ትምሕርት ቤት ውስጥ በነበርን ጊዜ እንደ ማቲዩ ሄንሪ፣ ጀምስ ሁክ፣ እና ሌሎችም የጻፉዋቸውን ማብራሪያዎች አይተናል። ወንድማችን አድያምሰገድ የጻፈልን ማብራሪያ ከነዚያ ሰዎች ማብራሪያ በምንም አይተናነስም። ለአንባብያን የዕብራውያን መልእክት ስለ ተጻፈበት ዘመን በዝርዝር በማስረዳቱ አንባብያን የመልእክቱን ጭብጥ መረዳት የሚችሉበት አውድ ያበጅላቸዋል። በዚያ ዘመን አማኞች ለእምነታቸው ታላቅ ዋጋ ከፍለዋል። ብዙዎች ስለ እምነታቸው ሲሰደዱና ሲሞቱ አንዳንዶች ደግሞ አመቻምቸው ለብ ያሉ ክርስቲያኖች ሆነዋል። መጽሐፉ ከነዚያ ሰዎች መካከል አንዳንዶች እንደ ኢየሱስ ብድራታቸውን ትኩር ብለው በማየት የጊዜውን መከራ እንዴት እንደታገሱ ይገልጻል።

ይህ ማብራሪያ ነገረ ክርስቶስን ለማስተማር፣ ስለ ሰው እና ስለ መላእክት ባህሪ፣ ስለ መልከጼዴቅ፣ እንዲሁም ስለ መጨረሳ ዘመን ሰፊ ትንታኔ የያዘ በመሆኑ ለመጽሐፍ ቅዱስ ትምሕርት ቤቶች ጥሩ ማጣቀሻ ሆኖ ያገለግላል። የዕብራውያን መልእክት እውነትን ከመግለጥ በተጨማሪ አንዳንድ ሰዎች በስውር ወደ ቤተክርስቲያን ሊያስገቡ ያሰቡትን ኑፋቄም ያጋልጣል። ለምሳሌ የመስዋእት ሥርዓቶችን በመፈጸም መዳን ይቻላል ብለው ኑፋቄ የሚያስተምሩ ሰዎች ነበሩ። ይህ መጽሐፍ ቅዱስ የኢየሱስ ክርስቶስ ሥራ ፍጹምና ሙሉ መሆኑን ያብራራል።

... ስለዚህ ይህ ማብራሪያ ኮሌጅ ውስጥ ያሉ የስነ መለኮት ተማሪዎችን በብዙ ሊያግዛቸው ይችላል፤ ምክንያቱም የዕብራውያንን መልእክት ከማብራራት አልፎ መጽሐፍ ቅዱስን ከዘፍጥረት እስከ ራዕይ ሙሉ በሙሉ ይዳስሳል። ይህ ማብራሪያ ለብዙዎች ይደርስ ዘንድ ወደ ሌሎች የኢትዮጵያ ቋንቋዎች ሊተረጎም ይገባዋል ብዬ አምናለሁ። ጌታ ይባርካችሁ።

ወንድም ቴዎድሮስ ንጉሴ

በሙሉ ወንጌል ቤተክርስቲያን የመጽሐፍ ቅዱስ አስተማሪ

ወንድማችን አድያምሰገድ በዕብራውያን መልእክት ላይ ሦስት ትልልቅ መጻሕፍትን ጽፏል። ማብራሪያው በመጀመሪያ ቅጹ ውስጥ የመልእክቱን ታሪካዊ ዳራ በማቅረብ አንባቢውን ለንባብ ከጋበዘ በኋላ የዕብራውያን መልእክትን ከምዕራፍ 1 እስከ 4 ድረስ ያብራራል። ሁለተኛው ቅጽ ከምዕራፍ 5 እስከ 8 ድረስ የሚሸፍን ሲሆን ጠለቅ ያሉ ስነ መለኮታዊ ጉዳዮችን እያነሳ ብዙ ጥያቄዎችን ይመልሳል። ምዕራፍ 9፣ 10፣ 11፣ 12 እና 13ን የሚሸፍነው ሦስተኛ ቅጽ የአማኞችን የዕለት ተለት ሕይወት ይዳስሳል። ሦስቱም መጽሐፎች የዕብራውያንን መልእክት ምዕራፍ በምዕራፍ፣ ቁጥር በቁጥር፣ ቃል በቃል የሚያብራሩ የመጽሐፍ ቅዱስ ጥናቶች ናቸው። ቁልፍ የሆኑ የግሪክ ቃላት ትርጉማቸው ከታላላቅ የነገረ መለኮት ምሑራን ምልከታ ጋር ቀርቧል። የመጀመሪያዎቹ ሁለት መጻሕፍት በአስተምሕሮአዊ ጉዳዮች ላይ ትልቅ ትኩረት ያደረጉ ሲሆን ሦስተኛው መጽሐፍ አማኞች በቤተክርስቲያን ውስጥ እንዴት መመላለስ እንዳለባቸው ያስረዳል። በአጠቃላይ ማብራሪያው ከባድ የሆኑ ሃሳቦችን ቀለል አድርጎ ያቀርባል፤ ደግሞም የሌሎች ምሑራንን ማብራሪያ ለማነጻጸሪያ በማቅረብ አንባቢዎች ስለ እግዚአብሔር ቃል የጠለቀ መረዳት እንዲያገኙ ያግዛል።

ፓስተር ወንዲፍራው አዲስ

በሙሉ ወንጌል ቤተክርስቲያን የመጽሐፍ ቅዱስ ኮሌጅ የመጽሐፍ ቅዱስ አስተማሪና የተማሪዎች ዲን

ከሁሉ አስቀድሜ ስለ ወንድሜ አድያምሰገድ እግዚአብሔርን አመሰግናለሁ። ወንድማችን በዚህ አሳችና ሃሰተኛ አስተማሪዎች በፈሉበት ጊዜና በተለይ ደግሞ የስሕተት አስተማሪዎችን ትምሕርት እንደ ውሃ የተጠማ ሕዝብ ባለበት ጊዜ ይህን የዕብራውያን መጽሐፍ ማብራሪያ አዘጋጅቶ ማቅረቡ እንደ ትልቅ ስጦታ እቆጥረዋለሁ።

አንድ አማኝ አልፎም አንድ አገልጋይ ይህንን የዕብራውያን ማብራሪያ ሲያነብ ሊያገኘው የሚችለው ነገር ቢኖር በመጀመሪያ የዳነበትን እውነት በቅጡ ይረዳል ፤ አልፎም የሚጠብቀውና ተስፋ የሆነው ኢየሱስ ክርስቶስ እስኪመጣ ድረስ ከእግዚአብሔር ጋር የተቋጠረበትንና የተሳሰረበትን የኪዳን ደም ዘላለማዊነት ከልቡ ይረዳል።

ፓ/ር ቢኒያም ወልደትንሳኤ

ጌታችን ኢየሱስ ክርስቶስ በዮሐንስ ወንጌል ምዕራፍ 21 ከቁጥር 15 እስከ 17 ባለው ምንባብ ሐዋርያው ጴጥሮስ እስኪጨንቀው ድረስ ሶስት ጊዜ “ከነዚህ ይበልጥ

ትወደኛለህን?"፤ "በእውነት ትወደኛለህን?" "ትወደኛለህን?" እንዳለው እንመለከታለን። መንፈስ ቅዱስም ወንድሜ አድያምሰገድ ን በተመሳሳይ የፍቅር ጥያቄ ያስጨነቀው ይመስለኛል። ችሎታን የሚሰጥ እግዚአብሔር ነው፤ ትጋት ግን ከሰው ነው። ወንድሜ አድያምሰገድ የዕብራውያንን መልእክት ጥናት በሶስት ክፍል ጽፎ ሲያበረክተን ምን ያህል ሰዓታት በየቀንና ሌሊት ቁጭ ብሎ፤ መጻሕፍትን እያገላበጠ፤ ከመንፈስ ቅዱስ ጋር እየተነጋገረ በትጋት እንደ ጻፈው ሳስብ "ወይ የእግዚአብሔር ስጦታ" አሰኝቶኛል። ይህ መጽሐፍ ለቤተክርስቲያናት ታላቅ ስጦታ ነው። ለመንፈሳዊ ትምሕርት ቤቶች በአማርኛ ቋንቋ የቀረበ ታላቅ በረከት ነው። በግል በጌታ ቃል ማደግ ለሚፈልጉም ጥሩ የምስራች ነው።

"ጨው ለራስህ ብለህ ጣፍጥ" ተብሏልና መጽሐፍ ቀርቦልናል፤ መጠቀሙ ግን የኛ ፈንታ ነው። ወንድሜ አድያምሰገድ ሃላፊነትህን በታማኝነት ተወጥተሃል። በሌሎችም መጻሕፍት ላይ ተመሳሳይ ጥናት እንደ ምታበረክተን እተማመናለሁ። ጌታ ብርታቱንና ትዕግስቱን ይስጥር በእውነት ጌታ አብዝቶ ይባርክህ።

ፕሮፌሰር ዮሐንስ ጥሩነህ

ይህ መጽሐፍ ለእኔ በሶስት መንገዶች ጠቃሚ ሆኖ አግኝቼዋለሁ። በመጀመሪያ ወንድማችን አድያምሰገድ ይህንን መጽሐፍ በሚጽፍበት ጊዜ የራሱን መረዳት ብቻ አይደለም ያካፈለን፤ ብዙ መጻሕፍትን መርምሯል፤ ብዙ ማብራሪያዎችን አገላብጦ አይቷል። በሥራው ውስጥ እንደ ዋረን ዋይርስቢ የመሳሰሉ ታዋቂ መምሕራንን ስም ጠቅሶ በማየቴ በጣም ደስ ብሎኛል። የነዚህ ዓይነት ሰዎችን መረዳት አክሎ ማቅረቡ የመጽሐፉ መልእክት ጥልቀት እንዳለውና ወንድማችንም ብዙ እንደደከመበት አመላካች ነው። ብዙዎቻችን የእንግሊዝኛ መጻሕፍት በማናነብበት ሃገር ውስጥ ይህ መጽሐፍ በራሳችንን ቋንቋ ማብራሪያ ማቅረቡ በብዙ ይጠቅመናል።

ሁለተኛ፣ ይህ መጽሐፍ ስብከት ለማዘጋጀት ለሚፈልጉ ሰባኪዎችም ሆነ የእግዚአብሔርን ቃል በሕይወታቸው ሊጠቀሙበት ለሚፈልጉ አማኞች ሁሉ አስተዋጽኦ ያደርጋል። ስለዚህ አገልጋዮችና የመጽሐፍ ቅዱስ ጥናት የሚመሩ ሰዎች ሁሉ ሊያገኙትና ሊጠቀሙበት ይገባል።

ሶስተኛ ደግሞ፣ ይህ መጽሐፍ በእግዚአብሔር ቃል መሰረት ጠንከር ያለ ትምሕርት ያቀርባል። ደራሲው ወንድማችን አድያምሰገድ መጽሐፍ ቅዱስ ውስጥ በተጻፈው

10
የአፈበስ አገልግሎት ዕብራውያን መጽሐፍ ጥናት

እውነት መሰረትና በግል ሕይወት ልምምዱ ላይ ተመስርቶ በጥንቃቄ ጽፎታል። የእግዚአብሔርን ቃል የሚወዱ ወንጌላውያን ቤተክርስቲያኖችና ሌሎችም ይህን መጽሐፍ እንዲጠቀሙበት አበረታታለሁ።

ዶ/ር ኤርምያስ ማሞ

ምክትል ዋና ጸሐፊ

የኢትዮጵያ ቃለ ሕይወት ቤተክርስቲያን

ወንድማችን አድያምሰገድ በመጽሐፍ ቅዱስ መጻሕፍት ላይ የጻፋቸው ማብራሪያዎች ለሁሉም አንባቢ ተስማሚ በሆነ መንገድ ነው የተጻፉት። የዕብራይስጥ እና የግሪክ መጽሐፍ ቅዱሶችን ቢጠቀምም እንኳ ሁሉም ሰው መረዳት በሚችልበት መንገድ ነው ያቀረበው። በዕብራውያን መልእክት ማብራሪያ እና በሌሎቹም መጻሕፍት እጅግ ተጠቅሜባቸዋለሁ። አማኞች ሁሉ ይህንን የዕብራውያን መልእክት ማብራሪያ ቢጠቀሙበት ብዙ መጽሐፍ ቅዱሳዊ እውነቶችን ከመማር አልፈው በሕይወታቸው ለውጥ ማየት እንሚችሉ አምናለሁ። ወንድማችን የዕብራውያን መልእክትን በሚያዘጋጅበት ጊዜ በሥራው ውስጥ በአርትኦት ተሳፍፌያለሁ። ስለዚህ ክርስቲያኖች ሁሉ እና የመጽሐፍ ቅዱስ ትምሕርት ቤት አስተማሪዎች፣ በተለይም በአማርኛ ቋንቋ የሚያስተምሩ አስተማሪዎች ይህንን መጽሐፍ እንዲጠቀሙበት እመክራለሁ።

ዶ/ር ወይታ ወዛ

አፍሪካ ዳይሬክተር

ባክ ቱ ዘባይብል ኢንተርናሽናል

አድያምሰገድ ን ለ15 ዓመታት ያህል አውቀዋለሁ። ለብዙ ዓመታት የብሉይ ኪዳን እና የአዲስ ኪዳን መጻሕፍትን በጽሑፍ በማብራራት ሲያገለግል እንደቆየ አውቃለሁ። የጻፋቸው መጻሕፍት ውስብስብ የሆኑ ስነ መለኮታዊ ትንታኔዎችን ከመከተል ይልቅ ጤናማ የሆኑ መጽሐፍ ቅዱሳዊ አስተምሕሮዎችን ቀለል ባለ አቀራረብ ሁሉም ዓይነት አንባቢ ሊጠቀም እንዲችል አድርጎ አቅርቧል።

የጻፋቸው መጻሕፍት እኔ በማገለግልበት የኢትዮጵያ ሙሉ ወንጌል ሴሚናሪ ውስጥ ትልቅ አስተዋጽኦ ሊያደርጉ ይችላሉ። የስነ መለኮት ትምሕርት በአማርኛ የምናስተምርባቸው ከ70 በላይ የሚሆኑ ማዕከላት አሉን። ስለዚህ የዕብራውያን መልእክት ማብራሪያን

ጨምሮ ሌሎቹም የአድያምሰገድ መጻሕፍት በማዕከሎቻችን እንዲሰራጩ የተቻለንን ሁሉ እናደርጋለን።

ዶ/ር እስክንድር ታደሰ
ዳይሬክተር
የቀድሞ የኢትዮጵያ ሙሉ ወንጌል ቲዎሎጂካል ሴሚናሪ

በሃገራችን ቋንቋ የተጻፉ የስነ መለኮት መጻሕፍትና የመጽሐፍ ቅዱስ ማብራሪያዎችን ማግኘት አስቸጋሪ በሆነበት ሰዓት ወንድማችን አድያምሰገድ እነዚህን ተከታታይ መጻሕፍት ለመጻፍ ስለመነሳሳቱ እግዚአብሔርን አመሰግናለሁ። ከአድያምሰገድ መጻሕፍት መካከል የኤፌሶን ማብራሪያ እና የሮሜ ማብራሪያን የማየት ዕድል አግኝቻለሁ፤ ነገር ግን ብዙ ትኩረቴን ያደረግሁት የዕብራውያን መልእክት ማብራሪያ ላይ ነው። በዚህ ማብራሪያ ውስጥ ደራሲው የእግዚአብሔርን ቃል ከሕይወታችን ጋር ለማዛመድ ትልቅ ጥረት ማድረጉን ተመልክቻለሁ። የአጻጻፍ ስልቱ ግሩም የሆነ ፍሰት ያለው በብዙ ጠቃሚ መረጃዎች የታጨቀ ነው። እንዲሁም ከሌሎች ማብራሪያዎች የተጠቀሱ ብዙ ጠቃሚ ሃሳቦችም ይገኙበታል። ስለዚህ ቅዱሳን ሁሉ ማብራሪያውን እንድትጠቀሙበት አበረታታችኋለሁ።

ፓ/ር አስራት ግርማ
ዳይሬክተር
እስፖርት ፍሬንድስ ኦቭ ኢትዮጵያ

"ኢየሱስ ክርስቶስ ትናንትና፣ ዛሬ፣ እስከ ለዘላለምም ያው ነው።" ይህ ዕብራውያን ምዕራፍ 13 ውስጥ የሚገኝ ቃል ነው። ወንድማችን አድያምሰገድ ኢየሱስ ከሁሉ ይበልጣል በሚለው ሃሳብ ላይ ለሁላችንም በሚገባን መንገድ ይህን መጽሐፍ አዘጋጅቷል። የዕብራውያን ክርስቲያኖችን ያገለገሉዋቸው ብዙ አባቶች አሉ። እነዚያ አባቶች ግን ብዙዎቹ ወደጌታ ስለሄዱ ከእነርሱ ጋር አልበሩም። በስደትና በሰማዕትነትም ያለፉ ነበሩ። አሁን እነዚያን ሰዎች ማግኘት የሚቻለው በሃሳብ ወይም በትዝታ ብቻ ነው፤ ኢየሱስ ግን ዛሬም እስከ ዘላለምም ከእናንተ ጋር ነው የሚል መልእክት ነው የዕብራውያን ጸሐፊ የሚያስተላልፈው። ስለዚህ ኢየሱስ ከሁሉ ይበልጣልና በዚህ በሚበልጠው ኢየሱስ ጽኑ የሚል መልእክት ነው የሚያስተላልፍልን። ይህ ማብራሪያ ፍንትው ባለ መንገድ ዘርዘር አድርጎ ነው መልእክቱን የሚያቀርብልን። ስለዚህ ይህንን መጽሐፍ

መጠቀም እጅግ በጣም መሰረታዊ ጉዳይ ነው። እናንተም አንብባችሁት ራሳችሁን የምትጠቅሙበት ሌሎችንም የምታገለግሉበት ይሁን።

የመጽሐፉ ይዘት ከመጽሐፍ ቅዱስ አንጻር ካየነው በደምብ ጊዜ ተወስዶበት፣ ተለፍቶበት የተዘጋጀ፤ በጥልቀት ሊያስተምረን የሚችል ይዘት አለው። በመቀጠል ደግሞ የቤተክርስቲያንን ታሪክ በመዳሰስ የእምነት አባቶች የተናገሩትን እንዲሁም አሁን ያሉ የስነ መለኮት አስተማሪዎች የተናገሩትን ጨምሮ የሚያሳየን መጽሐፍ ነው። የአይሁድን ባሕል እየዘረዘረልን ከግሪኮችም አጻጻፍ ጋር በማገናዘብ ወደ አማርኛ ሁሉ ሳይቀር በሚጥም እና በሚገርም መልኩ የተጠናከረና የተደራጀ ነው። ይህ ማብራሪያ መጻሕፍት ሁሉ የተጻፉለትንና የሁሉ ማዕከል የሆነውን ኢየሱስን በሕይወታችን አስበልጠን በእርሱ ጸንተን እንድንቆም የሚያግዘን መጽሐፍ ነው። ወንድማችንን እና ቤተሰቡን እግዚአብሔር ይባርካቸው።

አንዳንድ ጊዜ የምናውቃቸው ደራሲያን የጻፉት መጽሐፍ ላይ አስተያየት እንድንሰጥ ስንጠየቅ ደራሲዎቹን ላለማስቀይም ብቻ ጥሩ መጽሐፍ ነው ብለን አስተያየት እንሰጣለን። ወንድማችን አድያምሰገድ ን አላውቀውም። ፎቶውን ብቻ ነው ያየሁት። ነገር ግን እርሱ ስለጻፈው መጽሐፍ የሰጠሁት አስተያየት በሙሉ ከልብ የሆነ እውነት ነው። ምንም አላጋነንኩም።

ይህንን ማብራሪያ በማነብበት ጊዜ ስለ ወንድማችን አድያምሰገድ እግዚአብሔርን ሳመሰግን ነበር። በዚህ ዘመን መጻሕፍትን ለመጻፍ ራሳቸውን የሰጡ ብዙ ሰዎች አናገኝም። ወንድማችን የጻፈውን ይህንን የዕብራውያን መልእክት ማብራሪያ ደስ እያለኝ ነው ያነበብኩት። አንዳንድ መጽሐፎች ወደ ማስተማር ሲያዘነብሉ ሌሎች ደግሞ ወደ ስብከት ያዘነብላሉ። ይህ ማብራሪያ ግን ስብከትም ትምሕርትም የሚሰጥ መጽሐፍ ነው። ትምሕርቶችን ከስብከት እና ከጥሩ ማብራሪያ ጋር አቀናብሮ ያቀርባል። ይህ መጽሐፍ የተጻፈበት ግልጽነት ጀማሪ አንባቢ እንኳ እግዚአብሔር በዕብራውያን መልእክት አማካኝነት ምን እየተናገረን እንደሆነ በቀላሉ መረዳት በሚችልበት መንገድ ነው። ደራሲው በጽሑፉ ውስጥ የእንግሊዝኛ ቃላት መቀላቀል ሳያበዛ መልእክቱን በቀላልና በሚጥም አማርኛ አቅርቦልናል። በማብራሪያው ውስጥ የቀረበልንም ትምሕርት ለዘመኑ እንዲሁም ለኢትዮጵያ በጣም አስፈላጊ ትምሕርት ነው። ስለዚህ አማኞች በቡድን የመጽሐፍ ቅዱስ ጥናቶች ውስጥ እንዲጠቀሙበት እመክራለሁ። ወደፊት ከዚህ ማብራሪያ ጋር የሚያገለግል የመምሕሩ መመሪያ ይዘጋጃል ብዬ ተስፋ አደርጋለሁ።

ስለዚህ ወንድማችንን አድያምሰገድ ን እና አገልግሎቱን እግዚአብሔር ይባርክ። መጽሐፎቹ በመላው ኢትዮጵያ ተሰራጭተው ማየት ምኞቴ ነው።

ወንጌላዊ ወልደየሱስ ቡሬቦ
ካንትሪ ዳይሬክተር
ባይብል ሊግ ኢትዮጵያ

የዕብራውያን መልእክት ጥናትን ሳስብ እግዚአብሔርን ስለ ባርያው ስለ ወንድሜ አዲን ትጋትና ፅናት እንዳመሰግን እንዲሁም ጥረቱን ፣ ልፋቱንና የስራው ጥራት እንዳደንቅ ስራው ራሱ ግድ ይለኛል። ሌላው በራሳችን ቋንቋ የፅሁፍ ለዛ ሩቅ ያለውን ቅርብ አድርጎልን በቀላሉ የእግዚአብሔርን እውነት የፃሀፊው ወይንም ደግሞ የመንፈስ ቅዱስ ሀሳብ ለመጀመርያ ተደራሾች እንዲሁ ለኛ ያለውን መልእክት በቀላሉ እንድንረዳ በስፋት የተብራራ መፅሐፍ ስለሆነ በግልም ሆነ በጋራ ለሚደረጉ የመፅሀፍ ቅዱስ ጥናቶች በቀዳሚነት ሊቀመጥ ይገባዋል እላለሁ። ከአገልጋይም ሆነ ከማንኛውም ክርስቲያን ሸልፍ መገኘት የሚገባው መፅሐፍ ነው።
አዲና ዬዲ ለትውልድ ስለከፈላችሁት ዋጋ እግዚአብሔር ይባርካችሁ፡፡

ፓስተር ጀምበር በየነ

እንደዚህ ዓይነት ኮመንታሪ (ማብራሪያ) የራሳችን ሰው ጽፎ በማግኘቱ ለብዙ ወገኖቻችን ሊደርስ የሚችል እንደዚሁም ደግሞ በተለያዩ ኮሌጆች እንደ ቴክስት ቡክ አርገን ብንጠቀምበት በጣም ይረዳናል ብዬ አስባለሁ እግዚአብሔር ይባርካችሁ ይሄንን ወንድም በጣም ጌታ ያበርታው እላለሁ፡፡

ፓስተር ሚካኤል ተፈራ
የፍቅር ወንጌል ቤተክርስቲያን መጋቢ
ቤሪያ ሊደርሽፕ ኢንስቲትዩት፤ ቶሮንቶ ከካናዳ

ወንድማችን የጻፈው የዕብራውያን መልእክት ማብራሪያ ቀጥታ ከእግዚአብሔር ቃል ጋር ነው የሚያገናኘን። የእግዚአብሔርን ቃል እንድንቆፍር፣ የእግዚአብሔርን ቃል በተለያየ ነገር እንድናይ ይረዳናል፤ ሕይወትን ይቀይራል። እና ይሄ መጽሐፍ እኔ አይ ቲንክ ውድ ቢ ክላሲክ [ዘመን ተሻጋሪ] ይሆናል ብዬ አምናለሁ፤ ለጀነሬሽን ለዚህ ጀነሬሽን ብቻ

ሳይሆን ሊመጣ ላለ ጀነሬሽን ሁሉ እንደ ሪሶርስ የሚጠቅም መጽሐፍ ነው ብዬ አስባለሁ እና ወንድሜ እግዚአብሔር ይባርክህ በርታ።
ፓስተር ተረፈ ስረቀ
ቤሪያ ሊደርሽፕ ኢንስቲትዩት፤ ቶሮንቶ ከካናዳ

እያንዳንዱ ክፍል ላይ የሰጠው ማብራሪያ እስከሚገባኝ ድረስ መጽሐፍ ቅዱስን በጥንቃቄ ደጋግሞ አንብቦ፣ ሲሆን ደግሞ የተለያዩ መጽሐፍ ቅዱስ በጥንት የተጻፉትንም መጽሐፍት እርሱንም አስቦ ሌሎችም ደግሞ ረጅ መጽሐፍቶችን አስቦ፣ አውጥቶ አውርዶ በጌታ ፊት ደግሞ ፀልዮ ይመስለኛል ይሄንን መጽሐፍ ያዘጋጀው እና ለዚህም ነው እንደዚህ ጥልቀት ሊኖረው የቻለው፣ ለብዙዎቻችን ደግሞ በረከት ሊሆን የቻለው እና ስለዚህ በጥልቀት፣ በጥንቃቄ በብዙ ትጋት እያንዳንዱን ክፍል፣ እያንዳንዱን ምዕራፍ፣ እያንዳንዱን ቁጥር አብራርቶ ስላዘጋጀልን ይሄ ደግሞ በጣም የሚያንጽ፣ የሚጠቅም ስለሆነ ሁላችንም እንድንጠቀምበት እመክራለሁ።

ወንድም አሥራት ብርሃኑ
ወንጌላዊ
በኢትዮጵያ ቃለ ሕይወት ቤተክርስቲያን በደቡብ ምሥራቅ ኢ.አ. አካባቢ

የአድያምሰገድ ሥራዎችን ሳይ ነገረ መለኮታዊ አተያያቸው በጣም የጠለቀ ነው:: ሰው በግሉም በቡድንም እንጠቀምበት ቢል የሚችል ነው፣ አስተማሪዎች ናቸው እኔ በግሌ ተጠቅሜባቸዋለሁ፣ በቡድንም ለመጽሐፍ ቅዱስ ጥናት ቡድኖች ወስደን የሰጠንበት ሁኔታ አለ፤ በጣም ኢላስትሬቲቭ ናቸው ነገሮችን ይተነትናሉ፣ ነገረ መለኮታዊ ይዘታቸው በጣም ጥልቅ ነው::

ወንድም መለስ ኃይሌ
በኢትዮጵያ ቃለ ሕይወት ቤተክርስቲያን የኮሙዩኒኬሽን እና ሥነ ጽሑፍ መምሪያ የሥነ ጽሑፍ ሥራዎች አስተባባሪ

ወንድማችን አድያምሰገድ የሚጠቀምበት መደበኛውን የአማርኛ ቋንቋ በመሆኑ ሁላችንም አንባብያን የሆንን ሁላችንም በቀላሉ የመጽሐፍ ቅዱሱን ሐሳብ እንደሚገባ ለመጨበጥ በሚያስችለን መልኩ የጥናት መጽሐፉ ተዘጋጅቷል።

ተመስገን ሣህለ

በኢትዮጵያ ቃለ ሕይወት ቤተክርስቲያን የኮሙዩኒኬሽን እና ሥነ ጽሑፍ መምሪያ ኃላፊ

የዕብራውያን መጽሐፍ ለምዕመናን እንደ ሃይስኩል ወይም ደግሞ ኮሌጅ ፊዚክስ ወይም ደግሞ እንደ ካልኩሌሽን ማትማቲክስ በጣም ከበድ ያለ ነው፡፡ በቀላሉ ሰዎች ሊረዱት የሚችሉ አይደለም እና ይሄንን አብዛኛው የዕብራውያን እና አይሁድ ተመርኩዞ የተጻፈ መጽሐፍ ነው፡፡ ይህንን ወደ እኛ ወደ ኢትዮጵያዊያን ወደ አማርኛ አውድ ተተርጉሞ ሕዝቡ ሊረዳ በሚችል መንገድ ነው የሠራው እና ለምንባብ ቀለል ባለ አማርኛ እንደገናም ደግሞ ሰዎች በመጽሐፍ ቅዱስ ጥናት መልክ ሊጠቀሙበት የሚችሉ በጣም የሚገርም በጣም ግዙፍ ገጽ ያለው መጽሐፍ ነው፡፡

ወንጌላዊ ወልደየሱስ ቡፌቦ

ካንትሪ ዳይሬክተር

ባይብል ሊግ

የኢትዮጵያ ወንጌላዊያን ወጣቶችም፣ የቤተክርስቲያኔ ወጣቶችም የኢትዮጵያ ቃለ ሕይወት ወጣቶችም የዶክተር አድያምሰገድ ን መጽሐፍት አስሰው እንዲያነቡ፣ እንዲጠቀሙባቸው ላበረታታ እወዳለሁ።

መጋቢ በሰላሙ በካሎ

የኢትዮጵያ ቃለ ሕይወት ቤተክርስቲያን ወጣቶች አገልግሎት ዋና ክፍል አስተባባሪ

በሃገራችን በአማርኛ የተጻፉ የመጽሐፍ ቅዱስ ማብራሪያዎች ብዙም የሉንም፤ እንዲሁም መጽሐፍ ቅዱስን በዲግሪ ለማስተማር በቂ የማጣቀሻ መጻሕፍትም የሉንም። ወንድም አድያምሰገድ የዕብራውያን መልዕክት ማብራሪያ እና ሌሎችም የመጽሐፍ ቅዱስ ማብራሪያዎችን በመጽሐፍ ይህንን ጉድለት ለመሙላት በትጋት እየሰራ ይገኛል።

እንደዚህ ዓይነት ማብራሪያዎች የሚሰጡን ትምሕርት ለመንፈሳዊ ሕይወታችን መሰረት ለመጣል የሚያደርጉት አስተዋጽኦ ታላቅ ነው። ስለዚህ የቤተከርስቲያን መሪዎች፣ አገልጋዮች እና አማኞች ሁሉ ይህንን ማብራሪያ እንዲጠቀሙት አበረታታለሁ።

ኤርምያስ ማሞ

የኢትዮጵያ ቃለ ሕይወት ቤተክርስቲያን ዳይሬክተር

ይህ ለአማኞች ሁሉ የሚጠቅም የመጽሐፍ ቅዱስ ማብራሪያ ነው። በኢትዮጵያ ያሉ ቤተክርስቲያኖች፣ የመጽሐፍ ቅዱስ ኮሌጆች፣ አገልጋዮች እንዲሁም አማኞች ሁሉ ይህንን የዕብራውያን መልእክት ገዝተው እንዲያጠኑት እመክራለሁ።
አድያምሰገድ ሰገድ በቅርበት የማውቀውና የማደንቀው ሰው ነው።

ፓስተር ኤልያስ ማሞ

የወጣቶችና የሕጻናት አገልግሎት አስተባባሪ

የኢትዮጵያ ሙሉ ወንጌል አማኞች ቤተክርስቲያን

የዘመናችን ቤተ ክርስቲያን ከገጠሟት ዘርፈ ብዙ ችግሮች መካከል ዋንኛው የእምነታችን ዋነኛ መሠረት የሆነው መጽሐፍ ቅዱስን በአግባብ የአለመረዳት ችግር አንዱ ነው፡፡ ስለዚህ መጽሐፍን ቅዱስን በአግባብ ለመረዳት እና ለማስረዳት እንደዚህ ያሉ አጋዥ መጽሐፍት ያስፈልጉናል፡ በተለይ እንደ ዕብራውያን ያሉ ጥልቅ የስነመለኮት ትምህርት ያላቸውን መጽሐፍት ለመረዳት እንደዚህ ያሉ ማብራሪያ (አጋዥ መጽሐፍት) በጣም ያስፈልጉናል፡

ከዚህ በፊት ከታተሙት የዕብራውያን ማብራሪያዎች ለየት ባለ መልኩ ወንድማችን አድያም ይህንን መጽሐፍ አበርክቶልናል፡፡ በዚህ የዕብራውያን ማብራሪያ ወንድማችን በቀላሉ ለመረዳት የሚያስቸግሩ ትምህርቶችን በማንሳት ከአገራችን አውድ በማገናኘት በቀላሉ ለመረዳት በሚያስችል መልኩ አቅርቦልናል፡፡

ወንድማችን ካነሳቸው አሳቦች መካከል ስለ ታቦት፣ አማላጅነት፣ የክርስቶስ በስጋ መወለድ እና በኩር ልጅ መሆን፣ አስራት እና ቅድስና ይገኙበታል ከዚህ በተጨማሪም ስለ እምነት፣ ድነት፣ ኃጢአት ከእምነት እንቅስቃሴ ጋር የተያያዙ ጉዳዮችን በማንሳት ጥሩ መጽሐፍ ቅዱሳዊ ማብራሪያ አቅርቦልናል፡፡

ስለዚህም የዕብራውያን መጽሐፍ ለመረዳት የሚፈልጉ ሁሉ እንዲያነቡት እመክራለሁኝ፡፡ በተለይ የመጽሐፍ ቅዱስ ትምህርት ቤቶች እንዲጠቀሙበት አበረታታለሁ፡፡

መላከ ሰላም ቢጋለ (መጋቢ)
ወንጌል ብርሃን አለምአቀፍ ቤተክርስቲያን

የጸሐፊው ማስታወሻ

ይህ ጽሑፍ የዕብራውያን መጽሐፍ ማብራሪያ እንዲሆን ታልሞ የተዘጋጀ ነው፡፡ የዕብራውያን በብሉይ ኪዳን የነበሩ ወይም ብሉይ ኪዳናዊ በሆነው የአምልኮተ-እግዚአብሔር ሥርዓት ውስጥ የሚገኙ ልዩ ልዩ አሳቦች፣ ድርጊቶች፣ እንዲሁም ቍሳቍሶችና የአሠራር መርኆች ብሎም ሥፍራዎች ሊመጣ ላለው ነገር፣ ማለትም አዲስ ኪዳናዊ ለሆነው የጸና ዕውነት (በክርስቶስ በኩል ሁሉም ወደ እግዚአብሔር መንግሥት ለታደሙበትም ሆነ የመግባታቸው ሁኔታ ለተመቻቸበት የእግዚአብሔር ዓላማና አሳብ) በጥላነትና ምሳሌነት ያገለገሉ መሆናቸውን በግልጽም ሆነ በዝርዝር የሚያስረዳ መጽሐፍ በመሆኑ ምክንያት ሊሰጠው የሚገባ ሥፍራ ትልቅ ከመሆኑም ባሻገር፣ የያዛቸው ዕውነቶችም ጠጣርና ጥልቅ በመሆናቸው ምክንያት እንዲህ በቀላሉ ማብራሪያውን አዘጋጅቼ የመጨረሱና በልቤ ያለውን ሁሉ በዚህ ረገድ ስጥቻለሁ ማለቱ ያን ያህልም ቀላል አለመሆኑን በዝግጅቱ ሂደት አበክሬ ወደ መረዳቱ መጥቻለሁ፡፡

ለምሳሌ ያህል የዕብራውያን መጽሐፍ ስለ እምነት ይናገራል፡፡ መጽሐፉ የእምነትን ምንነት ከመግለጹም በላይ እምነት የሚለው ቃል በአንድ በኩል አሳባዊ ወይም ንግግራዊ ገጽታ እንዳለው፣ በሌላ በኩል ደግሞ የሥራ ወይም የተግባር (ድርጊታዊ) ገጽታም እንዳለው አድርጎ በማቅረብ፣ የሐዋርያው ጳውሎስንና የያዕቆብን መልእክቶች ተመጋጋቢነት የሚያሳይ ሆኖ አግኝቼዋለሁ፡፡ ታዲያ እንዲህ ያለውን ዐቢይ ርእሰ-ጉዳይ እና ሌሎች እንደ ብኵርና (የክርስቶስ ብኵርና)፣ የማደሪያው ድንኳንና በውስጡ የሚገኙ ልዩ ልዩ ቍሳቍሶች፣ ብልጽግና፣ ... ወዘተ ያሉትን ዐበይት ርእሰ- ጉዳዮች በቻልሁት መጠን ከልቤ ወጥቶአል እስከል ድረስ መጻፍና የማብራሪያው አካል ማድረግ የግድ ሊደረግ የሚገባ ነገር እንደ ሆነ ተረድቻለሁ፡፡

መቼም ከሠዉ አይቀር ማለፊያ የሆነውን መሥዋዕት ማቅረቡ ተገቢነት ያለው ነገር እንደ ሆነ ሁላችሁም ቢሆን የምታውቁት ነገር ነው፡፡ ዕንከን ያለበትን፣ ነውር ያለበትን አሊያም ሰባራም ሆነ አንካሳ የሆነ መሥዋዕት ማቅረብ አንድም የሸንጋይነትን ተግባር መፈጸም ነው፡፡ ሁለትም እንዲህ ያለው ሸንጋይ ሰው የተረገመ ይሁን ተብሎ ስለ ተጻፈ በገዛ ራሴ ዕጅ በራሴም ሆነ በትውልዴ ላይ እርግማንን ማምጣት ነው የእንደዚህ ያለው ተግባር

ውጤት ይሄው ነው፡፡ ስለዚህም በሥፍራው እየገቡ አንጻራዊነት ባለው መልኩ ትምህርቶችን ከላይ በጠቃቀስሁላችሁ ርእሰ-ጉዳዮች ላይ ሳዘጋጅ ከርሜአለሁ፡፡ በዚህም ደግሞ የበርካታ ጊዜ፣ ጉልበት እንዲሁም ገንዘብ መሥዋዕትነት ሊከፈል ግድ ሆኖአል፡፡ ክብሩ ለአምላካችን ለእግዚአብሔር ይሁን! አሜን!

በመጽሐፉ የምስጋና ገጾች ላይ ልትመለከቱት እንደምትችሉት በዚህ ሥፍራ ላይ በርካታ ሰዎች እንዲሳተፉበት አድርጌአለሁ፡፡ ይኸውም ለጌታ ለአምላካችን ለእግዚአብሔር የምናቀርበው አገልግሎት እርሱ አምልኳችንም ጭምር ስለሆነ፣ በተቻለ መጠን ወይም ዐቅም በርካታ ሰዎች የተሳተፉበትና በርካታ ዕውቀት፣ ልምድ፣ ተሞክሮ እና ተሰጥኦዋቸው ፈስሶበት ለጌታ ክብር የሚውል ማለፊያ መሥዋዕት እንዲሆን አብያተ ክርስቲያናትና አገልጋዮች፣ መሪዎችና ምእመናን ሁሉ እንዲባረኩበት (እንዲጠቀሙበት) በሚል የተደረገ ነው፡፡

ይህ ማብራሪያ ከዚህ ቀደም እንደ አንደኛ እትም በሚታሰብ መልኩ ተዘጋጅቶ የታተመና ለሕዝብ የቀረበ ሳይሆን፣ የበርካታ ሰዎች (የቤተ ክርስቲያን መጋቢዎች፣ የቤተ ክርስቲያን መሪዎች፣ የነገረ መለኮት ምሁራን፣ ደግሞም ለረጅም ዘመን በሥነ ጽሑፍና በነገረ መለኮት ትምህርት አስተማሪነት ያገለገሉ ወንድሞች፣ በተለይም ደግሞ በአርትዖት የሙያ መስክ ላይ ተሰማርተው በርካታ ሥራዎችን የሠሩ ሙያተኞች ሁሉ አስተያየት የተሰበሰበበትና ይህም በግብዓትነት ተወስዶ በድጋሚ ረዘም ያለ ጊዜ ተወስዶ አስቀድሜ እንዳልሁት በርካታ ማሻሻያዎች ተደርገውበትና ከዐውዳችን አንጻር መካተት ያለባቸው ሕዝባችንን የሚጠቅሙ ርእሰ-ጉዳዮች በአዲስ መልኩ ተዘጋጅተው ሥራው አሁን ባለበት ደረጃ ተሠርቶ የቀረበበት መሆኑን አንባቢያን እንዲረዱት እፈልጋለሁ፡፡

ክርስትና በአይሁድ እምነት ጥላ ውስጥ ተፀንሶ ያደገ እንደ መሆኑና አሁንም ቢሆን ብሉያት በአዲስ ኪዳን ብርሃንነት በሚታዩበት አግባብ ከብሉይ ኪዳን መጻሕፍት /ከአይሁድ እምነት መጻሕፍት/ ጋር በአያሌው የተራቈተ ሆኖ እንመለከተዋለን፡፡

በሌላ መልኩ ወደ ክርስትና እምነት የመጡት ብዙዎቹ የመጀመሪያዎቹ ምእመናን ዕብራውያን ወይም አይሁዳውያን መሆናቸው የሚታወቅ ነው፡፡ እነዚህ ሰዎች ቀድሞ የነበሩበትን እምነት አሁን ካሉበት እምነት ጋር አጣጥመው ለመሄድ ብዙ ይቸገሩ እንደ ነበር መጽሐፍ ቅዱስ ይነግረናል፡፡ ከዚህ የተነሣም ብሉያትነት ብቻ ያላቸውና በአዲስ ኪዳን ውስጥ ከጥላና ምሳሌነት የዘለለ ፋይዳ የሌላቸው ነገሮችን በውል ስለማይረዱዋቸው ዘወትር ለመቀየጥ ልምምድ /Syncretism/ ሲጋለጡ ይስተዋሉ ነበር፣

በእርጥም ይህ የመቀየጥ ልምምድ በእኛ አገር ዕድሜ ጠገብ በሆነው ክርስትናም ሆነ በዘመኑ የወንጌላውያን አብያተ ክርስቲያናትም ዘንድ እንዲሁ የሚታይ ነው።

የዕብራውያን ጸሐፊ በዚህ ረገድ ምርትና ግርዱን እንዲለዩ ከብሉያት ብዙ ነገሮችን እያነሣንም ሆነ ለእነርሱም ተገቢውን ወይም በቂ የሆነ ሽፋን እየሰጠ ለማስተማር የተገደደው፣ ዕውነተኛው የወንጌል አስተምህሮ፣ የደመቀው አዲስ ኪዳናዊ ዕውነት በጥላና ምሳሌ ጫካ ውስጥ ተውጦ እንዳይቀርና እነዚህ ሰዎች መረዳት የሚገባቸውን ዋነኛ ጉዳይ በውል እንዲረዱ ለማስቻል፣ ደግሞም የጥላና ምሳሌነት ሚና ያላቸውን ነገሮች እንደ ዋነኛ ነገር አድርገው በመቍጠር እንዳይታለሉ ለማድረግ ነው።

በእኛም አገር እንዲሁ ይኸው ተመሳሳይ የመቀየጥ፣ ምርትና ግርዱን የመለየት፣ ይልቁንም ዋናውን ነገር ከምሳሌው፣ አካሉን ከጥላው ጋር የማሳከር አካሄድና ዝንባሌ በብዙዎች ዘንድ ሲዘወተር በገሃድ የሚታይ ሃቅ ነው።

ስለዚህም በማብራሪያው ዝግጅት ወቅት እንደዚህ ያሉ ብዥታዎች እንዲጠሩ ሌት ተቀን መድከም ተገቢነት ያለው ነገር መሆኑን አምነን፣ እኔም ሆንሁ ባቅማቸው መጠን በተለየ መንገድ ከጎኔ የቆሙ ሰዎች ሰለቸኝና ደከመኝ የሚሉትን ቃላት ከውስጣችን በማውጣት እና የምንችለውን ሁሉ ለማድረግ የሞከርንበትን ይህን ሥራ ለእናንተ ለምወዳችሁ ወገኖቼ ሁሉ ሳቀርብ ታላቅ ደስታ ይሰማኛል።

ይህ ሥራ ፍጹም ነው ወይም ለፍጹምነት የቀረበ ነው እያልሁ አይደለም። ዳሩ ግን ዐቅም በፈቀደው መጠን የልባችንን ሸክም ከልባችን ከውስጣችን ያወጣንበት ሥራ ስለሆነ፣ ይህን ከግምት በማስገባት የዕብራውያን መጽሐፍ ጥናትን ስታጠኑም ሆነ አንዳንድ ርእሰ-ጉዳዮችን መዘዝ አድርጋችሁ የጥናት ተግባራችሁን ስታከናውኑ፣ ይህን መጽሐፍ በረድ መጻሕፍትነት እንድትጠቀሙበት በጌታ ፍቅር እጠይቃለሁ።
አዲያምሰገድ ወልደማርያም (የማብራሪያው አዘጋጅ)

የአርታዒው ማስታወሻ

ይህ በደራሲ አድያምሰገድ ወልደማሪያም የተዘጋጀው የዕብራውያን መጽሐፍ ማብራሪያ በብዙ መልኩ እስከ አሁን በአማርኛ ቋንቋ ተዘጋጅተው ካየኋቸው የመጽሐፍ ቅዱስ ማብራሪያ በዐይነቱም ሆነ በአዘገጃጀቱ የተለየ ሆኖ አግኝቼዋለሁ፡፡

የማብራሪያው አዘገጃጀት በርካታ ዓላማዎችን መያዙን የአርትዖት ሥራውን እንድሠራ ዕድል ካገኘሁበት ቅጽበት ጀምሮ አንድ በአንድ ወይም ቀስ በቀስ እየተረዳሁ መጥቼአለሁ፡፡ በመጀመሪያ በሥራው ውስጥ በሚገጥሙኝ ልዩ ገጠመኞች ሳቢያ ባገኘሁዋቸው ነገሮች በግሌ እየተደመምሁ ማለፉን ምርጫዬ አድርጌ ነበር፡፡

እኔ እንጃ በቅድሚያ ከዚህ የዘለለ ነገር ማድግ እንዳለብኝም ሆነ እንደምችል ምንም የምረዳውም ሆነ ወደ አእምሮዬ የመጣልኝ አሳብ አለ ለማለት አልችልም፡፡ ይሁን እንጂ፣ አንዱ ቀን አልፎ ሌላው ሲተካ መጽሐፉን ያዘጋጀሁበት ዓላማ ይህን ያ ነው ብሎ ደራሲው ያሰፈረውን ነገር ባላገኝም፣ ከጽሑፉ አዘገጃጀት ግን መጽሐፉ የተዘጋጀባቸውን በርካታ ዓላማዎች ወይም ግቦች እየለየሁም ሆነ ዕለት ዕለት እያጤንሁ መሄድ ችያለሁ፡፡

እናም ዘወትር ከጎኔ በማይለዩኝ ማስታወሻ መያዥ ወረቀቶች ላይ ያስገረመኝን ነገርም ሆነ ይህ መጽሐፍ የተዘጋጀበትን ዓላማ መከተቡን ተያያዝሁት፡፡ በጊዜ ሂደትም የአርታዒው ማስታወሻ በሚል ይህን አነስተኛ ግን ደግሞ ንባብ ቀስቃሽ የሆነች ጽሑፍ ወይም መልእክት ለማስተላለፍ ወሰንሁ፡፡ የመጽሐፉ አዘጋጅ ወንድም አዲያምሰገድ ይህን ማብራሪያ ሲያዘጋጅ በውስጡ የያዛቸው ዓላማዎች ወይም ግቦች የሚከተሉት እንደ ሆኑ ለመገምገም ችያለሁ፡-

1. በርካታ የመጽሐፍ ቅዱስ ማብራሪያዎችን በምንጭነት ለመጠቀም ገና ከመነሻው አልሟል፡፡ ይህም በማብራሪያው ውስጥ ለሚሰፍሩ ትምህርቶችና አሰቦች ሁሉ በርካታ ማስረጃዎችን ወይም በምስክሮችን ለማቅረብ ማቀዱን እንመለከታለን፡፡

2. ይህን ማብራሪያ ዐውዳዊ የሆነ መልእክት እንዲገኝበት በማሰብና በማቀድ በርካታ በተለይም እኛን ኢትዮጵያውያንን እና በአማርኛ ቋንቋ መናገርና ማንበብ የሚችሉ ወገኖችን ሁሉ ታሳቢ ያደረጉ ዐውዳችንን ማዕከል ያደረጉ ርእሰ-ጉዳዮች እንዲዳሰሱልን ተደርጓል፡፡

3. ይህ በሦስት ክፍል የተዘጋጀ ከ1500 ያላነሱ ገጾች ያሉት የዕብራውያን መጽሐፍ ማብራሪያ ተዘጋጅቶ አሁን ለአንባቢያን ባቀረበበት መልኩ ዕጃችን ላይ እንዲገኝ በርካታ ዓመታትን የፈጀ ሥራ ተሠርቷል፡፡ ምንም እንኳ አብዛኛው ሥራና ልፋት የጸሐፊው ቢሆንና በዚህም ወንድም አድያምሰገድ ብዙ የተፈተነበት ቢሆንም፣ በልበ ሰፊነቱና የአካል አሠራርን ማዕከል ያደረገ የአገልግሎት ፍልስፋና ያለው በመሆኑ፣ በርካታ ሰዎችን በዙሪያው አድርጎ ሠርቶ ያሠራበት ልቡ መጽሐፍ ቅዱሳዊ የሆነውን የአገልግት ፍልስፍና እና ዘመኑን ያገናዘበ አገልግሎት ለመስጠት የተዘጋጀ መሆኑን የሚያሳብቅ ሆኖ አግኝቼዋለሁ፡፡ በዚህም ምክንያት በርካታ ሰዎች ማለትም አገልጋዮችና ምሁራን አስተያየታቸውን ሊሰጡበትና የእነርሱ አስተያየት እንደ አንድ ግብዓት ሆኖ ማብራሪያው ደረጃውን የጠበቀ ሥራ ለመሆን ችሏል፡፡ በምስጋናው ገጽ ላይ በውል ልትመለከቱት እንደምትችሉትም በጽሑፉ ሥራ እርማት ላይ በርካታ ባለሙያዎች ተሳትፈውበታል፡፡ ይህም ደግሞ አንድ ትርጉም ያለውና ትልቅ የሆነ ሥራ ለሕዝባችን ጥቅም እንዲሰጥና በዚህም ሳቢያ ጌታ እግዚአብሔር አምላካችን በሕዝቡ መታነጽ ምክንያት ክብር እንዲያገኝ ማድረግን ታላሚ ያደረገ ግብ በአዘጋጁ ልብና አእምሮ ውስጥ መኖሩን ልብ ለማለት ችያለሁ፡፡

4. ሌላው በሂደት የታዘብሁት ነገር ደራሲው የእርማት ሥራውን በሚያሠራኝ ጊዜ ለእኔ ስልክ በሚደውልባቸው ጊዜያት ልረዳው የቻልሁት ነው፡፡ እነዚህ ዓላማዎችና ግቦች በውስጤ ዘልቀው እንዲገቡ በሳምንት አንዴም ሆነ ሁለቴ ከመኖሪያው ከአሜሪካ በመደወል እስከ ሁለት ሰዓት ድረስ የዘለቀ የስልክ ውይይት ቆይታ ጊዜ መውሰዱ ነው፡፡ ዕውነቱን ልናገር ካልሁ አንዳንድ የሚነግረኝን ነገሮች ልብ የምላቸው ከሁለት ጊዜ በላይ ደውሎ በሚያስታውሰኝ ጊዜ ነበር፡፡ ይህ አድርጎቱ በእርማት ሥራው ላይ አዎንታዊ ተጽዕኖ ማሳደሩን ተመልክቻለሁ፡፡ እናም አዘጋጁን በተመለከተ አንድ ጥያቄ ወደ አእምሮዬ ይመጣል፡፡

ይህም ለመሆኑ ይህ እንዴት ያለው ትጋት ነው? የሚል ነው:: የሥነ-ጽሑፍ ሥራን አንድ ሁለት ጊዜ ትሠራው ይሆናል:: ዳሩ ግን አሁንም አሁንም እዚያው ላይ እየተመላለሱ ከትናንቱ የተሻለ ሥራ ሊሠራ የሚችልበትን አሳብ እያፈለቁ፣ በሥራው ላይ ከተሰማሩ ሰዎች ጋር እየተወያዩ፣ ብሎም አጠቃላይ የማብራሪያው ዝጅግትን ሥራ እየተከታተሉና እየመሩ መዝለቅ፣ እንዴት ይቻላል? እንድትሉና በአዘጋጁ ባሕርይ እና ጽናት እንድትገረሙ የሚያደርግ ዐይነተኛ የሆነ ነገር ነው:: አንድ ሰው እንዴት ነው አንድን ጽሑፍ መልሶ መላልሶ የሚያዘጋጀው፣ በየጊዜው የሚታዩ ክፍተቶችን የሚሞላው፣ የእርማት ሥራዎቹን በየደረጃው ተከታትሎ የሚያሠራው፣ ደግሞስ ስለ እያንዳንዱ ነገር መጨነቅና መጠበብ የሚችለው? የሚሉ በርካታ ጥያቄዎች በውስጣችሁ እንዲመላለሱ የሚያደርግ ነገር ነው:: እኔ በበኩሌ ስልቹ ነኝ:: እንዲህ ዐይነቱን እልህ አስጨራሽ የሆኑ ተግባራትን መፈጸሙ ይቅርና ከቶውንም ላስበው አልችልም::

በእርሱና በባለቤቱ በዮዲት ዓለሙ ልብ ውስጥ ታላቅ መለኮታዊ ጸጋና ሸክም እንዳለ ተመልክቼአለሁ:: ይህ ሁሉ የሆነ በሥጋ ዐቅም እና ጽናት ሳይሆን፣ በጌታ ጸጋ እና ኃይል እንደ ሆነ በአርትዖት ሥራው መገባደጃ ላይ ተረድቻለሁ:: ክብር ለአምላካችን ለእግዚአብሔር ይሁን! አሜን!

በእርግጥም የእግዚአብሔር መንፈስና ጸጋ ከየትኛውም ነገር በላይ አስቀድመን ልናደንቅ የሚገባ ነገር ነው:: ይሁን እንጂ፣ የጸጋውና የመንፈሱ ኃይልና ክብር በእነርሱ ውስጥ አልፎ የተገለጠባቸውን ወንድሜን አድያምሰገድ ወልደማሪያምንና እኅቴን ዮዲት ዓለሙን ሠሪውና አድራጊው የሆነው ጌታ አምላክ እግዚአብሔር በተትረፈረፈ ጸጋውና ሁሉንተናዊ በሆነ በረከቱ ይጎብኛችሁና ይባርካችሁ ልላችሁ እወድዳለሁ::

ወንድሜ አድያም በደከመባቸው ጊዜና እጅግ ተስፋ በቈረጠባቸው በረካታ ወቅቶች አብረሽው ስለ ሆንሽና የዛሉ ዕጆቹን ስላበረታሽ ደግሞም የወደቀውን ሥነ ልቡናውን ከጌታ ጋር ስለ ደገፍሽ እና ዳግም ለመነሣቱ ምክንያት ስለ ሆንሽ እኅቴ ዮዲት ዓለሙ ሆይ÷ ያደረግሽለትን ድጋፍ ሁሉ ጌታ አምላካችን እግዚአብሔር እንደ ተወደደ መሥዋዕት፣ አዎን የመዓዛ ሽታ እንዳለው መሥዋዕት ይቀበልልሽ እላለሁ::

አዲ÷ ሁልጊዜም ቢሆን መጽሐፍ “ባንዝልም በጊዜው እናጭዳለንና መልካምን ሥራ ለመሥራት አንታክት” (ገላ. 6÷9) ሲል የሚናገረውን ቃል አትርሳ! እንደ ጌታ ፈቃድ

24

የአፈበአ አገልግሎት ዕብራውያን መጽሐፍ ጥናት

የጀመርሃቸውን ሥራዎች ሁሉ አሁንም በጌታ ጸጋ ወደ ፍጻሜ ለማምጣት መዘርጋትህን ቀጥል! ሰው ለክፉም ነገር ቢሆን፣ ደግሞም ለኃጢአትም እንኳ ከባባድ ዋጋዎችን እየከፈለ ካለበት ዘመን ላይ እንገኛለን! በእግዚአብሔር መንግሥት ሥራ ላይ የሚከፈል ዋጋ ግን ሁሌም ቢሆን ብድራት ያለው መሆኑን አስብ! ጌታ በስሌትም ይሁን በዐይነት ብድራትህን ይከፍልሃልና ትጋ! ትጋ! ትጋ!

በመጨረሻም አንድ ቃል ወይም መጽሐፍ ቅዱሳዊ የሆነ የሕይወት መመሪያ ወይም ፍልስፍናን ልተውልህ እወድዳለሁ፡- ይህም “ዳዊትም በራሱ ዘመን የእግዚአብሔርን አሳብ ካገለገለ በኋላ አንቀላፋ” (የሐዋ. 13፥36) በሚለው ቃል ውስጥ የሚገኝ አሳብ ነው፡፡ ዘመንህን ፈቃደ-እግዚአብሔርን በመፈጸም ጨርስና በቀኑ መጨረሻ በዕጣ ክፍልህ ቁም! አዎን እንደ ነህምያ “የሰማይ አምላክ ያከናውንልናል እኛም ባሪያዎቹ ተነሥተን እንሠራለን! (ነህ. 2፥20) በሚለው ቃል ላይ በመመሥረት ቀና መንፈስ ካላቸውና አብረው መሥራት ከሚወድዱ ቅዱሳን ጋር የተጠራህለትንና የትውልድ ዐደራን የተቀበልህበትን ተግባርህን ፈጽም! አዎን ጌታ መከናወንን ይሰጥሃል፡፡ መጽሐፍም እንደሚል በአንተ የጀመረውን መልካም ሥራ እርሱ ይፈጽመዋል፡፡ አዎን በጊዜው ነገርን ሁሉ ውብ አድርጎ በሚሠራበትና በሚገለጥበት አደራረጉ ጌታ በክብር ይመጣል፡፡

ይድረስ ለአንባቢያን ሁሉ፡-
ይህ ለእኔ ድንቅ የሆነ ሥራ ወይም ፈረንጆቹ ማስተር ፒስ ብለው እንደሚጠሩት ያለ ሥራ ነው፡፡ ለሥነ መለኮት አስተማሪዎች እና ተማሪዎች ሁሉ፣ ለሁሉም የነገረ መለኮት ትምህርት ቤቶች እና ኮሌጆች፣ ለቤተ ክርስቲያን መሪዎችና በአምስቱ የአገልግሎት ቢሮዎች ውስጥ ለማገልገል ለተጠሩ አገልጋዮች ሁሉ፣ ደግሞም በመንፈሳዊ ነገሮች ማደግ ለሚፈልጉ አማኝ ግለሰቦችና መላው ቤተ ሰቦቻቸው ሁሉ በዕቅድና በዓላማ የተዘጋጀ ማብራሪያ ስለሆነ፣ ሁላችሁም እንድትገለገሉበትና ለጌታ ክብር እንድትጠቀሙበት በጌታ ፍቅርና በታላቅ ትሕትና አሳስባለሁ፡፡

(አርታዒው፡- ዳንኤል ተሾመ)

ከአርታዒው

በሃገራችን ከሃምሳ በመቶ የሚበልጠው ሕዝብ ክርስቲያን ነው። ከዚህ ውስጥ መጽሐፍ ቅዱስን ብቸኛ መመሪያ አድርገን የምንቀበል ወንጌላውያን አማኞች ቁጥራችን በፊት ታናሽ የነበረ ቢሆንም አሁን ግን እግዚአብሔር እንደ ከዋክብት አብዝቶናል። ሆኖም በቁጥር የመብዛታችንን ያህል የእምነታችን መመሪያ የሆነውን መጽሐፍ ቅዱስን የሚያስረዱን መጻሕፍት አልበዙልንም።

በሌሎች ሃገሮች የመጽሐፍ ቅዱስ ምሑራን አማካኝነት በእንግሊዝኛ የተጻፉ የመጽሐፍ ቅዱስ ማብራሪያዎች ለሃገራችን ሕዝብ ብዙም ሊጠቅሙ አልቻሉም። አንደኛ ቋንቋቸው ባዕድ ነው፤ ሁለተኛ ደግሞ ከመካከላችን በእንግሊዝኛ አንብበው መረዳት ለሚችሉ አማኞች እንኳ የስነ መለኮት ትምሕርት ቤት ገብተው ካልተማሩ በቀር ብዙዎች እነዚህን መጻሕፍት የማግኘት ዕድል የላቸውም።

ይህን የዕብራውያን መልዕክት ማብራሪያ የጻፈልን ወንድማችን አድያምሰገድ ወልደማርያም ከብዙ ዓመታት በፊት ለአገልግሎት በተለያዩ የሃገራችን ክፍሎች ሲዘዋወር አገልጋዮች እንኳ ሳይቀሩ በመጻሕፍት እጥረት (ወይም እጦት ብለው ይሻላል) እንደተቸገሩ ተመልክቷል። አገልጋይ ከተቸገረ ከአገልጋዩ ለመማር የሚጠብቀው ሕዝብ ይበልጥ መቸገሩን ልነግራችሁ አያስፈልገኝም። ወንድማችን አዲያም የዕብራውያን ማብራሪያን ጨምሮ ከዚህ በፊት ያሳተማቸውንም ማብራሪያዎች ለመጻፍ በዋነኝነት የተነሳሳው ይህንን የመማሪያ መጻሕፍት እጥረት በተመለከተ ጊዜ ነው።

አማኝ ሁሉ በጌታ በኢየሱስ ክርስቶስ አምኖ ከዳነ በኋላ በሕይወቱ የሚያድግበትን እውቀት ማግኘት ያስፈልገዋል። የአማኝ እድገት አቅጣጫ አለው፤ ዋነኛው የእድገቱ አቅጣጫ ኢየሱስ ክርስቶስን በማወቅ ነው። የዕብራውያን መልእክት "... የእምነታችንንም ራስና ፈጻሚውን ኢየሱስን ተመልክተን፣ በፊታችን ያለውን ሩጫ በትዕግሥት እንሩጥ ..." ይላል። ብርታታችን ያለው ኢየሱስን በማየት ውስጥ ነው። የማንሰጥመው ዓይናችንን እርሱ ላይ ብቻ ባደረግን ጊዜ ነው። የማንወድቀው በዓለቱ በክርስቶስ ላይ በቆምን ጊዜ ብቻ ነው። ሐዋርያው ጳውሎስ የተጋደለልን "የእግዚአብሔርን ሚስጥር እርሱንም ክርስቶስን" እንድናውቅ ነው (ቆላስይስ 2፡2)።

በአራቱ ወንጌሎች ውስጥ ጌታ ኢየሱስ በቃል እና በሥራ ብርቱ ሆኖ ተገልጦልናል። እግዚአብሔር ግን ቸር እንደመሆኑ መጠን በወንጌሎቹ ውስጥ ያልተገለጡ የኢየሱስ ክርስቶስን ሚስጥራት ዕብራውያንን ጨምሮ በመልዕክቶች ውስጥ ጽፎልናል። የዕብራውያን መልእክት ሙሉ በሙሉ የኢየሱስ ክርስቶስ መገለጥ ነው። ወንጌሎቹ ጌታ ኢየሱስ በምድር ላይ በተመላለሰ ጊዜ እስከ ስቅለቱ፣ ሞቱ እና ትንሳኤው የሰራልንን የማዳን ሥራ ሲገልጡልን የዕብራውያን መልዕክት ደግሞ ከትንሳኤው በኋላ አሁን በሰማያት በአብ ቀኝ በክብር ተቀምጦ የሚያደርግልንን አገልግሎት ይገልጥልናል።

ሆኖም የዕብራውያን መልእክት ለመጀመሪያ ጊዜ ለሚያነበውም ሰው ይሁን ለአስረኛ ጊዜ ለሚያነበው ሰው እንደ ወንጌሎቹ ለመረዳት ቀላል አይደለም። የዕብራውያን መልዕክት ጸሐፊ አንባቢዎቹ ብዙ የብሉይ ኪዳን መንፈሳዊ ሚስጥራትን እንደሚያውቁ በመገመት ነው የጻፈው። ስለዚህ ጸሐፊው ከሕግ፣ ከነብያትና ከመዝሙራት በቀጥታ እንዲሁም ቀጥተኛ ባልሆነ መንገድ ብዙ ጠቅሷል። ጊዜ ስላጠረው ነው እንጂ ከጠቀሰው በላይ ሊጠቅስ ይፈልግ እንደነበርም ተናግሯል (ዕብራውያን 11:32)። ከብሉይ ኪዳን መጻሕፍት ጠቅሶ የሚያስተላልፋቸውን ታላላቅ እውነቶች ግን ጠቅለል ባለ መልኩ ስለጻፋቸው ሙሉ ግንዛቤ ለማግኘት ጥቅሶቹን ብቻ ሳይሆን ሙሉውን ጽንሰ ሃሳብ ከብሉይ ኪዳን መጻሕፍት ውስጥ ፈልጎ ማጥናት ይጠይቃል። ይህ ዓይነቱ ከሕሎትና ትጋት ደግሞ በብዙዎቻችን ዘንድ ገና አልዳበረም።

ወንድማችን አዲያም ጊዜውን ሰጥቶ የዕብራውያን መልዕክትን እንዲሁም ብዙዎቹን የብሉይ ኪዳን መጻሕፍት በትጋት በመመርመር፣ በጸሎት እና በረጅም ጊዜ ጥናት ይህንን ሰፊ ማብራሪያ ጽፎልናል። በተጨማሪ ቁልፍ የሆኑ ቃላትን መልዕክቱ መጀመሪያ በተጻፈበት ቋንቋ ውስጥ ያላቸውን ሰፊ እና ጠለቅ ያለ ትርጉም በማቅረቡ ለግንዛቤያችን ትልቅ እገዛ አድርጎልናል። በዚህ ማብራሪያ ውስጥ በሰፋት ከተብራሩ ርዕሶች መካከል በጥቂቱ የጌታችን የኢየሱስ ክርስቶስ በሁሉ ነገር ታላቅነት፣ ዘላለማዊ ክሕነቱ፣ ስለ እኛ በአብ ፊት ዘወትር መታየቱ፣ ለእግዚአብሔር ሕዝብ የቀረላቸው የሰንበት እረፍት፣ መልከጼዴቅ፣ በክርስቶስ የሆነው አዲስ ኪዳን፣ የደሙ ኃይል፣ እምነትና የእምነት አባቶች ይገኙበታል።

ይህንን ማብራሪያ እንዲጽፍ በወንድማችን ልብ ውስጥ ሃሳብን፣ አቅምን፣ ማስተዋልን የሰጠውን እግዚአብሔርን እባርካለሁ። በዚህ የዕብራውያን መልዕክት ማብራሪያ ውስጥ የሰባ ግብዣ፣ ያረጀ የወይን ጠጅ እና ቅልጥም የሞላበት የቃሉ ማዕድ ማለትም የጌታችን የኢየሱስ ክርስቶስ እውቀት ተትረፍርፎ ቀርቦላችኋል። ታዲያ ምን ትጠብቃላችሁ? ጌታ

ያቀረበላችሁን የበረከት ድግስ ብሉ፤ ጠጡ፤ ሰውነታችሁም በጮማ ደስ ይበለው (ኢሳይያስ 55)።
በጌታ ወንድማችሁ

አርታዒው፡- የሊበንወርቅ አየለ
አዲስ አበባ

መግቢያ

የዕብራውያንን መጽሐፍ ማን እንደ ጻፈው በትክክል ለመናገር አስቸጋሪ ሲሆን፣ የተለያዩ ሊቃውንት አገሌ ጽፎታል በማለት የራሳቸውን ግምት ሰጥተዋል፡፡ ምንም እንኳ ከእነርሱ ግምት በመነሣት በትክክል እርግጠኛ ለመሆን አስቸጋሪ ቢሆንም፣ መጽሐፉን ማንም ይጻፈው የመጽሐፉን ጥልቅ ምሥጢር ለመረዳት ግን የሚያግደን አይሆንም፡፡ *ማርቲን ሉተር* ጸሐፊው *አጵሎስ* ነው በማለት የራሱን አስተያየት የሰጠ ሲሆን፣ ለዚህም በአስረጅነት ያቀረበው በሐዋ. *ሥራ* 18÷24-28 ያለውን፣ *አጵሎስ* ከግብጽ ከእስክንድርያ የሆነ አይሁድ፣ የበቃ መምህርና ጸሐፊ መሆኑን በማውሳት ነው፡፡ አንዳንዶች ጸሐፊው *በርናባስ* ነው ይላሉ፡፡ ከተለመዱት የጳውሎስ መልእክቶች በመነሣት ሐዋርያው ጳውሎስ ነው የጻፈው ብለው የሚያምኑ በርካቶች ናቸው፡፡ አንዳንዶችም ጳውሎስ በዕብራይስጥ ቋንቋ እንደ ጻፈውና ሉቃስ ወደ ግሪክ ቋንቋ እንደ መለሰው ይገምታሉ፡፡ ምንም እንኳ ጸሐፊው አገሌ ነው ብሎ ለመደምደም አስቸጋሪ ቢመስልም፣ የመጽሐፉ መልእክት ግን እጅግ በሚያስገርምና በሚማርክ መንገድ ቀርቧል፡፡ የቋንቋው ጥራትና ውበት፣ የመልእክቱም ጠንካራነት ተወዳጅ መጽሐፍ ያደርገዋል፡፡

> በተለይም በአገራችን ኢትዮጵያ ውስጥ በስፋት ትምህርት ሊሰጥበት የሚገባ፣ ከእኛ ዐውድ ጋር በተያያዘ ጠቃሚ ትምህርቶችን የሚያስተላልፍልን መጽሐፍ ነው፡፡

መጽሐፉን ማንም ይጻፈው ሕያው የሆነ የእግዚአብሔር ቃል ነው፡፡

መልእክቱን በተመለከተ በመጀመሪያ ደረጃ መጠየቅ የሚገባን መለኮታዊ *ሥልጣኑን* ነው፡፡ ይህ በአንዳንድ ሰዎች ተዘውትሮ የሚጠየቅ ጥያቄ ነው፡፡ እዚህ ላይ እነዚህ ወገኖች አንዳንድ ስሕተቶችን አንጸባርቀዋል፡፡ ለምሳሌ፡- *አርዮሳውያን* "ክርስቶስ መለኮት የሆነ ራሱን የቻለ አካል ነው" የሚለውን አስተምህሮ ይክዳሉ፡፡ ሶስኒያውያን ደግሞ እርካታውን

ይከዳሉ፡፡ ነገር ግን መልእክቱን ተቀባይነት ለማሳጣት ከተደረጉት ከእነዚህ ሁሉ ሙከራዎች በኋላ መልእክቱ ጥሶ በመውጣት የመጽሐፍ ቅዱስን መለኮታዊውን ቀኖና የሚያስረዳ አንጸባራቂና ታማኝ መልእክት ሊሆን ችሏል፡፡ የጉዳዩን መለኮታዊነት በተመለከተ የአቀራረቡ ዘይቤ ዕጹብነት፣ የንድፉ ልቀት፣ ከሌሎች የመጽሐፍ ቅዱስ መልእክቶች ጋር ያለው ስምምነትና አንድነት፣ እንዲሁም በሁሉም ዘመናት ውስጥ በቤተ ክርስቲያን ዘንድ ያገኘው ተቀባይነት መልእክቱ መለኮታው *ሥልጣን* ያለው ስለ መሆኑ በቂ ዋቤዎች (ማስረጃዎች) ናቸው፡፡ *(የማቲው ሄንሪ ኮሜንታሪ)*

የዚህ መልእክት ጸሐፊ ማንም ይሁን ያሉት መንፈሳዊ ዕሴቶችና መንፈሳዊ *ሥ*ልጣኑ (አጠቃላይ ማንነቱ) ያው ሆኖ ይኖራል እንጂ፣ ታሪኩ አይለወጥም፡፡ *ቲየርሽ* እንደሚናገረው ይህንን ጽሑፍ የተዋጣለትና ዕፁብ-ድንቅ ከሆነና የሠዓሊው *ራፋኤል ሥራ* እንደሆነ ከሚነገርለት ድንቅ የ*ሥ*ዕል *ሥራ* ጋር ማነጻጸር ይቻላል፡፡ ታዲያ ይህ *ሥ*ዕል የተሣለው *በራፋኤል* አይደለም ቢባል፣ በእርግጥ በእርሱ ስለ መሣሉ ማረጋገጫ ማቅረብ ይጠበቅብናል፡፡ ይሁንና ሠዓሊው ማንም ይሁን ማን የ*ሥ*ዕሉን ዘመን ተሻጋሪ የጥበብ *ሥ*ራነት ግን የሚቀማን የለም፡፡ *(ዘ ቢብሊካል ኢለስትሬተር፡- ሐተታ)*

የመልእክቱ ጸሐፊ

ምንም እንኳ ጸሐፊው ማን እንደሆነ በውል የሚታወቅ ባይሆንም፣ ከመጀመሪያው ክፍለ ዘመን አንሥቶ የቤተ ክርስቲያን አባቶች ያለቸውን ግንዛቤም ሆነ ሐተታ ማወቁ እጅግ አስፈላጊ ነው፡፡ በዚህም ምክንያት በመጠኑም ቢሆን ይህን ነገር መዳሰስ ይኖርብናል፡፡

➢ ሐዋርያው ጳውሎስ ነው

1. አዳም ክላርክ ስለ ዕብራውያን ጸሐፊ ማን እንደሆነ ሲናገር ይህን ይላል፡- "በኢግናሺየስ ደብዳቤዎች ውስጥ ስለ 107 ዓመተ ምሕረት የሚያወሱ አንዳንድ ምንባቦች አሉ፤ እነዚህ ደብዳቤዎች በጥቂቶች ዘንድ፣ ምናልባትም በቀጥታም ባይሆን በተዘዋዋሪ ለዕብራውያኑ ስለ ተጻፈው ደብዳቤ እንደሚያወሱ ይታሰባል፡፡ እነዚህ ደብዳቤዎች *የሰማይርና (Smyrna)* ጳጳስ የነበረው *ፖሊካርፕ* በ105 ዓ.ም (በሁለተኛው ክ/ዘመን አጋማሽ ማለት ነው) ሰማዕት ከመሆኑ ጋር አያይዞ ለፊልጵስዩስ ሰዎች ከጻፈው ደብዳቤ በዋቤነት የተጠቀሱ ይመስላል፡፡

የእስክንድርያው *ክሊመንት* እነዚህ “ደብዳቤዎች በ194 ዓ.ም በሐዋርያው ጳውሎስ የተጻፉ እንደ ነበሩ በተደጋጋሚ ጠቅሷል፡፡ *ኦሪገንም* ይኸው አሳብ ደርሶት በ230 ዓ.ም እነዚህ ደብዳቤዎች የሐዋርያው ጳውሎስ እንደ ሆኑ ጠቅሶ ጽፏል፡፡ *የእስክንድርያው ጳጳስ ዲዮኒሲዩስም* እንዲሁ በ247 ዓ.ም እነዚህ ደብዳቤዎች የሐዋርያው መሆናቸውን ተቀብሏል፡፡ *የእስክንድርያው ቴዎግኖስተስም* በ282 ዓ.ም በግልጽ ይህንኑ አሳብ ጠቅሷል፡፡ በዚህ መልኩ ይህ አሳብ እየተወራረሰ መጥቶ *ሜቶዲየስ* በ292 ዓ.ም፣ *ፓምፌለስ* በ294 ዓ.ም፣ *የመስጴጦምያው* ጳጳስ *አርኬላዎስ* እና *ማኒቼዝ* እንዲሁ በአራተኛው ክ/ዘመን፣ *ፓውሊሺያንስ* በሰባተኛው ክ/ዘመን ይህንኑ አሳብ ሲቀባበሉ ቆዩ፡፡

ከዚህ በኋላ *የእስክንድርያው* ጳጳስ *እስክንድር* በ313 ዓ.ም ደብዳቤዎቹ የሐዋርያው ጳውሎስ ለመሆናቸው በይፋ ዕውቅና ሰጠ፡፡ *አሪያንስም* እንዲሁ በአራተኛው ክ/ዘመን ይህንኑ ዕውቅና አስቀጠሉ፡፡ *የቂሣርያው* ጳጳስ የነበረው *ዩሴቢየስ* በ315 ዓ.ም እንዲህ ብሎ ነበር፡- “በግልጽ የሚታወቁ አሥራ አራት የሐዋርያው ጳውሎስ ደብዳቤዎች አሉ፡፡ የዕብራውያንን መልእክት በተመለከተ ግን በራሳቸው አሳብ ላይ በመመርኮዝ ‘ይህንን መልእክት የሮም ቤተ ክርስቲያን የጳውሎስ መልእክት አድርጋ አልተቀበለችውም’ ይላሉ፡፡

ዩሴቢየስ ራሱ በተደጋጋሚ ይህ መልእክት የጳውሎስ መሆኑንና የመጽሐፍ ቅዱስ አካል እንደሆነ ጠቅሷል፡፡ አትናቴዎስ ደግሞ ያለ አንዳች ማመንታት መልእክቱን ተቀብሎታል፡፡ የጳውሎስን አሥራ አራት ደብዳቤዎች በዘረዘረበት ወቅት አንደኛና ሁለተኛ የተሰሎንቄ መልእክቶችን በማስቀደም ከጢሞቴዎስ፣ ቲቶ እና ፊልሞና መልእክቶች በፊት የዕብራውያንን መልእክት አስቀምጦታል፡፡ እርሱ እንዳዘጋጀው በሚታመነው የመጽሐፍ ቅዱስ ማውጫ ዝርዝር ውስጥም በተመሳሳይ መልኩ አስቀምጦታል፡፡

በ380 ዓ.ም የተጻፈውና *ማርስዮናውያንን* የሚቃወመው የመወያያ አሳብ ጸሐፊ የሆነው *አዳማንሽየስ* ይህ የዕብራውያን መልእክት በሐዋርያው ጳውሎስ የተጻፈ መሆኑን ተቀብሏል፡፡ እርሱን በመከተልም *የኢየሩሳሌሙ* ቀሪል በ347 ዓ.ም፣ *በላኦዲሺያ* መማክርት አባላት ደግሞ በ363 ዓ.ም ይህንኑ አሳብ ተቀብለው አራምደዋል፡፡ በዚሁ ዓመት ልክ *አትናቴዎስ* ባስቀመጠው ዝርዝር መሠረት የጳውሎስ መልእክቶች እንደገና በተመሳሳይ ቅደም ተከተል ተቀምጠዋል፡፡

ኢፒፋኒየስ የዕብራውያን መልእክት በጳውሎስ መጻፉን እንደ ተቀበለ በ368 ዓ.ም ገልጾአል፡፡ በአራተኛው ክ/ዘመን መጨረሻ ሐዋርያዊ የመተዳደሪያ ደንቦችም ይህንኑ አሳብ ተቀብለዋል፡፡ በ370 ዓ.ም *ባሲል፣ ግሪጎሪ ናዚያንዘን* እና *አምፊሎቺየስ* ይህንኑ ተቀብለው አንጸባርቀዋል፡፡ ይሁንና መልእክቱ የጳውሎስ መሆኑን በተመለከተ ሁሉም ወገኖች ዕኩልነት ባለው መልኩ አለመቀበላቸው ይነገራል፡፡

መልእክቱ የጳውሎስ መሆኑን የመቀበሉ ሂደት ቀጥሎ በ370 ዓ.ም *በግሪጎሪ ናይሰን፣* በተመሳሳይ ዓመት *በእስክንድሪያዊው ዲዲመስ ፣ በሶሪያዊው ኤፍሬም ፣* በ378 ዓ.ም ደግሞ *በሶሪያ ቤተ ክርስቲያን (በተርሴሱ ዲዮዶረስ)፣* በ302 ዓ.ም በተማረው *በግብፃዊው ሂየራክስ፣ በግብፅ የቴሚስ* ጳጳስ በሆነው *ሴራፒያን* በ347 ዓ.ም፣ *በዓረቢያ* ውስጥ *የቦስትሪያ* ጳጳስ በሆነው *ቲቶ* በ362 ዓ.ም፣ *በሲሊሺያ* የሚገኘው *የሞፕሱኤሺያ* ጳጳስ *ቴዎዶር* በ394ዓ.ም፣ *በክሪሶስቶም* በ398 ዓ.ም፣ *በሶሪያየጋባላ* ጳጳስ በሆነው *ሴቬሪያን* እና *በአንጾኪያዊው ቪክቶር* በ401 ዓ.ም፣ የ '*ክሪሶስቶም ሕይወት ታሪክ*' ጸሐፊ የሆነው *ፓላዲየስ* በ408 ዓ.ም፣ *የኢሲዶሩ ፔሉሲየም* በ412 ዓ.ም፣ *በቴዎዶሬት* በ423 ዓ.ም፣ *በካፓዶሺያ* የኖረው *የቲያናው* ጳጳስ *ኡቴሪየስ* በ431 ዓ.ም፣ የቤተ ክርስቲያን (ሃይማኖታዊ) ጸሐፊ የነበረው *ሶቅራጥስ* በ440 ዓ.ም፣ *በግብፅ* ይኖር የነበረው *ኡታሊየስ* በ458 ዓ.ም፣ የ Quaestiones et Responsiones ጸሐፊ እንደ ሆነ የሚታመነው *"ሰማዕቱ ጀስቲን"* በአምስተኛው ክ/ዘመን በጻፈው በዚሁ ጽሑፉ ውስጥ በሐሰት *አሬዎፓጋይት* ብሎ በተጠራው *ዲዮኒሲየስ* ተቀባይነትን አግኝቷል፡፡

በአሌክሳንደሪያ በተገኘው ጽሑፍ ውስጥ በ500 ዓ.ም፣ *በናይስ ፎረስ ስቲኮሜትሪ* ውስጥ በ806 ዓ.ም፣ *በእስክንድሪያዊው ኮስሞስ* በ535 ዓ.ም፣ *በኮኒስታንቲኖፖሉ ሌዎንሺየስ* በ610 ዓ.ም፣ *በዶማስኑ ጆን* በ730 ዓ.ም፣ *በፎሺየስ* በ858 ዓ.ም፣ *በኦኩሜኒየስ* በ950 ዓ.ም፣ እንዲሁም *በቴዎፊላክት* ደግሞ በ1070 ዓ.ም ጽሑፉ የዕብራውያን መጽሐፍ የጳውሎስ ስለ መሆኑ ተቀባይነትን አግኝቷል፡፡ (አዳም ክላርክ ያለው ሐተታ)

የማንም ግለሰብ ስም ከመጽሐፉ ጋር ተያይዞ ባለመነሣቱ በዘመናት መካከል ኖረው ያለፉ የነገረ መለኮት ዐዋቂዎች ጸሐፊው ማን ሊሆን እንደሚችል ሲወያዩ ኖረዋል፡፡ የቀድሞውና የኖረው የቤተ ክርስቲያን መረዳት ጸሐፊው *ጳውሎስ* እንደ ሆነ የሚያሳይ ነበር፡፡ ሌሎች *ሉቃስ፣ አጵሎስ፣ ወንጌላዊ ፊሊጶስ፣ ማርቆስ፣* እንዲሁም *ጵርስቅላ* እና *አቂላ* የዚህ መልእክት ጸሐፊዎች ናቸው ሲሉ ይደመጣሉ፡፡ ራሱን ከአይሁዳውያን አንባቢዎች ጋር እንደሚተዋወቅ ስለሚገልጽ ጸሐፊው አይሁዳዊ መሆኑ ግልጽ ነው (1፥2፤ 2፥1፣ 3፤ 3፥1፤ 4፥1፤ ... ወዘተ)፡፡ ከጢሞቴዎስ ጋር ያለውን ትውውቅም ይገልጻል (13፥23)፤ ይህንን

ሊያደርግ የሚችለው ደግሞ ጳውሎስ ነው፡፡ የመልእክቱ መደምደሚያ የሆነው ቡራኬ በዐይነቱ የሐዋርያው ጳውሎስን ይመስላል፡፡ (2ኛ ተሰሎንቄ 3፥17-18 ይመልከቱ)፡፡

ጸሐፊው በእስር ቤት የቆየ ሰው ነው (10፥34፤ 13፥19)፡፡ ይህ ደግሞ 2ኛ ጴጥ. 3፥15-18፣ ላይ መቋጫውን የሚያገኝ ይመስላል፡፡ በዚህ ክፍል ላይ ጴጥሮስ ልክ እርሱ ለጻፈላቸው ሕዝቦች ጳውሎስም ጽፎ እንደ ነበር ይናገራል፡፡ በጭንቀት ውስጥ ለነበሩ አይሁድ መልእክት ያስተላልፋል (1ኛ ጴጥ 1፥1፤ 2 ጴጥ 3፥1)፡፡ ከዚህ በተጨማሪ ጴጥሮስ የጳውሎስን መጽሐፍ ቅዱሳዊ መልእክት ይጠቅሳል፡፡ በስደት ተበታትነው በውጭ አገራት ለነበሩት አይሁድ መልእክቱን የጻፈው ጳውሎስ ቢሆንና መልእክቱ ጠፍቶ ቢሆን ኖሮ፣ የእግዚአብሔር ዘላለማዊው የድነት ቃል በጠፋ ነበር፡፡ ይህ ደግሞ የማይቻልና ይሆናል ተብሎ የማይታሰብ ጉዳይ ነው፡፡ በአይሁዳዊ ጸሐፊ አማካይነት ለአይሁዳውያን ለራሳቸው የተጻ መልእክት የዕብራውያን መልእክት ነው፡፡

ማጠቃለያ፡- የዕብራውያንን መልእክት የጻፈው ጳውሎስ ነው፡፡ የመልእክቱ የአጻጻፍ ዘይቤና የቃላት አጠቃቀም የጳውሎስ አይደለም የሚሉ ወገኖች ማወቅ የሚገባቸው ጸሐፍት ለአንባቢዎቻቸው የሚገባውን የራሳቸውን የአጻጻፍ ዘይቤና የቃላት አጠቃቀም ስልት ማዳበር እንደሚችሉ ነው፡፡ (ዋረን. ዌንደል. ወርስቢ፡- *የመጽሐፍ ቅዱስ ኤክስፖሲሽን ኮሜንተሪ)*

☙ ሐዋርያው ጳውሎስ አይደለም

- የካርቴጅ ቤተ ክርስቲያን አመራር አካል የነበረው ተርቱሊያኖስ በ200 ዓ.ም ይህ ደብዳቤ የተፃፈው *የበርናባስ* እንደ ሆነ ተናግሯል፡፡
- የሮማ ቤተ ክርስቲያን ሽማግሌ እንደሆነ የሚታመነው *ካየስ* የተባለ ጸሐፊም በ212 ዓ.ም ከአሥራ አራቱ መካከል አሥራ ሦስቱ ደብዳቤዎች የሐዋርያው ጳውሎስ እንደ ሆኑ እንደሚያስብ ተናግሯል፡፡ የዕብራውያንን መልእክት ግን ከዚህ ዝርዝር ውጭ አድርጎታል፡፡
- የጽጽስና ማዕረጉ በኢጣሊያ ፖርቶ ይሁን ወይም ከምሥራቅ አገራት በአንዱ በውል የት እንደ ነበር የማይታወቀውና በ220 ዓ.ም ብቅ ያለው *ሂፖሊተስን* እናገኛለን፡፡ ይህ ሰው ደብዳቤዎቹ የጳውሎስ እንደ ነበሩ አለመቀበሉን የሚጠቁሙ መረጃዎች አሉ፡፡ እዚህ ላይ እርሱ ምንም እንኳ ይጽፍ የነበረው በግሪክ ቋንቋ ቢሆንም፣ የኖረው ግን ላቲንኛ በሚነገርባቸው አካባቢዎች መሆኑ ክርክር አስነሥቷል፡፡

* ይህ ደብዳቤ (መልእክት) የካርቴጅ ጳጳስ በነበረው *ሳይፕሪያን* አልተጠቀሰም፡፡ ከዚህ በኋላ ያልተቀበሉት ሌሎችም ሰዎች ተነሡ፡፡
* ልክ እንደ *ሳይፕሪያን* ሁሉ በ251 ዓ.ም የሮማ ቤተ ክርስቲያን መሪ የነበረው *ኖቫተስ (ኖቬሽን)* የዕብራውያን መጽሐፍ የጳውሎስ መልእክት መሆኑን አልተቀበለም፡፡ ይሁንና ከጊዜያት በኋላ በተከታዮቹ ተቀባይነትን እያገኘ መጥቷል፡፡
* በ380 ዓ.ም *በኢጣሊያ የብሬስሺያ* ጳጳስ የነበረው *ፊላስተር* መልእክቱን ተቀብሎታል፡፡ ይሁንና ከእርሱ በኋላ የተነሡ ተከታዮቹ በሙሉ አሳቡን አልተቀበሉትም፡፡ *(አዳም ክላርክ ሐተታ)*

ጆሴፍ ኤክስዝል ሁለቱንም ማለትም የምዕራቡን ሆነ የምስራቁን አመለካከት ሐተታውን ሰያቀርብ፡-ምንም እንኳ ይህ መልእክት ዘመን ጠገብ (ጥንታዊ) እና ጉልበታም ቢሆንም፣ በአንደኛው፣ በሁለተኛውና እስከ ሦስተኛውም ክፍለ ዘመን ድረስ የትኛውም የምዕራባውያን ቤተ ክርስቲያን ጸሐፊ መልእክቱ በሐዋርያው ጳውሎስ ስለ መጻፉ ተናግሮ አያውቅም፡፡ የዕብራውያንን መልእክት ከጳውሎስ ጋር አያይዞ የገለጸው የመጀመሪያው *የላቲኑ* ዓለም ጸሐፊ *ሂላሪ (ሂላሪየስ)* ሲሆን፣ ጊዜውም በአራተኛው ክፍለ ዘመን ማብቂያ ነበር፡፡ ከዚያ በኋላ በአምስተኛው ክፍለ ዘመን ደግሞ *ጀሮምና አውገስጢኖስ*ተከተሉ፡፡ እነዚህ ሰዎች ምንም እንኳ መልእክቱ የጳውሎስ ነው ቢሉም፣ በአገላለጻቸው ውስጥ ፍርሃትና ጥርጣሬ ተስተውሏል፡፡

በምስራቁ ዓለም ቤተ ክርስቲያን ደግሞ *ፓንታነስ* እና የእስክንድርያው ክሌመንት የጳውሎስን ጸሐፊነት የሚቀበል አመለካከት አንጸባርቀዋል፡፡ ይሁንና በዚህ ጉዳይ ላይ *ኦሪገን* ራሱ ከፍተኛ ጥርጣሬ ነበረው፡፡ *ዩሴቢየስም ይህንን* ለመቀበል አቅማምቶ ነበር፡፡ ይሁንና ይህ መልእክት በብዙዎች መጭበርበር እንደ ደረሰበትና ምናልባትም በመጀመሪያ *በአራማይክ* ቋንቋ ተጽፎ በኋላ ላይ ወደ ሌሎች ቋንቋዎች ተተርጉሞ ሊሆን እንደሚችል ተቀብሏል፡፡ ስለዚህ በምሥራቋ ቤተ ክርስቲያን ጎራም ቢሆን የጳውሎስን ጸሐፊነት በመቀበል ረገድ የተፈጠረው ጥርጣሬ ቀላል አልነበረም፡፡ ... መልእክቱ ከመጀመሪያው (ዋናው) ጽሑፍ ጀምሮ በአንድ ጸሐፊ (ብዕረኛ) አለመጻፉን የሚያረጋግጡትን የአጻጻፍ ስልት፣ የአቀራረብ ዘዴና የነገረ መለኮታዊ ዕሳቤዎች ልዩነት፣ እንዲሁም አሳቡም ከአንድ ሰው አእምሮ ያልፈለቀ መሆኑን በሚሊዮን የሚቆጠሩ አንባቢዎች ተረድተው ወሳኝ ስምምነት ላይ ለመድረስ ካለመቻላቸው የከፋ ድክመት የለም፡፡

የዕብራውያን መልእክትና ሌሎች የሐዋርያው ጳውሎስ መልእክቶችን ማነጻጸር ብቻ ይህንን ለይቶ ለማወቅ *ማርቲን ሉተር* ዕብራውያን 2፥3 ላይ የሰፈረውን መልእክት ባየበት

ወቅት ይህ መልእክት በገላትያ 1፥1፤12 ላይ ያለውን አሳብ በጻፈው ሰው ሊጻፍ የማይችል መሆኑን በተመለከተ ያለውን ጠንካራና ጥልቅ አተያይ አስቀምጦ ነበር፡፡ በእርግጥ ይህ ጸሐፊ በዕብራውያን መልእክት 7፥27፤ 9፥3፣ 4፤ 10፥11 ላይ ስለ ቤተ መቅደስ በሰጠው ማብራሪያ ላይ የታየ ስሕተት የለም፡፡ ይሁንና ስለ ቤተ መቅደስ በሚገባ የሚያውቀው ሐዋርያው ጳውሎስ ቢሆን ኖሮ ወደማይፈጽመው ስሕተት ጫፍ የተጠጋ አካሄድ በዚህኛው ጸሐፊ ላይ ታይቷል፡፡ የዕብራውያንን መልእክት ስናነብ በሐዋርያት ዘመን ከነበረ አንድ ታላቅ ጸሐፊ የሰላ አእምሮና አሳብ ጋር እንገናኛለን፡፡

ይሁና የዚህ ሰው ስም ማን እንደ ሆነ እስከዚህ ዘመናዊ ወቅት እንኳ ድረስ በውል አልታወቀም፡፡ ... *የእስክንድርያውን ክሌመንትና ኦሪገንን* የመሰሉ የምሥራቋ ቤተ ክርስቲያን ጸሐፍት፣ እንዲሁም *ጀሮም* እና *አውግስጢኖስን* የመሳሰሉት የምዕራቧ ቤተ ክርስቲያን ጸሐፊዎች የራሳቸውን ዝናና ተወዳጅነት ለመጠበቅ ብቻ በማሰብ መልእክቱ የጳውሎስ መሆኑን አስመልክተው ደካማ ውሳኔያቸውን አስተላልፈዋል፡፡ ስለዚህ ከእነርሱ በኋላ የተነሡት የኋለኛው ዘመን ጸሐፍትም የእነዚህኑ ጸሐፍት ምሳሌነት መከተላቸው የማይጠበቅ ነገር አልነበረም፡፡

ቀስ በቀስ ግን የዕርቅና ማስማማት ድንጋጌዎች በመውጣታቸው ጉዳዩ ከቤተ ክርስቲያንና አደረጃጀቷ ጋር የተስማማ እንደ ሆነ ግምቶች እየተስፋፉ፣ እየተጠናከሩና ተአማኒነትንም እያገኙ ሄዱ፡፡ በቤተ ክርስቲያን የተደረሰበት የመረጃዎች ውጤት ማጠቃለያም ጥንታዊ መረጃዎችን በተመለከተ ልልና ጥልቀት የሌላቸው ጥንታዊ መረጃዎች በአንድ ወገን እንዲቀመጡና ጠንከር ያሉ ሂሶችን የሚያራምዱ አሳቦች ደግሞ በሌላ ወገን እንዲቀመጡ .... የተደረገበት ዐይነት ውሳኔ ላይ ተደረሰ፡፡ ነገር ግን ስለ ዕውነት በጉዳዩ ላይ ብቻ ካተኰሩ አስተዋይ ጸሐፊዎች መካከል አንዳንዶች በቀደመው ዘመን የነበሩትን ጥርጣሬዎች ከውስጣቸው ሊያጠፉት አልቻሉም፡፡

በምዕራቧ ቤተ ክርስቲያን እስከ አራተኛው ክፍለ ዘመን መዳረሻ ድረስ መልእክቱ በይፋ በስፋት አይነበብም ነበር፡፡ በአምስተኛው ክፍለ ዘመን ውስጥ እንኳ መልእክቱ በሐዋርያው ጳውሎስ ተጽፏል የሚለው አሳብ ራሱ በየጊዜው ያከራክር ነበር፡፡ እስከ ስድስተኛው ክፍል ዘመን በዚህ ጉዳይ ላይ አስተያየት የሰጠ አንድም የላቲን ጸሐፊ አልነበረም፡፡ በሰባተኛው ክፍለ ዘመን ግን *የሲቪሉ ኢሲዶር* ብዙዎች እስከ ዛሬም ድረስ በከፊልም ቢሆን የሚጠቅሱትን አስተያየት ሰጠ፡፡ ይኸውም በአጻጻፍ ዘይቤው ላይ ከሚታየው ክፍተት የተነሣ መልእክቱ *በበርናባስ ወይም በክሌመንት* የተጻፈ ሊሆን ይችላል የሚል ነው፡፡

በዘጠነኛው ክፍለ ዘመን ደግሞ the *Codex Boernerianus* በተባለው የጽሑፍ *ሥራ* ውስጥ ሙሉ በሙሉ ከተገደፈ (ተትቶ ከታለፈ) በኋላ *Codex Augiensis* በተሰኘው በላቲን ቋንቋ የተዘጋጀ የትርጉም *ሥራ* ላይ እንደገና ተካትቷል፡፡ ነገር ግን ከዘጠነኛው ክፍለ ዘመን በርካታ ጊዜያትን አስቀድሞና ከዚያም በኋላ የሥነ ሂስ ሳይንስ ከነአካቴው ተዘንግቶ ነበር፡፡ በአሥራ ሦስተኛው ክፍለ ዘመን *በአኩይነም* ይኖር የነበረው ቅዱስ *ቶማስ* የቀድሞውን ሙግት (ክርክር) በማንሣት አባባሉና ውሳኔው ስሕተት መሆኑን አስረዳ፡፡ ይሁንና በጉዳዩ ዙሪያ የነበሩትን ጥርጣሬዎች ሁሉ ቤተ ክርስቲያን የማትሳሳት መሆኑን በሚያስረዳ መልኩ በመሸፋፈን *ታለፈ*፡፡ ከዚያ በኋላ ጨለማው ተገፍፎ መነቃቃት የታየበት አሥራ ስድስተኛው ክፍለ ዘመን መጣ፡፡

የዚህ ጊዜ ግሪኮች የሞት ያህል የከበደ ዕንቅልፍ ከተኙበት በመንቃት አዲስ ኪዳንን ይዘው ብቅ ያሉበት ወቅት ነበር፡፡ *ኢራስመስ* ቤተ ክርስቲያን በጉዳዩ ላይ የምትሰጠውን ማንኛውንም ትርጓሜ እንደሚቀበል ገልጾ ነበር፡፡ *ታዲያ* በዚህን ወቅት የአንዳንድ የቤተ ክርስቲያን አባቶች የዕብራውያንን መልእክት ጸሐፊ ማንነት በተመለከተ *ያራምዱት* የነበረውን ቀጥተኛ የሚመስል ነገር ሌሎችን በመናፈቅነት የሚያወግዝ ጅልነትን የተላበሰ ዐቋም በማንሣት አውግዟል፡፡ እርሱ በግሉ መልእክቱ በጳውሎስ እንዳልተጻፈ ያምን ነበር፡፡

ማርቲን ሉተር የአጻጻፍ ዘይቤውንና በርካታ ንውሳን ክፍለ ምንባቦችን እየጠቀሰ ይህ መልእክት በሐዋርያው ጳውሎስ ወይም በሌሎች ሐዋርያት ሊጻፍ እንደማይችል ሞግቷል፡፡ መልእክቱን “ጠንካራ፣ አድማሰ-ሰፊ እና ክብደት ያለው ነው” ብሎ ቢያደንቀውም፣ ጽሑፋዊ የአቀራረብ ዘዴው ግን *የአጵሎስን* እንደሚመስልና በምንም መስፈርት ቢመዘን ግን ሐዋርያዊ ቃና ያለው ጠንካራ *ሥራ* እንደ ሆነ ተናግሯል፡፡ *ካልቪንም* እንዲሁ ልክ እንደ ሌሎች አባቶች ሁሉ መልእክቱ ምንም እንኳ ከሐዋርያት መካከል በአንዱ የተጻፈ ሊሆን ቢችልም፣ የጳውሎስ ነው ለማለት የሚያስችል መረጃ ግን የለኝም ነው ያለው፡፡ *ካልቪን* ምክንያቱን ሲያስቀምጥ የጽሑፉ አቀራረብ ከሐዋርያው ጳውሎስ የአጻጻፍ ዘይቤና የማስተማር ስልት ጋር አይመሳሰልም፡፡ በዚያ ላይ ጸሐፊው ራሱን የሚገልጸው የሐዋርያት ተማሪ እንደ ነበረ አድርጎ ነው፡፡ ይህ ደግሞ ከሐዋርያው ጳውሎስ ማንነት ጋር የሚጣረስ ዕንግዳ ነገር ነው፡፡

ሜላንክተን የተባለው ጸሐፊም ይህንን መልእክት የሐዋርያው ጳውሎስ ነው ብሎ ጠቅሶት አያውቅም፡፡. *ማግደብርግ ሴንተሪየተርስ* የሐዋርያው ነው በማለት ከዷል፡፡ *ግሮሺየስ*፣ *ሊምቦርች* እና *ሊ ክለርክ* የተባሉ ግለሰቦች ደግሞ ይህ መልእክት በቅዱስ ሉቃስ፣

36
የአፈበአ አገልግሎት ዕብራውያን መጽሐፍ ጥናት

በአጵሎስ አሊያም ከጳውሎስ የቅርብ ጓደኞች በአንዱ ተጽፎ ሊሆን ይችላል ብለው ያምናሉ፡፡ በመቀጠልም በቤተ ክርስቲያን የሰነፎች አምባገነናዊ ዘመን በመጥባቱ ጉዳዩ ባለበት ቆየ፡፡ በሰባተኛው ክፍለ ዘመንና ከዚያም በኋላ በተለይ በእንግሊዝ አገር እያንዳንዱ ሰው በራሱ ላይ ጥላቻን፣ ጥርጣሬና መከራን ላለማምጣት ሲል ይቅርታን በማስታከከ አንዳች ፍንጭ ለመስጠት የደፈረ እንኳ የለም፡፡

ስለዚህም መጽሐፍ ቅዱስን ወደ እንግሊዝኛ የተረጐሙት ሰዎች ይህንን መልእክት "ወደ ዕብራውያን ሰዎች የተጻፈ የሐዋርያው ጳውሎስ መልእክት" ብለው ሲገልጹት ጥርጣሬውን ለመናገር የደፈረ አንዳች ጸሐፊ አልነበረም፡፡ *ሰልመር* ሲመጣ (በ1763 ዓ.ም ማለት ነው) የዚህ መልእክት ጸሐፊ ሐዋርያው ጳውሎስ ብቻ ተደርጎ ሊታይ እንደማይገባ የቀረበውን ማስረጃ ወደ ጎን በመተው *ከኦሪገን* ዘመን ጀምሮ የነበረውን ሐቅ ካዱ፡፡ የጸሐፊው ማንነት ይቅርና በጸሐፊያን መካከል ያለውን የአነጋገር ጥበብ፣ የሐረግ ስደራና የቃላት አደራደር ግላዊ ስልት እንኳ ማንም አልተናገረም፡፡

ስለዚህ በሐዋርያው ጳውሎስና በዚህ መልእክት ጸሐፊ መካከል የሚታዩትን የጋራ የሆኑ የቃላትና የሐረጎች መዘርዝር ውስጥ መግባት አንዳችም ጥቅም አይኖረውም፡፡ በእርግጥ አብዛኞቹን ለማረጋገጫነት ብንጠቅስ አሁን ካለው የክርስትና ነገረ መለኮታዊ አስተምህሮ ጋር የተጋመዱ ናቸው፡፡ በዕብራውያን መልእክት ውስጥ የምናያቸውና ከጳውሎስ የአጻጻፍ ስልት ጋር የሚቀራረቡ (የሚመሳሰሉ) ስልቶች ምናልባትም ጸሐፊው የሐዋርያው ጳውሎስ ጓደኝነቱ (አብሮ ማሳለፋቸው) እና ትምህርቶቹ ባሳደሩበት በጎ ተጽዕኖ ሳቢያ የአጻጻፍ ስልቱንም በሥራ ላይ ስለ ማዋሉ አመላካች ሊሆኑ ይችላሉ፡፡

እንግዲህ በሁለቱ ጸሐፍት መካከል ያለውን አዎንታዊ ልዩነቶች በሚገባ ሊገልጽ የሚችለው ይህ ሐቅ ነው፡፡ ስለዚህ በርእሰ ጉዳዮቹና በአገላለጽ ... ወዘተ የነበሩ ልዩነቶችንም ማንሣት አላስፈላጊ የሚሆነው ከዚህ የተነሣ ነው፡፡ በጉልምሳናው ዘመኑ በሁሉም ርእሰ ጉዳዮች ላይ የተጻፉ የሐዋርያው ጳውሎስ ሥራዎች አሉን፡፡ በተለያዩ ስሜቶችና ሁኔታዎች ውስጥ ሲሆን፣ የአንድ ጸሐፊ የአጻጻፍ ዘይቤና ስልቶች ሊለዋወጡ ይችላሉ፡፡ ለምሳሌ ሐዋርያው ጳውሎስ ራሱ የኤፌሶንን እና መጋቢያዊ መልእክቶችን የጻፈበትን ሁኔታ በዋቢነት ማንሣት ይቻላል፡፡ ይሁንና እያንዳንዱ የአጻጻፍ ስልት ጥሎት የሚሄደው የጸሐፊው ግላዊ አሻራ አለው፡፡

ወደ ዕብራውያን ሰዎች በተጻፈው መልእክትና በሐዋርያው ጳውሎስ መልእክቶች መካከል ያለው ልዩነት ከሥር ከመሠረቱ የሚነሣ ነው፡፡ ሁለቱም መልእክቶች የአንድ ብዕር

37

ውጠቶች ናቸው ማለት በሥነ ልቡና ረገድ ራሱ የማይቻል ነው። የዚህኛው ጸሐፊ ግሪክ ከጳውሎሷ ዘመን ግሪክ በጣም ትሻላለች። የጳውሎስ የጽሑፍ ስልት አሳማኝ ንግግሮችን በማድረግና በአንድ ነገር ላይ አትኩሮ ያንን ጉዳይ ለማስረዳት ረጅም ገለጻ የማድረግን አካሄድ የሚከተል ስለሚመስል ከደብዳቤነት የዘለለ ይዘት አለው።

ከዚህ አንጻር ለዕብራውያን ሰዎች የተጻፈውን መልእክት ይዘት በእነዚሁ መመዘኛዎች ስንቃኝ በምንም መንገድ ከዚህ ጋር አይመሳሰልም። የጽሑፉ ቅርጽና ፍሰሰት ሙሉ በሙሉ የተለየ ነው። የጳውሎስ ሥነ ጽሑፋዊ ፍሰሰት የፍቅርና ተደራሲያኑን የመሞገት አካሄድን የሚከተል ይመስላል። በዚህ ረገድ የዕብራውያን መልእክትም ተመሳሳይ አካሄድ አለው። ነገር ግን ከፍቅርና የተደራሲያኑን የአስተሳሰብ ሂደትና ዘዬ ከመግለጽ አንጻር የኋለኛው ከመጀመሪያው በጣም የተለየ አቀራረብ አለው። የዕብራውያኑ ጸሐፊ ነገሮችን የሚጠቅስበት መንገድ ከሐዋርያው ለየት ያለ ነው።

አጻጻፉ፣ የሙግት አቀራረቡ፣ አስተሳሰቡ፣ የስሜቱ ግለትና አገላለጽ፣ ዐረፍተ ነገሮችን መሥርቶ የሚያያይዝበት መንገድ፣ እንዲሁም የአንቀጾች አወቃቀሩ ጭምር ሙሉ በሙሉ ከጳውሎስ አጻጻፍ የተለየ ነው። የአጻጻፍ ስልቱ ደግሞ በግሪክኛ ቋንቋ እያሰበ በግሪክኛ የሚጽፍ በጣም ብልህ ሰው ይመስላል። ሐዋርያው ጳውሎስ ግን በግሪክኛ እያሰበ በሶሪያ ቋንቋ (Syriac) የሚጽፍ ሰው ነው። መልእክቱ የተተረጐመ ሊሆን እንደሚችል አስመልክቶ የተነሣው አሳብ ብዙም የሚያስኬድ አይመስልም። ምክንያቱም የዕብራውያን መልእክት የተተረጐመ ጽሑፍ ቢሆን ኖሮ መሠረቱን ባልለቀቀና መነሻውን በሚያንጸባርቅ በእንዲህ ዐይነት ድንቅ ሁኔታ ይቀርባል ተብሎ አይታሰብም።

በተዋጣለት አቀራረብ የመጻፉ ጉዳይ መልእክቱ በመጀመሪያ ከተጻፈበት ቋንቋ ጋር የተያያዘ ሊሆን ይችላል። የዚህ ጸሐፊ ዕንቅስቃሴ የምሥራቁ ዓለም የእስልምና መሪ የክብር መንጓጓጸፊያውን ጠምጥሞ የሚያሳይ ምስል ከሳች ዐይነት ሲሆን፣ የሐዋርያው ጳውሎስ ዕንቅስቃሴ ግን ለሩጫ ውድድር (እሽቅድድም) በተዘጋጀ አትሌት (ስፖርተኛ) ሊመሰል ይችላል። የዚህ ጸሐፊ የማሳመኛ ንግግር በአረንጓዴ መስክ መካከል በእርጋታ በሚገማሸር (በሚፈስስ) ሞገሳም ወንዝ የሚመስል ሲሆን፣ የሐዋርያው ጳውሎስ የማሳመኛ ንግግር ግን ከተራራ ላይ ቁልቁል ተምዘግዝጎ ግራና ቀኝ ከዐለቶች ጋር እየተላተመ በሚወርድ ኃይለኛ ጎርፍ ሊመሰል ይችላል። (Archdeacon Farrar.)

የዕብራውያንን መልእክት ጸሐፊ *በርናባስ* እንደሆነ የሚያወሳው *የተርቱሊያኖስ* መላምት ከባህል አንጻር ሲታይ አንዳችም መሠረት የለውም። *ተርቱሊያኖስ* ለመልእክቱ የሰጠው

ከፍተኛ ግምትና አድናቆት እርሱ ከሰማው ነገር ግን ካላየው *የበርናባስ* መልእክት ጋር የተደናገረ (ለመለየት የሚያስቸግር እንዲሆን አድርጎታል)፡፡ የምዕራቧ ቤተ ክርስቲያን መልእክቱ በበርናባስ የተቀናበረ እንደሆነ ብታምን ኖሮ እንዲህ በቀላሉ ወደ ጎን ገሸሽ አድርጋ ባላለፈችው ነበር፡፡ በሌላ በኩል ደግሞ የምሥርቁ ባህል ያለመታከት መልእክቱ የጳውሎስ እንደ ሆነ ሲያስተጋባ የኖረ ወገን ነው፡፡ በምሥራቁ ወገን መልእክቱን *ከሉቃስና ከክሌመንት* አስተዋጽኦ አድራጊነት ጋር እያይዘው አሳባቸውን የገለጹ በምክንያት አስደግፈው እንዲያቀርቡ ሂስ ሲሰነዘርባቸው ነበር፡፡

ቅዱስ ክሌመንት ከዚህ ጋር ያለው ተያያዥነት የመጣው ለቆሮንቶስ ሰዎች ከጻፈው መልእክት ጋር የአጻጻፍ ዘይቤው በመመሳሰሉ ነው፡፡ ይሁንና ይህ ተመሳሳይነት ዕውነት የሚመስል ዳሩ ግን ተሰርቆ የተወሰደ ይመስላል፡፡ ሁለቱ ያላቸው ልዩነት እንዲህ በቀላሉ ተነግሮ የሚያልቅ አይደለም፡፡ የመጀመሪያና ዋናው *ሥራ*፣ የጥልቀት ደረጃው፣ ለዕብራውያን ያስተላለፈው መልእክት ጥንካሬ፣ በቀላሉ መዳረስ (መባዛት) መቻሉ፣ ምክር ለጋሽነቱ፣ ሰባኪነቱ ለቆሮንቶስ ሰዎች ከተጻፈው መልእክት አንጻር ሊታይ ይችላል፡፡ ሌላኛው ቀሪ ግምት ደግሞ የዕብራውያን መልእክት *"በሐዋርያው ጳውሎስ የተጻፈ ነው፣ ይሁንና የዛሬው ቅርጽ በመያዝ የተዋጣለት ሊሆን የቻለው ቅዱስ ሉቃስ ጣልቃ ገብቶ ስለ ረዳው ነው፣ ስለዚህ ለሉቃስ ምስጋና ይገባዋል!"* የሚል ነው፡፡ ይህ እንግዲህ በጥንት ክርስቲያኖች ተጀምሮ ወዲህ የዘለቀ መላምት ነው፡፡

የእስክንድርያው ክሌመንት የሰጠውን ይህንን መላምት በማስረጃ አስደግፈን ማረጋገጥ አንችልም፡፡ *ታይፖስሰም* ራሱ ይህንን ያለው ቀደምት ጸሐፍትን በምንጭነት በመጥቀስ ነውና፡፡ እዚህ ላይ ግን አንድ ተቃሚ ነገር እንመለከታለን፡፡ ይህ ሰው ቅዱስ ሉቃስ ይህንን መልእክት ለግሪኮች ተርጒሞ ማሳተሙን ገልጾ፣ ከዚሁ ጋር በማያያዝ የዕብራውያን መልእክት የቃላት አጠቃቀም ከሐዋርያት *ሥራ* መጽሐፍ ጋር ያለውን ተመሳሳይነት ሲያብራራ እንመለከታለን፡፡ ከዚህ አንጻር ከታየው ምልከታ በመነሣት ስለ *ሥራዎቹ* መመሳሰል ግምቱን ከማስቀመጥ ይልቅ፣ ሐቁን ካስቀመጠ በኋላ መለስ ብሎ ተመሳሳይነታቸውን ወደ መግለጽ ሲያመራ እንመለከታለን፡፡ ስለዚህ የዕብራውያን መልእክትን *ሥር-መሠረት* (መነሻ) በተመለከተ ከጥንቷ ቤተ ክርስቲያን ተነሥቶ በተዋረድ እኛ ዘንድ የደረሰ ጠንካራ መሠረት ያለው ምስክርነት አለ ከተባለ የእርሱ ብቻ ነው፡፡ (F. Delitzsch, D. D.)

አጵሎስ የመልእክቱ ጸሐፊ ሊሆን እንደሚችል *ሉተር* ያቀረበው አሳብ ከእርሱ ዘመን ጀምሮ የተወደሰ ይመስላል፡፡ በእርግጥም ጸሐፊው ልክ እንደ አጵሎስ ዐይነት ሰው

ይመስላል ... የሆነ አይሁዳዊ ... ዝርያው ከወደ እስክንድርያ የሆነና የተማረ ... ሰፊ የመጽሐፍ ቅዱስ ዕውቀት ያለው ... በጌታ መንገድ ምሪትን ያገኘ ... በመንፈስ ቅዱስ የተመራና የታዘዘ ... ለአይሁድ ኢየሱስ እርሱ ክርስቶስ መሆኑን በኃይል ማስረዳት የቻለ (የሐዋ. 18፥24-28) ነው። አስተሳሰቡ ከጥንቶቹ አይሁድ ክርስቲያኖች ጋር የሚስማማ፣ ውስጣዊ ይዘቱ *ከእስክንድሪያ* ቤተ ክርስቲያን ባህልና ፍቅር የተሞላና የጋለ አድናቆት ያለው ሰው ነው። ለርሱ (ለመልእክቱ ጸሐፊ) ከዚህ በላይ ገላጭ ቃላት ማግኘት አይቻልም። (A. B. Davidson, LL. D.)

አፖሎስንና የዚህን መልእክት (የዕብራውያንን) ጸሐፊ ልክ በመስታወት የራሱን መልክ የሚያይ ሰው ያህል የተስማሙ መሆናቸውን ማወቅ ይቻላል። ከመጀመሪያው ይህ ሰው በዮሐንስ ጥምቀት እንደ ተዋወቀን ተነግሮናል። እናም ይህ ጸሐፊ በመልእክቱ ውስጥ ጥምቀትን ከእምነት መመሪያዎችና ከክርስትና አስተምህሮዎች መካከል እንደ አንዱ አድርጎ ያስቀምጣል።

በምኩራብ ውስጥ በሙሉ ድፍረትና በራስ መተማመን እንደሚሰብክ ተነግሮናል። እናም ይህ ጸሐፊ አንድ ክርስቲያን ሁልጊዜም ቢሆን ሊኖረው የሚገባውን ድፍረት የታጠቀ ነው። በመጨረሻም አጵሎስ ከፍተኛ ተናግሮ የማሳመን ኃይል የነበረው ሰው ቢሆንም፣ እምብዛም ዝና ፈላጊ እንዳልነበረ ተመልክተናል። ይህ የተባለበት የራሱ ምክንያት አለው። የተወሰኑ የቆሮንቶስ ሰዎች ልክ እንደ ሐዋርያው ጳውሎስ ሁሉ *አጵሎስንም* እጅግ ያደንቁት ስለ ነበረ ጥሪ አቅርበውለት በትሕትና ዕምቢታውን ገልጾላቸዋል። በትምህርቱና አጠቃላይ አካሄዱ የተደነቁት ሰዎቹ በእርሱ መገረማቸውን ሲገልጹ በግል የሚጎርፍለት አድናቆት ብዙም እንዳላስደሰተው ተመልክቷል። ይሁንና እርሱ የተገኘባት የእስክንድሪያዋ ቤተ ክርስቲያንና የገዛ አገሩ ሰዎች ይህንን መልእክት እርሱ ስለ መጻፉ ትንፍሽ አለማለታቸው አስተችቷቸዋል። ምንም እንኳ አጵሎስ ትውልዱም ሆነ ትምህርቱ እስክንድሪያ ቢሆንም፣ ገና ወደ ክርስትና ሳይመጣ ይህንን የትውልድ ከተማውን ትቶ በመውጣቱ ለእስክንድሪያ ክርስቲያኖች ዕንግዳ ሊሆን ይችላል።

የዕብራውያን መልእክት ተጽፎ አንድ ክፍለ ዘመን እስኪሞላው ድረስ ስለ መልእክቱ ከእስክንድሪያ ቤተ ክርስቲያን የተሰማ አንዳችም አስተያየት አልነበረም። ያም ሆነ ይህ የእስክንድሪያ ቤተ ክርስቲያን ዝምታ የዕብራውያን መልእክት የጳውሎስ እንደ ሆነ ከሚናገረውና በአንጻሩ ደግሞ አጵሎስ ለክፍለ ዘመናት በምዕራቧ ቤተ ክርስቲያን ዘንድ ዕውቅናን የተነፈገውን አሳብ ያህል የጎላ አይደለም። ይህ አሳብ በምሥራቋ ቤተ ክርስቲያን ዘንድም በከፊልና በማመንታት ደረጃ የተንጸባረቀ ነው። ታዋቂው ሐዋርያው ጳውሎስ

መልእክቱን አልጻፈውም ተብሎ ፈተና ከበዛበት በአንድና ሁለት ቤተ ክርስቲያናት ዘንድ ብቻ ይታወቅ የነበረው አጵሎስ ደግሞ እንዴት አብዝቶ አይባል?! *ሉተር ተነሥቶ* የአጵሎስን ጸሐፊነት በመደገፍ ተቃውሞውን እስካሰማበት ጊዜ ድረስ በአጵሎስ ጸሐፊነት ጉዳይን በተመለከተ አስቀድሞ ጠንከር ያለ አስተያየት የሰጠ ማንም ወገን አልነበረም፡፡ ከዚያ አስቀድሞ ግን መልእክቱን በተመለከተ እንዲሁ አንዴ በዚህኛው ሌላ ጊዜ ደግሞ በዚያኛው ወገን የተጻፈ ነው እየተባለ በግምት ሲነገር ኖሯል፡፡

ሐዋርያው ጳውሎስ የመልእክቱ ጸሐፊ ሊሆን እንደማይችል አስቀድመው የገለጹ ወገኖች መልእክቱ ከሌላ ቋንቋ ተተርጉሞ የቀረበ ስለመሆኑ መላምታቸውን አስቀምጠዋል፡፡ ምክንያታቸውንም ሲገልጹ የስሜት አገላለጽ ደረጃውና የቋንቋ ይዘቱ መልእክቱ በተለያዩ ሰዎች መቅረቡን ያመለክታል ይላሉ፡፡ የአጵሎስ ራሱን የመደበቅ አዝማሚያ ሥራው ጎልቶ በመውጣት ወደ አደባባይ እንዳይወጣ ዕንቅፋት ሆኗል፡፡ ከዚህ በተጨማሪም የቤተ ክርስቲያን አባቶች ከግምት ባለፈ ስለ እስክንድርያው አጵሎስ በድፍረት የሚናገሩትን በቂ ማሳመኛ አሳጥቷቸዋል፡፡ ይህ ባይሆን ኖሮ የመልእክቱ ተቀባይ የነበረችው ቤተ ክርስቲያን ሳትቀር የአጵሎስን ስም ባልዘነጋችና ጠብቃ ማቆየት በቻለች ነበር፡፡ ይህንንም በጽሑፉ ላይ ምንም ዐይነት የግርጌ ማስታወሻ ያለመያዙና ከአይሁድ ማኅበረሰብ ወደ ክርስትና ለመጡ ወገኖች ብቻ እንደ ተጻፈ መቈጠሩ ነው፡፡ ይህንን ያህል በእርግጠኝነት መናገር ይቻላል፡፡ እነዚህ ሁሉ መልእክቱ በአጵሎስ ሳይሆን፣ በሌላ ጸሐፊ ቢጻፍ ኖሮ ሊሆኑ የሚችሉ አይደሉም ተብሎ ይታመናል፡፡ (Archdeacon Farrar.) *(ዘ. ቢብሊካል. ኢሉስትሬተር፡ ሐተታ)*

መልእክቱ መጀመሪያ የተጻፈበት ቋንቋን አስመልክቶ የሚሰጡ የተለያዩ አስተምህሮዎች

1. *ዩሴቢየስን የእስክንድሪያውን* ክሌመንት በቀጥታ በምንጭነት በመጥቀስ መልእክቱ የተጻፈው በሐዋርያው ጳውሎስ በዕብራውያን ቋንቋ (በአራማይክ) ሲሆን፣ ተቀባዮቹም ደግሞ ዕብራውያን ነበሩ ብሏል፡፡ ከዚያ በኋላ በቅዱስ ሉቃስ አማካይነት ወደ ግሪክኛ ቋንቋ መተርጐሙንም እያይዞ ገልጾ ነበር፡፡ ከዚህ በኋላ *ጀሮም* የተባለው ጸሐፊም *ዩሴቢየስን* በመጥቀስ ይህንኑ አሳብ ደግሞታል፡፡ ምንም እንኳ እንዲህ እንዲህ እያለ ወደ ቀጣዮቹ ጸሐፍት መረጃው ሲሸጋገር ቢቆይም፣ መልእክቱ የተጻፈበትን የመጀመሪያ ቋንቋ በተጨባጭ ዐይቶ በተጨባጭ መረጃ ላይ ተደግፎ የጻፈ አንዳችም ጸሐፊ ወይም ሰነዱ ራሱ አልተገኘም፡፡

2. ውስጣዊ መረጃ እንደሚያመለክተው ግን ያለ አንዳች ጥያቄ መልእክቱ የተጻፈበት የመጀመሪያ ቋንቋ በቀጥታ ግሪክኛ ነው እንጂ፣ ከአራማይክ የተተረጐመ

አይደለም:: የቃላት ምርጫው፣ የአጻጻፍ ዘይቤውና የማሳመኛ ንግግር አቀራረብ ባሕርይውም ቢሆኑ የሚያመሩት ወደዚሁ ማጠቃለያ ነው::

3. ይህ መልእክት በመጀመሪያ የተጻፈበት ቋንቋ ግሪክኛ ስለመሆኑ ተጨማሪ ማስረጃ የሚሆነን በዕብራውያን 10÷30 እና በብሉይ ኪዳን ዘዳግም 32÷35 ላይ የተጠቀሱትና ከ LXX የተወሰደው ክፍል ነው:: ይሁንና ይህ አሳብ ግን በዕብራውያን (ምሳሌ ዕብ 2÷7፤ 10÷38፤ 12÷5) የተለየ መልክ አለው:: እዚህ ላይ የሚነሡ ሙግቶችም በ LXX ለየት ያለ ዕሳቤ ላይ የተመሠረቱ ናቸው:: ስለዚህ እነዚህ ሁሉ መልእክቱ በመጀመሪያ በአራማይክ ቋንቋ ተጽፎ ወደ ግሪክ የተተረጐመ አለመሆኑን ያሳያሉ:: (ለምሳሌ ዕብ. 10÷5፤ 12÷26)

4. እዚህ ላይ ምናልባትም አንድ ሌላ አሳብ መጨመር ይቻላል:: በግሪክኛው ጽሑፍ ላይ የሚታየው ጠንከር ያለ የቋንቋ አቀራረብ ምናልባትም ተወግዶ ሊሆን ይችላል የሚለው መላምት መልእክቱ በተጻፈበት ቋንቋ ላይ ለሚነሡ የጽንሰ አሳብ ልዩነቶች የሚሰጠው ፋይዳ እምብዛም ነው:: በጒዳዩ ላይ የተናገሩ ወይም የጻፉ ምሁራን በዚህ ክብደትም ሆነ በመፍትሔው ላይ ያላቸው ስምምነት በጣም አናሳ ነው:: (Bp. Westcott.) (ዘ. ቢብሊካል. ኢሉስትሬተር፡ ሐተታ)

ይህን መጽሐፍ በሁለት ዋና ዋና ክፍሎችም ከፋፍለን ልንመለከተው እንችላለን:: የመጀመሪያው ዕብራውያን 1÷1 - 10÷18 ድረስ ያለው በመሠረታዊ አስተምህሮ (ዶክትሪን) ላይ ያተኰረ ሲሆን፣ ሁለተኛው ክፍልም ከምዕራፍ 10÷19 - 13÷25 ድረስ ያለው በእለታዊ አኗኗራችን ላይ ያተኰረ ሆኖ እናገኘዋለን::

ጸሐፊው

ጸሐፊው የአይሁድ ክርስቲያኖች ከተቀበሉት እምነት እንደገና ተመልሰው እንዳይንሸራተቱም ጭምር አጠንክሮ ያሳስባቸዋል (ዕበ. 10÷39):: ምንም እንኳ የዕብራውያን አማኞች በሕግና በወግ አጥባቂነት በሃይማኖት ሥርዓታቸው ቢታወቁም፣ በመንፈሳዊ ሕይወታቸው ጠንካሮች እንዳልነበሩ፣ ገናም ሕፃንነት እንዳልተወገደላቸውና ወደ ብስለት እንዳልመጡ ከትምህርቱ መረዳት ይቻላል (ዕብ. 5÷12-14):: ትምህርቱም *"የተሻለና፣ ታላቅ"* የሚሉትን ቃላት በበርካታ ቦታዎች ላይ ደጋግሞ ስለሚጠቀምበት እነዚህ ቃላት የመጽሐፉ ቍልፍ ቃላት እንደሆኑ እንድንገነዘብ ያስችለናል (ዕብ. 1÷4፤ 2÷3፤ 4÷14፤ 7÷19፣ 22፤ 8÷6፤ 9÷11፣23፤ 10÷32፣ 34፣ 35፤ 11÷16፣ 34፣ 40፤ 12÷1፤ 13÷20)::

የመልእክቱ መቼት /መቼና የት ተጻፈ?

የአፈበአ አገልግሎት ዕብራውያን መጽሐፍ ጥናት

መጽሐፉ መቼ እንደ ተጻፈ በትክክል ማወቅ የሚያዳግት ሲሆን፣ ዳሩ ግን የኢየሩሳሌም ከተማና ቤተ መቅደሱ ከመደምሰሳቸው በፊት እንደሆነ ይገመታል፡፡ ይህም ማለት ቤተ መቅደሱ እንደ ተደመሰሰ የሚነገረው በ70 ዓ.ም ሲሆን፣ የዕብራውያን መጽሐፍ ከዚያ በፊት እንደ ተጻፈ ይገመታል፡፡ ለዚህም አስረጂ የሚሆነው፣ መጽሐፉ ስለ ክህነት አገልግሎትና ስለ ቤተ መቅደሱም አገልግሎት በስፋት እየተናገረ ሳለ አንዳችም ቦታ ግን ስለ መፍረሱ ምንም ባለመጥቀሱ ነው፡፡

መልእክቱን ስናጠና ዕብራውያን 5፥1-6 እና ከ 7-10 ያሉት ምዕራፎች ቤተ መቅደሱም ሆነ የክህነት ሥራውና የሚቀርበው ቅዱስ መሥዋዕት በሙሉ እንደ ነበረ መደበኛ አገልግሎቱን በመቀጠል ላይ እንደ ነበር መረዳት ይቻላል፡፡ ይሁንና በዕብራውያን 8፥13 ላይ ያለውን መልእክት ስንመለከት ነባራዊ የሆነው የቤተ መቅደስ ሥርዓት (ከነ ፈርጀ-ብዙ የመሥዋዕት አቀራረቡ ማለት ነው) ሊቀርና ሊፈርስ መቃረቡን እንረዳለን፡፡ ይሁንና ይህ ለዘመናት የኖረ የቤተ መቅደስ ሥርዓት ፍቅርና ተቋማዊ ቁመናው ጌታን ካመኑት አይሁድ ልብ ውስጥ ገና አልጠፋም ነበር፡፡ ስለዚህ ካመኑት ክርስቶስ ቀድመው ወደ ነበሩበት ወደ ይሁዲነት ሊመልሳቸው የሚችል ታላቅ ፈተና ውስጥ ነበሩ፡፡ ስለዚህ የዕብራውያን መልእክት ምናልባትም ትግሉ በዚህ ፈተና እንዳይወሰዱ በማድረግ ላይ ያተኰረ ነበር፡፡ እናም እንደገና መልእክቱ ተጽፎ የተላከው ከኢጣሊያ መሆኑን እርግጠኛ መሆን ቢቻልም፣ ሥፍራው ግን ከሮም ሳይሆን፣ ከሮም በርቀት ላይ ከሚገኝ አንድ አካባቢ ነበር፡፡

መልእክቱ የተጻፈው ከሮም ቢሆን ኖሮ፣ የሰላምታው ክፍል ላይ አንዳንድ ጠቋሚ ፍንጮችን ማግኘት በቻልን ነበር፡፡ መልእክቱ በቀጥታም ባይሆን፣ ስለ ጢሞቴዎስ ከእስር መፈታት ያወሳል፡፡ ከእስር ስለ መፈታቱ ሐቅና ስለ ተፈታበት ጊዜ የሆነ ሌላ ፍንጭ ሰጭ ሥፍራ ሊኖረን ይችላልን? አንዳንድ ሐያሲያን በፊልጵስዩስ 2፥19፣ 23፣ 24 ላይ ያለውን አሳብ ጳውሎስ ከተናገረውና ከጢሞቴዎስ ጋር ከሚመሳሰለው አሳብ በመነሣት ከዚሁ ጋር አያይዘው ይገልጹታል፡፡ ክፍሉ *"ነገር ግን ኑሮአችሁን ሳውቅ እኔ ደግሞ ደስ እንዲለኝ ፈጥኜ ጢሞቴዎስን ልልክላችሁ በጌታ በኢየሱስ ተስፋ አደርጋለሁ ... እርሱን ቶሎ እንድልክ ተስፋ አደርጋለሁ፤ ራሴ ደግሞ ግን ፈጥኜ እንድመጣ በጌታ ታምኛለሁ"* ይላል፡፡"

ስለዚህ ምንም እንኳ ያኔውኑ ተከስቶ ሊሆን ቢችልም፣ የጢሞቴዎስን መታሰርና መፈታት በቀጥታ በ62 ዓ.ም ወይም በ64 ዓ.ም ከተጻፈው ከዚሁ መልእክት ጋር ብቻ አያይዞ ማየት ግን አስቸጋሪ ነው፡፡ ጢሞቴዎስ አንድ ጊዜ ብቻ ታስሮና ተፈትቶ ከነበረ ትክክለኛው የእስራቱና የመፈታቱ ዘመን ሊገጣጠም የሚችለው ከዕብራውያን መልእክት ጋር ነው፡፡ በጣም የተጠጋጋ ግምት ለማስቀመጥ ቢያስፈልግ ጊዜው ከ64 ዓ.ም

አይዘልልም፡፡ በዚህ መልእክት ግምት መሠረት በዚያን ወቅት የይሁዲነት እምነትና ቤተ መቅደሱ ወደ መፍረሻ (ማቆሚያ) ጊዜያቸው ተቃርበው ነበር፡፡ (H. Cowles, D. D.)

ይህ መልእክት ከተጻፈ ከአምስት ዓመታት በኋላ ቤተ መቅደሱ በመቃጠሉ የሌዋውያኑ አገልግሎትም ተቋረጠ፡፡ ስለዚህም ይህ መልእክት ለተበታተኑት አይሁድ ክርስቲያኖች እንዴት የተወደደ መልእክት እንደ ነበረ ማየት ይቻላል፡፡ (W. Kay, D. D.) (ዘ. ቢብሊካል. ኢሉስትሬተር፡ ሐተታ)

የዕብራውያን መጽሐፍ በሮማ የንጉሠ ነገሥት ግዛት ውስጥ ለሚኖሩ ዕብራውያን ለሆኑ አማኞች በመጀመሪያ በግሪክ ቋንቋ የተጻፈ ደብዳቤ ነው፡፡ በዐበይት ርእስነትም የሚናገረው ስለ መሢሑ ኢየሱስ (የሹዋ) ነው፡፡ የተጻፈበት ጊዜ ከ64-68 ዓ.ም ባለው ጊዜ እንደ ሆነ ይገመታል፡፡ ዳሩ ግን የኢየሩሳሌም ቤተ መቅደስ ከፈረሰበት ከ70 ዓ.ም በፊት እንደ ተጻፈ በሁሉም ዘንድ ይታመናል፡፡ የዕብራውያንም መጽሐፍ አጠቃላይ እና ዋነኛ ጭብጥ ኢየሱስ የአዲስ ኪዳን መካከለኛ፣ ዋስትናና ሊቀ ካህናት ነው የሚል ነው፡፡ *(Don E. Stanton, The Epistles to the Hebrews: A Clear, Prefered Version & Hebrews: An Introductory Analysis and Commentary (March/April 1994, Published by Maranatha Revival Crusade, Secundrabad & Porth), P. 23.*

የተጻፈበት ዘመን ግምታዊ ዕሳቤ

ከላይ እንደ ተመለከትነው የዕብራውያን መልእክት ከ70 ዓ.ም በፊት ተጽፎአል የሚለውን ብዙዎች ይደግፉታል፡፡ ይህም ደግሞ ቤተ መቅደሱ የፈረሰው በ70 ዓ.ም ስለ ነበር፣ ከዚህ ጊዜ በኋላ መልእክቱ ተጽፎ ቢሆን ኖሮ የቤተ መቅደሱ መፍረስ ሁኔታ በጽሑፉ ውስጥ ይካተት ነበር ተብሎ በብዙዎች የመጽሐፍ ቅዱስ ዐዋቂዎች ዘንድ የሚታመን በመሆኑ ነው፡፡ ይሁንና ይህ አመለካከት ብቻውን በገኘነት ሊቆም የማይችልበት ሁኔታም ጭምር አለ፡፡

ይኸውም የዕብራውያን ጸሐፊ ስለ ቤተ መቅደሱ የሚያወራው በድምቀት ሊያስምርበት ከሚፈልገው ትምህርት አኳያ ወይም ሊያስተላልፈው ከሚፈልገው መልእክት አንጻር መሆኑ ነው፡፡ የዕብራውያን ጸሐፊ በእርግጥም ክርስትና የአይሁድ እምነት ቀጣይና የመጨረሻ ጒዞ ማድረጊያ ብሎም አይተኬ መሆኑን ለማሳየት፣ ከዚህም ጋር በተያያዘ ጌታችን መድኃኒታችን ኢየሱስ ክርስቶስ በሁሉም ረገድ የበለጠና የተሻለ ብሎም ፍጹም የሆነ አገልግሎትን በዚህ የአዲስ ኪዳን ዘመን ያመጣ መሆኑን የማሳየት ዓላማን ይዞ ነው የተነሣው፡፡

እናም ይህን ዓላማውን ከመምታት አኳያ ስለ ቤተ መቅደሱ ሊናገር ይመርጥ ይሆናል፡፡ ስለዚህም ቤተ መቅደሱ መፍረሱን ካወቀ በኋላ እንኳ መልእክቱን የሚጽፍ ቢሆን፣ ስለ ቤተ መቅደሱ መፍረስ የመናገር አሳብ ላይኖረው እንደሚችል መረዳት ያስፈልጋል፡፡ ምክንያቱም ሁሉም ጸሐፊያን ስለ አንድ ነገር ሁሉንም ነገር ይጽፋሉ ብሎ ማሰብም ሆነ መናገር ትክክል አይሆንምና፡፡

የመጽሐፉ ዋነኛ ትኩረትና ጭብጥ ሊያመለክተን የሚፈልገው የኢየሱስ ክርስቶስን የክህነት አገልግሎት የሚወዳደረው እንደ ሌለ፣ እርሱ ከሁሉም የላቀ ሊቀ ካህን እንደ ሆነና ዕንከንም የሌለበት መሆኑን ለማስገንዘብ ነው፡፡ በዘመናት መካከል ሌሎች የእግዚአብሔር አገልጋዮች ይናገሩና ያመለክቱ የነበረው ወደ መሢሑ ክርስቶስ ኢየሱስ እንደ ሆነና በካህናቱ፣ በነቢያቱ፣ በነገሥታቱ፣ በመላእክትም ሳይቀር ስለ እርሱ እንደ ተነገረና፣ እርሱ ከሁሉም የላቀ መሆኑን፣ እርሱ ከሙሴና ከሌሎችም ሁሉ እንደሚበልጥ ያሳየናል፡፡

የሥነ ጽሑፉ ዘውግ (Genre)፡- የዚህን ሥነ ጽሑፍ ዘውግ በተመለከተ ስብከታዊ ስለ መምሰሉ ዕብራውያን 13÷22 መመልከት መልካም ነው፡፡ የዚህ ዝማሬ ትርጒምና ትንታኔ የሥነ ጽሐፍ ሥራው ዋነኛ ወካይ መሆኑ አይካድም፡፡ በተለይ ደግሞ ለጴንጤቆስጤ ክብረ-በዓል የሚነበብ (ሚድራሽ) ነው የሚለውን አሳብ በቸልታ ማለፍ አይቻልም፡፡ ይሁንና በዚያን ዘመን በሜድትራኒያን ምኩራቦች ውስጥ የሚቀርቡ ምንባባትን በተመለከተ የማስረጃ እጥረት አለ፡፡ አቀራረቡ ሲታይ በሰላምታ ከማጠቃለሉ በስተቀር ከመደበኛ መልእክት (ደብዳቤ) ይልቅ አንድ የሆነ ምንባብ ይመስላል፡፡ ይሁንና በጥንት ዘመን ከተለመዱ የደብዳቤ አጻጻፎች አንደኛው በዚሁ መልክ የሚሰናዳው ደብዳቤ "letter-essay," የሚባለው ነው፡፡ የጥንቱ ይሁዲነትና ክርስትና የሥነ ጽሑፍ አቀራረቦች በስብከታዊ ወይም ትምህርት መልክ ስለሚቀርቡ ከዚሁ ጋር የሚመሳሰሉ ናቸው፡፡ ስለዚህ የዕብራውያን መልዕክትም "letter-essay" የሚባለውን የሚመስል የሥነ ጽሑፍ አቀራረብ አለው፡፡

የዕብራውያን መልእክት የተጻፈበት ዓላማ በያዙት የክርስትና እምነት እና በቀደመው የአይሁድ ሃይማኖት መካከል እየዋዠቁ የነበሩትን ከአይሁድ ሃይማኖት ወደ ክርስትና እምነት የመጡትን አማኞች፣ በእምነታቸው ላይ ወይም በተቀበሉት የክርስትና እምነት ላይ ምንም ዐይነት ጥርጣሬ እንዳይኖራቸው፣ ይልቁንም እርግጠኞች እንዲሆኑ ለማድረግ ነው፡፡

የዕብራውያን ጸሐፊ የኢየሱስ ክርስቶስን ማንነት እና ሥራዎች ከብሉይ ኪዳኑ የክህነት አገልግሎት እና ከመሥዋዕታዊ ሥርዓቱ ጋር እያነጻጸረ ያቀርባል፡፡ በዚህም ክርስቶስ

ለውድድር ሊቀርብ በማይችል እና እጅግ በላቀ መጠን ከእነርሱ የሚበልጥ መሆኑን፣ እነዚህ ነገሮችም የቆሙለት ዓላማ ሁሉ በስተመጨረሻ ግቡን የመታውና ፍጻሜውንም ያገኘው በእርሱ እንደ ሆነ፣ እርሱ ፍጹም የሆነ ሊቀ ካህናትና ፍጹም የሆነን መሥዋዕት ያቀረበ መሆኑን፣ በመጨረሻም ደግሞ እርሱ የኃጢአት መሰናክልን /ዕንቅፋትን/ ያስወገደ እና ለሰዎች አሮጌው መሥዋዕታዊ ሥርዓት ከቶ ሊያደርገው ያልቻለውን ነገር ያደረገ፣ ማለትም የሰው ልጆች ወደ እግዚአብሔር መግባትን እንዲያገኙ ያደረገ መሆኑን በግልጽ ያስረዳቸዋል፡፡እንድምታዊነት ባለው መልኩም ሲታይ ስለ አዲስ ኪዳኑ ሊቀ ካህናት እነዚህን ሁሉ ነገሮች ባለመረዳት ወደ ቀደመውና ብዙ ድካሞች ወዳሉበት ሥርዓት ተመልሶ መመልከት ሁሉንም ነገር ማጣት መሆኑን የዕብራውያን መልእክት ያሳያል፡፡ *(Zondervan Handbook to the Bible: Hebrews, Pat and David Alexander, 1999 (Lion Hudsone Plc), P. 740-741)*

የመልእክቱ አወቃቀር፡- *ክርስቶስ ከመላእክት ይልቅ ታላቅ ነው* (1) ሕጉን የሰጠውም እርሱ ነው (2) ይህ ንጽጽር ክርስቶስ ከመላእክት ብቻ ሳይሆን፣ ከሕጉ ከራሱ ይበልጣል ለሚለው የጸሐፊው ሙግት ደጋፊ ነው፤ ክርስቶስ ከሙሴም ሆነ ከተስፋዪቱ ምድር ይበልጣል (3÷1-4፤ 13)፤ እንደ መልከ ጼዴቅ ሹመት ከብሉይ ኪዳን ክህነት ይበልጣል (4÷14-7፤ 28)፤ ምክንያቱም እርሱ ከአዲስ ኪዳን ጋር የተቆራኘ ነውና (ምዕራፍ 8)፡፡ ደግሞም ከቤተ መቅደሱ አገልግሎት ጋርም የተቆራኘ ነው (9÷1-10÷18)፤ ስለዚህ ተከታዮቹ ሁሉ የሚያስከፍላቸውን ዋጋ (10÷19-12÷13) በመክፈል በእምነት ጸንተው ሊከተሉት እንጂ፣ ወደ ኋላ ሊመለሱ አይገባም፡፡ ልክ ሌሎች በርካታ ደብዳቤዎች እንደሚያደርጉት ሁሉ በተወሰኑ ሥነ ምግባራዊ ጭብጦች ላይ አጽንኦት በማድረግ ጸሐፊው ፅንሰ- አሳባዊ ገለጻውን ይቀጥላል (13÷1-17)፡፡ እምነትን መካድ እንደማይገባ በመልእክቱ ውስጥ ተደጋግሞ ተጠቅሷል፡፡ እምነትን መካድ እንደማይገባና ሕጉም ከብሉያት ይልቅ አሁን መጥበቁን ያስረዳል፡፡

የዕብራውያን መልእክት ልዩ ገጽታው ፡- በዕብራውያን መጽሐፍ ላይ የምናገኛቸው ለየት ወይም ወጣ ያሉ ነገሮች አሉ፡፡ ከእነዚህም ነገሮች መካከል በቅድሚያ የምናገኘው ጸሐፊው ብሉይ ኪዳንን ለጽሑፉ ግብዓት አድርጎ የተጠቀመበትን ሁኔታ ነው፡፡ ይኸውም ከሁሉም ለየት ባለ መልኩ ከዕብራይስጡ መጽሐፍ ይልቅ ሰብዓሊቃናት (LXX) ተብሎ የሚጠራውን የመጀመሪያውን ከዕብራይስጥ ወደ ግሪክ የተተረጐመውን መጽሐፍ መጠቀሙ ነው፡፡ ጸሐፊው የሚያደርጋቸውን ክርክሮች በሰብዓሊቃናት ላይ መሠረት አድርጓል፡፡ ጸሐፊው ለእርሱ በጣም የተለዩ የሆኑለት በተደጋጋሚ የጠቀሳቸው መጻሕፍት አምስቱ የሙሴ መጻሕፍት እና መዝሙረ ዳዊት ናቸው፡፡ ከጠቀሳቸው ሃይ ዘጠኝ ጥቅሶች

መካከል ሃያ ሦስቱ ከእነዚህ ስድስት የብሉይ ኪዳን መጻሕፍት የተወሰዱ ናቸው፡፡ ጸሐፊው ለነቢያት መጻሕፍት የሰጠው ትኩረት ኢምንት ነው፡፡

በተለይም በመሥዋዕቶች ላይ ካለው ዝንባሌ አንጻር፣ አንድ ሰው የእርሱን ዓላማ ይበልጥ የነቢያት መጻሕፍት ስለሚደግፉለት እነርሱን ይጠቀማል ብሎ ሊያስብ ይችላል፡፡ ዳሩ ግን የዕብራውያን ጸሐፊ ይህን አላደረገውም፡፡ ሌላው ወጣ ያለ ነገሩ የዕብራውያን ጸሐፊ ከብሉይ ኪዳን የመጥቀሱ ዝንባሌ ከቶ የማይታይበት መሆኑ ነው፡፡ የሚጠቅሳቸውን ምንባቦች በአብዛኛው ከእግዚአብሔር ጋር ያያይዛቸዋል፡፡ ከብሉይ ኪዳን የወሰዳቸውን ቃላቶች ሁለት ጊዜ ከክርስቶስ ጋር ያያያዛቸው (2፥11-12፤ 10፥5ጀምሮ) ሲሆን፣ እንዲሁ ሁለት ጊዜ ከመንፈስ ቅዱስ ጋር (3፥7፤ 10፥15) አያይዟቸዋል፡፡ እንዲህ ያለው አካሄድ በሌሎች የአዲስ ኪዳን ጸሐፊያን ዘንድ ከቶ ያልተለመደ ነገር ነው፡፡በተጨማሪም የዕብራውያን ጸሐፊ ቅዱሳት መጻሕፍት ወደ ኢየሱስ ያመለክታሉ ከሚል አንጻር ይመለከታቸዋል፡፡ እነዚህ ጥንታውያን ጽሑፎች በእርሱ ፍጻሜን እንዳገኙ ይናገራል፡፡ ይህም እያንዳንዱ ትንቢት በኢየሱስ ከመፈጸሙ ባሻገር መላው መጻሕፍት በክርስቶስ ፍጻሜያቸውን አግኝተዋል፡፡ የተጻፉበትንም ግብ መትተዋል ማለት ነው፡፡

የዕብራውያን ጸሐፊ ክርስትናን የመጨረሻው ሃይማኖት አድርጎ ይመለከተዋል፡፡ ይህም ብሉይ ኪዳንን እንደ ተሳሳተ ሃይማኖት በመቊጠር ወይም ብሉይ ኪዳናዊ መገለጦችን በአዲስ ኪዳን መገለጦች እንደ ተሻሩ (abrogation) በማሰብ ሳይሆን፣ ይልቁንም ብሉይ ኪዳንን ወደ ኢየሱስ የሚያመለክት የእግዚአብሔር መንገድ አድርጎ በማየት እና ሙሉ የሆነው የብሉይ ኪዳን ትርጒም መታየት የሚችለው በኢየሱስ ክርስቶስ ሰብዓዊ ማንነት እና ሥራዎች ውስጥ በመሆኑ ብሎም የብሉይ ኪዳንን ዕውነተኛ ትርጒም መለየት የምንችለው በኢየሱስ ክርስቶስ በኩል ወይም ውስጥ ከመሆኑ አንጻር ነው፡፡*(Expository Bible Commentary: Abridged Edition, New Testament, Kenneth L. Barker, John R. Kohelenberger III, Zondervan: Grand Rapids Michigan, 1994, P. 941-942).*

ኢየሱስ የትቢቶች ሁሉ ፍጻሜ፡- በኢየሱስ ክርስቶስ የሁሉ ነገር ቊልፍነትና የትንቢቶች ሁሉ ፍጻሜነት ላይ ልብን ማሳረፍ ተገቢ ነገር ነው፡፡ በዚህ ረገድ ዶን ፍሌሚንግ እንዲህ ይላሉ፡- "ከዚህ ጋር አያይዞም ጸሐፊው ተስፋ ለቈረጡት አይሁድ አማኞች ኢየሱስ ክርስቶስ የአይሁድ ሃይማኖት ወይም የብሉይ ኪዳን ዕውነተኛ ፍጻሜ እንደ ሆነ እርግጠኞች እንዲሆኑ ፈልጓል፡፡ ብሉይ ኪዳን ፍጻሜን የሚያገኘው በክርስቶስ ነው፡፡ እርሱ ከመላእክትም፣ ከነቢያትም፣ ከካህናትም ሁሉ እጅግ የላቀ ነው፡፡

የእርሱ መሥዋዕትነት የእስራኤላውያን መሥዋዕቶች በሞላ ሊያደርጉት የማይችሉትን ነገር ሁሉ አድርጓል፡፡ ክርስቶስ የፈጸመው መሥዋዕት የመጨረሻ ስለሆነ፣ በእግዚአብሔር ዕቅድ ላይ ሰው በራሱ ተነሣሽነት ወይም ጥረት ሊጨምርበት የሚችለው አንዳችም ነገር የለም (ዕብ. 10÷12-13)፡፡" *(አዲስ የመጽሐፍ ቅዱስ ማብራሪያ፣ ዶን ፍሌሚንግ፣ ግሎብ የሥነ ጽሑፍ የአገልግሎት፣ 2007፣ ገጽ 705-706)፡፡*

በአገራችን ላሉ አማኞች ያለው ልዩ በረከት፡- የዕብራውያን መልእክት በኢትዮጵያ ውስጥ በነበረው የኮምዩኒዝም ዘመን (1974-1991 እ. ኤ. አ) ለነበሩ አማኞች ታላቅ መጽናናት ሆኖዋቸው ነበር፡፡ በእነዚያ የጨለማ ቀናት ኢትዮጵያን አማኞች በዕብራውያን መጽሐፍ መልእክት ተበረታትተዋል፤ ደግሞም ሃይማኖታዊ የሆነውን የመቀየጥ ልምምድ፣ ባህላዊና ልማዳዊ ሃይማኖትን፣ የዕለት ተዕለት ዓላማዊ ምኞት ተግዳሮቶችን፣ እንዲሁም በአፍሪካ ባሉ እስላማዊ አገራት ከልክ በላይ አስቸጋሪ ሁኔታዎችን የሚያመጡትን ጫና ለሚጋፈጡ አማኞች የመጽሐፉ መልእክት እስከ አሁንም ድረስ የሚናገረው ነገር አለው፡፡

ለዕብራውያን ሰዎች የተጻፈው ደብዳቤ ሕዝባዊ ዓመፅ፣ እስራትና የንብረት ዘረፋን በሚጋፈጡበት ጊዜ፣ በድፍረት የተሞላ ራስን መስጠት ለክርስቶስ እንዲያደርጉ በማስታወቅ ለአማኞች ጥሪን ያቀርባል፡፡ በዚህ ጊዜ አማኞች ተስፋ መቍረጥና ጭንቀት መግባት አይኖርባቸውም፡፡ ዳሩ ግን በእምነታቸው ጸንተው መቆም ይኖርባቸዋል፡፡ *(African Bible Commentary: A one volume commentary written by 70 Scholars, Tokunboh Adeyemo, Gen. Editor, Zondervan 2006, P. 1489.)*

የሙግቱ ጭብጥ፡- ጸሐፊው ከመጽሐፍ ቅዱስ አንጻር ሙግቱን ያነሣው በዚያን ዘመን አንድ አይሁዳዊ ጸሐፊ ሊያደርግ በሚችለው መልክ ነው፡፡ *ሥነ ዘዴውም ራቢስ* (በተለይም *ፊሎ*) ከተባለውና በሙት ባሕር ውስጥ ከተገኘው ጥቅልል ጋር የተመሳሰለ ነው፡፡ የጸሐፊው የሙግት አካሄድ ዘመናዊውን አንባቢ የሚያሳምን ዐይነት አይመስልም፡፡ ነገር ግን ከእርሱ የሙግት ማድረጊያ አካሄድ ጋር ለተላመዱት ለመጀመሪያዎቹ ተደራሲያን ጒዳዩን ያቀርባል፡፡. አንባቢያንን ማሳመን የሚችለው በራሱ የባህል ዐውድ ውስጥ በመሆኑ እጅግ ብርቱ ሙግት ሲሞግት ይታያል፡፡

ይሁንና አሁን የምንገኘውን አንባቢያን ለማሳመን በሚያስችል መልኩ የሙግቱ ቅርጽ መዋቀር ቢችል ምንኛ በተወደደ!! ምክንያቱም የጸሐፊው የሙግት አቀራረብ ውስብስብ በመሆኑ በአዲስ ኪዳን ውስጥ ከሚገኙት መልእክቶች ሁሉ በዕብራውያን መልእክት ላይ የተሰጡት አስተያየቶች በጣም ጥልቅና አስፈላጊም ሆነው ተገኝተዋል፡፡ (አይ. ቪ.. ፒ. ባይብል ባግራውንድ ኮሜንተሪ. በ ጆን ኤች.ዋልተን 2012 ባይብል ባክግራውንድ ኮሜንተሪ)

ዛሬም በአዲሱ ኪዳን ውስጥ የምንኖር አማኞች፣ በተለይም ኢትዮጵያውን አማኞች፣ ከዚህ መጽሐፍ ጥናት በመነሣት መዳን በሌላ በማንም እንደ ሌለ፣ እንድንበት ዘንድ ከሰማይ በታች የተሰጠን ስም ክርስቶስ ኢየሱስ ብቻ እንደሆነ በመረዳት ዘወትር እርሱን በፍቅርና በትጋት መከተል እንደሚገባን መጽሐፉ ያስገነዝበናል፡፡ የብሉይ ኪዳን ሥርዓትም በአዲስ ኪዳን የክርስቶስ ኢየሱስ የጸጋ አገልግሎት እንደ ተተካ በማወቅ፣ ዘወትር ወደ ጸጋው ዙፋን ፊት ራሳችንን ዝቅ አድርገን በማቅረብ የእርሱ ተከታዮችና አገልጋዮች ልንሆን እንደ ተጠራን ማወቅ እንደሚገባን ይህ መጽሐፍ ያመለክተናል፡፡

ሃይማኖታዊ ለሆነ ወገንተኛ ሕዝብ እግዚአብሔር ይህን ይመስላል ወይም እንዲህ በሚመስል መንገድ ይናገራል ብሎ ማብራራት አሰልቺና አታካች ይሆናል፡፡ ሐዋርያው ይህን መጽሐፍ ጽፎአል ብለን እንደምንወስድ የዚህ ሰው ጭንቀትና ምጥ ለዘመናት እግዚአብሔርን ዕናውቀዋለን፤ የአብርሃም ዘር የተስፋው ልጅ ዝርያዎች ነን ለሚሉ ማስተማር ይሆናል፡፡ ሐዋርያው ይህን የጻፈው ለእነርሱ እንደ ሆነ፣ በተመሳሳዩም በሌሎች መልእክቶቹ እናስተውላለን፡፡ ለሮሜ በጻፈው ደብዳቤ *«ወንድሞች ሆይ ሕግን ለሚያውቁ እናገራለሁ»* ሮሜ 7፥1 እንደዚሁም *«እኔ የአሕዛብ ሐዋርያ በሆንሁ መጠን ሥጋዬ የሆኑትን አስቀንቼ ምን አልባት ከእነርሱ አንዳንዱን ኢድን እንደሆነ አገልግሎቴን አከብራለሁ»* ሮሜ 11፥14 ይላል፡፡

ሃይማኖት እግዚአብሔር የራቀ ድምፁም በቀላል የማይሰማ አድርጎ ያሳየናል፡፡ ሃይማኖት እንደ ሕግ ኃጢአተኛ ነህ እያለ ይኰንናል፤ መውጪያ ቀዳዳ አያመላክትም፡፡ ሃይማኖት እዚያው ባለህበት እርገጥ ይለናል፡፡

ከጥንት ሲጀመር የቀደሙት አባቶቻችን በዔድን ራቁታቸውን ሆነው የእግዚአብሔርን ድምፅ ከመስማት እንደ ተሸሸጉት ሁሉ፣ ለጠፋው የሰው ልጅ እግዚአብሔር ርቆሃል እንዲያው ዐርፈህ ተቀመጥ ያለው ይመስላል፡፡ የዕብራውያን ጸሐፊ ግን ገና ከጥንት ጀምሮ እግዚአብሔር እንደዚህ አይደለም እያለ በሃይማኖትና በሕግ የታሰረውን ሰው ወደ ብርሃን እንዲያመጣ የሚያደርግ የሕይወት ቃል በጽሑፉ እንዳሰፈረ እናነብባለን፡፡ አቤቱታ በማሰማት ጎንበስ ቀና በማለትም ሆነ አንገት በመድፋት ለሚኖር ሕዝብ *«እግዚአብሔርን አታውቁትምና ኑ! ቅመሱ!* እያለ የሚጣራ መልእክት አለው፡፡ ሕይወታቸው በሞት ፍርሃት የታሠሩትን ሸክማቸውን ከጫንቃቸው አስጥሎ ወደ ፍሰሐ የሚያመጣ ነው፡፡ እግዚአብሔር በጸጋው ያዘጋጀልን ሃይማኖት ወይም ሕግ አይደለም እያለ በማስረገጥ ስለ መሢሑ የሚያስረግጥ መጽሐፍ ነው፡፡

ሃይማኖተኛና የሕግ ሰው የሆነው የእስራኤል ሕዝብ ግብፅን ለቅቆ ወጣ፡፡ ምንም እንኳ ካህኑ ሙሴ የምሥራች ይዞ መጥቶ በጸናች የልዑል እግዚአብሔር እጅ ሕዝቡን ይዞ ወደ

ሲና ቢጎርፍም፣ ሕዝቡ የእግዚአብሔርን ቃል ሊሰማ አልቻለም *«አንተው ተናገረን፥ እርሱ አይናገረን»* ብለው ድምፃቸውን አሰሙ። ይህ ሕዝብ ነበር *«አንተ ንጉሥ አትሁነን»* ብለው እግዚአብሔርን በመናቅ ለራሳቸው ንጉሥ የመረጡት። ሃይማኖት አብ አባትን ሩቅና አምባገነን አድርጎ ይሥለዋል። አንድያ ልጁን እስኪሰጥ ድረስ ዓለምን እንዲሁ መውደዱ ለሃይማኖታውያን ጆሮ የሚያስጨንቅ ከመሆኑ ባሻገር የሚያሳክክ ሊሆን ይችላል።

ይህ የዕብራውያን መልእክት ስንመለከት ግን ስለ ልጁ ወደ ምድር መምጣት ይተርካል። የአብርሃምን በረከት እያወሳልን በረከቱ በልጁ በኩል የተሰጠን እንደሆነ ያውጃል። እግዚአብሔር ልጁን መላኩ የኪዳን ደም በስርየት መክደኛው እንደ ተገኘ ሊቀ ካህናት ሆኖ እንደ ገባ ለእኛም ይህ የዘላለም መዳን ያለበት የተሰጠን ሕያው መንገድ ተዘጋጅቶና የተመረቀ እንደ ሆነ መሢሑ በዚያ የክህንነት አገልግሎትን እያከናወነ እንደሆነ ያመለክተናል።

ይህ የሰው ልጅ በልጁ ጉያ ሆኖ በሰማያዊ ሥፍራ ይቀመጥ ዘንድ በጉ ደሙን ይዞ እንደገባ የሚተርከው ቃል ለትውልድ ሁሉ የድነት ማኅተም ነው።

ይህ የሰው ልጅ ይታሰብ ዘንድ ምንድር ነው? ይህ ዐይነቱን ጥያቄ ፍቅሩን ያልተለማመዱ ይጠይቃሉ? እንዴትስ የሰው ልጅ ከመላእክት ይተካከል? ይላሉ። እንደዚህ ከሚሉ ሰዎች ጋር በቃል መዋጋት ተገቢ እንዳልሆነ እናስተውላለን። ይሁን እንጂ፣ አሳቡ ለምን ተነሣ? እንዴት? ከየት መጣ? ብለን በጉዳዩ ላይ ትምህርት መስጠቱ ተገቢ ይሆናል። ይህ መጽሐፍ ለእነዚህና ለመሳሰሉት ጥያቄዎች አምላካዊ መልስ ይሰጣል።

በኤፌሶን መጽሐፍና በሌሎቹ የአዲስ ኪዳን መልእክቶች የሰው ልጅ በክርስቶስ ኢየሱስ በመንፈሳዊ በረከት እንደ ተባረኩ እንመለከታለን። ይህም መጽሐፍ ደግሞ ይህንኑ ይነግረናል። ስለዚህም ሲናገር፣ *«ታስበው ዘንድ ሰው ምንድር ነው? ከመላእክት ይልቅ በጥቂት አሳነስኸው፥ የክብርና የምስጋና ዘውድ ጫንኸለት፥ በዕጆችህም ሥራ ሁሉ ላይ ሾምኸው፣ ሁሉን ከእግሮቹ በታች አስገዛኸለት»* ዕብ. 2፥6-8 ሲል ሰውን በክርስቶስ እያሞካሸ ይገኛል።

በሕግና በሃይማኖት የተረገመው የሰው ዘር ካባ በካባ ላይ ሲደረብለት እናስተውላለን። አቤት ይሄ ሰው የት ደረሰ! እየገሰገሰ ሰማዕታቱ ወዳሉበት፣ የሁሉ ዳኛ ወደ ሆነ፣ ወደ ጽዮን ተራራ፣ ወደ ሕያው እግዚአብሔር ከተማ፣ እየገፋ ሲመጣም ወደ ቅድስተ ቅዱሳን፣ እጅግ ከቡር ወደ ሆነው ከአቤል ደም ይልቅ የከብር መነናጸፊያ ወደ አለው ወደ አንድያ ልጁ ደም የመጣ ነው። (ዕብ. 12፥18-24)

ይህ የሕይወት እንጀራ የሆነው ቃል ስለ ብዙዎች የእምነት አባቶች ይተርካል፡፡ ወደ ልጁ ኢየሱስ ሲመጣ ግን ብዙ የሚናገረው ቃል አለው፡፡ ሆኖም የሰሚዎቹ ልብ የደነዘዘ፣ ጆሮአቸውም የፈዘዘ ይመስላል፡፡ ስለ ቅዱስተ ቅዱሳን እናገር ዘንድ አልቻልሁም ይላል፡፡ ስለ ሰማያዊ ምሥጢር ይናገር ዘንድ መጽሐፍ ቅዱስ ግዜው አይደለም ያለ ይመስላል፡፡ ሐዋርያው ጴጥሮስ *በኔሮ* ዘመን በዘይት ለሚጠበሱ የእምነት አባቶች፣ "የመንግሥተ ሰማያት ምሥጢር ለእናንተ ነው" በማለት ቃሉንም በተዋበ አተራረክ ይገልጠዋል፡፡

ቃሉ ቅብአ ቅዱስ ስላበት እንጂ፣ <u>የሚያባብል</u> ሆኖ <u>ብልጫ</u> ስላለው አይደለም፡፡ ሲናገራቸው *«ይህም ርስት በመጨረሻው ዘመን ይገለጥ ዘንድ ለተዘጋጀ መዳን በእምነት በእግዚአብሔር ኃይል ለተጠበቃችሁ ለእናንተ በሰማይ ቀርቶላችኋል»* ይላል፡፡ (1ኛ ጴጥሮስ 1፥4-5) የዕብራውያን ጸሐፊ በተመሳሳዩ አማኝ ነውርን ንቆ፤ የሚመጣውን ክብር እየተጠባበቀ፣ እምነት እና ተስፋን ሰንቆ ይመላለስ ዘንድ፣ ዳግመኛ የሞት ቀንበር እንዳይጫንበት ጌታ በመስቀል ላይ ስለ ኃጢአት ምን ያህል ዋጋ እንደ ከፈለ ያስተምረናል፡፡ ሆኖም ግን ይህንን መዳን ቸል ብሎ ካለማመን ከሚመጣው አስከፊ ነገር ይርቅ ዘንድ ከወዲሁ የማስጠንቀቂያ ቃል ይሰነዝራል፡፡

ይህን የተስፋ ቃል በኮሮጆው ውስጥ ሁለቱን ዓሣና አምስቱን እንጀራ እንደ ያዘው ብላቴና ተጠንቅቆ በፍቅር ይይዘው ዘንድ ይገባል፡፡ ይህን የሚያደርግ አማኝ ራሱን ከተጠላለፈበት ሃይማኖትና የኃጢአት ሕግ ነፃ አውጥቶ ለሌሎች በረከት ይሆናል፡፡ ቃል ኪዳኑን በማስተዋል መያዝ ለነፍስ ሙብል ለሥጋ ፈውስ ይሆናል፡፡ በዚህ የመግቢያ አሳብ መሠረት በየምእራፎቹ ውስጥ የተገለጹትን ቁልፍ የግሪክ ቃላት በመተንተን ትርጓሜያቸውን እያየን መጽሐፉን በጥልቀት እናጠናዋለን፡፡

ክርስቶስ ቅድስናችን ክብራችን (ታላቅ ሊቀ ካህናችን) ነው!

ታላቁ ሊቀ ካህናችን ጌታ ኢየሱስ ክርስቶስ በመስቀል ላይ የከፈለው የኃጢያት ዋጋ እንዲሁም በአብ ፊት የገዛ ደሙም ይዞ በመቅረብ ቅዱሳን እና የዘላለም ቤዛነትን መግኘቱን (ስለ እኛ መውረሱን) የሚረዳ ክርስቲያን በዚህ ጨለማ አለም በእምንት በኩል የልጅነት ሕይወት በመኖር ከክብር ወደ ክብር ይሸጋገራል፡፡ ሐዋርያው ጳውሎስ የወንጌል ትልቁ ጉዳይ እና ተግባር ይህ ነው ይለናል፡፡ ወንጌላችን አላማ ያለው ጉዳዩንም የፈፀመ ሆኖ በአብ ቀኝ ተቀምጦአል ሲል ቅዱስ ጳውሎስ ከሰማይ የተገለጠለትን ራእይ ያበስርልናል፡፡ የክርስቶስ ነገር (ጉዳይ) እኛን የማፅደቅ፣የመቀደስ ፣የመቤዠት እና የማከበር ጉዳይ ነው፡፡ ይህን ጉዳይ ፈፅሞ እኛን ወራሾች አደረገን፡፡ ስፍራችንን እንደናውቅ አባቶች ብዙ ዋጋ ከፍለዋል፡፡ እና ደግሞ በፊታችን የቀረበውን መንፈሳዊ ገበታ በጉጉት በትጋት ልንመገበው ልናጣጥመው ይገባል፡፡

ጄ.ፊ. ፊሊፕስ ኒው ቴስታመንት የሚባለው መጽሐፍ ቅዱስ ፡- "ይሁንና ከዚሁ ከአንዱ እግዚአብሔር በኢየሱስ ክርስቶስ በኩል ያለውን *ሥፍራችሁን* **ተቀብላችኋል**፣ ደግሞም እርሱ ለእኛ ዕውነተኛ ጥበብ ሆኖልናል፡፡ **ይህም በተግባር ጻድቅና ቅዱስ የመሆን ጉዳይ ነው**፤ እንደ ዕውነቱ ከሆነ **መቤዠትን የማግኘት ጉዳይ ነው**፡፡ ይህም ደግሞ የእግዚአብሔርን ቃል ዕውነት እንድንመለከት ያደርገናል፡- "የሚመካ በጌታ ይመካ" (1ኛ ቆሮንቶስ 1፥30)፡፡

የዕብራውያን ጸሐፊ ብዙ የእግዚአብሔር ምሥጢራትን ከብሉይ ኪዳን ጋር አያይዞ ጽፎአል፡፡ እነዚህ የእግዚአብሔርን ባሕርይ እና ማንነት የሚገልጡ ዕውነተኛ የሆኑ የመለኮት መገለጦች እንደ መሆናቸው መጠን ይህ ነው ብለን ልንወስነው የማንችለው ጉዳይ ነው፡፡ ሆኖም ግን ለትምህርታችን እና ለመረዳት ይቀልለን ዘንድ እንደ ባቡር ሐዲድ ሊረዳን በሚችልበት መንገድ ይህን ማቅረቡ ተገቢ ይሆናል፡፡

የዕብራውያን መልእክት በጌታችን በኢየሱስ ክርስቶስ፣ በአዲሱ ኪዳን፣ እንዲሁም በላቀው፣ ሕያውና አዲስ በሆነው መንገድ አማኞችን ወደ ቅድስተ ቅዱስን እንድንገባ ይጋብዘናል፡፡ የመጀመሪያው ክፍል **«ጌታችን ኢየሱስ ይልቃል»** የሚለውን መልእክት ያዘለ ነው፡፡ ከምዕራፍ አንድ እስከ ምዕራፍ ስምንት ቍጥር ስድስት ድረስ ይህ የወንጌል አሳብ በደንብ ይገኛል፡፡

የጌታችን የኢየሱስ ክርስቶስ **ከነቢያት መብለጡን** (ዕብ. 1÷1-3)፣ በመለኮትነቱ እና የአብርሃምን ዘር በመያዙ **ከመላእክት ይልቅ እጅግ የላቀ መሆኑን** (ዕብ. 1÷4 እስከ 2÷18)፣ እስራኤላውያን ከሚመኩበትና የብሔራዊ ኩራታቸው ከሆነው **ከሙሴ የበለጠ** ዕረፍትንም ለሕዝቡ ያመጣ መሆኑን (ዕብ. 3÷1-4÷13) እንዲሁም ከሊቀ ካህናቱ **ከአሮን የሚበልጥ የክህነት** አገልግሎትን ያገኘው እንደ እኛ በነገር ሁሉ የተፈተነው ክርስቶስ ነው (ዕብ. 4÷16፤ 8÷6) የሚለውን ይጠቃለላል፡፡

ሁለተኛው መልዕክት ደግሞ የብሉይ ኪዳንን እና የአዲስ ኪዳንን እያስተያየ **«የሚሻል ኪዳን»** እንደ ተገኘ ከምዕራፍ 8 ቍጥር 7 እስከ ምዕራፍ 10÷18 ድረስ በሰፊው ተገልጧል፡፡ ይህ ኪዳን **በተሻለ ተስፋ ቃል** ላይ የተመሠረተ (ዕብ. 8÷7-13)፤ **የተሻለ መቅደስ** በሰው ዕጅ ያልተሠራና ካህኑ በሰማያት ስለ እኛ ይታይ ዘንድ ሕያው ራሱን ይዞ የገባበት ቅዱሳተ ቅዱሳን (ዕብ. 9÷1-28) እና **ያቀረበው መሥዋዕት ደግሞ የተሻለ** ቅዱስ የሆነ ክፍያ ብቻ ሳይሆን፣ ተቤዥ መሆኑንም ጭምር ይገልጣል (ዕብ. 10÷1-18፡፡

የመጨረሻዎቹ ሦስት ምዕራፎች፣ ማለትም ከምዕራፍ አሥር እስከ አሥራ ሦስት ድረስ ያሉቱ የተሻለ የማያልቀው የሚልን አሳብ የያዙ ናቸው፡፡ ጌታችን ኢየሱስ ክርስቶስ በተሻለው መቅደስ የተሻለ መሥዋዕት ይዞ በመግባቱ ሁሉ የተፈጸመ ስለሆነ፣ አሁን ይህን ነፃ ስጦታ በእምነት በመቀበል **በደሙ ተረጭተን (ስለ ተረጨን /አዲስ ልብ ስለ ተሰጠን) በድፍረት እንቅረብ** የሚለው በስፋትና ግልጽ ሆና የተሰጠን ሕይወት አዘል ግብዣ ሆኖ እናገኘዋለን፡፡ ወደ እግዚአብሔር መቅረብ እና መጽናት (ዕብ. 10÷19-39)፤ ወደዚህ ክብር መገስገስ ያለብን ሲሆን፣ ሩጫው ግን በእምነት እና በትዕግሥት ሊሆን ይገባል (ዕብ. 11÷1-12፣ 29)፡፡ በመጨረሻም የመበረታቻ እና ትእዛዝ የተሞላበትን የመጽናናት ቃል አስረግጦ ይናገራል (ዕብ. 13÷1-25)፡፡

ቅድስና

የዕብራውያን ጸሐፊ የመልእክቱ ዋና እና አንኳር ትምህርት ውስጥ ኃጢአት፣ ይቅርታ፣ ቅድስና፣ እምነትና መሥዋዕት የሚሉት ይገኙበታል፡፡ በይበልጥም አንድ አማኝ በእምነት በኩል በክርስቶስ መሥዋዕትነት ከኃጢአት ነጽቶ ለእግዚአብሔር ተለይቶ ወደ እግዚአብሔር ክብር የመግባትን ብቃት በክርስቶስ ሞት እና ትንሣኤ ስላገኘ፣ እንዲሁም እኛን በሞቱ ወደ ክብር ሙላት አመጣን፤ ማለትም የእግዚአብሔር ክብርን በማወቅ (በሕይወት ልምምድ ክብሩን ወደ ማወቅ) ወደ ሙላቱ መግባት ማለት ነው፡፡

"ብዙ ልጆችን ወደ ክብር ሲያመጣ" የመዳናቸውን ራስ በመከራ ይፈጽም ዘንድ፥ ከእርሱ የተነሣ ሁሉ በእርሱም ሁሉ ለሆነ፥ ለእርሱ ተገብቶታልና"፡፡ አምፕሊፋይድ የሚባለው መጽሐፍ ቅዱስ፡- "ብዙ ልጆችን ወደ ክብር ሲያመጣ የመዳናቸው ራስ እና ፈጻሚ በመከራ ወደ ፍጹምነት ይመጣ ዘንድ (ለሊቀ ካህናትነት ሥራ ብቁ ለመሆን የሚያስፈልገውን ሰው ሆኖ የመኖሩን ልምምድ ወደ ብስለት ለማምጣት) ነው"፡፡ ዘፓሽን ትራንስሌይሽን፡- "አሁን ከፍጥረት ሁሉ በላይ ከፍ ያለው እርሱ ነው፤ ምክንያቱም ሁሉም ነገር የሚኖረው በእርሱ አማካኝነት እና ስለ እርሱ ነው። እግዚአብሔርም የመዳናችን ራስ የሆነውን እርሱን በተቀበለው መከራ አማካኝነት ፍጹም አደረገው፤ እርሱም በዚሁ መንገድ ነው ብዙ ወንዶችና ሴቶች ልጆችን ከክብሩ እንዲካፈሉ የሚያበቃቸው።"(ዕብ. 2÷10)

በክርስቶስ ሞት እና ትንሣኤ ወደ ተገኘው ወደዚህ ክብር ሕይወት (ቅድስናው ክብር) በእምነት እንዲገቡ (እንዲኖሩ/ /እንዲመላሱ /እንዲለማመዱ /በሕይወታቸው እንዲገለጥ) ከመጀመሪያው ትምህርት (ከሙሴ የሕግ አገልግሎት) ወጥተው በወንጌል ላይ እንዲመሠረቱ በእምነት በኩል የተስፋውን ክብር (የቅድስና ክብር /ክርስቶስ ቅድስናችን) እንደ ተስፋ ቃል ወራሾች መሆናቸው (የክርስቶስ ሕይወት) መሆኑን በልቦናቸው በእምነት እንዲዋሐድ ይጥራል፡፡

እግዚአብሔር በመለኮትነቱ በልጁ ሞት እና ትንሣኤ በቅድስናው ችሎታ ሲጣራ ሆነ የተስፋ ቃል ሲሰጠን (የክርስቶስ ሕይወት በአማኙ ሊገለጥ /የልጁን ሕይወት ሊያካፍል)

በእኛ ሕይወት በሙላት እንዲፈጸም ነው፡፡ ይህ የቅዱሳን የነፍስ ዕረፍት ነው፡፡ ከኩነኔ ወጥቶ ወደ ቅድስተ ቅዱሳን ገብቶ በቅድስናው ክብር መሞላት ነው፡፡

ይህንም ማድረግ የሚችለው በልጁ ኢየሱስ ክርስቶስ ሲሆን፣ እርሱም የራሱን ሕይወት በእምነት በኩል በማካፈል (በሞቱ እና በትንሣኤው በመተባበር /በመጣበቅ) የሚሆን ነው፡፡ ዘ ሜሴጅ የሚሰኘው መጽሐፍ ቅዱስ፡- "በምድረ በዳ የነበሩት እነዚያ ሕዝብ እንደ ተቀበሉት ዐይነት ተመሳሳይ የተስፋ ቃሎች ተቀብለናል፤ ነገር ግን እነርሱ የተስፋ ቃሎቹን በእምነት ስላልተቀበሉ ለእነርሱ **ትንሽም እንኳ** አልጠቀማቸውም ይላል፡፡

እኛ ግን **ብናምን** በተስፋ ቃሉ ውስጥ የተነገረውን **ዕረፍት እንለማመደዋለን**፡፡ እምነት ከሌለን ግን ዕረፍቱን **አንቀምስም**..." (ዕብ. 4፡2-3፤6፡1-2)፡፡ ዘሜሴጅ በመባል የሚጠራው መጽሐፍ ቅዱስ፡- "በምድረበዳ የነበሩት እነዚያ ሕዝብ እንደተቀበሉት አይነት ተመሳሳይ የተስፋ ቃሎች ተቀብለናል፤ ነገር ግን የተስፋ ቃሎቹን በእምነት ስላልተቀበሉ ለእነሱ ትንሽም እንኳ አልጠቀማቸውም፡፡ እኛ ግን ብናምን በተስፋ ቃሉ ውስጥ የተነገረውን እረፍት እንለማመደዋለን፡፡ እምነት ከሌለን ግን እረፍቱን አንቀምስም፡፡ እግዚአብሔር ምን እንዳለ አስታውሱ፡- ተቆጥቼ እንዲህ በማለት ማልኩኝ "የሚሄዱበት አይደርሱም፤ መቀመጥም አይችሉም እረፍትም ከቶ አይሆንላቸውም" (ዕብራውያን 4፡ 2-3)፡፡ በጊዜው ለነበሩ የአይሁድ አማኞች ሆነ ወደ ክርስትና እምነት ለመጡት አሕዛብ ደግሞ ወደዚህ ዕረፍት እንደገቡ አስረግጦ ያስተምራቸዋል (ዕብ. 4÷10)፡፡

ጌታ ኢየሱስ የአብን የጸጋውን ክብር ሊሰጠን፣ ማለትም ከዕራቁትነት አውጥቶን ወደ ዕረፍት ሕይወት (የክርስቶስ ሕይወት / በአብ ቀኝ የተቀመጠበት የቅድስናው ክብር የተሞላበት ሕይወት/ ቅድስተ ቅዱሳን በመገባት የሚገኝ ሕይወት) በእምነት በኩል የሚያመልከውን ሰው ከኃጢአት ቀንበር ነፃ አውጥቶ ቀድሶ ወደዚህ ዕርከን አመጣው፡፡ ዘፓሽን በመባል የሚጠራው መጽሐፍ ቅዱስ፡- "ወደ እግዚአብሔር እንቀርባለን (ሀ)፤ ልባችንንም ከፍተን አንዳችም ወደ እርሱ ከመምጣት የሚያግደን ነገር እንደሌለ በእምነት እየተረዳን እንቀርበዋለን። ልባችን እድፈት ይወገድለት ዘንድ በደም ተረጭቷልና፤ እኛም ከሕሊና ክስ ነጻ ወጥተን በውስጣችንም በውጫችንም እግዚአብሔር ፊት መቅረብ (ለ) እንችል ዘንድ ንጹህና ነውር የሌለን ሆነናል! የግርጌ ማስታወሻ፡- (ሀ) "ወደ እግዚአብሔር እንቀርባለን" ወይም "እውነተኛ መስዋእት ማቅረብ"። "መቅረብ" (በእብራይስጥ - ለሂትካሬቭ-) እና "መስዋዕት ማቅረብ" (በእብራይስጥ -ለሃከሪቭ-) የሚሉት ግሶች በትርጉማቸው ተቀራራቢ ሲሆኑ ሁለቱም ከአንድ የቃል ግንድ የተገኙ ናቸው። (ለ) ዕብ 10፡22 ወይም "ሰውነታችንን በንጹሕ ውሃ ታጥበን" (ዕብ. 10÷22)፡፡

የልጁ ሕይወት ደግሞ የቅድስናው ህይወት (ክብሩ) ሲሆን በሞቱ እና በትንሳኤው በእምነት በኩል 'ክርስቶስ ቅድስናችን' ሆነ፡፡ አምፕሊፋይድ በመባል የሚጠራው መጽሐፍ ቅዱስ፡- "ልጁ (የታላቁ አምላካችን) የእግዚአብሔር ነጸብራቅና ብቸኛ የክብሩ መገለጥ (የእግዚአብሔር ሸካይና ክብር መገለጥ፣ የመለኮት ግርማና ድምቀት) የእግዚአብሔር ትክክለኛ መልክ መታየትና የማንነቱ ፍጹም አሻራ ነው፡፡ ልጁ ሥልጣን በተሞላው ቃሉ ሁሉን ነገር እየደገፈና እያንቀሳቀሰ (በፍጥረታዊና በመንፈሳዊ ዓለም ውስጥ ያለውን ሁሉ አጽንቶ እየጠበቀ) ዓለምን በሙሉ ወደ ታሰበለት ግብ ይዞ ይሄዳል። እርሱም (እርሱ ብቻ እንጂ፣ ሌላ ማንም ሳይሆን) ራሱን በመስቀል ላይ ለኃጢአት መሥዋዕት አድርጎ በማቅረብ ከኃጢአታችን አንጽቶን ከኩነኔ ነፃ ካወጣን በኋላ በላይ በግርማው ቀኝ (መለኮታዊ ሥልጣኑን ለማሳየት ለመግለጥ) በክብሩ ሥፍራ ተቀመጠ (ሥራውን ማጠናቀቁን ለማሳየት)" (ዕብ. 1÷3)፡፡

ጌታችን ኢየሱስ ራሱን በመስቀል ላይ በእኛ በደል ምክንያት ለሞት ሲሰጥ፣ በእርሱ የሚያምኑ ሰዎች ከሞተ ሥራ ሕሊናቸው እንዲጸዳ ነው፡፡ ይህም ማለት ሁለንተኛችን በቅድስናው ክብር እንዲዋጥ ዋጀን፡፡ ዘ ሜሴጅ መጽሐፍ ቅዱስ፡- "የእንስሳ ደምና ሌሎች የመንጻት ሥርዓቶች አንዳንድ ባሕርይና የሃይማኖት ጉዳዮችን ማንፃት ከቻሉ፣ የክርስቶስ ደምማ መላ ሕይወታችንን ከውስጥም ከወጭም እንዴት አብልጦ ሊያነጻው እንደሚችል አስቡት" (ዕብ. 9÷14)፡፡ ስራው በክርስቶስ የተጠናቀቀ እንደሆነ በእኛ ህይወት ሊገለጥ የሚቸል አቅም በደሙ ተገኘ፡፡ ይህንኑ ጥቅስ ዘፓሽን መጽሐፍ ቅዱስ፡- "የመሲሁ የተቀዳ ደም ከሆነማ እንዴት ይበልጥ ሕሊናችንን አያነጻው! በዘላለም መንፈስ ኃይል እራሱን ለእግዚአብሔር ፍጹም መስዋእት አድርጎ በማቅረቡ ሕያው እግዚአብሔርን እንድናመልክና እንድናገለግል ከሞተ ሥራችን ነጸ አውጥቶናል" ሲል በሚገርም አገላለፅ አስቀምጦታል።

እንደ በኩር ልጁ ኢየሱስ በምድር እንደ ተመላለሰ እነርሱም ያለፊት መጨማደድ **የቅድስናው ክብር ስጦታ የሆነውን፣ ማለትም ክርስቶስ ሕይወታችን እንደ ሆነ** በእምነት በመቀበል (በሊቀ ካህናት ሥራ እና በተስፋ ቃሉ) በሙተማመን ጌታችን ኢየሱስ ክርስቶስ ላይ ዐይናችንን በመጣል የምንመላለስበት የሕይወት ዕርከን ተዘጋጅቶ እንዳለ በመረዳት በትዕግሥት የምንራመደው የድል ጊዜ ነው (ዕብ. 12÷2)፡፡

በቅድሚያ መረዳት የሚገባን ይህ የቅድስና ሕይወት (የክርስቶስ ሕይወት / የእግዚአብሔር ክብር የሆነው ክርስቶስ) በመለኮታዊ ጥሪ በግብዣ መልክ የምሥራች ሆኖ የተሰጠን መሆኑ ነው፡፡ የልቦና ዐይኖች ሲበሩ ዕረፍት የተሞለበት ሕይወት (በልምምድ/

ቀምሰነው የሆነ ዕወቀት) ይሆንልናል፡፡ዘ ሜሴጅ የተባለው መጽሐፍ ቅዱስ፡- "አስቀድሞ ባዳነን፣ ደግሞም ለተቀደሰ ሥራው በጠራን በእግዚአብሔር ኃይል ወደ ፊት መገስገሳችንን እንቀጥላለን እንጂ፣ ሌላ አሳብ የለንም። ከእኛ የሆነ አንዳችም ነገር የለም። ሁሉም የራሱ አሳብና ፈቃድ የሆነ ነገር ነው፡፡ እኛ አንዳችም ሳናውቅ በፊት እርሱ አስቀድሞ ራሱ አስቦ በኢየሱስ አማካይነት **ያዘጋጀልን ስጦታ** ነው። አሁን ግን **ዐውቀነዋል**። መድኃኒታችን ከተገለጠ በኋላ ሁሉም ነገር **ፍንትው ብሎ በግልጽ ታይቶናል**፡- ሞት ተሸንፏል፣ **ሕይወትም ፈጽሞ እንደ ማይደበዝዝ ደማቅ ብርሃን ወጥቷል**፤ ይህ ሁሉ የሆነው ኢየሱስ በሠራው ሥራ ነው" (2ኛ ጢሞ. 1፥9-10)፡፡

ቅድስና በክርስቶስ በኩል፣ በክርስቶስ ኢየሱስ የጸጋው ጉልበት እና በትንሣኤው ኃይል (በመንፈስ ቅዱስ) የሚሆን የመንፈስ ሕግ የሆነ ወንጌል ነው፡፡ እኛ ክርስቲያኖች ቅድስናውን ወይም ክርስቶስን መምሰልን ስናስብ የክርስትና ሕይወት ጉዞ የማይገፉ ዳገት ሆኖብን ልንጨነቅ፣ አንገት ልንደፋና ይህንን ነገር ተራራ በመቧጠጥ የምንወጣው አድርገን ማሰብ አይገባም፡፡ ይልቁንም ሐሤት ልናደርግ፣ በእምነት ልንዘረጋ፣ የንጋት ኮከብ የሆነው ክርስቶስ ኢየሱስ **በልባችን** ሊፈነድቅና **በእኛ ውስጥ** መኖሪያው አድርጐ ድንኳኑን ተክሎአል፡፡ ይህ በእርግጥም ለእና ታላቅ የምሥራች ነው፡፡ "ለእነርሱም እግዚአብሔር በአሕዛብ ዘንድ **ያለው** የዚህ ምሥጢር **ክብር ባለ ጠግነት** ምን እንደ ሆነ **ሊያስታውቅ** ወደደ፥ ምሥጢሩም **የክብር ተስፋ** ያለው ክርስቶስ **በእናንተ ዘንድ መሆኑ ነው**" (ቈላስ. 1፥27፤ 2ኛ ጴጥሮስ 1፥19)፡፡

አማኝ ከጨለማው አገዛዝ ወጥቶአል ወደሚደነቀው የፍቅሩ ልጅ መንግሥት ፈልሶአል፡፡ ይህ ማለት የመስቀሉ ስራ ላይ ታምነን የምንኖረውን የአዲስ ኪዳን ደም በተመሰረተ እና በተጠናቀቀ እንጂ እንደ ብሉይ ኪዳን ስርአት ድካም ያለበት የሞተ ስራ (ዘወትር እንደሚቀርብ መስዋዕት) አይደለም፡፡ ዘ ሜሴጅ የተባለው መጽሐፍ ቅዱስ፡- "እግዚአብሔር መልካም ፍጻሜ ከሌላቸው ከተዘጉ መንገዶችና ከጨለማ ወኅኒ ቤቶችና አወጣን። እጅግ በሚደው ልጁ መንግሥት ውስጥ አቆመን፤ ይህም ልጁ ከወደቅንበት ጉድጓድ ውስጥ ጎትቶ አውጥቶን እየደጋገምን እንወድቅባቸው ከነበሩ ኃጥያቶቻችን አላቀቀን" (ቈላስ. 1፥13-14)፡፡ የሙሴ ስርአት መፍትሄ ወይንም ወደ እርፍት አላስገባንም፡፡ እንግዲህ በአዲሱ የክህንነት ስራ እና አገልግሎት በጸጋ ንጉሣዊ አገዛዝ ሥር እንጂ፣ በኃጢአት ግዛት ለባርነት አይደለም፡፡ በመንፈሳዊው ዓለም የኃጢአት ንጉሣዊ አገዛዝ ተገርስሶ ጸጋው በክርስቶስ ሞት እና ትንሣኤ አማካይነት ነግሦአል (ሮሜ 5፥20-21፤ 6፥6)፡፡

ዘ ሜሴጅ የተባለው መጽሐፍ ቅዱስ፡- "ኋላ መሻራቸው ላይቀር በኃጥያት ላይ የተደነገጉ ሕጎች በሙሉ ያደረጉት ነገር ቢኖር ብዙ ሕግ ተላላፊዎችን ማፍራት ብቻ ነው። ኃጥያት ግን ጸጋ ብለን ከምንጠራው የእግዚአብሔር የማይደከም ይቅር ባይነት ጋር ሲገጥም አንዳችም የማሸነፍ እድል የለውም። ኃጥያትና ጸጋ በጦር ሜዳ ሲፋለሙ ገና ፍልሚያው ሳይጀመር ጸጋ ኃጥያትን በዝረራ ያሸንፈዋል። የሐጥያት አቅሙ እኛን በሞት ዛቻ ማስፈራራት ብቻ ነው እንጂ ከዚያ በላይ ምንም አቅም የለውም። እግዚአብሔር ሁሉን ነገር በመሲሁ በኩል እያስተካከለው ስለሆነ ጸጋ ወደ ሕይወት ይጋብዘናል - ይህም ሕይወት የማይቋረጥ ለዘላለም እስከዘላለም የሚቀጥል ሕይወት ነው"።

በተጨማሪ ኤክስፓንድድ ባይብል. ኢ.ኤክስ.ቢ. የሚባለው መፅሐፍ ቅዱስ፡- "ኃጢአት እኛን ለመግዛት በአንድ ወቅት ሞትን ተጠቅሟል [ልክ ኃጢአት በሞት ውስጥ እንደ ገዛ ...]፣ ነገር ግን ጸጋ መግዛት ይችል ዘንድ እግዚአብሔር ለሰዎች ብዙ ጸጋን ሰጣቸው [... ስለዚህ ጸጋ የሚገዛ ይሆናል፤ ይህም ሰዎች ከእግዚአብሔር ጋር ትክክለኛ የሆነ ግንኙነት እንዲኖራቸው በማድረግ ነው [በመጽደቅ / በጽድቅ በኩል] ነው፡፡ ደግሞም ይህ ለዘላለም የሚሆን ሕይወትን [ዘላለማዊ ሕይወትን] በጌታችን በኢየሱስ ክርስቶስ በኩል ያመጣል"፡፡ *(ሮሜ 5÷21ኤክስፓንድድ ባይብል. ኢ.ኤክስ.ቢ.)*

ስለሆነም በክርስቶስ አዲስ ፍጥረት የሆንን የቅድስና ፍሬ አለን፡፡ እያፈራን ነው፡፡ ዘ ሜሴጅ የሚባለው መጽሐፍ ቅዱስ፡- "አሁን ግን ኃጢአት ሊቆጣጠራችሁ እንደማይችል ስላወቃችሁና እግዚአብሔር ሲናገራችሁ በመስማት ውስጥ ያለውን ደስታ ስለ ተለማመዳችሁ እግዚአብሔር ይመስገን! ሙሉ የሆነ፣ የተፈወሰ፣ የተስተካከለ ሕይወት አሁኑኑ መኖር ጀምራችኋል፤ ደግሞም እየኖራችሁ ሳለ፣ ይህ ሕይወት እየበዛላችሁ ይሄዳል። ዕድሜያችሁን ሁሉ የኃጢአት መስሪያ ቤት ውስጥ ተቀጥራችሁ በትጋት ብትሠሩ የጡረታ ክፍያችሁ ሞት ነው። የእግዚአብሔር ስጦታ ግን በጌታችን በኢየሱስ የመጣልን ዕውነተኛ ሕይወት፣ ዘላለማዊ ሕይወት ነው"(ሮሜ 6÷22-23፤ ፊልጵ. 1÷11)፡፡

ይህ ፍሬ እንዲኖረን ያስቻለን ክርስቶስ በውስጣችን ስለሚኖር ነው፡፡ ክርስቶስን ለብሰናል፡፡ ያለ ክርስቶስ በሆንንበት ዘመን በቀደመው የኃጢአት አገዛዝ በጨለማ እንኖር ነበር፡፡ በዚያ ደግሞ የምናፈራው የሞት ፍሬ ነበር፡፡ አሁን ግን በጸጋው አገዛዝ ፍሬን እንድናፈራ ክርስቶስ ተቤዠን እናም ከእርሱ (ከወይን ግንዱ) ጋር እንድንጣበቅ ወይም እንድንተባበር በጸጋው በእምነት በኩል በሞቱ እና በትንሣኤው አንድ አደረገን (ሮሜ 6÷5፤ 7÷4፣ 5)፡፡ በክርስትና ሕይወታችን የምንመካው በክርስቶስ እና ክርስቶስን በእኛ

ሕይወት በእምነት በኲል መግለጥ በሚቻለው በመንፈስ ቅዱስ እና በእግዚአብሔር ብቻ ነው፡፡

ዘ ፓሽን የሚባለው መጽሐፍ ቅዱስ፡- "እርሱ የሞተበትን አይነት ሞት እንድንቀምስ ለዘላለም በእርሱ ውስጥ ስለተተከልን እርሱ ከሙታን በተነሳበት ትንሳኤም እንድንነሳ እና በሚያካፍለን አዲስ ሕይወት እንኖር ዘንድ በእርሱ ውስጥ ለዘላለም ተተክለናል"። ኤክስፓንድድ ባይብል. ኢ.ኤክስ.ቢ. የሚባለው መጽሐፍ ቅዱስ፡- "ክርስቶስ ሞቷል፣ ደግሞም ከእርሱ ጋር እኛም እንዲሁ በሞቱ አንድ ብንሆን [አንድነት ብናደርግ / ወደዚህ ነገር ዘልቀን ብንገባ (ሌላ ተክልን ለማዳቀል በግርዘት ማጣበቅ)]፣ [ወይም በሞቱ ውስጥ ተሳታፊዎች ብንሆን፤ በሞቱ አምሳያነት ውስጥ ብናልፍ]፣ እንዲሁ ልክ እርሱ እንዳደረገው ከሙታን ከመነሣቱ ጋር አንድ እንሆናለን (አንድነት እናደርጋለን፤ ወደዚህ ነገር ዘልቀን እንገባለን)" (ሮሜ 6÷5)፡፡ በተመሳሳይም ሮሜ 7፡4-5 የሚናገረው እና የሚያስረግጥልን አውነት የክርስቶስ ህይወት (ክርስቶስ ቅድስናችን) እንዲሆንና እንድንካፈል ያበቃን የአዲስ ኪዳን ደም ምክንያት ሞቱን እና ትንሳኤውን በእምነት በኲል መካፈላችን ነው፡፡ ዘሜሴጅ የሚባለው መጽሐፍ ቅዱስ፡- "ስለዚህ ወዳጆች ሆይ በእናንተ ውስጥ የሆነው ነገር ይህን ይመስላል። ክርስቶስ በሞተ ጊዜ ያንን ሙሉ በሙሉ በሕግ ታስሮ የሚንቀሳቀስ የሕይወት ዘይቤ ከራሱ ጋር ይዞ ወደ መቃብር አወረደው በመቃብርም ውስጥ አስቀርቶት ተነሳ፤ እናንተን ደግሞ ከትንሳኤ ሕይወት ጋር "እንድትጋቡ" እና ለእግዚአብሔርም የእምነት "ፍሬ" እንድታፈሩ ነጻ አወጣችሁ።"

በጸጋው አሠራር ላይ መታመን ክርስቶስ በውስጣችን ኃጢአትን ገርስሶ አዲስ ፍጥረት ላደረገን (ክርስቶስን መልበሳችን) ይህ ደግሞ በእርሱ ሞት እና ትንሣኤ በመታመን (በመተባበር እንደ ኅብረት) የክርስቶስን ሕይወት ተካፋዮች በማድረግ የተገኘ ነው፡፡ የቀደመው ሕይወት ተሻረ፡፡

በሙሴ ሕግ የነበረው ሰው በኃጢአት ምክንያት በሞት ፍርሃት፣ በኲነኔ ሥር የሚገኝ ሕይወት፣ የሰው ልብ በክቡር ደም ሳይረጭ የነበረው ሕይወት፣ ቅድስተ ቅዱሳን ሳንገባ የነበረው ሕይወት በሌላ አነጋገር ክርስቶስ ጽድቃችንና ቅድስናችን ሳይሆን በፊት የነበረው ተሽሮ እነሆ ሁሉ አዲስ ሆኖአል፡፡ "ነገር ግን የሚመካ በእግዚአብሔር ይመካ ተብሎ እንደ ተጻፈው ይሆን ዘንድ፥ ከእግዚአብሔር ዘንድ ጥበብና ጽድቅ ቅድስናም ቤዛነትም በተደረገልን በክርስቶስ ኢየሱስ የሆናችሁ ከእርሱ ነው"።

ዘ ሜሴጅ የሚባለው መጽሐፍ ቅዱስ ይህንን በሚገባን መንገድ አስቀምጦታል፡- "ይህም ማኅቻሁም ብትሆኑ በእግዚአብሔር ፊት ለራሳችሁ መለከት እንደማትነፉ በግልጽ ያሳያል። በውስጣችን ያለን ሁሉ - ጤናማ አስተሳሰብና ጤናማ ኑሮ፣ ንጹሕ ሕሊና እና አዲስ ጅማሬ - ሁሉንም ከእግዚአብሔር ዘንድ በክርስቶስ በኩል ነው የተቀበልነው። ለዚህ ነው እንዲህ የሚል አባባል የምንጠቀመው፡- መለከት ልትነፋ ብትፈልግ ለእግዚአብሔር መለከት ንፋ" (1ኛ ቆሮ. 1፥30-31፤ ፊልጵ. 3፥3፤ ሮሜ 2፥29፤ ገላ. 3፥27)፡፡

ክርስቲያን በሥጋ ሳለና በሥጋ አገዛዝ ሥር ሳለ በራሱ (በማያምነው ሰው ማንነት) ጉልበት የሚደገፍ ብቻ ሳይሆን፣ ኃጢአት ለመሥራት የሚነዳው ምኞት በውስጡ እየሠራ፣ በአእምሮው እና በአሳቡ ጠላት ሆኖ ከድንጋዩ ልብ የሚመነጭ ምኞት እና አሳብ እየተነዳና እየተገዛ በሰውነቱ ብልት አማካይነት የሚሠራው ሥራ ሁሉ በእግዚአብሔር ፊት ተቀባይነት የለውም፤ እንዲያውም ይህ መልካም ሥራ በእግዚአብሔር ፊት የመርገም ጨርቅ ነው፡፡

የኃጢአት ምኞት አምባገነን ለሆነ የኃጢአት አገዛዝ ራሱን አሳልፎ እንዲሰጥ አድርጎታል (ሮሜ 6፥17፤ ኢሳይያስ 64፥6)፡፡ አዳምን ከዔድን ገነት ወጥቶ ሳለ ይገዛው የነበረው ልቡናውን ያጨለመው ሥር-መሠረቱ ኃጢአት የሆነ ዕውቀት ነበር፡፡ ይህ **የኃጢአት ዕውቀት** ደግሞ ሊቆጣጠረው የማይችለውን የኃጢአት ምኞት በውስጡ እንዲፈጠር አድርጎአል፡፡ የኃጢአት ዕወቀት ልቡናውንና ነፍሱን ተቆጣጥሮት ከሕሊናው የሚመጣውን የቅድስና ድምፅ እንዳይሰማ እንዲሸሽ ማድረጉን ከአባታችን አዳም እንመለከታለን፡፡

የእግዚብሔርን የሕይወት ዕውቀትና ወደ እግዚአብሔር ቅድስናን እንዳይመለከት የልቡና ዐይኖቹን አሳውሮት ለእግዚአብሔር ጀርባውን ሰጥቶ ለኃጢአት እንዲያዘንበል ሆኖአል፡፡ አባታችን አዳም **ይህ የኃጢአት ዕውቀት (የኃጢአት ልምምድ)** ልቡን ዘልቆ የገባ እና ከማንነቱ ጋር የተዋሐደ ዕውቀትን ያሳያል፡፡

አንድ ባል በትዳር ኪዳን ሚስቱን **እንደሚያውቃት** (አብሮአት የሥጋ ግንኙነት በመኝታ እንደሚያደርግ) ያለ መተባበር፣ አንድነትን፣ መዋሐድን፣ ኅብረትንና መጣበቅን ያሳያል (ዘፍ. 4፡1)፡፡ ፊተኛው አዳም የኃጢአት ቅኝ ተገዥ ሲሆን፣ የኃጢአት ምኞትና አሳብ ልቡ ተቆጣጥሮት የሚለማመደው ሆነ፡፡ ስለዚህ ከአዳም የተወለዱ በእርሱ በኩል የኃጢአት

ዕውቅት ማንነትን ወረሱ (ልባቸው ጨለመ)፡፡ የጨለማው ባሕርይ የሚያወቁ የሚለማመዱ እና ከማንነታቸው ጋር የተዋሐዳቸው ሆኑ ማለት ነው፡፡

በዚህ የኃጢያት ባህር ውስጥ እየቀዘፈ እና በመንሳፈፍ የሚገኝ የአዳም ዘር ያለበትን መንፈሳዊ ዘቅተት የሆነ ስፍራ እንኳ እንደሚገኝ እስከማይገነዘብ ድረስ በልቦናው ድንዳኔ ይመላለስ ነበር፤ እንዲሁም አሳቡ በኃጢአት ዕውቀት ጨልሞ ይኖር ነበር፡፡ ወደ እግዚአብሔር እንኳ ለመመለስ የሚሻ ልብ የለውም ነበር (ሮሜ 3፥11፤ ኢሳ. 53፥6)፡፡ የአይሁድ መምህራን ችግር ይህ ነበር፡፡ በኃጢአት መሆናቸውን ሕጉ ሊያሳውቃቸው መጥቶ ነበር፡፡ ቢሆንም ግን ሕጉን እንደ መስታወት ሊጠቀሙበት አልቻሉም፡፡ የኃጢአት ባሪያዎች እንደሆኑ ማስተዋል እስኪሳናቸው ድረስ በኃጢአት ባሕር ውስጥ ሰጥመው ነበር (ዮሐ. 8፥33-34፤ ሮሜ 3፥20፤ 7፥7)፡፡

የሚያደርጉትን ዐያውቁም (የልቦናቸው ዐይን ጨልሟል) የክርስቶስን ጽድቅ ቅድስና ቤዛነት ሊያዩ ሊነኩ ሊማመዱት አልቻሉም፡፡ ልቦናቸው ተገርዞ አዲስ ፍጥረት ሆነው ወንጌልና የምሥራች የሆነውን ክርስቶስን በጸጋው መልበስ አልቻሉም፡፡ **የክብሩ ዕውቀት ብርሃን** የሆነው ኢየሱስ ክርስቶስ የሚዳሰስ፣ የሚጨበጥ እና የሚታይ ሕይወት (የምንለማመደው ዕውቀት) ነበር፡፡

ይህን እንዳያዩ የጨለማው ዓለም ገዥ በኃጢአት አገዛዝ ሥር ተጽዕኖ አምጥቶበት ነበር፡፡ ይህ ደግሞ ዲያብሎስ ኃይለኛ ስለሆነ አይደለም፡፡ ነገር ግን የክብሩ ብርሃን ዕውቀት የሆነው (የልቦና ዐይኖች በርተው ከልምምድ የሆነውን ክብሩን ማወቅ) መግባት የሚችሉት በእምነት በኩል ሲሆን፣ አለማመን ስለ መረጡ ነው፡፡ ዘ ሜሴጅ የሚባለው መጽሐፍ ቅዱስ፡- "መልእክታችን ለማንም ሰው ግልጽ ባይሆንለት እኛ የምንደብቀው ነገር ስላለ አይደለም። ግልጽ የማይሆነው ሰሚዎቻችን ዐይናቸውን ወደ ሌላ ቦታ ስላዞሩ ወይም ልብ ብለው ትኩረት ሰጥተው ስለማያደምጡን ነው። ዐይናቸው የተከፈተው ዓለም የሚያጨበጭብለትን የጨለማ አምላክ ለማየት ብቻ ነው። እርሱም የሚፈልጉትን የሚሰጣቸው ስለሚመስላቸው በዐይን የማይታየውን ዕውነት ለመረዳት ራሳቸውን መስጠት የሚያስፈልጋቸው አይመስላቸውም።

የእግዚአብሔርን መልክ ከምንም በላይ በድምቀት የሚገልጥልንን እንደ ንጋት ወገግታ ቦግ ብሎ የሚበራውን የክርስቶስን መልእክት እንዳያዩ ዐይኖቻቸው ፈጽመው ታውረዋል" (2ኛ ቆሮ. 4፥4፤ 1ኛ ዮሐ. 1፥1)፡፡ በዚህም የኃጢአት ዕውቀት (በልምምድ የተገኘ ዕወቀት) እና በጨላመው ተጽዕኖ ምክንያት ፍጥረታዊው ሰው ኃጢአተኛነቱን እና የቅድስና

ሕይወት ምን እንደ ሆነ የማወቅ (በልምምድ የማወቅ) ችሎታ ሆነ ዐቅም የለውም፡፡ ዘ ሜሴጅ የሚባለው መጽሐፍ ቅዱስ፡- "ስጋዊው ማንነት በተፈጥሮው የእግዚአብሔርን መንፈስ ስጦታዎች መቀበል አይችልም። እነዚህን ስጦታዎች የሚቀበልበት አቅም የለውም። እጅግ ንጹህ ይሆኑበታል። መንፈስ መታወቅ የሚችለው በመንፈስ ብቻ ነው - ማለትም የእግዚአብሔር መንፈስ እና የእኛ መንፈስ በግልጽ ሕብረት ሲያደርጉ። በመንፈስ ሕያው ስንሆን የእግዚአብሔር መንፈስ የሚያደርገውን ሁሉ ማየት እንችላለን፤ ደግሞም መንፈሳዊ ባልሆኑ ነቃፊዎች ልንገመገም አንችልም። "የእግዚአብሔርን መንፈስ የሚያውቀው፤ ምንስ እየሰራ እንደሆነ የሚያውቅ ሰው አለ?" የሚለው የኢሳይያስ ጥያቄ ተመልሷል፡- ክርስቶስ ያውቃል፤ እኛ ደግሞ የክርስቶስ መንፈስ አለን"።(1ኛ ቆሮ. 2÷14-16)፡፡

«ኃጢአተኛ ሥጋ» ወይም «የሥጋ ሰውነት» ተብሎ የሚጠራው የአዳም ባሕርይ በመውረስ ከፍጥረቱ የቀጣ ልጅ የሆነው ሰው የኃጢአት ግዛት ሥር ከመሆኑ ባሻገር የጨለማው የኃጢአት ምኞት ልምምድ በውስጥ እንዲኖር ያደረገው የቀድሞው ዕባብ መርዝ ነበር፡፡ በመጀመሪያ ሔዋንን ነደፋት፤ በመቀጠልም ደግሞ የመጀመሪያው ዐፈር የነበረውን አዳምን፣ በመጨረሻም በእርሱ በኩል የሰው ልጆችን ሁሉ በዚያ የኃጢአት ባሕርይ ተነደፉ፡፡

ይህ በመሆኑም በባሕርይው ኃጢአት ያለበት ሰው በጨለማው ገዥ ተጽዕኖ ሥር ወደቀ፡፡ አሁን ኃጢአት፣ የኃጢአት ሰውነት፣ የሥጋ ኃጢአት፣ እንዲሁም የዲያብሎስ ተገዥ ሆነ፡፡ እንግዲህ ከዚህ እንዴት ነፃ መወጣት እና የቅድስና ሕይወት መኖር ይችላል? ብቃትን ከየት ያገኛል? ኃጢአት ልቡን አጨለመው፡፡ ለምኞቱም ተገዥ አደረገው፡፡ መሢሑ መጥቶ እስኪቤዠው ድረስ በጨለማ ባሕር ውስጥ ተዘፍቆ ይኖር ነበር (ዮሐ. 12÷40)፡፡

ወደ ኢየሱስ ክርስቶስ ስንመጣ ግን ይህ የመዳን ብርሃን በልባችን በራ፡፡ ክርስቶስን ዐወቅነው (ተባበርነው/ ኅብረት አደርግን /ተጣበቅን)፡፡ ልባችን በመንፈስ ቅዱስ ተቀጣጠለ፡፡ የወንጌሉ ዕውቀት ብርሃን የሆነው ክርስቶስ በእኛ ወስጥ ሕያው ሆኖ ዐደረ፡፡ ከዚያም በውስጣችን መኖር ጀመረ፡፡ ይህ ደግሞ መለኮታዊ ባሕርይ ወደ ሆነው ወደ ፍቅሩ መዘርጋት ተችሎአል፡፡

የእግዚአብሔር ሙላት ክብሩ ከእኛ አልፎ ተገለጠ ማለት ክርስቶስ ቅድስናችን ሕያው ሆነ (የክርስቶስ ሕይወት በእኛ ላይ ተገለጠብን) ማለት ነው፡፡ ሐዋርያው የጸለየው

የጸጋው ክብር በሙላት ሲገለጥ ወደ አብ ይቀርባል፡፡ ምክንያቱም እንደ ተስፋ ቃል የቅዱሳን ርስት ባለጠግነት ሆኖ የተሰጠ ስለሆነ ነው፡፡ ይህም በእምነት በኩል ይሆናል፡፡ ዘ ሜሴጅ የሚባል መጽሐፍ ቅዱስ፡- “በመንፈሱ እንዲያበረታችሁ እለምነዋለው - ይህም የሥጋ ጡንቻችሁ እንዲበረታ ሳይሆን፣ በውስጣችሁ በክብሩ እንድትጠነክሩ ነው፤ ማለትም በራችሁን ከፍታችሁ እንዲገባ እርሱን ስትጋብዙት ክርስቶስ በእናንተ ውስጥ ገብቶ እንዲኖር ነው። ደግሞም ሁለቱም ዕግሮቻችሁ በፍቅር ጸንተውና ተተክለው መለኪያ የሌለውን የክርስቶስን ፍቅር በሁለንተናዊ ገጽታዎቹ ከኢየሱስ ተከታዮች ሁሉ ጋር ተቀብላችሁ ወደ ውስጣችሁ ማስገባት እንድትችሉ እለምነዋለው። ተዘርጉና በፍቅሩ ስፋት ሁሉ ሂዱበት፤ በርዝመቱ ተመላለሱበት፤ በጥልቀቱ ግቡበት፤ ወደ ከፍታው ሁሉ ውጡ። ሕይወትን በሙላት፣ በእግዚአብሔር ሙላት ሁሉ እየኖራችሁ አጣጥሙ” (ኤፌ. 3፥16-19)፡፡

ክርስቶስ ቅድስናችን ስለሆነ በእምነት በኩል በሙላት ሊኖር (ክርስቶስን መምሰል ሊበዛልን /ከክብር ወደ ክብር ልንሻገር/ ክርስቶስ ሊገለጥብን)፣ ደግሞም ክርስቶስን ለመልበስ ብቃትን አገኘን፡፡ የክርስቶስ ፍቅር በልባችን በራ (በመንፈስ ቅድስ በመፍሰስ ልባችንን ተቆጣጠረው) ገዛን፡፡

ክብር የሸሸን ሰዎች አሁን ክብሩ መመኪያችን ሆነ፡፡ ዘ ሜሴጅ የሚባለው መጽሐፍ ቅዱስ፡- “እንደ እብድ ብሆን ለእግዚአብሔር ብዬ ነው፤ አብዝቼ በአእምሮ እንደ በሰለ ሰው ብሆን ደግሞ ለእናንተ ብዬ ነው። የክርስቶስ ፍቅር ይህን ያህል ነው ራሴን እንድሰጥ ያደረገኝ። በምንሠራው ሥራ ሁሉ የመጀመሪያውን ፈቃድ የመጨረሻውንም ውሳኔ የሚያደርገው የእርሱ ፍቅር ነው’ (2ኛ ቆሮ. 5፥14፤ ሮሜ 5፥2፣ 5፣ 11)፡፡

ይህ የቅድስናው ክብር የሆነው ክርስቶስ ኢየሱስ በእኛ ውስጥ ሊኖር በእምነትም በኩል በሕይወታችን ሊገለጥ እና እርሱን በማወቅ (በመተባበር /በመጣበቅ/ በኅብረት) በእምነት በኩል የሕይወት ልምምድ የተሞላ ዕውቀት ነው፡፡ “ኢየሱስ ክርስቶስን **ያውቁ** ዘንድ ይህች **የዘላለም ሕይወት ናት**” (ዮሐ. 17፥3)፡፡

የእርሱን ሕይወት ልናንጸባርቅ እና የጸጋው ክብር ይገለጥ ዘንድ ነው፡፡ ወደ ቅድስተ ቅዱሳን የመግባት ግብዣ፣ ማለትም በሥጋው መጋረጃውን በመቅደድ ሰላምን ፈጥሮ፣ ኑ! የሚል ግብዣ የተሞላበት ሕይወት ነው፡፡ “በውድ ልጁም እንዲያው የሰጠን **የጸጋው ክብር** ይመሰገን ዘንድ ይህን አደረገ”። ዘ ሜሴጅ በመባል የሚታወቀው መጽሐፍ ቅዱስ፡

- "እግዚአብሔር ይህንን ሲያቅድ እንዴት ባለ ታላቅ ደስታ እንደ ተደሰተ ባወቃችሁ!" ይላል፡፡

በውድ ልጁ አማካኝነት እጅግ በበዛው ቸርነቱ **በሰጠን ስጦታ** ውስጥ ወዳለው **ታላቅ የደስታ በዓል ውስጥ** አብራችሁት እንድትገቡ ፈልጓል" (ኤፌ. 1፥6)፡፡ በመንፈስ ቅዱስ አማካይነት ኪዳን እና ዋስ ሆኖ በእኛ ውስጥ መኖር ጀመረ (ዕብ. 5፥10፤ 7፥22)፡፡ እንግዲህ **ክርስቶስን ማወቅ** ማለት በክርስቶስ ኢየሱስ ሞት እና ትንሣኤ መተባበር መጣበቅ አንድ መሆን ማለት ነው፡፡

ከእርሱ ጋር በጸጋው አሠራር (በጸጋው ንጉሣዊ አገዛዝ ሥር) የሚገኙት ሁሉ የዚህ ብርሃን (ዕውቀት) ፍሬ አላቸው ያፈራሉ፡፡ ክርስቶስን ባወቁት (በሞቱ እና በትንሣኤ ከተባበሩት በተጣበቁት እና ክርስቶስ በውስጣቸው እንዲገለጥ) በእምነት በኩል ልባቸውን በከፈቱለት መጠን ፍሬአቸው እየበዛ ይመጣል፡፡

ክርስቶስን ማወቅ እና በፍቅር ዕውቀት መሞላት ማለት ይህ ነው (ቈላስ. 1፥9-10፤ ኤፌ. 3፥18-19፤ ፊልጵ. 1፥9-11)፡፡ ቅድስና የክርስቲያኖች ርስት ሆኖ የተሰጠን ነው፡፡ እንግዲህ **እግዚአብሔር የሚፈልገው ቅድስና ሕይወት** በክርስቶስ ውስጥ ሆነን በአምነት በኩል መለኮት እንደ ጸጋ በእኛ የሚሠራው የክብሩ መገለጥ ነው፡፡ የጸጋው ክብር (ቅድስናውን) የሚገልጠው ሲሆን፣ ከክርስቶስ ጋር በሞቱ እና በትንሣኤው በእምነት በኩል በመተባበር ይህ ክብር ይገለጣል (ኤፌ. 1፥6)፡፡

የቅዱሳንን ርስት (የቅድናው ክብር /የጸጋው ክብር) በብርሃን እንድንካፈል ያበቃን እርሱ ነው፡፡ ይህም ደግሞ ክርስቶስ የመሥዋዕቱ በግ እና ሊቀ ካህናት ሆኖ እኛን ለእግዚአብሔር ቅዱስ እና ያለ ነውር ሆነን እንድንቀርብ ፈቀደ/ፈለገ፡፡ ይህንንም ደግሞ በእምነት በኩል ፈጸመው (ኤፌ. 1፥4፤ 5፥24)፡፡ ክርስቶስ ኢየሱስ የጽድቅ ስጦታ / የጸጋ ስጦታችን እና የቅድስና ስጦታችንና ሕይወታችን ሆነ፡፡

"**የጸጋን ብዛትና የጽድቅን ስጦታ ብዛት የሚቀበሉ** በአንዱ በኢየሱስ ክርስቶስ በኩል **በሕይወት ይነግሣሉ**" (ሮሜ 5፥17)፡፡ "**ሕይወታችሁ የሆነ** ክርስቶስ በሚገለጥበት ጊዜ፥ በዚያን ጊዜ እናንተ ደግሞ **ከእርሱ ጋር በክብር ትገለጣላችሁ**" (ቈላስ. 3፥4፤ ዮሐ. 17፥19)፡፡ በኃጢአት ምክንያት ከእግዚአብሔር ክብር የጐደለው በክርስቶስ ጽድቅ ምክንያት በእግዚአብሔር ፊት የክርስቶስ ጽድቅ ተቈጥሮለት ጻድቅ ተብሎ ተጠራ፡፡ ስለሆነም ጽድቁ ደግሞም ክብሩ ወደ እኛ እንዲመለስ አደረገ (ሮሜ 3፥23-24)፤ ክርስቶስ

ጋር በትንሣኤው በመተባበራችን በእግዚአብሔር ክብር (የቅድስና ሕይወት) መመላለስ የምንችልበትን ብቃት ሰጠን፡፡ "እንግዲህ ክርስቶስ **በአብ ክብር** ከሙታን እንደ ተነሣ እንዲሁ **እኛም በአዲስ ሕይወት እንድንመላለስ፥** ... ሞቱንም በሚመስል ሞት **ከእርሱ ጋር ከተባበርን** ትንሣኤውን በሚመስል ትንሣኤ ደግሞ **ከእርሱ ጋር እንተባበራለን፤** ... ነገር ግን ከክርስቶስ ጋር ከሞትን **ከእርሱ ጋር ደግሞ በሕይወት እንድንኖር** እናምናለን፤ ... **በሕይወት መኖርን** ግን ለእግዚአብሔር ይኖራል። **እንዲሁም እናንተ ደግሞ**... ለእግዚአብሔር **ሕያዋን እንደ ሆናችሁ** ... " (ሮሜ 6፥4፣ 9፣ 11፤ ኤፌ. 2፥3-8)፡፡

የኢየሱስ ሕይወት ለሁላችን የተሰጠ ነው፡፡ በእምነት በኩል በኑሮአችን ሊገለጥ፣ ሁለንተናችንን ሊሞላ፣ ማለትም በዕለት ተዕለት ዕንቅስቃሴአችን ክብሩ እንዲገለጥ ተሰጥቶናል፡፡ በአብ ቀኝ የተቀመጠበት የክብር ሕይወት ለእኛ የቅዱሳን ርስት ባለጠግነት ሆኖ ተሰጠን፡፡ በእምነት የክርስቶስን ጽድቅ የተቀበለ አማኝ፣ እንዲሁ እርሱ የክርስቶስን ቅድስና በእምነት በኩል በመንፈስ ቅዱስ የሚለማመደው ይሆናል፡፡ "ለአለቅነትና ለሥልጣንም ሁሉ ራስ በሆነ በእርሱ **ሆናችሁ ተሞልታችኋል**" (ቈላስ. 2፥10)፡፡

«ሆናችሁ» ሲል በክርስቶስ የተገኘውን አዲሱን ማንነት ያመለክታል፡፡ ክርስቶስ ጽድቃችንና ቅድስናችን (የእግዚአብሔር የጸጋው ክብር) ሆኖ የተሰጠን ከእርሱ ጋር በእምነት በኩል በመተባበራችን ወይንም በመጣበቅ የምናገኘው አዲስ ሕይወት ነው፡፡ ዘ ሜሴጅ የተባለው መጽሐፍ ቅዱስ፡- "እግዚአብሔርን በሙላት ትሰሙትና ታዩት ዘንድ የእግዚአብሔር ማንነቱ በክርስቶስ በኩል በሙላት ተገልጧል።

የክርስቶስን ሙላት፣ እንዲሁም ያለ እርሱ ደግሞ የዓለማችንን ባዶነት ለማየት አጉሊ መነጽርም ሆነ የሩቁን አቅርቦ የሚያሳይ መነጽር አያስፈልጋችሁም። ወደ እርሱ ስትመጡ የእርሱ ሙላት ደግሞ ወደ እናንተ ይመጣል። ኃይሉ የማይጠቀልለውና የማይደርስበት ነገር የለም"፡፡ ጄ.ፊ. ፊሊፕስ ኒው ቴስታመንት የተባለው መጽሐፍ ቅዱስ፡- "በተጨማሪም የእናንተ ሙሉነት በሥልጣናት ሁሉ ላይ ባለ ሥልጣን በሆነው፣ ደግሞም በሁሉም ኃይላት ላይ የበላይ ኃይል በሆነው በእርሱ ብቻ ዕውን የሚሆን ነው"፡፡ ዘፓሽን የተባለው መጽሐፍ ቅዱስ፡- "ሙላታችን የሚገኘው በእርሱ ውስጥ ነው። በውስጣችን የክርስቶስ ሙላት ሲያጥለቀልቀን በእግዚአብሔር ሙላት ሁሉ እንሞላለን። እርሱም በዓለም ውስጥ ያሉ መንግስታትና ስልጣናት ሁሉ ራስ(ሀ) ነው"። የግርጌ ማስታወሻ ሀ. ወይም "ምንጭ" (ቈላስ. 2፥10)፡፡

ስለዚህ ክርስቲያን ይህን የቅድስና ጉዞ እንድንሄድ ቀዳሚ ሆኖ የተጓዘው እና ለእኛም አዲስ መንገድ የመረቀልን ራሱ ጌታችን ኢየሱስ ክርስቶስ ሳይለየን እና የቅድስናው ክብር የሆነውን ክርስቶስን እየለበስን እንድንሄድ እርሱ ሊቀ ካህናታችን ሆነ፡፡ የአዲስ ኪዳንን ተስፋ፣ ማለትም በፊቱ መግባትን የማግኘት፣ የመኖርና የመመላለስ ብቃት ሆነን፡፡

በሞቱ እና በትንሣኤው በእምነት በኩል በቅድስናው ክብሩ እንድንገኝ፣ የቅድስናው ክብር የሆነውን «ክርስቶስ ቅድስናችን» በውስጣችን በመሆን እና በመኖር፣ እንዲሁም ራሱንም በእኛ ውስጥ በመግለጥ ድፍረት እና ዐቅም ይሆንልን ዘንድ እርሱን የሰጠን እግዚአብሔር ነው (ኤፌ. 2፥18፤ ዕብ. 4፥10፤ 7፥19፤ 10፥19-20)፡፡

የእርሱ ቅድስና ብቃታችን ሆኖ በአብ ፊት የተቀደስን ሆነን (ቅዱሳን) ሆነን የመቆም የመገለጥ የመከበር ዐቅም ሆነልን፡፡ ይህ ማለት ክርስቲያን በሊቀ ካህናቱ በኢየሱስ የምልጃ ሥራ (በክርስቶስ ደሙ ነጽቶ) ወደ አብ፣ ማለትም ወደ ቅድስተ ቅዱሳን ገብቶ መኖር እንዲችል አድርጎታል ማለት ነው፡፡

ይህ ማለት በዕለት ተዕለት ኑሮው (በክርስትና ሕይወቱ) ኃጢአት አይገኝበትም ማለት ሳይሆን፣ በክርስቶስ ኢየሱስ ያለውን ሥፍራ ያወቀ፣ የቅድስና ፍሬ የሚታይበት፣ በክርስቶስ ክህንነት የሚታመን፣ በደሙ ከኩነኔ የራቀ እና ወደ ቅድስተ ቅዱሳን መግባትን ባገኘው ድፍረት ያለውና መንፈሳዊ ዕድገቱንም የሚጨምር አገላለጽ የያዘ ነው፡፡ "አንድ ጊዜ በማቅረብ የሚቀደሱትን **የዘላለም ፍጹማን** አድርጎአቸዋልና" (ዕብ. 10፥10፣ 14)፡፡

አምፕሊፋይድ የሚባለው መጽሐፍ ቅዱስ፡- "አንድ ጊዜ ባቀረበው መሥዋዕት የሚቀደሱትን **ሙሉ በሙሉ አንጽቶ** ለዘላለሙ ፍጹማን አድርጓቸዋል፡፡ (እያንዳንዱን አማኝ **ለመንፈሳዊ ምሉዕነትና ጉልምስና አብቅቶታል**) ይላል፡፡"

ዘ ሜሴጅ የሚባለው መጽሐፍ ቅዱስ፡- "መሥዋዕቱ ፍጹማን ያልነበሩትን ሰዎች ፍጹማን ለማድረግ ፍጹም በሆነ ሰው የቀረበ መሥዋዕት ነው፡፡ አንድ ጊዜ በቀረበው በዚያ መሥዋዕትም **በመንጻት ሂደት** ውስጥ ለሚያልፉት ሁሉ **ማድረግ የሚያስፈልገውን ነገር በሙሉ** አድርጓል" ይላል፡፡

ይህ የቅድስና ሕይወት እንደ ተስፋ ሆኖ የተሰጠን የኪዳን ተስፋ ቃል ነው፡፡ "እኛም የምንደፍርበትን የምንመካበትንም ተስፋ ... እንግዲህ ወደ ዕረፍቱ ለመግባት ተስፋ ገና ቀርቶልን ከሆነ" (ዕብ. 3፥6፤ 4፥1)፣ ማለትም ክርስቶስ በእኛ ይጋለጥ ዘንድ በጸጋው

የሚሆን አሠራር እንጂ፣ እንደ ቀድሞው በሥጋ ሳለን (በዓለም-በጨለማ) ተጽዕኖ ሥር በነበርንበት ጊዜ በምናደርገው መመላለስ የሚሆን መፍጨርጨር አይደለም፡፡

አሁን በእምነት በኩል ከወይኑ ግንድ ጋር በመጣበቅ (ኅብረት/በመተባበር) በማድረግ በመዳናችን ከእምነት ወደ እምነት፣ ማለት በእምነት በመኖር ክርስቶስ የቅድስናችን መገለጫ ሕይወት ምንጭንና ኃይል ሆኖ የምንኄድበት የእምነት ጉዞ ነው፡፡ ወደ እግዚአብሔር ዕረፍት መግባትን ያስገኘልን፣ ማለትም ከብሩ መኩሪያችን ሆኖ (የቅዱሳን ርስት) ሆኖ እንዲሰጠን ክርስቶስ በአብ ፊት ሰላማችን ሆኖ እኛን ወክሎ ቆመ፡፡

እኛ ከእርሱ ጋር በጸጋው አሠራር (ትንሣኤውን በመተባበር) ቆምን፤ ማለትም ከእግዚአብሔር ጋር ሰላም አለን፡፡ ይህ ሰላም የተፈጠረው ክርስቶስ ሕይወታችን ሆኖ በእኛ ውስጥ ስለሚገኝ፣ እንዲሁም እኛን ወክሎ በአብ ፊት ቅድስናችን ሆኖ ስለሚታይ ነው፡፡ ሰላምን ሰላገኘን የቤተ መቅደስ መጋረጃ በሥጋው ተቀድዶ ወደ ቅድስተ ቅዱሳን መግባት ስለ ሆነልን ነው፡፡ በብሉይ ኪዳን ዕረፍት ያጣንበት ጉዳይ ነበር፡፡

ሁሉም ወደ መገናኛ ድንኳኑ (ቤተ መቅደሱ) የእንስሳት መሥዋዕት ይዞ ወደ ሊቀ ካህናቱ ይመጣ ነበር፡፡ ሥፍር-ቍጥር የለው የእንስሳ ደም በመሠዊያው ላይ ይፈስስ ነበር፡፡ ሥነ - ቅርስ (በመሬት ውስጥ የተቀበሩ ቅርሶች ጥናት) ምርመራ ተዳርጎ (Journal of Archaeological Science፡ Tia Ghose – ABC NEWS) ባየቀረበው ዘገባ መሠረት በቤተ መቅደሱ የሚፈስሰው ደም ምድሪቱ የምትችለውን ከጠጣች በኋላ ከምድር ወለል ወደ ላይ አሻቅቦ ይገነፍል ነበር፡፡ የካህናት ጉልበት አካባቢ ይደርስ ነበር፡፡

በቀን ከ 1.2 ሚሊዮን እንስሳ ያላነሰ ይሰው ነበር ይላሉ፡፡ በዚህ አሰልቺ ድግግሞሽ ተግባር ካህናቱ ዘወትር የመቅደስ ሥርዓት ይፈጽሙ ነበር፡፡ የሚያመልከውን ሰው ፍጹም አድርጎት ወደ ቅድስተ ቅዱሳን በማስገባት በአብ ፊት ሊያቀርበው አልቻለም፡፡ ከእግዚአብሔር ሰላም ሳያገኝ ተመልሶ ይኄዳል፡፡ ኃጢአቱ ተከድኖ ይኄዳል፡፡ አሁንም ተመልሶ መምጣት ያስፈልገዋል፡፡ ምክንያቱም ሕጉ እንደ መስታወት ሆኖ ኃጢአተኝነቱን ያሳየዋል፡፡

የሚከስሰውና የሚኰንነው በደል በሕሊናው ስለሚደውል በእርግጥም ሌላ መሥዋዕት ይዞ ወረፋ ጠብቆ መሥዋዕቱን ወደ ካህኑ ያቀርባል፡፡ የማያቋርጥ ድግግሞሽ ዕረፍት-የለሽ ነበር፡፡ ዘ ሜሴጅ ተብሎ የሚጠራው መጽሐፍ ቅዱስ፦ "እግዚአብሔር ሁልጊዜ ሊያደርግልን ወደሚፈልገው ነገር ውስጥ በእምነት በመግባት - ከራሱ ጋር ሊያስታርቀንና

ለእርሱ ምቹ መገልገያ እንድንሆንለት የሚያደርግና ይህም ደግሞ የእርሱ ፍላጎት ነው - እኛም ከጌታችን ከኢየሱስ ክርስቶስ የተነሣ በእግዚአብሔር ዘንድ ሁሉ ነገር ተስተካክሎልናል።

ደግሞ ይህም ብቻ አይምሰላችሁ፡- በራችንን ለእግዚአብሔር ክፍት እናደርጋለን በዚያው ቅጽበት ደግሞ እግዚአብሔር ከእኛ ቀድሞ በሩን ለእኛ በርግዶ እንደ ከፈተልን ዕናውቃለን። ሁልጊዜ «በዚያ በቆምን (በኖርን)» ብለን በምንመኝበት ሥፍራ ቆመን (እየተመላለስን) ራሳችንን እናገኛቸለን - ያም ሥፍራ በእግዚአብሔር ጸጋ እና በክብሩ ውስጥ ያለው ሰፊ ሥፍራ ነው፤ በዚያም ሥፍራ ቀና ብለን ቆመን በምስጋና ጩኸታችንን እናቀልጠዋለን' (ሮሜ 5÷1-2)፡፡ ዘ ሜሴጅ

ስለሆነም በክብሩ ፊት ለመቆም ድንጋዩ ልብ ሥጋ ልብ ማለትም አዲስ ፍጥረት ሆነናል፡፡ በደሙ ለመንጻት ወስጣዊው ሰውነታችን በጥሩ ውኃ ታጠበ፡፡ ኃጢአት በደሙ ነፃ፡፡ ስለዚህም ድፍረት ሆነን፡፡ የዕብራውያን ጸሐፊ የሚነግረን ሲሆን ደግሞም እኛ ወደዚህ ዕርከን ተሸጋግረናል፡፡ በዚያም (ቅድስተ ቅዱሳን) ውስጥ በእምነት በኩል ሕያው ሆነን እየኖርን ነው ያለነው ይለናል (ዕብ. 10÷19-22)፡፡

ምክንያተም የቅዱሳን ርስት ባለጠግነት የሆነው ክርስቶስ ቅዱሳናችን (ሕይወታችን) የሆነው ተስፋችን (የተስፋ ቃል) ለእኛ ስለሆነ ነው (ዕብ. 10÷21-23)፡፡ ጴጥሮስ ዕግሩን መታጠብን ዕንቢ አለ፡፡ ይህ በእምነት የመንጻት ምሥጢር ምሳሌ የሆነውን የተረዳ አልነበርም፡፡ ሐዋርያቱም ስለ የክርስቶስ መሞት እና መነሣት መረዳት ሕፃናት ነበሩ፡፡

ነገር ግን በባዕለ አምሳ የልቦናቸው ዐይን ሲበራ ልብን አሳብን የሚመረምረው ጌታ የልባችንን ደጅ በፍቅር ሲያንኳኳ ውስጣቸውም ሲገባ ስለ ክብር ደሙ የማስተዋል ባለጠግነትን አገኙ፡፡ ያን ግዜ ክርስቶስን በእምነት በኩል ዐወቁት (በሞቱ እና በትንሳኤው ኅብረት አደረጉ/ ተባበሩ) የምሥራቹን (ዕግር መታጠብ ምሥጢር) በድፍረት ተናገሩት፡፡

ታጠብን ብለው አወጁ፡፡ ቅዱስ ጴጥሮስም ለሌሎች ይህን የእውቀት ብርሐን የሆነውን ክርስቶስን ህብረት እና አንድነት ተናገረ፡፡ ዘ ሜሴጅ የሚባለው መጽሐፍ ቅዱስ ፡- “ለዚህ ወደ እርሱ ፊት እንግባ - በእምነት ተሞልተን፣ በውስጥም በውጭም በፊቱ ለመቅረብ የተገባን መሆናችንን ተማምነን” (ዕብ. 10÷22፤ ዮሐ. 13÷8፤ 1ኛ ጴጥ. 1÷18-19)፡፡

ቅድስና (ክርስቶስን መምሰልን) ሕይወት በእኛ እንዲገለጥ ወይም ብርሃን ሆነን ደምቀን እንድንታይ ክርስቶስ ኢየሱስ የአዲስ ኪዳን መካከለኛ ሆነ፡፡ ይህ የተስፋ ቃል (የተስፋው ክብር) በእኛ እንዲገለጥ መንፈስ ቅዱስ ተሰጥቶናል፡፡ የተስፋው ክብር (የቅዱሳን ርስት ባለጠግነት) የሆነው ክርስቶስ ቅዱስናችን ሆኖ በአማኙ በሙላት እንዲገለጥ መንፈስ ቅዱስ መያዣችን ሆኗል (ኤፌ. 1÷14)፡፡

ይህ መንፈስ ቅዱስ ይህን የቅድስና ክብር የሆነውን ክርስቶስን በእኛ በመግለጥ ከክብር ወደ ክብር እንድንለወጥ ያደርገናል (2ኛ ቆሮ. 3÷12፣ 16-18)፡፡ የቅዱሳን ርስት መያዥያ የሆነው የቅድስናው መንፈስ (የክርስቶስ መንፈስ) በመባል ይታወቃል፡፡ ይህ የክብር መንፈስ ክርስቶስን ወደ መምሰል ልክ እስክንደርስ ድረስ በእኛ ውስጥ ለዘላለም ይኖራል፡፡ ይህም የእግዚአብሔር መንፈስ ከክብር ወደ ክብር ያደርሰናል፤ ያመጣናል (ይቀድሰንማል) - መቀደስ ማለት እርሱን መምሰል /የተለየ መሆን/ ለእግዚአብሔር የሚኖር ይህም ክብሩን በማንጸባረቅ የሚኖርና የሚመላለስ ማለት ነው፡፡

ይህም የክርስቶስ መንፈስ ደግሞ የእግዚአብሔር ቅድስናው ልክ ሊያደርሰን (ክብሩን ሊሞላን /ሊገለጥብን) እንደ መያዣ (ቅድመ-ክፍያ) ሆኖ የተሰጠን ስለሆነም ያን ክብር እስከ ምናጸባርቅ ድረስ ይንከባከበናል፤ ያዘጋጀናልም፤ እንዲሁም የክርስቶስን ሕይወት ይመግበናል፡፡ ይህ የሚሆነው የበለጠ ከክርስቶስ ጋር በትንሣኤው እንድንመስለው ለማድረግ በሕይወት ልምምድ ረገድ አንድ ወደ መሆን ለማምጣት ነው፡፡

መቀደስ በሌላ አነጋገር ጌታችን ኢየሱስ ክርስቶስ አባቱን ደስ እንዳሰኘ ሁሉ እንዲሁ እኛም ክርስቶስ እንደ ተመላለሰ አብን እንድናስደስት ማድረግ መቻል ነው፡፡ ይህ ደግሞ የሚሆነው ክርስቶስ በእኛ ውስጥ ሲኖርና ራሱን ሲገልጥ ብቻ ይሆናል፡፡ ይህን ያደረገው ከመለኮታዊ ባሕርይ ተካፋዮች በመሆን እኛነታችን በክርስቶስ ማንነት ሲዋጥ፣ በሌላ አነጋገር ክርስቶስ በእኛ ሕይወት ሲገዛ /ሲገለጥ እና እኛም እርሱን ስንለብሰው ማለት ነው፡፡ይህ ማለት ከአምላክነቱ ጋር እንተካከላለን ማለት አይደለም፡፡ እርሱ ብቸኛ አምላክ ነው፡፡ «ስምህ እግዚአብሔር እንደ ሆነ በምድር ሁሉ ላይ **አንተ ብቻ** ልዑል እንደ ሆንህ ይወቁ (መዝ. 83÷13)፡፡ ይሁን እንጂ፣ እርሱን የምንመስልበት፣ ከመለኮታዊ ባሕርይውም የምንጋራው ነገር አለ፡፡ እነርሱንም ሐዋርያው ለቈላስይስ ሰዎች እና ለገላትያም ሰዎች ጭምር ገልጦላቸዋል፡፡ አዲስ ፍጠረት ስንሆን፣ በውስጣችን ክርስቶስ ይኖራል፡፡

እርሱ በውስጣችን የኖረው ግን መለኮታዊ ባሕርይውን በማካፈሉ ከወይኑ ግንድ ጋር በመጣበቅ /በመተባበር እና አንድ በመሆን ነው፡፡ አዲሱ ሰው ይህም በክርስቶስ አዲስ

ፍጥረት የሆነው የክርስቶስን ባሕርይ ወረሰ (ቈላስ. 3÷10፤ ገላ. 3÷27)። ይህ ሰው ከወይኑ ግንድ ጋር ስለ ተጣበቀ ፍሬ አለው። ማለትም የክርስቶስ መለኮታዊ ባሕርይ ይታይበታል /ይገለጥበታል እናም የቅድስናው ክብር ብርሃን ይንጸባረቅበታል።

የብርሃን ፍሬ አለው። ይህ የሆነው ከክርስቶስ ጋር ሞተው (ሥጋን ከክፉ መሻቱ ጋር ስለ ሰቀሉ አዲስ ፍጥረትነትን ስላገኙ (ገላ 6÷24) ነው። ከእርሱ ጋር ስለ ተሰቀሉ፣ ማለት ከእርሱ ጋረ ስለ ሞትን (ሞቱን በእምነት ስለ ተካፈልን) (ሮሜ 6÷6)፣ እንግዲህ ከእርሱ ጋር ተሰቅለን ከእርሱ ጋር ተቀበርን (ሮሜ 6÷4)።

አሮጌው ሰው በአዲሱ ሰው ተተካ። ስለሆነም አዲሱ ሰው መታደስን እንጂ፣ መበስበስን ዐያውቅም። የፈጠረውን የሚመስል አዲስ ፍጥረት (ድንጋዩ ልብ - በመንፈስ ቅዱስ አማካይነት - የሥጋ ልብ) የሆነው ነው (ቈላስ. 3፡9-10)፤ አዲሱ ሰው ሁልጊዜ ሕያው እና ብርሃን ነው (ዮሐ. 13÷19፤ ኤፌ. 5÷8)።

እንግዲህ ይህ «አዲሱ ሰው» የዳነው አዲስ ፍጥረት የሆነው የወረሰው «የመለኮት ባሕርይ» ደግሞ የመንፈስ ቅዱስ ፍሬ በመባል ይታወቃል (ገላ. 5÷22)። ከወይኑ ግንድ ጋር አንድ በመሆናችን የእርሱን የመለኮት ባሕርይ (ክብሩን) ስለ ተካፈልን ነው። የእግዚአብሔር ክብር በሁለት መንገድ ይገለጣል። የመጀመሪያው አንጸባራቂ ክብሩ ማንም ሊያየው ሊደርስበት የማይችለው ነው (1ኛ ጢሞ 6÷16)።

ሁለተኛው የመለኮታዊ ባሕርይው (ክብሩ) ደግሞ የአመነው ሰው በመንፈሱ የሚጋራው ባሕርይ (ከወይኑ ግንድ ጋር በመጣበቃችን ያገኘው ሕይወት) ሲሆን፣ የመንፈስ ቅዱስ ፍሬ በመባል የሚታወቀው ነው (ዮሐ. 1÷14)። እነዚህ በሞቱ እና በትንሣኤው የምንጋራቸው ባሕርይው በጸጋ የሚሰጡ (የጸጋው አሠራር የሚገለጥባቸው)፣ ማለትም የክርስቶስ ሕይወት ነው (ዮሐ. 1÷16)።

እነዚህ የክርስቶስ ሕይወት /የመንፈስ ፍሬዎች እና የመለኮታዊ ባሕርይ የሚባሉት ሁሉ **የቅድስናው ክብር** ነው ማለት ሲሆን ሁሉም ከክብሩ የወጡ እና የሚገለጡ ናቸው። እነዚህ የመንፈስ ፍሬዎች (የመለኮታዊ ባሕርይ /የቅድስናው ክብር/ የክርስቶስ ሕይወት) በሕይወታችን፣ በዕለት ኑሮአችን እንዲገለጡና እንዲበዙ ፍሬንም እንዲያፈሩ ይፈልጋል።ይህ ማለት የቅዱስናው ሕይወት በመንፈስ ቅዱስ እና በእምነት በኩል ይገለጥ ዘንድ ፈቃዱ ነው። ክርስቶስን በውስጣዊ ሰው እንደ ለበስነው ደግሞ በሕይወታችን ክርስቶስን መልበስ ይገባናል (ቈላስ. 2÷12፣ 14)።

ይህ የሆነው ከክርስቶስ ጋር አብረን በመሞታችን፣ እንዲሁም ክርስቶስ ጋር ለአብ ክብር እንድንኖር እና ክበሩ ይገለጥብን ዘንድ ከሙታን ተነሥቶ በአብ ቀኝ ከተቀመጠው ጋር በክብር እንድንገኝ (እንድንጣበቅ) ነው፡፡ እኛም ከክርስቶስ ጋር በትንሣኤው በእምነት በኩል ስለ ተባበርን ወደዚያ የክብር ሕይወት (መለኮታዊ ባሕርይው /ተጋሪ የሆነው ክብሩ /የቅድስና ሕይወት/ የክርስቶስ ሕይወት) ስለ ተሰጠን ወደ ቅድስተ ቅዱሳን ለመግባት፣ በዚያም ለመኖርም ሆነ ለመመላለስ ብቃታችን ክርስቶስ ሆኖ ወራሽ እና ተካፋዮች ሆንን፡፡

ከወይኑ ግንድ ጋር አንድ በመሆናችን የእርሱን የመለኮት ባሕርይ (ተጋሪ የሆነውን ክብሩን / የክርስቶስ ሕይወት) ስለ ተካፈልን ነው፡፡ የእግዚአብሔር ክብር በሁለት መንገድ ይገለጣል፡፡ የመጀመሪያው አንጸባራቂ ክብሩ ማንም ሊያየውና ሊደርስበት የማይችለው ነው (1ኛ ጢሞ. 6÷16)፡፡

ሁለተኛው የመለኮታዊ ባሕርይው (ክብሩ) የአመነው የሚጋራው ባሕርይው የመንፈስ ቅዱስ ፍሬ (ከወይኑ ግንድ ጋር በመጣበቃችን) የሚገኘው ክብር ነው (ዮሐ. 1÷14)፡፡ እነዚህ የምንጋራቸው ባሕርይው በጸጋ የሚሰጡ (የጸጋው አሠራር) የሚሰጡ የክርስቶስ ሕይወት ነው (ዮሐ. 1÷16) ሲሆን፣ በሙላትም በሕይወታችን በዕለት ተዕለት ኑሮአችን እንዲገለጡና እንዲበዙ ይፈልጋል፡፡

ይህ ማለት የቅዱስናው ሕይወት በመንፈስ ቅዱስ አማካይነት በእምነት በኩል ይገለጥ ዘንድ ፈቃዱ ነው፡፡ ክርስቶስን በውስጣዊ ሰውነታችን እንደ ለበስን እንዲሁ በሕይወታችን ደግሞ ክርስቶስን መልበስ ይገባናል (ቈላስ. 2÷12)፡፡ ከክርስቶስ ጋር አብረን በመሞታችን፣ እንዲሁም ክርስቶስ ለአብ ክብር ይኖር ዘንድ ከሙታን ተነሥቶ በአብ ቀኝ እንደ ተቀመጠ፣ እንዲሁ እኛም ከክርስቶስ ጋር ተነሥተን የእግዚአብሔር ክብር የቅዱሳን ርስት ሆነን፡፡ የቅድስናው ሕይወት በመንፈስ ቅዱስ አማካይነት በእምነት በኩል ይገለጥ ዘንድ በእርሱ በኩል ፈፅሞታል፡፡ በክርስቶስ የአማኙ ሁለንተና የተቤዠ ነው፡፡

ዘፓሽን የሚባለው መጽሐፍ ቅዱስ፡- "ተመዝግቦብን የነበረውን የሕግ መተላለፍ ሁሉ ሰረዘው፤ የክስ ፋይላችንን እንዲሁም ወህኒ ቤት እንድንታሰር የተጻፈብንን ማዘዣም ቀደደው። ሁሉን ደምስሶ አጠፋው፤ ኃጥያታችንን፣ የቆሸሸ ነፍሳችንን፣(ሀ) ሁሉንም ነገር ተመልሶ እንዳይገኝ አድርጎ ደመሰሰው! በአዳም የነበርነው ነገር ሁሉ(ለ) መሰረዙ በሕዝብ ሁሉ ፊት ይታወቅ ዘንድ በጌታ መስቀል ላይ ለዘላለም ተቸንክሯል።
የግርጌ ማስታወሻ፡-

ሀ. ይህ "የቆሸሸ ነፍስ" ከቆሻሻው ጸድቷል። "ተሰረዘ' የሚለው ቃል በግልጽ የሚያሳየው ቆሻሻ ሙሉ በሙሉ ተፍቆ መነሳቱን ነው። ይህም ማለት የአዳም ባህሪ ተሰርዞ በውስጣችን የጌታ ባህሪ ተተክቷል ማለት ነው። በኢየሱስ ክርስቶስ ደም ኃይል ከማንኛውም የሐጥያት ሙሉ በሙሉ ጸድተናል።

ለ. አራማይኩ "ከውስጣችን" ተብሎ ሊተረጎም ይችላል። ይህም በውስጣችን የነበረውን ሁሉ ይወክላል፤ የቀድሞውን ሕይወታችንን ማዕከልና የውድቀትና የስርዓት አልበኝነት ትውስታችንን ሁሉ። በክርስቶስ መስቀልና ትንሳኤ አማካኝነት አዲስ ዘረ-መሰል በውስጣችን ተተክሏል" (ቈላስ. 2፥14)፡፡

የቅዱሳን ርስት የሆነው የክብር ሕይወት (የቅድስና ሕይወት) በእምነት በኩል ከቀን ወደ ቀን የምንለማመደው ሆነ፡፡ ይህን የቅዱሳን ውርስ መያዣ የሆነው የክርስቶስ መንፈስ (መንፈስ ቅዱስ) ነው፡፡ በእምነት በኩል የወረስነው ክርስቶስን ነው፡፡ ክርስቶስ ከሙታን ተነሥቶ የእግዚአብሔርን ክብር እንደ ወረሰ እኛንም ለመውረስ የሚያበቃን የመለኮት አሠራር መንፈስ ቅድስ የትንሣኤው ኃይል ነው (ገላ. 4፥6-7)፡፡

ይህ የመለኮት አሠራር (የቅድስናው መንፈስ) በእኛ ውስጥ በመኖር አዲሱን ሰው ፈጠረ፡፡ ይህ አዲሱ ሰው የፈጠረውን (ክርስቶስን) እንዲመስል ዕለት ዕለት በቅድስናው ክብር ይታደሳል፤ ይጠነከራል፤ ይበረታል፤ ያበራል፤ ይገዛል፡፡ በእምነት አሠራር በክርስቶስ የትንሣኤው ኃይል (ከክርስቶስ ጋር ትንሣኤውን ስለ ተባበርን) እንዲሁ የመንፈስ ቅዱስ ድርሻ በኑሮአችን ከፍተኛ እና ዋናው ነው፡፡

ዘ ሜሴጅ የተባለው መጽሐፍ ቅዱስ፡- "በጌታ እጅግ የተወደዳችሁ ወዳጆቻችን ሆይ ስለ እናንተ ዘወትር እግዚአብሔርን እናመሰግናለን። ገና ከመጀመሪያው ጀምሮ እግዚአብሔር ለራሱ መርጧችኋል። አስቡት፤ ሕያው በሆነው ዕውነት ውስጥ በእምነት ማሰሪያ የእግዚአብሔር የማዳን ዕቅድ ሲጀመር ጀምሮ ታስባችኋል። ይህም እኛ በሰበክንላችሁ **መልእክት አማካይነት እርሱ ያቀረበላችሁ የመንፈስ ሕይወት** ነው፤ **በዚህም ሕይወት** አማካይነት **የጌታችሁ የኢየሱስ ክርስቶስ ክብር ተካፋዮች ሆናችኋል**" (2ኛ ተሰ. 2፥13-14፤ ቈላስ. 2፥12)፡፡

ሐዋርያው ይህ የክብር ሕይወት ከክርስቶስ ጋር በትንሣኤው በእምነት በኩል በመተባበር የተገኘ ሲሆን፣ በውስጣቸው የሚሠራውም የክርስቶስ ጒልበት የሆነው ለቅዱሳኑ እንደ ጸጋ (ርስት ባለጠግነት) የተሰጠ መሆኑን ያሳያቸዋል፡፡ ስለሆነም በተሰጣቸው የክርስቶስ

ሕይወት ለመመላለስ በውስጣቸው የክርስቶስ መንፈስ ይገኛል፡፡ "ይህም የልባችሁ ዐይኖች ሲበሩ የመጥራቱ ተስፋ ምን እንዲሆን በቅዱሳንም ዘንድ ያለው የርስት ክብር ባለ ጠግነት ምን እንዲሆን ለምናምን ከሁሉ የሚበልጥ የኃይሉ ታላቅነት ምን እንዲሆን ታውቁ ዘንድ ነው፡፡"

ዘሜሴጅ የተባለው መጽሐፍ ቅዱስ፡- "እኔ እለምናለው - የጌታችን የኢየሱስ ክርስቶስን አምላክ፤ የክብር አምላክ እርሱን በግል በማወቅ አስተዋይና ልባም እንዲያደርጋችሁ እለምናለው፤ ዐይኖቻችሁ አጥርተው እንዲያዩና በትኩረት እንዲመለከቱ፤ ከዚህም የተነሣ ምን እንድትሣሩ እንደ ጠራችሁ ታዩ ዘንድ፣ እንዲሁም ለተከታዮቹ ያዘጋጀላቸው ይህ የክብር ሕይወት ታላቅነቱ ምን ያህል እንደ ሆነ እንድታስተውሉ - ኦ በእኛ እርሱን በምናምን ሰዎች ሕይወት ውስጥ የሠራው ሥራ ብዛቱና ታላቅነቱ፤ መለኪያ የሌለው ጉልበቱ፣ ወደር የሌለው ብርታቱ!" (ኤፌ. 1÷18-19)፡፡

ይህ ሥራ የክርስቶስ ኢየሱስ ሥራ ነው፡፡ ክርስቶስ ቅድስናችን ሆነ (1ኛ ቆሮ. 1÷2)፡፡ በእምነት በእኛ ውስጥ ሥራውን ይሠራል፡፡ «የቅዱሳንም ዘንድ ያለው የርስት ክብር ባለጠግነት ምን እንደ ሆነ ለምናምን» (ኤፌ. 1÷19) ይህ ሥራ የክርስቶስ ኢየሱስ ሥራ ነው፡፡ ክርስቶስ ቅድስናችን ሆነ (1ኛ ቆሮ. 1÷2)፡፡ «በክርስቶስ ኢየሱስ ለተቀደሱት» (1ኛ ቆሮ. 1÷30) እንዲሁም «ክርስቶስ ቅድስናችን ሆነ» ይላል ቃሉ፡፡ እግዚአብሔር አብ በክርስቶስ የሚፈጽመው የመለኮት ሥራ በእምነት የሚሆን ነው፡፡ (1ኛ ተሰ. 4÷7፤ ዕብ. 2÷10)፡፡

ይህን የቅድስና ክብር ሙላት መጠን እና ልክ እንድንኖር ተጠርተናል፡፡ እግዚአብሔር ለቅድስና ጠራን ስንል መለኮታዊ ዐዋጅ የምሥራችን ደንግጎ ከአምላክነቱ እና ከአባትነቱ ዙፋን ትእዛዝ ወጣ ማለት ነው (1ኛ ጴጥ. 1÷15-16)፡፡ ከመለኮታዊ አሠራሩ እንደምንረዳ ከእግዚአብሔር ዘንድ የተደነገገ የተፈጸመ ነው፡፡ በእግዚአብሔር ዐይን በልዑል ችሎቱ የተፈጸመ ነው (ዕብ. 10÷14፤ ቲቶ 3÷5፤ 1ኛ ቆሮ. 6÷11)፡፡

ይህ በእኛ ሕይወት እንዲፈጸም የሚያስችለንን የትንሣኤው መንፈስ የርስታችን መያዣ አድርጎ በመስጠት ያከናውነዋል፡፡ ሞቱን በሚመስል ሞት እንድንሞት አዲስ ሰው ፈጥሮ (አዲስ ፍጥረት) በትንሣኤው ኃይል በእምነት በኩል እንደ ሠራው እንደዚሁ ለእግዚአብሔር ሕያዋን ሆነን የቅድስናው ልክ (ክብር ሙላት) እንድንኖር መንፈስ ቅዱስ በእኛ ውስጥ ተግባራዊ የሚያደርገው የመለኮት አሠራር ነው (1ኛ ተሰ. 4÷3-4፣ 7)፡፡

አማኝ በወንጌል አማካይነት (ኤፌ. 5÷26) በቃሉ አማካይነት (ዮሐ. 17÷17)፣ እንዲሁም ትንሣኤውን በእምነት በኩል በመተባበራችን (ሮሜ 8÷23)፣ በእግዚአብሔር ዐይን እና ሁሉን በሚሠራው አሠራሩ ዓለም ሳይፈጠር (የሌለውን እንዳለ በሚጠራው አሠራሩ) በመለኮታዊ በመጥራት ተቀድሰናል ይህን ሕይወት (ርስት) ተቀብለናል፡፡ በኪዳን ደሙ የተገኘው ህይወት በተሰፋ ቃሉ አማካኝነት የክርስቶስን ህይወት (ቅድስና) እንድንለማመድ ብቃታችን ሆነ፡፡ ዘ ሜሴጅ የሚባለው መጽሐፍ ቅዱስ፡- "ስለዚህ አሁን ወደ ድንቁ አምላካችን ወደ እግዚአብሔር አቀርባችኋለው፤ የእርሱም በጸጋ የተሞላ ቃል በእርሱ እንድትሆኑ የሚያስብላችሁን እንድትሆኑ ያደርጋችኋል፤ ደግሞም በዚህ በቅዱሳን ወዳጆች ማሕበር መካከል ስትኖሩ የሚያስፈልጋችሁን በሙሉ ይሰጣችኋል"። ቮይስ የሚባለው መጽሐፍ ቅዱስ፡- "ስለዚህ አሁን እናንተን በእግዚአብሔር እጅ አስረክባለው። ለእግዚአብሔር የጸጋ መልእክት አደራ እሰጣችኋላው፤ ይህም መልእክት እናንተን ለመገንባትና ለእግዚአብሔር ቅዱስ ዓላማ በተለዩ ሰዎች መካከል የበለጸገ ርስት ሊሰጣችሁ ኃይል አለው"።

ዘፓሽን የሚባለው መጽሐፍ ቅዱስ፡- ስለዚህ አሁን ለእግዚአብሔር እና ለጸጋው መልእክት አደራ አሳልፌ እሰጣችኋለው(ሀ) ብርቱ ለመሆን የሚያስፈልጋችሁም ይኸው ነው።(ለ) የእግዚአብሔር በረከቶች ሁሉ የሚተላለፉት በጸጋው መልእክት በኩል ነው፤ ይህንንም እግዚአብሔር ለቅዱሳኑ ሁሉ እንደ መንፈሳዊ ርስት አቅርቧል።(ሐ)

የግርጌ ማስታወሻ፡-

ሀ. አራማይኩ "የጸጋ መገለጥ ይላል"።

ለ. "የሚገነባችሁ" ማለት ሲሆን በግሪክ "ግንበኛ" ከሚል ስርወ ቃል የመጣ ነው። ሐ. "የተቀደሱ፤" ማለትም ለቅድስና የተለዩ (የሐዋ. 20÷32)፡፡ በእምነት በኩል በጸጋው (በቃሉ እና በመንፈስ ቅዱስ) በእኛ እየሠራ፣ በመጨረሻም የቅድስናው ክብር በሆነው ክርስቶስ በሙላት እንመስለዋለን (1ኛ ተሰ. 3÷13፤ 1ኛ ዮሐ. 3÷2)፡፡

ክርስቲያን ወደ ቅድስናውን ክብር ልክ ለመድረስ ተራራ መቧጠጥ፣ ቁልቁል መውረድና ላይ-ታች በማለት መድከም የለበትም፡፡ ክርስቶስን እንድንለብስ የሚያደርገን (የቅድስናውን ክብር) የሚገልጠው የትንሣኤው መንፈስ ነው፡፡ የምናደርጋቸው ሥራዎች ክርስቶስን በመልበስ የምናደርጋቸው ሊሆኑ ይገባል፡፡ ክርስቶስን በእምነት በኩል በመንፈስ ቅዱስ ኃይል በቃሉ እንለብሰዋለን፡፡

ስለዚህም ሐዋርያው ለቈላስያስ ሰዎች «ክርስቶስን ልብሱ» ካላቸው በኋላ ይህን ነገር አድርጉ የሚላቸው በቅድሚያ አሮጌው ሰው መሞቱን ከገለጸላቸው በኋላ ነው (ቈላስ.

3÷9)፡፡ በሁለተኛ ደረጃ አዲሱን ሰው ለብሳችኋል (አዲስ ፍጥረት) ሆናችኋል ይላቸዋል (ቈላስ. 3÷10-11)፡፡ የቀደመው ማንነት ከክርስቶስ ጋር እንደ ሞተ ከነገራቸው በኋላ በትንሣኤው ኃይል የቅድስናው ክብር እንዲገለጥ ይጋብዛቸዋል፡፡

ይህ ውስጠኛው ሰው (አዲስ ፍጥረት) የሆነው የፈጠረውን ክርስቶስን እንዲመስል መንፈሳዊ ዕውቀት ብርሃን የሚበራለት ነው (ቈላስ. 3÷16)፡፡ የልቦና ዐይኖቹ ሲበሩ የክብር ተስፋችን የክርስቶስ ታላቅነቱ ይበራልናል፡፡ ያን ጊዜ የቅድስናውን ክብር ቀምሰን ውስጣዊ ሰውነታችን ሲታደስ በፍቅሩ ሲጥለቀለቅ ክርስቶስን ለብሰናል ማለት ነው (ቈላስ. 3÷14)፡፡

በፍቅሩ የተቀጣጠለ የተነደፈ ሰው ፍቅር ትሕትናን ትዕግሥትን፣ ደግሞም ሰላምን ማድረግ ይችላል፡፡ ይህች ፍቅር እንደ ሞት የበረታችና የጨከነች ናት፡፡ "እንደ ማኅተም በልብህ፥ እንደ ማኅተም በክንድህ አኑረኝ፤ ፍቅር እንደ ሞት **የበረታች ናትና**፥ ቅንዓትም እንደ ሲኦል የጨከነች ናትና። ፍንጣሪዋ እንደ እሳት ፍንጣሪ፥ እንደ እግዚአብሔር ነበልባል ነው።

ብዙ ውኃ **ፍቅርን ያጠፋት ዘንድ አይችልም**፥ ፈሳሾችም አያሰጥሙአትም..."። (መኃ. 8÷6-7) ላይ የፍቅሩ የዕውቀት ብርሃን በቃሉ እና በመንፈሱ (በትንሣኤው ኃይል) ሲገለጥ ፍቅሩ ይነዳናል (ግድ) ይለናል፡፡ ዘ ሜሴጅ የሚባለው መጽሐፍ ቅዱስ፡- "እንደ ዕብድ ብሆን ለእግዚአብሔር ብዬ ነው፤ አብዝቼ በአእምሮ እንደ በሰለ ሰው ብሆን ደግሞ ለእናንተ ብዬ ነው። የክርስቶስ ፍቅር ይህን ያህል ነው ራሴን እንድሰጥ ያደረገኝ" ይላል።

በምንሠራው ሥራ ሁሉ የመጀመሪያውን ፈቃድ የመጨረሻውንም ውሳኔ የሚያደርገው የእርሱ ፍቅር ነው" (2ኛ ቆሮ. 5÷14)፡፡ በቅዱሳት መጻሕፍት የታዘዝነው የቅድስና የጽድቅ ፍሬ ማፍራት ቀላል ይሆናል፡፡ በእኛ ውስጥ የሚሠራው የመለኮት አሠራረ በእምነት በኩል ይሆናል፡፡ ስለ እኛ የሞተውና የተነሣውን በማወቅ (ከፍቅር ልምምድ የሚወጣ ዕውቀት / የተነደፈ ዕውቀት) በመረዳት በፍቅር ግለት የምንፈጽመው ይሆናል (ቈላስ. 3÷16-17፤ 1ኛ ዮሐ. 5÷3)፡፡

የምንሠራቸው ሥራ ሁሉ ክርስቶስን በመልበስ እና በትንሣኤው ኃይል (በመንፈስ ቅዱስ / በክርስቶስ መንፈስ) ስለሆነ የምናደርገው ዕንቅስቃሴአችን ሁሉ «በእምነት የሆነ ሥራ» ተብሎ ይታወቃል፡፡ «የእምነትንም ሥራ በኃይል ይፈጸም ዘንድ» (2ኛ ተሰ. 1÷11)

ይላል፡፡ አዲሱ መደበኛ ትርጉም «መልካም ለማድረግ ያላችሁን ፍላጎትና ከእምነት የሆነውን ሥራችሁን ሁሉ በኃይሉ እንዲፈጽምላችሁ» ይላል፡፡

አማኝ አዲስ ፍጥረት (አዲስ ሰው) ስለሆነ በቅድስና ሕይወት ለመመላለስ እግዚአብሔርን ለማስደሰት (መልካም ማድረግ) በውስጥ ሰውነቱ ይመኛል፡፡ በእኛ ውስጥ ያደረው የክርስቶስ መንፈስ እግዚአብሔርን ለማስደሰት፣ የክርስቶስ እንድንሆን፣ ማለትም ለእግዚአብሔር የተቀደስን እንድንሆን በቀንዓት ከመመኘት አልፎ ጉልበት ወይም ብርታት ሆኖታል (ያዕ. 2÷5)፡፡

ልክ በፊተኛው አዳም ሳለን ኃጢአት ለማድረግ ምኞት እንዳለን አሁን በክርስቶስ ስንሆን ውስጣችን ለመቀደስ ይመኛል፤ ማለትም በእግዚአብሔር ሕግ ለክርስቶስ መኖር እንመኛለን (ሮማ 7÷15፣ 22)፡፡ መንፈስ ቅዱስ መልካም ነገር ለማድረግ ይመኛል፡፡ ጸጋን ሊሰጥ (ክርስቶስን እንድንለብሰው) ጸጋው በእምነት በኩል ብቃታችን ሆኖአል፡፡ ገና ከጅማሬው አዲስ ፍጥረት ያደረገን ክርስቶስን (ክብሩን) የሰጠን እግዚአብሔር ነው፡፡ አሁን ይህ ክብር ከውስጠኛው (ከአዲሱ ሰው) ተገልጦ ወደ ሕይወታችን በመፍሰስ እንዲገለጥ የእግዚአብሔር መንፈስ ቅዱስ አሠራር አስፈላጊ ነው፡፡

የመቀደሳችን ፍጹምና ልክ (ክርስቶስን በሙላት ወደ መምሰል) የሚያደርሰን እግዚአብሔር ነው፡፡ ክብሩ አዲስ ፍጥረት አደረገን፤ አሁንም የጸጋው ክብር የሆነው ክርስቶስን እንድንመስል ወይም እርሱን እንድንለብሰው የሚያደርገን ያው የክርስቶስ መንፈስ (የክርስቶስ ሕይወት ተካፋይ መሆናችን / ከወይኑ ግንድ መጣበቃችን / ሞቱን በሚመስል ሞት ከእርሱ ጋር እንደ ተባበርን እንዲሁ ትንሣኤውን በሚመስል ትንሣኤ በመተባበራችን) በእምነት በኩል የሚሆን ነው፡፡

ዘ ሜሴጅ የሚባለው መጽሐፍ ቅዱስ፡- "እስቲ አስቡት - አንዳችም የጐደላችሁ ነገር የለም፤ ሁሉም ነገር ሞልቷችኋል። የነገር ሁሉ ፍጻሜ የሚሆነውን የጌታችንን የኢየሱስን መምጣት በጉጉት ስትጠባበቁ የእግዚአብሔር ስጦታዎች ሁሉ በዕጃችሁ ናቸው። ደግሞ ይህም ብቻ አይደለም፤ ነገሮች ሁሉ በኢየሱስ እስኪጠቃለሉ ድረስ እግዚአብሔር ራሱ ከጎናችሁ ሆኖ ከመስመር ሳትወጡ እንድትኖሩ ያጸናችኋል። ይህንን መንፈሳዊ ጉዞ ያስጀመራችሁ እግዚአብሔር የልጁንና የጌታችንን የኢየሱስን ሕይወት አብሮን ይካፈላል። እርሱም ፈጽሞ በእናንተ ተስፋ አይቈርጥም። ይህንን በፍጹም አትርሱ" (1ኛ ቆሮ. 1÷8-9፤ ፊልጵ. 1÷6) የሚል ቃል አስፍሯል፡፡

ክርስቲያን መንፈሳዊ ጉዞውን በእምነት ጀምሮ ሳለ በሕግና በወግ በክርስቶስ ከቆመበት የጸጋ ንጉሣዊ አገዛዝ ከሚገኝበት ሥፍራው ሊንሸራተት አይገባውም (ገላ. 2÷2-3)፡፡ የእግዚአብሔር ቃል በመሞላትና በመንፈስ ቅዱስ እየተቀደሰ በክብር ሕይወት ሊኖርና ሊመላለስ ተጠርተናል፡፡

የእምነት ሥራ (በመንፈስ ቅዱስ ኃይል በቅድስና ሕይወት የሚገለጥ ሲሆን)፣ *«የጌታ ሥራ»* ተብሎም ይታወቃል፤ ማለትም በጸጋው ጉልበት በእምነት እርምጃ በቅዱሳኑ ሕይወት የሚገለጥ ነው፡፡ ክርስቶስን መልበስ በእምነት በኩል የሚደረግ በጸጋው አሠራር በአማኙ የዕለት ተዕለት ሕይወትና ኑሮ የሚታይ ስለሆነ ነው (1ኛ ቆሮ. 15÷58)፡፡

ይህ የጌታን ሥራ ለመሥራት (በሕይወታችን እንዲገለጥ) የእኛ ኀላፊነት ወሳኝነት አለው፡፡ ይህም በመንፈስ በመመላለስ የሥጋ ሥራ በመባል የሚታወቀውን በአሳባችን ወይም በአእምሮአችን (በነፍሳችን) ያለውን ጨለማ በክርስቶስ ሞት እና ትንሣኤ በተሰጠን በቅድስናው ክብር አማካይነት መግደል፣ መስቀል እና ማስለቀቅ ነው፡፡ (ሮማ 8÷13-16)፤ አሮጌውን ሰው በነፍሳችን መስቀል ማስወገድ ነው (ቈላስ. 3÷5-8)፡፡

የቅድስናው ክብር (የጸጋው ክብር)፣ የእግዚአብሔር ክብር ተስፋ፣ የቅዱሳን ርስት ክብር ባለጠግነት የሆነው ክርስቶስ ሊያገለግለንና ሊገለጥብን፣ ደግሞም በእኛ የጀመረውን ሊፈጽም አዲስ ፍጥረት ከሆንንበት ጊዜ ጀመረ፡፡ በእምነት በኩልም ደግሞ ሥራው ይቀጥላል፡፡ ይህንን ለማድረግ ካለማመን በስተቀር፣ ማለትም በክርስቶስ ካለመደገፍ ሌላ የሚያግደውም ሆነ የሚከለክለው ምንም ነገር የለም፡፡ በክርስቶስ በእግዚአብሔር ክብር እንመካለን (ሮሜ 5÷2)፡፡

የክርስቶስ መንፈስ የርስታችን መያዣ በመሆኑ እንመካለን፡፡ እርሱም ርስታችን የሆነውን ክርስቶስን በሕይወታችን ይገልጠዋል፡፡ *"ወደ ጌታ ግን ዘወር ባለ ጊዜ ሁሉ መጋረጃው ይወሰዳል። ጌታ ግን መንፈስ ነው፤ የጌታም መንፈስ ባለበት በዚያ አርነት አለ። እኛም ሁላችን በመጋረጃ በማይከደን ፊት የጌታን ክብር እንደ መስተዋት እያበለጨለጭን መንፈስ ከሚሆን ጌታ እንደሚደረግ ያን መልክ እንመስል ዘንድ ከክብር ወደ ክብር እንለወጣለን"።*

ዘ ሜሴጅ የተባለው መጽሐፍ ቅዱስ፡- "እኛ ነፃ ወጥተናል። ሁላችንም! በእግዚአብሔርና በእኛ መካከል አንዳችም ነገር የለም፤ ስለዚህ ፊታችን በፊቱ ፀዳል የተነሣ ደምቆ ያበራል። ስለዚህም ሕይወታችን እየደመቀ እና እግዚአብሔር በውስጣችን ገብቶ እርሱን በመምሰል

ሕይወታችን እየተዋበ ሲሄድ መሢሑን ወደ መምሰሉ እንለወጣለን፡፡" (2ኛ ቆሮ. 3÷16-18)፡፡

ወደ ቅድስተ ቅዱሳን ለመግባት የሚከለክለን ኃጢአት፣ የዕዳ ጽሕፈት ተወገደ፤ አሮጌው ሰው ተወገደ፤ ኩነኔ እና ሞት ከመንገድ ሸሽተው በክርስቶስ መሥዋዕት በደሙ ነጽቶ አዲስ ሰው ሆኖ በሊቀ ካህናቱ አማካይነት በአብ ፊት ቅዱሳን ሆነን መቅረብ ወደምንችልበት ዕርከን (አዲስ እና ሕያው መንገድ) ተሸጋገርን፤ ፈለስን፡፡ የትንሣኤው አሠራር ከኢየሱስ ክርስቶስ ጋር ከሞት በክብር አስነሥቶን ልጁ በአብ ቀኝ ያለውን ሥፍራ ሰጠን፤ በዚህም የጸጋው ክብር በእኛ የሚገለጥ ሆኖአል፡፡

በእርግጥም ክርስቶስ ቅድስናችን (ሕይወታችን) ነው፡፡ "እንግዲህ በክርስቶስ ኢየሱስ ላሉት አሁን ኵነኔ የለባቸውም። በክርስቶስ ኢየሱስ ያለው የሕይወት መንፈስ ሕግ ከኃጢአትና ከሞት ሕግ አርነት አውጥቶኛልና፡፡" ዘ ሜሴጅ የሚባለው መጽሐፍ ቅዱስ፡ - "ከኢየሱስ ክርስቶስ መምጣት ጋር ተያይዞ ይታይ የነበረ ግራ-የሚያጋባ ውጥረት ተፈትቷል።

አሁን ወደዚሁ ተጨባጭ ወደ ሆነው የክርስቶስ ሕይወት ዕውነታ የሚገቡ ሁሉ ከዚያ ዘወትር አስጨናቂ ከሆነው ጥቁር ደመና ወይም ኩነኔ ሥር ለመኖር አይገደዱም። አሁን በእነርሱ ውስጥ የሚሠራ አዲስ ኃይል አለ። የክርስቶስ የሕይወት መንፈስ እንደ ብርቱ ነፋስ አየሩን አጥርቶታል፤ ከአስጨናቂው የዕድሜ ልክ የኃጢአት እና የሞት ጭቆና ነፃ አውጥቶሃል" (ሮሜ 8÷1-2)፡፡

የቅድስናው ሕይወት በሙላት እንድንኖር ተጠርተናል፤ እንዲሁም ታዝዘናል፡፡ ይህ የቅድስና ሕይወት ጥሪ እንደ ክብር ተስፋ ሆኖ በግብዣ መልክ ቃል ኪዳን የተሰጠን ሲሆን፣ ይህን በጸጋው እና በትንሣኤ ኃይል ወደሚገኝበት የቅዱሳን ክብር ባለጠግነት መጥተን እንድንኖር ርስት ሆኖ ለእኛ የተሰጠበትን ጥሪ ደረሰን፡፡ ጥሪው ትእዛዝ ያለው ሲሆን፣ ይህም ደግሞ ሰማያዊ ትእዛዝ ነው፡፡

ምሥጢሩ እዚህ ጋ ነው፡፡ ሰማያዊ ትእዛዝ በሰማያዊ መረዳት፣ ሰማያዊ ዕውቀት፣ ሰማያዊ ማስተዋል፣ ጉልበት እና የማስቻል ኃይል አጋዥነት የሚፈጸም ነው፡፡ ክርስቶስ የእግዚአብሔር ክብር የሆነው በእኛ የሚገለጥ የእግዚአብሔር ምሥጢር ነው፡፡ ጌታችን ኢየሱስ አባቱን በመታዘዝ መራራ ጽዋ ጠጥቶአል፡፡

በኃጢአተኛው እና የዘላለም ሞት በተፈረደበት ሰው ሥር-ነቀል የሆነ ሥራን ሊፈጽም የመስቀል ሞት እንዲሞት አድርጎታል፡፡ ከፍተኛ ዋጋ ከፈለ እንጂ፣ ያደረገው ነገር ተረት ተረት አይደለም፡፡ ህማማቱን ስናጠና ያለፈበት ሲቃ እንዲህና እንዲያ ተብሎ በቃላት ተነግሮ አያልቅም፡፡ መዝሙረኛው ዳዊት በሥላዊ አገላለጹ ብቻ የመከራውን ጥልቀት እንድናስተውለው አደርጎናል፡፡

"አንተ ግን ከሆድ አውጥተኸኛልና፥ በእናቴ ጡት ሳለሁም በአንተ ታመንሁ። ከማህፀን ጀምሮ በአንተ ላይ ተጣልሁ፤ ከእናቴ ሆድ ጀምረህ አንተ አምላኬ ነህ። ጭንቀት ቀርባለችና የሚረዳኝም የለምና ከእኔ አትራቅ። ብዙ በሬዎች ከበቡኝ፥ የሰቡትም ፍሪዳዎች ያዙኝ፤ እንደ ነጣቂና እንደሚጮኽ አንበሳ በላዩ አፋቸውን ከፈቱ። እንደ ውኃ ፈሰስሁ፤ አጥንቶቼም ሁሉ ተለያዩ፤ ልቤ እንደ ሰም ሆነ፥ በአንጀቴም መካከል ቀለጠ። ኃይሌ እንደ ገል ደረቀ፥ በጕሮሮዬም ምላሴ ተጣጋ፥ ወደ ሞትም አሸዋ አወረድኸኝ። ብዙ ውሾች ከብበውኛልና፤ የክፋተኞች ጉባኤም ያዘኝ፤ ዕጆቼንና ዕግሮቼን ቸነከሩኝ" (መዝ. 22÷9-19)፡፡

ምንም እንኳን ክብሩን ጥሎ ስለ እኛ «ኃጢአት» ሆኖ ለእኛ «ጽድቃችን ቅድስናችን» መሆኑ ብዙ ልጆቹን ወደ ክብሩ ይዞ ለመግባት ነበር፡፡ በእርግጥም የከፈለው ዋጋ ከአእምሮ በላይ ያለ ልክ ነበር፡፡ እንዲሁ ደግሞ የጸጋው ክብር እና የጽድቅ ስጦታው ያለ መጠን በዛ፡፡ ስለሆነም ያመነው ሰው በሊቀ ካህናቱ ባቀረበው ደም ከኃጢአት ነጽቶና ተቀድሶ በአብ ፊት ፍጹም ሰው ሆኖ እንዲቀርብ ብቃቱ ሆኖታል፡፡

ይህንን የክብር ሕይወት በእኛ ለያበራ ሊገልጠው መንፈስ ቅዱስ (ክርስቶስ መንፈስ) መንፈስ ቅዱስ ከአንዱ ልጁ መሰዋእት ያልተናነሰ ተመሳሳይ ሥራ ይሠራል፡፡ መንፈስ ቅዱስ የክርስቶስ መንፈስ ተብሎ የተጠራበት ምክንያት ለዚያ ነው፡፡ ጌታችንም «እንደ እኔ ነው፣ እርሱ ያከብረኛል አለ፡፡» በመቀጠልም «እኔ ብሄድ ይሻላችኋል» ብሎ ስለ መንፈስ ቅዱስ ተናግሮለታል፡፡

መንፈስ ቅዱስ የአብን ዕቅድና ወልድ ከፍተኛ ዋጋ የከፈለበትን ለመሥራት መጥቶአል ይህም ደግሞ የቅዱሳን ርስት ክብር ባለጠግነት የሆነውን የክርስቶስ ሕይወት በአማኙ ሕይወት ውስጥ መግለጥ ነው፡፡ ዘ ሜሴጅ የተባለው መጽሐፍ ቅዱስ፡- "መንፈስ ላይ ላዩን በመሄድ ስለማይደሰት ወደ እግዚአብሔር ጥልቅ ነገር ውስጥ ገብቶ እግዚአብሔር ያለመውን ዓላማ ይዞ ይወጣል።

የእፈበአ አገልግሎት ዕብራውያን መጽሐፍ ጥናት

አንተ በልብህ የምታስበውንና የምታቅደውን ከአንተ ከራስህ በቀር ማን ያውቃል? በእግዚአብሔርም ዘንድ እንደዚሁ ነው፤ እግዚአብሔር ራሱ የሚያስበውን ከማወቁ አልፎ ለእኛም ያሳውቀናል። እግዚአብሔር ለእኛ ስለ ሰጠን የመዳን እና የሕይወት ስጦታዎች ሙሉውን ዕውቀት ያካፍለናል። ስለዚህ ዓለም በምታቀርብልን ግምትና መላ- ምት ላይ መደገፍ አያስፈልገንም ...'' (1ኛ ቆሮ 2፥12-13)፡፡

የዕብራዊ ጸሐፊ ይህን ሕይወት (በተስፋ ቃሉ የሚገኘ ዕረፍት) በእምነት በኩል ለቅዱሳኑ የተዘጋጀ እንደ ሆነ ይገልጣል፡፡ ይህ የቅዱስን ክብር ባለጠግነት (ክቡር ተስፋችን የሆነው ክርስቶስ) በመስቀሉ ደም ወደ ቅድስተ ቅዱሳን ገብቶ በአብ ቀኝ ተቀምጧል፡፡

ወንጌል ማለት ኢየሱስ በመስቀል ሥራ የፈጸመውን እና በአብ ቀኝ ተቀምጦ በክርስቶስ ደም የተዋጁቱ በውስጥ ሰውነታቸው (አዲስ ፍጥረት / በአዲሱ ማንነታቸው) በእግዚአብሔር ክብር ተሞልተው ያለ ነውር ያለነቀፋ ያለፊት መጨማደድ ፍጹማን አድርጎ ማቅረብ የመቻሉ ጉልበት ሙላት በእነርሱ ሕይወት ለመግለጥ የመዳናቸው ምክንያትና ምንጭ መሆኑ ነው (ዕብ. 5፥9)፡፡

የቅድስናው ሕይወት መገለጫ ምንጭ ሆኖ ዘወትር በእኛ የሕይወት ዕንቅስቃሴ ሊገልጠው (የሚማልድ) በእምነት በኩል የሚመጡትን ፍጹማን ሊያደርጋቸው ይህም ማለት ክርስቶስ በክብሩ ሊገለጥባቸው ሊፈጽም መቻሉ ነው (ዕብ. 7፥25)፡፡ በእምነት የሚታዘዙትን ማለት በክርስቶስ ሥራ (በሞትና በትንሣኤው ለሚተባበሩ) ይህን የቅድስና ሕይወት እየገለጠ፣ እንዲሁም ክርስቶስን እየለበሱ እንደሚያኖራቸው በደሙ ኪዳን የገባበት ነው (ዕብ. 5፥10)፡፡

እንግዲህ የቅድስናው ክብር ሕይወት ጥሪ መታዘዛችን የሚፈጸመው መንገዱ ከኢየሱስ ክርስቶስ ጋር መሞታችን፣ እንዲሁም ከእርሱም ጋር መነሣታችን ሲሆን፣ ዛሬ እምነት በኩል የምንኖርበት (የክርስቶስ ሕይወት የሚገለጥበት) በአንድ ልጁ በሠራው እና በሚሠራው ሥራ ላይ የሚደረገው መደገፍ በእግዚአብሔር ኃይል ላይ መሆኑ ነው (ገላ 2፥20)፡፡

የክርስትና ሕይወት (በእግዚአብሔር የቅድስናው ክብር ልክ) ለመኖር የሚቻልበት መንገዱ አንድ እና አንድ ነው፡፡ በቅድሚያ ድንጋዩን ልብ ወደ ሥጋ ልብ ወደሚለውጠው ወደ ጌታችን ኢየሱስ ክርስቶስ ሥራ፣ ማለትም በሞቱ እና በትንሣኤው መተባበር፣ በሌላ አገላለጽ ጌታን መቀበል እና አዲስ ፍጥረት መሆን ነው (ሕዝ. 36፥26)፡፡

ይህ ሲሆን የክብር ተስፋና የቅዱሳኑ ክብር ባለጠግነት የሆነው ጌታችን ኢየሱስን በውስጣዊ ሰውነታችን ለብሰነው እንገኛለን (ገላ. 3፥26-27)፡፡ እንግዲህ ይህ የቅድስናው ክብር ልክ የሆነው ጌታችን ኢየሱስ ክርስቶስ በእኛ ሕይወት በእምነት በኩል ይገልጥ ዘንድ እግዚአብሔር አስቀድሞ ዓለም ሳይፈጠር ወሰነ፤ ፈቀደ፡፡

ይህን የውሳኔ ላይ የተመሠረተ የመለኮት ትእዛዝን ጌታችን ኢየሱስ ከአብ ዘንድ ተቀበለ፡፡ ስለ እኛ በመሞት (ለኃጢአት መሞትን) በትንሣኤው ለእግዚአብሔር ክብር መኖርን ፈጸመ (ዮሐ. 17፥3፤ ፊልጵ. 2፥8)፡፡ እንዲሁ ያመኑት ደግሞ በእግዚአብሔር ክብር (የቅድስናው ክብር ሆነው ክርስቶስን) በመምሰል እንዲኖሩ በሕይወታቸው ክርስቶስን እንዲለብሱ ወይም ክርስቶስ በእምነት በሕይወታቸው ሊኖር ሊገለጥ ይህን ትእዛዝ ተቀብሎ የሊቀ ካህናትነቱን ሥራ በመንፈስ ቅዱስ አማካይነት እየሠራ ይገኛል፡፡ ይህም "ብዙ ልጆችን ወደ ክብር ሲያመጣ የመዳናቸውን ራስ በመከራ ይፈጽም ዘንድ" (ዕብ. 2፥10) በሚል ቃል ሰፍሯል፡፡ በመከራ ሲል በመስቀል ሞት ማለት ነው፡፡ በክርስቶስ መታዘዝ ላይ መታመን ያስፈልጋል፡፡ ሥጋ ዓለም እና ጠላት በክርስቶስ ላይ እንድንታመን ወይም እንድንደገፍ አይፈልጉም (2ኛ ቆሮ. 10፥5)፡፡

የክርስቶስ መታዘዝ ማለት በእኛ ውስጥ ሆኖ የእግዚአብሔር የቅድስና ክብር የሆነው ክርስቶስን እርሱ በሞቱ እና በትንሳኤው ታዝዞ እንደ ፈጸመ ሁሉ የእርሱ ክብር (የክርስቶስ ሕይወት በአማኙ ኑሮ ላይ ለመግለጥ) በጸጋው ዙፋን መቀመጡ እና ብዙ ልጆችን ወደ ክብር ሊያመጣ የሚችል እርሱ መሆኑን እንድንታመነው ይገባል ማለት ነው፡፡ ይህን ከአብ ተቀብሎ በክብር ተቀምጦ እያገለገለን ይገኛል (ዮሐ. 17፥10፤ ዕብ. 7፥25)፡፡

ጌታችን እየሱስ ከዓለም እንዳይደለ በክርስቶስ እየሱስ ሞት እና ትንሣኤ የተባበርነው ከዓለም ጉድፍ አይደለም፡፡ ይህ ማለት ከዓለም የተለየ (የተቀደሰ ማንነት) ማለት ነው፡፡ አማኝ የክርስቶስ ማንነት (መለኮታዊ ባሕርይው /የቅድስናው ክብር /የጸጋው ክብር / ክርስቶስ በአብ ዘንድ ተቀምጦ ባለበት ያለው ሕይወት) እንዲገለጥበት ክርስቶስ በውስጡ ይኖራል፡፡

አንድ አማኝ በውስጣዊ ሰውነቱ (አዲስ ፍጥረት በሆነው ማንነቱ) የክርስቶስ ህይወት እንደሚጠማ እንዲሁ ከልቡ (ከነፍሱ /አእምሮው) ይህ ምኞት ማለትም የክርስቶስ ፍቅር ሌፈስበትና ሊቆጣጠረው ያስፈልጋል (ቈላስ. 3፥1-2)፡፡ ይህን ደግሞ ሊፈጽም የክርስቶስ መንፈስ በአማኙ ውስጥ ይኖራል፤ በእምነት በኩልም ይገለጣል፡፡ በዚያን ጊዜ ውስጡ

በክርስቶስ ፍቅር እንደ ተነደፈ ነፍሱ ይነደፋል፡፡ በእርግጥም ነፍሱን በክርስቶስ የተነደፈ ሰው የእምነት ሥራ በሕይወቱ የትንሣኤው ኃይል በሆነው በመንፈስ ቅዱስ ይገለጣል፡፡

ከክርስቶስ (ከሕያው ቃል) ተወልደናል፤ ተቀድሰናል፡፡ "በዕውነትህ ቀድሳቸው፤ ቃልህ ዕውነት ነው" (ዮሐ. 17÷17)፡፡ እኛ በዚህ የቅድስና (ለእግዚአብሔር ክብር) ለመኖር ኢየሱስ ክርስቶስ ራሱን ለእግዚአብሔር ለየ (ተቀደሰ)፡፡ ማለትም እኛን ወክሎ የኃጢአት ዋጋ ለመክፈል፣ እኛን ወክሎ በአብ ቀኝ ሊቀመጥ እና ሊቀ ካህናት በመሆን ዘወትር በመማለድ ፍጹማን አድርጎ ለያቀርበን ተለየ፡፡

"እነርሱም ደግሞ በእውነት የተቀደሱ እንዲሆኑ እኔ ራሴን ስለ እነርሱ እቀድሳለሁ" (ዮሐ. 17÷19)፡፡ ይህ የሚያስረዳን ነገር ደግሞ የቅድስናውን ባሕርይ ተካፋዮች የሆንነው በእምነት በኩል በክርስቶስ መታዘዝ ምክንያት እንደ ሆነ ነው፡፡ እንዲሁ ክርስቶስ በእኛ ሕይወት ይገለጥና እንድንመስለው አባቱን እንደ ታዘዘ፣ አሁንም የአባቱን ፈቃድ በእኛ እንዲፈጽም ያዘጋጀው መንገድ በደሙ በመቤዠት የሚሠራው የትንሣኤው ኃይል እንደ ሆነ በማወቅ በእምነት በመለኮት አሠራሩ በመደገፍ ስንቆም ብቻ ነው፡፡

"እግዚአብሔር አብ አስቀድሞ እንዳወቃቸው በመንፈስም እንደሚቀደሱ፥ ይታዘዙና በኢየሱስ ክርስቶስ ደም ይረጩ ዘንድ ለተመረጡት" (1ኛ ጴጥ. 1÷2)፡፡ ሐዋርያው ለሮሜ ሰዎች እንደ ጻፈው ይህ የክብር ሕይወት (የቅድስና ሕይወት / የክብር ሕይወት) በእምነት መታዘዝ የሚሆን እንደሆነ አስረግጦ ነገራቸው (ሮሜ 16÷25)፡፡

ይህም በክርስቶስ በኩል ያገኘነውን የቅዱሳን ርስት ድርሻ (ክርስቶስ ኢየሱስ) ሊቀ ካህናታችን ሆኖ ዘወትር በአብ ፊት በመታየቱ ምክንያት ባገኘነው የዘላለም መዳን ሊጠብቀልን በሚችለው የእምነታችን ጀማሪ፣ ሐዋርያና ፈጻሚ በሆነው በጌታችን ኢየሱስ ክርስቶስ ላይ ዘወትር በመታመን በምንራመድበት የጸጋ አሠራሩ ነው፡፡

በደሙ አጥቦን አዲስ ፍጥረት አድርጎን ራሱን በእኛ እንዲገልጥ፣ ወደ አብ ሊያቀርብን እና የቅዱሳን ርስት በሆነውን በክርስቶስ ላይ ዐይናችን እንዲሆን መጽሐፍ ቅዱሳችን አስረግጦ ይናገራል፡፡ በይበልጥም ሐዋርያው ይህንን ነገር በዝርዝር ጽፎልናል፡፡ "የኃጢአትንም ስርየት በእኔም በማመን በተቀደሱት መካከል ርስትን ያገኙ ዘንድ፥ ከጨለማ ወደ ብርሃን ከሰይጣንም ሥልጣን ወደ እግዚአብሔር ዘወር እንዲሉ ዐይናቸውን ትከፍት ዘንድ" (የሐዋ. 26÷18)፡፡

ይህን የቅድስናው ርስት በእምነት ተቀብለን በክብሩ (በልጅነት ሕይወት) እንዳንኖር የሚያደርገን የኃጢአት ገዥነቱ እና ሕጋዊ መብቱ ተገርስሶአል፡፡ በክርስቶስ ሥራ ኃጢአት ሥልጣኑ ተገፍፎ እና የቅድስና ፍሬ ማፍራት ወደሚቻልበት ወደ ፍቅሩ ልጅ መንግሥት በትንሣኤው ኃይል እንድንፈልስ አድርጐናል፡፡

ዘ ሜሴጅ የተባለው መጽሐፍ ቅዱስ ፡- "አሁን ግን ኃጢአት ሊቆጣጠራችሁ እንደማይችል ስላወቃችሁና እግዚአብሔር ሲናገራችሁ በመስማት ውስጥ ያለውን ደስታ ስለ ተለማመዳችሁ እግዚአብሔር ይመስገን! ሙሉ የሆነ፣ የተፈወሰ፣ የተስተካከለ ሕይወት አሁኑኑ መኖር ጀምራችኋል፤ ደግሞም እየኖራችሁ ሳለ ይህ ሕይወት እየበዛላችሁ ይሄዳል። ዕድሜያችሁን ሁሉ የኃጢአት መሥሪያ ቤት ውስጥ ተቀጥራችሁ በትጋት ብትሠሩ የጡረታ ክፍያችሁ የሚሆነው ሞት ነው።

የእግዚአብሔር ስጦታ ግን በጌታችን በኢየሱስ የመጣልን ዕውነተኛ ሕይወት፣ ዘላለማዊ ሕይወት ነው" (ሮሜ 6÷22-23)፡፡ ይህ ደግሞ (የቅድስናው ሂደት - ከክብር ወደ ክብር - ክርስቶስን ወደመምሰል) የሚሆነው የትንሣኤው አሠራር በእኛ ተጠናቅቆ ወደ ፍጻሚ እንዲደርስ ሊቀ ካህናቱ እኛን በመወከል ወደ ቅድስተ ቅዱሳን ገብቶአል፡፡

እኛም ይህን የቅድስና ክብር (የቅዱሳን ርስት) በመውረስ፣ ማለትም የዘላለም መዳን አግኝተን ይህም አዲስ ፍጥረት ሆነን፣ ርስታችንን የሆነው ክርስቶስ በእኛ ሕይወት እንዲገለጥ የተከፈተ በር በደሙ መርቆ በእምነት በኩል «ክብሬ እንዲገለጥባችሁ ኑ!» ይለናል (1ኛ ተሰ. 3÷13፤ ዕብ. 10÷19-20)፡፡ የመለኮቱ አሠራር በመታመን እንጂ፣ በሥጋ ለማንታመን የምንመካው ጌታችን ኢየሱስ ክርስቶስ ነው፡፡ (ፊልጵ. 3÷3)፡፡

አሁንም የኃጢአትን ኃይል በነፍሳችን (በአእምሮአችን ያልታደሰው አስተሳሰባችን /ለክርስቶስ ያለተገዛው ፈቃዳችን/ ያልተለወጠው ማንነታችንን፣ ማለትም የአእምሮ አሳባችን፣ ይህም የልባችን አሰብን/ በፊተኛው አዳም የወረስነው የኃጢአት ባሕርይ፣ ማለትም ኃጢአተኛ ሥጋ /አሮጌው ሰው ማንነት ማለት አዳማዊ ባሕርይ/ የሚገኘውን ፈጽሞ የኃጢአትን መገኘት ሊያጠፋ፣ አስቀድሞ በክርስቶስ መስቀል ምክንያት ኃጢአትን በሥጋው የኰነነበትን (የኃጢአትን ገዥነት የገረሰሰበትን) ዕውነት በእኛ የሚገልጠው የክርስቶስ መንፈስ ነው (1ኛ ተሰ. 5÷23)፡፡

የቅድስናው ክብር ትልቁ የአማኝ የርስት ባጠግነት ሲሆን፣ ከቍሳዊ ባለጠግነት ያለፈ ፈጽሞ የማይወዳደር ሀብት ነው፡፡ ከአንዱ ከአብርሃም የተወለዱት ቤተ እስራኤል ወተት

እና ማር ወደምታፈስሰው ምድር መግባት ችለዋል፤ ነገር ግን በክብሩ በቅድስና መኖር ግን ከፍተኛው የሕይወት ዕርከን ሆኖ ካመነው ከአባታቸው ጋር በእምነት የሚወርሱት ርስት ነበር (ዘጸ. 32÷1-3)፡፡

ይህን የተረዳ ትሑቱ ሙሴ እግዚአብሔር ክብሩን በሕዝቡ መካከል እንዲያኖር ለመነ (ዘጸ. 32÷13)፡፡ ልመናው ደግሞ ተገቢ ነበር (ዘጸ. 32÷15)፡፡ እግዚአብሔር ፀሎቱን ተለመነው (ዘጸ. 34÷6)፡፡ የሕዝቡ ልብ (ሽለፈት) ተገርዞ የእግዚአብሔር ክብር በሚገኝበት ዙሪያ ቤት ሠርተው ወይን ተክለው ይኖሩ ዘንድ ቀድሞውኑ የእግዚአብሔር አሳብ ነበር፡፡

ወደ አዲስ ኪዳን ስንመጣ እንደ ሙሴ የሆነ በቤቱ ታማኝ የሆነው አንድያ ልጁ ለኃጢአት መሥዋዕት እንዲሆን ብቻ ሳይሆን፣ በእርሱ የጽድቅ ሕይወት መታዘዝ እና ሕግጋቱን በመፈጸሙ ጽድቃችን ሆኖ ይቈጠርልን ዘንድ ወደ ምድር ላከው (1ኛ ጴጥ. 3÷18፤ ሮሜ 4÷3፣ 5)፡፡

ይህ መታዘዝ ያስገኘው ትልቅ ጥቅም አለ እርሱም፡- ከእግዚአብሔር ጋር ሰላም እንዲኖረን አደረገ (ሮሜ 5÷1)፡፡ በጽድቅ የተጀመረው የእግዚአብሔር ሥራ በልጁ ሞት እና ትንሣኤ ያለፈውን ያለውን የወደፊቱን ኃጢአታችንን በደሙ ዋጋ ይቅር ተብሎልንና ከባድ ዋጋ ከፍሎ ተከናወነ፤ ተፈጸመም፡፡

እንግዲህ ለዚህ ኃጢአተኛ ለነበረው ሰው በእምነት የሚገኝ «የጽድቅ ስጦታ» አግኝቶ ሕያውና አዲስ የሆነ የቅድስና የሕይወት ደረጃ ከፍ ብሎ ይኖር ዘንድ ብቃትና ሕጋዊ መብትን በክርስቶስ አገኘ፡፡ በክርስቶስ እስከ ታመነ እና እስከ ተደገፈ ድረስ ይህ የቅድስና ክብር (የቅዱስን ርስት) ለአማኙ የተሰጠው ነው፡፡ ይህም ደግሞ ክርስቶስ ቅድስናው ሆነ ማለት ነው፡፡

በእግዚአብሔር ዘንድ የክርስቶስ ጽድቅ ተቈጥሮለት ጽድቅን ስጦታ የወረሰው ሰው በሕይወት ዘመኑ የቅድስና ሕይወት (የክርስቶስ ሕይወት) እንደ ስጦታ ሆኖ ከእግዚአብሔር ዘንድ በክርስቶስ ሞት እና ትንሣኤ ተሰጥቶታል፡፡

ይህ ሕይወት በክርስቶስ በመታመን (በእምነት በኩል በመጣበቅ በመደገፍ) የሚያፈራው የትንሣኤ ሕይወት የሚገለጠው ፍሬ ነው፡፡ ክርስቶስ ሕይወታችን ሆነ ማለትም ደግሞ ይህ ነው (ቈላስ. 3÷4)፡፡ በክርስቶስ «የቅድስና ስጦታ»፣ ማለትም (የእግዚአብሔር ክብር)

ተስፋ እየተመካ የመኖርን ብቃትን አገኘ፡፡ ማንም አማኝ ይህን በገንዘብ ወይም በራሱ መፍጨርጨር የሚያደርገው ሳይሆን፣ ይህን ክብር በእምነት መታዘዝ (ከክርስቶስ ጋር በመጣበቅ) የሚያገኘው ነው፡፡ እናም ይህ ክብር አስቀድሞ የተዘጋጀ፣ የተወሰነ እና የተፈጸመ ስለሆነ፣ አማኙ በእምነት በኩል በክርስቶስ ብቃት ሊመካ ሊደገፍ ተሰጥቶታል (ሮሜ 5፥2፤ 1ኛ ቆሮ. 1፥30፣ 31፤ ኤፌ. 1፥6)፡፡

ሮሜ 5፡2 ስንመለከት ዘፓሽን የሚባለው መጽሐፍ ቅዱስ ፡- “እምነታችን ወደዚህ ድንቅ ቸርነት እንድንገባ ለሁልጊዜ ክፍት የሆነ በር ሰጥቶናል ይህም ቸርነት ከእግዚአብሔር ጋር ፍጹም የሆነ ሕብረትን ሰጥቶናል። በእግዚአብሔር ክብር ውስጥ የመኖራችንን ተስፋ ዘወትን ስናስበው በውስጣችን የሚፍለቀለቀው ጥልቅ ደስታና ሐሴት ከምንም ነገር ጋር ሊወዳደር አይችልም!” ሲል ያሰቀምጠዋል፡፡

ስለሆነም በመንፈስ ቅዱስ አማካይነት ወደዚህ የቅድስና ክብር ወደ ፍቅሩ ልጁ መንግሥት ስለ ተሸጋገረ እንዲሁ ከኃጢአት ግዛት ወጥቶ (ኃጢአት ከማፍራት ግዛት) የሞት ያህል ተለያይቶ ከጌታችን ኢየሱስ ጋር (ከወይኑ ግንድ) በሞቱ እና በትንሣኤው ተጣብቆ ስለሚገኝ የቅድስና ፍሬ እያፈራ ፍሬውም እየበዛ ይገኛል፡፡ ዘፓሽን የሚባለው መጽሐፍ ቅዱስ፡- “አሁን ግን እግዚአብሔርን እንደሚወዱ አገልጋዮች ከኃጥያት ሥልጣን ነጻ ሆናችሁ ሐሴትን በማድረግ ትኖራላችሁ። ስለዚህ አሁን የምትኖሩበትን ትሩፋት አስቡ፡- ወደ እውነተኛ ቅድስና ጠልቅ ብላችሁ በመግባት እንድትኖሩ ተሰጧችኋል፤ መጨረሻውም የዘላለም ሕይወት ነው!” (ሮሜ 6፥22)፡፡

የፀደቀው ሰው (የጽድቅ ስጦታ) የተቀበለው አማኝ በአብ ፊት በክርስቶስ በኩል ያለ ነውር መቅረቡ፣ ከአብ ጋር ሰላምን ማግኘቱ ለሚያምነው ሰው የቆመበት መሠረትነው፡፡ ዘፓሽን የሚባለው መጽሐፍ ቅዱስ፡- “በኢየሱስ ላይ ያለን እምነት የእግዚአብሔርን ጽድቅ ወደ እኛ ያስተላልፈዋል፤ ስለዚህ እግዚአብሔር አሁን በፊቱ እንከን የሌለን አድርጎ ቆጥሮናል። (ሀ) ይህም ጌታችን ኢየሱስ የተቀባው በሰራልን ሥራ አማካኝነት ከእግዚአብሔር ጋር በእውነተኛ እና ዘላቂ ሰላም መኖር እንችላለን ማለት ነው“።(ለ)

የግርጌ ማስታወሻ፡-

ሀ. ወይም “ጻድቅ ተብለናል።” እንዴት አይነት ታላቅ ደስታ ነው! ቅዱስ በሆነው አምላክ በእግዚአብሔር ፊት ጻድቅ መሆናችን ታውጆልናል። የጸጋ ታላቅነት ማለት ይህ ነው!

ለ. ወይም “ከእግዚአብሔር ጋር ያለንን ሰላም እናጣጥም።” ሰላም ተብሎ የተተረጎመው የግሪክ ቃል ኤይሬኔ ሲሆን “መጋጠም” ተብሎ ሊተረጎም ይችላል። ሕይወታችን ከእግዚአብሔር ሰላም ጋር ተጋጥሟል አንድ ሆኗል፤ ስለዚህ ከእግዚአብሔር ጋር

በማይቋረጥ ወዳጅነት እየተደሰትን እንኖራለን። የእብራይስጡ ቃል ደግሞ ሻሎም ሲሆን የተትረፈረፈ ሰላም እና ደህንነት ማለት ነው (ሮሜ 5÷1)፡፡

ክርስቶስ ከሕግ በታች ሆኖ ጽድቅን በመታዘዝ በመስቀል በፈጸመው ሥራ ምክንያት የኃጢአትን (ያለፈውን ያለውን የወደፊቱን) ይቅርታ አገኘን፡፡ ስለሆነም ይቅር የተባለው በጸጋ ሥር በመሆን በተገኘው ብቃት (ክርስቶስ ብቃታችን / ክርስቶስ ቅድሳችን) በጽድቅ ስጦታ ምክንያት የጸጋው ክብር በእምነት በኩል እንዲገለጥብን ሆነ፡፡

አማኞች ለሆንን ሁሉ ክርስቶስ የጽድቅ ስጦታ እና ቅድስናችን ሆነ፡፡ አንድ አማኝ ከአብ እንደ ተሰጠው በልቦና ዐይኖቹ (በእምነት ዐይኖቹ ከተመለከተ) ወይም በሌላ አነጋገር የክብሩ ዕውቀት ብርሃን በሙላት ሲበራለት የኃጢአትን ይቅርታ እና በአብ ፊት ጻድቅ ሆኖ መቆም የሚችልበትን ብቃትን እንዳገኘ ሰው ዕለት ዕለት ወደ ቅድስተ ቅዱሳን በመግባት ከኃጢአቱ በደሙ ታጠቦ በጸጋው ክብር ይኖር ዘንድ በተሰጠው በእምነት በኩል መዘረጋት ይጀምራል፡፡

ክርስቶስ ይህን የቅድስና ክብር በአማኙ ሊገልጥ ሕጋዊ ያደረገው በሞቱ እና በትንሣኤው በጽድቅ ስጦታ እንዲያገኝ በማድረጉ ምክንያት ነው፡፡ ክርስቶስ በአማኙ ሕይወት ውስጥ የእግዚአብሔርን የቅድስናው ክብር ለመግለጥ በቅድሚያ ስለ እኛ መሞት፣ ስለ እኛም መነሣት እና በአብ ፊት ስለ እኛ ዘወትር መታየት ያስፈልገዋል፡፡ ይህ ወንጌል በእርግጥም የምሥራች ነው (ቈላስ. 2÷9-10፣ 13)፡፡

ክርስቶስ በአብ ክብር በአብ ፊት እንደሚታይ እንደሚኖር እኛም በዚህ ክብር እንድንኖር ሞቱን በሚመስል ሞት እንድንተባበር እንዲሁም ትንሣኤውን በሚመስል ትንሣኤ እንድንተባበር እግዚአብሔር ፈቅዶና ክርስቶስን ከሙታን በማንሣት አሳይቶአል (ሮሜ 6÷10፣ 11፤ ዕብ. 9÷24)፡፡

የክርስቶስ መሞት እና በእግዚአብሔር ክብር መነሣቱ፣ እንዲሁም በአብ ቀኝ መቀመጥ የቅድስናውና ክብር ተካፋዮች እንድንሆን ብቃታችን ሆነ፡፡ ጌታችን ኢየሱስ በሥጋ ሰውነቱ ሕግጋቱ የጠየቀወን ያለ ኃጢአት በመፈጸሙ የእግዚአብሔርን የክብሩን ሙላት በሥጋው ሰውነት ተቀበለ፡፡

ይህ በክርስቶስ ያረፈው **የአብ ክብር** (በቀኙ መቀመጡ) አማኝ በእምነት በኩል፣ ማለትም እርሱ እኛን ወክሎ እንደ ሞተና እኛንም ወክሎም እንደ ተነሣ ደግሞም በአብ ቀኝ

መቀመጡ ለእኛ ይህ የአብን ቅድስና ለመቀበል የሚያስችለን ብቃት በክርስቶስ ሆነልን። ስለዚህ ይህ ለእኛ የጸጋው ክብር በመባል ይታወቃል።

ምክንያቱም ይህንን አባቱን ያለ ኃጢአት የተቀበለው የቅድስና ክብር ከአብ ተቀብሎ እንዲያው ወድዶን ስለ ሰጠን ነው (ዮሐ. 17÷23፤ ኤፌ. 1÷6)። የጸጋ ክብር ለሚታመኑት ሁሉ በእምነት በኩል እንዲሰጣቸው የክርስቶስ ኢየሱስ ጽድቅ ብቃታቸው ሆነ። ገና ሲጀመር በአባታችን በአዳም ኃጢአት ምክንያት የተወሰደው ክብር በኋለኛው አዳም በኩል ተመለሰ (በሮሜ 3÷23 ክብሩ ከፊተኛው አዳም ተወሰደ)።

ቁጥር 24 ላይ ክርስቶስ እኛን በመወከል ሞቶ ተነሣ። ቁጥር 25 ላይ ከዚህ በፊት በእግዚአብሔር ፊት የቆመው ኃጢአተኛ ሰው በክርስቶስ ደም ስርየት በመታመኑ አሮጌው ሰው ተወገደ እና አዲስ ፍጥረት (በክርስቶስ አዲስ የሆነ ሰው) በእምነትና በጽድቅ በአብ ክብር ተሞልቶ ተገኘ።

የእግዚአብሔር ክብር የሆነው ክርስቶስ ሕግጋቶቹ ሁሉ ፈጽሞ በምድር ያለ ኃጢአት የተገኘ ቢሆንም እንኳ፣ በመስቀል ላይ የሰውን ልጆች ኃጢአትን ስለ ተቀበለ በመከራው ሰዓታት የእግዚአብሔርን የቅድስና ክብር መስጠት እንዳልቻለ እናስተውላለን። የሰውን ኃጢአት ሲሸከም አባቱ ከእርሱ መለየቱን ዕናውቃለን።

የኃጢአት ዋጋ የሆነውን ሥጋና ደሙን ይዞ ወደ አባቱ (ቅድስተ ቅዱሳን) መሄዱን እንረዳለን (ዮሐ. 20÷17)። የሰውን ልጆች ወክሎ ኃጢአትን ስለ ተሸከመ እንዲሁ ደግሞ የሰውን ልጅ በመወከል ከሙታን ተነሥቶ ወደ እግዚአብሔር ክብር እንዲገባ አስፈልጎታል።

በኢሳ. 53÷2-3 ላይ እንደ ተገለጠው «መልክና ውበት የለውም» ይለናል። በመከራው ወቅት ከእግዚአብሔር ዘንድ ክብር ሊቀበል የሚያስችለው ምንም ነገር እንደ ሌለ ያመለክተናል። በፈንታው ከእግዚአብሔር ዘንድ የሞትን ፍርድና የኃጢአት ተግሣጽን ተቀበለ።

የሐጢያትን ዋጋ ከከፈለ በኋላ ግን ክብሩ ተገብቶታል፣ ምክንያቱም ሕጉ የጠየቀውን ሁሉ በራሱ ሕይወት ስለ ፈጸመ እንዲሁም ሕጉ የጠየቀንን ባለመፈጸም ቅጣን መርገምን ስለ ተቀበለ ነው። ይህን በመፈጸም የአብን ክብር ተቀብሎ ሊሰጠን የሚችለው ጌታችን ኢየሱስ ክርስቶስ ብቻ ነው። ይህን እንድንቀበል ከእኛ ጋር ሞተ፤ ደግሞም ከእኛ ጋር

ተነሣ፤ እኛንም ከእርሱ ጋር አስቀምጦ በእርሱ ውስጥ ሰወረን፡፡ በእርሱም ዘንድ የምንኖር ሆንን፡፡

አሁን በእርሱ ውስጥ በመገኘት አብ አባቱ የሚደሰትበትን የልጁን ሕይወት እንድናንጸባርቅ ክርስቶስ በመንፈስ ቅዱስ አማካይነት በእምነት በኩል በእኛ ውስጥ መኖር ጀመረ፡፡ ዮሐንስ እንደ ነገረን፡- በመጀመሪያ «አንተ በእኔ እኔም በአንተ» ይህ የሚሳየው ክርስቶስ የአባቱን ፈቃድ ሙሉ በሙሉ በመታመን መፈጸሙ እና የአብን ሙሉ ክብር በመቀበል አባት እና ልጅ ሊለያዩ የማይችሉበት አንድነት ወይም ኅብረት መግባታቸው ነው፡፡

ሁለተኛው የተናገረው «እነርሱ በእኛ አንድ ይሆኑ ዘንድ እለምንሃለው» የሚለው ነው፡፡ ወደዚህ ኅብረት ለመግባት በራሱ ብቁ የሆነ ማንም የለም፤ ነገር ግን ክርስቶስ ብቃታችን ሆነ፡፡ በክርስቶስ ሥራ (ሞት) የኃጢአት ዋጋችን ቢከፍልም፣ የእግዚአብሔር ጸጋን (ክብሩን) ለመቀበል በክርስቶስ ያለ ኃጢአት ብንገኝ እና በፊቱ መቆም ብንችልም ክብሩ በዋጋ አይገዛም፡፡

ስለዚህ ጌታችን ኢየሱስ አባቱን ሲለምን እንመለከታለን፡፡ ሦስተኛው «እነርሱ በእኔ» የሚለው በክርስቶስ ውስጥ ሆነን መሞታችንን፣ በትንሣኤውም መነሣታችንንና በአብ ቀኝ መቀመጣችንን ያስተምረናል፡፡ አራተኛው ደግሞ «እኔ በእነርሱ» የሚለው ሲሆን፣ በእርሱ ሞት እና ትንሣኤ በአብ ቀኝ አማኙ ተሰውሮ የተቀመጠውን የትንሣኤ ሕይወት (የቅድስና ሕይወት/ ክርስቶስ በአብ ፊት ተገኝቶ የሚኖረውን የልጅነት ሕይወት) በአማኙ ሕይወት ለመግለጥ በዳነው ሰው በውስጠኛው ሕይወት በእምነት በመኖር እየሠራ እንደሆነ ያሳየናል፡፡

ይህ የዳነው ሰው ደግሞ እግዚአብሔር አብ «ኃጢአተኛውን በሚያጸድቅ» (ሮሜ 4÷5) ተብሎ እንደ ተጻፈ የእግዚአብሔር ጸጋ በክርስቶስ ተገለጠለት፡፡ አብ አንድያ ልጁን ሥጋ ለብሶ ፍጹም ሰውም ሆኖ አባቱን በማስደሰት ከአባቱ ጋር የፍቅር ኅብረት እንዳደረገ እንዲሁ እኛም ከክርስቶስ በኩል ተወድደን ወደ ተቀደሰው ክብሩ ኅብረት አስገባን፡፡

«በወደድኸኝ መጠን እንደ ወደድኻቸው» በተጨማሪም ይህ የፍቅር ኅብረት ደገሞ የከበሩ ኅብረት መሆኑን ሲገልጥ «የሰጠኸኝን ክብር እኔ ሰጠኋቸው» ሲል ይገልጠዋል፡፡ እነዚህ አምስቱ አሳቦች በዮሐ. 17 ላይ ይገኛሉ፡፡ እንግዲህ ወደዚህ ወደ እግዚአብሔር ሙላት ለመግባት (በአባት እና ልጅ መካከል ወዳለ ፍጹም የፍቅር ኅብረት /የትንሣኤ

ሕይወት/ የቅድስናው ክብር / የክርስቶስ ሕይወት) ሙሉ ኅብረት እንዲኖረን ብቃታችን የሚሆነው ክርስቶስ ኢየሱስ ነው። በሌላ አገላለጽ ክርስቶስ ኢየሱስ **ለእኛ ሁሉ በሁሉ የሆነ ጌታ** ነው ወይም ጽድቃችን፣ ቅድስናችን እና ክብራችን ነው (ዕብ. 2÷10)።

አብ ክርስቶስ ኢየሱስን ሲያስነሣ እኛንም አብሮ አስነሣን። የጸጋውን ክብር ሰጠን። ጌታችን ኢየሱስ የኃጢአታችን ዋጋ መክፈል ብቻ ሳይሆን፣ የእግዚአብሔርን ጽድቅ ስለ ፈጸመ የእርሱ መታዘዝ ለእኛም ታስቦልን «ጽድቅ ሆኖ ተቈጠረልን።» በዚህ የጽድቅ ስጦታ ምክንያት የእግዚአብሔርን የቅድስናው ክብሩ (የባሕርይው ተካፋዮች) ሆኖ ለመኖር በክርስቶስ ኢየሱስ ሞት እና ትንሣኤ በእምነት በኩል ኅብረት (በመተባበራችን) ብቃትን አገኘን።

አንድ ነገር ማወቅ እና ሁልጊዜም ማስተዋል ያለብን ዕውነት ቢኖር ጌታችን ኢየሱስ እግዚአብሔር ወልድ እንደ መሆኑ ይህ ክብር ያላስፈለገው መሆኑን ነው። እርሱ የማይታየው አምላክ ምሳሌና የክብሩ መንጸባረቅ ነው። ሆኖም ግን በእግዚአብሔር እና በሰው መካከል የሚገኝ መካከለኛ ካህን ሊሆን ግን ሥጋ ሲለብስ ፍጹም አምላክ፣ እንዲሁም ፍጹም ሰው ሆኖ በሰውነቱ መታዘዝን ተማረ።

ፍጹም ሰው ሆኖ አምላክነቱ እንደ ተጠበቀ ለኃጢአት መሞትንና ለጽድቅ መኖርን በምድር ሕይወቱ አከናወነ። ይህም ብቻ አይደለም፤ ዳሩ ግን ከሙታን ሲነሣ ፍጹም አምላክ እንደ መሆኑ ፍጹም ሰው ሆኖ የሊቀ ካህናትነቱን ሥራ ይፈጽማል (ሮሜ 6÷10)።

ጌታችን ኢየሱስ በትንሣኤው ኃይል (በጸጋው ክብር) አሁን በአብ ቀኝ ተቀምጦ ይኖራል። ክርስቶስ ሕይወታችን ነው ስንል መለኮት እንደ ሆነ ከአባቱ ጋር ተካክሎ እንደሚኖር ወደ ምድር ሲመጣ ፍጹም ሰውም ሆኖ ከሕግ በታች ተወልዶ ሕግን በመፈጸሙ፣ እንዲሁም በእግዚአብሔር ላይ ተደግፎ በመተማመን የታዘዘውን ሕይወት በተጨማሪም በትንሣኤው ኃይል በአብ ፊት የሚኖረውን ሕይወት መናገራችን ነው።

ይህን ሕይወት ለእኛ በእምነት በኩል ያጋራን ነገር ነው እንጂ፣ ወልድ መለኮትነቱን አካፈለን ማለት አይደለም። ይልቁንም ከመለኮታዊ ባሕርይው የተወሰኑትን ለሰው ልጆች ማካፈል የሚችለውን የመንፈስ ፍሬ ተብለው የሚጠሩትን (ክርስቶስን የመምሰል ሕይወት / የልጅነት ሥልጣን / የልጅነት የክብር ሕይወት) ተካፈለን።

ሁልጊዜም አብ እና ወልድ፣ እንዲሁም መንፈስ ቅዱስ አንድ አምላክ ምልዓተ አካል ያላቸው ዘወትር ተካክለው የሚኖሩ ናቸው፡፡ ጌታችን ኢየሱስ ክርስቶስ ወደ ምድር ሲመጣ ግን ክብሩን ጥሎ ይምጣ እንጂ፣ አምላክነቱን ጥሎ አልመጣም፡፡ ከመለኮት ባሕርያት አንዱ ሁልጊዜም ያው መሆኑ የማይለወጥ የማያረጅ መሆኑ ነው፡፡ ስለሆነም ፍጹም አምላክ እንደ ሆነ ሁሉ እንዲሁ እርሱ ፍጹም ሰው ሆነ ወይም ሥጋ ለበሰ (ዮሐ 1፥14)፡፡

ፍጹም ሰው በመሆኑ በኃጢአት እና በዲያብሎስ ሊፈተን መከራን ሊቀበል በአባቱ ሥልጣን ትእዛዝ ሥር በመሆን ከአባቱ ጉልበት ኃይል በመታመን በምድር ላይ መመላለስ አስፈልጎታል፡፡ በአብ ፊት እኛን ወክሎ ሊታይ ሊቀ ካህናት ለሆን የቻለው የአብርሃምን (የሰው ዘር) በመያዙ ነው የሚለው የዕብራውያን ጸሐፊ የመልእክቱ ዕምብርት ነው (ዕብ. 2፥14-17፤ 5፥1፤ 7፥17፤ 12፥3)

በሞቱ እና በትንሣኤው በእምነት በኩል ከሕይወት ግንድ ጋር የተጣበቁ (የተባበሩ /ኅብረት ያላቸው) ሁሉ በዚህ የጸጋው ክብር ይኖሩ ዘንድ ከድቅድቅ ጨለማ የሚደነቅ ብርሃን ወደ ሆነው ወደፍቅሩ ልጅ መንግሥት ፈልሰዋል፡፡ ሕያዋን ሆነው (የክርስቶስ ሕይወት) በመካፈል ይኖራሉ፡፡

ዘወትር በኩነኔ በኃጢአት በመውደቅ፣ ዘወተር በኃጢአት ግዛት ሥር ሆነን በመውደቅ መሥዋዕት ለማቀረብ ወደ ካህኑ መቅረብ፣ ዕረፍት የሌለው ሕይወት አና ወደ ቅድስተ ቅዱሳን ሳይገባ ዘወትር በሕሊና ክስ መመላለስ ቀርቶ የልጁን መሥዋዕት አንድ ጊዜ ለዘላለም በማቅረቡ ወደ ቅድስተ ቅዱሳን መግባትን አገኘን፡፡

“እርሱ ከጨለማ ሥልጣን አዳነን፥ ቤዛነቱንም እርሱንም የኃጢአትን ስርየት ወዳገኘንበት ወደ ፍቅሩ ልጅ መንግሥት አፈለሰን፡፡” ዘ ሜሴጅ መጽሐፍ ቅዱስ፡- “እግዚአብሔር መልካም ፍጻሜ ከሌላቸው ከተዘጉ መንገዶችና ከጨለማ ወኅኒ ቤቶችና አወጣን። እጅግ በሚወደው ልጁ መንግሥት ውስጥ አቆመን፤ ይህም ልጁ ከወደቅንበት ጉድጓድ ውስጥ ጎትቶ አውጥቶን እየደጋገምን እንወድቅባቸው ከነበሩ ኃጢአቶቻችን አላቀቀን” (ቆላስ. 1፥13-14፤ ዮሐ. 6፥57)፡፡

ሐዋርያው ለሮሜ ሰዎች ሲጽፍላቸው የክርስቶስ መሞት የእኛን ኃጢአት እንዲደመሰስ የማድረግ ችሎታ አለው (መሞቱ ይህን ካደረገ) ብሎ ከነገረን በኋላ በአብ ክብር ከሙታን

ተነሥቶ በአብ ቀኝ መቀመጡ (ስለ እኛ መነሣቱ) ደግሞ በትንሣኤው የሕይወት ዕርከን እንድንኖር እንዴት ብቃታችን አይሆንም?" ይለናል (ሮሜ 5÷10፣ 8÷34)፡፡

እንግዲህ ክርስቶስ ኢየሱስ በእግዚአብሔር ክብር በአብ ፊት ስለ እኛ ዘወትር በመታየት ለመኖር፣ በትንሣኤው ክብር በአብ ቀኝ መቀመጡ «ክርስቶስ ቅድስናችን» እንዲሆን አድርጎታል፡፡ ክርስቶስ ጽድቃችን እንደ ሆነ ሁሉ እንዲሁ እርሱ የእኛ ቅድስናችን ነው፡፡ ጌታችን ኢየሱስ ክርስቶስ የእግዚአብሔር ጽድቅ ብቻ ሳይሆን፣ የእግዚአብሔር ቅድስና ሆነልን (1ኛ ቆሮ. 1÷30-31)፡፡

ይህ አዲስ ኪዳን በደሙ (በሞቱ እና በትንሣኤው) የተሰጠን የእግዚአብሔር ኃይል እና ክብር የሆነው ኢየሱስ ክርስቶስ ነው፡፡ በጽድቅ ምክንያት በአብ ፊት መቅረቡ፣ እንዲሁም በእግዚአብሔር ክብር በአብ ቀኝ መኖሩ የእኛ ሕይወት ምንጭ ሆነልን፡፡ የእርሱን የትንሣኤ ሕይወት በመካፈላችን በቅድስና በሕይወት መኖር ችለናል፡፡ የደሙ ኃይል፣ በሞቱ መካፈላችንና በአብ ቀኝ ዘወትር በትንሣኤው ተሰውረን ለመገኘታችን ምክንያት የሆነው ክርስቶስ ኢየሱስ ነው፡፡

ይህ ሕይወት በክርስቶስ ኢየሱስ በኩል ለእኛ በመንፈስ ቅዱስ ተሰጠን ማለት ክርስቶስ በእኛ ውስጥ እንዲገለጥ የሚችልበት የመለኮት አሠራር፡፡ «የትንሣኤው ሕይወት» ተብሎ የሚታወቀው በዚህ ምክንያት ነው፡፡ ከአብ ዘንድ እንድንኖርበት የተሰጠን የልጅነት ሕይወት ሲባል ክርስቶስ በእኛ ውስጥ መኖሩ የመገለጡ ጉዳይ ነው፡፡ ከክርስቶስ ጋር መሞታችን ከክርስቶስ ጋር በመነሣታችን የትንሣኤው ሕይወት (የቅድስናው ሕይወት) መኖር የምንችልበት የሕይወት ዕርከን ሆነን፡፡

ይህን ሕይወት (ክርስቶስ ሕይወታችን) እንዲሆን ከእኛ ምንም የተገኘ የጽድቅ ሥራ አልነበረም፡፡ በዐመፅ በበደል በመተላለፍ ውስጥ ሆነን የሞትን ፍሬ በምናፈራበት ጊዜ ይህን ሕይወት (የትንሣኤውን ሕይወት) በክርስቶስ ሞት እና ትንሣኤ በመተባበራችን ተሰጠን (ኤፌ. 2÷6-7፣ ቈላስ. 3÷2)፡፡

ክርስቶስ ኢየሱስ ጽድቃችን እንደሆነ ቅድስናችንም (የጸጋው ክብር/ ሕይወታችን) ሆነ፡፡ ሰው ያለ እግዚአብሔር ክብር፣ መገኘት እና ህልወና ሙት እንደ ሆነ አባታችን አዳም ኃጢአት በሠራ ጊዜ የተረዳነው ዕውነት ነው፡፡ የእግዚአብሔር የቅድስናው ክብር በሁለት መንገድ ይገለጣል፡፡

92

የአፈበስ አገልግሎት ዕብራውያን መጽሐፍ ጥናት

አንደኛው ኃጢአትን በመቅጣት ፍትሐዊ ባሕርይው (ጀስቲፊኬሽን) ሲሆን፣ ሁለተኛው ባሕርይው ቅድስናው፣ ክብሩ፣ ምሕረቱንና ፍቅሩን፣ ደግሞም ቸርነቱ ለመገለጥ የሚችልበት ሲሆን፣ በአብ ፊት ለሰው ልጅ የሚያካፍለው ባሕርይው (ራይቲየስነስ) በመባል የሚታወቀው ነው። የመጀመሪያው ፍትሕ የመፈጸሙ ባሕርይው (ጀስቲፊኬሽን)፡- እግዚአብሔር አብ ኃጢአትን መጸየፉ እና መቃወሙ በክርስቶስ ሥጋ ላይ ቍጣውን ሲገለጽ (ሥጋው ሲቈርስ)፣ እንዲሁም ደሙ ሲፈስስ ይህም የቅድስናው ፍትሐዊ ባሕርይ መግለጫ ሆነ (አሞጽ 5÷21-22፤ ኢሳ. 5÷16፤ ራእይ 6÷10፤ ዘኊ. 20÷13፤ 1ኛ ሳሙ. 6÷20)።

ይህን ኃጢአተኛ ሰው ያድን ዘንድ የቅድስናው ቍጣ በክርስቶስ በመስቀል ላይ ገለጸው (ኢሳ. 53÷8)። የቅዱስናው ሌላው ባሕርያዊ ገጽታ ደግሞ ፍቅሩ፣ ምሕረቱ፣ ቸርነቱ እና በጐነቱ ነው። የጸጋው ባለጠግነት እንዲገለጥ አዲስ እና ሕያው የተዘጋጀ በር ከፈተ (ኤፌ. 1÷3፤ ዕብ. 10÷3)። ይህ የሥላሴዎች ጥምር ሥራ ነው። እግዚአብሔር አብ (1ኛ ተሰ. 5÷23)፣ እግዚአብሔር ወልድ (ኤፌ. 5÷26)፣ እግዚአብሔር መንፈስ ቅዱስ (2ኛ ተሰ. 2÷13) በአማኞች ሕይወት የሚሠሩት የእምነት ጒዞ ሆኖ ተዘጋጀ።

የቅድስናን ሕይወት በመለኮት አሰራር በአማኙ ውስጣዊ ማንነት (ባሕርይው) ላይ ሥር-ነቀል ለውጥ በማምጣት (አዲስ ፍጥረት) በማድረግ ነው። አሮጌው ሰው (በፊተኛው አዳም የሚገኘው ማንነት) ፈጽሞ ሊሽረው በመጀመሪያ የኃጢአትን የይገባኛል ጥያቄ በሥጋው በመስቀል ላይ ደመሰሰው።

በአሮጌው ሰው በክርስቶስ መስቀል እንዲሻር (የሞት ፍሬን እንዳያፈራ) ለአንዴ እና ለመጨረሻ የኃጢአትን ንግሥና በእንጨት ላይ በሥጋው በኵል ገረሰሰው። ይህ ማለት አንድ አማኝ ቀድሞ በሚኖረው የሕይወት ዘይቤ እንዲመላለስ የሚያደርገው ማንነቱ (ድንጋዩ ልብ) የሥጋ ልብ በመስጠት ወይም አዲስ ፍጥረት በማደረግ አስወገደለት።

በአሮጌው ሰው (አዲስ ፍጥረት ሳይሆን በነበረው ማንነት) በኵል ኃጢአት ነግሦ ሞትን ያፈራበት ነበር። አሮጌው ሰው እና ኃጢአት እነዚህ ሁለት ነገሮች የሰው ልጆች ትልቅ ዕዳና የሕይወት ዕንቅፋት ነበሩ። ስለዚህ ጌታችን ኢየሱስ ኃጢአት የባለቤትነቱን የክስ መዝገብ በመስቀል ላይ ከፍሎ የኃጢአትን ንግሥናና ሥልጣኑን በመግፈፍ፣ ደግሞም የአሮጌው ሰው ያረጀ ማነነት ሥራ-ዐልባ አድረጎ አስቀርቶታል።

ይህን በኃጢአት ግዛት የነበረውን ሰው የጽድቅ ስጦታ በእምነት (ክርስቶስን በማመን) ተቀብሎ በጸጋ ግዛት ተሸጋግሮ አዲሱን ሰው ለብሶ (አዲስ ፍጥረት ሆኖ/ ክርስቶስን ለብሶ /የክርስቶስን ሕይወት ተጋርቶ/ ከመለኮታዊ ባሕርይ ተካፋይ ሆኖ/ የትንሣኤውን ሕይወት ተካፍሎ /የልጅነት ሕይወት/ በእግዚአብሔር የጸጋው ክብር ተሞልቶ) እነዚህን የቅዱሳን ርስት ክብር ባለጠግነት የሆነውን እንደ ተስፋ ቃል ወራሽ አደረገው።

በዔድን ገነት ራቁት የነበረው (የቅዱሳን ርስት ክብር ባለጠግነት) የተወሰደበት አሮጌው ሰው ማንነት በክርስቶስ በኩል በጸጋው ክብር አዲስ ሰው ተፈጥሮለት የክርስቶስ ሕይወትን ሰጠው፤ መጽሐፉም እንደሚል ጌታ ክርስቶስን አለበሰው (ቈላስ. 3÷10)። የኃጢአት ዋጋ ተከፈለ፤ የኃጢአት ሕግ እና ንግሥናው ተገረሰሰ፤ በጸጋ ንግሥና በኩል የጽድቅ ዐዋጅ (የጽድቅ ስጦታ) በክርስቶስ ሞት እና ትንሣኤ ለሚተማመን፣ ደግሞም በእርሱ ለሚደገፍና ከእርሱ ጋር ለተጣበቀ ለአዲሱ ሰው የእግዚአብሔርን ክብር መልበስን እንደ ተስፋ ቃሉ እንዲቀበል ዐዋጅ ወጣ። ይህ ዐዋጅ ከገናና የቅድስናው ዙፋን እንደ የምሥራች ሆኖ ሲወጣ፣ ያመኑትን ሁሉ ክርስቶስ ወደዚህ ክብር አመጣቸው (ዕብ. 2÷10፤ ኤፌ. 1÷3)።

ይህ የእግዚአብሔር የጸጋው ክብር (የቅዱሳን ርስት ባለጠግነት) ምሥጢር የእግዚአብሔር አብ ዓለም ሳይፈጠር በመለኮት ምክር ቤት የታቀደ የተወሰነ ሲሆን፣ በክርስቶስ ሞት እና ትንሣኤ፣ እንዲሁም በአብ ፊት ሊቀ ካህናት በሆነው አሠራር የተፈጸመ ነው። ይህም ክርስቶስ ዓለም ሳይፈጠር እንደ ታረደ በግ መሥዋዕት መሆኑ ነው (ራእይ 13÷8)።

እንደዚሁም አስቀድሞ ከዘላለም ዓለም በፊት ክርስቶስ እንደ ታረደ በግ ሆኖ መቅረቡ አስቀድሞ በመለኮት ምክር ቤት የታወቀ እንደ ሆነ ሁሉ፣ እንዲሁም ከሞት ተነሥቶ፣ ሊቀ ካህናት ሆኖ ደሙን ይዞ ወደ ቅድስተ ቅዱሳን መግባት፣ የሰውን ልጆች በእምነት በኩል መቤዠት የክርስቶስ ሕይወት (የእግዚአብሔር የቅድስናው ክብር የሆነው የጸጋው ክብር) መቀበል በእርሱም በእምነት በኩል የርስታችን ባለጠግነት መሆኑ የተወሰነ የታወጀ የተፈጸመ በሥላሴዎች መካከል የተተረከ ነው (1ኛ ጴጥ. 1÷2፣ 2፤ 1ኛ ዮሐ. 17÷24፤ 1ኛ ቆሮ. 2÷10፤ 1ኛ ጢሞ. 1÷9)።

አማኝ አሮጌው ሰው ተሽሮና የኃጢአት ንግስና ቢገረሰስም፣ እንዲሁም አዲሱ ሰውነቱ (በክርስቶስ ያገኘው ማንነት / አዲሱ ሰው) በእግዚአብሔር ክብር ቢሞላም፣ ሆኖም ግን «ነፍሱ እና ሥጋው» ገና ከኃጢአት ህልውና አልተላቀቀም ነበር። ይህ የሆነው ግን

ክርስቶስ ኢየሱስ በመስቀል ላይ ያከናወነው ሥራውና በአብ ቀኝ መቀመጡ የትንሣኤውን ሥራ ጐዶሎ አያደርገውም፡፡

ይልቁም የአማኙ ከክርስቶስ ጋር ተጣብቆ በዚህ ኃጢአተኛ ክፉ አመንዝራ ትውልድ መከከል በጸጋው ንግሥና ግዛት ሥር በመኖር ብርሃኑን ለማንጸባረቅ ትልቅ የሥራ በር ይከፍትለታል፡፡ በዚህም በእምነት በኩል በተሰጠው የቅዱሳን ርስት በሆነው በክርስቶስ ሕይወት ምክንያት ተዝቆ የማያልቅ የክብር ሽልማትን ያገኛል፡፡

አማኝ በተሰጠው የክርስቶስ ሕይወት ኅብረት በማድረግ (በመጣበቅ /በመደገፍ /በመተባበር) ምክንያት የክርስቶስ ሕይወት (ክርስቶስ ቅድስናው) ሆኖ ለዓለም ሁሉ በሙላት የሚያንጸባረቅበትን ዐቅም ያገኘው በርስትነት መልኩ ሲሆን፣ ይህም ደግሞ የማይለካና ከቶም ቢሆን ሊወሰን የማይችል ነው፡፡ ስለዚህም ደግሞ በዚህ የክርስትና ጉዞ ውስጥ ጌታችን መድኃኒታችን ኢየሱስ ክርስቶስ ወላጆች እንደ ሌላቸው ልጆች አልተወንም፡፡

ይልቁንም የመሥዋዕቱን ደም ይዞ ወደ ቅዱስተ ቅዱሳን በመግባት በስርየት መከደኛው ካስቀመጠው በኋላ ለዘላለም በእኛ ውስጥ ሊኖር በመንፈስ ቅዱስ ኃይል ተመልሶ መጥቶ በእኛ ውስጥ እና በእኛ መካከል ዐደረ፡፡ በመንፈስ ቅዱስ ኃይል እንደማረጉ ሁል በመንፈስ ቅዱስ ኃይል ተመልሶ መጥቶ በእኛ ውስጥ ዐደረ፡፡ ይህ ብቻ አይደለም፤ አብና መንፈስ ቅዱስም እንደዚሁ በእኛ ውስጥ ዐድረዋል (ዮሐ. 14፥18፣ 23፣ 26)፡፡

ክርስትና በጸጋው ክብር ውስጥ እንድንኖር እንደ ርስት የተሰጠንና እንደ ተስፋ ቃል ክርስቶስ በእኛ አድሮ በእምነት በኩል የምንራመደው የሕይወት ጉዞ ነው (2ኛ ቆሮ. 2፥14)፡፡ በዚህች ዓለም አሸናፊ ያደረገን ከክርስቶስ ጋር መሞታችን፣ ከእርሱ ጋር ተነሥተን በጸጋው አገዛዝ ሥር መሆናችን ነው፡፡ ጸጋው በእምነት እንደ አዳነን በክርስቶስ ሞትና ትንሣኤ በመታመናችን አሁን በተሰጠን ሕይወት በአሸናፊነት እንኖራለን፡፡ ይህም ያሸነፍነው እምነታችን የሆነው ክርስቶስ ነው ማለት ነው፡፡

ክርስቶስ ቅድስናችን ስለሆነ የቅድስናው ክብር የእኛ መሸሸጊያ መኖሪያችን ሕይወታችን ነው፡፡ የክርስቶስ ቅድስናችን መሆን (ክርስቶስ ሕይወታችን መሆኑ) የሕይወት ሕግ ሆኖ ይመራናል፤ ይገዛናልም፡፡ ይህ ማለት አዲሱ ሰው በዚህ ሕይወት አገዛዝ ሥር ሆኖ እናገኛለን፡፡ የክርስቶስ ሕይወት ሊገዛውና ሊቆጣጠረው በአዲሱ ሰውነት ውስጥ (በውስጣዊ ማንነቱ) ይኖራል፡፡

በብሉይ ያሉ ቅዱሳን ወደ ቅድስተ ቅዱሳን የመግባት ዕድል ባያገኙም (አዲስ ፍጥረት) ባይሆኑም፣ የቅድስናውን ሕይወት ተዘልለው ለመኖር ከኃጢአታቸው በእንስሳ ደም ነጽተው ወደ ካህኑ ይሮጡ ነበር፡፡ ምንም እንኳ ከዓለም መከራ እና ዕድፈት ለመላቀቅ፣ በእግዚአብሔር ጸጋ ለመጽናናት የማይችሉበትን የቅድስተ ቅዱሳን መንገድ ገና እንዳልተከፈተላቸው ቢታወቅም፣ በቀደመችው ኪዳን መጽናናትን አግኝተው ነበር፡፡

በእምነታቸው እግዚአብሔርን ሕይወት በመግለጥ ተመስክሮላቸው በእግዚአብሔር ክብር ኖረው ማለፋቸውን የዕብራውያን ጸሐፊ ጽፎልናል፡፡ ለእኛ ግን የእምነታችን ራስ ጀማሪ ፈጻሚ የሆነው ኢየሱስ ክርስቶስ ነው (ዕብ. 6፥18-19)፡፡ በክርስቶስ ሆነን እኛ እንዲንኖር ሳይሆን፣ ክርስቶስ በእኛ ውስጥ ቅድስናችን (የጸጋው ክብር) እንዲኖር ወይም እንዲገለጥ ክርስቶስ ሕይወታችን ሆነ፡፡

ሐዋርያው ጳውሎስ በእምነት በኩል ክርስቶስ የትንሣኤውን ሕይወት እንደሚገልጥ የተረዳ እና የልቦናው ዐይኖች የበሩለት ሰው ነበር (ገላ. 2፥20፤ ዮሐ. 5፥4)፡፡ ለክርስቶስ የተለየ ሆኖ የቅድስናው ክብር በሕይወቱ እንዲገለጥ ያስቻለው የእግዚአብሔርን መለኮታዊ አሠራር በማመኑ ብቻ ነበር፡፡ የታማኝነቱ ጥልቀት በራለት፡፡ ለገላትያ ሰዎች የተናገረው ይህ ነበር፡፡ ከብሉይ ስርአት ተሻግሮ በአዲስ ኪዳን በክርስቶስ የቅድስና ጉልበት አሰራር በእምነት በኩል ይኖር ነበር፡፡

ጄ.ፊ. ፊሊፐስ ኒው ቴስታመንት የሚባለው መጽሐፍ ቅዱስ፡- “ሕግን በተመለከተ እኔ ከክርስቶስ ጋር በመስቀል ላይ ሞቻለሁ እናም የአሁን ጊዜው ሕይወቴ አሮጌ የሆነው “እኔ” አይደለም፤ ነገር ግን በእኔ ውስጥ ያለው ሕያው የሆነው የክርስቶስ ነው፡፡ አሁን እኔ በአካል የምኖረው ሕይወት በወደደኝና ስለ እኔ ራሱን አሳልፎ በሰጠው በእግዚአብሔር ልጅ ላይ በማመን የምኖረው ነው”፡፡

ኤክስፓንድድ ባይብል. ኢ.ኤክስ.ቢ የሚባለው መጽሐፍ ቅዱስ፡- “እኔ ለሞት በመስቀል ላይ ተሰቅያለሁ [ከክርስቶስ ጋር ተሰቅያለሁ እናም እኔ አልኖርም - በእኔ የሚኖረው ክርስቶስ ነው፡፡ አሁንም በአካል [በሥጋ] እኖራለሁ፤ ነገር ግን በወደደኝና ስለ እኔ እኔን ለማዳን [ለእኔ፤ በእኔ ምትክ በሰጠው በክርስቶስ ላይ ባለ እምነት [ወይም በእርሱ ታማኝነት] እኖራለሁ”፡፡

ስለ ቅድስናው ክብር አሠራር በወንጌላውያን መካከል አምስት የተለያዩ ዕይታዎች ይገኛሉ፡፡ ሁሉም ትምህርቶች አንዱ ከአንዱ የሚቃረኑ ሳይሆኑ፣ የመረዳት አድማሳችን

በመንፈስ ቅድስ አማካይነት የልቦና ዐይኖቻችን በበሩልን መጠን የተገኙ ትምህርቶች ናቸው፡፡ ስለሆነም እነዚህን ማቅረብ ተገቢ ይሆናል፡፡ እነዚህን ትምህሮች ለመረዳት አንዳንድ ትምህርቱን የሚያንጸባርቁ የሥነ መለኮት አስተምህሮ ስያሜዎችን በቅድሚያ ማስቀመጥ ግድ ይሆንብናል፡፡

1. Positional Sanctification / ሥፍራዊ ቅድስና
2. Second work of grace / የጸጋው ዳግመኛ ግብር / ሁለተኛው የጸጋ ሥራ
3. Ultimate Sanctification / የመጨረሻው ቅድስና
4. Definitive Sanctification / ግልጽ የሆነ ቅድስና።
5. Progressive Sanctification / እየጎለበተ የሚሄድ ቅድስና።
6. Absolute Sanctification / ሙሉ የሆነ ቅድስና።

ፓውል ሺሚድት ብሊቸር

ለመንፈሳዊ ዕድገት ወይም ቅድስና 8 የተለያዩ ዐይነት ናሙናዎች (ሞዴሎች) ተለይተዋል፡፡ እነርሱም፡- ጥልቅ መረዳት የሚጠይቀው፣ ምሥጢራዊው፣ የክህነት፣ የሉተራውያን የተሐድሶ፣ የዌስሊ ቅድስና፣ የጴንጤቆስጤ፣ ኬስዊክ እና የአውግስጢኖስ - በልዩነት ተጠቃሽ የሆኑ ናሙናዎች (ሞዴሎች) ናቸው፡፡

የመጀመሪያዎቹ ሁለቱ በተለይ በሮም ካቶሊክ የሥነ መለኮት አስተምህሮ ላይ ነው የሚገኙት፤ ነገር ግን የተወሰኑቱ በፕሮቴስታንት አብያተ ክርስቲያናት ዕይታ ውስጥም ይገኛሉ፡፡ (Paul R. Schmidtbleicher)

ለዚህ ጽሑፍ ዓላማ 5 ናሙናዎች (ሞዴሎች) ጠቃሚ ናቸው፡፡ እነዚህም፡- የተሐድሶ፣ የዌስሊ-ቅድስና፣ ኬዊስክ፣ ቻፌሪያን እና ጴንጤቆስጤ ናቸው፡፡

የተሐድሶ (ሞዴል)

ይህ ናሙና (ሞዴል) ልክ እንደ ድነት በመቀደስ ላይ ያለውን የእግዚአብሔርን ሉዓላዊ ሥልጣን ያሳያል፡፡ የልምምድ ቅድስና ለተመረጡት የተሰጠ ሲሆን፣ ይህም በእግዚአብሔር ሉዓላዊ ሥልጣን በጊዜ የተሰጠ ነው፡፡ ናሙና (ሞዴሉ) የሰውን ድካምና ለኃጢአት ያለውን ተጋላጭነት ቀስ በቀስ በቅድስና የሚተካ ነው፡፡ የዚህ ናሙና (ሞዴል)

ዋና ደጋፊዎች ዋር ፊልድ፣ አንቶኒ ሆከማ፣ ጀንመሪ፣ አንድሪውናሲል እና ቶማስ ሽሬይነር ናቸው።

የዌስሊ- የቅድስና ናሙና (ሞዴል)

ይህ ሞዴል ሁለተኛው የለውጥ ቦታ ላይ ነው የሚያተኩረው። አንዳንዴም «የጸጋው ዳግመኛ ግብር /ሁለተኛው የጸጋ ሥራ» ይባላል። ይህም ከድነት በኋላ አማኝ በእግዚአብሔር ቅጽበታዊ ሥራ የሚቀደስበትን ሲሆን፣ ይህም የአማኙ ድነት አንድ አካል ተደርጎ የሚወሰድ ነው። ኃጢአተኛ ማንነት ተወግዷል። በዚህም ቅዱስ ኑሮን የሚቻል እንዲሆን አድርጎታል። ይህም የክርስቲያን ፍጽምና ተደርጎ ይታያል።

ቻርልስ ዌስሊ ራሱ እንደ ተከታዮቹ ይህንን ኃጢአት-ዐልባ እንደ መሆን አድርጎ አይወስደውም። ዶ/ር ጆን ዋልቮርድ ሲናገር፡- ስለ ቻርልስ ዊስሊ ምንም እንኳን ዌስሊ በዚህ ምድር ላይ ኃጢአተኛ የሆነ ማንነት ሙሉ ለሙሉ ይራገፋል ብሎ ባያምንም፣ አንዳንድ የእርሱ ተከታዮች ግን መንፈሳዊ መሰጠት በምድር ሳለንም ወደዚያ ደረጃ ያደርሳል ብለው ያስተምራሉ። Walvoord, John F., "Response to Dieter" in Five Views on Sanctification, (Grand Rapids: Zondervan, 1987), 57.

የዚህ ትምህርት ዋና ደጋፊዎች ቻርልስ ዌስሊ፣ ሜልቪን ዴይተር፣ አሳመሃን፣ ጆን ፍሌቸር፣ ቻርልስ ፊኒ፣ ሚልድሬድ ዋይንኩፕ፣ ፎቤ እና ዋልተር ፓልመር ናቸው።

የኪዌስኪ ወይም የድል ነሺ ሕይወት ሞዴል

ይህ ናሙና (ሞዴል) በአማኞች ዘንድ ከፍ ያለ የቅድስና ደረጃን ለማስተዋወቅ የሚሞክር ነው።

ኃጢአተኛ ማንነት ኃይለኛ ነው፤ ነገር ግን በመንፈስ ቅዱስ እርዳታ በቁጥጥራችን ሥር ልናስገዛው እንችላለን። አማኝ የመንፈስ ቅዱስን የመቀደስ ሥራ ከእግዚአብሔር ዘንድ በእምነት ይቀበላል። ይህመ እንተወው፤ ለእግዚአብሔርም እንፍቀድለት የሚል ዐይነቱ ነገር ነው። ይህ ሥራ ድነትን ተከትሎ የሚመጣ ሲሆን፣ ልክ ድነትን በእምነት እንደ ተቀበልን፣ ይህንንም ደግሞ በእምነት ነው የምንቀበለው የሚል ነው።

አማኝ ለራሱ ሞቷል እና የመንፈስን ሙሉነት በመቀበል ራሱን ለእግዚአብሔር ሙሉ ለሙሉ አስገዝቷል፡፡ የዚህ ድርጊት ውጤት ለክርስቲያኖች አገልግሎት ድል ነው፡፡ የዚህ ትምህርት ዋና ደጋፊዎች ዊልያም ቦርድማን፣ ሮበርት ዊልሰን፣ ቶማስ ሃርትፎርድ ባተርስቢ፣ ኢቫንሆ ፐኪንስ፣ አንድሪው ሙሬይ፣ ሜየር፣ ቻርልስ ተርንቡል እና ሮበርት ሰን ማክ ዊሊንክ ናቸው፡፡

የቻፈሪያን ናሙና (ሞዴል)

ይህ ሞዴል የአማኞችን ሁለት ዐይነት ተፈጥሮ ያጎላል፡፡ በምድር ሕይወት በመንፈስና በሥጋ (በኃጢአተኛው ተፈጥሮ) መካከል ጦርነት አለ ወይም አዲሱ ተፈጥሮ ከአሮጌው ተፈጥሮ ጋር የሚጋጭ ነው፡፡ በመጀመሪያው አቀራረቡ በመስጠት ነው የሚቀርበው፡፡ ከዚያ በኋላ የሰው ዕንቅስቃሴ ከክርቶስስ ጋር በኃጢአት መናዘዝ፣ በመንፈስ ቅዱስ ሙላት እና በእግዚአብሔር ቃል ውስጥ አማኝ በጸጋ ያድጋል፡፡

አዲሱ የቻፈሪያን ሞዴል የመጀመሪያውን የመስጠት ድርጊት ይቀንስና የአማኝን በክርስቶስ አብሮ መሆንና ከክርስቶስ ጋር መጣበቅ በመንፈስ መራመድ በመንፈስ ቅዱስ መሞላት በሚለው ሥር ያደርገዋል፡፡ የዚህ አሳብ ዋና ደጋፊዎች ሊዊስ ቻፈር፣ ጆን ዋልቮርድ፣ ቻርልስ ሬይር እና ዋይት ፔንቲኮስት ናቸው፡፡

የጴንጤቆስጤ ናሙና (ሞዴል)

ጴንጠቆስጤያውያን በቅድስና ላይ ያላቸው ዕይታ በጣም የተለያየ ነው፡፡ ጥንታዊው ጴንጤቆስጤያዊው የዌስሊ - የቅድስና ናሙና (ሞዴል) በመንፈስ ቅዱስ በመጠመቅና በልሳን መናገርን እንደ ጸጋ ሁለተኛ ሥራ ከሚያዩበት አተያይ አንጻር ይመሳሰላሉ፡፡

ይህ ኃጢአትን ያስወግድና በቅድስና መኖርን ቀላል ያደርጋል፡፡ ሌሎች ደግሞ በኬስዊክ ናሙና (ሞዴል) መሠረት በመጽሐፍ ቅዱስ ፈጽሞ የማይቻለውን ኃጢአተኛ ማንነትን በመስቀል ያምናሉ፡፡ ይህም የተሻለ ቅዱስ ሕይወትን እንዲኖሩ ያስችላቸዋል፡፡

ግልጽ ሞዴል የተገመጠው በጉባኤ እግዚአብሔር ቅርንጫፍ ሲሆን፣ እነርሱ 3 ደረጃ ባለው ቅድስና ሲያምኑ፣ "በእግዚአብሔር ዘንድ ሥፍራ የተገኘበት ቅድስና" ሁለተኛው ደግሞ ቀስ በቀስ የሚሆን ቅድስና "እየጐለበተ የሚሄድ ቅድስና" ይህ የልምምድ ገጽታ

ሲሆን፣ ሦስተኛው ደግሞ የመጨረሻው ቅድስና ወይም የአማኝ መከበር "ፍጹሙ ቅድስና" የምንለው ነው፡፡

በመንፈስ ቅዱስ መጠመቅና በመንፈስ ቅዱስ መሞላት መካከል ያለው ውዝግብ በሂደት ስለሚመጣ በቅድስና ያላቸው ዕይታ ላይ ደመና አጥልቶበታል፡፡ የዚህ ትምህርት ዋና አስተማሪዎች ስታንሊ ሆርተን፣ ቲሞቲ ጄኒ፣ ሜየር ፐርልማን፣ እና ሬይመንድ ካርልሰን ናቸው፡፡

አማኝ ስለ ቅድስና ሲያስብ በራሱ ዐቅም እና ብቃት ላይ ተደግፎ የሚጨረጨርበት (የሚፍገመገምበት) ሳይሆን፣ በእግዚአብሔር ክንድ (ክርስቶስ ቅድስናው እንደሆነ) በማመን እና በመደገፍ የሚፈጽም መሆኑን በመረዳት፣ በእምነት ሐሤትን በማድረግ፣ በምስጋና ሕይወት በመኖር በትዕግሥት የሚመላለስበት «የክርስቶስ ቅድስና ሕይወት» ተካፋይ መሆኑን በመረዳት፣ ወደ ቅድስተ ቅዱሳን በመግባት፣ ወደ ምሕረቱ እና ወደ ጸጋው ዙፋን በእምነት በመቅረብ፣ በክርስቶስ በተመረቀለት አዲስ እና ሕያው መንገድ በደሙ በመረጨት፣ በትንሣኤው ሕይወት በእምነት በኩል የሚሆን ማንነቱ (አዲሱ ሰው) ከክብር ወደ ክብር ክርስቶስን በመምሰል የሚገለጥ ሂደት ነው፡፡ ሐዋርያው ዮሐንስ ከባድ እና አስቸጋሪ ሕይወት ውስጥ በፍጥሞ ደሴት ሆኖ ሳለ የተረዳው ዕውነት ይህ ነበር (ራእይ 1÷6)፡፡

በዕለታዊ ሕይወታችን የሚመራን፣ በመግባት በመውጣታችን በውስጣችን ለዘላለም የሚኖረው ስለ እኛ በዐመፀኞች ዕጅ ተሰጥቶ የመስቀልን ሞት የሞተልን እረኛ አለን፡፡ ከአባቱ በተሰጠው ክብር የተነሣ በሚጠብቀው በረት እና ቤተ መቅደስ አንድ በር ብቻ አለ፡፡ ይህ በር የመግቢያ እና መመስማሪያ በር ብቻ ነው፡፡ በጐቹ ይገባሉ ወጥተው ተዘልለው ግጦሽ ጠግበው ተመልሰው በረቱ ውስጥ ይገባሉ፡፡ መውጫ (ኤግዚት ዶር - Exit Door) የሚባል የለውም፡፡ በሩም እርሱ ብቻ ነው፡፡ ወደ ዕጁም የገቡቱን ከቶ ወደ ውጭ አያወጣቸውም (ዮሐ 10÷4፣ 9፤ 6÷37)፡፡

የኖኅ መርከብም ሆነ የመገናኛው ድንኳን አንድ በር አለው፤ ነገር ግን የገቡት ወደ ውጭ የሚጣሉበት በር ግን አልነበረውም፡፡ ክርስቶስ ኢየሱስ የነፍሳችን እረኛ የሰው ዘር እንጂ፣ የመላእክት ዘርን ሳይዝ ስለ እኛ ሞትን ቀመሰ፤ ስለ እኛ ከሙታን ተነሣ፤ በአብ ቀኝ ታየ፡፡ በመስቀል ላይ ዕርቃኑን ሊታይ ነውርን የናቀው ቅድስናችን ሆኖ ክብሩን ሊያለብሰን ነው፡፡ በመስቀል ላይ የታየው አሁን በአብ ቀኝ ስለ እኛ ይታይልናል፡፡

“መሲሁ የገባው በሰዎች እጅ ወደተሰራው ምድራዊ ድንኳን አይደለምና፤ ምድራዊው ድንኳን የእውነተኛው መቅደስ ምሳሌ ነው። እርሱ ግን በእግዚአብሔር ፊት ስለ እኛ ይታይ ዘንድ ቀጥታ ወደ ሰማይ ነው የገባው”። ዕብ 9፡24 (ዘፓሸን ትራንስሌይሽን)

ይህ ጌታ ለሁለተኛ ጊዜ ይመጣል፡፡ በክብር ይታያል፡፡ እርሱን ስናየው እርሱን እንመስላለን (ዕብ. 9÷28፤ 1ኛ ዮሐ. 3÷2)፡፡ ስለሆነም ለመልካም ሥራና እርስ በርሳችሁ ለመተያየት መሰብሰባችሁን አትተው ሲል የዕብራውያን ጸሐፊ ይመክራል (ዕብ. 10÷24)፡፡ ቅዱሳን በቤት ወይም በቤተ እምነት ለመሰባሰባችን እረኛው አንድ ነው፤ በጎቹም የእርሱ ናቸው፡፡ በእምነት የደከመውን ልናበረታ፣ የላሉትን ዕጆች የሰለሉትንም ጉልበቶችን ልናቀና፣ ያነከሰው እንዲፈውስ እንጂ እንዳይናጋ፣ በክርስቶስ ወደ በረቱ የገቡት እንዲጸኑና እንዲጐለምሱ ልንሸከማቸው፣ እንደ ደጉ ሳምራዊ ባልንጀራቸው ልንሆን ተጠርተናል (ዕብ. 12÷12-13)፡፡ የእኛ በክርስቶስ ቆመን ለዓለም መብራታችን መልካም ነው፡፡

ዓለምን ያሸነፍንበት እምነታችን በክርስቶስ መሆኑን ተረድተን ወንድማችን በቅድስናው ክብር (በጸጋው ክብር) እንዲጸናና እንዲቆም ለመርዳት የፍቅር ሕግ ተሰጥቶናል፡፡ ብዙ ጊዜ እርስ በርሳችን እንደ አካል ተሰባስበን እንዳንተናነጽ እና ለጨለማው ዓለም ተጽዕኖ የመስጠት ዐቅማችን (የትንሣኤው ኃይል) እንዳይገለጥ የሚያደርገው ለኃጢአት ምኞት አእምሮ ሲበከል (ቀዳዳ ስናበጅ) ነው (ገላ. 5÷12-15)፡፡

ምናልባት የቅዱሳን ኅብረት መውጫ በር በራሳችን አዘጋጅተን ያሰናበትናቸው ካሉ ራሳችንን መመልከት ተገቢ ይሆናል፡፡ የቅድስናው ክብር አድርግ አታድርግ በሚል በሙሴ ሕግ የተመሠረተ አይደለም፡፡ ይሁን እንጂ፣ የሕይወት መንፈስ ሕግ አለው፡፡ ክርስቶስ ቅድስናችን ነው ስንል በምንም መልኩ ልንገልጸው ከምንችለው መለኪያ ባሻገር ነው፡፡ እነዚህ ኃጢአቶች ዘወትር በፊታችን ይከብቡናል፡፡ ይህ ትምህረት በይበልጥ ምዕራፍ 12÷1-2 ላይ በስፋት በዝርዝር አስቀምጠነዋልና ተመልከቱ፡፡

ክርስቲያን ኃጢአትን የሚያይበት መነጽር ከሙሴ ሕግ በኩል እንደሚያየው መነጽር አይደለም፡፡ ለዚህ ነው ጌታችን ኢየሱስ «እኔ ግን እላችኋለሁ» እያለ በጥቂቱ ለሐዋርያቱ የገለጠላቸው፡፡

ሀ) አትግደል - በብሉይ - ይገደላል
   መሳደብ - በአዲስ ኪዳን የገሃነም ፍርድ

ለ) አታመንዝር - አብሮ ሲተኛ - በብሉይ አመንዝር

- ሴትን ያየ - በልቡ ሲመኝ - በአዲስ ኪዳን - አመነዘረ። (ማቴ. 5÷22፣ 27)

የትንሣኤው ኃይል (ክርስቶስ ቅድስናችን) ሆኖ በእኛ ሊገለጥ በአጠገብህ በልብህ ሆኖ ቀርቦአል! በመንፈስ ቅዱስ መጽናናት፣ ኃይልንና ብቃትን በእምነት ተቀበልን። በኃጢአት መታለል ከቅድስናው ክብር መገለጥ ብንጐድል ከዐመፃ ሊቤዠን ጠበቃ ሆኖ በአብ ቀኝ ተቀመጠልን። ታላቅ ሊቀ ካህናት ወደ እርሱ የሚመጡትን ምሉዓን (ፍጹማን) አድርጎ በመዳን (በክብሩ ሕይወት) ሊያኖራቸው ችሎአል። በዚህም ደስታችን የላቀ ሆኖ ተገኘ! (ዕብ. 7÷25)።

ከላይ ቀድም ሲል የተነጋገርናቸው የቅድስና አስተምህዎች የተለያዩ ሆነው፣ ነገር ግን የማይቃራኑ ናቸው። ክርስቶስን ለመምሰል የሚሄድበትን ሂደቶች በተረዱበት ዕይታ ለክርስቶስ አካል በተረዱበት የዕውቀት ደረጃ አቅርበውልናል። በጥቂቱ እነርሱ የተለያዩበትን የአመለካካት አድማስ ማቅረብ ተገቢ ይሆናል።

እነዚህ ሁሉ የተሰጡን ወደ ክርስቶስ ዕውቀት በፍቅር ተባብረን ደጋፊ አካል ለመሆን እና ለማደግ እንጂ፣ አንዳችን ከሌላው ጋር በቃል ለመናቆርና አንዱ ከሌላው ራሱን የሚበልጥ አድርጎ በመውሰድ ለመኮፈስ አይደለም (ቈላስ. 2÷2-3)።

መጽሐፍ ቅዱስ ሁላችን ከአንድ መንፈስ መጠጣታችን ሙሉ ያደርገናል እንጂ፣ አንዱን ጐደሎ ሌላውን የተሻለ አያደርገውም። እኔንም ሆነ እናንተን ብቁ የሚያደርገን ከሙታን የተነሣውና በአብ ቀኝ የተቀመጠው፣ ደግሞም ስለ እኛ ዘወትር በአብ ፊት የሚታየው «ጽድቃችን፣ ቅድስናችን - ሕይወታችን» የሆነው ክርስቶስ ነው። ስለሆነም እነዚህ ነገሮች ያላቸውን ልዩነት በጥቂቱ ለማሳየት እንጥራለን።

«በእግዚአብሔር ዘንድ ሥፍራ የተገኘበት ቅድስና» እና «ፍጹም ቅድስናን» በተመለከተ አብዛኛዎቹ ናሙናዎች (ሞዴሎች) የሚስማሙ ናቸው። ምልከት በማድረግ ውስጥ የሚከሰት ልዩነት አብዛኛውን ጊዜ ዋና መለያያ አሳባቸውን ይይዛል። ምንም እንኳ አብዛኛው አለመስማማት የሚከሰተው በሂደት የሚገኝ ቅድስና «እየጎለበተ በሚሄድ ቅድስና» ላይ ቢሆንም፣ ከሥፍራ አንጻር የሚገኝ ቅድስና፣ ማለትም «በእግዚአብሔር ዘንድ ሥፍራ የተገኘበት ቅድስና» ላይም ግን በአንዳንድ አገላለጾች ረገድ አለመግባባቶች አሉ።

በቦታ የሚገኝ ቅድስና «በእግዚአብሔር ዘንድ ካለን ሥፍራ የተነሣ የተገኘ ቅድስና» ላይ ዶ/ር ቻርልስ ሬይር ሲናገር፡- ይህ «በእግዚአብሔር ዘንድ ሥፍራ የተገኘበት ቅድስና" ማለትም እያንዳንዱ ክርስቲያን በእግዚአብሔር በኩል በጌታ ኢየሱስ ክርስቶስ ከማመኑ የተነሣ የእግዚአብሔር ቤተ ሰብ በመሆን የሚያገኘው ነው፡፡

ይህ በመንፈሳዊ የዕድገት ደረጃ የማይለያይ ተምሳሌታዊ ሳይሆን፣ ትክክለኛ ቦታ ነው፡፡ ለዚህ ነው ጳውሎስ ሥጋዊ የሆኑትን ክርስቲያኖች ብርቱ ትችት እየነቀፋቸውም ሳለ እንኳ በክርስቶስ ተቀድሳችሁ ቅዱሳን ተብላችሁ የምትጠሩ የሚላቸው (1ኛ ቆሮ. 1፥2፤ 6፥11)፡፡ [Ryrie, Charles C., "Contrasting Views on Sanctification," in Walvoord: a Tribute, ed. Donald K. Campbell (Chicago: Moody Press, 1982), 189]

ምንም እንኳ በሌላ ቦታ መቀደስ የሚለው ቃል ዋነኛ ትርጓሜ መለየት ነው ቢልም፣ ቅዱስ ከሚለውና የተቀደሰ ከሚለው ጋር ተመሳሳይ ሥር ያለው ቃል ነው፡፡ ለክርስቲያኖች መቀደስ ሦስት ገጽታን ያካትታል፡፡ የመጀመሪያው በቦታ የሆነ ቅደስና [«በእግዚአብሔር ዘንድ ሥፍራ የተገኘበት ቅድስና» (positional or definitive sanctification)] የሚባለው ሲሆን፣ ይህ እያንዳንዱ አማኝ በክርስቶስ ከማመኑ የተነሣ የእግዚአብሔር ቤተሰብ ውስጥ በመቀላቀሉ ብቻ የሚያገኘው ነው፡፡

እነርሱ ያሉበት የመንፈሳዊ ሕይወት ደረጃ የተለያየ ቢሆንም፣ ይህ ለሁሉም ክርስቲያኖች ዕውነትና የሚሠራ ነገር ነው፡፡ ጳውሎስ ሥጋዊ የሆኑ ክስቲያኖችን ከብዙ ኃጢአት የሆነ ልምምዳቸው ጋር ተቀድሳችኋል ይላቸዋል (ቅዱሳን) ሲል ይጠራቸዋል (1ኛ ቆሮ. 1፥2፤ 6፥11)፡፡ እናም ደግሞ ግሱ **የተፈጸመን ነገር** ነው የሚያወራው እንጂ፣ **ገና ወደፊት የሚሆንን ነገር** አይደለም፡፡ [John Murray as quoted by Charles Caldwell Ryrie, Basic Theology: A Popular Systemic Guide to Understanding Biblical Truth (Chicago, Ill.: Moody Press, 1999), 442.]

ሬይር የሚጠቀመው የተረጋገጠ ቅድስና የሚለው አባባል በእስራኤል እና በቤተ ክርስቲያን መካከል ልዩነት አለ ብለው በሚያምኑት የሥነ መለኮት ሰዎች (dispensational theologians) ዘንድ ያልተለመደ ነገር ነው፡፡ በሌላ ቦታ ደግሞ ሬይር የዚህን ቃል አገልግሎት በተሐድሶው የሥነ መለኮት ሰው በጆን ሙሬ መጠቀሱን ያወሳል፡፡

በመቀደስና በመጽደቅ መካከል ያለው ግንኙነት ምንድን ነው? የተሐድሶም ሆነ በልዩነት የሚያምኑትም የሥነ መለኮት ሰዎች በቦታ የሚገኝ ቅድስና «በእግዚአብሔር ዘንድ ሥፍራ የተገኘበት ቅድስና» እና ጽድቅ በድነት ወቅት በጋራ አብረው የሚገኙ ነገሮች ናቸው ብለው ያምናሉ፡፡

የተሐድሶው ሥነ መለኮት ሰው ጆን ሙሬ በግልጽ እንደሚያስቀምጠው የኢየሱስ ክርስቶስ ሞትና ትንሣኤ ካስገኘው የድነት ውጤት ውስጥ የተረጋገጠ ድነት ማስገኘቱን በሚያህል መጠን የነካው ነገር የለም፡፡ እርሱ በቦታ የሚሆነው ቅድስና «በእግዚአብሔር ዘንድ ሥፍራ የተገኘበት ቅድስና» እና በሂደት የሚገኘው ቅድስናንም «እየጎለበተ የሚሄደው ቅድስናን» ለያይቷቸዋል፡፡

ለተረጋገጠው ቅድስና የተሰጠው ቦታ «የማይለወጥ መወሰን ቅድስና» ግን በሂደት የሚገኘው ቅድስናን «እየጎለበተ የሚሄድ ቅድስና» የሸፈነው ሊመስል ይችላል፡፡ እንዲህ ዐይነቱ ድምዳሜ ግን ዕኩል ጠቃሚ የሆነን የመጽሐፍ ቅዱስ አሳብ ሊቃረን ይችላል፡፡ [Charles Caldwell Ryrie, So Great Salvation: What It Means to Believe in Jesus Christ (Chicago: Moody Press, 1997), 140.]

በዚህ አንቀጽ ላይ ሬይር በግልጽ የሚያስቀምጠው ነገር በአብዛኛው የተሐድሶና የልዩነት ናሙና (ሞዴል) የሚስማሙበት በቦታ በሚገኘው የቅድስና ዐይነት ላይ ነው፡፡ ነገር ግን ሙሬይ የተረጋገጠ ቅድስና ዕይታው ላይ ያለውን ልዩነት ሬይር ነፃ የሆነ የጸጋ ወንጌል ቦታ ብሎ በታላቁ የድነት መልእክቱ ላይ ያስቀመጠውን አላየም፡፡

የተረጋገጠ ቅድስና «የማይለወጥ መወሰን ቅድስና» የሚለውን ስም መጀመሪያ የተጠቀመው ጆን ሙሬ ነው፡፡ በዚህ አገላለጽ ላይ የተካተተ ትንሽ ልዩነት አለ፡፡ ሞትን ከኃጢአት ገዝነት ጋር አካትተውታል፣ ትርጉሙም አማኝ በእግዚብሔር ሉዓላዊነት ኃጢአት የሕይወቱ የበላይ ሆኖ አይቀጥልም የሚል ነው፡፡

በቦታ የሚገኝ ቅድስና “Positional Sanctification” የሚለው አገላለጽ የሚያካትተው በክርስቶስ ሞት መጠመቅ (ሮሜ 6፥3፤ 6፥7) ይህም አማኙ ለኃጢአት የሞተ ተደርጎ እንዲቈጠር ያደርገዋል፡፡ ነገር ግን በተጨማሪም አማኝ ራሱን እንደ ሞተ ለመቍጠር መምረጡንም ያሳያል (ሮሜ 6፥11-13)፡፡

«የፍጹም ቅድስና» ገጽታ በአብዛኛዎቹ የቅድስና ናሙናች (ሞዴሎች) ዘንድ ስምምነት ያለው ሲሆን፣ ይህም አማኙ ሲሞትና የክብር አካል ሲለብስ የሚቀበለው ነው፡፡ ሬይርሲ ያጠቃልለው ፍጹም ቅድስና የአማኙን መክበር የሚጠብቅ ሲሆን፣ የትንሣኤውን አካልና የኃጢአተኛ ማምነቱን መወገድ ተከትሎ የሚመጣ ነው (1ኛ ዮሐ. 3፥1-3፤ ይሁዳ 24)፡፡ በቦታ ስለሚገኘው ቅድስና «በእግዚአብሔር ዘንድ ሥፍራ የተገኘበት ቅድስናን» በተመለከተ እያንዳንዱ አማኝ ሙሉ ለሙሉ ተቀድሷል፤ ወደ ፊትም ፍጹም በሆነ መልኩ ይቀደሳል፡፡

የልምምድ ቅድስና «እየጎበተ የሚሄድ ቅድስና» ነው አከራካሪውን አሳብ የያዘው፡፡ ሊወራባቸው የሚገባቸው ዋና አሳቦች 6 ሲሆኑ፡- እነርሱም 1. መለያው «እየጎለበተ የሚሄድ ቅድስና» (የልምምድ እና የሂደት መካከል ያለው ልዩነት) 2. መቀደስ እና መጽደቅ መካከል ያለው ግንኙነት፡፡ 3. ሉዓላዊነት ከሰው ልጅ ውሳኔና ተሳትፎ ጋር ያለው ግንኙነት፡፡ 4. በአማኙ ውስጥ የሚነሣው አንድ ወይስ ሁለት ተፈጥሮ የሚለው 5. የመንፈስ ቅዱስ ሚና እና በመንፈስ የመመላስ ሂደት እንዲሁም 6. የክርስቲያን ሕይወት የድል መንገድ ነው የሚሉት ናቸው፡፡

ሦስቱ ጉዳዮች ብቻ ከዚህ ሥር በደንብ ተብራርተው ይገኛሉ፡-

1. የመለየት /የመሰየም/ ጉዳይ

የተሐድሶ ናሙና (ሞዴል) የሚመርጠው መለያ በሂደት የሚሆን ቅድስና «እየጎለበተ የሚሄድ ቅድስና» የሚለውን ሲሆን፣ ምክንያቱም ኃጢአትን በማስወገድና ወደ ቅድስና በመውሰድ ያለውን የእግዚአብሔርን ጣልቃ-ገብነት ስለሚያዩ ምንም ዐይነት አለመለወጥ ወይም ቋሚ የሆነ ሥጋዊነት ይኖር ይሆናል የሚለውን አሳብ አይወዱትም፡፡

በተሐድሶ ክርስትና ሁልጊዜ የሚኖር ያለ መታዘዝ ሕይወት ወይም ሥጋዊ ክርስትና የተወገዘ ነገር ነው፡፡ ቻርልስ ሆጅ በቅድስና ላይ ያለውን ጽሑፍ የሚጀምረው በዌስት ሚንስተር የእምነት ኑዛዜ ላይ ባለው መነሻ ትርጉም ላይ በመመሥረት ነው፡፡ በዌስት ሚኒስተር ሃይማኖተ ትምህርት ላይ ቅድስና ነፃ የሆነ የእግዚአብሔር ጸጋ ሥራ ነው፡፡ በዚያም እንደ እግዚአብሔር ምሳሌ እንታደሳለን፤ እናም ለኃጢአት እየሞትን ለጽድቅ እንኖራለን፡፡

ከዚህ ትርጉም በተስማማ ጽድቅ ከቅድስና የሚለይባቸው ነገሮች አሉ 1. የመጀመሪያው ቅጽበታዊ ሁኔት ሲሆን፣ ሁለተኛው በሂደት የሚለዋወጥ ነገር ነው፡፡ 2. ጽድቅ ምሉዕ እና አንድ ዐይነት ሲሆን፣ ቅድስና ግን ሂደታዊ ነው፤ ደግሞም በአንዳንድ ሰዎች ላይ ከሌሎች ሰዎች በተለየ የተሟላ ሆኖ ሊገኝ ይችላል፡፡

ቅድስና ነፃ የሆነ የእግዚአብሔር ጸጋ ሥራ ነው፡፡ በዚህ ውስጥ ሁለት ነገሮች ይካተታሉ፡፡ በመጀመሪያ የተያዘበት ኃይል ልዕለ-ኃያል ከሆነው፣ ሁለተኛ ደግሞ ይህን ተጽዕኖ ከአንድ ኃጢአተኛ በተሻለ ለሌላ ኃጢአተኛ ሲጠቅመው ሊታይ ይችላል፡፡ ይህም ከሞገስ (ከጸጋ) የተነሣ ነው፡፡ ማንም በራሱ ካደረገው ድርጊት የተነሣ ይህንን መለኮታዊ ተጽዕኖ ላደረኩት ነገር የሚገባኝ ስለሆነ ያገኘሁት ነው ሊል አይችልም ወይም ይህ ፍትሐዊ የሆነ ውሳኔ ነው ሊል አይችልም፡፡ [Hodge, C. (1997). Vol. 3: Systematic theology (213). Oak Harbor, WA: Logos Research Systems, Inc.]

በሂደት የሆነ «እየጎለበተ የሚሄድ ቅድስና» የሚለው ስያሜ የሚያሳየው በእግዚአብሔር ኃይል ልምምዱ ቀስ በቀስ እየጨመረ የሚሄድ መሆኑን ነው፡፡ ለኃጢአትም ሆነ ለጽድቅ ለመኖር የሚደረግ ልምምድ የሚለው ስያሜ አማኙ የጌታን ትእዛዝ ካለመከተሉና አንዳንድ ኃጢአቶችን ካለማስወገዱ የተነሣ ወደ ላይ ለውጥ አለማድረግን ያሳያል (ቈላስ. 3÷5)፡፡ አማኙ በዚህ ሂደት ውስጥ ኃጢአት ከሕይወቱ ሲቀንስ ዐያታይም እናም ይበልጥ ወደ ቅድስና እንዳይጠጋ ያደርገዋል፡፡

2. የመጽደቅና የመቀደስ ግንኙነት

በተሐድሶው፣ በቻፌርያን እና በአንዳንድ የጴንጤቆስጤ ቅርንጫፎች መጽደቅና መቀደስ በአንድ ወቅት ዕኩል በድንት ጊዜ የሚከሰቱ ነገሮች ናቸው ብለው ያምኑ ነበር፡፡ የተሐድሶው ናሙናን (ሞዴልን) ሚላርድ ኤሪክሰን የክርስቲያን ሥነ መለኮት (Christian Theology) በሚለው መጽሐፉ ላይ በግልጽ ያሰፈረው ሲሆን፣ ጴጥሮስ ለአንባቢዎቹ "የተመረጠ ሕዝብ፣ የንጉሥ ካህናት፣ ቅዱስ ሕዝብ ለእግዚአብሔር የተለየ" (1ኛ ጴጥ. 2÷9) ይላቸዋል፡፡

በዚህ ቦታ መቀደስ ማለት "የጌታ መሆን" ማለት ነው፡፡ ልክ በዚህ አሳብ ስናየው መቀደስ ማለት በክርስቲያን ሕይወት ጅማሬ ላይ የሚመጣ ከዳግም ውልደትና ከመጽደቅ ጋር አብሮ የሚከሰት ነገር ነው፡፡ በዚህ ዕይታ ነው አዲስ ኪዳን በተደጋጋሚ ክርስቲያኖችን

ከፍጽምና እጅግ ርቀው ሳሉ እንኳ ቅዱሳን እያለ የሚጠራቸው:: [John Murray as quoted by Ryrie, So Great Salvation, 140.]

በቻፌሪያን ሞዴል በቦታ የሚሆን ቅድስና «በእግዚአብሔር ዘንድ ሥፍራ የተገኘበት ቅድስና» በክርስቶስ በምናምንበት ነጥብ ላይ የሚከሰት ነው:: ይህ ልክ በምንጸድቅበት ቅጽበት በተመሳሳይ ሰዓት የሚከሰት ነው:: ልክ ጽድቅ እግዚአብሔር በአማኞች ቦታ ሆኖ በውክልና ያደረገው ሕጋዊ ድርጊት እንደ ሆነ ሁሉ፣ በቦታ ያገኘነው ጽድቅም እንዲሁ ነው:: አማኝ የሚለይበት መለያው በክርስቶስ መሞት፣ መቀበርና መነሣት ምክንያት በቦታ ለእግዚአብሔር አገልግሎት ሲለይ ያገኘው ቦታ ነው:: ዶ/ር ቻፈር ይህንን አሳብ ነው በቦታ የሚገኝ ቅድስናን ሲተረጉም የሚያስቀምጠው::

ይህ መቀደስ፣ ቅድስና ወይም ከህነት ነው ወደ አማኞች እግዚአብሔር የጌታ ኢየሱስ ክርስቶስን ሥጋ እና ደም በማቅረቡ ነው ዕውን ሊሆን የቻለው:: የዳኑት እነርሱ በውድ ደሙ ታጥበዋል፤ መቤዠትንም አግኝተዋል፣ መተላለፋቸው ሁሉ ይቅር ተብሏል፤ እናም በእርሱ አዲስ ራስነት ታጥበዋል፤ እናም ደግሞ ጸድቀዋል::

አሁን እነርሱ የእግዚአብሔር ልጆች ናቸው:: እነዚህ ሁሉ የሚያሳዩት የተለየ ጥልቅና ዘላለማዊ የሆነ የሚያድን የክርስቶስ ጸጋን ያገኙበት መለያ ነው:: ለሁሉም ክርስቲያኖች ይህ ዕውነት የሆነው ከቦታ (በእግዚአብሔር ዘንድ ሥፍራ የተገኘበት ቅድስና) የተነሣ ነው:: አሁን ሁሉም አማኝ ከሥፍራ የተነሣ በሚገኘው ቅድስና ተቀድሷልና በእግዚአብሔር ፊትም ቅዱስ ሆኖ ይታያል:: [Erickson, M. J. (1998). Christian theology (2nd ed.) (981). Grand Rapids, Mich.: Baker Book House]

ሬይር እዚህ ላይ ሲጨመር በዚህ በቅድስና ሂደት ውስጥ ሦስቱም የሥላሴ አካላት ተሳትፈዋል፤ አማኞችም ተሳትፈዋል:: ስንድን በምናገኘው የቦታ ለውጥ (በእግዚአብሔር ዘንድ ሥፍራ የተገኘበት ቅድስና) ያመጣው ቅድስናን መንፈስ ቅዱስ ነው የሚያጎናጽፈን:: የእኛ ኀላፊነት ደግሞ በዕውነቱ ማመን ነው (2ኛ ተሰ. 2፥13):: በቦታ (በእግዚአብሔር ዘንድ ሥፍራ የተገኘበት ቅድስና) ላገኘነው ለቅድስናችን መሠረት የሆነው ደግሞ የክርስቶስ ሞት ነው (ዕብ. 10፥10):: [Ryrie, C. C. (1999). Basic Theology: A Popular Systemic Guide to Understanding Biblical Truth (442).]

በክዌስክ /የድል ሕይወት ናሙና (ሞዴል) መሠረት **መጽደቅና መቀደስ** የእምነት ሁለት የተለያዩ ድርጊቶች ተደረገው ሲታዩ የሚቀርቡትም እንደ ተለያዩ የእግዚአብሔር

ስጦታዎች ነው፡፡ የከዌስከ ናሙና (ሞዴል) ደጋፊ የሆነው ቻርልስ ተርንቡልን ጠቅሶ ዋር ፊልድ ሲናገር፡- "ኢየሱስ ለሁሉም ሰዎች ሁለት ስጦታን አቅርቧል፣ ከኃጢአታችን ቅጣት ነፃ መውጫን ሰጥቶናል፤ እንዲሁም ከኃጢአት ኃይል ነፃ መውጣትን ሰጥቶናል፡፡

እነዚህን ሁለቱንም ስጦታዎች ያቀረበልን በአንድ ዐይነት መንገድ ነው፡፡ እኛ ይህን ነገር የተቀበልነውም እርሱ እንዲያደርግልን በመፍቀድ ነው፡፡" ከዚህ በመቀጠል ሲናገርም "ሁሉም ክርስቲያኖች የመጀመሪያውን ስጦታ የተቀበሉ ሲሆን፣ ነገር ግን ብዙ ክርስቲያኖች ሁለተኛውን አልተቀበሉም ይላል፡፡" [Turmbull, Charles G., "What is your Kind of Christianity?" cited by Warfield, Works, Vol 8 Perfectionism Vol 2, CD- ROM (Rio: Ages Software Edition, 2003), 336.]

በዌስሊ የቅደስና ናሙና (ሞዴል)፣ እንዲሁም በጴንጤቆስጤያዊው የቅድስና ቅርንጫፍ ጽድቅ ከቅድስና የተለየ ነገር ነው፡፡ ሁለተኛው የሚቈጠረው «የጸጋ ሁለተኛ ሥራ/ የጸጋው ዳግመኛ ግብር» በሚል መልኩ ነው፡፡ በቅድስና ላይ የሚጽፈው ሄንሪ ብሮኬት የቅድስናና የጽድቅን የተለያየ ተፈጥሮ ያስቀምጣል፡፡

ይህ ሙሉ ድነት ሁለት ገጽታ ያለው **መለኮታዊ መንጻትና መሞላትን** ያካትታል፤ ደግሞም ይህንን ነው **የውስጥ ቅድስና ወይም በእምነት የሆነ ሙሉ መቀደስ** ብዬ ያስቀመጥሁት፡፡ ከእግዚአብሔር አንጻር ይህ አዲስ በረከት ዳግም ስንወለድ ዕውን የማይሆንበት ምንም ምክንያት የለም፡፡ ነገር ግን የሚታየው ዕውነታ እንዲህ ያለው ዐይነቱ አይደለም፡፡

ጥልቅ በሆነ መልከ መንጻትና መሞላት እንዳለብን ለመረዳት በቅድሚያ ከመንፈስ መወለድ አለብን፤ ደግሞም መንፈስ የተሻለ እምነት እንዲኖረን እና ሙሉ በረከትን እንድናገኝ ያስለምደን ዘንድ ይገባል፡፡ በክርስቲያኖች ዘንድ ወደዚህ የበረከት ሙላት መግባት በትክክል የሚታየው እንደ የጸጋ ሁለተኛ ሥራ ተደርጎ ነው፡፡ [Brockett, Henry E., The Riches of Holiness, CD-ROM (Albany: Ages Software Edition, 1997), 62]

በጉባኤ እግዚአብሔር የጴንጤቆስጤ ልምምድ አሁን የሚታሰበው ቅድስና እና መጽደቅ ዕኩል በአንድ ዐይነት ጊዜ እንደሚጀምሩ ነው፡፡ ለማጠቃለል የጴንጤቆስጤ ዕንቅስቃሴን አስመስለው የሚጽፉ ጸሐፍት እንደሚስማሙበት ቅድስና ከእግዚአብሔር የመቤዠት ዕቅድ ጋር የሚስማማ ነገር እያንዳንዱ ነው፡፡ የጉባኤ እግዚአብሔር ጸሐፍት ጽድቅን እና የቅድስና ጅማሬን አንድ ላይ በዕኩል ሰዓት የሚከሰት አድርገው ነው የሚቈጥሩት፡፡ ጽድቅ

በእግዚአብሔር ፊት እንደገና መቆምን ሲያደርግ ቅድስና ደግሞ ራስን አዲስ የሆነ ማንነት ውስጥ መከተት ነው:: [Horton, Stanley M., "The Pentecostal Perspective" in Five Views on Sanctification (Grand Rapids: Zondervan, 1987), 134]

3. ሉዓላዊነት ከሰዎች ውሳኔና ጣልቃ-ገብነት ጋር ያለው ግንኙነት

የተሐድሶ፣ ቻፌርያን፣ እና ጴንጤቆስጤ ናሙናዎች (ሞዴሎች) ሁሉም የእግዚአብሔር ሉዓላዊነትና በሰብዓዊ ጣልቃ-ገብነት ላይ የበኩሉን አስተዋጽኦ ማድረጉንና በዚህም ተካፋይ መሆኑን ያሳያሉ:: ምንም እንኳ የቻፌርያን እና ጴንጤቆስጤ ናሙናዎች (ሞዴሎች) የተሻለ ትኩረት በሰው ጣልቃ-ገብነት ላይ ቢያደርጉም፣ የተሐድሶው ናሙና (ሞዴል) በበኩሉ ደግሞ ለእግዚአብሔር ሉዓላዊነት ትኩረትን ይሰጣል::

እንደ ሆጅ ያሉ የተሐድሶ ጸሐፍት የሰውና የእግዚአብሔር ትብብር ላይ ትኩረት ያደርጋሉ፤ ዳሩ ግን የእግዚአብሔር መለኮታዊ ሥራ ላይ የበለጠ ትኩረትን ያደርጋሉ:: ሆጅ ሲናገር ቅድስና የእግዚአብሔር ጸጋ ሥራ እንደ ሆነ ነው የሚታወጀው:: በዚህ ውስጥ ሁለት ነገሮች ይካተታሉ:: በመጀመሪያ የተከናወነበት ኃይል ልዕለ ኃያል የሆነ ኃይል ነው:: ሁለተኛ ይህንን ተጽዕኖ ለማንኛውም ኃጢአተኛ መስጠት እና አንድን ኃጢአተኛ ከሌላ ኃጢአተኛ በተሻለ መስጠት የሚሆነው የሞገስ (ጸጋ) ጉዳይ ነው:: [Hodge, C. (1997). Vol. 3: Systematic theology (213). Oak Harbor, WA: Logos Research Systems, Inc.]

ሆጅ በልምምድ የሚገኘው ቅድስና (እየጎለበተ የሚሄድ ቅድስና) ላይም የሰውን ትብብር ያስገባል:: የእግዚአብሔርን ታላቁን ጣልቃ-ገብነት አጽንቶ ከመጠበቅ አንጻር ሲናገር እንዲህ ይላል:- ቅድስና ምንም እንኳ የሚቀደሱትን ሰዎች ትብብር ሙሉ ለሙሉ ያስወገደ ባይሆንም፣ ይልቁንም ያልተገደበ ትብብራቸውን የሚጠይቅ ቢሆንም፣ ሙሉ ለሙሉ ሥራው ግን የእግዚአብሔር ነው:: [Ibid., 226.]

ስፕሮውል ቅድስናችን «የትብብር ሥራ» ነው ሲል ጥሩ አድርጎ በእግዚአብሔር ድርሻ እና በእኛ ድርሻ መካከል ተገቢውን ሚዛን ያስቀምጣል:: በቅድስና እናድግ ዘንድ ከመንፈስ ቅዱስ ጋር መሥራት አለብን:: ጳውሎስ ይህን አሳብ ለፊልጵስዩስ ቤተ ክርስቲያን በላከው ደብዳቤ ላይ ያሰፍራል (ፊልጵ. 2÷12-13):: የትብብር ድርሻው ሥራ የሚጠይቅ ነው፤ እናም ሥራውን በትጋት መሥራት አለብን:: [Sproul, R.C., Essential Truths of the Christian Faith, (Website Edition:Tyndale House, 2002), 43.]

ዋር ፊልድ በበኩሉ ሬይር የማይቋቋሙት ሉዓላዊነት ብሎ የሚጠራው ግንኙነትን ሲያይ፣ "መልካም ዛፍ ያለ ከልካይ መልካም ፍሬን ያፈራል፡፡ እግዚአብሔር አማኞች መልካም ይሆኑ ዘንድ በእነርሱ ውስጥ ይሠራል" ይላል፡፡ ዋር ፊልድ ሲናገር በሁለቱም ውስጥ ያለው መጽሐፍ ፍቅዱሳዊ አስተምህሮ፣ ማለትም የነፃ ፈቃድ አስተምህሮ እና የክርስቶስ በአማኝ ውስጥ የመኖሩ አስተምህሮ በአንድ መጽሐፍ ቅዱሳዊ ቃል ሊቀመጥ የሚችል ይሆናል፡፡

ደግሞም ለእኛ እንደ አርማ ሆኖ የሚቀመጥ ነገር ይሆናል፡፡ *"ዛፉን መልካም ኢድርጉት÷ ፍሬውም መልካም ይሆናል፡፡"* ክርስቶስ በእኛ ውስጥ የገባው የእኛን ማንነት በእርሱ ማንነት ሊውጥ አይደለም ወይም በዕንቅስቃሴዎቻችን እኛን ወክሎ የሚገባ ወኪል ሊሆን አይደለም፤ የእኛን ፈቃድ ሊቀንስና እንደ ልባችን ያለውን ዕንቅስቃሴ በተቃርኖ ሊያደርግ ነው፡፡ እናም ለእኛ እንዲሠሩልን፣ መልካም እንዲያደርጉን፣ ሥራችንንና ዕንቅስቃሴያችን በእርሱ ቀጣይ መሪነት ላይ ማድረግ ተገቢ ይሆናል፡፡

የልባችን መገለጫ የሆነው ፈቃዳችን ሁሌ በቀጣይነት ለኃጢአት እንዲሞትና የተሻለለ ቅድስና እንዲኖር ነው፡፡ ይህም በውስጣችን በሚኖረው በክርስቶስ መንፈስ የማደስ ኃይል ነው፤ ፈቃዳችን ክርስቶስን በብርቱ ከመቃወም፣ ቀስ በቀስ ወደ መለዘብ፣ ከዚያም መልካምን ወደ ማድረግ፣ በመጨረሻም ደግሞ ፈቃዳችን ጽድቅን ወደ ማድረጉ ይመጣል፡፡[Warfield as quoted by Ryrie, "Contrasting Views on Sanctification," in Walvoord: a Tribute, ed. Donald K. Campbell (Chicago: Moody Press, 1982), 195.]

የእግዚአብሔር ሉዓላዊነት ከሰው ኀላፊነት ጋር ያለው ግንኙነት በቻፌርያን ናሙና (ሞዴል) እንደ ትብብር ሥራ ነው የሚታየው፡፡ በቦታ በሚገኝ ቅድስና (በእግዚአብሔር ዘንድ ሥፍራ የተገኘበት ቅድስና) እና በፍጹም ቅድስና ዕይታ የእግዚአብሔር ሉዓላዊነት የበላይ ነው፡፡ በልምምድ ቅድስና መሠረት በሰውና በመለኮት መካከል ትብብር አለ፡፡ ቻፌር በመለኮታዊ አስተምህሮ ማጠቃለያው ላይ በሥላሴ አካላት በእያንዳንዱ ሚና ላይ የሚያቀርበው አሳብ አለው፡፡ እግዚአብሔር ሰውን ይቀድሳል፤ እግዚአብሔር አብ፣ ወልድ እና መንፈስ ቅዱስ ሌላ ሰውን ይቀድሳሉ ማለት ነው፡፡

1. አብ ይቀድሳል፡- "የሰላም አምላክ ራሱ ሁለንተናችሁን ይቀድስ" (1ኛ ተሰ. 5÷23) 2. ወልድ ይቀድሳል፡- "በውኃ መታጠብና ከቃሉ ጋር አንጽቶ እንዲቀድሳት ስለ እርሱዋ

ራሱን አሳልፎ ሰጠ (ኤፌ. 5÷26፤ ዕብ. 2÷11፤ 9÷13-14፤ 13÷12)፡፡ 3. መንፈስ ቅዱስ ይቀድሳል፡- "በመንፈስ ቅዱስ ተቀድሳቹኋል" (ሮሜ 15÷16፣ 2ኛ ተሰ. 2÷13)፡፡ [Chafer, L. S. (1993). Systematic Theology. Originally published: Dallas, Tex.: Dallas Seminary Press, 1947-1948. (7:277-278). Grand Rapids, MI: Kregel Publications.]

ቻፈር የአማኝ ቅድስና ከእግዚአብሔር ዘንድ እንደሚመጣ በማያሻማ መልክ ይናገራል፡፡ ከክርስቶስ ጋር ኅብረት በማድረግ፣ በእግዚአብሔር ቃል፣ በሞቱና በደሙ፣ በክርስቶስ ደም፣ በመንፈስ ቅዱስ እና በእኛ ምርጫ የሚሆን ነገር ነው፡፡ እግዚአብሔር ለአማኞች ቅድስና የሰጠውን የተለያየ ዐይነት ስጦታን ያወራል፣ የአማኞች ቅድስና ከእግዚአብሔር ዘንድ የመጣ ነው፡፡ ሀ. ከክርስቶስ ጋር ኅብረት በማድረግ "በክርስቶስ ኢየሱስ ለተቀደሱት" (1ኛ ቆሮ. 1÷2) ክርስቶስ ለአማኞች ቅድስናቸው ሆኗል (1ኛ ቆሮ. 1÷30) ፡፡ ለ. በእግዚአብሔር ቃል "በዕውነትህ ቀድሳቸው ቃልህ ዕውነት ነው" (ዮሐ. 17÷17፤ 1ኛ ጢሞ. 4÷5)፡፡ ሐ. በክርስቶስ ደም "ስለዚህ ኢየሱስ ሕዝቡን በገዛ ደሙ እንዲቀድስ ከበር ውጭ መከራን ተቀበለ" (ዕብ. 13÷12፤ 9÷13-14)፣ "የልጁ የኢየሱስ ክርስቶስ ደም ከኃጢአት ሁሉ ያነጻልና" (1ኛ ዮሐ. 1÷7)፡፡ መ. በክርስቶስ ሥጋ "በዚህም ፈቃድ የኢየሱስ ክርስቶስን ሥጋ አንድ ጊዜ ፈጽሞ በማቅረብ ተቀድሰናል" (ዕብ. 10÷10)፡፡

መስቀሉ አማኞችን ከዓለም ለይቷቸዋል፡፡ "ነገር ግን ዓለም ለእኔ የተሰቀለበት እኔም ለዓለም የተሰቀልኩበት ሀብት ከጌታችን ከኢየሱስ ክርስቶስ መስቀል በቀር ሌላ ትምክህት ከእኔ ይራቅ" (ገላ 6÷14)፡፡ ሠ. በመንፈስ ቅዱስ "እግዚአብሔር በመንፈስ መቀደስ ዕውነትንም በማመን ለመዳን እንደ በኵራት መርጧችኋልና" (2ኛ ተሰ. 2÷13፤ 1ኛ ጴጥ. 1÷2)፡፡ ረ. በፈቃድ "ከሰው ሁሉ ጋር ሰላምን ተከታተሉ ትቀደሱም ዘንድ ፈልጉ ያለ እርሱ ጌታን ሊያይ የሚችል የለምና" (ዕብ. 12÷14፤ 2ኛ ጢሞ. 2÷21-22)፡፡ ሰ. በእምነት "በእኔም በማመን በተቀደሱት" (የሐዋ. 26÷18)፡፡ [Ibid., 7÷277-278.]

በቻፌርያን ሞዴል የአማኙ በልምምድ ቅድስና ላይ ተሳታፊ መሆን የማይቀር ነገር ነው፡፡ ከተሐድሶ ወገን የሆነው ጸሐፊ ዋር ፊልድ የቻፈርን ነጥብ ይቃወማል፤ ምክንያቱም ይህን እንደ የአርሜናውያን እና ካልቪናውያን ሥነ መለኮታዊ አስተምህሮ ቅልቅል አድርጎ የሚያየው በመሆኑ ነው፡፡ [Walvoord, John F., "The Augustinian-Dispensational Perspective" in Five Views on Sanctification (Grand Rapids: Zondervan, 1987), 224.]

ለዋር ፊልድ በሁለቱ መካከል መካከለኛ ዕይታን ማምጣት በፍጹም የማይታሰብ ነው:: ምንም እንኳ ዋልቮርድ በድምዳሜው "የቻፈር የቅድስናና መንፈሳዊ ሕይወት ዕይታ፣ ቅዠት የሞላበትና እርስ በርስ የሚጋጭ ከመሆን ይልቅ የእግዚአብሔር ሉዓላዊነትንና የሰውን ኀላፊነትን በጋራ ያመጣ ነው:: ይህም በመጽሐፍ ቅዱስ በእያንዳንዱ ትንታኔ ላይ የምናየው ነገር ነው::" [Ibid., 224.]

በቻፌር ዕይታ የአማኝ በልምምድ የሚመጣ ቅድስና (እየጎለበተ የሚሄድ ቅድስና) ውስጥ የሚኖረው ተሳትፎ የሚጀምረው በሮሜ 12÷1 ላይ በሚገኘው መነሻ ግላዊ መሰጠት ነው:: ግላዊ መሰጠትን ይህም የአማኝ ተግባር የሆነውን የአግዚአብሔር ሥራ ከሆነው ለቅዱስ ሥራ መለየት ከሚለው ጋር በግልጽ ለያይቶ ነው የሚያስቀምጠው::

ሮሜ 12፥1ን በተመለከተ ቻፌር ሲናገር ይህ ገለጻ ስለ ግለ-መሰጠት (dedication) የሚያወራው ነው እንጂ፣ ብዙዎች እንደሚያስቡት ስለ መለየት (consecration) የሚናገር አይደለም:: መለየት እግዚአብሔር ራሳቸውን በመሰጠት ውስጥ ያሉትን ሰዎች የሚመርጥበት ተግባር ነው::

ክርስቲያን ይገዛል፣ ፍሬ ያፈራል ደግሞም ራሱን በመስጠት ይኖራል፤ ከእግዚአብሔር የቀረበለትን ነገርም ይሠራበታል:: ዳግም መለየት (reconsecration) የሚለው ቃል ምንም እንኳ በተደጋጋሚ አገልግሎት ላይ ሲውል ቢስተዋልም፣ በራሱ ግን ብዙ ጥያቄዎችን የሚያስነሣ ነው:: ግለ-መሰጠት እግዚአብሔር በሚፈልገው መልክ ከተደረገ መደገም የማያስፈልገው ድርጊት ነው፤ በሌላ አባባል ግለ-መሰጠት ሁሉንም ነገር የሚወስን ድርጊት ነው እንጂ፣ የተራዘመ ሂደት አይደለም:: [Chafer, L. S. (1993), Systematic theology. Originally published: Dallas, Tex.: Dallas Seminary Press, 1947-1948. (6:254-255). Grand Rapids, MI: Kregel Publications.]

ሁሉም የቻፌርያን ናሙና (ሞዴል) ደጋፊዎች ግን በሮሜ 12÷1 ላይ ያለውን አሳብ ከድነት በኋላ አንድ ጊዜ ብቻ የሚከወን ግለ-መሰጠት ነው ብለው ያምናሉ ማለት ግን አይደለም:: አንዳንዶች ይህንን ነጥብ አማኞች ከጌታ ጋር ያላቸው ግንኙነት በተገቢው መልክ መጀመሩን የሚረዱበትና ልክ የግሪኩ ግስ እንደሚያሳየው **በመንፈሳዊ ሕይወት ውስጥ የሚቀጥል ድርጊት** ነው ብለው ያምናሉ:: ጸሐፊው ጆርጅ ኮውን ሲናገር ሮሜ 12÷1ንም አጠቃልሎ የዚህ ሕይወት ቀጣይነት ሳይሰበር የሚዘልቅበትን ሁኔታ መከታተል የአማኙ ኀላፊነት ነው::

“በመንፈስ ተመላለሱ” እና “መንፈስ ይሙላባችሁ” (ገላ. 5÷16፤ ኤፌ. 5÷18)፡፡ የአማኝ ሕይወት የደከመና ግንኙነቱን ያልተቋረጠ ሊሆን ይችላል እናም የመንፈስ አገልግሎት ይህንን በመሙላት ለአንድነት ማዘጋጀት ነው፡፡ ጠንካራ መንፈሳዊ ሕይወት አላቸው የሚባሉ ክርስቲያኖች እንኳ ጸጋን አትከልክሉ የሚል ማስጠንቀቂያ ደርሷቸዋል፡፡ ይህም ደግሞ “የእግዚአብሔርን መንፈስ አታሳዝኑ” እና “መንፈስን አታጥፉ” (ኤፌ. 4÷30፤ 1ኛ ተሰ. 5÷19) በሚል መልኩ ቀርቧል፡፡ [Cowen, George W., Vol. 103: Bibliotheca Sacra Volume 103. 1946 (412) (471). Dallas, TX: Dallas Theological Seminary.]

ዋልቨርድ እያንዳንዱ አማኝ ካህን ነው (1ኛ ጴጥ. 2÷5፣ 9) የሚለውን መጽሐፍ ቅዱሳዊ ዕውነት ይጠቀማል፡፡ የዚህ ነገር መጀመሪያ ደግሞ በሮሜ 12÷1 ላይ የተጠቀሰው ሥጋችንን ሕያው የሆነ መሥዋዕት አድርጎ ማቅረብ ነው፡፡ የዚህ መሥዋዕት መጀመሪያ የሚሆነው ራስን እንደ ሕያው መሥዋዕት አድርጎ ማቅረብ ነው፡፡

አማኝ-ካህን የሆነ ሰው ቢያንስ አራት መሥዋዕቶች አሉት፣ እነዚህም የሚከተሉት ሲሆኑ፣ በሮሜ 12÷1 ላይ የተገለጸ መሥዋዕት ነው፡፡ በብሉይ ኪዳን ላይ ካለው የእንስሳትን ሕይወት መሥዋዕት በማድረግ ከሚቀርብ መሥዋዕት በተቃራኒ አማኞች መሥዋዕት አድርገው የሚያቀርቡት ሕያው የሆነውን ማንነታቸውን ነው፡፡

እንዲህ ዐይነቱ መሥዋዕት በእግዚአብሔር ፊት ሕያውና ተቀባይነት ያለው ሲሆን፣ የዚህም ምክንያት ደግሞ አማኝ በክርስቶስ ደም መንጻቱ ነው፡፡ ከዚህ በተጨማሪም ይህ ተገቢ የሆነ መሥዋዕት የሚሆነው እግዚአብሔር በአማኞች ቦታ ሆኖ የሠራው ሥራ ሲታሰብ ነው፡፡ [Walvoord, John F., Vol. 122: Bibliotheca Sacra Volume 122. 1965 (486) (105-106). Dallas, TX: Dallas Theological Seminary.]

የብሉይ ኪዳን የመሥዋዕት ሥርዓት ከግምት አስገብተን ስንመለከት የብሉይ ኪዳን መሥዋዕት አንድ ጊዜ ብቻ የሚቀርብ አይደለም፤ ስለዚህ ራሳችንን ለእግዚአብሔር የምንሰጥበት መሥዋዕት በሮሜ 6÷13 ያለው፣ እንዲሁም የመሥዋዕት ውሳኔ በሮሜ 12÷1 ቀጣይነት ያለው ራሳችንን ለጌታ የምናስገዛበት ሂደት መጀመሪያ ነው፡፡ በዳላስ ሥነ መለኮት ትምህርት ቤት ውስጥ የተማረውና የዶ/ር ቻፌር እና የፓስተር አር. ቢ. ተማሪ የነበረው ቴይም በዚህ በጥንታዊው ቻፌሪያን ናሙና (ሞዴል) ላይ ያለውን ልዩነት የሮሜ 12÷1ን ክፍል ሲናገር እንዲህ ይላል፡-

ሥጋህን /ሰውነትህን በትእዛዙ ሥር እንደ ሕያው እና ቅዱስ መሥዋዕት አድርጎ ማቅረብ የሚጠይቀው አንድ ጊዜ የሚደረግ ውሳኔን ወይም የመስጠት ውሳኔ የምንለውን ነገር አይደለም፡፡ በዕውነታው ይህ የውሳኔ ሂደት ሲሆን፣ በየዕለቱም መፈተሽ የሚጠይቅ ነው፡፡ ስለዚህ የመንፈስ ሙላትን መጠበቅ ቀጣይ የሆነ የመጽሐፍ ቅዱስ አስተምህሮን መማርን ያካትታል፡፡ [Thieme, Robert B., Jr., Sermon Notes on Romans 12:1,(Houston: Berachah Church, 1977).]

በቻፌርያን ናሙና (ሞዴል) መሠረት በልምምድ ቅድስና (እየጎለበተ የሚሄድ ቅድስና) ውስጥ የአማኞች መከፈል የሚወሰነው አማኞቹ በመንፈስ ለመሞላት መወሰንና በመንፈስ ሙላት ውስጥ መቆየትን ምርጫቸው ባደረጉበት መሠረት ነው፡፡ ቻፌር "He that is Spiritual" በመጽሐፉ ይህን አሳብ በጥልቀት ዘርዝሯል፡፡ የቻፌርያውያን ናሙና (ሞዴል) መንፈሳዊነትን እንደ ፍጹምና ከመንፈሳዊ ዕድገት የተለየ አድርጎ ነው የሚያየው፡፡

አንዱ "በመንፈስ መመላለስ" ሊሆን ሲችል ወይም ደግሞ ከዚያ ዕኩል በሆነ መልኩ "በዕውነት፣ በፍቅርና በአዲስ ሕይወት ከእርሱ ጋር መራመድ ነው፡፡" ወይም ደግሞ በመንፈስ ሳይሞሉ እንደ ሥጋ ፈቃድና ኃጢአተኛ በሆነ ማንነት መመላለስ ነው፡፡ እንግዲህ ሊሆን የሚችለው ከብዙው አንዱ ብቻ ነው፡፡

ቻፌር ለሙላት 3 ቅድመ-ሁኔታዎችን ያስቀምጣል፡፡ ሁለቱ የኃጢአትን መወገድ ሲያካትት "የእግዚአብሔርን መንፈስ አታሳዝኑ" (ኤፌ. 4÷30) እና "መንፈስን አታጥፉ" (1ኛ ተሰ. 5÷19)፤ ሦስተኛው ግን "በመንፈስ ተመላለሱ" (ገላ. 5÷16) የሚል መልካም የትእዛዝ ሁኔታ ነው፡፡ ይህ አማኝ በመንፈስ ቅዱስ ላይ የሚኖረው ቋሚ ጥገኝነት ነው፡፡ እነዚህን እውነቶች መተላለፍ በእግዚአብሔር ምሕረት ኃጢአትን ማንጻትን ከሚፈልገው ኅብረት ያሳሳል ወይም ከዚያ ኅብረት ሊያወጣ ይችላል፡፡ ኃጢአትን መናዘዝ ለኅብረቱ መኖር፣ ለምሕረትና ለመንጻት አንዱ መስፈርት ነው፡፡ [The details of this paragraph are derived from Chafer; Chafer, Lewis S., He that is Spiritual,(Grand Rapids: Dunham, 1967).]

ቻፌር የእግዚአብሔርን የመቀደስ ኃይል ከሰው ጣልቃ-ገብነት ጋር ሚዛን ይሠራለትና **እንዲህ ብሎ ይደመድማል** ፈቃድ ሁሉን ማድረግ በሚችለው በእግዚአብሔር ኃይል መንፈሳዊነት ቢንቀሳቀስም፣ እንደ እግዚአብሄር ቃል መሠረት የሚወሰነው መለኮታዊ እርዳታ ባለው የሰው ምርጫ ላይ ነው (ሮሜ 12÷1፤ ገላትያ 5÷16፤ ኤፌሶን 4÷30፤ 1ኛ

ተሰሎንቄ 5÷19 እና 1ኛ ዮሐ. 1÷9):: ለዚህም ደግሞ በቂ መስረጃ ነበር:: [Chafer, L. S. He That is Spiritual. (Grand Rapids: Dunham, 1967), 67 note 1.]

የከዌስኪ /ድል ነሺ የሕይወት ናሙና (ሞዴልም) የዌስሊ /የቅድስ ናሙና (ሞዴልም) **የሚያብራሩት** ቅድስና ሙሉ ለሙሉ የእግዚአብሔር ሥራ ነው:: የዌስሊ ቅድስና ተሟጋች ሜልቪን ዴይተር ሲናገር፡- ቅድስና ሙሉውን የእግዚአብሔር ሥራ ነው፤ ሙሉ ማንነትን ለያዘ ኃጢአት መድኃኒት ተገኝቶለታል፤ ይህም ሙሉ ቅድስና ነው:: በግል የሆነ ሙሉ የእግዚአብሔር የመቀደስ ጸጋ በራስ ውስጥ ባለ ጦርነት ግን ሊቋረጥ የሚችል ሲሆን፣ ይሁንና ልብ ሙሉ ለሙሉ በሚሰጥበት ሁኔታ እግዚአብሔርን እና ሌሎችን በሙሉ ልብ መውደድ የሚያስችል ነው:: [Dieter, Melvin E. "The Wesleyan Perspective" in Five Views on Sanctification (Grand Rapids: Zondervan, 1987), 17.]

የከዌስኪ ናሙና (ሞዴልም) ቅድስና ሙሉ ለሙሉ የእግዚአብሔር ሥራ ነው በሚለው ያምናል:: "ራስህን ስጥ! ለእግዚአብሔርም እንዲሠራም ፍቀድለት!" - "Let go and Let God" የሚለው መርኀቸው የሚያሳየው ለድል ሕይወት ቍልፉ ነገር የራስ አነስተኛ ተሳትፎና የእግዚአብሔር ከፍተኛ ሚና መሆኑን ነው:: **ሬይር የእነርሱን** ዕይታ **በዚህ መልክ ይጠቀልለዋል**፤ ለቅድስና የሚሆን ግለ-መሰጠት የመንፈስ ቅዱስ ሥራ ነው:: ይህም ሙሉ ለሙሉ መሠረት ያደረገው ክርስቶስ በሥጋ ሆኖ በሠራው ሥራ ላይ ነው:: አማኝ ቅድስናን የሚቀበለው በእምነትና ራስን ለእግዚአብሔር ለይቶ በማቅረብ ነው:: [Ryrie, Charles C., "Contrasting Views on Sanctification," in Walvoord: a Tribute, ed. Donald K. Campbell (Chicago: Moody Press, 1982), 192.]

የጴንጤቆስጤው ናሙና (ሞዴልም) ለቅድስና የሰውንና የእግዚአብሔርን የትብብር ሥራ ይቀበላል:: በጉባኤ እግዚአብሔር በስታንሊ ሆርተን እና ቲሞቲ ጄኒ ተገምግሞ የቀረበው ሥነ መለኮታዊ መጽሐፍ (systematic theology) ሲጽፍ፣ "ክርስቲያኖች በመንፈስ ለመቀደስ መርጠዋል፤ ይህም የግለሰቡን ቀጣይነት ያለው ትብብር የሚጠይቅ ነው" ይላል (1ኛ ዮሐ. 3÷3፤ ራእይ 22÷11):: [Jenney, Timothy P. Systematic Theology, ed. Stanley M. Horton, (Springfield: Logion, 1973), 412.

ብሉይ እና አዲስ ኪዳን

በብዙዎቻችን ዘንድ ግልጽ ሳይሆን፣ በቂ ዕውቀት እና መረዳት ሳይኖረን የምናስተምራቸው በየመድረኮቻችን የሚነገረው ብሉይ ኪዳን ተሽሯል የሚለውን ነው::

በወንጌላውያን እምነት ተከታዮች ዘንድ የምናስተጋባው የብሉይ ኪዳን አላስፈላጊነት በአዲሱ ኪዳን ተተክቶ እንደ ሆነ ነው ብንል ማጋነን አይሆንም፡፡

በእርግጥ ብዙዎች ሳይሆን፣ በጥቂቶች አስተማሪዎች ዘንድ የብሉይ ኪዳን መጻሕፍት በሚገባ የሚያስተላልፉትን መልእክት አስረግጠው የሚያስተምሩ ይገኛሉ፡፡ የዕብራውያን መጽሐፊ የብሉይን እየጣለና አዲስን ኪዳን እየመሠረተ የመጣ እንዳልሆነ ገና ሲጀምር ይናገራል፡፡

እግዚአብሔር በብሉይ ኪዳን ስለ ጌታችን ኢየሱስ መወለድ፣ ስለ ኃጢአት መሞት፣ ከዚያም በስሙ የኃጢአትን ስርየት አግኝቶ በእምነት በኩል የእግዚአብሔር ልጅ መሆን አስረግጦ እንደሚገልጽ፣ ይህም የብርሃን ሥራ እየፈነጠቀ መጥቶ በመጨረሻ የመገለጡ ሙሉ ብርሃን የሆነው ክርስቶስ ዘመኑ ሲደርስ ስለ እርሱ «መወለድ፣ መሞት እና ከሙታን መነሣት፣ ደግሞም በአብ ቀኝ መቀመጥ» የተነገረው እንደ ተፈጸመ ይናገራል (ዕብ. 1፥3)፡፡ ጌታችን ኢየሱስ ክርስቶስ ሲመጣ በብሉይ ኪዳን ስለ እርሱ የተነገሩትን ነገሮች በማስተማርም ሆነ የሙሴን ሕግ በመግለጥ የታወቀ መምህር ነበር (ሉቃስ 24፥27፤ ማቴ. 5፥17-18)፡፡

የብሉይ መጻሕፍት በእግዚአብሔር መንፈስ መሪነት የጻፉት መሆኑን ልናስተውልም ይገባል (2ኛ ጢሞ. 3፡16-17)፡፡ ስለዚህ የብሉይ ኪዳን ትምህርት የሚሰጠንን መንፈሳዊ መና ለመመገብ ልባችን መከፈት ያስፈለገዋል፡፡ በብሉይ የእግዚአብሔርን ድምፅ ሰምተው ልባቸውን እንዳደነደኑት ሰዎች እንዳንሆን፣ የብሉይ ኪዳን ትምህርትን በጥንቃቄ ማወቅ ይገባናል፡፡ “እርሱም እናንተ የማታስተውሉ፥ ነቢያትም የተናገሩትን ሁሉ ልባችሁ ከማመን የዘገየ፤ ክርስቶስ ይህን መከራ ይቀበል ዘንድና ወደ ክብሩ ይገባ ዘንድ ይገባው የለምን? አላቸው። ከሙሴና ከነቢያት ሁሉ ጀምሮ ስለ እርሱ በመጻሕፍት ሁሉ የተጻፈውን ተረጎመላቸው” (ሉቃስ 24፥25)፡፡

የብሉይ ኪዳን ዕውነት ካለማወቃቸው እና ተግተው መርምረው በልባቸው ጽላት ካለማኖራቸው፣ እንዲሁም በዐይናቸው መካከል ካለመገኘቱ የተነሣና በአንገታቸውም ላይ እንደ ክታብ አለመሆኑ መጨረሻው የእግዚአብሔር ክብር (በብሉይ የተገለጠውን ክብር) እንዳይቀበሉ ግርዶሽ ሆነባቸው፡፡ በብሉይ ኪዳን ክብሩ ነበር፤ አለማመን ግን ያንን ክብር ጋረደው (ኢሳ. 25፥7)፡፡

ለእኛም በብሉይ ያለውን የኪዳኑን ዕውነት አለማወቅ በተመሳሳይ ችግር ክብሩ በእኛ እንዳይገለጥ መጋረጃ ይሆንብናል (2 ቆሮ. 3÷14-15)፡፡ መንፈስ ቅዱስ ግን ይህን ግርዶሽ ከእኛ አንሥቶ ታላቅ የሆነው መዳን ሊያበራልን መጻሕፍት የሚሉትን ለማስተዋል ልባችንን ሊከፍት ከእኛ ጋር ይገኛል (2ኛ ቆሮ. 3÷16-17)፡፡

በብሉይ ኪዳን ኃጢአት ቢኖርም ማለት በፊተኛው አዳም መተላለፍ ኃጢአት ሰውን ከእግዚአብሔር ክብር ቢያጐድለው እና ዕራቁቱን ቢያስቀረውም፣ በብሉይ የሚኖረው የእግዚአብሔር ሕዝብ ግን በመጠኑም የክብሩን ዕውቀት ብርሃን አንጸባራቂው ደመና እንዲለማመድ የእግዚአብሔር ፈቃድ ነበር፡፡

የመጀመሪያው ዐፈር በዔድን ገነት በመተላለፉ መርገም ቢመጣም፣ ከመርገሙ ጋር ግን እግዚአብሔር የተስፋ ቃል ሰጠ እንጂ፣ ብቻውን አልተወውም (ዘፍ. 3÷15፣ 21)፡፡ የመሥዋዕቱን በግ አዘጋጅቶ በመሠዊያው ላይ አጋድሞ ደሙ ከፈሰሰ በኋላ ለአዳም የቀረበለትን ልብስ አለበሰው፡፡

የእግዚአብሔር ጸጋና ምሕረት እንዳልተለያቸው፣ ይልቁንም መሢሑ መጥቶ እስኪያድናቸው ድረስ የሰዎች መተላለፍ በበጐች እና በፍየሎች ደም ተከድኖ እንደሚቆይና ጌታችን ኢየሱስ መጥቶ የኃጢአትን ዋጋ እስኪከፍል ድረስ ኃጢአትን ሳይመለከት በማለፍ በሕዝቡ ላይ ክብሩ እንዲገለጥ የሚችል የመለኮት አሠራር በብሉይ ኪዳን አሳየ (ሮሜ 3÷25፤ 4÷7) ብሉይ ኪዳን ትምህርት በሁለት የተከፈሉ ሲሆን፣ የኪዳን ሥነ መለኮት (Covenant theology) እና (dispensationalizm) የተለያየ መንገድ ከፍለው ያስተምራሉ፡፡ ስለ እነርሱ ለመነጋገር አያመችንም፡፡

ሆኖም ግን ብሉይ ኪዳን ውስጥ በሁለቱ አስተምህሮ መካከል የሚስማሙበትን ዋና ዋና ነጥብ (ኪዳኖች) ማወቁ ተገቢ ይሆናል፡፡ የመጀመሪያው እግዚአብሔር ከአዳም ጋር የገባው ኪዳን (ዘፍ. 3÷15) የተመለከትነው ነው፡፡ ሌላው ኪዳኖች ግን ጌታችን ኢየሱስ ክርስቶስ ከመወለዱ በፊት የሆኑ ኪዳኖች ናቸው፡፡

ከኖኅ ጋር የገባው ኪዳን የሚቀጥለው ነው፡፡ ሰውን ዳግመኛ በውኃ ጥፋት መቅጣት እንደማይሆን ኪዳኑን ከኖኅ ጋር በቀስተ ደመና ምልክት አደረገ (ዘፍ. 9÷8-17) እንዲዚህ ዐይነት ቅጣት (የውኃ ጥፋት) ባይሆንም፣ ዳግመኛ ግን ምድርን ሊያጸናት በእሳት ትጠራለች ወይም በእሳት ትቃጠላለች፡፡

በእርግጥ ምድር እንደ ኖኅ በእሳት ታጥባ ኃጢአትን ያጠራል ወይስ ፈጽሞ ምድር በእሳት ተቃጥላ ጠፍታ ሌላ ሰማይ እና ምድር ይፈጠራሉ? የሚለው በወንጌላውያን አማኞች መካከል የተለያ የአመለካከት አለ፡፡

በዚህ ዘመን በወንጌላውያኑ አስተማሪዎች ዘንድ በይበልጥም በአንዳንድ ፕሮቴስታንት ባብቲስት እና ኢቫንጄሊካል አማኞች ዘንድ ምድር በእሳት ትጠራለች፤ ተነጻለች የሚለው አስተምህሮ እየበዛ መጥቶአል፡፡ ይህን በጥቂቱ ዕብ. 1÷11 ላይ መመልከት ይቻላል፡፡ ሦስተኛው ኪዳን የአብርሃም ኪዳን ተብሎ የሚታወቀው ነው፡፡ ወንጌል የተገለጠበት ክርስቶስ በይበልጥ የታየበት ኪዳን ነው (ዘፍ. 12-17፤ ገላ 3÷8)፡፡

በዚህ ኪዳን የመገረዝ ሥርዓት እንደ ምልክት ሆኖ ተሰጠ (ሮሜ 4÷11)፡፡ ከዚያ በመቀጠል ከሙሴ ጋር የገባው ኪዳን ነው፡፡ በዚህ ኪዳን ውስጥ አሥርቱ ትእዛዛትን በመጠበቅ የሚገኘው በረከት አለዚያ ሕግጋቱን ባለመጠበቅ የሚመጣው መርገም እንደ ሆነ ነው፡፡

እንዲሁም ንስሐ በመግባት ኃጢአት የሠራው ሰው የመቅደስን ሥርዓት በመፈጸም ወደ መማፀኛ ከተማ በመግባት ከሕግ እርግማን ፍርድ መሸሽ መቻሉን የሚገልጥ ነው፡፡ በዚህኛው ኪዳን ላይ በጥቂቱም ትኩረት ሰጥተን እንመለከታለን፡፡ አሁን ግን በብሉይ ያሉትን ኪዳኖች ለመዘርዘር ስንል እናልፈዋለን፡፡

ይሁን እንጂ፣ ተመልሰን እንመጣበታለን፡፡ቀጥሎ ያለው ኪዳን እግዚአብሔር ከበግ እረኛው ከነበረው ከዳዊት ጋር ኪዳን የገባው ሲሆን ይህ ኪዳን ደግሞ ሁለት ገጽታ አለው፡፡ አንደኛው የዳዊት ዙፋን መንግሥቱ የዘላለም እንደሆነ ነው (መዝ. 89÷29-37)፡፡

እግዚአብሔር የእስራኤልን ሕዝብ እንደሚታደግ እና ወደምድራቸው እንደሚሰበስባቸው በመጨረሻም ከዳዊት ዘር የተወለደው ሺህ ዓመት እንደሚነግሥ ለእስራኤል መንግሥት እንደሚመለስ እስከዚያው ድረስ ግን ይህ ከዳዊት ዘር የተወለደው በአብ ቀኝ እንደሚቀመጥ የሚያሳይ ነው (የሐዋ. 1÷6-8፤ ራእይ 22÷16)፡፡ ሁለተኛው ገጽታ ደግሞ ጌታችን ኢየሱስ የዘላለም ንጉሥ እና የዘላለም አባት መሆኑ ነው (ኢሳ. 9፡6-7 ኤር. 23÷5፤ ኢሳ. 7÷13፣ 14፤ የሐዋ. 3÷23 ማቴ. 1÷1)፡፡

የዕብራውያን ፀሐፊ በይበልጥ ከብሉይ ኪዳን ውስጥ እግዚአብሔር ከአብርሃም ጋር የገባውን ኪዳን እና ከሙሴ ጋር የገባውን ኪዳን ላይ በማስተያየት ትኩረት

ይሰጥበታል፡፡ (ዕብ. 3÷5፤ 10÷1፤ 9÷19፤ 6÷13-14፤ 7÷5፣ 9)፡፡ የአብርሃም ኪዳን በረከትን ላይ ብቻ ተኰር ነው፡፡

በእግዚአብሔር ችሎታም ኃጢአተኛ የሆነው ሰው በእግዚአብሔር በማመኑ ብቻ እግዚአብሔርን በማስደሰቱ እንደሚጸድቅ (ጽድቅ ሆኖ እንደሚቈጠርለት) የሚያሳይ ሲሆን፣ እግዚአብሔር የአብርሃምን ድካም ሳይመለከት ኪዳኑን ያጸናበት ነው፡፡

አብርሃም የተወለደው 1948 ዓመተ ዓለም፣ ማለትም ክርስቶስ ከመወለዱ በፊት ነው፡፡ ባለቤቱ ሣራ 1958 ዓመተ ዓለም ተወልዳለች፡፡ እግዚአብሔር አብርሃም ጋር ቃል ኪዳን ሲገባ ኖኅ በሕይወት ነበር፡፡ ኖኅ የሞተው 2006 ዓመተ ዓለም ነው፡፡ ኖኅ 950 ዓመት ኖሮ ሲሞት አብርሃም ግን ከኖኅ ጥፋት በኋላ የተወለደ ስለሆነ፣ የዕድሜ ዘመን በእግዚአብሔር እንዲያጥር ተደርጎ (ሰው የሚኖርበት የዕድሜ ዘመን እየቀነሰ መጥቶ) 175 ዓመት ሆኖት ነው የሞተው፡፡

አብርሃም የበረከትን ኪዳን ተቀብሎ ረጅም ዓመት በእምነት ተመላለሰ፡፡ በእግዚአብሔር ማመኑ ጽድቅ ሆኖ ተቈጠረለት፡፡ የአብርሃም በረከት ወሰን የለውም፡፡ «እባርክሃለሁ» የሚል ነበር (ዘፍ. 12÷2)፡፡ የዕብራዊ ፀሐፊ ሲተነትነው «እየባረክሁ እባርክሃለሁ» የሚል ትርጕም ፍቺ ይዞ እንመለከተዋለን (ዕብ. 6÷13-14)፡፡

ይህ የአብርሃም ኪዳን ደግሞ ወንጌል እንደሆነ ሐዋርያው ቅዱስ ጳውሎስ በአዲስ ኪዳን ለሚያምኑ ሁሉ በእምነት በኩል ውርስ መሆኑንም አስረግጦ አስተምሮታል (ገላ. 3÷8፣ 29)፡፡ በክርስቶስ ኢየሱስ በኩል የአብርሃም በረከት ለእኛ የተሰጠ ነው፡፡ አማኝ ይህን በረከት የሚያገኘው በክርስቶስ በመታመኑ ነው (ገላ. 3÷14፣ 16)፡፡

ጌታችን ኢየሱስ የመጣው ሰዎች ከኃጢአታቸው መንገድ እየመለሰ ከእግዚአብሔር ጋር በማስታረቅ የእግዚአብሔር ልጆች እንዲሆኑ የአብርሃም በረከት በክርስቶስ ኢየሱስ ይፈጸም ዘንድ ነው (የሐዋ. 3÷25-26፤ 1ኛ ጢሞ. 2÷4-6)፡፡ የአብርሃም ልጆች ከሆንን፣ ማለትም አብርሃም በጌታ እንደ ተማመነ እኛም ካመንን በዕውነት ጸድቀናል፡፡

ከጸደቅን ደግሞ የክርስቶስ ሞት እና ትንሣኤ ተባባሪዎች (ተካፋዮች) ሆነናል፡፡ ክርስቶስ የአብን ክብር እንደ ወረሰ እኛም እግዚአብሔርን ወርሰነዋል፡፡ በእግዚአብሔር ክብር ተስፋ እንመካለን (ገላ. 4÷7፤ ሮሜ 5÷2፤ 2ኛ ተሰ. 2÷14 ሮሜ 8÷17)፡፡ የእግዚአብሔርን

ክብር በጥቂቱ ቀምሰነዋል (ተለማምደነዋል)፤ ይህም ክርስቶስ በውስጣችን በመኖሩ ነው፡፡

ክርስቶስ የአባቱ ሙሉ ክብር ይዞ በእኛ ውስጥ ይኖራል፤ ሆኖም ግን የበለጠው ክብር ይጠብቀናል፤ ይህም የእግዚአብሔር ልጅነት ክበር የሚገለጥበት ነው፡፡ መንፈስ ቅዱስ መያዣችን ሆነ (ኤፌ. 1፥14)፡፡ በብሉይ ያሉ አማኞች ይህን ታላቅ መዳን ችላ እንዳሉ የዕብራውያን ጸሐፊ ይነግረናል፡፡ ይህ የመዳን ወንጌል በብሉይ አስቀድሞ ነበር፡፡ ስለ ክርስቶስ ኢየሱስ በብሉይ ኪዳናት የተነገረ ነበር፡፡ እንዲያውም በመላእክት መካከለኛነት የተሰጡ ትንቢቶች ይገኙበታል (ዕብ. 2፥2-3)፡፡

ይህን የብሉይ ኪዳን የነቢያቶች መጽሐፍትና የሙሴ ሕግ ልናጠናው ልንረዳው ይገባል፡፡ የኦሪት መጽሐፍ ጥልቅ ምሥጢር የያዙ ናቸው፡፡ እነርሱን ስናጠና የተስፋ ቃሎቹ በክርስቶስ በኩል የእኛ እንደ ሆኑ በማወቅና ሕግጋቶቹ የቅድስናውን ልክ የሚያመላክቱ ናቸው፡፡

ዘወትር ልባችን ከፍተን ጊዜአችንን ሰጥተን ልናነብበውና ቃሉን ልንበላው ይገባል፡፡ የተሰሎንቄ ሰዎች መጻሕፍትን ሲመረምሩ ብዙ የአዲስ ኪዳን መጻሕፍት አልተጻፉም ነበር፡፡ "እነዚህም በተሰሎንቄ ከሚኖሩት ይልቅ ልበ-ሰፊዎች ነበሩና። ነገሩ እንደዚሁ ይሆንን? ብለው ዕለት ዕለት መጻሕፍትን እየመረመሩ ቃሉን በሙሉ ፈቃድ ተቀበሉ" (የሐዋ. 17፥11)፡፡

እንዲሁም የመጀመሪያው የያዕቆብ መልእክት መጽሐፍ በ45 ዓመተ ምሕረት ተጻፈ፤ ሲቀጥል የተጻፈው የተሰሎንቄ መጽሐፍ በ51 ዓመተ ምሕረት ሲሆን፣ የተሰሎንቄ ሰዎች መጻሕፍትን የመረመሩት በ49 ዓመተ ምሕረት ነበር፡፡ ከዚያ በመቀጠል ሁለተኛውን የተሰሎንቄ መጽሐፍ በ51 ዓመተ ምሕረት ሲሆን፣ 1ኛ ቆሮንቶስ እና ገላትያ በ54 ዓመተ ምሕረት እንደ ሆነ ይነገራል፡፡

የሮሜ መጽሐፈ 57 ዓመተ ምሕረት አካባቢ እንደሆነ ይታመናል፡፡ ሐዋርያው ሦስቱን መልእክቱን (ኤፌሶን ፊልጵስዮስ እና ቆላስያስን) በ62 ዓመተ ምሕረት እንደ ጻፈው ነው የሚታመነው፡፡ ስለሆነም የመጀመሪያ ቤተ ክርስቲያን ከአንዳንድ የአዲስ ኪዳን መጻሕፍት በስተቀር በዕጃቸው ያለው ብሉይ ኪዳን መጻሕፍት ብቻ ነበር፡፡ ዘወትር የሚመረምሩት ምን እንደሆነ መረዳት አያስቸግርም፡፡

በቅድሚያ መረዳት የሚገባን የሙሴ ኪዳን በሦስት ይከፈላል፡፡ የሥነ-ምግባር ሕግ፣ የመቅደስ ሥርዓት እና የሲቪል (Civil Law) የሚባሉት ናቸው፡፡ በሥነ-ምግባር ሕግ ውስጥ አሥርቱ ትእዛዛት ይገኙበታል፡፡ የቀሩት ሁለቱ ግን በብሉይ ኪዳን ብቻ በሥርዓት ይታያሉ፡፡

በሥነ-ምግባር ሕግ ውስጥ ደግሞ የተለያዩ የወንጌላውያን ትምህርት ይገኛሉ፡፡ ለምሳሌ፡- «አትመኝ» የሚለው «የሥነ-ምግባር ሕግ» ሲሆን፣ ወንድ ልጅህን ሁሉ ግርዝ የሚለውን ግን «የምልክት ሕግ» በማለት አውግስጢኖስ ከፍሎታል፡፡ አንዳንዶች ይህን ግርዘት «ከመቅደስ ሥርዓት» ጋር ጨምረውት ይገኛል፡፡

የሲቨል ሕጉ የሥነ-ምግባሩን ሕግ ለማብራራት የተጻፈ ነው የሚሉም ይገኛሉ፡፡ (Edgar Andrems)፡፡ ስመ ጥሩው እና ጽድቅን በእምነት ጮራ አብሪው ሉተር ስለዚህ ነገር ሲናገር የሥነ-ምግባር ሕግ ለሰዎች ኃጢአትን ለማሳወቅ የተሰጠ ነው ይላል፡፡ ሐዋርያው ጳውሎስ «ኃጢአት በሕግ ይታወቃል» (ሮሜ 7፥7) ይላል፡፡

ስለዚህ ሉተር ጽድቅ በእምነት ከማወጃችን ሆነ ከመስበካችን በፊት ሰዎች ወደ ንስሐ ይመጡ ዘንድ በቅድሚያ የሙሴን ሕግ፣ በሕጉም መስታወትነት በኩል ሰዎች ኃጢአተኛነታቸውን ዐይተው ንስሐ እንዲገቡ ማድረግ አለብን ይላል፡፡ ሉተር «ሕጉ እና ወንጌሉ» የሚል እምነት ነበረው፡፡

ካልቪን ደግሞ ሰዎችን ወደ ንስሐ ለማምጣት ኃጢአታቸውን የሚያሳይ ብቻ ሳይሆን፣ ሕጉ አብሮ ጐን ለጐን ከወንጌል ጋር መሄድ አለበት ይላል፡፡ ካልቪን በተጨማሪም ለአማኙ መንፈሳዊ ዕድገት የሚያስፈልገው እና ሊተገበረው ይገባል የሚል የጸና ዐቋም አለው፡፡ ለካልቪንም ሆነ ለሉተር የሙሴ ሕግ መንግሥታት ለማስተዳደር የሚገባ ናቸው የሚለው አስታራቂው ክፍል ሆኗል፡፡ ምንም እንኳ ሉተር ሕጉ ለክርስቲያኖች ዕድገት አያስፈልግም የሚለው ዐቋም ቢኖረው እንኳ፣ የሙሴ ሕግ አስፈላጊነቱን ይገልጣል (1ኛ ጢሞ. 1፥8-9)፡፡

አማኝ ከሙሴ ሕግ በሞት ያህል ተፈትቶ በአዲሱ ሕግ (በክርስቶስ) ይገኛል (ሮሜ 7፥4)፡፡ በሕግ ሥር ባንሆንም፣ ነገር ግን ሊያገለግለን አይችልም አላለንም፡፡ ሕግ ካለመፈጸም ከሚያስገኘው ዕርግማን ተላቀናል (ገላ. 3፥13)፡፡ ይህ ማለት ግን ሕጉ ዛሬ የእግዚአብሔርን ጽድቅ ቅድስና በማሳየት አያገለግለንም ማለት አይደለም፡፡

ሐዋርያው ጳውሎስ በሚቀጥለው ምዕራፍ (ሮሜ 8÷4) እንዲህ ይላል፡-«በእኛ የሕግ ትእዛዝ **ይፈጸም** ዘንድ» ሲል የሙሴ ሕግ በውጫዊ ማንነታችን (ፍሬ ማፍራታችንን) እና ራሳችንን የምንመለከትበትና የምንፈትንበት የሚያገለግልን ነው፡፡ «ይፈጸም» የሚለው አሁንም አገልግሎት እንደሚሰጥ ነው፡፡ በውስጡ ሰውነታችን ግን መንፈስ ቅዱስ ይህን ሕግ አስቀምጦታል፡፡ ክርስቶስ የሕግ ፍጻሜ እና ሕጋችን የሆነው «የክርስቶስ ሕይወት» ነው፡፡

ይህ «በፊደላት በጽላቱ ላይ የተጻፈው» እና ቅድስቲቱ ሕግ 2ኛ ቆሮ. 3÷7፤ ሮሜ 7÷12 ይህ የሙሴ ሕግ ለክርስቲያኖች አሁንም እንደ ቀደሙት አባቶች የእግዚአብሔርን ክብር የሚያመጣ መንፈሳዊ (መልካም በጎ) ሕግ ነው (ሮሜ 7÷14)፡፡ የብሉይ ኪዳን በክብር ከሆነ፣ ማለትም ሕጉ መንፈሳዊ እንደ መሆኑ የእግዚአብሔርን ክብር በመገናኛው ድንኳን እና በሰሎሞን መቅደስ አምጥቶ ሕዝቡን እንደ ባረከ ሁሉ አዲሱ ኪዳን የሚልቅ ክብር አምጥቷል፡፡

አዲስ ኪዳን ክብር የላቀበት ምክንያቱ የአብርሃም በረከት በክርስቶስ መካከለኛነት (ሊቀ ካህንነት) እና በክቡር (ያለ ኃጢአት በፈሰሰው ደም - ቅዱስ ደም) በመሥዋዕት ደሙ የሆነ ኪዳን ኃጢአትን በመደምሰስ ይህ የእግዚአብሔር ክብር የሆነው ክርስቶስ በልባችን ውስጥ መሆኑ ነው (2ኛ ቆሮ. 3፡10፤ ቈላስ. 1÷27፤ 2÷9-10)፡፡ የሙሴ ሕግ መንፈሳዊ ያደረገው «እግዚአብሔርን ውደድ እንዲሁም ባልንጀራህን እንደራስህ ውደድ» የሚለው በየትኛው ሕግ ኪዳን ውስጥ የተገኘው ታላቁ እና ዋና መሆኑ ነው (ማቴ. 22÷37-40)፡፡

እግዚአብሔር በሙሴ በኩል ስሙን (ያህዌ «እኔ እኔ ነኝ) ብሎ ራሱን የገለጠለት የኪዳን ስም እና የሙሴ ሕግን ስናጠና ሕዝቡን ከምድረ ግብፅ አውጥቶ ወደ ዕረፍት አገር ወደ ሆነችው ወደ ከነዓን ለማስገባት ነበር፡፡ የሕዝቤን ጩኸት ሰምቼ አድናቸው ዘንድ ወረድሁ በማለት በጸናች ክንዱና በተዘረጋች ዕጁ ሊያድናቸው (መዳን - ጸጋ) ለመግለጥ የእስራኤል ንጉሥ ከዙፋኑ ወርዶ መጣላቸው፡፡ የእግዚአብሔር ጸጋ ተገልጦ ከነዓን ገቡ እንጂ፣ የእግዚአብሔር ሕዝብ ዕረፍት ቀርቶላቸዋል፡፡

ጸጋ (ክብር) ተገልጧል፤ ሆኖም የላቀው ክብር የሆነው ክርስቶስ በአዲስ ኪዳን ለሰው ልጆች ለማዳን ከሙታን በመነሣቱ «የሕይወት ሕግ» ሆኖ ብዙ ልጆቹን ይዞ በአብ ቀኝ ተቀመጠ (ዘጸ. 1÷7-8፤ ዕብ. 4÷9፤ 2÷10)፡፡ በሙሴ ኪዳን የተገለጠው ሕግ ሕዝቡን ፍጹም ወደ ዕረፍት አላስገባቸውም፡፡

ከሙሴ ዕጅ የተቀበለው ኢያሱ የጽላቱን ሕግ እና ታቦት ይዞ ዮርዳኖስ የተሻገሩት ሕዝብም ጨምሮ ጸጋን ክብርን ተለማምደዋል፤ ሆኖም ግን ፍጹም የሚልቀው ክብር አልተገለጠም (ዮሐ. 1፥17፣ ዕብ. 4፥8)። የእግዚአብሔር ምሕረት የተነሣ ጸጋና ክብር ተገለጠ እንጂ፣ ሕግጋቱን ሁሉ ስለ ፈጽሙ አይደለም።

የሙሴ ሕግ በመፈጸም የተገኙ ስላልነበሩ የሙሴ ኪዳን ከመጥቀሙ (በረከት) ከመሆኑ ይልቅ የአብርሃም ኪዳን ጠቀማቸው። የሙሴ ኪዳን እርግማንን አመጣባቸው፤ ወደ ዕረፍትም አልገቡም። ምክንያቱም በማይታዘዘው ላይ ሕጉ መቅሰፍትን ያደርጋልና። (ሮሜ 4፥15፤ ዘዳ. 9፥6-7፣ 24)።

በብዙዎች ዘንድ «የሞት አገልግሎት» ወይም «የኩነኔ አገልግሎት» ተብሎ የሚታወቀው ለዚህ ነው። በእግዚአብሔር ዕጅ በጽላቱ ላይ የተጻፉት ፊደላት እንደ ሆኑ ከነዓን አስገባቸው፤ ዳሩ ግን ወደ እግዚአብሔር ዕረፍት ያልገቡ በመሆናቸው ነው። ይህ አገልግሎት «የሞት አገልግሎት ያደረገበት ምክንያት «ሕጉን ባለመፈጸማቸው» ኃጢአት በሕግ በኩል ምክንያት አግኝቶ ሞትን እንዲያፈራ ስላደረገ ብቻ ነው።

ሕጉ ያፈረው ኃጢአት ነው እንጂ፣ ሞትን አላፈራም። ይህ የሆነው ሕጉ ቅድስና መንፈሳዊ ስላልሆነ ሳይሆን፣ ሕግን የሚፈጸመው ሕዝብ ግን በኃጢአት ገዥነት (ንግሥና) ውስጥ ስለ ተገኘ እና በብልቶቹ ኃጢአት ስለሚሠራ ነው (ሮሜ 7፥5፣ 11)።

ሕግ የተሰጠን ለሕይወት ነው ለበረከት ነው። እግዚአብሔርም ከዙፋኑ ወርዶ እነዚያን ታላላቅ ክብር (ጸጋ) የተሞላውን የገለጠላቸው ሕዝቡን ስለ ወደዳቸው ነው። ሆኖም ግን «ይህን ባታደርግ ኃጢአተኛ ነህ መርገም ያገኝሃል» የሚለው የሕግ ክፍል ኃጢአት እንዲያንሰራራ ሕያው መሆኑን ሊያሳይ ቀዳዳ ምክንያት አገኘ።

የሙሴ ህግ «ይህን ብታደርግ በረከት ያገኝሐል» የሚለው ለጽድቅና ለእግዚአብሔር ክብር መገለጫ እንደ ሆነ ሁሉ ሕግን አለመፈጸም ደግሞ ለኃጢአት ገናናነት መገለጫ ምክንያት ሆነ። ትእዛዛቱ ሲሰጣቸው ለበረከት ሆኖ ሳለ ኃጢአት ግን የእነርሱን ኃጢአተኛነት አጉልቶ ለኩነኔ አሳያቸው። ሕጉ እንደ መስታወት ራሳቸውን ለማሳየት ተሰጣቸው። ለምሳሌ «አትመኝ» አለ። እነርሱ ግን የግብፅን ሽንኩርት ተመኙ (ሮሜ 7፥7)።

ስለሆነም ሕጉ የፈለገው «እንደ ተመኙ» ዐውቀው በመቅደስ ሥርዓት እና በክህነቱ አገልግሎት ወደ መቅደሱ ሊሮጡ ኃጢአታቸው በእንስሳት ደም ተሸፍኖ ምሕረትንና ጸጋን እንዲቀበሉ ነበር። ነገር ግን ኃጢአት በመካከል ገብቶ ኵነኔን በሕሊናቸው መደወል ጀመር።

ከኵነኔ የተነሣ እና የኃጢአት ምኞት በብልቶቻቸው ሕያውነት አግኝቶ የእግዚአብሔርን ምክር እንዳይሰሙ አደረጋቸው። በዚህ ሂደት በተለያየ መንገድ ወደ እግዚአብሔር እንዲመለሱ ቢጣራም፣ እነርሱ ግን ልባቸው ደነደነ። ስለሆነም በኵነኔ በኩል የኃጢአት ባሪያ ሆነው ኖሩ። ለበረከት እና ነፃ ሊያወጣቸው፣ እንዲሁም ኃጢአታቸውን ሊሸፍንላቸው የሚችለውን ሕግ አልተከተሉም።

በሊቀ ካህናቱ አገልግሎት በኮርማዎች ደም ሊረጩ ሲገባ ፊታቸውን አዞሩ። ኃጢአት ምክንያት አግኝቶ እግዚአብሔርን ከመታመን ይልቅ «በምክንያት አታልሏቸው» በኃጢአት እንዲቀጥሉ ልባቸው ባለማመን እንዲሰቱ ሆነ። ስለዚህ ብዙዎች በኃጢአት ኵነኔ ሥር ሆነው ይኖሩ ነበር። "ኃጢአት ግን ምክንያት አግኝቶ ምኞትን ሁሉ በትእዛዝ ሠራብኝ፤ ኃጢአት ያለ ሕግ ምውት ነውና" (ሮሜ 7፥8)።

ሕጉ ቅዱስ መልካም ነው። ሕግ የሰጠው ቅዱስ ነው። ታዲያ በሕግ በኩል ያለው ሰው የተላለፈው ምንድን ነው? ይህ ሰው በጸጋ ሥር ሆኖ ያገኘው መታለል አይደልም (ያዕ. 1፥14)። በሁለቱም (በኃጢአት ባርነት አስተዳደር እና በጸጋ በንጉሣዊ አገዛዝ) ግዛት የሚያታልል እና የሚያደናቅፈን ጉዳይ አለ። የኃጢአት ምኞት ነው።

አሁን የምንመለከተው በሙሴ ሕግ የሆነው የኃጢአት ባርያ የሆነው እንዴት መታለሉን እንመለከታለን (ሮሜ 7፥8-11)፤ ባለው በሰፊው ተቀምጦአል። የሮሜ መጽሐፍ ጥናት ላይ ይገኛል። የእንግሊዘኛው የመጽሐፍ ቀለል አድረጎ በሚገባን የአነጋገር ዘይቤ ያቀርበዋል።

ዘ ሜሴጅ የተባለው መጽሐፍ ቅዱስ:- "የሕጉ መመሪያ ድንቅ መጽሐፍ ነበረ። ግን ምን ተፈጠረ መሰላችሁ? ኃጢአት ትእዛዙን አጣምሞ ወደ አማላይ ፈተና የሚለውጥበት መንገድ አግኝቶ ሕጉን "ለዐይን ያማረ ለመብላትም ደስ የሚያሰኝ ፍሬ" አድርጎ አቀረበው። የሕጉ መመሪያ እኔን እንዲመራኝ ማገልገሉ ቀረና አገልግሎቱ እኔን በኃጢአት ማማለል ሆነ።

የሕጉ መመሪያ ሳይጫንበትና ሳይጎዘጎዝበት በፊት ኃጢአት የማንንም ዐይን የማይማርክ ፈዛዛ ነገር ነበር፤ እኔም ከቁብ ሳልቈጥረው ትኩረትም ሳልሰጠው መንገዴን እሄድ ነበር። ነገር ግን ኃጢአት ሕጉን ካገኘና ራሱን በሕጉ መመሪያዎች ካስጌጠ ካስዋበ በኋላ እኔ ተታለልኩበትና ተማረከሁለት" (ሮሜ 7÷8-11)፡፡ ምንም እንኳ በቀደመው የሙሴ ሕግ ብዙ ክብር ቢገለጥም፣ ክብሩ ከሙሴ ፊት ላይ በጊዜ ታይቶ ጠፋ፡፡

መጋረጃው (የኃጢአት ኩነኔው) በልባቸው ስለሚኖር ነው (2ኛ ቆሮ. 3÷14)፡፡ የክርስቶስ ሕግ (አዲስ ኪዳን) ያደረገው ግን የሙሴን የግብረ-ገብ ሥርዓትን ጨምሮ በልቦናቸው ጻፈው፡፡ ዛሬም "አታመንዝር! አትስረቅ! አተዋሽ!" ከሚለው ጋር "ባልንጀራህን እንደ ራስህ ውደድ የሚለው ... ወዘተ" የሚሉት ትእዛዛት በቅዱሳን ልብ ውስጥ ሕያው ሆኖ ይኖራል (ዕብ. 8÷10)፡፡

ትእዛዛቱን (የሙሴን አሥርቱን ትእዛዛት) ኃጢአት ይህንን ምክንያት በማድረግ በማታለል ኩነኔ ተገዥ ያደረገውን የዕዳ ጽሕፈት በመስቀሉ ጠርቆ አስወገደው፡፡ የጌታችን ሰው ሆኖ በመስቀል ላይ መሞት የኃጢአትን ንግሥና ገርሰሶ ንጉሣዊ ግዛቱን ዋጋ-ቢስ አደረገው፡፡

እግዚአብሔር የትኛውንም ኪዳን ከሕዝቡ ጋር ሲገባ ሕዝቡን ስለ ወደደ ሊባርካቸው እንደ ሆነ እናስተውላለን፡፡ ለበረከቱ ግን በቂ እንደ ሆኑ በሙሴ ሕግ በኩል ማድረግ ያለባቸውን አብሮ በማሳየት ሕይወት ያለባቸውን መንፈሳዊ ሕጐችን ሰጥቶታል፡፡ ሲጀምር የእስራኤል ሕዝብ ተቀድሰው ክብሩን እንዲለማመዱ ፈቃዱ ነበር፡፡

የሕዝቡ ልብ ፈቃደኛ አለመሆን አለማመን ግን ተራራው አጠገብ ቀርበው ሳለ ክብሩን እንዲቀበሉ አላደረጋቸውም፡፡ ለእስራኤል በመጠኑም ቢሆን እግዚአብሔር ክብሩን ሞገሱን (ጸጋውን) እንደ ሙሴ አለማምዶአቸው አሳይቷቸው ነበር፡፡ የጌታ መልአክ በፊታቸው እና በኋላቸው ተከትሎአቸው በደመና እና በእሳት ተከብበው ቀይ ባሕርን ተሻገሩ (ዘጸ. 1÷19፣ 24)፡፡

ሲና ተራራ ሲደርሱ ግን በክብሩ ውስጥ ማደርን ዕንቢ አሉ፡፡ ምክንያታቸውን ስናጠና እግዚአብሔር አምላካቸው ክብሩን እንዲለማመዱ ባለመፈለጉ አልነበረም፡፡ ሕዝቡ መቀደስን እንዲሁም በምሕረቱ እና በቸርነቱ (በአብርሃም ኪዳን) ስላልታመኑ ነበር፡፡ ቀድሞውኑ ለሙሴ እንደ ተናገረው አባታቸው የሆነው አብርሃምን እንዲሁም ከእርሱ ጋር የገባውን ኪዳን በማሰብ ሊድናቸው እንደ ወረደ ነበር፡፡

ከዚህ የምናስተውለው የሕዝቡ አለማመን ባደረጉት ድርጊት ነው። በተራራው ከፍታ ወጥቶ ሙሴ ጽላቱን መቀበል፣ ነገር ግን ሕዝቡ እና አሮን የወርቅ ጥጃ ሠርተው ማምለካቸውን ያስረዳናል። ልባቸው በክፋት እንደ ተያዘ ስላወቁ፣ ሕዝቡ ሙሴን «አንተ ተናገረን! እግዚአብሔር ግን አይናገረን!» ማለታቸው ሌላው የልባቸው አለመዘጋጀት ነው።

የእግዚአብሔርን ክንድ ዐዩ እንጂ፣ የእግዚአብሔርን መንገድ (ፍቅሩን ጸጋው ይቅር-ባይነቱን እና ቸርነቱን - የአብርሃምን ኪዳን የተገለጠበትን የእግዚአብሔርን ማንነት) ሊያውቁ አልቻሉም (መዝ. 103÷7)፤ ሙሴ የእግዚአብሔርን ሞገስን (ጸጋ) አገኘ። ስለሆነም የእግዚአብሔርን ማንነት ተረዳ (ዘጸ. 33÷12-13፣ 18፣ 19፤ 34÷5-6)።

የእግዚአብሔር ስም (ጸጋ-ምሕረት ይቅር-ባይነት) መረዳት ነበረው። በአዲስ ኪዳን ይህ ጸጋና ምሕረት ያለ ልክ ተገለጠ። ሕያው አንድያ ልጁን ወደ ምድር ላከው። በገዛ ወንድሞቹ መካከል የመለኮት ክብሩን ይዞ ድንኳኑን በሰው ልጆች መካከል ተከለ። በሎጋው ዕድሜ ሳለ በሕያዋን ምድር ሊኖር ሲችል ስለ ሰው ልጆች ኃጢአት ተፈርዶበት ኃጢአታችንን በመስቀል ከፍሎ (ያለፈውን የአሁን የወደ ፊቱን ኃጢአት ዋጋ ከፈለ) በእርሱ የሚያምኑትን ከዘላለም ሞት ወደ ፍቅሩ ልጅ መንግሥት በማፍለስ በአብ ቀኝ ተቀመጠ። በሕግ በኩል ክብሩ ሞገስ **(ጸጋ)** ተገልጦ ነበር በክርስቶስ ግን የበለጠ የሚሻል ክብር **በጸጋ ላይ ጸጋ** ተሰጠን (ዮሐ. 1÷16፣ 17)።

እግዚአብሔር በአዲስ ምዕራፍ ለሙሴ እና ለሕዝቡ ክብር የተሞላበትን ሕግ ሰጥቶአቸው ነበር (ዘጸ. 34÷6-7፣ 28)። ሕዝቡ ለእግዚአብሔር የተለየ የበኩር ልጅ እንዲሆኑና የቅዱስ ካህናት ሕዝብ ይሆኑ ዘንድ ነው። ከግብፃውያን አስከፊ አገዛዝ ጭቆና ወጥተው በመቅደሱ የልዑል እግዚአብሔርን ክብር እንዲለማመዱ ነበር። ዘ ሜሴጅ የሚባለው መጽሐፍ ቅዱስ፡- "እኔ የምላችሁን በታዛዥነት ብትሰሙ ቃል ኪዳኔንም ብትጠብቁ ከአሕዛብ ሁሉ እናንተ ልዩ ርስቴ ትሆናላችሁ። ምድር ሁሉ የእኔ ስለሆነች የፈለግሁትን መምረጥ ይቻለኛል፤ እናንተ ግን ልዩ ናችሁ፤ ነገስታትና ካህናት፣ ቅዱስ ሕዝብ ናችሁ" (ዘጸ. 19÷6)።

ይሁን እንጂ፣ ቃል ኪዳን በገባላቸው የእስራኤል ሕዝብ መቀደስ ላይ የተመሠረተ ነበር። ሁሉም ይህን አልፈጸሙም፤ ሕግን ተላልፈዋል። እንደ ቤተ ክህንነቱ አሠራር ሕዝቡ ኃጢአት በመሥራታቸው በሙሴ በኩል የዕዳ ጽሕፈት በሕዝቡ ላይ ተጽፎ በሕዝቡ

ከተነበበ በኋላ በካህኑ ዕጅ በእግዚአብሔር ፊት ሊታይ ተቀመጠ። የኃጢአት ተገዥ እንደ ሆኑ የመለኮት ፍትሕ ፍርድ ቤት አመነ፤ ደነገገ።

የእግዚአብሔር ክብር በቅድስተ ቅዱሳን ቢኖርም፣ ወደዚያ የሚወስደው እና ክብሩን የሚለማመድ ብቁ የሆነ ሰው አልተገኘም። ከሰዎች ተመርጦ ለእግዚአብሔር ፊት የሚቀርበው ካህኑም በኃጢአት እና በሞት ተገኘ። እግዚአብሔር ይህን የዕዳ ጽሕፈት አስወግዶ የኪዳኑ በረከት የሚያልፍበትን ሰው አስቀድሞ ዓለም ከመፈጠሩ በፊት አዘጋጅቶ ነበር።

ከካህኑ ጋር የሚቀርበው መሥዋዕት ደም ከዘላለም ዓለም በፊት እንዲሠዋ አደረገ (በመለኮት ችሎቱ ተወሰነ)። ይህ የዕውቀት ብርሃን ግን በብሉይ ዘመን በሙላት ገና አልተገለጠም ነበር (ዕብ. 9÷8፤ ዘሌ. 5÷23)። ጌታችን ኢየሱስ እስኪወለድ ድረስ ይህ ሕግ ለእስራኤል ሕዝብ እንደ ሞግዚት ሆኖ ይጠብቃቸው ነበር። «ሞግዚት» ማለት በግሪኩ «Paidagogos» የሚለው ሕፃን ልጅን የሚጠብቅ ማለት ነው።

ግሪኮች ልጅ የመጣበቅ ጥበብ እና ዕውቀት ስልት የተማሩ ባሪያዎች ነበራቸው። ሮማውያን ከግሪኮች ይህን የማሳደግ ስልት ወስደው ሮማውያኑ ባሪያዎችን ለብቻቸው ወስደው በጕልበት ብቻ ሳይሆን፣ በአእምሮም ጭምር እንዲያገለግሉ ያደርጉአቸው ነበር። ትላልቅ ኀላፊነትን እስከ መንግሥት ባለ ሥልጣንነትና አማካሪነት የደረሱ ባሮችም ይገኙ ነበር። ለሚወድዱአቸው ልጆች ታማኝ ከሆኑ፣ ለሌላም ሥራ እንዲሁ ታማኝ እንደሚሆኑም ተረድተዋል።

ይልቁንም ሕዝቡን እንዲያገለግል በሲና ተራራ በክብር የሰጠው ሕግ ሕዝቡን በሚገባ አገልግሎ ለክርስቶስ እንደሚያስረክብ ያውቅ ነበር። እግዚአብሔር የማይሠራ ከንቱ የሆነ ስሙ የሚጠራበትን ላይ በሺህ ዓመታት መባከንን አያደርግም (ኢሳ. 55÷10፣ 11)።

ስለሆነም የሙሴ ሕግ ሥራውን እየሠራ ኢየሱስ ክርስቶስ (የሕይወት መንፈስ ሕግ - ሕይወትን የሚሰጥ - ሕይወታችን) የሆነው ሲመጣ የሙሴ ሕግ አስተዳዳሪነቱን ሞግዚትነቱን ጨረሰ። ይህ ሕይወታችን የሆነው (በእኛ ውስጥ ሆኖ ክብሩን የሚገልጠው ጌታ ኢየሱስ) የኃጢአትን ዕድፈት በደሙ አስወገደው ቅድስናውን አካፈለን ይህም ክብሩን ወይንም ህይወቱን (ቈላስ. 2÷14፤ ሮሜ 8÷2፤ ቈላስ. 3÷4፤ የሐዋ. 3÷15)። ቈላስ. 3÷4 ን ብንመለከት ዘፓሽን የሚባለው መጽሐፍ ቅዱስ፡- "ክርስቶስም በእውነተኛ ማንነቱ

እንደሚታይ ሁሉ የእናንተም እውነተኛ ማንነት እንዲሁ ይገለጣል፤ እናንተ ከእርሱ ጋር በክብሩ አንድ ሆናችኋልና"።

በእርግጥም እንደ ሙሴ ያለ ነቢይ ተነሥቶ ወደ ቅድስተ ቅዱሳን ለመግባት እንድንችል የቤተ መቅደስ መጋረጃውን ከላይ እስከ ታች በመስቀል በሥጋው ቀድዶት ሕያውና አዲስ መንገድ ከፈተልን። በዚህም ሕዝቡ ከሕግ ዕርግማን ወጥተው በሙሴ ኪዳን በተዘጋጀው ኪዳን መሠረት ወደ ቅድስተ ቅዱሳን የሚወሰደውን መንገድ ገልጠው (አሳወቀው) ሕዝቡን በረካቸው (የሐዋ. 3÷22፣ 24፣ 25፤ ዕብ. 10÷19-20)።

ሕጉ እንደ ጸጋ ተሰጠን እንጂ፣ እኛም ወደ ሲና ተራራ በክብር አላመጣነውም። እግዚአብሔር ሕዝቡን ስለ ወደዳቸው ራሱ ወርዶ የሰጣቸው ነበር። ከሕግ በታች ሞግዚት ሆነው ዕንክብካቤ ሰጥቶአቸው ለዐቅመ-አዳም እስኪደርሱ ድረስ በሕግ ሥር የመሆን በረከት አግኝተዋል።
ትእዛዛቱ ለበረከት ተሰጥቶአቸዋል (ሮሜ 7÷7፣ 9፤ ገላ. 4÷1-3፤ መዝ. 147÷19-20፤ 74÷12፤ ዘዳ. 4÷1፤ 61÷24)። የእግዚአብሔር ሕግ በራሱ ፈቃድ እንደተሰጣቸው ሕጉን በሲና በክብር ገለጠው። እግዚአብሔር ንጉሣቸው ስለሆነ፣ ሕግን ሰጣቸው (ኢሳ. 33÷22)።

መልካም ንጉሥ በሚያስተዳድረው አገዛዝ ሥር ሞገስ (ጸጋን) ይገልጥ ዘንድ ሕግ ይሰጣል። ዕውነተኛው የሕይወት ሕግ የሆነው እስኪመጣ በሙሴ ሕግ ሞግዚትነት ሕፃኑ ዐደገ። እርሱም ክርስቶስ ነው (ዘካ. 9፡9፤ ማቴ. 21÷25)። የንጉሥ ባሕርይ ሁልጊዜ ሕዝቡን ለመባረክ ነው።

ይሁን እንጂ፣ ባለማመን ምክንያት ለበረከት የሆነውን ያልተቀበሉ እንዲሁ «የሞት ሽታ» ይሆንባቸዋል። ይህ ሞት ለሰይጣን እና ለመላእክቱ የተዘጋጀ ነበር እንጂ፣ ለሰው የተመደበ ወይም የታሰበ አልነበረም። ጌታችን ኢየሱስ ክርስቶስ ሰው ሁሉ የኃጢአት ስርየት እንዲቀበሉ የቤተ መቅደሱን መጋረጃ በመስቀሉ በሥጋው ቀደደው (ማቴ. 25÷34 2ኛ ቆሮ. 2÷15)።

የሙሴ ሕግ መቅሰፍትን ያመጣ ነበር (ሮሜ 4÷15)። ይህ ግን የሚሆን የእግዚአብሔር ቍጣ በነደደ ጊዜ ሊቀ ካህናቱ መሥዋዕትን ባለማቅረቡ ነበር (ዘጸ. 16÷45-47፤ ዘሌ. 16÷11-16)።

በእርግጥም ካህኑ ዕለት ዕለት ማስተሰሪያውን ይዞ ይቀርባል፡፡ ሌላው ደግሞ በየቀኑ የሚደረግ የኃጢአት ማስተሰሪያ ነው (ዘጸ. 29÷38-46)፡፡ በአዲሱ ኪዳን ደግሞ ጌታችን ኢየሱስ ዘወትር የሚቀርበው ሆነ በዓመት አንድ ጊዜ በሚደረገው መሥዋዕትነትን ይዞ በየግዜው ማቅረብ አላስፈለገውም (ዕብ. 7÷27)፡፡

ዘ ሜሴጅ የሚባለው መጽሐፍ ቅዱስ ፡- "ስለዚህ አሁን ፍላጎታችንን የሚሞላ ሊቀካህናት አለን --- ፍጹም ቅዱስ የሆነ፣ ከኃጢያት ጋር ያልተደራደረ፣ የስልጣኑ ከፍታ በሰማያት እስከ እግዚአብሔር ፊት ድረስ የሚደርስ፡፡ እርሱ ሌሎቹ ሊቀካህናት ያደርጉ እንደ ነበረው ወደ እኛና ወደ ሐጢያታችን ከመመልከቱ በፊት ለራሱ ኃጢያት እለት በእለት መስዋትን ማቅረብ አያስፈልገውም፡፡ ያን ለአንዴና ለመጨረሻ ጊዜ ራሱን መስዋእት አድርጎ በማቅረቡ ፈጽሞታል"፡፡

ይሁን እንጂ፣ የእግዚአብሔር ቍጣ በኢየሱስ ክርስቶስ በመስቀል ላይ ተገልጦ ከዚህም የተነሣ እግዚአብሔር የዕርቅን ግብዣ (የዘላለምን ሕይወት) ቢያቀርብም፣ በእምነት በኩል ለሆኑት **የዘላለም መዳን ምክንያት** ሆኖላቸዋል፡፡ ዘፓሽን የሚባለው መጽሐፍ ቅዱስ ፡- "በዚህ መንገድ ተፈትኖ ፍጹም ሆኖ ካለፈ በኋላ ለሚሰሙትና ለሚታዘዙለት ሁሉ የዘላለም ሕይወት ምንጭ ሆነላቸው" (ዕብ. 5÷9)፡፡

ወደ እርሱ የሚመጡትን ፈጽሞ ሊያድናቸው ይችላል (ዕብ. 7÷25)፡፡ ይህን ታላቅ መዳን ግን ችላ በማለት የሕይወት ራስን የሆነውን ክርስቶስ ኢየሱስን የማያምን ሰውም ሆነ ወገን ከብሉዩ ከሙሴ ሕግ የላቀ የእግዚአብሔር ቍጣ ይወርድበታል (ዕብ. 2÷3፤ ዮሐ. 15÷2)፡፡

ጌታችን ኢየሱስ ክርስቶስን ያልለበሰ፣ (በክርስቶስ መሥዋዕት እና በካህንነቱ ሥራ ያልታመነ) ዕርቃኑን እንዳለ ሰው ነው፡፡ ለዚያ ሰው የመዳንን ስጦታ ችላ ብሏልና አሁንም በአዲሱ ኪዳን ከሙሴ ሕግ የበለጠ የእግዚአብሔር ቍጣ ይወርድበታል (ማቴ. 22÷13)፡፡ ጌታችን ኢየሱስ በምሳሌ ያስተማረው በጥንቃቄ ማጥናት ያስፈልጋል፡፡

እርሱም አፉን ከፍቶ በምሳሌ ያስተምራቸው ነበር፡፡ በተመሳሳዩም የዕብራውያን ጸሐፊ ብዙ ሊነግራቸው ይመኝ ነበር፤ ነገር ግን የመቀበል የማስተዋል ዐቅማቸው ሆነ ለቃሉ ያላቸው መሻት አናሳ ነበር፡፡ ስለሆነም እነዚህን ሰዎች ሲያስጠነቅቃቸው "የእግዚአብሔር ቃል ሕያው ነውና በእምነት ከእናንተ ጋር ሊዋሐድ ያስፈልጋል ሲል መንፈስ ቅዱስ ዛሬ ድምፁን ያሰማል" ይላቸው ነበር (ዕብ. 5÷12)፡፡

የዕብራውያን ጸሐፍ እንደሚመከራቸው እንደሚያስጠነቅቃቸው ምዕራፍ ሁለት ሦስት እና አራት ላይ እንመለከታለን፡፡ ቸል አንበል (ዕብ. 2÷3)፤ እንጠንቀቅ (ዕብ. 3÷12)፤ እንፍራ (ዕብ. 4÷1) እና እንትጋ (ዕብ. 4÷11) ይላቸዋል፡፡ ለቃሉ መንቀጥቀጥ፣ ማለትም ከጸጋው ቃል በታች መሆን እና የቃሉ ብርሃን በልባችን እንዲበራ መትጋት አስፈላጊ ነው፡፡

ጌታችን ኢየሱስ ምንም እንኳ የዓለምን ኃጢአት ለማስወገድ የእግዚአብሔር በግ ሆኖ ተገልጧል (ዕብ. 9÷26)፡፡ ለሚያድናቸው ግን «ያለ ኃጢአት» ማለትም በኃጢአታቸው ላይ ሊፈርድ አይመጣም፡፡ እነርሱ በክርስቶስ ሆነው የእግዚአብሔርን የጽድቅ ልብስ ለብሰዋል፡፡ ለአመኑትም የሕይወት ሽታ ነው፡፡ ለማያምኑት ሰዎች ማለትም ዕውነተኛ ደኅንነትን በእምነት በኩል ላልተቀበሉ ግን የእግዚአብሔር ቍጣ ይወርድባቸዋል፡፡
በክርስቶስ ያሉት የአብርሃም በረከት ሲጠብቃቸው በሌላ በኩል ደግሞ ላላመኑት የእግዚአብሔር ቍጣ ማምለጪያ መሸሸጊያ የሚሆን የመሥዋዕት ደም በመቃኑ የላቸውም፡፡ በወንጌላውያን አማኞች ዘንድ መካከል የተሳሳተ አመለካከት ይታያል፡፡ ለመንፈስ ቅዱስ ለጸሎት እና ለቃሉ በቂ ጊዜ እና አክብሮት ሳንሰጥ ስንቀር፣ የክብሩ ዕውቀት ብርሃን በልባችን ቦግ ብሎ ባለመብራቱ እግዚአብሔር በብሉይ እና በአዲስ ኪዳን እንዴት እንደሚሠራ ባለማወቃችን በርከት ያሉ በትምህርት ነፋስ የመፍገምገም ሁኔታዎች ያጋጥማል፡፡ አማኝ በክርስቶስ መሥዋዕትነት አምኖ እና በካህንነቱ ተደግፎ የእግዚአብሔር ቍጣ ላያገኘው ይችላል (አባት ልጁን ይቀጣል) የሚል የተሳሳተ መረዳት በወንጌላውያን አማኞች ዘንድ በአንዳንድ መድረኮች ይሰበካል፡፡

ይህ መጽሐፍ በጥልቀት ገብቶ ስለ እነዚያ ለመናገር የተዘጋጀ ስላልሆነ በስፋት ለመመልከት አንችልም፤ ሆኖም ግን አንዳንድ አሳቦችን እግረ-መንገዳችን ዳስሰን ማለፍ ግዴታችን ይሆናል፡፡ ሆኖም ግን ምዕራፍ አሥራ ሁለት ላይ በሚገባ ተዘርዝሮ ይገኛል ይመልከቱ፡፡ በክርስቶስ ኢየሱስ፣ ክርስቶስ ሕይወታቸው የሆነ ወይንም ክርስቶስን የለበሱ እግዚአብሔር ለክብር እንጂ፣ ለቍጣ (ለዘላለም ቅጣት) አልጠራቸውም፡፡

እነዚህንም በእምነት በኩል የጠራቸው በደሙ ጻድቀው «ዐይን ያላያቸው ጆሮ ያልሰማው እግዚአብሔር ለሚወድዱት ያዘጋጀ» ተብሎ እንደ ተጻፈ ለሚያምኑት መዳን በእግዚአብሔር ኃይል ተዘጋጅቶ ይጠብቃቸዋል (1ኛ ተሰ. 5÷9፤ 1ኛ ጴጥ. 1÷3-5)፡፡

ለሚያምነው ሰው ይህ ትልቅ እረፍት ነው፡፡ ከእግዚአብሔር ጋር ዕርቅ አድርጓል ሰላምንም አግኝቶአል (ዕብ. 4÷10፤ ሮሜ 5÷1፣ 2)፡፡ አሁን በክርስቶስ ሰላም እና ሕይወት

እንዲኖር ያደገው ክርስቶስ ጽድቁ እና ቅድስናው ቤዛነቱ ስለሆነ ነው (1ኛ ቆሮ 1÷31)፡፡ ወደ ፊትም በአብ ፊት የሚያቀርበው የክርስቶስ ክህነት ነው፡፡ ለሚያምነው ሰው ትልቁ ጉልበት የክርስቶስ መሞት ደሙ በቅድስተ ቅዱሳን በስርየት መከደኛ መሆኑ እና ክርስቶስ እኛን ወክሎ በአብ ፊት መቅረቡ ነው (ሮሜ 5÷10፤ ዕብ. 6÷19-20፤ 9÷24)፡፡

ዘ ሜሴጅ የሚባለው መጽሐፍ ቅዱስ ዕብ. 6÷19-20ን በሚገርም አገላለፅ አስቀምጦታል እንዲህ ሲል ፡- "ነፍሳችንን ለማዳን ብለን ወደ እግዚአብሔር የሮጥን እኛ የተሰጠንን ተስፋ በሁለት እጃችን የሙጥኝ ብለን እንድንይዝና እንዳንለቀው በቂ ምክንያት አለን፡፡ ምክንያቱም ይህ ተስፋ ከሚታዩ ነገሮች ሁሉ አልፎ የሚሄድ፣ ስለ እኛ ቀድሞ ሄዶ በእግዚአብሔር ፊት ወደገባውና ስለ እኛ በመልከጼዴቅ ሹመት ሊቀካሕናት ለመሆን በቋሚነት ሥፍራውን ወደ ያዘው ወደ ኢየሱስ ክርስቶስ ድረስ የተዘረጋ ሊቆረጥ የማይችል መንፈሳዊ የሕይወት ገመድ ነው"።

ውድ ልጁ በመሥዋዕት እንደሚታረድ በግ ተቈጥሮ ለኃጢአት ስርየት እና ለእግዚአብሔር ክብር (የዘላለም መዳን ምክንያት - ወደ ክበሩ አስገብቶ በሕይወት ሊያኖራቸው) እንዲሆን የመሥዋዕቱን በግ ያዘጋጀ እና አስቀድሞ የወሰነው እግዚአብሔር አብ ነው፡፡

ስለሆነም በክርስቶስ በኩል እግዚአብሔር ቍጣውን የሚገልጥብን እንደ ፊተኛው አዳም የምንሸሽ ሆነ ወይም ሙሴ በሲና ተራራ "እጅግ እፈራለሁ እንቀጠቀጣለሁ" ብሎ እንደ ተናገረው ሳይሆን፣ በክርስቶስ ኢየሱስ በጽዮን ተራራ ተገኝተን የእግዚአብሔር ክብር ድፍረታችንና ትምክህታችን ሆነ (ሮሜ 5÷2፣ 11፤ ዕብ. 12÷2፣ 22፤ 1ኛ ቆሮ. 1÷8)፡፡ በክርስቶስ ሥራ (አብረን በሞታችን እና መነሣታችን) ካመንን ደግሞ በእግዚአብሔር ክብር እንታመናለን (ፊልጵ. 3÷3፤ 1ኛ ቆሮ. 1÷30)፡፡ ወደ ጌታ ኢየሱስ ምሳሌዎች እንመልከት፡፡ በመጀመሪያ የምንመለከተው ምሳሌ (ማቴ. 22÷3) ነው፡፡

"የታደሙትንም ወደ ሰርጉ ይጠሩ ዘንድ ባሮቹን ላከ ሊመጡም አልወደዱም" የተባሉት ወደ ልጁ ሰርግ የተጠሩትን ነው፡፡ በሙሴ ሕግ ለነበሩ የአይሁድ ሕዝብ እና እረኞቻቸውን የሚያመለክት ነው፡፡ ለእነርሱ ዕብራውያን ጸሐፊ (ዕብ. 2÷3) ይህን ጥሪ ቸላ አሉ ይላል (ማቴ. 22÷5)፡፡

"እነርሱ ግን ቸል ብለው አንዱ ወደ እርሻው፥ ሌላውም ወደ ንግዱ ሄደ" ሕዝቡ እና አገልጋዮች ሁሉ ሙሴ «እንደ እኔ ያለ ነቢይ ያስነሣላችኋል ያንን ነቢይ የማትሰማ ከሕዝብ ተለይታ ትጥፋ» ብሎ እንደ ተናገረው (የልጁን ግብዣ፡- የሰርግ የምሥራች ድምፅ)

ያልሰሙ፣ ማለትም ወንጌልን ያለተቀበሉ ከሙሴ ሕግ በላቀ የከፋ ፍርድ እንደሚያገኛቸው ይናገራል (ማቴ. 22÷7)፡፡

ሁለተኛው ምሳሌ ለአይሁድ አስተማሪዎች የተሰጠው ነው፡፡ በሙሴ ወንበር ሆነው የወንጌል ዕንቅፋት የሆኑትን የሕግ አስተማሪዎች ናቸው፡፡ ለራሳቸው ጥቅም ያጣመሙትን፣ ሕጉ ሞግዚት ሆኖ ወደ ኢየሱስ የሚያመለክተውንና የሚያደርሰውን የክብር አገልግሎት ላይ የራሳቸውን ወግ ጨምረው የሚገኙትን ነው፡፡ ወይ ራሳቸው አልዳኑ ወይም ሌሎችን እንዲድኑ የሚከለክሉ ናቸው ሲል ምሳሌ ሰጠ፡፡

በመጨረሻም ልጅ ሥጋ ለብሶ በመካከላቸው ድንኳኑን ተክሎ ቢያድርም፣ የእርሱን ሀብት ለመውረስ በእንጨት ላይ ሰቀሉት፡፡ "... እንግዲህ የወይኑ አትክልት ጌታ በሚመጣ ጊዜ በእነዚህ ገበሬዎች ምን ያደርግባቸዋል? እነርሱም ክፉዎችን በክፉ ያጠፋቸዋል፥ የወይኑንም አትክልት ፍሬውን በየጊዜው ለሚያስረክቡ ለሌሎች ገበሬዎች ይሰጠዋል አሉት" (ማቴ. 21÷33-41)፡፡

ሦስተኛውና አራተኛው ምሳሌዎች ብዙ ግራ-መጋባት በወንጌላውያን አማኞች ላይ ያመጣ ከመሆኑ ባሻገር የክርስቶስን መሥዋዕት እና የደኅንነት አገልግሎት የማያጨልም ግርዶሽ ሆኖ ያለ ስለ ሆነ፣ አብረን ቃሉን ከዐውዱ ጋር መርምረን ማየት ይገባናል፡፡ ሀ) ስሙ ይጠራሉ፤ ይሁን እንጂ፣ በአጋንንት አለቃ አጋንንትን የሚያወጡ ናቸው፡፡ ጌታ ሆይ ይሉታል፡፡ "በሰማያት ያለውን የአባቴን ፈቃድ የሚያደርግ እንጂ፥ ጌታ ሆይ፥ ጌታ ሆይ፥ የሚለኝ ሁሉ መንግሥተ ሰማያት የሚገባ አይደለም። በዚያ ቀን ብዙዎች ጌታ ሆይ፥ ጌታ ሆይ፥ በስምህ ትንቢት አልተናገርንምን፥ በስምህስ አጋንንትን አላወጣንምን፥ በስምህስ ብዙ ተአምራትን አላደረግንምን? ይሉኛል። የዚያን ጊዜም። ከቶ አላወቅኋችሁም፤ እናንተ ዓመፀኞች፥ ከእኔ ራቁ ብዬ እመሰክርባቸዋለሁ" (ማቴ 7፡21-23)፡፡ እነዚህ የአምልኮ መልክ አላቸው፤ ነገር አልዳኑም፤ ሊመጣ ያለውን የመዳን ኃይል (የትንሣኤውን መንፈስ ቅዱስን) አልቀመሱም - አልዳኑም (2ኛ ጢሞ. 3÷5)፡፡

በአንደበታቸው ጌታ ብለው ቢጠሩትም፣ ጌትነቱ (የክርስቶስ ሞት እና ትንሣኤ ተካፋዮች አይደሉም /የክርስቶስ ሕይወት የላቸውም) ሕይወታቸው የሆነው ጌታ በእምነት በልባቸው አልተደባለቀም፡፡ ፈሪሳውያኑ በዐደባባይ ክርስቶስን (መሢሑን /አዳኙን) እንጠብቃለን ብለው ነጭና ዘርፋፋ ቀሚስ ለብሰው ጎምለል ጎምለል ይሉ ነበር፡፡ የመጻሕፍቱ ሊቆች እንደሚነግሩን በዚያን ዘመን በአጋንንት አለቃ አጋንንትን የሚያወጡ ሰዎች ነበሩ (Against Celsus, book 4)፡፡

ዳሩ ግን ይህ ልምምድ ሰዎቹን በውስጣቸው ካለ ክፉ መንፈስ ጋር በማደራደር እንዲገዙለትና እንዲገብሩት የሚያደርግ በአገራችን ያለው የአሠራር ዐይነት እንጂ፣ ፍጹም በሆነ መልኩ መናፍስቱን ከሰዎቹ የሚያስወጣ ዕውነተኛ አሠራር አይደለም። ለዚህ ነው ጌታችን መድኃኒታችን ኢየሱስ ክርስቶስ ይህ አስተሳሰብ ልክም ሆነ ዕውነት እንዳልሆነ ሲገልጽ "ሰይጣን እርስ በርሱ የሚለያይ ከሆነ (አንዱ የአጋንንት አለቃ ሌላውን ማለትም አንድን በሥሩ ያለ አጋንንት የሚቃረንና በዚህ አንዱ ሌላውን ከሰዎች የሚያስወጣው ከሆነ) መንግሥቱ እንዴት ትጸናለች? ሲል በዘመኑ የነበረ አስተሳሰብ ትክክል እንዳልሆነ ገሃድ አውጥቷል።

የአይሁድ ኢንሳይክሎፒዲያ እንደ መዘገበው መጀመሪያው ክፍለ ዘመን አጋንንት ማውጣት በአይሁድ እና በመጀመሪያ ክፍለ ዘመን ይደረግ ነበር። ሲቀጥልም በሐዋርያት ዘመን ይደረግ ነበር። ፈሪሳውያን ጠንቅቀው የሚያውቁት ነበር። ጌታችን ኢየሱስ ክርስቶስን ሲጠሩት ትልቁ የአጋንንት አለቃ ወይም በገኘው (በብዔል ዜቡል) መንፈስ ነው አጋንንትን የሚያወጣው ብለው ይሉት ነበር (ማቴ. 9÷34፤ 12÷27፤ የሐዋ. 19÷13-14)። EXORCISM: 1906 Jewish Encyclopedia By: Kaufmann Kohler, Ludwig Blau በተጨማሪም በአይሁድ መምህር Rabbi Yehuda Fetaya (1859-1942) የተጻፈውን Minchat Yahuda ይመልከቱ።

የእግዚአብሔር ስም ጠርተው የገኘው አለቃ መንፈስ (ብዔል ዜቡል) አነሥተኛውን የዲዳው መንፈስ አስወጥቶ ከዚያ የነፍስ ገዳይ መንፈስ እንደ ማስገባት ያለው ነገር ነው። ከዲዳ መንፈስ የተላቀቀው ሰው ቆይቶ ነፍስ ባይገድልም፣ ወንድሙን የማይወድ የእግዚአብሔር ፍቅር የሌለው ይሆናል (1ኛ ዮሐ. 3÷15)። አጋንንት እርስ በራሳቸው ተቀዋወሙ ወይም ተጣሉ ማለት ሳይሆን፣ የሥራ ሽግሽግ አደረጉ እንደ ማለት ነው (ማቴ. 12÷25)።

ይህም ገኘው መንፈስ አሠራሩን ቀይሮ አጋንንት በወጣለት ሰው እጥፍ ድርብ ገባበት እንጂ፣ ከጨለማው ግዛት ነፃ ወጣ ማለት አይደለም። ለዚህም ነው ጌታችን ኢየሱስ ለአይሁድ **ዕውነተኛ ይቅርታ** በደሙ ከኃጢአት መንጻት፣ እንዲሁም **ዕውነተኛ ነፃ መውጣት** በልጁ ብቻ የሚደረግ እንደ ሆነ ተናገራቸው።

«እንግዲህ **ልጁ** አርነት ቢያወጣችሁ **በዕውነት** አርነት ትወጣላችሁ» (ዮሐ. 8÷36)። በዕውነተኛ አማኞች እጅ የተሰጠ ቊልፍ ነው። በመንፈሳዊ ዓለም በክርስቶስ ዕውቅና ያላቸው (የልጅነት ሥልጣንን) ያገኙ በዕውነት የጌታን ስም ጠርተው አጋንንትን

ያስውጣሉ፡፡ ይህ ብቻ አይደለም፤ ከጨለማው ዓለም ወደ ሚደነቀው ወደ ፍቅሩ ልጅ መንግሥት ለማፍለስ ሥልጣን መልእክተኞች (ልዑካን / ተጠሪ / አንምባሳደር) ናቸው፡፡

በእነርሱ የእምነት መታዘዝ ምክንያት እግዚአብሔር ይከብራል፡፡ እነዚህ ሰዎች የእረኛቸውን ድምፅ የሚሰሙ እና ጤናማ ትምህርት የሚከተሉ የሚያስተምሩ ናቸው፡፡ በይበልጥ ጸጋ ስጦታ ያላቸው ለቆሮንቶስ ከጻፈላቸው መረዳት እንችላለን፡፡

በቅድሚያ የዳነ ሰው (ወስጣዊ ሰው) በውስጣዊ ሰውነቱ ከክርስቶስ ጋር ህብረት ያለው አዲስ ፍጥረት መሆን አለበት ከዚያም ሲቀጥል በወንጌል የተመሠረተ መሆኑ ሲሆን፣ በመጨረሻ የወንጌል መልእክተኛ ሊሆን ይገባዋል፣ ማለትም ፍቅር (የማስታረቅ) አገልግሎት የሚሰጥ መሆን አለበት፡፡ ሥልጣኑን ሰዎች ከጌታ ጋር እንዲታረቁ የሚጥር ሊሆን ይገባል፡፡

ዘ ሜሴጅ የሚባለው መጽሐፍ ቅዱስ፡- "ከዚህ ውሳኔ የተነሣ ሰዎችን በቁመናቸው ወይም ባላቸው ነገር አንመዝንም። እንደምታውቁት አንድ ጊዜ መሢሑን ልክ እንደዚሁ ላይ ላዩን በማየት ተሳስተናል። ከእንግዲህ ግን እንደዚያ ዐናየውም። አሁን ወደ ውስጥ ነው የምንመለከተው፤ የምናየውም ከመሢሑ ጋር አንድ የሆነ ሁሉ አዲስ ጅማሬ እንደሚኖረውና አዲስ ሆኖ እንደሚፈጠር ነው። አሮጌው ሕይወት አልፏል፤ አሁን አዲስ ሕይወት እየፈካ ነው።

አያችሁ! ይህ ሁሉ የሆነው በእኛ እና በራሱ መካከል የነበረውን ግንኙነት በራሱ ባስተካከለውና እርስ በርሳችን ግንኙነታችንን እንድናስተካክል በጠራን በእግዚአብሔር ነው። እግዚአብሔር በመሢሑ በኩል ዓለምን ከራሱ ጋር አስታርቆ የዓለምን ኃጢአት ይቅር በማለት ለዓለም አዲስ የሕይወት ጅማሬ ከፈተላት።ለእኛም ደግሞ እግዚአብሔር እየሠራ ያለውን ሥራ ለሰዎች ሁሉ የመናገርን ኀላፊነት ሰጥቶናል። የክርስቶስ እንደ ራሴዎች ነን። ሰዎች በመካከላቸው ያለውን ልዩነት እርግፍ አድርገው ጥለው ወደ እግዚአብሔር የዕርቅ ሥራ ውስጥ እንዲገቡና እርስ በርሳቸው ሰላም እንዲሆኑ ያሳምናቸው ዘንድ እግዚአብሔር በእኛ ይጠቀማል።አሁን ክርስቶስን ወክለን ነው እንዲህ በማለት የምንናገረው፡- ከእግዚአብሔር ጋር ወዳጆች ሁኑ፤ እርሱ አስቀድሞ ወዳጃችሁ ሆኗል"። (2ኛ ቆሮ. 5፥16-20፤ ማቴ 16፥19፤ የሐዋ. 26፥17-18፤ የሐ. 10፥14-15)፡፡

በዘመናችን ብዙ ክርስቲያን ነን ብለው የሚጠሩ ጽድቅ በእምነት መዳን የማይቀበሉ ማለት አዲስ ፍጥረት ያልሆኑ እንደ ሞርሞን የመሳለሱ ቤተ እምነት አጋንት የማስወጣት ልምምድን በኢየሱስ ስም ያደርጋሉ።

ይህም በኢየሱስ ክርስቶስ ዘመን ይኖሩ ነበር። እነዚህ የእግዚአብሔር ኃይል የሆነውን በክርስቶስ ትንሣኤ የማይታመኑ ክርስቶስን የማያውቁ (በሕይወታቸው ያላወቁት) ክርስቶስ ከልባቸው የማይገኝ (አዲስ ፍጥረት) ያልሆኑ ሰዎች ናቸው። ጌትነትን የመቀበሉ ነገር በአንደበታቸው ላይ እንጂ፣ በልባቸው ውስጥ አይገኝም (ሮሜ 10÷8-9፤ ዮሐ. 10÷14-15)።

«ማወቅ» የሚለው ቃል ከትዳር ውስጥ ባል ሚስት ጋር በግብረ ሥጋ ግንኙነት እንደሚያውቃት እና ሁለቱ አንድ አካል እንደ መሆን (ዘፍ 4÷1) ወይም ከወይኑ ግንድ ጋር እንደ መጣበቅ (ዮሐ. 15÷5) መተባበር መካፈል (ሮሜ 6÷5) አንድ መሆን (ዮሐ. 17÷22) 1ኛ ቆሮ. 6÷17) ያለው ነገር ማለት ነው። ለምሳሌ ሮሜ 6÷5 ብልመለከት ፦ "ክርስቶስ ሞቷል፣ ደግሞም ከእርሱ ጋር እኛም እንዲሁ በሞቱ አንድ ብንሆን [አንድነት ብናደርግ / ወደዚህ ነገር ዘልቀን ብንገባ (ሌላ ተክልን ለማዳቀል በግርዘት ማጣበቅ)]፣ [ወይም በሞቱ ውስጥ ተሳታፊዎች ብንሆን፤ በሞቱ አምሳያነት ውስጥ ብናልፍ]፣ እንዲሁ ልክ እርሱ እንዳደረገው ከሙታን ከመነሣቱ ጋር አንድ እንሆናለን (አንድነት እናደርጋለን፤ ወደዚህ ነገር ዘልቀን እንገባለን)"። *(ሮሜ 6÷5ኤክስፓንድድ ባይብል. ኢ.ኤክስ.ቢ)*

ይህ ዐይነቱ ዕውቀት «መተዋወቅ» የሌላቸው ናቸው። ጌታችን እንደሚያስተምረን እርሱ አብን እንዳወቀው አዲስ ፍጥረት የሆኑት ይህ ዐይነቱ የልጁ ሕይወት በልባቸው የፈሰሰ ፍቅሩን የቀመሱ መሆናቸው ነው። መዳንን ሳያገኙ በምላስ አምልኮ የሚያደርጉ ከልባቸው ጌትነቱን የማያውቁት ናቸው። የሚያውቁት ግን ክርስቶስ በውስጣቸው በእምነት ይኖራል። ድንጋዩ ልቡ ተለውጦ የእግዚአብሔርን ዕውነት መንፈስ በውስጣቸው ይኖራል ከዕውነት ቃል የተወለዱ ናቸው።

በምላሳቸው ሳይሆን በመንፈስ ቅዱስ አማካይነት ክርስቶስ ኢየሱስ ጌታ እንደሆነ በልባቸው የሚያውቁ፣ የሚመሰክሩና የክርስቶስ ሕይወትና ፍሬ ያላቸው በፍቅር የሚመላለሱ ናቸው። ከትናንት ዛሬ በበጉ ደም እየነጹ ወደ ቅድስናው ክብር የሚሸጋገሩ ናቸው (ኤር. 24÷7፤ ዕብ. 8÷11፤ 1ኛ ቆሮ. 12÷3፤ ሮሜ 8÷9)።
በዚሁ ምሳሌው ጌታችን ኢየሱስ «የእግዚአብሔር ፈቃድ እንጂ፣ ጌታ ሆይ ጌታ ሆይ የሚሉኝ መንግሥተ ሰማይ አይገቡም» ሲል ምን ማለቱ ይሆን? በመጀመሪያ በልጁ

በኢየሱስ ማመን ሲሆን፣ ሁለተኛው በውስጡ በፈሰሰው በእግዚአብሔር ልጅ ፍቅር መኖርን የሚያመለክት ነው (ዮሐ. 6÷4፤ 1ኛ ዮሐ. 6÷40)።

መዳናቸውን የምናውቀው የክርስቶስ ፍቅር በውስጣችን ፈስሶ በፍቅር (በመንፈስ መመላለሳችን) የፍቅር ሥራ ፍሬ ሲታይ ብቻ ነው (ዮሐ. 13÷35)። በበጎቹ እና በፍየሎች ምሳሌ ያቀረበውን ዋና ቁም-ነገሩን ስናጠና የክርስቶስ የሆኑ የፍቅር ባሕርያት በእነርሱም ላይ ይታዩባቸዋል።

በጎቹ በፍቅሩ ያውቁታል። በመንፈስ ቅዱስ የፈሰሰውን የእግዚአብሔርን ፍቅርን ማንጸባረቅ (ክርስቶስ ሕይወታቸው ሆኖ በእምነት በኩል ሲገለጥ/ የቅድስናው ክብር ሲገለጥ / ክርስቶስ ቅድስናቸው ሆኖ ሲታይ) በአመነው ልብ ውስጥ ክርስቶስ በእምነት ሲኖር በሌላ አነጋገር የዕለተ ተዕለት እንጀራቸው (ተግባራቸው) የጽድቅ ፍሬ ነው። ከአባታቸው የወሰዱት ባሕርይ ስለሆነ፣ ፍቅር ከውስጣቸው ፈንቅሎ እየወጣ (የትንሣኤው ጉልበት) ለጨለማው ዓለም ብርሃን ያበራሉ። እናድርግ አናድርግ ከሚለው ሕግ ወጥተው በክርስቶስ አእምሮ (በመንፈስ ቅዱስ፣ ከውስጣዊ ሰው) ከሆዳቸው እንደ ወንዝ እየፈሰሰ ለብዙዎች የበረከት ፍሬ ይሆናል (ማቴ. 25÷34-40፤ ማቴ. 7÷17)።

በግራው ያሉት ፍየሎች ግን ከልባቸው የጌትነቱን ፍቅር ያልቀመሱ ናቸው የፍቅር ሕይወት የላቸውም። በጎቹ በፍቅር መመላለሳቸው የክርስቶስ መሆናቸው መለኪያቸው ነው። በእርግጥም ክርስቶስ ቅድስናቸው ሆኖ ዳግም ስለተወለዱ የፍቅር ሕይወት ፍሬ (የዘላለም ሕይወት) አላቸው በሌላ አነጋገር ህያዋን ናቸው ወይንም ቅርንጫፍ ሆነው ፍሬ ይገኝባቸዋል። "አሁን ግን እግዚአብሔርን እንደሚወዱ አገልጋዮች ከኃጥያት ሥልጣን ነጻ ሆናችሁ ሐሴትን በማድረግ ትኖራላችሁ። ስለዚህ አሁን የምትኖሩበትን ትሩፋት አስቡ፡- ወደ እውነተኛ ቅድስና ጠለቅ (በጥልቀት በመገኘት) ብላችሁ በመግባት እንድትኖሩ ተሰጥቷችኋል፤ መጨረሻውም የዘላለም ሕይወት ነው!" ሮሜ 6፡22 (ዘፓሽን ትራንስሌይሽን)።

በተመሳሰዩም ኤክስፓንድድ ባይብል የሚባለው መጽሐፍ ቅዱስ :- "ነገር ግን አሁን እናንተ ከኃጢአት ነፃ ናችሁ፤ ደግሞም የእግዚአብሔር ባሪያዎች ሆናችኋል። ይህም የእግዚአብሔር ብቻ የሆነ ሕይወትን [መቀደስ / ቅድስና] ያመጣላችኋል [ጥቅሞቹን / ፍሬዎቹን] ታጭዳላችሁ። ይህ ደግሞ የዘላለም ሕይወት ይሰጣችኋል። [የመጨረሻው / ውጤቱ ዘላለማዊ ሕይወት ነው]"። እነዚህ የአብን ፈቃድን የፈጸሙ (ክርስቶስን

በልባቸው ያመኑ የካህንነቱን ሥራ የታመኑ) ክርስቶስ ሊቀድሳቸው፣ በመጨረሻም ለአብ ክብር ይውላል፡፡

በበጎቹ እረኛው ያለፊት መጨማደድ ንጽሕት ድንግል አድርጐ ሊያቆማቸው በእነርሱ ውስጥ በመንፈስ ቅዱስ ሕይወቱን በእምነት በኩል በመግለጥ ሥራ ጀምሯል፡፡ ሊቀ ካህናቱ በአብ ቀኝ ይገኛል፡፡ በዘላለም ሕይወት በመዳን ሊጠብቃቸው ደሙን አፈሰሰ፡፡ እነዚህ ዕውነተኛ በጎች መልክተኞች እና ልጆቹ ሆነው አጋንንትን በስሙ ሊያወጡ ትእዛዝን ተቀብለው የአጋንንትን ኃይል የኃይለኛውን ቤት የሚበዘብዙ ናቸው፡፡

ከክርስቶስ ጋር በጥምቀት ሞተው በእግዚአብሔር የትንሣኤ ኃይል ያመኑ በእምነት በኩል በሞቱ እና በትንሣኤው የተባበሩ የክርስቶስ መንፈስ የሆነው መንፈስ ቅዱስ በውስጣቸው ሆኖ ለጨለማው ዓለም ፍቅርን ፍሬ ብቻ ሳይሆን፣ የትንሣኤው ኃይል ይገለጣሉ፡፡ የትንሣኤው ኃይል መገለጥ ግን **ለአማኝ ምልክት** ሲሆን፣ ነገር ግን በፍቅር መመላለሳቸው ደግሞ መታወቂያቸው (ዓለም በፍቅር ተግባራቸው ልምምዳቸው የሚቀምሳቸው) **ለአማኝ መታወቂያው** ነው (ማር. 15፥15-17፤ የሐዋ. 4፥33-34)፡፡

ክርስቶስን በልብህ ካለህ ክርስቶስን ለአልዳነው ስትመሰክር የትንሣኤው ኃይል መገለጡ አይቀሬ ነው (3፥6)፡፡ አማኝ ሆነ አገልጋይ ጌታን ዐወቀ (ጌታን ተቀብሎ አዲስ ፍጥረት) ሆኖ ካመነበት ጀምሮ በዕጁ ብዙ ምልክቶች ሊያደርግ ይችላል፡፡ ሆኖም ግን በክርስቶስ ፍቅር ማደግ ግን ብስለት ላይኖረው ይችላል፡፡

ለዚህ ምሳሌ የሚሆኑን የቆሮንቶስ አማኞች ናቸው፡፡ ከአመኑ ጀምሮ የእግዚአብሔር ጸጋ (የመንፈስ ቅዱስ ስጦታ) ተገልጦባቸው ነበር (1ኛ ቆሮ. 1፥7)፡፡ ሆኖም በመካከላቸው ዓለማዊት ይታይባቸው ነበር፡፡ የአባቱን ሚስት ካገባው ጀምሮ ሴሰኞች አመንዝሮች ከወንዶች ጋር የሚተኙ ነበሩባት፡፡ስለሆነም አትሳቱ እያለ ያስጠነቅቃቸው ነበር (1ኛ ቆሮ 5፥1፤ 6፥9)፡፡ ይህ ብቻ አይደለም፤ የጌታ እንጀራና ደሙን ለፍስሐ (ለግብዣ) ይጠቀሙበት ነበር (1ኛ ቆሮ. 11፥20-22)፡፡ ይህም ሆኖ የመንፈስ ቅዱስ ስጦታ ተገልጦም የክርስቶስን ጌትነት ሳያስተውሉ፣ ነገር ግን ታላቅ የመንፈስ ኃይል ይገለጥባቸው ነበር (1ኛ ቆሮ. 12፥1)፡፡

ይህ ሥጋዊነት ታይቶባቸዋል ሆኖም ይህ ቅጣት እንደሚያመጣ እና የቅድስናው ባሕርይ ጋር የማይስማማ መሆኑን አጥብቆ ከነገራቸው በኋላ ግን በእነርሱ የጀመረው የቅድስና ፍሬ እየጨመረ እንደሚመጣ አስረግጦ ይነግራቸው ነበር (1ኛ ቆሮ. 1፥8-9)፡፡በእርግጥም

ጉዳዩን እንደ ዐውዱ መረዳት አስፈላጊ ይሆናል፡፡ ጌታ ኢየሱስ የሚናገረው ያልዳኑትን፣ አይሁድ ነገር ግን የአብርሃም ልጅ ነን የሚሉትን እና አሁንም አዲስ ፍጥረት ሳይሆኑ፣ አጋንንት ለማውጣት ብለው፣ ነገር ግን ዕውነተኛ በሆነ መልኩ አጋንንትን ማውጣት ያልሆነውን ልምምዳቸውን ያመለክታል፡፡

ይህ የዕብራውያን መጽሐፍ ትምህርት በክርስቶስ መሥዋዕትነት የተመሠረተ የዘላለም ክህነትን ይዞ አማኝ የዘላለም ሕይወትን በማግኘት ተቀድሶ በአብ ፊት መቅረቡን፣ ይህም ደግሞ ጌታችን ኢየሱስ ክርስቶስ ወደ ቅድስተ ቅዱሳን የገዛ ደሙን ይዞ ስለ እኛ ይታይ ዘንድ በሰማይ ወዳለችው መቅደስ እንደ ገባ የሚያስረግጥ ይሆናል፡፡ስለሆነም እኛ ልባችን ተረጭቶ (አዲስ ፍጥረት ሆነን) በአዲስ እና በሕያው መንገድ ወደ አብ መግባትን ማግኘታችን፣ ይህ የአብርሃም በረከትን በክርስቶስ ኢየሱስ እንድናገኝ፣ እግዚአብሔር በራሱ እንደ ማለ፣ እንዲሁም የመዳናችን ተስፋ የማይነቃነቅ እንደ ሆነም ያስተምራል፡፡

በእርግጥ ከዚህ ባሻገር ስለ እምነት ወደ ቅድስናው ለመግባት አባት ልጁን እንደሚቀጣ እያስተማረና እየገሠጸ ቢያስፈልግ በከባድ ቅጣት (በመከራ) እያሳለፈ መጨረሻ ወደ ክብሩ እንደሚያወጣቸው ያስረዳናል፡፡ ይህን አያይዞ የዳነው ሰው የዘላለም መዳን አግኝቶአል፤ ሆኖም ግን ከሰው ፈቃድ ጋር አይጣረስም (አርሜንያን) እንደ ማለት እና ሌላው ወገን ደግሞ አንድ የዳነ ሰው ኃጢአት ሊሠራ ይችላል፤ ነገር ግን ፈቃዱን በክርስቶስ ፈቃድ የተዋጠ ስለሆነ፣ ደኅንነቱን አያጣም (ካልቪን) የማለት የሁለቱ ጐራ የሚለያዩበትን አከራካሪ ትምህርት ያዘለ እንደ ሆነ እናስተውላለን፡፡ ስለሆነም ያ ትምህርት ትንታኔ በሚያስፈልግበት ቦታ ላይ የሁለቱንም ትምህርቶች አስቀምጠናል (ዕብ. 6 እና 10÷26-31) ይመልከቱ፡፡

ይህ መጽሐፍ የየትኛውን ትምህርት ጐራ ላይ ሳያተኵር ነገር ግን አማኝ በክርስቶስ ያገኘውን በደሙ የተፈጸመውን መዳን፣ ተስፋው የታመነ እንደሆነ፣ የጌታችን የእየሱስ ክርስቶስ የጌታ ኢየሱስ ሊቀ ካህናትነትን ማዕከላዊ ያደረገ በመሞቱ እና በመነሣቱ የማያወላውል የማያዳግም ሥራ በአማኙ ሕይወት ፈጽሞ እና አሁንም በቃል ኪዳኑ መሐላ መካከል የታመነ የአዲስ ኪዳን የዕውነተኛይቱ ድንኳን አገልጋይ እንደ ሆነ በመግለጽ በዚያ ላይ ትኵረት ሰጥቶ የተዘጋጀ መጽሐፍ ነው፡፡

በእርግጥም መጽሐፉ አስቀድሞ እንደተረከው ጌታችን እየሱስ የባሕርይው ምሳሌ እና የክብሩ መንጸባረቅ ሆኖ ኃጢአታችንን በደሙ ካጠበ በኋላ በአብ ቀኝ ይታያል፡፡ ሲቀጥልም የአዲስ ኪዳን ዋስ፣ የመዳናቸው ምክንያት፣ ወደ እርሱም የሚመጡትን ፈጽሞ

በማዳን ሊጠብቃቸው ዘወትር በአብ ፊት ይታያል (ይማልዳል) የሚለው ቃል የታመነ ነው፡፡ ስለዚህ በዚህ መነጽር ተመልክተን ይህ የተዘጋጀው «መግቢያ» የኢየሱስ ክርስቶስን ምሳሌዎችን በጥቂቱ እያመሳከረ ለማሳየት ጥረትን ያደርጋል፡፡

ለምሳሌ ጌታችን ኢየሱስ በዮሐ. 15÷1-2፣ 6 ላይ ስናጠና የክርስቶስ ፍቅር በውስጣቸው ሳይኖር (አዲስ ፍጥረት) ሳይሆን፣ ፍሬ ማፍራት እንደማይቻል ነው፡፡ አይሁድ በክርስቶስ ፍቅር አዲስ ፍጥረት ሳይሆኑ፣ ሳይወለዱ ከወይኑ ግንድ ጋር የመቆየት ዕድል እንደ ሌላቸው ይነገራል፡፡እስከ ዛሬ ድረስ በሙሴ ሕግ ወደ እምነት ሳይመጡ በሥጋ በአብርሃም ኪዳን ሆነው ቆይተዋል፡፡ አሁን ግን እምነት (ክርስቶስ) መጥቶአል፡፡ የወይን ተክሉን ተክሎ ግንዱ ኢየሱስ እስከሚመጣ ድረስ አይሁድ በሙሴ ሕግ ሞግዚትነት ይኖሩ ነበርና (ኢሳ. 27÷2-3፤ ገላ. 3÷23-25)፡፡ አይሁድ በክርስቶስ በአዲሱ ኪዳን አምነው የዘላለም ሕይወት ፍሬ ማፍራት ይችሉ ዘንድ ዕድሉ በቅድሚያ ተሰጥቶአቸው ነበር፡፡ ሆኖም አይሁድ በአለማመናቸው ምክንያት (እንደ ሕዝበ-እግዚአብሔር) ከወይኑ ግንድ ተቈርጠዋል፡፡

አሕዛቦች ደግሞ ከእምነት የተነሣ ከወይኑ ግንድ ተጣብቀው የዘላለም ሕይወት ፍሬ አፍርተዋል (ሮሜ 11÷20)፡፡ እንደ ግለሰብ ደግሞ ከወይኑ ግንድ ጋር በእምነት የተጣበቁ ጥቂቶች (ቅሬታዎች) በጸጋው የዳኑ ይገኛሉ፡፡ከእነርሱ ውስጥ እየሩሳሌም የሚገኙት የዕብራውያን አማኞች ናቸው (ሮሜ 11÷5)፡፡ ስለሆነም ዮሐ. 15 አሁንም ከእምነት የክርስቶስን አዳኝነት ያላገኘ አሕዛብን የሚያመለክት አውድ የለውም ሆኖም ግን በእምነት በክርስቶስ ያልተደገፈ ሰው ከወይኑ ግንድ ጋር ተጣብቆ ፍሬ የማፍራት ዕድል እንደ ሌለው ነው፡፡

ደግሞ በክርስቶስ መሥዋዕትነት እና ክህነት ያልተደገፈ እና ቸርነቱን ምሕረቱን የሚንቅ አይሁዳዊ (ሮሜ 2÷4) የክርስቶስን ጽድቅ በእምነት ከመቀበል ይልቅ የራሱን ጽድቅ የሚያቆሙ ምንም እንኳን የአብርሃም ልጅ ሆነው ከወይን ግንድ ጋር የመጣበቅ ቅድሚያ እድሉ ቢያገኙም፣ ካለማመን የተነሣ ተቈርጠው ለእሳት እንደሚጣሉ ያስረዳቸዋል (ሮሜ 11÷20)፡፡ የዐለቱን ድንጋይ መቃወም ሆነ የወይኑን ግንድ ጋር ያለጣበቅ ለአይሁድ የዘላለም ሞት እንደሚያመጣ ይነግራቸዋል፡፡

ጌታ ኢየሱስም እንደ የመቈረጥ ያህል መጨረሻቸው መቃጠል እንደ ሆነ ለአይሁድ ሆነ ለፈሪሳውያኑ ይነግራቸዋል፡፡ ሌላው ክፍል የሚናገረው የተዋጀበትን ደሙን እና መንፈስ ቅዱስን ከማስመረር አልፎ እንዲቈጣ የሚያደርግ ክርስቲያን የዘላለም ሕይወት ያስገኘውን

የክርስቶስን የአዲስ ኪዳን ዋስነትን ከሻረ፣ መዳኑና ፍሬ ማፍራቱ አጠራጣሪ ከመሆኑም ባሻገር በእሳት እንደ መጫወት ያለው ነገር ይሆናል፡፡

እግዚአብሔርን በፈቃዱ በእምነት በኩል የልጁን ክህንነት ለተቀበለ የኃጢአት ይቅርታ ዘወትር አለው፡፡ ይሁን እንጂ፣ ደሙን እና ክህንነቱን የረገጠ፣ መዳንን ከየት ያገኛል? ይ ክርስቶስ ደግመኛ ሊሰቀል ያስፈልገዋል እንደ ማለት ነው፡፡ይህ የሚያሳየን በክርስቶስ ማመን በደሙ ዘወትር የኃጢአትን መንጻት ማገኘት በመዳን ሕይወት ለክብር ማዘገጀት ለሰው ልጆች የከበደውን ሥራ በእኛ ውስጥ ሆኖ ሊሠራ ይችላል፡፡ ይህ የቀረበለት ግብዣ ያልጣፈጠው ሰው ሌላ ግብዣ የለውም፡፡ ንጉሥ ካዘጋጀው ግብዣ ከገበታው ረግጦ የወጣ ከግዛቱ መፍለስ ብቻ መፍትሔው ይሆናል አይደል? ንጉሡ ከልጁ ጋር ኅብረት በማድረግ (በሞቱ እና በትንሣኤው በመተባበር) ወደ ክብር ሕይወት ዕርከን ጠራቸው፡፡

እግዚአብሔር ለአይሁድ ካልራራ ለእኛም ሊራራ የማይችለው አማኝ የክርስቶስን ደም በመርገጡ ነው ሲል የዕብራውያን ጸሐፊ ያስተምራል (ዕብ. 9÷29፤ 12÷29፤ ሮሜ 11÷22-23)፡፡ አማኝ ኃጢአት ቢሠራ ግን በክርስቶስ ደም እስከ ተደገፈ ድረስ ታላቁ ሊቀ ካህን እየቀደሰው ደኅንነቱን ወደ ሙላት እና ፍጻሜ ድረስ ሊያመጣ ዋስና መካከለኛ እንደሆነው አስረግጦ ያስተምረናል (ዕብ. 7÷22፣ 25)፡፡

ጌታችን ኢየሱስ ክርስቶስ በመጀመሪያ ለአይሁድ እንደ መጣ መረዳት አስፈላጊ ነው፡፡ ይህ ማለት ግን አሕዛብ ዕድል የላቸውም ማለት ሳይሆን፣ በቅድሚያ የተስፋ ቃሉ ለአብርሃም ዘር ሲሆን፣ ከዚያ በእምነት የአብርሃም ልጆች ለሆንን ነው ማለት ነው፡፡ ዕውነታው ይህ ቢሆንም እንኳ፣ አሕዛብም ሆነ አይሁድ ከሙተላለፍ ከበደል እና ከኃጢአት ስለ ተገኙብን ክርስቶስ ኢየሱስ ለአይሁድም ሆነ ለአሕዛብም የእግዚአብሔር በግ ሆነ (ዮሐ. 1÷11፤ የሐዋ. 2÷39)፡፡ ጌታችን ኢየሱስ ክርስቶስ አይሁድን በሚገባ ማስተማር ብቻ ሳይሆን፣ በሙሴ ሕግ ሥር ሆኖ በሕይወቱ ሕግጋቱን በመፈጸም በእግዚአብሔር ፍቅር አገልግሎአል (ማቴ. 15÷24፤ ሮሜ 9÷4-5፤ 15÷8፤ ገላ. 4÷4)፡፡

በሙሴ ወንበር ተቀምጠው የነበሩ ፈሪሳውያኑ ራሳቸውን እንጂ ሕዝቡን አላገለገሉም እናም ለበጐቹ ግድ ያለው እግዚአብሔር እንደ ልቡ የሆነ እረኛ ላከላቸው (ኤር. 50÷6-7፤ ሕዝ. 34÷5-6፣ 16፣ 23፤ ማር. 9÷36)፡፡ ይህም ሆኖ የገዛ ወገኖቹ አልተቀበሉትም እንዲያውም የመስቀል ሞት እንዲሞት ፈረዱበት፡፡ የገዛ ወገኖቹ ከመንገድ አውጥተው

(ከመቅደስ አውጥተው) የተረገሙ እና በእግዚአብሔር ለዘላለም የሚቀጡ ሰዎች የሚገኙበት ሥፍራ ወስደው ሰቀሉት (ዕብ. 13÷11-12)፡፡

በዚህም ምክንያት ዕድሉን ሳይጠቀሙበት ቀረ እግዚአብሔር የድንዛዜ ዘመን ሰጣቸው፡፡ ልጁንም ስለተቃወሙት እና በዐደባባይ «ደሙ በእኛ እና በልጆቻችን ይሁን እንዳሉት» ይህኛው ለ2 ሺህ ዓመት እስራኤል በውጭም በውስጥም በምጥ ትገኛለች፡፡ ምንም እንኳ በአዲስ ኪዳን ዘመን ብንገኝም፣ እግዚአብሔር ጻድቅ ፈራጅ ነውና፣ እስራኤል የዘራችውን እያጨደች ትገኛለች (ሮሜ 11÷8-10፤ ሉቃስ 23÷28)፡፡

ዶሮ ጫጩትዋን እንደምትሰበስብ ሊሰበስባት እና ሕዝቡ ከታላቁ ቀጣ ወደ በረቱ እንዲገቡ ቢፈልግም፣ እነርሱ ግን ክርስቶስን ከማወቅ፣ ድምፁን ከመስማት ዕንቢ አሉ፡፡ ሙሴንም ኪዳኑንም ሆነ የአዲስ ኪዳን ሕግ የሆነውን ክርስቶስን ሊያውቁት አልፈለጉም (ኤር. 8÷7 ኢሳ. 1÷3)፡፡ ለዚህ ትልቁ እና ዋነኛ ምክንያት የሆኑት የሙሴ ሕግ መምህራን ነበሩ፡፡

የተሰጣቸውን ኀላፊነት «የእግዚአብሔር መንግሥት» ከሚለው አጀንዳ ወጥተው «የእስራኤል መንግሥት በሚል ወገናዊነት ውስጥ ገብተው ስለ ነበረ ነው፡፡ ይህም ወገናዊነት (Nationalism) የተጠቀሙበት ለራሳቸው ሥልጣን ወንበር እና ድሎት ነበር፡፡ ሕዝቡን እንደ እረኛ ሊመሩት ሊያገለግሉት ሲገባ, እነርሱ ግን ወንበሩን እንደ አሕዛብ የሥልጣን ወንበር አደረጉት፡፡ኢየሱስ ስለ እነዚህ መሪዎች በምሳሌው የተናገረው እስቲ እንመልከት (በማቴ. 24፡48-51)፡፡ የአይሁድ አለቆችም ያደረጉት ይህ ነበር፡፡ አንዳንድ ደጋግ መሪዎች ቢኖሩም፣ እነርሱ ስለ እግዚአብሔር መንግሥት ያላቸው መረዳት አናሳ ነበር፡፡ ይህም የሆነው በፈሪሳውያን ወግ እና ሥርዓት ተጽዕኖ ሥር ስለ ነበሩ ነበር (ዮሐ. 3÷9)፡፡

ጌታችን መድኃኒታችን ኢየሱስ ክርስቶስም ይህን የብሔራዊ ወገንታዊነት ድባብ የያዘው በሕዝብ መካከል ለነበሩ ደቀ መዛምርቱ «የእግዚአብሔር መንግሥት» አጀንዳ ይዘው እንዲወጡ የእስራኤል ተወላጅ የአብርሃም ዘር ለነበሩት ሐዋርያት ያስጠነቅቃቸዋል (የሐዋ. 1÷6-7)፡፡በእርግጥም የእግዚአብሔርን መንግሥት ለአብርሃም አስቀድሞ የተሰበከለት ነበር፡፡ ይህም በአብርሃም በኩል «የብዙ አሕዛብ አባት አድርጌሃለሁ» ያለውን ኪዳን ተቀብለው መሄድ ይገባቸው ነበር (ዘፍ. 17÷5-6፤ ገላ. 3÷8)፡፡ አይሁድ ይህን ባለማድረጋቸው የመንግሥቱ ወንጌል ከእነርሱ ተወስዶ ለሌሎች (አሕዛብ) ተሰጠ፡፡

እግዚአብሔር ከአብርሃም ዘር ጋር ቃል ኪዳን እንደሚገባ ነግሮአቸው መሢሑን ተግተው ሊጠባበቁ ይገባቸው ነበር፤ ነገር ግን የአይሁድ አስተማሪዎች ዘይታቸውን አብርተው (ከመንፈስ ቅዱስ ጋር) ድምፁን በመስማት፣ ቃሉ በእምነት በልባቸው ሊዋሐድ ይገባ ነበር (ዕብ. 2÷16-17)፡፡እስራኤል ለእግዚአብሔር የታጨች ድንግል ሙሽራ ነበረች፡፡ መሢሑን ለማብራት የተጠራች ነበረች፡፡ ያለ መንፈስ ቅዱስ ድምፅ ልባቸውን ዕልከኛ አድርገው እየተቃወሙት የአብርሃም ልጆች ነን በሚል ብሔራዊ ኩራት እንጂ፣ በእግዚአብሔር አልተመኩም (ኤር. 9÷23-24)፡፡ የአይሁድ ኩራት እግዚአብሔር የሚቀበለው አልነበረም፡፡ ሐዋርያውም ይህን «ዓለማዊ መመካት» ብሎ ጠራው (2ኛ ቆሮ. 11÷18)፡፡

አይሁድ አብርሃምን ሙሴን ሆነ ኢየሱስን ሊያውቁት ያልቻሉት ምክንያት ዕውነት ስርጐ እንዳይገባ አእምሮአቸውን ጨፍግጐ የያዛቸው በባህል፣ በወግና በሥርዓት የተሸፈነ ውስጡ ኃጢአት የሞላበት ግብዝነት ስለነበረ ነው፡፡ ለዚህም ነው ጌታችን ኢየሱስ ‹ዕውነትን አታውቁም፣ አብርሃምንም አታውቁትም፣ አባቴንም ሆነ እኔንም አታውቁም የሚላቸው፡፡ ዓለማዊ ኩራት እና መመካት በእነርሱ እና በሕዝቡ መካከል ነግሦ ነበር፡፡ ጌታችን ኢየሱስ ሲወለድ እንኳ ይህን «የሚያውቅ» የእስራኤል መምህር ወይም «ዐይኑ የበራለት» አንድ የሕግ አስተማሪ በመካከላቸው ከመገኘት ጠፋ፡፡ በዚህ ወቅት እስራኤል ሰብዓ-ሰገል በኮከብ ተመርተውና ወሬው ለሄሮድስ እስኪደርስለት ድረስ ሕዝቦችዋ በጨለማ የሚኖሩ መሪዎችዋም ልቦናቸው በዕልከኝነት፣ በዓለማዊ ወኔና በድንዳኔ ጨልሞ የሚገኝባት ነበረች (ኢሳ. 9፡2)፡፡

ለእመቤታችን ቅድስት ማርያም መልአከ ሊገልጥላት «ደስ ይበልሽ ጸጋ የሞላብሽ...» ብሎ የምሥራችን (ወንጌልን) ሲያበስራት ከንግግሩ የተነሣ ተገረመች፤ እንዲህም አለች «ይህ እንዴት ያለ ሰላምታ ነው!» አለች፡፡ በእርግጥም የአብርሃም በረከት በእግዚአብሔር የተሰጠ ጸጋ፣ ይህም «ሰላም» የሆነው ክርስቶስ እንደ ሆነ ዐውቃው (በልምምድ ተረድታው) ነበር (ሉቃስ 1÷28፣ 29)፡፡

ሐኪሙ ሉቃስ በዚያው ሲጽፍ ማርያምን በመንፈስ ቅዱስ ተነድታ የተናገረችውን በመጽሐፉ ላይ አስፍሮታል፡፡ የአይሁድ «ዓለማዊ ትምክህትን ወይም ኩራት» አዋርዶ እግዚአብሔር የትዕቢተኞችን ቀንድ ሰብሮ፣ ለትሑታን ጸጋና ሞገስ፣ እንዲሁም ክብር እንደ ሰጠ በመንፈስ ተነድታ ዐወጀች (ሉቃስ 1÷51-55)፡፡

ነጭ ልብስ ሳይለብሱ ወደ ልጁ ሰርግ መግባት እንደማይቻል መንፈስ ቅዱስን ተቃውሞ (መሢሑን ተቃውሞ) ወደ እግዚአብሔር መንግሥት መግባት እንደማይኖርም ጌታችንም በምሳሌ አስተምሮአቸዋል፡፡ የአይሁድ ሕዝብ መሪዎችም መንፈሳዊ ዕንቅልፍ ድንዛዜ አሸልበአቸው ነበር፡፡ ተቃውሞን ቀጠሉ፤ ጌታቸው ሲመጣ ሊሰቅሉት ዝግጁዎች ነበሩ፤ ዕኩይ ተግባርን ለመፈጸም አላንገራገሩም፡፡

በዓሣ አጥማጆች እና በቀረጥ ሰብሳቢዎች የተሰበከው የእግዚአብሔር መንግሥት ወንጌል፣ እንዲሁም የአብርሃም ዘር የሆነው ኢየሱስ ሲሰበክ በከተማቸው ሁካታ ሆነ፡፡ ጌታችን ኢየሱስ ክርስቶስ ለአይሁድ የሰጠው ሌላው ምሳሌ «በአይሁድ እና በመንግሥት ልጆች» መካከል ወንጌል ከመቀበል የተነሣ በአሕዛብ እና የሙሴን ሕግ ይዘው ወንጌልን በማያምኑ የአብርሃም የተስፋው ዘሮች መካከል ያስተማረው ነው፡፡"በዚያን ጊዜ መንግሥተ ሰማያት መብራታቸውን ይዘው ሙሽራውን ሊቀበሉ የወጡ አሥር ቆነጃጅትን ትመስላለች። ከእነርሱም አምስቱ ሰነፎች አምስቱም ልባሞች ነበሩ። ሰነፎቹ መብራታቸውን ይዘው ከእነርሱ ጋር ዘይት አልያዙምና፤ ልባሞቹ ግን ከመብራታቸው ጋር በማሰሮአቸው ዘይት ያዙ" (ማቴ. 25፥5)፡፡

በጸጋ የተሰጠውን ያለዋጋ የሆነውን (ሥራ ሳይሆን የክርስቶስን ሕይወት በመካፈል) መዳን በእምነት የመንፈስ ቅዱስ በኩል የሚሆነውን መዳን የያዙ የእስራኤል ደናግልት ነበሩ፡፡ በሌላው ወገን ደግሞ የወንጌልን የምሥራች የተቃውሙ ነበሩ፡፡ደኅንነትን በእምነት በመቅረዛቸው ዘይትን የያዙትን ሌሎቹ ደግሞ መዳን ሳይቀበሉ የአብርሃም ልጅ ነን ብለው መዳንን እንዲሰጡአቸው እንዲካፍሉአቸው ጠየቁ፡፡ መዳን ግን በሌላ በማንም የለም፡፡ እነርሱም ድነት ወደ ጌታ ዘወር በማለት እንጂ፣ ከአብርሃም በሥጋ በመወለድ የሚገኝ እንዳልሆነ ነገሩአቸው፡፡ ያለ ዋጋ መግዛት ይቻላል አሉአቸው (ማቴ. 25፥9፤ ኢሳ. 55፥1-3)፡፡

የመጀመሪያው ዕድል ለአይሁድ እንዳያልፋቸው በመስቀሉ እንዲታመኑ ነቢያቱን ሐዋርያቱን አስቀድሞ ልኮ አስጠነቀቃቸው፡፡ አይሁድ ያመኑት ክርስቶስ ብርሃን ሲያበራላቸው አይሁድ ሆነው መዳን የሌላቸው በጨለማ እንዳሉ ጌታም ኢየሱስ ክርስቶስ በምሳሌው ብዙ አስተማራቸው፡፡ የዕብራዊ ጸሐፊም አሁንም ለአይሁድ ክርቲያኖች በተመሳሳይ ይነግራቸዋል (ዕብ. 2፥17-19፤ 3፥1-2)፡፡

ጌታችን ኢየሱስ ለማያምኑት ግን (መቅረዛቸው- በዘይት በመቅረዛቸው መሞላቱ - መንፈስ ቅዱስ የርስታቸው መያዣ ለሆኑት) እንደ ሆነ በምሳሌ እንዳስረዳቸው

የዕብራውያን ጸሐፊ ደግሞ ክርስቶስ ሊያድናቸውና ወደ ክብር ሊያስገባቸው ተመልሶ ይገለጣል እያለ ሊያሳያቸው ይፈልጋል (ዕብ. 9÷28)። መንፈስ ቅዱስን እስከመጨረሻ በመቃወም ከዕልከኝነት ወደ ድንዳኔ ልብ የተሸጋገሩትን ዳግም የጌታችን እና የመድኃኒታችን የኢየሱስን የኪዳኑን ደም መርገጥ ያህል ነው።

ክርስቶስ ኢየሱስ የመዳናቸው ምክንያት፣ እንዲሁም ሕይወታቸው ቅድስናቸው አድርገው በክህንነቱ የታመኑ እርሱ ዳግመኛ ያለ ኃጢአት (ወደ ክብሩ ሊያስገባቸው) ይገለጥላቸዋል (ዕብ. 9÷28)። ጌታም እንዳለው በምሳሌው አምስቱ ደናግለት ክርስቶስ ሕይወት ያለበት መቅረዛቸው የሚያበራ ሲሆኑ በክብሩ ሲገለጥ ተግተው በእምነት የፈለጉት ያገኙታል።

የእግዚአብሔር የበኵር ልጅ እና ድናግል ናችሁ፤ ደግሞም በረከቱን (መንፈስ ቅዱስን / የመሢሑ ደም) አለ። ይህን የክህንነት አገልግሎቱን እንቢ ካሉ የአብርሃም ልጅ ነን በማለት ባለማመን መዳንን ሳያገኙ ቆይተው ጌታ ሲመጣ ግን አካኪ ዘራፍ ለማትን እና ሰርገኛ መጣ በርበሬ ቀንጥሱ ዐይነቱን የግርግርና የጥድፊያ ተግባር ለመፈጸም እንደ መሞከር ማለት ነው ይላቸዋል (ዕብ. 12÷16-17)።

ዕድሉ ስለላችሁ አሁን የመዳን ቀን ነውና ሕያው እና ቅዱስ ደሙ ከኃጢአት እንደሚያነጻና በሊቀ ካህናትነቱ ሥራም እመኑ ይላቸዋል። አለዚያ ግን ከአብርሃም በረከት ዕድል የላችሁም ሲል አይሁድን ከወዲሁ አስጠንቅቆአቸዋል (ሉቃስ 13÷25)። አይሁድ የአብርሃምን በሥጋ መባረክ መከራከሪያ አድርገው ለኢየሱስ ክርስቶስ እንዳቀረቡለት ወደ ፊትም ይህን እንደሚያቀርቡ ያሳየናል። ይህንንም የሀብታሙ ሰው እና አልዓዛር ታሪክ ያስታውሰናል (ሉቃስ 13÷26፣ 28)።

ኢየሱስ ግን «እኔ ዐላወቃችሁም» ይላቸዋል። ምክንያቱም አብርሃምን ዐላወቁትም። አብርሃም በእግዚአብሔር ፊት የሚመካበት ነገር አልነበረውም፤ ከእግዚአብሔር በስተቀር። መጽሐፍ "አብርሃም በእግዚአብሔር አመነ፥ ጽድቅ ሆኖ ተቈጠረለት" ይላል እንጂ፣ የሚመካበት ነገር እንዳለው ከቶም አይናገርም (ሮሜ 4÷2፣ 5)።

አብርሃም በመሢሑ ሥራ የሚመካ፣ (ክርስቶስን ዐይቶ ተረድቶ) ይስሐቅን በእምነት ያቀረበ፣ በተሰበከለት ወንጌል የታመነ ሰው ነበር። አብርሃም እነርሱ እንደሚያደርጉት በሥጋ የሚመካ ወይም የሚመላለስ አልነበረም። እርሱ ትሑት አገልጋይ ነበር (ዮሐ. 8÷40፤ ሮሜ 4÷12)። እንዲሁ ሙሴ በተመሳሳዩ በእግዚአብሔር ምሕረትና ሞገስ የታመነ ትሑት አገልጋይ ነበር።

የቀደሙት ነቢያትንም ጨምሮ በእምነት እግዚአብሔር ተስፋ ቃል የሚጠባበቁ በመሢሑ ደም እና በካህናቱ የሚደገፉ እንደ ሆኑ የዕብራውያን ጸሐፊ ጽፎአል፡፡ ይህን ከተናገረ በኋላ በእምነት ከጸደቅን፣ አሁንም በክርስቶስ በአብ ቀኝ በሚሠራው የክህነት ሥራ በመታመን በተከፈተው ሕያው እና አዲስ መንገድ ልባችን በደሙ ስለ ተረጨ (አዲስ ፍጥረት ስለ ሆንን) ወደ ጸጋው ዙፋን በክርስቶስ ሆነን መቅረብ ተሰጥቶናል፡፡

ክርስቶስ ቅድስናችን በመሆን ባገኘነው ዕርከን፣ ማለትም ቅድስተ ቅዱሳን በእምነት በኩል በመግባት (በክርስቶስ በሕይወቱ / በጸጋው ክብር / ከሙታን ተነሥቶ ስለ እኛ በአብ ፊት በመገኘት ያካፈለን ሕይወት)፣ ሕይወታችን በክርስቶስ ተሰውሮ በአብ ዘንድ እንዳለ፣ በክርስቶስ አገልግሎት እንደ ውርስ ሆኖ ወደ ተሰጠን የቅዱሳን ርስት ክብር ባለጠግነት (መገኛ ሥፍራችን) ወደ ሆነው ወደ ጽዮን ተራራ የእናንተ በሆነው በክርስቶስ ሕይወት አብን እያመሰገናችሁ ኑሩ ይለናል (ዕብ. 12÷22፣ 24፤ ቈላስ. 3÷1፣ 2፣3)፡፡ አስቀድመው በሙሴ በሲና ተራራ ሕዝቡ ማደሪያውን አድርጐ ነበረ፡፡ በክርስቶስ የአብርሃም የእምነት ልጆቹ ማደሪያቸውን ደግሞ ለዘላለም በጽዮን ተራራ አደረጉ፡፡

እነ አብርሃም በራሳቸው ሳይመኩ በመሢሑ ታምነው እንደ ኖሩ፣ በመጨረሻም የእግዚአብሔርን መንግሥት እንዲወርሱ እና እንደ ደመና ምስክሮች ሆነው ወደ በኲራት ማኅበር እንደ ተቀላቀሉ፣ በእምነት በኩል በክርስቶስ ወደ ቅድስተ ቅዱሳን መግባት (የዕረፍት ቀን) አሁንም አለ ይላል (ዕብ. 11÷13፤ 39-40፤ 12÷1)፡፡

ዕውነተኛ ክርስቲያን ክርስቶስ በውስጡ የነገሠ ነው፡፡ የእግዚአብሔር ሕግ የመወደድ ባሕርይ ይታይበታል፡፡ የሙሴን ሕግ በመንፈስ ቅዱስ አማካይነት በውስጠኛው ሰውነቱ ለመፈጸም ደስተኛ የሆነ እና ዐቅም ያለው ነው (ሮሜ 8÷3-4)፡፡

የሮሜን መጽሐፍ ምዕራፍ ስናጠና ብዙ የምናስተውላቸው ዕውነቶች አሉ፡፡ በይበልጥም ምዕራፍ 8 ስንመጣ በክርስቶስ ድል-ነሸ በሆነው የትንሣኤ ኃይል ተውጦና ከኲነኔ ነፃ ወጥቶ የክብር ተስፋ የሆነውን ክርስቶስን በማሳየት ይመላለሳል (ሮሜ 8÷9)፡፡ይህ የዳነ ሰው ክርስቶስ በእርሱ የበለጠ እንዲገለጥ (በእምነት እንዲኖር) እንዲታይ፣ የሕይወት መንፈስ ሕግ የሆነው ክርስቶስ ኢየሱስ በካፈለው የክብር ሕይወት፣ ማለትም ጌታችን ከሙታን ተነሥቶ በእግዚአብሔር ኃይል በአብ ቀኝ የተቀመጠበት የክብር ሕይወት ሲሆን፣ የቅዱሳን ርስት እንደ ተስፋ ቃል በእምነት ተቀብሎ ማደግና ይህን ሊፈጽም ሊቀ ካህናት የታመነ እንደ ሆነ መረዳት ማወቅ ይኖርበታል፡፡

በእምነት በኩል «ጽድቅ በእምነት» ምክንያት ወይም **ክርስቶስ ጽድቁ የሆነለት** ሰው በመንፈስ ቅዱስ አማካኝነት የክርስቶስ ፍቅር ፈሰሰበት ደንጋዩ ልብ ተወግዶ አዲስ ልብ (አዲስ ፍጥረት) የሆነው አማኝ እንዲሁ ደግሞ **ክርስቶስ ቅድስናው ስለሆነ** በውስጡ ሰውነቱ የፈሰሰው የክርስቶስ ሕይወት በእምነት በኩል ሕያው ሆኖ እያጸናውና እያጠነከረው ከውስጡ ወደ ውጭ በክርስቶስ ይገለጣል፤ ያበራል (ኤፌ. 3፥16-19)፡፡ ሮሜን ስናጠና በውስጥ ሰውነቱ ደስ የሚለውን ሰው እናገኛለን፡፡

በእርግጥ ይህ በሮሜ 7 ላይ ያለው፡- የዳነ ሰው ወይስ ያልዳነ ሰው ነው? የሚለው በይበልጥም ከቍጥር 13-14 የተለያየ መረዳት ቢኖርም፣ ነገር ግን ሁላችንንም አንድ የሚያደርገንን ዕውነት እናገኛለን፡፡ ይህ ሰው በውስጡ ሰውነቱ ሕጉን የመውደድ ባሕርይ ይታይበታል፡፡ ሆኖም ግን የኃጢአት ምኞት በአዳማዊ ባሕርይ (ኃጢአተኛ ሥጋ - አሮጌው ሰው) አለው፡፡

የማይወድደውን ሲያደርግ ራሱን ያገኘዋል፡፡ ሀ) ፈቃድ ለ) ሕጉን መውደዱ አለው፡፡ ያለ ፈቃዱ ግን የሚነዳው በውስጡ ያለ ኃጢአት መሻት በብልቶቹ መሰጠት አሸንፎት የሞት ፍሬ እያፈራበት ይገኛል (ሮሜ 7፥5፣ 18፣ 19)፡፡ ይህ ሰው በውስጡ ሰውነቱ ሕጉን ይወዳል፡፡ ፈቃዱን ሕጉን (የሙሴን ሕግ) ጨምሮ ለፈጸም ፈቃዱም ነው፡፡

ሕግጋቱን እንዲወደድ የሚያደርገው ፍቅር ቢገለጥም (የብሉይ አባቶች እግዚአብሔር ሲወድዱ ቢታዩም)፣ ይህ የእግዚአብሔር ፍቅር ግን በልቦናቸው አድሮ ለውጦአቸውና ፍቅሩ ግድ ሲላቸው ሲነዳቸው፣ ደግሞም ሲለብሱት አይታይም (ሮሜ 5፥5፤ 2ኛ ቆሮ. 5፥14)፡፡ በመስቀሉ የተገለጠው የክርስቶስ ፍቅር ውስጣቸው ገርዞ በፍቅሩ ተነድፈው የሙሴን ሕግጋት በደስታ ለመፈጸም የሙሴ ሕግ ሳይሆን፣ የሕይወት መንፈስ ሕግ (የፍቅር ሕግ) ተሰጠን፡፡

በዚህ ፍቅር የተነካ (ስፋቱ ርዝመቱ ጥልቀቱ የማይለካው ፍቅሩ) የተነደፈ ሰው የሙሴን ሕግ እንኳ ሳይቀር በጨለማ ዓለም ፍቅርን ሊገልጥ ሊያበራ ፈቃደኛ ብቻ ሳይሆን፣ ፈቃዱም በውስጡ ሰውነቱ የጨከነና የጸና ነው (የሐዋ. 4፥20፤ ዘጸ. 21፥5፤ መዝ. 26፥3)፡፡ ምክንያቱም አሁን በክርስቶስ ሆኖ የሙሴን ሕግ ለመፈጸም ዕዳ ያለበት ፍቅር ብቻ ስለሆነ ነው (ሮሜ 13፥8፤ ገላ. 5፥14)፡፡

ክርስቶስ ያደረገለትን፣ ማለትም በሞቱ ኃጢአቱን ማስወገዱ፣ በትንሣኤው የጽድቁን ስጦታና የቅድስናውን ክብር ስጦታ ተቀብሎ በጸጋው አሠራር እየኖረ፣ ዘወትር የፍቅር ባለ

ዕዳ ነው (መዝ. 116፥12፤ 2ኛ ቆሮ. 5፥15)፡፡ የክርስቶስን ፍቅር (የእግዚአብሔርን መልካምነት) እንዳይረሳ መጠንቀቅ ይኖርበታል፡፡

እንደ ብሉይ ኪዳን ሰዎች በጽላት ላይ የተጻፈ ሳይሆን፣ በመንፈስ ቅዱስ በልባችን የተቀረጸ የፈሰሰ የተዋሐደ የክርስቶስ ሕይወት ነው (መዝ. 103፥2)፡፡ ከክርስቶስ ጋር ሞተው የተነሡ የቅድስና ፍሬ የማፍራት ዐቅም ሆኖላቸዋል (ሉቃስ 17፥15)፡፡ በአዲሱ ኪዳን ይህ ፍቅር በልባችን የፈሰሰ እና የዳሰስነው፣ የጨበጥነውም ስለሆነ በአንደበታችን እና በሥራ የሚገለጥ ፍቅር በውስጣችን አድሮ አሁን ፍሬ ያለን ሆነናል (ዕብ. 2፥18፤ ማቴ. 21፥16፤ 1ኛ ተሰ. 1፥2-3፤ ዕብ. 6፥10፤ መዝ. 107፥22)፡፡

የዕብራውያን ጸሐፊ እንደ ገለጠው የአመኑት አይሁድ የጌታችን የኢየሱስ ፍቅር ሕግ አሸንፎአቸው ደግሞም በውስጣቸው ጠልቆና አጥለቅልቆ ስለ ወረሳቸው ታላቅ መከራ በነበረበት በኔሮ ዘመነ መንግሥት ካልሲየም ውስጥ ለዱር አራዊት መጫወቻ በሆኑበት ጊዜ፣ ባልተገረዙ አረማውያን ዘንድ መዘበቻ ሆነው ሳለ፣ ታላቅ ደስታና ምስጋና ከአፋቸው ሳይለይ፣ ፍቅሩ እንደ ወንዝ ጅረት በውስጣቸው እየፈሰሰ፣ አሳልፈው ለሰጡአቸው ሰዎች እየጸለዩ ሕይወታቸው አለፈ፡፡

መንፈሳቸው ወደ ጽዮን ተራራ ዐረገ፡፡ ወደ በኵራት ማኅበር ገቡ (ዕብ. 10፥32-33፤ 12፥23)፡፡ የፍቅሩ ጒልበት የቅድስናው ኃይል ሊሠራ ክርስቶስ ውስጣችንን እምነት በኩል ገዛው (አዲስ ፍጥረት) አደረገን፡፡ በእኛ የጀመረውን ሊፈጽመው በአብ ቀኝ ተቀምጦ በሊቀ ካህንነቱ ለዘላለም ይኖራል፡፡

ምዕራፍ አንድ

ቍጥር 1 *"ከጥንት ጀምሮ እግዚአብሔር በብዙ ዐይነትና በብዙ ጎዳና ለአባቶቻችን በነቢያት ተናግሮ*

በብዙ ዐይነትና በብዙ ጎዳና ለአባቶቻችን ተናግሮ

በመጀመሪያው ቍጥር ላይ **በብዙ ዐይነትና በብዙ ጎዳና** የሚለው የእንግሊዘኛው አቻ ትርጉም ከአማርኛው ጋር በብዙ የተመጣጠነ ነው (many times in various ways) ይለዋል፡፡ የዕብራይስጡና የግሪኩ ትርጒም ደግሞ ሰፊ ግንዛቤን የሚያስጨብጠን ነው፡፡ በእንግሊዘኛው *Ways* ለሚለው *hados* የሚል የግሪክ ትርጒም አለው፡፡ ይህም የአእምሮ የግንዛቤ ስፋትንም ያመለክታል፡፡ በተለያዩ መንገዶች የእርሱን መልእክት እንዲጨብጡ ሊያስረዳቸው፣ ሊገልጥላቸው እንደ ጣረ ያመላክታል፡፡ አእምሮ ሊረዳ የሚችልባቸውን በርካታ አማራጮች እንደ ተጠቀመ፣ በዘመናት መካከል ለብዙዎች እንደ ተናገረ ያሳያል፡፡

እነኚህ ጎዳናዎች በዋናነት በሁለት መንገድ ይነጻጸራሉ፡፡ እነርሱም ሰዎችን በመጠቀም የተናገረባቸው መንገዶችና ወራሽ በሆነው በልጁ የተናገረን መንገድ ናቸው፡፡ በብሉይ ኪዳን እንዲሁም በአዲስ ኪዳን ውስጥ ሊሆን ያለውን እንደ መስታወት በማንጸባረቅ የሰው ልጅን አዳኝነት ያትታል፡፡ ይህንንም የተለያዩ ሰዎች በዘመናት በተለያየ መንገድ ገልጸውታል፡፡

ሙሴን የመሳሰሉ የብሉይ ኪዳን አገልጋዮች የመሢሑን አዳኝነት ተርከውታል፡፡ ሙሴ በዘመኑ አንድ ትልቅ መንፈሳዊ አባት ነበር (ዕብ. 3፥1-6)፡፡ ሙሴ በዘመኑ እስራኤላውያንን ከግብፅ ባርነት ነፃ ሲያወጣ፣ ስለ መሲሁ መምጣትና በኃጢአት ባርነት ውስጥ ያሉትን ሁሉ ነፃ ስለ ማውጣቱ ምሳሌ ሆኖ አገልግሎአል፡፡ ካህናት፣ ነቢያት፣ ነገሥታትም በታሪክ መካከል የመሢሑን መምጣት ሲያውጁ እናያለን፡፡

ጌታችን ኢየሱስ በሚኖርበት ዘመን ሙሴ በአይሁድ ዘንድ እጅግ ይከበር ነበር፡፡ የሙሴን ሕግጋት ግን የሚፈጽሙ ሰዎችም ነበሩ፡፡ እንደዚሁም በሃይማኖት አባቶች የተደገፈ በቤተ መቅደስ ውስጥ የሚካሄድ ንግድ በመኖሩ ምክንያት፣ ጌታችን የጸሎት ቤት ሊሆን ሲገባው፣ እናንተ ግን የወንበዴዎች ዋሻ አደረጋችሁት ማለቱ ይታወሳል፡፡

በጊዜው በሕዝቡ ዘንድ የጌታ አገልግሎት ያለውን ሥፍራ ከነቢያቶቹ ጋር የሚያዛምዱ ሰዎችም ነበሩ፡፡ *«ኢየሱስም ወደ ፊልጶስ ቂሣርያ አገር በደረሰ ጊዜ ደቀ መዛሙርቱን ሰዎች የሰውን ልጅ ማን እንደ ሆነ ይሉታል? ብሎ ጠየቀ። እነርሱም አንዳንዱ መጥምቁ ዮሐንስ፥ ሌሎችም ኤልያስ፥ ሌሎችም ኤርምያስ ወይም ከነቢያት አንዱ ነው ይላሉ አሉት።»* (ማቴ. 16፥13)

"አይሁድ እርሱን ከብበው፤ እስከ መቼ ድረስ በጥርጣሬ ታቆየናለህ? አንተ ክርስቶስ እንደ ሆንህ ገልጠህ ንገረን አሉት" (ዮሐ. 10፥24)፡፡ ይህ ዐይነቱ ጥያቄ ጌታ በነበረበት ጊዜ ምጥ የሆነ እና መልስ ያጣ ነበረ፡፡ ጌታ ኢየሱስ እንደ ተቀባው ነቢይ እንደ ሙሴ ተመሳሳይ ተአምራትን እንዲያደርግ እና መናም ጭምር እንዲያወያርድ ተጠይቆ ነበር (ዮሐ. 6፥28-31)፡፡

በመጨረሻም ይህን ጥያቄ በሊቀ ካህናቱ ተጠይቆ ነበረ፡- "አንተ የእግዚአብሔር ልጅ ክርስቶስ የሆንህ እንደ ሆን እንድትነግረን በሕያው እግዚአብሔር አምልሃለው" (ማቴ. 26፥63)፡፡ "ፊልጶስም እንድርያስን አግኝቶ ሙሴ በሕግ ነቢያትም ስለ እርሱ የጻፉትን የዮሴፍን ልጅ የናዝሬቱ ኢየሱስን አግኝነተዋል አለው" (ዮሐ 1፥45)፡፡

ሐዋርያው ቅዱስ ጴጥሮስም ጌታ ከህማማቱ ማዶ በክብር መንፈስ ከሙታን ተነሥቶ በአብ ቀኝ ከተቀመጠ በኋላ በነቢዩ ሙሴ የተናገረው የተቀባው (ክርስቶስ) እንደ ነበረ ተናገረ (የሐዋ. 3÷22-23)፡፡ ሰማዕቱ እስጢፋኖስም በአይሁድ አለቆች ዘንድ ሲናገር ሙሴ ስለ ተናገረለት ስለ መሢሑ ያሳስባቸዋል (የሐዋ. 7÷37)፡፡

እንግዲህ ሙሴ፣ ኤልያስ በእስራኤል አባቶች ዘንድ ሕግጋቱን እና እግዚአብሔርን ሲወክሉ ጌታም ጴጥሮስን፣ ዮሐንስ እና ያዕቆብን ወደ ተራራ ይዞ በወጣ ጊዜ፣ በድንገት ወደ ሰማያዊ ክብር ገብተው ነበር፡፡ ሐኪም የሆነው ሉቃስ ሲዘግብ እንዲህ አለ፡- “ሲጸልይም የፊቱ መልክ ተለወጠ ልብሱ ተብለጭልጮ ነጭ ሆነ፡፡ እነሆ ሁለት ሰዎች እነርሱም ሙሴ እና ኤልያስ ከእርሱ ጋር ነበሩ፡፡ ከእርሱ ጋርም ይነጋገሩ ነበር፡፡ በክብርም ታይተው በኢየሩሳሌም ሊፈጸም ስላለው ስለ መውጣቱ ይናገሩ ነበር” (ሉቃስ 9÷29-33)።

ይህን ክብር ያየው ጴጥሮስ ድንገት ነሸጥ አድርጎት፡- “ጌታ ሆይ÷ በዚህ መሆን ለእኛ መልካም ነው፤ አንድ ዳስ ለአንተ፣ አንድ ለሙሴ እንዲሁም አንድ ዳስ ለኤልያስ በማድረግ ሦስት ድንኳኖች እንሥራ! አለው፡፡” በእርግጥም ነቢያት አባቶች ስለ መሢሑ የተናገሩት . . . . የእግዚአብሔር ልጅ በዘመን መጨረሻ በአብ በተወሰነው ቃል በእስራኤል ምድር ተገልጦ የምሥራች ዐወጀ፡፡ አይሁድ ግን ሊሰሙት አልፈለጉትም፤ እርሱንም አልወደዱትም (ዮሐ. 3÷19)፤ በእርሱም ከቶ አላመኑበትም (ዮሐ. 10÷25)፤ ዳሩ ግን ሊገድሉት ፈለጉ (ማቴ. 12÷14)፡፡ ሆኖም ፈቅዶ ራሱን ስለ ሰው ልጆች መሥዋዕት ይሆን ዘንድ ሰጠ፡፡

ወስደውም አፌዙበት፤ የሐሰት ምስክሮችንም አስቀምጠው ደበደቡት፤ ገረፉት፤ ዓመፀኞች ለሆኑት ሮማውያንም አሳልፈው ሰጡት፡፡ እነርሱም፡- “አንተ ማን ነህ?” ብለው የጠየቁት ሲሆን፣ ጲላጦስም አንተ ንጉሥ ነህን? ብሎ ጠየቀው፡፡ ጲላጦስ ከአይሁድ ወገን ስላልሆነ ቅባት ምን እንደ ሆነ አያውቅም፡፡ ሆኖም ገዥ ንጉሥ እንደ ሆነ እርሱን ጠየቀው፤ ገረፈው፤ የእሾህ አክሊል ደፍቶ ከብዙ ዕንግልት በኋላ በአይሁድ ዘንድ አቁሞ አዋረደው፡፡ በመጨረሻ የሚሰቀልበትን ተሸክሞ እንዲሄድ አስገድደውት ሰቅለው ገደሉት፡፡

ብዙም ሳይቆይ በሦስተኛው ቀን በሥጋው መበስበስን ሳያይ ነቢያት አባቶች እንደ ተናገሩት “ሕያው” መሆኑ ተረጋገጠ፡፡ በኤማሁስ የሚሄዱት መንገደኞች ይህን ሰምተው እየተነጋሩ ሲሄዱ፡- “እኛንም አስገረመን!” አሉ (ሉቃስ 24÷22)፡፡

መንገደኞቹ ይህን እየተጨዋወቱ እያወሩ ሲሄዱ፡- "እየጠወለጋችሁ ስትሄዱ እርስ በርሳችሁ የምትነጋገሯቸው እነዚህ ነገሮች ምንድን ናቸው?" ብሎ የተናራቸው የነቢያቱን ቃል ከማመን ልባቸው መዘግየቱን ነቅፎ፡- "ክርስቶስ ይህን መከራ ይቀበል ዘንድ ወደ ክብሩም ይገባ ዘንድ ይገባው የለምን? አላቸው፡፡" ሐኪሙ ሉቃስ ሲቀጥል "ከሙሴ እና ከነቢያቱ ሁሉ ጀምሮ ስለ እርሱ በመጻሕፍት ሁሉ የተጻፈውን ተረጐመላቸው፡፡"እንዲያ እያሉ ሲሄዱ ወሬው ጣፍጧቸው ልባቸው እየተቃጠለ ባለበት ሁኔታ እራት እንብላ ብለው ግድ አሉት፡፡ እርሱም እንጀራውን ሲቆርስ ጸሎቱ ተለየባቸው፡፡ ኢየሱስ እንደ ሆነ በጸሎቱ ተረድተው ዐይኖቻቸው ተከፍተው ተመለከቱትና ዐወቁት፡፡ የዕብራውያን ጸሐፊ. . . . እንደ ተናገረው እግዚአብሔር አምላክ በመጨረሻ በልጁ ተናገረን፡፡

የዕብራውያን አማኞች በዚህ በእግዚአብሔር ልጅ ከማመን ልባቸው የዘገየበትና ወደ ኋላ ማፈግፈግ የጀመሩበት ጊዜ ነበር፡፡ ሐዋርያው ራሱ የእግዚአብሔር ልጅ ነቢያቱ የመሰከሩለት ነው እያለ በዕውነታው ጸንተው እንዲኖሩ ይጽፍላቸዋል፡፡ መጽሐፍ ቅዱስ ስለ መጥምቁ ዮሐንስ ሲናገር፡- "የሚመጣው አንተ ነህ ወይስ ሌላውን እንጠብቅ?" ብሎ ደቀ ማዘሙርቱን ወደ ኢየሱስ ላከ" (ሉቃስ 7÷19)፡፡

ይህ ታላቅ ሰው በእስር ቤታ ሳለ እምነቱ እንደ ኤማሁስ መንገደኞች እየዛለ እየጠወለገ መምጣቱን እናያለን፡፡ ሆኖም እምነታቸው እንዲጸና ዐይናቸው ትኩር ብሎ በመሢሑ ላይ እንዲያርፍ እነዚህን ሰዎች ያሳሰባቸው ነበር፡፡ የዕብራውያን ጸሐፊ "የእምነታችንን ራስና ፈጻሚውን ኢየሱስን ተመልክተን በፊታን ያለውን የእምነት ሩጫ በትዕግሥት እንሩጥ÷ እርሱ ነውርን ንቆ ... ሁሉን በሚችል በእግዚአብሔር በግርማው ቀኝ ተቀምጧል" ይለናል (ዕብ. 12÷2)፡፡

በብሉይ ኪዳን በነቢያች የተነገሩት ብዙ ትንቢቶች የእግዚአብሔር ቍጣ የሚገለጽበት ቃል ቢኖርም፣ የመልእክታቸው ዕምብርት የመሢሑ መምጣት አብ በልጁ በኩል ለእስራኤል ሰላም እንዲያመጣ ነበር፡፡ ይህም የኃጢአትን ስርየት በመስጠት ሰላምን እንደሚያደርግ በነቢያት የተነገረለት ነው፡፡ (የሐዋ. 10÷43፤ የሐዋ. 3÷25)፡፡

በኃጢአት ምክንያት የነደደው የእግዚአብሔር ቍጣ በብሉይ ኪዳን በይበልጥ በመገለጡ እስራኤል በዐውሎ ነፋስ ተናውጣ መጽናናትን ማግኘት የማይቻልበት ሁኔታ ውስጥ ገብታ ነበረ (ኢሳ 54÷8)፡፡ "በጥቂት ቍጣ በቅጽበት ዐይን ፊቴን ከአንቺ ሰወርሁ" በማለት ኃጢአታቸው ከአምላካቸው ለይቷቸው እንደ ነበረ ይገልጻል፡፡ በመሢሑ

መሥዋዕትነት በእምነት የአብርሃምን በረከት የሚቀበሉ በመሆናቸው "እንቺን እንዳልቈጣ እንዳልዘልፍም ምያለሁ" ብሎ የሰላምን ኪዳን በክርስቶስ እንደሚገባ ተናገረ፡፡

የባሕርይው ምሳሌ፣ የክብሩ ነጸብራቅ የሆነው የእግዚአብሔር ልጅ ኢየሱስ፣ ለቤተ ክርስቲያን ተገለጠ፡፡ አብ በክርስቶስ ኢየሱስ ሰላምን ተናገረ፤ ኪዳን ገባ፤ ኃጢአታችን በደሙ አጠበ፤ በሩቅም በቅርም ላሉ ሁሉ ይህ ሰላም በክርስቶስ ተነገረ (ኢሳ. 57÷19፤ ኢሳ. 54÷10፤ የሐዋ. 10÷36)፡፡

መላእክቱም እግዚአብሔርን በማገልገል፣ መልእክተኛ ሆነው የመሢሑን መምጣት ይጠቊሙ ነበር (ዕብ. 1÷3-2÷18)፡፡ ሊቀ ካህናቱ አሮንንና ሌሎችም የብሉይ ኪዳን ካህናትም የመሢሑን አዳኝነት በብዙ ጎዳና ወደ ሰው ልብ ውስጥ የሚያሰርጹ ሆነው አልፈዋል (ዕብ. 5÷1-10)፡፡

በብሉይ ኪዳን ነቢያት አማካኝነትም የተሰጠው አገልግሎት የመሢሑን አዳኝነትና ታላቅነት የሚያበስር ነበር፡፡ የነቢያቱ አገልግሎት በአዲስ ኪዳንም የቀጠለ ሲሆን፣ በብሉይ ኪዳን ዘመን የሠሩዋቸው ሥራዎች በነቢያት መጽሐፍ ተጽፎ ይገኛል፡፡ወደ አዲስ ኪዳን አገልግሎት ስንመጣም በወንጌላት ውስጥ ከተገለጹት ከመላእክቱና፣ ከኮከብ ቈጣሪዎች እንሥቶ ካህናቱና ነቢያቱም ስለ መሢሑ አዳኝነት ተናግረዋል፡፡ ዛሬም እግዚአብሔር በመንፈስ ቅዱስ አማካይነት ለእያንዳንዳችን ይናገረናል፡፡ በአዲስ ኪዳንም ለአንዴና ለመጨረሻ ጊዜ በልጁ አማካይነት ተናገረን፡፡

በተለያየ መንገድ /በብዙ ጎዳና/፡- በግሪኩ በብዙ መንገድ የሚለው ቃል በአንድ መልክ ማለት አይደለም፡፡ ፈቃዱን ለማስተላለፍ የተለያዩ ዘዴዎችን ሥራ ላይ አውሎአል፡፡ በአንድ ወቅት በቀጥተኛ የግንኙነት ዘዴ ነበር፡፡ በሌላ ጊዜ ደግሞ በሕልም እንደዚሁም በሌላ ጊዜ በራእይ ... ወዘተ ነው፡፡ ... ከዚህ በተቃራኒ እግዚአብሔር አሁን በልጁ በኩል ተናግሮአል፡፡ ወጥ በሆነ መንገድ ተናግሮናል፡፡ በሕልምና በራእይ አይደለም፡፡ ከእርሱ ጋር በሆነ ቀጥተኛ ግንኙነት ነው፡፡ በዚህ የተጠቀምነው ቃል በአዲስ ኪዳን በየትኛውን ቦታ አይገኝም፡፡ (ባርነስ፣ አልብርት: ወደ አዲስ ኪዳን ላይ ኮሜንተሪ 1885)

በብዙ ጎዳና (ፖሉሚሮስ) polymerōs / pol-oo-mer'-oce፡- ይህ ክፍል የሚያሳየው የብሉይ ኪዳን መገለጦች ከፊል በከፊል የሚገለጡ እንደ ነበር ሲሆን፣ በተለያየ መንገድም እንደ ተገለጡ ያሳያል፡፡ በአጭሩ በብዙ ጎዳና እግዚአብሔር በተለያየ መንገድ በተለያየ ጊዜ፣ እንዲሁም በተለያየ ቦታና በተለያየ ሁኔታ እንደሚናገር ያሳያል፡፡ የእግዚአብሔር

ድምፅ በዘመናት መካከል ወደ ሕዝቡ ሲመጣ ያለመቆራረጥ የቀረበ አልነበረም፡፡ ነገር ግን ቀጣይነት ያለው እያደገ የሚመጣና ግን በተለያየ የጊዜ ወቅት የቀረበ ነበር፡፡ የ400 ዓመታት በሁለቱ ኪዳኖች መካከል ያለውን የዝምታ ዓመታት ጨምሮ በዘፍጥረት ላይ እግዚአብሔር ራሱን የተወሰነ ሲገለልጽ በዘጸአት ላይ ደግሞ እንዲህ እያለ ከዚያ በተሻለ መልክ ይገልጣል፡፡ ይህ መገለጥ እስከ ኢየሱስ ክርስቶስ መገለጥ ድረስ ይቀጥላል፡፡ እርሱ የዕውነት ሙላት የሕግና የነቢያትም ፍጻሜ ነውና፡፡ (ዮሐ. 1÷17፤ ዮሐ.14÷6) (ማቴ. 5÷17) (መጽሐፍ ቅዱስ ጥቅሶች የብሉይና /የአዲስ ኪዳን ግሪክ መዝገበ ቃላት/ የቴየር ትርጒም 1989. በ ጆሴፍ ሄንሪ ቴየር፣ ቅድመ አስቲን ሐተታ/ በጄፍ ጋሪሰን ሐተታ/ በጄፍ ጋሪሰን ተዘጋጅቷል)

በግሪኩ ጽሑፍ ውስጥ አቀማመጡ **"በብዙ ሁኔታና በብዙ መንገድ እግዚአብሔር ተናገረ"** የሚል ነው፡፡ ግሪኩ ቃሉን ከዐርፍተ ነገሩ በፊት ነው የሚያስቀምጠው፤ ይህም ትኩረት ለመስጠት ነው፡፡ ስለዚህ በዚህ ቦታም ላይ ዋናው አሳብ “እግዚአብሔር ተናገረ” የሚለው ሳይሆን፣ “በብዙ መንገድና በብዙ ሁኔታ ተናገረ” የሚለው ነው፡፡ መገለጡን የሚቃወሙትን እየተከራከረም አልነበረም፤ ነገር ግን አንባቢውን እግዚአብሔር ቀድሞ ከተገለጠባቸው መንገዶች ሁሉ አሁን በመጨረሻ በልጁ ለተገለጠው ዕውነት ለማዘጋጀት ነው፡፡

የመጀመሪያው ኪዳን መገለጦች በብዙ ሁኔታ የተሰጡ ነበሩ፡፡ በብዙ ሁኔታ ብቻም ሳይሆን፣ በብዙ መንገድም የተሰጡ ነበሩ፡፡ የመጀመሪያው ኪዳን ዕውነታዎች ሲሰጡ እግዚአብሔር ለአንዴና ለመጨረሻ ጊዜ የሆነ ንግግር አይደለም ያደረገው፤ ነገር ግን በተለያዩ መገለጦች ፈቃዱን በተለያየ ጊዜ ነበር ሲገልጥ የነበረው፡፡ ለአንድ ጸሐፊ አንድ ዕውነት ሲሰጠው፣ ለሌላው ደግሞ ሌላ ዕውነት ይሰጠው ነበር፡፡ እግዚአብሔር በተለያየ መንገድ ነበር ሲናገር የነበረው፡፡ ይህ የተለያየ መንገድ የሚያሳየው እግዚአብሔር በተለያየ መንገድ ለአገልጋዮቹ መናገሩን ሳይሆን፣ የመልእክቱም ይዘት በዐይነትና በመጠንም የተለያየ እንደ ነበር ነው፡፡

ለእስራኤል በአንድ መንገድ በሙሴ ሲናገር፣ በሌላ መንገድ ደግሞ በኢሳይያስ ተናግሮ ነበር፡፡ በመገለጡ መጀመሪያ ይዘቱ ቀለል ያለ ይመስል ነበር፡፡ ቆይቶ ግን መለኮታዊ ይዘት መያዝ ጀመረ፡፡ እንደገና ደግሞ መገለጡ በእስራኤል መታመንና አለ መታመንም ላይ ይወሰን ነበር፡፡ የእስክንድሪያው ክሌመንት ይህንን አሳብ ከኤፌ 3÷10 አሳብ ጋር ሲያያይዘው ይታያል፡፡ (ዌስት, ኬ. ኤስ. የግሪክ አዲስ ኪዳን ቃል ጥናት፦ ኢርድማንስ 1947)

ጀሚሰን፡- የትኛውም ነቢይ በዘመኑ ሙሉ መገለጥን ተቀብሎ አላስተላለፈም። ሁሉም በዘመኑ ከፊል መገለጥን ወይም የየዘመኑን መገለጥ ነበር የሚያስተላልፉት፡፡ ለኖኅ በየትኛው የዓለም ክፍል መሢሑ እንደሚገለጥ፣ ለአብርሃም ከየትኛው አገር፣ ለያዕቆብ ከየትኛው ነገድ፣ ለያዕቆብና ኢሳይያስ ከየትኛው ቤተ ሰብ፣ ለሚልክያስ የሚወለድበትን ከተማ፣ ለዳንኤል ትክክለኛውን ጊዜ፣ ለሚልክያስ መንገድ ጠራጊውንና ሁለተኛ መገለጡን፣ በዮናስ ሞትና ትንሣኤውን፣ በኢሳይያስና በሆሴዕ ትንሣኤውን፡፡ ሁሉም በከፊል ያውቃሉ ፍጹም የሆነው መሢሕ ግን በሚገለጥበት ወቅት ከፊል የሆነው ያልፋል (1ኛ ቆሮ. 13÷12)፡፡ (ጀሚሰን፣ ኮሜንተሪ)

ሜየር፡- እንዲህ ያስቀምጠዋል "የትኛውም ነቢይ ቢሆን ሁሉንም ዕውነት ገልጦ ሊናገር አይችልም፡፡ሁሉም ከእግዚአብሔር ዘንድ ታማኝ አድርጎ በሚሰጣቸው የተገለጡ ሲሆን፣ ይህንን ከፊል ዕውቀትም ነበር ለሰዎች የእግዚአብሔርን ነገር የሚገልጡት፡፡ ነገር ግን በኢየሱስ ዘንድ የነበረው ከፊል ዕውቀት አልነበረም፡፡ በእርሱ ዘንድ የነበረው ምሉዕነት ነው፡፡ እርሱ ነው ሙሉውን የእግዚአብሔርን ማንነት ለዓለም የተረከው፡፡" (ዕብ 1÷3-4) - የክርስቶስ ክብር፡- በ ኤፍ. ቢ. ሜየር)

በብዙ ጎዳና (ፖሉትሮፖስ) polytrópōs / pol-oo-mer'-oce፡- የሚለው የሚያመለክተው እግዚአብሔር ቃሉን የሚገልጥበትን የተለያየ መንገድ ሲሆን፣ እርሱ በሕልም፣ በድምፅ፣ በምልክት፣ በመላእክት ጉብኝት እና በተለያዩ መንገዶች ቃሉን ገልጧል፡፡ ለሙሴ በቊጥቋጦ እሳት፣ ለኤልያስ በሽሽውታ ድምፅ (1ኛ ነገ. 19÷12)፣ ለኢሳይያስ በመቅደስ ራእይ (ኢሳ. 6÷1)፣ ለሆሴዕ በቤተ ሰብ ሁኔታው (ሆሴዕ 1፡2) ተገልጧል፡፡ ለአሞጽ ፍሬ በሞላበት ቅርጫት (አሞጽ 8÷1)፡፡ ብዙ ጎዳና የሚለው ቃል ቀጥተኛ ባልሆነ መልከ የብሉይ ኪዳን ሕግን፣ ታሪክን፣ ግጥምን ትንቢትንና የመሳሰሉትንም ለመጥቀስ ያገለግላል፡፡ ጸሐፊው እዚህ ጋር ሊያስቀምጥ የፈለገው ነገር ቢኖር እግዚአብሔር በብሉይ ኪዳን ለሕዝቡ በተለያየ፣ ነገር ግን ፍጹም ባልሆነ መንገድ ሲናገር እንደ ነበር ነው፡፡ (መጽሐፍ ቅዱስ ጥቅሶች የብሉይና /የአዲስ ኪዳን ግሪክ መዝገበ ቃላት/ የቴየር ትርጉም 1989. በ ጆሴፍ ሄንሪ ቴየር፣ ቅድመ አስቲን ሐተታ/ በጂፍ ጋሪሰን ሐተታ/ በጂፍ ጋሪሰን ተዘጋጅቷል)

ማክአርተር፡- ልንረዳው የሚገባን ነገር ቢኖር ብሉይ ኪዳን በምንም መልከ ስሕተት አለመሆኑን ነው፡፡ ነገር ግን የእግዚአብሔር ዕውነት በአዲስ ኪዳን በሙላት በርቶ እስኪገለጥ የብሉይ ኪዳን ብርሃን እየጨመረ የሚሄድ ነው፡፡ የአዲስ ኪዳን እና የብሉይ ኪዳን ልዩነት አንዱ ዕውነት ሌላው ሐሰት የመሆን ነገር ሳይሆን፣ የጊዜና የፍጹምነት

ነው፡፡ ልጆች ንግግርን ሲማሩ መጀመሪያ ቃላት ከዚያ ዐርፍተ ነገርን እንደሚማሩ፣ እግዚአብሔርም መገለጡን ወደ ምድር ያመጣው በዚህ መንገድ ነው፤ የብሉይ ኪዳን መጻሕፍትና ትንቢቶቹ የአዲስ ኪዳን በሆነው የኢየሱስ ክርስቶስ መገለጥ ወደ ፍጻሜው መጥተዋል፡፡ (ዕብራውያን፡ ጆን ኤፍ. ማክአርተር የአዲስ ኪዳን ሐተታ 1983)

በግሪኩ ምንባብ የቃላቱ አቀማመጥ «በጥንት ዘመን **በተለያየ መንገድ** እግዚአብሔር ተናግሮ ነበር» ግሪኩ ለትኩረት ቃሉን በአረፍተ ነገሩ መጀመሪያ ያስቀምጣል፡፡ ስለዚህ በዚህ ላይ እንደ ጸሐፊዉ አስተሳሰብ ዋናዉ ፍሬ ነገር እግዚአብሔር መናገሩ ሳይሆን ነገር ግን በጥንት ጊዜ መናገሩና በተለያየ መንገድ መናገሩ ነው፡፡ እያስቀየረ ያለው በመገለጥ ላይ የሚኖር ክህደትን አይደለም፤ ነገር ግን ከመጀመሪያው መገለጥ በኋላ እግዚአብሔር አሁን በልጁ መገለጥ በኩል ላመጣው የመጨረሻው ቃል አንባቢያንን እያዘጋጀ ነው ያለው፡፡ የአዲስ ኪዳን ዕውነት መገለጥ በጥንት ጊዜ polumeros የተሰጡ ናቸው፡፡ ቃሉ የተሠራው **ከብዙ (polus)**፣ እንደዚሁም **ከፍሎች (meros)** ከሚል ነው፡፡ አጠቃላዩ ትርጉም **በብዙ ክፍሎች** ማለት ነው፡፡

የአዲስ ኪዳንን እዉነት በመስጠት እግዚአብሔር በአንዴና ለሁሉም አልተናገረም፤ ነገር ግን በተለያዩ መገለጦች አማካይነት ሲሆን፣ እያንዳንዱ የፈቃዱን የተወሰነ ክፍል ያስቀምጣል፡፡ አንዱ ጸሐፊ አንድ ነገር ተሰጥቶታል፤ ሌላው ደግሞ ሌላኛው የዕውነቱን ክፍል ተሰጥቶታል፡፡ እግዚአብሔር በተለያየ መንገድ ተናግሮአል፡፡ ይህ እግዚአብሔር መገለጡን ለጸሐፊው ስለ ሰጠበት የተለያዩ መንገድ የሚናገር አይደለም የሚያወራው፣ ነገር ግን በይዘት ሆነ በቅርጽ የተለያየ የመገለጦችን ወይም መንገዶችን የሰጠበት ነው፡፡ እግዚአብሔር ለእስራኤላዉያን በሙሴ በኩል በአንድ መንገድ ተናገረ፤ በሌላ በኩል ደግሞ በኢሳይያስ በኩል ነው፡፡ በራእይ መጀመሪያ አቀራረቡ በአነስተኛ ደረጃ ነበር፡፡ በኋላ በጣም የዳበረ መንፈስንና ስሜትን የሚነካ ነበር፡፡ እንደገናም በእስራኤል መታመንና አለመታመን ላይ በመመሥረት መገለጡ የተለየ ሆኖ ቀረበ፡፡ የእስክንድሪያው ቅሌምንጦስ ይህንን የምንባብ ክፍል ከኤፌ. 3፥10 ጋር ነው ያያያዘው፡፡ ይህም 'ብዙ ልዩ ልዩ የእግዚአብሔር ጥበብ' የሚል ነው፡፡

የመጀመሪያው የእግዚአብሔር መገለጥ እያደገ የሚሄድ ነበር፡፡ ሁሉም ነገር በአንድ ጊዜ አይገለጥም ነበር፡፡ ምክንያቱም ሁሉንም ነገር በአንድ ጊዜ መረዳት ስለማይቻል ነው፡፡ ስለዚህ መገለጡ በተለያየ ክፍል ነው የተሰጠው፡፡ ከዚህም በተጨማሪ በተለያየ መልክ ነበር የተሰጠው፡፡ በሕግ መልክ ተሰጥቶአል፤ በትንቢት መልክ ተሰጥቶአል፤ በታሪክ መልክ ተሰጥቶአል፡፡ በተጨማሪም በመዝሙር መልክ፣ በምልክት፣ በዐይነት፣ በምሳሌ

ተሰጥቶአል፡፡ ገላጭ ሰባኪዎች እንዲህ ይላሉ፡- የእስራኤል ሕዝብ ልክ ሰዓት ሲቈጥር እንደሚሰሙ ዐይነት ናቸው፡፡ ወደ ዕውነት የሚጠጉ፣ ነገር ግን ሙሉው ድምፅ እስከሚሰማ ለመጠበቅ የሚገደዱ ናቸው፡፡ (ዌስት፣ ኬ. ኤስ 1947. የግሪክ አዲስ ኪዳን ጥናት)

ሬይ ስቲድማን ግልጽ በሆነ መልኩ እንደሚያስቀምጠው ጸሐፊው ማስፈር የፈለገው ነገር ኢየሱስ ከተቃዋሚዎች ይልቅ ያለውን የበላይነት በማስረጃ ለሚሰሙት መግለጽ ነው፡፡ ልክ ዛሬ የእኛ ዕይታ በቀላሉ እንደሚስት በዚያን ወቅት የነበሩ ሰዎችም ዕይታቸው በቀላሉ ከመስመር ወቶጥ ነበርና እነርሱም እንደ እኛ ሌሎች ድምፆችን ለመስማት ተፈትነው፣ ተገፍተው፣ ዝለውም ነበር፡፡ በዕብራውያን ከ1-7 ባሉት ምዕራፎች እነዚህን ተፎካካሪዎች ይገልጽና ከኢየሱስ የሚያንሱበትንም ምክንያቶች ያስቀምጣል፡፡ ከእነዚህ ድምፆች አንዳቸውም ሐሰት አልነበሩም፡፡ ሁሉም በእግዚአብሔር የተቀቡና በተገቢው ጊዜ ተገቢ ድምጽ ነበሩ፣ ሁሉም በጊዜው እግዚአብሔርን በተገቢው ድምፅ ያገለገሉ ድምፆች ነበሩ፤ አሁን ግን ከእነዚህ ሁሉ የሚበልጠውና የእግዚአብሔር ፍጹም መለኪያ የሆነው ድምፅ ተገልጧል፡፡ ስለዚህ ጸሐፊው ቀድሞ ከነበሩት ድምፆች ወደዚህኛው ድምፅ ሊመልሰን ይሞክራል፡፡ መጀመሪያ ነቢያት ከዚያም መላእክት፣ የእስራኤል ነገሥታት፣ ከዚያም የእስራኤል መሪዎች ሙሴ እና ኢያሱ፣ በመጨረሻም የእስራኤል ክህነት መሪ የነበረው አሮን ነበሩ፡፡ እነዚህ ሁሉ የእግዚአብሔር ድምፆች የነበሩ ሲሆኑ፣ ብቻቸውን ግን ሙሉ ሊሆኑ አይችሉም፡፡ ጥሩ ነው የተባለ ነገር እጅግ መልካም ለሆነ ነገር ጠላት ነው ተብሎ እንደሚተረተው ወይም የጨረቃ ግርዶሽ በፀሐይ፣ ጎህ ሲቀድ የከዋክብት ድምቀት በፀሐይ ፍንዳቄ ሲተካ እነዚህ ሁሉ ፍጹም በሆነው በእግዚአብሔር ልጅ ድምፅ መገለጥ ተተክተዋል፡፡ (ሬይ ስቲድማን፣ ዕብራውያን 1÷1-3 ከነቢያት ይልቅ የሚበልጥ)

ከጥንት ጀምሮ ከግሪኩ polumeroos ይለዋል – **'በብዙ ዐይነት ጎዳና'** ሁሉም ነገር ለእያንዳንዱ ነቢይ አልተገለጠም፡፡ አንዱ አንዱን ዐይነት መገለጥ ነው የሚቀበለው፤ ሌላው ደግሞ ሌላውን፡፡ ለኖኅ መሢሑ ሊቀላቀልበት ያለው ዓለም ሩቡ ዕጅ ተገለጠ፡፡ ለአብርሃም መንግሥቱ፣ ለያዕቆብ ነገድ፣ ለዳዊትና ለኢሳይያስ ቤተ ሰብ፣ ለሚካ ከተማው፣ ለዳንኤል ትክክለኛው ጊዜ፣ ለሚልኪያስ ደግሞ የመንገድ ጠራጊው ቀድሞ መምጣት፣ በዮናስ በኩል ቀብሩና መነሣቱ ... ወዘተ ናቸው፡፡ እያንዳንዱ የሚያውቀው በከፊል ነው፤ መሢሑ ግን ሁሉን በማጠቃለል ሁሉን የተገነዘበ ነበር (1ኛ ቆሮ. 13÷12) (ጄሚሰን ፉስት እና ብራውን ኮሜንተሪ)

'በጥንት ጊዜ / ከጥንት ጀምሮ' የሚለውን ባርነስ ሲገልጽ፡- polumeroos የሚለው የግሪኩ ቃል በ**ብዙ መልኩ** ይፈታል፡፡ ሁሉም አንድ ጊዜ ተሰጥቶ ያለቀ አይደለም፡፡ የሰው ጥያቄ አንገብጋቢነት እየታየና እግዚአብሔርም እንደ ፈቀደ ከጊዜ ወደ ጊዜ ሲተላለፍ የቆየ ነበር፡፡ በአንድ ወቅት በታሪክ፣ ከዚያም በትንቢት፣ በግጥም፣ በምሳሌዎች፣ ሞገስ ባለውና ለየት ባለ መልእክት ... ወዘተ ሲተላለፍ የቆየ ነው፡፡

ከጥንት ጀምሮ- እግዚአብሔር በተለያዩ መንገዶች ይናገር ነበር፡፡ የመጀመሪያው ድምፅ በዔድን ተሰማ፡፡ አዳም ከመረገሙ በፊት እና በኋላ ተናገረ፡፡ በኖኅ፣ በአብርሃም፣ በሙሴ፣ በዳዊት ... ወዘተ ዘመን እግዚአብሔር ደጋግሞ ተናገረ፡፡ ይህም ቀድሞ፣ በጥንት ጊዜ የሆነ ነው፡፡ ተከታታይ ራእዮች በሙሴ እንደ ተዘገበው በአዳም ነው መታየት የጀመሩት (ዘፍ. 3)፤ ያበቁት ደግሞ ከ3500 ዓመታት በላይ በሆነ ጊዜ ውስጥ በሚልኪያስ ዘመን ነው፡፡ ከሚልኪያስ እስከ አዳኙ ዘመን የተመዘገበ አንዳች መለኮታዊ ግንኙነትና ሙሉ የሆነ የመገለጣዊ የጽሑፍ ግንኙነት አልነበረም፡፡ ወይም ደግሞ ከሙሴ እስከ ሚልኪያስ ዘመን ያለው መለኮታዊ ግንኙነት ሲመዘገብ 1000 ዓመታት ያህል ነው፡፡ ይህም ደግሞ (ለአባቶቻችን) ለቀድሞ አያቶቻችን፣ በጥንት ዘመን ላሉ ሰዎች ወይም ሕዝብ (ለነቢያት) የተሰጠ ማለት ነው፡፡ በመጽሐፍ ቅዱስ ነቢይ የሚለው ቃል ሰፋ ባለ መንገድ *ሥራ* ላይ ውሏል፡፡ የወደፊት ጊዜ ክስተት ብቻ የሚተነብዩ ማለት አይደለም፡፡ በዚህ ቦታ በሰፊው *ሥራ* ላይ የዋለው እግዚአብሔር በጥንት ጊዜ ከአይሁድ ጋር ግንኙነት ስላደረገባቸው አካላት (መልዕክተኞቹ/ አባቶች / ነብያቶች) መጥቀስ ነው፡፡

የጥንቱ መገለጥ በተለያዩ ርዕስት ላይና በተለያየ ጊዜ የተሰጡ የተለያዩ ጽሑፎች ጥርቅም ነው፡፡ አሁን ግን ለመለኮታዊው ግንኙነት ዕልባት ለመስጠት እግዚአብሔር በአንዱ ታላቅ መልእክተኛ በሆነው በልጁ በኩል ቀረበን፡፡ እንደዚሁም ወጥ የሆነና የተያያዘ መገለጥ ለሰው ልጆች አደረሰን፡፡ በዚህ የሚታየው ንጽጽር በነቢያት በተሰጡት በርካታ የመገለጡ የተለያዩ ክፍሎች መካከልና በልጁ በኩል የተሰጠው አንድነት ነው፡፡ ቃሉ በአዲስ ኪዳን በሌላ ክፍል አይገኝም፡፡ (ባርነስ፣ አልብርት፡- ወደ አዲስ ኪዳን ላይ ኮሜንተሪ 1885)

ባለፉት ዘመናት/ ከጥንት ጀምሮ በሚል ቃል ተተርጎሞ የገባው የግሪክ ቃል **ፓላይ (palai)** የሚል ሲሆን ሁለት ትርጓሜ ያለው ቃል ነው፡፡ **የመጀመሪያው** ትርጉም **ያረጀ** የሚል ሲሆን፣ ይህም **ከጊዜ አንጻር** የሚተረጐም ነው፡፡ **ሁለተኛው ፓሊዮስ (palaios)** ደግሞ **በአዲስ ነገር ይተካ ዘንድ በማስፈለጉ ከጥቅም አንጻር ማርጀቱን** የሚያሳይ ነው፡፡ የእነዚህ የሁለት ቃላት *ፓላይ እና ፓሊዮስ* አገልግሎት የሚያሳየን ጸሐፊው የብሉይ ኪዳኑ

መገለጥ ወደ ጎን የሚደረግና የሚወገድ ሳይሆን፣ ይልቅ የእግዚአብሔር የመጨረሻ ድምፅ በሆነ በአንድ በአዲስ መገለጥ መተካት እንዳለበት ነው፤ ይህ አዲስ የሚተካው ደግሞ መጀመሪያ ለነበረው ፍጻሜ የሚያበጅለት እንደሆነ ነው። (ዌስት፣ ኬ. ኤስ 1947. የግሪክ አዲስ ኪዳን ቃል. ጥናት: ኢርድማንስ)

እግዚአብሔር በአንድም በሌላ መንገድ ይናገራል። ኢዮብ 33፡14

1. **በቃሉ** 2ኛ ጢሞ. 3÷16-12 2ኛ ጴጥ. 1÷19-21 መዝ. 119÷9-11
2. **በልጁ** ዕብ. 1÷1-2
3. **በተፈጥሮ** ሮሜ 1÷20
4. **በአማኞች** ያዕቆብ 3÷17 በሞቱት ሰማዕታት ዕብ 11÷39-40
5. **በሕይወት ባለነው ሰዎች**

- **ለማያምኑ** - በቃሉ - በራእይ በሕልም - በአማኞች በኩል በተፈጥሮ መዝ. 19፡1-4 በአማኞች ሕይወት 1ኛ ጴጥሮስ 2÷12 ወንጌልን በመስበክ - ሮሜ 10÷18
- **ለሚያምኑ** 1) በራእይ ዘፍ. 15÷1 ያዕቆብ ዘፍ. 46÷2 ሙሴ ዘጸ. 32፡3 1ኛ ሳሙ. 3÷1-3 (ዘኍ. 12፡6)
- በሕልምና በራእይ መካከል ያለው ልዩነት፣ ሕልም ሰዎች ዕንቅልፍ ውስጥ እያሉ በመለኮት ኃይል አማካይነት ስለ ዕውነት መረዳትን ሲያገኙ ነው። ራእይ ግን ከዕንቅልፍ ውጭ ሆኖ ወይም ሰው በሰመመን ሆኖ የሚቀበለው የመንፈስ ቅዱስ መልእክት ነው። የተለያዩ የራእይ ዐይነቶችም አሉ።

➢ **አንደኛው** የራእይ ዐይነት በገሃድ የሚታይ ፈረንጆቹ - (አፐን ቪዥን) የሚሉት ሲሆን፣ ሰውዬው ቴሌቪዥን እንደሚያይ ሆኖ ያያል።

➢ **ሁለተኛው** የራእይ ዕይታ አካላዊ ገጽታ ያለው በእንግሊዘኛው «ፊዚካል ቪዥን» ማለትም አካላዊ ራእይ ወይም አካላዊ ዕይታ የሚባለው ሲሆን፣ በዚህ መልክ ራእይ የሚታያቸው ሰዎች እንደ አካሉ ተጨባጭ ሆኖ ይታያቸዋል። አካላዊ ገጽታው ሕያው በገሃድ የሚታየው ሆኖ ነው። ለምሳሌ በመላእክት መጎብኘትን በዚህ መልክ ልናየው እንችላለን። መልአኩ አጠገባችን በአካል መጥቶ መልእክቱን ያስተላልፍልናል።

➢ **ሦስተኛው** የራእይ ዐይነት በአእምሮ ምናብ የሚሣል ነው። ይህም በእንግሊዘኛው «ሜንታል ቪዥን» ማለትም የአእምሮ ራእይ ወይም የአእምሮ ዕይታ - ይባላል። ሰዎች አንድ ክስተት በሥነ ልቦና ሲታያቸው ማለት ነው። አንድ አማኝ እግዚአብሔር በየትኛውም መንገድ ሲናገረው በማስተዋልና

በጥንቃቄ የተላከለትን መልእክት ሊይዘው ይገባል፡፡ አማኙ ብዙ ጊዜ ችላ የሚላቸው የጌታ መንገዶች በልዩ ልዩ መንገድ ይገለጻሉ፡፡

- **ስፒሪቹዋል ፐርሰፕሺን** (መንፈሳዊ ግንዛቤ) - የጌታ መገኘት ሰውዬው ሲሰማው ይህም በአካባቢው የከፉ ሆነ ቅዱሳን መላእክት መኖራቸውን ሲረዳ፣ የሚመጣ ግንዛቤ ነው፡፡ ከዚህ የተነሣ አንዳንድ ጊዜ *« አየሩ ተለቅቋል ወይም አየሩን የያዘውን እናስለቅቅ»* የሚል አገላለጽ ሲነገር እንሰማለን፡፡ ... ወዘተ፡፡ ሰዎች የመንፈስ መረዳታቸው ካላደገ በቀር ልዩ ልዩ ትርጉም እየሰጡ የመጣላቸውን ራእይ ችላ ይሉታል፡፡

የእግዚአብሔር መንፈስ መልእክቱን በተለያየ መንገድ የሚገልጽልን ሲሆን፣ ይህን የመጣልንን መልእክት በሚገባ ተረድተን ልንታዘዘው ይገባናል፡፡ የእግዚአብሔር መልእክት ወይም ራእይ ወደ እኛ ሲመጣ በተለያየ መልክ ምላሻችን ይገለጻል፡፡

- ኢምፐሬሽን - ውስጣዊ ፈቃደኛነትን የማስገዛትን ስሜት፣ መስማማትን ያመጣል፡፡ - *‹ፈቅደናል›* የሚለው ቃል በሐዋርያት *ሥራ* 15÷28፡፡ ሐዋርያት የውስጥ ፈቃዳቸው ከመንፈስ ቅዱስ ፈቃድ ጋር ሲስማማ እናነብባለን፡፡
- ሲምድ (ይመስለኛል - ይመስላል) - አጠራጣሪ ፍንጭ የምናይበት፣ ይመስለኛል ወይም አይመስለኝም የምንልበት ሁኔታ ሊፈጠር ችላል፡፡
- ኢንስፓይሬሽን (ተመስጦ) - በመነዳት የሚሆን መልእክትን የመቀበል ልምምድ ነው፡፡ ሐዋርያት ቃሉን ሲጽፉ በመነዳት አደረጉት፡፡ ይህ ማለት ግን ሩህዋቸውን ስተዋል ማለት አይደለም፡፡ ፈቃዳቸውን፣ ስሜታቸውን፣ የግል ባሕርያቸውን መንፈስ ቅዱስ ተጠቀመበት እንጂ፣ እንደ ማሽን አልተገለገለባቸውም፡፡
- ኢሞሽን (ስሜት) - የእግዚአብሔር ስሜት በእርሱ (በአማኙ) ስሜት ሲገለጥ ሕዝ. 3÷8-14
- ኤክስፐሬሽን (ገለጻ)
  - ሀ) ፊዚካል ኤክስፐሬሽን (አካላዊ አገላለጽ)– ሕዝ. 4÷1-16
  - ለ) አርቲስቲክ መግለጫ – *ሥዕል* በመሳል፣ በሽብሽባ እንደ ሰባ እንቦሳ በመፈንጠዝ ይገለጣል፡፡ ገላ. 6÷11
  - ሐ) ተግባራዊ ገለጻ - አጋቦስ *ሥራ* 21÷10-11
- መኃልይ፣ ምሳሌ፣ መንፈሳዊ ቅኔ
- እግዚአብሔር በኪዳን ውስጥ ይናገራል፡፡ ኪዳኖቹ ግን ደም በማፍሰስ ወይም ባለማፍሰስ የተመሠረቱ ሊሆኑ ይችላሉ፡፡ ለምሳሌ የአዳም ኪዳን ዘፍ. 1÷26

ያለው እና 3፥16-19 በመጽሐፍ ቅዱሳችን ለመጀመሪያ ጊዜ ብቻ ያለ ደም ኪዳን ሲያደርግ የታየበት ሥፍራ ይሆናል፡፡

ለአባቶቻችን ሲል - ኪዳን የገባላቸውን በምሕረቱና በጸጋው ሆነው በእምነት ብቻ ሳይሆን፣ የታዘዙትን ያመለክታል፡፡ (የሐዋ. 13፥32 ሉቃስ 55፥72)

"ለአባቶቻችን" (ፓቴር) patḗr / pat-ayr'፦ የሚለው የግሪክ ቃል የሚገልጸው የብሉይ ኪዳን አማኞችን ሲሆን፣ በቀጣይ ቊጥር ላይ ከተገለጽነው ከእኛ በተቃራኒ የሚገለጽ ነው፡፡ (መጽሐፍ ቅዱስ ጥቅሶች የብሉይና / የአዲስ ኪዳን ግሪክ መዝገበ ቃላት፣ የቴየር ትርጒም 1989. በ ጆሴፍ ሄንሪ ቴየር፣ አስቲን ሐተታ/ በጂፍ ጋሪሰን)

- ጌታ ኢየሱስ አባቶች የሚላቸው የፈሪሳዊ ባሕርይ ያላቸውን ነበር፡፡
- በተለያየ ዘመን የተለያዩ መገለጦች ነበሩ፡፡ መገለጡ እንደ ብርሃን እየደመቀ መምጣቱን የምንረዳበት መንገድ ነው፡፡ በዔድን ገነት ዘፍ 3፡16 እንደ ፍንጣሪ በራ፡፡ ሆኖም ግን ሙሉ ቀን ሆኖ ያበራው በልጁ በኢየሱስ እንደ ሆነ እንመለከታለን፡፡
- እግዚአብሔር ሕዝቡን ትቶ እርቆ እንደ ተቀመጠ የሚመስልበት ግዜ ኖሮ ይታወቃል፡፡ ይህ የሆነው ሰው በሃይማኖት እስራትና በኃጢአት ቀንበር ስለሆነ እንጂ፣ እግዚአብሔር በየዘመናቱ እየተናገረ እንደ ነበረ ግልጥ ነው፡፡ ብዙውን ግዜ ራእይና ሕልም ጠፍቶ ቤተ ክርስቲያን የጨለማ ዘመን ተብሎ በሚታወቅበት ዘመን እንኳ የመናገሪያው መንገድ እጅግ የራቀ የጠለቀ እንደ ሆነ እንረዳለን፡፡ በወጀብና ሞገድ የእግዚአብሔር ድምፁ የራቀ ነው፡፡ ሆኖም ግን ከመጽሐፈ ኢዮብ ስናጠና የመናገሪያው መንገድ ይሆናል፡፡ ኢዮብ እግዚአብሔር ዝም ያለ መስሎት ነበር፡፡ ዳሩ ግን ይህ መረዳት ሲመጣለት ዕጁን በአፉ ላይ አድርጎ ያዳምጥ ጀመር፡፡ ቀድሞውኑ ጆሮውን በመከፈት ዐይኑን አሻቅቦ ቢመለከት ባልተጸጸተ ነበር፡፡
- እግዚአብሔር ራሱን በተለያየ መንገድና ጎዳና ይገልጥ ዘንድ መለኮታዊ ባሕርይው ሆነ ፈቃዱ የማይለዋወጥ ነው፡፡ ያዕቆብ በመልእክቱ እግዚአብሔር ሕያውና ያው ነው ይለናል፡፡ (ያዕ. 1፥17)
- የእግዚአብሔር ንግግር ወደ ኢየሱስ እያመራ ከመጣ በኋላ ወልድ ሥጋ ለብሶ መጣ፡፡ እንደ ንጋት ብርሃን እያበራ ግዜው ሲደርስ ከሴት ተወለደ፡፡ ይሁን እንጂ፣

ጌታ ኢየሱስ ከመወለዱ ከሺህ ዓመታት በፊት የተነገረው በተለያዩ ባሪያዎቹ ዘንድ ነው (ዘፍ. 3፥15፤ 49፥10፤ ዘዳ. 18፥18 ኢሳ 53፥1)።

ዳዊት ጉዚክ፦ ስለ **ከጥንት ጀምሮ** የሚለውን ሲያብራራ (መሢሑ በሥጋ ከመምጣቱ በፊት ያለውን ያመለክታል)። የዕብራውያን ጸሐፊ ከብሉይ ኪዳን መጻሕፍት 29 ቀጥታ ጥቅሶችንና 53 ቀጥተኛ ያልሆኑ የብሉይ ኪዳን አባባሎችን ሲጠቀም፣ በአጠቃላይ በቀጥተኛም በተዘዋዋሪም መንገድ 82 ጊዜ የብሉይ ኪዳን ጥቅሶችን ተጠቅሟል። ይህ ሲሆን ግን አንድም ጊዜ በብሉይ ኪዳን ያልተካተቱት የአይሁድ መጻሕፍትን አይጠቅስም። (ዳዊት ጉዚክ፣ ኮሜንተሪ)

ቤምስ እንደህ ሲል ይቀጥላል፦ "የዕብራውያን ጸሐፊ ዓላማ የወንጌልን የበላይነት ማሳየትና በተራ ሃይማኖታዊ ልምምድ ከመታመን በዘለለ የብሉይ ኪዳን ትንቢቶች ላይ ያላቸው እምነት የጸና መሠረት እንዳለው ማሳየት ነው።"

እስካሁን የሚለውም ቃል በብዙ ሁኔታና በብዙ መንገድ የሚለውን አሳብ የሚያሳይ ነው። አሁን ግን ቃል የሆነው እግዚአብሔር መጣ። ይህ ግን ብዙ አገልግሎት ባለው ቀዳሚ ገለጭ ቃል ተቀድሞ ነው የተገለጸው። እዚህ ጋር የጸሐፊው አሳብ አሁን የሚያወራለት እግዚአብሔር ዕብራውያኑ በትንቢት መልእክት አማካይነት ሲያመልኩት የነበሩት ያው እግዚአብሔር መሆኑን ለማሳየት ነው። ለዚህም ነው ጸሃፊው ራሱን ከአንባቢዎቹ ጋር አንድ በሚያደርግና በሚያስማማ አገባብ የጀመረው። በክርክር ሂደትም ላይ ሰዎች ይህንን ዐይነት መነሻ መንገድ ይጠቀሙታል። ሌላው የጸሐፊው አሳብ ደግሞ በዚህ ገላጭ ቃላት ውስጥ ስለ ተናጋሪው እግዚአብሔር አብ መሆንን አበክሮ ለማሳየት ተጠቅሞበታል። (ዌስት፣ ኬ. ኤስ 1947. የግሪክ አዲስ ኪዳን ቃል. ጥናት: ኢርድማንስ)

በነቢያት (ፕሮፌቴስ) prophḗtēs / prof-ay'-tace፦ እነዚህ ትንቢት የሚናገሩና በመጽሐፍ ቅዱስ ላይ እንደ ተገለጠው በመንፈስ ከመለኮቱ ዓለም ጋር የሚገናኙና የእግዚአብሔርን ድምፅ ለሕዝቡ የሚያመጡ ሰዎች ሲሆኑ፣ የወደፊትን አሳብም የሚናገሩ ናቸው። (መጽሐፍ ቅዱስ ጥቅሶች የብሉይና / የአዲስ ኪዳን ግሪክ መዝገበ ቃላት፣ የቴየር ትርጉም 1989. በ ጆሴፍ ሄንሪ ቴየር፣ አስቲን ሐተታ/ በጄፍ ጋሪሰን)

ነቢይ - "prophet" ስለሚለው ቃል የሚለው ነገር አለ። ከዚህ ቀደም የነበሩ ክርስቲያን አባቶች የሠሩትንና አሁንም የተለመደ የሆነውን ስሕተት አስመልክቶ አሁን ላሉት አማኞች ማሳሰብ ብዙም አስፈልጊ አይደለም። ይህም ነቢይ የሚለውን መጠሪያ እንደ ጊዜዊ ነገር

መቍጠርና ቃል ካለው ቀጥተኛ ትርጓሜ ጋር ብቻ ማያያዝ፣ ይህም የዚህ ቃል ትርጓሜ ነገሮች ከመከሰታቸው በፊት ስለ ነገሮቹ የሚያውጅ ሰው የሚል ሲሆን፣ ይህ ቃል በጥንታዊ ግሪክ አገልግሎቱ ከመንፈሳዊና ቅዱስ አገልግሎት ጋርም የተያያዘ አይደለም፡፡ ነቢይ ማለት ተናጋሪ ማለት ነው፤ የእግዚአብሔርን አሳብ በግልጽ፣ በኃይልና በሥልጣን በእግዚአብሔር ስም እንደሚናገርና ቀጥታ የእግዚአብሔርን አሳብ እያቀረበ እንደ ሆነ በማሰብ መናገር ነው፡፡ ነቢያት የእግዚአብሔር አፎች ናቸው፡፡

መጥምቁ ዮሐንስ እኔ በምድረ በዳ የሚጮኽ ሰው ድምፅ ነኝ (ዮሐ. 1÷23) ሲል ድምፅ ከሚለው በፊት ያለውን ገላጭ ቃል አልተጠቀመም ነበር፡፡ እርሱ እግዚአብሔር በብሉይ ኪዳን ከተጠቀመባቸው ድምፆች እንደ አንዱ ብቻ ነበር፡፡ ነገር ግን ማስታወስ ያለብን በልቅሶ እየጮኸና መልእክት እያስተላለፈ የነበረው እግዚአብሔር ነበር፤ ዮሐንስ ድምፅ ብቻ ነበር፡፡ ለእግዚአብሔር መጠቀሚያ የሚሆን ድምፅ፡፡ (ዌስት፣ ኬ. ኤስ 1947. የግሪክ አዲስ ኪዳን ቃል. ጥናት: ኢርድማንስ)

ጆን ማክ አርተር:- እንዲህ ይላል ነቢያት "የእግዚአብሔርን ድምጽ ወደ ሰው ልጆች የሚያመጡ ሲሆኑ፣ ካህናት ደግሞ የሰውን ድምፅ ወደ እግዚአብሔር ይወስዳሉ፣ ሁለቱም የተለያየ አገልግሎት ይኑራቸው እንጂ፣ ከእግዚአብሔር ዘንድ ብድራትን ይቀበላሉ፡፡ መንፈስ ቅዱስ በብሉይ ኪዳን ነቢያት ሲተላለፍ ለነበረው መልእክት መለኮታዊ ሥልጣንን ይሰጣል፤ እግዚአብሔር ለሙሴ በፈርዖን ላይ አምላክ አድርጌሃለሁ፤ አሮንም ነቢይ ይሆንልሃል እንደሚለው (ዘጸ. 7፡1)" (ዕብራውያን፡ ጆን ኤፍ. ማክአርተር የአዲስ ኪዳን ሐተታ 1983)

ባርክይስ እንዲህ ሲል ይጨምራል፡- "የዕብራውያን ጸሐፊ ዋና አጀንዳ የብሉይ ኪዳን ነቢያትን ማሳነስ ሳይሆን፣ የብሉይ ኪዳን ትንቢት ቀጣይነትን ማሳየትና የኢየሱስ ክርስቶስን ትልቅነት ማጉላት ነው፡፡" (የባርክሊይ ዴይሊ ኢሊን ባይብል ኮሜንተሪ 2001)

ተናግሮ (ላሊኦ) lal-eh'-o / laléō:- ይህ ቃል በመጀመሪያ የሚያመለክተው የወፎችን ጫጫታ ወይም ሕፃናትን ንግግር በሚጀምሩበት ወራት የሚያደርጉትን መንተባተብ ሲሆን፣ እግዚአብሔር በኃጢአት ምክንያት የወደቀውን የሰው ዘር ያነጋገረበት መንገድ የተጠቀሰበትም መልክ ነው፡፡ (የመጽሐፍ ቅዱስ ጥቅሶች የብሉይና /የአዲስ ኪዳን ግሪክ መዝገበ ቃላት፣ የቴየር ትርጒም 1989. በ ጆሴፍ ሄንሪ ቴየር፣ አስቲን ሐተታ/ በጀፍ ጋሪሰን)

ተናገረ የሚለው ቃል ደግሞ እግዚአብሔር በብሉይ ኪዳን መናገሩን፣ እንዲሁም አዲስ በሆነው በአዲሱ ኪዳን መናገሩን የሚያሳይ ነው፡፡ ይህ ተናገረ የሚለው ቃል ሁለቱንም አጠቃሎ የሚይዝ ግስ ነው፡፡ (ዌስት፣ ኬ. ኤስ 1947. የግሪክ አዲስ ኪዳን ቃል ጥናት፦ ኢርድማንስ 1947)

በዚህ ዘመን ብዙዎች እግዚአብሔር እንዲናገራቸው ኮንፍራንስ ያዘጋጃሉ፡፡ ከኮንፍራንስ ወደ ኮንፍራንስም ሲሮጡ ይታያል፡፡ ጌታ ሊናገር ይችላል፤ በእርግጥም ይናገራል፡፡ ያ ግን በቂ አይደለም፡፡ ኮንፍራንስ ማዘጋጀት በራሱ ክፋት ባይኖረውም፣ በግላችን ከጌታ ጋር ያለን ግንኙነት ደብዝዞ እግዚአብሔር በኮንፍራንስ እንዲናገረን መጠበቅ ግን ትልቅ አለማስተዋል ነው፡፡ በኮንፍራንስ ማግስት ያ ሁሉ ሞቅታ ይቀዘቅዝና አንዳችም ፍሬ በውስጣችን አይገኝም፡፡ ምክንያቱም ሕይወታችን የተመሠረተው ሥር በሌለው ክርስትና ላይ ነው፡፡ ኮንፍራንሶች አካሉን ለመገንባት የበኩላቸውን አስተዋጽኦ ያደርጋሉ፤ ዳሩ ግን መሠረታችን ሊሆኑ አይችሉም፡፡

በአገልገዩ በኩል የመጣው የግዜው የሆነ የጌታ ድምፅ በግል ሕይወታችን በቃሉ ታርሶ ለም ከሆነው መሬት ላይ ካልተዘራ እና ካልበቀለ በስተቀር ላይ ላዩን ብቻ እየነካካ ከፍተኛ አስተዋጽኦ አይኖረውም፡፡ የቡድን ሆነ የመድረኩ አገልግሎት የራሱ የሆነ ከፍተኛ ድርሻ ይኖራዋል፡፡ ይሁን እንጂ፣ በግል ሕይወታችን የምናደርገውን ከቃሉ ጋር የሚደረግ ኅብረት ኮንፍራንሶች ሊተኩም አይችሉም፡፡ ለም መሬት መሆን የሚቻለው በዕየለቱ በግላችን ከቃሉ እና ከመንፈስ ቅድስ ጋር በመጣበቅ በአእምሮ መታደስ ከሚመጣ የክርስቶስ ሕይወት/መልክ/ ነው፡፡

የተቀቡ ዕወነተኛ አገልጋዮች እኛን ማገልገላቸው እጅግ አስፈላጊ ቢሆንም፣ በቃሉ ላይ ካለ መመሥረታችን የተነሣ ብዙዎች በቅባት የተገለገሉበትን በረከት ያጣሉ፡፡ ይህ የሚሆነው ምክንያት የተሰጣቸውን በረከት፣ ፈውስ ... ወዘተ በቃሉ መሠረት የሚጠብቁትና የሚኖሩበት ባለመሆናቸው ነው፡፡ ማርያም በመልአኩ የተነገረላትን ቃል በልቧ ትጠብቀው ነበር፡፡ በቃሉ መቆም፣ ማለትም መታዘዝና በቅድስና መኖር አስፈላጊ ነው፡፡ ከመድረኩ ባሻገር ያለው የክርስትና ሕይወት ወሳኝነት አለው፡፡ ዕውነተኛ አገልጋይ ሁሉ የተቀባ እንደሆነ መረዳት አስፈላጊ ነው፡፡ ይህም ቅባት (መንፈስ ቅዱስ) በአማኞች ሁሉ ውስጥ ይገኛል፡፡ የመንፈስ ቅዱስ የአገልግሎት ስጦታ ደግሞ ለአካሉ ጥቅም ይሰጣል፡፡ ስለሆነም በመድረክ አገልግሎት ሆነ በመጽሐፍ ቅዱስ ጥናት በማገልገል ላይ ያለው አገልጋይ ሁለቱም ያው በአንዱ መንፈስ እያገለገሉ መሆናቸውን ተረድተን ቅባቱን

መጠቀም መገልገል አስፈላጊ ሲሆን፣ አገልግሎቱን ተጠቃሚው ወገን ደግሞ ይህን በሚገባ በመረዳት ማገልገል ይኖርባቸዋል።

መቼም ቢሆን ኮንፍራንሶች በተለያየ ምክንያቶች ይዘጋጃሉ። ኮንፍራንሶች አማኞችን ለማነቃቀት፣ ዓለም አቀፍ ለሆነ አገራዊ የንስሐ ጥሪ፣ ለፈውስ እና ለተአምራት፣ ለማስተማር፣ የአገልጋዬች ሥልጠና ለመስጠት፣ ጌታን በደማቅ ሁኔታ ለማምለክ ሆነ የወንጌል ስርጭት ለማደረግ፣ ብሎም ያለመኑ ሰዎችን በንስሐ ወደ ፍቅሩ ልጅ መንግሥት እንዲገቡ ለማድረግ ... ወዘተ ይደረጋሉ። ይህም ቅን በሆነ የወንድሞች በኅብረት በመቀመጥ፣ በአንድ ልብ ሆነው በጸሎትና በአምልኮ የጌታን ህልወና በመፈለግ ሲሆን፣ መንፈስ ቅዱስ በኃይል ይገለጣል፣ ዘጠኙ የመንፈስ ቅዱስ ስጦታዎች እንደጎርፍ መዝነብ ይጀምራሉ፤ የሰዎች ልብ ይነካል፤ እንዲሁም ብዙዎች ከእስራት ይፈታሉ። እነዚህ ሁሉ አስፈላጊ የሆኑ በእግዚአብሔር ጸጋ የሚደረጉ መሆናቸውንም እናስተውላለን። እግዚአብሔር በተለያዩ መንገዶችና ጎዳናዎች ይናገራል። ይህ ሲሆን ሪቫይቫል ይወለዳል። የሚፀነሰው ግን አማኞች ባሉበት የእምነት ተቋም ሥር ሰድደው ደቀ መዛሙር ሲሆን፣ በግሉም በቃሉ ሲመሠረት ከመንፈስ ቅዱስ ጋር ኅብረት ሲደርግ ነው። ሚዘናዊ ሊሆን ይገባል።

እንዲህ ያለው ክርስቲያን ሥር የሰደደ አይደልም። እንዲያውም ከመድረኩ የሚመጣውን የተቀባ ቃል ልቡ ውስጥ ሰርፆ ከመግባት ይልቅ መልእክቱ የእርሱ ስሜት የሚያነቃቃ ይሆንበታል። የተዘጋጀ ልብ የሚኖረው በጥሞና በቃሉ በመሠራት ነው። ደቀ መዝሙር የሆነ ግን ቃሉን በቤቱ፣ በመድረኩ፣ በዕለት ተዕለት ኑሮው፣ ይሰማል፤ ይኖረዋልም። በይበልጥም በቃሉና በመንፈስ ቅዱስ ይተጋል። በመድረኩ የሚነገረው ቃልም በሌላ በኩል ወሳኝነት አለው። ማለትም አገልጋዩ ለምእመኑ ሊነግረው የሚገባው ሕዝቡ በመድረኩ ከሚወጣው ቃል የተነሣ ብቻ የክርስትና ሕይወት መዝለቅ የማይቻል መሆኑን ነው። በኮንፍራንስ ላይ ብቻ የተመሠረተ ከሆነ ግን ሞቅታና ስሜታውያንነት ብቻ እንጂ፣ ዕውነተኛ የደቀ መዝሙርነት ሕይወት አይንጸባረቅብንም። ከግል ሕይወት በቃሉም ያልተመሠረት (በዓለቱ ላይ ያልታነጽ ሕይወት) ስብስብ ሆነ ኮንፍራንስ ግርግርና ዳንኪራ ይሆናል ማለት ነው።

ስለዚህ በኮንፍራንስና በግርግር ብቻ ከመደገፍ (ከንፍራንስ ግርግር እንዳይሆንብን) በግላችን ጠንካራ ደቀ መዝሙር በመሆን፣ በጸሎትና በቃሉ በመትጋት፣ መንፈስ ቅዱስ በውስጣችን እንዲሠራ በመፍቀድና የቅድስና ሕይወትን በመኖር እግዚአብሔር እንዲናገረን መፍቀድ አስተዋይነት ነው። ልባቸውን በቅንነት ለከፈቱ ሁሉ እግዚአብሔር

መቼም ይናገራል፡፡ እንዲህ ሲሆን በየስብሰባውም የሚነገረው ቃለ-እግዚአብሔር ለበረከት ይሆናል፡፡ ይህ ሲሆን የቅዱሳን ኅብረት ይሆንልናል እንጂ፣ ስሜትን ለማሞቅ የሚደረግ መሰብሰብ አይሆንብንም፡፡ የልብ መዘጋጀት ከሰው ነው፡፡ ዝግጅት ከግል ይጀምራል፡፡ የጅምላ ሊሆን ፈጽሞ አይችልም፡፡ ቅዱሳን በኅብረት በአንድ ልብ ሲቀመጡ፣ ማለትም ይህ ነው - ሁሉም የራሱን ሕይወት እንደ መስታወት በቃሉ እና በመንፈሱ ዐይቶ፣ ራሱን አዘጋጅቶ ወደ ተቀደሰው ተራራ ሲመጣ፣ ያን ጊዜ ክብሩ ይገለጣል፣ ማለትም የሰዎች ቋጠሮ ይፈታል፤ ነፍሳት ይድናሉ፤ አማኞችም ይታነጻሉ፡፡ አለዚያ ግርግርን ብቻ የምንፈጥር እንሆናለን!

በዘመን መጨረሻ እግዚአብሔር በክርስቶስ መናገሩን ለዕብራውያን አማኞች መንገር አስፈላጊ ነበር፡፡ በዕምነታቸው ዝለው እንዳይወድቁ እግዚአብሔር በክርስቶስ የተናገረ መሆኑን መናገር ያጸናል፡፡ ሙሴ የእግዚአብሔር ካህን እንደ መሆኑ የእግዚአብሔር ቃል በአፉ የተገኘ ስለሆነ፣ የተናገረውን የትንቢት ቃል ያጸናል (ዘዳ 18÷18፤ ኢሳ. 50÷4፤ ኢሳ. 51÷16)፡፡ በአፉ ያስቀመጠውን የሕይወት ቃል ለሐዋርያቱ ቀጥሎም ለተጠሩት ሁሉ ሰጣቸው (ዮሐ. 17፡8፤ ዮሐ. 6÷68)፡፡ ጌታም ሞቶ ከተነሣ በኋላ በአብ ቀኝ ሲቀመጥ አብ የሰጠውን ስጦታዎች ለቤተ ክርስቲያን፣ ማለትም ለአካሉ ለመስጠት የአገልግሎት ቢሮዎችን አዘጋጀ (ኤፌ. 4÷11-12)፡፡

እነዚህ የአገልግሎት ስጦታዎች ክርስቶስ በመንፈሱ በኩል የሚናገርባቸው ናቸው፡፡ ይህ ዐይነት የክርስቶስ ምሥጢር (የእግዚአብሔር ቃል) በሐዋርያት እና በነቢያት በመጀመሪያዋ ቤተ ክርስቲያን ተገለጠ፡፡ ሐዋርያው ጳውሎስም ለዚህ ዕድለኛ ሆነ (ኤፌ. 3÷4-6)፡፡ ሌላው ደግሞ በዕውነት ቃል አስቦ የወለደን እኛ (ያዕ. 1÷18) ወይም ከማይጠፋው ዘር (1ኛ ጴጥ. 1÷23) የተወለድን ይህን አብ በክርስቶስ ኢየሱስ አፍ ላይ ያስቀመጠውን ቃል እርሱም ራሱ ክርስቶስ የክብሩ መንጸባረቅ የባሕርዩም ምሳሌ ሆኖ ኃጢአተኞችን በደሙ አጥቦ በሰማያት በግርማው ቀኝ ተቀመጠ፡፡ ይህም የቅዱሳን ርስት ባለጠግነት የሆነውን (የክርስቶስን ምሥጢር) እንድናውቅ ለእኛ ተሰጠን፡፡

ይህ ምሥጢር ሰማያዊ እንደ መሆኑ በመንፈሱ (በመንፈስ ቅዱስ) ለአማኙ የተገለጠ ነው፡፡ ፍጥረታዊ ሰው ፍጥረቱ ከምድረ በመሆኑ ይህን ምስጢር የመረዳትም ሆነ የማወቅ ዐቅም የለውም (1ኛ ቆሮ. 2÷14)፡፡ አማኝ ግን በቃሉ የተፈጠረ መንፈሳዊ ስለሆነ፣ አብ በመንፈሱ በኩል ገልጦለት የክርስቶስን ምሥጢር ለማወቅ የሚያስችል ዐቅም አለው (1ኛ ቆሮ 2÷12፣ 15፣ 16)፡፡

የእግዚአብሔርን ቃል ለመረጃ (Information) ከማወቅ ወይም ትእዛዝ (instruction) ከመፈጸም ያለፈ፣ በእምነት ከእኛ የተዋሐደ (Incarnate) ይሆን ዘንድ አማኝ ከቃሉ ከብር ጋር እንደ ወይን ግንድ መጣበቅ ሊሆንለት ይገባል (ዮሐ 15÷1-3)፡፡ አማኝ ከክርስቶስ ጋር በመተባበሩ አንድ መንፈስ ነው (1ኛ ቆሮ. 6÷17)፡፡

ስለዚህ "እግዚአብሔር በክርስቶስ ተናገረን" ሲል አማኝ በክርስቶስ በኩል የአብን ቃል ሊሰማ፣ በሰማውም በሥልጣን ሊመላለስ ተሰጠው፡፡ ይህንንም ማንም ሊወስድበት እንዳይችል ከማይጠፋው ዘር ተወለደ፡፡ ምድራዊው አካላችን ከአፈር እንደ ተፈጠረ ምድር የምታበቅለውን ለመመገብ ተፈጥሮው ነው፡፡ በላቡ ካፈራው እርሻ ቀጥፎ ሙብላት ብቻ ይጠበቅበታል፡፡

እንደዚሁ ፍጥረቱ ከእግዚአብሔር ቃል የሆነ ሰማያዊ ምሥጢር እርሱም ክርስቶስን ማወቅ ይችል ዘንድ ተሰጥቶታል፡፡ የእግዚብሔር ድምፅ (ቃል) የት አለ? ብሎ ገዳም መግባትና ደፋ ቀና ማለት አይገባውም፡፡ መጽሐፍ ቅዱስ "ይህ ቃል በአፍህ በልብህም ሆኖ ቀርቦልሃል" ይላል (ሮሜ 10÷8)፡፡ ሐዋርያው "ቃሉ በአፍህም በልብህ ይገኛል" ሲል ቅርበቱ ያን ያህል ነው ማለቱ ነው፡፡ በምድራዊ አካላችን ለመሬት ቅርብ እንደ ሆንን ሲነጋ ሲጨልም ይህችን ምድር ረግጠን እንደምንራመድ፣ እንደምንተኛ፣ እንደምንነሣ፣ እንዲሁ አማኝ ከሕያው ቃሉ (ከክርስቶስ) የተወለደ ስለሆነ፣ የክርስቶስን ምሥጢር ለማወቅ ዳገት መውጣት፣ ቁልቁለት መውረድ አያስፈልገውም፡፡ አብ በመጨረሻው ዘመን ለዓለም በልጁ በክርስቶስ ተናገረ፡፡

ምዕራፍ1÷1 ከጥንት ጀምሮ እግዚአብሔር በብዙ ዓይነትና በብዙ ጎዳና ለአባቶቻችን በነቢያት ተናግሮ፥

ከጥንት ጀምሮዘፍ 3÷15; 6÷3,13-22, 8÷15-19; 9÷1-17; 12÷1-3; 26÷2-5; 28÷12-15; ዘፍ 32÷24-30; 46÷2-4; ዘፀ 3÷1-22; ሉቃ 24÷27,44; ሥራ 28÷23; 1ኛ ጴጥ 1÷10-12; 2 ጴጥ 1÷20,21

በብዙ ዓይነት ዘኍ 12÷6-8; ኢዩ 2÷28

ለአባቶቻችን በነቢያት ተናግሮ፥ ሉቃ 1÷55,72; ዮሐ 7÷22; ሥራ 13÷32

ቍጥር 2 ሁሉን ወራሽ ባደረገው ደግሞም ዓለማትን በፈጠረበት በልጁ በዚህ ዘመን መጨረሻ ለእኛ ተናገረን፤

ሁሉን ወራሽ ባደረገው

ሁሉን ወራሽ ባደረገ፡- ይህ አብ ሁሉን ለልጁ እንደ ሰጠ የሚያሳይ ቃል ነው፡፡ በጽዮን ተራራ በኢየሩሳሌም ደጆች በክብርና በሥልጣን የሚቀመጥ፣ በገሃነምም ደጆች እንደ እሳት የሚፋጅ፣ የናስ ዕግሮች ያሉት፣ መጽሐፉን በደሙ ከፍቶ በማንበብ በአንባላይ ፈረስ የሚቀመጠው በጉና ተዋጊው አንበሳ ልጁ ኢየሱስ ክርስቶስ ነው፡፡ ንጉሥ ዳዊት አስቀድሞ በመንፈሱ የተመለከተው ይህንን ነበር፡፡ *«እኔ ግን ንጉሤን ሾምሁ፥ በተቀደሰው ተራራዬ በጽዮን ላይ»* (መዝ 2፥6)፡፡ ይህ ወራሽ የሆነው ኢየሱስ በይሁዳ፣ በገሊላና በሰማርያ እየተመላለሰ ስለ አብ ዐወጀ፤ ጠላቶቹም እርሱ መሆኑን ዐወቀው ሲገድሉት ርስትን የሚወስዱ መስሎአቸው ነበር፡፡ በማቴ 21፥38 ጌታም በምሳሌ ነገራቸው፡- *«ገበሬዎቹ ግን ልጁን ባዩ ግዜ እርስ በርሳቸው፡- **ወራሹ ይህ ነው፥** ኑ እንግደለውና ርስቱን እናግኝ ተባባሉ»፡፡* በእርግጥም በመሞቱ ርስቱን አጡ፤ ሲኦል ራቁቷን ቀረች፡፡ ዲያቢሎስና ጭፍሮቹን ማዕረጋቸውን ገፍፎ ሥልጣን-ዐልባ አደረጋቸው፡፡ (ማቴ. 28፡18፤ ቈላስ. 2፡ 15) ለክርስቶስ ኢየሱስ በሰማይ ያሉት በምድር የሚኖሩት ከምድርም በታች የሚገኙትን አብ ከዕግሮቹ በታች ይንበረከኩ ዘንድ ልጁን ከሲኦል ጥልቅ አውጥቶ በትንሣኤው ኃይል ክብርን ተጎናጽፎ በቀኙ እንዲቀመጥ ማድረጉን መጽሐፉ ያበስራል፡፡ ዮሐ. 17፥20 ሥጋ ለብሶ የመጣ በዕውነት ኃጢአትን በሥጋ የተሸከመ ለእርሱ ይህ ተገብቶታል፡፡ ሌሎች ግን አልተገባቸውም፤ ሌቦች ናቸውና፡፡ በሥጋና በደም አልተካፈሉም፡፡ (ዮሐ. 10፥1 ራእይ 5፥4-5፣ 12-14)

ወራሽ

ፊተኛው አዳም በእግዚአብሔር ሥልጣን ሥር በዔድን ገነት ይመላለስ ነበር፡፡ እግዚአብሔር ሰማይ ምድርን ፈጥሮ የተዋበችውን ዔድን ገነት አስጊጦ በዚያ አስቀመጠው፡፡ መቀመጫውን በገነት ዛፎች መካከል ያደረገው አባታችን አዳም የምደርን አራዊትና የሰማይ አእዋፋትን በባሕር ውስጥ ያሉትን ዓሦችንም ይገዛ ወይም ያስተዳድር ዘንድ ሥልጣን ተሰጥቶት ነበር (ዘፍ. 1፥29-3)፡፡

በእግዚአብሔር ዕጅ ሥራዎች ላይ ሁሉ የተሾመው አዳም ዔድንን ያብጃት፣ ይጠብቃት ዘንድ ሥልጣን ወይም ኀላፊነት ቢሰጠውም፣ ግዛቱ ግን ከዔድን የሚያልፍ እንደ ሆነ እናስተውላለን (ዘፍ. 2÷15)። የሰው ልጅ ይህን ሁሉ ሹመት ሲያገኝ ትልቅ ዕልልታ በሰማይ፣ በምድር፣ ደግሞም በአርያም ሁሉ ተሰማ። ሹመቱና ሽልማቱ ሲደምቅ እግዚአብሔር አምላክም በእርግጥም ሁሉም ነገር እጅግ መልካም እንደሆነ አየ።

እግዚአብሔር ሁሉን ጨርሶ አእላፋት መላእክት ባሉበት ይህን ሹመት ሰጥቶ የምድር ፍጥረታት በሙሉ ለአዳም እንዲገዙለት ትእዛዝ አወጣ፤ ሥልጣንም ለአዳም ሰጠው። ይህ ሲሆን ግን አሾልኮ የሚያይ የቀደመው ዘንዶ በዚያ ይገኝ ነበር። እናም ድግሱና ፌሽታው ካለቀ በኋላ ወደ ሔዋን ብቅ ብሎ መርዙን መርጨት ጀመረ።

ሔዋን ይህ ሁሉ ድግስ፣ ሹመት እና ሽልማት ከሆነ በኋላ ከጎኑ አጥንት ተወስዳ የተበጀች ሴት ነበረች። አዳም ትእዛዝን የተቀበለ ሲሆን፣ የምድር ፍጥረታት ሁሉ ወደ እርሱ ቀርበውለት ለእያንዳንዳቸው ስም ያወጣላቸው እንደሆነ እናስተውላለን። ከዚያ በኋላ ሔዋን እንደ መጣች እናነብባለን። እናም እባብ እርሷን ለማታለል ጥሩ አጋጣሚ ሆነለት።

በእርግጥም ሔዋን ተታለለች። አዳም ግን ተላለፈ (1ኛ ጢሞ. 2÷13-14)። አዳም ይህን የገዥነት ሥልጣን አጣ። የቀደመው ክብሩም ከእርሱ ተለየ፤ ኃጢአትና ሞት ወደ ዓለም ገባ፤ እናም ኃጢአት በምድርና በሰው ልጆች ላይ ነገሠ (ሮሜ 5÷12)። የእግዚአብሔር ፍርድ በአዳም በኩል ተላልፎ ለዘሮቹ ሁሉ ኩነኔ ሆነ፣ ነገሠ (ሮሜ 5÷18)። በአዳም በኩል ሁላችንም የኩነኔና የቍጣ ልጆች ሆንን። እግዚአብሔርም አንድ ድንቅ ነገርን አደረገ፤ ይህም አዳም የተሰጠውን የገዥነት ውክልና እንደሚያጣና እንደሚያበላሽ አስቀድሞ አውቆ ነበርና፣ ይህን ውክልና ወስዶ ለኋለኛው አዳም ሰጠው። ለኋለኛው አዳም፣ ማለትም ለጌታችን ለኢየሱስ ግን ውርስ ተደርጎ ተሰጠው።

ውርስ አባትየው ሲሞት ለልጅ የሚሰጥ ሲሆን፣ በመሐላ የሚሰጥ እና ከቶም ቢሆን የማይመለስ ደግሞም የማይሸጥ ሆኖ ለዘላለም ወራሽ ለሆነው የሚሰጥ ነው። ጌታ ኢየሱስ ክርስቶስ እንደ ልጅ ውርስን አገኘ፤ ሆኖም ወራሹ በምድር ሳለ ምንም እንኳ ልጅ ቢሆንም፣ እንደ ባርያ ሆኖ ራሱን አዋረደ (ገላ 4÷1፣ 4)። የልጅነቱን ውርስ (ጌትነት) አብ ከዓለም ሁሉ በላይ ከፍ ሲያደርገው በትንሣኤው ኃይል ተመሰከረ (ኤፌ. 1÷21 የሐዋ. 2÷3)።

በእርግጥም በመዝሙረ ዳዊት 'በኲሬ' ብሎ የተመሰከረለት ክርስቶስን (የተቀባውን) ከሙታን አስነሥቶ ወደ በክብር አስገባው (ዕብ. 1.6)፡፡ አይሁድ ከሕያዋን ምድር በውርደት አስወገዱት፤ በጲላጦስ ፊት በብርቱ ጩኸት ስሙን መጥራት ሳይፈልጉ 'ይህን አስወግደው!' አሉ (ሉቃስ 23፥18)፡፡ ነቢዩ ኢሳይያስም ይህን አስቀድሞ በመንፈስ ቅዱስ ተረድቶ ተናግሮ ነበር፡፡

"በማስጨነቅና በፍርድ ተወሰደ፡፡ ስለ ሕዝቤ ኃጢአት ተመትቶ ከሕያዋን ምድር እንደ ተወገደ ከትውልድ ማን አስተዋለ?' (ኢሳ. 53፥8)፡፡ አብ ዓለም ከመፈጠሩ በፊት ሁሉን ወራሽ የሆነው ልጁ እንደሚታረድ በግ ሆኖ በጽዮን ተራሮች እንደሚቆም በማይመረመር ጥበቡ ወስኖ ነበር (ራእይ 13፥8፤ 1ኛ ጴጥ. 1፥20-21፤ መዝ. 2፥7)፡፡

እግዚአብሔር የፈጠረው የዕጁ ሥራ በአዳም በኩል እንዲበላሽ ጠላት ምን ያህል ከዔድን ገነት እስከ ክርስቶስ ሞት፣ ከዚያም ክርስቶስ ዳግመኛ እስኪመጣ ድረስ ፍጥረት ሁሉ በምጥ እንዲገኝ ሙከራ ቢያደርግም፣ እግዚአብሔር ግን ከስሮና ተሸንፎ አያውቅም፡፡ ንብረቱ የሆነውን እኛን ከጠላት መንጋጋ ፈልቅቆ አወጣ፡፡ ክርስቶስም ጽድቅ እና ቤዛነት፣ ቅድስናችን ሆነ፡፡ እኛም ከክርስቶስ ጋር የውርስ ተካፋዮች ሆንን (ሮሜ 8፥17፤ ገላ. 4፥7)፡፡

ወራሹ በሞቱ እና በትንሣኤው ለዘላለም የሚጸና መሆኑን የዚህ ዓለም ገዥዎች አላወቁትም፡፡ ቢያውቁት ባልሰቀሉት ነበር፡፡ እነርሱ በመግደል እንደሚወርሱ ገምተው ነበር (1ኛ ቆሮ. 2፥8)፡፡ "ዐይን ያላየው ጆሮ ያልሰማው በሰው ልብ ያልታሰበው ግን መሢሑ በሸላቾቹቹ ፊት እንደሚነዳ በግ ሆኖ ሲቀርብ ብዙ ልጆቹን ወደ ክብር (ውርስ) ሊያመጣቸው (ዕብ. 2፥10)፣ ከእርሱም ጋር በሞቱ በትንሣኤው እንደሚተባበሩ (ሮሜ 6፥5)፣ በመጨረሻም ሁሉም ወራሽ እንዲሆኑ ሊያደርጋቸው በፊታቸው እንደ ቆመ፤ ያላወቁት፣ ከዐይኖቻቸው የተሰወረ የእግዚአብሔር ጥበብ ነበረ፡፡ ክርስቶስ ከሙታን የተነሣ የእግዚአብሔር በኲር ልጅ ሲሆን እኛ ደግሞ በሞቱ፣ በትንሣኤው በመተባበር ከእርሱ ጋር ተነሣን፤ ልጆቹም ሆንን (ሮሜ 8፥17)፡፡

እግዚአብሔር ክርስቶስን ለቤተ ክርስቲያን ሰጠው፤ ክርስቶስም ለቤተ ክርስቲያን ራሱን ሰጠ ፤ ስጦታዎችንም ሰጠ (ኤፌ. 1፥22፤ 1ኛ ቆሮ. 3፥22-23)፡፡ ይህ ድንቅ ነው፡፡ ለእኛ የተሰጠን አብ፣ ወልድ እና መንፈስ ቅዱስ ነው (ቈላስ. 2፥10 ገላ. 3፥26)፡፡ ሐዋርያው በክርስቶስ ሞትና ትንሣኤ ምክንያት የእግዚአብሔር ሙሉ ክብር እንደ ተሰጠን በመረዳት (ዮሐ. 1፥16) የተሰጣቸውን በእምነት ተዘርግተው ከጸጋው ዙፋኑ እንዲቀበሉ

170
የአፈበአ አገልግሎት ዕብራውያን መጽሐፍ ጥናት

ይፀልይላቸው ነበር (ኤፌ. 3÷18-19፤ ኤፌ. 1÷23፤ መዝ. 17÷15፤ 16÷11፤ ፊልጵ. 4÷7፤ 3÷8)፡፡

የቅዱሳን ክብር ባጠግነት በክርስቶስ የተገለጠ ነው፡፡ መልካም አባት የቤቱን ንብረት ብቻ ሳይሆን፣ ስሙንና ክብሩን ለሚወደው ልጁ ለመስጠት የልቡ ፈቃድ ነው፡፡ መቼ ልጄ ለዐቅመ- አዳም ደርሶ ባወረስሁት ብሎ ቀኒቱ እስከትደርስ ይጓጓል፡፡ አብ ልጁ ተወልዶ በምድር ክብሩን እየገለጠ የጠላትን ሥራ ሲያፈርስ ለማየት ለነቢያት ለአባቶቻቸው ተናግሮ ነበር፡፡ ለዕብራውያን አማኞች ይህን በማስረገጥ ይነግራቸዋል፡፡ ወራሹ መጥቷል፤ አብ በነቢያቱ የተናገረው በጉ ተሰውቷል፤ ለኃጢአት ስርየት ራሱን ከሰጠ በኋላ በአብ ቀኝ ተቀምጧል በማለት ተመልሰው ወደ መቅደስ ሥራ እንዳይሄዱ ለማሳየት ይሞክራል፡፡

እግዚአብሔር ልጁን ስለ ወደደ ውርሱን ሁሉ ሰጥቶታል፡፡ በፊተኛው አዳም ያጣውን የልጅት ፍቅር በክርስቶስ አገኘው፡፡ ልጅ (ኋለኛው አዳም) በእርግጥም ወራሽ ሆነ፡፡ ፊተኛው አዳም በዔድን ገነት በውክልና ተሾመ፤ ኢየሱስ ግን የበኩር ልጅ በመሆን ከዘላለም ዘመናት በፊት ለውርስ ተሾመ (ምሳሌ 8÷23)፡፡ ይህ አሳብ በዕብራውያን መጽሐፍ ውስጥ ስምንት ጊዜ ተጠቅሷል (ዕብ. 1÷2፣ 14፤ 6÷12፣ 17፣ 9፡15፤ 11÷7፣ 8፤ 12÷17)፡፡

አሳቡ ከመታዘዝ ጋር የሚገኝ ርስትን ያመለክታል፡፡ ይህም በትዕግሥት የሚሆን ነው (ዕብ. 10÷36) እንጂ፣ በሞተ ሥራ (በሕግ ሥራ) አይደለም፡፡ አማኝም እንዲሁ የሚወርሰው በእምነት ሥራ ይሆናል፡፡

ወራሽ (ክሌሬኖሞስ) klērονómos / klay-ron-om'-os፡- የሚለው በዚህ ቦታ የተገጸው ቃል የሚያሳየው የተወሰነን ክፍል መውሰድ ወይም መጋራት ብቻ ሳይሆን፣ ባለቤትነትንም ነው የሚያመለከተው፡፡ *ክሌሬኖምስ* የሚለው ቃል የበላይነትና ሥልጣንንም የሚያመለክት ነው፡፡ ወልድ በሁሉም ነገር ላይ መሾሙን ሲያሳየን፣ ከሁሉም ነቢያት የበላይ መሆኑንም የሚያሳይ ነው፡፡ (መጽሐፍ ቅዱስ ጥቅሶች የብሉይና /የአዲስ ኪዳን ግሪክ መዝገበ ቃላት፣ የቴየር ትርጉም 1989. በ ጆሴፍ ሄንሪ ቴየር፣ አስቲን ሐተታ/ በጂፍ ጋሪሰን)

ወራሽ ተብሎ የተተረጎመው ቃል - በግሪኩ kleeronomos የሚለው በአግባቡ ሲታይ፡- (1) በዕጣ ሁሉን የሚሰበስብ ሰው (2) ወራሽ በዚህ አግባብ ዘወትር ቃሉን የምንረዳበት መንገድ ነው፡፡ እንደዚሁም እንደ ድርሻ የተሰጠውን ማንኛውንም ነገር ወይም የትኛውም

ዐይነት ንብረት ባለቤት መሆኑን ያመለክታል፡፡ (ሮሜ 4÷13-14 ያለውን ተመልከት፡፡) በየትኛውም ሁኔታ በአዲስ ኪዳን ውስጥ የተሰጠ ወራሽ ማለት ነው፡፡ ከክርስቶስ ጋር ሲዛመድ እንደ እግዚአብሔር ልጅ የሁሉ ነገር ባለቤት ወይም ጌታ ማለት ነው ወይም ሁሉ ነገር የእርሱ የሆነለት ማለት ነው፡፡ ከሐዋ. 2÷36፤ 10÷36፤ ዮሐ. 17÷10፤ 16÷15 ጋር አወዳድር፡፡ አባት ያለው ነገር ሁሉ የእኛ ነው፡፡ አስተሳሰቡ ማንኛውም ለእግዚአብሔር ልጅ የተሰጠ ነው፡፡ (ባርነስ፣ አልብርት፡- ወደ አዲስ ኪዳን ላይ ኮሜንተሪ 1885፡- ወደ አዲስ ኪዳን ላይ ኮሜንተሪ)

"ባደረገው" የሚለው ቃል በእንግሊዘኛው NIV ትርጉም appoint የሚል ፍቺ ሲኖረው፣ በግሪኩ ቃል እንደ የአገባቡ በርካታ ቃላት አሉት፡፡ ከ10 የሚበልጡ ፍቺዎች አሉት፡፡ ከእነዚህ ውስጥ ለዚህ ማብራሪያ ይበልጡን አመቺው *ካቲስቴማይ* - kathistemi (2525) የሚለው ቃል ነው፡፡

ቃሉንም ስንፈታው፣ ለአንድ **ሹመት** መቀባትን፣ ለአንድ **የክብር ቦታ** መመረጥን ያመለክታል፡፡ አንድን ሰው ለሥልጣን ማጨት፣ አንድን አገልጋይ በቤታችን ላይ አለቃ አድርጎ ማስቀመጥ የሚል ትርጓሜ ይዟል (ማቴ. 24÷45)፡፡

ባደረገው፡- በብሉይ ኪዳን እግዚአብሔር በመንግሥቱ የሾማቸው ካህናት ነበሩ፡፡ ሙሴ በቤቱ ታማኝ የነበረ ሲሆን፣ የተሰጠውን ሥልጣን (ሹመት) በሚገባ ሥርቶበት ከሕያዋን ምስክሮች መካከል አንዱ ሆነ፡፡ የዕብራውያን ጸሐፊ የሙሴን ክህነት ከጌታችን ኢየሱስ ክርስቶስ የክህንነት አገልግሎት ጋር እያመሳሰለ ይናገራል፡፡

ሙሴ የተሰጠው ሹመት (ሥልጣን) እንደ ሎሌ ነበር፡፡ "ሙሴ ደግሞ በቤቱ ሁሉ የታመነ እንደ ሆነ ለሾመው ደግሞ የታመነ ነበር ... ሙሴ በኋላ ለሚነገረው ነገር ምስክር ሊሆን እንደ ሎሌ የታመነ ነበር" (ዕብ. 3÷2-5)፡፡ በእግዚአብሔር ቤት ሹመት (Ordination) አለ፡፡ ያም የእግዚአብሔር ቤት የሆነውን ማደርያውን ለማነጽ፣ ለመገንባት የሚሰጥ ሥልጣን ነው፡፡

እስራኤልን ከምድረ ግብፅ ባርነት አውጥቶ ኃጢአታቸውን በፍየልና በኮርማዎች ደም እንዲሸፈን፣ የእግዚአብሔርም ክብር በፊታቸው እንዲሄድ ሙሴ ካህን ሆኖ ተሹሞ ነበር፡፡ ሙሴ የተሰጠውን ሹመት (ሥልጣን) "እነርሱን ከምታጠፋ እኔን ከሕይወት መዝገብ ላይ ደምስስ፡፡ አሁን ይህን ኃጢአታቸውን ይቅር በላቸው፡፡ አለዚያ ግን ከሕይወት መጸሕፍህ እባክህ ስሜን ደምስስ" አለ (ዘጸ. 32÷32)፡፡

ሙሴ ካህንነቱ በዕውነት በታማኝነት ለሾመው ሥራ በተግባር ሲያከናውን ቢያስፈልግ የእርሱ ሕይወት አልፎ እንዲፈጸም የቈረጠ ነበር፡፡ ጌታን ኢየሱስ ግን በላቀ እና በተሻለ ኪዳን የተሰጠውን ሹመት ሲፈጽም እናስተውላለን፡፡ የክርስቶስ ክህነት ሙሴ ለምርጦቹ ሲማልድ እንዳየነው ሳይሆን ኃጢአተኛና ዐመፀኛ ለሆነው ሰው፣ ለአይሁድ፣ ለአኽዛብ፣ ለባርያ፣ ለጨዋ ሁሉ ራሱን ሰጠ፡፡ ሐዋርያው ለሮሜ ሰዎች ሲናገራቸው፡- "ስለ ጻድቅ የሚሞት በጭንቅ ይገኛልና፥ ስለ ቸር ሰው ሊሞት እንኳ የሚደፍር ምናልባት ይገኝ ይሆናል፡፡ ነገር ግን ገና ኃጢአተኞች ሳለን ክርስቶስ ስለ እኛ ሞቷልና" ይላል (ሮሜ 5፥8)፡፡

ቅዱስ እና ለርስቱ የተለዩ ሕዝቦች ለሆኑት ለእስራኤላውያን ለመሞት ሙሴ ራሱን አሳልፎ ሰጠ፡፡ ጌታችን ኢየሱስ ክርስቶስ ግን በአይሁድ ዘንድ ውሾች እና ርኩሶች ለተባሉት በመስቀል ለመሞት እንደ በግ ተነዳ፡፡ ኪዳን-ዐልባ ከሆኑት፣ ውሾች ተብለው ከሚጠሩት ውስጥ በእምነት የተማጠነች ከነዓናዊ ሴት ነበረች፡- "ጌታ ሆይ የዳዊት ልጅ ሆይ ማረኝ፡፡

ልጄን ጋኔን ክፉኛ ይዞታል!" ብላ ጮኸች፡፡ እርሱ ግን ምንም አልመለሰላትም፡፡ ደቀ መዛሙርቱ በኋላችን ትጮኻለችና አሰናብታት እያሉ ለመኑት፡፡ እርሱም መልሶ፤- "ከእስራኤል ቤት ለጠፉት በጎች በቀር አልተላክሁም!" አለ፡፡ እርሷ ግን፡- "ጌታ ሆይ እርዳኝ!" እያለች ሰገደችለት፡፡ እርሱም መልሶ፡- "የልጆችን እንጀራ ይዞ ለቡችሎች መጣል አይገባም!" አለ፡፡ ቅዱስ ማቴዎስ ይህች ከነዓናዊት ሴት የመለሰችውን ንግግሩዋን ሲጽፍ፡ - "አዎን! ጌታ ሆይ፥ ቡችሎችም እኮ ከጌታቸው ማዕድ የወደቀውን ፍርፋሪ ይበላሉ!" አለች፡፡ በዚህ ክፍል ላይ ይህች ሴት እየተናገረች ያለው ልጅህ ልባል አይገባኝም፤ ነገር ግን በቤትህ ፍርፋሪ እንደሚመገቡ ልሁን የሚለውን ነው፡፡ ይህቺ ሴት ያቀረበችበት መንገድ ፍረድልኝ! ይህም ከምሕረትህ፣ ከቸርነትህ የተነሣ ይሁንልኝ የሚል ነው፡፡

ጌታችን ኢየሱስ እነዚህን ቡችሎች የተባሉትን ሊያገለግላቸው ያን ጊዜ አልተሾመም ነበር፡፡ ሆኖም ጊዜው ሲደርስ ግን ለእነዚህ ውሾች ለተባሉት በመጨረሻ ራሱን አሳልፎ ሰጠ፡፡ በመጨረሻ ከሞት ከተነሣ በኋላ ወደ ሰማይ ሲያርግ ደመና ተቀበለችው፡፡ ታላቁ ሊቀ ካህናት እነዚህን ውሾች የተባሉትን አሕዛብንም ሆነ የአብርሃም ልጆች የተባሉትን ሊያገለግል ወደ ቅድስተ ቅዱሳን ገባ፡፡

በተሻለ ኪዳን በተሻለ የተስፋ ቃል ገና ኃጢአተኞች የሆኑትን ለማገልገል ሕይወቱን መስጠትና በመስቀል ላይ መሞት ብቻ ሳይሆን፣ ስለ እነርሱ ሊኖር፣ ሊታይ እና ሊማልድ

ወደ ቅድስት በገዛ ደሙ ገባ፡፡ የዕብራውያን ጸሐፊ፡- “ስለ እነርሱም ሊያማልድ ዘወትር በሕይወት ይኖራልና” በማለት ክህነቱ ዘላለማዊ መሆኑን ይገልጻል (ዕብ. 7÷25)፡፡ ነገር ግን በእግዚአብሔር ፊት ስለ እኛ አሁን ይታይ ዘንድ ወደ እርሷ፣ ማለትም በሰማይ ወዳለችው መቅደስ ገባ (ዕብ. 9÷24)፡፡

ጌታችን የተሾመው ይህን ክህነት ሊፈጽም ከትልቅ ሀላፊነት ጋር ተሰጥቶት ነው (ኢሳ. 53÷12 ዮሐ. 14÷13)፡፡ ይህም በምድር በሥጋው ወራት የራሱን ሕይወት የከፈለውን መሥዋዕትነት ብቻ ሳይሆን፣ በሰማይም ደግሞ እንዲሁ ለራሱ ሳይሆን፣ ለእነርሱ እንደሚኖር ቅዱስ ቃሉ ያስተምናል፡፡ ይህች ድንቅ የእግዚአብሔር ጥበብ ናት፡፡ እግዚአብሔር ልጁን ሰጠን፤ ለአንድ ልጁ አልራራለትም (ሮሜ 8÷32)፡፡

በብሉይ ኪዳን ዘመን ካህኑ የእንስሳውን ደም ይዞ በመቅረብ በእግዚአብሔር ፊት ማቅረቡ፣ እንዲሁም አሮንም ዕጣኑን ማጠኑ ዘወትር የሚሆን ነበር፡፡ የጌታ ኢየሱስ መሥዋዕት ግን አንድ ጊዜ የተፈጸመ ለዘላለም የሚሆን የኃጢአትን ስርየት የሚሰጥ ለዘወትር የሚማልድ ነው (ዘጸ. 30÷8፣ 29÷42)፡፡ ይህ ክህነት ቅዱሳኑ መዳቸናው እስከሚፈጸም የሚቀጥል ይሆናል፡፡ ካህኑ የወከላቸው ሕዝብ ወደ እግዚአብሔር ክብር ገብተው ወደ ክርስቶስ ሙላት ልክ እስኪደርሱ ድረስ አይቋረጥም፡፡

ሊቀ ካህናቱ ሁልጊዜ ያለማቋረጥ ሥራውን ይሠራል፡፡ ንጽሕት፣ ያለ ፊት መጨማደድ የሆነች ድንግል ለእግዚአብሔር ለማቅረብ ካህኑ ተሹሟል፡፡ የካህኑ ሥራ የሚፈጸመው እያንዳንዱ አማኝ የክርስቶስን መልክ ሲመስል፣ ክርስቶስም መንግሥቱን ለአብ በሚሰጥበት ጊዜ ነው፡፡ 1ኛ ቆሮ. 15÷24-28፡፡ ሁሉ ከዕግሮቹ በታች ሲገዛለት፣ የኃጢአት ሀልውና ሲጠፋ፣ የሞት ሀልውና ሲያከትም፣ እንዲሁም ዲያቢሎስና ጭፍሮቹ በእሳት ባሕር ውስጥ ሲጣሉ፣ ያን ጊዜ አማኞች እንደ ሰማይ ከዋክብት እና እንደ ፀሐይ ደምቀው የአብን ክብር ያበራሉ (1ኛ ቆሮ. 15÷41፤ ማቴ. 13÷43፤ ዳንኤል 12÷3)፡፡

ልጁ ያን ክብር እንዳንጸባረቀ በኋለኛው አዳም በሞቱና በትንሣኤው የተባበሩ የእርሱን መልክ ሲመስሉ ሥራውን ይፈጽማል፡፡ ይህም ሺሁ ዓመት ከተፈጸመ በኋላ ይሆናል፡፡ በሙሴ አገልግሎት ደመናው በላያቸው ያንዣብብ ነበር፤ ሁሉም ከደመናው በታች ነበሩ (1ኛ ቆሮ. 10÷1)፡፡ በጌታ በምድር አገልግሎቱ ብርሀኑ ሁል ጊዜ በሰው ሁሉ ፊት ተገልጦ ይበራ ነበር፡፡

ሞቶ ከተነሣ በኋላ ደግሞ በአማኙ ልብ በራ (2ኛ ቆሮ. 4÷6)፡፡ ዕለት ዕለት ይህ የክብር ብርሃን ያበራል፤ ቢሆንም በስደት ላይ እንዳለ ነው (2ኛ ቆሮ. 4÷16፤ 5÷1-3)፡፡ አንድ ቀን ጌታ ይመጣል፡፡ እርሱን ስናየው እርሱን እንደምንመስል እናውቃለን (1ኛ ዮሐ. 3÷2)፡፡ ወደ ፍቅሩ ልጅ መንግሥት የፈለስነው በሊቀ ካህናቱ አገልግሎት እና የዘወትር ምልጃ ነው፡፡

የተስፋ ቃሉ ቅዱሳኑ ሙሉ ለሙሉ የልጁን መልክ መስለን የልጅነታችንን ቤዛነት እስከምናገኝ ድረስ ነው፡፡ ሊቀ ካህናት እኛን ወደዚያ ክብር ሲያስገባን ፍጥረት ሁሉ (ሰማይና ምድር) በእሳት እንደሚቃጠል በክብሩ እሳት ውስጥ ያልፋሉ፡፡ የዚያ ጊዜ ኃጢአት፣ ሞት፣ የዲያብሎስ ልጆች ሁሉ ይወገዳሉ፡፡ ታላቁ ሊቀ ካህናት ለዚህ ተሾመ፡፡ **ዓለማትን (አሂኦን) aiṓn / ahee-ohn'፡-** የሚለው ቃል የሚያሳየን ቊሳዊውን ዓለም ሳይሆን፣ ፍጥረተ-ዓለምን እና በውስጡ ያለ በዘመናት ሂደት ውስጥ የሚገለጸውን ገጽታ ነው፡፡ ኢየሱስም እንደ እግዚአብሔር አብ ተወካይ ሆኖ ፍጥረትንም፣ ጊዜንም ፈጥሯል፡፡ (የመጽሐፍ ቅዱስ ጥቅሶች የብሉይና / የአዲስ ኪዳን ግሪክ መዝገበ ቃላት፣ የቴየር ትርጉም 1989. በ ጆሴፍ ሄንሪ ቴየር፣ አስቲን ሐተታ/ በጄፍ ጋሪሰን)

ዓለማት የሚለው ቃል ሔዮናስ የሚለው ቃል ትርጓሜ ሲሆን፣ እግዚአብሔር ራሱን በጊዜና በቦታ በተገደበ ሥፍራ ውስጥ መግለጡንና በዚህ ውስጥ ያሉ ነገሮች በአጠቃላይ ራሳቸው ነገሮቹም ጭምር ከፈጣሪያቸው በተለየ መቆም የማይችሉ ናቸው፤ ሁሉም በዓለማት ውስጥ ያሉና የሚከናወኑ ነገሮች ሁሉ በክርስቶስ የተሠሩና የተፈጠሩ ናቸው፡፡ ዓለማት የሚለው ቃል ስፋትና ትልቅነትን ገላጭ ብቻ ሳይሆን፣ በዘመናት ሂደት በጊዜ ውስጥ የሚገለጥን የእግዚአብሔርን ዓላማም ጭምር የሚያሳይ ነው፡፡ ስለዚህ የልጁ መለኮትነቱ ዓለማትን በመፍጠር ብቻ የተገለጸ አይደለም ይልቁንም በዘመናት ውስጥ ዓለማትን በማስተዳደርም ጭምር የተገለጸ ነው እንጂ፡፡ ይህም ደግሞ እርሱን ከነቢያት በላይ እንዲሆን ያደርገዋል፡፡ (ዌስት፣ ኬ. ኤስ 1947. የግሪክ አዲስ ኪዳን ቃል. ጥናት፡- ኢርድማንስ)

"ዓለማትን" በሚለው የመጽሐፍ ቅዱስ አሳብ ላይ ሁለት ዐይነት አመለካከቶች (አስተምህሮዎች) አሉ፡፡ የመጀመርያዎቹ ሊቃውንት ቃሉ ምድርን የሚያመለክት አይደለም፤ ነገር ግን በዚህ ግዑዝ ምድርም ሆነ በመንፈሳዊው ዓለም ያለውን አስተዳደር የዘመናት ሂደት ይገልጻል በማለት፣ ለምሳሌ የብሉይ ኪዳን ዘመን፣ የአዲስ ኪዳን ዘመን፣ የጸጋ ዘመን ... ወዘተ እንደሚባለው ነው፡፡

የዕብራውያን ጸሐፊ ይህንን ቃል የብሉይ ኪዳን የአስተዳደር መንገድ ሁሉ አዲስ የሆነበትን ዘመን፣ ማለትም የአዲስ ኪዳን የሕይወት ሥርዓት መመሥረቱን ለማመልከት ተጠቅሞበታል ይላሉ፡፡ ለምሳሌ ብንወስድ በብሉይ ኪዳን ባርያ ጌታው ነፃ ካወጣው በኋላ "በፈቃዴ እከተልሃለሁ!" ብሎ ባርነቱን ምርጫው ካደረገ፡- "ጆሮውን ትበሳዋለህ፥ ለዘላለም ባርያ ይሆንልሃል" ይላል (ዘዳ. 15፥17)፡፡ ይህ ማለት በሚኖርበት ዘመን ሁሉ ባርያ ይሆንልሃል ማለት እንደ ሆነ እናስተውላለን፡፡ ሌላ ምሳሌዎችንም መጥቀስ ይቻላል፡፡ ሆኖም ግን የመጽሐፉ ዓላማ ካህኑ በላይ መሆኑን የእምነት ማበረታቻ መጽሐፍ ስለሆነ፣ አንድ ሌላ ምሳሌን አሳይተን ለማለፍ እንገደዳለን፡፡

ይህም ጌታችን ኢየሱስ ስለ እግዚአብሔር ሥራ ተቃውሞ በተመለከተ ለፈሪሳውያኑ እና ለሕግ አስተማሪዎች ማስጠንቀቅያ የሰጠው ምሳሌ ሆኖ መጠቀስ ይችላል፡፡ "በሰው ልጅ ቃል የሚናገር ይሰረይለታል፡፡ በመንፈስ ቅዱስ ላይ የሚናገር ሁሉ በዚህ ዓለም ቢሆን ወይም በሚመጣው ዓለም አይሰረይለትም" (ማቴ. 12፥32)፡፡

ለአይሁድ መምህራን እየነገራቸው የነበረው የሚመጣው ዓለም ማለት በአዲስ ሰማይና ምድር የሚገለጠው ዘላለማዊውን የክርስቶስ መንግሥት ነው፡፡ አሁን በሕግ ዘመንም ሆነ በመሢሑ የምሕረት ወይም የጸጋ ዘመን መንፈስ ቅዱስን መሳደብ ስርየት የለውም፡፡ ወደ ካህኑ ይዘው የሚመጡትም ሆነ በመሢሑ ዘመን ይቅርታ የሚያገኙበት አይደለም፡፡ ሌሎች ወገኖች ይህ አሳብ የሚናገረው የብሉይን የሙሴ ሕግ በነበረበት ሥርዓት እና ክርስቶስ ሞቶ ከተነሣ በኋላ ያለውን የጸጋ ዘመን እንደሆነ አድርገው ማብራሪያ የሚሰጡበት ሲሆን፣ ታላቁን የፍርድ ጊዜ ያመለክታል የሚሉም አሉ፡፡

አንዳንዶች የግሪኩ *aion (አዮን)* በአንድ መልኩ ሲገልጡት፡-የዘመናትን ገፅታ፣ ሂደትና ዕንቅስቃሴ፣ እንዲሁም የአገዛዝ ሥርዓት የሚያመለክት ነው፡፡ በይበልጥም አዲስ ኪዳንን ስናጠና አማኞች ሳይለወጡ፣ አዲስ ፍጥረት ሳይሆኑ፣ የኖሩበትን የሕይወት ዕንቅስቃሴ አስተዳደርና የዘመን ገጽታ፣ ደግሞም ጌታን ተቀብለው ከዳኑ በኋላ በአዲሱ የሕይወት ጎዳና በፍቅሩ ልጅ ግዛት ሥር ሆነው በሕይወት መንፈስ ሕግ በክርስቶስ ተሰውረው ያለውን የዘመን ገጽታ ለማሳየት ተጠቅሞበታል ይላሉ (ኤፌ. 1፥2፤ 2ኛ ቆሮ. 4፥4)፡፡

ሐዋርያው ጳውሎስ ለአማኝ ሲናገር "ስለዚህም መብል ወንድሜን የሚያሰናክለው ከሆነ፣ ወንድሜን እንዳላሰናክለው ለዘላለም ከቶ ሥጋ አልበላም" (1ኛ ቆሮ. 8፥3)፡፡ እየተናገረን ያለው በዚህ በጸጋ ዘመን (በዚህ በጸጋ ንግሥና ሥር - በሕይወት መንፈስ ሕግ - በመንፈስ ቅዱስ ዘመን እየኖርሁ) እየተመላለስሁ ሳለሁ እንደ ልጅ በነፃነት መኖር በምንችልበት

የሕይወት ዕርከን ላይ ሆኜ (ክርስቶስ ሁሉን በሚገዛበት ዓለም ሥር (ኤፌ.1÷21) እንኳ ወንድሜ የሚሰናከል ከሆነ፣ በዚህ በሥጋ በምኖርበት አጭር ዕድሜ ሙሉውን ዘመኔን ሥጋ አልበላም ማለቱ እንጂ፣ ለዘላለም ሲል በመንግሥተ ሰማይም የሚበላ ቁርጥ ሥጋ ኖሮ ከትፎውንም ጭምር መብላቱን አቆማለሁ ማለት አይደለም፡፡

ምክንያቱም ምንም እንኳ እንስሳት በመንግሥተ ሰማይ የሚኖሩ ቢሆኑም፣ በዚያ ሥጋዊ የሆነ አካል አይኖራቸውም፡፡ እንዲሁም እንስሳትን አርዶ መብላት ለሰው ልጅ ከዔድን ገነት ውጭ የተሰጠው ትእዛዝ መሆኑን መገንዘብ ያስፈልገናል፡፡ ቀድሞ እንስሳት ለሰዎች መደሰቻነት የተፈጠሩ ነበሩ እንጂ፣ ለመብልነት የተፈጠሩ አልነበሩም (ራእይ 19÷11፤ 2ኛ ነገሥት 2÷11፤ ራእይ 4÷6-10)፡፡

አንድ አማኝ ከድቅድቅ ጨለማ ወደሚደነቅ የብርሃን መንግሥት ሲፈልስ የቀደመው ዓለም (የዲያብሎስ ግዛት - አስተዳደር - ሞት - ኃጢአት የነገሠበት ሥርዓተ ዘመን) ተላቅቆ እነሆ ሁሉን አዲስ አደጋለሁ ብሎ እንደ ተናገረ ወደ ቀራኒዮ፡- አንድ በግ በሽላቾቹ ፊት ለመሰቀል ከሰጠ በኋላ እና ተፈጸመ ካለ በኋላ የገዛ ደሙን በዘላለም መንፈስ ይዞ ደመና ተቀብላው አርቆ ለዘመናት ወደ ሸመገለው ገባ፡፡

በዚያን ጊዜ በመንፈሳዊው ዓለም በአብ ችሎት የሰውን ልጅ ኃጢአት በደሙ ሊያነጻ መሥዋዕቱ ጸደቀ፡፡ በቅድስተ ቅዱሳን ላይ በስርየት መክደኛው ላይ ሱራፌልና ኪሩቤል ፊታቸውን በሚሸፍኑበት የአብ የክብሩ ሙላት ወዳለው የክብር ሥፍራው ተቀመጠ፡፡ በዚያን ጊዜ ለአመኑ ሁሉ በጸጋው ንግሥና የልጅነት ሕይወት በሥልጣን፣ በነፃነት፣ ያለ ኩነኔ ሊመላለሱበት የሚገባ ምዕራፍ ተከፈተ፡፡

የእግዚአብሔር መለኮታዊ ኃይል ለዚህ ለጸጋው የልጅነት ዓለም ለሚኖሩ ተለቀቀ፤ ያለ ልክም ፈሰሰ፡፡ የሰማይ ሠራዊትም አብረው ሸር-ጉድ ማለት ጀመሩ፡፡ እንግዲህ ወደዚህኛው ዓለም (ዕረፍት) እንደ ገቡ ካህኑ መሥዋዕቱን ይዞም ሆነ ተግባሩን ፈጽሞ በአብ ቀኝ ተቀምጧል፡፡

የዚህን ዓለም በረከት በሰማያዊው ሥፍራ ከአብ ዘንድ የተቀበለ እርሱ ወደ ክብሩ ሊገባና ሊወጣ ደግሞም ሊሰማራ ተሰጠው (ዮሐ. 10÷9)፡፡ እርሱ የመንፈሳዊው ዕርከን የዓለሙ ሁሉ ብርሃን ስለሆነ፣ በብርሃን መመላለስ ለእኛ ተሰጠን፡፡

ሌሎች ደግሞ aion - (ዓለሙ) በመጽሐፍ ቅዱስ ላይ ዓለም (kosmos) የሚለውን ግዑዛዊና ቊሳዊ ዓለምን በመወከል ተክቶ ሥራ ላይ የዋለባቸው ጥቂት የመጽሐፍ ቅዱስ ክፍሎች አሉ ይላሉ (ዕብ. 1፥2፤ 6፥5፤ 11፥3)፡፡ aion የሚለው በዕብ. 4፥3፤ 9፥26፤ 10፥5፤ 11፥7 እና 8 ላይ የሚገኘውን kosmos ይተካል የሚል መረዳት አላቸው፡፡

የዕብራውያን ጸሐፊ ይህ ግዑዝ ፍጥረተ-ዓለም (ዩኒቨርስ) ከተፈጠረበት ጀምሮ (ዘፍ. 1፥1) እስከ ኢየሱስ ክርስቶስ መወለድ እና ሞቶ መነሣት ድረስ ያለው ጊዜ (መጨረሻው ከጀመረበት ከበዓለ-ኀምሳ ቀን) ጀምሮ ክርስቶስ ዳግም እስኪመጣ ድረስ ያለው ዘመን ወልድ (ቃል ወይም ሎጎስ) የበላይ ነው ይለናል፡፡ ሁሉንም ነገር ካለመኖር ወደ መኖር ያመጣ እርሱ ነው፡፡

እርሱ ዓለማትን ሁሉ መፍጠር ብቻ ሳይሆን፣ በዓለማት ውስጥ እየሄዱ ወይም እየተንቀሳቀሱ ያሉትን ጊዜያትና ሂደቶችንም ጭምር ይቆጣጠራል፡፡ በእርግጥ በዓለማት ውስጥ የጠላት ዲያቢሎስ አሠራር ተጽዕኖ ቢኖርም፣ ከወልድ ሉዑላዊ አስተዳደር ዕጅ አፈትልከው ያመለጡ ሂደቶች እና ዕንቅስቃሴዎች አይገኙም፡፡ ለምሳሌ ከዘፍ. 1፥1 እስከ ዘፍ. 1፥2 ባሉት ብዙ ሚሊዮን ዓመታት አልፈዋል፡፡

ይህ ዘመን እጅግ ትላልቅ አውሬዎች የኖሩበት ዘመን ነው ተብሎ ይታመናል፡፡ ዳይኖሰር የመሳሰሉ እንስሳቶች የሰው አራት እጥፍ ቁመት ያላቸው 85 ጫማ ስፋት ያላቸው እንስሳት በሚኖሩበት ዘመን እንኳ እግዚአብሔር ፍጥረታቱን ይገዛ ነበር፡፡ ብዙዎች ስለ ጥንቱ የእንስሳት ዓለም ዐዋቂዎች ሲናገሩ፣ እግዚአብሔር በዚያም ዘመን ያለውን ዕንቅስቃሴ ሂደት ይገዛ እንደ ነበር በኢዮብ 40 እና 41 ላይ ለኢዮብ አመልክቶት ነበር ይላሉ፡፡ በኢዮብ መጽሐፍ ላይ አማርኛው ጉማሬ ብሎ ያስቀመጠው "Behemoth" የሚባለው እንስሳ፣ ምናልባትም ከጉማሬ ጋር ተመሳሳይነት አለው እንጂ፣ ትክክለኛው ጉማሬ አይደለም ይላሉ፡፡

በዚህ ክፍል ላይ በቊጥር 17 "ጅራቱን እንደ ጥድ ዛፍ ያወዛውዛል" የሚለው አነጋገር ጉማሬን አይወክልም፡፡ አዞ ብሎ የሚናገረው የአማርኛው መጽሐፍ ቅዱስ (ኢዮብ 40፥25) አዞ ሳይሆን "ሌዋታን" የሚባለውን እንስሳ ነው፡፡ (መዝ. 74፥14፤ 104፥25-26፤ ኢሳ. 27፥1)፡፡ እግዚአብሔር እነዚህን የእንስሳት ዓለም ሂደት ዕንቅስቃሴ እንኳ እቆጣጠራለሁ፤ እገዛለሁ ይላል፡፡

በተጨማሪም እግዚአብሔር ሎጎስ ተብሎ በሚጠራው የእግዚአብሔር ቃል (ወልድ) አማካይነት ፍጥረታቱን ካለመኖር ወደ መኖር ማምጣት ብቻ ሳይሆን፣ ያስተዳድራቸዋል፡፡ ከእነርሱ ጀምሮ አዳም ተፈጥሮ እስከ ወደቀበት ዘመንም ድረስ ያለው ጊዜ ቅድመ አዳም ተብሎ የሚጠራው ነው፡፡ በዚህ ዘመንም እግዚአብሔር ሉዐላዊነቱን በወልድ በኩል ገለጠ፡፡

ከዚያም የኖኅ ዘመን በሚባለ ወቅት የእግዚአብሔር መላእክቶች ከሴት ልጆች ጋር የተዳቀሉበት፣ የሰው ዘር ልቅ የወጣበት ዘመን ይመስላል፡፡ ግብረ-ሰዶም የበዛበት ቢሆንም፣ እግዚአብሔር ግን ሂደቱንና ዕንቅስቃሴውን እየተቆጣጠረ ያንን ዓለም የበላይ ሆኖ ገዛ፡፡ ከዚያ ሲቀጥል ከአብርሃም ዘመን እስከ ሙሴ ትውልድ ባለው ዘመን እግዚአብሔር በልዑላዊ ሥልጣኑ ዓለማትን እና ታሪክን ይገዛ ነበረ፡፡

በታሪክ ዘመናት ሁሉ፣ ማለትም በባቢሎን ዘመን፣ በፋርስ ዘመን፣ በግሪክ ዘመን ከዚያም ኢየሱስ በተወለደበት የሮም ዘመን የነበረው የአስተዳደር ዕንቅስቃሴ ሂደቶች ይለያያሉ፡፡ በእነዚህ ዘመናት ሁሉ እግዚአብሔር ወልድ የበላይ ሆኖ ይገዛና ይቆጣጠር ነበር፡፡

በእነዚህ ዓለማት (የአስተዳደር ዕንቅስቃሴ ሂደት) ጠላት የራሱ የሆነ ዕቅድ ይዞ በረቀቀ ሁኔታ የጨለማውን አሠራር ቢገልጥም፣ ወልድ ግን ሁሉን በሥልጣኑ ቃል ደግፎ ይዞ ፍጠረታቱ ተጠብቀው እግዚአብሔር አብ ወደ ፈቀደው በሕያው ጥበቡ እና ማስተዋሉ ተደግፈው ወደ ተፈለገበት እያመሩ (እየተነዱ) ይገኛሉ፡፡ በየትኛውም ዘመናትና ዓለም (የአስተዳደር ዕንቅስቃሴ ሂደት) የሚኖርና የሚገኝ ሰው በኖረበት ዘመን ባለው መንፈሳው ገዥ ተጽዕኖ ሥር ይኖራል፡፡

አዎን ይህ ሰው በመንፈሳዊ ዓለም ያሉት ሥልጣናት ተጽዕኖ ያደርጉበታል፡፡ ምንም እንኳ በየዘመናቱ የሚገኘው የአስተዳር ሂደት (መንግሥት) እግዚአብሔር በወሰነለት ክልልና ገደብ ሥር ሆኖ እንዲሠራ የተፈቀለደት ቢሆንም፣ ዓለም ዛሬም ድረስ በአምላክ ቁጥጥር ሥር ይገኛል፡፡ ለዚህም ነው የዚህ አለም ገዥ የተባለው ሰይጣን የእያንዳንዱን ነገሥታት (የአስተዳደር ሂደት) ዕንቅስቃሴ የሚቆጣጠርበት አሠራር የተለያየ ሆኖ የምንመለከተው፡፡

ለምሳሌ ወደ ቅርብ ነገሥታት ዘመን (የሮም ዘመን) ተብሎ የሚጠራውን እስከ አሁንም በምዕራባውያን አገር የሚሠራው ሥልጣኔ እና ፍልስፍና የባቢሎን መንፈስ እንደ ሆነ እንረዳለን፡፡ ግልሙትና፣ ገንዘብ፣ እኔነት ነግሦ ያለበት ዘመን ነው፡፡ ይህ ዘመን ሰዎች

የዓለምን አሠራር በሚቆጣጠረው ክፉ አሠራር ተጠላልፈው (ቢዚ ሆነው) ያሉበት ነው፡፡ ድኅረ ዘመናዊነት ሥር ሰድዶ ያለበት ጊዜ ነው፡፡

የሰዎች ኑሮ የተቅበዘበዘበት አሰራር ስር እንደሆነ ነው የምናየው፡፡ ይህ አሰራር በቤተ ክርስቲያን አማኞች ሕይወት ተጽዕኖ እያመጣ ይገኛል፡፡ ንግዱ እየተጧጧፈ አማኝ የጸሎት እና የቃል ጊዜውን ለዚህ አሠራር አስረክቦ ገንዘብ እያሳደደ ይገኛል፡፡ "በጸሎት ትጉ፡- በእግዚአብሔር ሥራ ፍሬ ማፍራት፣ በእግዚአብሔር ዕውቀት ማደግ" የሚባለው ተረት ተረት ሆኖ የዕሮብ እና የእሑድ (የሰንበቴ) አማኞች መሆን ከጀመርን ሰንበትትበት ብሷል (2ኛ ጴጥ. 3፥18፣ ቈላስ. 1፥5-8፤ ... ወዘተ 1፥10)፡፡

ሕዝቡ ደክሞ ዝሎ ወደ የአምልኮ ቤት እሑድ እሑድ ቢገሰግስም፣ ጠጠር ያለ መልእክትና አስተምህሮ ለመስማት ዐቅም የለውም፡፡ ብዙዎች የቤተ ክርስቲያን መሪዎች መጽሐፍ ቅዱስን በሳምንት ገልጠውት አያውቁም፡፡ መልእክቱ የሚጣፈጥ እና ተወዳጅ ሊሆን ይገባል፤ የመሸከም ዐቅም ግን የላቸውም፡፡ጠጠር ያለ መልእክት ጠቃሚነቱ በአማኞች ዘንድ የወረደ ሆኗል፡፡ ይህ የሆነበት ምክንያት የክብሩ መንጸባረቅ እንዳለ ለማወቅ ነው፡፡ የበርካታ አማኞች ችግር ወደ ቅድስተ ቅዱሳን ገብቶ በክብሩ መመላለስ እንዳለ አለማወቅ ነው፡፡

ስለዚህ በየሰንቱ የሚሰጠው አገልግሎት ወተት ወተት የሚል ሆኗል፡፡ የምዕራባውያን የአስተዳደር ወጥመድ (ዓለማዊነት) ወደ አገራችን ገብቶ ያለበት ወቅት መሆኑን እናስተውላለን፡፡ አሁን ያለው የምዕራባውያን ቤተ ክርስቲያን ዕንቅስቃሴ በእግዚአብሔር ክብር ተሞልቶ የሚገኘው ሕይወት (የነፍሳት መዳን የሰዎች ዕንቆቅልሽ በክብሩ ወንጌል ኃይል ጉልበት መለወጥ) ሳይሆን፣ የቤተ ክርስቲያን ዕድገት በንግዱ ዓለም መጠላለፍ ሆስፒታል፣ ትምህርት ቤት እና ገቢ የሚያስገቡ ሥራዎችን ማቀላጠፍ ሆኗል፡፡

እንደ ሎዶቅያ ቤተ ክርስቲያን በቍሳዊ ነገር ሀብታም የሆነች ግን ድሀ፣ የተራቆተች ክብሩ የራቃት መሆኗን በብዙ ቤተ አብያተ ክርስቲያት የምናስተውለው ሆኖ ተገኘ፡፡ ይህ ዐይነቱ የምዕራባውያን አሠራር ሂደት (ዓለም) ወደ ሃራችን ቤተክርስተያናት ሰርጎ ገብተአል፡፡ ይህ ዐይነቱ ተጽዕኖ በወንጌላውያን አማኞች ብቻ ሳይሆን፣ በኦርቶዶክስ እና በካቶሊክ አብያተ ክርስቲያናት ዘንድም ሰርጎ በመግባት ላይ ይገኛል፡፡

አብያተ ክርስያቲያናት እና ቤተ መቅደሶች ዛሬ እየተሸነሸኑ ቡቲክ እየሆኑ ንግዱ እየተጧጧፈ ይገኛል፡፡ በወንጌላውያኑ ዘንድ ቤተ ክርስትያን የጸሎት ቤት መሆን ሲገባት፣

ከሰኞ እስከ አርብ መዋዕለ ሕፃናት፣ ትምህርት ቤት እና ለሌሎች ንግድ እየተከራዩዋቸው ይገኛሉ፡፡ እሑድ እና አርብ ላለመስጠት ትንቅንቅ ያለ እስኪሚመስል በአንዳንድ አብያተ ክርስቲያናት ዘንድ አምልኮ እየተካሄደ እና እየተጸለየ በጎኑ የገዥዎች እና የሻጮች ስም ከስብከቱ መሐል ብቅ እያለ የአማኙን ልብ እየወሰደ ይገኛል፡፡

እግዚአብሔር በልጁ በኩል ክብሩን በዚህ የመጨረሻ ዘመን ቢገልጥም፣ የጠላት ተጽዕኖ ትንሽ እንዳልሆነ እናስተውላለን፡፡ ሆኖም ግን በዚህ በመጨረሻ ዘመን ቤተ ክርስቲያንን ድኅረ ዘመናዊነት ቢጠናወታትም የዓለሙ ሁሉ ጌታ የሆነው የእግዚአብሔር ቃል ተብሎ የሚጠራው ኢየሱስ ክርስቶስ ለሚያምኑት ስብስብ ወይም ኅብረት ያዘጋጀው በረከት አለ፡፡ በዚህም መልኩ ደግሞ እርሱ ለሕዝቡ ራሱን ይገልጣል፡፡ ሁሉን በሥልጣኑ ቃል የያዘ ስለሆነ፣ የፍጥረተ- ዓለም ገዥ መሆኑን የዕብራውያን ጸሐፊ ይነግረናል፡፡

ይህ መጨረሻ በመባል በሚታወቀው ዘመንም እግዚአብሔር እንደ ቀድሞ የዓለሙ ገዥ እና አስተዳዳሪ ነው፡፡ ቤተ ክርስትያን ከዓለም አስተዳደር ተጽዕኖ ነፃ ወጥታ የክርስቶስ ክብር ተካፋይ ሆና ትኖር ዘንድ የሕይወት መንፈስ ሕግ (የጸጋው አሠራር) ተሰጥቷታል (ሮሜ 8÷2)፡፡ ይህም ጸጋ ከዓለም አሠራር ነፃ ወጥታ፣ በአእምሮ መታደስ ተለውጣ (ሮሜ 12÷2)፣ ያለ ፊት መጨማደድ በመቅደሱ ተገኝታ በክብሩ ውስጥ መኖርያዋን እንድታደርግ የሚያስችል ነው (ቲቶ 2÷11-14)፡፡

ክርስቶስ በአለሙ ላይ የበላይ ነው፣ ማለትም በየዘመናቱ ባለው የአስተዳደር ሥርዓት፣ የሕዝቦች ዕንቅስቃሴ፣ ታሪክ ሂደት ውስጥ እግዚአብሔር የሰውን ልጅ የማዳን ሥራውን በመሥራት ይገኛል፡፡ የእግዚአብሔር ልጅ ሁሉን ይቆጣጠራል፡፡ ገና ከዔድን ገነት ጀምሮ እስከ መሢሑ መወለድ ድረስ በዓለማቱ ላይ የበላይ ነው፡፡ የድንጋይ ዘመን (ዓለም)፣ ማለትም ከክርስቶስ ልደት በፊት ከ3000 ዓመተ ዓለም በፊትም እንኳ በዓለማቱ ላይ እርሱ የበላይ ሆኖ ይገኛል፡፡

የግራቪቲ ሕግ የበላይ ሆኖ የኤሮ ዳይናሚክ ሕግ አሠራር ዕንቅስቃሴ እንዳለ ሁሉ፣ እንዲሁ በጨለማው ዓለም የብርሃን ሕግ የክብሩ መንጸባረቅ የሆነው አንድያ ልጅ ኢየሱስ ክርስቶስ ሁሉን በሥልጣኑ ቃል ይዞ ወይም ደግፎ ይገኛል፡፡ ዓለማትን ሊያደርስ ሁሉን ወደ ፈለገበት፣ ማለትም ወደ እግዚአብሔር ዕቅድ ያመጣቸዋል (ኤፌ. 1÷10)፡፡

ነጀት፡- ሁሉም ነገር ወደ መኖር ለማምጣት በቃል (ሎጎስ) አሳብና ፈቃድ ውስጥ ማለፍ አለበት፡፡

ሄንሪ አልፎርድ እንደሚለው ዓለማት እግዚአብሔር በጊዜና በቦታ ውስጥ ራሱን የገለጠበት፣ በዚህ ነገር ውስጥ ያሉና ያለ እርሱ መኖር የማይችሉ ነገሮች፣ እንዲሁም የነበሩ ነገሮች ሁሉ በጊዜና በዘመናት ውስጥ በክርስቶስ ተፈጥረዋል። ወልድ ለቍሳዊ ዓለም መፈጠር ብቻ አይደለም፤ ነገር ግን ጊዜን፣ ቦታን እና ኊልበትን ጭምር ፈጥሯል። ክርስቶስ ዓለማትን ሁሉና እነርሱን ለማስተዳደር የሚያስፈልገውን ሁሉ ፈጥሯል። ይህ ፍጥረት የተከናወነው በቃል (rehma) አማካይነት ሲሆን፣ ይህም የሚታየው ነገር ሁሉ ከሚታየው ብቻ እንዳልተፈጠረ ያሳያል (ዕብ. 11፥3)።

ዌስት የመጀመሪያውን ሁለት ቍጥሮች እንዲህ በአጭሩ ይጠቀልላል። አዲስ ኪዳን ከመጀመሪያው ኪዳን የተሻለ ነው፤ ምክንያቱም መሥራቹ መሢሕ ከነቢያቱ ስለሚበልጥ፤ ስለዚህ መሢሑ የእግዚአብሔር ልጅ የሁሉ ወራሽ የሁሉ ፈጣሪ ነው። (ዌስት፣ ኬ. ኤስ 1947. የግሪክ አዲስ ኪዳን ጥናት)

"ዓለማትን ደግሞ በፈጠረበት" ይለናል። "በ" የሚለው ባለቤት አመልካች ቃል ውክልናን የሚያሳይ ሲሆን፣ አንዳንዴ ግን የእግዚአብሔርን ቀጥተኛ ውክልና የሚያሳይ ነው። የእግዚአብሔር ልጅ በዚህ ሥፍራ በፍጥረት መካከል የገባ መካከለኛ ሆኖ ነው የሚታየው ግን እንደ መጠቀሚያ መሣሪያ ብቻ ሳይሆን፣ እንደ ቀጥተኛ ሠራተኛም ነው የተቀመጠው። በቈላስያስ 1፥16 ላይ ጳውሎስ ሁሉ በእርሱና ለእርሱ ተፈጥሯል ሲል ይናገራል። በእርሱ የሚለው ልጁን መካከለኛ መሣሪያ አድርጎ የሚያስቀምጠው ቃል ሲሆን፣ ለእርሱ የሚለው ቃል ደግሞ ሕግ፣ ዓለም እና ፍጥረታት የሚተዳደሩበት ዓላማ ሁሉ በእርሱ መጋጠሚያ እንደሚያገኙ አመልካች ነው። (ዌስት፣ ኬ. ኤስ 1947. የግሪክ አዲስ ኪዳን ቃል. ጥናት፦ ኢርድማንስ)

ማክአርተር፦ ይህ ዕውነት የዚህ ጽሑፍ የመጀመሪያ ተደራሽ ለሆኑት ሰዎች ይበልጥ የሚያስገርም ነው፤ መስቀሉ ለአይሁዳውያን የማሰናከያ ዐለት ሆኖባቸዋል። ሆኖም ግን ጸሐፊው ለዚያ ይቅርታ አይጠይቅም። (ዕብራውያን፡ ጆን ኤፍ. ማክአርተር የአዲስ ኪዳን ሐተታ 1983)

ማክዶናልድ፦ የወልድን የማንጻት ሥራ በአጠር አድርጎ ሲያስቀምጠው ፈጣሪ ሁሉን የሚያኖረው፣ ኃጢአትን የሚሸከም ሆነ፣ ዓለማትን ለመፍጠር ቃል ማውጣት ብቻ ነው ከእርሱ ያስፈለገው፤ ዓለማትንም ለማኖር ቃሉን ብቻ ነው የሚያወጣው። ኃጢአታችንን ለማስወገድ ግን በመስቀል ላይ መሞት አስፈለገው። የሁሉ ባለቤትና ፈጣሪ የሆነው ጌታ

የመሥዋዕቱ በግ ለመሆን መውረዱ የሚያስገርም ነው፡፡ (ቢሊቨርስ ባይብል ኮሜንተሪ 2016:- ቶማስ ኔልሰን)

መጨረሻ (ኤስካቶስ) éschatos / es'-khat-os ማለት ሲሆን፣ በአንድ ሂደት ውስጥ ያለን የመጨረሻ ደረጃን ያሳያል። ኤስካቶሎጂ (**ኤስካቶስ** + **ሎጎስ** ከሚሉት የሁለት ቃላት ጥምር የተገኘ ሲሆን፣ ማለትም **የመጨረሻው ቃል** ይሰየማል) የሚያመለክተው እግዚአብሔር ከታሪክና ከፍጥረት ጋር ስላለው የመጨረሻ ግንኙነት ነው፡፡ በአጭሩ **ኤስካቶሎጂ** "ነገረ ፍጻሜ" የሚባል አስተምህሮ ነው። (መጽሐፍ ቅዱስ ጥቅሶች የብሉይና /የአዲስ ኪዳን ግሪክ መዝገበ ቃላት፣ *የቴየር ትርጉም 1989. በ ጆሴፍ ሄንሪ ቴየር፣* አስቲን ሐተታ/ በጄፍ ጋሪሰን)

ዘመናዊው የእንግሊዘኛ መዝገበ ቃላት Eschatology የሚለውን ቃል "ከሥነ መለኮት ጥናት ቅርንጫፎች አንዱና ስለ ዓለምና የሰው ልጅ የዘመን ፍጻሜ የሚያጠና" በማለት ይተረጉመዋል፡፡ የኔልሰን መጽሐፍ ቅዱስ መዝገበ ቃላትም ይህን ቃል በዓለም ታሪክ ውስጥ ሁሉም ነገር ሲጠቃለል ምን እንደሚከሰት በተለይ የኢየሱስን ዳግም ምጽአት በማያያዝ ይጠቅሰዋል፡፡

"በዚህ ዘመን መጨረሻ" ይህ የመጨረሻ ዘመን አዲስ ኪዳን ነው፡፡ የአዲስ ኪዳን መከፈቻ ለብሉይ ኪዳን መጨረሻ ነው፡፡ መጽሐፍ ቅዱስ መጨረሻ የሚላቸው የተለያዩ የዘመን ክፍሎች አሉ፡፡ በኢዮኤል መጽሐፍ ላይ «በመጨረሻው ዘመን ሥጋ በለበሰ ሁሉ ላይ መንፈሴን አፈስሳለሁ» ሲል የመንፈስ ቅዱስ መውረድ የነበረበትን የጴንጤቆስጤ (በዓለ-ኀምሳ) ቀንን ያስታውሰናል፡፡ ቍጥር 1 ላይ **ከጥንት ጀምሮ** ሲል ብሉይ ኪዳንን ያስታውሰናል፡፡ ጌታ ኢየሱስ በአዲስ ኪዳን ውስጥ በተገለጠ ጊዜ ለእኛ ተናገረን፡፡ እርሱ ዓለማትን የፈጠረ የእግዚአብሔር ልጅ ነው (መዝ. 2÷8)፡፡

በብሉይ ኪዳን ዘመን እግዚአብሔር በብዙ መንገድ፣ ዐይነቱ በተለያየ አቀራረብ ለሕዝቡ ተናገረ፡፡ በመጨረሻ ላይም በአንድ ልጁ አማካይነት ግልጽ የሆነ መልእክቱን አሰማን፡፡ እርሱም ሁሉን ወራሽ የሆነው ወልድ ነው፡፡ እኛ በእርሱ ውስጥ በምንሆንበት ጊዜ ልጆቹም ወንድሞቹም ነን፡፡ ከእርሱ ጋርም ልንወርስ የተጠራን ነን፡፡

በዚህ ዘመን <u>ዋንኛ</u> ልንወርሰው የሚገባንም ምድራዊ ቁሳቁስን ሳይሆን **<u>እርሱን</u>** ነው፡፡ ከተናገረን ዋና ዋና ትምህርቶቹ ውስጥ በእርሱ የሚያምን የዘላለም ሕይወት እንደሚያገኝ እንጂ እንደማይጠፋ፣ እርሱና አብ አንድ እንደ ሆኑ፣ እርሱን ያየ አብን ያየ መሆኑን

አስቀድመን የእግዚአብሔርን መንግሥት ብንፈልግ፣ በጽድቅም ብንመላለስ ሌላው ሁሉ ነገር እንደሚጨመርልን፣ ነቅተንና ተግተን መገለጡን መጠበቅ እንደሚገባን፣ ወደ ዓለም ሁሉ በመሄድ ወንጌልን ለፍጥረት ሁሉ መስበክ እንደሚያስፈልገንና፣ ተግተን መጸለይ እንዳለብን፣ ይህንንም ለማድረግ አጽናኝ የሆነውንና ወደ ዕውነት ሁሉ የሚመራንን መንፈሱን በእኛ ላይ እንዳፈሰሰ፣ በመንፈሱም እንደ ጎበኘን ተናግሮናል፡፡ በልጁ ተናገረን፡፡

የበጉ ሐዋርያት እና የመጀመርያዪቱ ቤተ ክርስትያን የመጨረሻ ዘመን ተብሎ የተገለጸው ዘመን ውስጥ የገቡበት ወቅት ነበር፡፡ ደካማ የነበረው ጴጥሮስ በአንዲት የሰው ቤት አገልጋይ ዘንድ የእግዚአብሔርን ልጅ የካደበትና የረገመበት ወቅት ነበረ፡፡ ሆኖም ሁለት ወር ባልሞላ ጊዜ ጌታ አንጋፋውን ጴጥሮስ ከወደቀበት አንሥቶ ከእርሱም ጋር የነበሩትን ለ40 ቀናት በተዘጋ ቤት እየገባ እየታያቸው እምነታቸውን አጸና፡፡

ጌታ ኢየሱስ ክርስቶስ ሞቶ ከተነሣ በኋላ "ገና ወደ አባቴ አላረግሁምና" አትንኪኝ፡፡ ነገር ግን ወደ ወንድሞቼ ሄደሽ እኔ ወደ አባቴና ወደ አባታችሁ ወደ አምላኬና ወደ አምላካችሁ እሄዳለሁ ብለሽ ንገሪያቸው" (ዮሐ. 17፥21) ያለበት ወደ ሰማያዊው ድንኳ የክህነት አገልግሎት ለመግባት የተዘጋጀበት፣ ደመናትም ተቀብለው ወደ ቅድስተ ቅዱሳን የሚገባበትና የመሥዋዕቱን ደምና ሥጋ (ራሱን) ለአብ ሊያቀርብ ተዘጋጅቶ ነበረ፡፡

ካህኑ ያልረከሰውን ንጹሑን መሥዋዕት ይዞ በዓመት አንድ ጊዜ ወደ ቅድስተ ቅዱሳን እንደሚገባ እርሱም በሕይወት ዘመኑ ከሕግ በታ ሆኖ አብን እስከ መስቀል ሞት ታዝዞ ፈቃዱን የፈጸመበት ጊዜ ነው፡፡ የመጨረሻው ዘመን (ዕብ. 7፥27) አሠራር ሊያስገባቸው፣ ሊጠብቃቸው፣ ሊያኖራቸው አዲስና ሕያው የሆነውን መንገድ የሚመረቅበት ጊዜ ሊደርስ ቀርቧል (ዕብ. 10፥19 እና 20)፡፡ ይህ መጨረሻው ዘመን እግዚአብሔር በክርስቶስ ኢየሱስ የክህንነት አገልግሎት ቤተ ክርስቲያንን ወደ ክብር ሕይወት ወደ ጸጋው አሠራር ያስገባታል፡፡

ክርስቶስ በመሥዋዕትነቱ ያዳናቸውን ወንድሞቼ ሊላቸው አያፍርባቸውም (ዕብ. 2፥13)፤ ከዚያም ባለፈ አብ የልጁን መሥዋዕት በማሸተት ከአቤል መሥዋዕት ይልቅ ተቀብሎት እና ደስ ተሰኝቶበት (ዕብ. 12፥24) በልጁ ሞትና ትንሣኤ ሥራ ያመኑትን የተደገፉትን "ልጆቼ ናችሁ፥ እኔም አባታችሁና አምላካችሁ ነኝ" ብሎ ለፍጥረታቱ ሁሉ የሚያውጅበት፣ በልጁ የሚያምኑትን የሚያጸድቅበትና የሚያከብርበት ጊዜ ነው፡፡ ይህችን የመጨረሻ ዘመን ዐዋጅ ለተቀበሉት (ሮሜ 8፥30) የመዓዛ ሽታ የሚሆን፣ ነገር ግን

የጸጋውን አሠራር ባለማመን የሚቃወሙት የዘላለም ሞት ሽታ የሚሆንበት ጊዜ በደጅ ሆኖ ተገኘ፡፡ (2ኛ ቆሮ. 2÷15 እና 16)

የመጨረሻው ዘመን ሊመረቅ ኢየሱስ ወደ ቅድስተ ቅዱሳን በመግባቱ አብ ከሰው ልጆች ላይ የኃጢአትና የበደል ክፍያ ሁሉ ተከፍሎ ከሚገኝበት ቅድስተ ቅዱሳን የመሥዋዕቱ ደም ከፍሎታል፤ እኔ ዕርቅ አድርጌአለሁ (ሮሜ 5÷1፣ 11፤ 2ኛ ቆሮ. 5÷18)፤ መጋረጃውን ቀድጄዋለሁ (ማቴ. 27÷51)፤ እናንተ ከእኔ ጋር ታረቁ፤ ወደ እምነታችሁ ሐዋርያ እና ሊቀ ካህናት ተመልከቱ የሚል የአዲስ ኪዳን ምዕራፍ ተከፈተ፡፡

በሰው ልጅ (በፊተኛው አዳም) በኩል ከእግዚአብሔር ጋር ተጣልቶ ነበር፡፡ የእግዚአብሔር ልጅነት መቤዠትን እየጠበቀ በመቃተት ውስጥ ነበር (ሮሜ 8÷22)፡፡ አሁን ግን ሊቀ ካህናቱ የሰው ልጆችን የኃጢአት ዋጋ በሙሉ በመክፈሉ መዳን ለሰው ልጆች ብቻ ሳይሆን በሰማይና በምድር ላሉ የእግዚአብሔር የዕጅ ሥራዎች ለሆኑ ፍጥረታቱ ሁሉ ሆነላቸው (ቈላስ. 1÷20)፡፡

ስለዚህም ይህ የመጨረሻው ዘመን፣ ክርስቶስ በፍጥረቱ ሁሉ ላይ የበላይ የሆነበት ዘመን የጸጋ፣ ስጦታዎች በቤተ ክርስቲያን የሚገለጡበት ከክርስቶስ ኢየሱስ የመታዘዝ፣ ደሙን የማፍሰስ፣ እንዲሁም ካህን ሆኖ በአብ ፊት ስለ እኛ የሚታይበት፣ እኛን የሚወክልበትም ሆነ ለእኛ ጠበቃ የሚሆንበት፣ የእግዚአብሔርም ክብር ከቅድስተ ቅዱሳን ያለ ከልካይ የተለቀቀበት በሰማያዊ ሥፍራ በመንፈሳዊ በረከቶች ሁሉ የተባረከንበት ነው፡፡

የመጨረሻው ዘመን ልጅ ከአባቱ ሁሉን የወረሰበት ውርሱን በሞቱና በትንሣኤው ለአመኑት ያካፈለበት የሕይወት ምዕራፍ ነው፡፡ የመጨረሻው ዘመን እግዚአብሔር የክብሩን ባለጠግነት ሙላት በኋለኛው አዳም አማካይነት ያፈሰሰበት ጊዜ ነው (ቈላስ 1÷19፤2÷9)፡፡ የወይን ቅርንጫፍ ከግንዱ ጋር እንደሚጣበቅ በግንዱ ውስጥ ያለን ነገር ሁሉ እንደሚካፈልና በነገር ሁሉ ከግንዱ አሠራር ጋር እንደሚካፈል (ዮሐ. 15÷5፤ ሮሜ 6÷6) እንዲሁም የአብን ሙላት በክርስቶስ እንድንካፈል ጻድቃን ተደርገን የተቆጠርንበት የፀጋ ዘመን ነው፡፡

ጆን ማክአርተር፡- እንደሚያስቀምጠው የመጨረሻው ቀናት የሙላት ቀናት ሲሆኑ፣ በብሉይ ኪዳን አይሁድ ሁሉም ቃል የተገባላቸው ነገር የሚፈጸምበት እንደሆነ ያምናሉ፡፡ በነዚህም ቀናት መሢሑ ከመንግሥቱ ጋር የሚመጣበትና ለእስራኤል ሁሉ ነፃነት የሚሰጥበት ወቅት እንደ ሆነም ያምናሉ፡፡ በመጨረሻው ቀናት ቃል መግባት

ሳይሆን፣ የተገቡ ቃላት ፍጻሜን ያገኛሉ፡፡ ኢየሱስም መጥቶ ይህንኑ ነበር ያደረገው፤ ለተስፋው ፍጻሜ አደረገ፡፡ ምንም እንኳ የሺህ ዓመቱ መንግሥት ገና ቢሆንም የመንግሥቱ ጅማሬ ግን የኢየሱስ ክርስቶስን መምጣት ተከትሎ ጀምሯል፤ ፍጻሜም የሚያገኘውም ወደ መንግሥተ ሰማይ ጉዞ ስናደርግ ነው፡፡ የብሉይ ኪዳን ተስፋዎች ፍጻሜ ያገኙት ኢየሱስ ወደ ምድር በመጣበት ወቅት ነበር፡፡ (ጆን. ኤፍ. ማክአርተር፣ ወደ ዕብራውያን፡- ሙዲ. ፕሬስ)

ይህ የመጨረሻው ዘመን፣ ልጁ በወንድሞቹ መካከል ደምቆ በሚታይበት ዓለም የእግዚአብሔር ልጆች የአብ ውበት እያንጸባረቀ የሚመለከቱበት ጊዜ ነው፡፡ የመጨረሻ ዘመን የእግዚአብሔር መንግሥት እንደ ስንዴ ቅንጣት የተረገጠችበት (መሢሑ በመስቀል ላይ የሞተበት) ሲሆን፣ እርሱ ሞቶ ሲነሣ ብዙ ፍሬ እንደሚያፈራ (ዮሐ. 12÷24) እንደዚሁ የሰናፍጭ ቅንጣት በምድር ላይ ካሉ ዘሮች ሁሉ እንደምታንስና በሰው ዐይን የተናቀች እንደ ሆነች (ኢሳ. 53÷3)፣ ነገር ግን ከሞት ሲነሣ ይህች የሰናፍጭ ዘር ማንነቷ (የአብን የክብሩን ማንጸባረቅ እና የባሕርይው ምሳሌ) ዘር ነች፡፡ደግሞም ይህች ዘር ትወጣለች፤ ከአታክልትም ሁሉ ትበልታለች፡፡ የሰማይ ወፎች በጥላዋ ሊሰፍሩ እስኪችሉ ድረስ ታላላቅ ቅርንጫፎችን ታደርጋለች (ማር. 4÷31-32)፡፡ ጥላ የሚያመለክተው የመጨረሻ ዘመን የክርስቶስ ድምቀት ይጀምር እንጂ፣ የመጨረስ ዘመን የመጀመርያው ቀናቶች ነበር፡፡ ስለሆነም ይህች ቤተ ክርስቲያን በመጨረሻው ዘመን መጀመርያ ዓመት እያደገች በመምጣትዋ የሰማይ ወፎች (ክፉ ሠራዊት) ኃይሎች በዚህ የጸጋ ዘመን የክብሩ መገለጥ በሆነበት ጊዜ የሥራ በር ተከፈተላቸው፡፡ ይህ የሆነው ይህች ዛፍ የክርስቶስ ድምቀት በሙላት ስላላሳለፈች ሙሉ ቀን ሆኖ ጥላ የሚባል ነገር ከቶ እስከማይኖር ድረስ ባለ መገለጥዋ ነበር፡፡

የመጨረሻው ዘመን መጀመርያ ልጅ የእግዚአብሔርን ሙላት በሰውነቱ ተገልጦ በቅድስተ ቅዱሳን በአብ ቀኝ ደምቆ ቢገኝም፣ የእግዚአብሔር መንግሥት ከመጨረሻው መጀመርያ ወደ መጨረሻው መጨረሻ ደርሳ ይህች የክርስቶስ አካል ያለፊት መጨማደድ ክርስቶስን በደመና የምትቀበልበት ዘመን ሩቅ አይደለም፡፡ የኢየሱስ ድምቀት ቤተ ክርስቲያንን አጥለቅልቆ ፍጥረታቱ በቢሊዮን የሚቈጠሩ ከዋክብትና ሚልክዌይ ጋላክሲዎችን፣ እንዲሁም ፍጥረተ-ዓለሙን (ዩኒቨርስን) ሁሉ ያውቁት ዘንድ ነው (ኤፌ. 4÷10፤ ቈላስ. 1÷19-20)

ለዕብራውያን አማኞች በእምነታቸው ጸንተው እንዲቆሙ እና እየበረቱ እንዲሄዱ አብ በነቢያቶች፣ በአባቶች ዘንድ ሥራውን እየሠራ ቆይቶ በዚህ መጨረሻ ዘመን ሁሉን ወራሽ

ባደረገው በልጁ የበረከትን ኪዳን ዐዋጅ እንደ ሰጠ ሲነግራቸው በቅድሚያ ይህን ከዘላለም ዓለም፣ ከዐዋቂዎች፣ ከዚህ ከዓለም ጠቢባን የተሰወረውንና በአይሁድ ተከስሶ በሮማውያን ተሰቅሎ ከሙታን በተነሣው ኢየሱስ ክርስቶስ ላይ እምነታቸው ይበረታ ዘንድ በሚገርም ቃላት ይተርክላቸዋል።

አማኝ የላቀ ክብር ይጠብቀዋል። የክርስቶስ ውርስ በዚህች ዓለም ባለው የከፍታ ሕይወት ላይ ተመዝኖ የሚያልቅ አይደለም። በክርስቶስ ያለው ውርስ የመጨረሻው መጀመርያ በሆነበት። በሐዋርያቱ ዘመን፣ ቤተ ክርስቲያን የእግዚአብሔር ክብር በመገለጡ ድንቅና ተአምራት እንደ ወንዝ እየጎረፈ ባለበት ሁኔታ በመካከላቸው ችግረኛ እስከማይገኝ ደርሳ ነበር።

ሆኖም ግን የክርስቶስ ክብር ርስት ባለጠግነት ዐይን ያላየችው፣ ጆሮ ያልሰማው፣ በሰው ልብ ከቶ ያልታሰበው እግዚአብሔር ያዘጋጀው ውርስ ነው (1ኛ ቆሮ. 2÷9፤ ኢሳ. 64÷4)። ይህ የውርስ ክብር ባለጠግነት በሰማይ በክብሩ የሚገኝ ሲሆን፣ አስደናቂ በሆነው በገነት የሚመላለሱ ጨለማ፣ ኀዘን፣ ሕመም፣ ድህነት፣ የመሳሰሉት አሉታዊ ነገሮች በመዝገበ ቃላታቸው የማይታወቅ በመንግሥተ ሰማይ ዘወትር በብርሃኑ ተከብበው የሚኖሩ ቅዱሳን መላእክት እንኳ ሊያዩትም ሆነ ሊያውቁት የሚናፍቁት ነገር ነው።

እግዚአብሔር በልጁ በኩል ለአማኝ የሚገልጠው ክብር አስደንቋቸዋል ሲል ሐዋያው ጴጥሮስ ይናገራል። በዚህ ክፍልም የዕብራውያን ጸሐፊ ከቀደመው ሥርዓት፣ ከመቅደስ አገልግሎት፣ ከምትመኩበት የሙሴም ሆነ የሰሎሞን መቅደስ የተሻለ አለ ይላል። በክርስቶስ ክህነት የክብር መንጸባረቅ የሚገኝበት አገልግሎት አለ ይላቸዋል (1ኛ ጴጥ. 1÷12)።

እግዚአብሔር በክርስቶስ በኩል አስቀድሞ ያዘጋጀው የክብር ባለጠግነት ውርስ ነው (መዝ. 31÷19)። ስለዚህም የዕብራውያን ጸሐፊ የአሁን ችግራቸው ጠላት የቤተ ክርስቲያንን አለመድመቅ ተጠቅሞ ከሚያመጣባቸው ስደት የተነሣ ወደ ኋላ እንዳያፈገፍጉ ይነግራቸው ዘንድ እየተዘጋጀ ነው።

እነርሱ ወደ ኋላ ከማፈግፈግ ይልቅ ወደ ፊት ከክብር ወደ ክብር እተለወጡ (2ኛ ቆሮ. 3÷18) በክርስቶስ ድልን በመንሣት እየዞሩ (2ኛ ቆሮ. 2÷14)፣ የክርስቶስ ሙሉ ድምቀት የሚገለጥበት (ዕብ. 11÷16)፣ የሚበሰብሰው የማይበሰብሰውን የሚወርስበት (2ኛ ቆሮ 5÷1-

3)፣ ከዚህ ድንኳን ኑሮ ከራቁትነት ወደ ክርስቶስ ድምቀት የሚገቡበትን በእምነት ዐይን እንዲመለከቱ እርሱንም፣ ማለትም የክብሩን መንጸባረቅ የባሕርይው ምሳሌ የሆነውን እንዲወርሱ ይጋብዛቸዋል፡፡ እግዚአብሔር በልጁ የፈጠረንና የሠራን የዚህን ክብር ድምቀት ለመውረስ ሲሆን፣ አውራሹን መንፈስ ቅዱስን (ባለ ሀብቱን) መያዣ አድርጎ ሰጠን (ኤፌ. 1፥14፤ 2ኛ ቆሮ. 5፥5)፡፡

ውርስ ሁልጊዜ ከአውራሹ ሞት በኋላ የሚሰጥ ከተናዛዡ ጋር የሚያያዝ ጉዳይ ነው፡፡ ተናዛዡ ሲሞት ኑዛዜው ይጸናል፡፡ ውርሱ ከተናዛዥ ተወስዶ ለተናዘዙለት ሰው ይሰጣል፡፡ እግዚአብሔር ለሚወድደው ልጁ ርስትን ለመስጠት መሞት አስፈለገው፡፡ ይህ ማለት የሚወደው ልጁን ለሞት አሳልፎ ሲሰጠው የሞት ያህል በመለየቱ የከፈለው ዋጋ ነው፡፡ ወልድ በሞቱ ከከፈለው ዋጋ ያልተናነሰ የሞት ያህል ዋጋ በአብ ተፈጸመ፡፡

የሚወደው አንድ ልጁ በዐመፀኞች ዕጅ አልፎ ሲሰጥ በሐሰት በሸንጎ ሲያቀርቡት በሸላቾቹ ፊት እንደ በግ ለመታረድ ዝም ያለ ሲሆን፣ በሞት ሲቃ እያለ "አባ አባ" ብሎ ጮኾ ሲጣራ የአባትዬው ልብ ምን ያህል እንደሚታወክ (እንደሚሳሳለት) ፍጥረት በጥልቀት ሊያውቀው የማይችለው ነገር አይደለም፡፡ ይህ ነገር በመለኮት መዝገብ ብቻ የሚቀመጥ ነው፡፡

በእርግጥም አባት የሚወደው ልጁ ለደቂቃ እንኳ ከዐይኑ እንዲሰወርበት አይፈልግም፡፡ ሐዋርያው "ፍቅር የራሱን አይፈልግም" ብሎ እንደ ተናገረ ምንም ያህል አንድያ ልጁን ቢወደውም፣ ሊራራለት እንኳ እንዳይችል አብ የሞት ያህል ልጁን ስለ እኛ መስጠቱ ዕውነት ነው፡፡ በአባቱ ዕቅፍ የሚኖረው መደሰቻውን ሲያጣ፣ ለመስቀል ሞት አልፎ ሲሰጥ፣ አብ የሞት ያህል ከባድ የሆነ ነገርን አሳለፈ፡፡

ስጦርጀን፡- የተሻለውን ነገር በመጨረሻ ማድረግ የእግዚአብሄር ሕግ ነው፤ ነቢያት ከእግዚአብሔር የምንገናኝባቸው መልካም መንገዶች ናቸው፡፡ ዳሩ ግን በልጁ በኢየሱስ መናገር ደግሞ ለእግዚአብሔር ምን ያህል ደስ የሚልና እርግጠኝነትን የሚፈጥር ነው፡፡ መለኮት እንዲህ ነው ተብሎ የሚብራራ አይደለም፤ ነገር ግን የሚወደድና የሚከበር ነው፤ የክርስቶስ ልጅነት በዕውነት መገለጥና በእምነት የምንቀበለው ነው እንጂ፣ በመረዳት ብቻ የሚብራራ አይደለም፤ በቤተ ክርስቲያን አባቶች በአብና በወልድ መካከል ያለውን ኅብረት ገለጻ ለማድረግ ተሞክሮ ነበር፡፡ ነገር ግን የሚሰጡት ትንታኔዎች ይበልጥ ወደ ስሕተት የሚመሩ ሆነው ተገኝተዋል፡፡ ወልድ ከአብ ጋር ዕኩል የሆነ መስተካከል ያለው ነው፡፡

በመካከላቸው ጥልቅ አንድነትና ፍቅር ያለ ሲሆን፣ አባትም ስለ ልጁ የምወደው ልጄ እርሱ ነው በማለት መስክሮለታል፡፡ (ማቴ. 3÷17፤ 17÷5፤ ማር. 9÷7)

በዚህ በመጨረሻው ክፍለ ዘመን ወይም የዓለም ጉዳይ በሚጠቃለልበት በዚህ ክፍለ ዘመን ማለት ነው፡፡ ከዚህ ጋር የሚመሳሰል ሐረግ በመጽሐፍ ቅዱስ ውስጥ በየጊዜውም ይከሰታል፡፡ ዓለም በፍጥነት ወደ መጨረሻው ይመጣል የሚለውን አያመለክቱም፡፡ ነገር ግን ያ የመጨረሻው ክፍለ ዘመን የዓለም የመጨረሻው ወቅት ማለት ነው፡፡ የአባቶች ዘመን ነበር፤ በሕግ ዘመን የነበረው ጊዜ፣ የነቢያት ዘመን ... ወዘተ ማለት ነው፡፡ እናም ይህ የእግዚአብሔር የመጨረሻ የግንኙነት ዘዴ የሚጣጣምበትና የዓለምም ነገር የሚቋጭበት ዘመን ነው፡፡ ረጅም ዘመን ሊሆን ይችላል፤ ነገር ግን የመጨረሻ ዘመን ነው፡፡ የሐረጉን ትርጉም በተመለከተ የረጅሙን ጊዜ ዘመን ሊሆን ይችላል፡፡ ሌሎች ሁሉ ሲዳመሩ የእነዚያ ስብስብ ጊዜያት የረዘመ ሊሆን ይችላል፡፡ ያም ሆኖ ይህ የመጨረሻ ይሆናል፡፡ የሐዋ. 2÷17፤ ኢሳ. 2÷2 (ባርነስ፣ አልብርት፡- ወደ አዲስ ኪዳን ላይ ኮሜንተሪ 1885)

በልጁ፡- ሲል የመጨረሻና ዋነኛው መልእክተኛ የሆነው ልጅ ኢየሱስ እንደ ሆነ ይገልጣል፡፡ ልጁ የሚለው በዕብራውያን ዘንድ ትልቅ የከበሬታ ሥፍራ አለው፡፡ የንጉሥ ልጅ መሆኑ የመጨረሻው ሥልጣን የእርሱ መሆኑንና፣ ክብር ተጠቅልሎ ለእርሱ እንደ ተሰጠ፤ በዚህም አብን የሚገልጥ መሆኑን ያሳየናል፡፡ መጥምቁ ዮሐንስ ከሰማየ ሰማያት በዮርዳኖስ ማጥመቂያ ላይ የሠማው ድምፅ ይህ ነበር፡፡ *«በእርሱ ደስ የሚለኝ የምወደው ልጄ ይህ ነው»* የሚል ድምፅ ሰማ፡፡ ይህን የምሥራች ቃል የሆነው (ልጁን) ምድር ተቀበለች፡፡ ይህን ልጁን እንደዚሁ በበዓለ-ኀምሳ ቀን ደግሞ ሰማያት ተቀበለችው፡፡ ሐዋርያው በኤፌሶን እንደሚነግረን አንድ ቀን በሰማይና በምድር ያሉትን ሁሉ ይጠቀልላል፡፡ ልጁ ለትውልድና ለፍጥረት መድኃኒት ሆኖ ዘላለም ይኖራል፡፡ ኤፌ. 1÷10 መጥምቁ *«እርሱን ስሙት የሚል»* ቃል ሲመጣለት እርሱ የእግዚአብሔር በግ እንደ ሆነ በዙሪያው ላሉት አመለከታቸው፡፡ **እርሱ ሊልቅ** እኔ ደግሞ ላንስ ይገባል ሲል ከነቢያት አንጋፋና አእማድ ስለ ሆነው ስለ ልጁ ኢየሱስ ተረከ፡፡

ይህንን መልእክተኛ መቀበል አብን መቀበል ነው፡፡ ዮሐ. 12÷49 ጌታችን ኢየሱስ በምድር ሳለ አበክሮ ይናገር የነበረው ይህን ነው፡፡ እኔን ብትሰሙኝ እንደ ዳዊት ድንኳን የእግዚአብሔር ማደሪያው በእናንተ መካል ይሆናል ይላቸው ጀመር፡፡ ዮሐ. 14÷23 *«ኢየሱስም መለሰ አለውም፡- የሚወደኝ ቢኖር ቃሌን ይጠብቃል፥ አባቴም ይወደዋል፤*

ወደ እርሱም እንመጣለን፥ በእርሱም ዘንድ መኖሪያ እናደርጋለን፡፡» ሞቶ ከተነሣ በኋላም መንፈስ ቅዱስ ይህን ቃል የሆነውን የአብን መልእክተኛ ያስተዋውቃል፡፡ (ዮሐ. 16፥13)

በእርሱ (ዲአህ) diá / dee-ah':- በእርሱ ማለት የሆነ ነገር መከወንንም ያሳያል በሌላ አገላለጽ ወልድ አለማትን በመፍጠር ወቅትም መካከለኛ እንደነበር ነው፡፡ *(መጽሐፍ ቅዱስ ጥቅሶች የብሉይና / የአዲስ ኪዳን ግሪክ መዝገበ ቃላት. የቴየር ትርጓም 1989. በ ጆሴፍ ሄንሪ ቴየር፣ አስቲን ሐተታ/ በጄፍ ጋሪሰን)*

ለእኛ:- የሚለው ቃል የመልእክቱ ጸሐፊው **«በልጁ የተነገረውን»** ሰምቶታል የሚለውን ላያመለክት ይችላል ወይም መልእክቱ የተጻፈላቸው ሰዎች ሰምተውታል ማለትም አይደለም፡፡ ለማለት የፈለገው እግዚአብሔር አሁን ፈቃዱን በልጁ በኩል አስተላልፎአል የሚለውን ነው፡፡ በፍጹም ከበሬታ በአክብሮት በግል ባንሰማውና ባናየውም ግን እግዚአብሔር በልጁ በኩል ተናግሮናል ማለት ነው፡፡ በዕጃችን ያለን እርሱ የተናገረንና ለእኛ ምሪት ለመስጠት እንዲጻፍ ያደረገልን ነው፡፡ *(ባርነስ፣ አልብርት:- ወደ አዲስ ኪዳን ላይ ኮሜንተሪ 1885)*

ተናገረን፡- ሲል አሁን ወደ ፍጻሜ መምጣቱን መጠናቀቁን ያመለክታል፡፡ ይህም የመስቀሉ ሥራ መፈጸሙን ያስታውሰናል፡፡ ጌታ ኢየሱስ በመስቀል ላይ ተፈጸመ ብሎ ስለ ራሱ ያወጀውን ቃል በአጽንኦት ይገልጣል፡፡

ለዚህ ትውልድ የተሰጠው የነቢዩ ዮናስ ምልክት ነው፡፡ ዛሬም ከ2ሺህ ዓመትም በኋላ ይህ ጌታ (ሕይወትና ትንሣኤ) - ሕያው ነው፡፡ ወንጌሉ ስለ ክርስቶስ ያበስራል፡፡ የወንጌሉም ማዕከል ራሱ ልጁ ኢየሱስ ክርስቶስ ነው፡፡

ይህ ዘመን የመጨረሻ ዘመን ተብሎ ይታወቃል፡፡ እግዚአብሔር ጸጋውን በቤተ ክርስቲያን ያፈሰሰበት የምሕረት ዘመን እንደ ሆነ በመጽሐፉ አስተማሪዎች የታወቀ ነው፡፡ ልጁ በመሥዋዕት ከተሠዋ በኋላ የክህንነት ማዕረግ አግኝቶ ሰዎችን ወደ ራሱ የሚያመጣበት፣ የሚጣራበት፣ የሰማይ ደጆች ክፍት እንደ ሆኑ እናስተውላለን፡፡ መንፈስ ቅዱስ የሚፈስስበት እንደ ሆነ ሐዋርያው ጴጥሮስ አስቀድሞ አስታወቀ (የሐዋ. 2፥17)፡፡ የሕግ ዘመን አልቆ በልጁ ኢየሱስ የጸጋ አስተዳደር ሕያው ሆኖ በክርስቶስ ደም ተመረቀ፡፡ (ገላ 4፥4) አዲሱ ኪዳን የዕርቅ ዘመን ነው፡፡ ከእግዚአብሔር ጋር ታረቁ የሚል ድምፅ የሚሰማበት ወቅት ነው፡፡ (2ኛ ቆሮ. 5፥20)

ተናግሮ (ላሊኦ) laléō / lal-eh'-o ፡- የሚለው ቃል ፍጻሜን ያገኘን ነገር የሚያመለከት ሲሆን፣ ስለዚህ ይህ ግስ የሚያሳየው እግዚአብሔር በነቢያትም በልጁም ተናግሮ እንደ ጨረሰ ነው፡፡ *ኤ.ቲ. ሮበርትሰን*እንደሚለው ይህ ቃል እግዚአብሔር በመጨረሻና በሙሉ መገለጥ ተናግሮ እንዳበቃ የሚገልጽ ነው፡፡ (የመጽሐፍ ቅዱስ ጥቅሶች የብሉይና / የአዲስ ኪዳን ግሪክ መዝገበ ቃላት፣ የቴየር ትርጉም 1989. በ ጆሴፍ ሄንሪ ቴየር፣ አስቲን ሐተታ/ በጄፍ ጋሪሰን)

ባብ ዲፄይ እንዲህ የሚለውን ይጨምራል፡- "የመጽሐፍ ቅዱስ ሙሉ እና የመጨረሻ መገለጥ በቤተ ክርስቲያን ታሪክ ውስጥ ምንም ነገር ሊጨመርበት የማይችልና እግዚአብሔርም በፍርድ ወቅት ለቃሉ ባሳየነው መታመን ልክ የሚለካን ይሆናል፡፡" ***(ባብ ዲፄይ ሐተታ)***

ጉትሪ፡- **ተናገረን** የሚለውን ቃል ሲያብራራ፣ የሰው ልጅ ከወልድ ስለ አብ መማር ካልቻለ ምንም ዐይነት የትንቢት ድምፅም ሆነ *ሥራ* ሊያሳምነው አይችልም፡፡ (ኒው. ኢንተርናሽናል. ቨርሽን፡- ወደ ዕብራውያን፣ በ *ጉትሪ፣ ጆርጅ. ኤች.)*

በልጁ፡- በተለምዶ ለጌታ ኢየሱስ የተሰጠው ማዕረግ ከእግዚአብሔር ጋር ያለውን ግንኙነት የሚመለከት ነው፡፡ አይሁድ የተረዱት ከእግዚአብሔር ጋር ያለውን ዕኩልነት ነው፡፡ (ዮሐ. 5÷18 ን ተመልከት፤ ከዮሐ. 10÷33፣ 36 ጋርም አወዳድር) በነዚህ ጥቅሶች ዉስጥ ይገኛል፡፡ በሮሜ 1÷4 ላይ ያለው **የእግዚአብሔር ልጅ** የሚለው ሐረግ በሙላት ግምት ተሰጥቶታል፡፡ በዚህ ቦታ የተጠቀሰው የእግዚአብሔር ልጅ ተናግሮናል የሚለው ዕውነታ ያለውን ነገር ለማዳመጥ ከፍተኛ ግዴታ ይፈጥርብናል፡፡ ከዚህ በፊት ከተናገሩን ሁሉ በላይ ሥልጣን ያለው ነው፡፡ ለእግዚአብሔር ልጅ መገለጥ (በልጁ መናገሩ) ሊታይ የሚገባው ከፍተኛ ከበሬታ ምክንያቶቹ የሚከተሉት ይሆናሉ፡፡- ደረጃውና ክብሩ፡ ከእግዚአብሔር ጋር ዕኩል መሆኑ ነው (ዮሐ.1÷1)፡፡ በዚህም ምዕራፍ እርሱ ራሱ እግዚአብሔር ተብሎ ተጠርቷል ዕብ. 1÷8፡፡ ስለዚህ ለማዘዝ ሥልጣን አለው፤ ሲናገር ደግሞ ሰዎች ሊታዘዙት ይገባል፡፡

የልጁ መገለጥ፡- መገለጥ ልክ በምሥራቁ እንዳለው የቀኑ ጅማሬ አዝጋሚ ነው፡፡ በመጀመሪያ ጥቂት ብርሃን አለ፡፡ ነገሮች የበለጠ ግልጽ እስከሚሆኑ ድረስ እየጨመረና እየሰፋ ይሄዳል፡፡ ከዚያም ፀሐይዋ በተሟላ ክብር ትነሣለች፡፡ በመጀመሪያ የአንድን ግልጽ የሆነ ነገርና ያልተብራራ ነገር ህልውናን እንለያለን፡፡ ከዚያም ንድፉን፣ ቀለማቱን፣ ልኩን፣ ንጽጽሩን፣ በፊታችን በሙላት ተገልጦ እስከምናይ ድረስ (መጋረጃው ውስጥ እንዳለ)

እንከታተላለን፡፡ ለመገለጥም እንደዚያው ነው፡፡ ... እነዚህ በነቢያት አስተምሮ የቀረቡና በውል ያልተረዳናቸው ነበሩ፡፡ አሁንም የብሉይ ኪዳን ብቻ ቢኖረን እንደዚያው ነው፡፡ (የእግዚአብሔር ልጅ ግን የብርሃን ሙሉ መገለጥ ድምቀት ነው-የተጨመረ) (ባርነስ፣ አልብርት፦ ወደ አዲስ ኪዳን ላይ ኮሜንተሪ 1885)

ቁጥር 2 ሁሉን ወራሽ ባደረገው ደግሞም ዓለማትን በፈጠረበት በልጁ በዚህ ዘመን መጨረሻ ለእኛ ተናገረን፤

በዚህ ዘመን መጨረሻ ዘፍ 49፥1; ዘኍ 24፥14; ዘዳ 4፥30; 18፥15; 31፥29; ኢሳ 2፥2; ኤር 30፥24; 48፥47; ሕዝ 38፥16; ዳን 2፥28; 10፥14; ሆሴ 3፥5; ሚክ 4፥1; ሥራ 2፥17; ገላ 4፥4; ኤፌ 1፥10; 2ኛ ጴጥ 3፥3; ይሁ 1፥18

ተናገረን ዕብ 1፡5,8; 2፥3; 5፥8; 7፥3; ማቴ 3፥17; 17፥5; 26፥63; ማር 1፥1; 12፥6; ዮሐ 1፥14,17,18; ዮሐ 3፥16; 15፥15; ሮሜ 1፥4

ሁሉን ወራሽ ባደረገው ዕብ ፡ 2፥8,9; መዝ 2፥6-9; ኢሳ 9፥6,7; 53፥10-12; ማቴ 21፥38; 28፥18; ዮሐ 3፥25; 13፥3; ዮሐ 16፥15; 17፥2; ሥራ 10፥36; ሮሜ 8፥17; 1ኛ ቆሮ 8፥6; 15፥25-27; ኤፌ 1፥20-23; ፊል 2፥9-11; ቆላ 1፥17,18

በልጁ ምሳ 8፥22-31; ኢሳ 44፥24; 45፥12,18; ዮሐ 1፥3; 1ኛ ቆሮ 8፥6; ኤፌ 3፥9; ቆላ 1፥16,17

ቁጥር 3 እርሱም የክብሩ መንጸባረቅና የባሕርዩ ምሳሌ ሆኖ፥ ሁሉን በሥልጣኑ ቃል እየደገፈ፥ ኃጢአታችንን በራሱ ካነጻ በኋላ በሰማያት በግርማው ቀኝ ተቀመጠ፤

ዘ ፓሽን የሚባለው መጽሐፍ ቅዱስ ፡- "ከኃጥያት የማንጻትን ሥራ ሰርቶ አጠናቀቀልን፤ ከዚያም ከዙፋናት ሁሉ በላይ ከፍ ባለው ዙፋን በግርማዊው ቀኝ ተቀመጠ" (ዕብ 1፡3)።

አምፕሊፋይድ የሚባለው መጽሐፍ ቅዱስ፡- "ልጁ (የታላቁ አምላካችን) የእግዚአብሔር ነጸብራቅና ብቸኛ የክብሩ መገለጥ (የእግዚአብሔር ሽካይና ክብር መገለጥ፣ የመለኮት ግርማ ድምቀት) የእግዚአብሔር ትክክለኛ መልክ መታየትና የማንነቱ ፍጹም አሻራ ነው፤ ልጁ ስልጣን በተሞላ ቃሉ ሁሉን ነገር እየደገፈና እያንቀሳቀሰ (በፍጥረታዊና በመንፈሳዊ ዓለም ውስጥ ያለውን ሁሉ አጽንቶ እየጠበቀ) ዓለምን በሙሉ ወደታሰበለት ግብ ይዞ ይሄዳል። እርሱም (እርሱ ብቻ እንጂ ሌላ ማንም ሳይሆን) እራሱን በመስቀል ላይ ለሐጥያት መስዋእት አድርጎ በማቅረብ ከኃጥያታችን አንጽቶን ከኩነኔ ነጻ ካወጣን በኋላ በላይ በግርማው ቀኝ (መለኮታዊ ስልጣኑን ለማሳየት) በክብሩ ሥፍራ ተቀመጠ (ሥራውን ማጠናቀቁን ለማሳየት)"። ዕብ 1፡3

እርሱ የክብሩ መንጸባረቅ ነው - አብ በልጁ የሚገለጥ እንደሆነ ይናገረናል። ይህ ከፀሐይ ይልቅ እጅግ የሚያበራው ጌታ የሰው ብርሐን እንደሆነ ይገልጣል። ዮሐንስ በወንጌሉ ይህ ብርሃን የሰው ልጅ ሕይወት ነው ይለናል። ዮሐ. 1÷4 ብርሃን ወደ እኛም መጣ። ይህ ክብር የሆነው ብርሃን እንደ ተፈጥሮ ብርሃን ይመስላል። ለምሳሌ ብንወስድ ምድራዊው ብርሃን በተለያዩ ቀለማት እንዳሸበረቀ ምዕራፉ ይነግረናል። ከፀሐይ የሚወጣው ብርሃን ቀይ፣ ብርቱካን፣ ቢጫ፣ አረንጓዴ፣ ሰማያዊ ወይን ጠጅ (violet and indigo) አለው። ቀለማቱን ባለማየታችን ቀለማቱ የሉም ማለት አንችልም።

የእነዚህ ቀለማት ውህደት ግን ብርሃን ፈጥሮ ይታያል። በብርሃን ውስጥ ያለውን ውበት እናስተውላለን። ክርስቶስ ኢየሱስ ለዓለም ብርሃን ነው። ይህ ብርሃን ደግሞ ክብሩን እንደ ቀለማት ያንጸባርቃል። የእግዚአብሔርን ክብር (የአብን) ክብር ያንጸባርቃል። እንደ ፀሐይ ቀለማት የእግዚአብሔር ክብር የሆነው ራሱ ክርስቶስ ነው። በክርስቶስ ኢየሱስ ላይ የሚኖረው (ነጸብራቅና እና ምሳሌ (exact copy) የሆነው የእግዚአብሔር ልጅ ነው።

ክብሩ doxa - ይህ ክብር በግሪኩ ከመልካም ስም፣ ከገዘፈ ትልቅነት፣ ከግርማ ሞገስ ጋር ይያያዛል። የሚማርክ ውበት፣ ግርማዊነትን የተላበሰ የተፈጥሮ ውበትን ያሳያል (ሮሜ 4÷6፤ ኤፌ. 1÷7፤ ራእይ 21÷23)።

ክብር (ዶክአህ) dóxa / dox'-ah:- ማለት (በግሪኩ **ዶክሳ** የሚለው ቃል **ዶኬዎ** ከሚለው የተገኘ ሲሆን = ማሰብ) ትርጓሜም ለአንድ ነገር ትክክለኛ የሆነ አስተያየት ወይም ግምት መስጠት ማለት ነው። ስለሆነም የእግዚአብሔር **ክብር** እርሱ በማንነቱና በተፈጥሮው፣ በባሕርይው፣ በኃይሉ እና በተግባራቱ የሆነውን ሁሉ ይገልጻል። **ዶክሳ** በተደጋጋሚ ጥቅም ላይ የዋለው የግሪኩ *ሴፕቱዋጀንት* (ኤልኤክስኤክስ - LXX) በተባለው መጽሐፍ ቅዱስ ላይ ሲሆን፣ እርሱም የእግዚአብሔርን ክብር *(ሽካይና)* ለማመልከት ነው። (መጽሐፍ ቅዱስ ጥቅሶች የብሉይና / የአዲስ ኪዳን ግሪክ መዝገበ ቃላት፣ የቴየር ትርጉም 1989. በ ጆሴፍ ሄንሪ ቴየር፣ አስቲን ሐተታ/ በጆፍ ጋሪሰን)

ክብር፡- በግሪክ doxa የሚለው ቃል በአግባቡ ሲተረጐም የሚገኘው ፍቺ 'መምሰል፣ ግልጠት' የሚል ሲሆን፣ 1. ምስጋና፣ አድናቆት፣ ክብር 2. ክብር፣ ውበት፣ የክብር መገለጥ 3. ድምቀት፣ አስደማሚ ብርሃን እንደዚሁም 4. የላቀ ፍጹምነት ለእግዚአብሔር የተሰጠው ዐይነት በመንግሥተ- ሰማያት ያለው ዐይነት። በዚህ ቦታ *ካቦድ* በሚለው የዕብራውያኑ አጠቃቀም *ሥራ* ላይ የዋለ ይመስላል። ይህም ድንቅነትን፣ ድምቀትን

ለመግለጽና ደማቅ ብርሃን ወይም ጸሐይን የሚመስለውን መለኮታዊ ፍጹምነት ለማመልከት ነው፡፡ ቃሉ ያገለገለው ለጸሐይና ለጨረቃዎች ነው 1ኛ ቆሮ. 15÷40-41፤ ጳውሎስ በደማስቆ መንገድ ላይ ላየው ብርሃን የሐዋ. 22÷11፤ በሙሴ ፊት ለታየው ነጸብራቅ 2ኛ ቆሮ. 3÷7፤ መላእክቱን ለከበበው ሰማያዊ ብርሃን ራእይ 18÷1፤ ለከበሩት መላእክት ሉቃስ 9÷31-32፤ እንደዚሁም እግዚአብሔር ለነገሠበት አስደማሚ ድምቀት ወይም ግርማ ሞገስ 2ኛ ተሰ. 1÷9፤ 2ኛ ጴጥ. 1÷17፤ ራእይ 15÷8፤ 21÷11፣ 23 ነው፡፡ እዚህ ላይ እግዚአብሔር ከጸሐይ ጋር የተወዳደረበትን ሁኔታ እናያለን፡፡ በድምቀትና በግርማ ሞገስ የተከበበበትን፣ የብርሃን ማንነትና ዘላለማዊ ፍጹምነት ያለው መሆኑን እናያለን፡፡ በእግዚአብሔር ሁሉን አቀፍ ማንነት ድምቀት፣ ድንቅነት፣ ክብር መኖሩን ያመለክታል፡፡ አሳቡ የእግዚአብሔር ልጅ የድምቀቱ ሁሉ ማሰሪያ መሆኑን ያሳያል፡፡ *(ባርነስ፣ አልበርት፡- ወደ አዲስ ኪዳን ላይ ኮሜንተሪ 1885)*

በዚህ ክፍል ላይ የተገለጸው **ክብር** የመለኮታዊ ማንነትን አመላካች ነው፡፡ *ቪንሰንት* ሲናገር የመለኮት ፍጽምና ያልተገለጠው ሙላት መታያ ነው፡፡ በእግዚአብሔር የማንነት ዐይነቶችና (ፊልጵ. 2÷6) በክብሩ ነጸብራቅ መካከል ልዩነትን ያስቀምጣል፡፡ የማንነት ዐይነቶቹ የመለኮት የግል ቦታን የሚያሳይ ሲሆን፣ እዚህ ጋር የተገለጸው ክብር ግን ከመለኮት ጋር የተያያዘ ነው፡፡ **ክብር** ወይም **ዶክሳ** የሚለው ቃል በተለያየ ቦታ የእግዚአብሔርን ክብር በሚታይ መልክ መገለጥ በማመልከት ገብቷል፡፡ ለምሳሌ ሙሉ እንዳየው የእግዚአብሔር ክብር (ዘጸ. 33÷18-23) ጸሐፊው ለአንባቢዎቹ ከእግዚአብሔር የሚወጣን ነጸብራቅ ከመሳል በዘለለ ልጁ የአካሉ መገለጫ እንደሆነም ያሳስባል፡፡ *(ዌስት፣ ኬ. ኤስ 1947. የግሪክ አዲስ ኪዳን ቃል. ጥናት፡- ኢርድማንስ)*

ጌታችን ኢየሱስ ይህ ክብር ሰው በመሆኑም በአብ ቀኝ ተቀምጧል፡፡ እንደ መለኮትነቱ ደግሞ ይህን ክብር ከአብ ያገኝ ዘንድ አያስፈልገውም፡፡ እርሱ በአምላክነቱ ከአብ ጋር በክብር ተካክሎ ይኖራል፡፡ይህ ትምህርት ፊልጵ. 2፡6 በዮሐንስ 1 ላይ በሰፊው ይገኛልና ትምህርቱን ይመልከቱ፡፡

እርሱ የእግዚአብሔር ክብር መንጸባረቅ፡- ልጁ ከነቢያት በላይ ነው፤ ምክንያቱም እርሱ የእግዚአብሔር ክብር መንጸባረቅ ነው፡፡ ይህ ቃል ከአንድ ብርሃን ካለው አካል የሚወጣ ጨረር ብቻ ሳይሆን፣ ከአንድ ከሚያበራ አካል የሚወጣ እና ተመሳሳይ ዐይነት ያለው ብርሃንን የሚፈጥር አካልን የሚያሳይ ነው፡፡ በህንድ ቻታኒያ አስተምህሮ የሰው ነፍስ ከመለኮት አካል የሚወጣ ነጸብራቅ ነው ተብሎ ይታመናል፤ እግዚአብሔር እንደሚንበለበል እሳት ከእርሱ የሚወጣው ጨረር ደግሞ እንደ ነፍስ ነው፡፡

የአርዮሳውያን አለመግባባት ከሚያነሣው አሳብ አንዱ ይህ ክፍል ሲሆን፣ ይህ የክብር ነጸብራቅ እግዚአብሔር ከመጀመሪያም በአባትና በልጅ ትስስር ያሉ መሆናቸውን አመላካች ነው የሚል ነጥብን ያመጣል፡፡ ልክ ፀሐይ ሳያንጸባርቅ መኖር እንደማይችል ማለት ነው፡፡ *(ዌስት፣ ኬ. ኤስ 1947. የግሪክ አዲስ ኪዳን ቃል ጥናት፡- ኢርድማንስ 1947)*

ኢየሱስ ክርስቶስ የአብ ክብር መንጸባረቅ የባሕርይው ምሳሌ መሆኑን የዕብራውያን ጸሐፊ ይናገራል፡፡ ነቢያት በብሉይ ዐይናቸው ተከፍቶ በታላቁ ዙፋን ላይ ያዩት ወልድን ነበር፡፡ ሐዋርያው ጳውሎስም እንደሚናገረው "እርሱ ብቻ የማይሞት ነው፡፡ ማንም ሊቀርበው በማይችል ብርሃን ውስጥ ይኖራል፡፡ እግዚአብሔርን አንድ ሰው እንኳ አላየውም፥ ሊያይም አይችልም (1ኛ ጢሞ. 6፥16)፡፡ ሆኖም ይህ አስደናቂ ክብር ወልድም ያለው ሲሆን፣ ሰዎች በግልጥ እርሱን ሊያዩት አልቻሉም፡፡

ኢሳይያስ የመንፈስ ዐይኖቹ ተከፍተው መለኮት (እግዚአብሔርን) በረጅምና ከፍ ባለ ዙፋን ላይ ተቀምጦ ዐየው (ኢሳ. 6፥1-3)፡፡ ኢሳይያስ ግን "ወዮ! ጠፋሁ!" ብሎ የተናገረው እኔን በማየቱ ነው ሲል ጌታችን እየሱስ ተናገረ (ዮሐ.12፥36-41)፡፡ የተመለከተው እግዚአብሔር ወልድን እንደነበረ የመፅሐፉ ተንታኞች አዋቅያኑ ይነኑረናል፡፡ [በራዕዩ ኢሳያስ ውስጥ ... ሁሉን ቻይ የሆነውን ጌታን (በራዕይ ፣ "የሠራዊት ጌታ እግዚአብሔር") ወይም "የሠራዊት ጌታ እግዚአብሔር" (ኢሳ 6፡3) ክብሩን አየ ፡፡ ዮሐንስ የተናገረው ይህ ክብር ኢሳይያስ ያየው ክብር የኢየሱስ መሆኑን ነው ፡፡ ምሳሌው የሚያስደንቅ ነው- ኢየሱስ ያህዌህ ነው! (ዮሐ. 1፥18 ፤ 10፥30 ፤ 20፥28 ፤ ቆላ. 2፥9) (ከመጽሐፍ ቅዱስ እውቀት ሐተታ / የብሉይ ኪዳን የቅጂ መብት እ.ኤ.አ. 1983 ፣ 2000)

ኢየሱስ ይህን የክብር ነጸብራቅ የተላበሰው ወልድ ሰው ሆኖ ተወልዶ ለመስቀል ሞት መዋረዱ፣ ከሞትም መነሣቱ ይህንን ምስክርነታችን ማን አመነ? ሲል የእስራኤልን ሕዝብ ይጠይቃል፡፡ ኢሳይያስ ግን ጌታ አለው፤ ስለ ወልድም መሰከረ (ዮሐ. 12፥37 እና 41)፡፡

ብርሃን የሆነውን ልጁን በመቀበል እና ወደ ልባችን በማስገባት ዐይኖቻችንን ያበራ ዘንድ ያስፈልጋል፡፡ ዐይን ብርሃን ከሌለው እንደማያይ ወይም ዕውር እንደምንሆን ብርሃኑን ያጣ ሰው በቁሙ እንደ ሞተ ሰው ይሆናል፡፡ ሐዋርያው ጳውሎስ ለቆሮንቶስ ሰዎች በጻፈው ደብዳቤ ላይ ይህን እንመለከታለን፡፡ ለእነርሱም የእግዚአብሔር ምሳሌ የሆነ የክርስቶስ የክብሩ ወንጌል እንዳያበራላቸው ዲያቢሎስ አሳባቸውን አሳወረ፣ *«በክርስቶስ ፊት የእግዚአብሔርን የክብሩን ዕውቀት ብርሃን እንዲሰጥ በልባችን ውስጥ የበራ በጨለማ ብርሃን ይብራ ያለ እግዚአብሔር ነው፡፡»* 2ኛ ቆሮ. 4፥4-6 እንደ ሐዋርያው መረዳት

ለማያምኑ ሰዎች ይህ ብርሃን እንዳይበራ ያደረገው በውስጣቸው ያለውን ጨለማ እንዲያስተናግዱት፤ አሳባቸው በጨለማ የተዋጠ እንዲሆን ያደረገው ጠላት ነው ይለናል፡፡ ትልቁን *ሥራ* የሚሠራው ጠላት እንደሆነ ያመለክተናል፡፡ በተመሳሳዩም ለኤፌሶን ሰዎች በጻፈው መልእክቱ ላይ *‹በዚህ ዓለም እንዳለው ኑሮ በማይታዘዙም ልጆች ላይ አሁን ለሚሠራው መንፈስ አለቃ እንደሆነው በአየር ላይ ሥልጣን እንዳለው አለቃ ፈቃድ በፊት ተመላለሳችሁባቸው፡፡›* (ኤፌ. 2÷1-2) ይላል፡፡ ጠላት የጥፋት *ሥራን* የሚሠራ ሲሆን፤ በእርሱ በሚታመኑት ላይም አለቃ ተድርጎ መሾሙን እናውቃለን፡፡ አባታችን አዳም የሰውን ዘር ወክሎ አለቃ ይሆን ዘንድ ግዛቱን ለሰይጣን ከሰጠ በኋላ ዲያቢሎስ ሰውን ባሪያ አደረገው፡፡

ክርስቶስ ግን የክብሩ መንጸባረቅ ሆኖ እንደ ባሪያ የሆነውን ወደ ብርሃን ሊያመጣው ብቻ ሳይሆን፣ የብርሃን ልጅ አድርጎት በብርሃን እንዲመላለስ ወደ ምድር መጣ፡፡ በክርስቶስ ላይ የነበረው ያለውና የሚኖረው ብርሃን በዚህ በጨለመው ዓለም ያበራል፡፡ አልፈልግህም ባሉት ላይ እንኳ የብርሃኑ ህልውና ለንስሐ ይጠራቸዋል፡፡ በመላው ዓለም ብርሃን ወደዚህ ምድር በተለያየ መንገድ ይመጣል፡፡ ለምሳሌ ለቀን ፀሐይ በሌሊት ደግሞ ጨረቃና ከዋክብት ያበሩልናል፡፡ አንዳንድ ጊዜ ጨረቃዋ ከዐይናችን ትሰወራለች፡፡ የት እንደ ገባች አናውቅም፡፡ በድንገት በአካባቢያችን በመንደራችን ጨለማው እንደ ድፎ ዳቦ ተጋግሮ መቈረስ እንደሚችል ያህል ይሆናል፡፡

በአቅራቢያችን ያሉ ግዑዛን ዕቃዎች ይሰወሩብናል፡፡ ጨለማው ይውጣቸዋል፡፡ በአጠገባችን ኖረው ሳሉ እንደሌሉ ዕውነቱና ሐቁ ውሸት እስኪመስል ይሆንብናል፤ ይፈትነናል፡፡ ይህ ሲሆን ግን ብርሃን የለም ማለት እንዳልሆነ ልናስተውል ይገባል፡፡ የሳይንስ ተመራማሪዎች ***ድቅድቅ ጨለማ በሆነበት ሰዓት እንኳ ብርሃን በጥቂቱ ይገኛል*** ብለው ይነግሩናል፡፡ *ኤርሚያስ በሌሊት ብርሃን ይገኛል ሲል ምናልባት ሊቃውንት ያልደረሱበት ዘመን ስለ ነበረ ምን ያህል ቃሉን ተቀብለውት ይሆን?* (ኤር. 31÷35) በተመሳሳዩ ምድር ጠፍጣፋ ናት በሚሉበት ዓመተ ዓለም ነቢያቱ በቅብዐ-ቅዱስ ተነድተው ምድር ክብ ነች ብለው ይተነብዩ ነበር፡፡ ከእነዚያ መካከል ኢዮብና ነቢዩ ኢሳይያስ ይገኛሉ፡፡

‹ለብርሃንና ለጨለማ ድንበር ይሆን ዘንድ በውኆች ላይ የኢድማስ ከበብ አበጀ፡፡› (ኢዮብ 26÷10) አዲሱ መደበኛ ትርጉም በተጨማሪም ኢሳይያስ እንዲህ ይላል፡- *‹አላወቃችሁምን? ወይስ አልሰማችሁምን? ከጥንትስ አልተወራላችሁምን? ወይስ ምድር*

ከተመሠረተች ጀምሮ አላስተዋላችሁምን? እርሱ በምድር ክበብ ላይ ይቀመጣል...»(ኢሳ 40÷21-22)

ቪንሰንት **ማንጸባረቅ** የሚለውን የግሪክ ቃል ትርጓሜ ሲሰጠው ልጁ የመለኮትን ክብር መንጸባረቂያ ነው፤ በራሱ ላይ የመለኮትን ክብርና ዙፋን የሚያሳይ ነው፡፡ *ቪንሰንት* በንግግሩ *ዌስ* የሚለውን ቃል ጠቅሶ እንዲህ ይላል፡- እግዚአብሔር የክብሩን ጉዳይ ከእርሱ ወስዶ እርሱን በሚመስል መንጸባረቅ ገለጠው፡፡ *አልፎርድም* ሲናገር፣ የእግዚአብሔር ልጅ በማንነት ዙፋኑ ብቻውን የመለኮት ብርሃን መገለጫ ነው፡፡ *(ዌስት፣ ኬ. ኤስ 1947. የግሪክ አዲስ ኪዳን ቃል፣ ጥናት፡- ኢርድማንስ)*

ክበብ ማለት ምድር ክብ እንደ ሆነች ይነግረናል፡፡ የኢዮብ መጽሐፍና የኦሪት መጻሕፍት ዘመን ተቀራርቦ የተጻፈ እንደ ሆነ ይታወቃል፡፡ ዐዋቂው እግዚአብሔር ክርስቶስ ከመወለዱ በፊት አወቀን፡፡ ይህ ብቻ አይደለም በአንደኛው የምድር ገጽ ብርሃን ሲሆን፣ በሌላኛው የአለማችን ክፍል ጨለማ እንደሚሆን ጌታችን ኢየሱስ ክርስቶስ በምሳሌ በተናገረው ክፍል እናስተውላለን፡፡ ጌታም ለደቀ መዛሙርቱ ሲነግራቸው በእርሱ ዳግም መምጣት ጊዜ፣ በዚያች ቀን አንደኛው ወገን ቀን በሰገነት በእርሻ ተሰማርተው እንደሚገኙ፣ በሌላኛው የአለማችን ክፍል ደግሞ በአልጋ ላይ ተኝተው እንደሚሆን ይገልጣል፡፡ ሉቃስ 17÷31 - 34 ምድር ክብ መሆኗን በምሳሌው እንገነዘባለን፡፡

ወደዚህ ብርሃን ወደ ሆነውና የክብሩ መንጸባረቅ ወደ ሆነው ወደ ልጁ ስንመጣ ቀደም ሲል ድቅድቅ በሆነ ጨለማ ብርሃን እንደ በራ እንገነዘባለን፡፡ ብርሃኑ እንዲኖር እግዚአብሔር ማድረጉ ለብዙዎች ላይዋጥልን ይችል ይሆናል፡፡ ተመራማሪዎቹ ግን የደረሱበት ዕውነታ ነው፡፡ ‹night vision goggles› (በጨለማ የሚሳይ መነጽር) ከሠሩ ጥቂት ዓመታቶች አልፎአል፡፡ ስደተኛ ሆኖ ወደ አሜሪካ የመጣው የሩሲያው ተወላጅ ይህንን የቴሌቪዥን ግኝት እንዳገኘ ይነገርለታል፡፡ 1918 ወደ አሜሪካ አገር የመጣው Dr Vladimir kosmich zworykin ስለ ጨረር ጥናት አድርገው ከቀደሙት ጥናቶችና ግኝቶች ጋር በማጣመር እንዳቀረቡ ይነገራል፡፡

ይህ መነጽር በብዙ ተሻሽሎ በቬትናም ጦርነት ጊዜ በጨለማ ውጊያ ለሚያደርጉ ጦረኞች ታድሎአቸው በሥራ ላይ ውሎአል፡፡ በጨለማ የሚያሳየው መነጽር የሚሠራው በጨለማ ውስጥ ተሰውሮ ያለውን ብርሃን ጎልቶ እንዲታይ (magnified) በማድረግ ነው፡፡ ብርሃን በጨለማ ውስጥ መኖሩን ይጠቁመናል፡፡ ክርስቶስ በጨለማው ዓለም ያለ የማይመስል ሊሆን ይችላል፡፡ ነቢዩ ዐይኑ ሲበራለት፣ *‹ጠላቴ ሆይ ብወድቅ እነሣለሁና በጨለማ*

ብቀመጥ እግዚአብሔር ብርሃን ይሆንልኛልና በእኔ ደስ አይበልሽ አለ፡፡ ሚኪያስ 7÷8 በዚህ ጨለማ በዋጠው ዓለም ክርስቶስ በልባቸው እያበራ እንደ ንጋት ኮከብ ለዓለም ሁሉ ይገለጥ ዘንድ እርሱን ተሸክመን እንዞራለን፡፡ በእርሱ ድል በመንሳት እንዞራለን፡፡ 2ኛ ቆሮ. 2÷14 የማያምኑ ሰዎች ይህ ዕይታ የላቸውም፡፡

ክርስቶስ ሊያበራላቸው በአጠገባቸው አለ፡፡ እነርሱ አሳባቸው በጠላት የታወረ ይሁን እንጂ፣ እርሱ ይጣራል፤ የምሕረትና የጸጋ ብርሃን ስለሆነ፣ ዓለም ከተፈጠረ ጀምሮ "ልጆቼ ሆይ÷ ስሙኝ!" እያለች በጎዳና ትጮኻለች፤ በአደባባይ ድምፅዋን ከፍ ታደርጋለች፤ በከተማይቱ በር በመንደርና በሰፈር ብርሃን ፍንጣቂዋን ታሳያለች፡፡ አይሁድ ይህን ጌታ በብርሃኑን እያዩ ይመላለሱ ዘንድ አልፈቀዱም፡፡ ሆኖም ግን እርሱ በመካከላቸው ተመላለሰ፡፡ ብርሃኑ እስከ ዓለም መጨረሻ ያበራል፤ በጨለማ ይበራል - ጨለማም አላሸነፈውም አያሸንፈውም፡፡ በጉ በጽዮን ተራራ የከተማይቱ ብርሃን የሚሆንበት ጊዜ አጭር አይሆንም፡፡ እነሆ በደጃችን አለ! *«ሁሉንም የሚገዛ ጌታ አምላክና በጉ መቅደስዋ ናቸውና መቅደስ በእርሷ ዘንድ አላየሁም፡፡ ለከተማይቱም የእግዚአብሔር ክብር ስለሚያበራላት መብራትዋም በጉ ስለሆነ ፀሐይ ወይም ጨረቃ እንዲያበሩላት ኢያስፈልጓትም ነበር፡፡ አሕዛብም በብርሃንዋ ይመላለሳሉ፡፡ የምድር ነገሥታት ክብራቸውን ወደ እርሷ ያመጣሉ፡፡ በዚያ ሌሊት ስለ ሌለ ደጆችዋ በቀን አይዘጉም፡፡»* (ራእይ 21÷25)

በብሉይ ኪዳን የነበረው ክብር በተስፋው ዘር በአብርሃም ልጆች ሊውል ሊያድር ይፈልግ ነበር፡፡ ሆኖም ግን ክብሩ ቅዱስ የሆነ ስለሆነ፣ ኃጢአተኞች በካህናት ደም ተረጭተው መቅረብ ይገባቸዋል፡፡ ስለዚህም ክብሩ እንዳያጠፋቸው ተራራውን እንኳ እንዳይነኩ እግዚአብሔር አስጠነቀቀ (ዘጸ. 19÷12 እና 13) ክብሩ እጅግ በሚያንጸባርቅበት መልኩ ይታይ ነበር፡፡

የእግዚአብሔር ክብር ስለወረደ ካህናቱ እንኳ ማገልገል አልቻሉም ነበር (2ኛ ዜና 5÷14)፡፡ የክብሩ ክብደት መጠን ከቅድስተ ቅዱሳን የሚገኘው በሙላት ነው፡፡ ይህ ደግሞ የሰማያዊ መቅደስ ጥላ (ምሳሌ) ነው፡፡ የመለኮት ክብር በተቀደሰው ተራራ በመንግሥተ ሰማይ ያለው እንዲሁ ሊታይ አይቻልም፡፡

ሆኖም ወደዚህ የክብር ድምቀት ወዳለው ወደ ቅድስተ ቅዱሳን ለመግባት የተከፈተ በር ተሰጥቶናል (ሮሜ 5÷1፤ ዕብ 10÷19 እና 20)፡፡ ይህ የሆነው በክርስቶስ ደም እና በማያቋርጠው የሊቀ ካህናቱ የክህነት አገልግሎትና ምልጃ ነው፡፡ ምልጃ ማለት ደሜን

አፍስሻለሁ፥ ሥጋዬን ቆርሻለሁ ወደ አንተ ገብተው የቅዱሳን ርስት ክብር ባለጠግበት የሆነውን ክብሬን ሊወርሱ ይገባቸዋል (ዮሐ. 17፥23) የሚል በአብ ዙፋን ችሎት ፊት በማቅረብ ማሳሰብ ነው፡፡

በእኔ መሥዋዕትነት ተቀድሰዋል (ዕብ. 10፥10)፣ ከእኔ ጋር ኪዳን አለህ (ዕብ. 7፥22) የሚል በምልጃ የተጠናቀቀና የተፈጸመ ሥራ ይዞ የማቅረብ እንጂ፣ እንደ ሰውኛ ወይም በተለምዶ እንደምናውቀው ምልጃ ደረት እየደቃ በአባቱ ፊት እየተሽማቀቀ የሚያቀርበው ወይም የቀደሙት የብሉይ ኪዳን ካህናት የኮርማዎችን ደም ይዘው ከራሳቸው ኃጢአት የተነሣ በፍርሃትና በመንቀጥቀጥ እንደሚቀርቡት አይደለም፡፡

የአሕዛብ አማልክት (የዚህ ዓለም ገዥ መንፈስ) ምልጃን የሚቀበሉት የተገዙላቸውን ሰዎች በማሳነስ፣ በማዋረድ፣ በማንቋሸሽ፣ በማሸማጠጥ፣ እንደማይረቡ፣ እንደማይከናወንላቸው በመቍጠር እንዲቀርቡ ነፍሳቸውን ሽጠው ከእነርሱ ፍርፋሪ እንዲመገቡ በማድረግ ነው፡፡

ኤልያስ ወደ አምላኩ ያቀረበውን ልመና (ጸሎት) እና የበኣል ነቢያትን ተግዳሮት ስናጠና የምንማረው ነገር አለ፡፡ የበኣል ነቢያት “በታላቅ ቃል እየጮኹ እንደ ልማዳቸውም ደማቸው እስኪፈስስ ድረስ ገላቸውን በካራና በጭሬ ይቧጥጡ ነበር” (1ኛ ነገሥት 18፥28)፡፡ በእግዚአብሔር መንግሥት በብሉይ በሆነ በአዲስ ኪዳን እንዲህ የሆነ ልመናና ምልጃ ይደረግ ዘንድ እግዚአብሔር አይሻም፡፡

ከታላቁ ካህን ከኤልያስ የምንማረው ነገር ይህ ነው፡፡ ጌታችን ኢየሱስም የኃጢአትን ዋጋ ከከፈለ በኋላ በትንሣኤ ኃይል በክብር ተነሣ፤ በመንፈስ ቅዱስ ክብር ደመና ተቀብላው ወደ አባቱና ወደ አምላኩ ዐረገ፡፡ ደሙን ይዞ ሲቀርብም በደስታና በታላቅ ክብር ነበር፡፡ የዕብራውያን ጸሐፊ የክህነቱ አገልግሎት እንደ አሕዛብም ወይም እንደ ፊተኛው ኪዳን ባሉት ካህናት ዐይነት የሚተገበር አይደለም በማለት ይናገራል፡፡

ሊቀ ካህንነቱ በሹመት የተሰጠው እንደ መልከ-ጼዴቅ ንጉሥና ካህን በመሆን ነው (ዕብ. 7፥15-17)፡፡ እርሱ መሥዋዕትን ሁልጊዜ ማቅረብ የለበትም፡፡ የአይሁድ ካህናቶች ኃጢአትን ሊያስወግዱ ከቶ የማይችሉትን እነዚያን የእንስሳት መሥዋዕቶች ይዘው ይቀርቡ ነበር፡፡ እርሱ ግን አንድ ጊዜ ራሱን አቀረበ (ዕብ. 9፥11-12)፡፡ ከዚያ በኋላ ለዘላለም ካህን መሆን ብቻ ሳይሆን፣ በእርሱ በኩል የሚቀርቡትን ለዘላለም ፍጹማን አደረጋቸው (ዕብ. 7፥25 እና 27 ዕብ. 10፥10)፡፡

በእግዚአብሔር የፍርድ ችሎት ገብቶ ኃጢአት ስንሠራ በመካከል ገብቶ በደሙ የዘላለም መቤዠትና ይቅርታ እንዳስገኘ ያሳስባል (ዕብ. 9፥12)። ጠበቃም ሆኖ (1ኛ ዮሐ. 2፥1) ስለ ድካማችን የተከፈለውን ዋጋ ከማሳየት ባሻገር የደሙ ኃይል በአማኙ ሕይወት ውስጥ እንዲሠራ ያደርጋል። ደሙን በማቅረብ በቅድስተ ቅዱሳን አኖረን። ይህ ካህን ደሙን ካቀረበ በኋላ የክህነቱን ሥራ በአብ ቀኝ ተቀምጦ እየፈጸመ ይገኛል። ይህ በደሙ የተገኘውን ለቅዱሳን የተሰጠውን ጽድቅ፣ ቅድስና፣ መቤዠት እያስፈጸመ ይገኛል ማለት ነው።

በአብ ፊት የተመረቀው የአዲሱ ኪዳን የተስፋ ቃል ይፈጸም ዘንድ ታላቁ ሊቀ ካህናት ዋስትና ነው። በብሉይ ኪዳን ካህኑ የእስራኤል መንግሥት ላይ የበላይ ሆኖ እስራኤል የምትተዳደርበትን የመንግሥት ሕግ መፈጸሙን ይመለከት ነበረ። በሕጉ መሠረት የእግዚአብሔር አፍና የሕዝቡም ተወካይ ሆኖ ይከታተል እና ይሠራ እንደ ነበረ ሁሉ እንዲሁ ኢየሱስ በእግዚአብሔር መንግሥት እና በልጆቹ ጉዳይ እየሠራ ይገኛል።
ይህ ሹመት ትልቅ ክብር ያለው እና ሥልጣኑ ሉዑላዊ ስለሆነ፣ ሕዝቡ በድካም ሲሆኑ የእግዚአብሔር ኃይል ጸጋ እንዲገለጥ ያደርጋል። ሕዝቡ በጠላት ወረራ ውስጥ ሲገቡ ተዋጊው እግዚአብሔር ሰማያዊ ጦር በመላክ እንዲታደግ ወደ አብ ቀርቦ የኪዳኑን ተስፋ ቃል እንዲፈጸም ያደርጋል።

ይህን ሲያደርግ እንደ አሕዛብ ወግና ሥርዓት ደረት እየደቁ እየተሽማቀቁ እግዚአብሔር ይፈጽማል ወይም አይፈጽምም ብሎ ሳይሆን፣ "ሁልጊዜ እንደምትሰማኝ ዐውቃለሁ ... ይህ ይሆን ዘንድ እወዳለሁ ... የተሰጠሽኝን ክብር እኔ ሰጥቼዋለው" በሚል የአባትና የልጅ በሆነ የክህነት አሠራር ነው።

አባቱ ሁሉን ውርስ ሰጥቶታል (ዮሐ. 11፥42፤ 17፥24፣ 21፣ 22)። "እወዳለሁ፤ እለምናለሁ፤ ሰጥቼአቸዋለሁ" ይላል። ግሪኩ የጌታ የኢየሱስ ክርስቶስ ምልጃ የአባቱ ፍቃድ እንዲፈጸም መጠየቅና መስማማቱን መግለጽን ያሳያል። ይህም አባቱ ለልጁ ርስትን መስጠት የጸሎት መልስ (የሰው ልጆችን ከእግዚአብሔር ክብር ጉድለት እና ባዶነት ወጥተው የእግዚአብሔር ክብር መንጸባረቅና የባሕርይው ምሳሌ የሆነውን መውረስ) የኪዳኑ ልጆች በደሙ የተሰጠውን እንዲያገኙ ከአብ ፈቃድ ጋር ተስማምቶ መሥራት ነው።

ይህ የአብ ፍቃድ አለም ከመፈጠሩ አስቀድሞ የተፈጸመ ሲሆን ሊቀ ካህኑ ደሙን በቅድስተ ቅዱሳን ካቀረበ በኋላ በሰዎች እና በእግዚአብሔር መካከል የነበረው የኃጢአት ግድግዳ ኩነኔ ተወግዷል።

የካህኑ የመጀመርያ ሥራው በቅድስተ ቅዱሳን የኃጢአትን ስርየት ማቅረብ ሲሆን፣ ሁለተኛው በእግዚአብሔር ችሎት ፊት ቀርቦ መፈጸም የሚገባውን የእግዚአብሔርን ጉዳይ እና የሰዎችን ጥያቄ ይዞ ቀርቦ እንደ ኪዳኑ ሕግ በእግዚአብሔር እና በሰው መካከል መካከለኛ ሆኖ በመቆም ማስፈጸም ነው፡፡ ምልጃ የሚለው ቃል የእግዚአብሔር ፈቃድ በክርስቶስ በኩል ለእኛ እስኪፈጸም ድረስ ጉዳዩን በእግዚአብሔር ፊት ከተስፋ ቃሉ ጋር ማቅረብ ነው፡፡ ይህም ተከናውኖለታል፡፡

በአብ ችሎት ፊት ስለ ሰው ልጆች ያቀረበው ምልጃ ተሰምቶለት ያቀረበው ጥያቄ ተቀባይነት አግኝቶ ጸደቀለት፡፡ ከአብ ፊት የቀረበው ጠላት ያመጣው፡- የሥጋ፣ የዓለምና የኃጢአት ካባ ውድቅ ሆኖ አብ የልጁን ጥያቄ መለሰለት፡፡ የሞተለት ዓላማ ወንድሞቹን ወደ እግዚአብሔር ሙላት ክብር ማስገባት ነበር፡፡ እርሱም ደግሞ የተቀበለውን ክብር ለእነርሱም ጭምር ሰጠ፡፡

አብ የልጁን ዐቢይ ጥያቄ ስለ መለሰ ልጁ ኢየሱስ ይህን አስቀድሞ ስላወቀ (ገና ወደ ሰማይ ሳያርግ) የሰጠኸኝን ክብር ሰጥቼአቸዋለሁ አለ፡፡ አስቀድሞ ፈቃደኛነቱን በአብ ፊት ካሳወቀ በኋላ ወደ መስቀል ሞት ሄደ፤ በፈቃዱም ደግሞ ራሱን ሰጠ (ዮሐ. 10፥18፤ ቲቶ 2፥14)፡፡ ይህ ጉዳይ ለማኝ ፍርፋሪ እንደሚለምን ዐይነቱ አይደለም፡፡ ነገር ግን ከአብ የተጠየቀውን የኃጢአት ዕዳ በሙሉ አንዲት ሳንቲም ሳይቀር በመክፈሉ ያለ ፊት መሸማቀቅ፣ ያለ አንገት ማቀርቀር በትሕትና የሚጠየቅ ጥያቄ ነው፡፡

ጌታችን ኢየሱስ ደሙንና ሥጋውን ሲያቀርብ የአባቱን ፈቃድ በምድር ፈጽሞ (ሕግን ሁሉ ፈጽሞ) “አባት ሆይ እኔ ላደርገው የሰጠኸኝን ሥራ ፈጽሜ በምድር አከበርሁህ” አለ፡፡ ምንም እንኳ ብዙ ዋጋ ቢያስከፍለውም፣ ወደ እግዚአብሔር ችሎት ሲቀርብ ቅዱሱ በድፍረት በቅድስናና በጽድቅ በትንሣኤው ኃይል ከመንፈስ ቅዱስ ጋር በማያልፍ የሕይወት ኃይል ተሞልቶ ነው፡፡

ኢየሱስ ወደ ቅድስተ ቅዱሳን ሲገባ ደመና ተቀበለችው፡፡ ኃጢአትን፣ ዓለምንና ዲያብሎስን አሸንፋቸው፡፡ በድል፣ በሐሤት፣ በመንፈስ ቅዱስ የትንሣኤውን ክብር መጎናጸፍያ ለብሶ ዐረገ እንጂ፣ ሮማውያንና የአይሁድ ካህናት ራቁቱን ገርፈው የሾህ አክሊል እንደ ደፉበት በውርደት ሥጋው ተተልትሎ ባለበት ሁኔታ በአብ ፊት አልቀረበም፡፡

ከሙታን ሲነሣ ለዐይኖቻችን ድንቅ በሆነ መልክ እኛን ወክሎ የሊቀ ካህናትነቱን ሹመት አግኝቶ ተነሣ፡፡ ሞቶ ሲነሣ ፍጹም ሰው ሆኖ ተነሣ፡፡ ያ ሁሉ በትንሣኤው፣ በመንፈስ ቅዱስ መለኮት አሠራር በክብር ተዋጠ፡፡ ከጥቂት ቀናት በፊት በዕንግልት ዕድሜው ተቀጭቶ ከሕያዋን ምድር በግፍ የተወገደው የእግዚአብሔር በግ ኢየሱስ ከሙታን ተነሥቶ ሲያናግራቸው ሌላ ሰው መሰሏቸው ነበር፡፡

በሦስተኛው ቀን ማልደው ተነሥተው ከሄዱት ሴቶች መካከል አንዷ መግደላዊት ማርያም ነበረች፡፡ ዮሐንስ እንደ ጻፈው፡- "አንቺ ሴት ስለ ምን ታለቅሻለሽ?" አላት፡፡ እርስዋም "ጌታን ወስደውታል ወዴትም እንዳኖሩት አላውቅም" አለችው፡፡ ይህንን ብላ ዘወር ስትል ኢየሱስን ቆሞ አየችው፡፡ ኢየሱስ እንደ ሆነ አላወቀችውም ነበር፤ ገና ወደ አባቴ አላረግሁምና አትንኪኝ አላት (ዮሐ. 20÷11-17)፡፡

ዮሐንስ የትንሣኤው የዐይን ምስክር ሆኖ ሲነግረን ከስምንት ቀን በኋላ ደቀ መዛሙርቱ ደግመው በውስጥ ነበሩ፡፡ ቶማስም ከእነርሱ ጋር ነበር፡፡ ደጆችም ተዘግተው ሳለ፣ ኢየሱስ መጣ በመካከላቸውም ቆመ፡፡ "... ጣትህን ወደዚህ አምጣና አስገባ" ብሎ የተናገረው የኢየሱስ መነሣት የተረጋገጠ ዕውነት መሆኑን ያስረዳናል (ዮሐ. 20÷26)፡፡

በብሉይ ዘመን ካህኑ የረከሰና የቆሸሸ ነገርን መንካት የማይፈቀድለት ሲሆን፣ ዕንከን ያለውን መሥዋዕትም አያቀርብም፡፡ በመጀመርያ ካህኑ በእግዚአብሔርና በሕዝቡ መካከል ያለ መካከለኛ ስለሆነ፣ በሌላ አነጋገርም እግዚአብሔርን የሚወክል ሰው ስለሆነ፣ እርሱ ፈጽሞ መቀደስ ያስፈልገዋል፡፡ ሁለተኛ የሰዎችን መሥዋዕት ይዞ መቅረብ ይኖርበታል፡፡

ጌታ ኢየሱስ ከመስቀሉ ሞት እና ከትንሣኤው በኋላ ወደ አብ በክብር በመግባቱና ደሙን በማቅረቡ (ዕብ. 9÷11 እና 12)፣ የዓለምን ኃጢአት አስወገደ፤ የሰው ልጅ በዚህ መሥዋዕት ምክንያት ስላለፈው ኃጢአቱ (ኤፌ. 1÷4፡5)፣ አሁን ስላለው (ኤፌ.1÷7፣ 9)፣ ስለ ወደፊት ኃጢአቱ (ኤፌ. 1÷9፣ 14) ዋጋ ተከፈለ (ሮሜ 3÷25)፡፡ በእግዚአብሔር ዘንድም ተቀባይነት አገኘ፡፡

ስለዚህ አሁን በእግዚአብሔር ፊት መካከለኛ ሆኖ የአብን ክብር የተጎናጸፈውን፤ የመለኮት ሙላት በሰውነቱ ተገልጦ ያለውን ኢየሱስን መዳሰስ፣ መንካት ቻለ (ቈላስ. 2÷9)፤ ካህኑ አንድ ጊዜ ፈጽሞ ቀድሷቸዋልና (ዕብ. 10÷11)፡፡ ካህኑ በሥጋው እና በደሙ ፈጽሞታል፡፡ እርሱ ሥራውን ፈጽሞ በአብ ቀኝ ተቀምጧል (ዕብ. 7÷27)፡፡

የዕብራውያን ጸሐፊን አስተምህሮ ስናጠና በይበልጥም ምዕራፍ ሰባት ቊጥር ሃያ አምስተን ስናነብብ ክርስቶስ የፈጸመው ሥራ ያለፈውን፣ የአሁኑንና የወደፊቱን ኃጢአት ማስወገድ፣ እንዲሁም በአብ ፊት እኛን ፍጹማን ማድረግ መሆኑን እንረዳለን፡፡ ክርስቶስ ይህን ማድረግ የሚያስችል ኃይል አለው፡፡ "ይችላል" ሲባል የወደፊቱን ተስፋ ለማስፈጸም ይህን ነገር ሊያርገው ፈቃደኛ ነው ብቻ ማለት አይደለም፡፡

አማርኛችን ሆነ እንግሊዝኛው "ሊያደርግ ይችላል" የሚለው ቃል እያለን ያለው የሰው ልጅ የአብን ክብር እንዲቀበል፣ በክብሩ ውስጥ እንዲኖር፣ የቅድስተ ቅዱሳን መጋረጃን ለመቅደድ፣ የክብሩ ተካፋይ መሆንን ለማስቻል ካህኑ ኢየሱስ ዐቅም አለው ማለት ነው፡፡ የእግዚአብሔር ክብር ለካህኑ እንኳ በጣም የሚያስፈራ ነገር ነበር (ዕብ. 12÷21)፡፡ በብሉይ ኪዳን ሊቀ ካህናቱ በፍርሃትና በመንቀጥቀጥ እግሩ እየታሰረ በዓመት አንድ ጊዜ ወደ ቅድስተ ቅዱሳን ይገባ ነበር፡፡ አሁን ግን የመለኮቱ ክብር በክርስቶስ ሰውነት ላይ በሙላት ዐረፈ፡፡ እኛም እንደ ቶማስ ልንነካው ቻልን፡፡ ደግሞም ወደ መንግሥቱ መግባትን አገኘን (ዕብ. 10÷19)፡፡ በአዲስ ኪዳን የታቦት አገልግሎት ቀርቷል፡፡ ኢየሱስ በደሙ አንጽቶ ፍጹማን አደረገን (ዕብ. 10÷14)፡፡ ኢየሱስ ሊቀድሰን ፈቃደኛ ነው (ዮሐ. 14÷22 እና 23)፡፡

የልብ ዐይናችን ሲበራ በእርግጥም ሊቀ ካህናቱ ኢየሱስ ወደ አብ ክብር እንድንገባ መሥዋዕት በማቅረብ በአብ ፊት ጽድቅን እንድናገኝ ማድረጉን እናስተውላለን፡፡ በነቢዩነት አገልግሎቱ ከሙሴ የበለጠ ሆኗል፡፡ በክህንነቱ አገልግሎት ደግሞ በሙሴ በኩል የነበረውን የክህንነቱን አገልግሎት በተሻለ፣ የእግዚአብሔር ምርጥ በሆኑበት ከአቤል ደም ይልቅ በሚናገረው ደሙ ወደ እግዚአብሔር ተራራ (ጽዮን ተራራ)፣ ወደ ሕያው እግዚአብሔር ከተማ ወደ ሰማያዊ ኢየሩሳሌም፣ በደስታም ወደ ተሰባሰቡት ወደ አእላፋት መላእክት፣ በሰማያ ወደተጻፉት ወደ በኲራት ማኅበር እና የሁሉም ዳኛ ወደሚሆን ወደ እግዚአብሔር ደርሰናል (ዕብ. 12÷22-23)፡፡

መልኬ-ጼዴቅ የሰላም ንጉሥ፣ የጽድቅ ንጉሥ ተብሎ ይጠራ ነበረ፡፡ ኢየሱስ ክርስቶስ ግን ሰላሙ ፍጹም ወደ ሆነበት ምልዓት ወዳለበት የሕይወት ዕርከን አስገባን፡፡ በዚህም ከመልከ-ጼዴቅ የተሻለ ካህን ሆነ፡፡ የዕብራውያን ጸሐፊ "እጅግ እፈራለሁ÷ እንቀጠቀጣለሁ" ብሎ ሙሴ የተናገረውን ሲያመለክተን ይህ ክብር በሲና ተራራ የተገለጠ አንጸባራቂ ክብር ነበር፡፡

ሆኖም ግን በጽዮን ተራራ በሰማያዊቱ ኢየሩሳሌም ወደ እግዚአብሔር ክብር ሊያስገባን የቻለ ታላቁ ሊቀ ካህናት ኢየሱስ ክርስቶስ እንደ ሆነ ይነግረናል፡፡ ይህ ብቻ አይደለም፤ ነገር ግን ወደ እግዚአብሔር ከተማ ገብተን እግዚአብሔር ያለበት ቦታ መድረሳችንን ይገልጥልናል፡፡ ከሁሉ የሚያስደንቀው ግን የእግዚአብሔር ክብር ሙላት ያለበት ሰው ቅድስተ ቅዱሳን ወደሚገኘው የስርየት መክደኛው ሥፍራ ድረስ በታላቁ ሊቀ ካህናት በጌታችን በመድኃኒታን በኢየሱስ መድረሳችንን ይገልጣል፡፡

ካህኑ በዓመት አንድ ጊዜ ወደ ቅድስተ ቅዱሳን የመሥዋዕት በግ ደም ይዞ ይገባል፡፡ የሰማያዊ ቤተ መቅደስ ምሳሌና ጥላ በሆነችው የእግዚአብሔር ታቦት ወደሚገኝበት ሱራፌልና ኪሩቤል ወደሚገኙበት፣ የስርየት መክደኛው ወዳለበት፣ ቅዱስ ልዑል እግዚአብሔር በሙላት በሚገኝበት መላእክት እየጋረዱና ራሳቸውን እየሸፈኑ ወዳሉበት ሥፍራ እንድንገባ የቻልነው ከታላቁ ሊቀ ካህናት አገልግሎት እና እርሱ ለእኛ ባፈሰሰው ደም የተነሣ ነው (ዕብ. 12፥24)፡፡ ይህ ሰው በልቡ የማያስበው፣ በሰው ዐይን ያልታየ፣ በሰው ጆሮም ያልተሰማ ድንቅ ነገር ነው (1ኛ ቆሮ. 2፥9)፡፡

በብሉይ የተገለጠው የእግዚአብሔር ክብር እጅግ ድንቅ ነበር፡፡ ለአብርሃም "ለበረከት ሁን" ብሎ የሰጠውን የተስፋ ቃል በሙሴ ዘመን ገለጠው፡፡ ሕዝቡ በግብጽ የሚኖረው በጭቆና ግዞት ሥር ሳሉ እግዚአብሔር ጩኸታውን ሰምቶ ወረደ፡፡ በጸናች ክንድም አወጣቸው፡፡ ሐዋርያው ጳውሎስ ለቆሮንቶስ ሰዎች ሲገልጥላቸው የነበረው ይህ ነበር (1ኛ ቆሮ. 10፥1)፡፡

በሲና ተራራ እግዚአብሔር በእሳት ወረደ፡፡ ያ ሥፍራ ባዶ ምድረ በዳ ነበር፡፡ ነገር ግን "የሌለውን እንዳለ የሚጠራ፣ ለሙታንም ሕይወት በሚሰጥ ... " ተብሎ እንደ ተጻፈ የነፋስ ድምፅ ብቻ ባለበት በባዶ ደረቅ ምድረ በዳ ክብሩን ገለጠ (ዘጸ. 32፥10)፡፡ ነፃ የሚያወጣ፣ ሕይወትን የሚያመጣ ክብርንም ፈጠረ፡፡ ነቢዩ ኢሳይያስ በመንፈስ የተመለከተው ይህን ነበር (ኢሳ. 4፥5)፡፡ ይህ የደመና ክብር ከመገናኛው ድንኳን በክብደት በመገለጥ ጀምሮ ወደ ሕዝቡ ይዘረጋ፣ ይከብብ፣ ይጋርድና በሰማያዊ ጠል ሕዝበ-እግዚአብሔርን ያረሰርስ ነበር (መዝ. 105፥39፤ ዘጸ. 40፥38)፡፡

ሐዋርያው ጳውሎስ ለቆሮንቶስ ሰዎች እንደ ጻፈላቸውም ያ ክብር የሚሠራው በውስጣቸው ሳይሆን፣ በውጭ ነበር (1ኛ ቆሮ. 10፥1)፡፡ ሕዝቡ ደመናውን ያዩት ነበር እንጂ፣ የመለኮት ሙላት ያለውን መንፈስ ቅዱስን አልተቀበሉም፤ በውስጣቸውም

አልነበረም፡፡ በነቢያቱም ላይ የመንፈስ ቅዱስ ክብር (አንጸባራቂውም ሞገስ) በውስጣቸው አልነበረም፡፡

ነገር ግን ለጊዜው ይመጣና ያርፍባቸው ነበር (1ኛ ሳሙ. 10÷10፤ መሳ. 3÷10)፡፡ ነገር ግን በአዲስ ኪዳን የተገለጠው ክብር ሙላት በክርስቶስ ኢየሱስ ባአመነ ሰው ሁሉ በውስጡ ይገኛል (ዮሐ. 14÷17)፡፡ ይህም የክርስቶስ መንፈስ በመባል ይታወቃል (ሮሜ 8÷2)፡፡ የእግዚአብሔር ክብር የሆነው ክርስቶስ በሰውነቱ የመለኮት ሙላት የተገለጠ ሲሆን፣ የክብሩ መንጸባረቅ በአማኞች ልብ ውስጥ መኖር ጀመረ (ቈላስ. 1÷27)፡፡

እስራኤላውያን፣ ሙሴ እና አሮን በእርግጥ የእግዚአብሔርን ክብር በሲና ዐይተዋል (1ኛ ቆሮ. 10÷4)፡፡ የአዲስ ኪዳን አማኞችም ይህን ክብር ዐይተዋል (ዮሐ. 1÷14)፡፡ የክብሩን መገለጥ ለአይሁድ፣ ለፈሪሳውያን፣ ለሕዝቡም አሳይቶ ነበር (ዮሐ. 12÷36 እና 41)፡፡ ዐይናቸው ስላልበራ እንጂ፣ አንጸባራቂ ክብር የሆነው ኢየሱስ ክርስቶስ በመካከላቸው ነበር፡፡

ሐዋርያት ግን ክብሩን ዐዩ፤ ዐይናቸው በርቶ ክብሩን ቀመሱ፤ ተመለከቱ፡፡ የክብሩ ደመና ተራራውን ከብቦ ሲያዩ ከሰማይ የመጣው ድምፅ፡- “በእርሱ ደስ የሚለኝ የምወደው ልጄ ይህ ነው፥ እርሱን ስሙት” (ማቴ. 17÷6)፣ “የመረጥሁት ልጄ ይህ ነው እርሱን ስሙት”፣ (ሉቃስ 9÷29)፣ “የምወደው ልጄ ይህ ነው እርሱን ስሙት” (ማር. 9÷7) የሚል እንደ ነበረ የወንጌላት ጸሐፊዎች በተመሳሳይ ሁኔታ ዘግበዋል፡፡

የብሉይ ኪዳን ዘመን አማኞች ደመናውን ዐይተዋል፡፡ እነርሱ ከዐለቱ ጠጡ፣ ከሰማይም የወረደውን መና በሉ፡፡ ሆኖም ክብሩ በመካከላቸው እንጂ፣ በውስጣቸው አልነበረም፡፡ ጌታ እግዚብሔር መኖሪያውን በሰዎች ልብ አላደረገም ነበረ፡፡ በመገናኛው ድንኳዋንም ሆነ በመቅደሱ የሊቀ ካህናቱ አገልግሎት እጅግ ያስፈልግ ነበር፡፡

ምንም ያህል ቢቀደሱና ልብሳቸውን ቢያጥቡ፣ ይህ ቅድስናቸው በሲና ተራራ የሚገለጠውን ክብር የማየት ብቃትን ሰጣቸው እንጂ፣ በልባቸው ውስጥ ጌታ እግዚአብሔርን እንዲያድር ለማድረግ አላስቻለም፡፡ የብሉይ ዘመኑ ውጫዊ ቅድስና ድንጋዩን ልብ አውጥቶ የሥጋ ልብ በመስጠት (አዲስ ፍጥረት በማድረግ) ክብሩ በውስጣቸው እንዲኖር አላደረገም (ዘጸ. 19÷10-11)፡፡ ከፍጥረታዊ ሰውነት ወጥተው መንፈሳዊ ነገርን ለመረዳትና ለማስተዋል፣ ብሎም በዚያ ክብር ውስጥ ለመኖር ዐቅም አላገኙም፡፡ ኪዳኑ ይህን ለማድረግ ብቃትም የለውም (1ኛ ቆሮ. 2÷14)፡፡

በአዲስ ኪዳን ግን አማኝ በቅድስተ ቅዱሳን ገብቶ በስርየት መክደኛው መካከል ያለውን ክብር ማየት እንዲችል ታላቁ ሊቀ ካህናት ብቃትን ሰጠው (ዘሌ. 16÷2፤ ዮሐ. 1÷14)። የታላቁ ሊቀ ካህናት ሥራ ለአማኞች ያደረገው ኃጢአትን ፈጽሞ ማስወገድ ነበር (ዕብ. 1÷3)። የኪዳኑ ኃይል አማኝን በአዲስ ኪዳን የጽድቅ አገልግሎት (ዕብ. 7÷22 እና 8÷6) በእግዚአብሔር ፊት ማጽደቅ እና የጽድቅ ማንነት እንዲኖረው ማድረግ ነው። በክርስቶስ ሥራ የጸደቀ ወደዚህ ክብር በመግባት ከክብር ወደ ክብር የመሸጋገር ብቃትን አገኘ (2ኛ ቆሮ. 3÷5)። ይህ ደግሞ በክርስቶስ መሥዋዕትነት የተገኘ ሲሆን (ኤፌ. 1÷7)፣ የጸጋው ክብር በመባል ይታወቃል (ኤፌ. 1÷6)።

ከክርስቶስ ኢየሱስ የክህንነት አገልግሎት የተነሣ ጽድቅን ተቀበልን። ይህ ጽድቅ ክርስቶስ በሞቱ እና በትንሣኤው ያደረገው አገልግሎት ስለሆነ፣ የጽድቁ ፍሬ ደግሞ ጻድቅ የሆኑ ልጆችን አፈራ (ሮሜ 3÷24)። በደሙ የተገኘ ኪዳን (አዲስ ኪዳን) ስለሆነ፣ ታላቁ ሊቀ ካህናት በእርሱ የክህንነት ሥራ ያመነውን ሰው በደሙ በመቤዠት ጸጋ እና ክብርን አጎናጸፈው።

ኢየሱስ የአዲስ ኪዳን ዋስ በመሆን የጽድቁን ክብር በአማኙ ሕይወት ዕለት ዕለት እንዲገለጥ የሚያደርግ ብቃትና ኃይል ሰጠው፤ ይህ ጽድቅ አገልግሎት በመባል ይታወቃል። የብሉይ ኪዳን አገልግሎት ግን ካህኑ ምንም ያህል ደም ይዞ ወደ ቅድስተ ቅዱሳን በዓመት አንድ ጊዜ ቢገባ እንኳ ሕዝቡንም ሆነ ራሱን ከኃጢአት ነፃ አውጥቶ ወደ ቅድስተ ቅዱሳን አስገብቶ በስርየት መክደኛው ላይ ያለውን ክብር ሊያሳየው አልቻለም።

ሕዝቡ ፍጹም የሆነ ለውጥን አምጥተው የልብ ግርዛት አላገኙም። በዚያ ኪዳን የድንጋይ ልብ ከውስጣቸው ወጥቶና ተለውጠው ክብሩ በውስጣቸው ሊያድር አልቻለም። በዚያ ኪዳን ልባቸው ቅድስተ ቅዱሳን ሊሆን አልቻለም። ስለዚህ የክብሩ መንጸባረቅ በቅድስተ ቅዱሳን እንደ ተሰወረ ቀረ። አዲስ ኪዳን ግን በደሙ ተገኘ። በዚህ ኪዳን የሚኖሩ ድንጋዩ ልብ ተለወጠላቸው፤ አዲስ ፍጥረትም ሆነ ጻድቃን ሆኑ፣ ማለትም የክርስቶስን ጽድቅ ተቀበሉ። በዚህ ኪዳን ሰው ኲነኔ ሳይሆን የኃጢአት ይቅርታን ለዘላለም አግኝቶ በጽድቅ ክብር መኖር ቻለ። ሊቀ ካህናት ሆነው ኢየሱስ ክርስቶስ የጽድቅ ኪዳን አገልጋይ ሆነ። ስለዚህ አሁን እያገለገለበት ያለው አገልግሎት "የጽድቅ አገልግሎት በክብር" ተብሎ ይጠራል (2ኛ ቆሮ. 3÷9-10)።

ስለዚህ አማኙ እንደ ቀደመው ኪዳን የሙሴን ፊትም ሆነ በተራራው ያለውን ክብር ለማየት ሳይሆን፣ ሙሉ ክብሩን ይዞ በውስጡ ያለውን ኢየሱስ ክርስቶስን (የክርስቶስ መንፈስ - መንፈስ ቅዱስን) ከውስጡ ወደ ውጭ እያንጸባረቀ ከክብር ወደ ክብር እየተሸጋገረ ሊኖር የጸጋው ጉልበትና ክብር ባለጠግነት ተሰጠው (2ኛ ቆሮ. 3÷18 እና 4÷16-7)።

አይሁድ በመገናኛው ድንኳን እና በመቅደሱ የነበረው አንጸባራቂ ክብር ብሔራዊ ኩራታቸው ነበር። እስከ ዛሬ ድረስ በትልቁ ከሚያከብሯቸው ሁለቱ በዓላት መካከል አንደኛው ማስተሰርያ ዓመት (the Day of Atonement) የሚባለው ነው። ይህ በዓል ኃጢአታቸውን የሚናዘዙበት (Teshuvah)፣ ጸሎት የሚያደርጉበት (Kol Nidre)፣ ስእለታቸውን የሚያመጡበት፣ ንስሐ ገብተው ኪዳን የሚያድሱበት (Al Khet)፣ እንዲሁም የእግዚአብሔር በር ሳይዘጋ ንስሐ የሚያደርጉበት (Ne'ilah)፣ ልመና የሚያደርጉባቸው ቀናትን በውስጡ የያዘ ነው።

12 ዓመት ከሆናት ሴት እና 13 ዓመት ከሆነው ወጣት ጀምሮ ጾም-ጸሎት ይደረጋል። ይህ የማስተሰረይ በዓል በዓመት አንድ ጊዜ ተደርጎ ሊቀ ካህናቱ ደም ይዞ ገብቶ ኃጢአታቸውን ቢያተሰርይላቸውም፣ ፍጹም የሆነው የክርስቶስ ክብር ግን አልተገለጠም ነበር። ይህ ሁሉ ሥርዓት እነርሱን ለውጧቸው ክብሩን በሕይወታቸው ሊያመጣ አልቻለም።

ሁሉም ሥርዓቶች ምድራዊ ናቸው እንጂ፣ ክብሩን የሚያመጡ አልነበሩም፤ በሥጋ የሚፈጸሙ ሥርዓቶች ናቸው። ይልቁንም ኃጢአታቸውን በሕግ በኩል የሚያሳዩ ሆኑ (ሮሜ 3÷20)። ይህ የሆነው ሕጉ፣ ኪዳኑ፣ እና ሥርዓቱ ኃጢአት ያለበት ስለሆነ ሳይሆን (ሮሜ 7÷12)፣ የሚያመልከው ሰው መሥዋዕት ይዞ ወደ ካህኑ ሲቀርብ ከሂሊናው ነፅቶ ከልቡ ፍጹም ለውጥ ስላላገኘ ደጋግሞ የእንስሳ ደም ይዞ በካህኑ ፊት ቢገኝም ሕሊናው የኃጢአት ባሪያ መሆኑን ስለ ገለጠለት ነው። ይህም በሥጋ ሥርዓት ውስጥ ስለሚኖር ነው (ዕብ. 9÷10)። የሥጋ ትእዛዛት ሕግ ተብለው የሚጠሩትም ለዚህ ነው። በሲና ተራራ ላይ ልብሳቸውን ይጠቡ እንደ ተባለ ሥርዓቶቸ የመታጠብና የመንጻት ሥርዓቶች ሆኑ።

ኢየሱስ ግን እነዚህን የምሳሌነት ሚና ያላቸውን ሕግጋቶች ሻረ። የሥጋ ትእዛዝ ሕግ ወይም እንደ ሰው ሥርዓት የሆነ ትምህርት ወይም የዚህ ዓለም የፊተኛዪቱ ድንኳ አገልግሎት ሥርዓት ተብሎ የተሰየመው በብሉይ ኪዳን ውስጥ የሚገኘው አገልግሎትን ኢየሱስ ክርስቶስ ሻረው። በአዲስ ኪዳን ውስጥ የልብ መንጻት አዲስ ፍጥረት የመሆን

የመንፈስ ግዝረት በቃሉ የመታጠብ የመንፈስ ሥርዓት ውስጥ አስገባን (ዕብ. 9፥14፤ 10፥22፤ ያዕ. 1፥18)።

ጌታችን ኢየሱስ ክርስቶስ ለሐዋርያቱ ያስተማራቸውን የመቅደስ ሥርዓት በተመለከተ ዕግሮቻቸውን አጠበ። ስለዚህም በምሳሌው መንፈሳዊ ሥርዓት ምን እንደሚመስል ሊያስተምራቸው ይህን አደረገ። ከሐዋርያቱ መካከል አንጋፋው የሆነውን የጴጥሮስን ሲያጥብ የተናገረው፡- "የታጠበ ዕግሩን ከመታጠብ በቀር ሌላ አያስፈልገውም፥ ሁለንተናው ንጹሕ ነው። እናንተም ንጹሓን ናችሁ" (ዮሐ. 13፥10)።

ጴጥሮስ ዕጁንና ራሱን በሚተጣጠብበት ሥርዓት ውስጥ ነበር። ይህንንም ሲገልጽለት ሰማያዊ መታጠብ በመንፈስ፣ በትሕትና ራስን በመስጠት፣ ከራስ ብቃት በመውጣት በቃሉ ወደ ሆነ መታጠብ መሆኑን ብዙም ሳይቆይ በምዕራፍ 15 ውስጥ ውሎ ሳያድር አስተማራቸው። የወይን ግንዱ ትምህርት ይህን ያመለከተ ነበር (ዮሐ. 15፥3)። ደግሞም የካህንነት አገልግሎቱ ጸሎት ይህን አስረግጦ ያስተምረናል (ዮሐ. 17፥6)።

ኢየሱስ ክርስቶስ ሊቀ ካህናት መሆኑ ወደዚህ አንጸባራቂ ክብር እንድንገባ፣ ደግሞም ወደ ክብሩ እንድንገባ አገለገለን። የብሉይ ሥርዓትም ሆነ ኪዳኑ ሥጋዊ በመሆናቸው ምክንያት ወደዚህ ክብር የሰው ልጆችን ወይም የብሉይ ኪዳን አማኞችን ሊያመጡዋቸው አልቻሉም። አሁን ግን ይከ ክብር ተገለጠ፤ ደግሞም ይኸው ክብር ራሱ በጸጋው አገለገለን። ልዩነቱ ይህ ነው።

የብሉዩ የሥጋ ሕግ ሥርዓት ክብሩን ሊያመጣ አልቻለም። በአዲስ ኪዳን በክርስቶስ ሞትና ትንሣኤ ክብሩ እኛን ሊለውጠንና ሊቀድሰን ቻለ። ለአይሁድ የብሉይ ኪዳን መቅደስ የሥጋ ሥርዓት ክብራቸው ሆነ። እኛ ግን በአዲስ ኪዳን የምንኖር የክብሩ መንጸባረቅ ተሰጠን። እርሱ ለእኛ ክብራችንም ሆነ መመኪያችን ሆነ (ሮሜ 5፥2)።

የመቅደስ ነገር እንደ ዕጅ መታጠብ ያሉቱ ሥርዓቶች ሁሉ ሰብዓዊ ወይም የሰው ሥርዓት ይመስላሉ። እነዚህ በሥጋ የሚፈጸሙ ሥርዓቶች ናቸው። ይህም ግርዘትንም የሚጨምር ነው። የዕብራውያን ጸሐፊ ግን ከዚያ ውጡ፤ እርሱ የተሻረ ነገር ነው። ጥላና ምሳሌ ሆኖ ያገለገለ ስለሆነው ሥፍራውን ለዋናው ነገር ወይም ለአካሉ ለቋል እያላቸው ነው። በክርስቶስ የሆነው ሁሉ መንፈሳዊ ነው። ክርስቶስ ሰማያዊ ነው (1፥3)፤ ሰማያዊ ጥሪ (3፥1)፤ ሰማያዊ ስጦታ (6፥4)፣ ሰማያዊ ነገር (8፥5)፣ ሰማያዊ አገር (11፥16)፣ ሰማያዊ ኢየሩሳሌም (12፥22)፣ እኛም ሰማያውያን ነን፤ ስማችንም በሰማይ ተጽፎአል (12፥23)።

ሐዋርያው ጳውሎስ በክርስቶስ በሰማያዊ ሥፍራ በመንፈሳዊ ባርኮት የባረከን እንደሚለው ነው (ኤፌ. 1፥3)፡፡

ኢየሱስ ክርስቶስ የእግዚአብሔር አንጸባራቂ ክብር ብርሃን ነው፡፡ ተፈጥሮአዊ በሆነው በሳይንሱ ዓለም የብርሃን ጨረር ከፀሐይ ወጥቶ ወደ ምድራችን ሲደርስ ለህዋው ብርሃንዋን መስጠት ከጀመረች 4.6 ቢሊዮን ዓመት ሆነ፡፡ በእነዚህ ዓመታት ሁሉ የሰጠችው ብርሃን ነጸብራቅ ኃይል 25 % እንደ ሆነ ይገመታል፡፡ ከአንድ ቢሊዮን ዓመታት በኋላ 10 % የሚሆን ብርሃንን ታበረክታለች፡፡ ይህ በሚሆንበት ጊዜ የምድር ሙቀት ከመንተከተኩ የተነሣ ምድር በጨረሩ ትበላለች የሚል እምነት አለ፡፡ ሊቆቹ እንደሚሉት ይህ ለጥቂት ቢሊዮን ዓመታት ሲቀጥል መጀመሪያ ከተገኘችበት በሁለት እጥፍ ደምቃ ታበራለች፡፡ (Stardate.org)

ሐዋርያው ጳውሎስ ለጢሞቴዎስ ሲጽፍለት "እርሱ ብቻ የማይሞት ነው፥ ማንም ሊቀርበው በማይችል ብርሃን ውስጥ ይኖራል፡፡ አንድ ሰው እንኳን አላየውም፥ ሊያይም አይቻለውም" (1ኛ ጢሞ. 6፥16) ይላል፡፡ ዮሐንስ ደግሞ "እኔ የዳዊት ሥርና ዘር ነኝ፥ የሚያበራም የንጋት ኮከብ ነኝ" (ራእይ 22፥16) ይላል፡፡ ስለዚህ አንጸባራቂ ክብሩን ማየት ተገቢ ይሆናል፡፡

ኢየሱስ ክርስቶስ በፀሐይ ብርሃን ቢሆን ኖሮ ከፀሐይ የበለጠ ብርሃን የሚያፈልቁ ኮከቦች ስላሉ ኢየሱስ እንደ ሌሎች አነስተኛ አማልክት ይሆን ነበር፡፡ የሳይንስ ተመራማሪዎች እንደሚናገሩት ፍጥረተ-ዓለሙ (ዩኒቨርስ) ብርሃን የመጣ እንደ ሆነ ነው ፡፡ ይህ ብርሃን ደግሞ 75 በመቶ ሃይድሮጂን፣ 25 በመቶ ሂሊየም ከሚባል ጋዝ ሲመጣ፣ ይህ የሃይድሮጅን ጋዝ ከሰበት ኃይል የተነሣ እየተሳሳበ ኒውክለር ፊውዥን የሚባለውን አንጸባራቂ ብርሃን ፈጠረ፡፡ በአንድ ወቅት እንደ ቦንብ በመፈንዳት በፍጥረተ-ዓለሙ (በዩኒቨርስ) ውስጥ የሚገኙትን ፀሐይ እና ከዋክብትን ፈጠረ፡፡ለምሳሌ ብንወስድ ፀሐይ 91 በመቶ ሃይድሮጅን ሲሆን፣ 8.9 በመቶ ሂላንየምን በመያዝ የተፈጠረች ናት፡፡ በፀሐይ ውስጥ ያለው የሙቀት ኃይል 27,000000 (27 ሚሊዮን ዲግሪ ፋራናይት) ነው፡፡ ቴርሞ ኒውክሌር ፊውዥን የሚባው የጨረር ኃይል ይገኝበታል፡፡ እንግዲህ ፀሐይ ከሌሎች ከዋክብት ዝርያ መካከል አንዷ መሆንዋን በውል መረዳት ይገባል፡፡

ሲሪየስ (serius) የተባለው ኮከብ የፀሐይን 20 ጊዜ እጥፍ የሚያበራ ሲሆን፣ የሚገኘውም ከምድር 8.7 ሚሊየን የብርሃን ዓመት ርቆ ያለ ነው፡፡ አንዱ የብርሃን ዓመት 6 ትሪሊዮን ማይል ርቀት ላይ ይገኛል፡፡ በትልቁ ፍጥረተ-ዓለም (ዩኒቨርስ) ውስጥ ደግሞ Deneb

የተባለው ኮከብ ከፀሐይ 100, 000 እጥፍ ድምቀት አለው ተብሎ ይታመናል፡፡ እንግዲህ ጌታችን ኢየሱስ ከእነዚህ ከዋክብት በላይ የደመቀ አንጸባራቂ ክብር እና ኃይል ያለው ሁሉን በሥልጣኑ ዕጅ ደግፎ የያዘ እና የሚያኖር ነው፡፡

እግዚአብሔር አምላክ የልጁን መንጸባረቅ እንደ መለኮትነቱ ብቻ ሙሉ ሰውም ሆኖ እያንጸባረቀ የሆነውን እንድንመለከት ይሻል፡፡

ነጸብራቅ (አፐአውጋስማህ)apaúgasma /ap-ow'-gas-mah፡- የሚሰኝ ሲሆን፣ **አፖ**-**ጋዞ** ከሚለው የተገኘ ነው = የሚፈልቅ ብርሃን ወይም ፀዳልን የሚያመለክት ሲሆን፣ የተገኘውም **አፖ** = ከ + **ኢጋዞ** = መንጸባረቅ ነው።) በቀጥተኛ ትርጉሙ "ወደ ውጭ የሚበርቅ" ነው፣ ከዚያም ብሩህነቱ ደማቅ ፍንጣቂን የሚያመላክት ነው (ፍንጣቂ ለሚለው ቃል የላቲኑ ኤፉልጌሬ = ከዋናው የብርሃን አካል የሚመነጭ ማንጸባረቅ እና ብሩህ የሆነ ፀዳል ወይም ብሩኅነት የሚል ትርጉም አለው)፣ ፀዳል ወይም የተለቀቀ ብርሃን፣ አሊያም ከሚንቆጠቆጥ አካል የተሰጠ ብርሃን ነው። ይህ **የተንጸባረቀ** ብርሃን፣ አብረቅራቂ ብርሃን *(ካልቪን፣ ታየር)* ወይም የግሪክ አባቶች እንደሚያምኑት **ፍንጣቂ** ማለት ነው። ገላጭ መስተአምር የቀደመው ቃል ባለመሆኑ ቃሉ የባሕርይውን ወይም የተፈጥሮውን ሁኔታ በእጅጉ የሚገልጽ እንዲሆን ያደርገዋል። *(መጽሐፍ ቅዱስ ጥቅሶች የብሉይና / የአዲስ ኪዳን ግሪክ መዝገበ ቃላት፣ የቴየር ትርጉም 1989. በ ጆሴፍ ሄንሪ ቴየር፣ አስቲን ሐተታ/ በጄፍ ጋሪሰን)*

መንጸባረቅ - በግሪኩ Apaugasma ይህ መንጸባረቅ የሚል ቃል ለኢየሱስ የተሰጠ ነው፡፡ ይህም በአካሉ ላይ እየተንጸባረቀ የሚወጣ ብርሃን ነው፡፡ ይህም ታላቅ አንጸባራቂ ብርሃን በእርሱ ላይ ያለውን የአብን ክብር የሚያሳይ ነው (ቈላስ. 2÷9)፡፡

ፑልፒት ኮሜንታሪ የተባለው ማብራሪያ እንደሚገልጸው **አፖጋስማ** የሚለው ቃል "እንዲህ ለመናገር፣ ከምንጩ የተገኘ፣ እና ከእርሱም ጋር አንድ ባሕርይ ያለው፣ ደግሞም ከእርሱ መለየት የሚችል ነው፣ ይህንም የሆነው ክብሩ በሚገለጥበት፣ እና እርሱም ሁሉን ነገር በሚያበራበት ነው። የወልድ ማንነት ከዚህ የተነሣ የተወከለው የእግዚአብሔር አንድ አካል እንደ ሆነ ተደርጎ ሳይሆን፣ ከክብሩ የወጣ ጨረር እንደ ሆነ ብቻ ሳይሆን፣ ነገር ግን እርሱ ራሱ የክብሩ ወዝ እንደሆነ ነው።" *(ዚ ፑልፒት ኮሜንታሪ. ሄንሪ ዶናልድ ሞሪስ ስፔንስ 2009)*

ወስት አክለው እንዲህ ብለዋል: - "**አፖጋስማ** የሚለው ቃል በገላጭ መስተጻምር አልተቀደመም፣ ይህም ዕውነታ ቃሉን በከፍተኛ ደረጃ ባሕርይውን ወይም ተፈጥሮውን ገላጭ እንዲሆን ያደርገዋል" *(ዌስት, ኬ. ኤስ. የግሪክ አዲስ ኪዳን ቃል ጥናት:- ኢርድማንስ. 1947*

ከላርክ፡- እጅግ አስፈላጊ ስለሆነው የእግዚአብሔር ክብር አንጸባራቂ ብርሃን ሲናገር፡- *ሄሊየሽ* የተባለው ሰው በግሪኩ የጸሐይ ውበት ሲል ይተረጒመዋል፡፡ ተመሳሳዩ የአገላለጽ ዘይቤ እንደ አዋልድ መጽሐፍ አዘጋጅ አቀራረብ በጥበብ 7÷26 ላይ ስላልተፈጠረው የእግዚአብሔር ጥበብ ሲያወራ *'እርሷ የዘላለማዊ ብርሃን ውበት ናት'* ሲል ገልጾታል፡፡ በግሪኩ የእግዚአብሔር ኃይል ያልጎደፈ መስታወትና የመልካምነቱም ምስል የሚል አሳብ አለው፡፡ እንደዚሁም augasma በራሱ ውበት ያለው በሚል ቃል፣ እንደገናም apaugasma ሲል ደግሞ ከእርሱ የወጣ ውበት ያለው በሚል ይተረጒመዋል፡፡ ነገር ግን ተፈጥሮአዊውበትና የተገለጠው ውበት ሥር ነቀልና መሠረታዊ በሆነ መልኩ ተመሳሳይ ናቸው፡፡ *(አዳም ከላርክ፡- ኮሜንተሪ 1837)*

ማንጸባረቅ /ድምቀት፡- በሚል የተሰጠው ቃል በግሪኩ appaugasma ተብሎ የሚጠራው በአዲስ ኪዳን በየትም ቦታ አይገኝም፡፡ በአግባቡ የተንጸባረቀ ድንቀት ወይም ብርሃን ከበዛበት ሰዉነት የወጣ ብርሃን ማለት ነው፡፡ የጸሐይ ጨረር የድምቀቱ መገለጫ ወይም ፀሐይ የሚታይበትና የሚታወቅበት ነዉ፡፡ ፀሐይን በራሱ አናየውም፤ ነገር ግን ከእርሱ የሚወጣውን ጨረር እንመለከታን፡፡ በዚህ ቦታ ትርጒሙ እግዚአብሔር በብሩህ አካል አምሳያ ከተወከለ በመጽሐፍ ቅዱስ ውስጥ እንደ ተጠቀሰው ማለት ነው (መዝ. 84÷11፤ ሚል. 4÷2 ን ተመልከት)፡፡ ከዚያም ክርስቶስ የዚያ ብርሃን ነጸብራቅ ነው፡፡ የዚህ ብርሃን ሰጭ አካል ድምቀት ነው፡፡ እርሱ እግዚአብሔርን የምናስብበት ማንነት ያለው ነው፡፡ ወይም በፍጹም ማንነቱ እግዚአብሔር ሊታወቅ የሚችልበት መንገድ ማለት ነው (ዮሐ. 1÷18ን ከ 14÷9 ጋር አወዳድር)፡፡ በእርሱ በኩል ብቻ ነው የእግዚአብሔር ዕውነተኛ ባሕርይ፣ የእርሱ ክብር ለሰዎች የሚታወቀው፡፡ የታላቁን የመገለጥ ስርዓት ስንመለከት ይሄ እዉነት ነዉ፡፡ በተለይ ደግሞ ሰዎች ስለእግዚአብሔር ባላቸዉ አመለካከትም ዕውነት ነው (ማቴ. 11÷27)፡፡ አብ ብቻ እንጂ፣ አንድም ሰው ልጁን አያውቅም፤ እንደዚሁም ከልጁ በስተቀር ማንም አብን አያውቅም፤ እንደዚሁም ልጁ ሊገልጥለት ከወደደው በስተቀር ማንም አብን አያውቅም፡፡ *(ባርነስ፣ አልበርት፡- ወደ አዲስ ኪዳን ላይ ኮሜንተሪ 1885)*

ኤክስፖዚተርስ የተባለው ማብራሪያ **መንጸባረቅ** በሚለው ቃል ላይ ሲያብራራ "በአርዮስ የሙግት ጭብጥ ውስጥ (የኤድ ማስታወሻ፡- አርዮስ፣ ወልድ ፍጡር ነበር፣ - ምንም እንኳ የመጀመሪያው እና የከበረው ቢሆንም፣ ከተፈጠሩት ሁሉ ይልቅ ከእግዚአብሔር አብ በተፈጥሮው እና በክብሩ ያነሰ ነው ብሎ አስተምሯል)፡፡ ለወልድ የተሰጠው ይህ ስያሜ እርሱ ለዘላለም ያለና የነበረው በአብ ፈቃድ ሳይሆን፣ በራሱ መሠረታዊ ተፈጥሮ መሆኑን ያረጋግጣል ... ። ፀሐይ የሚንጸባረቅ ብርሃን ሳይኖራት ልትኖር እንደማትችል ወይም ፋኖስ ያለ እሳት ሊበራ እንደማይችል፣ እንዲሁ እግዚአብሔር በመሠረታዊ ደረጃ አብም ወልድም ነው። *"(ኤክስፖዚቶርስ ባይብል ኮሜንተሪ /ትሬምፐር ሎንግማን III፣ ዴቪድ ኢ. ጋርላንድ፣ ዞንደርቫን፣ዞንደርቫን 2012)*

ስፐርጀን - ዐይናችሁን ሸፍኑ፣ ምክንያቱም ይህን አስደናቂ ትዕይንት ሳትጭበረበሩበት ልታዩት ስለማትችሉ ነው። አንዳንድ ተንታኞች እንደሚሉት፣ ምንም እንኳ የትኛውንም ንጽጽር ከልኩ በላይ ልንለጥጠው ባያስፈልገንም፣ ተገቢ ያልሆነ ንጽጽር አይደለም፤ ማለትም ብርሃን ለፀሐይ እንደሆነ ሁሉ፣ ኢየሱስም ለእግዚአብሔር ክብር ነው። እርሱ የዚያ ክብር ነጸብራቅ ነው። ይህም ማለት፣ በክርስቶስ ውስጥ ያለው ጭምር እንጂ፣ በእግዚአብሔር ውስጥ ብቻ ምንም ክብር የለም ማለት ነው፤ ደግሞም ያ ክብር ወደ ጡዘቱ በሚደርስበት ጊዜ፣ ሁሌም በግርማ ውስጥ ያለው እግዚአብሔር እጅግ የከበረ ሲሆን፣ ያ ታላቅ ክብር በክርስቶስ ውስጥም ነው። ይገርማል፣ ይህ አስደናቂው የእግዚአብሔር ቃል-የግጻዌ መለኮት ከፍተኛው ጡዘት-በየትየሌሌ ክብሩ ውስጥ ያሉት እያንዳንዳቸው የበረከት ገጽታዎች ስብስብ ነው! ይህን ሁሉ ሰው በሆነው እግዚአብሔር ውስጥ፣ ማለትም በክርስቶስ ኢየሱስ ውስጥ ታገኛላችሁ።

መንጸባረቅ የሚለውን ቃል ‹radiawel› በሚለው ፍቺ ብቻ ሳይሆን፣ **‹effulgence›** በማለት ይፈታዋል፡፡ ይህ ደግሞ ‹glory› የሚለው ብቻ ሳይሆን፣ የክብሩ መንጸባረቅ በመለኮታዊነቱ ወይም በአምላክነቱ ብቻ የተገለጠ ሳይሆን፣ **‹the Hashing forth›** ይለዋል፡፡ ይህም ማለት *ሥጋ* ለብሶ ወደ ምድር ከመጣም በኋላ መለኮታዊው ክብር በላዩ ላይ እንደ ነበረ ያሳየናል፡፡ በሰማይ በነበረው ንጉሥነቱ ብቻ ሳይሆን፣ *ሥጋ* ለብሶ **ጸጋና ዕውነትንም ተሞልቶ** በእኛ መካከል ባደረ ጊዜም ይህ ክብሩ ታይቷል፡፡ አምላካዊ ማንነቱም የተገለጸው በዚህ ክብር ውስጥ ነው፡፡ **የክብሩ መንጸባረቅ** የሚለው በክርስቶስ ውስጥ የሆነውን ሰው ያመለክታል የሚሉም አስተማሪዎች ይገኛሉ፡፡ እግዚአብሔር አምላክም በልጁ አማካይነት ይህን ክብሩን አሳይቶናል፡፡ እርሱም የክብሩ መንጸባረቅና የባሕርዩ ምሳሌ ሆኖ በእኛ መካከል በመገለጥ የአባቱን ክብር አሳየን፣ ማሳየት ብቻ ሳይሆን፣ እኛም በዚህ ክብር ውስጥ እንድንገኝ ረዳን፡፡« *አሁንም አባት ሆይ ዓለም*

ሳይፈጠር በአንተ ዘንድ በነበረኝ ክብር፣ አንተ በራስህ ዘንድ አክብረኝ፡፡» (ዮሐ. 17፥5) እግዚአብሔር ወልድ ይህንን በአባቱ ዘንድ የነበረውን ክብር በሙተው ወደምድር ዝቅ ብሎ መጥቶ በባሪያም መልክ ተገኝቶ በመታዘዝ ገለጸው እንጂ፣ አልጣለውም፡፡ ከዚህ የተነሣ የእርሱ ለሆኑትም ጭምር ይህን ክብር ሰጣቸው፡፡ *«የሰጠኸኝን ክብር እኔ ሰጥቿቸዋለሁ»* ዮሐ. 17፥24 ብለው የመጽሐፉ ዐዋቅያን ትንታኔ ይሰጣሉ፡፡ በሮሜ 6፥1-4 *«እንግዲህ ክርስቶስ በአብ ክብር ከሙታን እንደ ተነሣ ... »* እያለ በመሞቱና በትሣኤውም ጊዜ የእግዚአብሔር ክብር በእርሱ ላይ እንደ ነበረ ይተርክልናል፡፡

የባሕርይ ምሳሌ ሆኖ

ምሳሌ (ካርአክታር) charaktḗr / khar-ak-tar':- የሚለው ቃል በጥንታዊ ግሪኮች ገለጻ በሥነ ጥበብ መስክ ያለ ሠዓሊዎች ወይም ቅርጽን የሚሠሩ ባለሙያዎች በሥራቸው የሚቀርጹትን ቅርጽ ለመግለጽ የሚጠቀሙበት የነበረ ሲሆን፣ በመጨረሻም በሥዕላቸው ወይም በቅርጻቸው ላይ የሚያስቀምጡትን ሥዕል ወይም ቅርጽን የሚገልጽ ሆኗል፡፡ **(ካርአክታር)** የማኅተም የለበሰን የሚገልጽ ቃል ሲሆን፣ ይህም ፍጽም የዋናውን ቀለበት ምሳሌ ሆኖ ያገለግላል፡፡ እንደ ንግግር ቃል ደግሞ ይህ ገለጻ የአንድን ሰው ከሌሎች የሚለይ ማንነትን የሚያሳይ ሆኖ የሚያገለግል እና ግሪኮች የአንድን ሰው ማንነትም ለመግለጽ የሚጠቀሙበትም ተምሳሌታዊ ቃል ነው፡፡ ጸሐፊው ይህን በመግለጽ የመለኮት ባሕርይ ምንም ቢሆን፣ ኢየሱስ የእርሱ ትክክለኛ ተምሳሌት እንደሆነና የእግዚአብሔርን ከአንድ በሆነ ቊጥር መገለጽ የሚያሳይ ነው፡፡

ኢየሱስ ከአብ ይለያል ፍጽምም ግን አንድ ናቸው፡፡‹ charakter › ፍጹም መመሳሰልን የሚገልጽ ሲሆን፣ ኢየሱስም እንደ ገለጸው «አብን ያየ እኔን ዐይቷል» ብሏል (ዮሐ. 14፥9)፡፡ ኢየሱስን ያየ አብን ዐይቷል፤ እርሱ ፍጹም ምሳሌው ነውና፤ የማንነቱ የሁለንተናው ምሳሌ ሲሆን እግዚአብሔርን የሚገልጹ ሁሉ ኢየሱስን ይወክላል፤ ሁለቱ የአምላክ ሁለት ማንነቶችና ናቸውና፡፡ እግዚአብሔር ኢየሱስ የሌለውና ለእርሱ የሰጠው የቱም ዐይነት ማንነት የለም፡፡ ጳውሎስ እንደሚለውም «የማይታየው አምላክ ነጸብራቅ ነው» (ቈላስ. 1፥15) *(መጽሐፍ ቅዱስ ጥቅሶች የብሉይና / የአዲስ ኪዳን ግሪክ መዝገበ ቃላት፣ የቴየር ትርጒም 1989. በ ጆሴፍ ሄንሪ ቴየር፣ ኦስቲን ሐተታ/ በጄፍ ጋሪሰን)*

በመጀመርያይቱ ቤተ ክርስትያን የጌታችን የኢየሱስ ክርስቶስ ማንነት ላይ ብዙ ውዝግቦች ተነሥተው ክርክሮቹ እስከ አምስተኛው ክፍለ-ዘመን ድረስ ቀጥለው እንደ ነበር ከቤተ

ክርስቲያን ታሪክ እንረዳለን፡፡ በጊዜው ይነሡ ከነበሩት አስምህሮዎች ከመካከል አንደኛው ኢየሱስ ክርስቶስ እግዚአብሔር (መለኮት) አይደለም የሚል ነበር፡፡

እነዚህም እርሱ የተለየ ጸጋ የተሰጠው እንደ ሰው ያለና ከሰው ከፍ ያለ ነበር በሚለው (Adoptionism) የሚታወቀው ሲሆን፤ ሌላው ደግሞ ኢየሱስ አባቱን የሚመስል ባሕርይ የለውም (Anomeanism)፣ እንዲሁም በሦስተኛው ክፍለ ዘመን የተነሡት ጌታ የሰውነት ሥጋ አለው፤ ነገር ግን አእምሮውም ሆነ ነፍሱ ከሰው ፈቃድ ውጭ ነው (Apollinarianism)፤ የሚለውና ኢየሱስ ክርስቶስ የእግዚአብሔር ፍጥረት ነው የሚሉቱ ናቸው፡፡

ኢየሱስ ክርስቶስ በማንነቱ የመለኮታዊ ባሕርይ የለውም፣ ነገር ግን በእግዚአብሔር ጸጋ ልጅነትን አግኝቶ የእግዚአብሔር ልጅ ተብሏል የሚል (Arianism) አስተምህሮ በአራተኛ ክፍለ ዘመን እና በመጀመርያው ክፍለ ዘመን ሲያስቸግር የነበረው፣ ሥጋ የለበሰ ሁሉ በኃጢአት ሥር ነው፤ ሥጋ ከክፉ የተገኘ ነው የሚለው አስተምህሮ ነው፡፡

ከእነዚህም የስሕተት አስተማሪዎች መካከል ኢየሱስ መንፈስ ብቻ ነው የሚሉና የክርስቶስን በሥጋ መምጣት (ፍጹም ሰው) መሆኑን የሚክዱ፣ እንዲሁም የክርስቶስን በሥጋ መነሣት የሚቃወሙ ወገኖችም ይገኙበታል (1ኛ ቆሮ. 15፥12፤ 1ኛ ዮሐ. 4፥2፤ 2ኛ ዮሐ. 7)፡፡ ይሁን እንጂ፣ መጽሐፍ ቅዱስ በይበልጥም በወንጌላት የበጉ ሐዋርያት ጌታ በሥጋ መነሣቱ ከህማማቱ በኋላ ለ40 ቀን እየታያቸው ከእነርሱ ጋር እንደ ቆየ ተጽፏል፡፡

የክርስቶስ ማንነት (የባሕርይው ምሳሌ) ስንል እንግሊዝኛው Character የሚለው ሲሆን፣ ይህ ደግሞ ከዐመለ-ሸጋነት ያለፈ የሰውዬውን ማንነት የሚገልጽ ነው፡፡ ብዙ ጊዜ ሰዎች በችግር እና በፈተና ስናልፍ ጸባያችን ይለዋወጣል፡፡ የሰውዬው ባሕርይ ግን አይለወጥም፡፡ በከፍታም ሆነ በዝቅታ ማንነቱ ያው ይሆናል፡፡ ምናልባት የሰውዬው ማንነት እየቆየ ለእኛ ይገለጣል እንጂ፣ ሰውዬው ግን ራሱ ማን እንደ ሆነ ያውቀዋል (1ኛ ቆሮ. 2፥11)፡፡ በሌላ ቀለማት ያሸበረቀው ጸባይ እርግፍ ብሎ ሲወድቅ፣ የሰውዬው ማንነት ግን እየተገለጠ ይወጣል፡፡ ባሕርይ ሰውዬው በተፈጥሮ ያገኘው የውርስ ማንነት ሲሆን፣ እያደገ ሲመጣ ከኅብረተሰብ፣ ከኑሮ እና ከሰዎች የሚጋራው ጸባይ ሊኖረው ይችላል፡፡

ባሕርይ የተፈጠረበት ማንነቱ ስለሆነ ባሕርይውን ለመቀየር (ለመለወጥ) ካስፈለገ ዳግመኛ መፈጠር ያስፈልገዋል፡፡ ለዚህም ነው የሰው ልብ በኃጢአት ምክንያት ድንጋይ

ስለሆነ፣ ድንጋዩን ልብ ማውጣት ያስፈለገው፡፡ ወደ ጌታችን ኢየሱስ ስንመጣ ግን እርሱ የክብሩ መንጸባቅ እና የባሕርይው ምሳሌ ነው፡፡ እግዚአብሔር አምላክ መለኮታዊ ባሕርይ እንዳለው ሁሉ እግዚአብሔር ወልድ (ኢየሱስ ክርስቶስም) መለኮታዊ ባሕርይ አለው፡፡

ይህ ማለት እግዚአብሔር አብ ፍቅር፣ ቅዱስ፣ ጻድቅ፣ ብርሃን፣ ሕይወት፣ ጥበብ፣ ዕውነት እንደ ሆነ ሁሉ፣ እንዲሁ ጌታችን ኢየሱስ ክርስቶስም በማንነቱ እንደ አብ 'ፍቅር፣ ቅዱስ፣ ጻድቅ፣ ብርሃን፣ ሕይወት፣ ጥበብ፣ ዕውነት ነው ማለት ነው፡፡ እነዚህ የሚመሳሰሉት የአብ እና የወልድ ባሕርያት ለፍጥረቱ (የሰው ልጆች) የሚያጋሯቸው ባሕርያት (Trancendent attributes of God) ሲሆኑ፣ ሌላው ማንነቱ ደግሞ ሁሉን ዐዋቂነቱ (ማቴ. 16÷21፤ ሉቃስ 11÷17፤ ዮሐ. 4÷29 እና 2÷24)፣ በሁሉ ሥፍራ መገኘቱ (ማቴ. 18÷20 እና 28÷20)፣ ሁሉን ቻይነቱ (ማቴ. 28÷18፤ ራእይ 1÷8) የመሳሰሉት ባሕርያት በእርሱ ዘንድ ብቻ (በአብ በወልድ በመንፈስ ቅዱስ) ዘንድ ብቻ የሚገኝ ማንነቱ (Intrascendente Attributes of God) በመባል የሚታወቁት ናቸው፡፡

ጌታችን ኢየሱስ መለኮት እንደ መሆኑ የመለኮታዊ ባሕርያት ከአብ እና ከመንፈስ ቅዱስ ጋር በተካከለ መልኩ እንዳለው ሁሉ (ዮሐ. 1÷14) እንዲሁ ፍጹም ሰው ስለሆነ፣ ደግሞ የሰው ባሕርይ አለው፡፡ የጌታ ሰብዕናው፣ የህማማቱ፣ መጠማቱ፣ መንገላታቱ፣ መድከሙ፣ (ማቴ. 21÷18) ዕንቅልፍ መተኛቱ (ማር. 4÷38) የመለኮት ባሕርያት ሳይሆን፣ ሰብዕናውን ያሳያል (መዝ. 121÷4 እና ኢሳ. 40÷31)፡፡

የጌታችን የኢየሱስ ለሰው ልጆች ያጋራውን ባሕርይውን መመልከቱ አስፈላጊ ይሆናል፡፡ ኢየሱስ ሕይወት ሆኖ ክብሩን (ሕይወትን) እንደ ሰጠን ዮሐንስ ይነግረናል፡፡ "በእርሱ ሕይወት ነበረች ሕይወትም የሰው ብርሃን ነበረች" (ዮሐ 1÷4) ሲል ብርሃን (አንጸባራቂ ክብር) እንደ ሆነ ያስተምረናል፡፡

ይህ የእግዚአብሔር ቃል የሆነው ጌታችን ኢየሱስ ብርሃንና ሕይወት እንደ ሆነ ለአመኑ ሁሉ ጨለማ የሆነውን የሞተ ማንነታቸውን ቀይሮ ብርሃን አላቸው፡፡ የእግዚአብሔር ሕይወት ያላቸው ሰዎች አላቸው፡፡ እርሱ ሕያዋን የማድረግም ሆነ የመፍጠር ዐቅምና ችሎታ አለው፡፡ በአዳም ኃጢአት የክብሩ መንጸባረቅ እና የባሕርይው ምሳሌ የሆነውን ብርሃኑን ያጣውን ሰው በክርስቶስ ጽድቅ ምክንያት (በሞቱ እና በትንሣኤው) በመተባበሩ አዲስ ሕይወት (የኢየሱስን ሕይወት) አገኘ፡፡

የሮሜ መጽሐፍን ስናጠና የክብሩን መንጸባረቅ ያጣ ራቁቱን ያለ ሰው ማንነትን እንመለከታለን (ሮሜ 3÷23)፡፡ እንዲሁም የኤፌሶን መጽሐፍን ስናጠና በኃጢአት የወደቀው ሰው በጨለማው አስተዳደር እና ተጽዕኖ ሥር ብቻ ሳይሆን፣ የእርሱ ማንነትም ጨለማ እንደ ሆነ እንረዳለን (ኤፌ. 5÷8)፡፡ ሰው በጨለማ ተጸዕኖ ሥር የሚገኝ ብቻ ሳይሆን፣ ራሱ፣ ማንነቱ፣ አስተሳሰቡ፣ የልቡ ዝንባሌ ጨለማ እንደ ሆነ መጽሐፍ ቅዱስ ያስረዳል (ኤር. 17÷9 እና ማር. 7÷21-23)፡፡

እንግዲህ ሰው ጨለማ የሆነን ባሕርይ በኃጢአት ምክንያት ያገኘው ማንነቱ ሲሆን፣ የዚህ ምንጭ እና አባት የሆነው ዲያብሎስ ነው፡፡ (ዮሐ. 8÷44)፡፡ አባት ደግሞ ለልጁ እንደሚያወርስ ዲያብሎስ ለመጀመርያው አባታችን ለአዳም የኃጢአትን ባሕርይን አወረሰው (ዘፍ. 3÷15)፡፡ የኃጢአትን ባሕርይ ከጠላት ወደ አዳም የተላለፈው በቃል (በዘር) አማካይነት ሲሆን፣ ከእርሱ የመወለድ ያህል የኃጢአት ዘር በውስጡ በቀለ፡፡ ስለዚህ ማንም የአዳም ዘር ያለው ሰው ገና ምንም የኃጢአት ሳይሠራ የኃጢአት ዘር በውስጡ አለ፡፡

ስለዚህ የሰው ልጅ ከእግዚአብሔር ጋር ተጣልቷል፤ ዐመፀኛ ነው (ሮሜ 5÷12፤ መዝ. 51÷5)፡፡ ዳሩ ግን ጉዳዩ ይህ ብቻ አይደለም፡፡ ከአዳም ዘር የተወለደ ሁሉ ተግባረ-ብልሹ፣ ከጽድቅ የራቀ፣ እግዚአብሔር ያስቀመጠውን የቅድስና ልክ ያላሟላ ነው (ኢሳ. 64÷6)፡፡ እንግዲህ ይህ የኃጢአት ዘር ከዕውነተኛው ዘር ጋር ተመሳሳይ ቢመስልም፣ ከዲያብሎስ የመጣ እንክርዳድ ነው (ማቴ. 13÷38)፡፡

ዕውነተኛ ዘር ደግሞ ዕውነተኛ ከሆነው ከእግዚአብሔር ቃል የተወለደ ነው፡፡ አማኝ ድንጋዩ ልቡ ተለውጦ አዲስ ልብ ሲፈጠርለት (ሕዝ. 36÷25-27)፣ ዳግም ሲወለድ (1ኛ ጴጥ. 1÷4)፣ አዲስ ፍጥረት ሲሆን (2ኛ ቆሮ. 5÷17)፣ ወይም የበኵራት ዐይነት ሲሆን (ያዕ. 1÷17)፣ ጨለማው ባሕርይ ከውስጡ ይወገዳል፡፡ ስለዚህም የእግዚአብሔር ክብር የሆነው የመለኮት ባሕርይ በውስጡ ይገኛል (2ኛ ጴጥ. 1÷23)፡፡

ለዚህም ነው ይህ አዲስ ፍጥረት የሆነው (ከመለኮት ባሕርይ ተካፋይ የሆነው) ማንነት በፍጥረቱ የእግዚአብሔር ብርሃን (የክብሩ መንጸባረቅ) ስላለው ከጨለማ የተለየ እና የጨለማን ተግባር ማድረግ የማይችል ሆነ፡፡ ዮሐንስ በመልእክቱ "ከእግዚአብሔር የተወለደ ሰው ሁሉ ኃጢአትን አያደርግም" (1ኛ ዮሐ. 3÷9) ብሏል፡፡

ባርንስ ኮሜንተሪ በዚህ ላይ ሐተታውን ሲያስቀምጥ "ዕውነተኛ ክርስቲያን ተደጋጋሚነት ባለው መልኩ (በተለምዶ) ኃጢአትን አይሠራም ወይም ሁሉም ዕውነተኞች ክርስቲያኞች ፍጹም (absolutely perfect)፣ እንዲሁም ምንም ኃጢአት አያደርጉም ማለት አይደለም:: ሁለመናቸው ሙሉ እንጂ፣ በግማሽ ማንነታቸው ምናልባትም ፍጹም ናቸው ማለት አይደለም::' (ባርነስ፣ አልበርት:- ወደ አዲስ ኪዳን ላይ ኮሜንተሪ 1997)

ይህም ፍጹም የሆነው አባታቸው የልዑል እግዚአብሔር ልጅ ነው:: በልጁ ያለው ፍጹም ቅድስናና ጽድቅ ወራሽ የሆነው ከወይን ግንዱ ጋር በደሙ እና በክህንነቱ አሠራር ተጣብቋል፣ ተባብሯልም፤ ተካፋይም ጭምር ሆኗል:: እነዚህን ሦስት ቃላት ማየት አስፈላጊ ይሆናል:: "ተጣብቋል፤ ተባብሯል፤ ተካፋይ ሆኗል"::

ዮሐ. 15÷2 እና 4 የወይን ቅርንጫፍ ከግንዱ ጋር ፍጹም መጣበቁን ያሳያል:: ይህም የሆነው በመሢሑ የመሥዋዕት ደም እና የክህንነት አገልግሎት ነው:: የወደዳቸውን እስከ መጨረሻ ስለ ወደዳቸው ቅዱስና ያለ ነውር አድርጎ በአብ ፊት ማቅረብ ቻለ (ኤፌ. 1÷4)::

ይህም የሆነው ኢየሱስ እኛን ወክሎ በአብ ፊት በመታየቱ እኛም በእርሱ ውስጥ ሆነን በአብ ፊት በመቅረባችን ነው (ዕብ. 9÷24፤ ዕብ. 10÷10):: የአብርሃም ልጅ ሆነን ሰማያዊውን በረከት ለመካፈል መግባት ሆነልን:: ይህ መግባት ደግሞ የበረሃ ወይራ ቅርንጫፍ ከግንዱ ጋር በመጣበቅ (መዳቀል / grafted) ከወይራው ከሥሩ የሚገኘውን ማንነት (ባሕርይ) መካፈልን ያስተምረናል (ሮሜ 11÷17)::

ይህ መዳቀል (grafted) በሕክምናው ዓለም ንቅለ-ተከላ (transplant) የሚለው ቃል ሲሆን፣ ይህም ሁለቱ አካሎች ላይለያዩ ተዋሕደው የሚካፈሉትን ሕይወት ያመለክታል:: ይህም የበረሃ ወይራው ከወይኑ ግንድ ተጣብቆ ምግብን እንደሚወስድ ዐይነቱ ነገር ነው:: የበረሃው ወይራ ምግብን መውሰድ የሚችለው፣ ማለትም ምግብን የሚካፈለው በግንዱ አማካይነት ከሥሩ ብቻ ነው::

ከአሕዛብ ወገን የነበረው አማኝ ከግንዱ ጋር በኪዳኑ ለመጣበቅ፣ ለመግባት፣ ለመደባለቅ ምክንያቱ የክርስቶስ ኢየሱስ ደም እና የክህነት አገልግሎት ነው (ቈላስ. 3÷4):: ቅርንጫፉ ከወይኑ ግንድ ላይ ተደርጎ በተለየ መልኩ ተዳቅሏል፤ ተጣብቋል:: ሁለተኛው ደግሞ ማየት የሚኖርብን ቃል "ተባብሯል" የሚለው ነው:: ይህም በሮሜ 6÷5-11 በይበልጥም

ቍጥር 6 ላይ “ሞቱን በሚመስል ሞት ከእርሱ ጋር ከተባበርን ትንሣኤውን በሚመስል ትንሣኤ ከእርሱ ጋር ተባብረናል” ይላል፡፡

ይህ መተባበር የሚለው ቃል የግሪኩ Sumphutos ሲሆን እንግሊዘኛው planted together በማለት ይተረጉመዋል፡፡ ይህ ቃል ደግሞ ከሁለት ቃሎች የመጣ ነው፤ ይህም (Sum) ኅብረትን፣ አንድ በመሆንን እና መተባበርን (union) ሲያመለክት፣ Phuo (foo-o) ማብቀል፣ ማቆጥቆጥ (to germinate) የሚለውን አሳብ የያዘ በመሆኑ አንድ ዘር በለም መሬት ላይ ወድቆ እንዲያቆጠቁጥ ያስቻለው በውስጡ ያለው ብቃት እንደ ሆነ ያመለክታል፡፡

እንዲሁም ኢየሱስ በሞቱና በትንሣኤው እምነት በኩል ለአመነ ሁሉ የክርስቶስ ኢየሱስ የዘሩ ብቃት በአማኙ በሕይወት ውስጥ እንዲሠራና በክብሩ ሊኖር ተሰጥቶታል፡፡ የክርስቶስ ኢየሱስ የክብሩ መንጸባረቅና የባሕርይው ምሳሌ ተካፋዮች በመሆን በእምነት ፍጹማን ተደርገናል ((ዮሐ. 17÷22-23)፡፡ በክርስቶስ ሞትና ትንሣኤ ስንል ሕያው ደሙን መሥዋዕት አድርጎ በማቅረቡ ለዘላለም እኛን ፍጹማን ማድረጉን ማውሳታችን ነው፡፡

የሰው ልጅ በፊተኛው አዳም ካገኘው ጨለማና ራቁት ወጥቶ (ሮሜ 3÷23) የጸጋው ክብር ተካፋይ እንዲሆን በማድረግ ፍጹማንና ሙሉ ሆነናል፡፡ በአብ ቀኝ መቀመጣችን የዘላለም ኪዳኑ መፈጸሙንና የክርስቶስን የባሕርይ ምሳሌ የቅድስናው ተካፋይ መሆናችንን ያሳያል (ዕብ. 10÷14)፡፡

ስለዚህ አዲስ ፍጥረት የሆነው ሰው የክርስቶስን አንጸባራቂ ክብር (የባሕርይውን ምሳሌ) አግኝቷል፡፡ ወደ ቅድስተ ቅዱሳን ለመግባት ችሏል፡፡ ከእርሱ ጋር እንዳይለያይ ሆኗል (ሮሜ 8÷39፤ ዮሐ. 10÷28-30)፡፡ የአዳም ኃጢአት ላይገዛው (ሮሜ 6÷14) ከኢየሱስ ሞት እና ትንሣኤ ጋር በመተባበር ድኗል (ሮሜ 8÷37)፣ ከኃጢአት እና ከሰይጣን አርነት ወጥቷል (ሮሜ 6÷22)፡፡

የበረሃው ወይራ ቅርንጫፍ ከወይኑ ግንድ ምግብን ለመውሰድም ሆነ ከሥሩ ጋር በመገናኘት ለማደግ በቅድሚያ ከግንዱ ጋር መጣበቅ አለበት፡፡ በተመሳሳይ ሁኔታ አማኝም ከክርስቶስ ጋር በመጣበቅ ኃጢአት ተመልሶ ላይገዛው፣ ላይኖርበት፣ በውስጡ ላይበቅል፣ ዐመፅ ላያቆጠቁጥ፣ ከከፋት ጋር ላይተባበር፣ ሕይወቱን በክርስቶስ ውስጥ ሊሰውር ይገባል፡፡

ይህ መሰወር በአማኝ ብቃት የሚሆን ሳይሆን፣ በእግዚአብሔር አሠራር የሆነ ነው። ለኃጢአት መሞት ማለት ክርስቶስን በእግዚአብሔር ክብር እንደ ተነሣና በዚያ የክብር ሕይወት እንደሚመላለስ እኛም በዚያ መመላለስ እንችል ዘንድ ብቃት በመስጠት ነው (ቈላስ. 3፥3፤ ሮሜ 6፥4)።

ከኢየሱስ ክርስቶስ ጋር መተባበራችን (መጣበቃችን) ደግሞ ለእኛ ያስገኘልን ዘላለማዊ ጥቅም አለ። እርሱም ክርስቶስ ወደፊት ሞት እንዳይገዛው ስለ እኛ ኃጢአት አንድ ጊዜ ሞቶ ዳግም ሞት ላይገዛው መነሣቱ ነው። እርሱ ኃጢአታችንን በሥጋው ተሸከመ (1ኛ ጴጥ. 2፥4 እና ሮሜ 6፥9-10)። አብ በልጁ ሞትና የደም መሥዋዕት፣ እንዲሁም በትንሣኤው ከሞት ወደ ሕይወት አሸጋግሮናል።

ይህም ደግሞ አማኝን በውስጠኛው ማንነቱ አዲስ ፍጥረት በመሆኑ ኃጢአት እንዳይገዛው ለዘላለም ከሞት እንዲድን አደረገው (ዕብ. 7፥25)። አማኝ ይህን ትልቅ መዳን (የጸጋውን ክብር) ተካፋይ እንዲሆን አብ ወደ ልጁ ኅብረት ይጣራል (1ኛ ቆሮ. 1፥9)። አዲስ ፍጥረት የሆነው ሰው በውስጣዊ ማንነቱ ከክብሩ ባሕርይ ስለ ተወለደ በብርሃን ተሞልቶ ብርሃንን የሚያንጸባርቅ ነው። በውስጣዊ ማንነቱ የኃጢአት ባሕርይ ስለማይኖረው ድንጋዩ ልብ ተለውጦ አዲስ ፍጥረት ሆኗል።

የክርስቶስ የማዳን ሥራ የተሠራው የአማኝን አካላዊ ማንነት በመቀየር ሳይሆን፣ ውስጣዊ ማንነቱን ተቀይሮ አዲስ ፍጥረት በመሆን መለኮታዊ ባሕርይውን በማካፈል የልጅነት ክብር ሊሰጠው ፈቅዷል (ይሁዳ 20)።

ታዋቂው የሥነ መለኮት ሊቅ ጀሚስን ፈውሰት ፡- ስለ አማኝ በክርስቶስ ሆኖ ኃጢአት ሊያደርግ አይችልም የሚለውን በ1ኛ ዮሐ. 3፥9 ያለውን ቃል ሲያብራራ፣ በይበልጥ አማኝ በውስጠኛው ማንነቱ አዲስ ፍጥረት የሆነው ትናንት በእግዚአብሔር አሠራር በመሆኑ በክርስቶስ የክብር ሕይወት የሚሰወርበት መንፈሳዊ አሠራር ዛሬም ለዘላለም ዕውነት የሆነ ጉዳይ ነው ይለናል። ፈውሰት ሐተታውን በመቀጠል እንዲህ ይላል፡- “ከእግዚአብሔር ስለ ተወለደ ይህም ኀላፊ ግስ ሳይሆን፣ እየሆነ ያለ ነው (present perfect tense)” ይላል። ከእግዚአብሔር መወለዱ ኀላፊ ጊዜን የሚያመለክት ብቻ ሳይሆን፣ በመወለዱ እና ልጅ በመደረጉ **ሕያው በመሆን ያለበትን የሕይወት ዕርከንን** ያመለክታል።

አማኝ በክርስቶስ ስለ ተሰወረ ሥሩ እና ግንዱ ክርስቶስ ስለሆነ፣ በሥጋ ኃጢአት ብንሠራ ምንም አይደለም ወይም አንዴ ድነናል እናም ደግሞ ምንም ብናደርግ ለዘላለም አንጠፋም

ከሚለው አጋንንታዊ አስተምህሮ ልንጠነቀቅ ይገባል፡፡ ውስጣዊ ማንነት ኃጢአት አይሠራም፤ ስለዚህ የፈለጉትን አድርገው ወደ ቅድስተ ቅዱሳን ዘው ብለን እንገባለን የሚሉ ወገኖች አሉ፡፡

እንዲህ ዐይነት ሰዎች ቃሉን ባለማወቅ የሚሄዱ ወይም በተሳሳተ አስተምህሮ ቃሉን አጣመው ለኃጢአት በመገዛት ባርያ ሆነው የሚኖሩ እና የሚያስተምሩ ስላሉ፣ እንዲህ ላሉቱ ሰዎች ትምህርት ለመስጠት እንገደዳለን፡፡ እርግጥ ነው ዮሐንስ በመልእክቱ “ከእግዚአብሔር የተወለደ ኃጢአትን አያደርግም” ሲል እንዳልተሳሳተ እናውቃለን፡፡ ከእግዚአብሔር የተወለደ ኃጢአትን አያደርግም ሲል በመጀመርያ ኃጢአትን የሚያደርግ ማንነት የለውም ማለቱ ሲሆን፣ በሁለተኛ ደረጃ ማሳሰብ የፈለገው ነገር ደግሞ ኃጢአትን በተለምዶ እና በድግግሞሽ ሁልጊዜ በሚደሰትበት መልኩ የማድረግ ዝንባሌ የለውም የሚል ነው፡፡

ትምህርቱን ለእኛ እንዲመች አድርገን ካወሳሰብነው እና ከሸቃቀጥነው አይጠቅመንም፡፡ የመልእክቱን አሳብ በቅን ልብ ተረድተን በእምነት ከሕይወታችን ጋር እንዲዋሃድ ማድረግ ጠቃሚ ነው (ዕብ. 4፥2) የሚል ነው፡፡ በዓለማዊ፣ እንዲሁም በሰው ፍልስፍና ቃሉን ለመመርመርና እርስ በርስ ለመከራከር ሳይሆን፣ ቃሉ በውስጣችን ሥር ሰድዶ ሕይወት እንዲሆነን የቃሉን መንፈስ ማግኘት አለብን፡፡ እንደ ፈሪሳውያን ለሕይወት ያልሆነ ምርመራ ብቻ እንዳይሆን መጠንቀቅ አስፈላጊ ነው (ዮሐ. 5፥38-39)፡፡

ለምሳሌ ሐዋርያው በሮሜ ምዕራፍ 6 ሊነገረን የፈለገው አሳብ አንደኛ አማኝ በክርስቶስ ሞትና ትንሣኤ ይህ የክብር ሕይወት ተሰጥቶታል (ሮሜ 6፥4-5) የሚል ሲሆን፣ አማኝ ይህን ሕይወት (የመስቀሉን ቃል) በሞኝነት በማመን ያገኘውን ሕይወት በነፍሱ እና በአእምሮው መረዳት ይኖርበታል (ሮሜ 6፥11)፡፡

ይህ መረዳት ደግሞ የአእምሮ መታደስን የሚያመጣ ሲሆን፣ በመንፈስ ቅዱስ ኃይል መቀደስ ደግሞ በሰውዬው ነፍስ ውስጥ የሚደረግ የመለኮት አሠራር ነው (ሮሜ 12፥1)፡፡ በሥጋ መፍጨርጨር ሳይሆን፣ ክርስቶስን ያስነሣው መንፈስ በአማኙ ውስጥ ስለሚገኝ ከዕውነተኛው ማንነት ወደ ነፍሱ የሚገለጥ አሠራር ወይም በእምነት የሚሆን መቀደስ (መለወጥ) ነው (2ኛ ተሰ. 2፥13)፡፡

አማኝ በአእምሮው መንፈስ እንዲታደስ የሕይወት መንፈስ የሆነው የክርስቶስ መንፈስ (መንፈስ ቅዱስ) በነፍሱ መዳን ተሐድሶንና ለውጥን ያመጣል፡፡ ይህ ሲሆን የክርስቶስ

ክብር በአማኙ ታይቷልና የመለኮታዊ ባሕርይ ተካፋይ በመሆን ክብሩ በነፍሱ እየተንጸባረቀና እየገዛው ይመጣል፡፡ በሌላ አባባል የክርስቶስን ክብር ያገኛል (2ኛ ተሰ. 2፡14)፡፡ ይህ የሚሆነው በወንጌል በማመኑ የእምነት ሥራ ነው፡፡

በጥቂቱ ስለ ማየት መረዳት ተገቢ ስለሆነ እንድትታገሡኝ ጎንበስ ብዬ ልመናዬኝ አቀርባለሁ፡፡ በመጀመርያ ግን ሮሜ 6 ያለውን አሳብ መቃኘት ያስፈልጋል፡፡ ሐዋርያው ይህን ቍጠሩ (ሮሜ 6÷12) ካለ በኋላ በአእምሮ የታደሰ ሰው ለኃጢአት የመታዘዝ ባርያ ለመሆን ሳይሆን፣ ለክርስቶስ ጽድቅ (ክብር) ባርያ በመሆን ለጽድቅ ለመታዘዝ ተጠርተናል ይላል (ሮሜ 6÷15-19)፡፡

አማኝ ከኃጢአት ባርነት ነፃነቱን ካገኘ በኋላ ለጽድቅ የሚገዛ ይሆናል፡፡ ለሕግ በመታዘዝ ሥር (ባርያ) ናችሁ፡፡ ድሮ ከኃጢአት ሥር ሆናሁ ትኖሩና ትመላለሱ ነበር፤ አሁን ግን በጽድቅ ግዛት ሥር ናችሁ፥ ስለዚህ በጽድቅ ተመላለሱ እያለ ያለው "እንደ ሰው ልማድ እላለሁ" (ሮሜ 6÷19) ሲል በቀላል አማርኛ ማንም ሰው በዕለት ተዕለት ሕይወት የሚኖረውን በምሳሌ ያቀርባል፡፡ ይህ ማለት የፊዚክስ ወይም የሮኬት ሳይንቲስት መሆን አይፈለግብህም ወይም እንደ ፈሪሳዊ ከንቱ ምርመራና ፍልስፍና ውስጥ አትግባ፡፡ ድሮ የኃጢአት ባርያ ሳለህ የአካል ብልቶችህን ለኃጢአት እንዳቀረብህ፣ አሁን ደግሞ ለጽድቅ ለመታዘዝ ባርያ አድርገህ አቅርብ፡፡

ካህኑ ኢየሱስ አንተን ወክሎ በአብ ፊት ይታያል፤ ስለዚህ የኃጢአት ማታለልን ንቃበት፡፡ በአእምሮ መንፈስ የታደሰ ሰው ከሆንህ ይህን የማድረግ ችሎታ አለህ፤ ክብሩ በክርስቶስ ተሰጥቶሃል፡፡ ለክሩብ ተገዛ፤ ራስህንና መላው ብልቶችህን ስጥ፡፡ ልናየው የሚገባው ሦስተኛው ቃል "ተካፋይ" የሚለው ነው፡፡ ይህን አሳብ "ማየት" ከሚለው ቃል ጋር አብረን እንመለከታለን፡፡

ማየት የሚኖርብን አስፈላጊ ቃል "ተካፋይ" የሚለው ነው፡፡ ሐዋርያው ቅዱስ ጴጥሮስ በሁለተኛ መልእክቱ ላይ እንድንወርስ የተሰጠን መለኮታዊ ባሕርያትን እንደ ሆነ ይገልጣል (2ኛ ጴጥ. 2÷3-4)፡፡ በመደበኛ ትርጉም ላይ፣ ማለትም የቀድሞው የቀዳማዊ ኃይለ ሥላሴ መጽሐፍ ቅዱስ ላይ (2ኛ ጴጥ. 1÷2-3) ነው፡፡

የእግዚአብሔር ጥሪ ለክብሩና ለበጎነቱ፤ ይህም የመለኮት ባሕርይው ነው ይለናል፡፡ ይህን ባሕርይ ደግሞ በመለኮታዊ ኃይሉ (ክርስቶስን ባስነሣው የትንሣኤ ኃይል) በኩል ሲሆን፣ ይህም ደግሞ ለሕይወት (የእግዚአብሔር ዐይነት ሕይወት) ነው፡፡ ከዚህ ከከፉ ዓለም

(ዓለምን በተቆጣጠረው የክፉት አሠራር) አስመልጦን እግዚአብሔርን በመምሰል (የልጁን ክብር በመልበስ - ክርስቶስን በመልበስ) መኖር የምንችልበት የመለኮት ዐቅም ነው።

አማኝ በዚህ ዓለም ሲኖር በዓለም ያለው፣ የሚገዛው፣ የሚሠራው ክፉ አሠራር በዓለሙ ምኞት በኩል ፈተና ቢያጋጥመው ከውስጣዊ ሰውነቱ ከሚያገኘው የእግዚአብሔር ክብር (የመለኮቱ ኃይል) ከዓለም ምኞት አምልጧል። ኃጢአት ላይገዛው የመለኮቱ ባሕርይ ተካፋይ ሆኗል። በኃጢአት እንዳይመላለስ የመለኮቱ ኃይል ለእግዚአብሔር ጥሪ ይህም የመለኮቱ ክብር ለሆነው ኪዳን ተጠርቷል። የጠራው ወይም ተስፋ የሰጠው የታመነ ነው።

"የመለኮታዊ ባሕርይ ተካፋዮች" የሚለውን በጥቂቱ እንመልከት። አማርኛችንም ሆነ እንግሊዝኛው በደንብ አይገልጸውም፤ ምክንያቱም "ተካፋይ" የሚለው ቃል በግሪኩ የተለያዩ ትንታኔዎች ስላሉት ነው። የመጀመሪያው "Metecho" የሚለው ሲሆን፣ ይህም ድርሻን መካፈል፣ አብሮ መብላት፣ በአንድነት መካፈልን የሚያሳይ ነው። ይህም ደግሞ መጋራት የተነሳውን ኅብረት የሚያሳይ ነው። ሌላው ተካፋይ የሚለው ቃል "Koynonos" የሚለው ቃል ነው። ይህ ደግሞ ኅብረትን የሚያሳይ በሁለት ወገን ያለ የጠበቀ አንድነት ነው።

እንግሊዝኛው ("Union, having in common, Companion, Partner, Partaker, partaking jointly with") ይለዋል። ይህ ሁለቱ አካላት ያላቸውን አንድነት እና ኅብረት ያመለክታል። ይህ ዐይነቱ ኅብረት እና አንድነት አባት ከልጅ ጋር ያለውን የመካፈል ዐይነት ነው። የአባትዬውን ማንኛውንም ድርጊት ልጁ ሊያደርገው የሚችል ዐይነት ነው። በተቃራኒው የአባትዬው ጽድቅና በጎ ሥራ ወደ ልጅ የሚተላለፍ መሆኑን ያመለክታል።

ለምሳሌ በእግዚአብሔር የመለኮት አሠራር የክርስቶስ ኢየሱስ መለኮታዊ ባሕርይው ወደ እኛ ሲተላለፍ ከኢየሱስ ጋር አብረን ተካፍለናል። እስቲ በተቃራኒው ሌላ ምሳሌ እናቅርብ፤ ጌታችን ኢየሱስ ፈሪሳውያንን በነቀፋቸው ጊዜ "በአባቶቻችን ዘመን ኖረንስ በሆነ በነቢያት ደግሞ ባልተባበርናቸውም ነበረ ለምትሉ ወዮላችሁ።

እንግዲያስ የነቢያት ገዳዮች ልጆች መሆናችሁ በራሳችሁ ላይ ትመሰክራላችሁ" (ማቴ. 23÷29-30)። ይህን ብሎ እንዳስጠነቀቃቸው ውለው ሳያድሩ ጌታችን በመስቀል ሞት

ይሞት ዘንድ ለሮም መንግሥት አሳልፈው ሰጡት፡፡ አንገላተው ገርፈው የእሾህ አክሊል ደፍተውበት በሕዝብ ፊት እንዲዋረድ አደረጉ፡፡ የሮም ገዥ ልፍታላችሁ ሲላቸው ስቀለው ብለው ጮኹ፡፡

በዚህ ቢያበቃ መልካም በሆነ ነበር፤ ነገር ግን የክፋታቸው ልክ በክፉ አባታቸው በሳጥናኤል የተፀነሰ ስለሆነ፣ "ደሙ በእኛና በልጆቻችን ላይ ይሁን! እርሱን አስወግደው!" ብለው ጻድቁን፣ በአንደበቱም አንድ ተንኮልና ስሕተት ያልተገኘበትን ለሞት ታልፎ እንዲሰጥ አደረጉ (ማቴ. 27፥25)፡፡ ልጆቻቸው በዚህ ድርጊታቸው ተካፋዮች ይሆኑ ዘንድ በሰማይ በምድር በልዑል እግዚአብሔር ፊትም ሆነ በመላእክት ፊት ተናገሩ፤ ይህም ወደ እግዚአብሔር ጆሮ ደረሰ፡፡ እርሱም በበረሃ በአባቶቻቸው ላይ እንዳደረገው አደረገ (ዘኁ. 14፥26-27)፡፡

እንዲሁ አባቶቻቸው ብቻ ሳይሆኑ ልጆቻቸውም ተካፋይ ስለሆኑ፣ ፍርዱ ሳይውል ሳያድር በአባቶቻቸው ላይ በቀጥታ ወረደ፡፡ የእስራኤል ቤተ መቅደስ ፈረሰ፤ ይህ ከሆነ 2000 ዓመት አለፈው፡፡ የእስራኤል ቅሬታዎች ተሰብስበው መንግሥትን ቢመሰርቱም፣ ነገር ግን እስራኤል በዙሪያዋ ካሉ ሕዝቦችና መንግሥታት ዕረፍትን አጥታለች፡፡

እንግዲህ "ተካፋይ" መሆን የወይኑ ቅርንጫፍ ከግንዱ ጋር ተጣብቆ እንዳለው ዐይነቱ ነገር ነው፡፡ በተቃራኒው ግን በክርስቶስ ኢየሱስ ሞትና ትንሣኤ መለኮታዊ ክብር በጸጋ ተገለጠ፡፡ በክርስቶስ ያመነ ሰው ለዚህ የክብር ሕይወት ብቃት የሚያስጠው ሥራው ሳይሆን፣ "ተካፋይ" በመሆን ከጨለማው መንግሥትና ከሞት ፍርድ በትንሣኤው ኃይል ወደ ፍቅሩ መንግሥት ፈለሰ፡፡ ይህ አማኝ "ተካፋይ" ስለሆነ በሥጋ፣ በኃጢአት፣ በዓለም ፈተና ብዙ ውጣ-ውረድ ቢኖርበትም (2ኛ ቆሮ. 5፥1) መጽናት ይሆንለት ዘንድ ቅርንጫፉ ከወይን ግንዱ ጋር እንደ ተጣበቀ ከክርስቶስ ኢየሱስ ሞትና ትንሣኤ ጋር ተባበረ፡፡

አዲሱ ሰው የክርስቶስ ተካፋይ ነው፤ ኅብረቱም ከአብ፣ ከወልድ እና ከመንፈስ ቅዱስ ጋር ነው፡፡ ሊቀ ካህናት ሊጠብቀው እና ስለ እርሱ ሊታይ አስቀድሞ በአብ ፊት ደሙን ይዞ ቀረበ (ዕብ. 6፥17-20)፡፡ ስለዚህ አማኝ "ተካፋይ" ስለሆነ፣ በዚህ ምድር የእግዚአብሔር አንጸባራቂ ክብር በክርስቶስ በኩል በጸጋ እንደ ተሰጠው ከክብር ወደ ክብር ይሸጋገራል፡፡

ልጁ በክብር ሲመጣ የአስገራሚው ክብር ተካፋይ ይሆናል፡፡ ሐዋርያው ቅዱስ ጴጥሮስ እንዳለው ከክፉው ዓለም ምኞት አሠራር አምልጦአልና ሳይሰናከል ያለ ነቀፋ ይሆን ዘንድ

የሚያስችለው የእግዚአብሔር የመለኮት ጥሪ ይከልለዋል፤ ይሸፍነዋል፤ ይጋርደዋል፤ ኃይልና ጒልበትም ይሰጠዋል (2ኛ ጴጥ. 1፥2-4፤ 1ኛ ቆሮ. 1፥7-9፤ 1ኛ ጴጥ. 5፥1)። በአማኙ ህይወት የሚገለጠውን ክብር ለማየት መላዕክት እንኳ ይመኙ ነበር (1 ጴጥ 1፡ 12)። አይናችን ሲበራ ከዚህ ክብር ሌላ ምን እሻለሁ እንላለን።

ይህ ክብር መንፈሳዊ ሲሆን፣ ነገር ግን ምድራዊ ባርኮትን ቢጨምርም፣ ከእግዚአብሔር ክብር ውስጥ ያልተወለደ ምድራዊ ባርኮት ዕራቁትነት ነው (ራእይ 3፥17)። ንጉሽ ዳዊት ይህን የተረዳ ሰው ነው "በአንተ ምክር መራኸኝ ከክብርህ ጋር ተቀበልኸኝ። በሰማይ ያለኝ ምንድን ነው? በምድርስ ውስጥ ከአንተ ዘንድ ምን እሻለሁ?" ብሏል (መዝ. 73፥24-25)።

የጌታችን ወደ ምድር መምጣትና ሥጋ መልበሱ ... እኛ ክብሩን እንድንካፈል ነው። የጌታን የኢየሱስ ወደ መስቀል መሄድ ለእኛ ነው፤ እንደዚሁ የኢየሱስ ክርስቶስ የእግዚአብሔርን ክብር ለብሶ ታላቅ ሊቀ ካህናት መሆኑ ለእኛ ነው። አብ ስለ ልጁ ክብር መመስከሩ ስለ እኛ ነበር። እኛ በእርሱ ሆነን ክብሩን እንድንወርስ ጌታችን የምልጃ ጸሎትን ጸለየ። የጸጋውን ክብር በእርሱ ሆነን እንድንካፈል (አንድ እንድንሆን - ኅብረት እንዲኖረን) ነው (ዮሐ. 12፡28፣ 30፣ ዮሐ. 17፥2)። ብዙውን ጊዜ የእግዚአብሔር ክብር በልጁ በኢየሱስ የተገለጠውን ለልጆቹ ማካፈል ነው እንጂ፣ አስቀድሞ ወልድ ካለው ክብር ሊቀንስበት አይደለም።

ነገር ግን ይህ የእግዚአብሔር ልጅ አስቀድሞ በአብ ዘንድ ሲኖር፣ የነበረው ከአብ ጋር የተካከለ ክብር ሲሆን፣ ኢየሱስ "ከአብ ዘንድ የመጣ" እንደ ሆነ ሰዎች ሁሉ አምነው ይድኑ ዘንድ የአብ ፈቃድ ነው፤ ይህም ክብሩን እንዲካፈሉ ነው (ዮሐ. 17፥5)።

የባሕርዩ ምሳሌ፡- በዚህ ቦታ የተጠቀሰው charakteer የሚለው የግሪኩ ቃል በየትኛውም የአዲስ ኪዳን መጽሐፍ ውስጥ አይገኝም። ባሕርይ (character) የሚለው የእንግሊዘኛው ቃል የተወሰደው ከዚህ ነው። በአግባቡ የሚናገረው ስለ መቅረጫ መሣሪያ ነው። ከዚያም አንድ የተቀረጸ ነገር ወይም የታተመ ነገር፣ እንደ ፊደል ደግሞ ማሳየት፣ ምልክት ማድረግ ለማለት ነው። በሳንቲሞች ላይ የታተመው ምስል፣ ማኅተም፣ ስም አሳቡን ይገልጻል። በዚህ ላይ የሚገልጸው እግዚአብሔር በነገር ወይም በማንነት ከተወከለ ምስል ከማህተም ወይም ከቀለም እንደሆነ ክርስቶስ ደግሞ የዚያ አምሳያ ይሆናል። በማኅተምና በታተመው ቅርጽ መካከል የሚኖረው መመሳሰል ልክነት ትክክል ነው። በአዳኙና በእግዚአብሔር መካከል ያለውም ልዩነት እንደዚያው ትክክል የሆን ነው ቄላስ.

1፥15 ላይ ያለውን 'እርሱም የማይታይ አምላክ አምሳያ ነው' (ጥቅሱን ተመልከት።) *(ባርነስ፣ አልበርት፡- ወደ አዲስ ኪዳን ላይ ኮሜንተሪ 1885)*

የባህርዩ ምሳሌ፡- በግሪክ የሚጽፉ የአይሁድ ደራሲዎች መለኮታዊ ጥበብ ትክክለኛ የእግዚአብሔር አምሳያ እንደ ሆነ ይናገራሉ (በዚህም ቦታ የ KJV እንደዚሁ) ሞዴል ወይም ማኅተም (ስታምፕ) ሲሆን፣ የራሱን አምሳያ፣ በተቀሩት ፍጥረት ላይ የሚያትም ማለት ነው (ምስል በሳንቲሞች ላይ የሚታተምበት መንገድ ማለት ነው) ፍጹም በሆነው ንጉሥ ቀኝ መቀመጥ የመጨረሻ ክብር ምስል ሲሆን መዝ. 110፥1 ን ይጠቅሳል፣ በመዝ. 1፥13 ም ላይ በግልጽ ተጠቅሷል። *(አይ. ቪ. ፒ. ባይብል ባግራውንድ ኮሜንተሪ. በ ጆን ኤች.ዋልተን 2012)*

ባሕርይ ወይም ተፈጥሮ (ሁፐኦስታስኢስ) hoop-os'-tas-is:- የሚለውን ቃል ተክቶ የገባ ሲሆን፣ ከአንድ ነገር ሥር ያለ ነገርን የሚያመለክት ነው። ለምሳሌ የሕንጻ መሠረትን። ‹hupostasis› የሚለው ቃል የአንድ ነገር የሚገነባበትን መሠረት ያሳያል። ዕብራውያን 11፥1 እንደሚገልጸው የእምነታችን መሠረት ነው። በዕብራውያን 1፥3 ላይ ጸሐፊው ሊነግን የሚፈልገው የመለከት ባሕርይ ምንም ቢሆን ኢየሱስ የዚያ ባሕርይ ፍጹም ተካፋይ ነው። ይህ ደግሞ አምላክነቱን የሚያሳውቅ ነው። ወልድ የአብ መገለጥ ነው። ኢየሱስን ስናይ አብን እናያለን። hupostasis የእንግሊዘኛ አቻ ትርጉሙ substance ሲሆን፣ የአንድ ነገር መሠረትን ያሳያል። *(መጽሐፍ ቅዱስ ጥቅሶች የብሉይና / የአዲስ ኪዳን ግሪክ መዝገበ ቃላት፣ የቴየር ትርጉም 1989. በ ጆሴፍ ሄንሪ ቴየር፣ ኦስቲን ሐተታ/ በጄፍ ጋሪሰን)*

ባሕርይ፡- በግሪኩ ማንነቱን (አካል) በቀላሉ የሚይዝ የሚለውን አሳብ ያንጸባርቃል። ... ባሕርይ ወይም ምስሉን በተመለከተ የጥንቱ አምሳያ ግልጽ የሚሆንበት፣ የሁሉም ፍጹም ቅጅ የሚታይበት ነው። .... ከነዚህ ቃላት የሚከተሉት በግልጽነት ይታያሉ፡- 1. ሐዋርያው ኢየሱስ ክርስቶስ ከአባቱ ጋር ተመሳሳይ አካል (ባሕርይ - ማንነት) እንዳለው ይጠቅሳል። በመጽሐፍ ቅዱሳዊዊ ግሪክ አገላለጽ ከውስጥ ከሚወጣው ድምቀት ጋር ፍጹም መመሳሰል ሊኖረው ይገባል ይላል። 2. ክርስቶስ ከአብ የወጣ እንኳ ቢሆንም፣ ተመሳሳይ አካል (ባሕርይ - ማንነት) ያለው ነዉ። እንደ ግሪኩ ቃል አንድ ዉበት ሌላውን ውበት ካስገኘ የተገኘው ውበት ካስገኘው ጋር አንድ አካል (ባሕርይ - ማንነት) የሚል አስቤ አለው። ... 3. ክርስቶስ ከአብ ጋር ዕኩል ዘላለማዊ ነው። የሚቀጥለው ውበት ከተፈጥሮአዊው ውበት ጋር የግድ አብሮ መኖር ስላለበት ። አንዱ ካልተፈጠረ ሌላውም

እንደዚያው አልተፈጠረም ማለት ነው፡፡ አንዱ ዘላለማዊ ከሆነ ሌላውም እንደዚሁ ዘላለማዊ ነው፡፡ *(አደም ክላርክ፡- ኮሜንተሪ 1837)*

ዌስት፡-(ሳቢስታንስ) የሚለውን የ **(ሁፐኦስታስኢስ)** የእንግሊዘኛ አቻ ቃል በጥንቃቄ መተርጐም ይጠበቅበናል፡፡ የተዋቀረው **(ስታሲስ) መቆምና** እና **(ሁፖ) ከታች** የሚልን ትርጒም በያዙ ሁለት ቃላት ሲሆን፣ ሙሉ ትርጒሙም የአንድን ነገር መሠረት የሚያሳይ ነው፡፡ *ምልተን እና ሚልጋን* እንደሚናገሩት ይህ ቃል የአንድን አካል ወይም ግለሰብ የንብረት ባለቤትነትን የሚያስረዱ ማስረጃዎችን ይጠቁማል፤ እናም ሲተረጒሙት «እምነት ተስፋ የሚደረግበት ነገር ማስረጃ ነው»፡፡ በመንፈስ ቅዱስ የሚመራው የአማኞች በኢየሱስ ክርስቶስ ላይ ያለ እምነት እግዚአብሄር **በወልድ ውስጥ ያለውን ማንነት** (**ባሕርይ ወይም ተፈጥሮ**) የሚያሳይ ነው፡፡ (ዌስት፣ ኬ. ኤስ 1947. የግሪክ አዲስ ኪዳን ጥናት)

ቪንሰንት:- በእብ 1÷3 ላይ ያለውን (**ሁፐኦስታስኢስ**) የሚለውን ቃል ሲገልጽ « (**ሁፐኦስታስኢስ**) ወይም (ሰብስታንስ) የሚለው ቃል የአንድን ነገር መሠረት፣ የተስፋ እና የእምነት መሠረት ማለትን ይገልጻል፡፡ በፍልስፍና አገላለጽ እነዚህ ቃላት የአንድ ነገር ውስጣዊ ተፈጥሮአዊ ማንነት ሲሆኑ፣ ውጫዊ ነገሩንም በግልጽ ያሳያል» (2ኛ ቆሮ. 9÷4 ፣ 11፡7፤ ዕብ. 3÷14፤ 11÷1)፡፡ ስናጠቃልለው የክብሩ ነጸብራቅ የኢየሱስን ከአብ ጋር ያለውን አንድነት የሚያሳይ ሲሆን፣ የባሕርዩ ምሳሌ ደግሞ የኢየሱስን ልዩነትና የእግዚአብሔርን በብዙ መልክ መገለጡን ያሳያል፡፡ *(ኦዳፕቴሽን ኤንድ አምፕሊፋይድ፡ ከቪንሰንት፣ ኤም. አር. የቃላት ጥናት በአዲስ ኪዳን 4: ገጽ. ሦስት መቶ ሰማንያ ሁለት እስከ ሥስት መቶ ሰማንያ ሦስት)*

ቫይን እንደሚለው የዚህ ቃል ፍሬ አሳብ የእግዚአብሔር ልጅ ራሱን የቻለ ማንነት ያለው ሲሆን፣ ከአብ ጋር ባለ ኅብረት ደግሞ አንድ ነው፡፡ እርሱ ከአብ ጋር ዕኩል ሲሆን፣ የባሕርዩ ደግሞ ፍጹም ምሳሌ ነው፡፡ *(የቫይን ኤክስፖዚተሪ ዲክሽነሪ፡- ዊሊያም ኤድዊ ቫይን)*

ዊልያም ባርክሌይ፡- የዕብራውያን ጸሐፊ ኢየሱስን ለመግለጽ ሁለት ሥዕላዊ ገለጻዎችን ይጠቀማል፡፡ የክብሩ ነጸብራቅ **አፐአውጋስማህ (ap-ow'-gas-mah)**፣ ኢየሱስ በሰዎች መካከል የክብሩ ነጸብራቅ ነው፡፡ በሌላ በኩል ደግሞ እርሱ የባሕርዩ **ካራክተር** (**khar-ak-tar**) ምሳሌ ነበር ይላል፡፡ ይህ ቃል በግሪክ ሁለት ትርጒም ሲኖረው፣ አንደኛው ማኅተም፣ ሁለተኛው ደግሞ በማኅተሙ ላይ የሚቀረጸውን ቅርጽ ይወክላል፡፡ ቅርጹ

የሚቀረጸውን ነገር ፍጹም ተምሳሌት ይዞ ይወጣል:: ስለዚህ የዕብራውያን ጸሐፊ ኢየሱስ የእግዚአብሔር የባሕርዩ ምሳሌ ነው ይለናል:: ኢየሱስን ስታዩ አብን ታያላችሁ ማለት ነው:: *(ዊልያም ባርክሌይ፣ ኮሜንተሪ 1978)*

❖ **ጌታችን ኢየሱስ ክርስቶስ አብን በመለኮትነቱ መምሰሉ እና እኛ በክርስቶስ አዲስ ፍጥረት ሆነን አብ እና ወልድን መምሰል የተለያዩ ናቸው:: አብ ወልድ እና መንፈስ ቅዱስ በመለኮትነታቸው ተመሳስለው ተካክለው ይኖራሉ::** በይበልጥ ለመረዳት (ዕብ 1፡6) ይመልከቱ::

ብዙ አማኞች ክርስቶስን መምሰል ልጅነት ከአንደያ ልጅ እና የበኩር ልጅ ከሚለው ጋር ያለውን መሰረታዊ አስተምህሮ ወደመረዳት ባለጠግነትም እንዲገቡ ቢፈልጉም በሐገራችን በዚህ ዙሪያ ላይ ብዙ የተፃፉ ባለመገኘታ ለሐሰት ትምህርት የተጋለጡ አድርጎአቸዋል:: እኛም በዚህ ላይ ግዜ ሰጥተን ለማብራራት የዚህ መፅሐፍ አላማ ባይሆንም ግን ጌታችን ኢየሱስ ክርስቶስ አንድያ ልጁ እንዲሁም ስጋ ለብሶ ወደ ምድር ሲመጣ ፍፁም ሰው (ኋለኛው አዳም) መስዋቱ በግ እና ታላቅ ሊቀካህን መሆኑን ለመገለጥ በጥቂቱ ዳሰሳ መድረግ ይገባናል::
አምስት የግሪክ ቃላቶች መመልከቱ ተገቢ ነው::

1. **"ኤይኮን"eikon (i-kone') - (Strong's 1504)** :- መልክ (ኢሜጅ - ላይክነስ) ምሳሌ ፣ ምሳሌያዊ ፣ ተመሳሳይነት መገለጫ

🕮 "ልጁ በብዙ ወንድሞች መካከል በኵር ይሆን ዘንድ፥ አስቀድሞ ያወቃቸው **መልክ** እንዲመስሉ አስቀድሞ ደግሞ ወስኖአልና" (ሮሜ 8፡29)::

- ከእግዚአብሔር ጋር ያላቸውን ሞራላዊ ተመሳሳይነት ለመግለጽ የሚያገለግል ቃል ነው።
- በአእምሮዋቸውም ክርስቶስ ያለውን ዓይነት የተባረከ እና የተቀደሰ አእምሮም ይኖራቸዋል
- ከብሩን በመላበስ ይመስሉታል (ያንፀባርቀሉ)
- ክርስቶስን ባህሪ ተካፋይ ናቸው (ክርስቶስን መምሰል)
- እንደ እግዚአብሔር ምሳሌ የተፈጠረው አዲሱ ሰው

2. **"ሞኖጌነስ"** **monogenes/monogenés (mon-og-en-ace')**፡- (ዘ አንሊ ቢጎትን ሰን) አንድያ ልጅ ፣ ብቸኛው ፣ በዓይነቱ ነጠላ የሆነ ልጅ ሲሆን የዚህ ቃል ከግሪኩ **"ሚስቶቶስ" ከሚለው የተገኘ** ነው፡፡

- 🕮 "ቃልም ሥጋ ሆነ፤ ጸጋንና እውነትንም ተመልቶ በእኛ አደረ፥ **አንድ ልጅም** ከአባቱ ዘንድ እንዳለው ክብር የሆነው ክብሩን አየን"(ዮሐ 1፡14)፡፡
- 🕮 "መቼም ቢሆን እግዚአብሔርን ያየው አንድ ስንኳ የለም፤ በአባቱ እቅፍ ያለ **አንድ ልጁ** እርሱ ተረከው"(ዮሐ 1፡18)።
- 🕮 "በእርሱ የሚያምን ሁሉ የዘላለም ሕይወት እንዲኖረው እንጂ እንዳይጠፋ እግዚአብሔር **አንድያ ልጁን** እስኪሰጥ ድረስ ዓለሙን እንዲሁ ወዶአልና"(ዮሐ 3፡16)።
- 🕮 "በዚህ የእግዚአብሔር ፍቅር በእኛ ዘንድ ተገለጠ፥ በእርሱ በኩል በሕይወት እንኖር ዘንድ እግዚአብሔር **አንድ ልጁን** ወደ ዓለም ልኮታልና"(1ኛ ዮሐ 4፡ 9)።
  - ኢየሱስ ብቸኛው ከእግዚአብሔር የተወለደ ልጅ መሆኑን
  - መለኮት ፈጣሪ ሲሆን አምሳያ የለውም
  - ምልአተ አካል ያለው ከአብ እና ውልድ ጋር የሚተካከል ነው

3. **"ሚስቶቶስ"** monos (mon'-os) - (Strong's 3439) ፡- (ዩኒክ - ፐኩሊየር) ልዩ ፣ አንድ እና ብቸኛ ፣ አልተጋራም፤

4. **"ጌኖስ"** Génos / genos (ghen'-os) - (Strong's 1085) ፡- (አፍሰፐሪንግ - ካይንድ) ልጅ፣ ተወላጅ (ትውልድ) ፣ ተመሳሳይ ተፈጥሮ ያላቸው ዝርያ

- 🕮 "እኔ ኢየሱስ በአብያተ ክርስቲያናት ዘንድ ይህን እንዲመሰክርላችሁ መልአኬን ላክሁ። እኔ የዳዊት ሥርና **ዘር** ነኝ፥ የሚያበራም የንጋት ኮከብ ነኝ"(ራዕ 22፡ 16)።
- 🕮 "እናንተ ግን ከጨለማ ወደሚደነቅ ብርሃኑ የጠራችሁን የእርሱን በጎነት እንድትናገሩ የተመረጠ **ትውልድ**፥ የንጉሥ ካህናት፥ ቅዱስ ሕዝብ፥ ለርስቱ የተለየ ወገን ናችሁ"(1ኛ ጴጥ 2፡9)።
- 🕮 " ከዚህም **ሰው ዘር** እግዚአብሔር እንደ ተስፋው ቃል ለእስራኤል መድኃኒትን እርሱም ኢየሱስን አመጣላችሁ"(ሥራ 13፡26)።

5. "አርኬ" archeé / arche (ar-khay') - (Strong's 746)፡- በመጀመሪያ ፣ ሲጀመር ፣ በቀዳሚነት የነበረ ፣ከመጀመሪያ የተገኘ

📖 "በመጀመሪያው ቃል ነበረ፥ ቃልም በእግዚአብሔር ዘንድ ነበረ፥ ቃልም እግዚአብሔር ነበረ" (ዮሐ 1፡1)።

📖 "እናንተ ከአባታችሁ ከዲያብሎስ ናችሁ የአባታችሁንም ምኞት ልታደርጉ ትወዳላችሁ። እርሱ **ከመጀመሪያ** ነፍስ ገዳይ ነበረ፤ እውነትም በእርሱ ስለ ሌለ በእውነት አልቆመም። ሐሰትን ሲናገር ከራሱ ይናገራል፥ ሐሰተኛ የሐሰትም አባት ነውና"(ዮሐ 8፡44)።

📖 "እናንተም ደግሞ **ከመጀመሪያ** ከእኔ ጋር ኖራችኋልና ትመሰክራላችሁ"(ዮሐ 15፡ 27)።

📖 "በሎዶቅያም ወዳለው ወደ ቤተ ክርስቲያን መልአክ እንዲህ ብለህ ጻፍ። አሜን የሆነው፥ የታመነውና እውነተኛው ምስክር፥ በእግዚአብሔርም **ፍጥረት መጀመሪያ የነበረው** እንዲህ ይላል" (ራዕ 3፡14)።

- ከሁሉ በፊት የሚገኝ፣ አስቀድ ያለ ፣ ሲጀምር የነበረ
- ይህም በቆላስይስ 1፡16 እና በዮሐንስ 1፡3 ውስጥ ከምናገኘው ሃሳብ ጋር ይዛመዳል፤ በእነዚህ ክፍሎች ውስጥ ሁሉም ነገሮች በኢየሱስ ክርስቶስ እንደተሰሩ ወይም ምንጫቸው እርሱ እንደሆነ እናያለን።

ሌላው ማየት የሚገባን እግዚአብሔር «ወልጄሃለው» (ሥራ 13፡33-34) ሲለው ምን ማለቱ ነው? ከዚህ ጋር በተጨማሪ አንድያ ልጅ (ዮሐ 1፡18) ፣ የማይታይ አምላክ ምሳሌ (ቆላሰ 1፡15) እና ጌታ ኢየሱስ ሁል ግዜ ያው ነው (ዕብ13፡8) እንመልከት

ሀ. እኔ ዛሬ ወለድሁህ ፡- "ይህን ተስፋ እግዚአብሔር በሁለተኛው መዝሙር ደግሞ አንተ ልጄ ነህ እኔ ዛሬ ወለድሁህ ተብሎ እንደ ተጻፈ፥ ኢየሱስን አስነሥቶ ለእኛ ለልጆቻቸው ፈጽሞአልና። እንደገናም ወደ መበስበስ እንዳይመለስ ከሙታን እንደ አስነሣው፥ እንዲህ የታመነውን የዳዊትን ቅዱስ ተስፋ እሰጣችኋለሁ ብሎአል" (ሥራ 13፡33-34)።

[አንተ ልጄ ነህ፤ እኔ ዛሬ ወለድሁህ።] ይህ ጥቅስ የሚናገረው የኢየሱስን በስጋ መወለድ በተመለከተ ነው ወይስ ትንሳኤውን በተመለከተ የሚለው ጥያቄ ትልቅ ክርክር አስነስቷል። በስጋ ስለመወለዱ ነው ከተባለ ጌታችን በሰውነቱ በመንፈስ ቅዱስ ኃይል ከማርያም ድንግል ማሕጸን ውስጥ ስለመወለዱ ነው የሚናገረው፤ መለኮታዊ ባሕርዩ ግን ማለትም እግዚአብሔርነቱ ሊፈጠርም ሆነ ሊወለድ አይችልም። ለዚህ የቀረቡ ጥቂት

ምክንያቶችን ከሉቃስ 1፡35 ይመልከቱ፤ እነዚህ ምክንያቶች አይበቁመ ከተባለ ደግሞ አንድ ሺህ ምክንያቶች መጨመር ይቻላል። ነገር ግን ከላይ በቀረበው ምክንያት መሰረት ስናስብ የክርስቶስን ዘላለማዊ ልጅነት የሚያሳየው አስተምሕሮ ለአእምሮ አይመችም ደግሞም ከራሱ ጋር ይቃረናል። ዘላለማዊነት ጅማሬ የሌለው ነው፤ ከጊዜም ጋር አይያያዝም፤ ልጅ የሚለው ቃል ግን ከጊዜ፣ ከመወለድ፣ ከአባት ጋር የተቆራኘ ነው፤ ደግሞም ከዚህ መወለድ ጋር የተያያዘ ጊዜ አለ፤ ስለዚህ እንደ ባለ አእምሮ ስናስብ ልጅ እና ዘላለማዊነት አብረው አይሄዱም፤ ምክንያቱም ሁለቱ የተለያዩ እና ተቃራኒ ጽንሰ ሃሳቦች ናቸው።

ይህ ክፍል የሚናገረው ስለ ክርስቶስ ትንሳኤ ነው ብለን ከተረዳነው በእግዚአብሔር ኃይል በማርያም ማሕጸን ውስጥ የተዘጋጀው የእግዚአብሔር ልጅ የሆነው የክርስቶስ ሰውነት መበስበስን ሊያይ እንደማይችል ይገልጽልናል፤ እናም ስለዚህ ለኃጥያት ቢሞትም እንኳን መበስበስን ከማየቱ በፊት መነሳት አለበት። በዚህም መንገድ እግዚአብሔር ያንን የሰው አካል የራሱ ብቻ እንዲሆን አደረገ፤ ስለዚህ ኢየሱስ ክርስቶስ ከሙታን በመነሳት በኃይል የእግዚአብሔር ልጅ ተብሎ ተገለጠ፤ ሮሜ 1፡4። (የአዳም ክላርክ ሐተታ)

አንተ ልጄ ነህ እኔ ዛሬ ወለድሁህ። አጋስተን ከሌሎች የቅርብ ጊዜ ሰዎች ጋር ይህ የሚናገረው ክርስቶስ በውጭ በኩል ከአብ ስለመወለዱ ነው ይላል። "እኔ ዛሬ ወለድሁህ" የሚለው አገላለጽ (አሌግዛንደር) እንደሚለው እኔ አባትህ ነኝ ማለት ነው። "ዛሬ" የሚለው ቃል ደግሞ አዋጁ የታወጀበትን ቀን ነው የሚያመለክተው፤ ግን ይህ ድርጊት መለኮታዊ እንደመሆኑ ዘላለማዊ ነው፤ ስለዚህ አብሮት የተጠቀሰ ልጅነትም ዘላለማዊ መሆን አለበት። ይህ ግን ቃላቱ በውስጣቸው የሌላቸውን ትርጉም እንዲኖራቸው የማስገደድ ሙከራ ነው፤ ደግሞ ከአውዱ ጋርም አይስማማም፤ አውዱ ልጅነቱን በግልጽ ከክርስቶስ ትንሳኤ ጋር ያያይዘዋል። እና ሐዋርያው ሲናገር ክርስቶስ ከሙታን በተነሳ ጊዜ ለመጀመሪያ ጊዜ የእግዚአብሔር ልጅ ሆነ እና የእግዚአብሔር ልጅ ነው ሲባል ከሙታን በመነሳቱ ብቻ ነው ማለት ነው? ይህ ሊሆን አይችልም፤ ምክንያቱም ክርስቶስ ከአብ ጋር ያለውን ዝምድና በተመለከተ የአዲስ ኪዳንን አጠቃላይ መልእክት ከመቃረኑም በላይ ሐዋርያው በሮሜ 8፡32 ውስጥ የክርስቶስ ልጅነት ዘላለማዊ እንደሆነ አስመልክቶ ከተናገረበት ቃል ጋር በቀጥታ ይጋጫል።

በተጨማሪ በሮሜ 1፡4 ሐዋርያው ስለ ክርስቶስ ትንሳኤ በተናገረበት ክርስቶስ "በትንሳኤው በኃይል የእግዚአብሔር ልጅ ሆኖ ተገለጠ" ከሚለውም ጋር ይቃረናል - በሌላ አነጋገር ትንሳኤው የክርስቶስ ልጅነት የተገለጠበት ነው እንጂ የክርስቶስ ልጅነት

አስቀድሞም የነበረ ነው፤ ነገር ግን ልጅነቱ በትንሳኤው አማካኝነት እንዲታወቅ በኃይል እንዲገለጥ ተደረገ። ስለዚህ በሐዋርያው ቃል መሰረት "ዛሬ" የሚለው ቃል ያ ታላቅ የትንሳኤ ቀን መሆኑን መረዳት አንችልምን? በዚያን ቀን እግዚአብሔር ማንም ግራ ሊገባው በማይችል አደራረጉ ሰዎች በመስቀል ሰቅለው የገደሉት እርሱ የእግዚአብሔር ልጅ መሆኑን በታላቅ ኃይል አውጀ። ሜየር በደስታ እንደተናገረው፡- ትንሳኤው የልጅነቱ መለኮታዊ ምስክር ነው። "ነህ" የሚለው ቃል እና ሌሎቹም ከመሆን ጋር የተያያዙ ግሶች በመጽሐፍ ቅዱስ ውስጥ ለአዋጅ እንደሚያገለግሉ መጽሐፍ ቅዱስ አንባቢ ሁሉ በቀላሉ መረዳት ይችላል (ለምሳሌ፡- ዮሐንስ 10፡15 እና የሐዋርያት ሥራ 15፡8ን ተመልከቱ)፤ እና አብዛኛው ጥሩ የመጽሐፍ ቅዱስ መምሕር በዚህ አተረጓሞም መሰረት መረዳት እንዳለብን ይስማማል። (ጀምሰን ፋውሰት ና ብራውን ኮሜንተሪ)

"ዛሬ እኔ አባትህ ሆኛለው" ከሚሉት ቃላት አዶፕሽኒስትስ የሚባሉት የነጀነሪያዎቹ መሲያኒክ አይሁዳውያን ኢየሱስ እስከተጠመቀበት ቀን ድረስ የእግዚአብሔር ልጅነቱ ከሌሎቻችን የእግዚአብሔር ልጅነት በምንም ያልተለየ ነበረ፤ በተጠመቀበት ቀን ግን የእግዚአብሔር ልጅ "ሆነ" ማለትም በአዶፕሽን አማካኝነት። አዶፕሽን ዘላለማዊው የእግዚአብሔር ቃል ሥጋ ሆነ ከሚለው ከዮሐንስ 1፡1፣ 14 ጋር አይጋጭም ምክንያቱም ቃሉ የግድ ለዘላለም ልጅ መሆን ሳያስፈልገው ዘላለማዊ መሆን ይችላል። ነገር ግን ከሮሜ 1፡3-4 እና ቆላስይስ 1፡15 ጋር ይጋጫል፤ ከዚህ ክፍል አንባቢ የኢየሱስ ልጅነት ዘላለማዊ እንደሆነና በታሪክ ውስጥ ከሚታወቅ ቀን ጋር እንደማይያያዝ መረዳት ይችላል (በቆላስይስ 1፡15 ላይ የጻፍነውን ማስታወሻ ይመልከቱ)። "የእግዚአብሔር ልጅ" በሚለው መሲሃዊ መጠሪያ ትርጉም ላይ ማቴዎስ 4፡3ን ይመልከቱ። (ጁዊሽ ኒው ቴስታመንት ሐተታ)

ለ. አንድያ ልጅ ፡- "መቼም ቢሆን እግዚአብሔርን ያየው አንድ ስንኳ የለም፤ በአባቱ እቅፍ ያለ አንድ ልጁ እርሱ ተረከው" (ዮሐ 1፡18) ።

እስቲቨን ኮል እነዚህን ሃሳቦች እንዲህ በማለት ይቋጫል፡- "የመጀመሪያዎቹና ከሁሉ የተሸሉት ቅጂዎች "አንድያ ሆኖ የተወለደ እግዚአብሔር" የሚለውን ትርጉም ይደግፋሉ። ልዩ አገላለጽ በመሆኑ እና "አንድያ ልጅ" ከሚለውም የባሰ ለማብራራት የሚከብድ ስለሆነ ምናልባት አንድ የቅጂ ጸሐፊ የመጀመሪያውን ቃል ከዮሐንስ 3፡16 እና 18 ጋር እንዲስማማለት ብሎ ወደ "አንድያ ልጅ" ሳይቀይረው አይቀርም። ስለዚህ በጥሬው ሲተረጎም በመጀመሪያው ቅጂ ውስጥ ያለው ጥቅስ ምናልባት እንዲህ የሚል ይሆናል፡- "በአባት እቅፍ ያለው እግዚአብሔር፣ አንድያው ልጅ፣ እርሱ ገለጠው።" ኢየሱስም ኋላ

231

እንደተናገረው:- “አብን ያየ ማንም የለም፤ ከእግዚአብሔር ከሆነ በቀር፣ እርሱ አብን አይቶአል።” (ዮሐንስ 6፡46) እንዲሁም “እኔን ያየ አብን አይቷል።” (ዮሐንስ 14፡9)”

አንድያ ልጅ (ከዓይነቱ አንድ ብቻ፣ አንድ እና ብቸኛ፣ ልዩ) (3439) (ሞኖግኔስ ከ ሞኖስ - ብቸኛ + ጌኔስ - መወለድ፣ ዘር፣ ዓይነት፤ ከ ጊኖማይ - ወደ መኖር መምጣት፣ መሆን) ማለትም ከዓይነቱ ብቸኛ የሆነው ወይም በመደቡ የሚመስለው የሌለው ልዩ ነው ወይም “አንድ እና ብቸኛ ነው።” ብዙ ምሑራን “ሞኖጌኔስ” የሚለው ቃል ስለ ኢየሱስ ልጅነት ሲናገር የሚያተኩረው በመወለዱ ላይ አይደለም ብለው ይስማማሉ፤ ከዚያ ይልቅ ልዩ በመሆኑ ላይ ነው የሚያተኩረው።

ባርክሌይ እንዲህ ይላል:- “ሞኖጌኔስ” ማለት ልዩ እና በጣም የተወደደ ነው። ለሁላችንም ግልጽ እንደሆነው አንድ ብቻ ሆኖ የተወለደ ልጅ በአባቱ ልብ ውስጥ ልዩ ተወዳጅነት አለው። ስለዚህ ይህ ቃል ከምንም ነገር በላይ ልዩ መሆንን ነው የሚገልጸው። እንደ ኢየሱስ ያለ ሌላ በጭራሽ አለመኖሩን አዲስ ኪዳን አስረግጦ ይናገራል። እርሱ ብቻ ነው እግዚአብሔርን ወደ ሰዎች የሚያመጣው ሰዎችንም ወደ እግዚአብሔር የሚያደርሰው።

ቦይስ እንዲህ ይላል:- “ልዩ ማለት የሚመስለው ወይም የሚተካከለው የሌለው ነው፤ በዓይነቱ አንድ ብቻ፣ በጥበቡ ወደር የሌለው። በጣም ትልቅ ቃል ነው፤ በጥናታችንም ውስጥ በዚህ ሰዓት በጣም ትኩረት ልንሰጠው የሚገባው ቃል ነው ምክንያቱም በአምስት ቁጥሮች መካከል ሁለት ጊዜ ተጠቅሶ እናገኘዋለን።

በግሪክ ሞኖጌኔስ የሚለው ቃል ነው ኢንተርናሽናል ቨርዥን የተባለው የእንግሊዝኛ መጽሐፍ ቅዱስ እንደሚለው “አንድ እና ብቸኛ ነው፤” ፈረንሳይኛ መጽሐፍ ቅዱስ ደግሞ ልዩ ይለዋል። በሁሉም ትርጉም ስናየው ተመሳሳይ መልእክት ነው የምናገኘው ... ኢየሱስ ልዩ ነው ምክንያቱም እንደርሱ ያለ ማንም የለም ... በሰውነቱ ልዩ ነው፣ በአወላለዱ ልዩ ነው፣ በአስተምሕሮው፣ በሥራዎቹ፣ በተዓምራቱ፣ በሞቱ፣ በትንሳኤው፣ እና ወደፊት በሚጎናጸፈው ድል ሁሉ ልዩ ነው።”

Holman Bible Dictionary፡- የ KJV መጽሐፍ ቅዱስ ሞኖጌኔስ የሚለውን የግሪክ ቃል በተለያዩ አማራጭ ቃላት ይተረጉመዋል (ዮሐንስ 1፡14 1፡18፤ ዮሐንስ 3፡16፤ ዮሐንስ 3፡16፣ 3፡18 ዕብራውያን 11፡17፤ 1ኛ ዮሐንስ 4፡9)። ሌላ ቦታ ደግሞ KJV ቃሉን ብቸኛ ብሎ ተርጉሞታል (ሉቃስ 7፡12 ሉቃስ 8፡42 ሉቃስ 9፡38)። KJV ውስጥ “አንድያ ልጅ” የሚለው ቃል የመጣው ከጀሮሚ ነው (340?-420 ዓ.ም)፤ ጀሮሚ ቫልጌት የተባለውን የላቲን

ቋንቋ መጽሐፍ ቅዱስ ሲተረጉም "ዩኒከስ" (ብቸኛ) የሚለውን በጥንታዊው ላቲን ውስጥ የነበረውን ቃል "ዩኒጀኒተስ" (አንድያ ልጅ) ብሎ ቀየረው። ጀሮሚ ያሳሰበው ነገር አርየስ ኢየሱስ ተፈጠረ እንጂ አልተወለደም ብሎ ያስተማረው ትምህርት ነበር። ከዚህ የተነሳ ጀሮሚ በ325 ዓ.ም በኒቅያ የሐይማኖት መግለጫ ውስጥ የተካተተውን ቃል አዲስ ኪዳን ውስጥ ሊጠቀምበት ችሏል።

በቤተክርስቲያን ታሪክ ውስጥ ዘላለማዊ ልጅነት የሚለው አስተምሕሮ በስፋት ተቀባይነት አግኝቶ ቆይቷል፤ በዚህም ምክንያት ብዙ ክርስቲያኖች ኢየሱስ ከዓለም መፈጠር በፊትም የእግዚአብሔር ዘላለማዊ ልጅ ሆኖ ኖሯል ብለው ያምናሉ። በኒቅያ (325 ዓ.ም) የሐይማኖት መግለጫ ውስጥም እንዲህ ተብሎ ተጽፏል፡- "በአንድ እግዚአብሔር ሁሉን ቻይ በሆነው ሰማይንና በምድርን የሚታየውና የማይታየውን በፈጠረ በእግዚአብሔር አብ እናምናለን። በአንድ ጌታ በኢየሱስ ክርስቶስ፣ ብቸኛው የእግዚአብሔር ልጅ፣ ከዘላለም በፊት ከአብ የተወለደ፣ ከአምላክ የተወለደ አምላክ፣ ከብርሃን የሆነ ብርሃን፣ ከእውነተኛ እግዚአብሔር የተወለደ እውነተኛ እግዚአብሔር፣ የተወለደ እንጂ ያልተፈጠረ፣ ከአብ ጋር አንድ ባህሪ በሆነ በኢየሱስ ክርስቶስ እናምናለን።

ሁሉ በእርሱ ተፈጠረ። ስለ እኛ እና ስለ መዳናችን ከሰማይ ወረደ፤ በመንፈስ ቅዱስ ኃይል በድንግል ማርያም ውስጥ ስጋ ሆነ እና ሰው ሆነ። ስለ እኛ በጴንጤናዊ ጲላጦስ ዘመን ተሰቀለ፤ ሞተ እና ተቀበረ። በሶስተኛውም ቀን መጻሕፍት እንደሚናገሩት ከሙታን ተነሳ፤ ወደ ሰማይ አረገ በአብ ቀኝ ተቀመጠ። በሙታን እና በሕያዋን ሊፈርድ ዳግመኛ በክብር ይመጣል፤ ለመንግስቱም ፍጻሜ የለውም።" ይህ አቋም እንደገና በአምስተኛው ክፍለ ዘመን በአትናቴዎስ የእምነት መግለጫ ውስጥ ጸድቋል።

ይህንን አመለካከት የሚከተሉ ሰዎች የክርስቶስን ልጅነት የእርሱ ማንነት ዋነኛ አካል አይደለም ብለው ያስባሉ፤ ነገር ግን ልጅነቱ በስጋ በተወለደ ጊዜ ብቻ የተጫወተው ሚና ወይም በምድር የተገለጠበት ማንነት ብቻ ነው ይላሉ። ደግሞም አብ እራሱ አብ የሆነው ክርስቶስ በስጋ በተወለደ ጊዜ ነው ይላሉ። በታሪክ ውስጥ ብዙ አጥባቂ ክርስቲያኖች የዘላለማዊ ልጅነትን አስተምሕሮ አንቀበልም ብለዋል። ከእነዚህም መካከል ጥቂቶቹ ራፍ ዋርድሎ፣ አደም ክሌርክ፣ አልበርት ባርነስ፣ ፊንስ ጄ. ዴክ፣ ዋልተር ማርቲን፣ እና ለተወሰነ ጊዜ ደግሞ ጆን ማካርተር ይገኙበታል። ከጥቂት ዓመታት በፊት ጆን ማካርተር በዚህ አስተምሕሮ ላይ አቋሙን ለውጧል፤ ስለዚህ አሁን በዘላለማዊ ልጅነት አስተምሕሮ ያምናል።

ሐ. የማይታይ አምላክ ምሳሌ ፡- "እርሱም የማይታይ አምላክ ምሳሌ ነው። የሚታዩትና የማይታዩትም፥ ዙፋናት ቢሆኑ ወይም ጌትነት ወይም አለቅነት ወይም ሥልጣናት፥ በሰማይና በምድር ያሉት ሁሉ በእርሱ ተፈጥረዋልና ከፍጥረት ሁሉ በፊት በኵር ነው። ሁሉ በእርሱና ለእርሱ ተፈጥሮአል" (ቆላስ 1፡15-16)።

ኢየሱስ በስብዕናው ልክ እንደ ፊተኛው አዳም ነው (ዘፍጥረት 1፡26-27 "ሰውን በምሳሌያችን እንፍጠር።") በተጨማሪ በኢየሱስ ማለትም በኋለኛው አዳም እና በመጀመሪያው አዳም መካከል ሰፋ ያለ ንጽጽር ለማየት ሮሜ 5፡12-21 እና 1ኛ ቆሮንቶስ 15፡44-49 ይመልከቱ። እንደዚህ ዓይነት ንጽጽሮች በአይሁድ እምነት ውስጥ ያልተለመዱ አይደሉም። በአሥራ አራተኛው ክፍለ ዘመን የኤደኑ ራቢ ዴቪድ ቤን አምራም በጻፈው ማብራሪያ እንዲህ ብሏል፡- "በዓለም ላይ ሃያ አራት በጎ ባህርያት ነበሩ ግን ኃጢያት ሁሉም እንዲጠፉ አደረገ። ወደፊት በዘመን መጨረሻ ቅዱሱ (የተባረከ ይሁንና) ሁሉንም ለእሥራኤል ይመልሳቸዋል። እነዚህም ምሳሌ ወይም መልክ፣ … [እና ሌሎችም 23 ባህርያት] ናቸው።" (Midrash HaGadol B'reshit ገጽ 135-136፤ በ Raphael Patai, The Messiah Texts ገጽ 263 ውስጥ ይገኛል።)

በ Messiah Texts ውስጥ የተጻፈው ማስተወሻ "ምሳሌ" ከዘፍጥረት 1፡26 ጋር የተያያዘ ነው ይላል። በተጨማሪ ከ1ኛ ቆሮንቶስ 15፡49 2ኛ ቆሮንቶስ 4፡4 MJ 1፡3 ጋር ያነጻጽሩ። ከፍጥረት ሁሉ በፊት - በግሪክ prōtotokos pasēs በጥሬው ሲፈታ "ከፍጥረት ሁሉ በኩር።" ቁጥር 16-17 እግዚአብሔር ከሁሉ በላይ የሆነበትን ሶስት ነጥቦች ይዘረዝርና እነዚህን ሁሉ የኢየሱስ ባህርያት ያደርጋቸዋል፤ ይህም ብዙውን ጊዜ አዲስ ኪዳን በቀጥታ "ኢየሱስ እግዚአብሔር ነው" ሳይል የኢየሱስን መለኮታዊ ገጽታ የሚያሳይበት መንገድ ነው (ቆላስይስ 2፡9ን ይመልከቱ)።

መሲሁ ከሙታን በመነሳት በኩር የመጀመሪያ በመሆን ለአዲሱ የሰው ዘር በኩር ነው፤ በቁጥር 18 ላይ "ፕሮቶቶኮስ" የሚለው ቃል አንድምታው ይህ ነው። ነገር ግን ይህ ትርጓሜ በቀደሙት ቁጥሮች ውስጥ ስለ አዳም ከተጠቀሰው ጋር ቢዛመድም እንኳ በቀጣዮቹ ቁጥሮች በ16-17 ውስጥ ከተጻፈው አንጻር ከዚህ ክፍል ጋር አይጋጭም።

አንድ አንባቢ "ከሁሉ በላይ" በሚለው ትርጉም ፈንታ "በኩር" የሚለውን ከመረጠ "ከፍጥረት ሁሉ በኩር" የሚለው ቃል "ኢየሱስ የመጀመሪያው የተፈጠረ ፍጡር" ማለት አይደለም፤ ነገር ግን የሚናገረው ዘላለማዊ ልጅነቱን በተመለከተ ነው። የኢየሱስ በኩርነት ከግኡዙ ዓለም መፈጠር የሚቀድም ብቻ አይደለም ነገር ግን የእግዚአብሔር ዘላለማዊ

ባህርይ አካል ነው። በመሲሁ በኢየሱስ ውስጥ ሥጋ የሆነው (ዮሐንስ 1፡1፣ 14) የእግዚአብሔር ቃል በጊዜ ሳይገደብ በዘላለማዊነት ውስጥ ከእግዚአብሔር አብ ጋር በልጅነት ሕብረት ውስጥ ነው ያለው፤ ይህም አንዱ እግዚአብሔር እራሱን ከሚገልጥበት መንገድ ውስጥ አንዱና ዋነኛው ነው። ቁጥር 15-20 ከዕብራውያን 1፡2-3 ጋር በጣም ይመሳሰላል፤ ቃሉ "ሁሉን ወራሽ" የሆነው የእግዚአብሔር ልጅ ነው፤ እርሱም የክብሩ መንጸባረቅና (የራሱ የእግዚአብሔር ማንነት መገለጫ) የባህርዩ ምሳሌ ሆኖ ሁሉን በስልጣኑ ቃል እየደገፈ ኃጥያታችንን በራሱ ካነጻ በኋላ በሰማያት በግርማው ቀኝ [በላይ ባለው ታላቅነት] ተቀመጠ። (ጂዊሽ ኒው ቴስታመንት ሐተታ)

መ. ጌታ ኢየሱስ ሁል ግዜ ያው ነው፡-"ኢየሱስ ክርስቶስ ትናንትና ዛሬ እስከ ለዘላለምም ያው ነው"(ዕብ13፡8) ። "ኢየሱስ ክርስቶስ ትናንትና፣ ዛሬ፣ ለዘላለምም ያው" መሆኑን ያስተምራል። ይህ ጥቅስ የዘላለማዊ ልጅነትን አስተምሕሮ የሚደግፍ ይመስላል። የኢየሱስ መለኮታዊ ባሕርይ የማይለወጥ መሆኑ እርሱ ሁልጊዜ የእግዚአብሔር ልጅ እንደ ነበረ የሚያመለክት ይመስላል፤ ምክንያቱም የእግዚአብሔር ልጅነት የማንነቱ ዋነኛ ገጽታ ነው። በምድር በተወለደ ጊዜ ኢየሱስ የሰውን ሥጋ ለበሰ፤ መለኮታዊ ባሕርዩ ግን አልተለወጠም፤ ከአባቱ ጋር የነበረው ዝምድናም አልተለወጠም። ዮሐንስ 20፡31 ይህንን እውነት ቀጥተኛ ባልሆነ መንገድ ያሳያል፤ በዚህ ክፍል ውስጥ ዮሐንስ ወንጌሉን የጻፈበትን ዓላማ እንዲህ በማለት ይገልጻል፡- "ኢየሱስ እርሱ ክርስቶስ የእግዚአብሔር ልጅ እንደ ሆነ ታምኑ ዘንድ፣ አምናችሁም በስሙ ሕይወት ይሆንላችሁ ዘንድ ይህ ተጽፏል።" የእግዚአብሔር ልጅ ነው ይላል እንጂ የእግዚአብሔር ልጅ ሆነ አይልም። ኢየሱስ የእግዚአብሔር ልጅ መሆኑ የማንነቱ እና የቤዛነት ሥራው ወሳኝ አካል ነው።

ኢየሱስ ልጅ የሆነው በስጋ በተወለደ ጊዜ ነው የሚለውን አስተምሕሮ ለመደገፍ ከሚጠቀሙዋቸው ጥቅሶች መካከል በጣም ታዋቂው ጥቅስ ዕብራውያን 1፡5 ነው፤ ይህም ክፍል እግዚአብሔር አብ በታሪክ ውስጥ የሆነ ጊዜ ላይ እግዚአብሔር ወልድን እንደ ወለደው የሚናገር ይመስላል፡- "አንተ ልጄ ነህ፣ እኔ ዛሬ ወልጄሃለሁ፣ ደግሞም እኔ አባት እሆነዋለሁ እርሱም ልጅ ይሆነኛል።" ኢየሱስ ልጅ የሆነው በስጋ ሲወለድ ነው የሚለውን አስተምሕሮ የሚቀበሉ ሰዎች በዚህ ጥቅስ ውስጥ ሁለት ትልልቅ ነጥቦችን ያነሳሉ። 1ኛ – "ወውለድ" የአንድን ሰው መገኛ ወይም ምንጭ ያሳያል፤ እና 2ኛ - ልጅ ምን ጊዜም ለአባቱ የበታች ነው። በሥላሴ ውስጥ ያሉትን ሶስት አካላት ፍጹም እኩልነት እና ዘላለማዊነት ለማስጠበቅ ሲሉ የዘላለማዊ ልጅነትን አስተምሕሮ አይቀበሉትም። ይህንን እኩልነትና ዘላለማዊነት ለማስጠበቅ ሲሉ "ልጅ" ማለት ክርስቶስ በስጋ በተወለደ ጊዜ የተቀበለው ማዕረግ መጠሪያ ወይም አገልግሎት ብቻ ነው፤ "ልጅነትም" የሚያመለክተው ክርስቶስ

በስጋ በተወለደ ጊዜ በራሱ ፈቃድ ለአብ ለመገዛት እሺ ማለቱን ነው (ፊልጵስዩስ 2፡5-8 ዮሐንስ 5፡19)።

ክርስቶስ ልጅ የሆነው በስጋ ሲወለድ ነው በሚለው ትምሕርት ውስጥ ያሉ የተወሰኑ ክፍተቶች መካከል ይህ አስተምሕሮ በሥላሴ ውስጥ የነበረውን ሕብረት ማፋለሱ ነው፤ ምክንያቱም ወልድ ከዘላለም ከአብ የተወለደ ካልሆነ መንፈስ ቅዱስም ከዘላለም በወልድ በኩል ከአብ የሰረጸ አይደለም። ደግሞም በስጋ ከመወለዱ በፊት ልጅ ያልነበረ ከሆነ እንግዲያውስ አብም የለም፤ ሆኖም ግን በብሉይ ኪዳን ውስጥ ሁሉ እግዚአብሔር የእሥራኤል አባት ተብሎ ሲጠራ እናገኘዋለን። ኢየሱስ ልጅ የሆነው በስጋ ሲወለድ ነው የሚለውን አስተምሕሮ የሚከተሉ ሰዎች ለዘላለም በሶስት ልዩ አካላት የኖረ አብ፣ ወልድ፣ መንፈስ ቅዱስ በተባሉ በሶስት የተለያዩ ስሞች የተጠራ ሥላሴያዊ እግዚአብሔር ሳይሆን በስጋ ከመወለዱ በፊት ስም የሌለው ሥላሴ ነው የሚያውቁት፤ ይህ እውነት ከሆነ እግዚአብሔር እራሱን በትክክል ለመግለጥ ሳይሆን በየጊዜው በሚጫወታቸው ሚናዎች ወይም በሚሰራቸው ሥራዎች አማካኝነት ብቻ ሊገለጥ ፈልጓል ለማለት እንገደዳለን።

በሌላ አነጋገር እራሱን ማን እንደሆነ በትክክል ከመግለጥ ይልቅ ሥላሴ የሆነው እግዚአብሔር ለራሱ መጠሪያ አድርጎ በተጠቀመባቸው የማዕረግ ስሞች ወይም ምድር ላይ በተገለጠባቸው ሥራዎች ሊታወቅ ፈለገ እንጂ ማንነቱን መግለጥ አልፈለገም ማለት ነው። ይህም ሞዳሊዝም ከሚባለው አስተሳሰብ ጋር ይቀራረባል ደግሞም በቀላሉ ስለ እግዚአብሔር ባህሪ ወደ ተሳሳተ አስተምሕሮ ያመራል። ኢየሱስ ልጅ የሆነው በስጋ ሲወለድ ነው የሚለው አስተምሕሮ ከድክመቶቹ መካከል አንዱ በሥላሴ አካላት መካከል ያለውን መሰረታዊ ሕብረት ማደብዘዙና ማሳነሱ ነው። ይህን አስተሳሰብ በስተመጨረሻ ወዴት እንደሚያመራ ተከትለን ብናየው የክርስቶስን ዘላለማዊ ልጅነት መካድ ሥላሴን በአብ በወልድ እና በመንፈስ ቅዱስ መካከል ያለ ሕብረት ከመሆኑ አውርዶ ሶስቱን አካላት ቁጥር አንድ፣ ቁጥር ሁለት፣ እና ቁጥር ሶስት ያደርጋቸዋል፤ ቁጥሮቹም እራሳቸው ለሶስቱ አካላት በዘፈቀደ ነው የሚታደሉት፤ በዚህም የተነሳ በሥላሴ አካላት መካከል በእግዚአብሔር የተዘጋጀው ሕብረትና ዝምድና ይፋለሳል።

ሁሉን በሥልጣኑ ቃል እየደገፈ

ሁሉን በሥልጣኑ ቃል እየደገፈ፡- የጌታችን የኢየሱስ ክርስቶስ የመለኮቱ ማንነት በፍጥረታቱ ተገልጦ ይኖራል፡፡

ሁሉን (ፓስ) pas፦ የሚለው የግሪክ ቃል የሚያሳየው ሁለንተናውን ሲሆን፣ ዓለምን እንደ አንድ ጠቅልሎ ማየት ነው፡፡ ምንም ነገር ፀሐይንና ዓለማትን ደግፎ ከቆመው በላይ አይደለም፡፡ ጸሐፊው ወልድን የዓለማት ፈጣሪ ብቻ ዐድርጎ ሳይሆን፣ በመለኮታዊ ዕቅድ ውስጥ ሁሉን ወደ ፍጻሜ የሚያመጣም አድርጎ ያቀርበዋል፡፡ (መጽሐፍ ቅዱስ ጥቅሶች የብሉይና / የአዲስ ኪዳን ግሪክ መዝገበ ቃላት፣ የቴየር ትርጉም 1989. በ ጆሴፍ ሄንሪ ቴየር፣ አስቲን ሐተታ/ በጄፍ ጋሪሰን)

«ሁሉ» ሰው የሚያየው የሚታየውን ጭምር ያጠቃልላል፡፡ ሆኖም ሐዋርያው ጳውሎስ ልዩ ፍጥረት የሚላቸውን ጨምሮ ሞት፣ ግዛት፣ ከፍታ፣ ዝቅታን ሁሉ ያካትታል (ሮሜ 8÷39)፡፡ ከእነዚህ ፍጥረታት ውስጥ ለልዑል እግዚአብሔር ያልተገዛ፣ እንዲሁም ለተፈጠረለት ዓላማና ዕቅድ ያልተመላለሰ ሁሉ በዐመፅና በኃጢአት ውስጥ አለ፡፡ የክፉት ሁሉ ምንጭ ዲያቢሎስ ነው፤ የዐመፅ ምንጭ እና መጀመሪያ እርሱ ነበረ (ዮሐ. 8÷44)፡፡ ይህ የሆነው አዳም እና ሔዋን ከመፈጠራቸው በፊት እንደ ነበረ (ኢሳ. 14÷12፤ ሕዝ. 28÷15) ይናገራሉ፡፡ የትዕቢት ዋናው ምንጭ ዐመፃ ነበረ፡፡ ይህ በአዳም እና በሔዋን ላይ የዐመፃ ተጽዕኖ ተሳክቶለት በቅድሚያ አዳምና ሔዋን ከዔድን ገነት እንዲባረሩ አደረገ፡፡

በእርሱም በኩል "ተካፋይ" የሆነው የሰው ዘር በኃጢአት ስር ተገዢ ሆነ፡፡ ዲያቢሎስ የራሱን መንግሥት ግዛትና ኃይላትን አስተባብሮ እስከ ተወሰነለት ዘመን ድረስ ዐመፁን ይጽም ዘንድ ተፈቀደለት፡፡ ይህም ዲያቢሎስ ጥቂት ዘመን እንዳለው ዐውቆ በታላቅ ቍጣ ... ወርዷልና (ራዕ 12÷12) እንደሚል፣ ይህ የቀድሞ ዘንዶ የእግዚአብሔርን ወራሽ በመግደል ውርስ የሚያገኝ መስሎት ነበርና ገደለው (ማቴ. 21÷38)፡፡

ይህ ጌታ በሶስተኛው ቀን ተነሥቶ ወደ ሰማይ በደመና እንደሚነጠቅ ከልባቸው ተሰውሮባቸው ነው (ራእይ 12÷4-5)፡፡ ዐውቀውስ ቢሆን የክበርን ጌታ ባልሰቀሉት ነበር (1ኛ ቆሮ. 2÷8)፡፡ የእግዚአብሔር ልጅ ወደ ሰማይ ሲያርግ የቀደመው ዘንዶ ይህችን ልጅ የወለደችውን ሴት (የእግዚአብሔር መንግሥት - ቤተ ክርስቲያንን) ያሳድድ ጀመር (ራእይ 12÷13)፡፡

ሰይጣን በቤተ ክርስቲያን ላይ ያቀጣጠለውን ስደት ቀጥሎ የሮማው ቄሣር ኔሮ አማኞችን እጅግ በማሰቃየት ኮሎሲየም በመባል በሚታወቀው የሕዝብ መሰብሰቢያ ስታዲየም ከአውሬዎች ጋር ታግለው በዱር እንስሳት ተበጫጭቀው እንዲሞቱ አድርጓል፡፡ ከዚህ በተጨማሪ ሮም ከተማን በመቃጠል እሳቱን አስነሥተው ያቀጠሉት ክርስቲያኖች ናቸው

በማለት ከፍተኛ ስደት በክርስቲያኖች ላይ በማስነሣት በእስራት፣ በግርፋት እና በስቃይ እንዲሞቱ አድርጓል፡፡ በወቅቱ ደመናው ጠቁሮ ጥላሸት የመሰለበት፣ ሞት በሰፈርና በመንደር የወረደበት የሰይጣን ዙፋን የተንሰራፋበት ጊዜ ነበር (ዕብ. 10÷32፣ 33፤ ራእይ 2÷10፣ 13)፡፡ ሆኖም የጠላትን ፈተና ያዩ ዕብራውያን አማኞች ኢየሱስ ይህን በዝምታ ይመለከታል ወይ? ለምንስ አንድ ነገር አያደርግም? ሲሉ አንዳንዶች ደግሞ አምነን የተከተልነው በእርግጥ መሢሑ ነው ወይ? ያሉበት ጊዜ ነበረ፡፡

ሐዋርያው ለዕብራውያን አማኞች የእግዚአብሔር ልጅ የሆነው ሁሉን ይቆጣጠራል ይገዛል እያለ አጽናናቸው፡፡ በስደት ውስጥ ለሚገኙት ክርስቲያኖች ሐዋርያው ሲጽፍ 'ሁሉም ከእኛ ውስጥ የሚገኝ ወደ መጨረሻው ፍጻሜ የሄደ ምላስ ሁሉ ኢየሱስ ጌታ ነው የሚልበት ጉልበት ሁሉ ደግሞ የሚንበረከክበት ጊዜ አለ' በማለት አጽናናቸው (ኤፌ. 1÷10፤ ፊልጵ. 2፡9-11)፡፡ በአብ ቀኝ የተቀመጠው በሚታየው እና በመይታየው ዓለም ግዛትንና ኃይላትን ሁሉ ይቆጣጠራል፡፡

ለዚህ ሁሉ ክፋት መንስኤ የሆነውን የቀድሞውን አውሬ ወይም ዘንዶ በመጨረሻ ወደ እሳት ባህር በመጣል ለነገር መጠቅለያ ይጠቀምበታል፡፡ ጠላት ያመጣውን መከራ ቤተ ክርስቲያን እንድትቀበል ያደርጋታል፡፡ መስቀል መሸከም ለቅዱሳን ተሰጠ (2ኛ ጢሞ. 3፡12፤ 2ኛ ቆሮ. 4÷7)፡፡ አማኝ በመከራ ደስ ይለው ዘንድ ትእዛዝ ተሰጥቶታል (1ኛ ጴጥ. 6÷8፤ ማቴ. 5÷12)፡፡ በመከራ ተካፋይ እንደ ሆንን የክብሩም ተካፋይ ነን(ሮሜ 8÷17)፡፡

መከራውን የፀነሰው (ምንጩ) እግዚአብሔር ሳይሆን፣ ዘንዶው ነው፡፡ በዓለም ተጥሎ በዚህ እንዲኖር ተፈቀደለት (ራእይ 12፡13)፡፡ ጌታ በዓለም ሳላችሁ መከራ እኔ ፈጥሬያለሁ አላለም፡፡ "በዓለም ሳላችሁ መከራ አለባችሁ" ነው ያለው (ዮሐ. 16÷33)፡፡ አማኝ በምንም ሁኔታ ቢያልፍ በእምነቱ ማፈግፈግ የለበትም፤ ደስታችን በክርስቶስ መሆን አለበት፡፡ ጌታም ለሐዋርያቱ "ሴት የምትወልድበት ወራት ስለ ደረሰ ታዝናለች፥ ነገር ግን ሕፃን ከወለደች በኋላ ሰው በዓለም ተወልዷልና ስለ ደስታዋ መከራዋን አታስበውም" አላቸው (ዮሐ. 16÷21)፡፡

ጌታችን ይህን ጊዜ 33 ዓመት ሆኖት ነበር ከእርሱ ጋር በሞቱና በትንሣኤው የሚካፈሉትን ሕይወት እያመለከተ እንጂ፣ ስለ መወለዱ እያወራ አይደለም (የሐዋ. 13÷33፤ ዕብ. 2÷10)፡፡ ነገር ግን ከሞት በኲር ሆኖ በሞቱና በትንሣኤው ተካፋይ ለሆኑት ክብሩን የምሥራች እያለ ነው፡፡ በመከራቸው ውስጥ ክብር፣ ድል፣ ከመከራ መውጣት እንዳለ በሮም ለሚገኙ አማኞች ይነግራቸዋል (ሮሜ 5÷3-4)፡፡ ምንም እንኳ አሁን ሁሉ

እንደተገዛለት ባናይም በአብ ቀኝ በመቀመጡ ካህን መሆኑን በእምነት እንዲያዩ የዕብራውያን ክርስቲያኖችን ይጋብዛቸዋል (ዕብ 2÷8)፡፡

የመጀመሪያዎቹ ክርስቲያኖች እስከ ኮንስታንቲን (ቆስጠንጢኖስ) ግዛት ዘመን ድረስ ክርስቲያኖች ለስደት እና በኮሎሲየም ከአውሬ ጋር ለመታገል ይዳረጉ ነበር፡፡ በአንጾኪያ ሦስተኛው ሽማግሌ እና ትልቁ የቤተ ክርስቲያን መሪ የነበረው ኢግናሺየስ የተባለው ሰማዕት ለአንበሳ እራት ይሆን ዘንድ ተወረወረ፡፡

ንጉሡ ትራጃን በኮሎሲየሙ ከሹማምንቱ ጋር ሆኖ ይህ ታላቅ ሰው ምን ይናገራል ብለው ያደምጡት ነበር፡፡ ይህ የሆነው ከክርስቶስ ልደት 110 ዓመት በኋላ ነበር፡፡ አንበሳዎች በጀርባ ሲገቡ በጥፍራቸው እየቧጨሩት ሳለ፣ "ሰይፍ ሲቀርብ እግዚአብሔር ቀረበ፤ ከአውሬዎች ጋር ተካፋዮች ስንሆን፣ ከእግዚአብሔር ጋር ተካፋይ ሆንን" እያለ መናገሩን በታሪክ መዛግብት ተጻፈ፤ በሰማያትም ተሰማ፡፡ ሁሉንም በሥልጣኑ ዕጅ ጠቅልሎ ያያዘ ጌታ በዙፋኑ ላይ አለ፡፡
የኢዮብ በሰይጣን መፈተን ጠላት ያመጣው ቢሆንም፣ ለኢዮብ ግን በነገር መጨረሻ ለክብር ሆነለት፡፡ ስለ እርሱ መከራ በመቀበል የሚገኘው ክብር ብቻ ሳይሆን፣ በድካማችን ብንሆን እንኳ የሚራራ በኃጢአት በስተቀር እንደ እኛ የተፈተነ ጌታ በጸጋ ዙፋኑ ላይ አለ (ዕብ. 4÷15)፡፡

መጽሐፍ ቅዱሳችን ኃጢአት እንድንሠራ አይገፋፋንም፡፡ የኃጢአት ዘር በቅሎ ከማስጨነቅ በሻገር በሥጋ መበስበስን ያሳጭዳል (ገላ. 5÷8)፡፡ ሆኖም አማኝ ድካምን አምኖ በንስሐ ወደ አባቱ "አባባ" ብሎ ቢጮኽ በደሙ ስርየት ስላለ፣ ወደ ልጅነት የአብሮነት ሕይወት ይመለሳል፡፡ በጸጋው ግዛት በካህኑ አገልግሎት ተጠብቆ ይኖራል፡፡ ታላቅ ሊቀ ካህናት አለን (1ኛ ዮሐ. 2÷1)፡፡

በሥልጣኑ - በግሪኩ ቃል ፍቺ (Dunamis) 1411 የሚል ትርጓሜ አለው፡፡ ፍቺውም በውስጣዊ ባሕርይ ውስጥ የሚገለጽ ኃይልን ያመላክታል (ማር. 5÷30፤ ኤፌ. 1÷19)፡፡ የቃሉ አመጣጥ ከችሎታ፣ ከኃይል ብቃት፣ ከታላቅ ኃያልነት ጋር ይያያዛል፡፡

***ሥልጣን* (ዱናምእስ) doo'-nam-is በእንግሊዘኛው (dunamis)፡-** ማለት አንድ ነገር በማንነቱ ውስጥ የሚኖረውን ኃይልን ያመለክታል፡፡ *(መጽሐፍ ቅዱስ ጥቅሶች የብሉይና /የአዲስ ኪዳን ግሪክ መዝገበ ቃላት፣ የቴየር ትርጓም 1989. በ ጆሴፍ ሄንሪ ቴየር፣ አስቴን ሐተታ/ በጀፍ ጋሪሰን)*

አማርኛችን "ሥልጣን" ብሎ የተረጐመውን ቃል ስንመለከት ከስልጣን ጋር የተያያዙ ሃሳቦችን በሙሉ ለማመልከት እንደሆነ እናተውላለን። ይሁን እንጂ፣ በኃይል እና በሥልጣን መካከል ልዩነት እንዳለ መመልከት ተገቢ ነው። "ሁሉን በሥልጣኑ ቃል እየደገፈ ... " የሚለው የግሪኩ ቃል ዱናሚስ የሚለው ሲሆን፣ እንግሊዝኛው ዳይናማይት ወደ አማርኛ ስንመልሰው ደግሞ የታመቀ ኃይል በጦር መንደር የሚነገር ቃል ማለት ሲሆን፤ የሚፈነዳ ፈንጂ ወይም ቦምብ የሚለውን ፍቺ ይይዛል።

ይህም ቃል የሆነው ኢየሱስ ክርስቶስ ወሰን የሌለው፣ ከመታወቅ የሚያልፍ፣ ተመዝኖ የማይለካ ኃይል እንዳለው ያመለክታል። አማርኛችን ኃይል የሚለውም አሳብ ሥልጣን፣ ጉልበት እና ግዛት እያለ የሚናገራቸውን አሳቦች ግሪክኛው የሚጠቀምባቸውን ጠንቅቆ ማወቅ እጅግ አስፈላጊ ነው። ይህ የታመቀ ኃይል ምንጩ መለኮት (አብ ወልድ መንፈስ ቅዱስ) ነው።

እግዚአብሔር አብ ይህ አስደናቂ ኃይል አለው (ኤር. 16፥21፤ ዘጸ. 9፥16፤ ሮሜ 9፥17)። ይህ ኃይል "እኔ እኔ ነኝ" በሚለው በገናናው ስም ውስጥ ይገኛል። የእግዚአብሔር ኃይል ፈቃድ አለው፤ የወደደውን ሁሉ በሰማይና በምድር ያደርጋል። የወደደውን ይምረዋል፤ ስለዚህም ድንጋዩን ልብ አውጥቶ የሥጋ ልብ እንዲኖረው ያደርገዋል። የሚወደውንም ዕልከኛ ያደርገዋል (ሮሜ 9፥17) ይህም ገናናው ስሙ እጅግ ይግንን ዘንድ ነው። ያሻውን ያደርጋል፥ የሚከለክለው ማን ነው? (መዝ. 155፥3)። መጥቁ ዮሐንስ እንዳለ "ከእነዚህ ድንጋዮች ለአብርሃም ልጆችን ሊያስነሣ ይችላል" (ማቴ. 3፥9)። እግዚአብሔር ኃይልን የተላበሰ ሲሆን፣ ፈቃዱን ለመፈጸም የሚከለክለው የለም። ይህ የእግዚአብሔር ኃይል ለማዳን የሚሰጥ ነው (ሮሜ 1፥16)።

ይህ የእግዚአብሔር ክንድ ለማዳን የተሰጠ ቢሆንም እንኳ፣ ይህ ኃይል በሰውዬው ልብ ተአምራትን ይሠራ ዘንድ ፈቃደኛ መሆን እና ማመን ይኖርበታል (ኢሳ. 53፥1፤ 1ኛ ቆሮ. 1፥18)። ባለማመን በተቃውሞ ለሚያንገራግረው ሁሉ ይህ ኃይል የሰውዬውን ዐመፀኞት ወደ ልበ-ደንዳናነት እንዲሄድ ያደርገዋል፤ የሞት ሽታ ይሆንበታል። በርካታ ተአምራትን ቢመለከት እንኳ የፈርዖን ልብ ደነደነ (ሮሜ 9፥17-18)።

በዚህ ምክንያት የእግዚአብሔር ኃይል ፈርዖንን አልጠቀመውም (ዕብ. 4፥2)። ፈርዖን ተአምራትን ተመልክቶ ከማመን ይልቅ፣ ተቃውሞ አስነሣ፤ ይህን ኃይል በፈቃደኝነት

ለሚቀበል እና ለሚያምን ሕይወት ይሆነዋል፡፡ ይኸውም ለማዳን፣ ለክብር፣ ከኃጢአት አሸናፊ ለመሆን ነው (1ኛ ተሰ. 2÷13)፡፡

ኃይሉ ፈቃዱን ለማስፈጸም ይመጣል ስለሆነም ሉዑላዊ ኃይሉን ለማያከብሩ እና በኃጢአት በመመላለስ ኃይሉ በእነርሱ ውስጥ እንዳይሠራ ለሚያደርጉ ሁሉ በዐመፃቸው መንገድ ልባቸውን ሲያደነድኑ፣ እርሱ ደግሞ ዕልከኛ እንዲሆኑ ለክፉ አሰራር አሳልፎ ይሰጣቸዋል፡፡ ያን ጊዜ ዐመፃ የተሞላ የዐመፃ መንፈስ በውስጣቸው እየተንሰራፋ ይሄዳል፡፡

በእግዚአብሔር ኃይል እና በዐመፃቸው ኃይል መካከል ቅራኔ ይሆናል፡፡ የእግዚአብሔር ሉዑላዊ ኃይሉ በባሕርይው በፈቃደኝነት ራሱን ለሚያስገዛ ሰው ለማዳን ሲሠራ፤ በትዕቢትና በተቃውሞ ለሚሄድ ግን እንደ ፈርዖን የበላይነቱን በፍርዱ ይገልጣል ማለት ነው (ያዕ. 4÷10)፡፡

ጻድቃን በዚህ ኃይል ባለቤት ሥር ራሳቸውን ስላዋረዱ በዐመጽ ተጽዕኖ እና በኃጢአት ምክንያት ከከፍታቸው ወርደው በድካም ሲገኙ ይህ ኃያል የሆነው (ቃል) ያነጻዋል ይደግፋቸዋል፡፡ ኃጢአት ሠርተው ከሆነ በንስሐ ተመልሰው ወደ ክብሩ ብርሃን ነጸብራቅ የመግባትን ጸጋ አግኝተዋል (ምሳሌ 24÷16)፡፡

ነገር ግን ይህን የማዳን ኃያል ክንድ የሆነውን የእግዚአብሔር ቃል ተብሎ የሚጠራውን ልጁን ኢየሱስን በመቃወም ልቡን ያደነደነ ሰው በዐመፃው ይቀጥላል፡፡ ልቡ በዕልከኝነት የደነደነ ሰው በዚህቸ ምድር የንስሐ ልብ አይኖረውም፡፡ የእግዚአብሔር ሉዓላዊ የመለኮት ኃይል በእምነት በኩል ብቻ ስለሚሠራ ለእርሱ ጠቀሜታ አይኖረውም፡፡

ፈርዖን ብዙ ኃይል ሲገለጥ ዐየ፤ ዳሩ ግን አልጠቀመውም፤ ስለዚህ አመጸኛ ሰው በኃጢአት ዕልከኛ ልብ ወደ ሲዖል ይነዳል፡፡ በሲዖል ውስጥ የሆነ ሰው ደግሞ ምንም የእሳቱ ትንታግ ቢያቃጥለውም ከእሳቱ ለመዳን እንጂ፣ የንስሐ ልብ የለውም፤ ሊኖረውም አይችልም፡፡ ከሀብታሙ ሰው እና ከአልዓዛር ታሪክ ይህንን እናስተውላለን (ሉቃስ 16÷23-24)፡፡ ዔሣውም ችግሩ ይህ ነበር በረከትን ሊወርስ ወዶ ሳለ እንደተጣለ እናያለን፡፡ ዔሣው በረከት አሳዳጅ ሆነ (ዕብ. 13÷16)፡፡

ይህ ኃይል በወልድ ውስጥም የገኛል፡፡ የዕብራውያን ጸሐፊ ሊያስተላልፍ የፈለገው መልእክት ይህንን ነው፡፡ ወልድ ይህ ኃይል አለው፡፡ እርሱም የእግዚአብሔር ኃይልም

ነው (ዕብ. 1፥3)። የዕብራውያን አማኞች በሚኖሩበት በመጀመሪያው መቶ ዓመት የሚኖር ፈላስፋ የነበረው ፊሎ ቃል ወይም በግሪኩ ሎጎስ ማለት አካል ያለው፣ ጥበበኛ፣ በአእምሮው የላቀ፣ የሚታወቀውንና የሚታየውን፣ እንዲሁም የማይታየውን ዓለም የሚገዛ ነው ብሎ ያስብ ስለነበረ ... ለመጀመሪያዋ ቤተ ክርስቲያን ቃል (ሎጎስ) ማለት የሚታወቅ ዕውነት ነበር። የዕብራውያን ጸሐፊ ይህ ኃይሉ የበላይ የሆነው እርሱ ክርስቶስ ነው ይላቸዋል። ጌታ ኢየሱስ የእግዚአብሔር ቃል ሲሆን፣ ይህ ቃል (ሎጎስ) የእግዚአብሔር ኃይል ነው። ቃሉ የእግዚአብሔር ኃይል በክርስቶስ በኩል መገለጡን ያመለክታል። የግሪኩ ፈላስፋ ይህ ኃይል ለሚታዩት ለማይታዩት ዓለማት (Universe) ሁሉ ጥበብ ነው ይላል።

ክርስቶስ የእግዚአብሔር ኃይል (ጥበብ ነው) ስንልም ይህን ያመልክታል። በክርስቶስ ኢየሱስ የተገለጠውን ኃይል የተመልከቱ ይህን ኃይል ከሥልጣን እና ከጥበብ ጋር ያያይዙታል። ይህ ጥበበኛ የሆነው አምላክ በኃይሉ ውብና ድንቅ የሆነውን ዓለም (Universe) ይገዛል (ማቴ. 13፥54፤ማር. 6፥2)።

አይሁድም ይህ ኃይል ጥበብ ከሆነው እንደ አንጸባራቂ ብርሃን ወጥቶ ዓለማትን ፈጥሯል ብለው ያምናሉ (ምሳሌ 3፥19፤ ኤር. 10፥12)። ይህ ኃይል በፈቃዱ ራሱን በሚያስገዛ ዘንድ እንደሚገለጥ ሁሉ በእምነት በኩል ይተላለፋል (ዕብ. 4፥12፤ ሮሜ 15፥13፤ ሉቃስ 24፥49፤ ገላ. 3፥5፤ ኤፌ. 3፥7)።

ይህ የእግዚአብሔር ኃይል አማኙ ኃጢአትን እንዲቃወም የሚያስችለው ዐቅም ነው። ሰው በራሱ ተፍጨርጭሮ ወደ ቅድስና ሕይወት መግባት እንደማይችል የዕብራውያን መጽሐፍን ስናነብብ የምናስተውለው ሲሆን፣ የዕብራውያን መጽሐፍን ምዕራፎች ማንበባችንን ስንቀጥል ብዙ የምናስተውለው ይሆናል። የቀደመው ኪዳን ሆነ የመሥዋዕቱ ሥርዓት የሚያመልከውን ሊያነጻው፣ እንዲሁም በፍጽምና በቅድስና ሕይወት ሊያኖሩት አልቻሉም (ዕብ. 9፥10)። ስለዚህ ኃጢአትን የሚስወግድና በኃጢአት ላይ የበላይ ሆኖ በክርስቶስ የቅድስና ልክ ለመኖርና ለመመላለስ ይህ ኃይል (ዱናሚስ) ያስፈልጋል። በእኛም በኢትዮጵያውያን ዘንድ የመቅደስ ሥርዓቶች ማድረግ የተለመደ ነው። ብዙዎች በገዳማት ተሸሽገው በጾምና በጸሎት ይኖራሉ። ሰዎች ከብዙ ኃጢአቶች እንዲታቀቡ የሚያደርጉ ከሆነ፣ እነዚህ ሥርዓቶች በጎ ሊሆኑ ይችላሉ፤ ሆኖም በሕሊና ፍጹም አያደርጉንም።

ይህ የቅድስናው ሕይወት በእኛ ያድር ዘንድ የእግዚአብሔር ክብር (አንጸባራቂ ክብር / የባሕርይ ለውጥ) በመለኮት ኃይል በእምነት በኩል ሊገለጥ ያስፈልጋል። ኢየሱስ ደግሞ ይህን የማድረግ ዐቅም አለው። ይህ የኢየሱስ ክብር የሆነው መዳን በእምነት በኩል በመንፈስ ቅዱስ የሚሠራ ሰማያዊ የሆነና በሰማያዊ የክህነት አገልግሎት የሚፈጸም ነው (2ኛ ተሰ. 2፥13-14፤ ሮሜ 15፥15፤ 1ኛ ተሰ. 5፥23)።

ሁለተኛው ቃል *"ሥልጣን"* የሚለው በግሪኩ "Exousia" ሲሆን፣ ይህ *ሥልጣን* ደግሞ በክርስቶስ ኢየሱስ ይገኛል። እግዚአብሔር አብ የሁሉ የበላይ *ሥልጣን* ያለው ነው። እንደዚሁ ጌታችን ኢየሱስ ክርስቶስ የሁሉ የበላይ ባለ *ሥልጣን* እንደ ሆነ እንመለከታለን። ይህን *ሥልጣን* በምሳሌ ለማስረዳት የትራፊክ ፖሊስን ማየት እንችላለን።

የትራፊክ ፖሊስ ኃይል የለውም *ሥልጣን* ግን አለው። ዕጁን ሲያወዛውዝ መኪናዎች ሁሉ ሊቆሙ ግድ ነው። ምክንያቱም ኃይል ያልያዘ ሳይሆን፣ *ሥልጣን* የሰጠው *መንግሥት* ከበስተጀርባው አለ። *መንግሥት* ደግሞ ኃይል (ወታደር፣ ገንዘብ፣ ሕገ *መንግሥት* እና የጦር መሣሪያ) አለው። ስለዚህ ትራፊክ ፖሊሱ በተሰጠው *ሥልጣን* *መንግሥትን* ወክሎ ነው የሚቆመው። የእግዚአብሔር *ሥልጣን* በልጁ በኢየሱስ የተገለጠ ነው።

በሰማይና በምድር ከምድርም በታች ሁሉ ከሚገኙ ኃይላትና *ሥልጣናትን* እጅግ የሚበልጥ ኃይል እና *ሥልጣን* ያለው እግዚአብሔር ነው (ሮሜ 13፥1)። ይህ *ሥልጣን* ደግሞ በቃሉ ውስጥ ይገኛል። ከእግዚአብሔር አፍ የሚወጣው ቃል የበላይ እንደ ሆነ ሁሉ ከጌታን ኢየሱስ የሚወጣው ቃልም የበላይ ነው።

"*ሥልጣን* ሁሉ በሰማይና በምድር ተሰጠኝ" (ማቴ. 28፥18) ሲል ሉዓላዊ *ሥልጣኑን* እናስተውላለን። ይህ *ሥልጣን* *ሥጋ* ለብሶ በመምጣቱ ያለውን ሉዓላዊ *ሥልጣኑን* ሲያመለክት *ሥጋ* ሳይለብስ ደግሞ ቀድሞውኑ ባለ *ሥልጣን* እንደ ነበረ እንረዳለን (ዮሐ. 1፥1፤ ዘፍ. 1፥1)። መንፈሳዊ *ሥልጣንንም* ሆነ ምድራዊ *ሥልጣንን* እግዚአብሔር እንደ ፈቀደ ለሰው ልጆች ይሰጣል። ልጁ ኃጢአትን የማስተሰረይ *ሥልጣን* አለው (ማቴ. 9፥6)። እግዚአብሔር ልጆች እንድንሆን እግዚአብሔር *ሥልጣን* ሰጥቶናል (ዮሐ. 1፥12)።

ሌላው የግሪክ ቃል "Kartos" የሚለው ሲሆን፣ ጉልበት ማለት ነው። እርሱም የሚታይ የሚገለጥ ጉልበትን ይወክላል። ይህ ጉልበት በአንድ ፈርጣማ ጡንቻ የተጠራቀመ ዐይነት ነው። ይህ ጉልበት (ኃይል) በምሳሌ መጽሐፍ በብዙ ቦታዎች ተጠቅሷል። የእግዚአብሔር ክንድ በመባልም ይታወቃል (መዝ. 118÷16)።

ሌለኛው የግሪክ ቃል "ischuos" የሚለው ነው ይህም ችሎታን ወይም ብርታትን "Mighty" የሚለው ቃል በእንግሊዝኛው (Ability) ወይም ዐቅም የሚለውን ፍቺ የበለጠ ይገልጸዋል። እግዚአብሔር ችሎታን፣ ብርታትን፣ ዐቅምን በክርስቶስ ኢየሱስ መግለጡን ያሳያል። ለምሳሌ ሐኪሙ ሉቃስ በጌታን በኢየሱስ ክርስቶስ ስለዚህ በርታት፣ ዐቅም፣ ችሎታ በምሳሌ የተናገረውን እንዲህ ሲል አሰፍሮልናል። "ጥቅሱ ከአሳቡ ጋር ያለው ግንኙነት እንደ ገና ይታይ ... " (ሉቃስ 6÷48)። ወይም አንድ አማኝ ወደ መንግሥት ሰማያት ለመግባት ዐቅም፣ ብርታት፣ ችሎታ የሚሰጠው እግዚአብሔር እንደ ሆነ በሉቃስ 13÷24 "በጠበበው በር ለመግባት ተጋደሉ፤ እላችኋለሁና ብዙዎች ሊገቡ ይፈልጋሉ፤ አይችሉምም" ይናገራል።

ይህ በሰማዕቱ በእስጢፋኖስ ዘንድ ተገልጦ የነበረ ብርታትና ዐቅም ፈሪሳውያኑ ሊቋቋሙት አልቻሉም ነበረ። የሚናገረውን ጥበብ የሰጠው መንፈስ ቅዱስ ነበረ። እስጢፋኖስ በሕግ ትምህርት ሊቅ ስለ ነበረ ሳይሆን፣ የጥበብ መንፈስ ስለ ነበረው ቃሉን ከብሉይ እየጠቀሰ ይተረትረው ነበረ (የሐዋ. 6÷10)። የብዙዎቻችን ችግር ይህ ነው ዐቅም አለኝ፤ ጤናማ ነኝ፤ እችላለሁ፤ ካልን በጸጋው ችሎታ ላይ መገደፍ አይሆንልንም። ጌታችን ኢየሱስ "ሕመምተኞች እንጂ፣ ባለ ጤናዎች መድኃኒት አያስፈልጋቸውም" አለ (ማቴ. 9÷12)። ጤናማ የሆነ ሰው መድሐኒት (የምሕረቱ ባለ ጠግነት አያስልገውም) (ኤፌ. 2÷4)።

ስለዚህም "ምሕረትን እወድዳለሁ÷ መሥዋዕትን አይደለም" ብሎ ሲናገር እናስተውላለን (ማቴ. 9÷13)። እንደ ቃየን በዐቅማችን መሥዋዕት ልናቀርብ እንችል ይሆናል። በሥጋ የተፈጸመ ሥራ ግን መድኃኒት መዳን አይሆንም። በሥጋ ያሉት (ያልዳኑት) ወይም በሥጋ የሚሆን ተግባርም እንዲሁ እግዚአብሔርን አያስደስተውም፤ ደግሞም እርሱ እንዲህ ያለውን ነገር ከቶም አይቀበለውም (ሮሜ 8÷8)።

ስለዚህ በሥጋ የሚደረጉ ማንኛውም የመቅደስ ሥርዓቶች ለሚያመልከው ሰው ፍጽምናን ማምጣት አልቻሉም ነበረ። ገና ከልጅነት መገረዝ፣ ማስቀደስ፣ የመሥዋዕት በግ ይዞ መቅረብ... የሚያመልከውን ሰው ሊያነጹት እና ኃጢአቱን ደምስሰው ወደ ቅደስተ ቅዱሳን

ሊያስገቡት አልቻሉም (ገላ. 5÷6)፤ ነገር ግን በእግዚአብሔር ኃይል የመቻል ዐቅም ይገኛል፡፡ይህም ማለት ወደ ቅድስተ ቅዱሳን ለመግባት ዐቅም ሆነን፡፡ ሐዋርያው ለፊልጵስዩስ ሰዎች "ኃይል በሚሰጠኝ በክርስቶስ ሁሉን እችላለሁ" ይላል (ፊልጵ. 4÷13)፡፡ "ኃይል" የሚለው ቃል "ዲናሞ" የሚለው የግሪክ ቃል አቻ ትርጉም ሲሆን፣ መቻል ደግሞ "ischuoo" የሚለው ነው፡፡ አማርኛው ብዙ ጊዜ መልካም ቃላት ሲጠቀም፣ ነገር ግን አንዳንድ ጊዜ ወደ እንግሊዝኛው ቢቻል ወደ ግሪኩ መዝገበ ቃላት በመሄድ ማየት ጠቃሚ ይሆናል፡፡ ለምሳሌ ኤፌ. 6÷10 "በቀረውስ በጌታ በኃይሉ ችሎት የበረታችሁ ሁኑ" ይላል (ኤፌ. 6÷10)፡፡

በደንብ ስናየው እና ስንተነትነው ግን በጌታ (በእግዚአብሔር) ጉልበት (Kratos)፣ ችሎታ፣ ዐቅም እና ብርታት) ነው ማለት ይሆናል፡፡ እነዚህን ሁሉ ኃይሎች ብሎ በደፈናው ማጥናት ወደ ተሳሳተ ድምደሜ ሊያደርሰን ስለሚችል የቃላት እና የአሳቦችን ትክክለኛ ትርጉም ለመረዳት ጥልቅ ጥናት ማድረግ ያስፈልጋል፡፡ ለምሳሌ በመከራ ውስጥ መጽናት የምንችለው የእግዚአብሔር ክንድ ጉልበት እና ዐቅም ሲሆነን ነው፤ ይህ ማለት በዕጁ ሲይዘን እንደ ማለት ነው፡፡ ሌላው ጠላትን ለመዋጋ የልጅነት ሥልጣን ስላለን ነው ... ወዘተ፡፡ በግሪኩ አምስት ቃላቶች እንመልከት፡- exousia,dunamis,kratos,ischious and energia. **1. Exousia** - ስልጣን **2. Dunamis** - እምቅ ሐይል (ፈንጂ) **3. Kratos** - ሁሉን ቻይ፣ የበላይ ታላቀነትና ጉልበት **4. Ischious** - ብርታት፣የሚይዝ ሐይል (እጅ መዳፍ) **5. Energia** - የሚሰራ ሐይል፡፡ የኤፌሶን መፅሐፍ ምዕራፍ አንድ ቁ. አስራ ሰባት ጀምሮ ይመልከቱ፡፡

የእግዚአብሔርን ኃይል ስናስብ በጽድቅ ለመኖር፣ ለመስበክ እና ለማገልገል የሚሰጠን መሆኑን መረዳት ይኖርብናል፡፡ "ከላይ ኃይል እስከትለብሱ ድረስ በኢየሩሳሌም ከተማ ቆዩ" (ሉቃስ 24÷49) ወይም "እግዚአብሔር የናዝሬቱ ኢየሱስን በመንፈስ ቅዱስ በኃይልም ቀባው" (የሐዋ. 10÷38) የሚለውን እንድናስታውስ ይረዳናል፡፡

እግዚአብሔር ወልድ ደግሞ ዓለማትን እንዳሉ አድርጎ (እንደ ተጠበቁ) አድርጎ ባሉበት ሁኔታ እንዲኖሩ በሚያደርግ ኃይል "ዲናም" አማካይነት የተከማቸ ኃይሉን በመጠቀም ዓለማትን ተሸክሞ ይዟል፡፡ እነዚህ ሁሉ የኃይል ዐይነቶች ክርስቶስ ኢየሱስ ለቤተ ክርስቲያን የሰጠው ወይም ያካፈለው ነው (ኤፌ. 1÷19፤ ቈላስ. 1÷11-12) ይጠና፡፡

አማኞች ሥልጣንን አንዴ ተቀብለዋል ኃይልን ግን ከጊዜ ወደ ጊዜ እየጨመረ እና እየሞላ የሚመጣ ነው፡፡ ይህ በጌታችን በኢየሱስ አገልግሎት የምናየው ነው (ሉቃስ 5÷17፤ ሉቃስ

9÷1 /24÷49)፡፡ ለአገልግሎት በሚሰጠን ዐቅም (ኃይል / ዲናሞ) መጠን በተሰጠን መክሊት መነገድ እና ማብዛት የምንችልበት አሠራር ነው (ማቴ. 25÷15)፡፡

ጌታ ስለ መንፈሳዊ ምሥጢር በይበልጥም ስለ እግዚአብሔር ክብር እና ኃይል፣ ዐቅም፣ ጒልበት በዚህ ክፍል ያስተምረናል፡፡ መክሊት (ብር) ጠቃሚ ነገር ነው፡፡ በገንዘባችን መድኃኒት፣ መጠለያ፣ ምግብ ... ወዘተ እንገዛለን፡፡ ጌታን ኢየሱስ ማስተማር የፈለገው ይህ መክሊት (ብር) ምድራዊ ሳይሆን፣ መንፈሳዊ እንደ ሆነ ነው፡፡ እኛም ሆንን የበጉ ሐዋርያት መንፈሳዊ ነገርን ለማስተዋል የምንቸገርባቸው ጊዜያትች አሉ፡፡ ለምሳሌ ጌታ “መምህር ሆይ ብላ” ብለው ለመኑት እርሱ ግን እናንተ የማታውቁት የምበላው መብል አለኝ አላቸው፡፡

ስለዚህ ደቀ መዛሙርቱ የሚበላው አንዳች ሰው አምጥቶለት ይሆንን ተባባሉ፡፡ “የእኔስ መብል የላከኝን ፈቃድ አደርግ ዘንድ ነው” (ዮሐ. 4÷31-34)፡፡ አስቀድመን በተመለከትነው ክፍል ኢየሱስ ስለሚሻለው ሰማያዊ መክሊት (ብር) እንጂ፣ ስለ ምድራዊ ብር እያወራ አልነበረም፡፡ ነገር ግን ንጉሥ ሰሎሞን በምሳሌ 3÷13-14 ሲናገር፦ “ጥበብን የሚያገኝ ሰው ምስጉን ነው፡፡ ማስተዋልን ገንዘቡ የሚያደርግ፤ በወርቅና በብር ከመነገድ በእርስዋ መነገድ ይሻላልና” ይላል፡፡
የተሻለውን ብር (መክሊት) ከጌታ ዘንድ ተቀበልን፤ ይህ ብር (መክሊት) ደግሞ የእግዚአብሔር ጥበብ ነው (ምሳሌ 8÷9፤ 16÷16)፡፡ ይህ የእግዚአብሔር ጥበብ የሆነው ደግሞ ራሱ ጌታችን ኢየሱስ (ቃሉ) ነው (መዝ. 119÷72 እና 162፤ 1ኛ ቆሮ. 1÷24)፡፡ መክሊቱን (ብሩን) ለማብዛት በዚያም ነግዶ ለማትረፍ የሚቻለው ዐቅም (የእግዚአብሔር ኃይል) ሲኖር ነው፡፡

በኃይሉ ብዛት የተሞላ ክርስቲያን ሰማያዊ የሚሆነውን ጥበብ በመግለጥ ማትረፍ ይችላል፡፡ ስለዚህ የኃይሉ ዐቅም እና ጒልበት በበዛ መጠን መክሊቱ ይበዛል፡፡ መክሊቱን ለመሸከም የኃይሉ ጒልበት ዐቅም መጠን ይወስነዋል፡፡ እንግዲህ ምን እያልን ነው? የእግዚአብሔርን ክብር ሰዎች በተጠማን እና በክብሩ ውስጥ በሆንን መጠን የክርስቶስ መገለጥ (ሰማያዊ ጥበብ) ባለጠግነት ለዓለም ሁሉ በመታየት ይበዛል፡፡

ዛሬ የክርስቶስን ሕይወት ያለ ክርስቶስ ኢየሱስ ኃይል ልንገልጠው እንፈልጋለን፤ ነገር ግን ኃይሉ በሌለበት የክርስቶስ ሕይወት መታየት አይችለም፡፡ ኃይሉ በእኛ መካል በምልአት ስለሌለ የእግዚአብሔር ጥበብ እንደተለያየ የብርሃን ቀለማት ሆኖ ሊገለጥ አልቻለም (ኤፌ. 3÷10)፡፡ ለበሽተኛው መድኃኒት፣ ለኀዘንተኛው መጽናኛ፣ ለተራበው እንጀራ፣ ለደካማው

ብርታት የሚሆን እና የሕይወት ጥማትን የሚያረካው ይህ ክብር፣ ከአልማዝ የሚበልጠው መክሊት (ሰማያዊ፣ ጥበብ፣ ክርስቶስ) በመካከላችን እንዴት ይገለጥ? እርሱን የሚስበውን የመለኮት ኃይል እና መገኘት ልንጠማ ይገባል፡፡ የእግዚአብሔር ኃይል ሲገለጥ እና በመካከላችን ባረፈ ጊዜ እግዚአብሔር ወልድ በክብሩ ይገኛል፡፡ ልባችን ለክብሩ በተከፈተ መጠን የክርስቶስ መገለጥ ይበዛል፡፡

አሥር መክሊት የነበረው ሌላ መክሊት ተጨመረለት (ማቴ.25÷28-29)፡፡ የእግዚአብሔርን ኃይል የተጠሙ ሰዎች ክርስቶስን ማየታቸው፣ መቅመሳቸው እና መለማመዳቸው አይቀርም፡፡ ያዩትንና የቀመሱትን በዕጆቻቸው የዳሰሱትን ይህን ክብር እና ከወርቅ የሚበልጠውን ሐሤት እንደ እነርሱ ለመለማመድ ብዙዎች ይሰበሰባሉ፤ ከማዕዱም ይጠግባሉ (1ኛ ዮሐ. 1÷1፤ 3 4)፡፡

የፈሪሳውያኑ ችግር ይህ ነበር የኃይማኖት መልክ ነበራቸው ግን ኃይሉን ክደዋል (2ኛ ጢሞ. 3÷5)። ሌሎች ግን ኃይሉን ተጠሙ ተራቡ የእግዚአብሔርን ፈቃድ እርሱም ክብሩን በእምነት ተቀበሉ (ማቴ. 8÷11)፡፡ የእግዚአብሔር ኃይል (መገኘቱ) ሲኖር የክርስቶስ ማንነት (መለኮታዊ ባህሪውን) ይገለጣል፡፡

እጅግ ከባድ በሆነ ሁኔታ ውስጥ ስናልፍ የእግዚአብሔር ኃይል (መገኘቱ) እጅግ አስፈላጊ ነው፡፡ የእግዚአብሔር ኃይል በሙላት ሲኖር የቱንም ያክል ፈተናና ተቃውሞ ቢያጋጥመን ኢየሱስን በማየታችን መክቱን (ጥበብ) የሆነውን ማግኘታችን አይቀርም፡፡ በዚህም ደግሞ ለብዙዎች መታነጽ፣ መጽናናትና ብርታት እንሆናለን፡፡ ሰማዕቱ እስጢፋኖስ በኃይል የተሞላ ነበር (የሐዋ. 6÷8)፡፡

ይህ ኃይል በሕይወቱ ስለ ነበረ በፈሪሳውያን መካከል መክሊቱን፣ ማለትም ጥበብ የሆነውን ጌታ መግለጥ ጀመረ (የሐዋ. 6÷10)፡፡ በመጨረሻም በድንጋይ እየተወገረ እያለ ኢየሱስን በአብ ቀኝ ቆሞ ተመለከተው፡፡ ይህ ምስክርነት ከትውልድ እስከ ትውልድ ለሚያምኑ ሁሉ መታነጽ ከድካም ብርታትን ማግኛ ሆነ እንግዲህ መክሊት ማለት ይህ ነው፡፡

አማኝ ሁልጊዜ ይህን ኃይል ሊሞላ ይገባል፡፡ ቤተ ክርስትያን ከዚህ ኃይል እና ክብር ውስጥ በምልዓት ልትገኝ ይገባል (ኤፌ. 3÷16፤ ቄላስ. 1÷9-11)፡፡

በሥልጣኑ ቃል - ሥልጣን ሲል Dunameos የግሪከኛው የእንግሊዝኛው ትርጓም «inherent power» የሚለው እንደ ሆነ ተመልክተናል፡፡ በሥነ መለኮት ትምህርት omnipoternce የሚለው ልዑል እግዚአብሔር ተቀናቃኝ የሌለው ብቸኛ ባሕርይ እንዳለው የሚሳይ ነው፡፡ ይህ ቃል ደግሞ **omni- (all)** ሲሆን፣ **potent (powerful)** የሚለው ቃል እዚህ በዕብራውያን ከተጻፈው ጋር ተመሳሳይ ነው፡፡ ይህ ወደር-የለሽ የሆነ ጌታ **በመጀመሪያህዋን** ሲፈጥር፣ **ከዚያምፍጥረትን** ሲፈጥር በዘፍጥረት 1 ላይ ዐይተናል፡፡ እጅግ የሚገርምና በሰው ውይን ውብ የሆነን የጌታን የፍጥረት ኃይሉን እንመለከታለን፡፡ ምንም እንኳ ይህችን ምድር ለመፍጠር 6 ቀን ያህል ቢፈጅም፣ በቃሉ ይህን ግዙፍ ህዋ በመጀመሪያ ቀን መፍጠሩ ያስደንቃል፡፡ እግዚአብሔር ይህ ከበደኝ እንዳይል ቃልን ተናገረ፡፡

ቃሉ አሁንም ውስን እንዳልሆነ ልናስተውል ይገባል፡፡ ለምሳሌ ያህል የሰውን አፈጣጠር ስንመለከት *«ብዙ ተባዙ ምድርንም ሙሉአት»* ይላል፡፡ የሰው ልጅ እየተባዛ ፍሬው 7,058,590,873 ደርሶአል ይባላል፡፡ መረጃዎች እንደሚያመለክቱት በአሥራ ስምንተኛው ክፍለ ዘመን 1 ቢሊዮን ነበርን፡፡ 2050 ደግሞ 2 ቢሊዮን ሕዝብ ይጨምራል ይባላል፡፡ 10 ቢሊዮን ስንደርስ ምን ይውጠናል የሚል ስጋት ይኖራል፡፡ ነገር ግን አምላካዊው መልስ ምን ይላል? እርሱ ዐዋቂ ነውና ለምንኖርባት ምድር ተስፋ ይሆናል፡፡ የሰው ልጅ የሚያደርገው ምርምር መልካም ቢሆንም፣ አጥጋቢ ግን አይደለም፡፡ **ህዋ እየሰፋ መሄዱም** ያለ ጥርጥር በብዙ ምሁራን የታመነ ጉዳይ ነው፡፡ እግዚአብሔር ሁሉን ቻይ በሆነው የሥልጣን ቃሉ ህዋ ከወትሮ ዛሬ እየሰፋ ይሄድ ዘንድ አድርጎአል፡፡ እስከዚህ ድረስ ነው ልሸከም የምችለው ብሎ እንደ ዐቅሙ ተናገረ ለማለት አንችልም፡፡ ፍጥረት ዐቅም የለውም፤ እግዚአብሔር ግን ሁሉን ቻይ መሆኑን እንድንገነዘብ ያስፈልጋል፡፡ የዕብራውያን ጸሐፊ **ብሎ** ሲል የሚናገረው **ሎጎስ** የሆነው ቃል ምን ያህል ኃይለኛ (ሥልጣን) ያለው መሆኑን እናስተውል፡፡ በሬማና በሎጎስ ቃል መካከል ያለውን ልዩነት የቃሉ ሥልጣን ልዩነት ያለው በመሆኑ እንዳልሆነ እናስተውል፡፡

1) አንዳንድ አስተማሪዎች **logos** የሚለውን ቃል ኃይል እንደ ሌለው አድርገው ያቀርቡታል፡፡ ዕውነቱ ግን ከዚያ እጅግ የራቀ ነው፡፡ በጥቂቱ ለይተን ማየት ተገቢ ይሆናል፡፡ ሐዋርያው ጳውሎስ ስለዚህ ሎጎስ ስለ ሆነው ቃል እንዲህ ይላል፡- ‹ቃል› *«የእግዚአብሔር ቃል በሙላት ይኑርባችሁ»* ቈላስ. 3፥16 *«በቀረውስ ወንድሞች ሆይ የጌታ ቃል እንዲሮጥ በእናንተም ዘንድ ደግሞ እንደሚሆን እንዲከብር»* ይላል (2ኛ ተሰ. 3፥1)፡፡ በዚሁ በዕብራውያን መጽሐፍ በአራተኛው ምዕራፍ ቁጥር 12 ላይ ይህ ሎጎስ (ቃል) ሕያው ቃል ነው ይለናል (ዕብ. 4፥12)፡፡ ይህ ሕያው የሆነ ቃል ፤ ጉልበትና ኃይል

የሌለው ሳይሆን፣ የሰዎች ወግ ግን ቃሉ እንዳይሰራ ስለ ያዘው ጌታችን ኢየሱስ ክርስቶስ ያንን ተናገረ፡፡ *«ስለ ወጋችሁ የእግዚአብሔርን ቃል ሻራችሁ»* (ማቴ. 15÷6)፡፡ የእንግሊዝኛው *«tradition of men make the word of God of none effect»* ይላል፡ ፡ በትርጓሜውም "የሰው ወግ የእግዚአብሔርን ቃል ለውጤት አያበቃም" እንደ ማለት ነው (ማር 7÷13)

በቃሉ የተገነባ ሕይወት እንዲኖረን ማድረግ የእኛ ኀላፊነት እንጂ፣ የጌታ አይደለም፡፡ ጌታማ ቃሉን አስቀድሞም ሰጥቷል፡፡ **ይህ ቃል (Logos)**ግዑዛኑን ዓለማት (Universe) እየሰፋ የሚሄደውን **መያዝና መሸከም** ችሎአል፡፡ ይህ ሕያውና ዘላለማዊ ቃል በአንተም ሕይወት ወስጥ ይሠራ ዘንድ ምን ያህል በእርሱ ላይ ተመሥርተሃል? 1ኛ ቆሮ. 3÷12 *«በዚህ መሠረት ላይ በወርቅ ቢሆን በብርም በከበረ ድንጋይ በእንጨትም በሣርም ወይም በአገዳ ቢያንጽ፡፡»*

«ቃሉ በመንፈስ ቅዱስ ካልተቀባ አይሠራም» የሚል የትምህርት ነፋስ የጌታን ሕዝብ ወዲህና ወዲያ እንዲወዛወዝ በቆመበት ዐለት ላይ ጸንቶ ከመቆም ይልቅ እየተንሳፈፈና እየተፍገመገመ እንዲኖር አድርጎታል፡፡ በዚህም ምክንያት ብዙዎች ቃሉ የሚላቸውን *«በክርስቶስ ነኝ»* የሚለውን ኪዳን ማወጅ (መናገር) የተሳናቸው ሆነዋል፡፡ ሐዋርያው ለጢሞቲዎስ ሲጽፍለት *«የእግዚአብሔር መንፈስ ያለበት መጽሐፍ ሁሉ ለትምህርትና ለተግሣጽ ልብን ለማቅናት በጽድቅም ላለው ምክር ይጠቅማል»* (2ኛ ጢሞ. 3÷16)፡፡ ቃሉ ሕያው የሆነ ቅብዓ-ቅዱስ አለው፡፡ **የሰው ልብ እንጂ፣ ግዑዙ ነገር ቃሉን አላስቸገረም፡፡** ቃሉንና መንፈሱንም ለያይተን የምንመለከታቸው አይደሉም፡፡

በይበልጥም በወንጌውያን እምነት በየመድረካችን የሚሰነዘሩ በተለምዶ የሚነገሩ አንዳንድ ቃላቶች እና አስተምህሮዎች በእግዚብሔር ቃል ልንፈትሻው እና እንደ ቃሉ ያልሆኑትን ልናስወግድ፣ መልካም የሆኑትን ደግሞ ወስደን በእምነት ከራሳችን ጋር አዋሕደን ልንኖርባቸው ይገባል፡፡

በቃሉ መስታወት ዐይተን እግዚአብሔርን ለመምሰል የማይጠቅመውን ነገር ሁሉ ልንተወው ይገባናል፡፡ በይበልጥም ከጥቂት ዓመታት በፊት፣ ማለትም ወታደራዊው ደርግ ወድቆ የኢህአዴግ መንግሥት ስፍራውን ሲይዝ የወንጌላውያን አብያተ ክርስቲያናት በቤት ተሸሽጎ ከማምለክ ወደ ዐደባባይ ወጡ፡፡ በዚህ ወቅት አንዳንድ አስተምህሮዎች በየአብያተ ክርስቲያናቱ ሰርገው መግባት ጀመሩ፡፡

ከዚያ ውስጥ "ይህ የእግዘብሔር ቃል ካልተቀባ በስተቀር ወይም በተቀቡ አገልጋዮች ካልታወጀ በስተቀር በአማኙ ሕይወት ፍሬ አያፈራም" የሚል ነበረ፡፡ በደርግ የነበረውን ጫና በቅድስና፣ በትዕግሥት እና በወንድማማች መዋደድ ያሸነፈችው ቤተ ክርስቲያን የያዘችውን የጸናችበትን እና በመከራ ያበረታትን ሕያው ቃሉን ትታ የተቀቡ አገልጋዮች በማለት ከአንዱ ወደ ሌላው መንከራተት ጀመረች፡፡

ቀድሞ በአሕዛብ ዘንድ የተመሰከረላት የነበረችው ቤተ ክርስቲያን ዛሬ ብዙ ሕዝቦች ቢኖሯትም፣ ሥር የሰደዱ፣ እንደ ሻማ ቀልጠው ለሌሎች ብርሃን የሚሆኑ፣ የጸኑ ደቀ መዛሙርት ማግኘት ግን ብርቅ ነው፡፡ ቀድሞውኑ ሥር የሰደዱ፣ በሕያው ቃሉ የበሰሉ፣ የመንፈስ ቅዱስ ቅባት ያላቸው አባቶች የደርግ ካድሬዎችን ጨምሮ የደቀ መዛሙርት ሕይወት ምን እንደ ሆነ በሕይወታቸው እና በትምህርታቸው እያሳዩ ሰዎችን ያስተምሩ፣ ያጠምቁ፣ ለክርስቶስ በጎ ሠራተኞች ይሆኑ ዘንድ ያደርጓቸው ነበር፡፡

በሰዎች ሕይወት ላይ ትልቅ ሥራ ሠርተው ለአገልግሎት ብቁ ያደርጉ ነበር፡፡ ብዙ የክትትል አገልግሎትና ብዙ አስተምህሮ በየቤታቸው ያደርጉ ስለ ነበር አንዳቸው የአንዳቸውን ጥያቄና ሸክም ተጋርተው መሥዋዕትነት ከፍለው ብዙዎችን ይወልዱ እና ያሳድጉ ነበር፡፡ ይህ ማለት ግን የቀደሙት ብቻ ናቸው በቅባት፣ በቃል እና በመሥዋዕትነት የሚያገለግሉት ማለታችን እንዳልሆነ ሊታወቅ ይገባል፡፡ ሆኖም በቀደመው የቤት ለቤት አገልግሎት በጸጋ፣ በቅባት፣ ቃሉን በማስተማር ቤተ ክርስቲያን ብዙ ፍሬ እንዳፈራች ልናስተውል ይገባል፡፡

ሐዋርያው ለኤፌሶን ሰዎች እንደተናገረው በየቤታቸው እየዞረ በብዙ እምባ የሚስፈልጋቸውን ሕያው ቃሉን እንዳስተማራቸው፣ በመጨረሻም ለጸጋው ቃል አሳልፎ እንደሰጣቸው እናነባለን፡፡ ዋናው ቁም-ነገሩ የመድረኩ ትዕይንት ሳይሆን፣ ከመድረኩ የሚተላለፈው ሕይወት ያለው ቃል በሕዝብ ዘንድ ዘልቆ እየገባ አማኙን ጠንካራ ደቀ መዝሙርና አገልጋይ አድርጎታልን ብለን መጠየቅ ተገቢ ነው፡፡ የእግዚአብሔር ቃል ሕያው በመሆኑ ጊዜ ተሰጥቶት ሊጠና ይገባል፡፡

በዚህ ዘመን በኢትዮጵያም ሆነ በምዕራባውያን አገራት በሚገኙ የወንጌላውያን አብያተ ክርስቲያናት አገልጋዮች፣ እንዲሁም በአፍሪካ ስለ ተነሡ አገልጋዮች እግዚአብሔርን ማመስገን ይገባናል፡፡ ሆኖም አብዛኛው አማኝ ሕዝብ በቃልና በመንፈሱ ሥር ሰድደው አለመተከላቸው ከፍሬው የምናየው ዕውነት ነው፡፡

ይህን ስንል በዚህ ዘመን የሚደረገው መንፈሳዊ ዕንቅስቃሴ እምብዛም ነው ማለት አይደለም፤ የጸጋ ስጦታዎች ለቤተ ክርስቲያን መታነጽ ትልቅ አስተዋጽኦ ቢኖራቸውም፣ ዋናው የምንመሠርትበት ዐለት እና የምንገነባበት መሣሪያ ሕያው ቃሉ እንደ ሆነ ለማመልከት ነው፡፡ በአሁኑ አነጋገር “የተቀባ ቃል” “የእግዚአብሔር ቃል የተቀባ ነው” የሚለው ልዩነት መጥቶአል፡፡

“የተቀባ ቃል” ስንል በቀላሉ ከአገልጋዮች የሚነገሩ ቃላቶች ከእግዚአብሔር ቃል ሊሆን ይችላል ወይም በጸጋ ስጦታ የሚመጡ መልእክቶች ሊሆኑ ይችላሉ፡፡ ስለዚያ ገጽ 9 ፣ 21ኛ መስመርን ተመልከቱ፡፡ እነዚህ የተቀቡ ቃሎች ከእግዚአብሔር የተሰጡ ከሆኑ በአማኝ ላይ ሲነገሩ (ሲታወጁ) የሚሠሩ ይሆናሉ፡፡ ሰውዬው/ ሴትዮዋ በእምነት እንዲጎለምሱ ለምክር፣ ለተግሣጽ፣ ልብንም ለማቅናት ይጠቅማል፡፡ በመንፈሳዊ ዓለም የታሰሩበትን ቋጠሮ ይፈታል፡፡ ይሁን እንጂ፣ በእግዚአብሔር ቤት ተተክለው እንዲጸኑ ክርስቶስን በመምሰል የሚመላለሱቱ በእግዚአብሔር ቃል ሥር ሰድደው ሲታነጹ ብቻ ነው፡፡ ቃሉ (የእግዚአብሔር ቃል) በሰው ልብ ሲዘራ ይበቅላል፡፡ ሲነገር ለሚሰማው በዕምነት በኩል ሕይወትን ይሰጣል፤ ቃሉ መንፈስ እና ሕይወት ነው፡፡ ይህ የእግዚአብሔር ቃል (logos) በራሱ ሙሉ ሥልጣንና ኃይል ያለው የተቀባ ስለሆነ፣ በአማኙ ሕይወት ለውጥ ያመጣል፡፡

የክርስቶስ ክብር በቃሉ ውስጥ ስለሚገኝ በቃሉ የሚኖር ወይም የሚመላለስ በእርሱ ክብር ይመላለሳል፡፡ ቃሉን በጊዜው አለ ጊዜውም ሊሰበክ፣ ሊነገር እና ሊታወጅ ይገባል፡፡ አገልጋዩ በዚህ ቃል ሥር ሰድዶ የቃሉን ሙላት በመኖር ሊያገለግል ግዴታው ነው፡፡ ሁላችንም ይህ ቃል (logos) ያስፈልገናል፡፡ በመጀመሪያ ይህን ቃል ስናነብበው እንደ መረጃ (information) ይሆናል፡፡

በጥሞና በጸሎት መንፈስ በቆምን እና ባሰላሰልነው መጠን ቃሉ እንደ ትእዛዝ ሆኖ እንድንኖርበት ያዘናል፡፡ ከዚያ በኋላ ጠልቀን ስንቆፍር በጸሎት፣ በትሕትና፣ በእምነት ስናዋሕደው ደግሞ ውሕደትን እና አንድነትን ይፈጥራል (ዕብ. 4÷12)፡፡ ከጌታ ጋር የሚተባበር አንድ መንፈስ እንደ ሆነ ሁሉ ይህ ውሕደት አማኙ እና ጌታ እንዳይለያዩ ወደሚያደርገው ክቡር ሕይወት ያስገባዋል፤ ያ ሲሆን የልብ መቀየር፣ የአስተሳሰብ ለውጥ እና በአእምሮ መታደስ ደርሰናል ማለት ነው (መዝ. 119÷10 -11፤ 57-58)፡፡እግዚአብሔር ቃሉን ለዓለም ሁሉ ሰጥቷል፡፡ ይህ የተሰጠን ቃል ሎጎስ ይባላል፡፡

ሉቃስ የእግዚአብሔርን **ኃይልና ሥልጣን** እንዲህ ሲል ያውጃል (ሉቃስ 1÷37)፡፡ በሮሜ መጽሐፍም ላይ የዚህ አሳብ ማብራርያ በጳውሎስ ይጠቀሳል (ሮሜ 1÷16)፡፡ የወልድ ቃል ከሌላ ቃሎችና ድምፆች በተለየ ሥልጣን ያለው ቃል ነው፤ ምክንያቱም የእግዚአብሔር ድምፅ ነውና፡፡ ኢየሱስ ሁሉን ያቆመው በቃሉ ነው፤ ቃሉ መለኮታዊ ዐቅም አለውና፡፡ ዓለማት የተዋቀሩበት የተለያየ ክፍል እርስ በርስ የቆመው በስበት ሕግ ብቻ አይደለም፤ ነገር ግን በሥልጣኑ ቃል ዐዋጅ ነው ደግፎ ያቆማቸው፡፡ *(ቅድመ አስቲን ሐተታ/ በጄፍ ጋሪሰን)*

ቃል - (Rema) ከአንደበት የወጣ ቃልን ያመለክታል (ማቴ. 12÷36)፡፡ ከቃልህ የተነሣ ትጸድቃለህ፣ ከቃልህም የተነሣ ትኰነናለህ (ሮሜ 10፡8)፡፡ በአፍህ በልብህም ሆኖ ቃሉ ቀርቦልሃል፡፡ ይህ ቃል **የትእዛዝ፣ የሥልጣን፣ የገዥነት** ቃል ነው፡፡

‹ቃል› (ሃሬይማህ) hray'-mah በእንግሊዘኛው (rehma)፦ የንግግርን ቃል የሚገልጽ ነው፡፡ በተለይ ከሕያው ድምፅ የሚወጣ ንግግርን ያሳያል፡፡ ‹rehma› ትርጕም የሚሰጥን ድምፅ ሁሉ ይወክላል፡፡ ሉቃስ 18÷34 (rehma) በንግግር የሚገለጽ ነገር ፣ሁኔታና ክንውንን ይወክላሉ፡፡ እግዚአብሔር ወልድ ተናገረ (ቃል አወጣና)፤ ዳሩ ግን ይህ ፈጠረ ማለት ብቻ አይደለም፡፡ አሁንም ቃል እያወጣ የተፈጠረውን ያኖራል፡፡ እግዚአብሔር በልጁ - በቃሉ ውስጥ የተናገረውን ስንሰማ በሁሉም ነገሮች ውስጥ ያጸናናል፡፡ ቃሉ ባዶ አይደለም፤ ሥራ የሚሠራበት ዐቅም አለው፡፡ *(መጽሐፍ ቅዱስ ጥቅሶች የብሉይና /የአዲስ ኪዳን ግሪክ መዝገበ ቃላት፣ የቴየር ትርጕም 1989. በ ጆሴፍ ሄንሪ ቴየር፣ አስቲን ሐተታ/ በጄፍ ጋሪሰን)*

መደገፍ - በግሪኩ (Phero) ይለዋል፡፡ የመያዝ፣ ድጋፍ የመሆን፣ የመቋቋምን ትርጕም ይዟል (ዕብ. 12፡20)፡፡ ክብሩ ለሥልጣኑ ቃል ኍልበት ይሰጠዋል፤ ያጸናዋል፡፡ ከዚህም የተነሣ ሌሎች የማይቋቋሙት፣ የማይጋፉትና የማይችሉት ኃያል ቃል ይሆናል፡፡

ጸሐፊው ፍጥረትን የመጠበቁን የክርስቶስን ሥራ እንደ "ካርታ-የመሰለ" ስዕል ዐይነት አድርጎ እርሱ አጽናፈ-ዓለሙን የሬሳ ያህል ከብዶት እንደ ያዘው፣ አለዚያ ግን ምንም እየሠራ እንዳልሆነ አድርጎ አላየውም። በተቃራኒው **እየደገፈ** የሚለው ቃል የሚጠቁመው እርሱ ወደ መጨረሻው ፍጻሜ እየወሰደ የተሸከመው መሆኑን ያመለክታል።

ሥዕላዊ ገለጻው ቀጣይነት ያለው (ወቅታዊ ጊዜን አመልካች) ሆኖ፣ ፈጣሪ ከፍጥረቱ ጋር የደነዘዘ እና የረጋ (ዴይስቶች እንደሚሉት) ዐይነት ተሳትፎ ሳይሆን፣ ንቊ እና ኃያል የሆነ

ተሳትፎ አለው ማለት ነው። ጌታ ኢየሱስ ሁሉን ነገር በአንድነት፣ ደግሞም በገዛ ራሱ ኃይል አንዳቸው ከሌላቸው ጋር ካላቸው ተገቢ ግንኙነት አኳያ ይዟቸዋል። ውቅያኖሶቹ በማረፊያቸው ላይ ተይዘዋል። ወንዞች ወደ ባሕር ይፈስሳሉ። የሰማይ አካላት በምህዋራቸው ውስጥ ይጓዛሉ። *(ቅድመ አስቲን ሐተታ/ በጀፍ ጋሪሰን)*

መደገፍ (ፌርኦ) fer'-o :- የሚለው ቃል አንድን ነገር መሸከምን የሚያሳይ ሲሆን፣ በነፋስ ወይም በመሪ የሚመራ መርከብን የሚያመለክት ነበር፡፡ (የሐዋ. 27፡15) ወይም በመንፈስ ቅዱስ ተነድተው ቅዱስ ቃሉን እንደጻፉት (2ኛ ጴጥ. 1÷21)፡፡ *(መጽሐፍ ቅዱስ ጥቅሶች የብሉይና /የአዲስ ኪዳን ግሪክ መዝገበ ቃላት፣ የቴየር ትርጉም 1989. በ ጆሴፍ ሄንሪ ቴየር፣ አስቲን ሐተታ/ በጀፍ ጋሪሰን)*

ቪነሰንት:- እንደሚለው ይህ ቃል የሚያወራው ዓለማትን ደግፎ ስለማኖር የሚናገር ብቻ ሳይሆን፣ በለውጥ ውስጥ እንዳትናወጥ መጥበቅም ነው፡፡ (ማርቪን. አር. ቪንሰንት፡- በአዲስ ኪዳን ውስጥ የቃል ጥናቶች ኮሜንተሪ)

እግዚአብሔር ዓለማትን (Universe) በመጀመሪያ ቀን እንፍጠር፡፡ ዘፍጥረት ምዕራፍ አንድ ይነግረናል፡፡ ምድርን ከፈጠረ በኋላ የቀደመው ዕባብ ወደ ምድር በተጣለ ጊዜ ምድርን እንዳበላሸ እናስተውላለን፡፡ (እዚህ ጋር በጥቂቱ የተጠቀሰው የጋፐ ቲየሪ አመለካከት በተወሰነ መልኩ ተብራርቶ ቢቀመጥ ጥሩ ነው) በዚህም ምክንያት ምድር ቅርጽ የለሽ (ባዶ) ነበረች ይላል፡፡ በቀዳማዊ ኃይለ ሥላሴ ዘመን የተዘጋጀው የ1954ቱ መጽሐፍ ቅዱስ ደግሞ "ምድርም ባዶ ነበረች አንዳችም አልነበረባትም" ሲል የዕብራይስጡን ቃል ይተረጉመዋል፡፡ ብሉይ ኪዳን መጀመሪያ የተጻበት ዕብራይስጡ "ቅርጽ የለሽ" የሚለውን "ባዶ" - "tohwv" ይለዋል፡፡ ይህም በአንዳንድ የመጽሐፍ ቅዱስ ቃላት ትርጉሞች ውጥንቅጡ የጠፋ በረሃማ ቦታ ማለት ሲሆን (Confusion, Chaos) የሚል ፍቺ ይይዛል፡፡ ይህ ደግሞ "ከንቱ፣ ባዶ፣ ዝብርቅርቁ የወጣ" ማለት ነው፡፡

ምድር በተሠራላት እና በተሰመረላት መስመር በሥርዓት ለመኖር እንደ ተፈጠረች መጽሐፍ ቅዱስ ይነግረናል (ኢሳ. 45÷18)፡፡ ሁለተኛው ቃል "አንዳችም አልነበረባትም" የሚለው የቀዳማዊ ኃይለ ሥላሴ ትርጉም እና "ባዶ ነበረች" የሚለው ቃል "ቦሁ - waabohw" ባዶ ሥፍራን በውስጡ ምንም ነገር ያልያዘ ቃልን የሚያለክት ከመሆኑም ባሻገር የእግዚአብሔር ፍርድን ያመለክታል (ኤር. 4÷23)፡፡

እግዚአብሔር አስቀድሞ ለሰው ልጅ መኖሪያ ትሆን ዘንድ የፈጠራትን ምድር (መዝ. 115÷16) የቀደመው ዘንዶ ዐመፃን በማድረጉ ምክንያት ከሰማይ ወደ ምደር እንዲጣል በእግዚአብሔር ዘንድ ፍርድ ሆነ። በዚህም ምክንያት ሰይጣን ከሰማይ ወደ ምድር ሲጣል ምድርን ቅርጽ-የለሽ (ውጥንቅጡ የበዛባት)፣ እንዲሁም አንዳች የሌለባት ባዶ አደረጋት። ሆኖም ግን እግዚአብሔር ጣልቃ ገብቶ የተባለሸችውን ምድርን በ4ኛው ቀን መፍጠር ጀመረ፤ ከዚያም በ6ኛው ቀን የሰውን ልጅ ፈጠረ፤ በ7ኛው ቀን ከሥራው ዐረፈ። ስለዚህ የቀደመው ዘንዶ ምድር ይገባኛል ሊል አልቻለም። ፈጣሪዋ ባለቤትነቱን በእነዚህ ቀናት ውስጥ አሳየ (ኢዮብ 41÷3፤ መዝ. 24÷1፤ 1ኛ ቆሮ. 10÷26)።

እግዚአብሔር ሰውን ፈጥሮ በዔድን ገነት ያኖረው ያብጃት እና ይጠብቃት ዘንድ ነበረ። ሆኖም በሰው ዘር፣ ማለትም በአዳም አለመታዘዝ ምክንያት የእርግማን ቃል በምድር ላይ ተነገረ፤ ምድርም እሾህንና አሜከላን ማብቀል ጀመረች። በኖኅ ዘመን ከጥፋት ውኃ በኋላ እግዚአብሔር ይህችን ምደር እንደ ገና ነበኛት በውኃ አጸዳት። ከኖኅ ዘመን ጀምሮ እስከ ዛሬ ምድር በምጥ ትገኛለች። አንድ ቀን ይህች ምድር ከከብሩ የተነሣ ትነጻች። መሢሑ ሺህ ዓመት በጽዮን ተራራ በዳዊት ዙፋን ላይ ይቀመጣል። ይህ ብቻ አይደለም፤ እንደ ኖኅ ውኃ ይህችን ምድር ለመጨረሻ ጊዜ በእሳት ትነጻለች (2ኛ ጴጥ. 3÷12)።

እግዚአብሔር ከሥሮ ዐያውቅም፤ ንብረቱንም ብጭራሽ አባክኖ ዐያውቅም። እንኳንስ ግዑዛን ፍጥረቱ ይቅርና በመልኩና በአምሳሉ ፈጥሯቸው ግለ ፈቃድን የሰጣቸው የሰው ልጆች እንኳ ከዕጁ አምልጠውት ዐያውቁም (ዮሐ. 6÷36፣ 38፣ 44)። አብ ለልጁ ሁሉን አውርሶታል፦ የሚታዩትና የማይታዩት ግዑዛን ፍጥረታት ሁሉ በዕጁ ቁጥጥር ሥር ናቸው። ለከንቱ ለባዶነት አልፈው አልተሰጡም። እግዚአብሔር ለፍጥረታት ግድ የሚለው አምላክ ነው ሁሉን ይቆጣጠራል። ምን አልባት አንዳንድ ነገሮች ከቁጥጥሩ ውጭ ሆነዋል ብለን የምናስብ ልንሆን እንችላለን፤ ዳሩ ግን ያለ እግዚአብሔር ሉዓላዊ ፈቃድ ጠላትም ሆነ ፍጥረታቱ ከተሰመረላቸው መስመር አያልፉም። ጠላት በፍጥረታት እና በሰው ዘር ላይ ትልቅ ቀውስ ቢያመጣም፣ ከተሰመረለት አላለፈም። "አምስት ድንቢጦች በአሥር ሳንቲም ይሸጡ የለምን? እንግዲህ ከእነርሱ አንዲቷ ስንኳ በእግዚአብሔር ፊት አትረሳም" (ሉቃስ 12÷6)።

በኃጢአት ምክንያት ቀውስ ባለበት በዚህ ዓለም ምድሪቱ እና ዓለማት በተሰመረላቸው መስመር እንዲሄዱ የእግዚአብሔር ልጅ ይጠብቃቸዋል። ፀሐይ ሙቀትዋን ያለ ልክ በመስጠት በምድራችን ያለው አየር ጠባይ ቢቃወስም እንኳ፣ ክረምትና በጋ ብርድና

ሙቀት ይሆን ዘንድ የፈቀደው አምላክ በልጁ (በቃሉ) ኃይል እየጠበቃት ዘርተን አጭደን እስካሁን ምድሪቷ የሰው ልጅን እና ፍጥረታትን እየመገበች ትገኛለች (ዘፍ. 8÷22)፡፡

ለምሳሌ ወደ ዓለማቱ ሳይሆን፣ ወዳለንበት ምድር አተኩረን እንመልከት፡፡ የመዝራትና ማጨድን ሕግ ጠላት አዛባው እንጂ፣ እግዚአብሔር ለአዳም የሰጠው በረከት ምድር ኃይልዋን እንዳትከለክለው፣ እንዲሁም እሾህ እና አሜከላ እንዳታበቅልበት ነበር፡፡ በአዲስ ኪዳንም የመዝራትና የማጨድ ሕግ አለ፡፡ የመዝራት የማጨድ ሕግ ማለት በኃጢአት ምክንያት የመጣ በሰው ጥረትና ላብ የሚደረግ ልፋት ነው፡፡ አዳም (ሰው) በድካም ከምድር ፍሬ እንዲበላ ሆነ እንጂ፣ አስቀድሞ የነበረው የእግዚአብሔር ዕቅድ መዝራትና ማጨድ በክብሩ ውስጥ ሆኖ ያለ ድካም የሚደረግ ሥራ ነበር (ዘፍ. 3÷17)፡፡

ይህ የመዝራትና የመጨድ ሕግ በእግዚአብሔር ጉልበት የሚደረግ የመጠበቅ፣ የመንከባከብ፣ የማበጀት ሕግ ሲሆን፤ መዝራት ካለ መበስበስና መሞት እንዳለ ልብ ልንል ይገባል፡፡ ለሞተ ደግሞ ከሞት የመነሣት ሕግ አለ፡፡ ይህ ማለት ስንዴ በምድር ወድቃ መሞት (germinated - መበስበስ) ይኖርባታል፡፡ ከዚያ በኋላ ትበቅል እና ዐድጋ ታፈራለች፡፡

ለምሳሌ ክረምት በጋ፤ ሙቀትና በረዶ ተፈጥሮ ለምድር ያደላት በረከት ሲሆን፣ ክረምቱ ያለልክ ከቀዘቀዘ ወይም ሙቀቱ ያለ ልክ ከሆነ ችግር ነው፡፡ ሐዋርያው ጳውሎስ ምድራዊ እና ሰማያዊ ነገሮችን እያወዳደረ ምሳሌ ሲሰጥ፣ ምድራዊ ትንሣኤ እንደ መንፈሳዊ ትንሣኤ እንደ ሆነ ያስረዳል (1ኛ ቆሮ. 15÷42-44)፡፡ አንዲት ቅንጣት ዘር በምድር ላይ ወድቃ መሞቷ እና መበስበሷ መርገም አይደለም፡፡

የመበስበስ ጊዜ ከተራዘመ ግን ዘሩ ማንነቱ ተቀይሮ ውስጡ ያለውን ብቃት ለዘላለም ያጣል፡፡ የስንዴ የዘር መበስበስ ፍሬ ለማብቀል በዓላማ የታቀደ ሲሆን፣ ነገር ግን ዓላማዋን ከሳተች ወይም መበስበስ ጊዜዋ ከለፈ ፈጽማ ትሞታለች፡፡ ዕንቁላል በእናቱ ዕቅፍ ሆኖ በተወሰነ ሙቀት መሰወር (መሸሸግ) ይኖርበታል፡፡

እንቁላል ግን ከተወሰነለት ጊዜ ካለፈ ይገማል፡፡ ይህን ምሳሌ የሰጠሁት ምክንያት ምድር በኃጢአት ምክኒያት እንዳትገማ እግዚአብሔር በክርስቶስ በኩል መያዙን ለማስረዳት ነው፡፡ ስለዚህም የመዝራትና የማጨድ ሕግ በምድር ላይ እየሠራ ይገኛል፡፡በምድር ለይ የሚገኙ ማናቸውም ነገሮች መለኮት አይደሉምና ማርጀት አላባቸው፡፡ ያረጁ ነገሮች ግን በቃሉ ኃይል መታደስ ይኖባቸዋል፡፡ የመታደስ ጊዜ ካለፈባቸው ግን ፈጽመው ይላሻሉ

ማለት ነው። ይህ ደግሞ የእግዚአብሔር ቃል ፍጥረታቱን የደገፈበትን አሠራር እንድናስተውል ያደርጋል።

የሰውን ሥጋዊ አካል እንኳ ስናይ (የሰውን ሴሎች ስናይ) 200 የተለያዩ የሴል ዐይነቶች ይገኛሉ። በየደቂቃው 96 ሚሊዮን ሴሎች የሚሞቱ ሲሆን፣ ነገር ግን ግን በሰውነታችን ውስጥ የሚገኙ 96 ሚሊዮን ሴሎች ለሁለት ተከፍለው የሞቱትን 96 ሚሊዮን ሴሎች ይተካሉ። የሴሎች ዕድሜ የተለያየ ነው፤ ለምሳሌ ነጭ የደም ሴል 13 ቀን ዕድሜ ሲኖረው በላይኛው የቆዳችን ክፍል የሚገኙ ሴሎች ደግሞ 30 ቀን ይቆያሉ። በልባችን የሚገኙ ሴሎች 2 ቢሊዮን ይሆናሉ ሲሉ ሊቀ ጠበብቱ ይናገራሉ። በብዙ የሳይንስ ምርምር ጥናት መሠረት የሰው ሰውነት 37.2 ትሪሊዮን ነው። ሴሎች በተሰጣቸው ዕድሜ ክልል እንዲያድጉ፣ ደግሞም እንዲሞቱ የሚመራቸውን ትእዛዝ ከራሱ ከሰው ጂን ያገኛሉ።መቼ ማደግ እንዳለባቸው፣ መቼ መሞት እና በሌላ አዲስ ሴል መተካት እንዳለባቸው ትእዛዝን መቀበል ሲያቅታቸው ሌላ ባዕድ የሆነ ነገር ይከሰታል። ይህም ደግሞ ያ ሴል ያለ ቅጥ እያደገ ራሱን እየመገበ የሚሄድ ይሆንና ካንሰር ይሆናል። የአካሉ ጤና የሚወሰነው የሴሉ በጊዜው በማደግና በጊዜው በመሞት፣ በጊዜው የመተካካት ሂደት ሲከናወን ነው። ሴሎች በተሰጣቸው የሰውነት ክፍል ውስጥ ይኖራሉ።

ከተሰጣው የሰውነት ክፍል ወይም ብልት ከተላቀቁ ራሳቸው ላይ ፈርደው ይሞታሉ። የካንሰር ሴል ግን ከሌላው ተለይቶ ራሱን በራሱ ይመግባል። ወደ ሌላውን ሰውነት ክፍል በጉልበት ገብተው ይወርሳሉ፤ ይበዛሉ። በዚህን ጊዜ ሌላው የሰውነት ክፍል ታማሚ ይሆናል። ይህን ሁሉ ምሳሌ ለምን መስጠት አስፈለገ? ጌታችን ኢየሱስ ክርስቶስ በፍጠረቱ ዓለም ያለውን የተፈጥሮ ሂደት (የመዝራትና የማጨድ፣ የመበስበስ የመነሣት) ሥርዓትን ሁሉ የሚመለከት እና የሚቆጣጠር እንደ ሆነ ለማሳየት ከላይ ያውን ተፈጥሯዊ የሰውነት ሴሎች ዕድገት እና መተካካትን እንደ ምሳሌ አድርገን ተጠቀምን።

የሰው ሰውነት ሆነ የአዳም ሰውነት የመበስበስ ባሕርይ እንዲኖረው ተደርጎ የተፈጠረ ነው (ከአፈር - ሸክላ) ነው። ይሁን እንጂ፣ የመበስበስ ባሕርይው ባለመበስበስ እየተለወጠ ለዘላለም እንዲኖር የሚያስችለው የእግዚአብሔር ክብር ብቻ ነበር። ያ ክበር ሲወገድ በኃጢአት ብክለት ምክንያት የሰው ሕይወት ተቃወሰ። በክርስቶስ ያመንን ሰዎች ሰውነታችን ጤናማ እንዲሆን ከፈለግን በክብሩ መኖርና መመላለስ ይገባናል። “ክርስቶስን ያስነሣው እርሱ (መንፈስ ቅዱስ) በእናንተ በሚኖረው በመንፈሱ (በመንፈስ ቅዱስ) ለሚሞተው ሰውነታችሁ ሕይወትን ይሰጠዋል” (ሮሜ 8፥11)። ምድራዊ አካልን ሕይወት

የሚሰጠው መንፈስ ቅዱስ እንደሆነ ሁሉ ምድራዊ ፈጥረታትንም በሕይወት እንዲኖሩ የሚያደርግ እስትንፋስን የሰጠ ነው።

እግዚአብሔር ወልድ ሁሉን በሥልጣኑ ቃል ደግፎ እንደ ያዘ ስንመለከት፣ በሩቅ ያሉ መላእክቱ መረጃ እንደሚያመጡለት ሳይሆን፣ የፍጠረቱን ጉዳይ ቅርብ (Eminent) በመሆን የማየትና የመዳሰስ ያህል በጥንቃቄ የሚያውቀው እንደሆነ ነው። አንድ ሰው የሳንባውን አሠራርም ሆነ የልቡን ትርታ እንደማያውቅ ሁሉ እንዲሁ እግዚአብሔር በሁሉ ሥፍራ ተገኝቶ ነገሮችን እንደሚመለከት እና እንደሚቆጣጠር በአካላዊ ሁኔታ ማወቅ ከባድ ነው። ዳዊት ይህን ተረድቶ “ከአንተ ወዴት እሄዳለሁ ...” ብሏል (መዝ. 139፥7-12)።

ሐዋርያው ጳውሎስ ወደ አቴና ሄዶ “የማይታወቅ አምላክ” በሚል ላልታወቁ አማልክት የተዘጋጀ መሠውያን ተመለከተ። ለአቴና ሰዎች ሲነግራቸው እንዲህ አላቸው። እነርሱ ባይዳስሱትም፣ ባይጨብጡትም፣ ባይናገራቸውም፣ ድምጹን ባይሰሙትም፣ ምንም ያክል ቅርብት ሆነ ኅብረት ሳይኖራቸው የሚያልኩትን አማልክት ግን አስተዋለ። ስለዚህም ወደ ማይታወቀው አምላክ፣ ማለትም ሁሉን ደግፎ፣ ተሸክሞ እና ዐቅፎ ወደ ያዘው ጌታ ዘወር እንዲሉ ዕውነተኛውን አምላክ መሰከረላቸው።

“በእርሱ ሕያዋን ነንና፥ እንቀሳቀሳለን፥ እንኖርማለን” (የሐዋ. 17፥28)። ሕያዋን ሆነን ስለ መንቀሳቀሳችን በመንፈስ ቅዱስ የተረዳው ቅዱስ ጳውሎስ በቍጥር 25 ላይ “እርሱ ሕይወትንና እስትንፋስን ይሰጣልና” ይላል። እስትንፋስን ሰጥቶ የእኛን ምድራዊ አካል እንደሚያንቀሳቅስ፣ እንዲሁ ከመለኮታዊ ባሕርይ ተካፋዮች ሆነን መንፈሳዊ ሕይወትን በምድር ላይ እንድንኖር ያደርጋል። የሰው ልጅ እስትንፋስንና መለኮታዊ ጉልበትን ከእግዚአብሔር ልጅ (ከእግዚአብሔር ቃል) ተሰጠው።

እያንዳንዳችን በደቂቃ ከ12-20 ጊዜ በላይ በቀን ከ17 ሺህ እስከ 30 ሺህ ጊዜ ድረስ እንተነፍሳለን። በሥራ የተወጠረ ሰው ደግሞ በቀን ከ50 ሺህ ጊዜ በላይ ይተነፍሳል። በሳንባችን በኩል የገባው አየር ወይም አክስጂን ከደም ጋር ሆኖ ወደ ልባችን ይደርሳል። ልብ ደግሞ ይህን በአክስጂን የተቀላቀለ ደም ተቀብሎ በልብ ግፊት ወደ ሰውነት ክፍላችን ያሰራጫል።

መተንፈስ ለምን አስፈለገ? ብለን ብንጠይቅ፤ ወደ ውስጥ የምንስበው አየር በሴሎቻችን ውስጥ የሚገኙት ስኳር እና ፋቲ አሲድ ተዋሕደው እንደ ነዳጅ እንዲሆኑ

ስለሚያደርጋቸው ነው። ስለዚህ ሴሎቻችን ጉልበት ወይም ኃይል (Energy) ማመንጨት ይጀምራሉ ማለት ነው። የተመጣጠነ ኃይል ያገኘ ሰው ይንቀሳቀሳል፤ በሕይወትም ይመላለሳል። የተጣራ አክስጂን በከባቢያችን እንዲኖር የሚያደርገው ኢየሱስ ክርስቶስ ነው። በመጠን እንድንተነፍስ የሚያደርገን እርሱ ራሱ ነው። ስለሆነም እንድንቀሳቀስ የሚያደርገን እነርሱ ነው። ስለዚህ ይህ ቃል የሆነው የሕይወት ራስ (ምንጭ) ነው ይለናል። ዐወቅነውም ዐላወቅነው ወይም ፍጥረት ሁሉ መለኮትነቱን ዐውቀው ባያከብሩትም ወይም የሕይወት ራስ መሆኑን ዐውቀው ቢቃወሙ እንኳ፣ ለመኖርና ለመንቀሳቀስ በውስጠኛው ሕሊናቸው ወደ እርሱ ይጮኻሉ።

ንጉሥ ዳዊት ይህን አለ "የሁሉ ዐይን አንተን ተስፋ ያደርጋል፤ አንተም ምግባቸውን በየጊዜው ትሰጣዋለህ። አንተ ዕጅህን ትከፍታለህ፥ ሕይወት ላለውም መልካምን ታጠግባለህ" (መዝ. 145፥15-16)። የነፋስ ኃይል ለምድርና ለሰው ልጆች ምን ያህል አስፈላጊ እንደ ሆነ ለክቶ የሚውቅ እግዚአብሔር ብቻ ነው። ምን ያህል እንደሚያስፈልገን በሚዛን መዝኖ ለፍጥረታት የሚሰጥ እግዚአብሔር ነው። "ነፋሳትን ከመዛግብቱ ያወጣል" (መዝ. 135፥7)። "በሰማይ በምድር በባሕር የወደደውን ያደርጋል" (ኢዮብ 38፥22)። ልዕልናውን በፍጥረታቱ ይገልጣል።

ሁሉንም በቃሉ ኃይል እየደገፈ፡- ይህ መቋረጫ የሌለው ጉልበታምና በሁሉም ቦታ እንደተንሰራፋው የእግዚአብሔር ኃይል አስደናቂ መገለጫ ነው። እርሱ ተናገረ፤ ሁሉም ነገር ተፈጠረ፤ እርሱ ተናገረ ሁሉም ነገር መደገፍ ቻለ። የአይሁድ ጸሐፊዎች የመለኮታዊውን ተፈጥሮ ፍጹምነት አዘውትረው በሐረግ መልክ ይገልጹ ነበር። ሁሉንም ነገር ይሸከማል፤ ከላይ ያለውንና ከታች ያሉትን። የራሱን ፍጥረት ይሸከማል፤ ዓለሙን ይሸከማል። ዓለማትን ሁሉ በኃይሉ ተሸክሞአል። ይህ ቃል የተጻፈላቸው የዕብራውያን ሰዎች ከዚህና ከሌሎች ሁኔታዎች በመነሣት ሐዋርያው ሙሉ በሙሉ ኢየሱስ ክርስቶስ በዕውነትና በተገቢው መንገድ እግዚአብሔር እንደ ሆነ እንደሚያምን በሙላት ይረዳሉ። *(የአደም ክላርክ ኮሜንተሪ)*

ጌታ ፍጥረታቱን ተሸክሞአል ስንል እንዳሉ ሆነው መያዝ እና ባሕርያቸውንና ጠባያቸውን ይዘው እንዲቆዩ ማድረጉ ድንቅ ነው። ግዑዙን ዓለም ያለውን ክብደት መሸከሙ መለኮት በጥቂቱ ያለንባትን ምድር በቀላሉ ማየት ይቻላል። ኢየሱስ ክርስቶስ የእግዚአብሔር ክብር ግልባጭ ነው። እርሱ ፍጹም፣ ደግሞም በጊዜና በሥፍራ ውስጥ ያለ የእግዚአብሔር ክብር መገለጫ ነው።

የዚህች ዓለም (Earth) ክብደት 6 ሴፕቲሊዮን

(6 septillion - 6,000,000,000,000,000,000,000,000 ኪሎግራም ወይም 3,200,000,000,000,000,000,000,000 ፓውንድ) ነው ብለው ሊቃ-ጠበብቱ ይናገራሉ። የፊዚክስ ተመራማሪዎች በዚህ ፍጥረተ-ዓለም (universe) ውስጥ 200 ቢሊዮን የሚበልጡ ጋላክሲዎች አሉ ይላሉ። የሥነ ከዋክብት ምሁራን በአንድ ጋላክሲ ውስጥ ደግሞ 400 ቢሊዮን ኮከቦች ይገኛሉ ሲሉ ይናገራሉ። አንድ ኮከብ ከመሬት 200,000 እጥፍ ይበልጣል። ከምድራችን ጋር ስናስተያይ እግዚአብሔር ከአፉ ቃል በመናገር ሰማይና ምድርን ሁሉንም ፈጠረ። በዘፍጥረት መጽሐፍ ምዕራፍ 1 እና 2 ላይ አስደናቂ የሆነ ትምህርት ይገኛል። ልዑል እግዚአብሔር በመጀመሪያ የሚለው ጊዜ ከመፍጠሩ በፊት (before time - enternity) እንደ ሆነ ይነግሩናል። *«እግዚአብሔር በመጀመሪያ ሰማይና ምድርን ፈጠረ»* በመጀመሪያ የሚለው ቃል ምድርና በእርሷ ውስጥ እንዲሁም በሰማይ ያለውን atmosphere ማለትም የምድር ስበት (gravity) በዚያ ውስጥ ወፎችና አሞራዎች የሚበርሩትን ያመለክታል። እነዚህን ሁሉ በስድስት ቀን ውስጥ በዚያ ፈጥሮአል።

በመጀመሪያ የሚለውን ቃል ስናነብ ይህን ፍጥረተ-ዓለም (universe) ለመፍጥር ምን ያህል ጊዜ እንደ ፈጀ ዐናውቅም፤ ሆኖም ወደ ፊት እንረዳዋለን። ይህንንም ሆነ ሌሎችም ምሥጢራት፣ የክርስቶስ ሙሽራ የሆነችው ቤተ ክርስቲያን ስትነጠቅ፣ በእግዚአብሔር አብ ፊት በምንሆን ጊዜ አስደናቂ በሆነ መንገድ ይገልጣል (ኤፌ. 3÷8-9)። ጌታችን ኢየሱስ ክርስቶስ በምድር ሕይወቱ ደቀ መዛሙርቱን ወዳጆቼ ይላቸዋል። ወዳጆቼ በመሆናቸው ከባሮች የተለዩ እንደሚያደርጋቸውም ይገልጣል። *«ከእንግዲህ ወዲህ ባሮች አልላችሁም ባሪያ ጌታው የሚያደርገውን አያውቅምና»* (ዮሐ. 15÷15)። በዘመን መጨረሻ (ፍጻሜ) እግዚአብሔር በክርስቶስ ኢየሱስ አማካይነት በሰማይ ሁሉንም ለመጠቅለል የሚነሣበት ጊዜ አለ። ያን ጊዜም አካሉ የሆነችው ቤተ ክርስቲያን ከእርሱ ጋር በሙላት ትሆናለች። በዕጆቹ ሥራ ሁሉ የሰውን ልጅ፣ ማለትም በክርስቶስ ሞትና ትንሣኤ ያመኑ ሁሉ በዕውቀትና በመረዳት የንግሥናና የክህንነት አገልግሎታቸውን ይፈጽማሉ።

የዕብራውያን ጸሐፊ በዚሁ ምዕራፍ በቍጥር ሁለት *«ደግሞም ዓለማትን በፈጠረበት በልጁ»* ሲል፣ ዓለማት ፍጥረተ-ዓለሙን (Univers) የሚያሳይ እንደሆነ ልናስተውል እንችላለን። ከልጁ ጋር አብረን ወራሾች ስላደረገን አሁን የምናያቸው ግዑዝ ዓለማት እንዴት በመለኮቱ እንደ ተያዙ ለማወቅ ከሥጋ ተለይተን ከጌታ ጋር በምንተባበርበት ጊዜ፣ ማለትም የሚበሰብሰው በማይበሰብሰው በሚለወጥበት ጊዜ በብርሃን ግልጥ ሆኖ

እንረዳለን፡፡ ስለዚህ ምሥጢር ሐዋርያው በ1ኛ ቆሮ. 15÷15-54 ሁሉን ደግፎ ይዞ እንዳለ በእምነት እንመለከታለን፡፡ የክርስቶስ አእምሮ ስላለን እናስተውላለን፡፡ ክርስቶስን ስንመስል ደግሞ አንድ ቀን በግልጥ ያለ ድንግዝግዝ እናውቃለን፡፡ አሁን ከፍለን እናውቃለን፤ እርሱ የምንጠባበቀው ጌታ ሲመጣ ግን ከፍሎ ማወቅ ይሻራል፡፡ የእርሱ ህልውና ይሽረዋልና (1ኛ ቆሮ. 13፡10)፡፡

ይህን ሁሉ ተረድቶ ያለ ሰው *«ታዲያ ኢየሱስ ሁሉን ከተቆጣጠረ ለምን በዓለም ውስጥ በሚደረገው ሁኔታ ስጋት ያደርብናል?»* የሚል ጥያቄ ሊያስነሣ ይችላል፡፡ እግዚአብሔር ይህችን ምድር ይቆጣጠር ዘንድ *«ያበጃትና ይንከባከባት ዘንድ»* አባታችን አዳም ሥልጣንን ተቀበለ፡፡ **ልዑላዊ ሥልጣኑ እንዳለ ሆኖ** ከእግዚአብሔር በታች ምድርን ያስተዳድርና ይገዛ ዘንድ ለአዳም እንደ ተሰጠው (ዘፍ. 1÷28 2÷15) ያስረዳናል፡፡ አዳም በዐመፁ ኀላፊነቱንም ሳይወጣ ቀረ፡፡ እስከዛሬ ድረስ ምድርን ያበጃትና ይጠብቃት ዘንድ ሲገባ ከእግዚአብሔር ውጭ በዓመፃ እየተመላለሰ ነው፡፡ ብዙ አስደናቂ ስልቶችና ግኝቶችን በመጠቀም ተፈጥሮን ለመንከባከብ ይጣጣራል፡፡

በአሁኑ ዘመን የእንስሳት ዝርያ እየጠፋ ይገኛል፡፡ የተፈጥሮ ተመራማሪዎች አየራችን እየተመረዘ መሆኑን በስፋት እየተናገሩ ይገኛሉ፡፡ ከዚህም የተነሣ መንግሥታት፣ የጤና ጥበቃ ሠራተኞች ችግሩን ለማስወገድ በሰፊው እየሠሩ ያሉበት ዘመን ነው፡፡ ከመቼውም ጊዜ ባሻገር የጤና ተቋማት፣ የእንስሳት ጥበቃዎች፣ ሌሎችም ቀንና ሌሊት በትጋት እየሠሩ ናቸው፡፡ በውኃ ውስጥ ያሉ ዓሣዎች የዱር አራዊቶች ከምድረ-ገጽ እንዳይጠፉ ከፍተኛ ጥረት እያደረጉ ነው፡፡ የጤና ጥበቃዎች ብቻ ሳይሆኑ፣ ሰላም አስጠባቂ ኃይላት በረቀቀ መሣሪያና በዲፕሎማቲክ ችሎታ ልቀው ሄደዋል፡፡ ሆኖም ግን ያለ ጌታ ድካማቸው ያመጣው ውጤት አነስተኛ ሆኖ ይታያል፡፡

ብዙዎች በግራና በቀኛችን የዕድሜአቸውን ዕኩሌታ ሳይደርሱ እየተቀጠፉ ይገኛሉ፡፡ ተፈጥሮ እየተበከለ ለሰው ልጅ በረከትና ፍስሐ ሊሆን ሲገባው፣ አስፈሪና አስደንጋጭ የሆነበት ጊዜ ላይ እንገኛለን፡፡ በብዙ ሺህ የሚቆጠሩ ጐብኚዎች (tourist) የሚያዩአቸው ሥፍራዎችና እንስሳት ከምድራችን እየጠፉ ናቸው፡፡ በፊተኛው ኪዳን ኃጢአት በምድር እንደ ተሰራፋ መጽሐፍ ቅዱሳችን ይነግረናል፡፡ በዚህ ምክንያት እግዚአብሔር ሰውን በመፍጠሩ የተጸጸተበት ጊዜ ነበር፡፡ በዚያኑ ወቅት ኖኅ መርከብ እንዲሠራ ታዘዘ፤ በዚያም እርሱና ቤተ ሰቡ፣ ደግሞም መላው የሰው ዘርም ጭምር እንዲተርፍ አደረገ፡፡ ይህ ብቻ አይደለም፤ ከትንሹ እስከ ትልቁ ድረስ ያሉት እንስሶች ይተርፉ ዘንድ ሥጋ ካላቸው ከሕያው ሁሉ ፍጥረታት ሁለት ሁለት እያደረገ እንዲያስገባ እግዚአብሔር ኖኅን

አዘዘው፡፡ የእንስሳ ዘር እንዳይጠፉ ጌታ ግድ ብሎት ከኖኅ ጋር ኪዳን ገባ፤ ኖኅ ይህችን መርከብ ለመሥራት 120 ዓመት እንደ ፈጀበት ይናገራል፡፡ የኖኅ መርከብ ክብደት 7240 ቶን ነው ሲሉ የአርኪኦሎጂ ተመራማሪው ዶ/ር ሄነሪ መሪስ በ1971 እ. ኤ. አ ተናግረዋል፡፡

መርከቢቱ ውስጥ የገቡት እንስሶች ከ4 ሚሊዮን ያላነሡ ነበሩ ተብሎ ይገመታል፡፡ መርከቢቱ ከእንስሶቹ ጋር 200 ሚሊዮን ኪ.ግ. ያክላል ብለው ይገምታሉ፡፡ ይህችን መርከብ የበላይ ሆኖ የሚቆጣጠረው እግዚአብሔር ራሱ እንደ ሆነ ከቃሉ እናስተውላለን፡፡ ኪዳኑን ከኖኅ ጋር ያደረገው ጌታ ሁሉም እንስሳ ከገቡ በኋላ በሩን ዘጋው፡፡ እንደ ዶ/ር ሄነሪ ጥናት በሰአት 500 ኪ.ሜ የሚነፍስ ዐውሎ ነፋስ መርከቢቱን ቢመታት ምንም አትሆንም ብለዋል፡፡ መርከቢቱ ከመሬት ስበት ተላቅቃ በውኃ ኃይል በምንትሳፈፍበት ግዜ **እንዳትገለበጥ ያስቻላት የሰማዩ ጌታ እግዚአብሔር ደግፎ ስለ ያዛት ነው፡፡** እንደ ዕብራውያን ጸሐፊ ጌታችን ኢየሱስ ክርስቶስ ምድርን ያጸናት መሆኑን እናስተውላለን፡፡ በእርግጥ በአሁኑ ዘመን ያሉ መርከቦች ክብደታቸውም ሆነ ስፋታቸው አስገራሚ ነው፡፡ በዓለም ውስጥ ያለው ዘመናዊ መርከብ ክብደቱ 646, 642 ቶን ነው፡፡ 1 ቶን 1016.04691 ኪ.ግ ነው፡፡ ወይንም 2,240 ፓውንድ ማለት ነው፡፡ የሰው ልጅ ትልቅ ደረጃ ደርሶአል፡፡ በዓለም ዙሪያ የሚደረገውን ክስተት ቤታችን ተቀምጠን እናያለን፡፡

የምናየውንም የማናየውንም በሥልጣኑ ቃል ደግፎ የያዘው ግን ጌታችን ኢየሱስ፣ የይሁዳው አንበሳ፣ የዳዊት ልጅ ነው፡፡ ከላይ እንደ ተመለከትነው ሳይንቲስቶች የተለያዩ ዝሪያዎች (እንስሳት አእዋፋት) እንዳይጠፉ ትልቅ ተጋድሎ ያደርጋሉ፡፡ *"ሁሉን አዲስ አደርጋለሁ!"* ያለው ጌታ ከኖኅ ጋር የገባው ኪዳን እንኳ ለሰው ለእንስሳ እንኳ ግድ ይለዋል፡፡ ሰማዕቱ ማቴዎስ *«ሁለት ድንቢጦች በአምስት ሳንቲም ይሸጡ የለምን? ከእነርሱም አንዲቱ ያለ አባታችሁ ፈቃድ በምድር ላይ አትወድቅም»* (ማቴ. 10÷29) የሚለውን ዘግቧል፡፡ ጐጅ ናቸው ተብለው የሚፈሩት እንስሳት በእርሱ ግዛት ሥር በሰላም ተዘልለው ይቀመጣሉ (ኢሳ. 11÷6-9)፡፡ አንዳንዶች ይህን ለጥጠው የሞተው ውሻዬን ሆነ ድመቴን በሰማይ በገነት አገኛቸው ይሆን? ይላሉ፡፡

ሌሎችም እንደ ዳይኖሰርስ (Dainosaurs) የመሳሰሉን ከምድረ- ገጽ የጠፉ እንስሳትን በሰማይ እናገኛቸው ይሆን? ብለው ይጠይቃሉ፡፡ የተጻፈልንን ብቻ ማስተማር ለትምህርታችን ጥንቃቄ ማድረግ ይጠበቅብናል፡፡ ሐዋርያው ለጢሞቴዎስ እንዳስጠነቀቀው *«ለራስህና ለትምህርትህ ተጠንቀቅ በእነዚህም ጽና ይህን ብታደርግ*

ራስህንም የሚሰሙህንም ታድናለህ» እንዲሁም *«አንተ ግን በተማርህበት ነገር ጸንተህ ኑር»* (2ኛ ጢሞ. 4÷16፤ 5÷14) አንድ አገልጋይ ከተጻፈው እንዳያልፍ ይገባል፡፡ ከንቱ ምርምር ማድረግ አዳጋች ይሆናል፡፡ ለጥቅማችን የሆነ እግዚአብሔርን ለመምሰል የሚያስፈልጉን ነገሮች ተሰጥተውናል፡፡ ያልተሰጠንን ነገር ጌታ ሲመጣ ይገልጠዋል፡፡ አንዳንድም ነገሮች የማይገለጡ እንዳሉ ልንረዳ ያስፈልጋል፡፡ *‹‹ምሥጢሩ ለአምላካችን ለእግዚአብሔር ነው፥ የተገለጠው ግን የዚህን ሕግ ቃሎች ሁሉ እናደርግ ዘንድ ለእኛ ለዘላለምም ለልጆቻችን ነው»* (ዘዳ. 29÷29)፡፡ ሁሉ በእርሱ፣ ከእርሱ፣ ለእርሱ የሆነው ጌታ ኢየሱስ እንደ ሆነ በማወቃችንና በመረዳታችን ብቻ፣ እንዲሁም ከመዳሰስና ከመጨበጥ ከመቅመስ ባለፈ በልባችን በሚኖረው በመንፈስ ቅዱስ አማካይነት ለዘላለም ስለሚኖር በዚህ ደስታችን የላቀ እንዲሆን ይገባል፡፡ **ጌታ ፍጥረታቱን ተሸከሞአል!**

ኃጢአታችንን በራሱ ካነጻ በኋዋ

ኃጢአታችን - Hamartia የሚል ትርጕም ይዟል፡፡ ትክክለኛውን ዕውነተኛ የሆነ ዓላማን መሳትን ያመለክታል፡፡ ከሚሠራው ስሕተት የተነሣ ከእግዚአብሔር ጋር ያለን ኅብረት ማጣትና በሕሊና ክስ መውደቅንም ያሳያል፡፡ ይህን የተቋረጠ ኅብረት እርሱ አስተካከለው፤ አቀናውም፡፡

ኃጢአታችንን - መጽሐፍ ቅዱስ ኃጢአተኝነታችን ወይም ኃጢአታችን ይላል፡፡ በሁለቱ ቃላት መካከል ዕምብዛምም የሰፋ ልዩነት አናይም፡፡ የመጀመሪያው ኃጢአታችንን ሲል፣ በድርጊት ራሳችን የፈጸምነውንና ሙሉ ተጠያቂ የምንሆንበትን ድርጊታችንን ያመለክታል፡፡ ኃጢአተኝነታችንን ሲል የተፈረደብንን፣ ከአዳም በውርስ የመጣውንና ሙሉ ለሙሉ የምንጠየቅበትን ኃጢአት ያመለክታል፡፡

በራሱ ሲል እግዚአብሔር ወልድ ልክ እንደ እግዚአብሔር አብ ሁሉ የሰውን ልጅ ምን ያህል መውደዱ፣ በፈቃደኝነት ወደ ምድር ወርዶ ክብሩን ጥሎ መምጣቱን፣ ከዚያም አልፎ የመስቀልን ሞት በመሞት ምን ያህል ፍቅሩ ለሰው ልጅ ፍጹም መሆኑን ያስረዳል፡፡ በቀራንዮ የተሠዋው በግ በራሱ ተነሳሳሽነት ነበር፡፡ በብሉይ ኪዳን የሚኖረው የእምነት አባት ይህን ተረድቶታል፡፡ ለዕብራውያን አባታቸው ነበር፡፡ ነቢዩ ኢሳይያስ በመንፈስ ተረድቶ ለእስራኤላውያን ጽድቅን ለሚጠሙት ወደዚህ አባታቸው እንዲመለከቱ በቅድሚያ ጥሪ ያቀርባል፡፡

ወደ ሰማዕታቱ ሲመለከቱ የሚያስተውሉት ነገር ይኖራል፡፡ በእርሱ ዘንድ በእርሱም በኩል ትልቅ የበረከት ኪዳን ይገኛል፡፡ አባታቸው አብርሃምን ቢመለከቱ ከእርሱ ብዙ የሚማሩት ነገር እንዳለ ይገልጥላቸዋል፡፡ ምክንያቱም አብርሃም ያስተዋለው ነገር ስለነበረ ነው፡፡ አብርሃምን እግዚአብሔር አንድያ ልጁን ይስሐቅን እንዲሰጠው በሞሪያ ምድር ባለችው ተራራ መሥዋዕት አድርጎ እንዲሰጠው አዘዘው፤ ፈተነውም፡፡ በማስገደድ ያልሆነ በፈቃደኝነት የሚሆን ትእዛዝ ስለነበረ፣ አብርሃም ልጁንና ሎሌውን ይዞ ወደ ሞሪያ ምድር ሄደ፡፡ ይስሐቅ እርሱ እንደሚሠዋ በቅድሚያ አላወቀም፡፡ ሆኖም ግን ወደ ተራራ ሲጠጋ አብርሃም ልጁን ይስሐቅን አስሮ በእንጨቱ ላይ አጋደመው፡፡

የአይሁድ መምህራን በዚህ በአብርሃም በይስሐቅና በእግዚአብሔር መካከል ስለሆነው ትዕይንት የተለያየ አመለካከት አላቸው፡፡ አንዳንዶች ጌታ መሥዋዕት እንዲያደርግ በትእዛዝ ፈተነው ሲሉ፣ ሌሎች ነገሩ እንዲህ አይደለም ይላሉ፡፡ በተጨማሪም አብርሃም ዕምቢ ብሎ በነበረበት ሰዓት መልአክ መጥቶ አስጠንቅቆ ነበር የሚሉ ይገኛሉ፡፡ በቃሉ ላይ ግን ይህን አንመለከትም፡፡ ከክርስትና እምነት ውጭ የሆኑት ደግሞ አብርሃም ልጅ ነበረው፡፡ ይህ ልጁም መሥዋዕት እንደሚሆን አብርሃም በሕልምና በራእይ ተረድቶአል ይላሉ፡፡ መጽሐፍ ቅዱሳችን አብርሃም በእምነት የታዘዘ መሆኑን ብቻ ይገልጥልናል፡፡ ሐዋርያው ጳውሎስ በሮሜ 4 ላይ ለእግዚአብሔርም ክብር እየሰጠ ይመላለስ እንደ ነበር አበክሮ ይገልጣል፡፡ ይስሐቅ የመሥዋዕቱ በግ ምሳሌ ነው፡፡ አብርሃም የአባቱ (አብ) ምሳሌ ነው፡፡ አብርሃም አንድያ ልጅ እንደ ነበረው ሁሉ፣ እንዲሁ እግዚአብሔር አብም አንድያ ልጅ ነበረው፡፡ (ዘፍ. 22)

ጌታችን ኢየሱስ በምድር በሚኖርበት ዘመን በዙሪያው ለነበሩ አይሁድ *«አባታችሁ አብርሃም ቀኔን ያይ ዘንድ ሐሤት አደረገ፤ አየም፤ ደስም አለው»* (ዮሐ. 8፥56) አላቸው፡፡ እግዚአብሔር ይስሐቅን ሲባርከው ኪዳኑን ከልጁ ጋር ሲያደርግ እንመለከታለን፡፡ ይስሐቅ እንደሚሠዋ በግ ሆኖ እንደ ቀረበ ጌታችን ኢየሱስ በግ ሆኖ ወደ ቀራንዮ እንደ ሄደ ነቢዩ ኢሳይያስ ይተነብያል፡፡ ኢሳ. 53፥6 ላይ ይህ በግ ለመታረድ የሚነዳ ጠቦት በሸላቾችም ፊት ዝም እንደሚል በግ እንደ ነበረ በፍጹም ፈቃደኝነትም እንደ ተሠዋ እናስተውላለን፡፡ አብርሃም በጉ በራሱ ፈቃደኝነት እንደ ተሠዋ በመንፈስ ተረድቶታል፡፡ ልጁም ይስሐቅ ፈቃደኛ ነበር፡፡

አብርሃም ያየውን ራእይ መነሻ በማድረግ፣ አይሁድ አብርሃምን በማየት ይረዱ ዘንድ ነቢዩ ኢሳይያስ ይጋብዛቸዋል፡- *«እናንተ ጽድቅን የምትከተሉ እግዚአብሔርንም የምትሹ ስሙኝ፡- ከእርሱ የተቈረጣችሁበትን ድንጋይ፥ ከእርሱም የተቈፈራችሁትን ጕድጓድ*

ተመልከቱ፤ ወደ አባታችሁ ወደ አብርሃም ወደ ወለደቻችሁ ወደ ሣራ ተመልከቱ አንድ ብቻውን በሆነ ግዜ ጠራሁት፥ ባረክሁት፥ አበዛሁትም» (ኢሳ. 51፥1-2)፡፡ አብርሃም አንድ ነበር፤ ይስሐቅም አንድያ ልጁ ነው፡፡ አብ አንድ ነው፤ ልጁም አንድ ነው፡፡ ልጁም በራሱ ኃጢአታችንን በደሙ አነፃ፡፡ የአብርሃምና የይስሐቅን ታሪክ ስናጤን ሁለቱ ብቻቸውን ወደ ሞሪያ ተራራ እንደ ወጡ ነው፡፡ በአብና በወልድ በኩልም የተፈጸመውም ተመሳሳይ እንደ ሆነ እናያለን፡፡ መጽሐፍ ቅዱሳችን አብርሃም ተመልሶ ከተራራ ብቻውን እንደ ወረደ እንጂ፣ ይስሐቅ አብሮት እንደ ተመለሰ አይገልጥም፡፡ የመጽሐፉ አስተማሪዎች ይስሐቅ ለመሥዋዕት የቀረበው ለአቅመ-አዳም በደረሰበት ሰዓት ነው ይላሉ፡፡ አንዳንዶች የ27 ዓመት ልጅ ነበር ሲሉ፣ ሌሎች ወደ 20 ዓመት ይጠጋል ይላሉ፡፡

የኃጢአት መንጻት፡- አልፎርድ በጥንቃቄ እንደሚያስቀምጠው የግሪኩ ጽሑፍ ከኃጢአት መንጻት ሳይሆን፣ የሚለው የኃጢአት መንጻት ነው፡፡ እርሱ እንደሚለው ኃጢአት ከምንም በላይ ዕድፈት የሚያመጣ ነገር ሲሆን፣ የሚነጻውም እርሱው ነው፤ መድኃኒት የሚያስፈልገው በሽታው ነውና፡፡ ካታሪስሞስ (katharismos) የሚለውም ቃል ሊታይ የሚገባው ይህን ተከትሎ ባለ ዕይታ መሠረት ነው፤ ጸሐፊውም በቀጣይ ክፍሎች ውስጥ ለማስተላለፍ በአእምሮው ያለው ይህ ነው፡፡ በሌዋውያን ሕግ መሠረት የሰው ልጅ የማንጻትና የመሥዋዕትን ሥርዓት የምናይ ሲሆን፣ በዚህም ሥርዓት ነው ሰው ከዕድፈቱ ነጽቶ ወደ እግዚአብሔር የመግባትን በር የሚያገኘው፡፡ ጸሐፊውም ይህንን አሳብ በምዕራፍ 9፥26 ላይ ሲያነሣው እናያለን፡፡

ኃጢአት በአዳም አለመታዘዝ ምክንያት በሰው ዘር ውስጥ ዘልቆ የገባ ቢሆንም፣ እግዚአብሔር ኃጢአተኛን ሲያድን ልክ አንድ ኃጢአተኛ እምነቱን በጌታ ኢየሱስ ላይ ባደረገበት በዚያ ሰዓት ኃጢአት ዘልቆ የመግባት ዐቅሙን ያጣል (ሮሜ 6)፡፡ ልክ ይህ ያመነ ሰው በሚሞትበት ወቅት ኃጢአት ያለበት ማንነቱን ያጣል እና በማይሞተው በከበረው አካሉ ሲነሣ የሚኖረው ማንነት መለኮታዊ ብቻ ይሆናል፡፡ እግዚአብሔር ለኃጢአተኛው ክሱንና ቅጣቱንም አንሥቶለት ለአማኙ የጽድቅ ዐቋም ሰጥቶታል፡፡ የእግዚአብሄር ልጅ ይህንን ሁሉ እንዲቻል ያደረገው በመስቀል ላይ ሲሞት ነው፡፡ ደሙ የሚያምኑትን በአሁኑ ዓለም ከኃጢአት ጕልበት በሚመጣው ዓለም ደግሞ ከኃጢአት መገኘት ነው ነጻ ያወጣው፡፡ ደሙ ክስንና ቅጣትን ከአማኝ ላይ አስወግዶለታል፡፡ ጌታችን ኃጢአትን ማንጻት ሲያደርግ የተከናወኑት እነዚህ ናቸው፡፡

ይህ የጌታ ኃጢአትን የማንጻት ተግባሩ ክፍሉ እንደሚያሳየን ለአንዴና ለመጨረሻ ጊዜ የተከናወነ ተግባር ነው፡፡ ጸሐፊው እየተናገረ ያለው ልጁ ፈጣሪ ነው፣ የሚያጸና ነው እና

ሁሉንም ነገሮች በዘመናት ሂደት ውስጥ የሚያንቀሳቅስ ነው:: ነገሮች ሁሉ እንደ አግዚአብሔር ዕቅድ ወደ ፍጻሜ መምጣታቸውን ማየትና መከታተል የእርሱ ተግባርና ስልጣን ነው:: ኃጢአት ፍጹም ሆኖ ተፈጥሮ በነበረው ዓለም ውስጥ ራሱን አስገባ እናም ነገሮች ሁሉ ወደ ታሰበላቸው ፍጻሜ ይመጡ ዘንድ ልጁ ይህንን ዓለምን ከሥርዓትና ከእግዚአብሔር ምሪት ውጭ ያደረገን ኃጢአት መጋፈጥ ግዴታው ነበር:: *(ዌስት፣ ኬ. ኤስ 1947. የግሪክ አዲስ ኪዳን ቃል. ጥናት:- ኢርድማንስ)*

ካደረገ በኋላ በግሪኩ (Poieo) የሚል ትርጉም ይዟል:: በጥራት መከናወንን የሚያሳይ ትርጉም አለው:: የሚከናወነውም ለአንዴና ለመጨረሻ ጊዜ፣ ማለትም አንዴ ብቻ ነው:: በውድ ልጁ ያመነው ሰው በደሙ መንጻቱ በአብ ፊት በጥራት የተከናወነ መሆኑን ያመለክታል፡፡ ይህም ልጁ በቅድስተ ቅዱሳን የገዛ ደሙን በማቅረብና በአብ ፊት የተገኘው ደም በጥንቃቄ ከታየ በኋላ የኃጢአት ስርየት መከናወኑ፣ በጽዮን ተራራ ዙፋኑ ላይ በተቀመጠው የሁሉም ዳኛ በሆነው የተበየነ (በልጁ *ሥራ* ያመነው) ጻድቅ መሆኑን ማወጁን ያመለከተናል::

ካደረገ (ፖያኤህኦ) poy-eh'-o ማለትም የማንጻትን *ሥራ* በእንግሊዘኛው **"He made"** ተብሎ ይህንን ጥቅስ ለመግለጽ የተቀመጠው የእንግሊዝኛ ቃል አንድን ነገር በሚታይና ለስሜት ትርጉም ወደሚሰጥ መልክ ማምጣትን ያመለክታል፡፡ ጸሐፊው የሚያሳየው ኢየሱስ *መሥዋዕትም* ሆነ *መሥዋዕት* አቅራቢም ሆኖ ነው የሚቀርበው ይለናል:: (ዕብ. 7÷27፤ 9÷25፤ 9÷26) Poieo (poy-eh'-o) የድምጸት ምካከለኛ ሲሆን፣ የንግግሩ ዓላማ ስለ ራስ ወይም የራስን አሳብ ስለማስፈጸም እንደሆነ የሚያመለክት ነው:: ስለዚህ ይህ ሐረግ **በራሱ አደረገው** የሚል አሳብ ሲኖረው፣ ክርስቶስ ከኃጢአት የምንጻቱን ተግባር የፈጸመው በራሱ፣ እርሱ ላይ እና ራሱን አሳልፎ በመስጠት የተፈጸመ እንደሆነ የሚገልጽ ነው:: እንዲሁም ለራሱ ዓላማ እንደ ተፈጸመ ይገልጻል:: በሌላ አገላለጽ ለማስቀመጥ የማንጻቱ *ሥራ* የተሠራው በራሱ እና በሌላ አካል ሊፈጸም የታቀደ እንዳልሆነ ይገልጻል:: ጸሐፊውም በዕብራውያን 9÷26 ላይ ይህንን አሳብ አጠናክሮ ይገልጻል:: *(መጽሐፍ ቅዱስ ጥቅሶች የብሉይና / የአዲስ ኪዳን ግሪክ መዝገበ ቃላት፣ የቴየር ትርጉም 1989. በ ጆሴፍ ሄንሪ ቴየር፣ አስቲን ሐተታ/ በጂፍ ጋሪሰን)*

ማቲው ሄነሪ:- እንደሚገልጸው ኢየሱስ ከማንነቱ ክብር ወደ ጸጋው ክብር የሚሸጋገርበት ነው ይለናል::

ንሰንት እንደሚገልጸውም ሁሉንም ነገር በመለኮቱ ዓለም ላይ ወደ ታቀደለት ዕቅድ ለማምጣት ወልድ ከኃጢአት ዕውነታዎች ጋር መጋፈጥ አለበት፡፡ ዓለምን ወደ ቀውስ ከከተታትና ከእግዚአብሔር ዕቅድ ካወጣት ይህንን የማንጻት ሥራ ለመከወን ወልድ የሊቀ ከህነት ሚናንም መጫወት ይጠበቅበታል፡፡ ይህም በአዲስ ኪዳን መልእክቶች ውስጥ ዋናው አሳብ ሆኖ ይገኛል፡፡ *(ማርቪ ን. አር. ቪ ንሰንት፡- በአዲስ ኪዳን ውስጥ ቃል ጥናቶች ኮሜንተሪ)*

መንጻትን በተመለከተ በግሪኩ (Katharismos) ይለዋል፡፡ ይህ መንጻት በሂደት የሚፈጸም ነው (2ኛ ጴጥ. 1÷9)፡፡ የቀደመው የኃጢአት መንጻት እንደ ተጠበቀ ሆኖ፣ ዕለት ዕለትም በመንጻት ውስጥ እናልፋለን፡፡ ጥምቀት ከኃጢአት የመንጻታችን ተምሳሌት ሆኖ አንድ ጊዜ ይፈጸማል፡፡ በዚህም እንደ ተናዘዝንና የኃጢአትን ይቅርታ እንዳገኘን እናውቃለን፡፡ በዕብ. 1፡3 በኢየሱስ አማካይነት ኃጢአታችን እንደ ተወገደልን ያብራራል፡፡ የመንፈስ መንጻትንም በየጊዜው ይፈጽማል (1ኛ ዮሐ. 2÷1-2)፡፡

መንጻት ትርጓሜ መቀደስን ዓላማ በማድረግ የአንድን ነገር መደምሰስ፣ የመቀደስን፣ ከኃጢአት ይቅርታ ማግኘትን፣ ከዕድፈት መንጻትን ያመለክታል፡፡ ሕዝ. 20÷38

ክርስቶስ ከመምጣቱና ከመሠዋቱ በፊት ኃጢአት ለሰው ልጅ ትልቅ ችግር ነበር፡፡ በእግዚአብሔርም ዘንድ ግን ችግር ነበር፡፡ ግዑዛኑ ፍጥረታት በሥልጣኑ ሥር ይገዛሉ፡፡ ኃጢአት ግን በእግዚአብሔር ፊት በሰውም ልጅ ፊት ችግር ነበር፡፡ ሰይጣንም በእግዚአብሔር ፊት ይዞ የሚቀርበው ጉዳይ ነበር፡፡ ኢየሱስ በደሙ ለአንዴና ለመጨረሻ ድል ነሳው፡፡

ኃጢአታችንን (ኃጢአተኛ ነህ) የተባለው የሰው ዘር ከዚያ ፍርድ አመለጠ፡፡ ኃጢአታችን በደሙ ዋጋ የተከፈለበት ጉዳይ ነው፡፡ ዛሬ ሰዎች ወደ ዘላለም ሞት የሚሄዱት ስለ እነርሱ ደሙን ያፈሰሰውን ጌታ ኢየሱስን ስላላመኑት ነው፡፡ ይህ ኃጢአተኛ ያደርጋቸዋል፡፡ ኃጢአታቸው (የአዳም ኃጢአት) በኋለኛው አዳም ሲነጻ በጌታ ባለመታመናቸው ኃጢአተኛ አድርጎ ወደ ሲኦል እንዲሄዱ ያደርጋቸዋል (ዮሐ. 5÷24፤ 6÷40፤ 47)፡፡

ማንጻት(ካታአሪኢሰሞስ) kath-ar-is-mos':- ይህ ቃል የማንጻትን ሂደት የሚያሳይ ቃል ነው፤ ይህ ማንጻት ማንኛውንም ንጹሕ ያልሆነ ነገርን የሚጠቁም ቢሆንም፣ አዲስ ኪዳን ይህን ቃል የሚጠቀመው ከኃጢአት ማንጻት ጋር በተያያዘ ነው፡፡ **ካታሪሲስ** የሚለው

የእንግሊዘኛ ቃል በዌብስተር መዝገበ ቃላት ላይ መንፈሳዊ ተሐድሶ ወይም ከጭንቅ መገላገልን የሚያመጣ ማንጻት ወይም ማጥራት በማለት ይተረጒመዋል። ይህም የሚያስረዳው ንጽሕ፣ ማንጻት፣ አጽጅ፣ እና ከቆሻሻ ነፃ ማድረግን ነው። ምንም እንኳ ማንጻት ቃል በቃል ከአካላዊ ጒድፍ ወይም ብክለት ማጥሪያ ማለት ቢሆንም፣ ሁሉም የአዲስ ኪዳን የቃሉ አጠቃቀሞች ከኃጢአት "ጒድፍ" ወይም "ውስጣዊ ብክለት" መንጻትን ሊያመለክት ይችላል (ዕብ. 1፡3፤ 2ኛ ጴጥ. 1፡9) ወይም ከሙሴ ሕግ ጋር ተያይዞ ከተጠቀሰው ከማንጻት ሕግ ጋር ያያይዘዋል፡፡ (ማር. 1፥14፤ ሉቃስ 2፥22)

(ካታአሪኢስሞስ) የሚለው ቃል በአይሁድ የመጀመሪያዎቹ መጻሕፍት ከለምጽ ማንጻት ጋር (ዘጸ. 29፥36) ወይም ኃጢያትን ደም በመርጨት ከማንጻት ጋር የሚያያይዝ ነው፡፡ (ዘጸ. 30፥10) *(መጽሐፍ ቅዱስ ጥቅሶች የብሉይና / የአዲስ ኪዳን ግሪክ መዝገበ ቃላት፣ የቴየር ትርጒም 1989. በ ጆሴፍ ሄንሪ ቴየር፣ ቅድመ እስቲን ሐተታ/ በጄፍ ጋሪሰን ትንታኔ)*

Zodhiates በዮሐ 3፥25 ላይ የመጥምቁ ዮሐንስም የኢየሱስ ክርስቶስም ጥምቀት kathatismos በሚለው የማንጻት ቃል የተጠቀሰ ሲሆን፣ ሌሎቹ የልምድ ጥምቀቶች መንፈሳዊ የማንጻት ስራን የሚከውኑ እንዳልነበር ይታወቃል፡፡ ማር. 1፥4 ላይ ለንሐሃ የሚሆን ጥምቀት የሚለው የሚገናኘው ከኃጢአት ስርየት ጋር ነው፡፡ ዕብ. 1፡3 ላይ ያለው ቃልም «ኃጢአታችን» በክርስቶስ መወገዱን ያሳያል፡፡ 2ኛ ጴጥ. 1፥9 በሰዎች ላይ የተከሰተውን የማንጻት ተግባር ሲያሳይ ዕብ. 1፥3 በኢየሱስ የተከናወነውን የመተው ተግባር ያሳያል፡፡ Kathasrismos የሚለው ቃል ለአይሁዳውያን አዲስ ቃል አይሆንባቸውም፡፡ በዘጸ. 10፥30 ላይ የሚያቁት የማንጻት ቀን፣ እንዲሁም ዘሌ. 15፥20 ላይ ከተገታ ቀንም ጋር ይገናኝላቸዋል፡፡ (ዘጸ 29፥36፣ ዘጸ. 30፥10) *(የዕብራይስጥ-የግሪክ ቍልፍ ጥናት መጽሐፍ ቅዱስ- ስፓይሮስ ዞድሄትስ የተሟላ የቃል ጥናት መዝገበ-ቃላት፣ አዲስ ኪዳን)*

ኢየሱስ ለኃጢአታችን ሙሉ እና የመጨረሻውን መንጻት የማከናወኑ ዕውነታ፣ እንዲሁም አሁን በአብ ቀኝ መቀመጡ፣ የሰው ልጆችን ብርቱ፣ የጸኑ እና የማይናወጡ ሊያደርጋችሁ ይገባል። እንዲህም የሚያደርጓችሁ ኃጢአቶቻችሁ ምንም ያህል ዓለማዊ እና በእጅጉ አረመኔያዊ ሊመስሉ ቢችሉ እንኳ፣ ሙሉ ለሙሉ እና በማይሻር መልኩ ይቅርታ የተደረገባቸው ናቸው። የክርስቶስ መነሣት፣ መከበር፣ ማረግ እና በእግዚአብሔር ቀኝ በዙፋን ላይ መቀመጥ፣ በፍርድ ሰዓት እና በሞት ሰዓት ወቅት ላይ ኃጢአታችሁን መንጻቱ እርግጠኛና ዕውነተኛ መሆኑን፣ ወደ መንግሥተ ሰማያትም ለመግባት ዕንቅፋት የሌለበት

ስለ መሆኑ እርግጠኛ እንድትሆኑ ያደርጋችኋል። ክርስቶስ ዛሬ በሰማያት እየገዛ ነው፣ ምክንያቱም በምድር ላይ ለኃጢአቶች የአንዴና የሁልጊዜ ማንጻትን ስላደረገ ነው፡፡ ይህም የጌታን ስም ለሚጠሩ ሁሉ መዳን እንዲሆን ነው (ሮሜ 10፥3 ይመልከቱ)። በዕውነትም እንደ ስጦታ በእምነት ለሚቀበሉት እንጂ፣ ሊያገኙት ለማይሞክሩት የምሥራች የሆነ ዜና ነው። (ኤፌሶን 2፥8 ን እና 2፥9 ን ተመልከቱ)።

አንድ አማኝ ክርስቶስን በልቡ ባመነ ጊዜ፣ እንዲሁም በአፉ ሲመሰክር፣ አዲስ ፍጥረት ሲሆን፣ የኃጢአትን ይቅርታ እና መንጻትን ካገኘ ለምን እንደ ገና ንስሐ መግባት አስፈለገው? ሐዋርያው ዮሐንስ በአንደኛ ዮሐንስ መልእክቱ ላይ በግለጽ፣ *«ኃጢአት የለብንም ብንል ራሳችንን እናስታለን፥ ዕውነትም በእኛ ውስጥ የለም። በኃጢአታችን ብንናዘዝ ኃጢአታችንን ይቅር ሊለን ከዓመፃም ሁሉ ሊያነጻን የታመነና ጻድቅ ነው።»* ሲል ይነግረናል፡፡ ታዲያ የትኛው ነው ዕውነቱ ብለን እንጠይቅ ይሆናል፡፡ የእግዚአብሔር ቃል እርስ በራሱ ይቀረናል የሚል አሳብ እስከሚፈጠር ድረስ ይሆናል፡፡ ዕውነቱን እዚህ ላይ መመልከት አስፈላጊ ይሆናል፡፡ በእርግጥ የዚህ መጽሐፍ ዓላማ ውስብስብ የሥነ መለኮት አፈታትን ለመግለጽ አይደለም፡፡ ስለዚህም ወደዚያ መንደር ጎራ አንልም፤ ሆኖም ግን በቂ የሆነ የቃሉ መረዳት እንዲኖረን በይበልጥም "ዕውነትን ታውቃላችሁ ዕውነትም አርነት ያወጣችኋል" ብሎ ጌታችን እየሱስ እንዳስተማረው የቃሉን ፍቺ እንዲበራ የዚህ መጽሐፍ ዓላማ ነው፡፡ ስለሆነም ትንሽ ግዜ ሰጥተንበት መመልከቱ አስፈላጊ ነው፡፡

በሃያኛው እና በሃያ አንደኛው ክፍለ ዘመን በክርስትና እምነት ትልቅ ተጽዕኖ ፈጣሪ የሆኑት፣ እንዲሁም ሰዎችን ወደ ኢየሱስ ክርስቶስ እንዲመጡና እርሱን የግል አዳኛቸው አድርገው አዲስ ፍጥረት (ዳግም እንዲወለዱ) ጌታ በድንቅ አስገራሚ በሆነ ጸጋ እና ቅባት የተጠቀመባቸው አገልጋይ በአንድ ወቅት በአገልግሎታቸው ላይ ሳሉ አንዲት ሴት ለእኚህ አገልጋይ ተመሳሳይ የሆነ ጥያቄ አቀረበች፡፡ እኚህ የጌታ ባርያ በአገልግሎታቸው ስኬታማነት ረገድ በገሃዱ ዓለም በሚያምኑ እና በማያምኑ ሰዎች ሁሉ ዘንድ የተመሰከረላቸውም ቢሆንም ቅሉ፣ የዚህችን ሴት ጥያቄ መመለስ አስፈላጊ እንደ ሆነ ተረድተው መልስ ሰጥተዋል፡፡ ስለ አገልግሎታቸው የተሰጠው ዘገባ ይህ ይመስላል፡- [የሥራ ምድብ ክፍሉ እንደሚያመለክተው ከሆነ፣ ቢሊ ግርሃም ባዘጋጇቸው ጀማ የወንጌል ማዳረስ መርሐግብሮች ላይ ኢየሱስ ክርስቶስን እንደ ግል አዳኛቸው አድርገው ለመቀበል ምላሽ የሰጡ ሰዎች ከ3.2 ሚሊዮን በላይ ናቸው፡፡ በ2008 ዓ.ም የቴሌቪዥን እና የሬዲዮ መርሐግብሮች ተከታታይ የሆኑ ሰዎችን ጨምሮ የሕይወት ዘመን አድማጮቹ የነበሩት 2.2 ቢሊዮን ሰዎች ነበሩ፡፡ እነርሱ በሚያካሄዳቸው ጀማ የወንጌል ስብከት

አገልግሎቶች ምክንያት በክርስትና ታሪክ ውስጥ ለብዙ ሰዎች በቀጥታ ወንጌል የሰበከ ሰው ቢሊ ግርሃም ነው፡፡]

ለቢሊ ግርሃም የቀረበው ጥያቄ፡- «*እግዚአብሔር ወደ ፊት የመንሠራውን ኃጢአት ይቅር ይላል ወይስ የቀድሞ ኃጢአታችንን ብቻ ነው ይቅር የሚለው? ከሁለት ዓመታት በፊት ክርስቲያን ሆንሁ፣ እናም በዚህ ጉዳይ ላይ እጨነቃለሁ*» የሚል ነበር፡፡

ቢሊ ግርሃም መልስ ሲሰጡ እንዲህ አሉ፡- በመጻሕፍት ውስጥ ከምናገኛቸው ታላላቅ ዕውነታዎች አንዱ ክርስቶስ ከፊሉን ሳይሆን፣ ሁሉንም ኃጢአታችንን ለማስወገድ ሞተ የሚል ነው፤ ዳሩ ግን ሁሉንም ሲባል ያለፈ፣ የአሁን እና የወደፊት ማለት ነው፡፡

ለዚህ ነው ኃጢአትን በሠራችሁ ጊዜ ሁሉ ድነታቸንን እናጣለን ብላችሁ መፍራት የሌለባችሁ፡፡ ጉዳዩ መዳናችንን የሚያሳጣ ቢሆን ኖሮ፣ እናንተም ሆነ እኔ በየቀኑ ድነታችንን እናጣ ነበር፤ ምክንያቱም በየቀኑ ኃጢአትን እንሠራለን፡፡ ተግባሮቻችን ንጹሕ እንኳ ቢሆኑ፣ ብዙውን ጊዜ አሳቦቻችን ንጹሕ አይሆኑም፡፡ ደግሞም ተግባሮቻችን እና አሳቦቻችን ንጹሕ እንኳ ቢሆኑ ልናደርጋቸው የሚገቡ መልካም ሥራዎችን ባለማድረግ ኃጢአትን እንሠራለን፡፡

ይህን ከቶ አትርሱ፡- ድነታችሁ በእናንተ ማንነትም ሆነ በመልካምነታችሁ ላይ የተመሠረተ አይደለም፡፡ ድነታችሁ በክርስቶስ፣ ደግሞም በመስቀል ላይ በተከናወነው በሞቱ ቀድሞውኑ እርሱ ለእናንተ ባደረገላችሁ ነገር ላይ የተመሠረተ ነው፡፡ መጽሐፍ ቅዱስ *"እንዲህ ቢሆንስ ዓለም ከተፈጠረ ጀምሮ ብዙ ጊዜ መከራ ሊቀበል ባስፈለገው ነበር፤ አሁን ግን በዓለም ፍጻሜ ራሱን በመሠዋት ኃጢአትን ሊሽር አንድ ጊዜ ተገልጦአል፡፡" (ዕብ. 9፥26)* ይላል፡፡

ይህ ማለት ኃጢአትን ሠራችሁም አልሠራችሁም ምንም ችግር የለውም ማለት አይደለም፡፡ በጭራሽ ከቶውንም እንዲህ ማለት አይደለም፡፡ ኃጢአት ከባድ ነገር ነው፤ እግዚአብሔርን የሚያስቀይም ጉዳይ ነው፡፡ ከእርሱ ጋር ያለንን ኅብረት ያበላሻል፡፡ በተጨማሪም ኃጢአት ስለ ክርስቶስ የምንሰጠውን ምስክርነት ያበላሻል፡፡ መጽሐፍ ቅዱስ በግልጽ እንዲህ ሲል ይናገራል፡- *"እኔ ቅዱስ ነኝና እናንተም ቅዱሳን ሁኑ!" (1ኛ ጴጥ. 1፥ 16)*

ዳሩ ግን ክርስቲያናዊ ሕይወትን በገዛ ራሳችሁ ጥንካሬ ልትኖሩት አትችሉም፡፡ የእግዚአብሔር ርዳታ ያስፈልጋችኋል፡፡ - ለዚህም ነው እግዚአብሔር መንፈስ ቅዱስን የሰጣችሁ፡፡ ኃጢአት በምትሠሩ ጊዜ ወዲያውኑ ተናዘዙት፤ ከዚያም ደግሞ እንደምትፈልጉት ትኖሩ ዘንድ የመንፈስ ቅዱስን ርዳታ ፈልጉ፡፡ *(ዊሊያም ፍራንክሊን ቢሊ ግርሃም ጄ. አር)*

ጆን ማክአርተር፡- ኃጢአታችንን ብንናዘዝ *"ኃጢአታችንን ብንናዘዝ ኃጢአታችንን ይቅር ሊለን ከዓመፃም ሁሉ ሊያነጻን የታመነና ጻድቅ ነው፡፡" (1ኛ ዮሐንስ 1፥9) ዘ ፍሪደም ኤንድ ፓወር ኦፍ ፎርጊቭነስ* በሚለው መጽሐፉ ሐተታውን ሲያስቀምጥ እንዲህ ይላል፡- "ይህ ብዙዎች አዳዲስ ክርስቲያኖች ከሚያስታውሱት ምንባብ መካከል ቀዳሚው ነው - ደግሞም ይህ ትክክል ነው፡፡ በኃጢአት በታጀበች ምድር ውስጥ ከበደለኛነት ስሜት ጋር እየተገሉ ላሉ ሰዎች የክርስቶስን አጽናኚ ይቅርታ እና የመንጻት ተስፋ የያዘ ነው፡፡ የመለኮታዊ ይቅርታ ዳርቻን መረዳት ያልቻሉ ሰዎች የ1ኛ ዮሐንስ 1፥9ን ግልጽ የሆነ ትምህርት ይክዳሉ፤ ሌሎችም ደግሞ እንዲሁ እንዲያደርጉ ያስተምራሉ፡፡ እነዚህ ሰዎች "ለይቅርታ መጸለይ አለማመንን ይገልጻል፤ ለነገሩ ጤናማ ክርስቲያን የበደል ስሜት አይኖረውም፡፡ ምክንያቱም እርሱ የክርስቶስን አጠቃላይ ይቅርታ ይረዳል፡፡ ቀድሞውኑ አግኝታችሁት ሳላችሁ፣ ስለምን ይቅርታን ትሻላችሁ?" ሲሉ ያስተምራሉ፡፡

ይሁን እንጂ፣ የበደለኝነት ስሜት የሌለበት እነርሱ የፈበረኩት ክርስትና በበደለኝነት ስሜት ውስጥ ያሉ ሰዎች በብዙ የበደለኝነት ስሜት እንዲሞሉ የሚያደርግ ብቻ ሳይሆን፣ የኃጢአት ኑዛዜን ብቸኛ መንገድ የሚያስወግድም ጭምር ነው፡፡ ክርስቲያኖችን ወደ እግዚአብሔር እንዲቀርቡ ከማድረግ ይልቅ፣ ከእግዚአብሔር ጋር ያለ ግንኙነታቸውን የሚያስተጓጉልባቸውን የኃጢአት መሰናከያን ያጠናክሩባቸዋል፡፡ ዳሩ ግን ይህ የታሪኩ መደምደሚያ አይደለም፡፡ክርስትና ይቅርታን ሊሻ የሚገባ መሆኑን መጽሐፍ ቅዱስ በግልጽ ያስተምራል፡፡ ይህን ልብ በሉ፡-ልመና ባቀረበባቸው ዝማሬዎች በእያንዳንዳቸው (መዝ. 66፤ 32፤ 38፤ 51፤ 102፤ 130፤ 143) ዘማሪው አንድ አማኝ ይቅርታን በሚጠይቅበት ጊዜ የሚሰማውን በደስታ የተሞላ ልብ በተግባር ያሳያል፡፡ በእያንዳንዱ ጉዳይ ላይ ዘማሪው ቀድሞውኑ ሙሉ በሙሉ ይቅር የተባለ አማኝ ነው፡፡

- ክርስቶስ በወንጌላት ውስጥ ኃጢታቸውን ይቅር እንዲል አብን እንዲለምኑ አማኞችን አስተምሯል (ማቴ. 6፥12፤ ማር. 11፥25፤ ሉቃስ 11፥4)፡፡ ከእነርሱ መካከል አንዳንዶቹ ቀድሞውኑ ዳግም የተወለዱ ሰዎች ናቸው፡፡ በ1ኛ ዮሐንስ ላይ ያለው የግሱ ጊዜ ኑዛዜና ይቅር መባል ቀጣይነት ያለው ተግባር እንደ ሆነ ያሳያል፡፡ ቁጥር 7 ቃል

በቃል እንዲህ ይነበባል፡- የልጁ የኢየሱስ ክርስቶስ ደም ከኃጢአት ሁሉ ያነጻል፡፡ ቊጥር ፱ም እንደዚሁ ኃጢአታችንን ብንናዘዝ ይላል፡፡ ዮሐንስ እያናገራቸው ያሉ ሰዎች ቀድሞውኑ ሙሉ በሙሉ ይቅር የተባሉ አማኞች ናቸው (ከ፣፡13 ጋር አመሳክር)፡፡

ዳሩ ግን ይህ ጥያቄ አሁንም ይነሣል፡፡ ቀድሞውኑ እርሱ ያጸደቃችሁ ከሆነ፣ ስለ ምን የእግዚአብሔር ይቅርታ ያስፈልጋችኋል? መጽደቅ ያለፈ፣ የአሁንና የወደፊት ኃጢአትን የሚጠቀልል ከሆነ፣ ደግሞም በክርስቶስ ኢየሱስ ላሉት አሁን ኵነኔ ከሌለባቸው (ሮሜ 8፡1)፣ ስለምን ስለ ይቅርታ ትጸልያላችሁ? ቀድሞውኑ የእናንተው የሆነ ነገርን ለማግኘት እየጸለያችሁ አይደለም ወይ?

የዚህ ጥያቄ መልስ ሁለት ገጽታዎች አሉት፡- **እግዚአብሔር እንደ ዳኛ የሰጠው የችሎት ይቅርታ አንደኛው ገጽታ ነው፡፡** ይህ እግዚአብሔር ስለ ኃጢአታችሁ በክርስቶስ በሆነ ዕርቅ የገዛላችሁ ይቅርታ ነው፡፡ ያ ዐይነቱ ይቅርታ ከየትኛውም ዘላለማዊ የጥፋት ስጋት እናንተን ነፃ ያደረገ ነው፡፡ ይህ ለመጽደቅ የሆነ ይቅርታ ነው፡፡ እንዲህ ያለው ይቅር መባል ወዲያውኑ የተፈጸመ ነው፡፡ - ከቶ ዳግመኛ ልትድኑ የሚገባ ነገር አይደለም፡፡

ሌላው እግዚአብሔር እንደ አባት የሚሰጠው ይቅርታ ነው፡፡ የኃጢአት ይቅርታ በችሎት የቀረበ በደልን ያጠቃልላል፡፡ ዳሩ ግን ይህ በኃጢአታችሁ ምክንያት እግዚአብሔር እንደ አባት በእናንተ ያዘነበትን ሁኔታ ዋጋ-ቢስ የሚያደርግ አይደለም፡፡ እርሱ የሚወዳቸውን ለጥቅማቸው ብሎ ይቀጣቸዋል (ዕብ. 12፡5-11)፡፡

ልዩነቱን ላሳያችሁ፡-

- የችሎት ይቅርታ የኃጢአት ክፍያን የሚመለከት ሲሆን፣ ወላጃዊ ይቅርታ ደግሞ የኃጢአት ውጤቶችን የሚመለከት ነው፡፡

- የችሎት ይቅርታ ጻድቅ ከሆነውና እኛ ከበደልነው ዳኛ ነፃ ያደርገናል፤ ወላጃዊ ይቅርታ ደስታውን ካጣና ነገር ግን ፍቅር ከሆነ አባት ጋር ያለንን ግንኙነት ያስተካክላል፡፡

- የችሎት ይቅርታ በመለኮታዊ ዙፋን ፍርድ ሥር ሳንናወጥ መቆም እንድንችል ያደርገናል፡፡ ወላጃዊ ይቅርታ በየትኛውም ጊዜ ቅድስናችን ካለበት ሁኔታ ጋር የሚያያዝ ነው፡፡ ደግሞም ከጸጋው ዙፋን የሚወርድ ነው፡፡ ስለዚህም ክርስቲያኖች

በዕለታዊ ኍዞዎቻቸው ሊሹት የሚገባው ይቅርታ ከተናዳጁ ዳኛ የሚገኝ ይቅር መባልን ሳይሆን፣ ነገር ግን ከተናደደ አባት የሚገኝ ምሕረትን ነው::

እግዚአብሔር በገዛ ራሱ ልጆች ያዝናል የሚለውን አሳብ አንዳንዶች ይቃወሙታል:: እነዚህ ሰዎች እንዲህ ሲሉም ይጠይቃሉ፡- "ለአንዴና ለመጨረሻ ጊዜ ይቅር የተባሉ ኃጢአተኞች መለኮታዊ ቍጣን ሊያነሳሱ ይችላሉ ወይ?" ምላሹ አዎን የሚል ነው:: እንደ ዕውነቱ ከሆነ፣ የኃጢአተኝነት ሕይወታችሁን እንድትተውት የሚያደርጋችሁ፣ ጽድቅ የሆነ የእግዚአብሔር ደስ አለመሰኘት ነው ::

እግዚአብሔር በዕለታዊ ኃጢአታችሁ ላይ ደስ አለመሰኘቱ እርሱ ለእናንተ ያለውን ፍቅር እጅግ በጣም ተግባራዊነት ባለው መልኩ ያሳያል:: መቅጣት የሚለውን ቃል በተለያየ መልኩ የያዘው የዕብራውያን 12፥5 አሳብ ይህ ነው:: መለኮት በኃጢአት አለመደሰቱ መቀጣትን፣ መታረምን እና መስተካከልን ያመጣል:: ይህ መልካም ነገር ነው:: ይህም ሕይወታችሁን ከኃጢአት የሚያጸዳ በመሆኑ ምክንያት ብቻ አይደለም፤ ነገር ግን እርሱ ለእናንተ ያለውን ፍቅር የሚያሳይ በመሆኑ፣ እንዲሁም ከእርሱ ጋር ያላችሁን ግንኙነትን የሚያጸናው በመሆኑም ጭምር ነው::

የእግዚአብሔር ቅጣት - አንዳንድ ጊዜ አለመታዘዝ መቀጣትን የሚያመጣ ነው:: - መቀጣት የሚያሳምም ነው፤ ማንም በዚህ ላይ አይከራከርም:: ዳሩ ግን ይህን ልታስታውሱ ይገባል፡- ከቅድስናው ተካፋዮች እንድትሆኑ ያደርጋችኋል (ቍ. 10):: እርሱ ያሠለጥናችኋል (ቍ. 11):: እርሱ ሰላም የተሞላበትን የጽድቅን ፍሬ በውስጣችሁ ያፈራል:: (ቍ. 11):: ስለዚህ ኃጢአትን በምታደርጉበት ጊዜ፣ ራሳችሁን ትሑት አድርጉ፤ ኃጢአታችሁን ተናዘዙ፤ ደግሞም ፍቅር ለተሞላበት ተግሣጹ ራሳችሁን አስገዙ::

ኃጢአትን መጥላት፣ ዕለታዊ ኑዛዜ፣ እንዲሁም ቀጣይነት ያለው የንስሐ ዝንባሌ ጤነኛ የሆነ ክርስቲያን ምልክቶች ናቸው:: ጥቅሙ ምንድን ነው? ዳግመኛ 1ኛ ዮሐንስ 1፥9ን ተመልከቱ፡- *"ኃጢአታችንን ብንናዘዝ ኃጢአታችንን ይቅር ሊለን ከዓመፃም ሁሉ ሊያነጻን የታመነ ነው::"*ይቅርታ እና መንጻት - እነዚህ የተስፋ ቃሎች ልክ የተጠማን ሰው ቀዝቀዝ ያለ ውኃ ዕርከት እንደሚያደርገው ሁሉ፣ እንዲሁ ኃጢአተኛውን ሰው የሚያድሱት ናቸው::

ዳዊት በመዝሙር 32 ላይ የይቅርታን ኃይል አስመልክቶ ምስክርነቱን ሰጥቷል፡- *"በቀንና በሌሊት ዕጅህ ከብዳብኛለች፥ እርጥበቴም ለበጋ ትኩሳት ተለወጠብኝ:: ኃጢአቴን ለአንተ አስታወቅሁ፥ በደሌንም አልሸፈንሁም፤ ለእግዚአብሔር መተላለፌን እነግራለሁ*

አልሁ፤ አንተም የልቤን ኃጢአት ተውህልኝ።" (ቁ. 4-5)። የዳዊት ኃጢአት ያስከተለው የበደለኝነት ስሜት አካሉን ይጐዳዋል። ዕረፍትን ያገኘው ሙሉ በሆነ ይቅርታ ብቻ ነው።

በችሎት እና በወላጃዊ ይቅርታ መካከል ያለን ልዩነት ቀድሞውኑ ተነጋግረንበታል። ኋለኛው በ1ኛ ዮሐንስ 1፥9 ውስጥ ያለ ዕሳቤ ነው። ይህ ግላዊና ግኙኑነትን መሠረት ያደረገ ይቅርታ ነው። በተቈጣ አባት ዕይታ ወደ በረከት ሥፍራ በተሐድሶ መመለስ ነው። በተመሳሳይ መልኩ በ1ኛ ዮሐንስ 1፥9 የምናገኘው መንጻት ዳግም ልደትን አያመለክትም። ይልቁንም፣ በዕለታዊ ጕዟችሁ በኃጢአት ምክንያት ከሚመጣ ርኵሰት እናንተን ወደ መለየቱ የሚወስድ መንፈሳዊ እጥበት ነው። ምንባቡ ቀጣይነት ያለውን ይቅር መባል እና ከኃጢአት መንጻት አስመልክቶ የሚናገር ነው እንጂ፣ ድነታዊ የሆነ መንጻትንና መታጠብን አስመልክቶ የሚናገር አይደለም።

ከመጽደቅ ጋር የተገናኘው ይቅርታ እና ለዳግም ልደት የሆነው መታጠብ ኃጢአት በሕይወታችሁ ላይ ያለውን ግላዊ ዕውነት አያስወግድም። እንዲህ ያለውን አሳብ የምትቀበሉና የምታስተናግዱ ከሆናችሁ ወይ የበደላችሁ ሰለባ ትሆናላችሁ፣ አሊያም ደግሞ ራሳችሁን ከሕሊናችሁ ድምፅ የምታሸሹ ትሆናላችሁ። የቱም ምላሻችሁ አፍቃሪ ከሆነ አባታችሁ ይለያችኋል።

በዚህ ፈንታ ኃጢአታችሁን መናዘዝን ቀጥሉ። የእግዚአብሔርን ይቅርታ፣ እንዲሁም ዕለታዊ የሆነውን መንጻትን ፈልጉ። ምንባቡ እንደሚለው እርሱ ኃጢአታችንን ይቅር ሊል የታመነ ነው። ደግሞም እርሱ ጻድቅ ነው። ቀድሞውኑ በተወደደ ልጁ አማካይነት፣ በተወደደ ልጁ መሥዋዕትነት በኩል ለኃጢአታችሁ ሙሉ ስርየትን አድርጓል። ኃጢአታችሁን በምትናዘዙ ጊዜ ልባችሁ የተሰበረን በምሕረትና በርኅራኄ በሚያጥብ አፍቃሪ አባት ትታደሳላችሁ። *(ጆን ፉለርቶን ማክአርተር ጁ. አር)*

በሰማያት በግርማው ቀኝ ተቀመጠ

በሰማያት (በከፍታው) በግሪክ (ሆፕሴሎስ)፦ ይህ ቃል በቅድሚያ ከፍታን የሚያሳይ ሲሆን፣ ለምሳሌ የተራራ ከፍታን ያመለክታል። መዝሙረኛው እንዲህ ሲል ይገልጻል፦ *«ከብዙ ውኆች ድምፅ ከባሕርም ታላቅ ሞገድ ይልቅ እግዚአብሔር በከፍታው ድንቅ ነው።»* መዝ 93፥4 *(መጽሐፍ ቅዱስ ጥቅሶች የብሉይና / የአዲስ ኪዳን ግሪክ መዝገበ ቃላት፣ የቴየር ትርጉም 1989. በ ጆሴፍ ሄንሪ ቴየር፣ አስቲን ሐተታ/ በጀፍ ጋሪሰን)*

የጌታችን የኢየሱስ ክርስቶስ ከሙታን መነሣቱ እና በአብ ቀኝ መቀመጡ የእግዚአብሔር ኃይል (ዱናሚስ) በእርሱ ውስጥ በሙላት መገኘቱን የሚገልጥ ነው። ከላይ እንደ ተመለከትነው የእግዚአብሔር ኃይል በአለም ሆነ በማይታየው አለም ያሉትን ፍጥረታትን፣ ኃይላት፣ ባለ ሥልጣናትና ገዥዎችን በሙሉ ባሉበት እና በተወሰነላቸው መስመር ልክ እንዲኖሩ ማድረግ፣ በመጨረሻም የእግዚአብሔር ፈቃድ በክርስቶስ በኩል እንደሚጠቀለል ተረድተናል።

የጌታ በአብ ቀኝ መቀመጥ ይህ የመለኮት ኃይል በእርሱ ውስጥ ኖሮ መግዛቱን፣ ሁሉን ከዕግሩ በታች እንደ ተቆጣጠረ (ፍጥረታት በአስተዳደር ኃይሉ ሥር) እንዳሉ ያስረዳናል። ጌታችን ኢየሱስ የእግዚአብሔር ልጅ ከሆነ በነቢያቱ የተነገረው ሕፃኑ ከማርያም ተወልዶ፣ በጸጋና በጥበብ አድጎ፣ በእግዚአብሔር ኃይል ተቀብቶ፣ መሥዋዕት ለመሆን እንደ በግ ታርዶ፤ በአብ ቀኝ ተቀምጦ ንግሥናና ግዛት የሚሰጠው እርሱ እንደ ሆነ፣ አይሁድም ሆኑ የአይሁድ መሪዎች ያውቃሉ (ዳንኤል 7፥13)።

ይህ ዕውነት በበርካታ ነቢያት ተነግሮ ነበረ (ሕዝ. 1፥26፤ ኢሳ. 9፥6)። ይህ በዳዊት ዙፋን ላይ የሚቀመጠው የሚታዩት እና የማይታዩት የሚገዙለት "የሰው ልጅ" ተብሎ የሚጠራው የልዑል ልጅ እንደ ሆነ በአይሁድ አማኞች የታወቀ ዕውነት ነው። ይህ የእግዚአብሔርን ኃይል የተላበሰ ጌታ ፍጹም ሰው እንደ ሆነ ስለ ሰው ልጅ ኃጢአት ሲል እንደሚሞት፣ በመሞቱም ሰዎችን ከኃጢአታቸው አድኖ ሊጠብቃቸው በክብሩ ሊያኖራቸው እንደሚችል በአይሁድ ዘንድ በጥንቃቄ የሚታወቅ ዕውነት ነው። ጌታችን ወደ መስቀል ሞት ሊሄድ ሲቃረብ በህማማቱ ወቅት ከሊቀ ካህናቱ ቀያፋ ዘንድ ሰይፍና ጎመድ ይዘው የመጡ ጭፍሮች (ወታደሮች) ነበሩ። እነዚህ ጭፍሮች ለምን እንደ መጡ ሲናገር 'አስቀድሞ በነቢያቱ የተጻፈው ይፈጸም ዘንድ ነው' ብሎ በፈቃዱ ራሱን አሳልፎ ሰጣቸው።

ይህ የሚያስረዳን የእግዚአብሔር ኃይል (ዲናሞ) ያለው ጌታ ከጭፍሮች በላይ እንደ ሆነ እንጂ፣ ኃይል አጥቶ እና ተሸንፎ እንዳልተያዘ ነው። የሃይማኖት ከፍተኛ መሪዎች እና ሽማግሌዎች በተሰበሰቡበት ሊቀ ካህናቱ ቀያፋ ባለበት ብዙ የሐሰት ምስክር ቀረበበት። እርሱ ግን ሳይመልስና ሳይከራከር ክሱ በካህናቱ ተፈትኖ ውድቅ ሆነ። ሊቀ ካህናቱንም 'አንተ የእግዚአብሔር ልጅ ክርስቶስ (በመንፈስ ቅዱስ ኃይል የተቀባኸው) እንደ ሆንህ እንድትነግረን በሕያው እግዚአብሔር እምልሃለው' አለው። ይህ የአባቱን ዙፋን ዘንድ የደረሰ የክስ ጥያቄ ነበር።

ጥያቄው ለማወቅ እና በክብሩ ኃይል ግዛት ውስጥ ለመኖር ሳይሆን ለክስ የቀረበ ጥያቄ ነበር። ጌታችን ኢየሱስ ሲመልስም "... የሰው ልጅ በኃይል (ዱናሚስ) ቀኝ ሲቀመጥ በሰማይ ደመና ሲመጣ ታዩታላችሁ" አላቸው (ማር. 26÷62)። ይህን ሲሰማ ካህኑ ልብሱን ቀደደ፤ ከዚያ የመከራው ዝናብ ውርጅብኝ በኢየሱስ ገላ ላይ ማረፍ ጀመረ። ይህን ሁሉ ባላቸው ሙሉ ኃይል አድርገው በመጨረሻ በመስቀል ላይ ሰቅለው ገደሉት። ትልቅ ድንጋይ ማኅተም አድርገው በመቃብር ውስጥ አስቀመጡት። የጠላት ኃይል የሰው ኃይል ልኩ እዚህ ድረስ ነበር። የእግዚአብሔር ኃይል (ዱናሚስ) ግን በሙላት ተገለጠ። ኢየሱስ ከሞት ተነሥቶ በአብ ቀኝ በኃይል ተቀመጠ።

የእግዚአብሔር ቀኝ ሁልጊዜ የበለጠ ሙላት ያለውን፣ ሉዓላዊ ኃይሉንና ክብሩን ይገልጣል (መዝ 110÷1፣ 1ኛ ነገ. 2÷19)። የእግዚአብሔር ቀኝ (የቀኝ ዕጅ) የሚለው አሳብ ክብሩን፣ ፍቅሩንና ጉልበቱን ያሳያል (ዘጸ. 15÷6፤ መዝ. 78÷54)።የእግዚአብሔር ቀኝ ዕጅ ሁልጊዜ የላቀ በረከትን ያመለክታል (ዘፍ. 48÷17-19)። ለምሳሌ ለቤተ ክርስቲያን የሚገለጠው የፍቅሩ ጉልበት ኃይል በቀኝ እና በግራ ይለያያል። ሱላማጢስ ከምትባለው ሴት ንግግር አንድ ነገር ማስተዋል እንችላለን። "ግራው ከራሴ በታች ነው ቀኙም ታቅፋኛለች" (መኃልይ ዘሰሎሞን 2÷6)።

በግራው የተገለጸው የፍቅር ኃይል ጥበቃ በቀኙ ከታቀፉት የኃይል መጠን አይተካከልም። ግራ ዕረፍትን ያሳያል፤ ደግሞም አንድ አማኝ በእግዚአብሔር ከተሰወረ በኋላ የሚያሻውን በረከት ሲገልጥ፣ ቀኝ ግን በእግዚአብሔር ውስጥ (በክርስቶስ) መገኘቱን የሚያሳይ ነው (ዘዳ. 33÷12)።ለምሳሌ መጽሐፈ ምሳሌ 3÷14-16 ላይ የእግዚአብሔር ጥበብ የሆነው የእግዚአብሔር ልጅ በአማኙ ላይ የሚያደርገውን እንመልት "ጥበብን የሚያገኝ ሰው ምስጉን ነው ማስተዋልን ገንዘቡ የሚያደርግ፤ በወርቅና በብር ከመነገድ ይልቅ በእርሷ መንገድ ይሻላልና። ከቀይ ዕንቁም ትከብራለች የከበረ ነገር አይተካከላትም። በቀኝዋ ረጅም ዘመን በግራም ባለጠግነትና ክብር ..."።

ለእኛ ትልቁ ነገር የእግዚአብሔር ልጅ ኃይሉን በሙላት የገለጠው ረጅም ዘመን (ዘላለማዊ) ሕይወት በመስጠት ነው። ይህ የሕይወት ሕግ፣ የሕይወት ኪዳን፣ የሕይወት ቃል እኛን ከሞት አድኖን በግዛቱ ውስጥ የምንኖር አደረገን። የእኛ የመመላለሻ ሐዲድ ሆኖ ያስተምረናል፤ ይመራናል (ሮሜ 8÷2)።

በዚህ የሕይወት ሕግ ውስጥ ስንኖር ደግሞ ሌላው ተጨማሪ በረከት "ባለጠግነት እና ክብር" ነው። ይህም ደግሞ ባለጠግነት ብር፣ ሀብት ፣ ጤንነት፣ መከናወን ወዘተ ...

በክርስቶስ በመሰወራችን የሚገኙ ናቸው፡፡ እነዚህ ምድራዊ በረከቶች የብልፅግና አስተማሪዎች ተብለው የሚፈረጁት «ሐብት መከናወን» እንደሚሉት መንፈሳዊ አይናቸው በስብ በጮማ ሞልቶ ክርስቶስን እንዳሳወራቸው በመንፈስ የተራቆቱ ደሃ እንዳደረጋቸው አይደለም፡፡ ሆኖም ግን ምድራዊ በረከት በክርስቶስ የሚገኝ ነው፡፡ አስቀድሞ ለክርስቶስ በመኖር የሚበዛ እና የሚትረፈረፍ ይሆናል፡፡ የሰው ሕይወት ግን በግኡዙ ላይ የተመሰረተ ወይንም የሚለካ አይደለም ይልቁኑ በክርስቶስ ሞት እና ትንሳኤ እንጂ!

የመጀመርያው በቀኝ ሰማያዊ ነው (ኤፌ. 1፥3፤ ቈላስ. 3፥1-2)፡፡ ሁለተኛው በረከት (በግራ) ምድራዊ ነው፡፡ ብዙዎች ከብር ባለጠግነት አላቸው፡፡ ሆኖም ግን የሕይወታቸው ጎዳና በእግዚአብሔር ፊት ሲመዘን የቀለለ ነው፡፡ ክርስቶስ በእርሱ ውስጥ ዐቀፈን፤ ሰወረን፤ እንዲሁም በምድር በርከቶች ባረከን፡፡ አብ ሉዓላዊ ኃይሉን አሳየን (ኢሳ. 41፥10)፡፡

ኃይሉን (መንፈሳዊ በረከቱን እና ጥበቃውን) ለመግለጽ "ቀኝ" የሚለውን አሳብ ይጠቀማል (ኢሳ. 41፥10)፡፡ ወልድ በመንፈሳዊ ባርኮት ሊባርከን ሲፈልግ ቀኝ ዕጁን ይጭንብናል (ራእይ 1፥17) ምንም እንኳ ዮሐንስ ያለበት ሥፍራ (ፍጥሞ ደሴት) በስደት ቢሆንም፣ የተገለጠለት መንፈሳዊ በረከት ግን ታላቅ እንደ ሆነ እናስተውላን፡፡

ክርስቶስ ቤተ ክርስትያንን በቀኝ ዕጁ አቅፏትና ተሸክሟት ይገኛል (ራእይ 1፥16)፡፡ ጌታ ኢየሱስ በአብ ቀኝ መቀመጡ የበረከት ቁንጮ በእርሱ እንደሚኖር እርሱ የሕይወት ራስ ምንጭ እንደ ሆነ ያመለክታል (የሐዋ. 3፥15፤ ዮሐ. 4፥10፤ 4፥14፤ 10፥28)፡፡ የሰው ልጅ (ክርስቶስ) በአብ ቀኝ የተቀመጠው የሰውን ልጅ ወክሎ ስለሆነ፣ ይህን ሕይወት መስጠት ችሏል (1ኛ ቆሮ. 15፥45)፡፡

ይህ ሕይወት ደግሞ በሉዓላዊ ኃይሉ የተሰወረ ነው፡፡ የእርሱ በአብ ቀኝ መቀመጥ ለማዳን ነው (ሮሜ 1፥16)፡፡ ምንም እንኳ አማኝ በክርስቶስ አምኖ እና ቢድንም ሥጋው በፈተና፣ በችግር፣ በኃጢአት፣ በሞት ጥላ ውስጥ እያለፈ በስደት ውስጥ ይኖራል(ራእይ 12፥13)፡፡ በመጀመርያ የቀደመው ዘንዶ በእግዚአብሔር ልጅ ፊት ቆሞ ስደትን አስነሣ (ራእይ 12፥4)፡፡ ይህ አልበቃ ብሎ ቤተ ክርስቲያን በበዓለ-ኀምሳ ከተወለደች በኋላ ስደትን ለማስነሣት ቆመ (ራእይ 12፥13)፡፡ ቤተ ክርስቲያን ግን (ሴቲቱ) በመወለዱ እጅግ ደስ ይላታል፡፡ መከራዋን እስከምትረሳ ድረስ ትሆናለች (ዮሐ. 16፥22)፡፡

ይህች ሴት ልጅዋ ወደ ሰማይ ተነጠቀ፤ ልታዝን ሲገባ ደስ አላት ምክንያቱም ከአብ ቀኝ ተቀመጠላት። ከዘንዶው መሸሸግያ ሥፍራ ተዘጋጀላት። ወደዚያም ሸሸች ይህ የበረሃ ሥፍራ ነው (ራእይ 12÷6)። በበረሃ እንድትጽናና የሚያደርጋት የሸሸችው ወደ ክርስቶስ ጉልበትና ኃይል እና ጥበቃ ስለሆነ ነው (ዕብ. 6÷17)። የራእይን መጽሐፍ ስናጠና በዚያ በበረሃ ሁለት ታላላቅ የንስር ክንፎች ተሰጣት ይለናል። ይህም ክንፍ በኃይሉ ጉልበት ከፍ ብላ እንድትበርር ያደርጋል (ራእይ 12÷14፤ ዘዳ. 19÷14፤ ዘዳ. 32÷11)። ክርስቶስ በአብ ቀኝ በመቀመጡ ቤተ ክርስትያን በኃይሉ ክንፍ (በትንሣኤው ኃይል) ውስጥ እንድትጠበቅ አደረጋት (1ኛ ጴጥ. 1÷5፤ ይሁዳ 24)። ጌታም እኔ ብሄድ ይሻላችኋል (ዮሐ. 14÷7) ያለው ለዚህ ነበር። በአብ ቀኝ በክብሩ በመቀመጡ ቤተ ክርስቲያን የክብሩ ተካፋይ እንድትሆን አደረጋት። ጌታ በመጨረሻው ዘመን ኃጥአንን እና ጻድቃንን በግራው እና በቀኙ ያቆማቸዋል። ቀኝ ጽድቅን ሲያሳይ፣ ግራ ደግሞ ፍርድን ያመለክታል (ማቴ. 25÷31)። **ማክዶናልድ** ይህን በአጭሩ እንደሚያስቀምጠው ጌታችን ከፈጣሪነት ወደ ፍጡር መሆንና መከራን መቀበል፣ መልሰም ወደ ክብር ያደረገው ሽግግር ነቢያት ከዕይታቸው እንደ ወጡ ያሳያል፤ እነርሱ ጥላ ነበሩ፤ አሁን ደግሞ እነርሱ የመሰከሩለት መሢሕ መጥቷልና አሁን ከሥራቸው ዐርፈዋል (የሐዋ. 10÷43) *(ዊሊያም ማክዶናልድ፦ ቢሊቨርስ ባይብል ኮሜንተሪ 2016፦ ቶማስ ኔልሰን)*

ግርማው የግሪኩ ቃል (megalosune) የሚል ትርጉም ይኖረዋል። በእንግሊዘኛው majesty የሚል ፍቺ አለው። ይህም የእግዚአብሔር አብን ታላቅነትና ክብሩን ያመለክታል። በከፍታ፣ በክብር በሰማያት በዙፋኑ እንዳለ ይገልጻል። *"ብቻውን ለሆነ አምላክና መድኃኒታችን፣ ከዘመን ሁሉ በፊት አሁንም እስከ ዘላለም ድረስ በጌታችን በኢየሱስ ክርስቶስ ክብርና ግርማ ኃይልም ሥልጣንም ይሁን፤ አሜን" (ይሁዳ 25)።*

በግርማው (ሜጋሎሱኔ) meg-al-o-soo'-nay፦ ይህ ቃል ትልቅነትና አስፈላጊነትን የሚያሳይ ሲሆን፣ በተለይ በትልቅነቱ ለሚታወቀው ለእግዚአብሔር የምንጠቀምበት ነው። ይህ ቃል በአንዳንድ ቋንቋዎች እውነተኛ ትልቅ ወይም የዕውነት አስፈላጊ ተብሎ ተተርጉሞ ይገኛል። *(መጽሐፍ ቅዱስ ጥቅሶች የብሉይና / የአዲስ ኪዳን ግሪክ መዝገበ ቃላት፣ የቴየር ትርጉም 1989. በ ጆሴፍ ሄንሪ ቴየር፣ አስቲን ሐተታ/ በጀፍ ጋሪሰን)*

ቀኝ (ዴክሲኦስ) dex-ee-os'፦ ይህ ከግራ በተቃራኒ የሚገለጽ ሲሆን በአንድ ነገር መስጠት ወይም ተመሳሳይ ነገር ላይ ቅድሚያ ማግኘትን ያመለክታል፣ እና የቀኝ ቦታ የክብር ቦታም ነው። በምሥራቁ ክፍል ያሉ ነገሥታት ቅርብ የሆኑ ወይም ንግሥናውን ይረከባሉ ተብለው የሚታሰቡ ልጆቻቸውን በቀኛቸው የማስቀመጥ ልምድ ነበራቸው።

መዝሙረኛው እንደሚለው ይህ የደስታም ቦታ ነው (መዝ. 16፥11)። *(መጽሐፍ ቅዱስ ጥቅሶች የብሉይና / የአዲስ ኪዳን ግሪክ መዝገበ ቃላት፣ የቴየር ትርጉም 1989. በ ጆሴፍ ሄንሪ ቴየር፣ አስቲን ሐተታ/ በጀፍ ጋሪሰን)*

ተቀመጠ የግሪኩ ትርጉም (Kathistemi) በሥልጣን ላይ መቀመጥን፣ ሹመትንም ያመለክታል (ማቴ. 24፥45፣ 47)። በአጠቃላይ በዚህ ቊጥር ላይ ያለውን አሳብ ስንመለከተው ጌታችን ኢየሱስ የእግዚአብሔር አብን ባሕርይ፣ ማንነቱን፣ ክብሩን ይዞ በመምጣት ቃሉን በሥልጣን እየተናገረን በማስተማርና ደቀ መዛሙርትን በማፍራት፣ ስለ ሰው ልጆች ኃጢአትም በመስቀል ላይ ሞቶ የኃጢአትንና የሞትን ሥልጣን ድል በመንሣት፣ ሰዎችን ከኃጢአታቸው አንጽቷል። ኃጢአታችንን አንድ ጊዜ በራሱ ካስወገደ በኋላም ወደ አባቱ ቀኝ በማረግ፣ በክብሩና በግርማው፣ በአብ ቀኝ ተቀመጠ። ጌታችን ወደዚህ የላቀ ክብር ከመምጣቱ በፊት በመታዘዝና ራሱን ዝቅ በማድረግ ውስጥም አልፎአል። ሆኖም በዚህ ራስን ዝቅ የማድረግ ሕይወት ውስጥም ሆኖ የክብሩ መንጸባረቅ በአካሉ ላይ ይገለጽ ነበር። የእግዚአብሔር መለኮታዊ ባሕርይም በሁለንተናው ይታይ ነበር።

ተቀመጠ (ካቲኢድዞ) kath-id'-zo:- ይህ ቃል ክብርን የሚያሳይ ሲሆን፣ ወልድ እንደ ንጉሥ በሹመት መቀመጡን የሚያሳይ ነው። በግርማው ቀኝ ተቀመጠ ማለት ክርስቶስ ሰው ከመሆኑ በፊት ከአብ ጋር ዕኩል እንደ ነበር የሚያሳይ ሳይሆን፣ ክርስቶስ የሰው ልጅ ሆኖ ከመከራው በኋላ እጅግ መከበሩን የሚያሳይ ነው፣ አሁን ለእኛ መካከለኛ ሆኖ ይታያል። (ሮሜ 8፥34) *(መጽሐፍ ቅዱስ ጥቅሶች የብሉይና / የአዲስ ኪዳን ግሪክ መዝገበ ቃላት፣ የቴየር ትርጉም 1989. በ ጆሴፍ ሄንሪ ቴየር፣ አስቲን ሐተታ/ በጀፍ ጋሪሰን)*

በሰማያዊ ዙፋን ቀኝ ተቀምጦ በመዝሙር 110፥1 ላይ የተነገረለት ቃል ተፈጸመ። ይህ የልጁ በአብ ቀኝ መቀመጥ በአብ የተደረገ ድርጊት ነው (ዕብ. 8፥1፤ ኤፌ. 1፥20)። ነገር ግን ይህ ሰው ሆኖ ከመምጣቱ በፊት የነበረውን ማንነቱን የሚገልጽ ሳይሆን፣ በሰውና በአብ መካከል ጣልቃ ለመግባት ከከፈለው ከመከራው በኋላ ከፍ ያለበትን ነገር የሚያሳይ ነው (ሮሜ 8፥34)። ሁሉም ለአብ በተገዛለት በዚያን ጊዜ በእኛ እና በአብ መካከል ያለው ግንኙነትም ምሉዕነትን ያገኛል (1ኛ ቆሮ. 15፡28)። *(ጀሚሰን፣ ፋሰት፣ እና ብራውን ኮሜንተሪ)*

ሂዩስ:- እንደሚለው ይህ አሳብ የሁሉ ባለቤት የሆነው መለኮት በላይ ሆኖ ለእኔና ለአንተ የሚጸልይ ነው ይለናል፡፡ ይህ ለማመን የሚከብድ ይሆናል፤ የእግዚአብሔር ቃል ግን ልክ ነው ይለናል፡፡ ይህ ከድንቅም ድንቅ ነው፡፡ *(ሂዩዝ. አር. ኬ. ዕብራውያን:- የነፍስ መልሕቅ)*

ቫይን:- እንዲህ ሲል ያክላል፡- ይህ ቦታ በማስታረቅና ኃጢአትን በማንጻት ሥራው ሁሉ ፍጻሜን ማግኘቱ የሚታይበት ነው፡፡ *(የቫይን ኤክስፖዚተሪ ዲክሽነሪ፡- ዊሊያም ኤድዊ ቫይን)*

የአቀማመጥ አኳኋኑ ማረፍን የሚያመለክት ነው፤ ነገር ግን በገነነበት የከፍታ ሁኔታው ውስጥ ኢየሱስ ሁሉንም ነገር በተወሰነላቸው ፍጻሜ ላይ እንዲገኙ አሁንም እንደ ተሸከማቸው ነው፤ ደግሞም አሁንም እንደ ታላቅ ሊቀ ካህናት ኃጢአት እያስተሰረየ ያመኑትን ኃጢአተኞች በውድ ደሙ በማዳን ቅዱሳንን ከዕለታዊ የኃጢአት ብክለት በማጽዳት ላይ ነው። ይህ ከድካም በኋላ የሚገኝ የዕረፍት ዐይነት አይደለም፣ ነገር ግን ከተጠናቀቀ ሥራ የሚገኝ የዕረፍት ዐይነት ነው (በተከታዮቹ ጥቅሶች ውስጥ "ለአንዴና ለመጨረሻ ጊዜ" ወይም "ለሁልጊዜ" - የዕብ. 7÷27 - ማስታወሻ፤ የዕብ. 9÷12- ማስታወሻ፣ የዕብ. 10÷10 - ማስታወሻ፣ የዕብ. 10÷12 -ማስታወሻ፣ የዕብ. 10÷14-ማስታወሻ የዮሐንስ ወንጌል 19÷30 ማስታወሻን ተመልከቱ- ቅድመ አስቲን ሐተታ/ በጄፍ ጋሪሰን)

ማቲው ሄንሪ:- በግልጽ እንደሚያስቀምጠው ከመከራው ክብር ወደ ከፍታው ክብር ተወሰደ፣ በምድር ላይ ያለውን ማንነታችንና መከራችንን ከተካፈለ በኋላ በአብ ቀኝ ለመቀመጥ ወደ ሰማይ ይሄዳል፤ ይህም ራሱን ዝቅ የማድረጉ ምላሽ ነው፡፡ኃጢአት የአዳም ዘርን ከዚህ ክብር ያጐደለው ቢሆንም፣ ክርስቶስ ኢየሱስ በእርሱ ያመኑትን በድጋሚ ይህንን ክብር እንዲጎናጸፉ አድርጓል (ሮሜ 3÷23)፡፡

ቁጥር 3 እርሱም የክብሩ መንጸባረቅና የባሕርዩ ምሳሌ ሆኖ፥ሁሉን በስልጣኑ ቃል እየደገፈ፥ ኃጢአታችንን በራሱ ካነጻ በኋላ በሰማያት በግርማው ቀኝ ተቀመጠ፤

የክብሩመንጸባረቅ ዮሐ 1÷14; 14÷9,10; 2ኛ ቆሮ 4÷6

የባሕርዩምሳሆኖ፥ 2ኛ ቆሮ 4÷4; ቆላ 1÷15,16; መዝ 75÷3; ዮሐ 1÷4; ቆላ 1÷17; ራዕ 4÷11

ሁሉንበስልጣኑእየደገፈ፥ መክ 8÷4; ሮሜ 1÷16; 2ኛ ቆሮ 4÷7

ቃል ዕብ 7÷27; 9÷12-14, 16, 26; ዮሐ 1÷29; 1ኛ ዮሐ 1÷7; 3÷5

ኃጢአታችንንበራሱካነጻበኋላተቀመጠ፤ ዕብ 4÷14; 8÷1; 10÷12; 12፡2; መዝ 110÷1; ማቴ 22÷24; ማር 16÷19; ሉቃ 20÷42,43; ሥራ 2÷33; 7÷56; ሮሜ 8÷34; ኤፌ 1÷20-22; ቆላ 3÷1; 1ኛ ጴጥ 1÷21; 3÷22; ራዕይ 3 21

በግርማውቀኝ 1ኛ ዜና 29 ÷11; ኢዮብ 37÷22; ሚክ 5÷4; 2ኛ ጴጥ 1÷16; ይሁ 1÷25

ቁጥር 4 - *ከመላእክት ይልቅ ዲፎግ የሚበልጥ ስምን በወረሰ መጠን እንዲሁ ከእነርሱ አብዝቶ ይበልጣል።*

መላእክት በአይሁድ ኅብረተሰብ ዘንድ ከፍተኛ ሥፍራ ይሰጣቸዋል (ገላ. 3÷19)። ሙሴ የብሉይ ኪዳን አገልጋይ ነበር፤ ኪዳኑ ደግሞ በመላእክት መካከለኛነት የተሰጠ ነበር። በሲና ተራራ የነበሩ መላእክት ለኪዳኑ የተገኙ ነበሩ (መዝ. 68÷17፤ የሐዋ. 7÷53)። የእግዚአብሔርን መልእክት ይዘው ለእስራኤል የተላኩ ብዙ መልእክተኞች ነበሩ።እነዚህ መልእክተኞች ብዙ አስደናቂ ሥራ አድርገዋል፤ ነገር ግን በመልአክ የተመሰለው የእግዚአብሔር ልጅ ኢየሱስ የተለየ መልእክተኛ (መልአክ) ከመላእክትም የበለጠ ነው። እርሱ በብሉይም እስራኤልን ይዞ የወጣ የኪዳኑ መልአክ በመባል ይታወቃል (ዘጸ. 3÷2 እና 23÷20፤ ዘኍ. 20÷16፤ ሚልክያስ 3÷1)።

የጌታን ከመላእክት መገለጥ በብዙ ልንመለከተው እችላለን። መላእክት የሙሴ ሕግ መካከለኛ ቢሆኑም፣ ከእግዚአብሔር የተላከን መልእክት ለማድረስ ሆነ ፈቃዱን ለመፈጸም የሚያገለግሉ ናቸው። የኢየሱስ የአብ መልእክተኛነት የእግዚአብሔርን መልእክት ለሰው ልጆች ማድረስ እና የአማላጅ ሥራን መሥራት ነበር። በሰው እና በእግዚአብሔር መካከል ቆሞ በመሥዋዕቱ (በደሙ) ኪዳን በአማኙ ሕይወት የእግዚአብሔር ማዳን እና ኃይል እንዲገለጥ ማድረግ ነው።

ኢየሱስ ከመላእክት የሚበልጥ ያደረገው ሌላው ነገር በክህነቱ አገልግሎት ደኅንነትን ስላገኘልን ነው (ዕብ. 2÷10-18)። ምንም እንኳን ለጥቂት ጊዜ እንደ መላእክት ቢሆንም፣ የእርሱ ሥጋ መልበስ ያመጣው ውጤት እኛን ወክሎ በአብ ቀኝ መቀመጡ ከመላእክት መብለጡን ያሳያል (ዕብ. 2÷5-9)። የአንዳንድ መላእክትን ስም በአክብሮት እንጠራለን፤ በይበልጥም በእኛ ዐውድ የመላእክት ስም ከፍተኛ ሥፍራ አለው። ሆኖም ግን የጌታችን የኢየሱስ ስም ከስም ሁሉ በላይ ነው። ይህ ስም ብቻ በሰማይ በምድ ከምድር በታች ለመዳን የተሰጠ ስም ነው (የሐዋ. 4÷12)።

ዲፎግ (ዲያፎሮስ) dee-af-or-os:- ማለት የተለየ መሆንን የሚያመለክት ሲሆን፣ ስሙ ልዩ፣ የተለየ እና የላቀ እንደ ሆነ ያሳያል። (ዲያፎሮስ) የሚለው ቃል የተለየና የላቀን ነገር

ያመለክታል። *(መጽሐፍ ቅዱስ ጥቅሶች የብሉይና / የአዲስ ኪዳን ግሪክ መዝገበ ቃላት፣ የቴየር ትርጉም 1989. በ ጆሴፍ ሄንሪ ቴየር፣ አስቲን ሐተታ/ በጄፍ ጋሪሰን)*

የሚበልጥ በግሪኩ የዚህ ቃል ፍቺ (kreisson) ይለዋል፡፡ (more excellent) የሚለውን በእንግሊዘኛ ቃል ይተካል፡፡ በኃይል፣ በጥንካሬ፣ በተጽዕኖ፣ በጉልበት፣ በበላይነት ... ወዘተ፡፡ ከመላእክቱም ይበልጣል ለማለት ነው፡፡

ይበልጣል የሚለው ቃል ከዕብራውያን ክፍል ውጭ በሮሜ 12÷6 ላይ ብቻ ነው የተገለጸው፡፡ በዕብራውያን ላይ የተገለጸበት አሳብ መብለጥን የሚያሳይ ሲሆን፣ በሮሜ ላይ መለየት የሚል አሳብ ነው የያዘው፡፡ መለየት የተለየ መሆን ሲሆን፣ መብለጥ ግን በንጽጽር የተሻለ መሆን ነው፡፡ የልጁ ስም ከመላእክቱ ስም የተለየ ነው፤ ደግሞም የሚለየውም የተሻለ በመሆን ነው፡፡ *(የቪንሰንት የቃል ጥናቶች በአዲስ ኪዳን፣ 1997፣ 2003፣ 2005.)*

የሚበልጥ (ክሬቶን) krite'-tohn፦ ይህ ጥሩ (good) ከሚለው ቃል በንጽጽር የሚቀመጥ *ነው፡፡(መጽሐፍ ቅዱስ ጥቅሶች የብሉይና / የአዲስ ኪዳን ግሪክ መዝገበ ቃላት፣ የቴየር ትርጉም 1989. በ ጆሴፍ ሄንሪ ቴየር፣ አስቲን ሐተታ/ በጄፍ ጋሪሰን)*

ከመላእክት ይልቅ እጅግ የሚበልጥ (ከመላእክት በጣም ከፍ ያለ)፦ እጅግ የሚበልጥ የሚለው ቃል በዚህ ቦታ ግብረገባዊ ባሕርይን አይደለም የሚጠቅሰው፡፡ ነገር ግን የማዕረግ ከፍታ ነው፡፡ እንደ አማላጅ በእኛ አምሳያ እንደ እግዚአብሔር ልጅ ከመላእክት ከፍ ያለ ነው፡፡ (ከመላእክት በላይ) በየትኛውም ደረጃ ከሚገኙት መላእክት በኤፌ. 1÷21 ላይ ያለውን ማስታወሻ ተመልከት፤ 1ኛ ጴጥ. 3÷22 ከመላእክት፣ ባለ ሥልጣናትና በእርሱ ሥር ያሉትን ኃይላት አወዳድር፡፡ እርሱ በአማላጅነቱ ከፍ ያለ ዙፋን ላይ ነው፤ ሁሉም ነገር በእርሱ እግር ሥር ነው፡፡ *(ባርነስ፣ አልበርት፦ ወደ አዲስ ኪዳን ላይ ኮሜንተሪ 1885)*

አይሁድ የመላእክትን አገልግሎት ያከብራሉ፡፡ በይበልጥም የአይሁድን የሃይማኖት መጻሕፍትን ስናጠና መላእክትን እስከ ማምከ ድረስ፣ እንዲሁም ምልጃ ለእግዚአብሔር ማቅረብ ይችላሉ የሚል እምነት ነበራቸው፡፡ ለምሳሌ በመጽሐፈ ሄኖክ ላይ የመላእክት አገልግሎት ተጠቅሶ ይገኛል፡፡ በእነርሱም እምነት የመላእክት ማዕረግ ሆነ ሹመት በእግዚአብሔር የተሰጠ ሲሆን ፣ መላእክት የተለያየ ሥራዎችን ይሠራሉ ብለው ያምናሉ፡፡

ለምሳሌ በኦርቶዶክ አማኞች ዘንድ መልአኩ ዑራኤል የጥበብ መልአክ ነው፤ የእግዚአብሔርን ዕውነት ብርሃን የሚገልጥ ጥቅል መጽሐፉን ከእግዚአብሔር ተቀብሎ የፈጣሪን ፈቃድ ይገልጣል፡፡ ሌላው መልአኩ ሩፋኤል ነው፡፡ ይህ መልአክ ከእግዚአብሔር የፈውስን ጸጋ የተቀበለ ሲሆን፣ ለሕዝቡ በሕመም በቍስል ሲመታ፣ ፈውስን የሚያመጣ ስሙ ራሱ "እግዚአብሔር ፈዋሽ" የሚል እንደ ሆነ ይነገርለታል፡፡ (በወንጌላውያኑ ዘንድ እነዚህ መላዕክታን ተቀባይነት የላቸውም እንዲሁም በቅዱሳት መፅሐፍት አይገኙም ብለን እናምናለን)፡፡

በወንጌላውያን እምነትም መልአኩ ገብርኤል እና ቅዱስ ሚካኤል በመጽሐፍ ቅዱስ የተጠሱ በመሆናቸው ይታመናሉ፡፡ ቅዱስ ገብርኤል የመገለጥ መልአክ በመባል ሲታወቅ፣ የስሙ ትርጓሜ "እግዚአብሔር ኀልበቴ ነው" የሚል ነው፡፡ የመላእክት አለቃ የሆነው ቅዱስ ሚካኤልም በአይሁድ ዘንድ እጅግ የተከበረ፣ እንዲያውም ልመናንና ምልጃን ይዞ ወደ ፈጣሪ የሚሄድ ነው ተብሎ ይታመናል፡፡ የስሙ ትርጓሜ "እንደ እግዚአብሔር ያለ ማንም የለም" ማለት ሲሆን፣ ይህ መልአክ ከመላእክት መካከል ታላቁ እና አለቃ በመባል ይታወቃል (ዳን. 10÷13፤ 12÷1)፡፡ በእግዚአብሔር መንግሥት ውስጥ አለቆች እና ገዥዎች የሆኑ መላእክት እንዳሉ ይታወቃል፡፡

እነዚህ የሰማይ ኃይላት ለተፈጠሩለት ዓላማ በዋነኛነት እግዚአብሔርን ለማገልገል፣ ሲቀጥልም ደግሞ ሰዎችን ለማዳን የሚያገለግሉና የሚያግዙ ናቸው (ማቴ. 26÷53፤ ዕብ. 1÷14)፡፡ ብዙውን ጊዜ እነዚህ መላእክት ቅዱሳን እምነታቸው ሲጐድል እና መጠራጠር ውስጥ ሲገቡ ለማበረታታት ይገለጣሉ፡፡ ለምሪት ሆነ ለማስጠንቀቅ የተገለጡበትም ሁኔታዎች አሉ፡፡ ይህን ስናጠና የአማኞች ሕይወት በከፍታ ላይ እያለ ብቻ ሳይሆን በረግረግ፣ በሸለቆ እና በሸካራ ውስጥ ሲሆኑ መላእክት ለእርዳታ ይገለጣሉ፡፡ የመላእክት ሥልጣንና ሹመት የተለያየ ሲሆን፣ አንዳንዶች 5 ዐይነት ናቸው ሲሉ፣ ሌሎች ደግሞ 7፣ 12፣ 14 ናቸው የሚሉ አሉ፡፡ መጽሐፍ ቅዱሳችን ስለ መላእክት አገልግሎት ሰፊ ትንታኔ ባይሰጥም፣ ለዕውቀት እና ለሕይወት የሚያስፈልገን ግን በመጽሐፍ ቅዱሳችን ሰፍሮ ይገኛል፡፡

እነዚህ መላእክት ቅዱሳን ሲሆኑ የእግዚአብሔርን ፊት የሚያዩ ናቸው (ማቴ. 11÷11)፡፡ ሆኖም ግን የእነርሱ ቅድስና ከአብ ሆነ ከወልድ ጋር ሲወዳር ፍጹምነታቸው በአብ ዘንድ ተቀባይነት ቢኖረውም፣ ከቅድስናው ክብር ጋር ሲወዳደር ዕንከን የሚገኝበት ሆኖ ይታያል፡፡ ይህ ማለት ኃጢአት ያደርጋሉ ማለት ሳይሆን፣ ነገር ግን በሥራቸውና

በአሳባቸው መለኮትን (አብ ወልድ መንፈስ ቅዱስን) ይስተካከላሉ ማለት አይደለም (ኢዮብ 4፥18፤ 15፥15)።

ይሁን እንጂ፣ ቅዱሳን ፍጥረታት ናቸው። እግዚአብሔር በእርሱ ላይ ብቻ እንድንተማመን ነው የጠራን። የመላእክትን አገልግሎት ብናከብርና ብንጠቀምም፣ የምንታመነው ግን በእግዚአብሔር ብቻ ሊሆን ይገባል (ኢዮብ 5፥1)። "ከቅዱሳንስ" የሚለው የእብራይስጥ ቃል 'miqdoshiym' የሚለው የመላእክትን ፍጥረት የሚያመለክት ነው (ዘካ. 14፥5)።

መላእክትን ቅዱስ አድርጎ የፈጠራቸው እርሱ እጅግ ቅዱስ ነው (መዝ. 89፥7)። በቅድስናው የበላይ የሆነ፣ ለሰው ልጅ የሞተ፣ ከሙታን የተነሣው፣ በብሉይ 'የእግዚአብሔር መልአክ' (መልእክተኛዬ) ተብሎ የተጠራው፣ በሰዎች ጉዳይ ጣልቃ የሚገባ፣ የሚማልደው እርሱ በክብር ከፍ ያለው ልዑል ኢየሱስ ክርስቶስ ነው (ኢዮብ 33፥23-24)። በሰማይ የሚኖሩ ታላላቆቹ መላእክት፣ ከዚያም በመቀጠል ሱራፌል፣ ከእነርሱም በሹመት የበታች የሆኑት ኪሩቤል፣ ከእነርሱም በታች መላእክት የተባሉት ሁሉም በአብ ፊት ሆነ በልጁ ፊት ፊታቸውን ይሸፍናሉ።

ኢዮብ በገጠመው ነገር ክርክር ውስጥ በገባ ጊዜ በእግዚአብሔር ችሎት ፊት ለመቅረብ (ኢዮብ 9፥33)። ምስክር ፈልጎ ነበር (ኢዮብ 16፥19)። በዚህች ምድር ከመላእክት ክርክሩን የሚያሸንፍለት ፈልጎ ነበር (ኢዮብ 19፥25)። ሆኖም የሚቤዠው እርሱ ከመላእክት እጅግ ይበልጣል። እነዚህ መላእክት በእግዚአብሔር መንግሥት ውስጥ ሥራቸው ከፍተኛ ቢሆንም እንኳ፣ ከእግዚአብሔር ልጅ ጋር ሊተካከሉ አይችሉም። የእግዚአብሔር መላእክት ኃይል ያላቸው፣ ብዙ የተለያየ ስጦታ ያላቸው፣ ሹመትን የተላበሱ ቢሆኑም፣ አንዳቸውም "በቀኜ ተቀመጥ" ተብለው ዙፋን አልተሰጣቸውም። የእግዚአብሔር ልጅ ልዑሉ ግን በዙፋን ተቀመጠ (ዕብ. 1፥8፣ 13። ብዙ ዙፋናት ቢኖሩም እነዚህ ዙፋናት ሁሉ በእግዚአብሔር ልጅ እግር ሥር ይገኛሉ (ቆላስ. 1፥16)። በእግዚአብሔር ፈቃድ በመንፈሳዊ ዓለም ዙፋናት ይኖራሉ፤ እነዚህ ዙፋናት ሁሉ በከፍታ የሚገኘውን የነገሥታት ንጉሥ የጌቶች ሁሉ ጌታ የሆነውን የመድኃኒታችን የኢየሱስ ክርስቶስን ዙፋን ከብበውት ይገኛሉ (ማቴ. 19፥27 እና 28፤ ራእይ 4፥4)።

በክርስቶስ ያመኑትም ዙፋን አላቸው። ከበጉ ሰርግ ይጀምርና በዙፋን ላይ ተቀምጠው ንግሥናውን ያውጃሉ (ራእይ 3፥21)። ይህ ዙፋናት ከመላእክት ሹመት ይበልጣል። የማስተዳደርና የመግዛት ሹመትን የሚካፈሉ ልጆች ሲሆኑ፣ መላእክቱ ግን የማዳን ሥራ (ሰዎችን ከሚቃጣባቸው ሞት የሚጠብቁ ወይም የእግአብሔርን ጥበቃ ዕውን ለማድረግ

የሚላኩ) ለመሥራት የሚላኩ ናቸው፡፡ ይህን አስተዳደር በዚህች ምድር ላይ የምንለማመደው ቢሆንም፣ ከበጉ ሰርግ (ኢየሱስን በደመና ስንገናኘው) የሚጀምር ይሆናል (1ኛ ቆሮ. 6÷2-3፤ 2ኛ ጢሞ. 2÷12፤ ራእይ 1÷6)፡፡

ቊጥራቸው ያልታወቁ መላእክት (ዕብ. 12÷22)፣ የሌሎች ግዛቶች አለቆች፣ ዙፋናትና ባለ ሥልጣናት በጨለማው መንግሥት ይገኛሉ፡፡ የእነዚህ መላእክት አዛዣቸው እና ቁንጮው የቀደመው ዕባብ የተባለው ነው፡፡ ይህ በቅድሚያ ኪሩብ (ከኪሩቤል አንዱ) ነበር (ሕዝ. 28÷14)፡፡ ይህ ከመላእክት ሦስተኛ ደረጃ ከሚገኙት መላእክት (ኪሩቤል) አንዱ ነው፡፡ የሥልጣን ቅደም ተከተላው፡- የመጀመርያዎቹ እና ኃያላኑ አለቆች ሲሆኑ፣ ቀጥለው ሱራፌል፣ ከዚያ ኪሩቤል፣ ከዚያ መላእክት ናቸው፡፡ በአጠቃላይ መላእክት ኃያላን ፍጡራን ናቸው (መዝ. 103÷20)፡፡ ሥልጣናቸውና ሹመታቸው እንደ ምድር ጭፍሮች (ወታሮች) አላቸው (ራእይ 19÷14)፡፡ የእግዚአብሔርን ክብር የሚጋርድ የነበረው በትዕቢት የልዑሉን ዙፋን መውሰድ ፈለገ፡፡ ይህ የሆነው እኔ ፍጹም ነኝ ብሎ ከቅድስናው ክብር ጋር ራሱን ስላስተካከለ ነበር (ሕዝ. 27÷3፤ 28÷2 እና 17)፡፡

እግዚአብሔር ከፈጠራቸው ፍጥረታት የውበት የመጨረሻ ልክ፣ መደምደምያ (ምሳሌ) ነበር፡፡ ውበቱ እንደ አጥቢያ ኮከብ ነበር (ኢሳ. 14÷12)፡፡ ይሁን እንጂ፣ ከዋክብት ድምቀት ቢኖራቸውም ከብርሃን ጋር ሊስተካከሉ አይችሉም፡፡ እርሱ ከከዋክብት ክፍል አንዱ ሆኖ የተፈጠረ ውብ ኪሩብ ነበር፤ ነገር ግን በዐመፁ ምክንያት ከመላእክት ጋር ተዋግቶ ወደ ምድር ተጣለ (ራእይ 12÷7)፡፡

ከዚያም በምድር፣ በአየር ላይ እና በጥልቁ ላይ ንጉሥ ሆነ፡፡ ዲያቢሎስ፣ ሰይጣን፣ ሉሲፈር፤ አብዶን ተባለ፡፡ ሰይጣን ማለት ጠላት ማለት ነው (ሉቃስ 18÷18)፡፡ ዲያቢሎስ ማለት ደግሞ ከሳሽ ማለት ነው (ማቴ. 4÷1)፤ ሉሲፈር (ኢሳ. 14÷12)፣ አብዶን (አጥፊው) (ራእይ 9÷11)፣ የአጋንንት አለቃ ብዔልዜቡል (ማቴ. 12÷25) በሚሉ ስሞች ይጠራል፡፡ ዙፋኑን በራሱ ከፍ ያደረገ የራሱ መንግሥት ያለው ነው (ራእይ 2÷13)፡፡

ከሰማይ ወደ ምድር የተጣሉ መላእክት የሰይጣን ጭፍሮች ሲሆኑ ሌሎች ግን ወደ ጥልቁ ተጥለዋል፡፡ በጥልቁ ለዘላለም ታስረው ይገኛሉ (2ኛ ጴጥ. 2÷4፤ ይሁዳ 6) እነዚህ በጥልቁ ለጊዜው የታሰሩ ከሺህ አመት በኋላ የሚለቀቁ ናቸው (ራእይ 9÷1-5)፡፡ ሌሎች ደግሞ በአየር እና በምድር ይገኛሉ (ሉቃስ 8÷31፤ ኤፌ. 6÷11-12)፡፡

እነዚህ ሁሉ ክፉ መላክት ዋናቸውን ጨምረው ለነገሥታት ንጉሥ ይገዛሉ፡፡ ክርስቶስ ሥልጣናቸውን በመስቀል ላይ ሳለ ገፍፎ ወሰደባቸው (ማቴ. 28÷18፤ ቈላስ. 2÷15)፡፡ ዲያብሎስ ከኪሩብ ወገን እንደ መሆኑ በተፈጥሮው ከአለቆች ጋር ተዋግቶ ማሸነፍ አይችልም፡፡ በይበልጥም ኃጢአት ከሠራ በኋላ ከውስጡ ያለው እሳት ወጥቶ እንደ ዐመድ ለድንጋጤ ሆኗል (ሕዝ. 28÷18)፡፡ እንዲያውም የሺህ ዓመቱ ሲያልቅ እርሱን ወደ እሳት ባሕር ለመጣል የሚላከው ከአለቆች አንዱ የሆነ መልአክ ሳይሆን፣ ሌላ መልአክ ነው (ራእይ 20÷1-3)፡፡ ከእርሱ ጋር ያሉትም ኃይላቸው አናሳ እንደ ሆነ እናስተውላለን (2ኛ ጴጥ. 2÷11)፡፡

እነዚህ ሥልጣንና ኃይላቸውን የሚያደራጁት ከዕውነተኛ ሥልጣናቸው ሳይሆን፣ በማስመሰልና በመዋሸት ነው (2ኛ ቆሮ. 11÷14፤ ዮሐ. 8÷44)፡፡ ቅዱሳት መላእክት ሆኑ የጨለማው ዓለም መላእክት ከእግዚአብሔር ልጅ ጋር ሲወዳደሩ ጌታ ኢየሱስ ክርስቶስ በሥልጣን፣ በኃይል፣ በክብር እጅግ ይበልጣል፡፡ ኢየሱስ በደስታ በዙፋኑ ላይ የተቀመጠ ሲሆን፣ የጠላት ዲያቢሎስ ዙፋን ግን በዙፋኑ ላይ የተቀመጠው ጥቂት ቀን እንዳለው ዐውቆ በኀዘን እና በተስፋ መቍረጥ ነው (ራእይ 12÷12፤ 1ኛ ጴጥ. 5÷8)፡፡

አንዳንድ በስደት ያሉ አይሁዳውያን ጸሐፍት የፍጥረትን ሥራ ለመላእክት ሲሰጡዋቸው ቢስተዋልም፣ የመጀመሪያው ዘመን ክርስቲያን ጸሐፍት ግን እንዲህ ዐይነት ሚና መላእክቱ ያልነበራቸው መሆኑን በተቃውሞ ይገልጻሉ (ቆላ. 1÷16)፣ አብዛኞቹ የአይሁድ አስተማሪዎቹም በዚህ ተቃውሞ ይስማማሉ፡፡ በዚህ ቦታ የኢየሱስ ከፍ ማለት ከመላእክቱ የተሻለ ስም አስጥቶት እናያለን (1÷5)፡፡ ይህም ልጅ ተብሎ እንዲጠራ አደረገው፡፡ አንዳንድ የአይሁድ ጸሐፍት እግዚአብሔር ለእስራኤል ሕግን በመስጠት ከመላእክት በላይ አድርጓቸዋል፤ እንዲሁም በዚህም ቦታ እስራኤል በንጽጽር ውስጥ ገብታለች፤ ኢየሱስ ራሱ ልጅ ተብሎ ተጠርቷል፤ ይህ ደግሞ መላእክት በተጠሩበት መልክ አይደለም፡፡

በኢዮብ 1÷6 ላይ መላእክት የእግዚአብሔር ልጆች ተብለው ቢጠሩም፣ ኢየሱስ ግን የእግዚአብሔር ልጅ ተብሎ በተለየ መልክ ነው የተጠራው፡፡ የዚህ መልእክት የመጀመሪያ ተደራሽ የሆኑትና ኢየሱስን እንደ መለኮት ሊቀበሉት ያልፈለጉትና ከሰው የተለየ ኃይል ያለው አድገው ለመቀኍጠር የፈለጉት እንኳ ኢየሱስን እንደ መልአክ ቢቈጥሩትም፣ ጸሐፊው ይህንን አሳባቸውን ጠንከር ብሎ ያፈርስባቸዋል (2÷5-18)*(ከአይ. ቪ. ፒ. ባይብል ባግራውንድ ኮሜንተሪ. በ ጆን ኤች.ዋልተን 2012 / አዲስ ኪዳን በክሬግ ኤስ ኪኔር፣ 1993)*

እርሱ በአብ ቀኝ እንዳለ ግልጽ ሆነ፤ በዚህም ከመላእክት እጅግ የሚበልጥ መሆኑ ታየ:: ምንም እንኳ ለጥቂት ጊዜ ከመላእክት አንሶ ቢታይም (2፡9)፣ ክርስትናን እና የመሢሑን መምጣት የማይቀበሉ አይሁድ፣ በንግግራቸውና በአስተምህሮዋቸው ይሁዲነት ያላቸው ቢሆኑም እንኳ፣ መሢሑ ከሌላ ሰው የተለየ ይሆናል ብለው አይጠብቁም ብለው ቢናገሩም፣ በመጀመሪያው ዘመን ብዙዎቹ አይሁዳውያን፣ ማለትም በኢየሱስ የተሳቡትም ሆነ እርሱን የገፉትና የተቃወሙትም በአንድ ላይ የሚስማሙበት ነገር ቢኖር፣ መሢሑ ከሰው የላቀ እንደሚሆን ነው::

ዳሩ ግን ጥያቄው እርሱ በምን ያህል መጠን ነው ከሰው የሚልቀው? የሚለው ነው:: የመላእክትን ያህል? የትኛውን መልአክ? አይሁድ ስለ መላእክት ያለቸው አስተምህሮ ከክርስቶስ ኢየሱስ መምጣት በፊት ከ6ኛው ክፍለ ዘመን ጀምሮ ውስብስብ እየሆነ ሄዷል፤ እናም በዛ የመላእክት ቅደም ተከተልና ተዋረድ ውስጥስ ኢየሱስ ቦታ ያገኛል? እናም ለእነዚህ ጥያቄዎች ቀጥተኛው መልስ ለኢየሱስ የሚሆን የትም ቦታ የለም የሚል ነው:: እርሱ ከመላእክት ሁሉ የሚበልጥ ነው፤ በቀሪው ምዕራፍም የሚገለጸው ይህን የሚያስረግጥ አሳብ ነው::

በአይሁድ መምህራን ትምህርት ጻድቃን ሰዎች ከመላእክት የተሸለ ቦታ እንዳላቸው የሚገልጽ አስተምህሮ ሲኖር (Genesis Rabbah 78÷1)፣ ይህ አሳብ ደግሞ ኢየሱስን በትክክል ይገልጸዋል:: ምክንያቱም እርሱ ኃጢአት-አልባ ነውና:: በሌላ አሳብ ደግሞ መሢሑ ራሱ ሲገለጽ በኢሳይያስ 52÷13-53÷12 ባለው አሳብ ይገለጻል:: ባርያዬ በማስተዋል ያደርጋል፤ ይከብራልም:: ከአብርሃም ይከብራል፤ ከሙሴ ይከብራል፤ እንዲሁም አገልጋይ ከሆኑ መላእክቶችም በላይ ይከብራል ማለቱ ነው:: *(Yalkut Shim'oni 2:53:3, on Isaiah 52:13; quoted in B. F. Westcott, The Epistle to the Hebrews, p. 16) (ከአይሁድ የአዲስ ኪዳን ሐተታ፣ 1992 በዴቪድ ኤች. እስተርን)*

ጸሐፊው **ልጁ ከመላእክትም ይበልጣል** ይለናል:: በዚህ ቦታ ሳይጠበቅ መላእክትን ማንሣቱ እየተናገረ ያለው ለአይሁድ እንደ ሆነም ያመለክተናል:: ምክንያቱም እነርሱ ከመላእክት ጋር ጥብቅ ቊርኝት ያላቸው ሕዝቦች ናቸውና:: ይህም ደግሞ በብሉይ ኪዳን ዘመን ሕግን ለአይሁድ በመስጠት መላእክት የተጫወቱት ሚና ትልቅ ስለ ነበር ነው:: ልጁ ከመላእክት የሚበልጥ ስምን ወረሰ ማለት በአንድ ወቅት ከመላእክቱ ያንስ ነበር የሚል አሳብን በውስጡ የያዘ እን ደሆነ ያስታውቃል:: ጸሐፊው እዚህ ጋር ልጁ በማንነቱ ለዘለአለም ከመላእክት በላይ መሆኑን እየካደ አይደለም ነገር ግን እዚህ ጋር መናገር የፈለገው የሰውን አካል ከለበሰ በኋላ ስለ ተቀዳጀው ክብር ብቻ ስለሆነ ነው:: በፊልጵ.

2፥6-8 ላይ የተዘረዘሩትን ነገሮች ከጨረሰ በኋላ በመለኮታዊ ዙፋን እና መሢሐዊ ግዛት ቀኝ ተቀመጠ፤ እናም ቀድሞም ወደ ነበረበትና ማንነቱ ወደ ሆነው ከመላእክት የሚበልጥ ማንነት መጣ፡፡

እዚህ ጋር የሚገለጸው መብለጥ ግበረ-ገባዊ መብለጥ አይደለም፡፡ ይልቁንም የክብርና የኃይል ብልጫ እንጂ፡፡ በሙታን ትንሣኤ የማይበሰብሰውን አካል ሲለብስ፣ ከመላእክት በክብር በልጧል፡፡ ጸሐፊው በምዕራፍ 2፥7 እና 9 ላይ ለጥቂት ጊዜ ሥጋ በለበሰበት ወቅት ከመላእክት አንሶ እንደ ነበር ይነግረናል፡፡ይህ የልጅነት ማዕረግ በጸሐፊው ከብሉይ ኪዳን ተወስዶ የተቀመጠ ነው፡፡ መሢሑ በብሉይ ኪዳን እንደ ልጅ ነበር የተገለጸው፡፡ ጸሐፊውም የዚህን የልጅ መሆንን አሳብ በመደገፍ ብዙ ማስረጃዎችን ከ7 ያላነሡ የብሉይ ኪዳን ክፍሎችን በመጥቀስ ይደረድራል፡፡ በቀደመው ትስስር ሰውና እግዚአብሔር ከኃጢአት የተነሣ ተለያይተው ነበር፤ እናም መላእክት በእግዚአብሔርና በሰው መካከል መካከለኛ በመሆን ያገለግሉ ነበር፡፡ በዚህ ረገድ ሁለት መንገዶችን መጥቀስ እንችላለን፤ ሙሴንና መላእክትን፡፡ በመጀመሪያው ሰው የሆነና ታላቋን እስራኤልን ለመምራት ትእዛዝን ከወንድሞቹ ይልቅ የተቀበለ፣ እና ሕዝቡን ወደ እግዚአብሔር ያስጠጋ ሲሆን፣ ግን እርሱም እንደ ወንድሞቹ ኃጢአተኛ ነበር፡፡ በሁለተኛው መልክ ደግሞ እግዚአብሔር ራሱን በመላእክት መልክ ለእስራኤል ሲገልጥ ነበር፤ ዳሩ ግን ሰው ሳይሆን፣ በዚህ ጊዜ በመለኮትነትና ሰው በመሆን መካከል ትክክለኛ የሆነ ውህደት አልነበረም፡፡

በአዲስ ኪዳን ያለው ትስስር ግን ከዚህ የተለየ ነው፡፡ ሥጋ ለብሶ በመጣው ልጁ ምክንያት አምላክ እና ሰው አንድ ሆኑ፡፡ እግዚአብሔር ከአሁን በኋላ ራሱን በመላእትና በመለኮት መልክ መግለጥ አይጠበቅበትም፤ ሰው ሆኖ በሥጋ ተገልጧልና፡፡ ጸሐፊው በሙሉ አሳብ ሊገልጽልን የሚፈልገውም አዲሱ ኪዳን ከብሉይ ኪዳን የተሻለ እንደ ሆነ ነው፡፡ በአዲሱ ኪዳን በሰውና በእግዚአብሔር ዘንድ መካከለኛ ሆኖ የገባው በብሉይ ኪዳን ዘንድ በሰውና በእግዚአብሔር ዘንድ መካከለኛ ከነበሩት ከመላእክት ይበልጣል ካለን፣ አዲሱ ኪዳን ከመጀመሪያው ኪዳን ይበልጣል ማለቱ ነው፡፡

ጸሐፊው የሚለን እርሱ ከመላእክት ይልቅ የከበረ ስምን ወርሷል፡፡ ወርሷል የሚለው የግሪክ አገላለጽ የሚያሳየን ይህ የተሻለ ስምን ማግኘት የመጣው አሁን ላይ በሚደረግ ውጤት መሠረት ሳይሆን፣ ቀድሞም የነበረ መሆኑን ነው፡፡ እጅግ የሚበልጥ ተብሎ የተተረጐመው የግሪክ ቃል ዲያፎሮሮቴሮን (diaphoroteron) የሚል ሲሆን፣ በውስጡ እጅግ የተለየ የሚል ትርጓሜን የያዘ ነው፤ ስለዚህ ልጁ ከመላእክት እጅግ የተለየ ስም

የያዘ መሆኑን ያመለክተናል፡፡ *(ዌስት፣ ኬ. ኤስ 1947. የግሪክ አዲስ ኪዳን ቃል፣ ጥናት፦ ኢ.ርድማንስ)*

ስም የሚለው ቃል በግሪኩ (onoma) ይለዋል፡፡ ክብር፣ ታላቅነት፣ ዝና፣ መልካም፣ ስመ-ጥር የሆነ ስም መሆኑን ያመለክታል (ማቴ. 10÷41፤ ማር. 13÷6፤ ኤፌ. 1÷21፤ ፊልሞ. 2÷9)፡፡ ይህን ስም በማክበር ውስጥ ትልቅ በረከትን እንደምንቀበል፣ የነቢይን ዋጋ ይወስዳል ... ወዘተ" በሚል ይገልጻዋል፡፡

ስም (ኦኖማህ) on'-om-ah፦ ማለት ለአንድ ነገር የሚሰጥ መለያን የሚያመለክት ሲሆን፣ መጠሪያ፣ ባሕርይን፣ ዝናና ሥልጣንን ያሳያል፡፡ በጥንት ጊዜ ስም ዛሬ ካለው ጥቅም በላይ ብዙ ነገርን ይገልጻል። በአዲስ ኪዳን ስም የሰውን ማንነት ሁሉ ጠቅልሎ ያሳያል፡፡ *(መጽሐፍ ቅዱስ ጥቅሶች የብሉይና / የአዲስ ኪዳን ግሪክ መዝገበ ቃላት፣ የቴየር ትርጉም 1989. በ ጆሴፍ ሄንሪ ቴየር፣ አስቲን ሐተታ/ በጄፍ ጋሪሰን)*
መውረስ የሚለው ቃል በግሪኩ (kleronomeo) ይለዋል፡፡ ትርጓሜውም የዘር ውርስን ያመለክታል፡፡ የእስራኤል ልጆች ለአባቶቻቸው ቃል የተገባውን፣ ለአብርሃም የተሰጠውን የተስፋ ቃል ወረሱ (ኢያሱ 14÷1-2፤ ማቴ. 5÷5)፡፡ መላእክት እግዚአብሔርን ለማገልገል የተፈጠሩ የእግዚአብሔር ሕዝብንም ማገልገል ዓላማቸው የሆነ መናፍስት ናቸው፡፡ ክርስቶስ ግን ከእነርሱም በላይ ነው፡፡ በአይሁዳውያን ባህል መሠረት መላእክት ትልቅ ከበሬታ ይሰጣቸዋል፡፡ የዕብራውያን ጸሐፊ ይህን እምነታቸውን በመንካት ኢየሱስ ከመላእክት የሚበልጥ ስም እንዳለው፣ ከእነርሱ አብዝቶ እንደሚበልጥ መጠን፣ እጅግ የሚበልጥ መሆኑን ይተርክላቸዋል፡፡ መላእክት በመሠረቱ እግዚአብሔርን የሚያመልኩ እንጂ፣ የሚመለኩም አይደሉም፡፡ ለዚህም ነው ጸሐፊው እጅግ ከእነርሱ የሚበልጥ ስም ያለው፣ በሰማያት በግርማው ቀኝ የተቀመጠ፣ መላእክቱም የሚሰግዱለት ኢየሱስ እንደሆነ ያመለክታቸዋል፡፡

በወረሰ/በወረሰ መጠን (ክለይሮንኦምኤሆ) klay-ron-om-eh'-o ፦ ይህ ቃል የወረሰው ስም ቋሚነትን በሚገልጽ መልክ የተቀመጠ ነው፡፡ (ክለይሮንኦምኤሆ) የሚለው ቃል የተፈጸመ ነገርን የሚጠቁም ግስ ሲሆን፣ እና በአሁኑ ውጤት ላይ የተመሠረተ ነው፣ ኢየሱስ ከስሞች ሁሉ በላይ የሚልቅን ስም ወርሷል፡፡ *(መጽሐፍ ቅዱስ ጥቅሶች የብሉይና / የአዲስ ኪዳን ግሪክ መዝገበ ቃላት፣ የቴየር ትርጉም 1989. በ ጆሴፍ ሄንሪ ቴየር፣ አስቲን ሐተታ/ በጄፍ ጋሪሰን)*

(በውርስ /በወረሰ መጠን)፡- … የእግዚአብሔር ልጅ፣ በስሙ ውስጥ እንደ ተካተተው ከፍታ፡፡ በቤተ ሰብ ውስጥ ልጅ ከአገልጋዮች በላይ ማዕረግ እንዳለው ሁሉ፣ ከአገልጋዮች በላይ በንብረቶች ላይ ቁጥጥር እንዳለው ሁሉ፣ እንዲሁ ለአማላጁም (ለጌታ ኢየሱስ) እንደዚያው ነው፡፡ እርሱ የእግዚአብሔር ልጅ ነው፤ መላእክት ደግሞ የእግዚአብሔር ባሪያዎች፣ የቤተ ክርስቲያን ባሪያዎች ናቸው፡፡ ከእርሱ ጋር በሚወዳደር መልኩ በዓለም ውስጥ ሥፍራ ይይዛሉ፡፡ ልክ በቤተሰብ ውስጥ ከልጆች ጋር በሚወዳደር መልኩ ባሪያዎች ሥፍራ እንደሚይዙት ማለት ነው፡፡ ይህንን በምሳሌ ማቅረብና ማረጋገጥ የዚህ ምዕራፍ የቀረው ሥራ ነው፡፡

ሐዋርያው የሚያስገነዝበው ክርክር የእግዚአብሔር ልጅ የሚለው ማዕረግ ለእርሱ ብቻ የሚሰጥ መሆኑን ነው፡፡ ለማንም ለሌላ የተሰጠ አልነበረም፡፡ ምንም እንኳ መላእክት እንደዚሁም ቅዱሳን በጥቅል (አንድ ላይ) የእግዚአብሔር ልጆች ቢባሉም፣ የእግዚአብሔር ልጅ የሚለው መጠሪያ ለእርሱ ብቻ በተናጠል የተሰጠ ነበር፡፡ ሐዋርያው ለዕብራውያን በጻፈበት ጊዜ አሳቡን ለማረጋገጥ እንዲረዳው አቤቱታውን ያቀረበው ለዕብራውያን መጽሐፍ ቅዱስ ብቻ ነበር፡፡ *(ባርነስ፣ አልበርት፡- ወደ አዲስ ኪዳን ላይ ኮሜንተሪ 1885)*

ከጥንት ጀምሮም እግዚአብሔር በብዙ ዐይነት መንገድ እንደ ተናገረ በሚገልጸው የቍጥር 1 አሳብ ውስጥ መላእክትም ይካተታሉ፡፡ አሁን ግን የበለጠው ኢየሱስ እንደ መጣ፣ እነርሱ ፈጽሞ ከእርሱ ጋር የሚተካከሉ እንዳልሆኑ ይገልጽልናል፡፡

ሲሆን (የከበረውን ስም ሲወርስ ባለበት ወቅት) እንግሊዘኛው ቢካም ማለት በግሪክ ደግሞ (ግኖምአይ) ghin'-om-ahee:- የሚለው በዚህ ሥፍራ የተጠቀሰው ቃል poieo ከሚለው በተቃራኒ ያለ ሲሆን፣ poieo ማለት ከአንድ ካለ ነገር አንድን ነገር መፍጠር ማለት ሲሆን፣ ginomai ግን ዓለማትን ወደ መኖር ማምጣትን ያሳያል፡፡ ኢየሱስ ከመላእክት ይበልጣል (become-ቢካም) ማለት በአንድ ወቅት ከእነርሱ ያንስ ነበር ማለት ነው፡፡ (ዕብ 2÷9 ተመልከቱ) በግሪኩ ጽሑፍ የተጠቀሰው ginomai የሚለው ቃል ሲሆን፣ በአብዛኞቹ ትርጕሞች የተገለጸው ይህ ቃል ነው፡፡ ኢየሱስ ቀድሞም የነበረ መሆኑን የሚያሳይ ሲሆን፣ በክብሩ ከመላእክት በለጠ፣ ይህንን ይበልጥ የምንረዳው ሥጋ መልበሱን ስናስብ ነው፡፡ ከመላእክት በጥቂት አንሶ ነበር፤ ይህም በእግዚአብሔር ጸጋ ሞትን ለሁሉ እንዲሞት ነበር፡፡ ዕብ. 2÷9 *(መጽሐፍ ቅዱስ ጥቅሶች የብሉይና / የአዲስ ኪዳን ግሪክ መዝገበ ቃላት፣ የቴየር ትርጕም 1989. በ ጆሴፍ ሄንሪ ቴየር፣ አስቲን ሐተታ/ በጀፍ ጋሪሰን)*

ዌስት፡- ጸሐፊው የሚለን ኢየሱስ ከመላእክት ይልቅ የተሻለ ያደርጋል ነው:: ስለ መላእክት የተደረገው ድንገተኛ ገለጻ ለአይሁድ የታለመ ሲሆን፣ በብሉይ ኪዳንና በሕግ መስጠት ወቅት ከመላእክት ጋር ያላቸውን ጥብቅ ግንኙነት ከግምት ያስገባ ነው:: *(ዌስት፣ ኬ. ኤስ 1947. የግሪክ አዲስ ኪዳን ጥናት)*

ቁጥር 4 ከመላእክት ይልቅ እጅግ የሚበልጥ ስምን በወረሰ መጠን እንዲሁ ከእነርሱ አብዝቶ ይበልጣል።

እጅግ የሚበልጥ ዕብ 1፡9; 2÷9; ኤፌ 1÷21; ቆላ 1÷18; 2÷10; 2ኛ ተሰ1÷7; 1ኛ ጴጥ 3÷22; ራዕ 5÷11,12

ስምን በወረሰ መዝ 2÷7,8; ፊል 2÷9-11

ቊጥር 5 *ከመላእክትስ አንተ ልጄ ነህ፥ እኔ ዛሬ ወልጄሃለሁ፥ ደግሞም እኔ አባት እሆነዋለሁ እርሱም ልጅ ይሆነኛል*

ከቊጥር አምስት በፊት ባሉ አሥር ቊጥሮች ውስጥ ሰባት የብሉይ ኪዳን ክፍሎች ተጠቅሰዋል:: እነዚህ ክፍሎችም የእግዚአብሔር ልጅ ከመላእክት በላይ የላቀ መሆኑን ያመለክታሉ:: አምስቱ ጥቅሶች ከብሉይ መጻሕፍት የተወሰዱ ሲሆኑ፣ የቀሩት ሁለቱ ደግሞ ከነቢያት መጻሕፍትና ከአይሁድ መጻሕፍት፣ ከቶራህ የተወሰደ ነው:: በብሉይ ኪዳን ውስጥ መላእክት የእግዚአብሔር ልጆች ተብለው በብዙ ቊጥር ሊጠሩ ይችላሉ:: በነጠላ ቊጥር የእግዚአብሔር ልጅ ተብሎ ከመላእክት ውስጥ የተጠራ ግን የለም:: ጌታ ኢየሱስ ብቻ የእግዚአብሔር ልጅ ተብሎ ተጠርቷል፤ ደግሞም እርሱ ብቻ የእግዚአብሔር ልጅ ነው::

ስለ ክርስቶስ ሲናገር **አንተ ልጄ ነህ እኔ፥ ዛሬ ወልጄሃለሁ** ይለዋል (መዝ. 2÷7) እና ይህ ዘላለማዊ ትውልዱን የሚያሳይ ሊሆን ይችላል ወይም ደግሞ ትንሣኤውን ወይም ደግሞ አዲስ በመረቀልን መንገድ በአብ ቀኝ ለመሆን መግባቱን ያመለክታል:: ይህ ንግግር በጭራሽ ለመላእክቱ ተብሎ ስለማያውቅ እርሱ ከመላእክት አብዝቶ ይበልጣል ማለት ነው:: ከእነርሱ የተሻለንም ስም ይዟልና:: *(ማቲው ሄንሪ ኮምፕሊት አፍ ዘ ሆል ባይብል - ዘ ኒው ምደርን ኢዲሽን)*

ብዙዎች ስለ ክርስቶስ ኢየሱስ ያላቸው አመለካከት የተዛባ ነው:: አንዳንዶች እርሱ ነቢይ ነው ይላሉ፤ ሌሎች ደግሞ ከመላእክት አንዱ እንደ ሆነ አድርገው ያስባሉ፤ ሌሎችም ከአማልክት አንዱ ነው ብለው እነርሱ ከሚያመልኳቸው አማልክት ወይም ጣዖታት

መደዳ ይሰይሙታል። ይህ ሁሉ ትክክል አይደለም። በቍጥር 5 ላይ የምናነበው አሳብ ክርስቶስ ከመላእክት ጋር እንደማይነጻጸር ይነግረናል።

ጄ ቬርኖል ማክጊ:- እንደሚለው የመዝሙረ ዳዊት መጽሐፍ የእርሱ መጽሐፍ ነው። መጽሐፉ ስለ መቅደሱ የተጻፈ ግጥም ነው፤ ግን ሁሉም ስለ እርሱ፣ እርሱን ለማክበር የተጻፈ ነው። በወንጌል መጻሕፍት ከምናገኘው ይልቅ በመዝሙረ ዳዊት ላይ የክርስቶስን ሙሉ ሥዕል እናያለን።

አንተ ልጄ ነህ እኔ ዛሬ ወልጄሃለሁ

እግዚአብሔር ልጄ ነህ ይለዋል። የዚህ ቍጥር መነሻ የሆኑ በርካታ የብሉይ ኪዳን ክፍሎችን እንመልከት:- 2ኛ ሳሙ. 7÷14፤ መዝ. 104÷-4፤ መዝ. 2÷7፤ 1ኛ ዜና 17፡-13፤ ዘዳ. 32÷43፤ወደ አዲስ ኪዳን ስንመለከትም የሐዋ. 13÷33፤ ሮሜ 1-4 ማየት ይቻላል። *በቅድስና መንፈስ ደግሞ ከሙታን በመነሣቱ የእግዚአብሔር ልጅ መሆኑ በኃይል ስለ ተገለጠ ስለ ጌታችን ኢየሱስ ክርስቶስ ነው።»* ሮሜ 1÷4። ጌታ ኢየሱስ እግዚአብሔር ወልድ ነው። በአብ ቀኝ ሲቀመጥ ሳለ የአባቱን ፈቃድ ለመፈጸም ታዝዞ ወደ ምድር መጣ። በድንግል ማርያም ማህፀን ውስጥ በመንፈስ ቅዱስ ተፀንሶ ሰው ሆኖ ተወለደ፤ ይህም ፍፁም አምላክና ፍፁም ሰው መሆኑን ያመለክተናል። እግዚአብሔር ወልድ በአባቱ ዕቅድ ውስጥ በመኖር ዘመኑ ሲደርስ የሰውን ልጅ የኃጢአት ቀንበር ለማስወገድ በአባቱ ትእዛዝ ወደ ምድር የመጣ ነው። *«ነገር ግን የተወሰነው ዘመን በደረሰ ጊዜ፤ እግዚአብሔር ከሴት የተወለደውን፤ ከሕግም በታች የተወለደውን ልጁን ላከ።»* (ገላትያ 4÷4)

የጌታ ከሴት መወለድና ከሕግም በታች መሆን ለብዙዎች በእርግጥ እርሱ የእግዚአብሔር ልጅ ነው ብለው ለመቀበል አዳጋች ሆነባቸው። አእምሯችን ሁሌም የእግዚአብሔርን ዕውነትና ዕቅድ ለመረዳት እንደ ተቸገረ ነው። አይሁድ የጌታን መለኮታዊ ማንነት ለመቀበል የተቸገሩትም በዚህ ምክንያት ነበር። አስተዳደጉንና ዘር-ማንዘሩን ያውቁ ስለ ነበር፣ ከሰው ተርታ መደቡት። በመንፈስ መረዳት ሳይሆን፣ በአእምሯቸው የሚያስቡ በመሆኑ ተቸገሩ። *«አይሁድም ከሰማይ የወረደ እንጀራ እኔ ነኝ በማለቱ ያጕረመርሙበት ጀመር። ደግሞም «ይህ አባቱንና እናቱን የምናውቃቸው÷ የዮሴፍ ልጅ ኢየሱስ አይደለምን? ታዲያ አሁን እንዴት ከሰማይ ወረድሁ ይላል? አሉ»* (ዮሐ. 6÷-41-42)። የእነርሱ አእምሮ እንደ ሰው የሚያስብ በመሆኑ፣ መንፈሳዊውን ምሥጢር የመረዳት ዐቅማቸው ዝቅተኛ ነው። ጌታ ስለ ማንነቱ ደጋግሞ ቢነግራቸውም፤ በብሉይ

መጻሕፍትም በተደጋጋሚ ቢገለጽም፣ እነርሱም ተአምራቱን ቢመለከቱም፣ ራሳቸውም ደግሞ የሃይማኖት መምህራን ቢሆኑም፣ ልቦናቸው ጨልሟልና ስለ ጌታ ማንነት ለማወቅ ፈጽሞ ተሳናቸው::

ለመሆኑ ክርስቶስ የእግዚአብሔር ልጅ ነው ብለን ስንል ልክ እንደ ምድራዊ አባትና ልጅ በመካከላቸው የዕድሜ መበላለጥ አለ ማለት ይሆን? አይደለም:: ሚክያስ 5፡-2 ‹‹... *ከእንቿ ግን አወጣጡ ከቀድሞ ጀምሮ ከዘላለም የሚሆን ይወጣልኛል ...››* ይላል:: ይህም እግዚአብሔር ወልድ ዘላለማዊ መሆኑን ያመለክታል::

ልጅ የሚለውን ቃል በግሪኩ huisu ይለዋል:: በአባትና በልጅ መካከል ያለውን ግንኙነት፣ መተሳሰር ያመለክታል (ገላ. 4÷30):: ይህ ልጅነት በአብና በወልድ መካከል ያለውን ልጅነት ለመጥቀስ ሐዋርያው ዮሐንስ teknon የሚለውን የግሪኩ ቃል ይጠቀማል (1ኛ ዮሐ. 3÷1)። ጌታ ኢየሱስ huius የሚለውን ቃል በተደጋጋሚ በወንጌላት ውስጥ ተጠቅሞበታል (ማቴ. 5÷9)::

ልጅ (son) (huios)፡- በምዕራፍ 1 ላይ ልጅ የሚለው ቃል 4 ጊዜ የተጠቀሰ ሲሆን፣ ስሙ እርሱ ማን እንደ ሆነና ስለ ማንነቱ ያመለክታል:: የእግዚአብሔር ልጅ የሚለው አገላለጽ በኢዮብ መጽሐፍ ላይ የእግዚአብሔር ልጆች ተብለው ከተገለጹት መላእክት በተቃራኒ (ኢዮብ 1÷6፤ 38÷7) የተለየ ትርጉምን ይዞ ይገኛል:: በዚህ በሁለቱም በኢዮብ መጽሐፍ ላይ ባሉት ጥቅሶች ላይ ያለውን የእግዚአብሔር ልጅ የሚለውን አገላለጽ ወደ ጥንታዊ ግሪክ ቋንቋ ሲተረጐም መላእክት ተብሎ ተተርጉሞ እናገኘዋለን:: (መጽሐፍ ቅዱስ ጥቅሶች የብሉይና */ የአዲስ ኪዳን ግሪክ መዝገበ ቃላት፣የቴየር ትርጉም 1989. በ ጆሴፍ ሄንሪ ቴየር፣ አስቲን ሐተታ/ በጀፍ ጋሪሰን)*

ጆን ማክ አርተር እንደሚለው ኢየሱስ *ሥጋ* ለብሶ እስኪገለጥ ድረስ ልጅ ተብሎ አልተገለጸም ነበር:: ከዚያ በፊት ዘላለማዊ እግዚአብሔር ነበር:: ስለዚህ ኢየሱስ ልጅ ተብሎ ስለ ተጠራ በዘላለም ልኬት ከአብ ያንሳል ማለት ስሕተት ነው:: ልጅነት እኛ በወልድና በአብ መካከል ያለውን ኅብረትና እኛን ለማዳን የሄደበትን የድነት መንገድ ለማሳየት የተቀመጠ አገላለጽ ነው:: በቁጥር 5 ላይ ዛሬ የሚለው ቃል ልጅነቱ ዘላለም የነበረ ሳይሆን፣ በዚህ ጊዜ የጀመረ መሆኑን ያሳየናል:: ወልድ እንደ ልጅ ያለው ሕይወት የጀመረው በምድር ላይ ነው:: *(ጆን. ኤፍ. ማክአርተር፡- ሙዲ ፕሬስ)*

ዘለአለም፡- ማለት መጀመሪያም መጨረሻም የሌለው ማለት ነው:: አንዳንድ የስሕተት አስተማሪዎች ወልድ የመጣው ከዘመናት በኋላ ነው ብለው ያስተምራሉ:: ወልድን በተመለከተ ብቻ ሳይሆን፣ በአብ፣ በወልድ እና በመንፈስ ቅዱስ መካከልም ምንም ዐይነት የጊዜ ልዩነት እንደ ሌለ ከቃሉ ልብ እንላለን:: መጽሐፍ ቅዱስም ይህንኑ ያስተምረናል:: (ዘፍ. 1÷3፤ መዝ. 36÷6፤ ዮሐ. 1፤1-3)::

ከፍ ብለን ለመመልከት እንደ ሞከርነው በአይሁድና በእኛም በኢትዮጵያውያን ባህልና ሃይማኖት፣ መላእክት ከፍተኛ ክብርና አምልኮትም ሲሰጣቸው እንመለከታለን:: ይህ አመለካከት ግን ከመጽሐፍ ቅዱስ ትምህርት ጋር የሚጣረስ ሆኖ እናገኘዋለን:: የዕብራውያን መጽሐፍ ደራሲ ለዚህም ነው ክርስቶስ ከመላእክት እንደሚበልጥም ሊያሳቸው የሚጥረው:: መላእክት የእግዚአብሔር ፍጡራንና የሚመለኩ ሳይሆኑ፣ የሚያገለግሉ እንደ ሆኑም ያስረዳቸዋል:: እንኳን ከወልድ ሊበልጡ ይቅርና ከእኛ ከሰው ልጆች ከሆንነው አማኞችም እንደሚያንሱ መረዳት ይገባል :: ምክንያቱም መላእክት አማኞችንም እንዲረዱ ከእግዚአብሔር ዘንድ ተልከው አማኞችን ሲያገለግሉ እንመለከታለን:: (1ኛ ቆሮ. 6÷1-3)

ወልጄሃለሁ - በግሪኩ ትርጉም Gennnao የሚል ትርጉም ይኖረዋል (ማቴ. 1÷2-11):: የዘር ሐረግ ውልደትን ያመለክታል:: እገሌ ወለደ እንደሚል ማለት ነው::

ወልጄሃለሁ፡- በሐዋ. 13÷33 ላይ ያለውን አሳብ በምናይበት ወቅት ይህ አገላለጽ ሥዕላዊ ገለጻ መሆኑን መረዳት እንችላለን ደግሞም የሚገልጸው አሳብም "አስቀመጥሁህ፣ ሾምሁህ" የሚል ነው:: የሚያወራው ስለ ትንሣኤው ከሆነ፣ አሳቡ ትንሣኤው እንደ ገና ሕይወትን መጀመር እንደ ሆነ ነው (ራእይ 1÷5)::

ምንም እንኳ በሐዋ. 13÷33 ላይ ጳውሎስ ይህንን አሳብ የተቤዠንን ጌታ ትንሣኤን ለመግለጽ ቢጠቀምበትም፣ በዚህ በዕብራውያን ላይ ጸሐፊው ይህንን አሳብ ብቻ በውስጡ ይዞ እንዳልጻፈ አስባለሁ:: የእግዚአብሔር ልጅ የሚለው አገላለጽ ኢየሱስ ከእግዚአብሔር አብ ጋር በትክክል የመግለጽ ዐቅም አለው:: ይህም ልክ የሰው ልጅ የሚለው ቃል ከሰው ጋር ስላለው ግንኙነት በበቂ ሁኔታ እንደሚያመለክት ያለው ዐይነቱ ነው:: የመጀመሪያው ከአብ ጋር የተለየ አንድነት እንዳለው ሲገልጽ፣ ሁለተኛው ደግሞ ከሰው ጋር የተለየ ግንኙነት እንዳለው ያሳያል::

ይህ ከላይ ያነሣነው አሳብ ግልጽና የማያሻማ ቢሆንም፣ ይህ ስም በምን ምክንያት እንደ ተሰጠው ወይም በየትኛው ተግባር ላይ ተመሥርቶ እንደ ተሰጠው ማወቁ ግን ከባድ ጥያቄ ነው፡፡ ስሙ ሥጋ ከመልበሱ በፊት የነበረውን ነገር ይግለጥና ዘላለማዊነቱን ለማሳየት ይጠቀስ ወይም ሥጋ መልበሱንና ትንሣኤውን ነው የሚያሳየን የሚለው ልዩነት አሁንም ድረስ ሰዎች የማይግባቡበት ልዩነት ነው፡፡ *(ባርንስ፣ አልበርት፡- አዲስ ኪዳን ላይ ማስታወሻዎች ኮሜንተሪ)*

አንተ ልጄ ነህ ዛሬ ወልጄሃለሁ፡- እነዚህ ቃላት የተወሰዱት ከመዝ. 2÷7 ሲሆን፣ መዝሙረኛው የሚናገረውም ስለ መሢሑ ነው፡፡ እንደዚሁም በሐዋ. 13÷33 ላይ ስለ ኢየሱስ ትንሣኤ እንደሚናገር ጠቅሶታል፡፡ ይህ አጠቃቀም እንደ ገና በሮሜ 1÷4 ላይ በዚያው ሐዋርያ ተረጋግጦአል፡፡ ከሞት በመነሣቱ በኃይል የእግዚአብሔር ልጅ ስለ መሆኑ ግልጽ በሆነ መንገድ ታውጇል፡፡ እግዚአብሔር በትክክል የሞተውንና ከመሞትም አስቀድሞ ሞት የተጋፈጠውን ሥጋ ተኣምራዊ በሆነ ጉልበት ተጠቅሞ በድኑን ከሞት አስነሥቶታል፡፡ ምክንያቱም ክርስቶስ ለሞት አልፎ የተሰጠው እንደ ወንጀለኛ በመቈጠሩ ነበር፡፡ ነገር ግን በትንሣኤው የእርሱ የዋህነት ተረጋግጧል፡፡ ምክንያቱም እግዚአብሔር ክፉውን ሰው ከሞት ለማስነሣት ተኣምራትን አይጠቀምምና፡፡

አዳም በእግዚአብሔር ሲፈጠርና አንድም ትውልድ ከዚህ ጋር ተያያዥ የሆነ ሥራ ስለማይኖረው በሉቃስ 1÷38 ላይ እንደ ተጠቀሰው የእግዚአብሔር ልጅ በመባል ተጠርቷል፡፡ ፤ኃጢአትም ባለመሥራቱም ከቶ ብልሽት አላወቀውም፡፡ ስለዚህ ሰብዓዊ ተፈጥሮ ያለው በድንግሊቱ ማህፀን በዘላለማዊ መንፈስ ኃይል ያለ ማንም ጣልቃ-ገብነት የተፈጠረው ኢየሱስ ክርስቶስ፣ በዚህ ብቸኛ ምክንያት የእግዚብሔር ልጅ በመባል ተጠርቷል (ሉቃስ 1÷35)፡፡ ኃጢአትም ባለመሥራቱ ብልሽት ማየት አልቻለም፣ ሞትም ሊያገኘው አልቻለም፡፡ ነገር ግን በእግዚአብሔር ዘላለማዊ ፍቅር ተኣምራዊ አሠራር ለዓለም ኃጢአት የስርየት መሥዋዕት የማቅረብ ዓላማውን፣ እግዚአብሔር መሥዋዕት የሆነውን ተፈጥሮአዊ ሰው ከሞት በማስነሣት ያንኑ ኢየሱስ የተሰፋው መሢሕ ልጁ መሆኑን ዐወጀ፡፡ በድንግሊቱ ማርያም በኩል በመምጣቱም እንደ ነቢያት ወጥነት ባለው ዐዋጅ ለዳዊት ዙፋን ትክክለኛ ወራሽ ነው፡፡

ዛሬ ወልጄሃለሁ፡- የሚለው ቃል አንድም በመንፈስ ቅዱስ አማካይነት በማርያም ማህፀን ተኣምራዊ በሆነ መንገድ ሲፀነስ ሥጋ መልበሱን መጥቀሱ ነበር፡፡ ወይም እግዚአብሔር በሉዓላዊ አሠራሩ በታላቅ ኃይሉ ልጅነቱን ሲያውጅ፣ የዋህነቱን ሲያረጋግጥ፣ በእግዚአብሔር ኃይል በእርሷ ማህጸን ውስጥ እንዲፈጠር ሲያውጅ ከሙታን መነሣቱን

መጥቀስ ነበረበት፡፡ ስለዚህ የኢየሱስ ትንሣኤ ቃሉ በተገቢው መንገድ እንደሚገልጸው የዋህና ጻድቅ ሰው እንደ ሆነ የተሟላ መረጃ የተሰጠበት፣ የሞተበትንም ዓላማ እንደ ፈጸመና አፀናነሱም ተአምራዊ እንደ ነበር፣ እናቱ ንጹሕና፣ ነቀፋ የሌለባት ድንግል መሆኑዋ የተረጋገጠበት ነው፡፡ *(ኢደም ክላርክ ኮሜንተሪ)*

ዛሬ፡- ይህንን ክፍል በሐዋ. 13፥33 ላይ እንደምናየው ክፍሉ የተጠቀሰው ስለ ኢየሱስ ትንሣኤ ለማውራት ሲሆን፣ ዛሬ የሚለው ቃል ዘላለማዊ ውልደትን አመልካች ሳይሆን፣ ትንሣኤውን ብቻ የሚናገር ክፍል ብቻ ሆኖ እናየዋለን፡፡ በራእይ 1፥5 ላይ እንደምናየው ከሙታን በኩር ሆኖ ተነሥቷል፡፡ *ቴዎድሬት* እንደሚለው ዛሬ የሚለው ቃል ዘላለማዊ ነገሩን ገላጭ ሳይሆን፣ ጊዜን ብቻ አመልካች ነው፡፡ የዚህ መልእክት ጸሐፊ የሆነው ሐዋርያም አሳብ የዚህን የጊዜ አሳብ እያነሣ ስለ ትንሣኤው ነው የሚገልጸው ወይም ከዚያ በፊት ስለ ነበረው ነገር ነው የሚያወራው ብሎ ለማብራራት ሳይሆን፣ የጸሐፊው ፍላጎት ግን እነዚህ ሁሉ ንግግሮች የተነገሩት ስለ መላእክቱ ሳይሆን፣ ስለ ልጁ ነው ብሎ አስረግጦ ማሳየት ነው፡፡ በመዝሙር 2 ላይም እርሱ የምድር ነገሥታት ከተቃወሙት በኋላ ዙፋኑን በጽዮን ላይ እንደሚያደርግና ከፍ እንደሚል ያወራል፡፡ *(ባርንስ፣ አልበርት፡- አዲስ ኪዳን ላይ ማስታወሻዎች ኮሜንተሪ)*

አባት እሆነዋለሁ፡- የዚህ ሐረግ አሳብ በግሪኩ Els ይለዋል፡፡ ገዥነትን፣ ባለቤትነትን ያመለክታል፡፡ የወደፊትን አመላካች አቅጣጫን ያሳያል፡፡ ዓላማን፣ የወደፊት አትኩሮትን፣ ማንነትንም የሚገልጥ አባባል ነው፡፡ የአብን ፍላጎት፣ ዓላማ፣ የወደፊት አትኩሮትን እንመለከትበታለን፡፡ ልጅ ይሆነኛል በሚለው የመጨረሻው የዚህ ቍጥር ሐረግ ውስጥ ይህንኑ የፍቺ ስሜት እንገነዘብበታለን፡፡ ጌታ ኢየሱስ አባቱን በመታዘዝ እንደ ሰው ሆኖ ወደ ምድር በመምጣት ለመሞት ፈቃደኛ ሆነ፤ አደረገውም፡፡ እርሱ ለእኛ የነፍሳችን አባት ነው፡፡ ከአብ ጋር ሊያስታርቀን መካከለኛ ሆኖም ገባ፡፡ በአብና በእርሱ መካከል ያለው ትስስርም የአባትና የልጅ ነው፡፡ እርሱ ከመላእክት ጋር የሚወዳደርም አይደለም፡፡ እግዚአብሔር ወልጄሃለሁ ይለዋል፡፡ የዘር ሐረግ፣ የውልደት ትስስር በመካከላቸው አለ፤ የተዋሃዱ ናቸው፡፡ ይህ ውልደት እንደ ሰው ከአባትና ከእናትነት የተገኘ ውልደትም አይደለም፡፡ እኛም የእርሱ ልጆች ልንባል የተሰፋው ቃል ተሰጥቶናል፡፡ *(ቅድመ አስቲን ሐተታ/ በጄፍ ጋሪሰን)*

እርሱም ልጅ ይሆነኛል / ለእኔም ልጅ ይሆነኛል፡- አይሁድ የክርስቶስን ልጅነት በሚነቅፉበት ጊዜ ሐዋርያቱ ማስረጃ ማቅረብና ማረጋገጫዎቹን ጠንካራ ማድረግ ይጠበቅባቸዋል፡፡ እንደዚሁም ይህ አዲስ መገለጥ እንዳልሆነና በበርካታ የብሉይ ኪዳን

መጻሕፍት በዋናነት ይጠበቅ የነበረው ስለ መሆኑ ይናገራሉ፡፡ ያለ ብዙ ጥረት የተገኘበትን ክፍል በፍጥነት ያወጣሉ፡፡ ይህም በ2ኛ ሳሙኤል 7÷14 ላይ የተጠቀሰው ቦታ እግዚአብሔር ለዳዊት የሰጠው የተስፋ ዘር፣ በዙፋኑም ላይ ሊቀመጥ ያለው፣ ዙፋኑንም ለዘላለም ይጸና ዘንድ ያለው ሰሎሞን ሳይሆን፣ ኢየሱስ ክርስቶስ ነው፡፡ በእርግጥም በአይሁድ ግንዛቤ እንዳገኙ ለማመልከት ቃላቶቹን ይጠቅሳል፡፡ *(ኢደም ክላርክ ኮሜንተሪ)*

አባት እሆነዋለሁ፡- ይህ ምንባብ በማረጋገጫነት የተወሰደው ከ 2ኛ ሳሙኤል 7÷14 ነው፡፡ ከዚህ ጋር ተመሳሳይ የሆነው አስተያየት በመዝ. 89÷20-27 ላይ ይገኛል፡፡ እነዚህ ቃላት በመግቢያው ላይ እንደ ተነገሩት ስለ ሰሎሞን ነው የሚያወሩት፡፡ በዙፋኑ ላይ የሚቀመጥ ወራሽ እንደ ማያጣ ወይም ዙፋኑ ዘላለማዊ እንደሚሆን በተስፋ መልክ ለዳዊት የተሰጡ የተስፋ ቃሎች ናቸው፡፡ ተስፋው እግዚአብሔር ቤተ መንግሥቱን ለመገንባት ሊያስጨንቀው እንደማይገባ ከማሰብ አንጻር በተለይ እርሱን ለማጽናናት የታቀደ ነው፡፡ ምክንያቱም የእርሱ እጅ በደም የተበከለ ስለ ነበር ነው፡፡ ከዚያ ጋር በተያያዘ እርሱን ለማጽናናት ከማሰብ አንጻር እግዚአብሔር ሊኖረው ከሚችለው በላይ የበለጠ ክብር ሊሰጠው ቃል ገባለት፡፡ ከቤተ ሰብ ባንዳቸው ቤቱ መሥራት እንደሚገባውና ቤተ ሰቡንም ሆነ መንግሥቱን እንደሚያጸናው ቃል ገባላቸው፡፡

ከእነዚህ ተከታታይ ተስፋዎች መካከል መሢሑ ከዳዊት ተከታይ ትውልድ ውስጥ መካተቱ የአይሁድ፣ የጥንት ክርስቲያኖች የጋራ አስተያየት እንደዚሁም የበርካታ ተርጓሚዎችም አስተያየት ነበር፡፡ ... መሢሑ ልጅ የመሆኑና የዳዊት ዝርያ መሆኑ የተነገረለትን (ማቴ. 22÷ 42-45፤ 9÷27፤ 15÷22፤ 20÷30-31፤ ማር. 10÷47-48፤ ሉቃስ 18÷38-39፤ ማቴ. 12÷23፤ 21÷9፤ ዮሐ. 7÷42፤ ሮሜ 1÷3፤ ራእይ 5÷5፤ 22÷16 ተመልከት) ያ አስተያየት ሁሉ የሚያውቁት ነበር፡፡ አንድም ሰው አይጠረጥረውም፡፡ እንዲህ ዐይነቱን ክፍል ለመሢሑ መጠቀም ለአይሁድ የተለመደ ነበር፡፡ የተለመደ ባይሆን ኖሮ ጳውሎስ በዚህ መልኩ ባልተጠቀመው ነበር፡፡ ... ስለዚህ በዚህ የተሠራው ተስፋ እግዚአብሔር በተለየ መንገድ ለእርሱ አባት እርሱም ደግሞ ልጁ ሊሆን ይገባል፡፡ ... ይህም ስም ለማናቸውም መላእክት አልተሰጠም፡፡ *(ባርነስ፣ አልበርት፡- ወደ አዲስ ኪዳን ላይ ኮሜንተሪ 1885)*

ይህ ክፍል ከመዝሙር 2÷7 ላይ የተወሰደ ነው፡፡ በብሉይ ኪዳን ልጅ የሚለው ቃል መላእክቱን በውል ለመግለጽ እንጂ በግል ለመግለጽ አላገለገለም ነበር (ኢዮብ 1÷6፤ መዝ. 89÷6)፡፡ ለተመረጠውም ሕዝብ ልጅ የሚለው አገላለጽ አገልግሏል (ዘጸ. 4÷22፣ ሆሴዕ 11÷1)፡፡ መዝሙር 2 መሢሐዊ ዝማሬ ሲሆን፣ ዛሬ ወለድሁህ የሚለው አገላለጽ ቀድሞ

ከእግዚአብሔር ዘንድ የተገኘ መሆኑን ወይም አሁን በሥጋ በተወለደበት ወራት ከወላጆቹ መገኘቱን የሚያሳይ ሳይሆን፣ እግዚአብሔር አብ ዳግም ትንሣኤውን ተከትሎ ከወልድ ጋር የመሠረተው ይፋዊ የሆነ የአባትና ልጅ ትስስርን አመልካች ነው። መዝሙሩ የተጻፈው ሰሎሞንን ወይም አንድን እርሱን የሚተካውን ንጉሥ ታሳቢ በማድረግ የሚመስል ሲሆን፣ መዝሙረኛው ግን በውስጥ አሳቡ ዕውነተኛውንና ፍጹም የሆነውን ንጉሥ እያሰበ ነበር። አገላለጹም ወደ ሕይወት መግባትን ሳይሆን፣ ወደ አንድ ቢሮ ወይም ዘርፍ መግባትን የሚያሳይ ነው። መሢሐዊ ገለጻው ለልጁ ትንሣኤ አመላካች ነው (የሐዋ. 13÷33)፣ እንዲሁም የእግዚአብሔርን ልጅ እንደ ልጅ ከአብ ጋር በማስተሳሰር የሚደረግ ገለጻ ነው፤ ይህም ዐዋጅ በልጁ ትንሣኤ ጸና (ሮሜ 1÷4)። ጸሐፊው ይቀጥልና ለአንባቢዎቹ እንዲህ ዐይነቱ ገለጻ ለመላእክቱ ተደርጎ እንደማያውቅ ያስታውሳቸዋል።

በሁለተኛ ደረጃ የተጠቀሰው ክፍል ደግሞ ከ2ኛ ሳሙ. 7÷14 የተወሰደ ነው። ከቍጥር 12-16 ያለውን ክፍል ስናይ አሳቡ በቅድሚያ የሚያወራው ስለ ሰሎሞን እንደ ሆነ ቢገልጽም፣ የፍጻሜ አሳቡ ግን ስለ ልጁ ነው። የሰሎሞን መንግሥት ጸንቶ የቀረ ሳይሆን፣ የተከፋፈለ ነው፤ የልጁ መንግሥት ግን እስከ ዘላለም ድረስ ነው። ሰሎሞን መቅደስን ለእግዚአብሔር የሠራ ሲሆን፣ ልጁ ግን የሺህ ዓመቱን መቅደስ ይገነባል።

ዶ/ር ጀምስ ግሬይ ቍጥር 14 ላይ የሚገኘውን *"ክፉ ነገርንም ቢያደርግ"* የሚለውን አሳብ ሲያብራራ፣ *የሊቀ-ጳጳሱ ሆርስሌይስ* እና *የአዳም ክላርክ* ትርጓሜ ለዚህ ክፍል ገላጭ ነው ይላል። እነርሱ ይህን ክፍል ሲተረጕሙት የሚናገሩት፣ *"ነገር ቢኖር ክፉ ነገር በእርሱ ላይ ቢሜን በሰው በትር እቀጣዋለሁ"* የሚል ነው፤ ይህ አሳብ ደግሞ ከኢሳይያስ 53 አሳብ ጋር ተያያዥ አሳብ ነው። ሌሎች የመጽሐፍ ቅዱስ ምሁራን ደግሞ ይህ ከላይ ያነሣነውን አሳብ በመቃወም ይህ አሳብ በቀጥታ የሚያወራው ስለ ዳዊት ልጅ ስለ ሰሎሞን ነው እንጂ፣ ከመሢሑ ጋር የሚያያዝ አይደለም። የዕብራውያን ጸሐፊ ግን "እኔም አባት እሆነዋለሁ እርሱም ልጅ ይሆነኛል" የሚለውን ገለጻ ግን በቀጥታ ለኢየሱስ ክርስቶስ ይጠቀምበታል። ይህም ገለጻ ለመላእክት አልተደረገም። እነርሱ ለእግዚአብሔር በፍጥረት ልጆቹ ናቸው። የዕብራውያን መጽሐፍ መሢሕ ግን በዘላለማዊ ማንነት፣ ሥጋ በመልበሱ፣ እንዲሁም በይፋዊ መልኩ ከአብ ጋር ባለው ትስስር የእግዚአብሔር ልጅ ነው። *(ዌስት፣ ኬ. ኤስ 1947. የግሪክ አዲስ ኪዳን ቃል. ጥናት:- ኢርድማንስ)*

ቍጥር 6 ያለው ከቶ ለማን ነው? ደግሞም በኵርን ወደ ዓለም ሲያገባ የእግዚአብሔር መላእከት ሁሉም ለእርሱ ይሰገዱ ይላል።

የኢየሱስ ብኵርና

መጽሐፍ ቅዱሳዊ አስተምህሮና የታሪካዊ ሥነ መለኮት ዘርፉ አበርክቶት

1. መግቢያ

በኵር የሚለው ቃል በግሪኩ Prototokos ይለዋል፡፡ በእንግሊዘኛው first born ብሎ እንደሚገልጸው ማለት ነው፡፡ ጌታ ኢየሱስ ከድንግል ማርያም በኩር ሆኖ እንደ ተወለደ ይታወቃል፡፡ ከአብ ጋር ባለው ግንኙነትም ጌታ የበኩር ልጅ ነው፤ አንድ ብቸኛ ልጅም ነው፡፡ በብሉይ ኪዳን ስንመለከት የበኩር ልጅ የበላይነት ቦታም ይሰጠዋል (ዘጸ. 4÷22)፡፡ በአዲስ ኪዳን የጌታን በኩርነት በስፋት እናያለን (ቈላስ. 1÷15)፡፡

በኵር (ፕሮቶቶኮስ) pro-tot-ok'-os ማለት፡- በቅደም ተከተል ውስጥ የመጀመሪያ መሆንን ያሳያል፡፡ በተጨማሪም ከቦታም አንጻር ቅድሚያን ያሳያል፡፡ በግሪክም በአይሁድም ባህል በኩር የመጀመሪያ የወራሽነት መብት ይኖረዋል፡፡ በእርግጥ ቀድሞ መወለድን ብቻ ላያመለክት ይችላል፡፡ ዔሳው ቀድሞ ቢወለድም፣ የበኩርነት ወራሽ የሆነው ግን ያዕቆብ ነበር፡፡ ሁሉንም ፍጥረት የመውረስ መብት ያለው ኢየሱስ ነው፡፡ መዝ. 89÷27 እንዲህ ይላል፡፡ በራእይ 1÷5 ኢየሱስ ከሙታን በኩር ተብሏል፡፡ ምንም እንኳ ከሙታን በመነሣት በቅደም ተከተል የመጀመሪያው እርሱ ባይሆንም፣ ሮሜ 8÷29 ላይ ደግሞ ኢየሱስን ከቤተ ክርስቲያን በኩር አድርጎ ይገልጸዋል፡፡ ከላይ ባሉት ጥቅሶች በኩር ማለት መጀመሪያ መፈጠር ማለት ሳይሆን፣ የበላይ መሆንን ጠቋሚ ነው፡፡ የእግዚአብሔር መላእክት ሁሉም ለእርሱ ይስገዱ ይላል። *(መጽሐፍ ቅዱስ ጥቅሶች የብሉይና / የአዲስ ኪዳን ግሪክ መዝገበ ቃላት፣ የቲየር ትርጉም፣ አስቲን ሐተታ/ በጄፍ ጋሪሰን)*

በኵር፡- በመጽሐፍ ቅዱስ በኩር የሚለው ቃል ሁልጊዜ የሚያሳየው መጀመሪያ መወለድን ብቻ አይደለም፤ እግዚአብሔር ሰሎሞንን በኩር አድርጎታል (መዝ 89፡

27)፡፡ ምንም እንኳ በቅደም ተከተል ሰሎሞን 10ኛ ልጅ ቢሆንም (1ኛ ዜና 3፥1-5)፣ ማዕረጉ ከብርንም ጭምር የሚያሳይ ነው፤ ምክንያቱም በኵር ሀብትንና በረከትን ወራሽ ነውና፡፡ ክርስቶስ ከፍጥረት ሁሉ በኩር ነው (ቈላስ. 1፥15) ምክንያም እርሱ ሁሉን ፈጥሯልና፣ ከሙታንም በመነሣት ቀዳሚ ነውና (ቈላስ. 1፥18)፡፡ ወደ ዓለም ሲመጣ መላእክት ሰግደውለታል (ዘዳ. 32፥43)፤ እግዚአብሔር እንዲህ እንዲያደርጉ አዝዟቸዋልና፡፡ ኢየሱስ እርሱ እግዚአብሔር መሆኑን ሊያስረግጥላቸው፤ የእግዚአብሔር መላእክት ለአንድም ፍጡር አይሰግዱምና፡፡ *(ዘ ባይብል ኤክስፖዚሽን ኮሜንተሪ 1989፣ በ ቻሪዩት ቪክቶር)*

መጽሐፍ ቅዱሳችን በተለይም አዲስ ኪዳን ኢየሱስ በኩር እንደ ሆነ አድርጎ ይናገራል ወይም ያቀርብልናል፡፡ ይህም የኢየሱስ ብኩርና በሁለት መልኩ ተገልጾ ይታያል፡፡ የመጀመሪያው ኢየሱስ ከፍጥረት ሁሉ በኩር ነው የሚል ሲሆን፣ ሁለተኛው ደግሞ ኢየሱስ በወንድሞቹ መካከል ወይም በአማኞች መካከል በኩር ነው የሚል ነው፡፡

እነዚህ ሁለቱ አሳቦችን ሁሉም አካላት መጽሐፍ ቅዱሳዊ አሳቦች ከመሆናቸው የተነሣ የሚቀበሉዋቸው ሲሆኑ፣ ልዩነትነት እና ክርክር የሚነሣውም ሆነ የሚያጠነጥንበት ጉዳይ "በውኑ ኢየሱስ በኩር ነው ስንል ምን ማለታችን ነው?" በሚለው ላይ ነው፡፡ ከዚህም በመጽሐፍ ቅዱስ ዐዋቂዎች መካከል ልዩነቱ ያለው የኢየሱስ ብኩርና ምንነትን መረዳት ላይ እንደ ሆነ በቀላሉ ልንረዳ እንችላለን፡፡ እናም አሁን ይህን ወደ መመልከቱ በቀጥታ እናመራለን፡፡ መጽሐፍ "የሚናገር እንደ እግዚአብሔር ቃል ይናገር" እንደሚል በቅድሚያ ይህን አስተምህሮ የምንመለከትባቸውን ሦስት ዐበይት መጽሐፍ ቅዱሳዊ ምንባቦችን እንደሚከተለው እንመለከታለን፡፡

11. መጽሐፍ ቅዱሳዊ ምንባቦች

📖 *"ልጁ በብዙ ወንድሞቹ መካከል በኩር ይሆን ዘንድ አስቀድሞ ያወቃቸው የልጁን መልክ እንዲመስሉ አስቀድሞ ደግሞ ወስኖአልና፡፡ አስቀድሞው የወሰናቸውን እነዚህን ደግሞ ጠራቸው፤ የጠራቸውን እነዚህን ደግሞ አጸደቃቸው፤ ያጸደቃቸውን እነዚህን ደግሞ አከበራቸው፡፡" (ሮሜ 8፥29-30)*

📖 *"እርሱም ሁሉን እንኳ ለራሱ ሊያስገዛ እንደሚችልበት አሠራር፥ ከቡር ሥጋውን እንዲመስል የተዋረደውን ሥጋችንን ይለውጣል፡፡" (ፊልጵ. 3፥21)*

📖 *"እርሱም የማይታይ አምላክ ምሳሌ ነው፤ የሚታዩትና የማይታዩትም ዙፋናት ቢሆኑ ወይም ጌትነት ወይም አለቅነት ወይም ሥልጣናት፥ በሰማይና በምድር ያሉት ሁሉ በእርሱ*

ተፈጥረዋልና ከፍጥረት ሁሉ በኩር ነው፡፡ ሁሉ በእርሱና ለእርሱ ተፈጥሮአል፡፡ እርሱም ከሁሉ በፊት ነው፡፡ ሁሉም በእርሱ ተጋጥመሟል፡፡ እርሱ የአካሉ ማለት የቤተ ክርስቲያን ራስ ነው፤ እርሱም በሁሉ ፊተኛ ይሆን ዘንድ ከሙታንም በኩር ነው፡፡" (ቈላስ. 1፥15)

III. የኢየሱስ ብኩርና በታሪካዊ ሥነ መለኮት ሰዎች ዕይታ

ታሪካዊ ሥነ መለኮት አንድም የቤተ ክርስቲያንን ታሪክ የምናጠናበት፣ ከዚህም በተጨማሪ በቤተ ክርስቲያን የሕይወት ዘመን የተነሡና የተሰጡ ብሎም የረቀቁ ነገረ መለኮታዊ አስተምህሮዎችን የምናጠናበት አንዱ የነገረ መለኮት የጥናት መስክ ወይም ፈርጅ ነው፡፡ የርእሰ-ጒዳያችንን ምንነት ወይም የኢየሱስ ክርስቶስ በኵርነትን ይህን የጥናት መስክ ከሌላ፣ ማለትም ነገረ ክርስቶስ ከሚሰኘው ሰፋ ያለው ስለ ክርስቶስ የሆኑ ነገሮችን ሁሉ ከምናጠናበት የሥነ መለኮት ዘርፍ ወይም መስክ ጋር በማጣመር ጥልቀት ያለውም ሆነ ስፋት ያለውን መረዳት ለመጨበጥ እንጥራለን፡፡

ኬኔት ዌስ በዚህ ርእሰ-ጒዳይ ላይ፣ ማለትም በኢየሱስ ብኵርና ላይ አስተያየቱን ሲሰጥ፣ "የግሪኩ ቃል ሁለት ነገሮችን ያሳያል፡፡ እነዚህም ኢየሱስ በፍጥረት ሁሉ ላይ የበላይ ወይም ሉዓላዊ መሆኑን እና ከፍጥረታት ሁሉ ቀድሞ የነበረ መሆኑ ናቸው፡፡ የመጀመሪያው ትርጓሜ ቃል ከሁሉም ነገሮች ቀድሞ የነበረ መሆኑን ያመለክታል፡፡ በዚህም ደግሞ ጌታችን ያልተፈጠረ መሆኑ፣ ያልተፈጠረም ከሆነ ፣ እርሱ ዘላለማዊ መሆኑን፣ እርሱ ዘላለማዊ ከሆነ ደግሞ፣ እርሱ አምላክ (መለኮት) መሆኑ ግልጽ ይሆናል፡፡

ስለዚህም ደግሞ ይህ ሁሉ ስለ እርሱ ዕውነት ከሆነ፣ *ጥንታውያኑ የኖስቲሲዝም አቀንቃኞች ወይም የዘመኑ ጂሖቫ ዊትነሰስ (የይሖዋ ምስክሮች)* እንደሚሉት እርሱ ከፍጥረታት አንዱ ወይም የአብ የመጀመሪያው ፍጥረት አይደለም ማለት ነው፡፡ በቀጣይ ደግሞ በሁለተኛው ትርጒሙ እርሱ ዕውነተኛ መሪ እንደ ሆነ፣ በእግዚአብሔርም ቤት ላይ ራስ እንደ ሆነ፣ ደግሞም እርሱ የፍጥረታት ሁሉ ጌታ እንደ ሆነ እንመለከታለን፡፡ *(Kenneth Wuest, Wuest's Word Studies in the Greek New Testament, (Grand Rapids: Wm. B. Eerdmans Publishing Company, 1981) Ephesians and Colossians: p. 183.*

"የኖስቲስዝም አስተምህሮም ሆነ እምነት አቀንቃኞች ቀድሞውንም መንፈስ መልካም እና ቅዱስ ነው፤ ዳሩ ግን ቍሳዊ አካል ለምሳሌም ያህል የሰው ሥጋ ክፉና ርኩስ ነው ብለው

ስለሚያምኑ በእርግጥም በዚህ አስተሳሰባቸው ምክንያት ክርስቶስን በከፊል መንፈስ በከፊል ቁስ አድርገው ከሚመለከቱዋቸው አማላጅ ተደርገው ከሚታሰቡት ፍጡራን መካከል አድርገው የሚመለከቱት በመሆናቸው እርሱን አምላክ አይደለም፤ እናም እርሱ ሰው ነው" ይላሉ፡፡ *(አዲስ የመጽሐፍ ቅዱስ መዝገበ ቃላት፣ ዶን ፍሌሚንግ፣ ግሎብ የሥነ ጽሑፍ የአገልግሎት፣ 2003፣ ገጽ 246-247፡፡)*

ኤክስፖዚተሪ ግሪክ ቴስታመንት የሚባለው ማብራሪያ ይህን በኩር ወይም ፕሮቶቶኮስ (በግሪክ) የሚለውን ቃል ሲተረጉመው፡- ቃሉ በቀዳሚነት ጊዜያዊ ቅድሚያ ያለው መሆንን የሚያሳይ ነው፤ ቀጣይ ትርጓሜው ደግሞ በኩርነት በውስጡ የያዘውን በጎ ነገር ከግምት በማስገባት የበለጠ የበላይነት ያለው የሚል ትርጉምን ወይም ፍቺን ይሰጣል፡፡ *(W. Robertson Nicoll, ed., The Expositor's Greek Testament, p. 502.)*

አር. ኤም. ክላርክ እንዲህ ይላል፡- "በኩር ሲል የቃሉ ቀዳሚ ትርጉም ለመጀመሪያ ጊዜ መውለድ የሚል ሲሆን፣ ቀጣዩ ትርጓሜ ግን በኩርነት ማለት በቅደም ተከተል የመጀመሪያ መሆንን ያሳያል፡፡ ይህ በእርግጥም የአዲስ ኪዳን ትርጓሜ ነው፡፡ ቶኮስ የሚለው ቃል በሉቃስ 2÷7 ላይ ብቻ ነው በግልጽ የተቀመጠው፡፡ በሌሎች ቦታዎች ላይ ዕንድምታዊነት ባለው መልኩ ከበስተጀርባ ተሸሽጎ ነው የምናገኘው፡፡ *(R. M. Clark, "Words Relating to the Lord Jesus Christ," Bible Translator, 13 (April 1962)፣ 84.)*

ዘ ሊንጉስቲክ ኪይ ቱ ዘ ግሪክ ኒው ቴስታመንት በሚለው *ሥራቸው ፈሪትዝ ሬይንከር* እና *ክሊን ሮጀርስ* ጥናታዊ መረጃዎችን በማጣራት እንዲህ ይላሉ፡- "ቃሉ ክርስቶስ ከፍጥረት በፊት የነበረ መሆኑን፣ ደግሞም እርሱ የተለየ መሆኑን የሚያሳይ ነው፡፡ ክርስቶስ ፍጡር ወይም የተፈጠረ መሆኑን አያሳይም፡፡" *(Grand Rapids: Zondervan Publishing House, 1982), P. 567.)*

IV. የመጽሐፍ ቅዱስ ምንባቦቹ ትንታኔ፡- ከሥነ አፈታት፣ በተለይም ከዐውዳዊ ፍቺ አንጻር ሲቃኝ

የመጀመሪያው ምንባብ ማለትም ሮሜ 8÷29-30 በኩር የሚለውን ቃል በመንፈሳዊ ገጽታው ሲያቀርበው እንመለከታለን፡፡ እግዚአብሔር አብ በአማኞች፣ ማለትም ልጆቹ ባደረጋቸው ቅዱሳን መካከል (በዳግም ልደት ወደ መንግሥቱ ባስገባቸው ሰዎች) ሰዎች ላይ ልጁን በኩር ማድረግ ዐቅዷል፡፡ ስለዚህም ደግሞ ወንድሞቹ እርሱን ሊመስሉ ግድ

ሆነ፡፡ ለዚህም ነው ታላቅና የመጀመሪያ ልጅ ሆኖ ይገለጥ ዘንድ ወንድሞቹ የእርሱን ባሕርይ ሊላበሱ የተገባቸው ወይም ግድ የሆነው፡፡

በወንድማማቾች መካከል በመልክ መመሳሰል አለ፡፡ እንዲሁ በክርስቶስ እና በአማኞች መካከል የመልክ (የመንፈሳዊ መልክ - ማለትም የባሕርይ) መመሳሰል መኖር አለበት፡፡ ይህ ባሕርያዊ መመሳሰል ደግሞ ልንል የእርሱ ወንድም ኢድርጎ በተግባር ለቀሪው ዓለም ሁሉ ይገልጠዋል፡፡ በተመሳሳይ መንገድ አማኞች የእርሱ ታናናሽ ወንድሞች መሆናቸው ለሁሉ የሚገለጥ ይሆናል፡፡

ሐዋርያው በዚህ የመንፈሳዊ መልክ (የባሕርይ መመሳሰል) መሠረትነት በክርስቶስ እና በአማኞች መካከል ያን የወንድማማችነት ግንኙነት በአንድ በኩል ገሃድ ሲያወጣ፣ በሌላ በኩል ደግሞ ልክ የበኩር ልጅ በቀሪዎቹ ወይም በታናናሾቹ መካከል የበላይነትም ሆነ የአለቅነት፣ ብሎም የጉልህነትና የባለ ሥልጣንነት ሚና እንዳለው ሁሉ፣ እንዲሁ ክርስቶስ ኢየሱስ የእርሱን መልክ (ባሕርይውን) በተላበሱ አማኞች ሁሉ ላይ የበላይነትም ሆነ የባለ ሥልጣንነት፣ ደግሞም የአለቅነት ሚና ያለው መሆኑን ያመለክተናል፡፡

ሐዋርያው አማኞች የልጁን መልክ እንዲመስሉ በእግዚአብሔር አብ ተወሰነ ይላል፡፡ ከዚያም እነዚህ የልጁን መልክ እንዲመስሉ የተወሰኑትን ሰዎች አብ ባስቀመጠው ደረጃ ልክ (በክርስቶስ ልክ/ ልጁን በመምሰል ልክ) የተወሰነው ውሳኔ ተግባራዊ እንዲሆን ተፈለገ፡፡ እናም አስቀድሞ የወሰናቸውን በትክክለኛው ጊዜ ጠራቸው፤ የጠራቸውንም አጸደቃቸው፤ ያጸደቃቸውንም ደግሞ አከበራቸው፡፡

በዚህም አስቀድሞ መወሰን፣ መጠራት፣ መጽደቅ እና መክበር የሚባሉ አራት ደረጃዎችን የያዘ ልዩ የሆነና ከዳግም ልደት ጋር የተሳሰረ የእግዚአብሔር አሠራር በአማኞች ሕይወት ውስጥ ዕውን እንደ ሆነ፣ ይህም በጥቅሉ አማኞች የልጁን መልክ የሚመስሉበት የእግዚአብሔር አሠራር እና ሂደት እንደ ሆነ እንመለከታለን፡፡

ሥነ አፈታታዊ እና ዐውዳዊ ዕይታን መሠረት አድርገን ስንመለከት አንድ ዐቢይ የሆነ ነጥብን እናገኛለን፡፡ ይህ መላው ምዕራፍ ከቍጥር 29-30 ላለው ክፍላችን የቅርብ ዐውድ (immediate context) መሆኑን በቀላሉ ልናጤነው እንችላለን፡፡ ስለዚህም መላው ምዕራፉን ለማንበብ ስንሞክር አንድ ዐቢይ ነጥብን እናገኛለን፡፡ ይህም አማኞች ራሳቸው የመንፈስ በኵራት ያላቸው መሆናቸው (ቍ. 23) ነው፡፡

አማኞች የመንፈስ በኩራት (በመንፈስ የሆነ ብኩርና) ያላቸው በማን ላይ ነው? ብለን ከጠየቅን፣ ጉዳዩን በዐውዱ ላይ ተመሥርተን ስናይ በእርግጥም አማኞች በተነጻጻሪነት የቀረቡት ከመላው ፍጥረት ጋር ነው፡፡ ስለዚህም አማኞች በፍጥረታት ሁሉ ላይ የመንፈስ በኩራት (በመንፈስ የሚሆን ብኩርና) አላቸው ማለት ነው፡፡ ይህም ልጅነትን የተቀበሉበት መንፈስ እነርሱን በፍጥረት ሁሉ ላይ የበላይነት እንዲኖራቸው የሚያደርግ መንፈስ መሆኑን ያሳየናል፡፡ ይህም አማኞችን ከሌላው ፍጥረት የሚለያቸውም ሆነ በፍጥረት ሁሉ ላይ የበላይ እንዲሆኑ የሚያደርጋቸው ሁነኛ ወይም ወሳኝ ምልክት ነው፡፡

ሁለተኛው ምንባብ፣ ማለትም ፊልጵስዩስ 3፥21 ቀደም ሲል የተመለከትነውን የሮሜ 8፥29-30 አሳብ ያጠነክርልናል፡፡ ክርስቶስ ኢየሱስ የአብ ልጅ እንደ መሆኑማ እርሱ ደግሞ ልጅነትን ላገኙ አማኞች ሁሉ ወንድማቸው፣ ይልቁንም ታላቅ ወይም በኩር የሆነ ወንድማቸው እንደ መሆኑ፣ አማኞች ሁሉ እርሱን ሊመስሉት ይገባል የሚለውን የሮሜ 8 አሳብን ይህ አሁን እየተመለከትነው ያለው ምንባብ ሲያጠነክረው ወይም ሲያጸናው፣ የእርሱ ማለትም የበኩሩን የከበረ ሥጋ ይመስል ዘንድ የወንድሞቹን የተዋረደ ሥጋ ወደ ከበረው ሥጋነት ይለውጠዋል ይላል፡፡ይህም አማኞች በእርሱ ሥጋ መዳንን፣ እና የእግዚአብሔር ልጅነት እንዳገኙ ሁሉ፣ እንዲሁ በእርሱ ማለትም በኩር በሆነው ወንድማቸው ምክንያትም ሆነ ሥራ ሙሉ በሙሉ የሚለወጡና በሙላትም እርሱን የሚመስሉ ይሆናሉ የሚል አንድ ገዥ አሳብም ግልጽ በሆነ መልኩ ያስጨብጣል፡፡

ሦስተኛው ምንባብ ማለትም ቈላስ. 1፥15 ስለ ጌታችን ኢየሱስ ክርስቶስ እርሱ ከፍጥረት ሁሉ በፊት በኩር ነው ይላል፡፡ ሥነ አፈታታዊ እና ዐውዳዊ ፍቹን ተንተርሰን ይህን ምንባብ ለመመልከት ስንሞክር ከዚህ ቃል በፊት የተነገረ ነገር አለ፡፡ ይህም ክርስቶስ የማይታይ አምላክ ምሳሌ መሆኑ፣ የሚታዩትም ሆኑ የማይታዩነት ነገሮች ሁሉ፣ በሰማይም ሆነ በምድር ያሉ ነገሮች ሁሉ፣ ዙፋናት አለቅነትም ሆነ ሥልጣናት ሁሉ ቢሆኑ፣ በእርሱ የተፈጠሩ መሆናቸው፣ በመጨረሻም ደግሞ ሐዋርያው የሚናገረውን ነገር ሲያጠቃልለው ሁሉ በእርሱ ተፈጥሮአል ካለ በኋላ ሁሉ በእርሱ እና ለእርሱ ተፈጥሮአል ይላል፡፡

አፍሪካን ባይብል ኮሜንታሪ በዚህ ጉዳይ ላይ ሲናገር፡- *"በኩር የሚለው ቃል አንዳንዶችን ኢየሱስም ራሱ የፍጥረት አካል ነው እንዲሉ ወደ ማድረጉ ይመራቸዋል፡፡ ነገር ግን ጳውሎስ የቱንም ያህል መቆየት ሳያስፈልገው ኢየሱስ የፍጥረት አካል እንዳልሆነ እንዲሁ እርሱ ራሱ ፈጣሪ እንደሆነ ... ደግሞም ኢየሱስ አብ ፍጥረታትን ሲፈጥር አብሮ የነበረ ብቻ ሳይሆን፣ እርሱ ራሱ በፍጥረት ሥራ ላይ ብርቱና ንቁ ተሳትፎ እንዳደረገ*

ብሎም ሁሉም ነገር በእርሱ ተፈጥሮአል ከሚለው ቃል ያለ ኢየሱስ ሊፈጠርም ሆነ ሊሆን የሚችል ምንም ነገር አልነበረም" የሚል መደምደሚያ ላይ የሚያደርስ መልእክትን ስለ ኢየሱስ መናገሩን ያስነብበናል፡፡ (African Bible Commentary: A one volume commentary written by 70 Scholars, Tokunboh Adeyemo, Gen. Editor, Colossians, Solomon Andria, Zondervan 2006, P. 1451.)

እዚህ ላይ ጥቂት ነጥቦችን ልንወስድም ሆነ በድምቀት አስምረንባቸው ልንመለከታቸው ይገባል፡-

1. ክርስቶስ ፈጣሪ ነው፡፡
2. ክርስቶስ ሁሉን የፈጠረና ፍጥረታትንም ሁሉ ለራሱ ክበር የፈጠረ ነው፡፡

ከእነዚህ ሁለት ነጥቦች ስንነሣ የክርስቶስ በኩርነት ፈጣሪነቱንና ፍጥረታት ሁሉ ለእርሱ ክብር የተፈጠሩ መሆናቸውን፣ ብሎም ይህ ሁሉ የሆነው በእርሱ ዕቅድ እንደ ሆነ፣ በዚህም እርሱ አምላክ መሆኑን ያመለክታሉ፡፡

ሁሉ በእርሱ ተጋጥሟል እና እርሱ በሁሉ ፊተኛ ይሆን ዘንድ ከሙታንም በኩር ነው የሚሉት ቀጣዮቹ ዐረፍተ ነገሮች (ከቍ. 15 በኋላ ያለው ቀጣይ ክፍል) ፍጥረታት ሁሉ የተፈጠሩት በክርስቶስ መሆናቸው ብቻ ሳይሆን፣ ተመጋጋቢነት ባለው መልኩ የሚንቀሳቀሱትም ሆነ ተግባራቸውን የሚያከናውኑት በእርሱ መሆኑን ያመለክተናል፡፡ በተጨማሪም የትንሣኤ ሕይወት መጀመሪያነትንም ከእርሱ ቀድሞ የተለማመደው ማንም አለመኖሩ፣ እርሱን ማለትም ጌታችን ኢየሱስ ክርስቶስን በሁሉ ቀዳሚ እና ፊተኛ ያደርገዋል፡፡ አዎን እርሱ በእርግጥም ሁሉን ከኋላው ያስከተለና ሁሉንም ነገሮች ካለመኖር ወደ መኖር በማምጣት ሁሉን አጋጥሞና አያይዞ እንዲኖሩም ሆነ የተፈጠሩበትን ተግባር እንዲያከናውኑ ያደረገ አልፋ ነው!

V. ብሉይ ኪዳናዊው የብኩርና መረዳት የሚሰጠን ምሳሌነት

ብሉይ ኪዳን የብኩርናን ምንነት ግልጽም ሆነ አሻሚነትና አወዛጋቢነት በሌለው መልኩ ያቀርበዋል፡፡ እናም ከዚህ አንጻር ሲታይ ብኩርና በሚለው ቃል መጽሐፍ ቅዱስ የሚሰጠን መረጃ ወይም አስተምህሮ በራሱ ግልጽ የሆነ፣ ነገር ግን ሰዎች ምሉዕነት ባለው መልኩ ርእሰ-ጉዳዩን ለመረዳት የሚቸገሩ ከመሆናቸው አንጻር ዘወትር በትክክለኛው መንገድ ርእሰ-ጉዳዩን ለመረዳት ሲቸገሩ ይስተዋላሉ፡፡

ብኩርና ያለው ትርጓሜ አለቅነት፣ ባለ ሥልጣንነት ወይም ወሳኝነትና አስተዳዳሪነትን የሚመለከት ነው:: ይህ ጉዳይ በአብዛኛው በሰዎች ባህል ውስጥ ለመጀመሪያ ልጅ የሚሰጥ ልምምድ ሆኖ ይታያል:: ይሁን እንጂ፣ ጌታ እግዚአብሔር አምላክ ብኩርናን የግድ ከሰዎች ባህል ጋር አያይዞ አይመለከተውም ነበር:: ጌታ አምላክ እግዚአብሔር ብኩርናን ከራሱ ፈቃድና ምርጫ ጋር አያይዞም ሆነ አስተሳስሮ ነበር ይመለከተው የነበረው:: ብኩርና ከእግዚአብሔር ዐቅድና ዓላማ አንጻር የሚተነተን ነገር ነው::

በሚላርድ ጄ. ኤሪክሰን የተጻፈው ክርስቲያን ቲዮሎጂ የተባለው መጽሐፍ የእግዚአብሔርን መልክ እና አምሳል በተመለከተ ሲናገር "ይህ የሰው ልጅ ተላብሶት የተፈጠረው የእግዚአብሔር መልክ ከእግዚአብሔርና ከሰዎች ጋር ተገቢ የሆነ ግንኙነትን እንዲያደርግ የሚያስችለው ደግሞም ፈቃደ እግዚአብሔርን ዕውን የሚያደርግበት ገኘነት እንዲኖረው የሚያስችለው ነው" ይላል:: *(Millard J. Erickson, Christian Theology, Vol. 1, (Baker House: 1993, 94, 95), in permission Published by Lapsley Brooks Foundation, page, 512.)*

ለዚህም ነው እግዚአብሔር አምላክ "ያዕቆብን ወደድሁ፥ ዔሳውን ግን ጠላሁ" ሲል የተደመጠው:: የይስሐቅ ሥልጣንና ኀላፊነት ደግሞም የአባቱ የአብርሃም በረከትና የተስፋ ቃል በእርሱ በኩል አድርጎ በቀጥታ ወደ ዔሳው (በሰው ባህልና ልማድ ታላቅ ልጅ በሚለው ዕሳቤ) ሲያልፍ አንመለከትም:: ይልቁንም ጌታ አምላካችን እግዚአብሔር በራሱ ፈቃድና ምርጫ ብኩርውን ወደ ያዕቆብ አሳለፈው::

ጌታ እግዚአብሔር አምላክ ከፈቃዱና ከምርጫው ጋር እስካልተጣረሰ ድረስ በሰዎች ባህልና ልማድ ውስጥ ያለ ችግር ሊሠራ ይችላል:: ዳሩ ግን ከፈቃዱ ውጭ በሚሆንበት ጊዜ በመረጠው መንገድ በማለፍ ሥራውን ይሠራል:: ሰዎችንም ለዚያው አሮጌና ያለፈ-ያፈጀ ልማዳቸው ይተዋቸዋል::

ይህን አሠራሩን በተመለከተ አንድ ምሳሌ ከብሉይ ኪዳን እንውሰድና እንመልከት:: በሽምግልና ዘመኑ ያዕቆብ ብኩርናን ከሮቤል ነጠቀውና ለአራተኛው ልጅ ለይሁዳ ሰጠው:: ይህንንም አሥራ ሁለቱ ልጆቹን ጠርቶ በባረከበት በረከት ውስጥ እናገኘዋለን:: ከዚያም ልዩ በሆነ ሁኔታ ዮሴፍን ከባረከው እንደ ባረከው እና የዮሴፍንም ልጆች ደግሞ እንደ ባረካቸው እንመለከታለን:: እባርካቸው ዘንድ ልጆችህን ወደ እኔ አቅርብ በማለት ያዕቆብ ልጁን ዮሴፍን ባዘዘው ጊዜ ዮሴፍ ምናሴና ኤፍሬም የሚባሉትን ሁለቱን ልጆቹን ታላቅየውን ማለት ምናሴን በቀኝ በኩል፣ እንዲሁም ኤፍሬምን በግራ

በኩር አድርጎ አቀረበ፡፡ ምናሴ የመጀመሪያ ልጅ ስለሆነ የያዕቆብ ቀኝ ዕጅ እንዲያርፍበት ፈልጎ ነበር፡፡

የእግዚአብሔር በሪያ ሽማግሌው ያዕቆብ ሁለቱን ዕጆቹን በማጠላለፍ ቀኝ ዕጁን በኤፍሬም ላይ፣ እንዲሁም ግራ ዕጁን በምናሴ ላይ በማድረግ ይባርካቸው ጀመር፡፡ ዮሴፍ አንጀቱ ስለ ምናሴ ታወከና አባቴ ሆይ እንዲህ አይደለም፡፡ በኩሩ ይሄ ነው አለው፡፡ ያዕቆብም የማደርገውን ነገር በማወቅና በመረዳት ነው ያደረግሁት፡፡ ይህ ታናሹ ከእርሱ ይልቅ የላቀ ይሆናልና አለ፡፡ በዚህም ያዕቆብ ከፈቃደ-እግዚአብሔር እና ከመለኮት ምርጫ ጋር ተስማምቶ እንደ ነበረ እንመለከታለን፡፡

ከዚህም ብኩርና ከሰው ዕይታ አንጻር በአወላለድ ቅደም ተከተል የሚመጣም ሆነ በዚህ መልኩ የሚገኝ ነገር ተደርጎ የሚታይበት አግባብ ሰብዓዊ ልምምድ ብቻ መሆኑን እንመለከታለን፡፡ ይሁንና በብሉይ ኪዳን ዘመን እንኳ ብኩርናን ከእግዚአብሔር ዕይታ አንጻር ስንመለከተው የምናገኘው ውጤት ከፊተኛው ማለትም ከሰዎች አስተሳሰብና ዕይታ የተለየ መሆኑን እንረዳለን፡፡ በእርግጥም ብኩርና መለኮታዊ ጥሪና ሹመት፣ ሰማያዊ የሆነ ሥልጣንና ኀላፊነት ሲሆን፣ መሠረቱም ፈቃደ-እግዚአብሔርና የእግዚአብሔር ምርጫ ነው፡፡

VI. መደምደሚያ

መጽሐፍ ቅዱሳችን የጌታችን የመድኃኒታችን የኢየሱስ ክርስቶስን ብኩርና አስመልክቶ የሚናገረው ነገር ከሥጋዊ ወይም ምድራዊ ዕይታና ትንታኔ አንጻር መታየት የሚገባው ነገር አለመሆኑን ከዚህ በላይ በተመለከትናቸው መጽሐፍ ቅዱሳዊ አሳቦችና ዕውነቶች አማካይነት በውል ወደ ማጤኑ ልንመጣ ይገባል፡፡

በኩር የሚለው ቃል መታየት ያለበት በሦስት አግባብ፣ እንዲሁም ከሞላ-ጐደል ተመልክተናል፡፡ እነዚህም ሥነ መለኮታዊ፣ ዐውዳዊ እና መጽሐፍ ቅዱሳዊ ወይም ነገረ መለኮታዊ ዕይታዎች ናቸው፡፡

ከዕነዚህ ዕይታዎች አንጻር በኩር የሚለው ቃል የሚኖረውም ሆነ የሚሰጠው ፍቺ ከሁሉ ፊተኛ፣ በሁሉም ነገር ፊተኛና ቀዳሚ፣ የሁሉም ነገር ጀማሪ ሠሪና አድራጊ፣ የሁሉም ነገር ፈጣሪ፣ መገኛም ሆነ ምንጭ የሚል ነው፡፡ ይህ ትርጓሜ ወይም ፍቺ በእርግጥም

ለመሢሑ ለጌታችን ለመድኃኒታችን ኢየሱስ ክርስቶስ ብቻ የሚሠራ እንደ ሆነ ልብ ልንል ያስፈልጋል፡፡

ዕውነታው ይህ መሆኑ እንዲህ ግልጽ ሆኖ ሳለ ለምንድን ነው አንዳንድ የሐሰት አስተማሪዎች ለመጥቀስም ያህል እንደ ጥንታውያኑ የኖስቲሲዝም እምነት ተከታዮችና አሪዎሳውያ፣ ብሎም እንደ ዛሬው ዘመን የይሖዋ ምስክሮች ያሉቱ ወገኖች በኲር የሚለውን ቃል በተለይም ለጌታችን ኢየሱስ ክርስቶስ በቅዱሳት መጻሕፍት ውስጥ የዋለበትን አግባብ ማለትም በአዲስ ኪዳናዊ ዐውድ ጥቅም ላይ የዋለበትን ሁኔታ በውል ከመረዳት ይልቅ የመጀመሪያው ፍጥረት፣ የእግዚአብሔር የመጀመሪያው ሥራ አድርገው የሚመለከቱት? የሚለው ጥያቄ በብዙዎች አእምሮ ውስጥ መጉላላቱ አይቀሬ ነው፡፡ የዚህን ጽሑፍ መደምደሚያ ይህን ጥያቄ በመመለስ መቋጨቱ እናመራለን፡፡

እነዚህ ሐሰተኞች እንዲህ ወዳለው የተሳሳተ መረዳት የመጡት አንደኛ በኲር የሚለው ቃል የተነገረበትን ዐውድ ልብ ሳይሉ እነርሱን በመሰላቸው መንገድ ላነበቡት ምንባብ የገዛ ራሳቸውን ትርጒም በመስጠታቸው ነው፡፡ ሁለተኛ በኲር የሚለው ቃል ለጌታችን ለመድኃኒታችን ኢየሱስ ክርስቶስ ማንነት መግለጫነት በአዲስ ኪዳን ውስጥ ጥቅም ላይ የዋለበትን ምክንያት ከእግዚአብሔር ዓላማና ፈቃድ ወይም ዕይታ አንጻር ለመመልከት ባለመቻላቸው ነው፡፡ የቃሉን ፍቺ ከመለኮታዊ መረዳት (ዕይታ) አንጻር ከማየት ይልቅ በሥጋቸውና በዓለማዊ መረዳት ላይ ተመሥርተው መመልከታቸው እንዲህ ወዳለው ታላቅ አዘቅት ውስጥ ወደሚከትት ስሕተትና ወደ ዘላለማዊ የሕይወት ኪሣራ ውስጥ እንዲገቡ አድርጓቸዋል፡፡

እንደገና፡- የሚለውን ከሁለት ወይም ሦስት ዐይነት በላይ የሆኑ አስተምህሮዎች ይገልጹታል፡፡ የመጀመሪያው ቀድሞ የተናገረውን ስለ ልጁ በሥጋ መወለድ ለማስረገጥ የገባ የአነጋገር ዘይቤ ነው የሚሉ ሲገኙ፣ ሁለተኛው አስተምህሮ ግን የወልድ ሥጋ ለብሶ በመስቀል ላይ ሞቶ በክብር መነሣቱ ነው ይላሉ፤ ሌሎች ደግሞ የዳግም ምጽአቱንም ያመለክታል ይላሉ፡፡ ለምሳሌ ያህል ብንወስድ *የጀምስ ሐተታን* እንመልከት፡- ይህንንም የሚያሳየው በትንሣኤው ብቻ አይደለም፡፡ ወደ ዓለም በመምጣቱም ጭምር ነበር (ዕብ. 9፥11፤ 10፥5)፤ ሥጋ በመልበሱ (ሉቃስ 2፥9-14)፤ በፈተና (ማቴ. 4፥10-11)፤ በትንሣኤው (ማቴ. 28፥2)፤ ዳግም ምጻቱ በክብር፣ መላእክት በእግዚአብሔር በክርስቶስ ሥር ሆነው እንዲገዙ ታቅዷል፡፡ 1ኛ ጢሞ. 3፥16 በመላእክት የታየ፣ የሚለውን እግዚአብሔር መሢሑን በሰማያዊ መረጃዎች አማካይነት አድናቆት በተሞላው ፍቅር እንዲታይ ገለጠው (ኤፌ. 3፥10፤ 2ኛ ተሰ. 1፥9-10፤ 1ኛ ጴጥ. 3፥22) ከሚለው ጋር አወዳድር፡፡ ጌትነቱ

በዳግም ምጻቱ በበለጠ ሙላት ይገለጣል(1ኛ ቆሮ. 15፥24-25፤ ፊልጵ 2፥9)፡፡ *(ጄሚሰን ፉሰት እና ብራውን ኮሜንተሪ)*

ሲያገባ - የሚለው ቃል በግሪኩ Eis የሚል አያያዥ የሆነ መስተዋድዳዊ ቃል ነው፡፡ ሲያስገባ - ድርጊትንና ዕንቅስቃሴን ያመለክታል፡፡ ጌታ ኢየሱስ ለአብ ታዝዞ የአባቱን ፈቃድ ሲፈጽም አብ በኩር ልጁን ወደ ዓለም በመላክ እኛን ኃጢአተኞችን ልጆቹ ያደረገበትን ውሳኔና ድርጊቱንም ያመለክታል፡፡ ይህ ድርጊት ሲፈጸም የእግዚአብሔር መላእክት ሁሉም ለእርሱ እንዲሰግዱ ታዝዘዋል፤ ምክንያቱም እርሱ በኩር የሆነ መለኮት ነው፡፡ በሥልጣኑ ከእነርሱ ይበልጣል፡፡

ወደ ዓለም ሲያገባ Hotan eisagagee "whenever he shall have brought." የሚለው ገለጻ ወደ ፊት የሚከሰትን፣ ግን የተጠናቀቀና ትክክለኛ ጊዜን የማያሳይ ገለጻ ነው፡፡ ዮሐ. 16፥4 ን ከሐዋ. 24፥22 ጋር አነጻጽሩ፡፡ *(የቪንሰንት የቃል ጥናቶች በአዲስ ኪዳን፣ 1997፣ 2003፣ 2005፡፡)*

መላእክት ማርቆስ ሲጽፍልን የወደቁ መላእክት እንኳ ሲያገኙት በፊቱ ወድቀው አንተ የእግዚአብሔር ልጅ ነህ ብለው ይሰግዱለታል ይለናል፡፡ (ማር 3፥11)

ይሰገዱ *(ፕሮስኩኔኦ)* pros-koo-neh'-o:- ማለት ራስን ከሌላ አካል ፊት በሙሉ አምልኮ ዝቅ ማድረግን ያመለክታል፡፡ ኢየሱስ በተወለደበት ወቅት ከመላእክት አጅብንና አምልኮን ተቀብሏል፡፡ *(ፕሮስኩኔኦ)* በምዕራቡ ክፍል አክብሮትን ለመግለጽ የሚያገለግል ክፍል ነው፡፡ ይህ ቃል በቀጥታ ያለው ትርጉም መሳም ወይም ፍቅርንና አምልኮን ለሌላ አካል ማሳየት ማለት ነው *(ፕሮስኩኔኦ)* የሚለው ቃል በውስጡ ትእዛዛዊ ስሜትንም ጭምር ያዘለ ሲሆን፣ መላእክት ይህንን አምልኮ የሚፈጽሙት ታዝዘውም ጭምር ነው፡፡ *(መጽሐፍ ቅዱስ ጥቅሶች የብሉይና / የአዲስ ኪዳን ግሪክ መዝገበ ቃላት፣ የቴየር ትርጉም 1989. በ ጆሴፍ ሄንሪ ቴየር፣ አስቲን ሐተታ/ በጄፍ ጋሪሰን)*

የዕብራውያን ቅጅው መዝ. 97፥7 ላይ ያለውን ክፍል *ኤሎሂም* ሁሉ ይስገዱለት ብሎ ይገልጸዋል፤ በአይሁድ እምነት *ኤሎሂም* አንዳንድ ጊዜ መላእክትን ለመግለጽ ይውላልና፡፡ የእግዚአብሔር መላእክት ሁሉ ይስገዱለት ተብሎ መተርጐሙም ቢሆን፣ ከዚህ የተነሣ የሚገርም ሊሆን አይችልም፡፡ የሚገርመው ልዩነት ያለው በመጀመሪያው ክፍል አምልኮ/ስግደት የሚለው *አዶናይን* ታሳቢ ያደረገ ሲሆን፣ በዚህኛው ደግሞ ስለ ልጁ የሚናገር በመሆኑ ነው፡፡ ይህ የአዲስ ኪዳን ሌላኛው ኢየሱስ እርሱ እግዚአብሄር

እንደሆነ የሚያስረዳን ክፍል መሆኑ ነው ፡፡ ቀድሞ በቁጥር 4 ካየነው ክፍል ጋር አብረን ስናየው፣ መላእክት ልጁን ከሰገዱለት/ካመለኩት ልጁ ከመላእክት ይበልጣል ማለት ነው፡፡ *(ከአይሁድ የአዲስ ኪዳን ሐተታ፣ 1992 በዴቪድ ኤች. እስተርን)*

ዊስት፡-*(ፕሮስኩኔኦ)* የሚለው ቃል ለአንድ አካል ክብርን ለማሳየት ጎንበስ ብሎ መሳምን የሚያካትት ሲሆን፣ ይህም በሥልጣንና በክብር ቅደም ተከተልን ተከትሎ የሚቀርብ ነው፡፡ (ማር. 5፥6) *(ዌስት፣ ኬ. ኤስ 1947. የግሪክ አዲስ ኪዳን ጥናት)*

ዴትዝለር፡- ይሰገዱ (ፕሮስኩኔኦ) የሚለውን ቃል እንዲህ ሲል ያብራራዋል፡፡ -proskuneo ማለት በአክብሮት መሳም ማለት ሲሆን፣ አንድን ሰው ለመሳም መቆምንም ያካትታል፡፡ ግሪኮች አንድ ቦታ ላይ ሲደርሱ ቆም ብለው መሬቱን ይስሙ ነበር፡፡ ይህም በሰላም ለመድረሳቸው ምስጋናን ለማቅረብ የሚያደርጉት ነው፡፡ በኋላ የዚህ ቃል ትርጉም ለአንድ ሥልጣን ላለው አካል ወይም ፈጣሪ አክብሮት ወይም አምልኮን ለማቅረብ ከሚቀርብ መንበርከክ ጋር ይያያዛል፡፡ በጥንታዊ የአይሁድ መጻሕፍት ይህ ዐይነቱ ዝቅ ማለት ለእግዚአብሔር ብቻ የሚቀርብ ሲሆን፣ ይህን ዐይነቱን አክብሮት አይሁድ ለሰውም ሆነ ለሌላ አካልም ማሳየትን ከጣዖት አምልኮ ጋር ነው የሚያያይዙት፡፡ (ዳን. 3፥1-12 *(ዴትዝለር፣ ዌይን. ኢ. የአዲስ ኪዳን ቃላት በዛሬ ቋንቋ፣ ቪክቶር 1986)*

ዌይን ባርበር፡-አምልኮ ወይም **መስገድ** በአሁኑ ወቅት ከብዙ ነገሮች ጋር ይያያዛል፡፡ በተለይ በእምነት ተቋም ተገኝቶ ከሚቀርብ የዝማሬ መሥዋዕት ጋር ይያያዛል፡፡ በአዲስ ኪዳን የግሪክ ትርጉም ይህን ቃል ወክለው የገቡ 3 ቃላት አሉ፡፡ የመጀመሪያው ቃል proskuneo የሚሰኝ ሲሆን፣ ጌታ ሲወለድ የቀረበለትን አምልኮ ያሳያል፡፡ ይህ ቃል ከአንድ አክብሮትና ስግደት ከሚገባው አካል ፊት የሚቀርብ ስግደትን ያሳያል፡፡ ይህ አክብሮት ከስሜት የሚወጣ ሳይሆን፣ ከመረዳት የሚመነጭ ነው፡፡

Obeisance የሚለው ቃል ሲተረጎም ለአንድ አካል አክብሮት (Respect) ማሳየት ነው፡፡ ይህ ቃል ከአምልኮ (proskuneo) ይለያል፡፡ መጽሐፍ ቅዱስን ከዐውዱ አንጻር መተርጎም እንዳለብን መርሳት የለብንም፡፡ በዚህ ምዕራፍ ላይ ጸሐፊው ኢየሱስን ከመላእክት ጋር እያነጻጸረና ከእነርሱ የሚልቅ ፈጣሪ መሆኑን እያሳየ ነው፡፡ የይሖዋ ምስክሮች ዕብ. 1፥6 ላይ ያለውን አሳብ በተለየ መልኩ በመረዳት ኢየሱስ ከመላእክት የተለየ አይደለም ብለው ይላሉ፡፡ የዚህ አሳብ አቀንቃኞች የሆኑትን የዮሐዋ ምስክሮች ለማስረዳት ከሚጠቀሙባቸው ጥቅሶች መካከል የዮሐ. ራእይ 22፥8-9 ሲሆን፣ በዚህ

ጥቅስ ላይ ዮሐንስ የሚጠቀመው *(ፕሮስኩኔኦ)* የሚለውን ቃል መሆኑን መመልከትና መልአኩም ይህንን ለመቀበል ዕምቢ ማለቱን መመልከት አስፈላጊ ነው፡፡

ወልድ ከመላእክት በላይ እንጂ፣ ከመላእክት ዕኩል አይደለም፡፡ ስለዚህ ለእግዚአብሄር የሚሰጥ አምልኮ ይገባዋል፡፡ ዘጸ. 20÷5 ላይ እንደምንረዳው አምልኮ የሚገባው እግዚአብሔር ብቻ ነው፡፡ ብሉይ ኪዳን ላይ ከእግዚአብሔር ውጭ ለሌላ አምልኮ እንደማይገባ በትኩረት ቢገልጽም፣ ኢየሱስ ግን አምልኮን ይቀበል ነበር (ማቴ. 8÷27)፡፡ ዐይነ-ስውር የነበረው ሰው ዐይኑ ከበራ በኋላና ከአይሁድ ጉባኤ ባባረሩት ወቅት የተከሰተውን ዮሐንስ ሲነግረን፣ ኢየሱስ በመንገድ አገኘውና "በሰው ልጅ ታምናለህ? አለው፡፡ እርሱም "አምንበት ዘንድ እርሱ ማን ነው?" ብሎ መለሰለት፡፡ ኢየሱስም፣ "ዐይተኸዋል፤ እሁንም ከአንተ ጋር የሚያወራው እርሱ ነው!" ብሎ በመለሰለት ወቅት፣ ዐይነ-ሥውሩ ሰው "አምናለሁ!" አለው፤ ደግሞም ለኢየሱስ አምልኮ አቀረበለት (ዮሐ. 9÷35-38)፡፡ በመጨረሻም ይህንን proskuneo የሚለውን ቃል የሚጠቀሙ ሁለት የራእይ ትይዩ ምዕራፎችን እንመልከት፡፡ በራእይ 4÷10 - ሃያ አራቱ ሽማግሌዎች በዙፋኑ ላይ ለተቀመጠው ወድቀው "ያለና የሚኖር" እያሉ አክሊላቸውን አውልቀው አምልኮ (ፕሮስኩኔኦ) ሰጡት። ራእይ 5÷14 አራቱም ሕይወት ያላቸው ፍጥረታት፣ አሜን! አሉ፡፡ ሽማግሌዎችም ወድቀው ሰገዱ (ፕሮስኩኔኦ)። (ፕሮስኩኔኦ) የሚለውን ቃል ለእግዚአብሐር አብ በሚቀርብበት ወቅት አምልኮ (worship) ከኢየሱስ ጋር ሲሆን፣ ደግሞ የአክብሮት ሰግደት (obesiance) ከሚለው ጋር የምናያይዝበት ማስረጃ የለንም፡፡ ሁለቱም ቦታ ላይ አምልኮ (worship) የሚለው ቃል ትክክለኛ ትርጒሙ ነው፡፡ ኢየሱስ እርሱ እግዚአብሔር ነውና ራሱ ከመላእክት ይልቃል፤ መላእክት እርሱን ለማምለክ ተጠርተዋል፡፡ *(ቅድመ አስቲን ሐተታ/ በጀፍ ጋሪሰን)*

ቁጥር 6 ደግሞም በኲርን ወደ ዓለም ሲያገባ፡-የእግዚአብሔር መላእክት ሁሉም ለእርሱ ይስገዱ ይላል።

ደግሞም በኲርን ወደ ዓለም ሲያገባ ዕብ 1፡5; ምሳ 8÷24,25; ዮሐ 1÷14,18; 3÷16; ሮሜ 8፡29; ቆላ 1÷15,18; 1ኛ ዮሐ 4÷9; ራዕ 1÷5

ለእርሱ ይስገዱ ይላል ዘዳ 32፡43; መዝ 97÷7; ሉቃ 2÷9-14; 1ኛ ጴጥ 3÷22; ራዕ 5፡9-12

ቍጥር 7 ስለ መላእክትም "መላእክቱን መናፍስት አገልጋዮቹንም የእሳት ነበልባል የሚያደርግ"

ጌታችን ኢየሱስ በምድር ሕይወቱ ወቅት መላእክት አገልግለውት ነበረ (ማቴ. 4÷11)፡፡ መጽሐፍ ቅዱሳችንን ስናጠና በይበልጥ በወንጌላት እና በዳዊት መጽሐፍ ላይ መላእክት ትልቅ አስተዋጽኦ ሲያደርጉ እንመለከታለን፡፡ የጌታ ኢየሱስ መወለድ በመላእክት የተበሰረ ነበር፤ መልአኩ ገብርኤል ለቅድስት ማርያም የምሥራቹን ይዞ መጣ (ሉቃስ 1÷20)፡፡ ማርያምን እጮኛዋ ዮሴፍ በስውር ሊተዋት ሲያስብ እንዳይተዋት መልአክ አዘዘው (ማቴ. 1÷20)፡፡ ሕፃኑ አረመኔ ከሆነው ከሄሮድስ ግፍ እንዲተርፍ በመልአክ በኩል ወደ ግብፅ እንዲሸሽ ለዮሴፍ ተነገረው (ማቴ. 2÷13)፡፡ ኢየሱስ በሰይጣን 40 ቀን 40 ሌሊት ሲፈተን መላእክት አገለገሉት (ማር. 1÷13)፡፡

ኢየሱስን መላእክት ብዙ ቢያገለግሉትም ወደ መስቀል እንዳይሄድ ሲያደርጉት ግን አናይም፡፡ ጴጥሮስ ግን የልዑልን ዘላለማዊ አሳብ ባለመረዳቱ ሊከላከልለት ሲሞክር እንመለከታለን (ማቴ. 26÷51)፡፡ ከመሞቱ በፊት በጸሎት ሲያበረታው የነበረ መልአክ ነበር (ሉቃስ 22÷43)፡፡ ከሙታን ትንሣኤ በኋላም የመላእክትን አገልግሎት በክርስቶስ የክህነት አገልግሎት ውስጥ የምንመለከተው እውነት ነው (ዮሐ. 1÷52፤ 1ኛ ጢሞ. 3÷16፤ ራእይ 22÷8-9)፡፡

መናፍስት በግሪኩ ትርጕም pneum ይለዋል፡፡ መናፍስት እንደ ነፋስ ናቸው፤ የማይታዩ፣ የማይጨበጡ፣ የማይዳሰሱ፣ ቍስ-አካል ያልሆኑ እንደ ማለት ነው፡፡የእሳት ነበልባል የሚያቃጥል፣ ገለባውን የሚወድም ነው፡፡ እሳት ኃይል ነው፡፡ ብረቱንም ያቀልጠዋል፤ አገልጋዮቹን የእሳት ነበልባል ናቸው ይላል፡፡ መላእክቱ እንደ ነፋስ ናቸው፡፡ እርሱን ይላኩታል፣ ከቦታ ቦታ ይበርራሉ፤ እንደ እሳት ነበልባል ናቸው (መዝ. 104÷4)፡፡ እነኚህኑ መላእክቱን መንፈስና የእሳት ነበልባል እንደሚያደርጋቸው፣ እነርሱም አገልጋዮቹ እንደ ሆኑ ያብራራል፡፡ ኪሩቤል - የእሳት ነበልባል ቢባሉም፣ እነርሱም ግን ለወልድ ይንበረከካሉ፡፡ የእርሱ አገልጋዮች ሆነው በእግሩ ሥር ይወድቃሉ፡፡

አገልጋዮቹን (ሊቶሪጎስ) li-toorg-os':- ማለት በሰዎች መካከል የሚሠራ ማለት ነው፡፡ በግሪክ leitourgos አንድ ለኅብረተሰብ አገልግሎት የሚሰጥ አካልን የሚወክል ቃል ነው፡፡ በሮማውያንም ዘንድ ትርጕሙ እንዲሁ ተመሳሳይ ሲሆን፣ የእግዚአብሔርን አሳብ በማገልገል ኅብረተሰቡን ማገልገልን ያካትታል፡፡ ጳውሎስ ይህን ቃል ለራሱ (ሮሜ

15÷16)፣ እንዲሁም ከእርሱ ጋር ለሚሠራው ለአፍሮዲጡ ይጠቀምበታል (ፊልጵ. 2÷25)፡፡ መሢሑ ከመላእክት የተሻለ እና የእነርሱም ፈጣሪ ሲሆን፣ አዲሱ ኪዳን ከድሮው ኪዳን የተሻለ መሆኑን ያሳያል፡፡ *(መጽሐፍ ቅዱስ ጥቅሶች የብሉይና / የአዲስ ኪዳን ግሪክ መዝገበ ቃላት፣ የቴየር ትርጉም 1989. በ ጆሴፍ ሄንሪ ቴየር፣ አስቲን ሐተታ/ በጂፍ ጋሪሰን)*

የእሳት ነበልባል የሚያደርግ፡- ፈቃዱን መፈጸም ሲያስፈልግ አገልጋዮቹን እንደ መብረቅ ወይም መላእክት፣ አገልጋዮቹን ነፋሳቱንና፣ ነበልባሎችን እንደሚመሩ ኃይላት ያደርጋል፡፡ መላእክቱን መናፍስት የሚያደርግ የሚለው የእንግሊዘኛ ትርጉም አስተዋይ፣ ሥጋዊ ያልሆነ፣ ከነፋስ የፈጠነ ማለት ነው፡፡ መዝ. 18÷10 'ኪሩቤል የነፋስ ክንፍ' ዕብ. 1÷14 አገልጋይ መናፍስት የእንግሊዘኛውን ትርጉም ይተካል፡፡ መናፍስት የነፋሳትን ፍጥነትና የኪሩቤልንም አስተዋይ ተፈጥሮ ሲያመለክት፣ የእሳቱ ነበልባል አድናቂው ሱራፌልን የሚባላ ጥምና ንዳድ እንደሚገልጸው ያለ ነገር ነው) ኢሳ .6÷1፡፡ *(ጄሚሰን ፋሰት እና ብራውን ኮሜንተሪ)*

ቁጥር 7 ስለመላእክትም፡-መላእክቱን መናፍስት አገልጋዮቹንም የእሳት ነበልባል የሚያደርግ ይላል
ስለመላእክትም ዘዳ 32፡43; መዝ 97÷7; ሉቃ 2÷9-14; 1ኛ ጴጥ 3÷22; ራዕ 5 ÷9-12

ቊጥር 8 ይላል፡- *ስለ ልጁ ግን "አምላክ ሆይ÷ ዙፋንህ እስከ ዘላለም ድረስ ይኖራል፤ የመንግሥትህ በትር የቅንነት በትር ነው፡፡"*

ይህ የመዝሙር ክፍል ሰሎሞንን ለመግለጽ እንዳልሆነ ለማወቅ ስሙ በክፍሉ ላይ አለመጠቀሱን ማየት ይበቃል፤ ለእርሱም የሚሆን አገላለጽ አይደለም፡፡ ይህ ገለጻ ለእርሱም ለሌሎችም ንጉሣውያን ቤተ ሰቦች የሚሆን ገለጻ አይደለም፡፡ ከሌሎች በተለየ ለእርሱ ብቻ የሚያገለግሉ የተወሰኑ ገለጻዎች አሉ፡፡ በዚህ ክፍል የተገለጸው ንጉሥ ጦረኛና ወራሪ ነው እናም ይህ ደግሞ ሰሎሞንን የሚገልጽ ሊሆን አይችልም፡፡ ሰሎሞን የሚታወቀው የንግሥና ዘመኑ ሰላም በመሆኑ ነው እንጂ፣ በጦርነት አይደለም፡፡ በአጠቃላይ በዚህ መዝሙር ለእኔ ግልጽ የሚሆንልኝ ነገር ቢኖር መዝሙሩ መሢሑን ለመግለጽ የተዘመረ ማለፊያ ዝማሬ እንደሆነ ነው፡፡

ጸሐፊው የተለየና ውብ፣ ሰፊ ግዛት ያለው እና አሸናፊ፣ ባጌጠ ልብስ ያሸበረቀ ንጹሕ ልዑልን እያሰበ እንደ ጻፈው ሲያሳውቅ ይህ ልዑል ደግሞ መሢሑ ነው፡፡ በአጠቃላይ መዝሙሩ መሢሑን ታሳቢ አድርጎ የተዘመረ መዝሙር ሲሆን፣ ይህ ሁሉ ውብ ገለጻ

ደገሞ ክርስቶስን እንደ ንጉሥ የሚያሳይ ብቻ ነው:: ከዚህ ንግሥና ታሳቢ ካደረገ ውጭ የሆነ የዚህ ክፍል አተረጓጐም ለአሳቡ የተለየ ትርጓሜ ያሰጠዋል:: እንግዲህ ትክክለኛ ገለጻው ይህ ከሆነ፣ ጳውሎስ መዝሙሩን ከመጀመሪያ አሳቡ ጋር በተስማማ መልክ ነው የገለጸው:: ይህም ደግሞ ልክ በእርሱ ዘመን ያሉ ሰዎች ሊረዱት በሚችሉት መልክ ማለት ነው:: *(ባርነስ፣ አልበርት፡- አዲስ ኪዳን ላይ ማስታወሻዎች ኮሜንተሪ)*

አምላክ ሆይ! በግሪኩ ትርጓሜ (Theos) ይለዋል:: ትርጓሜውም እግዚአብሔር ማለት ነው:: አምላክነትን ያመለክታል:: ከፍጥረት ሁሉ በፊት የነበረ፣ ቀዳሚ እርሱ ነው:: ፍጥረት ሁሉ የሚሰግድለትና የሚያመልከው እርሱን ነው:: እርሱ በዙፋኑ ላይ የተቀመጠ ነው (መዝ (45)÷6 *"አምላክ ሆይ ዙፋንህ ለዘላለም ነው፣ የመንግሥትህ በትር የቅንነት በትር ነው::"*

ጌታ ኢየሱስ ከዳዊት ወገን የሆነ መሢሕና፣ አምላክ፣ ንጉሥም እንደ ሆነ ያመለክታል:: ቀዳሚው እርሱ ነው:: እንደ ሰውም በሰዎች የዘር ግንድ ውስጥ ገብቶ ሰው ሆኖ መጥቶአል:: መሢሕም ሆኖ ዓለምን ሁሉ ለማዳን ስለ ሰው ልጆች ኃጢአት በመስቀል ላይ ሞቶአል::

ከዳዊት ዘር በመምጣቱ የዳዊት ዙፋን የእርሱ ነው:: እርሱ አምላክ በመሆኑም የአምላክነቱ ዙፋን እንደ ተጠበቀ አለ:: መላእክቱም በዚህ ዙፋኑ ሥር ያገለግሉታል:: የጸጋ ዙፋኑም ሰዎች ሁሉ በምሕረቱ ሥር **እንድንኖር** የሚያስችል፣ ብርና ወርቅ ሊከፍለው የማይችለው ዕዳችን የተከፈለበት ነው:: እኛም በጸጋው ዙፋን ፊት **ልንሰግድለት** ይገባናል::

የንግሥና በትር (ሃብዶስ) hrab'-dos :- ማለት የተለያየ ረዘም ያለ ቀጭን በትር ነው:: ዐውዱ ላይ የተቀመጠው ደግሞ በባለ ሥልጣን ወይም በመሪ የሚያዝ በትርን ያመለክታል:: ይህ በትር በመሪዎች የሚያዝ በትር ሲሆን፣ የንግሥና መገለጫዎች ከሆኑት ነገሮች ውስጥ አንዱ ነው:: የአስቴር መጽሐፍ ስለዚህ በትር ጥሩ ዕውቀት ይሰጠናል (አስ. 2÷5፤ 8÷4)፤:: ስለዚህ (ሀብዶስ) የንግሥና መገለጫ በትር ነው:: የመሢሑ በትር የኃይልና የሥልጣን ማሳያ በትር ብቻ ሳይሆን፣ የእግዚአብሔር ጻድቅነትም የታየበት በትር ነው እንጂ፣ እንደ ምድር ነገሥታት የሚለዋወጥ ባሕርይ የሚታይበት በትር አይደለም:: *(መጽሐፍ ቅዱስ ጥቅሶች የብሉይና / የአዲስ ኪዳን ግሪክ መዝገበ ቃላት፣ የቴየር ትርጉም 1989. በ ጆሴፍ ሄንሪ ቴየር፣ አስቲን ሐተታ/ በጄፍ ጋሪሰን)*

መንግሥት (ባሲሌያ) bas-il-i'-ah፡- የሚገልጸው ሉዓላዊነትን፣ የነገሥታት ኃይልን፣ የበላይነትን ሲሆን፣ ንጉሥ የሚመራውን ክልል ወይም ድንበር ያሳያል፡፡ የእግዚአብሔር መንግሥት እግዚአብሔር እንደ ንጉሥ የሚታወቅበትን ግዛት ይወክላል፡፡ መንግሥቱ መንፈሳዊ፣ አካላዊ እና ዘላለማዊ ገጽታ አለው፡፡ *(መጽሐፍ ቅዱስ ጥቅሶች የብሉይና / የአዲስ ኪዳን ግሪክ መዝገበ ቃላት፣ የቴየር ትርጉም 1989. በ ጆሴፍ ሄንሪ ቴየር፣ አስቲን ሐተታ/ በጆፍ ጋሪሰን)*

ቁጥር 8 ስለ ልጁ ግን፡-አምላክ ሆይ፥ዙፋንህ እስከ ዘላለም ድረስ ይኖራል፤የመንግሥትህ በትር የቅንነት በትር ነው።

ዙፋንህ መዝ . 45 6,7

አምላክ ሆይ ዕብ 3፥3,4; ኢሳ 7፥14; 9፥6,7; 45፥21,22,25; ኤር 23፥6; ሆሴ 1፥7; ዘካ 13፥9; ሚል 3፥1; ማቴ 1፥23; ሉቃ 1፥16,17; ዮሐ 10፥30,33; 20፥28; ሮሜ 9፥5; 1ኛ ጢሞ 3፥16; ቲቶ 2፥13,14; 1ኛ ዮሐ 5፥20

እስከ ዘላለም ድረስ ይኖራል መዝ 145፥13; ኢሳ 9፥7; ዘዳ 2፥37; 7፥14; 1ኛ ቆሮ 15፥25; 2ኛ ጴጥ 1፥11

የመንግሥትህ በትር 2ኛ ሳሙ 23፥3; መዝ 72፥1-4,7,11-14; 99፥4; ኢሳ 9፥7; 32፥1,2; ኤር 23፥5; 38፥15; ዘካ 9፥9

ቁጥር 9 *"ጽድቅን ወደድህ ዓመፅንም ጠላህ፤ ስለዚህ እግዚአብሔር አምላክህ ከጓደኞችህ ይልቅ በደስታ ዘይት ቀባህ"*

እርሱ ከሰሎሞን የተለየ ስለሆነ፣ ይህም ሰሎሞን ልክ አባቱ ዳዊት እንደ ተመረጠው እርሱም ዳዊት ካለው ልጆች መካከል በእስራኤል ላይ ይነግሥ ዘንድ የተመረጠ ነበርና፤ እነርሱ በሰው የተቀቡ ሲሆኑ፣ መሢሑ ግን በሰው የተሾመ አልነበረም፡፡ እርሱ በአብ የተሾመና በጽዮን ሆኖ ምድርን እንዲያስተዳድር የተቀባ መሢሕ ነው (መዝ. 2፥6-8)፡፡ ዳዊት በመጀመሪያ በቤተ ልሔም ተሾመ (1ኛ ሳሙ. 16፥13፤ መዝ. 89፥20)፤ ደግሞም እንደ ገና በኬብሮን፣ በመጀመሪያ በይሁዳ ላይ (2ኛ ሳሙ. 2፥4)፣ ቀጥሎም በመላው እስራኤል ላይ (2ኛ ሳሙ. 5፥3) ነገሠ፤ ነገር ግን ሳኦል እስኪሞት ድረስ ንግሥናውን አልተቀበለም፡፡ ልክ እንደዚሁ ሁሉ ክርስቶስም ከሞተ በኋላ አብ በቀኙ አስቀመጠው፤ ከሁሉም ከፍ ያለ ሥልጣንንም ሰጠው (ኤፌ. 1፥20-21)፡፡ መዝሙር 45 በመጀመርያ ትርጓሜው ስለ ሰሎሞን የሚያወራ የነበረ ቢሆንም፣ መንፈስ ቅዱስ ግን ጸሐፊውን ከሰሎሞን ተቃራኒ ለሆነ እና የንግሥና ጫፍ ለሆነው ለእርሱ እንዲጽፍ መራው፡፡ *(ጀሚሰን፣ ፋሰት፣ እና ብራውን ኮሜንተሪ)*

ክርስቶስ ሲያርግና ወደ ሰማያዊው ክብር ሲገባ በደስታ ዘይት ለሰማያዊው አገልግሎት ተቀባ (ዕብ. 1፡9)። ይህ ምናልባት መዝሙር 16÷11ን የሚገልጽና ጴጥሮስ ጴንጤቆስጤ የሚለው ቀን ይሆናል (የሐዋ 2÷28)። ምን ዐይነት የሚያስደስት ሁኔታ ይሆን የነበረው። መዝሙር 45 የሰርግ ግጥም ነው እናም ጌታችን ዛሬ በሰማይ ሙሽራ ሆኖ ከፊቱ ደስታ ይጠብቀዋል (ዕብ. 12÷2)። መላእክት ያመሰግኑታል፤ ነገር ግን ይህን ቦታና ደስታ መካፈል አይችሉም። የጌታችን ዙፋን የዘላለም ነው፤ ይህም ማለት እርሱ ዘላለማዊ አምላክ ነው። *(ዘ ባይብል ኤክስፖዚሽን ኮሜንተሪ 1989፣ በ ቻሪዩት ቪክቶር)*

ጽድቅ በግሪኩ Dikaiosune ይለዋል። ይህም ዕውነትን ፍትሕን ያመለክታል። እግዚአብሔር የሚወደውን፣ የሚፈልገውን፣ የሚጠይቀውን ማድረግ ማለት ነው። መንግሥትና፣ አለቆች እንድናደርግ ያወጡትን ሕግ ፈጽሞ መገኘት ነው። (*ኤፌ. 4÷24) "ለዕውነትም በሚሆኑ ጽድቅና ቅድስና እንደ እግዚአብሔር ምሳሌ የተፈጠረውን አዲሱን ሰው ልበሱ።"*

በጽድቅ ኑሮ ውስጥ ትክክለኛ አስተዳደር፣ ፍትሕ ይጠቃለላል። ሰዎች በገንዘብ የተነሣ ዕውነትን አያጣምሙም፤ ስለ ገንዘብ ብለው ወንጀልን አይሠሩም። ጽድቅ ባለበት ለተገቢው ክፍያ ተገቢውን አገልግሎት እናገኛለን። ገበያ ወጥተን የምገዛውን ዕቃ በጽድቅ ኑሮ ውስጥ ተታለልን ብለን አንፈራም። የመንግሥት አስተዳደር ፖለቲካም ሆነ የቤ/ክን ፖለቲካ፣ በየቢሮ ውስጥ የሚካሄደው የአስተዳደር ፖለቲካም በዕውነት ላይ ይቆማል። ውሸት፣ ለግልና ለቡድን ጥቅም የሚደረጉ ማጭበርበሮች ሁሉ ቦታ አይኖራቸውም። ጌታ ኢየሱስ በዚህ ሁሉ ምሳሌያችን ሆኖ አገልግሎአል።

ወደድህ (አጋፓኦ) ag-ap-ah'-o፡- ይህ ቃል ተግባርን የሚያሳይና ያለ ምንም ቅድመ ሁኔታ መሥዋዕትነት በተሞላ መልክ የሚገለጥ ፍቅርን ያሳያል። ይህ ፍቅር ስሜት ላይ የተመሠረተ ሳይሆን፣ በውሳኔ በሚደረግና ተግባር ባለው ምርጫ የሚገለጥ ነው። agapao የፍቅርን ንጹሕና ከፍ ያለ ገጽታ የሚያሳይ ሲሆን፣ የተመሠረተውም ከላይ በሚታዩ ውጫዊ ገጽታዎች ላይ አይደለም፤ ይልቁንም አንድን ነገር በማንነቱ እንዳለ ከመውደድ የሚመነጭ ነው።*(መጽሐፍ ቅዱስ ጥቅሶች የብሉይና / የአዲስ ኪዳን ግሪክ መዝገበ ቃላት፣ የቴየር ትርጉም 1989. በ ጆሴፍ ሄንሪ ቴየር፣ አስቲን ሐተታ/ በጀፍ ጋሪሰን)*

ዓመፅን በግሪኩ ትርጉም (Anomia) ይለዋል። ሕግን መጋፋት፣ መጥላት ማለት ነው። ይህ የጽድቅ ሕይወት ተቃራኒ ኑሮ ነው (ማቴ. 7÷23፤ ሮሜ 4÷7፤ 1ኛ ዮሐ. 3÷7)። ዓመፅ

ፍትሕ-አልባ መሆንን፣ ያለ ሕግ መኖርን ያመለክታል። ጌታ ኢየሱስ በዚህ ሁሉ ውስጥ በቃልና በሥራ ምሳሌያችን ነው።መዝሙረኛው የዘመረለት ንጉሥ ጽድቅን ወደድህ ዓመፅን ጠላህ ተብሎ የተገለጸለት ነው። ይህ ኢየሱስ በምድር ሲመላለስ ላሳየው ጽድቅና መታዘዝ ገላጭ ነው። በኋላም በተደጋጋሚ ይህ አሳብ ሲነሣ ይታያል (ዕብ 3፥1-2፤ 5፥7-8፤ 7፥26፤ 9፥14)። ይህ ንጉሥ የላቀ ደስታ የተገባው ቢሆንም፣ በደስታው ግን ተካፋዮች ነበሩት። ጓደኞችህ የሚለው ገለጻ ለጸሐፊው ትልቅ አሳብ የያዘ ነው። ይህ ተመሳሳይ ቃል ነው በዕብ 3፥1፣ 14፤ 12፡8 ላይ ክርስቲያኖችን ለመግለጽ ያገለገለው። ንጉሡ ደስታና የበላይነትን በጽድቁ ካገኘ የእርሱም ጓደኞች በዚያው መንገድ ነው የሚያገኙት ብሎ መናገር ይቻላል። ይህ ገለጻ ቆይቶ በሚሰጠው ማብራሪያ ግልጽ ይሆናል (12፥28)። *(ባይብል ኖውሌጅ ኮሜንትሪ / የብሉይ ኪዳን፣ 1983፣ 2000)*

አንድሪው ሙሬ ክርስቶስ የጽድቅ ንጉሥ ነው፤ እርሱ መልከ ጼዴቅ የጽድቅ ንጉሥ ነው። በመንግሥቱ ጽድቅና ቅድስና ብቻ ነው ያለው። ጸጋው በጽድቅ የሚገለጥበት የእግዚአብሔር መንግሥት ነው። በእርሱም የእግዚአብሔር ፈቃድ በምድር ላይ ይከናወናል። ጽድቅ የዘላለማዊ ማንነቱ መገለጫ ብቻ ሳይሆን፣ የምድር ላይ ሕይወቱ ፍሬም ነበር። በምድር ለቀረበለት ፈተና ያሳየው ጽናት እንደ ሰው ልጅ የንግሥና ዙፋን ላይ መቀመጥ የተገባ አድርጎታል። እንደ ጻድቅ ንጉሥ በጻድቃን ሕዝብ ላይ ይገዛል።

ስለዚህ እግዚአብሔር አምላክህ ... ቀባህ

ቅባቱ፡- የንጉሣውያን ቤተሰብ የሚቀቡትን ቅባት አመላካች ነው(ማቴ. 1፥1ን ተመልከቱ)። አሳቡ የሚይዘው የንጉሣውያን የቅባት ሥርዓትንና በረከትን ያካተተ አገላለጽ ነው። *(የቪንሰንት የቃል ጥናቶች በአዲስ ኪዳን፣ 1997፣ 2003፣ 2005።)*

አንድሪው ሙሬ እንደሚለው፡ ምክንያቱም ጽድቅን ስለ ወደደና ኢፍትሐዊነትን ስለጠላ፣ እግዚአብሔር ቀባው። ወደ ሰማይም ካረገና በግርማው ቀኝ ከተቀመጠ በኋላ ለሕዝቡ እንዲሰጥ የመንፈስ ቅዱስን ሙሉ ስጦታ ከአብ ተቀበለ (የሐዋ. 2፥33)። ይህ መንፈስ ለእርሱ የደስታ ዘይትን ያፈሰሰ፣ ከእርሱ በፊት የመጣ ደስታና የሽልማቱ ቀን የነበረ መንፈስ ነው። እንደ እርሱ ያለ ስለ ሌለ እግዚአብሔር ከመጠን ያለፈ መንፈስን ሰጠው። ስለዚህ እርሱን የሚከተሉት ወደ ታች የወረደላቸው፣ የተሰቃየላቸው፣ የሞተላቸውና የአካል ክፍሉ ያረጋቸው እነርሱ የዚህ መንፈስ ተካፋይ ይሆናሉ። *(Andrew Murry, the holiest of all) (አንድሩ ሙሬ ከሁሉም በላይ የተቀደሰ)*

ከጓደኞችህ ይልቅ

ጓደኞችህ (ሜቶሆስ) met'-okh-os:- የሚለው ገለጻ ከአንድ ግለሰብ ጋር አንድን ሥራ ወይም ተግባር የሚጋራ ማለት ነው፡፡ የመጽሐፉ አስተማሪዎች "ጓደኞች" የሚለውን ሁለት አይነት ትንታኔ ይሰጡታል፡፡ የመጀመርያው የሚያስተምሩት አስተምህሮ በመጽሐፉ አውድ መሰረት በምዕራፍ አንድ የሚናገረው ስለ መላእክት እና ስለ ኢየሱስ ስለሆነ "ጓደኞች" የሚለው ከመላእክት ጋር እያወዳደረ ነው ሲሉ ፤ ሌሎች ደግሞ ስለ ሰው ልጆች በይበልጥም ከጥንት ጀምሮ እግዚአብሔር በተለያየ ጎዳና ስለ ተናገራቸውን ነቢያት ነው ይላሉ፡፡ አብርሃም የእግዚአብሔር ወዳጅ ነበር፤ ደግሞም እግዚአብሔር የልቡን ፈቃድ የሚያማክራቸው ቅዱሳን አባቶች የእግዚአብሔር ወዳጅ ነበሩ፡፡

እነርሱ ሁሉ በእምነታቸው ምንም ያህል የተመሰከረላቸው ቢሆኑም፣ እግዚአብሔርን የመውደዳቸው ልክ እና ትእዛዙን የመፈጸማቸውን ሕይወት ስናጠና ጽድቃቸው ፍጽምና አልነበረውም፡፡ ሁሉም የሚወቀሱበት ነገር ነበር፡፡ ከሕግ በታች ሆኖ የተወለደው የእግዚአብሔር ልጅ ግን ጽድቅን መፈጸሙን እናያለን፡፡

ሕግን መፈጸሙ ከፍርሃት ከግዳጅ ሳይሆን፣ አባቱን ከመውደድ የተነሣ ነበር (ዮሐ. 8÷29)፡፡ ጌታችን ኢየሱስ በራሱ ፈቃድ እግዚአብሔርን ስለ ወደደ እና ስለ ታዘዘ አባቱ በደስታ ዘይት ቀባው (ዮሐ. 4÷34)፤ እግዚአብሔርም መሰከረለት (ኢሳ. 42÷1፤ ማቴ. 3÷17)፡፡ ሁለተኛው ይህ ጽድቅን የሚወድድ ገዥ ንጉሥ ከሌሎች ኃያላን ጋር ሲተያይ የመንግሥቱ በትር የጽድቅ በትር እንደሆነ ያመለክታል፡፡

የክርስቶስ የንጉሣዊ አስተዳደር በጽድቅ ላይ የተመሠረተ እንደ መሆኑ መጠን የፊተኛው አዳም የተሰጠውን አገዛዝና አስተዳደር በዐመፁ ምክንያት እንዳጣው ሳይሆን፣ ኋለኛው አዳም ግን በጽድቅ እንደ ፈጸመው እናያለን፡፡ የእርሱ ረሃብ ብዙዎችን ወደ እግዚአብሔር መንግሥት ማፍለስ፣ ወደ ክብሩ ማስመለጥ ነው (ዕብ. 2÷10)፡፡ ጌታን ኢየሱስ የእግዚአብሔር ጠላት የሆኑትን በደሙ ወዳጅ አደረገ፡፡ ከአንድ ውኃ እንደሚቀዳ ያህል የእርሱን መለኮታዊ ባሕርይን ለእኛ በማካፈል አዲስ ፍጥረት አድርጎ ወዳጆቹ አድረገን (ዕብ. 2÷11)፡፡የመሢሑ ጓደኞች ወይም የጉዳዩ ተካፋዮች መላእክት አይደሉም (ይህ የጥቅሱን ሙሉ አሳብ ይቃረናልና) ነገር ግን በእርሱ ያመኑ የሰው ልጆች ናቸው (ዕብ. 2÷10-11፣ 3:14፤ ሮሜ 8÷17፣ 29)፡፡ በሌላ መልክ ደግሞ የእርሱ ጓደኞች ያመኑት ብቻ

ሳይሆኑ፣ ሁሉም የሰው ዘር ናቸው (ዕብ. 2፥14-17)፡፡ *(ከአይሁድ የአዲስ ኪዳን ሐተታ፣ 1992 በዴቪድ ኤች. እስተርን)*

ማክ አርተር፡- አንዳንድ ትርጉሞች ይህ ቦታ የሚያወራው ስለ ሰዎች ነው ብለው ይላሉ፡፡ ነገር ግን በምዕራፉ እያወራ ያለው ስለ ሰዎች ሳይሆን፣ ስለ መላእክት ነው፡፡ የግሪኩ ቃል አያያዥ ቃል ከመጠቀሙ በቀር ብዙ ገለጻ የለውም፡፡ እዚህ ጋር መገለጽ የተፈለገው ኢየሱስ በሰማይ አብረውት ካሉት ከመላእክት የሚበልጥ ነው የሚል ነው፡፡ እነርሱ የእግዚአብሔር መልእክተኞች ናቸው፡፡ ኢየሱስም የአብ መልእክተኛ ነው፣ ዳሩ ግን ከመልእክተኛነት ባለፈም እርሱ ከእነርሱም ጭምር ይበልጣል፡፡ እርሱ ከሁሉም ይልቃል የተቀባም ነው፡፡ *(ጆን፣ ኤፍ. ማክአርተር፡- ሙዲ ፕረስ)*

ቀባህ (ክሪኦ) khree'-o:- ማለት ራስን በዘይት ወይም በቅባት መቀባት ማለት ነው፡፡ *ሥዕላዊ ገለጻው ለአንድ ሥራ ለመለየት መቀባትን ያሳያል፡፡* አንድን ሰው ለተለየ *ሥራ* መመደብን በዚህ ቦታ ደግሞ ከመለኮት ኃይል ለተለየ *ሥራ መመደብን* ያሳያል፡፡ ክርስቶስ (ኪሪስቶስ) የግሪክ ቃል ሲሆን፣ የተቀባ የሚል ትርጉምን ይይዛል፡፡ በዕብራይስጥ ደግሞ ይህ ቃል መሢሕ የሚል ተመሳሳይ ትርጉም ያለው ቃል ሆኖ ይታያል፡፡ *(መጽሐፍ ቅዱስ ጥቅሶች የብሉይና / የአዲስ ኪዳን ግሪክ መዝገበ ቃላት፣ የቴየር ትርጉም 1989. በ ጆሴፍ ሄንሪ ቴየር፣ አስቲን ሐተታ/ በጄፍ ጋሪሰን)*

ኬኔት ዊስት፡- ሲጽፍ ነገስታት በእስራኤል ሲሾሙ በዘይት ይቀቡ ነበር፡፡ ጌታችንም ነቢይ፣ ካህንና ንጉሥ ሆኖ ሊያገለግል ሲጀምር ተቀብቶ ነበር፡፡ በጥምቀት ወቅት በዮርዳኖስ ወንዝ ክርስቶስ ተቀባ እንጂ፣ ሹመት አልነበረም ያገኘው፡፡ ይህ መቀባቱ መሢሕ የሚል ዘላለማዊ ስምን ሰጥቶታል፡፡ ይህ አሳብ በመዝሙር 2 ላይም ይገኛል፡፡ *(ዊስት፣ ኬ. ኤስ 1947. የግሪክ አዲስ ኪዳን ጥናት)*

ጀሚሰን እንደሚለው እዚህ ጋር የተገለጸው ቅባት ኢየሱስ አገልግሎትን በጀመረበት ወቅት፣ ማለትም በዮርዳኖስ ወንዝ በተጠመቀበት ወቅት የተከሰተ ሳይሆን፣ አገልግሎቱን በጨረሰበትና የሥራው መጠናቀቅ ጡሩንባ ከተነፋ በኋላ በአባቱ በአብ ዘንድ የተደረገ የደስታ ዘይት መቀባትና ከወንድሞቹ በላይ የሆነበት ሥነ ሥርዓት ነው፡፡ እነርሱን ወንድሞች ብሎ ሊጠራቸው ባያፍርም፣ ከመላእክት ባያንሱም፣ ከእርሱ ጋር ዘላለም በክብርም በቅድስናም ሊስተካከሉ አይችሉም፡፡

ሜየር ስለ ደስታ ዘይት ሲናገር ይህ የዘላቂ ደስታ ምሥጢር ነው፤ አሁንም ከክርስቶስ መንፈስ ተካፋይ ከሆንን፣ ይህንን ደስታ መካፈል እንችላለን፡፡ ይህ አብረውን ያሉ ሰዎች ሊረዱት የማይችሉት ደስታ ነው፡፡

አምስተኛው ከሌላ ቦታ የተጠቀሰው አሳብ ከመዝሙር 45፥6-7 ነው፡፡ በዚህ ክፍል በቍጥር 8 ላይ ያለው **ቅንነት** የሚለው ቃል ***ዲካዮሱኔ*** **(dikaiosune)** የሚለው ቃል ትርጓሜ ሳይሆን፣ ይልቅ ***ኢዩቱቴቶስ*** **(euthutetos)** የሚለው ቃል ትርጓሜ ነው፤ እናም የዚህ ቃል ትርጒም **ቀጥ ያለ** የሚል ይሆናል፡፡ በቍጥር 9 ላይ ግን ያለው **ጽድቅ** የሚለው ቃል ***ዲካዮሱኔ*** **(dikaiosune)** የሚለው ቃል ትርጓሜ ሲሆን፣ አሳቡም ከእግዚአብሔር የቅድስና ደረጃ ጋር የተስማማ ሆኖ መሄድን ያሳያል፡፡ *(ዌስት፣ ኬ. ኤስ 1947. የግሪክ አዲስ ኪዳን ቃል ጥናት፦ ኢርድማንስ 1947)*

"ቀባህ" የሚለው ገለጻ ደግሞ ክርዮ (chrio) የሚለው ቃል ትርጓሜ ሲሆን፣ በአዲስ ኪዳን ይህ ቃል በመንፈስ ቅዱስ መሞላትን የሚያሳይ ነው፤ በዘይት መቀባትን ለማሳየት በተደጋጋሚ የሚገባው ቃል አሌይፎ (aleipho) የሚል ቃል ነው፡፡ *(ዌስት፣ ኬ. ኤስ 1947. የግሪክ አዲስ ኪዳን ቃል ጥናት፦ ኢርድማንስ 1947)*

በዚህ ክፍል ላይ **የደስታ ዘይት** የሚወክለው ደስታ የሚሰጠውን መንፈስ ቅዱስን ነው፡፡ ስለዚህ በዚህ ክፍል ላይ ክርዮ የሚለው ቃል ሲያገለግል ይስተዋላል፡፡ በእስራኤል ነገሥታት ሥልጣን ሲይዙ በዘይት ይቀባሉ፤ ጌታችንም ሦስት የአገልግሎት ክፍልን በያዘው በነቢይነት፣ በካህንነትና በንግሥና በየርዳኖስ ወንዝ ጥምቀት ላይ ሲሾም፣ በመንፈስ ቅዱስ ተቀብቷል፤ በእርሱም ነው አገልግሎቱን ወደ መጀመር የገባው፡፡ ጓደኞችህ የሚለው አገላለጽ በአንድ አገልግሎት ወይም ሥራ ላይ ተካፋይ የሆኑ የአገልግሎት አጋሮችን የሚያሳይ ቃል ነው፡፡ በዚህ ቦታ መላእክቱ ከመሢሑ ጋር በድነት ሂደትና የተቤዡቸው ፍጥረታት የወደፊት ሉዓላዊነት ላይ አብረው የሚሠሩ ሠራተኞች ናቸው፡፡

የዚህ ክፍል ዋናው አትኩሮት የመሢሑ የወደፊት መንግሥት እና ሉዓላዊነት ዘላለማዊ እንደ ሆነና የተቀባው ንጉሥ በጽድቅ እንደሚገዛው ማሳየት ነው፡፡ ኢሳይያስ የሺህ ዓመት መንግሥቱን አስመልክቶ ያወራል፤ ደግሞም እርሱ በመንፈስ የተቀባ እንደ ሆነም ያሳየናል፡፡ በዚህም መላእክቱ በመንግሥቱ ውስጥ ቁርኝት ቢኖራቸውም፣ እርሱ ግን መንግሥቱን በልዑላዊነት ያስተዳድራል፤ እነርሱም ያገለግሉታል፡፡ ይህም ሁሉ እንደገና የሚያሳየው መሢሑ ከመላእክት እንደሚበልጥ ነው፡፡ *(ዌስት፣ ኬ. ኤስ 1947. የግሪክ አዲስ ኪዳን ቃል፣ጥናት፦ ኢርድማንስ)*

የጌታችን የኢየሱስ ክርስቶስን መቀባት መጀመርያ የምንመለከተው በመጥምቁ ዮሐንስ በዮርዳኖስ ወንዝ ሲጠመቅ ነበር፡፡ መጥምቁ ዮሐንስ የኢየሱስ ክርስቶስን በመንፈስ ቅዱስ መቀባት የተመለከተው ከውኃ እንደ ወጣ መሆኑን ተናረ፡፡ ልክ ጌታ ተጠምቆ ውኃ ሲወጣ የሰማይ መስኮቶች ተከፈቱ፣ የእግዚአብሔር መንፈስ እንደ ዕርግብ በእርሱ ላይ ወረደ፡፡ ጌታችን ኢየሱስ እስከሚመጣ ድረስ እስራኤል የሰማይን ጠል ሳታገኝ በድቅድቅ ጨለማ ውስጥ የኖረችበት ዓመታት ነበሩ፡፡ ሰማያት ዝግ ሆነው መሢሑን ይጠብቁት ነበር፡፡ መሢሕ ወይም ክርስቶስ ማለት የተቀባ ማለት ነው፡፡ ጌታን በዮርዳኖስ ሲጠመቅ ሰማያት ተከፍተው የእግዚአብሔር መንፈስ እንደ እርግብ ወረደበት ይህም የእግዚአብሔር መንፈስ ንጹሕና ዕንከን የሌለው በሆነው በኢየሱስ ላይ ማረፉን ያመለክታል፡፡

በሐዋርያት ሥራ መጽሐፍ ላይ እንደምንመለከተው በበዓለ ኀምሳ ቀን መንፈስ ቅዱስ በእሳት አምሳል መገለጡን እናስተውላለን፡፡ ይህም እሳት በሚያምነው ሰው ላይ የማጥራትና የመቀደስ ሥራ እንደሚሠራ ያመለክታል፡፡ መንፈስ ቅዱስ በዕርግብ መልክ በክርስቶስ ላይ ካረፈበት ጀምሮ ሰማያት በመከፈታቸው ይህ የሰላም ንጉሥ የምሥራችን ይዞ በይሁዳና በሰማርያ መመላለስ ጀመረ፡፡ ሰማይ ተዘግቶ እንደ ናስ በሆነበት ዘመን ወንድ ልጅ ተወለደ፤ አማኑኤል እግዚአብሔር ከእኛ ጋር ሆነ፡፡

ዲያብሎስ እና ጭፍሮቹ ወደ ምድር በመውረዳቸው ወዮ ተብሎ ነበር፡፡ ወዮ የተባለው ጠላት ዲያቢሎስ በተፈጥሮ ላይ የሚያመጣውን ውድመት፣ ጭንቅ እና ሞጥ በማስመልከት ነው (ራእይ 12÷12)፡፡ የአዳም በእግዚአብሔር በማመፁ የእግዚአብሔር ክብር ከሰው ልጅ ዘንድ እንዲሄድ እና ከእግዚአብሔር ክብር እንዲጐድል አደረገው፡፡ ይህም በፍጥረታት ዘንድ ሃዘንን፣ እርግማንን፣ መከራን እና ሞትን አመጣ፡፡ ይሁን እንጂ፣ ከድንግል ማርያም የተወለደው ክርስቶስ ግን ከሕግ በታች ሆኖ ሕግን በመፈጸም ራሱን ስለ ሰው ልጆች ኃጢአት መሥዋዕት አድርጎ ሲሰጥ በሚሸለቱት ፊት ዝም እንደሚል በግ በመሆን ተሠዋ፡፡ የመሥዋዕቱን ደም ከራሱ ሥጋ ጋር ይዞ ሲቀርብ የወንድሞች ከሳሽ የሆነውን የዕዳ ጽሕፈት በደሙ ደመሰሰ፡፡ ሥልጣን የክርስቶስ ሆነ፡፡ ጠላት ዲያቢሎስ ባዶውን ቀረ (ራእይ 12÷10 እና 11)፡፡

ሙሽራዋን ያገኘችው ሴት ደስታዋ የሚጀመረው ሙሽራዋን ስታገኝ (ኅብረት በማድረጓ) ነው፡፡ በእርሱ ፍቅር ውስጥ መኖር የደስታዋ ምንጭ ነው (ዮሐ. 15÷9 እና 11፤ 1ኛ ዮሐ. 1÷3-4)፡፡ የክርስቶስ ደስታ በአባቱ ፍቅር ውስጥ መኖር (መታመን፣ መደገፍ) እንደ ሆነ እናስተውላለን፡፡ ደስታ የስሜት ጉዳይ ሳሆን በዕውቀት እና በመረዳት በኩል የሚገኝ የመንፈስ ቅዱስ መለኮታዊ ባሕርይ ነው፡፡

ያለ ልክ የሆነ የኢየሱስ ክብር እና ደስታ የተገለጠው በአብ ቀኝ በመቀመጡ ቢሆንም፣ ይህን ደስታ አስቀድሞ ግን በምድር ተለማምዶት ነበር፡፡ ይህ ደስታን ደግሞ ደቀ መዛሙር እንዲያገኙ ይፈልግ ነበር፤ ስለዚህም ማለደ (ዮሐ. 17÷13)፡፡ የሰውን ዘር ከኃጢአት በማዳኑ፣ ከሞት በመታደጉ ብዙ ልጆቹን ወደ ክብር፣ ማለትም ወደ እግዚአብሔር ደስታ እንዲገቡ አድርጓል፡፡ የእግዚአብሔር ደስታ ሰላምና ሐሤት የመለኮት ባሕርይው ነው፡፡ መንፈስ ከሚሆን ጌታ ለመንፈሳችን (የልባችን ውስጠኛው ክፍል) የሚገለጥ ነው (ሉቃስ 1÷47፤ 2÷10)፡፡ ይህ ደግሞ በእምነት የሚወረስ ሲሆን ወደ አብ በመቅረብ፣ በልጁም ስም በመታመን የሚገኝ የሕይወት እርከን ነው (ዮሐ. 16÷26)፡፡

ደስታ የመንፈስ ቅዱስ ፍሬ ሲሆን፣ አማኙ ልክ ጌታ ኢየሱስ ከመንፈስ ቅዱስ ጋር እና ከአባቱ ጋር ኅብረት እንዳለው እንዲሁ በክርስቶስ ውስጥ በመሆን የሚገኝ መለኮታዊ ባሕርይ ነው (ገላ. 5÷22፤ 1ኛ ጴጥ. 1÷8)፡፡ ጌታችን ኢየሱስ ከመንፈስ ቅዱስ ጋር ኅብረት እንደ ነበረው ሕያው ቃሉ ያስተምረናል፡፡ ይህ መንፈስ ቅዱስ ደግሞ የመለኮት ባሕርይ የሆነውን “ደስታ” ይሰጣል (1ኛ ተሰ. 1÷6፤ የሐዋ. 13÷52፤ ሮሜ 15÷13)፡፡

የክርስቶስ ኢየሱስ በመንፈስ ቅዱስ መቀባት ይህን የመንፈስ ቅዱስ ደስታ እንዲሞላ አድርጎታል፡፡ በመንፈስ ቅዱስ መገኘት በኩል ይህ ደስታ እንደሚመጣ ተመልክተናል (መዝ. 16÷11)፡፡ ኢየሱስ በዮርዳኖስ በመንፈስ ቅዱስ ከተቀባ በኋላ የአባቱ መንፈስ ያለ ልክ ሰፍኖበታል (ዮሐ. 3÷34)፡፡ ከሙታን ሲነሣ ያረፈበት የትንሣኤው ኃይልና ጉልበት መጠን በማይነገር የደስታ ዕርከን ውስጥ እንዲገባ አደረገው፡፡

በፊቱ የነበረውን ደስታ እየተመለከተ መከራን የመቀበል ዐቅም ሆነለት (ዕብ. 12÷2)፡፡ ጌታችን ኢየሱስ ወደ አብ የደስታ ሙላት ገብቷል፡፡ እኛም በእምነት በኩል ከእርሱ ጋር እንደ ቅርንጫፍ ከወይኑ ግንድ ጋር በመጣበቅ ወደዚህ የደስታ እርከን ተሸጋግናል፡፡ ሆኖም ግን ከእርሱ ጋር በመንፈስ ቅዱስ አማካይነት ይህን ደስታ የተሞላበትን የክርስትና ሕይወት ለመኖር ሊቀ ካህናቱ በሥራው እና በሚሠራው ሥራ ላይ መታመን ይገባል (ዕብ. 3÷14)፡፡ የዕብራውያን ጸሐፊ ኢየሱስ ወደ አብ ቀኝ (ወደዚህ ደስታ) ገብቷል ይላል፡፡ እናንተም በእርሱ ሥራ ብትታመኑ ወደ ዕረፍቱ መግባትን ታገኛላችሁ ይላል፡፡

አማኝ ወደዚህ ደስታ እንዲገባ የክብሩ መንጸባረቅ እና የባሕርይው ምሳሌ የሆነው በሕይወቱ ሊገለጽና ሊበራ ይገባል፡፡ የፊት መጨማደድና መጥቆር የሚመጣው በእምነት ከመመላለስ በማፈግፈግ ነው፡፡ በእምነት በኩል ወደ እግዚአብሔር ክብር ተስፋ መግባት እንዳለን እናስተውላለን፡፡

ኢየሱስ ክርስቶስ በፊቱ ስላለው ክብር ተስፋ ሐሤት እያደረገ በመከራ ውስጥ ታግሦ ማለፍ ቻለ (ሮሜ 5÷2)። በብሉይ ኪዳን ከነበረው ክብር የተሻለ በክርስቶስ በኩል ተዘጋጀልን (ዕብ. 12÷22፤ 2ኛ ጴጥ. 1÷5-6)። የመዳን ርስት የሆነውን የእግዚአብሔር ክብር በእምነት በኩል የምንወርሰው ነው። በእግዚአብሔር ፍቅር ስለ ኖረ (ጽድቅን ስለ ወደደ) ጌታ ኢየሱስ ከወንድሞቹ ይልቅ በደስታ ዘይት ተቀባ።

ወንድሙን የማይወድ በፍቅሩ የማይኖር ከእምነት ሕይወት የወጣ ስለ ሆነ ቅንዓት ይቆጣጠረዋል፤ የእግዚአብሔር ክብርና ደስታ በሕይወቱ እንዳይገለጥ ዳገት ይሆንበታል (ዘፍ. 4÷6-7፤ ሉቃስ 15÷25-28፣ 31)። በእግዚአብሔር ዘንድ ብዙ ደስታና ፍሰሀ አለ (መዝ. 16÷10)።

ክርስቲያን በእምነት ከመመላለስ ሲቀር (ከወይኑ ግንድ ጋር መጣበቅ ሳይችል) ወይም የእምነታችን ራስ እና ፈጻሚውን በእምነት ዐይን በማየት በትዕግሥት መመላለስ ወይም በፍቅር መኖር መመላለስ ሲያቅተው ብዙ ኃጢአቶች ውስጡ ይከሰታሉ። ለምሳሌ የዕብራውያን አማኞች ስንመለከት ልክ የመንፈስ ቅዱስን ድምፅ መስማት ዕምቢ ሲሉ (12÷25፤ 3÷7) ልባቸው ዕልከኛ በመሆን (3÷13)፣ ከቃሉ ጋር ያልተጠበቀ ሕይወት (4÷12)፣ ለወንድሞች አለማዘን (12÷12)፣ ለዋኖች በትሕትና አለመታዘዝ (13÷7 እና 17)፣ ባልቴቶችን አለመርዳት (13÷16)፣ የትዳር የቅድስና ሕይወት መጓደል (13÷4)፣ ብኩርና መሸጥ (12÷16)፣ ... የመሳሰሉት ሁሉ ይገለጣሉ። በእምነት አለመመላለስ የሚያመጣው ይህ ነው።

ከግንዱ ጋር በመጣበቅ ሳይሆን፣ በሥጋ የመመላለስ ሕይወት ነው። በእምነት መመላለስ ማለት ግን በእግዚአብሔር መታመን ማለት ነው። እግዚአብሔርን በመፍራት መመላስ ማለት ነው። እግዚአብሔርን መፍራት ስንል በእግዚአብሔር ላይ በመደገፍ በእምነት መመላለስ ማለት ነው (መዝ. 37÷3)። ጌታችን ኢየሱስ ጽድቅን ወደደ (አፈቀረ/ በአብ ፍቅር ኖረ)፤ አባቱ ደግሞ ያለ ልክ ከፍ ከፍ አደረገው። የደስታን ዘይት አፈሰሰበት።

ቁጥር 9 ጽድቅን ወደድህ ዓመፅንም ጠላህ፤ ስለዚህ እግዚአብሔር አምላክህ ከጓደኞችህ ይልቅ በደስታ ዘይት ቀባህ ይላል።

ጽድቅን ወደድህ ዕብ 7÷26; መዝ 11 ÷5; 33÷5; 37÷28; 40÷8; 45 ÷7; ኢሳ 61÷8
ዓመፅንም ጠላህ መዝ 119÷104,128; ምሳ 8÷13; አሞፅ 5÷15; ዘካ 8÷17; ሮሜ 12÷9; ራዕ 2÷6,7,15
እግዚአብሔር አምላክህ መዝ 89÷26; ዮሐ 20 ÷17; 2ኛ ቆሮ 11÷31; ኤፌ 1÷3; 1ኛ ጴጥ 1÷3
ቀባህ መዝ 2÷2, 2,6; መዝ 89÷20; ኢሳ 61÷1; ሉቃ 4÷18; ዮሐ 1÷41; 3÷34; ሥራ 4÷27; 10÷38

በዘይት ቀባህ መዝ 23፥5፤ ኢሳ 61፥3፤ ሮሜ 15፥13፤ ገላ 5፥22
ከጓደኞችህ ይልቅ 2፥11፤ 1ኛ ቆሮ 1፥9፤ 1ኛ ዮሐ 1፥3

ቁጥር 10 *ደግሞ "ጌታ ሆይ፥ አንተ ከጥንት ምድርን መሠረትህ፥ ሰማዮችም የዕጆችህ ሥራ ናቸው"*

በብሉይ ኪዳን ጌታ ሲል እግዚአብሔርን አብን አመልካች ነበር፡፡ በዕብራውያን ልክ እንደ ጳውሎስ ደብዳቤዎች ጌታ የሚወክለው ልጁን ነውና፡፡ በዚህም ቦታ ትርጉሙ ሊሆን የሚችለው እንደዚያው ነው፡፡ በዚህ ክፍል ላይ ያለውን ጌታ የሚለውን ቃል ስንገልጽ በወንጌላት ላይ ኢየሱስ የተገለጸበትን ጌታ የሚለውን ቃል ራሱን መጠቀም ተገቢ ነው፡፡ በአንዳንድ ቋንቋዎች ሁለቱንም፣ ማለትም የብሉይ ኪዳን እግዚአብሔር አብን የሚገልጸውን ጌታ የሚለውን ቃልንና የአዲስ ኪዳን ኢየሱስን የሚገልጸውን ጌታ የሚለውን ቃል ለያይቶ ማስቀመጥ አስፈላጊ ነው፡፡ ነገር ግን ምንም እንኳ ትንሽ ብዥታ የሚፈጥር ቢሆንም፣ ተቀራራቢ ቃል መጠቀምም ይገባል፡፡ *(ዩናይትድ፣ ባይብል ሶሳይቲ፣ አዲስ ኪዳን ሐተታ 1997)*

ጌታ ሆይ - በግሪኩ ትርጉም kurios ይለዋል፡፡ "አለቃ፣ ባለቤት፣ ባለ ንብረት፣ የቤት ራስ የሚሉትን ትርጉሞች ሁሉ ያካትታል (ማቴ. 15፥27)፡፡ *"... ጌታ ሆይ ቡችሎችም እኮ ከጌቶቻቸው ማዕድ የወደቀውን ፍርፋሪ ይበላሉ አለች፡፡"* ይህን የመሳሰሉ በወንጌል መጻሕፍት ውስጥ የጌታንና የሎሌዎችን ግንኙነት የሚያወሱ ምሳሌዎችን በብዛት እናገኛለን፡፡ ይህ የኢየሱስ ጌትነት ግን ከሌሎች የምድር ጌቶች ሁሉ ከፍ ያለ ነው፡፡ በእንግሊዝኛው (master) የሚለው ቃል የዚሁ ፍቺ አካል ነው፡፡ መምህር የሚለው ቃል በወንጌል ተጠቅሶአል፡፡ ጌታ ኢየሱስ ጌትነቱ በሰማይም በምድርም ነው፡፡ እርሱ ፍጥረት ሁሉ የሚገዛለትና የሚሰግድለት አምላክ ነው፡፡

ስቲቭ ኮል እንደሚያብራራው ይህ ስድስተኛው ጥቅስ የተወሰደው ከመዝሙር 102፥25-27 ነው፡፡ መዝሙረኛው በከባድ ጊዜ ውስጥ እያለፈ እንደሆነ ነው የሚያወራው፡፡ ይህንንም በጠንካራ ግጥም ያብራራል፡፡ በዕድሜው አጋማሽ ላይ ጉዞው እንደሚገታ ማሰብ የጀመረ ቢሆንም፣ በድካሙ ወቅት የጌታውንና የፈጣሪውን ሁሉን ቻይነትና ዘላለማዊ ዐቅም ያስብ ጀመር፡፡ ሰማይና ምድር ቢናወጥ እንኳ እግዚአብሔር ጸንቶ ይኖራል፡፡ ልክ አንድ ሰው ያረጀ ልብሱን አውልቆ እንደሚወረውር እግዚአብሔርም ዓለምን እንዲሁ ጠቅልሎ ይጥላታል፡፡ እርሱ ግን ጸንቶ ይኖራል፤ ዓመታቶቹም ከቶም አያልቁም፡፡ *(ስቲቭ ኮል፣ ዕብራውያን 1፥ 4-14 ወልድ በመላእክት ላይ የበላይነት አለው)*

አስካር ኩሊማን እንደ ታዘበው ስለዚህ ጥቅስ የሚገርመው ነገር መዝሙረኛው ይህንን ነገር ያወራው ስለ እግዚአብሔር እያወራ ቢሆንም፣ የዕብራውያን ጸሐፊ ግን በቀጥታ ወስዶ ለኢየሱስ ይጠቀምበታል፡፡

ኬንት፡- ትልቅ ትኩረት ልንሰጠው የሚገባን ነገር ኢየሱስ የምድር አገልግሎቱን ከጨረሰ በኋላ ክርስቲያኖች ስለ እግዚአብሔር የተባለውን ሁሉ ስለ ኢየሱስ አድርገው ሲጠቀሙበት ይታያል፡፡ *(አር. ኬንት፣ ሂዩዝ፡- ገጽ 68)*

ከጥንት የሚለው አገላለጽ ለአንዳንድ ቋንቋዎች አስቸጋሪ ነው፤ ምክንያቱም ከጊዜው ጋር ተያይዞ የሆነውን ሁነት መግለጽ ግድ ይላልና፡፡፡ የተሻል የሚሆነው አገላለጽ ምንም ነገር ከመኖሩ በፊት የሚል ይሆናል፡፡ *(ዩናይትድ ባይብል ሶሳይቲ፣ አዲስ ኪዳን ሐተታ 1997)*

ስቲቨን፡- ለአይሁድ ቤተ ክርስቲያን እነዚህ ገለጻዎች ኢየሱስ ከመላእክት እንደሚበልጥ የሚናገሩ ብቻ አይደሉም፡፡ በከባድ ጊዜም የመጽናናታቸው ምክንያት ነበር፡፡ መዝሙረኛውን በመከራው ጊዜ ያጸናው ይህ ጌታ እነርሱንም በመከራቸው ያጸናቸዋል፡፡ ይህ ዘላለማዊ ፈጣሪም ከአዳኛቸው ከኢየሱስ በቀር ማንም አይደለም፡፡ ኢየሱስ ክርስቶስ ትናንትናም ዛሬም እስከ ለዘላለም ያው ነው፡፡ (ዕብ. 13÷8) በመከራ መካከል እንኳ ብትሆን፣ በማይለወጠው ዘላለማዊ አዳኝ መጠለያ አለህ፡፡ *(ፓስተር ስቲቨን ጄ. ኮል፡- ዕብ 1÷4-14 ልጁ በመላእክት ላይ ያለው የበላይነት)*

መሠረትህ (ቴሜኤልኤኦ) them-el-ee-o'-o፡- ማለት አንድን ነገር በጽኑ መሠረት ላይ እንዲቆም ማድረግን ያሳያል፡፡ (ቴሜኤልኤኦ) የሚለው ቃል ዋና አሳቡ አንድን ነገር አስተማማኝ በሆነ መልክ ማስቀመጥ ነው፡፡ ሥዕላዊ በሆነ መልኩ ሲቀመጥ ለአንድ እምነት ወይም ልምምድ ጽኑ መሠረት ማስቀመጥን ያሳያል፡፡ *(መጽሐፍ ቅዱስ ጥቅሶች የብሉይና / የአዲስ ኪዳን ግሪክ መዝገበ ቃላት፣ የቴየር ትርጉም 1989. በ ጆሴፍ ሄንሪ ቴየር፣ አስቲን ሐተታ/ በጀፍ ጋሪሰን)*

የዕጆችህ የሚለው ቃል ቀጥተኛ ጣልቃ ገብነትን የሚገልጽ ግጥማዊ ገለጻ ነው፤ ነገር ግን በቃላት አጠቃቀም ደረጃ ዘፍጥረት በቃል ተፈጠሩ ከሚለው አሳብ ጋር ይቃረናል (ዘፍ 1÷3-9)፡፡ ሌሎች ገለጻዎች ደግሞ ዕጅ የሚለውን ቃል ሳይገልጹ ቀጥተኛ ጣልቃ ገብነቱን ያሳያሉ (ዘፍ 2÷7-8፣ 19፣22)፡፡ ስለዚህ በአንዳንድ ቋንቋዎች ይህንን ክፍል፣ "አንተ ራስህ

ሰማይንና ምድርን ፈጠርህ" ብቻ ብሎ መተርጐም ይሻላል:: *(ዩናይትድ ባይብል ሶሳይቲ፣ አዲስ ኪዳን ሐተታ 1997)*

ቁጥር 10 ደግሞ፡-ጌታ ሆይ፥አንተ ከጥንት ምድርን መሠረትህ፥ሰማዮችም የእጆችህ ሥራ ናቸው፤
አንተ መዝ 102÷25-27
ከጥንት ዘፍ 1÷1; ዮሐ 1÷1-3; ራዕ 3÷14
ምድርን መሠረትህ፥ ምሳ 8÷29; ኢሳ 42÷5; 48÷13; 51÷13; ኤር 32÷17; ዘካ 12 1
የእጆችህ ሥራ ዘዳ 4÷19; መዝ 8÷3,4; 19÷1; ኢሳ 64÷8

ቁጥር 11 *"እነርሱም ይጠፋሉ፥ አንተ ግን ጸንተህ ትኖራለህ፤ ሁሉም እንደ ልብስ ያረጃሉ"*

"እነርሱም ይጠፋሉ፥ አንተ ግን ጸንተህ ትኖራለህ"

ይጠፋሉ የሚለው ቃል መደምሰስ ትርጉም የሚለውን ቃል ይዟል:: ለነገሮች መደምሰስ (ማቴ. 5÷29-30፤ ሉቃስ 5÷37፣ ለውድቀት፣ 2ኛ ጴጥ. 3÷6::) አንድ ታላቅ ኃይል በሌሎች ላይ ወድቆ ሲደመስሳቸው የሚያሳይ ትርጉምን ይዟል::

ምድርን የመሠረታት እርሱ ነው:: ሁሉም ፍጥረታት ያረጃሉ፤ ይጠፋሉ:: እርሱ ግን በፍጹም አያረጅም፤ አይጠፋም፣ አይደመሰስም:: ክርስቶስ ኢየሱስ እርሱ ዘላለማዊ ሆኖ ይኖራል:: በእርሱ ዘንድ ማርጀት፣ መጥፋት የሚባል ነገር የለም:: በፍጻሜው ዘመን ሰማይና ምድር ፍጥረታት ሁሉ ያረጃሉ፤ ይጠፋሉ፤ የእኛ ጌታ ግን ለዘላለም ጸንቶ ይኖራል::

ይጠፋሉ (አፓሎሚ) ap-ol'-loo-mee:- ማለት ሙሉ መደምሰስን ሃሳብ የያዘ ነው:: ፍጹም መደምሰስ እና ጠፍቶ መጣል፣ መበታተንን ያሳያል:: *(መጽሐፍ ቅዱስ ጥቅሶች የብሉይና / የአዲስ ኪዳን ግሪክ መዝገበ ቃላት፣ የቴየር ትርጉም 1989. በ ጆሴፍ ሄንሪ ቴየር፣ አስቲን ሐተታ/ በጀፍ ጋሪሰን)*

ከሌርክ፡- ዓለማት የሚቀልጡበትና እንደ አዲስ የሚሠሩበት፣ ደግሞም ጽድቅም የሚሰፍንበት ጊዜ ይመጣል:: (2ኛ ጴጥ. 3÷10-13) *(የኢደም ክላርክ፡- ኮሜንተሪ)*

አንዳንድ የመጽሐፍ ቅዱስ አስተማሪዎች በዕብራውያን ምዕራፍ አንድ ላይ ጸሐፊው ስለ ጌታ ኢየሱስና መላእክት እያነጻጸረ ማስተማር የፈለገበት ምክንያት መጽሐፍ በተጻፈበት ዘመን የነበሩ አይሁድ መላእክትን እንደ አምላክ በመቍጠር ማምለክ ስለ ጀመሩ ሊሆን ይችላል የሚል ግምት አላቸው:: ፍጥረት ሁሉ ጊዜያዊ ነው:: ዐርጅቶ ይሞታል፤ በፍጻሜው ወይም ይጠፋል:: መላእክቱም እንኳን ሊጠፉ ይችላሉ:: በአንጻሩ ጌታችን ግን መቼም በዙፋኑ ላይ ጸንቶ ይኖራል::

የመጽሐፉ ደራሲ ለተደራሲያኑ አማኞች የክርስቶስን ታላቅነት በሚያስገርም መንገድ እያነጻጸረ እያሳያቸው ነው:: ከመላእክት ጋር ፣ ከተፈጥሮ ጋር በማነጻጸር ያሳያቸዋል:: መላእክት በየተዋረዱ ታላቅ ግርማና ሥልጣንም እንዳላቸው በመጽሐፍ ሰፍሮአል:: ከክርስቶስ ጋር ሲነጻጸሩ ግን የእርሱን ያህል ቦታ በፍጹም የላቸውም::

ጸንተህ ትኖራለህ (ዲአምኤኖ) dee-am-en'-o:- ማለት ሳይናወጡ መኖር ወይም ባሉበት ቦታና ሁኔታ ጸንቶ መኖርን ያሳያል:: diameno የሚለው ቃል ስለ ሰው ልጅ (የእግዚአብሔር ልጅ) ሲጠቀስ፣ በአንድ ቦታ ሁልጊዜ መገኘትን ያሳያል:: ጸንቶ የሚቆም ነገርን ወይም ሁኔታን የሚያሳይ ቃል ነው:: በዚህ በዕብራውያን መጽሐፍ አሳቡ መኖርን ስለ መቀጠሉ ለማሳየት የተገለጸ ነው::

ስፐርጀን ሲጽፍ መሢሑ እንዲህ ጸንቶ የሚኖርና ዘላለማዊ ተደርጎ ከተገለጸ፣ እርሱ አምላክ ነው ማለት ነው፤ ደግሞም ይህንን መካድ መሞከርም ትልቅ ስሕተት ነው የሚሆነው:: *ዶክተር ኦዊን እንደሚነግረን* እኛ ምንም ያህል በውስጥም በውጭም ብንለዋወጥ፣ ክርስቶስ ጸንቶ የሚኖር ስለሆነ፣ ዘላለማዊ ነገራችን በአስተማማኝ ዕጅ ላይ ነው ያለው:: ከኀዘንና ከጭንቀት የምናርፍበት ነው:: ይህ ጭንቀት ፍጡራን የሆንን ሁላችን የምናልፍበት ነው፤ ይህም ደግሞ በሁሉን ቻዩ እና ልዑላዊው በሆነው አምላክ በኢየሱስ እስከናርፍ ድረስ ነው::

ሁሉም እንደ ልብስ ያረጃሉ

ያረጃሉ (ፓላዮኦ) pal-ah-yo'-o :- ማለት አንድን ነገር ማስረጀትን፣ እንዲሁም ጥቅም እንደማይሰጥ አድርጎ መቍጠርን ያሳያል (ዕብ. 8፡13):: በዕብራውያን 1፥11 ላይ ባለው የኀላፊ ግስ አገላለጽ ይህ ቃል ማርጀት፣ መድከም እና ከጥቅም ውጭ መሆንን ይገልጻል:: *(መጽሐፍ ቅዱስ ጥቅሶች የብሉይና / የአዲስ ኪዳን ግሪክ መዝገበ ቃላት፣ የቴየር ትርጒም 1989. በ ጆሴፍ ሄንሪ ቴየር፣ አስቲን ሐተታ/ በጀፍ ጋሪሰን)*

ዌስት እንደሚገልጸው ይህ ቃል ማስረጃትን የሚገልጽ ነው፡፡ አሳቡ የሚናገረው ጊዜ በሄደ ቍጥር ሰማያት ያረጃሉ የሚለውን ሳይሆን፣ ተጠቅልሎ ማለፍን የሚያመለክት ነው፡፡ ግሪኮች ይህን አሳብ የሚገልጹበት ቃል archaios ይባላል፡፡ *(ዌስት፣ ኬ. ኤስ 1947. የግሪክ አዲስ ኪዳን ጥናት)*

ልብስ (ሂማቴአን) him-at'-ee-on ፦ ይህ የሚለበስ ልብስን የሚያሳይ ቃል ሲሆን እዚህ ቦታ ግን የአለማትን ማርጀትና ተጠቅልሎ ማለፍ ለመወከል አገልግሎት የገባ ነው፡፡ ይህ ዕውነት የፈጣሪና ሁሉን የሚያኖረው አምላክ የኢየሱስን ማንነት ለማሳየት የገባ ነው፡፡ ይህ መገለጥ በቅድሚያ በመዝሙር 102 ላይ የነበረ ሲሆን፣ አሁን በአዲስ ኪዳን ደግሞ ይበልጥ ተብራርቶ ቀርቧል፤ ይህም የሚያሳየን ዓለም የተሻለች እየሆነች ሳይሆን፣ እያረጀች እንደምትመጣ ነው፡፡ ይህ መገለጥ ከ3000 ዓመት በፊት በሳይንሱ ዓለም ለቴርሞ ዳይናሚክ ሁለተኛው ሕግም ጭምር መነሻ ሆኗል፡፡ (2ኛ ጴጥ. 3÷7፣ 3÷10) *(መጽሐፍ ቅዱስ ጥቅሶች የብሉይና / የአዲስ ኪዳን ግሪክ መዝገበ ቃላት፣ የቴየር ትርጒም 1989. በ ጆሴፍ ሄንሪ ቴየር፣ አስቲን ሐተታ/ በጄፍ ጋሪሰን)*

ሜየር፡- በመዝሙር 102፡25-27 ያለው አሳብ ላይና በዚህ በዕብራውያን ላይ የመጣው አሳብ ላይ ሲጽፍ ይህ ቃል በቀጥታ ስለ ኢየሱስ ክርስቶስ የተነገረ ነው ይለናል፡፡ ራእይ 21÷5 ላይም መመልከት ይቻላል፡፡ አምላክ የሆነው ኢየሱስ ግን አዲስን ነገር በቃሉ ይፈጥራል እንጂ፣አይለወጥም፡፡ *(ኤፍ. ቢ. ሜየር ዕንቁዎች ከመዝሙሮች)*

በእርግጥ እግዚአብሔር በልጁ በኢየሱስ ክርስቶስ በኩል ሁሉን አዲስ ያደርጋል፡፡ ሰማያት በእሳት ተቃጥለው ከፊቱ ይሸሻሉ፡፡ አዲስ ሰማይ አና አዲስ ምድር ይፈጥራል፡፡ ሐዋርያው ጴጥሮስም ሆነ ዮሐንስ በራእይ መጽሐፉ እንዳስፈሩት አዲስ ሰማይ እና አዲስ ምድር ቅድስቲቱ ኢየሩሳሌም ለባልዋ እንደ ተሸለመች ሙሽራ ከሰማይ ስትወርድ አየሁ፡፡ *«የጌታው ቀን ግን እንደ ሌባ ሆኖ ይመጣል፤ በዚያም ቀን ሰማያት በታላቅ ድምፅ ያልፋሉ፥ የሰማይም ፍጥረት በትልቅ ትኵሳት ይቀልጣል፥ ምድርም በእርስዋም ላይ የተደረገው ሁሉ ይቃጠላል። ይህ ሁሉ እንዲህ የሚቀልጥ ከሆነ፥ የእግዚአብሔርን ቀን መምጣት እየጠበቃችሁና እያስቸኰላችሁ፥ በቅዱስ ኑሮ እግዚአብሔርንም በመምሰል እንደ ምን ልትሆኑ ይገባችኋል? ስለዚያ ቀን ሰማያት ተቃጥለው ይቀልጣሉ፥ የሰማይም ፍጥረት በትልቅ ትኵሳት ይፈታል፤ ነገር ግን ጽድቅ የሚኖርባትን አዲስ ሰማይና አዲስ ምድር እንደ ተስፋ ቃሉ እንጠብቃለ፡፡»* 2ኛ ጴጥ. 3÷10-13፡፡

መንፈሳዊ ዐይኖቹ የበሩለት እና የክርስቶስን ትዕግሥት የተካፈለው ሐዋርያው ዮሐንስ በፍጥሞ ደሴት ሲተርክ እንዲህ ይላል፡- «አዲስ ሰማይንና አዲስ ምድርንም አየሁ፥ ፊተኛው ሰማይና ፊተኛይቱ ምድር አልፈዋልና፥ ባሕርም ወደ ፊት የለም። ቅድስቲቱም ከተማ አዲሲቱ ኢየሩሳሌም፥ ለባልዋ እንደ ተሸለመች ሙሽራ ተዘጋጅታ፥ ከሰማይ ከእግዚአብሔር ዘንድ ስትወርድ አየሁ። ታላቅም ድምፅ ከሰማይ። እነሆ፥ የእግዚአብሔር ድንኳን በሰዎች መካከል ነው፥ ከእነርሱም ጋር ያድራል፥ እነርሱም ሕዝቡ ይሆናሉ፥ እግዚአብሔርም እርሱ ራሱ ከእነርሱ ጋር ሆኖ አምላካቸው ይሆናል፤ ዕንባዎችንም ሁሉ ከዓይኖቻቸው ያብሳል፥ ሞትም ከእንግዲህ ወዲህ አይሆንም፥ ኀዘንም ቢሆን ወይም ጩኸት ወይም ሥቃይ ከእንግዲህ ወዲህ አይሆንም፥ የቀደመው ሥርዓት አልፎአልና ብሎ ሲናገር ሰማሁ። በዙፋንም የተቀመጠው። እነሆ፥ ሁሉን አዲስ አደርጋለሁ አለ። ለእኔም፡- እነዚህ ቃሎች የታመኑና ዕውነተኞች ናቸውና ጻፍ አለኝ። አለኝም። ተፈጽሞአል። አልፋና ዖሜጋ፥ መጀመሪያውና መጨረሻው እኔ ነኝ። ለተጠማ ከሕይወት ውኃ ምንጭ እንዲያው እኔ እሰጣለሁ» (ራእይ 21፥1-5)

እነዚህ ጥቅሶች ላይ ሁለት የተለያዩ የአስተምህሮ ጎራዎች ይገኛሉ፡፡ ይህ መጽሐፍ ውስብስብ ወደ ሆኑ ትንታኔዎች አይገባም፡፡ ሆኖም ግን በሊቀ ጠበብቱ ዘንድ ያለውን አስተምህሮ በተመለከተ ዳሰሳ ማድረጉ መልካም ነው፡፡ አንደኛው እና በብዙ ቤተ እምነቶች ዘንድ የሚገኘው ዕይታ እግዚአብሔር አዲስ ሰማይ እና ምድር ሲል፣ ሁለም አዲስ ነው፣ በእሳት ይቃጠላሉ እንደ ጨርቅ ተጠቅልለው ይጠፋሉ የሚለው ቀጥተኛ አነጋገር ነው የሚለው ነው፡፡ ሌላው አስተምህሮ ግን "ልክ እንደ ኖኅ የጥፋት ውኃ ሁሉ እንዲሁ በእሳት ኃይል ሰማይ እና ምድር ይታደሳሉ" የሚል ነው፡፡ በእርግጥ ይህ አስተምህሮ አሁን አሁን በወንጌላውያን እና በፕሮቴስታንት እምነት ተከታዮች ዘንድ ተቀባይነት እያገኘ መጥቶአል፡፡ ከእነዚያ ውስጥ፡-

አዲስ ሰማይና አዲስ ምድር

ቤከር ኢቫንጀሊካል ዲክሽነሪ ኦፍ ቢብሊካል ቲኦሎጂ፡- ተሐድሶ የሚለው አስተያየት በዚህ ርእስ ላይ በተዘጋጁ ጽሑፎች በስፋት ሥራ ላይ ውሏል፡፡ በ2ኛ ጴጥ. 3፥12 እይታ የተሰጠው ልክ የቀደመውን ሰማይና ምድር ማንጻት በሚለውና ወደ አዲስ መለወጥ ነገር የሚለውን አሳብ ይዞ ነው፡፡ ጥፋቱ **ከኖኅ ጎርፍ ጋር ተነጻጻሪ በመሆኑ ነው** ጊዜያዊ ሥራን የጠየቀው፡፡ ይህም ቀጣይነትንና እግዚአብሔር በጥንቱ ፍጥረት ሊፈጽም የጀመረውን ነገር አሁን ደግሞ ወደ ፍጻሜ ያመጣበት ሁኔታ ነው፡፡ አሁን አዲስ ቅርጽ የተሰጠው የቀኑሱ ቅጥያ አለ፡፡ የክርስቶስ ሥጋ መልበስ የአማኙ የትንሣኤ ገላ በተለየ ዓለምም ቢሆን

የሚመሳሰለውን ይሰጠናል፡፡ ተሐድሶ የሚለው ቃል እንደ ማቴ. 19÷28 አሳብ ከመተካት ይልቅ፣ ለዕድሳት አሳብ ነው የሚሟገተው፡፡ አዲስ የሚለው የግሪኩ ቃል አሮጌ ከሚለው ጋር ሲወዳደር፣ **ከቍስ ይልቅ ስለ ባሕርይ አዲስነት ነው** የሚያወራው (2ኛ ቆሮ. 5÷17፤ ዕብ. 8÷13) *(ቤከር፣ ኢቫንጀሊካል ዲክሺነሪ ኦፍ ቢብሊካል ቲኦሎጂ በ ዋልተር ኤልወል 1996 ገጽ፣ ቲ. ሜደር)*

ዊርዝቢ፡- ራእይ 21÷1-5 የእግዚአብሔር ሕዝብ (ቍጥር 1-5) የመጀመሪያኛ ሰማይና ምድር ለመጀመሪያው ሰውና ሴት እንደዚሁ የተዘጋጁ ነበሩ፡፡ እግዚአብሔር በዔድን ገነት ሲያስቀምጣቸው ሁሉን ነገር ለእነርሱ አዘጋጅቶ ነበር፡፡ አለመታደል ሆኖ ሞትንና መበስበስን ወደ እግዚአብሔር መንግሥት በማስገባት የእኛ የመጀመሪያ ወላጆች ኃጢአት ሠርተዋል፡፡ ፍጥረት በባርነትና በምጥ ውስጥ ነው (ሮሜ 8÷18-23)፤ ሰማያት እንኳ በፊቱ ንጹሕ አይደሉም (ኢዮብ 15÷15)

እግዚአብሔር ለሕዝቡ አዲስ ሰማይና አዲስ ምድርን ቃል ገብቷል (ኢሳ. 65÷17፤ 66÷22) እግዚአብሔር መክበር ካለበት የቀደመው ፍጥረት ለአዲሱ ፍጥረት መንገድ መክፈት አለበት፡፡ ኢየሱስ ይህንን ክስተት የምድር ልደት ብሎታል (ማቴ. 19÷28) ጴጥሮስ ደግሞ በእሳት ማንጻት ማደስ ሲል አብራርቶታል (2ኛ ጴጥ. 3÷10-13)፡፡ የመጽሐፍ ቅዱስ ተማሪዎች ያረጁ **ነገሮች ስለ መታደሳቸው** ወይም አሮጌ ነገሮች ስለ መጥፋታቸውና ሞላው አዲስ ፍጥረት ተቀባይነት ስለማግኘታቸው እርስ በርሳቸዉ አይስማሙም፡፡ በግሪኩ አዲስ የሚለው ቃል ሲተረጐም **'በባሕርይ አዲስ መሆንን'** ነው የሚያሳየው (ራእይ 21÷1, 5) ይህም ለቀደመው ማብራሪያ ቦታ ይሰጣል፡፡ *(ዋረን፣ ዌንደል፣ ዊርስቢ፡- የመጽሐፍ ቅዱስ ኤክስፖሲሽን ኮሜንተሪ (1989 ዓ.ም)*

አዳም ክላርክ፡- 2ኛ ጴጥ. 3÷13 (እኛ እንደተስፋዉ ቃል አዲሱን ሰማይ እንጠብቃለን) ተስፋዉ ጳውሎስ እንደ ጠቀሰው በኢሳ. 65÷17 ላይ ይገኛል፡፡ 'እነሆ አዲስ ሰማይና ምድር እፈጥራለሁና የቀደሙትም አይታሰብም ይላል፡፡ እንደዚሁም' ኢሳ. 66÷22፡- 'እኔ የምሠራቸው አዲስ ሰማይና ምድር ከፊቴ ጸንተው እንደሚኖሩ እንደዚሁ ዘራችሁና ስማችሁ ጸንተው ይኖራሉ" ይላል እግዚአብሔር' ... ወዘተ፡፡ ... ከእነዚህ ተስፋዎች ጳውሎስ በዚህ ሥፍራ የሚለውና በራእይ 21÷27፤ 22÷14፣ 15 ላይ የተነገረው **የአሁኗ ምድር ልትቃጠል የተወሰነ ቢሆንም እንኳ፣ አትጠፋም፡፡ ነገር ግን ትታደሳለች፤ ትነጻለች፤ ከየትኛውም የምግባርና የተፈጥሮ ፍጹምነት ጒድለት ትጠራለች፡፡** .... በእርግጥም ምድር በመጨረሻ ላይ ከመጥፋት ይልቅ መጥራቷና መታደሷ ምክንያታዊና ፍልስፍናን የተንተራሰ ነው፡፡ *(አዳም ክላርክ ኮሜንተሪ)*

ባርነስ፣ አልበርት፡-ራእይ 21፥1 ቍጥር 1 (አዲስ ሰማይና አዲስ ምድር) አዲስ ተብለው መጠራት ይችላሉ፡፡ አዲስ ሰማይና አዲስ ምድር፣ እንደዚህ ዐይነቱ ተሐድሶና ለውጦች በአቀራረባቸው እንደ ተፈጠሩ ሆኑ፡፡ አሁን የተፈጠሩ ወይም አዲስ ነበሩ አላለም፤ አሮጌው ሰማይና ምድር የተደመሰሱ ናቸው፡፡ ነገር ግን እርሱ ያለው ነገር ሁሉም ለውጥ የተካሄደባቸው ከመሆናቸው የተነሣ **አዲስ ይመስላሉ**፡፡ ምድር በእሳት **መታደስ** ካለባት አዲስ እንደ ተፈጠረ **እንዲህ ዐይነቱ ተሐድሶ** ለዓለም ገጽታ ይሰጣል፡፡ *(ባርነስ፣ አልበርት፣ የአዲስ ኪዳን ላይ ማስታወሻ ኮሜንተሪ)*

ቁጥር 11 እነርሱም ይጠፋሉ አንተ ግን ጸንተህ ትኖራለህ፤ሁሉም እንደ ልብስ ያረጃሉ
እነርሱም ይጠፋሉ ዕብ 12÷27; ኢሳ 34÷4; 65÷17; ማቴ 24÷35; ማር 13÷31; ሉቃ 21÷33; 2ኛ ጴጥ 3÷7-10; ራዕ 20÷11; 21÷1
አንተ ግን መዝ 10÷16; 29÷10; 90 2; ኢሳ 41÷4; 44÷6; ራዕ 1÷11,17,18; 2 ÷8
እንደ ልብስ ያረጃሉ፥ ኢሳ 50÷9; 51÷6,8

ቍጥር 12 *እንደ መጎናጸፊያም ትጠቀልላቸዋለህ፥ ይለወጡማል፤ አንተ ግን አንተ ነህ፥ ዓመቶችህም ከቶ አያልቁም*

እግዚአብሔር እርሱ ሁሌም ሳይለወጥ፣ ሳያረጅ፣ ሳይደመሰስ ጸንቶ የሚኖር አምላክ ነው፡፡ ጸሐፊው ሰማይንና ምድርን ፍጥረትን በአጠቃላይ ከመጎናጸፊያው ጋር አመሳስሎታል፡፡ መጎናጸፊያ ወይም ጨርቅ አርጅቶ ወይም ቆሽሾ ተጠቅልሎ እንደሚጣል፣ ተፈጥሮም በእግዚአብሔር ፊት እንደዚያው ናት፡፡ ተፈጥሮ ታረጃለች፤ ልክ ልብስ ተጠቅልሎ እንደሚወገድ ሁሉ፣ ሰማይና ምድርም ይኸው ዕጣ እንደሚደርስባቸው ይገልጻል፡፡ እነርሱ ካለፉ በኋላም አዲስ ሰማይና አዲስ ምድር ይመጣል፡፡ ይህ ከሰው አእምሮ በላይ ነው፤ ለጌታ ግን ልብስን እንደ መለወጥ ያህል ቀላል መሆኑ ተገልጾአል፡፡ እነርሱ የተመደበላቸው ጊዜ አለ፡፡ ዘመናቸው ሲያልቅ ተጠቅልለው ይጠፋሉ፡፡ ተፈጥሮ እያረጀ እንደ ሆነና፣ አንድ ቀን ዓለም እንደምትጠፋም በአሁኑ ጊዜ ሳይንሱም አረጋግጦታል፡፡ በዚህ ሁሉ ውስጥ ግን የጌታ ዙፋን አይናወጥም፡፡ ጸሐፊው አሁንም ሊለን የሚፈልገው ቢኖር አንተ ግን ያው አንተ ነህ አታረጅም አትለወጥም የሚለውን ነው፡፡

እንደ መጎናጸፊያ ልብስ፡- ይህ የሚደረብ ልብስ ነው (peribolaion) ደግሞም ከላይ የሚደረግ ልብስን ነው የሚያሳየው (ማቴ. 5፡40)፡፡ ይህ ሰማያትን አስመልክቶ የሚናገር ነው፡፡ በመጽሐፍ ቅዱስ ውስጥ ይህ ተዘርግቶ እንዳለ ሰፊ ነገር ነው የተገለጸው (ዘፍ.

1፥7)፤ እንደ ምንጣፍና እንደ ድንኳን (ኢሳ. 40፥22) እና እንደ ጥቅልል መጽሐፍ (ኢሳ. 34፡4፤ ራእይ 6፥14)፡፡ እዚህ ጋር እንዳገለገለና ድጋሚ ሊያገለግል ስለ ማይችል እንደ ተጣጠፈ ልብስ ነው የተገለጸው፡፡ "ይለወጡማል" በሌላ ይቀየራሉ ወይም ለሌላ ለአዲስ ነገር እንደ ገና ቦታ ይቀይራሉ፤ ለአዲስ ሰማይና ለአዲስ ምድር (2ኛ ጴጥ. 3፥13) የሚል አሳብን ይሰጣል፡፡ ይህም ትርጓሜው አሁን ሰማይና ምድር ያላቸው ቅርጽ ቋሚ አይደለም፤ በሌላ ይለወጣል ወይም ያልፋል፤ ፈጣሪያቸው ግን ጸንቶ ይኖራል የሚል ነው፡፡ *(ባርነስ፣ አልበርት፣ የአዲስ ኪዳን ላይ ማስታወሻ ኮሜንተሪ)*

እንደ መጎናጸፊያ ትጠቀልላቸዋለህ የሚለው አባባል ያገለገለ እና ያለቀ ልብስ የማያስፈልግ መሆኑን የሚያሳየን ነው፡፡ ጸሃፊው በቁጥር 11 ላይ የጠቀሰውን ልብስ ነው የሚደግመው፡፡ ቃሉ በግሪኩ ነጠላ ቁጥርን የሚያሳይ ነው፤ በእንግሊዝኛው ቅጅ ግን ነጠላ እና ብዙ ቁጥርን በአንድ አይነት መንገድ ስለሚያስቀምጥ በዛ መልክ አስቀምጦታል፡፡ ይህንን በብሉይ ኪዳን ያልተለመደ መደጋገም በማስቀመጥ ጸሐፊው ትርጉሙን ሊቀይረው የፈለገ ይመስላል፡፡ በግሪኩ የቃሉ ትርጉም ልክ እንደ እንግሊዝኛው ትርጉም በራሱ መለወጥን ወይም ደግሞ በሌላ መቀየርን የሚያሳይ ሲሆን፣ ጸሐፊውን እነዚህን ሁለት አሳቦች በአንድ ጠቅልሎ ማስቀመጥ ያሰበ ነው የሚመስለው፡፡ አሳቡን ለመረዳት የሚያስቸግር ከሆነም እንዳረጀ ልብስ ይለወጣሉ በሚል ገላጭ ቃል መቀየር ይቻላል፡፡ *(ዩናይትድ ባይብል ሶሳይቲ፣ አዲስ ኪዳን ሐተታ 1997)*

ይለወጡማል፡- ሙሉ ለሙሉ አይጠፉም፡፡ ይቀየራሉ ይታደሳሉም፡፡ *(አዳም ክለርክ ኮሜንተሪ)*

ጆን ማክ አርተር፡- ሲናገር በፍርድ ቀን አለማት ይወጠሩና ከጥግ ጀምሮ ይቈረጣሉ እናም ይጠቀለላሉ፡፡ ከዋክብት ወደ ምድር ይወድቃሉ፤ ሁሉም ተራሮችና ደሴቶችም ከቦታቸው ይነሣሉ፤ ዓለማት በሙሉ ይበታተናሉ ይለናል፡፡

ስፐርጀን፡- ጊዜ ሁሉንም ያጠፋል፤ ፋሽን ያረጅና ያልፍበታል፡፡ ለማይታየው አምላክ እንደ ልብስ የሆነው የሚታየው ዓለም ያረጅና ያልፍበታል፡፡ ግን ደግሞ ትልቁ ንጉሣችን ሁሌ አንድ ዐይነት ልብስ ሊለብስ ድሀ አይደለም፡፡ በቅርብ ዓለማትን ይጠቀልልና ወደ ጎን ያሳልፋቸዋል፡፡ ጽድቅ ያለበትን አዲስ ሰማይና አዲስ ምድርንም ፈጥሮ በአዲስ ልብስ ያጌጣል፡፡ (መዝ 102፥26 ልክ እንደ ፍጥረት ጊዜ ሁሉ፣ በማደስ ጊዜም ሁሉን ቻዩ አምላክ ያለ መከልከል ይሠራል፡፡

ሜየር፡- በሚለዋወጥ ዓለም ላይ ነው የምንኖረው። ዓለም ከዘመናት በፊት እንደ ነበረችው አይደለችም። ፀሐይ ሙቀቷን ትለቅቃለች። ጨረቃም እንደ በፊት ሳያቋርጥ ማብራት ብቻ አይደለም፣ ፀሐይንም የምታንጸባርቅ እንጂ። ዓለማት እንደ ልብስ እያረጁ ነው። ልብስ ሲያረጅ የሚያሳየው በውስጥ ያለውን ሰው መድከም ሳይሆን፣ የልብሱን የሚያረጅ ማንነት ነው። ልብስ ሲያረጅብን አውልቀን እንጥለዋለን፤ እኛ ግን አዲስ ሙሉ ልብስ ለብሰንም ያው የቀድሞዎቹ ሰዎች ነን። ፍጥረት የክርስቶስ ልብስ ነው፤ ራሱን በእርሱ ቢጠቀልልም፣ ማርጀቱ ግን እርሱን ከቶ አይጎዳውም፤ ነገር ግን እርሱን አውልቆ ጠቅልሎ ሲጥለውም ጭምር እርሱ ለዘላለም ያው ሆኖ ይኖራል። *(ኤፍ. ቢ. ሜየር ኮሜንተሪ)*

ቁጥር 12 እንደ መጎናጸፊያም ትጠቀልላቸዋለህ ይለወጡማል፤አንተ ግን አንተ ነህ፥ዓመቶችህም ከቶ አያልቁም ይላል።

አንተ ግን አንተ ነህ ዕብ 13÷8; ዘፀ 3÷14; ዮሐ 8÷58; ያዕ 1÷17

ዓመቶችህም ከቶ አያልቁም መዝ 90÷4

ቍጥር 13 *ነገር ግን ከመላእክት ጠላቶችህን የእግርህ መረገጫ እስካደርግልህ ድረስ በቀኜ ተቀመጥ ይላል*

መዝሙር 110 የመሢሑ ምዕራፍ በመባልም ጭምር ይታወቃል፤ በዚህ ምዕራፍ አሁንም እያስነበበን ያለው ከመላእክት ጋር በማነጻጸር፣ ስለ እርሱ ሲናገር፣ "ከእነርሱ መካከል በእግዚአብሔር ቀኝ እንዲቀመጥ ግብዣ የተደረገለት ማን ነው? እያለ ይጠይቅና፣ በተዘዋዋሪ መንገድ ማንም እንደ ሌለ ያረጋግጥልናል። መሢሑ ብቻ በአብ ቀኝ የመቀመጥን ሥልጣን ተጎናጽፎአል። ጠላቶቹም በእግሮቹ ሥር የተንበረከኩለት እርሱ ብቻ ነው።

የእግዚአብሔር ቀኝ፡- ጸሐፊው መዝ. 110÷1 ን መጥቀሱ የሚጠበቅ ነው፤ ምክንያቱም የእግዚአብሔር ቀኝ ዕጅ ከእግዚአብሔር ዙፋን ጎን መሆንን የሚያሳይ ነው። ሙሉ አሳቡ እግዚአብሔር ካህናቱን እንደ ጌታ የሚናገርበትን መንገድ የሚያመለክት ነው (ዕብ. 5÷6ን መመልከትም ያስፈልጋል)። *(ከአይ. ቪ. ፒ. ባይብል ባግራውንድ ኮሜንተሪ. በ ጆን ኤች.ዋልተን 2012 የመጽሐፍ ቅዱስ ታሪክ ጀርባ ሐተታ - አዲስ ኪዳን በክሬግ ኤስ ኪኔር፣ 1993)*

መረገጫ ማለት ወንበር ላይ ስንቀመጥ ከሥር እግራችንን የምናስቀምጥበት መርገጫ ሲሆን፣ በዚህ ቦታ ጠላቶቹ ሁሉ በዚያ መልኩ እንደሚገዙለት የሚያሳይ ነው (1ኛ ቆሮ.

15÷25 ተመልከቱ):: ይህ መረገጫ የሚለው አገላለጽ በጥንት ዘመን በጦርነት የሚያሸንፏት ንጉሥን ፍጹም የበላይነታቸውን ለማሳየት እግራቸውን አንገቱ ላይ አድርገው የማሳየት ምልክት ነበራቸው:: ይህም ፍጹም የሆነ የበላይነትን ያሳያል (ኢሳ. 10÷6):: በዚህ ቦታ ጠላት ተብለው የተገለጹት የእግዚአብሔርና የእምነቱ ጠላቶች ናቸው፣ እናም መሢሑ ጠላቶቹ እስኪገዙለት ድረስ ከፍ ይላል:: ከዚያም መንግሥትን ለአባቱ ያደርጋል (1ኛ ቆሮ. 15÷24-28):: በዚህ ቦታ ላይ ሐዋርያው የሚያነሣው ከፍታ የተቤዠንን ጌታ ወደ መካከለኝነት ዙፋኑ መውጣቱን ነው:: በዚህም ከመላእክት ይልቅ ከፍ ይላል:: ጠላቶቹ ሊገዙለት ይገባል፣ መላእክት ግን ከእርሱ ጋር አብረው የሚሠሩ ናቸው *(ባርነስ፣ አልበርት፡ የአዲስ ኪዳን ላይ ማስታወሻዎች ኮሜንተሪ)*

እስካደርግልህ ድረስ ፡- በዚህ ክፍል እግዚአብሔር ጠላቶቹን የእግሮቹ መረገጫ ካደረገለት በኋላም ይቀመጥ አይቀመጥ ግልጽ አልተደረገም:: የዕብራውያኑም ክፍል ልክ እንደ ኢሳ. 42÷4 እና ማቴ. 12÷10 ክፍት አድርጎት ነው የሚተወው:: በጥንቱ የግሪክ ትርጓሜ ግን ጸሐፊው ክርስቶስ ቀጣይ አገልግሎቱን ጠቋሚ ሆኖ የቀረበ ይመስላል:: (10÷13፣ መቀመጥ የሚለው ይቆያል በሚለው ቃል የተተካበትን ተመልከቱ፤ በተጨማሪም 9:28 ተመልከቱ)

በቀኜ (ek dexioon mou) ማለት በቀኝ በኩል ሲሆን፣ ከቀኝ ተነሥቶ ወንበርን መያዝ የሚያመለክት ቃል ነው:: ከእኔ ጋር በንግሥና ዙፋን ይካፈላል እንደ ማለት ነው:: ዳን. 7÷13-14 ተመልከቱ:: ይህን የዳንኤልና የመዝሙር አሳብም ከማርቆስ 14÷62 የጌታ አሳብ ጋር አስተያዩት:: ማቴ. 24÷30፣ የሐዋ. 2÷34፣ 1ኛ ቆሮ. 15÷25፣ 1ኛ ጴጥ. 3÷22:: *(የቪንሰንት የቃል ጥናቶች በአዲስ ኪዳን፣ 1997፣ 2003፣ 2005.)*

ቁጥር 14 ሁሉ መዳንን ይወርሱ ዘንድ ስላላቸው ለማገዝ የሚላኩ የሚያገለግሉም መናፍስት አይደሉምን?

ለማገዝ ዕብ 8÷6; 10÷11; መዝ 103÷20,21; ዳን 3 ÷28; 7÷10; ማቴ 18÷10; ሉቃ 1÷19,23; 2÷9,13; ሥራ 13÷2; ሮሜ 13÷6; 15÷16,27; 2ኛ ቆሮ 9÷12; ፊል 2÷17,25; 1ኛ ነገ 22÷19; ኢዮብ 1÷6; መዝ 103÷20,21; 104 ÷4; ኢሳ 6÷2,3; ዳን 7÷10; ማቴ 13÷41,49,50; ሉቃ 1÷19; 2ኛ ተሰ1÷7; ይሁ 1÷14

የሚላኩ ዘፍ 19 15,16; 32÷1,2,24; ሥራ 11÷22; 1ኛ ጴጥ 1÷12; ራዕ 5÷6

የሚያገለግሉ መናፍስት መዝ 34÷7; 91÷11,12; ዳን 6 ÷22; 9÷21-23; 10÷11,12; ማቴ 1÷20; 2÷13; 24÷31; ሉቃ 16÷22; ሥራ 5÷19; 10÷3,4; 12÷7,23; 16÷26; 27÷23

መዳንን ይወርሱ ዘንድ ዕብ 6÷12,17; ማቴ 25÷34; ሮሜ 8÷17; ገላ 3÷7,9,29; ኤፌ 3÷6; ቲቶ 3÷7; ያዕ 2÷5; 1ኛ ጴጥ 1÷4; 3÷7

ቍጥር 14 ከቶ ለማን ብሎአል? ሁሉ መዳንን ይወርሱ ዘንድ ስላላቸው ለማገዝ የሚላኩ የሚያገለግሉም መናፍስት አይደሉምን?

ከቶ ለማን፣ የሚለው ትኵረትን ለመስጠት የገባ አገላለጽ ነው፡፡

ብኋል (ሌጎ) leg'-o:- ማለት ይህ ዝማሬ ጥንት የተባለ ግን አሁንም ዕውነት ሆኖ ጸንቶ የሚኖር ነው፡፡ በዕብራውያን 1፥3 ላይ ያለው አሳብ የኢየሱስን በዙፋን ላይ በክብር መቀመጥ የሚያሳይ ሲሆን፣ እዚህ ቦታ ደግሞ ያለው አሳብ የሚያሳየን ተቀመጥ ማለት በውስጡ ትእዛዝ ያዘለና በአብ ቀኝ ለዘላለም መቀመጥን የሚያሳይ ነው፡፡ *(መጽሐፍ ቅዱስ ጥቅሶች የብሉይና / የአዲስ ኪዳን ግሪክ መዝገበ ቃላት፣ የቴየር ትርጉም 1989. በ ጆሴፍ ሄንሪ ቴየር፣ አስቲን ሐተታ/ በጄፍ ጋሪሰን)*

መላእክቱ እኛን የሰው ልጆችን ለማዳን፣ ማለትም በክርስቶስ ኢየሱስ በማመን ደኅንነት የተቀበልነውን ለማዳን፣ ለመርዳት፣ ለመደገፍ፣ ስለ እኛም ጥበቃን ለማድረግ ከእግዚአብሔር ዘንድ የሚላኩ መናፍስት ናቸው እንጂ፣ እንደ ኢየሱስ ቄጥረናቸው የአምላክነትን ቦታ የምንሰጣቸው መለኮት እንዳልሆኑ የምዕራፉ የመጨረሻ ቍጥር ያሳስበናል፡፡በአጠቃላይ በዚህ የምዕራፍ አንድ ጥናት ላይ የምንመለከታቸው ዋና ዋና ነጥቦች ከዚህ የሚከተሉት ናቸው፡፡

ጌታ ኢየሱስ ከመላእክቱም የላቀ አምላክ ነው፡፡ አይሁድ በባህላቸውና በሃይማኖታቸው ለመላእክት ትልቅ ከበሬታ አላቸው፡፡ በመጽሐፍ ቅዱስ ውስጥም ጌዴዎንን፣ ሐዋርያው ዮሐንስን፣ ሌሎችንም ስንመለከት መላእክቱን ሲያዩ ሊሰግዱላቸው እንደ ሞከሩ ሁሉ እናነብባለን፡፡ የዕብራውያን ጸሐፊ ግን በኢየሱስና በመላእክቱ መካከል የሰፋ ልዩነት እንዳለ፣ እርሱ አምላክና ፈጣሪ፣ በአብ ቀኝ የተቀመጠ መሆኑን፣ እነርሱ ግን አገልጋዮችና ፍጡራን መሆናቸውን አጽንቶ ሰጥቶ ይናገራል፡፡

በፊልጵ. 2፥7 ጌታ ኢየሱስ አባቱን አብን ከመታዘዝ የተነሣ ራሱን ባዶ እንዳደረገ ይናገራል፡፡ ይህ ማለት ግን እርሱ ከመላእክት በታች ሆነ ማለት እንዳልሆነ መገንዘብ ይገባል፡፡ ይህ ጌታ ከመላእክት የሚልቅባቸው አምስት ዋና ዋና ነጥቦችም እንዳሉ መገንዘብ ይገባል፡፡ እነዚህም እግዚአብሔር አብ እርሱን የእኔ ልጅ ብሎ ጠርቶታል፡፡ ከመላእክት ውስጥ ልጅ ተብሎ የተጠራ ማንም የለም (1፥5፤ መዝ. 2፥7)፡፡ጌታ ኢየሱስ ይህን የልጅነት ሥልጣን ያገኘው በቤተ ልሔም በረት ውስጥ ከመወለዱም በፊት ነው

(ዮሐ. 17÷15)፡፡ *"አሁንም አባት ሆይ ዓለም ሳይፈጠር በአንተ ዘንድ በነበረኝ ክብር አንተ በራስህ ዘንድ አክብረኝ"* እንደሚል ያለው ዐይነቱ ነው፡፡

በሁለተኛ ደረጃ የምንመለከተው መላእክቱ ከእርሱ በታች ሆነው፣ እርሱን እንደሚያመልኩት ነው፡፡ በቍጥር 6 ከመላእክቱ ቀድሞ ክርስቶስ ኢየሱስ የበኩር ልጅ እንደ ሆነ ያበሰርልናል (በቈላ. 1÷15፡፡ ይህንኑ ይገልጽልናል፡፡ *" ... ከፍጥረት ሁሉ በፊት በኵር ነው፡፡ ሁሉ በእርሱና ለእርሱ ተፈጥረዋል፤ እርሱም ከሁሉ በፊት ነው ... "*

መላእክቱ እርሱን ለማገልገል የተፈጠሩ መልእክተኞች ሲሆኑ፣ በቍጥር 7 ላይ "መላእክቱን መናፍስት አገልጋዮቹንም የእሳት ነበልባል የሚያደርግ" ይላቸዋል፡፡ ይህ ክፍል ከመዝሙር 104 ቍጥር 4 የተወሰደ ነው፡፡ በአዲሱ መደበኛ ትርጒም **መላእክቱን ነፋሳት** ... ያደርጋል ይላል (ቍጥር 7)፡፡ በዕብራይስጡና በግሪኩ ትርጒም ነፋሳት ማለት መንፈስ ለማለት ነው፡፡ መላእክት ሥጋዊ አካል የሌላቸው መናፍስት ናቸው፡፡ በእርግጥ በአንዳንድ ቦታ በአካል መልክ ሊገለጹ ይችላሉ፡፡ እነርሱ ጌታ ኢየሱስን የሚያገለግሉም ናቸው (ማቴ. 4÷11፤ ሉቃስ 22÷43)፡፡

ጌታ ኢየሱስ በዚህ ምዕራፍ ላይ የተገለጸበት መንገድ ሰማይና ምድርን የፈጠረ ዘላለማዊ ፈጣሪ በመባል ነው፡፡ ይህንንም አሳብ ከመዝ. 102 ከቍጥር 25 እስከ 27 በመጥቀስ ጸሐፊው ያብራራል (ዕብ. 10÷11-12)፡፡በመጨረሻም ጌታ ኢየሱስ ሉዓላዊነቱ፣ ክብሩ በአብ ቀኝ በዙፋኑ ላይ በመቀመጥ ተገልጾአል (ዕብ. 1÷13-14)፡፡ ከመላእክት በቀኝ እንዲቀመጥ የታዘዘ ማንም የለም፡፡ እግዚአብሔር ወልድ ግን ይህን አድርጎታል፡፡

መዳን (ሶቴሪአህ) so-tay-ree'-ah፡- ማለት አንድን ነገር ከዐደጋ፣ ከክፉ ነገር፣ ከባርነት ወይም ከኃጢአት ቅጣት ማዳንና ቀድሞ ወደ ነበረው የደኅንነት ሁኔታ ማስመለስ፣ ደግሞም በዚያ ሰላም ጸንቶ እንዲኖር ማድረግ ነው፡፡ በግሪክ-ወ-ሮማን ወቅት ንጉሥ ነገሥታቱ እንደ አዳኝ ይቈጠሩ ነበር፤ ስለዚህ ይህ ቃል በአዲስ ኪዳን ላይ ጥቅም ላይ ሲውል አንባቢዎቹ በደንብ ይረዱታል ማለት ነው፡፡ (ሶቴሪአህ) የሚለውና የእርሱ አቻ ትርጒም ያላቸው ቃላት በመጽሐፍ ቅዱስ ውስጥ አገልግሎት ሲሰጡ በእርሱ ለአመኑበት ሰዎች ከእግዚአብሔር ጣልቃ መግባት የተነሣ የሚከሰት መንፈሳዊና ዘላለማዊ ነጻ መውጣትን ያሳያሉ፡፡ በአዲስ ኪዳን መዳን የሚለው ቃል በኃጢአት ባርነት ውስጥ የነበረ ሰው ከነበረበት የኃጢአት እስራት ወጥቶ ወደ ትክክለኛና ሰላም ወደ ሆነ የሕይወት መንገድ መመለስና ለዘላለም መጠበቅን ያሳየናል፡፡ *(መጽሐፍ ቅዱስ ጥቅሶች የብሉይና /*

የአዲስ ኪዳን ግሪክ መዝገበ ቃላት፣ የቴየር ትርጉም 1989. በ ጆሴፍ ሄንሪ ቴየር፣ አስቲን ሐተታ/ በጂፍ ጋሪሰን)

መዳን፡- የሚለውን ቃል ስናይ ወዲያውኑ አማኞች ቀድመው ስላገኙት ያለፈ ለውጥ ማሰብ የለብንም:: ይልቁንም ልክ ክፍሉ እንደሚያሳየን ወደፊት የሚከሰት መሆኑን ነው:: ጸሐፊው ይህንን ነገር ሲጽፍ የብሉይ ኪዳንን አሳብ ከግምት በማስገባት መሆኑ ግልጽ ነው:: ልክ በዚህ ቦታ የጠቀሰው የመዝሙር ክፍል እንደሚያሳየው፣ ይህ ቃል የእግዚአብሔርን ሕዝብ ከጠላቶቻቸው ነፃ መውጣታቸውን እና እግዚአብሔር ያዘጋጀላቸውን በረከት መውረስ ነው:: በብሉይ ኪዳን ባለው መጽሐፍ ይህ ድነት (soteria) የሚለው ቃል የተለመደ ነው:: በመዝ. 3÷2፣ 8፤ 18÷2፣ 35፣ 46፣ 50፤35÷3፤ 37÷39፤ 71÷15፤ 118÷14-15፣ 21፤ 132÷16 እና በሌሎችም ክፍሎች፤ ይህ በዚህ ቦታ የተጠቀሰው ክፍል ግን ከሌሎቹ ክፍሎች በተሻለ የልጁን በጠላቶቹ ላይ መንገሥ ለመግለጽ የሚያስችል ነው::

የዚህ መልእክት አንባቢዎች ከሌላ አካል በሚመጣ ጫና ውስጥ እንደ ነበሩ ብዙም የሚያጠራጥር አይደለም:: ስደትን እና መከራን ተቀብለዋል፤ አሁንም ጸንተው እንዲቆሙ ነው እየተበረታቱ ያሉት (ዕብ. 10፡32-36):: ለተደራሾቹም የሚያስታውሳቸው በፍጻሜ ድሉ ለእግዚአብሔር ንጉሥ ሲሆን፣ መላእክቱም መዳንን ከሚወርሱት ጋር በጋራ በመሆን ድሉን ይጋራሉ:: *(ባይብል ኖውሌጅ ኮሜንትሪ / የብሉይ ኪዳን፣ 1983፣ 2000)*

መዳን፡- በዚህ ቦታ ላይ የመጨረሻውን ፍጻሜ ያገኘውን ድነት የሚያሳይ ሲሆን፣ በአዲስ ኪዳን በዚህ ክፍል ብቻ ነው ድነትን ስለ መውረስ የሚያወራው (ዕብ. 6÷12፤ 12÷17):: በዚህ ክፍል ላይ እያንዳንዳችንን የሚጠብቁን መላእክት እንዳሉን የሚያሳይ አስተምህሮ የለም፤ ነገር ግን መላእክት ለጥቅማችን እንደሚሠሩ ከክፍሉ ማየት ይቻላል:: (*Sir Oliver Lodge, The Hibbert Journal, Jan., 1903, p. 223)*. (ሮበርትሰንስ የቃል ሥዕሎች በአዲስ ኪዳን፣ 1997፣ 2003 ላይ ሮበርትሰንስ የቃል ሥዕሎች በአዲስ ኪዳን፣ 1985)

ሊወርሱ/መውረስ (ክልሮኦሜኦ) klay-ron-om-eh'-o፡- ማለት ከአንድ ከሞተ ግለሰብ ንብረትን መውረስ ወይም መቀበልን ያሳያል:: በዚህ ቦታ ነፍሱን ሰጥቶ የማንጻት ሥራ የፈጸመው እና ልንወርስ ያለነውን ያዘጋጀልን ወልድ ነው:: *(መጽሐፍ ቅዱስ ጥቅሶች የብሉይና / የአዲስ ኪዳን ግሪክ መዝገበ ቃላት፣ የቴየር ትርጉም 1989. በ ጆሴፍ ሄንሪ ቴየር፣ አስቲን ሐተታ/ በጂፍ ጋሪሰን)*

ጌታችን ኢየሱስ ክርስቶስ የመሥዋዕት በግ ሆኖ ወደ ምድር መጣ፣ በዐመፀኞች ዕጅ እንደ ተረገመ ሆኖ ከሰፈር ውጭ መከራን ተቀበለ፡፡ ይህን ዕውነት የሚያምኑ ሁሉ የዘላለም መዳን እንዲሆንላቸው እና ለእግዚአብሔር ክብርን በመስጠት ዘወትር እርሱን እንዲያመልኩት አስችሏቸዋል (ዕብ. 13÷11-12)፡፡ ጌታ ወደ ምድር መጥቶ የሠራው ሥራ ይህ የመጀመርያ ሥራው ነው፡፡ ሁለተኛ ሥራው ደግሞ ያመኑት የመዳን ክብር ባለጠግነትን ያገኙ ዘንድ ነው (ዕብ. 9÷28)፡፡ አሁን ደግሞ ይህን የቅዱሳን ርስት የሆነውን የክብሩ መንጸባረቅ እና የባሕርይው ምሳሌ የሆነውን ክርስቶስን ይለብሱትና ይኖሩት ዘንድ በአብ ቀኝ ይታያል፡፡ የዕብራውያን ጸሐፊ ይህ ርስት አስቀድሞ ለአብርሃም የተነገረለት፣ ኪዳን የተገባለት፣ ከዚያም ለዘሩ በክርስቶስ በኩል ያመኑት የሚቀበሉትና የሚኖሩበት ስጦታ እንደ ሆነ አስረግጦ ይናገራል (ዕብ. 6÷13-14)፡፡

አማኝ ይህን ስጦታ ተሰጧቸው በክርስቶስ ክህነት በኩል ወደ ቅድስተ ቅዱሳን የመግባት ርስትን ወዳገኙበት የበረከት እርከን ደርሰዋል፡፡ በመጀመርያ ክርስቶስ ወደዚህ ክብር አመጣቸው፤ በአብ ፊት ቀረቡ (ዕብ. 2÷10፤ ዕብ. 7÷19፤ ኤፌ. 1÷4፤ ዕብ. 12÷22-24፤ ዕብ. 10÷14)፡፡ ከዚህ ሰማያዊ ርስት ተካፋይ እንዲሆኑ አደረጋቸው (ዕብ. 3÷1)፡፡ ርስቱን አካፈለን (ኤፌ. 1÷11)፡፡ በክርስቶስ ደም ምክንያት በአብ ፊት ቀርበን የቅድስናው ተካፋይ እንድንሆን ብቃታችን ጌታ ኢየሱስ ክርስቶስ ሆነ (ቆላስ. 1÷12)፡፡ እግዚአብሔር በግልጽ እና በብርሀን ይህን ሲያደርግ ከሳሹ ዲያቢሎስ፣ ኃጢአትና ሞትም ይገባኛል በማለት ከሳቸውን ይዘው በቀረቡበት ወቅት አብ በፍርድ ወንበሩ ተቀምጦ በጽድቅ ፈረደ (ሮሜ 8÷29-30)፡፡ ይህ የቅዱሳን ርስት ክብር በደሙ የመቀበል ኪዳን አማኝ እንዳይወስድ ሰፊ ሙግት ክርክር ተደርጎበት ሊቀ ካህናቱ አሸነፈ፡፡

ከዚያም የወንድሞችን ከሳሽ በፍርድ ችሎቱ ዕርቃናቸውን በማውጣት ማዕረጋቸውን ገፍፎ ሥልጣናቸውን ወሰደባቸው (ቆላስ. 1÷15፤ ማቴ. 12÷29፤ ሉቃስ 10÷18፤ ዮሐ. 16÷11)፡፡ እግዚአብሔር አስቀድሞ ያዘጋጀው ዐይን ያላየችው፣ በጆሮም ያልተሰማ፣ በሰው ልብም ያልታሰበ የቅዱሳን ርስት ክብር ባለጠግነት በክርስቶስ ደምና ሞት ምክንያት የሚገለጥ የእግዚአብሔር ጥበብ ነበር (1ኛ ቆሮ. 2÷9፤ ዮሐ. 12÷22)፡፡ ይህን ክብር ለማግኘት በክርስቶስ የክህነት ሥራ ማመን፣ ማለትም ክርስቶስ የመሥዋዕቱን ደም ይዞ በአብ ፊት መቅረቡን እና የሰው ልጆችን ኃጢአት በደሙ አንጽቶ መቀደሱን፣ እንዲሁም ስለ ሰው ልጆች በአብ ፊት መቀመጡን ያመኑ ሁሉ ክብሩን መውረስ እና በክብሩ ስጦታ ውስጥ መኖር ይችላሉ (ዕብ. 10÷10)፡፡

ይህ አብ አስቀድሞ ያዘጋጀው የታላቁ የኢየሱስ ክርስቶስ ሥራ እንጂ፣ በአማኙ ሥራ ላይ የተመሠረተ አይደለም፤ ይልቁንም በእግዚአብሔር ላይ መታመንን መመካትን ድፍረትን ይሻል (1ኛ ቆሮ. 1÷30-31)፡፡ እንግዲህ በእግዚአብሔር ችሎት አማኞች የክርስቶስን ጽድቅ መቀበል ማለት መጽደቃችን ወይም የጽድቅ ስጦታ የሆነው ክርስቶስ የእኛ መሆኑ በችሎቱ ፊት ተበይኖልናል፡፡ እኛ የቅድስናው ተካፋይ ሆንን፣ የእግዚአብሔር ክብር ተሰጠን፣ እንዲሁም የወንድሞች ከሳሽ ባዶ ቀረ፤ ከችሎቱም ዕራቁቱን ወጣ፤ ጠላት ዲያቢሎስ በዚህች ምድር በውሸት እና በሽንገላ አማኙ እግዚአብሔር የሰጠውን የርስት ክብር ባለጠግነት እንዳይረዳ እና እንዳይወርስ በሕይወቱ ላይ መከራን በማምጣት ያመነው ሰው ከቆመበት የጸጋ ክብር እና ከቅድስና እንዲሸራተት ያደርጋል፡፡

ለዚህም ነው አማኝ የተሰጠው የርስት ክብር ባለጠግነት እንደ ዐዋጅ (በተስፋ ቃል) የሆነ መሆኑን መረዳት የሚኖርበት (ገላ. 3÷29፤ ዕብ. 6÷16፤ የሐዋ. 20÷32፤ ዕብ. 3÷14)፡፡ በአብ ፊት ያመነ ሰው ይህን የርስት ባለጠግት ስጦታ ለመውሰድ ጸድቋል (ኢሳ. 4÷10)፡፡ አማኝ ይህ በስጦታነት የተቸረውን የጸጋውን ክብር ሊመላለስበት ዐቅም (ብቃት) የሆነው ክርስቶስ መሆኑን ማወቅና መረዳት ይገባዋል፡፡ስጋና አለምን ጨምሮ የዲያብሎስን ሽንገላ ሆነ የኃጢአትን ማታለል አማኙ አሸንፎ የተስፋ ቃሉን እንዳይወርስ በእምነቱ ደካማ እንዲሆን ሦስቱ ጣምራ ጠላቶቹ ይዋጉታል፡፡ የክርስቶስ ደም ግን ብቃቱ እንደ ሆነለት ሲያስተውል ይገባል፤ ደግሞም የእርሱ የሆነውን የቅድስናን ክብር ለመውሰድ እምነቱ ድፍረት ይሆነዋል (ዕብ. 10÷19-20)፡፡

ለዚህም ደግሞ መላእክት ትልቅ አስተዋጽኦ አላቸው፡፡ እግዚአብሔር በሚሊዮን የሚቈጠሩ መላእክትን ወደ ምድር የሚልካቸውና የሚያሰማራቸው ቅዱሳኑ በክርስቶስ በተሰጣቸው የክብር ሕይወት እንዲመላለሱ፣ እንዲሁም በእምነታቸው እንዲበረቱና እንዲጠነከሩ ለማድረግ ነው፡፡ እንግዲህ አማኝ ኃጢአት ሲሠራ፣ በተሰጠው በክብር ሕይወት እንዳይኖር በእርሱና በእግዚአብሔር መካከል የኃጢአት መጋረጃ (የከፋው የጨለማ ደመና) ይከብበዋል፡፡ ያ የኃጢአት መጋረጃ በደሙ እንዲቀደድ፣ እንደ ጥላሸት የከበበው ጉም እንዲወገድ ንስሐ በመግባት የልጅነት ሥልጣኑን እንዲጠቀም፣ ተመልሶም ወደ ርስቱ እንዲመላለስ የመላእክት አገልግሎትና ደጋፊነት አስፈለጊ ነው፡፡

የወንድሞች ከሳሽ ተወግዷል፤ ኃጢአት እና ሞት ተሸንፈዋል፡፡ ከአምላካችን እና ከአባታችን ከሚታዘዙልን መላእክት ጋር አንድ ቤተ ሰብ ሆነናል፡፡ እናም በእምነት የደከመውን ማበርታት፣ የላሉትንና ዕጆች የሰለሉትንም ጒልበቶች ማጽናት፣ ያነከሰው

እንዲፈወስ እንጂ፣ እንዳይናጋ ለዕግራችን ቅን መንገድ ማድረግ ይህ የቅዱሳኑ የሥራ ድርሻ መሆኑን ማወቅም ሆነ ይህን መተግበር ይገባል (ዕብ. 12፥12)፡፡

ለማገዝ (ዲያኮኒአህ) dee-ak-on-ee'-ah ፡- የሆነ አገልግሎትን ለማድረግ ማገዝን ያሳያል፣ ትሁት የሆነ ተግባርንም ያሳያል፡፡ *(መጽሐፍ ቅዱስ ጥቅሶች የብሉይና / የአዲስ ኪዳን ግሪክ መዝገበ ቃላት፣ የቴየር ትርጉም 1989. በ ጆሴፍ ሄንሪ ቴየር፣ አስቲን ሐተታ/ በጄፍ ጋሪሰን)*

በብሉይም ሆነ በአዲስ ኪዳን ቅዱሳንን ለማገዝ የሚላኩ መላእክት እንዳሉ የዕብራውያን ጸሐፊ ለመልእክቱ ተቀባዮች ሊገልጽላቸው ይወዳል፡፡ የእግዚአብሔር ልጅ የሰውን ልጅ በራሱ ደም እንዳ ነፃ ከነገራቸው በኋላ እነዚህ በደሙ የነጹ መዳንን በሕይወታው እንዲለማመዱ የመላእክት ዕርዳታ እንደሚያስፈልጋቸው ይገልጣል፡፡

በቊጥር ሦስት ላይ "ሁሉን በሥልጣኑ ቃል" እንደ ያዘ በስልጣኑ ቃል እንዳሉ ሆነው እንዲኖሩ (አድረው እንዲገኙ) እንዳጸናቸው ተመልክተናል፡፡ ሁሉን በራሱ መሥዋዕትነት እንደ ተቤዠ በመጨረሻም በአብ ቀኝ እንደ ተቀመጠ ይተርክልና፡፡ የአማኞችን ሕይወት ካለመኖር ወደ መኖር ያመጣው ኢየሱስ ክርስቶስ ነው፡፡

የጽድቅን ሥራ (ሕግን በመፈጸም) እና ለሰው ኃጢአት ዋጋ በመክፈል የጽድቅን ስጦታ ያስገኘልን እርሱ የእግዚአብሔር ልጅ ኢየሱስ ክርስቶስ ነው፡፡ ጽድቅን በመውደድ ፈጽሞ የጽድቅን ስጦታ፣ ማለትም የዘላለም ሕይወትን እንድንቀበል አደረገ፡፡ "ጽድቅን ወደድህ፥ ዐመፃን ጠላህ" በማለት አብ መስክሮለታል፡፡ ይህን የጽድቅ ስጦታ የሚያምኑ ሁሉ ይወርሳሉ፡፡

የእግዚአብሔር ክብር የጐደለው ሰው የጽድቅን ስጦታ በማግኘቱ (ጻድቅ ተብሎ በመቈጠሩ) የዚህ የክብር ደስታ ተካፋይ ሆነ (ሮሜ 3፥23)፡፡ የጌታ የኢየሱስ ክርስቶስ ጥማት ለሰው ልጆች ሁሉ የተዘጋጀውን መዳን፣ ማለትም የእግዚአብሔርን ጽድቅ ማሳየት ነበር (ሮሜ 3፥25)፡፡

ይህን የጽድቅ ሥራ (ለሰው ልጆች መሥዋዕት መሆን እና ሕግን መፈጸም) በማከናወኑ መዳንን አገኘን፡፡ ክርስቶስ ኢየሱስ የጽድቅን ስጦታ ለማካፈል ደሙን አፈሰሰ፡፡ ስለዚህም ደሙን ይዞ በአብ ፊት ቀረበ፤ በአብ ቀኝም ተቀመጠ፡፡ ሞት የማያሸንፈው ዘላለማዊ ሊቀ ካህናት ሆነ፡፡ እንግዲህ ይህን መዳን በሕይወታን እንድንኖርበት አብ በእኛ ውስጥ

አደረ፡፡“አባ አባት” የሚለውን የልጁን መንፈስ (መንፈስ ቅዱስን) በውስጣችን አኖረ፡፡ ክርስቶስ በእኛ ውስጥ አደረ፡፡ መዳናችን በክርስቶስ ዕጅ ያለ ነው (ዮሐ. 10÷28-29)፡፡ ጌታ ጽድቅን ስለ ወደደ ታላቁን ዋጋ በመስቀል ከፍሎ በአብ ቀኝ በመቀመጥ የሊቀ ካህንነቱን ሥራ እንደሚሠራ ከጌታ ባልተካከለ ሁኔታ የጽድቅን ሥራ የሚሠሩ ቅዱሳን መላእክት እንዳሉ እንረዳለን፡፡

የጽድቅ ስጦታ የሆነው የእግዚአብሔር ክብር በአማኙ ሕይወት ይገለጥ ዘንድ መላእክት በትጋት መሥራት ከጀመሩ በርካታ ሺህ ዓመታት አልፈዋል፡፡ እነዚህ መላእክት ቅዱሳንን ለማገዝ፣ ማለትም ለማበረታታት፣ ለጥበቃ፣ ለመምራት የሚገለጡ ሲሆን፣ አማኙ በመንፈሳዊ ውጊያ ላይ እንዳለ ሁሉ አብረውት በእሳት ሰረገላ እያጀቡት የሚያግዙት ናቸው (2ኛ ነገ. 6÷18)፡፡ ከዘጠኝ ጊዜ ያላነሰ ግን የእግዚአብሔር መልአክ ተብሎ የተጠራው መለኮት (እግዚአብሔር) በስተቀር ቅዱሳንን የረዱ ሥራቸውን ማለፊያ በሆነ መልኩ የፈጸሙ መላእክቱ ራሳቸው ናቸው (ማቴ. 16÷27፤ 2ኛ ተሰ. 1÷7፤ 1ኛ ተሰ. 4÷16፤ ማቴ. 24÷30)፡፡ በመጽሐፍ ቅዱሳችን ውስጥ የእግዚአብሔር ልዩ መገለጫ ሆኖ የተከሰተ “የእግዚአብሔር መልአክ” በመባል የሚጠራ መልአክ ያለ ሲሆን፣ ይህም እግዚአብሔር ራሱ በመልአክ መልክ የተገለጠበትን ሁኔታ እንደ ሆነ በርካቶች የመጽሐፍ ቅዱስ ዐዋቂዎች ይናገራሉ፡፡ ዐውዳዊ የሆነ የቅዱሳት መጻሕፍቱ ፍቺም የሚያመለክተው ይህንን ነው፡፡

ሰይጣን እንኳ የመላእክት አገልግሎት ለቅዱሳኑ እንደ ሆነ በጥቂቱ ዐውቆ በኢየሱስ ላይ ፈተናን አመጣበት፡፡ ከሦስቱ ጥያቄዎች ውስጥ አንደኛው ይህ ነበር “መላእክቱን ስለ አንተ ያዝልሃል...”(ማቴ. 4÷5-6)፡፡ በሚሊዮን የሚቈጠሩ የሰማይ መላእክት (ጭፍሮች፣ ሠራዊት ወይም ወታደሮች) የሰውን ልጅ ለማገዝ ታዘው የሚላኩ መሆናቸውን አማኞች እንዳያምኑ ወይም እንዲጠራጠሩ ሰይጣን ያደርጋል፡፡

የሚያገለግሉ (ሌቶሪጊኮስ) li-toorg-ik-os'፡- በግሪክ ይህ ቃል የኅብረተሰብ ኀላፊነት ላይ ሆነው ኅብረተሰቡን የሚያገለግሉ ሰዎችን ያመለክታል፡፡ የመንፈሳዊ አገልግሎት ከሚያገለግሉ ሰዎች ጋርም ቃሉ ይያያዛል፡፡ *(ሌቶሪጊኮስ)* በአዲስ ኪዳን ላይ እዚህ ጋር ብቻ ነው ተጠቅሶ ያለው፡፡ በአብዛኛው ጥቅም ላይ የዋለው በብሉይ ኪዳን የአይሁድ ቀደምት መጻሕፍት የግሪክ ትርጒም ላይ ነው፡፡ ለእግዚአብሔርና ለኅብረተሰቡ ከሚደረግ የክህነት አገልግሎት ጋር ተያይዞ፣ እንዲሁም ከአምልኮና ከልግስና አገልግሎት ጋር ተያይዞ ይገለጻል፡፡ (ዘጸ. 31÷10፤ ዘጸ. 39÷1፤ ዘኁ. 4÷12፤ ዘኁ. 4÷26፤ ዘኁ. 7፡25፤ 2ኛ ዜና

24፥14) (መጽሐፍ ቅዱስ ጥቅሶች የብሉይና / የአዲስ ኪዳን ግሪክ መዝገበ ቃላት፣ የቴየር ትርጉም 1989. በ ጆሴፍ ሄንሪ ቴየር፣አስቲን ሐተታ/ በጄፍ ጋሪሰን)

የሚያገለግሉ መናፍስት፡- ይህ ሚያገለግሉ መናፍስት የሚለው ቃል እግዚአብሔርን ፈቃድ የሚፈጽሙ አገልጋዮች ናቸው:: የቃሉ ትክክለኛ ፍቺ leitourgika የሚል ሲሆን፣ ለሕዝብ አገልግሎት መስጠትን አመልካች ነው:: በመቅደስ የሚያገለግሉትን ለመግለጽ ደግሞ ላኦስ laos የሚለው ቃል ገላጭ ነው:: እነዚህ ሰዎችን የሚረዱትን የሚያሳይ ቃል ነው:: በዚህ ክፍልም የተቀመጠው ይህ ትርጓሜ ነው:: ሌሎችን/ ክርስቲያኖችን የሚረዱ መላእክት ናቸው:: *በእግዚአብሔር የሚላኩ ናቸው፣ ማለትም ከእግዚአብሔር ዘንድ በሚወጣ ትእዛዝ ነው የሚንቀሳቀሱት::* (ባርነስ፣ አልበርት፣ አዲስ ኪዳን ላይ ማስታወሻዎች ኮሜንተሪ)

የሚላኩ (አፖስቴሎ) ap-os-tel'-lo፡- ማለት ታዞ መላክ ሲሆን፣ እዚህ ጋር ሲጠቀስ መላእክት ወደፊትም ያለማቋረጥ ለማገልገል እንደሚላኩ የሚያሳይ ነው:: *(መጽሐፍ ቅዱስ ጥቅሶች የብሉይና / የአዲስ ኪዳን ግሪክ መዝገበ ቃላት፣የቴየር ትርጉም 1989. በ ጆሴፍ ሄንሪ ቴየር፣ አስቲን ሐተታ/ በጄፍ ጋሪሰን)*

ለእነርሱ የሚለው የእንግሊዝኛውና የግሪኩ መግለጫ For them, [dia tous] የሚያሳየው መላእክቱ በቅድሚያ የሚላኩት እግዚአብሔርና ክርስቶስን ለማገልገል ሲሆን፣ በዚህም ግን ድነትን ላገኙ ሰዎች ለመልካም ጭምር ይላካሉ:: እንደ አሳቡ ለተጠሩት መላእክቱን ጨምሮ ነገር ሁሉ ለበጎ ነው የሚደረገው (ሮሜ 8፥28):: የመላእክት አገልግሎት ከሰው ዘንድ አይደለም መላእክት ከእግዚአብሔር ዘንድ እንጂ፣ ከሰው ትእዛዝ አይቀበሉምና:: ይሁን እንጂ፣ አገልግሎታቸው ለሰው ጥቅም ነው:: ስለዚህ የእግዚአብሄር ልጅ በመላእክት ላይ ያለው የበላይነት ግልጽ ነው:: እርሱ ጌታ ሊያድናቸው ለወደዳቸው ለእነርሱ መላእክቱን ይልካል:: እርሱ በሰማይ በክብር በዙፋኑ ላይ ይቀመጣል (ዕብ. 1፥3፣ 13):: እርሱ ይገዛል፤ መላእክቱ ደግሞ ያገለግላሉ:: *(ጄሚሰን፣ ፋሰት፣ እና ብራውን ኮሜንተሪ)*

በማጠቃለያም መላእክት የሚያገለግሉ መናፍስት ብቻ ናቸው (ቊ. 7) ልጁ ግን ገዥ ነው:: መላእክት የሚያገለግሉት ግን እርሱን ብቻ አይደለም (ማቴ. 4፥11፤ 26፥53) እግዚአብሔር ለሚልከው ለልጁ ጓደኞችም ጭምር ነው እንጂ (ቊ. 9):: *(ከአይሁድ የአዲስ ኪዳን ሐተታ፣ 1992፣ በዴቪድ ኤች. እስተርን)*

ሮበርትሰን፡- እንደሚለው እንደ አስፈላጊ ሁኔታው አሁንም ይላካሉ፡፡ የመላእክት እንደ አስፈላጊነት ከሚታይ አገልግሎት ውስጥ ከቀደምቱ አንዱ አዳም አጥፍቶ ከገነት በተባረረበት ወቅት መላእክት በሚንበለበል ሰይፍ የገነትን መግቢያ መጠበቅ መጀመራቸውን ያሳያል (ዘፍ. 3÷24)፡፡ ሰሎሞን በመክብብ መጽሐፍ ላይ በትክክል ሲጠቀልለው እንዲህ ይላል፡- "የነገሩን ሁላ ፍጻሜ እንስማ÷ ይህ የሰው ሁለንተናው ነውና፡፡ እግዚአብሔርን ፍራ ትእዛዙንም ጠብቅ" (መክ. 12÷13፤ መዝ. 91÷11-12)፡፡ መላእክት ለማገዝ እንደሚላኩ የሚገልጽ ድንቅ አገላለጽ አለ፡፡ መላእክትን "ይጠብቁህ ዘንድ በመንገድህ ሁሉ ያዝዛቸዋል፡፡ ይህ ጥቅስ ነው ኢየሱስን በሚፈተንበት ወቅት ሰይጣን የጠቀሰው፡፡ ግን በጥቅሱ ላይ ወሳኝ ነገሩን ዘልሎት ነበር (ሉቃስ 4÷10)፡፡

ስፐርጀን፡- በመንገድህ ሁሉ የሚለው አሳብ በየትኛውም ሁኔታ የማያቋርጥ ነገርን የሚገልጽ ነው፡፡ መንገዱን መምረጥና መጠበቅ የተጓዡ ሳይሆን፣ የእግዚአብሔር ኀላፊነት ነው፡፡ በዚህም ነው መላእክት የሚጠብቁህ፡፡ የምንጠበቀው ከክፉ መንፈስ ይሁን ከአካላዊ ዐደጋ ይሁን ባናውቅም ማለት ነው፣ አንድ ቀን ግን ሁሉም ነገር ግልጽ ሆኖ እናየውና እንገረማለን፡፡

ዊሊያም ማክዶናልድ፡- እንደሚለው በመዝሙር 91 ላይ ያለው መጠበቅን የተመለከተ ተስፋ ቃል በእግዚአብሔር አሳብ ለሚኖሩ መሆኑና ሳይታዘዙ ይህን የተስፋ ቃል የእኔ ነው ብሎ ማሰብ እግዚአብሔርን መፈታተን ነው፡፡ ኢየሱስ እንደ መሢሕ የሚገለጽበት ጊዜ ይመጣል፤ ግን መስቀሉ ቀድሞ ሊመጣ የግድ ነው፡፡ የመሥዋዕትነቱ ጥግ ከንግሥናው ቀድሞ ይመጣል፡፡ የእሾህ አክሊሉ ከንግሥናው አክሊል መቅደም አለበት፡፡ ኢየሱስ የእግዚአብሔርን ሰዓትና ፈቃድ ለመፈጸም መጠበቅ አለበት፡፡ *(ዊሊያም ማክዶናልድ፣ ቢሊቨርስ ባይብል ኮሜንተሪ 2016፣ቶማስ ኔልሰን)*

አዳም ክላርክ በመንገድህ ሁሉ በሚለው ቃል የሚኖሩ ሰዎች ክፉ መንፈስ ሊጐዳችሁ ይሞክር ይሆናል፣ ነገር ግን አይሳካለትም፡፡ የእግዚአብሔር መላእክት አንተን ለመጠበቅ ኀላፊነት አለባቸው፤ ከእነርሱ አልፎ ደግሞ አንተን አይነካህም፡፡ ሌላ ጊዜ ደግሞ እግርህን ከክፉ ነገር ይጠብቃል፡ ለአእምሮህም መልካም ምክርን ያመጣል፡ እንደ እግዚአብሔርም ልጅ እንደ ዳነ ሰው ይጠብቁሃል፡፡ በመታዘዝ መንገድ ሳንሄድ ይህን ጥበቃ ልንጠባበቅ አይገባንም፡፡ መንገዳችን ኀላፊነት ያለበት መንገድ ነው፡፡ የኃጢአት መንገድ መንገዳችን አይደለም፡፡ በራሳችን መንገድ ልንጓዝ ይገባል እንጂ፣ የሰይጣንና የኃጢአት መንገድ ልንመርጥ አይገባንም፡፡

ቶማስ አኩዊናስ፦ መላእክት ማለት መልእክተኛ እና አገልጋይ ማለት ነው፡፡ የእነርሱ ተግባር በምድር ቢሆን እንኳ፣ የእርሱን አሳብ ማስፈጸም ነው፡፡

ምዕራፍ ሁለት

> ቍጥር 1 *ስለዚህ ከሰማነው ነገር ምናልባት እንዳንወሰድ፥ ለእርሱ አብልጠን ልንጠነቀቅ ያስፈልገናል።*

ከሰማነው የሚለው ቃል በግሪኩ (Akouo) የሚል ትርጉም አለው። ይህም በጆሮ ማዳመጥን ያመለክታል። ሮሜ 10፥17፤ ማቴ. 13፥14፤ የሐዋ. 28፥26 ይህንኑ የሚያመለክቱ ተመሳሳይ ትርጉም አላቸው። *«እንግዲስ እምነት ከመስማት ነው፥ መስማትም ከእግዚአብሔር ቃል ነው»* ሮሜ 10፥17። ይህ መስማት በሥጋዊው የተፈጥሮ ጆሮ የሚደረግ መስማት ነው። እግዚአብሔር ሊናገረን ሲፈልግ በቅድሚያ በግልጽ የሚጠቀመው የእኛኑ የአካል ክፍሎች ነው። ጆሮቻችን፤ አእምሯችን፤ ዐይናችን የእርሱን መልእክት ለመስማት ቅርብ ናቸው። ልቦናውን ያደነደነ ግን ምን ቢነገረው ሊሰማ አይችልም። *«ወደዚህ ሕዝብ ሒድና፦ መስማትን ትሰማላችሁ አታስተውሉም፥ ማየትንም ታያላችሁና አትመለከቱም፥ በዐይናቸው እንዳያዩ በጆሮአቸውም እንዳይሰሙ በልባቸውም እንዳያስተውሉ ተመልሰውም እንዳልፈውሳቸው፦ የዚህ ሕዝብ ልብ ደንድኗል ጆሯቸውም ደንቁሯል። ዐይናቸውንም ጨፍነዋል በላቸው»* (የሐዋ. 28፥26-27)።

እግዚአብሔር የአካላቶቻችንን ብልቶች የፈጠረና ያጋጠመ በስልጣኑም ቃል ደግፎ የያዘ ነው፡፡ የአካል ክፍሎቻችን ጆሮአችንም ሆኑ ሌሎችም የአካል ክፍሎቻችንን የጽድቅ ዕቃ ጦር አድርገን እንድንጠቀምበት ይፈልጋል (ሮሜ 6÷19)፡፡ ይህ ጸሐፊ ከአካላት ክፍሎች ይበልጥ ስለ ጆሮ እና ዐይን በማተኮር ለእግዚአብሔር ክብር እንድንሰጥ ይናገር እንጂ፣ በሥጋ ያሉት ብልቶቻችን ሁሉ እጅግ ጠቃሚ እንደሆኑ ከሕያው ቃሉ እናነብባለን (1ኛ ቆሮ. 3፡ 16-17፣ 6፡19-20)፡፡ለምሳሌ ምላሳችንና አፋችን የእግዚአብሔር ክብር መገለጫ እና ለክብሩ ምስጋና ይሆኑ ዘንድ የተፈጠሩ ናቸው፡፡ (መዝ. 63÷3፤ 51÷15፤ 66÷17 እግሮቻችን መልካሙን የምሥራች ለማብሰር ሮሜ 10÷15፣ አንደበታችን ጌታን ልናከብርበት የተፈጠረ ነው (መዝ. 134÷2፤ 14÷12፤ ዘጸ. 17÷11፤ 1ኛ ጢሞ. 2÷8)፡፡

ካህኑ የመሥዋዕቱን በግ የሚያቀርበው (ዘሌ. 1÷4) ለደካሞች ለህመምተኞች ፈውስ (ማር. 16÷18)፣ ጸጋንና ቅባትን ለማስተላለፍ (ዘዳ. 34÷9) ነው፡፡ እንግዲህ ሌሎች የአካላችንን ክፍሎች እግዚአብሔር እንዴት እንደሚጠቀምባቸው ለመናገር አንችልም፡፡ እግዚአብሔር “ልብና ኩላሊትን ይምረምራል” ሲል ከዚያ የሚፈልገው ነገር እንዳለ እናስተውላለን፡፡

እንዲሁም “አንጀቴ በውስጤ ተላወሰ” ሲል እና የመሳሰሉትን አሳቦች ስናጠና ለእግዚአብሔር ክብር የሚሰጡ የአካል ብልቶች መሆናቸውን እንረዳለን፡፡ እንኳን ሰው ይቅርና ግዑዛኑ ፍጥረታት ስለ እርሱ ክብር ያወራሉ፡፡ በድምፃቸውም እልል ያሉ ያመሰግኑታል፡፡ “ፍጥረት በመቃተት ይገኛል” የሚለው ቃል ስናጠና እግዚአብሔር ፍጠረታቱን እንደሚያደምጥ እንማራለን፡፡

በአሁን ወቅት በቢሊዮን የሚቈጠሩ ግዑዛን ፍጥረታት እንዳሉ ሳይንስ እንኳን ያረጋገጠው ዕውነታ ነው፡፡ በእርግጥ የሰው ልጅ ሊለዋወጥ በማችለበት የስሜት ህዋሳቶቹ ማለትም በማየት፣ በመቅመስ፣ በመስማት፣ በመዳሰስ ነው ማወቅ እና መረዳት የሚችለው፡፡ ግዑዛን ፍጥረተታት ግን ከዚህ ውጭ በሆነና እኛ ከቶ ልንረዳው በማንችለው ሁኔታ እግዚአብሔርን ይሰማሉ፤ ያከብራሉ፤ ይታዘዛሉም (ዘዳ. 4÷28)፡፡ኢየሱስ በለሲቱን ማናገሩን ስንመለከት መለኮት የፈጠራቸውን ግዑዛንንም ጨምሮ የሚያናግር መሆኑን ሊያስተምረን ይችላል (ማር. 11፡14)፡፡ ይህንን ቃል የአማርኛችን መጽሐፍ ቅዱስም ሆነ ኪንግ ጀምስ እና አሜርካን ስታንዳርድ ቨርሽን የተሰኙ ትርጓሜዎች በተመሳሳይ ይተረጉሙታል፡፡ ኢየሱስ በመለኮታዊ ኃይሉ ያቺ በለስ ፍሬ-አልባ ሆና ባለችበት እንድትኖር አደረጋት፡፡ ስለዚህ ነገር የዕብራውያ ጸሐፊ እንዲህ ሲናገር - ፍጥረታት

346

የእፈበአ አገልግሎት ዕብራውያን መጽሐፍ ጥናት

ባሉበት ተጠብቀውና ጽንተው እንዲኖሩ እግዚአብሔር በሥልጣኑ ቃል ደግፎ እንደ ያዛቸው በምዕራፍ 1፥3 ላይ አመልክቷል።

የሰውን ልጅ በህዋሳቱ በኩል ከግዑዛን ፍጠረታት ጋር ይግባባል። ቀደም ሲል እንደ ተመለከትነው እግዚአብሔር የአካል ብልቶቻችን ሁሉ ለክብሩ ይጠቀምባቸዋል። የዕብራውያን መጽሐፍ ጸሐፊ የሚያተኩረው ግን ስለ ጆሮ (መስማት) እና ዐይን (ማየት) ነው። ስለዚህ በቅድሚያ በጆሮ ላይ ያለውን ከተመለከትን በኋላ በመጨረሻዎቹ ምዕራፎች ላይ ደግሞ ስለ ማየት እንዳስሳለን።

በመጀመሪያ እግዚአብሔር ጆሮንም ሆነ ዐይንን የፈጠረው ከእርሱ ጋር ኅብረት እንድናደርግ መሆኑን ማወቅ ይኖርብናል። በእርግጥ እግዚአብሔር መንፈስ ስለሆነ፣ በአካል ብልቶቻችን፣ ማለትም በማየት፣ በመቅመስ፣ በመዳሰስ ከእርሱ ጋር ግንኙነት ማድረግ አንችልም፤ ሆኖም እኛ በድካማችን በሚደርስብን ፈተና ወደ እርሱ ስንጮኽ፣ ዐይኖቻችን ዕምባ ሲያፈስሱ፣ በአንደበታችን ስናመሰግነው፣ ስንጸልይ፣ ስለ እርሱ ስንናገር ያደምጠናል፤ ያየናል።

ሊቀ ካህናታችን ኢየሱስ ስለ እኛ ሊታይ እና ዘወትር ሊያማልድ ወደ ቅድስተ ቅዱሳን እንደ ገባና በአብ ቀኝ ተቀምጦ የጸሎታችን መልስ እንደ ሆነ ማስተዋል ይኖርብናል። ከአንደበታችን ያወጣነው ሳይሆን፣ ከልባችን የተናገርነውን ሁሉ ያያል፤ ይሰማልም (መዝ. 94፥4፤ ኤር. 23፥23-24፣ መዝ. 139፥1-1)።የዕብራውያን መጽሐፍ ጸሐፊ ምዕራፍ 1፥1 ሲጀምር እግዚአብሔር በብዙ ጎዳና (ዐይነት) እንደ ተናገረን ጠቅሶ ነው። ሆኖም ግን ሰው ከኃጢአት የተነሣ ውስጣዊው ልቡ ደነደነ፤ ጨለመም። እግዚአብሔር ለሰዎች መናገር ስላልቻለ ሳይሆን፣ ከኃጢአት የተነሣ ጆሮና ዐይናቸው ማየት፣ ማስተዋልና መመልከት ስላልቻለ ነው።

አባቶች ሲተርቱ ልብ ካላየ ዐይን አያይም ይላሉ። ልባ ካልተፈወሰ ወይም አዲስ ፍጥረት ሆኖ በመለኮት ካልተፈጠረ የእግዚአብሔር አብን ድምፅ፣ የመንፈስ ቅዱስን ድምፅ፣ የወልድን ድምፅ መስማት አይችልም። በኃጢአት ምክንያት የሰው ልጅ የእግዚአብሔርን ድምፅ ለመስማት ዐቅምና ችሎታ የለውም።ስለዚህ በኃጢአት ምክንያት ሙት የሆነው ሰው የመንፈስ ቅዱስን ድምፅ መስማት ይችል ዘንድ ወልድ የመፍጠር ዐቅሙን ተጠቅሞ ለሞተው ሰው መናገር ነበረበት (ዮሐ. 5፥25)። ኢዮብ የሰው ልጅ የእግዚአብሔርን ድምፅ ስለ መስማት ተናግሮ ነበር። እግዚአብሔር በብዙ በተለያየ ዐይነት ጎዳና ለሰዎች ቢናገርም፣ ሰዎች ግን ማስተዋል አልቻሉም (ኢዮብ 33፥14-16)።

ይህ ክፍል ሰው አልሰማ ካለ ተግሣጽን ያመጣበታል፣ በደዌም ያናግረዋል ይላል፡፡ ሆኖም የሰው ልጅ ይህን ሁሉ ስላልሰማ ቤዛ የሚሆነውን አገኘለት (ኢዮብ 33÷23-24)፡፡ ይህም ጌታችን ኢየሱስ ነው፡፡ ጆሮአቸው ድምፁን እንዳይሰሙ ሰምተውም እንዳያስተውሉ፣ ክብሩን ዐይተው እንዳያመልኩት ያደረጋቸውን የኃጢአት ጭጋግ ጌታ በሞቱና በትንሣኤው ይገፉል፤ ይቈርጣል፤ ይገርዛል፡፡

ይህ የእግዚአብሔር አሥራር ነው እንጂ፣ ሰው በኃጢአት ግዛት ውስጥ ሆኖ የሚደረግ አይደለም፡፡ ልብ ሳያይ ጆሮ ሳይሰማ ዐይን ሳይመለከት የሚደረጉ ሁሉ በእግዚአብሔር ዘንድ አስፈላጊ አልሆነም፡፡ አይሁድ በፊተኛው ኪዳን ብዙ ክብርና አስደናቂ የእግዚአብሔርን ክንድ ዐይተው ሰምተው ነበር፤ ነገር ግን ልባቸው ማየት እና ማስተዋል አልቻለም ስለዚህ ሊያስተውሉ ሊያዳምጡ ሊመለከቱ አልቻሉም (ዘዳ. 29÷4)፡፡ ይህ የሆነው ኃጢአት በብሉይ ኪዳን ስላልተሰረየ የፍየሎችና የጥጆች ደም የሚያመልከውን ፍጹም ሊያደርጉ ስላልቻሉ ነው (ዕብ. 9÷10)፡፡

በተመሳሳይ ያልዳነው ሰው ይህን የመረዳት ዐቅም ሊያገኝ የሚችለው ድንጋዩ ልብ ሥጋ ልብ ወይም አዲስ ፍጥረት ሲሆን ነው፡፡ ፍጥረታዊ ሰው ዐይን ያላየችውን ጆሮ ያልሰማውን እግዚአብሔር ለሚወዱት ያዘጋጀውን ማወቅ ያልቻለው ከኃጢአት ዘር በመወለዱ ጨለማው እንደ ደመና ዐይኑን ስላሳወረውና ጆሮውንም ደግሞ ስላደነቆረው ነው (1ኛ ቆሮ. 2÷9)፡፡

አይሁድ ሆነ አሕዛብ እግዚአብሔር ስላልወደዳቸው ሳይሆን፣ የመስማት ዐቅም ስለ ሌላቸው ነው፡፡ ያለ ልዩነት ሁሉም መዳን ያስፈልጋቸዋል (ሮሜ 3÷9፣ 11)፡፡ እግዚአብሔር የሚያይ ዐይን፣ የሚሰማ ጆሮ በክርስቶስ ፈጠር (ምሳሌ 20÷12)፡፡ አልሰማ አላስተውል ያለውን ጆሮውን ከፈተ፡፡ እግዚአብሔር የመሥዋዕቱን ቍርባን እንዳንሰማ ያደረገውን የሰውን ጆሮ ከፈተ፡፡

መዝሙረኛው በመዝሙር 40÷6 ላይ "መሥዋዕትንና ቍርባንን አልፈለግህም ... ወዘተ የሚቃጠል መሥዋዕትን የኃጢአትን መሥዋዕት አልሻህም" ሲል ይናገራል፡፡ ይህ የሆነው ኢየሱስ ክርስቶስ መሥዋዕቱም ሆነ መሥዋዕት አቅራቢ ሊቀ ካህናቱ እርሱ ራሱ በመሆኑ ነው፡፡ በብሉይ ኪዳን ካህኑም ሆነ የአሮን ልጆች የእግዚአብሔርን ድምፅ ይሰሙ ዘንድ በመሥዋዕቱ ደም ሊቀ ካህናቱ የራሱንም የእነርሱንም የቀኝ ጆሮ ይነካ ነበር (ዘጸ. 20÷20፤ ዘሌ. 8÷23)፡፡

የሙሴ ሕግ እንደሚስረዳው ባሪያ የሆነ ሰው የባርነቱን ዘመን ሲጨርስ ከገዥው ቤት እንደ ቤተ ሰብ ሆኖ ዘመኑን ሁሉ በፈቃዱ ሊያገለግል ሲወስን ጆሮውን ይበሳ ነበር (ዘጸ. 21÷6 ከጌታችንን ኢየሱስ ጋር ለሦስት ዓመት ተከትሎ የነበሩት ደቀ መዛሙርት የመስማት ዐቅም ስላገኙ ወዳጆች ተብለዋል (ዮሐ. 15÷15)፡፡

እንግዲህ ኃጢአት በባሕርይው ጆሮን ከመስማት የማጨለም ዐቅም ሲኖረው ኢየሱስ ደግሞ ኃጢአትን በደሙ የሚያስተሰርይ እና ጆሮን የሚከፍት ሆነ፡፡ ጠፍተው እና ተቅበዝብዘው ሙታን የነበሩት ድምፁን ይሰሙ ዘንድ በእርሱም መሰማሪያ አግኝተው ይኖሩ ዘንድ የእርሱ በግ ሊያደርጋው ችሏል (ዮሐ. 10÷3፣ 4፣14፣15፡፡

አማኝ ጆሮው ስለ ተከፈተ የእረኛውን ድምፅ መስማት ችሎአል፡፡ የሰማው ደግሞ ክርስቶስ የክብሩ መንጸባረቅ የባሕርይው ምሳሌ ሆኖ ስለ ሰው ልጅ ኃጢአት በመስቀል ላይ ሞቶ ደሙን ካፈሰሰ በኋላ በአብ ፊት ቀርቦ የኃጢአትን ይቅርታን እንዳስገኘ እና በእርሱ ሥራ ለታመኑት የዘላለምን መዳን እንዳስገኘላቸውና ወደ ክብሩም እንዳመጣቸው፣ ስለ እነርሱ ዘወትር ሊታይ ወደ ቅድስት ገባ፡፡

በክብሩ ሕይወት ውስጥ በማኖር በፍጽምና ሊጠብቃቸው በአብ ፊት መታየቱ ይህን ሰማይ ያወጀውን ድምፅ የመስማትን ዐቅም አማኙ አገኘ፡፡ ይህን በልቡ ጆሮ ይሰማው የነበረ የአእምሮ ዕውቀት ሳይሆን፣ የክብርን ጌታ ክርስቶስ በውስጡ በመኖሩ የሰማያዊ ሕይወት ልምምድ እና ዕውቀት ይኖረዋል፡፡ በጎቼ ድምፄን ይሰማሉ ... ያውቁኛል ሲል ይህን እየተናገረ እንደ ሆነ እናስተውላለን፡፡

ይህ ወንጌል ነው፤ አስቀድመን ሰማን፤ የሰማነው በልባችን ሰርጎ ገባ፤ ከዚያም በእምነት ከእኛ ጋር ተዋሐደን፤ ዐወቅነው (ቆላስ. 1፡6፤ ሉቃስ 1÷4 ኃጢአት በባሕርይው እንደ ከሰል ጨለማ ዐይን ያሳውራል፤ ጆሮንም ያደነቁራል፡፡ አማኝ በጸጋው ክብር ሳይኖር ሲቀር፣ ይህም ደግሞ ከእምነት ሕይወት ሲወጣ (ጆሮው በእረኛው ላይ ሳይሆን፣ ዐይኑ የእምነቱ ጀማሪና ፈጻሚ ላይ ሳይሆን ሲቀር (ዕብ. 12÷2)፣ ያን ጊዜ የማየትና የመስማት ዐቅሙ ቀንሶ ይታወራል፤ ጆሮውም ለመስማት የዘገየ ይሆናል፡፡

ነገር ግን ወደ ክርስቶስ ዘወር ሲል ረዳት የሆነ ሊቀ ካህን አለውና ይረዳዋል (ኢሳ. 44÷1፣ 22፤ 1ኛ ዮሐ. 2÷1)፡፡ ሆኖም ግን ኃጢአት የሚያሳውር ጆሮም እንዳይሰማ የሚያደርግ ዐቅም አለው፡፡ የይሁዳ አንበሳ የታረደው በግ ጌታ ኢየሱስ ክርስቶስ የሰውን ልጅ ኃጢአት

ሊያስተሰርይ ሥልጣን አለው፡፡ ኃጢአታችንንም በደሙ ካነጻ በኋላ በአብ ቀኝ ተቀምጧል (ዕብ 1÷3)፡፡

ኃጢአት ስንሠራ ጆሮአችን ከመስማት ይደነዝዛል፡፡ ...የኃጢአት ክስ ከእግዚአብሔር ዙፋን ከምሕረቱ እንድንሸሽ ያደርገናል፡፡ ኢየሱስ ሊቀ ካህናቴ ነው፤ የኃጢአቴን ዋጋ ከፍሏል ብለን በእርሱ የማንጻት ኪዳን የሊቀ ካህናትነቱንም አገልግሎት ማመን ይገባናል እንጂ፣ ወደ ኋላ ማፈግፈግ አይኖርብንም፡፡ ይልቁንም ወደ ጸጋው ዙፋን መሮጥ ይጠበቅብናል! (ዕብ. 4÷14-16)፡፡ ወደ እርሱ ከቀረብን መጽናናትን እናገኛለን፡፡ ኃጢአታችንን ብንናዘዝ ከዐመፃ ሁሉ ያነጻናል እንጂ፣ አይኰንነንም (ዕብ. 6÷18፤ 1ኛ ዮሐ. 1÷9)፡፡

ከሰማነው ነገር (አኩዖ) akouo / ak-oo'-o ፡- የሚለው ቃል መስማትን ብቻ የሚያመለክት ሳይሆን፣ ለአንድ ነገር ሙሉ ትኩረትና ልብን ሰጥቶ ማዳመጥና እና በውስጡም ለሰማነው ነገር ምላሽ ለመስጠት መዘጋጀትንም ያሳያል፡፡ *(መጽሐፍ ቅዱስ ጥቅሶች የብሉይና / የአዲስ ኪዳን ግሪክ መዝገበ ቃላት፣ የቴየር ትርጉም 1989. በ ጆሴፍ ሄንሪ ቴየር፣ አስቴን ሐተታ/ በጄፍ ጋሪሰን)*

እግዚአብሔርን መስማት ስለሚለው አስተምህሮ በወንጌላውያን እምነት መካከል የተለያየ ትምህርት ከየመድረኩ ከመስማቱ የተነሣ ርእሰ-ጉዳዩ የመከፋፈል ውጤት አምጥቶአል፡፡ ሐዋርያው፣ ነቢዩ፣ አስተማሪው፣ እረኛው እና ወንጌላውያንን ጨምሮ በተለያየ የአግልግሎት መስክ የሚገኙ ሁሉ እግዚአብሔርን መስማት የሚለውን ትምህርት ወዲህ እና ወዲያ ሲለጥጡት ይታያል፡፡ መጽሐፍ ቅዱሳችን ግን እግዚአብሔር በነቢያቱ በኩል በየዘመናቱ በተለያየ ጎዳና ሲናገረን በዘመን መጨረሻ በልጁ በኩል ተናገረን ብሎ በዕብራውያን መጽሐፍ ጸሐፊ አማካይነት ይነግረናል፡፡

የእግዚአብሔርን ድምፅ መስማት ማለት የእግዚአብሔር ልጅ የሆነውን ኢየሱስ ክርስቶስን መስማት ነው፡፡ በመንፈስ ቅዱስ አማካይነት ይህ የእግዚአብሔር አሳብ የክብሩ መንጸባረቅ የባሕርይው ምሳሌ የሆነውን ልጁን እንድንሰማ መጽሐፍ ቅዱስ ያስተምረናል፡፡ በአባቶች የተነገረለት በመጨረሻም በመጥምቁ ዮሐንስ ሲጠመቅ (ማቴ. 3÷17)፣ በተራራው ላይ እያለ (ማቴ. 17፡5)፣ አብ እንድንሰማው የነገረን ክርስቶስ ኢየሱስ (የእግዚአብሔር የዘላለም አሳቡ ድምፁ ቃሉ) ነው፡፡ አንድያና ውድ ልጁ የሆነበት ምክንያት ለዚህም ነው (ቈላስ. 1÷13፤ ኤፌ. 1÷6፤ ማቴ. 12÷18)፡፡

ይህ የእግዚአብሔር አጠቃላይ ህልውና፣ አሳቡ፣ አፉ፣ ቃሉ የሆነው ጌታችን ኢየሱስ ክርስቶስ ... አብን እናውቀው ዘንድ የገለጠልን ነው፡፡ ፊልጶስ አብን አሳየን እና ይበቃናል ብሎ ሲጠይቀው፣ ይህን ያህል ዘመን ከእናንተ ጋር ስኖር አታውቀኝም? ብሎ ሲመልስለት ቀጥሎም እኔን ያየ አብን አየ ሲል ይግልጥለታል (ዮሐ 8÷9)፡፡

ይህ ማለት ኢየሱስ ክርስቶስ ከእግዚአብሔር አብ ጋር በቃልም ሆነ በድርጊት አንድ እንደሆነ እንረዳን (ማቴ. 11÷27፤ ቆላ. 1÷15)፡፡ ጌታችን ኢየሱስ ክርስቶስም በጎቼ ድምፄን ይሰማሉ ብሎ ሲናገር የአብን ድምፅ የሆነው እርሱ እንደ ሆነ ይገልጣል (ዮሐ. 10÷27)፡፡ ጌታችን ኢየሱስ ካረገ በኋላ መንፈስ ቅዱስ ሲመጣ የሚናገረው ከኢየሱስ ክርስቶስ ወስዶ ነው፡፡

ኢየሱስ ክርስቶስ የእግዚአብሔር ቃልና ሙሉ አሳቡ (የዘላለም አሳቡ) ስለሆነ፣ መንፈስ ቅዱስ ከራሱ የሚናገረው ነገር የለም፡፡ በግሪክ ሎጎስ የሚለው ቃል የእግዚአብሔር ማንነት የሆነ አሳብ፣ እንዲሁም ቃል ማለት ነው፡፡ መንፈስ የእግዚአብሔርን አሳብ ፈቃድ ይመረምራል ብሎ ሐዋርያው ለቆሮንቶስ ሰዎች ይጽፋል፡፡ መንፈስ ቅዱስ ዐይን ያላየውን፣ ጆሮም ያልሰማውን፣ በሰው ልብ ያልታሰበ፣ ነገር ግን በእግዚአብሔር ልብ ያለ አሳብ፣ ፈቃድና ማንነት የሆነውን የክርስቶስን ድምፅ ይናገራል እንጂ፣ ከዚህ ሌላ የሚናገረው ነገር የለም፡፡ የሥላሴዎች አሳብ ቃል (የዘላለም አሳቡ) ንግግራቸው የሆነው ክርስቶስ ኢየሱስ ነው (1ኛ ቆሮ. 2÷10-11)፡፡ ከእግዚአብሔር የተሰጠን እርሱ ክርስቶስ ኢየሱስ የእግዚአብሔር ቃል ማንነት የባሕርይው ምሳሌና የክብሩ መንጸባረቅ ነው፡፡

ሎጎስም የሚያመለክተው ይህንን ነው፡፡ መንፈስ ቅዱስ የሥላሴዎች ምክር የዘላለም አሳብ እና ንግግር ሆነውን ኢየሱስ ክርስቶስን ይናገራል እንጂ፣ ከዚያ ውጭ የሚናገረው አንዳች ነገር የለም (ዮሐ. 16÷13-15)፡፡ የእግዚአብሔር ዋንኛው እና ትልቁ ድምፅ (ቃል) የሆነው ሎጎስ ነው፡፡ ይህ ቃል ደግሞ ሕይወት የሆነ ሁሉን በሥልጣኑ ቃል ደግፎ የያዘ፣ ነገር ሁሉ ተጠቃልሎ ወደ ዘላለም አሳቡ (ፈቃዱ) የሚገባ እንደሆነ እናስተውላለን (ኤፌ. 1÷9፤ 10፣ 11)፡፡ እግዚአብሔርን ማወቅ ድምፁን መስማት ማለት ክርስቶስን ማወቅ ማለት ነው (ዮሐ. 17÷3)፡፡

ሎጎስ ማለት ፈጣሪ ከፍጥረታቱ ጋር የሚነጋገርበት ፈቃዱን የሚገልጥበት ሁለመናው የሆነው ዕቅዱ፣ አሳቡ፣ ክብሩና ማንነቱ ማለት ነው፡፡ በአጠቃላይ እግዚአብሔር የሚገለጥበት ሲሆን፣ ይኸውም ኢየሱስ ክርስቶስ ነው፡፡ እግዚአብሔር በክርስቶስ በኩል ለፍጥረታቱ ይናገራል፤ ይፈጥራል፤ ይሠራል፡፡

ሌላው ቃል ሬማ ነው፡፡ ይህ ደግሞ ከእግዚአብሔር አጠቃላይ አሳቡ፣ ፈቃዱ እና ማንነቱ ሳይቃረን በጊዜው ለተወሰነ ጉዳይ ራሱን የሚገልጥበት ቃል ወይም አሳብ ነው፡፡ በሬማ እና በሎጎስ መካከል የፈቃድና የሥልጣን ልዩነት የለም፡፡ አንዱ ከአንዱ ያንሳል ወይም ይበልጣል ማለት አይደለም፡፡ ይሁን እንጂ፣ ሎጎስ ሥላሴዎች ከፍጥረት ጋር ያላቸውን አጠቃላይ አሳብ፣ ዕቅድና ዓላማ፣ እንዲሁም ፈቃድ ሲሆን፣ በወቅታዊ ጉዳዮች ላይ ተገልጦ የሚሠራው ቃሉ ግን ለዚያ ወቅታዊ ጊዜ አስፈላጊ የሆነው ፈውስን ሁኔታ እና ጊዜ የሚገለጥ ቃል ወይም ድምፅ ሬማ ይባላል፡፡

ለምሳሌ የእግዚአብሔር ፈቃድ ለእኛ የእግዚአብሔር ክብር ነጸብራቅ እና የባሕርይው ምሳሌ የሆነውን ክርስቶስን ለብሰን በዚህች ምድር መመላለስ ነው (2ኛ ቆሮ. 3÷17-18፤ ገላ. 3÷27፣ ቈላስ. 2፡9-10፣ ቈላስ. 3÷10)፡፡ ስለዚህም ክርስቲያን በዚህ ዓለም ሲኖር በፈተናና በመከራ ሲያልፍ በክብሩ መኖር አዳጋች የሚመስልበት ጊዜ ይኖራል፡፡ ስለዚህ በሕይወት ልምምድ ውስጥ አማኝ ከኢየሱስ ጋር ይኖር ዘንድ በሚያልፍበት ሁኔታ ላይ ጌታ ኢየሱስን መንፈስ ቅዱስ ገልጦ ያሳየዋል፡፡ መንፈሳዊ አይኑን ሲያበራለት (ኤፌ. 1÷17)፣ የልጅነቱን ሥልጣን ይረዳል፤ ሰይጣንን በስሙ ይቃወማል፤ በትዕግሥትና በእምነት ይመላለሳል ሮሜ (5÷2-3)፤ ደግሞም የክብሩም ተካፋይ ጭምር ይሆናል፡፡

በሌላ አባባል ክርስቶስን ይለብሳል፡፡ የእግዚአብሔር ባሕርይ የሆነው ክርስቶስ (የባሕርይው ምሳሌ - የክብሩ መንጸባረቅ) ነው፡፡ እኛም ጌታን በተቀበልን ሰዓት ክርስቶስን ለብሰናል፡፡ የእግዚአብሔር የዘላለም አሳቡና ፈቃዱ ክርስቲያን የእግዚአብሔር ክብር የሆነውን አንጸባራቂ ባሕርይውንም ይለብስ ዘንድ ነው፡፡ ክርስቲያን ይህን ሕይወት፣ ማለትም የክርስቶስን ባሕርይ በመልበስ እንዳይመላለስ ሥጋ፣ ኃጢአት፣ ዓለምና ጠላት ይዋጋዋል፡፡

መጽሐፍ ቅዱስ ዳግሞ ልበሱ (ባሕርይውን ክብሩን በሕይወታችሁ ግለጡት) ይለናል (ኤፌ. 4÷24)፡፡ ይህን መልበስ ደግሞ በጨለማው ዓለም በጠላት እና በሥጋ ላይ የእግዚአብሔር ልጅ ሆኖ መገለጥ ነው (ቈላስ 3÷12)፡፡ ኃጢአት ሠርተህ ከሆነ፣ ንስሃ መግባት ነው፡፡ ነጭ ልብስ (የጽድቅ ልብስ) ክብሩን፣ ጉልበቱን፣ ኃይሉንም በመልበስ በጠላት ላይ መጫማትን ይገልጣል (ኢሳ. 52÷1፤ 59÷17፤ ሮሜ 13÷12፤ ኤፌ. 6÷11)፡፡ ከኃጢአት ብንነጻ፣ የመንፈስ ቅዱስ እና የጸጋ ስጦታዎች ተገልጠው ቢሠሩብን፣ ቀንበራችን ከጫንቃችን ከቅባቱ የተነሣ የተሰበረ ቢሆን፣ በጤና እና በሀብት ብንበለጽግ የመጨረሻው ግብር ግን ክርስቶስን መልበስ እና ክብሩን ማንጸባረቅ መሆኑን ማስተዋል

ይኖርብናል (ሮሜ 13÷14)። የክርስቶስን ባሕርያት ለመልበስ በዚያ የክብር ሕይወት መመላለስ የመጨረሻው የክብር ከፍታ ነው።

የምናደርጋቸው ሁሉ ፍቅር የሆነውን ክርስቶስን ለመልበስ (ለማሳየት) ለመግለጥ ነው (ሮሜ 13÷9፤ ቆላስ. 3÷14)። የክርስትና ሕይወት ጣርያ ወይ መብሰላችን የሚለካው ምን ያህል በፍቅሩ ልክ እና መጠን ተመላልሰናል ወይም ክብሩን ለብሰናል በሚለው ነው። በክብሩ መኖር ማለት በፍቅሩ መኖር ማለት ነው።

ክርስቶስ በአብ ክብር (በፍቅሩ) እንደሚኖር፣ እንዲሁ እኛም በክርስቶስ ክብር (ፍቅር) ስንኖር የእግዚአብሔርን የዘላለም አሳብ እንፈጽማለን። የመንፈስ ቅዱስ ድምፅን ለግላችን ሲናገረን ወይም ክብሩ በአገልጋዩ በዝቶ ስጦታዎቹ ሲገለጡ እና ሲያገለግሉን እንደነቃለን፤ ልባችን በደስታ ይዋጣል። ይህ በእርግጥም መልካም ነገር ነው። ይሁን እንጂ፣ እነዚያ ሁሉ ሆነው ክርስቶስን ካልለበስን ግን ሁሉም ነገር ከንቱ ይሆናል (1ኛ ቆሮ. 13÷2-3)። እግዚአብሔር በዘመን ፍጻሜ በልጁ የተናገረን ይህ ነው፤ እርሱም ክርስቶስን መስማትና ክርስቶስን መልበስ ነው። ራቁታችን በክብሩ (በፍቅሩ) ተሸፍኖ ፍቅር የምንገልጥ እንድንሆን የልቦና ዐይኖቻችንን ያበራል።

የልቦና ዐይኖቻችን የሚበራው ከመታወቅ የሚያልፈውን የክርስቶስን ፍቅር ማወቅ (ኤፌ. 3÷16) ይህም ክርስቶስን መልበስ ነው። ጠላት፣ ዓለምም ሆነ ሥጋ ይህን ልብስ እንዳንለብስ ወይም ነጩን ልብስ እንዲጎድፍ የሚያደርጉት ለዚያ ነው። ሆኖም ግን የጽድቅ ልብስ ስለሆነ፣ በክርስቶስ ጻድቃን ለሆኑ ከደሙ የተነሣ የተሰጠን ነው (ኢሳ. 59÷17)።

በዙሪያችን ከለላ የሚሆን የጽድቅ ዕቃ ጦራችን ኢየሱስ ክርስቶስ ነው (2ኛ ቆሮ. 6÷7)። ዛሬ ዛሬ የዘላለም አሳቡን ለማገልገል የሚመጣው ድምፅ ከቃሉ የበላይ ሆኖ እየተነገረ ያለበት ጊዜ ላይ ደርሰናል። በአገልጋዮች ቢሮ በኩል (አምስቱ የአገልግሎት ስጦታዎች ሐዋርያት፣ ነቢያት፣ እረኞች፣ አስተማሪዎች እና ወንጌላውያን) እንዲሁም በዘጠኙ የመንፈስ ቅዱስ ስጦታዎች በኩል የሚመጣው የመንፈስ ቅዱስ ድምጼ (ሬማ) በአጠቃላይ የእግዚአብሔርን አሳብን ለማገልገል የሚሰጡ ናቸው።

ሁልጊዜ የእግዚአብሔር ቃል (ሎጎስ) ዘላለማዊ ዕቅዱን፣ አሳቡን፣ ምክሩን፣ በበላይነት ይዞ ይገኛል። ሁሉም በዚህ ቃል ይጠቀለላል፤ ማለት ለክርስቶስ ክብር ይውላል፤ ክርስቶስን ይለብሳል (ኤፌ.1÷9፣10)። በስባሽ የሆነው የእኛ አካል ክርስቶስን ይለብሳል።

እንዲሁም ፍጥረታቱ ደግሞ የክርስቶስን ክብር ይለብሳሉ፡፡ እኛ ክርስቶስን እንመስላለን፤ ክብሩን የሚለብሱት ደግሞ የክርስቶስን ክብር ይገልጣሉ (1ኛ ዮሐ. 3÷2፤ ሮሜ 8÷18፣ 22፤ 1ኛ ቆሮ.15÷53)፡፡ እውነቱን ለመናገር ከሆነ የመንፈስ ቅዱስ ስጦታዎችን በብርቱ እንድንፈልግ ይሻል (1ኛ ቆሮ. 14÷1፣ 12፤ 12÷31)፡፡

ይህ ሲሆን የተሰጡን ስጦታዎቹ ለቤተ ክርስቲያን ይገለጣሉ (1ኛ ቆሮ. 1÷7)፡፡ እነዚህ ሁሉ ለማነጽ፣ ለማደግ፣ ቀንበርን ለመስበር፣ በእምነት ለሚደረግ ጉዞ አስፈላጊ ናቸው (1ኛ ቆሮ. 13÷12)፡፡ ስጦታዎቹ ሙሉ ሰው ወደ መሆን የሚያመጡ ናቸው (ኤፌ. 4÷13)፡፡ ይሁን እንጂ፣ በእነዚህ ስጦታዎች ብናገለግልም ብንገለገልም ሙሉ ሰው የሚያደርገን ግን የሚበልጠው መንገድ (ፍቅር) ነው (1ኛ ቆሮ. 12÷31)፡፡ ብዙዎቻችን የምንዘነጋው ወይም የምንስተው እዚህ ላይ ነው፡፡ የአገልግሎት ቢሮዎችም ሆኑ የመንፈስ ቅዱስ ስጦታዎች አገልጋዮች ናቸው፡፡ ወደ ሙላት እንድንመጣ መሣሪያዎች በመሆን ያንጹናል፡፡

ክርስቶስን እንድንለብስ የሚያደርገን ወይም (ፍቅርን እንድንለብስ የሚያደርገን) መሣሪያው ፍቅር ነው፡፡ ይህን ፍቅር ደግሞ የሚገለጠው በመንፈስ ቅዱስና በቃሉ አማካይነት የልቦናችን ዐይኖች ሲበሩ ብቻ ነው፡፡ የመንፈስ ቅዱስ ስጦታዎች ሆነ የአገልግሎት ቢሮዎች ያንጹናል፤ መንገድ ይመሩናል፡፡ መንፈስ ቅዱስ ከኢየሱስ ተቀብሎ ይግረናል፤ ያስተምረናል፤ ይመራናል፡፡ ከክርስቶስ የተማረ ያለ ጥርጥር ክብሩን (መለኮታዊ ባሕርይውን) ለጨለማው ዓለም መግለጡ እርግጥ ይሆናል (ማቴ. 11÷27፤ 1ኛ ዮሐ. 2÷27፤ ዮሐ. 16÷13)፡፡

በዚህ ዓለም ስለ ኢየሱስ (ስለ ዕውነት) የሚመሰክር መንፈስ ቅዱስ ብቻ ነው (ሮሜ 8÷16)፡፡ ይህ ታላቅ መንገድ ለመንፈስ ቅዱስ አገልግሎት የተሰጠ የሥላሴ ድርሻ ነው፡፡ ይህ የሚሆነው የአገልግሎት ቢሮዎች እና ዘጠኙ የመንፈስ ቅዱስ ስጦታዎች የተገለጡት በሙላት የክርስቶስን አሳብ (ፈቃድ) ለማሳወቅ ነው (1ኛ ቆሮ. 13÷9፣ 12)፡፡

ጌታችን ኢየሱስ ክርስቶስ ግን በአባቱ ዕቅፍ የነበረ አብን የሚያውቅ ነው (ማቴ. 11÷27፤ ዮሐ. 1÷18)፡፡ የሰው ልጅ በኃጢአት ምክንያት ወደዚህ ክብር ዕውቀት ሙላት መግባት አይችልም ነበረ (ዮሐ. 5÷38፤ 8÷36)፡፡ እግዚአብሔር ክብሩን ለሰው ልጆች ለመግለጥ ፈቃደኛ ስላልሆነ ሳይሆን፣ ሰው ክብሩን እንዳያይ የኃጢአት ደመና ጭጋግ ስለ ሸፈነው ነው (ኢሳ. 44÷22፤ 50÷2)፡፡

ሌላው ምክንያት አገልጋዩ የእግዚአብሔር አሳብና ፈቃድን ለመረዳት በክርስቶስ በኩል ተሰጥቶታል፡፡ እኛ ግን የክርስቶስ ልብ አለን ይላል (1ኛ ቆሮ. 2፥16)፡፡ ይሁን እንጂ፣ ሰው ወደዚያ ሙላት ልክ አልደረሰም፡፡ ነገር ግን በደረሰበት ይመላለሳል (መዝ. 40፥5፤ 139፥6፤ ቈላስ. 2፡2-3፤ ፊልጵ. 3፥12፣ 13፣ 15)፡፡ አማኝ የተገለጠው ቃል ስለ ተሰጠው በበራለት መጠን ይመላለሳል፡፡ ሆኖም በምድር ላይ ወደ ክርስቶስ ፍጽምና ልክ የደረሰ ሰው የለም፡፡

ያለተገለጠ የእግዚአብሔር ቃል ደግሞ በክርስቶስ ምጣት ይገለጣል፡፡ በመምጣቱ ያ ሰማያዊ ክብር ደግሞ ይገለጣል (1ኛ ዮሐ. 3፥12)፡፡ የአይሁድ መሪ የነበረው ኒቆዲሞስ ያሰደነቀው አዲስ መወለድ (አዲስ ፍጥረት) የሚለው የክርስቶስ ቃል ነበር፡፡ ድንጋዩን ልብ አውጥቶት ሥጋ ልብ መስጠት እና የዳግም መወለድ አሳብ፣ እንዲሁም መንፈስ ቅዱስ በአማኙ ውስጥ ማደሩ ኒቆዲሞስን አስደንቆት ነበር (ዮሐ. 3፥8-9)፡፡ እነዚህ ግን ምድራዊ ይባላሉ (ዮሐ. 3፥12)፡፡

ናትናኤል በክርስቶስ አገልግሎት ውስጥ የገባው 'ከበለስ በታች ሳለህ አየሁህ' የሚለው መገለጥ አስደንቆት ነበር (ዮሐ. 1፥49-52)፡፡ በወቅቱ የነበሩ አይሁድ እና አሕዛብ በሐዋርያት ዕጅ የሚደረጉት ተአምራት ያስደንቋቸው ነበር፡፡ በአንድ ወቅት የተደረገውን ድንቅ እና ተአምራት ሲመለከቱ አማልክት ሥጋ ለብሰው በመካከለችን ተገለጡ አሉ (ሐዋ. 14፥11)፡፡ ሆኖም በእግዚአብሔር ኃይል ተጠብቀን ላለነው ለእኛ የተዘገጀ ከዚያ የሚበልጥ ክብር አለ (1ኛ ጴጥ. 1፥5፤ 2ኛ ጴጥ. 1፥19)፡፡

ቀደም ሲል እንደ ተመለከትናቸው በሁለት በኩል በሚገኙ የአስተምህሮ ጽንፎች ምክንያት ቤተ ክርስቲያን ተከፋፍላ በነውጥ ሥር ትገኛለች፡፡ በዚህ ዘመን ብዙ አማኞች እግዚአብሔር እየተናገራቸው መስማት አልቻሉም፡፡ ከዚህ የተነሣ ነቢያት በመገለጥ እንዲነግሯቸው ይፈልጋሉ፡፡ ከዚህ የተነሣም በመገለጥ የሚናገርን ሰው ከሥፍራ ሥፍራ በመዟዟር እያሳደዱ ይኖራሉ እንጂ፣ የእግዚአብሔርን ቃል ማዳመጥ አይፈልጉም፡፡ ለጆሯቸው የሚስማማቸውን ጎሸ የመባልና የይከናወንልሃል **ቃል ብቻ** እንጂ፣ ዕውነተኛውን የነቢያት ቃል የሚሰሙበት ልበናም የላቸውም፡፡ ይህም በመሆኑ ከትክክለኛው የጌታ መንገድ ርቀው የብልጣቱን አካሄድ ይሄዳሉ፡፡ እነርሱን ለመሰሉ ጮሌ አገልጋይ ነን ብለው ለሚያስመስሉ የበግ ለምድ ለለበሱ ሐሰተኛ ነቢያትም አልፈው ይሰጣሉ፡፡

አንድ የአዲስ ኪዳን አማኝ ሁልጊዜ እግዚአብሔር የቅርብ አምላክ መሆኑን ማወቅ አለበት፡፡ ቃሉና መንፈሱም ዘወትር ቅርባችን ነው፡፡ ለመስማት የተዘጋጀን ከሆንን እግዚአብሔር ዘወትር ለልጆቹ በግልጽ የሚናገር አምላክ ነው፡፡ በጽሎት በተንበረከክን ሰዓት በቃሉና በመንፈሱ ይናገረናል፡፡ ቃሉን ቅዱሳት መጻሕፍትን እያጣቀስን ብናጠናው እግዚአብሔር ለግላችን ይናገረናል፡፡ በዚህ ዘመን እግዚአብሔርን በትክክል የሚፈልግ ትሑት ልብ እየጠፋ በመምጣቱ፣ ከብዙዎቻችን ላይ ቃሉና መንፈሱ ተወስዶብናል፡፡ ለመንበርከክና ቃሉን ለማጥናት ጊዜ የለንም፡፡ ከዚህ ይልቅ የሰንበት የልማድ አስቀዳሾች ሆነናል፤ ለግላችን የተዉነውን የእግዚአብሔር ድምፅ በእሑድ ሰባኪ አማካይነት መስማት እንፈልጋለን፤ በየእሑዱ በርቱ የሚሉ መልእክቶችም ስሜታችን ተነቃቅቶ ከቤ/ክ ደጃፍ እንደ ወጣን ተመልሰን ወደ ነበርንበት ድንዛዜ እንገባለን፡፡ ከግል በቃሉ በመንፈሱ መስማት አስፈላጊ እንደ ሆነ ሁሉ የነቢያት የአስተማሪያኑ አገልግሎት አሰፈላጊ እንደ ሆነ ይታወቃል፡፡

ፒንክ ሲናገር **መስማት** ብቻውን በቂ አይደለም፤ ጸሎት ያለበት ማሰላሰልና ራስን ማዘጋጀት ነው ይላል፡፡ ይህንን akouo የሚለውን ቃል በሚቀጥለውም ቁጥር ላይ እናገኘዋለን ይህም ማለት በደንብ ሰምተውታል ማለት ነው፡፡ *(ኤ. ደቭልው፣ ፒንክ ኮሜንተሪ)*

እንዳንወሰድ

ኬንት ሂዩስ፡- የቤተ ክርስቲያን ከ2000 ዓመት በፊት የነበረው ልምድ ሕይወታችንን በዚህ መልክ ይነካል፡፡ አሁንም መንሸራተት አብሮን የቀጠለ ኃጢአታችን ነው፡፡ ይህም አብዛኛውን ጊዜ ሆነ ተብሎ የሚከሰት አይደለም፡፡ ክርስቲያኖች ዋናቸውን ክርስቶስን ሲረሱና ወደ ጎን ሲንሸራተቱ ነው፡፡ በፍጭት ወስጥ ወይም በድንገት በሚደረግ ምትሃት ሳይሆን፣ የመከራ ማዕበል ሲመጣ የክርስቶስ አሳብ ከዕይታችን ይርቃል፡፡ *(ሂዊስ፣ አር. ኬ. ዕብራውያን፡- ለነፍስ መልህቅ ኮሜንተሪ)*

ስፐርጀን ጸሐፊው እንደ ተናገረው፡- ለመግለጽ ሲሞክር ክርስቶስ ሰው ሆኖ ማየትና ይህ ወንጌልም ታላቅ ደራሲ እንዳለው ማየት ነው፡፡ ማንነቱን እንደምናከብር፣ ለሥልጣኑ ዕውቅና እንደምንሰጥ፣ ለአገልግሎቱ እንደምንገዛ እንዲሁም መልእክቱን እንደምናምን እናስተውል፡፡ ስለ ቃሉ ያለን ትውስታ እንደሚያፈስስ የደም ሥር ቃሉ ከሕይወታችን እንዳይወጣ መጠንቀቅ አለብን፡፡ የሰማነውን ቃል እንዳንረሳው፣ ከሰውነታችን ፈስሶ

የሚያልቅ ብቻ እንዳይሆን፣ ይልቁንም በአእምሮዋችን ተተክሎ እንዲቅር እና በልባችን እንዲሆን መሥራት አለብን፡፡

መወሰድ (ፓራሁሄኦ) **pararrhueo / par-ar-hroo-eh'-o:-** ማለት ተጠርጎ መሄድ ወይም መወሰድ ማለት ነው፡፡ ከቦታው አንጻር ይህ ቃል ከእምነት መወሰድን የሚያመለክት ነው፡፡ ይህ ዕንቅስቃሴ ብዙም ትኩረት ያልተሰጠው ግን በዕንቅስቃሴ ላይ ያለ ነገር ነው፡፡ ይህ ማለት አእምሮዋችን ትኩረት ካለመስጠቱ የተነሣ እያጣ ያለውን ነገር አያስተውልም፡፡ *(መጽሐፍ ቅዱስ ጥቅሶች የብሉይና / የአዲስ ኪዳን ግሪክ መዝገበ ቃላት፣ የቴየር ትርጉም 1989. በ ጆሴፍ ሄንሪ ቴየር፣ አስቲን ሐተታ/ በጄፍ ጋሪሰን)*

እንዳንወሰድ፡ - እንዳለፈ አጋጣሚ ሰምተኸው ዝም ብለህ እንዳታልፍ፡፡ ነገር ግን ቆም ብለህ አስፈላጊ የሆነውን የማዳን የምሥራች አጥብቀህ ያዝ የሚል አሳብን ያዘለ ነው፡፡ በቀዳዳ ዕቃ እንዳለ የከበረ ዕቃ ወይም ፈሳሽ እያጐደለ እንደሚመጣ መሆን አይገባም፡፡ አማኝ የሚሰማውን የእግዚአብሔር ቃል ልብ ሊለው ይገባል፡፡ ትኩረት መስጠትንም የራሱ ኀላፊነት እና ድርሻ ነው፡፡

የወንጌል ትእዛዝ ማለት የምሥራቹን ቃል በመጀመሪያ መቀበል፣ ከዚያም ደግሞ የያዝነውን ነገር ሌባው እንዳይሰርቀው ሸሽጎ መያዝ፣ በልቡ ዋሻ ጠልቆ ሰውሮ ማስቀመጥ ይኖርብናል (ምሳሌ 2÷1፣ 4፤ 7÷1)፡፡ ብዙዎች ይህን ቃላቅ ኪዳን እንደ ቀላል ንብረት ያዩታል፡፡ አንድ ነጋዴ የሚገዛው ዕቃ ሊያስገኝለት የሚችለውን ትርፍ ካላወቀ በቀር ያለውን ገንዘቡን በከንቱ አያባክንም፡፡

ይሁን እንጂ፣ ገበያ ላይ ያገኘውን ዕቃ ግን የእርሱን ሕይወት የሚለውጥ፣ የሚያተርፈው መሆኑን ካወቀ ግን ያለውን ንብረት ሁሉ ሸጦ በገንዘቡ ይገዛል፡፡ በውድ ዋጋ ከፍሎ ስለ ገዛው ሸሽጎ ያስቀምጠዋል፡፡ ይህ የመዳን ወንጌል የምሥራቹ ቃል እንዲሁ ሕይወታችንን የሚቀይር ከሆነ፣ ዝም ብለን እንደ አላፊ አግዳሚ ሰው እያየንና እየሰማን አናልፈውም (ማቴ. 13÷45-46)፡፡ ኢየሱስ ይህን የመዳን ወንጌል በደሙ ዋጋ ከፍሎ ከእርሱ እንድንገዛ ብቃትን ሰጠን፡፡

እኛ ደግሞ በየዕለቱ በሕይወታችን፣ በራሳችንን፣ በንብረታችን፣ በጕልበታችን ሁሉ ልንሸሽገው ይገባል (ራእይ 3÷18)፡፡ ከቶም ቢሆን በዓለም፣ በሥጋና በጠላት ሸንገላ ልንለውጠው አይገባም (ምሳሌ 23÷23)፡፡ ኢየሱስ የከፈለው ዋጋ ትልቅ በመሆኑ እኛ የምሥራቹን ልንገዛ የምንችልበት ምንም ዐይነት ዐቅም የለንም፡፡ ለዚያ የሚሆን ብር፣

ወርቅ፣ ወይም ጽድቅ የለንም፡፡ ነገር ግን በደሙ የተገኘውን የምሥራች በማስተዋል ልንገዛ እና በልባችን ልንሰውር ይገባናል (ኢሳ. 55÷1)፡፡ ሁላችንም ነጻ ስጦታ ሆኖ የተሰጠንን ይህን የመዳን የምሥራች ዋጋ ከፍለን (ልባችን ከፍተን ተቀብለን ሸሽገን) መያዝ (መሰወር) ይጠበቅብናል፡፡ከዚህ ጸጋ የጐደለ ሰው ግን ጸጋው ስላልተሰጠው ሳይሆን፣ እንደ ዕብራውያን አማኞች ቸል ስላለው ወይም የእግዚአብሔርን ድምፅ በመስማት ረገድ ዕልከኛ ስለሆነ ነው (ማቴ. 25÷1፣ 5፣ 6፣ 9)፡፡ ልባችን በወንጌል ብርሃን ይሞላ ዘንድ ሙሽራውን ለመጠበቅ ዝግጁ መሆን ይጠበቅብናል፡፡ አእምሮአችን በቃሉ ሙላት የተሞላ ዘወትር በመንፈስ ቅዱስ ምሪት የምንመላለስ እና ከቅዱሳን ጋር ኅብረት ያለን እንድሆን የዕብራውያን መጽሐፍ ያስተምረናል፡፡

ሐዋርያው እዚህ አሳብ ላይ አጽንኦት ሲሰጥ አብልጠን የሚል ቃል ይጠቀማል፡፡ ከአመንበት ጊዜ ይልቅ መዳናችን የቀረበ ስለሆነ፣ ከትናንቱ ዛሬ ከእግዚአብሔር በሆነው ነገር ሁሉ ጨምረን ልንገኝ ታላቁ ሊቀ ካህናት ወደ ቅድስተ ቅዱሳን ገባ (ዕብ. 2÷17)፡፡ ሐዋርያው ቅዱስ ጴጥሮስ ትሕትናን በማሳየት በልባችን የወንጌልን የምሥራች ቃል (የማዳኑን ቃል) መያዝ እንዳለብን ይናገራል፡፡ "እግዚአብሔርን ለመምሰል የሚሆነውን **<u>ነገር ሁሉ</u>** ስለ ሰጠን" ይላል (2ኛ ጴጥ. 1÷3)፡፡

ስለዚህ እኛ ደግሞ ማድረግ ስላለብን ነገር ሲናገር ትጋትን፣ እምነትን፣ በጎነትን፣ ዕውቀትን፣ ራስን መግዛትን፣ መጽናትን፣ የወንድሞች መዋደድን፣ ፍቅርን ጨምሩ ይላል (2ኛ ጴጥ. 1÷5-7)፡፡ ራስን ከሚያጠላልፍ ሕይወት ወጥተን በመጠን እየኖርን ክርስቶስ ሲገለጥ የሚገኘውን ክብር እየተጠባበቅን እንድኖር መጽሐፍ ቅዱሳችን ይመክረናል (1ኛ ጢሞ. 2÷4-5፤ ዕብ. 13÷5፤ 2ኛ ጢሞ. 6÷6-7፣ 1ኛ ጴጥ. 1÷13)፡፡

ብዙዎች የተሰጣቸውን ትልቁን ሀብት በቀዳዳ ዕቃ ውስጥ እንዳለ የሚያጐድሉት ከስስትና ከመገምጀት የተነሣ ነው (ሉቃስ 12÷15)፡፡ ብዙ ጊዜ በረከት እና ብልጥግና ናቸው ብለን የምንጎመጃቸው በሌሎች ሰዎች የሕይወት ጎዳና ላይ የምንመለከታው ነገሮች ሊያስቀኑን፣ አልፎም ሊያሳስቱን ይችላሉ፡፡ ዲቢሎስ ኢየሱስን ወደ ተራራ አውጥቶት የዓለምን ክብር አሳይቶ ወድቀህ ብትሰግድልኝ ይህን ሁሉ እሰጥሃለሁ እንዳለው በሰይጣን ሽንገላና በሥጋ በመታለል እንዳንጠመድ ልንጠነቀቅ ይገባል የሚለውን ምክራችንን እሰጣለን፡፡

ይህን ዐይነት ሕይወት ኖረን የምሥራች ወንጌል መዳን ቃል ከልባችን ተሰርቆ በቀዳዳ ዕቃ እንዳለ ፈስሶ ክርስቶስን ከመምሰል ጎዳና ወጥተን ለሌሎችም የመዓዛ ሽታ ከመሆን ይልቅ የሞት ሽታ ከምንሆንባቸው ባለን በጥቂቱ እየኖርን የሰማይን መዝገብ በልባችን በመሸሸግ

የመለኮታዊ ባሕርያት ተካፋይነታችን ይታይ ዘንድ ልንጋደል ይገባል (ምሳሌ 16÷8፤ 28÷6)፡፡

እግዚአብሔር ባለጠጋ ያደርጋል፤ ሰይጣንም ደግሞ ባለጠጋ ያደርጋል፡፡ የሁለቱ ልዩነቱ ግን የእግዚአብሔር ስጦታ በተፈጥሮአዊ መንገድ ለመጥቀስም ያህል በሥራና በጥረት የሚገኝ መልኩ የሚመጣ፣ እንዲሁም በዝምድናና ተገቢነት ካለው ግንኙነት ሳቢያ ወደ እኛ እንዲደርስ ጌታ እግዚአብሔር ከሚያደርግበት አሠራር የሚመጣ ሲሆን፣ የሰይጣን ስጦታ ግን ነፍሳችንን ሸጠን የምንቀበለው ነው (ማር 8÷36)፡፡ ብዙ ጊዜ በዓለም ያለው ሀብት በከፋት፣ በተንኮል፣ በዐመፃና በማጭበርበር የሚገኝ ነው፡፡ ጌታችን ኢየሱስ ይህን የዐመፃ ገንዘብ ይለዋል፡፡

በዚህ አለም ያለው የከፋ አስተሳብ እና ምኞት ቃሉን የሚያንቅ እሾህ ነው፡፡ (ሉቃስ 16÷9፤ ማቴ. 13÷7፤ 22)፡፡ ክርስቲያኖችም ብንሆን ብዙ ተባረክን ብለን የምንኩራራበት ገንዘብ እና ሀብት ከአሠሪዎቻችን ጊዜ ሰርቀን እንደሚገባ ሳንሠራ፣ ግብር አምታትተንና ዋሽተን፣ ወይም ለጌታ ሥራ መስጠት ያለብንን በልግስና ሳንሰጥ ለራሳችን ያጠራቀምነው ይሆናል፡፡

ወደ ቤተ ክርስቲያን ስንመጣ የምናገኘው ሕንጻ ሆነ የተንደላቀቀ አዳራሽና የጸሎት ቤት ለኀዘንተኛ መጽናኛና በጸሎት መደገፊያ ከመሆን ይልቅ ቡቲክ ተከፍቶበት ሥፍራውን ወንድሞች እና እኅቶች እንዲሠሩበት በነፃ ከመስጠት ይልቅ ብር እያስከፍለን ሀብት ከምናከማችበት ሁኔታ ላይ እንገኛለን፡፡ ከዚህ ይልቅ ግን የወንጌል ስርጭትን ወጭ በመሸፈን ወንጌላውያን እና አስተማሪዎች በየገጠሩ ሄደው እንዲያገለግሉ ሊደረግበትና በዚህም ክብርን ጌታ እንዲያገኝበት፣ ሰዎችም በወንጌል ዕውነት ነፃ እንዲወጡ ማድረግ የሚችል ተገቢነት ያለው ነገር ነው፡፡

የአገልጋዮች ጾጋ ታንቆ አሥራቱ እና የፍቅር ስጦታው ብቻ ወደ ጎተራ ገብቶ የተገነባ እንደ ግብጽ ፒራሚድ ውጫዊ ገጽታው ያሸበረቀ፣ ውስጡ ግን ሕያዋን የሚገኙበት ሳይሆን፣ በቁም ሙታን የሚገኙበት መሆኑን ብንናገር ማጋነን አይሆንም፡፡ ወደ አገራት ስንመጣ ደግሞ አሜሪካ የተባረከች አገር ናት ተብሎ የሚነገርላት፣ ውስጡን ስናጠና ግን የዐመፃ ገንዘብ የተከማቸባት ሆና እናገኛታለን፡፡ ይህም ደግሞ ጥቂት እርሾ ሊጡን ሁሉ እንደሚያቦካ በኃጢአት የተቀላቀለ ብልጽግና እንደሆነ እናስተውላለን፡፡

የአሜሪካን ታሪክ ስናጠና ነው ከበርቴ ጥቁሩን በጭቆና የሚገዛበት የበቆሎ እና የስንዴ እርሻ ጥቁሩ በባዶ እግሩ ፀሐይ ወጥታ እስከትጠልቅ ከሚወዳቸው ቤተ ሰቡ ልጆቹ ሚስቱ ተለይቶ የሚሠራበት፣ ልጆቹ እና ሚስቱ ለነጮች ቆመው የሚያገለግሉበት፣ ብዙ መጠን ያለው በግፍ የተገኘ ብር ወደ ነጩ ጎተራ የሚገባበት ነው፡፡ በሌሎች ላብ እና ዕንግልት የተገኘን ሀብት የእግዚአብሔር በረከት ነው ብለው ይናገራሉ፡፡

በእኛም አገር የሆነው ይህ ነው፡፡ በቀዳማዊ ኃይለ ሥላሴ ዘመን ጢሰኛው ሲገብርና ፊውዳሉ ሲንደላቀቅ የኖረበት ዘመን ነበር፡፡ ከእርሳቸውም በፊትም ሆነ በኋላ የመጡትም አሠራራቸውን ለወጥ አድርገው ሕዝቡን በጭቆናና በግፍ ያስተዳደሩ ናቸው፡፡ የተሰበሰበው ብር በእርግጥ የዐመፃ ብር ብንለው ጌታችን ኢየሱስ ከተናገረው ዕውነት ጋር እንስማማ ይሆናል፡፡ ይህ ዕውነት ከብዙዎች ወንድሞቻችን ጋር ግን የሚያጋጨን ስደት (መስቀል) ያስነሣብን ሊሆን ይችላል የሚል ስጋት ይኖረኛል፡፡

ይህን ስል በትሕትና ነው እንጂ፣ የሌሎችን ጉድለት ለማሳየትና ራሴን ለማጽደቅ እንዳልሆነ ከወዲሁ ይታወቅልኝ፡፡ ሁላችንም ግን ከእግዚአብሔር ቃል በታች ነን፡፡ በአንድም በሌላ፣ በብዙም ይሁን በጥቂቱ ከኀላፊነት አናመልጥም፡፡ ዕንከን ሳይኖርበት ሰው ሆኖ እንደ እኛ የተፈተነ ከኃጢአት በቀር እኛ ያለፍንበት የቀመሰ ጌታ ኢየሱስ ብቻ ነው፡፡

ክርስቲያን ከዓለም ዕድፈት ራሱን ሊጠብቅ፣ ጸጋውንም ከሚያባክን ነገር ሊቆጠብ ይገባል፡፡ የእግዚአብሔር ክብር በሕይወታችን እንዲሠራ ካለመፍቀድ የበለጠ ክርስቲያን የሚነቀፍበት ነገር ምን ይኖራል? ሐዋርያው ስለ መፍትሔው ሲናገር ተጠንቀቁ ይላል (ማር. 8፥18)፡፡ የዕብራውያን ጸሐፊ ሲናገር ትልቁን ሀብት እንዳናጣ ከቅድስናው ተካፋይ እንድንሆን ለጥቅማችን ይቀጣናል ይገስጸናል ይላል (ዕብ. 12፥ 10)፡፡

ልብ ካልተፈወሰ ማየትም ሆነ መስማት አይችልም (ማቴ. 12፥19፤ ማር. 14፥33፤ ዮሐ. 5፥25፣ 28)፡፡ እግዚአብሔር እንድንፈውስ ይፈልጋል (ምሳሌ 20፥12)፡፡ በዓለም ነገር ላይ ሳይሆን፣ በእግዚአብሔር ነገር ሁሉ የተሾመ ሊቀ ካህናት አለን (ዕብ. 2፥16)፡፡ ይህን ሰማያዊ ነገር እንድናይና እንድንወርስ በፍጽምና እንድንኖር ሊያደርገን ችላል (ዕብ. 7፥25)፡፡

አዳም መንፈሳዊ ዐይኖቹ ሲጠፉና ሥጋዊ ዐይኖቹ ሲበሩ ከዔድን ገነት ወጣን፡፡ ኋለኛው አዳም ግን ሥጋውያን ዐይኑ (መጎምጀት ስስት) አውጥቶ ለሰማያዊ ክብር ብቁ እንዲንሆን

አደገረን (1ኛ ቆሮ. 2÷14)፡፡ ስለዚህ ኢየሱስ ታላቁ ሊቀ ካህናት በድካማችን የሚራራ ስለሆነ፣ በእርሱ ከታመንን መሰማሪያ አለን (ዮሐ. 10÷9)፡፡ በእምነታቸው (በሊቀ ካህናቱ ሥራ) ላይ ጥርጣሬ ላደረባቸው በእምነታቸው ወደኋላ ማፈግፈግ ላይ ለነበሩ የዕብራውያን አማኞች ዛሬም ስትሰሙት ችላ አትበሉ፤ ደግሞም በዓለም፣ በጠላት እና ሥጋ አትወሰዱ ይላቸዋል፡፡

ቢ. ኤፍ. ዌስትኮት ሲያብራራ ይህ መርሳት ቀላል መርሳት አይደለም፤ ነገር ግን ጀልባ ወይም መርከብ መቅዘፊያን ቸል እንደ ማለት ነው፡፡ ሁላችንም እንደዚህ ይዘውን ሊጠፉ ለሚችሉ ልምምዶችና ዕውቀት ተጋላጭ *ነን፡፡ (ለዕብራውያን ኤፒስተል)፡- የግሪክ ቃላቱ ማስታወሻዎች እና ድርሰቶች ለንደን፣ ማከሚላን፣ ቢ. ኤፍ. ዌስትኮት)*

ቪንሰንት ሲያብራራ ይህ አሳብ ትኩረት ከመስጠት በተቃራኒ ያለ ነው፡፡ እውነትን ወይም መልካም ሃሳብን የምንዘነጋው ብዙውን ጊዜ ትኩረት ካለመስጠት የተነሣ እንጂ፣ ከጥልቅ ስሕተት አንጻር አይደለም፡፡ መቅዘፊያ በማዕበል የማይሰጥመው ጀልባም በነፋስ የማይወሰደው የሆነ ሰው ትኩረት ስጥቶ ስለሚመራቸው ነው፡፡ *(ማርቪን. አር. ቪንሰንት፣ በአዲስ ኪዳን ውስጥ ቃል ጥናቶች ኮሜንተሪ)*

አዳም ክለርክ፡- መወሰድ ላይ አስተያየት ሲሰጥ ይህ ክፍል በህክምና በደም ሥር ከባለሙያዎቹ ትኩረት ማጣት የተነሣ የሚፈስስ ደምን የሚያሳይ ንጽጽር ነው ይላል፡፡ የሚያዳምጡት ሰዎች የደም ሥሩ የፈሳሹን ጥቅም ሳይረዳ ቀርቶ እንደሚያፈስስ ሁሉ፣ እንዲሁ ማንም የነፍሱን አዳኝ ቃል ሳይሰማ ሲቀር ነው፣ ማንም የመዳኑን ጥቅምና የአዳኙን ማንነት ካልተረዳ በቀር ትኩረት ሊሰጥ አይችልምና፡፡ *(አዳም ክለርክ ኮሜንተሪ)*

ሜየር፡- ይህንን አሳብ ሲያብራራ የሕይወት ውቅያኖስ በማዕበል የተሞላ ነው፤ ማናችንም ወደ ዳር የደረስን መስሎን እንኳ ከመሐል ሰጥመን ልንቀር እንችላለን፡፡ የመንፈሳዊው ዓለም ጎታች ነገር፣ የትላንት ልምምድ፣ የራሳችን ክፉ ማንነትና የሚፈትኑን ነገሮች ሊያስቀሩን ይችላሉ፡፡ *(ኤፍ. ቢ. ሜየር፣ መጽሐፍ ቅዱሳዊው ሥዕላዊ ኮሜንተሪ - ቢብሊካል ኢሉስተሬተር)*

ግድ በግሪኩ **ዴኦ dei die /** ***deh-on'*****፡-** ማለት ግዴታን ወይም አስፈላጊነትን የሚያሳይ ነው፡፡ ይህ ቃል ግዴታ የተቀላቀለበት እንጂ፣ የሞራል ምክር ብቻ አይደለም፡፡ ለአሁን ብቻም ሳይሆን፣ ቀጣይነት ባለው ሁኔታ አስፈላጊ መሆኑን የሚያሳይ ነው፡፡ ይህ must (መሆን አለበት) የሚለው የእንግሊዘኛ ቃል አንባቢዎቹን አንድን ተግባር መፈጸም

361

እንዳለባቸው ለማሳሰብና ለማስጠንቀቅ የሚያገለግል ነው። *(መጽሐፍ ቅዱስ ጥቅሶች የብሉይና / የአዲስ ኪዳን ግሪክ መዝገበ ቃላት፣ የቴየር ትርጉም 1989. በ ጆሴፍ ሄንሪ ቴየር፣ አስቲን ሐተታ/ በጄፍ ጋሪሰን)*

አብልጠን (ፔሪሶስ) perissos / per-is-soce':- የሚለው አሳብ በብዛት ወይም ቅድሚያ በመስጠት የሚልን አሳብ የያዘ ነው። ስለዚህ የተሻለ ትኩረት መስጠት እንዳለብን የሚጠቁም ነው። *(መጽሐፍ ቅዱስ ጥቅሶች የብሉይና / የአዲስ ኪዳን ግሪክ መዝገበ ቃላት፣ የቴየር ትርጉም 1989. በ ጆሴፍ ሄንሪ ቴየር፣ አስቲን ሐተታ/ በጄፍ ጋሪሰን)*

መጠንቀቅ:- በግሪኩ አቻ ቃል (merimna) የሚለውን ቃል ይዟል፤ትርጓሜውም ለተነሣንበት ነጥብ ይቀርባል። ይህም ከሚመጣብን ጥፋት መጠንቀቅንን ያመለክታል። ለዚህ ትርጓሜ ተስማሚ የሆነውን ቃል ከማቴ. 13÷22 እንመልከት። «በእሾህ መካከል የተዘራውም ይህ ቃሉን የሚሰማ ነው፤ የዚህ ዓለም አሳብና የባለጠግነት መታለል ቃሉን ያንቃል፤ የማያፈራም ይሆናል» ይላል። በጥንቃቄ፣ የተዘራው ዘር ከውስጣችን እንዳይወሰድ ያግዛል። ዛሬ ቃሉ ወደ ሰው ልብ በተለያዩ መንገዶች እየፈሰሰ ነው። በቃሉ መምህራን፣ በቅዱሳት መጻሕፍት፣ በልዩ ልዩ ብዙኀን መገናኛዎች ... ወዘተ እየተነገረ ነው። የሰው ልብ ግን የዚያኑ ያህል ከአምላኩ መንገድ ሸፍቷል። የተዘራው ዘር በቀላሉ በጠላት ይለቀማል። ቤተ ክርስቲያን ከዚህ የተነሣ የድካሟን ፍሬ የማትሰበስብና በትልቅ ድንዛዜ ውስጥ እየገባች ያለች ሆናለች። ነገር ግን ጌታ አለ። በዚህም ደስታችን የላቀ ነው! ተስፋችን መድኃኒቱ እርሱ ነው!

ልንጠነቀቅ (ፕሮሴኮ)prosecho/pros-ekh'-o:- ማለት አእምሮን እና ማንነትን ለአንድ ነገር ትኩረት ሰቶ ማዘጋጀት የሚል አሳብን የያዘ ነው። በሌላ አባባል አንድን ማንነት ለአንድ ዓላማ ማዘጋጀት እና ለድርጊትም የተዘጋጀ መሆን ነው። በአዲስ ኪዳን ላይ አገልግሎት ከሰጠው ከዚህ ቃል ከ24 ጊዜው 12 ያህሉ ትእዛዝን ያዘለና ቀጣይነት የሚኖረው መዘጋጀትንም ያመለክታል። **(ፕሮሴኮ)** ማለት ከፊት ሊከሰት የሚችል ዐደጋን፣ ፍላጎትን ወይም ስሕተትን ትክክለኛ መልስ ለመስጠት ዝግጁ መሆንን ያሳያል። ብዙውን ጊዜ ይህ ቃል ዐደጋን ነው የሚያመለክተው እና ይህ ቃል ቀላል ማሳሰብን ብቻ ሳይሆን መልስ ለመስጠት ንቁ ሆኖ መዘጋጀትን ያሳያል። ይህ ቃል ዝንጉ ከመሆን ተቃራኒ የሆነ አሳብን የያዘ ነው። *(መጽሐፍ ቅዱስ ጥቅሶች የብሉይና / የአዲስ ኪዳን ግሪክ መዝገበ ቃላት፣ የቴየር ትርጉም 1989. በ ጆሴፍ ሄንሪ ቴየር፣ አስቲን ሐተታ/ በጄፍ ጋሪሰን)*

የፐሪቸርስ ኮሜንተሪ ማብራርያ እዚህ ላይ ሲጨምር ጸሐፊው ለሚያወራው ቃል አትኩሮትና ትልቅ እይታ እንዲሰጠው የተለየ ገለጻን ይጠቀማል በዚህም የሃሳቡ ፍሬ ነገር ወደ ተደራሾቹ ምእመናን ይጋባል ይለናል፡፡ *(ብሪስሲ፣ ዲ. ኤስ.፣ እና አግሊቪ፣ ኤል. ጄ.፣ የፐሪቸርስ ኮሜንተሪ፡- አዲስ ኪዳን 2003፣ ቶማስ ኔልሰን)*

ፒንክ የ ዶ/ር ጎውጅን አሳብ በመጥቀስ ሲያብራራ፣ እዚህ ጋር ዋናው ዓላማ አእምሮዋችንን ለምንሰማው ነገር ልብን ሰጥተን እንድንቀበልና ሰውን ሁሉ ወደዚህ አሳብ ለማምጣት አትኩሮት በሰጠ መልክ ማዘጋጀት ነው፡፡ *(ኤ. ደቭልው. ፒንክ ኮሜንተሪ)*

እዚህ ጋር ያለው ማሳሰቢያ ለአዲስ ኪዳን መልእክት ትኩረት ስለ መስጠት ነው፤ የሚያስጠነቅቀውም ይህ ዕውነት እንዳይጠፋ እንዲጠነቀቁ ነው፡፡ የአዳም ኃጢአት ባሕርይ የነበረው ለእግዚአብሔር ትእዛዝ ትኩረት ያለ መስጠትና እንደ ቀላል ነገር መቍጠር ነው (በሮሜ 5÷19)፡፡ ላይም አለመታዘዝ ተብሎ የተተረጐመው ነጥብ በቀጥታ ለሰሙት ነገር ትኩረትን አለ መስጠት ነው፡፡ ይህም በደንብ አለመስማት የመጣው እግዚአብሔር ለሚናገረው ነገር ትኩረት መስጠት ካለመቻል ነው፡፡ በስደት ጫና ምክንያት እነዚህ አይሁዳውያን በክርስቲያናዊ ጉባኤ መገኘትን አቁመው ነበር (10÷25)፡፡ ለአዲስ ኪዳን ዕውነታዎችም ትኩረት ነፍገውት ነበር፡፡ በዚህ በክርስቲያኖች ጉባኤ ውስጥ መገኘት የማቆማቸው ምክንያት ከአይሁድ እምነት ተከታዮች ዘንድ የሚደርስባቸው ዕንግልት በመብዛቱ ነው፡፡ የደረሰባቸው ጠንካራ ተቃውሞ እነዚህን ሰዎች ከቤተ ክርስቲያን አውጥቶ መልሶ ወደ ድንኳን መልሷቸዋል፡፡ በዚህም ነው ኃጢአት ቀላል ወደ ሆነው መንገድ እንድንሄድ የሚገፋን፤ ደግሞም ለጥቅም ብለን ብኩርናችንንም የሚያስሸጠን (12÷16-17)፡፡ *(ዌስት፣ ኬ. ኤስ 1947. የግሪክ አዲስ ኪዳን ቃል ጥናት፡- ኢርድማንስ 1947)*

ቁጥር 1 ስለዚህ ከሰማነው ነገር ምናልባት እንዳንወሰድ ፥ ለእርሱ አብልጠን ልንጠነቀቅ ያስፈልገናል።

ስለዚህ ዕብ 2፡2-4; 1÷1,2; 12÷25,26

ለእርሱ አብልጠን ዘዳ 4 ÷9,23; 32፡ 46,47; ኢያ 23÷11,12; 1ኛ ዜና 22÷13; መዝ 119÷9; ምሳ 2÷1-6; ምሳ 3÷21; 4÷1-4,20-22; 7÷1,2; ሉቃ 8÷15; 9÷44

ከሰማነው ነገር ልንጠነቀቅ12÷5; ማቴ 16÷9; ማር 8÷18; 2ኛ ጴጥ 1÷12,13,15; 3÷1

እንዳንወሰድ ዕን 1÷6; 2÷16

ቍጥር 2 *በመላእክት የተነገረው ቃል ጽኑ ከሆነ፥ መተላለፍና አለመታዘዝም ሁሉ የጽድቅን ብድራት ከተቀበለ፥ እኛስ እንዲህ ያለውን ታላቅ መዳን ቸል ብንለው፥ እንዴት እናመልጣለን?*

በመላእክት የተነገረው ቃል

ሄንሪ ሞሪስ ሲያብራራ በሲና ተራራ ላይ ሙሴ ሕግ ሲቀበል መላእክቶች ምንም አልተጠቀሱም፤ ምንም እንኳ የመለከት ድምፅ መነፋት ቢጠቅስም፣ መላእክቶች ግን በሥፍራው ላይ ነበሩ፡፡ ጌታ ወደ ሲና ሲመጣ በአሥር ሺህዎች የሚቈጠሩ መላእክት ተገኝተዋል (ዘዳ. 33÷2)፡፡

ማክ አርተር፡- መጽሐፍ ቅዱስ መላእክት በሕግ መስጠት ላይ ተካፋዮች እንደ ነበሩ ይነግረናል ይላል (የሐዋ. 7÷53)፣ ዳሩ ግን ሚናቸው ምን እንደ ነበር አይነግረንም፡፡ *(ጆን. ኤፍ. ማክአርተር፡ የቃል ጥናት፡- ናሽቪል)*

ጽኑ ቃል በግሪኩ (ጅኖማል) ይለዋል፡፡ የተፈጸመ፣ የተከናወነ እንደ ማለት ነው፡፡ በሲና ተራራ ላይ እግዚአብሔር በእልፍ አእላፋት መላእክቱ አማካኝነት ጽኑ የሆነ ቃሉን እንደ ሰጠ ተጽፎልናል፡፡ *«እግዚአብሔር ከሲና መጣ፤ ከሴይርም ተገለጠ፤ ከፋራን ተራራ አበራላቸው፤ ከአእላፋትም ቅዱሳኑ ጋር መጣ፤ በስተቀኙም የእሳት ሕግ ነበረላቸው፡፡»* ዘዳ. 33÷2 ይላል፡፡ ይህ ቃል የማይሻር የማይቀየር ነው፡፡ በገላትያ 3÷19 *«እንግዲህ ህግ ምንድነው? ተስፋው የተሰጠው ዘር እስኪመጣ ድረስ፤ በመካከለኛ እጅ ስለ ሕግ መተላለፍ ተጨመረ»* ይላል፡፡ ይህ የሕግ ቃል ተስፋ የተሰጠው መሢሕ እስኪመጣ ድረስ የሰውን ኃጢአተኛነት እንደ መስታወት እያንጸባረቀ ያገለግላል፡፡

ጽኑ (ቤባዮስ) bebaios / beb'-ah-yos፡- ማለት መሠረት የያዘና የማይነቃነቅ እንዲሁም የጸና ነገርን ያሳያል፡፡ ይህ ቃል እዚህ ጋር የመለኮቱን ዓለም ለማረጋገጥ የገባው ከአለም ላይም በሕግ ሥርዓት ላይ ጥቅም ላይ በሚውልበት መልክ ነው፡፡ በጥንታዊው ግሪክ ይህ ቃል የማይነቃነቅ፣ ጸንቶ የሚኖር እና ጠንካራ የሚለውን ነገር ወክሎ ያገለግላል፡፡ **(ቤባዮስ)** የሚለው ቃል በጥንታዊ ግሪክ ሦስተኛ ወገን ሆኖ የሚነሣ ከሆነ፣ ገዥን ከሻጭ የሚያገኘውን ሕጋዊ ማስረጃ ያሳያል፡፡ *(መጽሐፍ ቅዱስ ጥቅሶች የብሉይና / የአዲስ ኪዳን*

ግሪክ መዝገበ ቃላት፣ የቴየር ትርጒም 1989. በ ጆሴፍ ሄንሪ ቴየር፣ አስቲን ሐተታ/ በጄፍ ጋሪሰን)

አልበርት ባርንስ ሲናገር (ቤባዮስ) የሚለው ቃል የማይዋዥቅ ነገርን የሚወክል ነው፡፡ ወንጀል ምን እንደሆነ የሚወስንና በቅጣቱም ጽኑ ነበር፡፡ በሁኔታ አይለዋወጥም፤ ሕግን ካላከበረ ቅጣት ይበይናል፡፡ እዚህ ጋ ሃሳቡ ፍጹምነትን የሚወክል አይደለም፤ ዳሩ ግን ቅጣት ባለመኖሩ ሕግ እንዳይጣስ ነው፡፡ እርሱን መተላለፍ መልካም አይደለም፤ ነገር ግን ወደ ሙሉ መታዘዝ ለማምጣት ሁሉንም ትናንሽ ስሕተት ያስተውላል፡፡ *(ባርነስ፣ አልብርት፣ ወደ ሐዲስ ኪዳን ላይ ኮሜንተሪ 1885)*

መተላለፍ የሚለውን ቃል በግሪኩ ትርጒም ስንመለከተው (parabasis) የሚል ትርጒም ይኖረዋል፡፡ ይህ መተላለፍ ትእዛዝን ወይም ሕግን መጣስን ያመለክታል፤ ከሌላው የርኩሰት ኃጢአት ጋር እናወዳድረው ካልን ከባድ ቅጣት የሚያስከትል በደል እንደሆነ የቃሉ ትርጒም ያመለክታል፡፡ 1ኛጢሞ. 2፥14፡፡ በቍጥር አንድ ላይ እንደ ተመለከትነው እግዚአብሔር በሲና ተራራ በመለእክቱ አማካይነት የሕጉን ቃል ለሙሴ፤ በእርሱም አማካይነት ለእስራኤል ሰጠ፡፡ ይህን ትእዛዙን መተላለፍም ከበድ ያለ ቅጣትን የሚያስከትል ሆነ፡፡

የኦሪት ወይም የሙሴ ሕግ "አድርግ-አታድርግ" በሚለው ላይ የተመሠረተ ነበር፡፡ የመቅደሱ ሥርዓትም በዚያ ላይ የቆመ ነው፡፡ የሚታዘዘው ሰው ግን ከልቡ መታዘዝ ወይ ከሕሊና በመንጻት ማድረግ አይጠበቅበትም፡፡ እነዚህ የሥጋ ሥርዓቶች ብቻ ናቸው (ዕብ. 9፥10)፡፡ ሕግ መልካም ነገር ነው (ሮሜ 7፥16)፡፡ አሥርቱን ትእዛዛት ብንመለከታቸው ቅዱሳት ናቸው (ሮሜ 7፥12)፡፡

ይሁን እንጂ፣ ሕጉን የሚፈጽመው ሰው ሕጉን ከፍቅር ከልቡ በደስታ ሊያደርገው አይጠበቅበትም፡፡ ሌላው ነገር ደግሞ ሕግ የታዘዘውን መፈጸም እንጂ፣ ከታዘዘው ነገር በላይ ቢኬድ እርሱ የሚሰጠው ምስጋና የለም፡፡ በክርስቶስ ያለው የጸጋው ሕግ ትእዛዝ ወይም የመንፈስ ሕይወት ሕግ (ሮሜ 8፥2) አንድ ምዕራፍ ለጠየቀን ሰው ሁለተኛውም ምዕራፍ መሄድን ይጠይቀናል (ማቴ 5፥41)፡፡ ይህ የዕከክልኝ ልከክልህ የሚለው የዓለም አካሄድ ሳይሆን፣ ዐቅምና ችሎታው ባለህ መጠን ለወንድምህ ዕጅህን ዘርጋ የሚል ይሆናል፡፡

እርሱ በሕጉ በኩል የማይጠይቅህ አንተ ደግሞ በጸጋ በኩል መልስ ስጥ ማለቱ ነው፡፡ ምክንያቱም ክርስቲያን ከሕግ ንግሥና አስተዳደር በታች ሳይሆን፣ ከጸጋው በታች ከጸጋው ዙፋን በሊቀ ካህኑ አገልግሎት ሥር ስለሚገኝ ማለት ነው (ማቴ. 5÷40፤ ዕብ. 4÷16፤ ሮሜ 6÷14)፡፡

ክርስቲያን ጸጋ ተሰጥቶት ከጸጋው ዙፋን የክርስቶስን ሕይወት ተቀብሎ ዐቅሙ ኖሮት፣ ብቃት ኖሮት በችግር ላይ ያለውን ወንድሙን እንደ ራሱ ካልወደደ፣ እንዲሁም እግዚአብሔርን በፍጹም ልቡ፣ በፍጹም ነፍሱና ኃይሉ (በንብረቱ ሁሉ) ካልወደደ ኃጢአትን ይሠራል፡፡ ለምሳሌ በባንካችን ያለ ብርን አውጥተን ለተቸገረ ሰው መስጠት በመንግሥት ሕግም ሆነ በቤተ ክርስቲያን መሪዎች ላንገደድ እንችል ይሆናል፡፡ አሥራታችንን እስከ ሰጠን ድረስ ወደ ቤተ ክርስቲያን ስንሄድ በመለመን ላይ ያለውን ሰው ምሳ አብልተን ወደ አመልኮ ሥፍራ እንድናስገባው አንገደድ ይሆናል፡፡

የክርስቶስ ፍቅር ግን በውስጣችን ሆኖ ግድ ይለናል፡፡ ሕሊናህም ይህን አስመልክቶ ይናገርሃል፡፡ ይህን ባታደርግ የክርስቶስን ሕግ (የጸጋውን ሕግ) ጥሰሃል ይላል፡፡ ይህ በሥነ መለኮት ጥናትም - Sin of Omission - ማድረግ ያለብንን ሳያደርጉ የመተው ኃጢአት - በመባል ይጠራል (ያዕቆብ 4÷17)፡፡

የሀብታሙ ሰውና የድሀው የአልዓዛር ታሪክ ይህን ያስተምረናል፡፡ ሀብታሙ ሰውዬ ብሩን በካዝናው እህሉን ደግሞ በጎተራው በማስቀመጡ ረገድ በዓለም እና በሰዎች ፊት ትክክለኛ እና ሕጋዊ ነው፡፡ ምናልባትም ዳጎስ ያለ አሥራት ይሰጥ ይሆናል፡፡ በደጃፉ ተቀምጦ ያለው ድሀው አልዓዛር ግን የሚበላው አጥቶ ውሾች ቁስሉን ይልሱት ነበር፡፡ በሀብታሙ ሰውዬ ቤት ውስጥ ፈሪሳውያን አሉ፡፡

የሀብታሙ ሰውዬ ቤት ከውጭ ሲታይ በሙሴና በኤልያስ፣ ደግሞም በመላእክት የታጀበ ይመስላል፡፡ ስለ እርሱ ማንነት የሚያውቅ ማንም የለም፤ ሁሉም ግን እቤቱ ገብተው ይበላሉ፤ ይጠጣሉም፤ የምስጋና መሥዋዕትንም ያሳርጋሉ፡፡ ንስሐ ግባ! ከእግዚአብሔር አምላክም ጋር ታረቅ! ያለው ማንም የለም፡፡ከአልዓዛር ጋር ሆነው የሚታወቁት ውሾች የተባሉት ቀራጮች ኃጢአተኞች ተብለው የሚጠሩ ነበሩ፡፡ ይሁን እንጂ፣ ከአብርሃም ጋር የነበሩት እነ አብርሃም፣ ሙሴና ኤልያስ ነበሩ (ሉቃስ 16÷19-31)፡፡

እንግዲህ የሙሴ ሕግ መልካም ቢሆንም፣ የሚታዘዘው ሰው ከፍቅር ተዘርግቶ ያደርገው ዘንድ አይጠበቅበትም፡፡ በጸጋ ሕግ ግን ከልብ አለመሥራት አለመታዘዝ ነው፤ ቅጣንም

ደግሞ ያመጣል፡፡ ለፍርድ ሳትቀርብ በፊት የሚያሰናክለውን ዐይንህን የሚያሰናክልህ ከሆነ ጉልጉለህ አውጣው፡፡ ወይም የሚያሰናክልህ ከጣቶችህ አንዱ ከሆነ፣ ቈርጠህ ጣላት፡፡ ቅጣቱ የገሃነመ-እሳት ፍርድ ነውና ተጠንቀቅ የሚለውን ምክር የዕብራውያን ጸሐፊ ይሰጣል፡፡

መተላለፍ (ፓራባሲስ) parabasis / par-ab'-as-is፡- የሚያመለክተው ወደ ጎን መተው ወይም ከመስመር መዝለልን ሲሆን፣ የገባውም የመለኮት አሳብን መተላለፍን ለማመልከት ነው፡፡ በግልጽ የተቀመጠን ሕግ በፈቃድ መተላለፍን የሚያሳይ ነው፡፡ አንድ ሰው ስህተት መሆኑን እያወቀ የሚፈጽመውን ተግባር ይወክላል፡፡ የእግዚአብሔር ሕግ ሰዎችን ኃጢአተኛ አያደርግም፡፡ ነገር ግን ይህን የተቀመጠውን መስመር መተላለፋቸው ኃጢያተኛ ያደርጋቸዋል፡፡ ቀድሞም ኃጢአተኛ ነበሩ፣ ምክንያቱም ከአዳም ተወልደዋልና ኃጢአተኛ ማንነትን ከመንፈሳዊ አባታቸው ወርሰዋልና፡፡ (ሮሜ 5÷12) *(መጽሐፍ ቅዱስ ጥቅሶች የብሉይና / የአዲስ ኪዳን ግሪክ መዝገበ ቃላት፣ የቴየር ትርጒም 1989. በ ጆሴፍ ሄንሪ ቴየር፣ አስቲን ሐተታ/ በጀፍ ጋሪሰን)*

ጀሚሰን ሲያብራራ መተላለፍ ከፉን በመሥራት በፈቃድ መስመር በማለፍ በቀጥታ ሕጉን መቃረን ሲሆን፣ አለመታዘዝ መልካም ማድረግን በመተው ሕጉን በተቃራኒ መጣስ ነው፡፡ *(ጀሚሰን ፋውሰት ዕብራውያን ኮሜንተሪ 1999)*

አለመታዘዝ የሚለውን ቃልም በግሪኩ አቻ ትርጒም ስንመለከተው (parakoe) ይላል፡፡ በግሪኩ ቃል ትርጉሙን ስናጤን ከበድ ያለ ትርጒም አለው፡፡ በቍጥር አንድ ላይ ከተመለከትነው መስማት (Akouo) ከሚለው ቃል ጋር ይያያዛል፡፡ ይህም ማለትም እየሰሙ ልበ-ደንዳናና ግዴለሽ በመሆን አለመታዘዝን ያመለክታል፡፡ (ሮሜ 5÷19)

አለመታዘዝ (ፓራኮኤ) parakoe / par-ak-o-ay'፡- ማለት ሰምቶ መተው ነው፣ መጀመሪያ በትክክል አለመስማትን የሚያሳይ ነበር፤ ከዚያም በሙሉ ልብ አለመስማት፣ በመጨረሻም ሰሚው መስማት ያልፈለገውን ነገር በገዛ በፈቃዱ ማውጣትን ያሳያል፡፡ ጆሮን ለእግዚአብሔር ድምፅ መዝጋት ሲሆን፣ ይህም ግድ-የለሽ በሆነ መስማት ይታያል፡፡ ይህን ቃል የተጠቀሙ ሦስቱም የአዲስ ኪዳን ክፍሎች ሆን ብሎ አለመስማት፣ ከዚያም አለመታዘዝን የሚያስከትል ብለው ያስቀምጡታል፡፡ ጳውሎስ አዳም እግዚአብሔርን አለመስማትን በፈቃዱ ያደረገውና በሰው ልጅ ላይ መንፈሳዊ ሞትን እንደ ቫይረስ ያሰራጨ ነው ይለዋል (ሮሜ 5÷12)፡፡

ጳውሎስ አገልግሎቱን ለሚከሱት ለቆሮንቶስ ሰዎችም ባለመታዘዛቸው ከእግዚአብሔር አሳብ ይልቅ በራሳቸው አሳብ መመራት በመምረጣቸው ምክንያት እንደሚቀጡ ይናገራል (2ኛ ቆሮ. 10÷5-6)። በዕብራውያን 2 ላይ ያለው የመስማትና የማድረግ ግዴታ የሙሴ ሕግ ሥልጣን፣ ማለትም ሁሉም መተላለፍና አለመታዘዝ ቅጣት እንደሚያስከስትና በምልክትና በድንቅ የመጣውን ታላቁን መዳን ቸል የምንልበት ምንም ምክንያት እንደ ሌለ የሚያሳይ ነው (ዕብ. 2÷3-4) *ፓርኮኤ፡-* በጥንታዊ ግሪክ በትክክል አለመስማት እና አለመረዳት ከመስማት ችግር ጋር ወይም ሆን ብሎ መስማት ካለ መፈለግ ጋር ይያያዛል። *(መጽሐፍ ቅዱስ ጥቅሶች የብሉይና / የአዲስ ኪዳን ግሪክ መዝገበ ቃላት፣ የቲየር ትርጉም፣ አስቲን ሐተታ/ በጄፍ ጋሪሰን)*

ዊልያም ባርክሌይ ሲያብራራ *(ፓራኮኤ)* ማለት በትክክል አለመስማት፣ ለምሳሌም መስማት የተሳነው ሰውን ያመለክታል። ከዚያም ቸልተኛ በሆኑበት መልኩ መስማት፣ በመጨረሻም ትኩረት ካለመስጠት የተነሣ የተባለውን አለመያዝ ነው። በመጨረሻም ለመስማት ፍቃደኛ ካለመሆን እና ለእግዚአብሔር ድምፅ ታዛዥ ካለመሆን ጋር ይደመራል። ይህ የእግዚአብሔርን ትእዛዝና ግብዣ ላለመስማት ሆን ተብሎ የሚደረግ ጆሮን መድፈንን ያሳያል። በብሉይ ኪዳን ይህ አለመታዘዝ የሚለው ቃል ብዙ ቦታ ተገልጾ ይገኛል። *(ኤር. 11÷10፤ 35÷17፤ የሐዋ. 7÷57፤ ኢያሱ 1÷18፤ ኢሳ. 28÷12፤ 30÷9፤ ኤር. 32÷28፤ 35÷16) (ዊሊያም ባርክሌይ፡- ኮሜንተሪ)*

ቪንሰንት፡- (ፓራኮኤ) በጳውሎስ እና ዕብራውያን ላይ አለመታዘዝ የሚለውን ቃል ወክሎ አገልግሎት ሲውል ለመስማት ቸል ከማለት ጋር ይያያዛል። በብሉይ ኪዳን ላይ መታዘዝ ከመስማት አለመታዘዝ ደግሞ ካለመስማት ጋር ተያይዞ ብዙ ጊዜ ተጠቅሷል። አለመታዘዝ አንድን ነገር ማድረግ እየቻልን ላለማድረግ ቸል ማለትና መተውን የሚያመለክት ነው። መተላለፍ የሆነ ነገርን ማድረግን ሲያሳይ፣ የተደረገ ኃጢያትን ይገልጻል። አለመታዘዝ የሆነ ነገርን ካለማድረግ የመጣ ፤ኃጢአትን ያሳያል። ሁለቱም ግን ትኩረት የሚሰጣቸው ናቸው። *(ማርቪን፣ አር. ቪንሰንት፡- በአዲስ ኪዳን ውስጥ ቃል ጥናቶች ኮሜንተሪ)*

ጽድቅ ብድራት

ጽድቅ (ኢንዲኮስ) endikos / en'-dee-kos፡- ማለት ትክክል ወይም ተገቢ የሚል ፍቺ ያለው ነው። ይህ endikos የሚለው ቃል ያገለገለው በጳውሎስ ሮሜ 3 ላይ ብቻ ነው።

ዌስትኮት እንደሚታዘበው አትኩሮት ሰጥቶ መያዝ የሚያስፈልግበት ምክንያት ጥፋት ካደረጉ ከሆነ መቀጣቱ ግድ ስለሆነ ነው። ይህ እርግጠኝነት መገለጡ ከሚያመጣው ሥልጣን ጋር ተመጣጣኝ ነው። *(ዌስትኮት፣ ቢ. ኤፍ፦ ወደ ዕብራውያን፣ ኮሜንተሪ)*

እግዚአብሔር ቅጣቱ ከጥፋት ጋር የማይመጣጠን ሲመስለን ኢፍትሐዊ የሚል ክስ ብዙ ጊዜ ይቀርብበታል፤ ነገር ግን እግዚአብሔር በማንነቱ ኢፍትሐዊ ሊሆን የሚችልበት ማንነት የለውም። በብሉይ ኪዳን ከፈቃዱ ውጭ ለመኖርና ላለመታዘዝ የጨከኑትን በጣም ይቀጣ ነበር፣ እንደ አሳቡና ፈቃዱ ሊኖሩ ከቈረጡ ሕዝቦችም ያርቃቸው ነበር። እስራኤል ላይ የሚያሳየው ፍርድ ደግሞ የከፋ ነበር፤ ምክንያቱም እነርሱ በይበልጥ እርሱን ስለሚያውቁት ነው። ቅጣት ሁልጊዜም ከብርሃን ጋር እንደሚያያዝ አስታውሱ። ብዙ ብርሃን ባለን ቍጥር ቅጣታችን ይጨምራል። ኢየሱስ ኮራዚ፣ ቤተ ሳይዳና ቅፍርናሆምን ሲወቅስ በእነርሱ ከበራው ብርሃን አንጻር፣ በእነርሱ ላይ የሚደርሰው ቅጣት ይህ ብርሃን የእነርሱን ያህል ካልበራላቸው እንደሚብስ ያሳስባቸዋል (ማቴ. 11÷20-24)።

ኢየሱስ ለደቀ መዛሙርቱም በማቴ 10÷14-15 ላይ ተመሳሳይ አሳብ ያለው ነገር ያወራላቸዋል።በአጭሩ ኢየሱስ እያስተማረ ያለው በሲኦልም የቅጣት ልዩነት እንዳለ ነው። ብዙ ብርሃን የበራለት ብዙ ተጠያቂ ይሆናል። የዕብራውያንም ጸሐፊ ይህንን ዕውነት በተመሳሳይ ማስጠንቀቂያ ይናገራል። በዕብራውያን 10÷28-29 ላይ ወንጌሉን የሚረዳና የሚያውቅ ዳሩ ግን ወደ ጎን የገፋ ሰው የከፋ ቅጣት ይጠብቀዋል። ስለዚህ ጸሐፊው በእግዚአብሔር ጸጋ የሰሙትን የእግዚአብሔር ቃል ተግባራዊ ለማድረግና ኢየሱስን ለማመን የማይፈልጉት ሰዎች የባሰ ፍርድ እንደሚጠብቃቸው ያወራል። *(ቅድመ አስቲን ሐተታ/ በጀፍ ጋሪሰን)*

በሲኦል ውስጥም የቅጣት ልዩነት እንዳለ (ሉቃስ 12÷47-48፤ ማቴ. 10÷15 / 23÷14፤ ያዕ. 3÷1) ከወንጌላውያን አስተማሪዎችም መካከል ብዙዎች ያስተምራሉ። ከእርሱም ውስጥ *ዶን ስትዋርት /ብሉ ሌትርባይብል፤ ጆን ፓይፐር / ራዮን ተርንር / ቻድ ሬስልር / ሄሪ ቡዎስ /ሌሪ ዲከሰን /ክሬግ ኤል ብሉምበርግ እና ጆን. ኤፍ. ዋልቩርድ* ይገኙበታል።

ብድራት የሚለው ቃል በግሪኩ (misthapodosia) የሚል ትርጉም አለው። ይህም በአሉታዊነትም ሆነ በአዎታንታዊነትም የሚደረግን ብድራት ያመለክታል። በበጎ ብድራት ከሚወሱት መካከል ዕብ. 10÷35፤ 11÷26 የሚጠቀሱ ሲሆን፣ የቅጣት ብድራትን በተመለከተም በዚህ ቍጥር ላይ የምንመለከተው የቅጣት ብድራትን ነው። የእግዚአብሔር ቃል ጽኑና የማይለወጥ፤ የማይሻሻልም ነው። በጽድቅ መንገድ በሜይድ

የሚታዘዙቱ የሕጉን ቃል በማክበራቸው ብድራታቸው በረከት ሲሆን እንመለከታለን፡፡ ለዚህም በቃሉ ላይ በምሳሌነት የተጠቀሱ በርካታ ቅዱሳንን መጥቀስ ይቻላል፡፡ እንደ ምሳሌም አብርሃምን እንውሰድ፡፡ አብርሃም በእምነት እግዚአብሔርን በማስደሰቱ ብቻ ሳይሆን፣ እስከ መጨረሻ የሕይወት ዘመኑ በመታዘዝ የኖረ ጻድቅ ሰው ነው፡፡ በዚህም ዘሩ እንደ ምድር አሸዋ እንደ ሰማይ ከዋክብት መቁጠር እስከማይችል ድረስ የተባረከ ሆነለት፡፡

በሌላ በኩል ባለመስማታቸው ምክንያት ብድራታቸውን በቅጣት የፈጸሙ ብዙዎችን ከቃሉ መጥቀስ ይቻላል፡፡ ከእነኝህም በዋነኛነት እስራኤል ራስዋ ጥሩ ምሳሌ ናት፡፡ በአሞጽ መጽሐፍ ስለ እስራኤል ቅጣት ሲናገር፡- *«የአትክልትና የወይን ቦታችሁን ብዙ ጊዜ መታሁ ፤ በዋግና በአረማሞ አጠፋኋችሁ፤ አንበጦችም የበለስና ወይራ ዛፎቻችሁን በሉ፤ እናንተ ግን አልተመለሳችሁም ይላል እግዚአብሔር፡፡»* (አሞጽ 4÷9)፡፡

እስራኤል ባለመታዘዝና ቸል በማለት ብዙ ጊዜ ቅጣትን ሲቀበል እናያለን፡፡ ወደ ከነዓን ያደረጉት ጉዞም ባለመታዘዝ የተነሣ ዕክል ገጠመው፡፡ እግዚአብሔር ከግብፅ ወጥተው ማርና ወተት የምታፈልቀውን የከነዓንን ምድር ሊያወርሳቸው ቃል ቢገባም፣ እነርሱ ግን ቸልተኞች ሆኑ፡፡ አምላካቸውን ትተው ወደ ጣዖት ፊታቸውን አዞሩ፡፡ እግዚአብሔርም ከእነርሱ በሚበዙት ደስ አልተሰኘም፡፡ አብዛኞቹም የተስፋዪቱን ምድር ሳይወርሱ በምድረ በዳ ቀሩ፡፡

ብድራት (ሚስታፖዶሲያ) misthapodosia / mis-thap-od-os-ee'-ah፡- የሚያመለክተው መልስን ወይም በምላሽነት የሚመጣ ክፉ ወይም ደግ ነገርን ነው፡፡ ጸሐፊው እያለን ያለው ለዚህ መተላለፍና ያለመታዘዝ ክፍያ አለው ነው፡፡ (ሮሜ 6÷23 የኃጢአት ደመወዝ ሞት ነው)፡፡ የዚህ (ሚስታፖዶሲያ) የሚለው ቃል ሌላው ብቸኛ የሚጠቅም ክፍልም የሚገኘው በዕብራውያን መልእክት ውስጥ ነው ያለው (ዕብራውያን 10÷35)፡፡ *(መጽሐፍ ቅዱስ ጥቅሶች የብሉይና / የአዲስ ኪዳን ግሪክ መዝገበ ቃላት፣ የቴየር ትርጉም 1989. በ ጆሴፍ ሄንሪ ቴየር፣ አስቲን ሐተታ/ በጀፍ ጋሪሰን)*

እነዚህ ሌላ ሁለት ገለጻዎች መታዘዝና ታማኝነትም በሰማይ ክፍያ እንዳላቸው የሚያስረዳ መሆኑን አስተውሉ፡፡ በድምሩ አለመታዘዝ ዋጋ ያስከፍላል፤ መታዘዝ ደግሞ ዋጋ ያስገኛል፡፡ ሁለቱም ደግሞ ምድራዊም ሆነ ዘላለማዊ ውጤቶች አሉዋቸው፡፡

እኛስ እንዲህ ያለውን ታላቅ መዳን ቸል ብንለው፥ እንዴት እናመልጣለን?

ታላቅ (ቴሌኩቶስ) telikoutos / tay-lik-oo'-tos ወይንም tay-lik-ow'-tay፡- ይህ አብዛኛውን ጊዜ መጠንን የሚገልጽ የንጽጽር ገለጻ ነው። *(መጽሐፍ ቅዱስ ጥቅሶች የብሉይና/የአዲስ ኪዳን ግሪክ መዝገበ ቃላት፣ የቴየር ትርጉም 1989. በ ጆሴፍ ሄንሪ ቴየር)*

ለዚህ ምሳሌ የሚሆኑን የዕብራውያን ጸሐፊ በምዕራፍ 11 ላይ ባሰፈራቸው የእምነት አባቶች እንደ ደመና የከበቡን ሕያዋን ምክስሮች ናቸው (ዕብ. 11÷40)። በባርነት ምድር በግብፃውያን የግፍ አገዛዝ በጭቆና ቀንበር ሥር ይኖሩ የነበሩት የአብርሃም ዘሮች ምሳሌዎች ናቸው። የበኵር ልጅን ልቀቅ ብሎ የልጅነት ሥልጣናቸውን በመግለጥ ነፃነታቸውን በጸናች ክንድ እንዲያገኙ ያድናቸው ዘንድ ወረደ (ዘጸ. 3÷8፤ ዘዳ. 33÷29)። በምድረ በዳ በጥማት ምድር ተጠንቅቆ በክንፎቹ ሥር አዝሏቸው ወተት እና ማር ወደምታፈስሰው ምድር አስገባቸው።

በክርስቶስ የተገኘው መዳን ግን ከዚያ በብዙ እጥፍ ይበልጣል። ከዔድን ገነት የተባረረው ሰው ትልቁ ኪሣራው ከእግዚአብሔር ክበር መጕደል ነበር። በክርስቶስ ወደ አብ ክብር እንዲመለስ መዳንን ያገኘ ሆነ። ይህ በክርስቶስ የተገኘ መዳን (salvation) አማኙን ትናንት ዛሬና ለዘላለም በመዳን ሕይወት እንዲኖር ያደርገዋል። **ትናንት** በመዳን አጸናው (የሐዋ. 16÷31)፤ **ዛሬን** በመዳን ያቆመዋል (ሮሜ 8÷13)፤ **ወደፊቱን** ደግሞ በመዳን ክብር እንዲኖር ያደርገዋል (ሮሜ 13÷11፤ ቲቶ 2÷12-13)።

በመጨረሻ አዳኙና ካህኑ ኢየሱስ በደመና ሲገለጥ የመጨረሻው መዳን ይሆናል (ዕብ. 9÷28)። እርሱ መዳናችን ቀንድ ነው የምንለው ትናንት ያዳነን፣ ዛሬ የሚጠብቀን፣ ነገን ለክብሩ የሚያቆመን አለኝታችን ስለሆነ ነው። ኢየሱስ የመዳናችን ቀንድ ነው (መዝ. 18÷2፣ ሉቃስ 1÷69)። እርሱ የመዳናችን ራስ (ኢሳ. 59÷17፤ ኤፌ. 6÷17)፣ የመዳናችን ፋና (ኢሳ. 62÷1)፣ የመዳናችን ጽዋ (የበረከት ጽዋ) (ዘኍ. 28÷7፣ 1ኛ ቆሮ. 10÷16)፣ የመዳናችን ልብስ (መዝ. 132÷6፤ 2ኛ ዜና 6÷41፤ ኢሳ. 61÷10)፣ የመዳናችን ምንጭ (ኢሳ. 12÷3)፣ ለፍጥረታቱም የሕይወት ምንጭ (መዝ. 36፡9፤ ምሳሌ 14÷27)፣ የምሕረት ምንጭ (ዘካ. 13÷1፤ ዕብ. 7÷12 ነው። ይህ ታላቅ መዳን የሆነው ክርስቶስ ኢየሱስ ነው።

አልበርት ባርንስ ፡- ይህ ትልቅ ኃጢአት መሥራትን ሳይሆን፣ እንደ ግድያ፣ ስርቆት፣ ፈጣሪን መካድ፣ ዝሙት የመሳሰሉትን ሳይሆን፣ ይህን ትልቅ መዳን እንደ ቀልድ ቸል ማለትን ያሳያል፡፡ ቸልተኝነት የሰውን ሕይወት ያበላሻል፡፡ አንድ ነጋዴ ሥራውን ለማበላሸት ፎርጅድ መሥራት ወይም ስርቆት መሥራት አይጠበቅበትም ነገር ግን ችላ ማለት ብቻ ብዙ ነገርን ያበላሻል፡፡ ታሞ አልጋ ላይ የተኛ ሰው ራሱን ለማጥፋት ማድረግ የሚጠበቅበት ጉሮሮውን ለመቊረጥ መጣር አይደለም፤ ነገር ግን የሚድንበትን መንገድ ችላ ማለት ብቻ እርሱን ያጠፋዋል፡፡ በትምህርት ቸልተኝነት ረገድ ልጆች ዝንጉዎች ሆነው ያድጋሉ፡፡ ለመዝራት ቸል ማለት፣ በማጨድ ቀን ባዶ ያደርጋል፡፡ ማጨድን ችላ በማለት ዘሩ መሬት ላይ ይበላሻል፡፡ የቱም ምድራዊ ነገር በቸልተኝነት አይበለጽግም፡፡ ታድያ እንዴት መንፈሳዊ ነገር በቸልተኝነት ያድጋል? ትኲረት ከማጣት የተነሣ ብዙ ምድራዊ ነገር የሚበላሽ ከሆነ፣ የነፍስ ነገር ደግሞ ይበልጥ ትኲረት ይፈልጋል፡፡ ማንም ሰው ዝሙት ስላልሠራ፣ ስላልገደለ ብቻ እድናለሁ ብሎ እንዳያስብ፣ ግድያን ስላልፈጸመ እርሻው እንደሚያፈራ፣ ዝሙት ስላልሠራ ነገሩ ሁሉ እንደሚጠበቅለት ማንም እንዳያስብ፡፡ መዳን ምንም ጥረት የማይጠይቅ ከሆነ፣ ምንም ዋጋ የለውም ማለት አይደለም እናም ምንም ጥረት በሌለበት ቦታ መዳን የለም ማለት ነው፡፡ *(ባርነስ፣ አልበርት፣ አዲስ ኪዳን ላይ ማስታወሻዎች ኮሜንተሪ)*

መዳን (ሶቴሪያ) soteria / so-tay-ree'-ah፡- ማለት ከአደጋ ወይም ከጥፋት መታደግን ያሳያል፡፡ መዳን በግሪክ ሰፊ ትርጒም ያለው ቃል ነው፡፡ soteria የሚለው ቃል ሌላው አሳብ ወደ ደኅንነት ሰላም መመለስን እንዲሁም ከዐደጋ መከለልን ያሳያል፡፡ በአዲስ ኪዳን ይህ ቃል 45 ጊዜ ተጠቅሷል *(መጽሐፍ ቅዱስ ጥቅሶች የብሉይና / የአዲስ ኪዳን ግሪክ መዝገበ ቃላት፣ የቲየር ትርጉም፣ አስቲን ሐተታ/ በጄፍ ጋሪሰን)*

ጸሐፊው እያለን ያለው ነገር ይህ የመዳን ቃል ከጥርጥር በላይ ነው፣ እርግጠኛነት ያለበት ነው፡፡ መተማመንን ለማምጣት እና መሠረት የያዘ ነው፡፡ የውስጥ መሠረት የያዘ ነው፡፡ በዕብራውያን ላይ ያለው ቃል በመዝሙር 119÷28 ላይም አገልግሎት ሰጥቷል፡፡

ቸል (አሜልኦ) ameleo / am-el-eh'-o፡- ማለት ያለ ጥንቃቄ ወይም ያለ ትኲረት ማለት ነው፡፡ ስለ አንድ ግለሰብ ወይም ነገር ግድ የለሽ መሆን፡፡ *(መጽሐፍ ቅዱስ ጥቅሶች የብሉይና / የአዲስ ኪዳን ግሪክ መዝገበ ቃላት፣ የቴየር ትርጒም 1989. በ ጆሴፍ ሄንሪ ቴየር፣ አስቲን ሐተታ/ በጄፍ ጋሪሰን)*

ለዛሬዋ ቤ/ክ አማኞችም የቀደሙት እስረኤላውያን ሕይወት ለትምህርት ተጽፎልናል፡፡ አስተዋይ ሰው ከሌላው ሰው ስሕተት ይማራል፡፡ እኛም ከቀደሙት እስራኤላውያን ተምረን በመታዘዝ ልንኖር ይገባናል፡፡ በአገራችን ቤ/ክ በአሁኑ ዘመን ብዛት እንጂ፣ ጥራት የጠፋበትም ምክንያትም ይህ ነው፡፡ ብዙ የመድረክ ንግግሮች፤ ትወርሳላችሁ! ይሳካላችኋል! የሚሉ የትንቢት ቃሎችም በገፍ ቢሰሙም አንካሳነታችን ግን ከጊዜ ወደጊዜ እጅጉን እየበረከተ ነው፡፡ በአሁኑ ወቅት የብዙ ክርስቲያኖች ትዳር እየፈረሰ ነው፡፡

በአገልግሎታቸው በሥነ ምግባር ጉድለት፣ የነዋይ በፍቅረ-ነዋይና ቅድስና ማጣት የሚነቀፉ አገልጋዮች በጣሙን እየበረከቱ ነው፡፡ የዚያኑ ያህል ተኣምራት በየዐደባባዩ በግልጽ የሚደረግ ሲሆን፣ እኛም በተገለጠው ጸጋ ስጭውን እያመሰገንን ቢሆንም፣ እነዚያው ሰዎች ግን ለማመን በሚያስቸግር ሁኔታ ብዙ የሚነቀፉበት ሁኔታም አለ፡፡ እንደ ቀድሞው ጌታ ዛሬም *በቃሉ ልጆቼ ተመለሱ! ንስሐ ግቡ!* ይላል፡፡ የንስሐ ፍሬአችን ሲታይ የጸጋ ስጦታዎች ከመገለጣቸው ባሻገር የጸጋው ባለቤት በአማኙ ሕይወት ይገለጣል - ይህም ክርስቶስን መምሰል፣ ክርስቶስን መልበስ እና የልጅነት ሕይወት የሚንጸባረቁበት ነው፡፡

ቸል (አሜሌኦ) ማለት የሚያብራራው **ልንጠነቀቅ (ፕሮሴኮ)** የሚለው ቃል ዕብ. 2፥1 ላይ ከያዘው በተቃራኒ ያለ አሳብን የያዘ ሲሆን፣ የሁለተኛው ዘወትር ከአንድ ዐደጋ ወይም ስሕተት ለመማርና መልስ ለመስጠት ዝግጁ የመሆንን አሳብ የያዘ ነው፡፡ የዚህ ቃል በብሉይ ኪደን ላይ አገልግሎት ከሰጡ ሁለት ክፍሎች መካከል አንዱ በቀደምት የአይሁድ መጻሕፍት ላይ ያለው እግዚአብሔር ሕዝቡን ስለ አዲሱ ኪዳን በተናገረበት ወቅት ያለው ነው፡፡ ኤር. 31፥32 በአዲስ ኪዳን ደግሞ በአራት ክፍሎች ተጠቅሷል ማቴ. 22፥5፣ 1ኛ ጢሞ. 4፥14፤ ዕብ. 2፥3 እና ዕብ. 8፥9 *(ቅድመ አስቲን ሐተታ/ በጄፍ ጋሪሰን)*

ከብሉይ ኪዳን ይልቅ የአዲስ ኪዳን ሕግ ከባድ ማስጠንቀቂያን ይሰጣል፡፡ በጸጋ ዘመን ስንኖር ታላቁ ሊቀ ካህናት ዘወትር የሚማድ ስለሆነ፣ ብዙውን ጊዜ አማኝ በቸልተኝነት ሕይወት ሲመላለስ ይታያል፡፡ በጸጋ የሚኖር ሰው አሁን ያለበትን ሥፍራ መዘንጋት አይኖርበትም፡፡ የዕብራውያን ጸሐፊ እንደሚለው፡- “ሙሴ እጅግ እፈራለሁ እንቀጠቀጥማለሁ እስከሚል ድረስ የሚታየው እጅግ የሚያስፈራ ነበር ... አሁን ግን የሁሉ ዳኛ ወደሚሆን ወደ እግዚአብሔር ... ቀርባችኋል (ዕብ. 12፥18)፡፡ በማክበር እና በፍርሃት እግዚአብሔርን ደስ እያሰኘን የምናመልክበተን ጸጋ እንያዝ፥ አምላካችን በዕውነት የሚያጠፋ እሳት ነው (ዕብ. 12፥29)፡፡

ቸልተኝነት ከፍተኛ ቅጣት ያመጣል፡፡ የተሰጠውን የጸጋ ዐደራ እና የተቀበለውን መልካሙን ሥራ በእምነት፣ በትዕግሥት እና በፍቅር ይዞ ለማይመላለስ የመተላለፍ ዋጋው አስከፊ ይሆናል (ማቴ. 22÷1-3)፡፡ ኃጢአት ማለት ዒላማውን የሳተ ጦር ወይም ዓላማውን የሳተ ሊያፈራ የሚገባውን ፍሬ ያላፈራ፤ ከተጠበቀበት ግብ ያልደረሰ የሚል አሳብ አለው፡፡

ይህ የሚሆነው በማወቅም ባለማወቅ ሊሆን ይችላል (ዘፍ. 15÷27)፡፡ ይህም ግቡ የተሟላ ስላልሆነ ፍሬው ለጉሮሮ የማይጣፍጥ ውጤቱም መራራ ይሆናል፡፡ የመጨረሻው ግብ ለእግዚአብሔር ክብር ማምጣትና ክብሩን መሸከም ሲሆን፣ ኃጢአት ግን ባዶ መሆንን ያስከትላል፡፡ የኃጢአት ሁለተኛ ደረጃው መተላለፍ ነው፤ ሰው ከተሰመረለት መስመር ቅጥርን ጥሶ ባለመታዘዝ ሲመላለስ እንደ ጠፋው ልጅ የሚቅበዘበዝ ይሆናል፡፡ከዚያ ሲያልፍ የመጨረሻው ደረጃ በደል በመባል ይታወቃል፡፡ ዳዊት በእግዚአብሔር ፊት ኃጢአት፣ ቀጥሎም መተላለፍ፣ ከዚያም በደልን መፈጸሙን እንናስተውላለን፡፡ የጦሩን ጀግና ኦርዮንን አስገድሎ ሚስቱን የቀማበት ሁኔታ ሆን ብሎና አስቦ፣ ደግሞም ዐቅዶ የሠራው ኃጢአት ነበር (2ኛ ሳሙ. 11÷3-4፤ 12÷9፤ ሚክ. 2÷1፤ ኤር. 33÷8፤ ዕብ. 8÷12)፡፡

ሊቀ ካህናቱ ከኃጢአት፣ ከመተላለፍ እና ከበደል ሊታደገን ይችላል፤ ነገር ግን የሊቀ ካህናቱን አገልግሎት ቸል በማለት ልቡን ዕልከኛ የሚያደርግ የጸጋውን ሥራ የሚያከፋፋ ከፍተኛ ቅጣት ያገኘዋል (ዕብ. 12÷15፤ 10÷29)፡፡

በበደላችንና በኃጢአታችን ሙታን የነበርነውን በክርስቶስ ደም ይቅር አለን፤ የዘላለም መዳን አገኘን (ኤፌ 2÷1)፡፡ ይሁን እንጂ፣ በደለኛው በኃጢአቱ ንስሐ ባይገባ ግን የበቀል ጽዋ አለ (ራእይ 17÷4፤ ዘፍ. 15÷16፤ ሮሜ 1÷28-32)፡፡ ከዚያም ማምለጥም አይቻልም (መዝ. 80÷5፤ ኤር. 11÷11)፡፡

ጆን ማክአርተር፡- ሲያስጠነቅቀን ክርስቶስ ኢየሱስን **ችላ** አላችሁት የምንባል እንዳንሆን ይላል፡፡ ታሪክ እንደሚነግረን ሮኬት በትክክለኛው ሰዓት መተካት ባለመቻል የአንቴዋርፐን መውደቅና የሆላንድ ነፃ መውጣትን ለ20 ዓመት አዘግይቶታል፡፡ ለ3 ሰዓት መዘግየት ናፖልዮንን በወተርሉ ጦርነት ዋጋ አስከፍሎታል፣ የክርስቶስንም የድነት ጥሪ ችላ ማለት ዘላለማዊ በረከትና ደስታን ያሳጣል፤ ወደ ፍርድም ያስገባል፡፡ የእግዚአብሔርን ጸጋ ችላ *(ጆን፣ ኤፍ. ማክአርተር፡- ዕብራውያን... ቺካጎ፡- ሙዲ ፐረስ)*

ዌስት- ቻል ብንለው የሚለው ቃል በቅድሚያ ተደራሽ ያደረገው በዛን ወቅት የነበሩ አይሁዳውያንን ነው፡፡ በግልጽ የመቅደሱን ስራ ትተው የወጡት፣ የሊቀ ክህነትን ስራ የመሚሑ ያደረጉ፣ በ ኢአማንያን አይሁድ ስደት የተጋረጠባቸው፣ በጸጋው ሰበብ መሰባሰብን ችላ ያሉ፣ ከአዲስ ኪዳን ትምህርት እያፈገፈጉ ያሉ፣ ወደ ቀደመው ኪዳን እየተመለሱ ያሉ እንዲሁም ወደ ተዉት መቅደስ የመመለስ ዐደጋ ያጋጠማቸው፣ መመለስ ከባድ ከሆነበት በክህደት ኃጢአት የተገኙ፡፡ ጸሐፊው እነዚህን ኃጢአት ከመፈጸም እንዲታቀቡ ይሞክራል፡፡ (ዌስት፣ ኬ. ኤስ 1947. የግሪክ አዲስ ኪዳን ጥናት)

እንዴት እናመልጣለን?

ማምለጥ (ኤከፊዮ) ekpheugo / ek-fyoo'-go፡- የቃሉ ትርጉም መሸሽ የሚል ወይም ከአንድ ነገር ለማምለጥ መሸሽን ያሳያል፡፡ በችግር ጊዜ ሸሽቶ መሸሸጊያ መፈለግ ማለት ነው፡፡ (የሐዋ. 16÷27) የሚያሰጋን ነገር ሲያጋጥም ለማምለጥ (1ኛ ተሰ. 5÷3*)፡፡ (መጽሐፍ ቅዱስ ጥቅሶች የብሉይና / የአዲስ ኪዳን ግሪክ መዝገበ ቃላት፣ የቴየር ትርጉም፣ አስቲን ሐተታ/ በጄፍ ጋሪሰን)*

ቁጥር 2 በመላእክት የተነገረው ቃል ጽኑ ከሆነ ፥ መተላለፍና አለመታዘዝም ሁሉ የጽድቅን ብድራት ከተቀበለ ፥እኛስ እንዲህ ያለውን ታላቅ መዳን ቸል ብንለው ፥ እንዴት እናመልጣለን?

በመላእክት የተነገረው ቃል ዘዳ 32 2; መዝ 68÷17; ሥራ 7÷53; ገላ 3÷19

መተላለፍና አለመታዘዝም ሁሉ ዕብ 10÷28; ዘፀ 32 ፡ 27,28; ዘሌ 10÷1,2; 24÷14-16; ዘኍ 11÷33; 14÷28-37; ዘኍ 15÷30-36; 16÷31-35,49; 20÷11,12; 21÷6; 25÷9; ዘዳ 4÷3,4; 17÷2,5,12; ዘዳ 27÷26; 1ኛ ቆሮ 10÷5-12; ይሁ 1÷5

ብድራት ከተቀበለ፥ 10÷35; 11 6,26;

ቍጥር 3 *ይህ በጌታ በመጀመሪያ የተነገረ ነበርና፥ የሰሙትም ለእኛ አጸኑት፥*

መስማት (አኩኦ) akouo / ak-oo'-o፡- ማለት መስማትን ብቻ የሚያሳይ ሳይሆን ትኩረት በመስጠት ወይም ከልብ ለመታዘዝ መስማትን ያሳያል፡፡ *(መጽሐፍ ቅዱስ ጥቅሶች የብሉይና / የአዲስ ኪዳን ግሪክ መዝገበ ቃላት፣ የቴየር ትርጉም 1989. በ ጆሴፍ ሄንሪ ቴየር፣ አስቲን ሐተታ/ በጄፍ ጋሪሰን)*

ሬይሪ ዕብራውያን 2፥2-4 በሕግና በጸጋ መካከል ያለውን ንጽጽር ያሳያል፡፡ ዕብራውያን 2፥2 የሙሴ ሕግን ያመለክታል፡፡ የጸጋው ከሕግ በተለየ መልክ ደግሞ በክርስቶስ ኢየሱስ ተገልጧል፡፡ እናም ለዕብራውያን ጸሐፊና ተደራሾች በሰሙት አጸኑላቸው፡፡ በምልክትና ድንቅ ተመሰከረላቸውም፡፡ *(ቻርልስ ሬይሪ፡- የመጽሐፍ ቅዱስ ጥናት ማብራሪያ)*

አጸኑት የሚለው ቃል በግሪኩ ፍቺ (Bebaioo) ውሳኔን ማጽናትን፤ ቁራጥ ዐቋም መያዝን፤ እርግጠኝነትን፤ አስተማማኝነትን፤ በራስ መተማመንን፤ ጥንካሬን፤ ዕውነተኛነትን፤ ያመለክታል፡፡ (ማር. 16፥20) *«በዚያም ደቀመዛሙርቱ ወጥተው በየስፍራው ሁሉ ሰበኩ፡፡ ጌታም ከእነርሱ ጋር ይሰራ ነበር፡፡ ትምህርታቸውንም ተከትለው በሚፈፀሙ ምልክቶች ቃሉን ያጸና ነበር፡፡»* 1ኛ ተሰ. 3፡-13 *«ጌታችን ኢየሱስ ክርስቶስ ከቅዱሳን ሁሉ ጋር በሚመጣበት ጊዜ በአምላካችንና በአባታችን ፊት ነቀፋ የሌለባችሁና ቅዱሳን ሆናችሁ እንድትገኙ ልባችሁን ያጽና፡፡»*

አጸኑት/ማረጋገጥ/አረጋገጡልን (ቤባያኦ) Bebaioo / beb-ah-yo'-o፡- በግሪክ አስተማማኝ ማረጋገጫ ከመስጠት ጋር ይያያዛል፡፡ ስለዚህ የዚህ ቃል አጠቃቀም በመዳናችን ላይ ምንም ዐይነት ጥርጣሬ እንደ ሌለ የሚያሳይ ነው፡፡ ዋናው አሳብ ይህ ዕውነት ያለ ምንም ጥርጣሬና ማቅማማት የምንቀበለው መሆኑ ነው፡፡ *(መጽሐፍ ቅዱስ ጥቅሶች የብሉይና / የአዲስ ኪዳን ግሪክ መዝገበ ቃላት፤ የቴየር ትርጉም 1989. በ ጆሴፍ ሄንሪ ቴየር፤ አስቲን ሐተታ/ በጄፍ ጋሪሰን)*

በብሉይ ኪዳን ዘመን የሕጉን ቃል በመጠበቅ ለአምላካቸው ክብር የኖሩ ቅዱሳን፤ ከመላእክቱ የሰሙት ቃል የቱን ያህል ዕውነት እንደ ሆነ ሰምተው በመታዘዝ ለእኛ የቃሉን ዕውነት አረጋገጡልን፡፡ ዛሬም በአዲሱ ኪዳን በክርስቶስ አማካይነት የወንጌሉ ዕውነት ተነግሮናል፡፡ (ማር. 1፥14፤ ኢሳ. 61፥1፤ ሉቃስ 4፥18-21)፡፡ እርሱ ይህን ወንጌል ያደረሰልን በነፍሱም ተወራርዶ ነው፡፡ ይህ የወንጌል ዕውነት ከሕጉ ቃል ዕውነት ጋር ሲነጻጸር እጅጉን የላቀ ሆኖ እናገኘዋለን፡፡ በብሉይ ዘመንም ሆነ በሐዋርያት ዘመን የነበሩት አባቶች የቃሉን ዕውነት በማጽናት ሕይወታቸውን በመሥዋዕትነት ከፍለዋል፡፡

አቤል የመጀመሪያው የሰው ልጅ በእምነት መሥዋዕቱን በማቅረብ እግዘአብሔርን ማክበርንና እውነተኛውን አምልኮ አስተማረ፡፡ በዚህም የመሢሕን አዳኝነት የማስተዋወቁን የደም መፍሰስ ስርአት አመለከተ፡፡ እግዚአብሔርም በእርሱ ሕጉን የተከተለ መሥዋዕት ደስ ተሰኘ፡፡ በኖኅ በአብርሃምና በሎጥ ዘመንም ሰዎች እግዚአብሔርን በመፍራት እንዲኖሩ እነዚህ ቅዱሳን የምሥራቹን ቃል በራሳቸው ዘመን

በኑሯቸው መስክረዋል፡፡ በእምነት እግዚአብሔርን መፍራትን አስተምረዋል፡፡ ሌሎቹም የእግዚአብሔር ባሪያዎች በተመሳሳይ መንገድ በሕይወታቸው ተወራርደው የእግዚአብሔርን መንግሥት ዐወጁ፡፡ ነቢያቱም በድፍረትና በጽናት የወንጌሉን ቃል፤ የመሢሕን መምጣት ዐወጁ፡፡ በአዲስ ኪዳን የምንመለከታቸው ሐዋርያትም እጅግ በሚገርም መንገድ ከፍተኛ ዋጋ ከፍለው፤ በመንፈስ ቅዱስ እየተነዱ የወንጌሉን ቃል ለአለም ሁሉ አዳረሱ፡፡ መከራ በላያቸው ላይ ቢፈራረቅም ዕንቢ ለወንጌል፣ ዕንቢ ለጌታዬ በማለት ደማቸውንንም በማፍሰስ ወንጌልን ለዓለም አዳረሱ፡፡

በዚህ ዘመን ያለን የወንጌል አገልጋዮች ከእነኚህ ቅዱሳን የምንማረው በርካታ ቁምነገር አለ፡፡ በዚህ ዘመን ከወንጌሉ ቃልና ከቀደሙት ቅዱሳኖች አገልግሎት ያፈነገጠ አካሄድ በጣሙን በዝቷል፡፡ ከዚህ የተነሳ ቤ/ክ እየሄደችበት ያለችው አካሄድ ዐደጋ እየገጠመው ነው፡፡ በቤ/ክ ውስጥ **በአንዳንድ ሥፍራ** እየተስፋፉ ያለው **ዕውነተኛው** ወንጌል ሳይሆን፣ **ልዩ** ወንጌል ነው፡፡ ይህ ልዩ ወንጌል በክርስቶስ ላይ ሳይሆን ራሳቸውን በከበሬታው ወንበር ላይ ባስቀመጡ አገልጋዮች ክብርና ዝና ብልፅግና ላይ ያተኮረ ነው፡፡ እነዚህ አገልጋዮች በቀጥታም ይሁን በተዘዋዋሪ የሚሰብኩት ስለ ዝና፣ ከበሬታ፣ ብልጽግና ነው፡፡ ምድራዊ ኑሯቸውም በምቾትና ድሎት ላይ የተመሠረተ ነው፡፡ ለእነርሱ ጌታና ሃዋርያት ያለፉበት፤ ነፍሳችውን አሳልፈው በመስጠት ዋጋ የከፈሉበት የመከራ አገልግሎት ዘመን ያለፈበት ተረት ተረት ነው፡፡ ዘወትር የሚያስቡት በሚልዮን ብር የፈሰሰባቸው ዘመናዊና ውብ የሆኑ አዳራሾችን ገንብቶ፤ በብዙ ሺህ ሕዝብ ተሰብስቦ በብልጽግና ወንጌላቸው እየተደለለ በዚህ ምድር ምቾት ተውጦ ሀብታም የሚሆንበትን መንገድ ብቻ እያለመ፤ ለእነርሱ በመስጠት እንዲኖር ማስተማር ነው፡፡

ዕውነትም ይህ ምቾታቸው ሰምሮላቸው ምድራዊውን የድሎት ኑሮ እነርሱና ተከታዮቻቸው እየኖሩት ነው፡፡ በእነርሱም የተነሣ ወንጌል ዕንቅፋት ገጥሞታል፡፡ ይህንን ከቁማር ያልተለየ ሕይወት እየኖሩት ነው፡፡ በአገራችን ኢትዮጵያም የአገልጋይ ስኬቱ የሚለካው አሜሪካን፣ ካናዳ፣ አውሮፓ እና አውስትራሊያ በመሄድ እየሆነ መጥቷል፡፡ በውጭ ያለነው ደግሞ በቊሳዊ ተዘፍቀን ክርስቶስ ተጋርዶብናል፡፡ በትክክል ወንጌሉን ብቻ የሚሰብኩ አገልጋዮች አድማጭ እያጡ የመጡበት ጊዜ ላይ ደርሰናል፡፡ ቤ/ክ እንደ ምንም ብላ ለምናም ሆነ ተበድራ ትልቅ ሕንፃ ለመሥራት የምትራወጥበት ጊዜ ላይ እንገኛለን፡፡ የዘመናችን ቤ/ክ በብዙ ቦታዎች ከቀደመችው የጥንት የሐዋርያት ቤ/ክ የሚያመሳስላት መስፈርት በአብዛኛው እየጠፋ ነው ቢባል ማጋነን አይሆንም፡፡

በእርግጥ እነዚህ በበጎና በቅን ልብ ለእግዚአብሔር ክብር ቢውል መልካም ነገሮች አስፈላጊም ናቸው:: የምንሰበሰብበት አዳራሽ ቢያጌጥ በድሎትም ሆነ በተደላደለ ኑሮ መኖር በራሱ ክፋት የለውም፤ እንዲሁም ሸጋ ነው፤ ነገር ግን ወንጌል ግን ግቡ ይህ አይደለም:: የነፍሳት መዳን ፣ የአማኝ በቃሉ ሥር መስደድ (ደቀ መዝሙር መሆን)፣ ምእምናን ዕለት ዕለት በመንፈስ ቅዱስ መሞላታቸው፣ በእምነት (በጌታ ላይ በመደገፍ) መኖር፣ በመንፈስ ቅዱስ ስጦታዎች መገለጥ፣ አምስቱ የአገልግሎት፣ እንዲሁም የተለያዩ የአገልግሎት ዘርፍ በሙላት መሥራት እና ንጽሕት እና ድንግል የሆነች ቤተ ክርስቲያን ማቅረብ ... ወዘተ ናቸው::

አንዲት ጤናማ ቤ/ክ በትክክል ጤናማ ናት ለማለት በቃሉ ዕውነት ላይ የቆመች ልትሆን ይገባታል:: ይህም ማለት በአምስቱም የጸጋ ቢሮዎች በመጠቀም የምታገለግል፣ በመካከልዋም ያሉትን መሪዎች፣ ሚኒስትሪዎች የምታከብር የምታበረታታ የምትደግፍ፣ ወደ ዓለም ወጥታ ወንጌልን በመመስከር በየአካባቢው፣ በየገጠሩ ቤ/ክ የምትመሠርት፣ ክርስቶስን ማዕከል ያደረገ አስተምህሮ ያላት፣ መንጋውን በአጥጋቢ ሁኔታ የምትንከባከብና የምትመግብ፣ የደቀ መዝሙርነት አገልግሎት በአጥጋቢ ሁኔታ የሚሰጥባት፣ ቢያስፈልግ በመከራ ውስጥ በማለፍ ወንጌልን የምትዘራ፣ በአካሉ መካከል ያለ ምንም ዐድሎ የእረኝነት አገልግሎቱ የሚሰጥባት፣ ከመንጋው ውስጥ የምእመኑን ጸጋ በመለየት ለአገልግሎት አሠልጥና የምታሰማራ ስትሆን፣ በመካከል የሚገኙትን ድሆች የምትረዳ ... ወዘተ ሆና ስትገኝ ነው::

በዘመናችን የምትገኘው ቤ/ክ ይህን ከመሰለው አካሄድ እጅጉን ጎድላለች:: በውጭም ሆነ በአገራችን ያለችው ቤ/ክ ነፃነቱም ጎድሏታል:: የቀድሞው ፍቅርና መያያዝ፣ ከልብ በሆነ ትጋት ለወንጌል መሮጥ ቀርቶ፣ በእርስ በርስ ሽኩቻና ፉክክር የተያዘችና አሉ የተባሉትን ሀብታሞች በመቀራመት ተደላድላ የተቀመጠች ትመስላለች:: አዳራሽን ማስዋብ፣ ምርጥ ዘማሪዎችንና ሰባኪያንን በገንዘብ መያዝ፣ መድረክን አሳምሮ በሌላው ቤ/ክ ያለው ምእመን ወደዚህኛው ቤ/ክ እንዲመጣ ጥረት ማድረግ፣ በቴሌቭዥን አገልግሎት ታወቂ መሆን፣ ... ወዘተ የብዙዎች ሩጫ ሆኗል:: የዚህ ሁሉ የመጨረሻ መድረሻውም ቤ/ክን በገንዘብ ማደርጀት ነው:: ይህ ምንኛ ማጕደል ነው::

እግዚአብሔር ለኢትዮጵያን ቤ/ክ ተሐድሶን እንዲያመጣ ጠንክረን ልንሠራ ይገባናል:: በአሁኑ ጊዜ (2010 ዓ.ም እንደ አውሮጳ አቈጣጠር) በውስጥ ጥቅማ-ጥቅም እየተጋጩ በፍርድ ቤት የሚሟገቱ ቤ/ክ ቍጥራቸው ከ200 በላይ እየደረሰ ነው:: ቤ/ክ ከዚህ ውስጥ ወጥታ ጌታን ለማንገሥ መሮጥ ይገባታል:: በአብዛኛው ነገር ጠቀስን እንጂ፣ ሁሉንም

ያካተተ ነገር እዚህ ላይ አልቀረበም:: በእርግጥም ቅሬታዎች አሉ:: ወንጌልን ሳይሸቃቅጡ ጤናማውን አስተምህሮ የያዙ፣ ክርስቶስን ማዕከል ያደረጉ፣ የጸጋው ጉልበት የተገለጠባቸውና ፍቅርን የተላበሱ በመኖራቸው ደስታችን የላቀ ሆኖአል!

ቁጥር 3 ይህ በጌታ በመጀመሪያ የተነገረ ነበርና ፥ የሰሙትም ለእኛ አጸኑት፥

ይህ በጌታ *ዕብ* 4፥1,11; 10 ፡28,29; 12፥25; *ኢሳ* 20፥6; *ሕዝ* 17፥15,18; *ማቴ* 23፥33; *ሮሜ* 2፥3; 1ኛ *ተሰ* 5፥3; 1 ኛ *ጴጥሮስ* 4፥17,18; *ራዕ* 6፥16,17

የተነገረ ነበርና፥ *ዕብ* 5፥9; 7 25,26; *ኢሳ* 12፥2; 51፥5, 8; 62፥11; *ሉቃ* 1፥69; *ዮሐ* 3፥16-18; *ሥራ* 4፥12; 1 *ጢሞ* 1፥15; *ቲቶ* 2፥11; *ራዕ* 7፥10

በመጀመሪያ *ዕብ* 1፥2; *ማቴ* 4፥17; *ማር* 1፥14; *ሉቃ* 24፥19; *ሥራ* 2፥22

የሰሙትም ለእኛ አጸኑት፥ *ማር* 16፥15-19; *ሉቃ* 1፥2; 24፥47,48; *ዮሐ* 15፥27; *ሥራ* 1፥22; 10፥40-42

ቍጥር 4 *እግዚአብሔርም እርሱ ራሱ እንደ ፈቀደ በምልክትና በድንቅ ነገር በልዩ ልዩ ተአምራትም፥ መንፈስ ቅዱስንም በማደል አብሮ መሰከረለት።*

ከሥላሴ አካላት አንዱ የሆነው እግዚአብሔር መንፈስ ቅዱስ የወንጌልን ሥራ በማሮጡ ውስጥ ጉልህ ድርሻ አለው:: ጌታ ስለዚህ መንፈስ ሲናገር:- «ዮሐ. 16» በእርግጥም የሐዋርያቱን ሕይወት ከወንጌላት ውስጥ በምንመለከትበት ጊዜ መንፈስ ቅዱስን ከመቀበላቸው በፊትና በኋላ አንድ አልነበሩም:: መንፈስ ቅዱስን ከመቀበላቸው በፊት ፈሪ የነበሩት፤ እርስ በርስም የራሳቸውን ሥልጣን ለማስከበር ሲሻኮቱ ነበሩ፤ የእግዚአብሔር ፈቃድ ምን እንደ ሆነ በትክክል ለይተው ለማወቅ ይቸገሩ የነበሩትና ጸሎት ሲባሉ ዕንቅልፍ የሚቀናቸው ደቀመዛሙርቱ መንፈስ ቅዱስን ከተቀበሉ በኋላ ማንነታቸው ፈጽሞ ተለወጠ:: የእነርሱ ዐይነት ለውጥ በእንግሊዘኛው ፓራዳይም ሺፍት ይባላል:: ይህም ሲተረጎምና ሲብራራ ቀድሞ ከነበራቸው የአኗኗር ዘይቤ ፈጽሞ በተቃራኒው መንቀሳቀስ እንደማለት ነው:: ቀድሞ ደካማና ፈሪ የነበሩት ሐዋርያት፤ መመራት እንጂ መምራት የማይችሉት ሐዋርያት፤ ለመጸለይ ሲንበረከኩ ዕንቅልፍ የሚያሸንፋቸው ሐዋርያት መንፈስ ቅዱስ ከወረደባቸው በኋላ የማይበገሩ ሆኑ:: ወንጌልም በእነርሱ አማካይነት እንደ ሰደድ እሳት መቀጣጠል ጀመረ::

ከመንፈስ ዳግም የተወለዱ ሰዎች በዚህ ብቻ ሳይገቱ በመንፈስ ቅዱስ ዕለት ዕለት በመሞላት የወንጌሉን ሥራ ሊሠሩ ይገባል:: ከመንፈስ ቅዱስ ሙላት በፊትም ዳግመኛ መወለድ ለአንድ አማኝ ወሳኝ ጥያቄ ነው:: ለመሆኑ ዳግመኛ የተወለደን ሰው የምናውቀው በምንድን ነው? ሐዋርያው ዮሐንስ በመጀመሪያ መልእክቱ፣ በምዕራፍ

ሦስት፣ አራትና አምስት ከእግዚአብሔር የተወለደ ሰው የሚኖረውን ባሕርያት በሚገባ ያብራራል።

አንድ ሰው ለብዙ ዓመታት በቤተክርስቲያን እየተመላለሰ ዓመታትን ቢያስቈጥርም፣ አማኝ ነው ብለን መደምደም አይገባም። አንዳንዶች ሳይለወጡ ወይም ዳግም ሳይወለዱ በአገልግሎት ሊሰማሩ ሊሰብኩ፣ ሊዘምሩ፣ ከዚህም አልፈው ቤ/ክ ሊመሠርቱ ወይም ግንባር ቀደም መሪ ሊሆኑ ይችላሉ። ማንም ግን በኃጢአት ውስጥ የሚኖርና ያልተለወጠ ሕይወት ካለው ዳግም የተወለደ ሰው ነው ለማለት አንችልም። እንዲህ ዐይነት ሕይወት የሚኖር ሰው የሚያስፈልገው በመጀመሪያ ዳግመኛ መወለድ ነው። *«ከእግዚአብሔር የተወለደ ሁሉ ኃጢአትን አያደርግም ዘሩ በእርሱ ይኖራልና ከእግዚአብሔርም ተወልዶአልና ኃጢአትን ሊያደርግ አይችልም»*፤1ኛ ዮሐ. 3፥9፣ አንድ ሰው ሕይወቱን ለኢየሱስ ክርስቶስ በመስጠት በእግዚአብሔር ፊት ሲቀርብ ከማይጠፋው ዘር ከመንፈስ ቅዱስ ይወለዳል። ይህም ዳግም መወለድን ያመለክታል። ያ በውስጡ ያለው ዘር ሕይወቱን መለወጥ ብቻ ሳይሆን ለኃጢአት እምቢ አሻፈረኝ የሚል ባሕርይ ይሰጠዋል። ስለዚህ አሳቡን ፈቃዱን በመጠበቅ ለኃጢአት ተገዥ ከመሆን ይጠብቀዋል። ዮሐንስ *«ከእግዚአብሔር ተወልዷልና ኃጢአትን ሊያደርግ አይችልም»* ሲል ኃጢአትን ፈጽሞ አያደርግም ማለት ሳይሆን ፣ **የኃጢአት ልማድ** የተቆጣጠረው እስረኛ አይሆንም ማለቱ ነው። ለዚህም ነው ሐዋርያው ቀጠል በማድረግ በዚሁ ምዕራፍ ውስጥ *«ኃጢአት የለብንም ብንል ራሳችንን እናስታለን ዕውነትም በእኛ ውስጥ የለም። ኃጢአታችንን ብንናዘዝ ኃጢአታችንን ይቅር ሊለን ከዓመፃም ሁሉ ሊያነጻን የታመነና ጻድቅ ነው»* 1ኛ ዮሐ.1፥8-9፤ 2፥1 ሲል የተናገረው።

መንፈስ ቅዱስ ዳግመኛ በምንወለድበት ሰዓት የሕይወት ለውጥ እንዲኖረን ጥልቁን ሚና ይጫወታል። ሰው በዚህ ምድር ላይ ሲኖር በእግዚአብሔር ቅዱስ መንፈስ አለዚያም ደግሞ በክፋት በርኩስ መንፈስ ተጽዕኖ ሥር ይወደወቃል። ማንም ሰው ከእነዚህ ሁለት የመንፈስ ተጽዕኖ ውጭ መሆን አይችልም። በእግዚአብሔር መንፈስ ስንመራ ጽድቅን የማድረግ ጉልበታችን ይጨምራል። በአንጻሩ በክፋት መንፈስ ተጽዕኖ ሥር በምንሆንበት ጊዜ፣ የቱንም ያህል የሥነ-ምግባር ሰው ብንሆን እንኳን በክፋት መንፈስ ዐውቀንም ሆነ ባለማወቅ እንነዳለን፤ ከእግዚአብሔር መንግሥት በተቃራኒው እንቀሳቀሳለን። አንድ ዳግመኛ የተወለደ አማኝ የዳግም መወለዱ ሂደት በውስጡ እንዲፈጸም ያደረገው መንፈስ ቅዱስ ነው። ይህ መንፈስ ለአማኙ አዲስ ልብን ይሰጠዋል፤ ቃሉን በትሕትና በተከፈተ ልብ እንዲቀበል ይረዳዋል።

መንፈስ በቅዱስ አንዱ ጉልህ ሥራው ክርስቶስን መግለጥ ነው፡፡ በአማኙ ልብ ውስጥ የክርስቶስን ማንነት ፍቅሩን ይገልጥለታል፡፡ በወንጌሉ ሥራ ውስጥ መንፈስ ቅዱስ ያለው ድርሻ በአማኝ መዳን ላይ ብቻ አይቆምም፡፡ አንድ አማኝ የጋለና ብርቱ መንፈሳዊ ሕይወት እንዲኖረውና እርሱም በተራው ለሌሎች መዳን ምክንያት እንዲሆን ዕለት ዕለት የመንፈስ ቅዱስ ሙላት ያስፈልገዋል፡፡ ዛሬ በዓለም ዙሪያ ያሉ አብያተ ክርስቲያናት ወንጌሉን በስፋትና በጥንካሬ ለዓለም ለማዳረስ ከመረጡ ይህ ቅዱስ መንፈስ በመካከላቸው በሙላት እንዲሠራ መፍቀድ ይኖርባቸዋል፡፡ ቤ/ክ ያለ መንፈስ ቅዱስ እንቅስቃሴ ሙት ትሆናለች፡፡ በዘልማድ እሑድ እሑድ ብቻ መሰብሰብ ቤተ ክርስቲያንን ጠንካራ አያደርጋትም፡፡ ሐዋርያው ጳውሎስ ለመንፈሳዊ ልጁ ለጢሞቴዎስ በ1ኛ ጢሞ.4፥13-16 እንዲህ ብሎታል፡፡ *«እስከመጣ ድረስ ለማንበብና ለመምከር ለማስተማርም ተጠንቀቅ፡፡ በትንቢት ከሽማግሌዎች እጅ መጫን ጋር የተሰጠህን በአንተ ያለውን ስጦታ ቸል አትበል፡፡ ማደግህ በነገር ሁሉ እንዲገለጥ ይህን አስብ ይህንም አዘውትር፡፡ ለራስህና ለትምህርትህ ተጠንቀቅ በእነዚህም ጽና ይህን ብታደርግ ራስህን የሚሰሙህንም ታድናለህና፡፡»*

ከዚህ የሐዋርያው መልእክት ስጦታን ቸል አለማለት የሚለውን ምክሩን እንውሰድና ከነጥባችን ጋር አያይዘን እንመልከተው፡፡ ይህ ስጦታ መንፈስ ቅዱስ ለቤ/ክ የሰጠው ነው፡፡ ይህ ስጦታ በኤፌ. 4 ላይ እንደ ተጠቀሰው ወንጌል ሰባኪነት፣ እረኝነት፣ ማስተማር፣ ነቢይነት ወይም ሐዋርያነት ይሆናል፡፡ እነዚህ ስጦታዎች በመንፈስ ቅዱስ አማካይነት ለአገልጋዩ የሚሰጡት እርሱ ምድራዊ ኑሮውን እንዲያመቻችበት ሳይሆን፣ ወንጌል እንዲሰፋና ቤ/ክ እንድታድግ ነው፡፡ በዚህ ዘመን በአንዳንዶች ዘንድ አገልጋዩ የተቀባ እየተባለ በጸጋው ከበርቴ ሲሆንበት፣ ቤ/ክ ግን ወንጌልን ማስፋፋት የምትችልበት ዐቅም አጥታ ስትዳከም እያየን ነው፡፡

መንፈስ ቅዱስ በዕብራውያን መጽሐፍ ላይ እንደ ተጠቀሰው ስጦታዎቹን የሰጠው *«በምልክትና በድንቅ ነገር በልዩ ልዩ ተኣምራትም መንፈስ ቅዱስንም በማደል አብሮ መሰከረለት»* እንደሚል ይህ ጰራቅሊጦስ (አጽናኝ) የሆነ ቅዱስ መንፈስ የምስክሩ ቃል ሆኖ መሢሑን ያውጃል፡፡ ሕያው የሆነችው ጠንካራ ቤ/ክ ደግሞ በመንፈስ ቅዱስ ሙላት ውስጥ ዕለት ዕለት በመመላለስ ዓለምን የሚያናውጥ ኃይል በውስጧ ይገለጣል፡፡ በዚህ ዘመን ያለችው ቤ/ክ ከዚህ የጐደለች ትመስላለች፡፡ በአንዳንዶች ዘንድ ለመንፈስ ቅዱስ ሥራ በራቸውን ዝግ በማድረግ በሌሎች ዘንድ ደግሞ ጸጋውን ለግል ማትረፊያ በማድረግ ቤ/ክ ከትክክለኛው መንገዷ ስትስት ትታያለች፡፡

የመንፈስ ቅዱስ ስጦታ የሚሰጠን እኛ እንደ ወደድን፣ ለግል ዝናችንና ማትረፊያ እንዲሆነን ሳይሆን፣ የእግዚአብሔር ክብር እንዲገለፅና ሰዎችም ይህን ታላቅ ክብር አይተው እግዚአብሔርን እንዲያከብሩ፣ የመሢሑን አዳኝነት ተረድተው እርሱ የከፈለላቸውን መሥዋዕትነት በማወቅ ድነትን በመቀበል ነፍሳቸው እንድትድንና ወደ እግዚአብሔር መንግሥት እንዲቀላቀሉ እንጂ፣ የራሳችንን ስም እንድናገንበት፣ ቅምጥል ኑሮ እንድንኖርበት፣ በዚህ ዓለም ቍሳቍስ ብርና ወርቅ ዐይናችን ታውሮ ወንጌሉን መነገጃ እንድናደርገው አይደለም:: በወንጌሉ ሥራ ምክንያት የተሰበሰበ ገንዘብ ቢኖር እንኳ መልሰን ለወንጌሉ ሥራ ልናውለው ይገባል እንጂ፣ የግል ሚኒስትሪያችንን ወይም ካዝናችንን የሚያስፋፉ መሆን አይገባውም:: ራሳቸውን እንኳ ሰጥተው ስለሚያገለግሉንም በዚህ ዘመናት ስለ ተነሡ አባቶች ደግሞ ጌታን እናመሰግናለን::

ቁጥር 4 እግዚአብሔርም እርሱ ራሱ እንደ ፈቀደ በምልክትና በድንቅ ነገር በልዩ ልዩ ተአምራትም ፥ መንፈስ ቅዱስንም በማደል አብሮ መሰከረለት።

እግዚአብሔርም እርሱ ራሱ ማር 16 ፡ 20; የሐ 15÷26; ሥራ 2÷32,33; 3÷15,16; 4÷10; 14÷3; 19÷11,12; ሮሜ 15÷18, 19

መንፈስቅዱስንም በማደል1ኛ ቆሮ 12÷4-11; ኤፌ 4÷8-11

እንደ ፈቀደ ዳን 4÷35; ኤፌ 1÷5,9

ቍጥር 5 *ስለ እርሱ የምንናገርበትን የሚመጣውን ዓለም ለመላእክት ያስገዛው አይደለምና።*

የሚመጣውን ዓለም

ስጥርጀን፡- እኛ ነን ሰባኪዎቹ መላእክት አይደሉም:: የእምነታችን ጀማሪና ፈጻሚ ሰው የሆነው ክርስቶስ ኢየሱስ ነው:: የመላእክትን አገልግሎት አናውቅም፡ እነርሱን የሚልከውን የመላእክት ጌታ የሆነውን እንጂ::

አለም (አይኩሜኔ)oikoumene /oy-kou-men'-ay፡- የሚያመለክተው የምንኖርበት ዓለምን ነው፣ ማለትም ምድርን እንጂ፣ ልዕለ ዓለሙን አያመለክትም:: የሚመጣ ዓለም አለ፣ ዳሩ ግን እርሱ ይህንን አለም አያመለክትም ብዙ ነገሮች ይለወጣሉና ለውጡም በቅርቡ እንደሚሆን ብዙ ምልክቶች እየታዩ ነው (ዘካ. 14÷9፣ 11):: *(መጽሐፍ ቅዱስ ጥቅሶች የብሉይና / የአዲስ ኪዳን ግሪክ መዝገበ ቃላት፣ የቴየር ትርጉም 1989. በ ጆሴፍ ሄንሪ ቴየር፣ አስቲን ሐተታ/ በጀፍ ጋሪሰን)*

ዌስት፡- አለም "world" የሚለው ቃል የተተረጎመው **(አይኩሜኔ)** ከሚለው ቃል ሲሆን የምንኖርበትን ዓለም የሚያሰይ ሲሆን፣ በዚህ ቦታ የመሢሑ የሺሁ ዓለም ግዛትን ያሳያል፡፡ ይህ መንግስት በመላእክት አይስተዳደርም፡፡ በመጀመሪያው ፍጹም ዓለም ላይ መላእክት በውክልና ይህን ዓለም ያስተዳድሩ ነበር፡፡ የቅድመ አዳም ዘመን ይመራ የነበረውም በመላእክት ነበር፣ የሚገዛ የነበረው በምድር የእግዚአብሔርን ክብር ነጸብራቅ በሚከልል በኪሩቤል የተቀባ ነበር፡፡ በእግዚአብሔር ዙፋን ላይ ዓመፅን በማድረጉ ምክንያት የምድር ማስተዳደሩንም ተቀማ (ኢሳ. 14፥12-14፤ ሕዝ. 28፥1-19) ይህ መልአክ ሉሲፈር ነበር፤ አሁን ሰይጣን ተብሏል፡፡ ያስተዳድራት የነበረችው ምድር ተበላሸታለች፤ ከመላእክት ሥፍራውም ተባረረ፤ ምድር ከተመለሰች በኋላ ግን እግዚአብሔር ሰውን በእርሷ ላይ አስቀመጠ፡፡ የንግሥናውን በትር ግን ለሰይጣን ሰጠው፤ እናም አሁን ዓለምን ያስተዳድራል፤ መንግሽቱም እንደገና በምድር ነው፡፡ ኢየሱስ ክርስቶስ ግን መልሶ በመስቀል ደሙ ስልጣኑን ወደ ሰው መለሰ በሺህ ዓመት መንግሥትም የጌታዎች ጌታ ሆኖ ይገዛል፡፡ የዳነው ሰው ልጅ በዚህ መንግሥት ከኢየሱስ ጋር ይሆናል፡፡ መላእክት ይህን የሺህ ዓመት መንግሥት አይገዙም፡፡ የሰው ልጅ ሲገዛ በደሙ የዋጃቸው አማኞች እነርሱ ከእርሱ ጋር አብረው ይገዛሉ፡፡ *(ዌስት፣ ኬ. ኤስ 1947. የግሪክ አዲስ ኪዳን ጥናት)*

የሚመጣ (ሜሎ) mello / mel'-lo፡- የሚለው ቃል የሚያመለክተው በቅርብ አንድን ነገር ተከትሎ የሚመጣን ነገር ነው፣ ማለትም ወደ ፊት የሚሆንን ነገር ያሳያል፡፡ የሚጠቁምን ነገር እግዚአብሔር ለሰይጣን የአሁኑን ዓለም እንዲያስተዳድር ፈቅዶለታል፤ ነገር ግን ፍጻሜው በቅርብ ይሆናል፡፡ *(መጽሐፍ ቅዱስ ጥቅሶች የብሉይና / የአዲስ ኪዳን ግሪክ መዝገበ ቃላት፣ የቴየር ትርጉም 1989. በ ጆሴፍ ሄንሪ ቴየር፣ አስቲን ሐተታ/ በጄፍ ጋሪሰን)*

ዓለም ሁሉ በክፉው ተይዟል (1ኛ ዮሐ. 5፥19) ዮሐንስ እናውቃለን ሲል ሙሉ እርግጠኝነትን ያሳያል፡፡ እግዚአብሔር ከጨለማው ዓለም ወደ ልጁ መንግሥት ሲያወጣን ይህንን ዕውቀት በልባችን አድርጓል፡፡ እዚህ ጋር የሚጠቀመው ገለጻ ሰይጣን አለቃ በኢየሱስ ያላመኑት ደግሞ አገልጋዮቹ እንደ ሆኑና የልቡን አሳብ እንደሚፈጽሙ ያሳየናል፡፡ እዚህ ዮሐንስ አሳብ ላይ ያገለገለው **Kosmos** የሚለው ቃል የሚጠቁመው ዓለም በክርስቶስ ያላመኑ እና ከእርሱ ተለይተው የሚኖሩ ሰዎች የሚኖሩበትን ዓለም የሚወክል ሲሆን፣ ይህም ሁለት ዐይነት መንፈሳዊ ዓለም ብቻ እንዳለ የሚጠቁመን ነው፡፡ ይህም አንዱ በክርስቶስ ኢየሱስ ያሉትን የሚወክል ሲሆን፣ ሌላው ዓለም ደግሞ በክርስቶስ ያላመኑ ሰዎች እና ሰይጣን የሚገዛውን ዓለም ይወክላል፡፡ ክርስቲያኖችም ይህንን ዓለም እንዳይበክላቸው ሊሸሹት ይገባል፡፡

በጥቅሉ ሰይጣን የተረገመው የአሁኑ ዓለም ገዥ ሲሆን፣ ያልተለወጠውን ዓለም የሚከተሉ ሰዎችን ያስተዳድራል፡፡ ሙሴ ሲጽፍልን እግዚአብሔር ወንድና ሴትን ሲፈጥር ብዙ ተባዙ ምድርንም ሙሉዋት፤ አስተዳድሯትም ብሎ ባርኳቸው ነበር (ዘፍጥ. 1÷28)፡፡ አዳም በዘፍጥረት 3 ላይ ኃጢአት ሲሠራ ያጣው ነፍሱን ብቻ አልነበረም፡፡ የማስተዳደር ሥልጣኑንም ጭምር ነበር፡፡ ሙሉ ለሙሉ በኃጢአት ስለ ተዋጠ፣ ለአዲሶቹ አለቆች ለኃጢአት እና ሰይጣን ተገዥ መሆን ግዴታ ሆነበት፡፡ የአዳም ኃጢአት ለፍጥረት ጥፋትን ነው ያመጣው፤ ስለዚህ ጸሐፊው አዲሱን ዓለም ይጠቁመናል፡፡ ጴጥሮስ ይህንን አሳብ አያይዞ ሲናገር፣ ነገር ግን ጽድቅ የሚገዛበትን አዲስ ሰማይና ምድርን እንጠብቃልን ይለናል (2ኛ ጴጥ. 3÷13)፡፡ በመምህራኑም የሚመጣው ዓለም ተብሎ የሚነገረው መሢሑ የሚገዛበት አዲስ መንግሥትን በማመልከት ነው፡፡ (ራእይ 19÷11) *(ቅድመ አስቲን ሐተታ/ በጀፍ ጋሪሰን)*

መላእክት (አንግሎስ) aggelos / ang'-el-os፡- ማለት መልእክተኛ ማለት ነው፡፡ የላከውን አካል ወክሎ የሚያደርግና የሚናገር፡፡ አሁን በምንኖርበት ዓለም ላይ መላእክት ትልቅ ሥልጣን አላቸው፤ መሬትም እየተመራች ያለችው በመላእክት ነው (ኤፌ. 2÷2)፡፡ የወደቀው መላእክ ሰይጣን ነው ዓለምን የሚመራት ግን እግዚአብሔር የሚመጣውን ዓለም ለመላእክት ሳይሆን፣ ለሰው ሊያስገዛው ነው ያሰበው፡፡ የመጀመሪያው አዳም የመግዛት መብቱን ሲያጣ፣ ሁለተኛው አዳም ክርስቶስ ተቤዠን፡፡ ጴጥሮስ ሲናገር የተገዛችሁት በሚጠፋ ነገር አይደለም በውድ በክርስቶስ ደም ነው እንጂ ይላል (1ኛ ጴጥ. 1÷18-19)፡፡ ስለዚህ ከዚህ ከክርስቶስ የመቤዠት ስራ የተነሳ የሰው ልጅ ወደ ገዢነት ቦታው ይመለሳል(ኤፌ. 1÷10)፡፡ *(መጽሐፍ ቅዱስ ጥቅሶች የብሉይና / የአዲስ ኪዳን ግሪክ መዝገበ ቃላት፣ የቴየር ትርጉም 1989. በ ጆሴፍ ሄንሪ ቴየር፣ አስቲን ሐተታ/ በጀፍ ጋሪሰን)*

ማስገዛት (ሁፖታሶ) hupotasso / hoop-ot-as'-so ፡- የሚለው ቃል አንድን ነገር ማስገዛት ወይም በቁጥጥር ሥር ማድረግን ያሳያል፡፡ በጥንታዊ ግሪክ **(ሁፖታሶ)** የሚለው ቃል ለጦርነት ወይም ለመርከብ ውጊያ አዛገፉ በሚያዘው መልክ መሰለፍን የሚያሳይ ዐይነት መልእክት አለው፡፡ ከዚህ በኋላም ለአዛዣቸው ታዛዥ ሆነው ይሰለፋሉ ማለት ነው፡፡ ለአስተዳደር ሥርዓት ያገለግላል፡፡ እግዚአብሔር የመጭውን ዓለም አስተዳደር ለመላእክት አላስገዛም፡፡ የሺህ ዓመቱ መንግሥት የፍጽምና አገልግሎት የሚታይበት ነው፡፡ ደግሞም በዚያ ወቅት የሚገዛ ማንም በክብር የተሞላ ነው፡፡ የሚገዙት መላእክት ሊሆኑ አይችሉም እናም ደግሞ አሁን በሰው ላይ ያላቸው የበላይነት ጊዜያዊ ነው ማለት

ነው (ራእይ 20፥4-7)፡፡ *(መጽሐፍ ቅዱስ ጥቅሶች የብሉይና / የአዲስ ኪዳን ግሪክ መዝገበ ቃላት፣የቴየር ትርጉም 1989. በ ጆሴፍ ሄንሪ ቴየር፣ አስቲን ሐተታ/ በጄፍ ጋሪሰን)*

የዕብራውያን ጸሐፊ መላእክትንና ክርስቶስን ዕኩል አድርጎ መመልከትን ተገቢ እንዳልሆነ አጥብቆ ይናገራል፡፡ ኢየሱስና መላእክቱ የሚወዳደሩም አይደሉም፡፡ እርሱ የሰማይና የምድር ገዥ ነው፤መላእክቱም የእርሱ አገልጋዮች ናቸው፡፡ እርግጥ መላእክቱን በምንመለከትበት ጊዜ በምድር ላይ ትልቅ ሥልጣን እንዳላቸው እንገነዘባለን፡፡ በዕብራውያን መጽሐፍ ላይ ጥልቅ ምርምር ያደረጉት ኤፍ. ኤፍ. ብሩስ እንዳሉት፡- «በጥንቱ የዕብራይስጥ ቅጅ (ሰባ ሊቃናት የተባለው የመጀመሪያ ግሪክኛ ትርጓሜ) ላይ ዘዳግም 32፥8 ላይ ሲናገር ‹እንደ እስራኤል ልጆች ቍጥር› የሚለው ቃል፣ ‹እንደ መላእክቱ ቍጥር» ተብሎ እንደ ተጻፈ ያብራራሉ፡፡

በእርግጥም ዳንኤል 10፥20ን የመሳሰሉ ክፍሎች በምንመለከትበት ጊዜ የመላእክቱ ሥልጣን በምድር ላይ ገዝፎ እንመለከተዋለን፡፡ የፋርስ አለቃ … የግሪክ አለቃ … ይለዋል፡፡ ሚካኤልም ታላቁ አለቃ ተብሏል (ዳን. 10፥21፤ 12፥1) በአዲስ ኪዳንም ኤፌ. 6፥12 ላይ የጨለማው ዓለም ገዥ ብሎ ሰይጣንን ሲጠራው እናነብባለን፡፡ በሚመጣው ዓለም ላይ ግን ገዥነቱን የሚይዘው መሢሑ ክርስቶስ ኢየሱስ እንደ ሆነ ያመላክታል፡፡ የእርሱ ገዥነት ከጥንት ጀምሮ ታውቆ ይኖራል፡፡ በመስቀል ላይ ባደረገው ተጋድሎም የዲያቢሎስን መንግሥት አፈራርሶታል፡፡ በዚህም የራሱን የጸጋ ዘመንና መንግሥት በምድር ላይ አስፍኗል፡፡ ይህ የጸጋ ዘመንም ወደ መጭው የእርሱ ዘመነ መንግሥት ያሸጋግረናል፡፡ በሌላ አባባል የክርስቶስ መንግሥት ዛሬም በምድር ላይም ትገዛለች፤ ሆኖም ሙሉ ለሙሉ አልተገለጠችም፡፡ ገና የበለጠ ትገለጣለች፤ በሙላትም ትገዛለች፡፡ **ፊሊፕስ፡-** እግዚአብሔር ለመላእክት ሥልጣንን የሰጣቸው ቢሆንም እንኳ የወደፊቱ ሕይወትን ሥልጣን ግን በዕጃቸው አላረገውም፤ አሁንም እያወራን ያለነው ስለዚህ በዕጃቸው ስላልሆነው ዓለም ነው፡፡ *(ጆን ፊሊፕስ፡- የአዲስ ኪዳን መጽሐፍ ኮሜንተሪ)*

ቁጥር 5 ስለ እርሱ የምንናገርበትን የሚመጣውን ዓለም ለመላእክት ያስገዛው አይደለምና።
የሚመጣውን ዓለም ዕብ 6፥5; 2ኛ ጴጥ 3፥13; ራዕ 11፥15

ቍጥር 6 *ነገር ግን አንዱ በአንድ ስፍራ። ታስበው ዘንድ ሰው ምንድር ነው? ወይስ ትጎበኘው ዘንድ የሰው ልጅ ምንድር ነው?*

ነገር ግን በአንዱ ሥፍራ ... መሰከረ

ጸሐፊው አሁን ደግሞ የሚጠቅሰው ከመዝሙር 8 ላይ ነው:: **"አንዱ በአንድ ስፍራ"** ሲል ጸሐፊው ይህንን የተናገረው ማን መሆኑን ስለማያውቅ ሳይሆን፣ የሚያነብቡት አንባቢዎች ይህንን ንግግር የጻፈው ማን መሆኑን እንደሚያውቁ እርግጠኛ ነበር:: መሰከረ የሚለው ቃል በግሪክ የሚያሳየው ቀድሞ የተሰጠን ምስክርነት ነው:: በዚህ ከቍጥር 6 እስከ 8 ባለው ክፍል ላይ እየተወራ ያለው ስለ ማን ነው? ስለ መሢሑ ወይስ ስለ ሰው የሚለው አሳብ በቀላሉ ለመለየት የግሪኩ መጎብኘት የሚለውን ቃል አሳብ ማየት በቂ ነው:: መዝሙረኛው "ታስበው ዘንድ ሰው ምንድር ነው?" በማለት የሰውን ምንምነት ገልጾልናል:: የሰው ልጅ የሚለው የሚወክለው ግን ማንን ነው? ይህ ቃል መሢሑን ነው ወይስ የሰውን ልጅ ነው የሚወክለው? **መጎብኘት** የሚለው የግሪክ ቃል **ኢፒስኬፕቶማይ (episkeptomai)** የሚል ሲሆን፣ ትርጓሜውም ለመርዳት ወይም ለመጥቀም ክትትል ማድረግ ነው፤ ይህም ትርጒም በግልጽ የሚያሳየን በዚህ ቦታ ላይ ያለው የሰው ልጅ የሚለው ቃል ወክሎ የገባው መሢሑን ሳይሆን፣ የሰው ዘርን ነው:: እግዚአብሔር ሊረዳውና ሊጠቅመው የሰው ዘርን ይመለከታል:: ስለዚህ ከቍጥር 6-8 ያለው አሳብ ያለው የአዳም ዘር ስለሆነው የሰው ልጅ የሚያወራ ነው:: *(ዌስት፣ ኬ. ኤስ 1947. የግሪክ አዲስ ኪዳን ቃል ጥናት፦ ኢርድማንስ 1947)*

መሰከረ (ዲአማርቱሮማይ) diamarturomai / dee-am-ar-too'-rom-ahee :- ይህ ማለት ስለ አንድ ነገር ግልጽ ምስክርነትን መስጠትን የሚያሳይ ቃልን ያመለክታል:: ይህ ቃል በአዲስ ኪዳን በመጀመሪያ አገልግሎት የሰጠበት ሥፍራ የሚያስገርም ቦታ ነው:: ይህም ሉቃስ ስለ አንድ ባለ ጸጋ እየተረከ ባለበት ወቅት ላይ ሲሆን፣ ባለጸጋው በገሃነም እሳት እየተሰቃየ ባለበት ቦታ ላይ ሆኖ የሚናገረውን ያሳያል:: ሉቃስ 16÷28 *(መጽሐፍ ቅዱስ ጥቅሶች የብሉይና / የአዲስ ኪዳን ግሪክ መዝገበ ቃላት፣ የቴየር ትርጒም 1989. በ ጆሴፍ ሄንሪ ቴየር፣ አስቲን ሐተታ/ በጄፍ ጋሪሰን)*

ታሰበው ዘንድ

ታሰበው (ሚኔስኮ) mimnesko / mim-nace'-ko፡- ማለት መስታወስን ታስታውሰው የሚለውን ትርጉም የያዘ ነው፡፡(መጽሐፍ ቅዱስ ጥቅሶች የብሉይና / የአዲስ ኪዳን ግሪክ መዝገበ ቃላት፣የቴየር ትርጉም 1989. በ ጆሴፍ ሄንሪ ቴየር፣ አስቲን ሐተታ/ በጀፍ ጋሪሰን)

ሰው ምንድን ነው፡ በአንድ በኩል የሰው ልጅን ትንሽነት ያሳያል በሌላ በኩል ደግሞ ምንም እንኳን ከፍጥረተ ዓለሙ አንጻር ትንሽ ፍጡር ቢሆንም፣ እግዚአብሔር ግን ይጠነቀቅለታል፡፡ ይህ የሚያስደስት ዕውነታ ነው፡፡ መግለጽ የተፈለገው ከአፈር ስለ ተፈጠረው የሰው ልጅ ነው፡፡ እዚህ ክፍል ላይ የተገለጸው ሰው የሚለው የግሪክ ቃል ወንድ ፆታን አመልካች ብቻ ሳይሆን፣ ሁለቱንም ፆታ የሚያካትት ነው፡፡ ይህም የኢየሱስ የመቤዠት ሥራ ሴቶችንም ጭምር የሚያካትት መሆኑን ያሳያል፡፡ ኢዮብም በመጽሐፉ ላይ ይህንን ተመሳሳይ አሳብ ያነሣል፡፡ መልሱ ኢየሱስ ወደዚህ ምድር መጥቶ ሰው ሆነ፤ ፍጹም ሰው ሆነ፤ የሰማይ ክብሩን ለቅቆ ወደ ምድር ሲመጣ መላእክ አልነበረም የሆነው፣ ዳሩ ግን ሰው ነው የሆነው፡፡ የዕብራውያን ጸሐፊም የሚናገረው እግዚአብሔር የሰውን ልጅ ከመላእክት በታች አደረገው የሚለውን ነው፡፡ ይህንንም ግልጽ ለማድረግ ነው መዝሙር 8ን የተጠቀመው *(ቅድመ አስቲን ሐተታ/ በጀፍ ጋሪሰን)፡፡*

ቪንሰንት፡- የዕብራውያን ገለጻ የሚነግረን ከሰማዩ አካላት ጋር ሲነጻጸር ሰው ምን ያህል ትንሽ መሆኑን እንጂ፣ የሰውን ትልቅነት አይደለም፡፡ አንድ ሰው ፈገግ በሚያስብል መልክ እንደ ገለጸው ሰው በፕላኔት ላይ ያለ ሽፍታ ነው ብሏል፡፡ *(ማርቪን፣ አር. ቪንሰንት፣ በአዲስ ኪዳን ውስጥ ቃል ጥናቶች ኮሜንተሪ)*

ትጎበኘው ዘንድ

ትጎበኘው የሚለው ቃል ወደ ግሪኩ ትርጉም ስንመልሰው (Episkeptomai) ይላል፡፡ ትርጓሜውን ስንፈታው የዕንክብካቤ ዕይታ ማድረግን፣ በምሕረት መመልከትን፣ በደንብ አድርጎ መመልከትን ያሳያል፡፡

በእግዚአብሔር፣ በመላእክት እንዲሁም በሰው ልጅ መካከል ያለውን ልዩነት ስንመለከት፣ **እግዚአብሔር መንፈስ ነው፤ መላእክትም መናፍስት ናቸው፤ሰው ደግሞ አካል ያለው ፍጡር ነው።** መዝ. 8፥4-5 *«ታስበው ዘንድ ሰው ምንድነው? ትጎበኘውም ዘንድ የሰው ልጅ ምንድን ነው? ከመላእክት አጅግ ጥቂት አሳነስከው፤ በክብርና በምስጋና ዘውድ ከለልኸው ...»*

የክብርና የምስጋና ዘውድ የተጫነለት ሰው እንዴት ከመላእክት ያንሳል? የተለዩ የእምነት ተቋማትና ትምህርቶች ስለ ሰው የተለያየ ግንዛቤ አላቸው። በእስራኤላውያንና በግሪኮች ሰው ኃጢአተኛ ፍጡር ነው። በቊስ አካላውያን ዘንድም ሰው ቊስ አካል ተደርጎ ይወሰዳል። እንደ ማንኛውም በዚህ ፍጥረተ-ዓለም ላይ የሚገኝ ቊስ በዝግመተ ለውጥ የመጣ ቊስ አድርገው ይወስዱታል፡፡ በቡድሀውያን አመለካከት ደግሞ ሰው መንፈሳዊ ፍጡር እንደሆነ ተደርጎ ይወሰዳል።

አምፐሊፋይድ የሚባለው መጽሐፍ ቅዱስ ፡- "ነገር ግን አንዱ በአንድ ሥፍራ (በቅዱሳን መጻሕፍት ውስጥ) እንዲህ ሲል (በአጽንኦት) መስክሯል፡- ዘወትር በልብህ ታኖረው ዘንድ ሰው ምንድነው፤ ወይስ በቸርነትህ ትንከባከበው ዘንድ የሰው ልጅ ምንድነው?" (ዕብ 2፡ 6)። በጌታ ዐይን ደግሞ ሰው የተለየ ትርጒም አለው። በመጀመሪያ በእግዚአብሔር አምሳል የተፈጠረ የእግዚአብሔር ቤተ ሰብ የሆነ፣ ባለመታዘዝ ምክንያት በኃጢአት የወደቀ፣ ከወደቀ በኋላም እግዚአብሔር ለእርሱ ካለው ፍቅር የተነሣ ሊያድነው ስለ ወደደ አንድ ልጁ በእርሱ ምትክ ስለ ኃጢአቱ እንዲሞት አሳልፎ የሰጠውና በእርሱ በማመን ብቻ ከኃጢአት ምሕረት እንዲያገኝ ያደረገው ፍጡር ነው። ይህ ሰው ከኃጢአት በፊት መልካም በሆነ የዕረፍት ሕይወት ተረጋግቶና ዐርፎ የሚኖር ነበር። ምድርን እንዲገዛ ሙሉ ሥልጣን የተሰጠው እግዚአብሔርን ብቻ በማምለክ እንዲኖር ሁኔታዎች ሁሉ የተመቻቹለት ፍጡር ነበር። ከኃጢአት ውድቀት በኋላ ግን ለእርሱ ኑሮ ከባድ ሆነ። የእግዚአብሔር ቊጣ በላዩ ላይ መጣ። ጥሮ ግሮ በላቡ ወዝ እንዲኖር ታዘዘ፤ ሴቲቱም በምጥ እንድትወልድ ተረገመች። ስለ ኃጢአቱም ሞት ተፈረደበት፤ ከዚህ የሞት ፍርድ ነፍሱ እንድታመልጥም የንስሐ መሥዋዕትን ማቅረብ ጀመረ። ክርስቶስ ኢየሱስ በመስቀል ላይ ደሙን ካፈሰሰለት በኋላ ግን፣ በእርሱ በማመንና ንስሐን መግባት የሚመላለስ ከሆነ፣ ይህን የበግ መሥዋዕት ማቅረብ ለአንዴና ለመጨረሻ ጊዜ ቀረለት።

የሰው ዕረፍቱና ዕውነተኛ ደስታው የሚገኘው በክርስቶስ በማመን ብቻ ነው። ያለዚያ በባዶነት እንደ ተንከራተተ ይኖራል። የዕረፍቱ ምሥጢርም በመንፈስ ቅዱስ አማካይነት የሆነ ነው። ቀደም ብለን እንደ ተመለከትነው ሰው በቅዱስ መንፈስ፣ አለዚያም በርኩስ

መንፈስ ከሁለት በአንዱ ቁጥጥር ሥር ይሆናል እንጂ፣ ከሁለቱም ውጭ ሊሆን አይችልም፡፡ በክርስቶስ ያመነው ዳግመኛ የተወለደ አማኝ በመንፈስ ቅዱስ ስለሚመራ በእርሱ ሰላም ባዶነቱ ይሞላል፡፡ የመንፈስ ቅዱስ አንዱ ትልቅ ሥራ የውስጥ ሰላምን መስጠት ነው፡፡ ክፉው መንፈስ ደግሞ ሰዎችን በባዶነትና በጭንቀት ይሞላቸዋል፡፡

ለዚህም ነው ከክርስቶስ ውጭ የሆኑ ሰዎች ይህን ባዶነታቸውን ለመሙላት የተለየዩ የመዝናኛ መንገዶችን የሚጠቀሙት፡፡ ሙዚቃው ይደለቃል፤ መጠጡ፣ ዳንሱ፣ ዝሙቱ፣ ብርና አልማዝ ወርቁን ይሰበስባሉ፡፡ ሌሎቹም የዓለም ግሳንግሶች ለዓለማውያን ሰዎች እንደ ብርቅ የሆኑ ናቸው፡፡ ያለ እነርሱ ዕረፍትና ሰላም የላቸውም፡፡ ብዙዎችም እነዚህ ሁሉ ግሳንጋሶች ኖረዋቸው፣በካዝናቸው ብዙ ሚሊዮን ብር ኖሮ ሳለ እነርሱ ግን ሰላምና ዕረፍት የሸሻቸው ናቸው፡፡ እኛ አማኞች ግን በክርስቶስ ያገኘነው ዕረፍት ምንኛ ታላቅ ነው!

ትጎበኘው (ኤፒኤስከፐቶማይ) ኮንሰርንድ / episkeptomai / ep-ee-skep'-tom-ahee፣ - የሚለው ቃል በቅርብ መከታተልን እና ማየትን ያሳያል፡፡ በአዲስ ኪዳን የቤተ ክርስቲያን የበላይ ጠባቂዎችን ይጠቁማል፡፡ (ኤፒኤስከፐቶማይ) ማለት በአዲስ ኪዳን ጭንቀትን፣ ሕመምን ወይም እስራትን ለማቃለል ታሳቢ ተደርጎ የሚደረግ ክትትልን ይጠቁማል፡፡ በሌላ መልክ መልካምነትን ለማሳየት የሚደረግ ጉብኝትን ያሳያል፡፡ ኢየሱስም በማቴዎስ ላይ በሺሁ ዓለም መንግሥት በቀኝ የሚቆሙትን እና በግራ የሚቆሙትን ለይቶ በተናገረበት ክፍል ይህንን ቃል ነበር ሲጠቀም የነበረው (ማቴ. 25÷36፣ ማቴ. 25÷43)፡፡ *(መጽሐፍ ቅዱስ ጥቅሶች የብሉይና / የአዲስ ኪዳን ግሪክ መዝገበ ቃላት፣ የቴየር ትርጉም 1989. በ ጆሴፍ ሄንሪ ቴየር፣ አስቲን ሐተታ/ በጄፍ ጋሪሰን)*

ቪንሰንት ጨምሮ ሲናገር እዚህ ቦታ ላይ በኀዘኔታና በርኅራኄ ንግግር ነው ይላል፡፡ ይህ ቃል መልካም ምኞትን ብቻ የሚያሳይ ሳይሆን፣ ተግባር ያዘለ አሳብም አለው፤ ለምሳሌ ሉቃስ 1÷68 እና 78 መመልከት ይቻላል፡፡

ማክአርተር የመጽሐፍ ቅዱስ ማጥኛ፡- የመዝሙር 8 ጥቅስ የሚያመለክተው የሰውን ልጅ እንጂ፣ እስከ ቍጥር 9 ድረስ የማይገለጸውን መሢሑን አይደለም፡፡ ከቍጥር 6-8 እግዚአብሔር በአጠቃላይ ለሰው ልጅ ያለውን ዕቅድ ነው የሚያሳየው፡፡ እንደገና ጸሐፊው ብሉይ ኪዳንን በመጥቀስ ቀንጆ አገላለጽ ይገልጻል፡፡ *(ጆን. ኤፍ. ማክአርተር፣ ቺካጎ፣ ሙዲ ፕሬስ)*

የእግዚአብሔር ዐይኖች በምድር ሁሉ በፍጥረታቱ ላይ ነው፤ ሁሉን ይመረምራል፡፡ እንዲያውም አንደ ሰላይ ያለውን ነገር በቅርበት ካጠና በኋላ ሥራውን ይጨርሳል፡፡ ልክ እራኤላውያን ኢያሪኮ ለመውረስ 12 ሰላዮችን ልከው ምድሪቱን እንዲጎበኙ (እንዲያጠኑ) እንደ ላኩ ሁሉ፣ እግዚአብሔርም እንደዚሁ ሕዝቡን ይጎበኛል፡፡ እስራኤላውያንን ሲጎበኛቸው በግብፃውያን የተደረገባቸውን ግፍ ተመለከተ፡፡ ያድናቸው ዘንድ ወረደ፡፡

እንዲሁ እግዚአብሔር የአዳምን ዘር ጭንቀት ዐየ ተመለከተ፤ ስለዚህም የመዳንን መንገድ አዘጋጀ፡፡ እግዚአብሔር የሰውን ልጅ ሲጎበኝ ከሰው ልጅ ምንም መልካም ነገር አላገኘም፤ ይልቁንም ሰዎች ከእግዚአብሔር ሕግ እያፈነገጡ ዘወትር በልባቸው የሚስቱ እንደ ሆኑ ተመልክቷል፡፡ የዕብራውያን እና የሮሜ መጽሐፍ ጸሐፊዎች በብሉይ ኪዳን የነበሩት የእስራኤል ሕዝብ ምን ያህል በእግዚአብሔር ላይ አንዳመፁ እያመሳከሩ ይናገራሉ (ዕብ 3፥10፤ ሮሜ 3፥9)፡፡በእግዚአብሔር በሆነው ነገር ሁሉ የሚራራ ሊቀ ካህን ተገኘ፡፡ ሕዝቡን ከኃጢአታቸው እየመለሰ ይባርካቸው ዘንድ የህይወት ራስ የሆነውን ብላቴናውን ላከላቸው (የሐዋ. 3፥26)፡፡

ኔልሰን የመጽሐፍ ቅዱስ ማጥኛ የልጁ ሰው መሆን የበላይነቱን ለመግለጽ እንከን ቢሆንም፣ የእብራውያን ጸሐፊ መዝሙር 8 ላይ ያለው የመዝሙረኛው አገላለጽ ዘፍጥረት 1ን ያሳያል፡፡ ይህም እግዚአብሔር የሰውን ልጅ ከፍጥረትም ከሌሎች ፍጥረታት ሁሉ በላይ አድርጎት እንደ ነበር ነው፡፡ ይህም ከመላእክትም በላይ በላይ እንደሆነ ያሳያል፡፡ *(ራድማቸር፣ ኢ. ዲ.፣ አለን፣ አር. ቢ.፣ ለቤት፣ኤች. ደብልዩ. ኔልሰን የመጽሐፍ ቅዱስ ጥናት፡- ኒው ኪንግ ጀምስ ትርጉም፣ ናሽቪል፡- በቶማስ ኔልሰን)*

ስፐርጀን፡- ዕብራውያን 2፥6-8 ያለውን አሳብ ሲያብራራ፣ ይህ የሰው ልጅ የመጀመሪያ ቦታው ነው ይላል፡፡ እግዚአብሔር እርሱን ወክሎ ምድርን እንዲያስተዳድር አድርጎት ነበር እናም በእርሱ ላይ ባያምፅ እስከ አሁን ድረስ ይህ ቦታ የእርሱ ነበር የሚሆነው ይለናል፡፡ አሁን የሰው ልጅ በቀደመው ማንነቱ ላይ ስላልሆነ የማስተዳደር ሚናውን ተቀምቷል እናም ብዙ ሰዎች አሁን ከንጉሣዊ ቤተ ሰብነት ርቀው ነው ያሉት፡፡ አሁንም ግን እንደምናየው የሰው ልጅ ክብር ሙሉ ለሙሉ አልጠፋም፡፡

ዜን ሆጅስ በመጽሐፍ ቅዱስ ኮሜንተሪ፡- በሙት ባሕር ወስጥ የተገኙት ጥቅሎች የኩምራን ጥቅል የሚመጣው ዓለም በሚካኤል እና አብረው ባሉት የበላይነት ይመራል ሲል፣ የዕብራውያን ጸሐፊ ግን ይህንን አበክሮ ይቃወማል፡፡ ይህንን የበላይነት የሚይዙት መላእክት ሳይሆኑ ሰው ነው ይላል፡፡ ጸሐፊው ይህንን አሳብ እዚህ ጋር ብቻ አይደለም

የሚያነሣው። በየምዕራፉ ውስጥ ይህንን አሳብ እያነሳ ያወራል። *(ዋልቮርድ፣ ጄ. ኤፍ.፣ ዚክ፣ አር. ቢ.፣ እቲ. አል፣ ዘ ባይብል ኖውሌጅ ኮሜንተሪ. 1985፣ ቪክቶር)*።

የሰው ልጅ

ቪንሰንት፡- የዕብራውያን የሰው ልጅ አገላለጽ የአዳም ልጅ ተብሎ ከሚገለጸው ከአፈር ከተሠራው ፍጡር ጋር ተመሳሳይነት ያለው ነው። በሕዝቅኤል ላይ ነቢያትን የሰው ልጅ በሚል አገላለጽ ይገልጽ ነበር። ይህ አገላለጽ መሢሑን ለመግለጽ ጥቅም ላይ የዋለ አይደለም። በእርግጥ አንዳንዶች ይህ አገላለጽ የክርስቶስ የራሱ መጠሪያ ነው ይላሉ። *(ማርቪን. አር. ቪንሰንት፣ በአዲስ ኪዳን ውስጥ ቃል ጥናቶች ኮሜንተሪ)*

ማክ አርተር ሲጽፍ አንዳንዶች የሰው ልጅ የሚለውን ገለጻ ከክርስቶስ ጋር ያያይዙታል፤ ዳሩ ግን ገለጻው ከሰው ጋር ትይዩ ነው።

ቁጥር 6 ነገር ግን አንዱ በአንድ ስፍራ፡-ታስበው ዘንድ ሰው ምንድር ነው? ወይስ ትጎበኘው ዘንድ የሰው ልጅ ምንድር ነው?

በአንድ ስፍራ፡-ዕብ 4፥4; 5፥6; 1ኛ ጴጥ 1፥11

ሰው ምንድር ነው? ኢዮብ 7፥17,18; 15፥14; መዝ 8፥4-8; 144፥3; ኢሳ 40፥17

የሰው ልጅ ኢዮብ 25፥6; መዝ 146፥3,4; ኢሳ 51፥12

ትጎበኘው ዘንድ ዘፍ 50 24; ሉቃ 1፥68,78; 7፥16

ቍጥር 7 *ከመላእክት ይልቅ በጥቂት አሳነስኸው፤ የክብርና የምስጋና ዘውድ ጫንህለት፥ በእጆችህም ሥራ ላይ ሾምኸው*

ከመላእክት ይልቅ በጥቂት አሳነስከው

መላእክት (አንግሎስ) aggelos/ang'-el-os፡- ይህ የላከውን አሳብ የሚናገርና የሚፈጽም መልእክተኛን ያሳያል። *(መጽሐፍ ቅዱስ ጥቅሶች የብሉይና / የአዲስ ኪዳን ግሪክ መዝገበ ቃላት፣ የቴየር ትርጒም 1989. በ ጆሴፍ ሄንሪ ቴየር፣ አስቲን ሐተታ/ በጀፍ ጋሪሰን)*

አንድ ሰው እንዳለው ሰው የዝግመተ ለውጥ አስተሳሰብ አራማጆች እንደሚያስቡት ከዝንጀሮ በጥቂት የሚበልጥ ፍጡር አይደለም፤ ነገር ግን ከመላእክት በጥቂት የሚያንስ ነው እንጂ።

በጥቂት (በራኩስ) brachus /brakh-ooce':- ማለት በመጠን በጊዜ ወይም በቍጥር ማነስ ነው፡፡ በሌላ አባባል በዘላለም ውስጥ ሰው ከመላእክት በታች አይሆንም ማለት ነው፡፡ (መጽሐፍ ቅዱስ ጥቅሶች የብሉይና / የአዲስ ኪዳን ግሪክ መዝገበ ቃላት፣ የቴየር ትርጉም 1989. በ ጆሴፍ ሄንሪ ቴየር፣ አስቲን ሐተታ/ በጀፍ ጋሪሰን)

ሬይሪ ሲጽፍ በጥቂት ማለት 1 ለአጭር ጊዜ ወይም በጥቂት በደረጃ ማነስ ማለት ነው፡፡ በፍጥረት ቅደም ተከተል ሰው ከመላእክት ያንሳል፤ ኢየሱስም *ሥጋ* በለበሰበት ወቅት ከመላእክት አንሷል፡፡ *(ቻርለስ ሬይሪ፡- የመጽሐፍ ቅዱስ ጥናት ማብራሪያ)*

ባርነስ፣ ሲጽፍ በግሪክ ይህ ማለት በደረጃ ማነስ ወይም ለጥቂት ጊዜ ከመላእክት አንሷል ማለት ነው፡፡ *(ባርነስ፣ አልበርት፣ አዲስ ኪዳን ላይ ማስታወሻዎች ኮሜንተሪ)*

አሳነስከው (ኤላቶኦ) elattoo / el-at-to'-o፡- ማለት ማሳነስ፣ በደረጃ ዝቅ ማለት ወይም በንጽጽር ዝቅ ማለትን የሚያሳይ ነው፡፡ እንደ ዮሐንስ 3÷30 አገላለጽ በአስፈላጊነት ዝቅ ማለትን ይጠቁማል፡፡ (መጽሐፍ ቅዱስ ጥቅሶች የብሉይና / የአዲስ ኪዳን ግሪክ መዝገበ ቃላት፣ የቴየር ትርጉም 1989. በ ጆሴፍ ሄንሪ ቴየር፣ አስቲን ሐተታ/ በጀፍ ጋሪሰን)
በአዲስ ኪዳን ይህ አገላለጽ 3 ቦታ ነው የሚያገለግለው፤ ይኸውም እዚህና ሌላ 2 ቦታ ላይ ነው፡፡ ይህ ምን ማለት ነው? መላእክት የሰማይ ፍጥረታት ሲሆኑ፣ ሰው ደግሞ የምድር ፍጥረት ነው፡፡ ይህ በመካከል ያለ ትልቅ ልዩነት ነው ሰውን የበታች ያደረገው፡፡ እግዚአብሔር ሰውን ከመላእክት በላይ የሚያርግበት የፍጻሜ ዕቅድ አለው (ኤፌ. 1÷21፤ 2÷6) *(ቅድመ አስቲን ሐተታ/ በጀፍ ጋሪሰን)*

የክብርና የምስጋና ዘውድ ጫንህለት

ክብር የሚለውን ቃል በግሪኩ ትርጉም (Doxa) ይለዋል፡፡ ትርጓሜውም ከአማርኛው ቃል ይልቅ ሰፊ ትርጉምን በመያዝ የሚለይ አይሆንም፡፡ አንድን ሰው በምናባችን ስለን፣ ካለን ውስጣዊ መረዳት አንፃር ገጽታውን ዐይተን በውስጣችን ከሚፈጠረው ምስል አንፃር መረዳታችን የሚፈጥረውን አክብሮት ያሳያል፡፡ አንድን ሰው ማክበርን፣ ማሞገስን፣ ስሙን በመልካም ማንሣትን ያመለክታል፡፡ከማዋረድና ከማሳፈር ተቃራኒ ትርጉም አለው፡፡ (1ኛ ቆሮ. 11÷14-15፤ 2ኛ ቆሮ. 6÷8)፡፡

ክብር፡- doxa / dox'-ah፡- በቀላል አገላለጽ ለአንድ ነገር የሚገባውን ዐይነት ዋጋ መስጠት ነው፡፡ የእግዚአብሔር ክብር ማለት እግዚአብሔር በማንነቱ ለሆነው ነገር የሚገባውን ዐይነት ምላሽ መስጠትን ያሳያል፡፡ እግዚአብሔር በማንነቱ እንዲታይ ስናደርግ ክብር ነው የሚታየን፡፡ እርሱ ባለበት ክብር አለ፡ እግዚአብሔር የሚያስበው ክብር አለው፤ የእግዚአብሔርን አሳብ ማድረግ ክብር አለው፡፡ *(መጽሐፍ ቅዱስ ጥቅሶች የብሉይና / የአዲስ ኪዳን ግሪክ መዝገበ ቃላት፣ የቴየር ትርጉም 1989. በ ጆሴፍ ሄንሪ ቴየር፣ ኦስቲን ሐተታ/ በጂፍ ጋሪሰን)*

ዘውድ ጫንህለት የሚለውን በግሪኩ (stephanos) ይለዋል፡፡ ይህ ዘውድ በግሪኩ የንግስና ዘውድ አይደለም፡፡ የክብር፤ የድልነሺነት፤ በጨዋታ የማሸነፍ የክብር ሽልማትን ያመለክታል፡፡

ጫንህለት (እስቴፌኖኦ) stephanoo፡- የሚለው ገለጻ የሚያሳየን በግሪክ አንድን ግለሰብ በህዝብ በተሰበሰበበት በሚደረግ ጨዋታ የክብር ሽልማት እንደ አክሊል መሸለምን ነው፡፡ ይህ ቃል በአዲስ ኪዳን ሦስት ቦታ ሲያገለግል በዕብራውያን 2÷9 ላይና ጳውሎስ የእምነት ልጁን ጢሞትዮስን በሚያስጠነቅቅበት ሥፍራ ነው፡፡ 2ኛ ጢሞ 2÷5 መዝሙረኛው ሲናገር እግዚአብሔር የሰውን ልጅ ፍጹሜ ድንቅ እንዳደረገው ያወራል፣ በፍጻሜው አክሊል የሚጠብቀው ነው ይላል፡፡ አምላካችን እግዚአብሔር አዳምን ሲፈጥር ምስጋናና ዘውድ ሰጥቶት ነበር አሁንም በቅርብ ይህ ክብር ይመለስልናል፡፡ የአምላካችን እግዚአብሔር ማዳን እንዴት ታላቅ ነው! *(መጽሐፍ ቅዱስ ጥቅሶች የብሉይና / የአዲስ ኪዳን ግሪክ መዝገበ ቃላት፣ የቴየር ትርጉም 1989. በ ጆሴፍ ሄንሪ ቴየር፣ ኦስቲን ሐተታ/ በጂፍ ጋሪሰን)*

ጀሚሰን፡- የእግዚአብሔርን የምድር ሹመት ለመቀበል እንደ ታጩ ንጉሥ ብሎ ይናገራል፡፡ ዳዊትም የዕብራውያን ጸሐፊም ዘፍጥረት 1÷26ን እያሰቡ እንደ ተናገሩ ግልጽ ነው፡፡ *(ጀሚሰን ፋውሰት ዕብራውያን ኮሜንተሪ 1999)*

እግዚአብሔር በመጀመሪያ ዓለምን ሲፈጥር ሰውን ከመላእክት በጥቂቱ አሳንሶ፣ የክብርን ዘውድ ጭኖበት ነበረ፡፡ ሰውም ከዚህ ታላቅ ክብሩ የተነሣ በምድር ላይ የበላይ ገዥ ነበረ (ዘፍ. 1÷26-31፤ መዝ 8÷4-6፡፡ ይሁንና ግን በሰው ልጅ አለመታዘዝ ምክንያት ሠይጣን በዚህ ምድር ላይ የበላይነትን ተቀናጀ፡፡ ዮሐንስ 16÷11 *«... ስለ ፍርድም፤ የዚህ ዓለም ገዥ ስለ ተፈረደበት ነው...»* 1ኛ ዮሐ. 5÷19

ይህ የሰይጣን የማታለያ ቃል ምንም እንኳን ሙሉ ለሙሉ ዕውነት ባይሆንም፣ በዚህ በኃጢአት በወደቀ ዓለም ውስጥ ለጊዜው የበላይነትን እንዲቀዳጅ የማታለያ መሣሪያ ሆኖ ረድቶታል፡፡ ሁለተኛው አዳም፣ የመጀመሪያው አዳም የፈጸመውን በደልና ኃጢአት በደሙ ከከፈለ በኋላ በሰው ልጅ ላይ ያለው የኃጠአት ቀንበር ተሰበረ፡፡ ሰውም ከሞት ፍርድና ከሰይጣን ገዥነት በክርስቶስ አማካይነት የኃጢአት ዕዳው ተከፍሎ ነፃ ወጣ፡፡ 1ኛ ቆሮ. 15፥45 *«እንደዚሁም ደግሞ፡-ፊተኛው ሰው አዳም ሕያው ነፍስ ሆነ ተብሎ ተጽፏል፡፡ ኋለኛው አዳም ሕይወትን የሚሰጥ መንፈስ ሆነ፡፡»* (ኢፌ. 1፥20-23)

አንድ ቀንም የክርስቶስ መንግሥት ምድርን ሁሉ ጠቅልላ ትገዛለች፡፡ በመቀጠልም ቅዱሳኑ ከእርሱ ጋር በላይ በሰማይ በአብ ቀኝ በመሆን ሲነግሥ አብረውት ይከብራሉ፡፡ ያን ጊዜም የሰው ልጆች ከመላእክት በታች መሆናቸው ይቀርላቸዋል፡፡ የሰውን ልጅ አፈጣጠር ከመጀመሪያውም ስንመለከተው በእግዚአብሔር አምሳል የተፈጠረ በመሆኑ ከመላእክት በላይ ነው፡፡ መላእክት በእግዚአብሔር አምሳል አልተፈጠሩም፤ ሰው ግን ይህን ዕድል አግኝቷል፡፡ ከዚህም የተነሣ በሰው ላይ ከእግዚአብሔር የሆነ መለኮታዊ ሥልጣን፣ ፈቃዱን የመወሰን መብት ተሰጥቶታል፡፡ ይህ ማለት ግን በኃጢአት እንዲመላለስም ጭምር ፈቃድ ተሠጥቶታል ማለት አይደለም፡፡ ምድርን እንዲገዛት፣ እንዲንከባከባት ሥልጣንም ሆነ ፈቃድም ሲሰጠው፣ ለመላእክቱ ግን ይህ አልተባለላቸውም፡፡ የዕብራውያን መጽሐፍ ሰው ከመላእክት በላይ እንደ ሆነ በግልጽ ቢያስቀምጥልንም፣ በአንዳንድ ሃይማኖቶች መላእክት የመሢሑን ያህል ቦታ ተሰጥቷቸው ሲመለኩ እናያለን፡፡

በዕጆችህ ሥራ ላይ ሾምኸው

ሾምኸው (ካቲኢስቴሜ) kathistemi / kath-is'-tay-mee፡- የቃሉ ትርጉም መቀመጥ ማለት ነው፡፡ አንድን ሰው በቢሮ ላይ ወይም ሥልጣን ላይ ማስቀመጥን ይወክላል፡፡ ይህ ትርጉም መዳናችን ትልቅ መሆኑን እንድንረዳ ያደርጋል፡፡ እኛ ያገኘነው ለዘላለም መዳንን ብቻ ሳይሆን፣ ለመዳን የታጨን በእግዚአብሔር ዕጆችም ላይ ልንሾም የታጨን ነን (ኤፌ. 1፥11)፡፡ *(መጽሐፍ ቅዱስ ጥቅሶች የብሉይና / የአዲስ ኪዳን ግሪክ መዝገበ ቃላት፣ የቲየር ትርጉም፣ አስቲን ሐተታ/ በጀፍ ጋሪሰን)*

ቊጥር 8 ሁሉን ከእግሮቹ በታች አስገዛህለት ብሎ መሰከረ። ሁሉን ከእርሱ በታች ባስገዛ ጊዜ ያልተገዛለት ምንም አልተወምና። አሁን ግን ሁሉ እንደ ተገዛለት ገና አናይም፤

ሁሉን ከእግሩ በታች አስገዛህለት

በታች (ሁፖካቶ) hupokato / hoop-ok-at'-o ፡- ማለት ከሥር ወይም ከታች የሚል ትርጉም ያለው ነው፡፡ *(መጽሐፍ ቅዱስ ጥቅሶች የብሉይና / የአዲስ ኪዳን ግሪክ መዝገበ ቃላት፣ የቴየር ትርጉም 1989. በ ጆሴፍ ሄንሪ ቴየር፣አስቲን ሐተታ/ በጄፍ ጋሪሰን)*

አስገዛህለት በግሪኩ (hupotaasso) ይለዋል፡፡ ትርጉሙ ሲብራራ ሥርዓትን በያዘ መልክ ከበላይ ሆኖ መግዛትን ያመለክታል፡፡ በአዲስ ኪዳን ውስጥ እንዲያውም ከአገኘንና ታገኘንነት በላቀ መንገድ ሥልጣኑ ይታያል፡፡ ታዛገዡ በራሱ ምርጫም የሚታዘዝበት አይደለም፡፡ *«ፍጥረት ሁሉ ለከንቱነት ተዳርጓል፤ ይኸውም በራሱ ምርጫ ሳይሆን፣ ለተስፋ እንዲገዛ ካደረገው...»* (ሮሜ 8÷20)

አስገዛህለት (ሁፖታሶ) hupotasso / hoop-ot-as'-so፡- የሚለው ቃል አንድን ነገር በቅደም ተከተል ከማስቀመጥ ጋር የተያያዘ አሳብ ያለው ነው፡፡ **(ሁፖታሶ)** ማለት አንድን ነገር ከበታቹ ማስገዛት የሚል ትርጉም አለው፡፡ ይህ ቃል የውትድርናው ዓለም ቃል ሲሆን፣ ለጦርነት ሰልፍ ማዘጋጀትን ያሳያል እናም ከውትድርናው አዛዥ የሚመጣ ትእዛዝን መቀበልን ያሳያል፡፡ ይህም የአንድ ግለሰብ ለሌላው መገዛትን ያሳያል፡፡ *(መጽሐፍ ቅዱስ ጥቅሶች የብሉይና / የአዲስ ኪዳን ግሪክ መዝገበ ቃላት፣ የቴየር ትርጉም 1989. በ ጆሴፍ ሄንሪ ቴየር፣ አስቲን ሐተታ/ በጄፍ ጋሪሰን)*

ያልተገዛለት ምንም አልተወምና

ያልተገዛለት

ዌስት፡- ሲጽፍ ሁሉ እንደ ተገዛለት አናይም የሚለው አሳብ የሚያሳዝንና አዳም ኃጢያት በመሥራቱ ምክንያት የበላይነቱን ማጣቱን የሚያሳይ ነው፡፡ እርሱም የበላይ መሆኑ ቀርቶ ራሱም የወደቀ ፍጡር ሆነ ለኃጢያትም ባርያ ሆነ፡፡ አሁን የእንስሳቱ ዓለም ለእርሱ

የሚገዛው ከስሜት ሳይሆን፣ ከፍርሃት ነው። መሬትም መልካምን ነገር ብቻ ሳይሆን፣ ከፉና አረምን ማፍራት ጀመረች። ምድር ላይ ያሉ እንደ ከፍተኛ ሙቀት እና ቅዝቃዜ የመሬት መንቀጥቀጥ ኑሮን ፈተና አደረጉት የበላይነቱንም አጣ። *(ዌስት፣ ኬ. ኤስ 1947. የግሪክ አዲስ ኪዳን ጥናት)*

ዊሊያም ማክዶናልድ፡- በሚመጣው ዘመን ሁሉም ነገር ከሰው በታች ይገዛል፣ የመላእክት ዓለም የእንስሳት ዓለምና መላው ልዕለ ዓለም ለእርሱ ይገዛል። የእግዚአብሔር ለሰው ልጅ የነበረው የመጀመሪያው አሳብ ይህ ነበር (ዘፍ 1÷28)። ታድያ ለምንድን ነው ሁሉ ተገዝቶለት የማናየው? መልሱ በኃጢያት ምክንያት የበላይነቱን ስላጣ ነው። በምድር ላይ እርግማን ያመጣው የአዳም ኃጢያት ነው። የሰው ልጅ በፍጥረት ላይ ያለው የበላይነት ፈተና ገጠመው፤ የተገደበም ሆነ። *(ዊሊያም ማክዶናልድ፡- ቢሊቨርስ ባይብል ኮሜንተሪ 2016፤ ቶማስ ኔልሰን)*

አልተወምና፡- በግሪኩ(oudeis) የሚል ቃል ይተካዋል።ትረጓሜውም አንዳች አልቀረም፤ ምንም የቀረ የለም እንደ ማለት ነው። በመጀመሪያ እግዚአብሔር አብ በዙፋኑ ላይ ሆኖ ሁሉ ተገዝቶለት በአብ ቀኝ ይኖር ነበር። የአባቱን ትእዛዝ በመፈጸም ወደ ምድር በመጣ ወቅት የባሪያን መልክ ያዘ። የከበረ ሥልጣኑን ሁሉ በመተው እንደ ኃጢአተኛ ተቈጠረ። በዮሐንስ 1 *«ቃል ሥጋ ሆነ »* ይለናል። በዚህ ብቻ ግን አያበቃም። *«ቃልም በእግዚአብሔር ዘንድ ነበረ፣ ቃልም እግዚአብሔር ነበረ...»* እያለ ይተነትነዋል። ዮሐ. 1÷1-14 «ቃልም ሥጋ ሆነ፤ ጸጋንና ዕውነትንም ተሞልቶ በእኛ አደረ፥ አንድ ልጅም ከአባቱ ዘንድ እንዳለው ክብር የሆነውን ክብሩን አየን» በጌታችን መታዘዝና ራሱን አዋርዶ የባሪያን መልክ መያዝ ውስጥ ታላቅ መለኮታዊ ክብርን እንመለከታለን። ወልድ ሥጋ ከሆነ በኋላ የመጨረሻውን መዋረድ ቢያይም፣ ሁሉ ከእግሩ በታች ግን ተገዝቶለት ነበር። ይህን ታላቅ ምሥጢር የሚረዱ ሰማያዊው ብርሃን የበራላቸውና የእምነት ዐይኖቻቸው የተከፈቱላቸው ሰዎች ብቻ ኛቸው። ታላላቅ የሃይማኖት ሊቃውንት የነበሩት ፈሪሳውያኑ ካህናቱ ይህን ዕውነት ለረዱት አልቻሉም።

በሌላ አንፃር አሁን ግን ሁሉ እንደ ተገዛለት ገና አናይም ሲለን ከእርሱ በላይ ያለ ሥልጣንም እንዳለ ጭምር ያመለክታል። *«ነገር ግን ሁሉ ተገዝቷል ሲል፣ ሁሉን ካስገዛለት በቀር መሆኑ ግልጥ ነው። ሁሉ ከተገዛለት በኋላ ግን እግዚአብሔር ሁሉ በሁሉ ይሆን ዘንድ በዚያን ጊዜ ልጁ ራሱ ደግሞ ሁሉን ላስገዛለት ይገዛል።»* 1ኛ ቆሮ. 15÷27-28 ለዚህም ነው በቍጥር 8 ላይ ሁሉ ግን እንደ ተገዛለት ገና አናይም የሚለን።ይህ ጌታ በሞት ላይ ሥልጣን ኖሮት ሁሉንም ሥልጣናት ቢያንበረክክም፣ እርሱም ራሱ ለአባቱ

እስከ መጨረሻ በመታዘዝ ትእዛዙን ፈጸመ፡፡ በእርሱ መታዘዝ ያገኘነው ነፃነት ራስን ዝቅ አድርጎ በመታዘዝ የተገኘ ክብር በውስጡ አለ፡፡ አዳኝነቱም ዕለት ዕለት በቃሉና በመንፈሱ አማካይነት በልባችን ላይ ሊጻፍ ይገባዋል፡፡

አልተወም (አፍኤይም) aphiemi / af-ee'-ay-mee ፡- የሚለው ቃል መሠረታዊ አሳቡ መለየትን የሚያሳይ ሲሆን፣ መሄድና መለየትን ያመለክታል፡፡ *(መጽሐፍ ቅዱስ ጥቅሶች የብሉይና / የአዲስ ኪዳን ግሪክ መዝገበ ቃላት፣ የቴየር ትርጉም 1989. በ ጆሴፍ ሄንሪ ቴየር፣ አስቲን ሐተታ/ በጀፍ ጋሪሰን)*

ገና (ኡፖ)፡ oúpō / oo'-po:- ተስፋ የሚሰጥ ቃል ነው፡፡ ይህ ቃል የጊዜን ከተወሰነለት በላይ ርዝመት የሚቃረን አገላለጽ ነው፡፡ አሁን እንኳ የሰው ልጅ ጨረቃ ላይ መውጣት በቻለበት ዘመን እግዚአብሔር ያየለትን ፍጻሜ ማግኘት አልቻለም፡፡ ኃጢአት የሰውን ልጅ ዐቅም ይገድላል፡፡ ይህ ቃል ግን ይህ ነገር ጸንቶ የሚቆይ እንዳልሆነ ይነግረናል፡፡ ጸሐፊው በብዙ ጭንቀት ላሉት ሰሚዎቹ መልካም የምሥራች የሚመስል ነገር ይነግራቸዋል፡፡ አንድ ቀን የሁሉ ነገር መገዛት ዕውነት ይሆናል ይላል፡፡ *(መጽሐፍ ቅዱስ ጥቅሶች የብሉይና / የአዲስ ኪዳን ግሪክ መዝገበ ቃላት፣ የቲየር ትርጉም፣ አስቲን ሐተታ/ በጀፍ ጋሪሰን)*

ቁጥር 8 ሁሉን ከእግሮቹ በታች አስገዛህለት ብሎ መሰከረ።ሁሉን ከእርሱ በታች ባስገዛ ጊዜ ያልተገዛለት ምንም አልተወምና። አሁን ግን ሁሉ እንደተገዛለት ገና አናይም፤
ከእግሮቹ በታች አስገዛህለት ዕብ 2፡5; 1÷13; መዝ 2÷6; ዳን 7÷14; ማቴ 28÷18; ዮሐ 3÷35; 13÷3;1ኛ ቆሮ 15÷27; ኤፌ 1÷21,22; ፊል 2÷9-11; 1ኛ ጴጥ 3÷22; ራዕይ 1÷5,18; 5÷11-13
አሁን ግን ኢዮብ 30÷1-12; 41÷1-34; 1ኛ ቆሮ 15÷24,25

ቍጥር 9 *ነገር ግን በእግዚአብሔር ጸጋ ስለ ሰው ሁሉ ሞትን ይቀምስ ዘንድ፥ ከመላእክት ይልቅ በጥቂት አንሶ የነበረውን ኢየሱስን ከሞት መከራ የተነሣ የክብርና የምስጋናን ዘውድ ተጭኖ እናየዋለን።*

በእግዚአብሔር ጸጋ ስለ ሰው ሁሉ ሞትን ይቀምስ ዘንድ

ጸጋ (ካሪስ) charis / khar'-ece፡- የሚያሳየው የእግዚአብሔርን እንዲሁ የሚሰጥ ሞገስን ነው፡፡ ጸጋ ዋጋ ያለው ነው እና ስለ ርካሽ ጸጋ ለማውራት የሚደረግ ምንም ዐይነት የፍልስፍና ወይም የሥነ መለኮት ክፍተት የለውም፡፡

ማርቲን ሊዮድ ጆንስ ሲናገር የመንፈሳዊ ሕይወታችን ትልቁ መፈተኛው በጸጋው ላይ ያለን የመገረም መጠን ነው፡፡**(ማርቲን፣ ሊዮድ፣ ጆንስ፡- ኮሜንተሪ)**

ኦስዋልድ ሆፍማንም በትክክል እንደሚያስቀምጠው የእግዚአብሔር ልጅ ፍቅርና በእርሱ ያለውን ጸጋ ሲያብራራ ጸጋ ፍቅር ሲሆን፣ የማይወደደውንን የሚወድ ነው ይላል፡፡

ቶማስ ብሩክ ደግሞ ጸጋ የወርቅ ቀለበት ሲሆን፣ ክርስቶስ ደግሞ በዚያ ቀለበት ላይ የሚያንጸባርቅ አልማዝ ነው ይለናል፡፡ *(ፒውሩታን፡- ቶማስ ብሩክስ)*

ቪንሰንት ሲጽፍ እግዚአብሄር ጸጋውን የገለጸው ክርስቶስን ለሁሉም ሰው ሲል ሞትን ይቀምስ ዘንድ በመስጠት እና የሞትን እርግማን በመስበር ነው፡፡ በዮሐንስ 1÷14 ላይም ተመሳሳይ የሆነ ዝቅ በማለት የሚመጣ ክብርን ያወራል፡፡ ሐዋርያና ሊቀ ካህን (ዕብ. 3÷1) ተብሎ በመጠራት ያለውን ዝቅ ማለትና ሞት፣ እንዲሁም እርሱን ተከትሎ የሚመጣውን ክብርና ሞገስ የእግዚአብሔር ሽልማት ማሳያ ተደርጎ ይወሰዳል፡፡ ዝቅ በማለት ክብር እንዳለ የሚያወሩ ክፍሎችን ማየት አስፈላጊ ነው፡፡ (ዮሐ. 12÷23፣ 28፤ 13÷31-32 እና ገላ. 3÷13፡፡ *(ማርቪን፣ አር. ቪንሰንት፡- በአዲስ ኪዳን ውስጥ ቃል ጥናቶች ኮሜንተሪ)*

ፍራንሲስ ቡርኪት ሲናገር፡- ጸጋ የክብር ጅማሬ ሲሆን ክብር ደግሞ የጸጋ ፍጻሜ ነው፡፡ **ሞት (ታናቶስ) thanatos / than'-at-os ፡-** የነፍስ ከሥጋ መለየትን የሚያሰይ ገለጻ ነው፡፡ በአዲስ ኪዳን ስለ ሞት የተገለጸው ሁሉም አገላለጽ ኃጢአትን ተከትሎ የመጣ አጥፊ ውጤት አድርጎት ነው፡፡ *(መጽሐፍ ቅዱስ ጥቅሶች የብሉይና / የአዲስ ኪዳን ግሪክ መዝገበ ቃላት፣ የቴየር ትርጉም 1989. በ ጆሴፍ ሄንሪ ቴየር፣ኦስቲን ሐተታ/ በጄፍ ጋሪሰን)*

ስቴፈን ቻርናክ ሲናገር የክርስቶስ ሞት አስተምህሮ የወንጌል ዋና ነገር ነው ይላል፡፡ ጆን መሪም እንዲህ ይላል፡- ራሱን በመስቀል የተረገመ አድርጎ ለመሞት ዝቅ አደረገ፤ ከዚህም የከፋ ዝቅታ የለም፡፡ እግዚአብሔር በኃጢአት ላይ ያለውን ቁጣ የገለጠው በዚህ ነው *(የፒውሪታኑ፡- ስቴፈን ቻርናክ)፡፡*

ይቀምስ የሚለው ቃል በግሪኩ (Geuo) ይለዋል፤ የትርጉሙም አሳብ ምግብን ቀምሶ እንደ መተው ያለ ነገር ነው (ማቴ 27÷34)፡፡ ላይ ጌታ ቆምጣጤውን ቀምሶ ትቶታል፡፡ በዚህ ውስጥ የቆምጣጤውን መጎምጎምዘዝ እናያለን፡፡ ልክ እንደዚሁ ጌታ መራራውን የሞትን ጽዋ ቀምሶታል፡፡ ሞቶ ግን አልቀረም፡፡ *ክሪሶስቶም* (ዮሐንስ አፈወርቅ) የተባለ

መምህር ስለ መቅመሱ ሲያስረዳ «አንድ ሐኪም ለሕመምተኛው ምግብ ሲቀርብለት ለጤናው ተስማሚ እንደሆነ ለማረጋገጥ ሕመምተኛውን ቀምሰህ እየው አይለውም፡፡ ከዚህ ይልቅ ራሱ ቀምሶ በማጣጣም ምግቡ ለሕመምተኛው መስማማት አለመስማማቱን ያረጋግጣል» **ይህንኑ አባባል ካልቪን የበለጠ አጠናክሮታል፡-***«ጌታ ኢየሱስ ቀምሶ በመተው ሳይሆን፣ ቀምሶ በመሞት፣ እኛ ሕመምተኞቹን ከሚጠብቀን የሞት እርግማን ነፃ እንድንወጣ አደረጓል»* ብሏል፡፡

ይቀምስ (ጊዎማይ) geuomai / ghyoo'-om-ahee፡- በምላስ መቅመስን የሚያሳይ ሲሆን፣ ተምሳሌታዊ ገለጻውም አንድን ነገር በከፊል ሳይሆን፣ ሙሉውን ማወቅ መቻልን ያሳያል፡፡ *(መጽሐፍ ቅዱስ ጥቅሶች የብሉይና / የአዲስ ኪዳን ግሪክ መዝገበ ቃላት፣የቲየር ትርጉም፣ ኦስቲን ሐተታ/ በጄፍ ጋሪሰን)*

ሞፋት እንደሚነግረን ይህ ቅምሻ መራር ልምድ እንጂ፣ በፍጥነት የሚጨለጥ ነገር አልነበረም፡፡ *(ጄምስ ሞፋት፡- ኢንትርናሽናል ክሪቲካል ኮሜንተሪ)*

ስትርጀን ስለ ሞት መቅመሱ ሲጽፍ ሰውን በፊት ወደ ነበረበት ከፍታ ለመመለስ የተወሰደ ነው ይላል፡፡ የሰውን ልጅ መጀመሪያ ወደ ነበረው ክብር ይመልሰው ዘንድ ነው፡፡ በክርስቶስ ምን ዐይነት ክብር ነው ያገኘነው? ቀድሞ አዳም ወደ ነበረበት ክብር ብቻ አይደለም የተመለስነው ዳሩ ግን ድጋሚ እንዳንወድቅ በአስተማማኝ ዕጅ ውስጥም ነው የገባነው፡፡ ክብር ለቅዱስ ስሙ ይሁን!

ከሞት መከራ የተነሣ የክብርና የምስጋናን ዘውድ ተጭኖ እናየዋለን

ከሞት (ታናቶስ) thanatos / than'-at-os፡- ይህ ነፍስ ከስጋ መለይትን የሚያሳይ ነው፡፡ በአዲስ ኪዳን የተገለጹ ሁሉም ዐይነት ሞት የተገለጹት እንደ ተፈጥሮ ሂደት ሳይሆን፣ ኃጢአትን ተከትሎ እንደ የመጣ አጥፊ ውጤት ነው፡፡ ኃጢአትን በማያውቀው ሰው በሆነው አምላክ ላይም ይህ ዕውነት ነበር፡፤ (2ኛ ቆሮ. 5÷21) *(መጽሐፍ ቅዱስ ጥቅሶች የብሉይና / የአዲስ ኪዳን ግሪክ መዝገበ ቃላት፣ የቴየር ትርጉም 1989. በ ጆሴፍ ሄንሪ ቴየር፣ ኦስቲን ሐተታ/ በጄፍ ጋሪሰን)*

ይህ የቀመሰው ፅዋ በውስጡ ሞትና መከራ ከፍተኛ ስቃይ አለበት፡፡ ከመከራው በኋላም የምስጋናን ዘውድ ተጭኖ እናየዋለን፡፡ እኛም የእርሱን ክብር ለመካፈል እርሱ በሄደበት ጎዳና ልንሄድ ግድ የሚል ነው፡፡ **ክብርን በመውረስና ተካፋይ በመሆን መካከል ሰፊ የሆነ**

ልዩነት አለ፡፡ ውርስን ለማግኘት ምንም ውጣ-ውረድ የለውም፤ ውርስ በስጦታ ወይም ልጅ በመሆን ብቻ የምናገኘው ይሆናል፡፡ እግዚአብሔር አምላክ የዘላለምን ሕይወት ያወረሰን ልጁ ስለ እያንዳንዳችን በደልና ኃጢአት በከፈለው ስቃይ ነው፡፡ ያለ ምንም ውጣውረድ የነፍስን ድነት አገኘን፡፡ ያለ ምንም ወጣ-ውረድ መንፈስ ቅዱሱን በላያችን አፈሰሰ፡፡ይህ በውርስ ያገኘነው ነው፡፡

የእርሱ ክብር ተካፋይ መሆን ግን እንደ ስንዴዋ ቅንጣት ወደ መሬት መውደቅና መበስበስን፣ ብሎም መሞትን ይጠይቃል፡፡ በውስጡ ትልቅ ዋጋን መክፈል አለበት፡፡ ጌታችን እንደ ሆነው ሁሉ እኛም እርሱን በመምሰል የእርሱ ሕይወት ተካፋዮች ልንሆን ተጠርተናል፡፡በዚህ ዘመን ብዙዎች የክብርና የምስጋናውን ዘውድ መጫኑን ቢፈልጉትም፣ የክብሩ ተካፋይ ለመሆን ሊሄዱበት የሚገባውን ኮሮኮንች መንገድ ለመጓዝ ግን አይፈቅዱም፡፡

መከራ (ፓቴማ) pathema / path'-ay-mah፡- የሚያየው በሰው ላይ የደረሰና ጸንቶ ሊቋቋመው የሚገባ ሲሆን፣ ብዙ ጊዜ ከአንድ በላይ የሆነ ችግርን ይጠቁማል፡፡

ቪንሰንት ሲጽፍ የኢየሱስ የመዋረዱ ቀጥተኛ ውጤት ከፍ ማለት ነው (ፊልጵ. 2÷9)፡፡ ይህ ካሳ ብቻ አይደለም (ማቴ. 23÷12፤ ሉቃስ 14÷11)፤ በመዋረዱ ከብሯል፡፡ የኢየሱስ መከራ ድንገተኛ አልነበረም፤ የታወቀና በእግዚአብሔር ቀድሞ የታቀደ ነበር፡፡ ዮሐንስም ይህን በራእይ ላይ ተናግሯል (ራእይ 13÷8)፡፡ *(ማርቪን፣ አር. ቪንሰንት፡- በአዲስ ኪዳን ውስጥ ቃል ጥናቶች ኮሜንተሪ)*

ተጭኖ (እስቴፋናኦ) stephanoo /stef-an-o'-o፡- ይህ በግሪክ የሕዝብ ሥፍራ በሚደረግ ጨዋታ ለአሸናፊ የሚደረግ የክብር አክሊልን የሚሳይ ገለጻ ነው፡፡ ይህ የግሪክ ቃል ክርስቶስ ሩጫውን ጨርሶ አክሊሉን መቀበሉን ያሳዩናል (ፊልጵ. 2÷8-11)፡፡ከዚህ ቀጥሎ ደግሞ እኛም አክሊሉን እንድንቀበል ክርስቶስ ምሳሌያችን ነው፡፡ ጴጥሮስ ይህን አሳብ ሲያስፋው፣ በ1ኛ ጴጥ. 2÷21 ላይ ሲያብራራ፣ የክርስቶስን መከራ በእስር ላይ ከመሆን ጋራ ያያይዝና በንጽሕና ለክርስቶስ መኖር የሚወዱ ሁሉ እንደሚሰደዱ ያወራል፡፡ በእግዚአብሔር አሠራር መስቀሉ ሁልጊዜ አክሊል ከኋላው አለ (2ኛ ጢሞ. 2÷5)፡፡ *(ቅድመ አስቲን ሐተታ/ በጀፍ ጋሪሰን)*

ከመላእክት ይልቅ በጥቂት አንሶ የነበረውን ኢየሱስን ... እናየዋለን

አንሶ (ኤላቶኦ) elattoo / el-at-to'-o፡- ማለት በሥልጣን ወይም በደረጃ ማነስ ነው፡፡ ይህ ቃል በአዲስ ኪዳን ቦታ ይጠቀሳል፤ አንዱ ይህ ነው፡፡ ዮሐንስ "እርሱ ሊልቅ፥እኔ ግን ላንስ ይገባል" ይላል፡፡ መጥምቁ የሐንስ የሕይወትን ትልቅ ትርጉም ይነግረናል፤ ቅደም ተከተልን ካያችሁ ኢየሱስ መጀመሪያም፣ መጨረሻም ነው፡፡ ለምን ካልን፣ እርሱን በዚህ መልክ ስናየው በትክክል ከእርሱ ጋር ከሆንን አንድ ምርጫ ብቻ ነው የሚኖረን፣ እርሱም ለእርሱ መገዛት፣ ዝቅ ማለት እንዲሁም የገዛ ራስን ፈቃድን ትቶ ለፈቃዱ መገዛት ብቻ ነው፡፡ ግን ይህን ቅደም ተከተል ከገለበጥነው ኢየሱስ ሳይሆን፣ እኛ እንሆናለን ቀዳሚዎቹ፡፡ በሕግም ማሳነስ እንጀምራለን እናም ይህ እዚህ ያነሣነው የማነስ አሳብ ዮሐንስ ስለ ራሱ ማነስ የተጠቀመው ነው፡፡ *(መጽሐፍ ቅዱስ ጥቅሶች የብሉይና / የአዲስ ኪዳን ግሪክ መዝገበ ቃላት፣ የቴየር ትርጉም 1989. በ ጆሴፍ ሄንሪ ቴየር፣ አስቲን ሐተታ/ በጄፍ ጋሪሰን)*

ቪንሰንት፡- እንደሚናገረው ኢየሱስ የሚለውን የሰው ልጅ ስም ሲጠቀም ትልቅ ትርጉም የሚሰጥ ነው፡፡ በዚህ መልእክት ላይ ስሙ የምእራፉን ሃሳብ ለማስተላለፍም የሚጠቅም ነው፡፡ (ዕብ. 3፥1፤6፥20፤ 12፥2) እንደ አይሁዳዊም ሆነን ይህን ስም ስንሰማው የሚሰማንን ነገር ማሰብ ሌላ እይታን ይጭራል፡፡ *(ማርቪን፣ አር. ቪንሰንት፡- በአዲስ ኪዳን ውስጥ ቃል ጥናቶች ኮሜንተሪ)*

ዌስት፡- እንዲህ ሲል ይጨምራል - የአይሁድ አንባቢዎች ለራሱ ኢየሱስ የሚለው ስም የዕብራውያኑን እያሱ የሚለውን ግሪከኛ ትርጓሜ ነው የሚጠቀሙት፡፡ ይህም የእስራኤል አምላክ እግዚአብሔር ከባሕርያቱ አንዱ የሆነውን አዳኝነቱን የሚገልጽ ስሙ ነው፡፡ በዚህም የፈጣሪ አሳብ ወደ አእምሮው ይመጣል፤ ዳሩ ግን ትንሽ ማንበቡን ሲቀጥል ሥጋ ለባሽነቱን ያያል፡፡ ከመላእክት ለጥቂት አሳነስኸው በሚለው ገለጻ ላይ እና ይህም በወንጌል ላይ ሰው ሆኖ ወደ ተሰበከው ወደ ናዝሬቱ ኢየሱስ ይመራቸዋል፡፡ እስከዚህ ቦታ ድረስ ጸሐፊው ለአይሁዳውያን አንባቢዎቹ ኢየሱስ የሚለውን ስም አልነገራቸውም ነበር፡፡ የሚሰሙትን ነገር ለመቀበል አእምሮዋቸው ዝግጁ እስኪሆን እየጠበቀ ነበር፡፡ አለመግባባት የሚነሣው የናዝሬቱ ኢየሱስ መሢሕነት ላይ ነበር፡፡

በአንድ ወቅት እነዚህ ይህንን ያነበቡ አይሁድ በአእምሮዋቸው ተቀብለውት፣ በልባቸው ግን ሥራውን እና ተግባሩን ሳያምኑበት ይቀራሉ። አሁን ቀድመው ከነበሩበት አሳብ ዕርቀዋል እናም ጸሐፊው እስከዚህ ድረስ የልጁን ከመላእክትና ከነቢያት እንደሚበልጥ ሲያብራራ ቆይቶ፣ ድንገት ልጁ የብሉይ ኪዳኑ ኢያሱ፣ የአዲስ ኪዳኑ ደግሞ ኢየሱስ ነው ይላቸዋል። ጸሐፊው በተደራሾቹ ውስጥ ሊስለው የፈለገው ኢየሱስ ሥጋ የለበሰ፣ የከበረ፣ በክብርና በሽልማት ያጌጠ፣ በአብ ቀኝ የተቀመጠ፣ ይህም የክብርና የዳነው የሰው ዘር በሺህ ዓመቱ መንግሥት የሚጋራው ቦታ የሚለውን ሥዕል ነው። ይህ ነው የክብር ብርሃን ነጸብራቅ በጨለማ ላለው የሰው ልጅ የተላከው። *(ዌስት፣ ኬ. ኤስ 1947. የግሪክ አዲስ ኪዳን ጥናት)*

እናየዋለን (ብሌፖ) blepo / blep'-o፡- የሆነ ነገርን ልብ ብሎ ወይም ዕውቀት በተሞላበት መልክ ማየትን ያሳያል። ጸሐፊው ቀጥሎ ባለው ክፍል ላይ እንዲጠነቀቁና እንዲጠብቁ ያሳስባቸዋል። ዕብ. 3÷12 በሌላ ቦታም መሰባሰባቸውን እንዳይተዉ ሲያሳስባቸው ይህን ቃል ይጠቀማል (ዕብ. 2÷8)። በዕብራውያን 11 ላይ ባለው ስለ እምነት በሚናገረው የታወቀ ክፍልም ላይ ይህንን blepo የሚልን ቃል ይጠቀማል (ዕብ. 11÷7)። *(መጽሐፍ ቅዱስ ጥቅሶች የብሉይና / የአዲስ ኪዳን ግሪክ መዝገበ ቃላት፣ የቴየር ትርጉም 1989. በ ጆሴፍ ሄንሪ ቴየር፣ አስቲን ሐተታ/ በጀፍ ጋሪሰን)*

ቁጥር 9 ነገር ግን በእግዚአብሔር ጸጋ ስለ ሰው ሁሉ ሞትን ይቀምስ ዘንድ፥ ከመላእክት ይልቅ በጥቂት አንሶ የነበረውን ኢየሱስን ከሞት መከራ የተነሣ የክብርና የምስጋናን ዘውድ ተጭኖ እናየዋለን።
ኢየሱስን እናየዋለን ዕብ 8÷3; 10÷5; ዘፍ 3፡15; ኢሳ 7÷14; 11÷1; 53÷2-10; ሮሜ 8÷3; ገላ 4÷4; ፊል 2÷7-9
ሞትን ይቀምስ ዘንድ፥ ማቴ 6÷28; ማር 9÷1; ሉቃ 9÷27; ዮሐ 8÷52
በእግዚአብሔር ጸጋ ዮሐ 3÷16; ሮሜ 5÷8,18; 8÷32; 2ኛ ቆሮ 5÷21; 6÷1; 1ኛ ዮሐ 4÷9,10
የክብርና የምስጋናን ዘውድ መዝ . 21÷3-5; ሥራ 2÷33; ራዕ 19÷12
ስለ ሰው ሁሉ ዮሐ 1÷29; 12÷32; 2ኛ ቆሮ 5÷15; 1 ጢሞ 2÷6; 1ኛ ዮሐ 2፡2; ራዕ 5፡9

ቍጥር 10 *ብዙ ልጆችን ወደ ክብር ሲያመጣ የመዳናቸውን ራስ በመከራ ይፈጽም ዘንድ፥ ከእርሱ የተነሣ ሁሉ በእርሱም ሁሉ ለሆነ፥ ለእርሱ ተገብቶታልና።*

ዘፓሽን የሚባለው መጽሐፍ ቅዱስ ፡- "አሁን ከፍጥረት ሁሉ በላይ ከፍ ያለው እርሱ ነው፤ ምክንያቱም ሁሉም ነገር የሚኖረው በእርሱ አማካኝነት እና ስለ እርሱ ነው።

እግዚአብሔርም የመዳናችን ራስ የሆነውን እርሱን በተቀበለው መከራ አማካኝነት ፍጹም አደረገው፤ እርሱም በዚሁ መንገድ ነው ብዙ ወንዶችና ሴቶች ልጆችን ከክብሩ እንዲካፈሉ የሚያበቃቸው"። አምፐሊፋይድ የሚባለው መጽሐፍ ቅዱስ ፡- "እርሱ፤ ሁሉ ስእርሱ ሲባል የተፈጠሩለትና ሁሉ በእርሱ የተፈጠሩ ለእግዚአብሔር ይገባዋልና (ማለትም ለመለኮታዊ ባሕርዩ የሚመጥን ድርጊት ነው)፤ ብዙ ልጆችን ወደ ክብር ሲያመጣ የመዳናቸው ራስ እና ፈጻሚ በመከራ ወደ ፍጹምነት ይመጣ ዘንድ (ለሊቀ ካሕናትነት ሥራ ብቁ ለመሆን የሚያስፈልገውን ሰው ሆኖ የመኖሩን ልምምድ ወደ ብስለት ለማምጣት)"። (ዕብ 2፡10)

ብዙ ልጆችን ወደ ክብር ሲያመጣ

ሲያመጣ (አጎ) ago / ag'-o፡- ማምጣት ወይም መሸከም የሚል አሳብ አለው፡፡ ወልድ የሚድኑትን ወደ መንግሥተ ሰማይ ቀድሞ ይገባል (ዮሐ. 14፡6)፡፡ የዕብራውያንም ጸሐፊ አያይዞ የልጁ ደም ወደ ቅድስተ ቅዱሳን እንደሚያስገባን ያወራል (ዕብ 10÷20)፡፡ *(መጽሐፍ ቅዱስ ጥቅሶች የብሉይና / የአዲስ ኪዳን ግሪክ መዝገበ ቃላት፣ የቴየር ትርጉም 1989. በ ጆሴፍ ሄንሪ ቴየር፣ አስቲን ሐተታ/ በጂፍ ጋሪሰን)*

"ብዙ ልጆችን ወደ ክብር ሲያመጣ" የሚለው አገላጽ አማኞችን እንደ ልጅ ታሳቢ ያደረገ ብቻ አይደለም፤ የእግዚአብሔር ልጅንም ጭምር ያካተተ ነው እንጂ፡፡ በቍጥር 9 ላይም ከሞት መከራ የተነሣ የክብርና የምስጋና ዘውድ ተጭኖ እናገኘዋለን በማለት ስለ ጌታችን ያወራል፡፡ "ይፈጽም ዘንድ" ሲልም ወደ ፍጻሜ ያመጣ ዘንድ ማለቱ ነው፡፡ ይህ ቃል ቴሌዮ የሚለው ቃል ትርጓሜ ነው፡፡ በዚህ አሳብ ውስጥ ኢየሱስ ላይ ፍጹም ያልሆነ ምንም ነገር መገኘቱን የሚያሳይ ሳይሆን፣ ይልቁንም፣ በሚያስፈልገው መከራ ውስጥ ሁሉ አልፎ ሞትን በመስቀል ላይ ቀምሶ የመዳናችን መሪ መሆኑን አመልካች ነው፡፡ መሪ የሚለው አሳብ ቀዳሚ ሆኖ በአንድ መንገድ ላይ መሄድን የሚያሳይ አሳብ ነው፡፡ ልጁ ወደ ሰማይ በሚወስደው ጉዞ መንገድ የዳኑትን ይቀድማል (ዮሐ. 14÷6፤ ዕብ. 10÷20፡፡ እነዚህ ክፍሎች እንደሚያሳዩንም ጌታችን በመንገዱ ላይ መሪ ብቻ ሳይሆን፣ በደሙ በኩል መንገዱም እርሱ ራሱ እንደ ሆነ አመላካች ናቸው፡፡ *(ዌስት፣ ኬ. ኤስ 1947. የግሪክ አዲስ ኪዳን ቃል. ጥናት፡- ኢርድማንስ)*

ወደ ክብር፡- እዚህ ጋር ማስታወስ ያለብን አንድ ነገር ኃጢአተኞች እንደ ነበርን ረዳት አጥተን እንቅበዘበዝ እንደ ነበር፣ አሁን ግን በእግዚአብሔር የማዳነን ሥራ በልጁ በኩል መዳንን ያገኘን ሲሆን፣ ለመጨረሻው የመቤዠት ተግባርም ሰውነታችን የልጁን መልክ

ለመምሰል ይለወጣል፡፡ ሁሉን ቻዩ እግዚአብሔር ሁሉ ያለውና ምንም ከእኛ የማይፈልገው መዳናችን ካሳሰበው እኛ ይበልጥ ጠንክረንና ስንፍናን አስወግደን ከመንፈሳዊ ድንዛዜ ልንወጣና ንብረቱ ሊያደርገን የከፈለውን ዋጋ ዕውን ልናደርገው ይገባል፡፡ ጸሐፊው አሁን የከበርንበትን ዋጋ ይነግረናል፤ እግዚአብሔር የራሱን ያህል የሚከብር ዋጋ ያለው የምንድንበት መንገድ አዘጋጀ አንድ ልጁንም በእኛ ቦታ እንዲከብር ላከው፡፡ የአማኞች በእግዚአብሔር ቤተ ሰብ ውስጥ ያለንን አዲስ ልጅነትን ገልጾ ጳውሎስ ሲጽፍ ይህንን ይላል (ሮሜ 8÷14-18)፡፡ በኤፌሶንም ላይ ጳውሎስ ከዓለም ፍጥረት ቀድሞ እኛ በእግዚአብሔር ልብና አእምሮ ውስጥ እንደ ነበርን ያብራራል (ኤፌ. 1÷4-6) ፡፡ *(ቅድመ አስቲን ሐተታ/ በጀፍ ጋሪሰን)*

የመዳናችውንም ራስ በመከራ ይፈጽም ዘንድ

መዳን በግሪክ (soteria 4991) ይለዋል፡፡ ሲብራራም ነፃ መውጣት፣ መትረፍ፣ መጠበቅ፣ እግዚአብሔር ሰዎችን ነፃ ያወጣበትን ኃይል፣ ለሰው ልጅ የተሰጠን ሰማያዊ በረከት ያመለክታል፡፡ *«እኛ ግን በጌታ የተወደዳችሁ ወንድሞች ሆይ፣ ሁልጊዜ ስለ እናንተ እግዚአብሔርን ልናመሰግን ግድ አለብን፣ እግዚአብሔር በመንፈስ መቀደስ ዕውነትንም በማመን ለመዳን እንደ በኩራት መርጧችኋልና»* (2ኛ ተሰሎቄ 2÷13)፡፡

መዳን (ሶቴሪያ) sōtēría / so-tay-ree'-ah፡- በጳውሎስ ዘመን ይህ ቃል ብዙ ትርጉም አለው፡፡ ዋናው ግን ነፃ መውጣት የሚለው ትርጉም ነው፡፡ ለግልና ለብሔራዊ ነፃ መውጣት ልንጠቀምበት እንችላለን፡፡ የኮሊን መዝገበ ቃላት ይህን ቃል ሲተረጉም ከከፋ ወይም ከሚጐዳ ነገር መከለል፣ እንዲሁም ከኃጢአት ቅጣት በመቤዠት ነፃ መውጣትንም ያሳያል ብሎ ይተረጉመዋል፡፡ በአጭሩ ይህ ታላቅ መዳን የሚለው አሳብ የያዘው ከኃጢአት ቅጣት ማምለጥን ብቻ አይደለም፡፡ ዳሩ ግን በውስጡ ከባርነት፣ ከጉዳት መውጣትና ድነትና ዕረፍትን ማግኘትንም ያሳያል፡፡ *(መጽሐፍ ቅዱስ ጥቅሶች የብሉይና / የአዲስ ኪዳን ግሪክ መዝገበ ቃላት፣ የቴየር ትርጉም 1989. በ ጆሴፍ ሄንሪ ቴየር፣ አስቲን ሐተታ/ በጀፍ ጋሪሰን)*

የሰው ልጅ ሁሌም በአንድም በሌላም መንገድ መዳንን ይፈልጋል፡፡ የግሪክ ፍልስፍና የሰውን ሕይወት በሞራልና ባሕርይን በማሻሻል ለመቀየር ይሞክራል፡፡ ኤፒክተስ የተባለው ፈላስፋም ትምህርቶቹን ለታመመ ነፍስ ሕክምና መስጫ ናቸው ይላቸዋል፡፡ ለመዳን የሚሆኑ መድኃኒቶችም ብሎ ይጠራቸዋል፡፡ ሁሌም ሰዎች ጉድለታችንንና አለመቻላችንን ስለምናውቅ የሚረዳን አካል ፈላጊዎች ነን (ኢሳ. 50÷2፤ 59÷1፤ ኤር.

32፥17)፡፡ በክርስቶስ የመጣው መዳን ለጠፉ ነፍሶች ከእግዚአብሔር ዘንድ የተዘረጋ ዕጅ ነው፡፡ እንደ ዕብራውያን አንድ አገላለጽም ይህ ታላቅ መዳን ታላቅ አዳኝ አለው፡፡ እርሱም የማንጻትን ሥራ የፈጸመልን እና በአገልጋዮቹ መላእክት ይህን መዳን ወደ ሚወርሱት የደረሰ ነው፡፡ ይህ መዳን መጀመሪያ የተነገረው በኢየሱስ ነበር፡፡ *(ቅድም አስቲን ሐተታ/ በጀፍ ጋሪሰን)*

ራስ የሚለው ቃል በግሪኩ ትርጒም (teleioo) የሚል ቃል አለው፡፡ ትርጒሙም መከናወንን፣ ፍጹምነትን፣ የጊዜውን መጠናቀቅና የዓላማን ግብ መምታት ያመለክታል፡፡ ዕብ. 5፥10 *«... ከተፈጸመም በኋላ በእግዚአብሔር እንደ መልከ ፀዴቅ ሹመት ሊቀካህናት ተብሎ ስለ ተጠራ ...»* የሐዋ. 5፥31 እርሱም ለእስራኤል ንስሐና የኃጢአት ስርየት ይሰጥ ዘንድ፣ እግዚአብሔር የሁሉ ራስና አዳኝ አድርጎ በቀኙ ከፍ ከፍ አደረገው፡፡» የውርደቱና የመከራው ዘመን ከተጠናቀቀ በኋላ ራስነትን አገኘ፡፡

ራስ (አርኬጎስ) archegos / ar-khay-gos'፡- የሚያመለክተው መሪን ገዥን ወይም በአንድ ቅደም ተከተል ውስጥ ቀዳሚውን ሰው ያሳያል፡፡ ቃሉ ለመለኮትም ለሰውም ያገለግላል፡፡ በዕብ. 6፥20 ላይም ኢየሱስ ተመሳሳይ ቀዳሚ ሆኖ ተገልጾ እናየዋለን፡፡ በግሪክ archegos የሚለው ቃል ለአንድ ከተማን ላገኘ ስምን ለሰጣት እና ለሚጠብቃት ጀግና የሚሰጥ ስም ነው፡፡ የቤተ ሰብ መሪ ወይም የፍልስፍና ትምህርት ቤት መሥራች ለሆነ ሰውም ቃሉ ያገለግላል፡፡ በጦርነት ላይ የጦር መሪ ለሆነው ሰውም ቃሉን ይጠቀሙበታል፡፡ ይህ ቃል ሁልጊዜ በሥሩ ሌላ ሰዎችን የያዘ ሰውን ነው የሚያሳየው እናም ትእዛዝን የሚያስተላልፍ ሳይሆን፣ ፊት ሆኖ ምሳሌ የሚሆን ነው፡፡ ኢየሱስም ትእዛዝ ሲሰጥ ሳይሆን፣ ከፊት ሆኖ ምሳሌ ሲሆን ነው ይታይ የነበረው፡፡ *(መጽሐፍ ቅዱስ ጥቅሶች የብሉይና / የአዲስ ኪዳን ግሪክ መዝገበ ቃላት፣ የቴየር ትርጒም 1989. በ ጆሴፍ ሄንሪ ቴየር፣ አስቲን ሐተታ/ በጀፍ ጋሪሰን)*

በመከራ ውስጥ

መከራ (ፓቴማህ) pathema / path'-ay-mah፡- ማለት በአንድ ሰው ላይ የደረሰውን ነገር የሚያሳይና መጽናት ያለበትን ነገር የሚጠቁም ነው፡፡ አብዛኛውን ጊዜ ከአንድ በላይ የሆነን መከራ የሚጠቁም ነው፡፡ ማንም የእግዚአብሔር ክርስቶስን ፍጹም ማድረግን ቢጠይቅ በአእምሮው ሊያሰስገባው የሚገባው ጒዳይ ዕብራውያን 2 የሚያወራው ሰው ስለ ሆነው ኢየሱስ እንደ ሆነ ነው፡፡ ጸሐፊው ኢየሱስ ኃጢያት አለበት አላለም፡፡ ነገር ግን በመከራ ውስጥ ሰው በመሆኑ አብ ወልድን አነጻው፤ ከኃጢአት ለማንጻት ሥራውም ብቁ አደረገው ማለት ነው፡፡ ማንም እንደ ሰው ሳይኖር የሰውን ሕይወት ሊረዳ

አይችልም፡፡ *(መጽሐፍ ቅዱስ ጥቅሶች የብሉይና / የአዲስ ኪዳን ግሪክ መዝገበ ቃላት፣ የቴየር ትርጒም 1989. በ ጆሴፍ ሄንሪ ቴየር፣ ኦስቲን ሐተታ/ በጄፍ ጋሪሰን)*

ዋረን ዊርስቢ እንደሚለን የኢየሱስ በመከራ መሞት በእግዚአብሔር ዕቅድ ወደ ክብር የሚወስድ መንገድ እንደሆነ ማረጋገጫ ነው፡፡ (ዋረን ዊርዝቢ፣ አዲስ ኪዳን ኮሜንተሪ)

አዳም ክለርክ ሲያብራራ ያለ መከራ ሊሞት አይችልም ሳይሞት ደግሞ የኃጢያትን ዋጋ መክፈል አይችልም፡፡ መስዋእትነቱ የግድ መከፈል አለበት በዛም መንገድ ሰው ልጅ የመዳን መሪ ይሆናል እናም በእርሱ ለሚያምኑት የእግዚአብሄር ልጆች ያደርጋቸዋል ወደ ዘላለምም ክብር ይገባሉ፡፡ *(አዳም ክለርክ፡- ኮሜንተሪ)*

ውስጥ (ዲያህ) Through / dia /dee-ah'፡- ይህ መዳን የመጣበትን መንገድ የሚያሳይ ነው፡፡ የአከሊሉ መንገድ መስቀል ነው፡፡ ይህ መመሪያ አሁንም በእርሱ ላመኑት ይሠራል፡፡ መስቀል ተሸክመን በመከራ ውስጥ እናልፋለን፡፡ በሚቀጥለው ሕይወት ክብር ይጠብቀናል፡፡ ለምንድን ነው በአሁኑ ዘመን ቤተ ክርስቲያን ይህንን መቀበል ያስቸገረን? እግዚአብሔር ፍላጐቱ ደስታችን ሳይሆን፣ ቅድስናችን ነው፤ የእኛ ክብር ሳይሆን፣ የእርሱ ክብር ነው፡፡ ዊልያም ፔን እንደሚናገረው የአዳኛችን መከራው ቢያበቃም፣ ተልእኮው ግን ገና አላለቀም ይለናል፡፡ *(መጽሐፍ ቅዱስ ጥቅሶች የብሉይና / የአዲስ ኪዳን ግሪክ መዝገበ ቃላት፣ የቴየር ትርጒም 1989. በ ጆሴፍ ሄንሪ ቴየር፣ ኦስቲን ሐተታ/ በጄፍ ጋሪሰን)*

ይፈጽም ዘንድ - ይፈጽም የሚለው ግስ በግሪኩ (dia) የሚሰኝ ነው፡፡ የትርጒሙ አሳብም እርግጠኛነትን፣ ማስረገጥን፣ በሚገባ ማከናወንን ያመለክታል፡፡ መሢሑ ለእኛ ለሰው ልጆች ራሱን መሥዋዕት በማድረግ በከፍተኛ ውርደት ውስጥ አልፎ አድኖናል፡፡ እርሱ ሞቶ እኛ ሕይወትን ማግኘታችን ምን ያህል ያስገርማል! ስንቶቻችንስ ይህ ዕውነት በትክክል ገብቶናል? ዕለት ዕለትም የምንኖረው የነፃነት ሕይወት ከእርሱ የተነሣ የተደረገልን ነው፡፡ ስለዚህም በሌላ አባባል እኛ የራሳችን ሳንሆን፣ በደሙ ቤዛነት የገዛን የእርሱ ልጆች ነን፡፡

ይፈጽም ዘንድ (ቴሌእኦ) teleioo / tel-i-o'-o ፡- ማለት ወደ ፍጻሜ ማምጣት ወይም ወደ ታሰበለት ዓላማ ማምጣትንም ያሳያል፡፡ አንድን ነገር ጀምሮ ማቋረጥን ሳይሆን፣ ሙሉውን ሠርቶ ወደ ፍጻሜ ማምጣትን ያሳያል፡፡ **(ቴሌእኦ)** የሚያጎላው ሙሉ አንድነት ማግኘትንና አንድ መሆንን ሲሆን፣ በሚገርም መልክ የኖስቲስዝም (Gnostics)

አስተሳሰብ ያላቸው ሰዎች ይህንን ፍጽምና ስለ ተጠቀሙበት ጳውሎስ ምናልባት እርሱን አስቦ ይሆናል የአዲስ ኪዳን መጻሕፍቱ ላይ ይህንን ቃል የሚጠቅሰው፡፡ *(መጽሐፍ ቅዱስ ጥቅሶች የብሉይና / የአዲስ ኪዳን ግሪክ መዝገበ ቃላት፣ የቴየር ትርጉም 1989. በ ጆሴፍ ሄንሪ ቴየር፣ አስቲን ሐተታ/ በጄፍ ጋሪሰን)*

ስፐርጀን፡- ክርስቶስ በተፈጥሮ ፍጹም መሆን አያስፈልገውም፤ ነገር ግን የመዳናችን ራስ በሚሆንበት ዐቅምና ሕዝቡን ለመቤዠት በያዘው አገልግሎት ብቻ ነው ፍጽምናው የሚያስፈልገው፡፡ ለእኛ እንዲያዝንልን እርሱ ራሱ በመከራ ማለፍ አለበት፤ በዚያም ውስጥ አልፎ ደግሞ ፍጽምናውን ፈጸመ፡፡ ሁሉንም የሚገዛውና የሚመራው ጌታ የማዳኑን ሥራ ፍጹም የሚያደርግበት መንገድ መከራ ብቻ መሆኑ አይገርምም? በእርሱ ኃጢአት ስለ ነበረበት አይደለም፡፡ ነገር ግን ለሕዝቦቹ እንዲራራ ኀዘንን መካፈልና በጉዳት ውስጥ ማለፍ አስፈለገው፡፡ ወንድሞቼ እና እኅቶቼ ያለ መከራው ፍጽምናን ትጠብቃላችሁ? በፍጹም አይሆንም፡፡ በመከራው ካላለፍን ሰማያዊ ለሆነው ከነዓን አንበቃም - (1ኛ ጴጥ. 1÷6፤ 1÷7)፡፡

ሞሪስ ሲጽፍ “እንዴት ቅዱሱ አምላክ ፍጹም ይሆናል?” ለሚለው እርሱ ፍጹም ሰው መሆን ካለበት፣ ለአባቱ ፈቃድ መታዘዝን መማር አለበት፤ ዕውነተኛ መታዘዝ ደግሞ የሚታየው በፈተና ውስጥ በማለፍ ነው ይላል፡፡*(ዲፌንደር እስተዲ ባይብል፡- ሄንሪ ሞሪስ)*

ሌላ ቦታ እንደሚገለጸው ኢየሱስን በመከራ ውስጥ ፍጹም ማድረግ ማለት ምንም ዐይነት ጉድለት የሞራልም የመንፈስም በእርሱ ተገኝቷል ማለት አይደለም፡፡ ይልቁንም የሰውን ሙሉ ማንነት በመውሰድ ፍጹም መሆን አለበት ማለት ነው፡፡ ኢየሱስን የመዳን ቀንድ አድርጎ ለመቀጥር በመከራ ውስጥ ማለፍን መለማመድ የግድ ነው (ሮሜ 5÷3-5) *(ብሊቨርስ መጽሐፍ ቅዱስ - አዲሱ ኪንግ ጄምስ ቨርዥን - ሰኔ 1 ቀን 1991 በደብሊው. ኤ. ክሪስዌል)፡፡*

ቪንሰንት፡- ፍጹም ማድረግ የሚለው ቃል የኢየሱስን ፍጹም አለመሆን ሳይሆን፣ የሚያሳየን ይልቅ የሰውን ልጅ ሕመምና ስቃይ በመካፈል የመዳናችን መሪ እንዲሆን ነው፡፡ *(ማርቪን. አር. ቪንሰንት፡- በአዲስ ኪዳን ውስጥ ቃል ጥናቶች ኮሜንተሪ)*

በእርሱም ሁሉ ለሆነ፥ ለእርሱ ተገብቶታልና

ተገብቶታል (ፕሬፖ) prepo / prep'-o ፡- ተገቢ መሆንን ያሳያል፡፡ ሰውን ለመርዳት መከራ መቀበሉ ተገቢ ነበር፤ ምክንያቱም የሰው ልጅ ትልቅ ተግዳሮቱ እርሱ ነበር፡፡ *(መጽሐፍ ቅዱስ ጥቅሶች የብሉይና / የአዲስ ኪዳን ግሪክ መዝገበ ቃላት፣ የቴየር ትርጉም 1989. በ ጆሴፍ ሄንሪ ቴየር፣ አስቲን ሐተታ/ በጀፍ ጋሪሰን)*

ዌስት ሲያብራራ እግዚአብሔር አብ የሰው ልጅ ከኃጢአት የሚድንበትን መንገድ ሲያሳይ በልጁ በኢየሱስ ደም በኩል እንዲሆንና የድነታችን መሪ የኃጢአተኛዎች አዳኝ መሆኑ ከመለኮት ውሳኔ የመጣ ሳይሆን፣ ከእግዚአብሔር ከማንነቱ የፈለቀ ነው፡፡ ጻድቁ እግዚአብሔር ኃጢአትን አይታገስምና፡፡ የተጣሰውም ሕግ መሟላት አለበት፡፡ ይህ የፍቅር አምላክ ይህንን የኃጢአት ቅጣት ራሱ መክፈልን መረጠ፡፡ ጸሐፊውም የመስቀሉን ተገቢነት አወራን፡፡ የእግዚአብሔርንም ፍላጎት ሊያሟላ የሚችለው ራሱ እግዚአብሔር ብቻ ስለሆነ ሰው የሆነው መሢሑ እግዚአብሔር የመዳንን መሥዋዕትነት ሊከፍል ፈቀደ፡፡ እግዚአብሔር አብ መዳንን አመጣ፤ እግዚአብሔር ወልድ ወደ ተግባር አመጣው፤ እግዚአብሔር መንፈስ ቅዱስ ፈጸመው፡፡ *(ዌስት፣ ኬ. ኤስ 1947. የግሪክ አዲስ ኪዳን ጥናት)*

ቁጥር 10 ብዙ ልጆችን ወደ ክብር ሲያመጣ የመዳናቸውን ራስ በመከራ ይፈጽም ዘንድ፥ ከእርሱ የተነሣ ሁሉ በእርሱም ሁሉ ለሆነ፥ ለእርሱ ተገብቶታልና።

ከእርሱ የተነሣ ዕብ 7፥26; ዘፍ 18፥25; ሉቃ 2፥14;24፥26,46; ሮሜ 3፥25,26; ኤፌ 1፥6-8; 2፥7; 3፥10; 1ኛ ጴጥ 1፥12

በእርሱም ሁሉ ለሆነ ምሳ 16፥4; ኢሳ 43፥21; ሮሜ 11፥36; 1ኛ ቆሮ 8፥6; 2ኛ ቆሮ 5፥18; ቆላ 1፥16,17; ራዕ 4፥11

ብዙ ልጆችን ሆሴ 8፥10; ዮሐ 11፥52; ሮሜ 8፥14-18,29,30; 9፥25,26; 2ኛ ቆሮ 6፥18; ገላ 3፥26; ኤፌ 1፥5; 1ኛ ዮሐ 3፥1,2; ራዕ 7፥9

ወደ ክብር ሲያመጣ ሮሜ 9፥23; 1ኛ ቆሮ 2፥7; 2ኛ ቆሮ 3፥18; 4፥17; ቆላ 3፥4; 2ኛ ጢሞ 2፥10; 1ኛ ጴጥ 5፥1,10

የመዳናቸውን ራስ ዕብ 6፥20; 12፡2; ኢያ 5፥14,15; ኢሳ 55፥4; ሚክ 2፥13; ሥራ 3፥15; 5፥31

በመከራ ይፈጽም ዕብ 5፥8,9; ሉቃ 13፥32; 24፥26,46; ዮሐ 19፥30

ቍጥር 11-12 *የሚቀድሰውና የሚቀደሱት ሁሉ ከአንድ ናቸውና፤*

የሚቀድሰውና የሚቀድሱት ሁሉ ከአንድ ናቸውና፥ ከአንድ ምንጭ ጣፋጭና መራራ ውኃ ሁለቱም በአንድነት አይፈልቁም፡፡ የምንጩ ደረጃ የሚታወቀውም ከሁለት በአንዱ እንጂ፣ ሁለቱንም ነው ማለት አይቻልም፡፡ የሕይወት ምንጭ ከሆነው መሢሑ ኢየሱስም ሕይወትን ብቻ እንቀዳለን፡፡ ይህ ሕይወትም የተገኘው በቅድስና ነው፡፡

የሚቀደሱት (hoi hagiazomenoi) (ሆይ ሃጊያዞሜኒዮ)፡- ይህ ክፍል ልክ በዕብ. 10÷14 ላይ እንዳለው ሂደት ነው እንጂ፣ አንድ ነጠላ ድርጊት አይደለም፣ በምዕራፍ 10÷10 ላይ ግን የተፈጸመውን ሙሉ ሂደት ያሳየናል፡፡ *(ሮበርትሰንስ የቃል ሥዕሎች በአዲስ ኪዳን፣ 1997፣ 2003 ላይ፣ ሮበርትሰንስ የቃል ሥዕሎች በአዲስ ኪዳን፣ 1985፣ በ ብራማን ፕሬስ)*

የሚቀድስ የሚለው የግስ ቃል በግሪኩ (Hagiazo) ይለዋል፡፡ ትርጓሜውም አንድ ሰው ራሱን ሳይለይ ውጤታማ ሊሆን እንደማይችል ያሳያል፡፡ የቅድስና ባሕርይ ማለትም ይኸው ነው፡፡ እግዚአብሔር ወልድ ራሱ ተለይቶ እኛንም እንድንለይ አስተማረን፡፡ ከድነት በኋላ እኛ የእርሱ ልጆች ስንሆን፣ የእርሱ ዘር በእኛ ውስጥ ይበቅላል፤ የእርሱም ባሕርይ ሁለንተናችንን መውረስ ይጀምራል፡፡ ያኔ ከፋትና ፀመፃ የዲያቢሎስም አሳብ በእኛ ውስጥ አይሠለጥንም፡፡ *«ከእግዚአብሔር የተወለደ ሁሉ ኃጢአትን አያደርግም፥ ዘሩ በእርሱ ይኖራልና፣ ከእግዚአብሔር ተወልዷልና ኃጢአትን ሊደርግ አይችልም»* (1ኛ ዮሐ. 3÷9)፡፡

የሚቀደሱት /የሚቀድሰው/ ለሁለቱም፡- ለሚቀድሰውም ይህ በቀጥታ ኢየሱስን የሚያመለክት ቃል ነው፡፡ ዓላማው በእርሱና በሚሞትላቸው መካከል ቀጥተኛ የሆነ ኅብረት መኖሩን ማመልከት ሲሆን፣ እርሱ መከራን የሚቀበል ሰው ይሆን ዘንድ ተመሳሳይ ነገርን መካፈል ይጠበቅበታል (ዕብራውያን 2÷14)፡፡ እርሱ እነርሱን ይቤዣቸውና ያጸድቃቸው ዘንድ እንደዚያ ሆነ፡፡ ወንድሞች ብሎም ጠራቸው፡፡ ራሱን ከእነርሱ እንደ አንዱ አድርጎ ቈጠረ፡፡ በመቤዠት ታላቅ ሥራው ውስጥ በእርሱና በእነርሱ መካከል አንድ መሆን ነበር፡፡ ስለዚህ የእነርሱን ማንነት መልበስ ተገባው፤ በእርግጥም መከራን የሚቀበል ሰው ሆኖ መጣ፡፡ ይህም ማለት በምድር ሲመላለስ ከመላእክትም ባለፈ ማንነት ነበር የተመላለሰው የሚለው አስተሳሰብ ውድቅ ያደርገዋል፡፡ *ፕሮፌሰር ስቱዋርት* የሚቀድሰው

የሚለው አሳብ ላይ ሲናገሩ ይህ ትርጉሙ ማስተሰረይ፣ ስርየት ማቅረብ የሚል ነው ብለው ይተረጉሙታል ይህም "የሚያስተሰርየውና ስርየት የሚቀርብላቸው" ተብሎ እንደ መተርጎም ነው:: *(ባርነስ፣ አልበርት፣ አዲስ ኪዳን ላይ ማስታወሻዎች ኮሜንተሪ)*

እግዚአብሔር አምላክ ለእኛ ካለው ድንቅ ፍቅር የተነሣ፣ ከሞት ሊዋጀን አንድ ልጁ ስለ እኛ አልፎ እንዲሰጥና በመስቀል ላይ የእኛን ኃጢአት ሁሉ ተሸክሞ እንዲሞት ሲፈርድበት፣ እኛን ለማዳን ለመቀደስና ከዚያም አልፎ የቅድስና ሕይወትን በመኖር ወደ ክብር እንድንመጣ ነው:: ጌታ ኢየሱስ በቅድስና በመኖር አባቱን ታዝዞ የመጨረሻውን የውርደት ሞት ሞተ:: <u>ከኃጢአት በስተቀር</u> አንድ ኃጢአተኛ በሚያልፍበት የውርደት ጎዳና ሁሉ አልፎ የእኛን ዕዳ ከከፈለ በኋላ በአባቱ ቀኝ በክብር ተቀመጠ:: ዛሬም በቅድስና ሕይወት ውስጥ የሚመላለሱ ቅዱሳኖች ሁሉ እስከ ጊዜው ድረስ የሚከፍሉት መሥዋዕት ይኖራል:: መራራው ጊዜ ከታለፈ በኋላ ግን እነርሱም ልክ እንደ አባታቸው የመክበርን ሕይወት ሊኖሩ ተጠርተዋል:: ይህ ክብር ለማያምኑቱ እንደ ሞኝነት ይቈጠራል:: በእነርሱ ዘንድ ክብር በኃጢአት የምትገኝ ናት:: በዚህ ዘመን ሰው በውስጡ ታላቅ ዕምቅ ኃይል አለ፤ እናም እኔ ራሴ አምላክ ነኝ፣ ይህንን ከፍተኛ ዕምቅ ኃይል በመለማመድ ተአምራትን እሠራለሁኝ እያለ በራሱ የሚመካበት ዘመን ላይ ደርሰናል:: ምንም እንኳ ተላላው ሰው በራሴ እተማመናለሁ እያለ በዐመፅ በመመላለሱ ምክንያት ዓለማችን ወደ ባሰበት የከፋ አዘቅት ውስጥ ብትገባም፣ ዛሬም ቢሆን ሰው በኃጢአት ታውሮ መንገዱን ከአምላኩ እያራቀ ይገኛል:: ለእርሱ በእግዚአብሔር ማመን እንደ ሞኝነት የሚቈጠር መረዳት ነው::

የሚቀድሰው (ho hagiazoon) (ሆ ሃጊያዞን)፡- ቅድስና ወደ ክብር የሚደረግ ጉዞ ነው:: ከዕብራውያን 10፥14 ጋር አነጻጽሩት *(የቪንሰንት የግሪክ ቃል ጥናቶች በአዲስ ኪዳን፣ 1997፣ 2003፣ 2005)*

ከአንድ ናቸው፡- የሚቀድሰውና የሚቀደሱት ከአንድ ናቸው:: ተመልከቱ የሚቀድሰው ክርስቶስ ነው፣ እርሱ የሚቀድሰውን መንፈስ ዋጋ ከፈለና ላከው፤ የቅድስና ተጽዕኖዎች ሁሉ ራስ እርሱ ነው:: መንፈስ እንደ ክርስቶስ መንፈስ ይቀድሳል:: ዕውነተኛ አማኞች የተቀደሱት ናቸው፤ በቅዱስ መርኅና ኃይል የተጠመቁ፣ ከርካሽና ከከንቱ አገልግሎት ለከበረና ለቅዱስ አገልግሎት የተለዩ፣ ለክብር የተጠበቁ ናቸው:: ስለዚህ የዚህ የመቀደስ ሥራ አገልጋይ የሆነው ክርስቶስ፣ እንዲሁም የዚህ አገልግሎት ተጠቃሚዎች ክርስቲያኖች፤ ሁለቱም አንድ ናቸው:: እንዴት? ለምን (1) ሁሉም ከአንድ የሰማይ አባት ናቸው፤ እርሱም እግዚአብሔር አብ ነው:: እግዚአብሔር አብ በዘላለማዊ ትውልድ እና

በድንቅ መፀነሱ ውስጥ የክርስቶስ አባት ነው፤ እንዲሁም በማደንና በዳግም ውልደት የክርስቲያኖችም አባት ነው። (2) ሁለቱም ከአንድ ምድራዊ አባት ከአዳም የተገኙ ናቸው፣ ክርስቶስና አማኞች ተመሳሳይ የሰው ልጅ የተፈጥሮ ማንነትን ነው የተላበሱት። (3) ከአንድ መንፈስ ናቸው። ከአንዱ ከቅዱሱና ከሰማያዊው መንፈስ፣ በተመሳሳይ መጠን ባይሆንም፣ በክርስቶስ ዘንድ የነበረው አሳብ በእነርሱ ውስጥም ነበር። ራሱንና ከሥር ያሉትን ሁሉንም አባላት የሚመራው አንዱ መንፈስ ነው። (1) እርሱ ይህ ግንኙነት ምን እንደ ሆነ ዐወጀ። እርሱና አማኞች ሁሉም አንድ ናቸው፤ ስለዚህ እርሱ ወንድሞች ብሎ ሊጠራቸው አያፍርም (ተመልከቱ [ቁ 1.])። ክርስቶስና አማኞች ወንድማማች ናቸው፤ ይህ አጥንት ከአጥንት፣ *ሥጋም ከሥጋ* በመሆን ብቻ የመጣ አይደለም፤ ነገር ግን ከአንድ መንፈስ በደሙ በመጋራትም ጭምር ወንድማማች ነበሩ። ይህም ደግሞ የሰማይም ሆነ የምድር በሆነው ነገር ማለት ነው። [2.] ክርስቶስም በዚህ ኅብረት አያፍርበትም፤ ወንድሞች ብሎ ሊጠራቸው አያፍርም፤ ይህም ከእነርሱ ድካምና ኃጢአት አንጻር በእርሱ ዘንድ የሚታይ ድንቅ መልካምነትና የተሻለ መሆን ቢኖርም፣ በእርሱ በማያፍሩትና ዕፍረት እንዳይሆንባቸው በሚጠነቀቁት ወደ እርሱም በሚቀርቡት በእነርሱ ግን መቼም አያፍርባቸውም። *(ማቲው ሄንሪ ኮምፕሊት ኦቭ ዘ ሙሉው ባይብል - ዘመናዊ እትም)*

ቁጥር 11 የሚቀድሰውና የሚቀደሱት ሁሉ ከአንድ ናቸውና፤ ልጆች ሲል ወንድሞች ብሎ ሊጠራቸው አያፍርም።

የሚቀድሰውና የሚቀደሱት ዕብ 10÷10,14; 13÷12; ዮሐ 17÷19

ከአንድ ናቸውና፤ ዕብ 2፡14; ዮሐ 17÷21; ሥራ 17÷26; ገላ 4÷4

ልጆች ሲል ዕብ 11÷16; ማር 8÷38; ሉቃ 9÷26

ወንድሞች ብሎ ሊጠራቸው ማቴ 12÷48-50; 25÷40; 28÷10; ዮሐ 20÷17; ሮሜ 8÷29

ቁጥር 12 ስለዚህም ምክንያት፡- ስምህን ለወንድሞቼ እነግራቸዋለሁ በማኅበርም መካከል በዜማ አመሰግንሃለሁ፤

ስምህን ለወንድሞቼ እነግራቸዋለሁ መዝ 22፡22,25

በማኅበርም መካከል መዝ 40÷10; 111÷1; ዮሐ 18÷20

ቁጥር 13 *ስለዚህም ምክንያት ስምህን ለወንድሞቼ እነግራቸዋለሁ በማኅበርም መካከል በዜማ አመሰግንሃለሁ፤ ደግሞም እኔ በእርሱ እታመናለሁ፤ ደግሞም እነሆኝ እኔን እግዚአብሔር የሰጠኝንም ልጆች ሲል ወንድሞች ብሎ ሊጠራቸው አያፍርም።*

እነግራቸዋለሁ በግሪክ (Apaggello) ይለዋል፡፡ ትረጓሜውም በዐዋጅ መልክ የሚደረግ ንግግርን ያመለክታል፡፡ *« ... በዓይኖቻችን ያየነውን÷ የተመለከትነውንም÷ ዕጆቻችንም የዳሰሱትን እናወራለን፡፡ ሕይወትም ተገለጠ፤ ዐይተንማል፤ እንመሰክራለንም፡፡ ከአብ ዘንድ የነበረውንም ለእኛም የተገለጠውን የዘላለም ሕይወት እናወራለችኋለን»* (1ኛ ዮሐ. 1÷1-3)፡፡ በዚህ ቍጥር ላይ ያለው ጥቅስ የተወሰደው ከመዝሙር 22÷22 ነው፡፡ መዝሙረኛው ዳዊት በትንቢታዊ ቃሉ መሢሑን ሆኖ ይህን ቃል ተናግሮታል፡፡ ይህን የመዝሙር ክፍል ስንመለከት መሢሑ የቱን ያህል የከፋ ስቃይ በላዩ ላይ እንዳለፈ እንረዳለን፡፡ ዳዊት መዝሙር 22 ቍጥር 1 ላይ *«አምላኬ አምላኬ ለምን ተውኸኝ? እኔን ለማዳን፣ ከመቃተቴም ቃል ለምን ራቅህ? አምላኬ ሆይ በቀን ወደ አንተ እጮኻለሁ፣ አንተግን አልመለስክልኝም፤ በሌሊት እንኳ አላረፍሁም»* የሚለው የሰቆቃ ቃል፣ መሢሑ የቱን ያህል በከፋ ጭንቀት ውስጥ እንዳለፈ የሚያሳየን ነው፡፡

ቍጥር 22 ላይ ስንደርስ ግን ያ የመከራ ዘመን ታልፎ፣ ሞት ድል ተነሥቶ *በማኅበር መካከል በዜማ አመሰግንሃለሁ፣ ለወንድሞቼም እነግራቸዋለሁ* እያለ ዐዋጅን ሲያውጅ እንመለከታለን፡፡ ከመከራው ዘመን በኋላ ሁልጊዜም የዕረፍትና የዜማው ዘመን ይከተላል፡፡ ጥልቅ ከሆነው የልብ ስብራት በኋላ ለታገሡቱ የምስጋናው ዘመን ደግሞ ይመጣል፡፡ ብዙ ሰው ከመከራው ዘመን በኋላ ወደ ክብር ሲመጣ ወዳጆቹንና ያለፈበትን መንገድም ይረሳዋል፡፡ በመታበይና በመኩራራት ውስጥ ገብቶ ያንን ዘመን ፈጽሞ ይዘነጋዋል፡፡ የፍቅር አምላክ የሆነው ይህ መሢሕ ግን እንዲህ አይደለም፤ያለፈውን አስታውሶ ስምህን ለወንድሞቼ እነግራቸዋለሁ አለ፡፡

አምላካችንን በማወቅ አምነን ድነት የተቀበልነውን ወንድሞቼ ብሎ ሲጠራን የቱን ያህል የክብሩ ተካፋዮች እንድንሆን እንዳቀረበን ያሳያል፡፡ ወንድምነት ዘርንም የሚጠቁም ነው፡፡ ለመሆኑ እኛ በየትኛው መከራው ተካፍለን ይሆን ወንድሞቼ ብሎ የጠራን? ይህ የሚያሳየው የፍቅሩን ጥልቀት ነው፡፡ በቍጥር 13 መገባደጃ ላይ *«እነሆኝ እኔን፣ እግዚአብሔር የሰጠኝንም ልጆች»* ብሎ በፍቅር ይጣራል፡፡ **ቲም ፊሎስ** የተባለ የዕብራውያን መጽሐፍ ማብራሪያ ጸሐፊ ስለ ወንድማማችነት ሲናገር፡- *«በስተመጨረሻም እግዚአብሔር ክርስቶስን ዝቅ ዝቅ ያደረገው አንድ ታላቅ የሆነ መንፈሳዊ ቤተ ሰብ ለመመሥረት ነው፡፡ ኢየሱስ በጥንት ጊዜ እግዚአብሔር መንፈስ ስለነበር ሰዎች ከተፈጠሩበት ንጥረ-ነገር ለየት ያለ በመሆኑ ከሰዎች ጋር አንድ ሊሆን አይችልም ነበር፡፡ ነገር ግን አሁን ኢየሱስ ሰው በመሆኑ በእግዚአብሔር ከሚያምኑት ጋር አንድ ዐይነት ተፈጥሮ አለው፡፡ ይህ ዕውነታ ኢየሱስ ክርስቶስ ከአማኞች ጋር ያለውን ግንኙነት በሚያመለክቱ በሦስት የብሉይ ኪዳን ጥቅሶች ላይ በግልጽ ተብራርቷል፡፡ አንደኛ፡-*

ኢየሱስ እግዚአብሔር ማን እንደ ሆነ ለሰዎች ገልጽዋል። ሁለተኛ በእግዚአብሔር ላይ ያለ እምነት እንዴት መሆን እንደሚገባው እርሱ ራሱ እምነቱን በእግዚአብሔር ላይ በማድረግ በግልጽ አሳይቷል። ሦስተኛ፡- ራሱን ከእርሱ ጋር አንድ ቤተ ሰብ አደረገ። የአዲስ ኪዳን ታላቅ ዕውነታ የእኛ መዳን ሳይሆን፣ በአሁኑ ጊዜ የእግዚአብሔር ቤተ ሰቦች መሆናችን ነው። (ዮሐ. 1፥12-13፤ 1ኛ ዮሐ. 3፥1-2)። *«ኢየሱስ ወንድማችን እግዚአብሔር ደግሞ አባታችን ነው። ይህ ሁሉ ሊፈጽም የቻለው ኢየሱስ ሰው ሆኖ በመምጣቱ ነው»*በለዋል።

እስራኤላውያን በግብፅ ምድር በባርነት ውስጥ በነበሩበት ዘመን እግዚአብሔር ከዚህ ባርነት ሊያወጣቸው በማሰብ ሙሴን በመሪነት አስነሣላቸው። እነርሱ ግን የሙሴን መሪነት መቀበል ተሳናቸው። ሙሴ የክርስቶስ ምሳሌ ነው። በአዲስ ኪዳን ውስጥ ክርስቶስ ኢየሱስ ሰዎችን ከባርነት ነፃ ሊያወጣ እን ደመጣ ሁሉ፣ እንዲሁ ሙሴም የክርስቶስ ምሳሌ ሆኖ በወንድሞቹ መካከል ተገኘ። እነርሱ ግን አልተረዱትም ነበርና ሊቀበሉት ተሳናቸው። ዛሬም ጌታ ኢየሱስ ክርስቶስ ለመንፈሳዊ ቤተ ሰብነት ብዙዎችን ቢጠራም፣ ዕንቢተኛ ሆነው በራቸውን የሚዘጉ ጥቂቶች አይደሉም። በዚህ ዘመን በሠለጠነው የዓለማችን ክፍል፣ በአምዕራባውያኑ ዘንድ የእግዚአብሔር ቤተ ሰብ ነኝ ብሎ ማለት ሞኝነት ተደርጎ ይታያል። ይህ አስተሳሰብም ወደ አገራችን በተለያዩ መንገዶች እየገባ ሰው ፊቱን ከአምላኩ የመመለስ አዝማሚያ ይታያል።

ቁጥር 13 ደግሞም፡-እኔ በእርሱ እታመናለሁ፤ ደግሞም ናቸውና፤ እነሆኝ እኔን
እኔ በእርሱ እታመናለሁ; 2ኛ ሳሙ 22፥3; መዝ 16፥1; 18፥2; 36፥7, 8; 91፥2; ኢሳ 12፥2; 50፥7-9; ማቴ 27፥43
እግዚአብሔር የሰጠኝ ኢሳ 8፥18; 53፥10
እነሆኝ እኔን ዘፍ 33፥5; 48፥9; መዝ 127፥3; ዮሐ 10፥29; 17፥6-12; 1ኛ ቆሮ 4፥15

ቍጥር 14-15 *እንግዲህ ልጆቹ በሥጋና በደም ስለሚካፈሉ፥ እርሱ ደግሞ በሞት ላይ ሥልጣን ያለውን በሞት እንዲሽር፥ ይኸውም ዲያብሎስ ነው፥ በሕይወታቸውም ሁሉ ስለ ሞት ፍርሃት በባርነት ይታሰሩ የነበሩትን ሁሉ ነጻ እንዲያወጣ፥ በሥጋና በደም እንዲሁ ተካፈለ።*

እንግዲህ ልጆቹ በሥጋና በደም ስለሚካፈሉ

ልጆቹ (ፓይዲኦን) paidíon / pahee-dee'-on፡- ይህ በቅርብ የተወለደ ልጅን የሚያመለክት ቃል ነው፡፡ እዚህ ጋር ግልጽ በሆነና ፍቅርን በሚያሳይ መልክ ክርስቶስ ለተቤዣቸው የሰው ልጆች ያሳየውን ፍቅር ያሳያል፡፡ *(መጽሐፍ ቅዱስ ጥቅሶች የብሉይና / የአዲስ ኪዳን ግሪክ መዝገበ ቃላት፣ የቴየር ትርጉም 1989. በ ጆሴፍ ሄንሪ ቴየር፣ አስቲን ሐተታ/ በጄፍ ጋሪሰን)*

ስጥርጅን፡- እዚህ ጋር ደስ ወደ ሚያሰኘውና ለቅዱሳን አገልጋዮች የተገለጸው ነገር ይገለጻል፡፡ ይህም ልጆች የሚል ነው፡፡ ሁላችሁም በእግዚአብሔር ልጅ ላይ ባለ እምነት ልጆች ሆናችኋል (ገላ. 3፥26)፡፡ ልጅነት በቤት ውስጥ ትልቅም ሆነ ተጽዕኖ ያለው ነው፡፡ ብዙ ነገር እነርሱን ታሳቢ ያደረገ ነው፡፡ ወላጆች ብዙ መከራ የሚያዩት ለልጆቻቸው ሲል ነው፡፡ በዕውነት በሰማይ ስላለው አባት ስናወራ ዕቅዱ፣ ዝግጅቱ እና እያንዳንዱ ስጦታ ስለ ልጆቹ የተደረገ ነው፡፡

እዚህ ጋር የምናገኘው **ልጆቹ** የሚለው ገለጻ ኢየሱስ ክርስቶስ ሊቤዣቸው ዋጋ የከፈለላቸውን የሰውን ልጆች አመልካች እንደሆነ ግልጽ ነው፡፡ *(ዌስት፣ ኬ. ኤስ 1947. የግሪክ አዲስ ኪዳን ቃል፣ ጥናት፡- ኢርድማንስ)*

ስጋ (ሳክስ) sárx / sarx፡- ይህ ገላጻ የፍጡርን መሸፈኛ የሚያሳይ ቃል ነው፡፡ እናም የሚያብራራው የሰውን ልጅ ነው፡፡ *ሥጋ* ሚለው ቃል በጥንቃቄ መተርጎም ያለበት ነው፡፡ ምክንያቱም እንደ ዐውዱ የተለያየ ትርጉም ሊኖረው ይችላልና፡፡ *(መጽሐፍ ቅዱስ ጥቅሶች የብሉይና / የአዲስ ኪዳን ግሪክ መዝገበ ቃላት፣ የቴየር ትርጉም 1989. በ ጆሴፍ ሄንሪ ቴየር፣ አስቲን ሐተታ/ በጄፍ ጋሪሰን)*

ደም (ሐይማ) haîma / hah'ee-mah፡- ይህ ፈሳሽ ነገር ውስጡ ባለው ንጥረ-ነገር የሕይወት መሠረትን የሚፈጥር ሲሆን፣ አክስጅንን ከሳንባ ወደ ተለያየ የሰውነት ክፍል የማዘዋወር *ሥራን* ይሠራል፡፡ *(መጽሐፍ ቅዱስ ጥቅሶች የብሉይና / የአዲስ ኪዳን ግሪክ መዝገበ ቃላት፣ የቲየር ትርጉም፣ አስቲን ሐተታ/ በጄፍ ጋሪሰን)*

ስጥርጅን፡- ሲጽፍ የክርስቶስ ትልቅ ተልእኮ መላእክትን ማዳን ሳይሆን፣ ሰውን ማዳን ነው፤ ስለዚህ በመላእክት ተፈጥሮ ሳይሆን፣ በሰው ልጅ ተፈጥሮ ነው የመጣው፡፡ እርሱ በእኛ ማንነት ሊሞትና *ሥጋ*ና ደሙን ሊያፈስስ ፈለገ፡፡ ሞትን ይሽርና ከሞት ፍርሃት ሊያወጣን የሰው ተወካይ የሆነው ኢየሱስ ከሞተና ከሞት ከተነሣ፣ እኛም በእርሱ አምሳል ያለነው ብንሞት ከሞት እንደምንነሣ የሚያሳየን ነው፡፡ ሁላችንም የ*ሥጋ*ና የደም ተካፋይ

ባንሆን እንመርጣለን። ወደ ታች የሚጎትተን ነገር እርሱ ነውና። ብዙ ኀዘንም የሚያመጣብን እርሱ ነው። የተለወጠ ነፍስ አለኝ፤ ዳሩ ግን ያልተለወጠ ሥጋ ነው ያለን። ክርስቶስ ነፍሴን ፈውሷል፡ ነገር ግን አሁንም ሥጋዬ በብዙ ኀዘን ውስጥ ያልፋል። ይሁንና ጌታ እርሱንም ይለውጠዋል። የሥጋ መለወጥ በትንሣኤ ወቅት የሚከሰት ነው። እስኪ ክርስቶስን አስቡት። እርሱ የዘላለም ፈጣሪ ሲሆን ሳለ፣ ሥጋና ደምን መካፈል ፈቀደ። ፈጣሪ በቊስ ተገደበ፤ ዘላለማዊው እርሱ ለመሞት ፈቀደ እና ሞተም። ይህ የሚገርም ምሥጢር ነው። ይህ ድንቅ ምሥጢር ነው። ይህ የፈጣሪ ከሰው ጋር ያለ ኅብረት በጌታችን በኢየሱስ ክርስቶስ የተፈጸመ ነው።

ስለሚካፈሉ በግሪኩ ቃል **(Koinoneo)** ይለዋል። የግሪኩ ቃል ትርጓሜ የጋርዮሽ አሠራርን፣ አብሮ መሆንን፣ ለሁሉም ክፍት መሆንን፣ አብሮ መሳተፍን፣ መተባበርን የሚሳይ ትርጒም አለው። **"ወደዋልና፣ የእነርሱም ባለእዳዎች ናቸው ... »** (ሮሜ 15፡-27)። የመቄዶንያና የአካይያ ክርስቲያኖች ከአሕዛብ ወገን ቢሆኑም፣ በኢየሩሳሌም የሚገኙትን አይሁድ የሆኑ ድሆች ክርስቲያኖችን መርዳት ፈልገው ነበር። ፈቅደው ስለ ተነሡ ወደ ኋላ ሊያፈገፍጉ አይችሉም።የእነርሱ ደግነት የሚደርሳቸው የኢየሩሳሌም አማኞችም ባለ ዕዳዎች ሆነዋል፡፡ በእነርሱ መንፈሳዊ ነገር ተካፋዮች ከሆኑ፣ በሥጋዊ ነገር ደግሞ ያገለግሉዋቸው ዘንድ ይገባቸዋልና እያለ በሁለቱ ወገኖች መካከል የሚፈጠረውን ኅብረት ያመለክታል። *«በማንም ላይ ፈጥነህ ዕጆችህን አትጫን፥ በሌሎችም ኃጢአት **አትተባበር**፣ ራስህን በንጽህና ጠብቅ»* (1ኛ ጢሞ. 5፥22)። ይህ አገላለጽ ሰዎች ለኃጢአትም ትብብር ለማድረግ ሊካፈሉ እንደሚችሉ ያሳል።

ስለሚካፈሉ (ኮይኖኔኦ) koinōnéō / koy-no-neh'-o፡- የሚለው ቃል ከአንድ ሰው ጋር የጋራ ነገር መጋራትን ያሳያል። አሳቡ በጋራ መሥራትን ታሳቢ በማድረግ አንድን ንብረት መካፈልን ያሳያል። የሰው ልጅ ሥጋና ደምን በጋራ የያዘ ነው። *(መጽሐፍ ቅዱስ ጥቅሶች የብሉይና / የአዲስ ኪዳን ግሪክ መዝገበ ቃላት፣ የቴየር ትርጒም 1989. በ ጆሴፍ ሄንሪ ቴየር፣ አስቲን ሐተታ/ በጂፍ ጋሪሰን)*

"ተካፋይ" የሚለውም ቃል **ኮይኖንዮ (koinoneo)** የሚለው ቃል ትርጓሜ ሲሆን፣ አንድ ነገር ላይ ከሌላ አካል ጋር መካፈልን የሚያሳይ ነው። የሰው ልጆች የሚያደርግ ደምንና ሥጋን ይጋራሉ፤ የአገላለጹ ቅደም ተከተል ደም እና ሥጋ ሲሆን፣ ይህም በአይሁድ መምህራን አጠቃቀም የሰውን ልጅ ከእግዚአብሔር ለመለየት የሚገባ አገላለጽ ነው።

እንዲሁ "Likewise" የሚለው ቃል **ፓራፕሌሲዮስ** የሚለው ቃል ትርጓሜም ሲሆን፣ **ፓራ** **(para)** የሚል እና **ከጎን** የሚል ትርጓሜ ካለው፣ እንዲሁም **ፕሌሲዮስ "plesios"** ከሚልና **መቅረብ** የሚል ትርጓሜ ካለው ቃል የተዋሃደ አሳብ ነው:: *ሥጋ* በመልበሱ ጌታ ኢየሱስ **ከሰው ጎን የሚሆንበትን** ማንነትን ያዘ::

አሁን ጥንቃቄ ወደ ሚጠይቀው አተረጓጎም ደርሰናል **ተካፈለ"took part of"** እና **ተካፋይ "partakers"** የሚሉት ሁለት ቃላት የተለያየ *ሥር* ያላቸውና ከተለያየ *ቃላት* የተተረጐሙ መሆኑን ልብ ማለት ይገባል:: ጌታችን የሰውን ማንነት ከኃጢአት ውጭ ያዘ *ሥጋ* ሲለብስ እና በዚህም በራሱ ማንነት ላይ *ሥጋ* እና ደም በመጨመር ሌላ ማንነትን አከለ:: ቀድሞ በጋራ ምንም ነገር ይካፈለው ካልነበረው ፍጥረት ጋር አንድ ነገርን ተካፈለ:: የሰው ልጆች የሰው ማንነት ተፈጥሮን ይጋራሉ:: የእግዚአብሔር ልጅም በማንነቱ ከእርሱ ዘንድ ምንም ነገር ይጋራ ካልነበረው የሰው ልጅ ጋር ራሱን አዋሃደ:: እግዚአብሔር በማንነቱ መንፈስ ነበር (ዮሐ. 4÷24):: *ቪንሰንት* ሲናገር ዌስትኮት በዚህ አሳብ ላይ ጥሩ ገለጻ አለው ይልና **ኮይኖኒያ (koinonia) (partakers)** ወይም **ተካፋይ** የሚለው ቃል፣ ልክ የሰው ልጆች መከካል እርስ በርስ እንደሚታየው የባሕርይ መካፈልን ሲሆን፣ **ሜቴኮ (metecho) (took part of) ተካፈለ** የሚለው ደግሞ የክርስቶስ *ሥጋ* መልበስን የሚያስየው እና አንድን ነገር በፈቃደኝነት መቀበልን የሚገልጽ ነው:: ይህ የሚያሳየን መጽሐፍ ቅዱስ ስለ ጌታችን አንድም ሁለትም የሆነ ማንነት ጠቋሚ ነው፤ ይህም ፍጹም አምላክ እና ፍጹም ሰው መሆኑን ነው:: *(ዌስት፣ ኬ. ኤስ 1947. የግሪክ አዲስ ኪዳን ቃል፣ ጥናት:- ኢርድማንስ)*

ስፐርጀን:- እንደምታውቁት ሁላችንም በዚህ ወቅት ሕመምና በሽታ የሚያጠቃን ነን:: እርግጥ የደምና *ሥጋ* ተካፋዮች ነን:: ዳሩ ግን የመንፈሳዊው ዓለም ተጽዕኖ ያጠቃናል:: ይህ ያስታውሰን ነገር ምን ያህል እንኳ አንዳንድ ጊዜ የሰማይ አገር ተካፋዬች እና በመንፈስ የምንመላለስ ብንሆንም፣ ግን አሁንም የ*ሥጋ*ና የደም ተካፋዬች መሆናችን ዕውነታ ነው:: አንዳንድ ጊዜ ከሚደርስብን መከራ የተነሣ የ*ሥጋ*ና ደም ተካፋይ መሆንን የማንፈልግበት ጊዜ አለ:: ወደ ታች የሚጎትተን ብዙ መከራም የሚያመጣብን *ሥጋ*ችን ነው:: የታደሰ ነፍስ አለን፤ ዳሩ ግን *ሥጋ*ችን ያው ነው:: ክርስቶስ ነፍሴን ተቤዥቶታል፤ *ሥጋ*ዬ ግን አሁንም በእስራት ውስጥ ያልፋል:: ይሁንና ጌታ እርሱንም ቢሆን ይቤዠዋል:: የ*ሥጋ* መቤዠት በትንሣኤ ላይ የሚደረግ መለወጥ ነው:: *(ስፐርጀን)*

ጌታ ኢየሱስ ለምን *ሥጋ* ለበሰ ለሚለው መልሱ ይሞት ዘንድ የሚል ነው:: ለምንስ መሞት አስፈለገው? ካልን ደግሞ በሞቱና ሞትን ድል አድርጎ በመነሣቱ የሞትንና በሞት ላይ

416

የአፈበአ አገልግሎት ዕብራውያን መጽሐፍ ጥናት

ሥልጣን ያለውን ኃይል ይሰብር ዘንድ ነው። መሰበር የሚለው ቃል ካቴርጋዞማይ (katergazomai) የሚሰኝ ሲሆን፣ ትርጉሙም ኃይል ማሳጣት የሚል ይሆናል። ሰይጣን በመስቀል ላይ ሙሉ ለሙሉ ፤ኃይሉን በማጣት አልተሸነፈም። ይልቁንም ኃይሉ ተሰበረ እንጂ። በአዳኙ ላይ እምነቱን ያደረገውን ሰው መንፈሳዊ ሞት አይዘውም፤ አካላዊ ሞትም ሥጋውን በመቃብር አያስቀረውም። የኢየሱስ ዳግም ትንሣኤው ለአማኞች የዘላለምን ሕይወትን፣ በሥጋውም መነሣቱ ክብርን ያቀዳጀዋል። ኢየሱስ ሞትን ድል ነሳ፤ ሰይጣንንም ዐቅም አሳጣው። ሰይጣን የሞት ኃይል አለው። በሞት ላይ ግን ኃይል የለውም። ሞት ዕውነታ በሆነበት ነገር ላይ ሰይጣን ሉአላዊነት አለው። ሰይጣን በሰው ልጅ ላይ የነበረው የበላይነት በሞት በኩል ነበር አሁን ግን ይህ ተሰብሯል። *(ዌስት፣ ኬ. ሔስ 1947. የግሪክ አዲስ ኪዳን ቃል ጥናት:- ኢርድማንስ 1947)*

እርሱ ደግሞ በሞት ላይ ሥልጣን ያለውን በሞት እንዲሽር

ሞት (ታናቶስ) thanatos / than'-at-os፡- ማለት የነፍስ ከሥጋ መለየትን የሚያመለክት ነው። አዲስ ኪዳን ላይ የተገለጸው ሁሉም ዐይነት ሞት የተፈጥሮ ሂደት ተደርጎ ሳይሆን፣ ኃጢአትን ተከትሎ የመጣ አጥፊ ጉልበት ተደርጎ ነው። ይህ ኃጢያት በሌለበት የሰው ልጅ ላይም ትክክል ነው። (2ኛ ቆሮ. 5÷21) *(መጽሐፍ ቅዱስ ጥቅሶች የብሉይና / የአዲስ ኪዳን ግሪክ መዝገበ ቃላት፣ የቴየር ትርጉም 1989. በ ጆሴፍ ሄንሪ ቴየር፣ አስቲን ሐተታ/ በጀፍ ጋሪሰን)*

ስፐርጀን፡- በሞቱ በእርሱ ላመኑት ሁሉ ሞትን ድል መንሳት ችሏል። በእርሱ ሞት ምክንየት ወደ ዓለም የገባውን የሞት ጉልበት ሰበረው። ይህን ያደረገው በምሳሌ ብቻ አይደለም። በሕይወቱም አይደለም፣ በሞቱ ነው እንጂ።

ሥልጣን (ክራቶስ) ፓወር / kratos / krat'-os፡- ማለት አቅምን ወይም መቻልን የሚያሳይ ቃል ነው። የበላይነትንም የሚያሳይ ቃል ነው። (ክራቶስ) የአንድ ጉልበት መኖርን እንጂ፣ የዚያን ጉልበት በሥራ ላይ መዋልን የሚያሳይ ቃል አይደለም። ይህ በውስጥ ያለ ዐቅምን መግለጽ መቻል ነው። *(መጽሐፍ ቅዱስ ጥቅሶች የብሉይና / የአዲስ ኪዳን ግሪክ መዝገበ ቃላት፣ የቴየር ትርጉም 1989. በ ጆሴፍ ሄንሪ ቴየር፣ አስቲን ሐተታ/ በጀፍ ጋሪሰን)*

ማክዶናልድ፡- ሲያብራራ የሰይጣንን የሞት ኃይል አስመልክቶ እንዲህ ይላል፡- በምን መልክ ነው ሰይጣን በሞት ላይ ሥልጣን ሊኖረው የቻለው? ምናልባት ሞት እንዲኖር

በመፈለግ ረገድ ሊሆን ይችላል፡፡ መጀመሪያ ኃጢያት ወደ ምድር የመጣው በሰይጣን በኩል ነውና የእግዚአብሔር ቅድስናም በኃጢአት ላይ ሞትን ዐወጀ፡፡ ስለዚህ ሰይጣን እንደ ጠላት ይህ ቅጣት የሆነው ሞት ሰው ላይ እንዲሆን ይፈልጋል፡፡ በመጽሐፍ ቅዱስ ላይ ካለ እግዚአብሔር ፈቃድ ሰይጣን የሰው ሕይወት ላይ ሞት የማምጣት መብት እንዳለው አያሳይም (ኢዮብ 2፡6)፡፡ ስለዚህ አማኞች የሚሞቱበትን ጊዜ መወሰን አይችልም፡፡ ደካማ የሆኑ አማኝ ሰዎች ላይ አንዳንድ ጊዜ ሞትን ሊያመጣ ይችላል፡፡ ዳሩ ግን ኢየሱስ ሥጋን መግደል የሚችለውን እንዳይፈሩ፣ ይልቁንም ነፍስንም ሥጋንም ወደ ገሃነም መጣል የሚችለውን እንዲፈሩ ነግሯቸዋል (ማቴ. 10÷28)፡፡

በአዲስ ኪዳን ሄኖክና ኤልያስ ሞትን ሳይቀምሱ ሄደዋል፡፡ ይህ በአማኞች ላይ ጥርጣሬ አይፈጥርም፤ ምክንያቱም የክርስቶስን ሞት ወደ ፊት ይሞታሉ ተብሎ ስለሚታመን ነው፡፡ ክርስቶስ ተመልሶ ሲመጣ ሁሉም ሕያው ፍጥረት ሳይሞቱ ወደ መንግሥተ ሰማይ ይሄዳሉ፤ ነገር ግን እርሱም ቅዱስ እግዚአብሔር በክርስቶስ ሞት የረካ በመሆኑ ነው፡፡ ከሞት የተነሣው ክርስቶስ አሁን የሞትና የመቃብር ቍልፍ በዕጁ አለ፡፡ ይህ ማለት በእነርሱ ላይ ሙሉ ሥልጣን አለው ማለት ነው (ራእ 1፡18)፡፡ *(ዊሊያም ማክዶናልድ፣ ቢሊቨርስ ባይብል ኮሜንተሪ 2016 2016፡- ቶማስ ኔልሰን)*

ኬኔት ዌስት፡- ሲያብራራ ሰይጣን ጉልበቱ ተሰበረ እንጂ ሙሉ ለሙሉ በመስቀሉ ላይ አልጠፋም፡፡ እምነቱን በአዳኙ ላይ ያደረገ ሰው ላይ መንፈሳዊ ሞት ሊያቆመው አይችልም፡፡ አካላዊ ሞት አካሉን በመቃብር ሊያስቀረው አይችልም፡፡ የኢየሱስ መነሣት አማኙን በትንሣኤ አካል ዘላለማዊ ሕይወት ሰጥታል፡፡ ሰይጣን በሞት ላይ ሥልጣን አለው ማለት ሞትን አሸንፏል ማለት ሳይሆን፣ ሞት ላይ የበላይነት አለው ማለት ነው፡፡ አሁን ግን ይህን የበላይነት ተቀምቷል፡፡ *(ዌስት፣ ኬ. ኤስ 1947. የግሪክ አዲስ ኪዳን ጥናት)*

እንዲሽር፡- የግሪኩ ቃል (Katargeo) ይለዋል፡፡ ትርጓሙም መቍረጥን፣ ማስወገድን፣ ማስቀረትን፣ መደምሰስን የሚመስል ትርጉም ይኖረዋል (ሉቃስ 13÷7፤ ሮሜ 3÷3)

እንዲሽር (ካታርጌኦ) powerless katargeo / kat-arg-eh'-o፡- ማለት እንቅስቃሴ ማስቆምን ብቻ ነው፡፡ አሳቡ የአንድን ነገር ዐቅም ማሳጣት እና ማስቆም ነው፡፡ ከሥራ ውጭ ማድረግን ያመለክታል፡፡ ሥራን የመሥራት ዐቅምን ማጣትን ያመለክታል፡፡ ይህ ቃል ብዙውን ጊዜ የሚያመለክተው አካላዊ ያልሆነ ኃይል የሚያመጣው ተጽዕኖ ነው፤ ለምሳሌ ብርሃን ጨለማን እንደሚሽረው ማለት ነው፡፡

ይኸውም ዲያብሎስ ነው

ሰይጣን (ዲያብሎስ) ዴቨል /diabolos / dee-ab'-ol-os፡- ማለት ሐሰተኛው ከሳሽ፣ ሐሜተኛ ማለት ነው፡፡ ዲያብሎስ የሚለው ቃል ከሳሽ ብቻ ሳይሆን፣ ዕውነት የሆነ ወሬን በተሳሳተ መልከ የሚያወራም ነው፡፡ በክርስቶስ ሞትና በደሙ፣ እንዲሁም ከሞት በመነሣቱ በማመን የሰይጣን ድል በሰዎች ላይ ተሰብሯል፡፡ (የሐዋ. 26÷17-18፤ ቈላስ. 1÷13-14) *(መጽሐፍ ቅዱስ ጥቅሶች የብሉይና / የአዲስ ኪዳን ግሪክ መዝገበ ቃላት፣ የቲየር ትርጉም፣ አስቲን ሐተታ/ በጀፍ ጋሪሰን)*

ጆን ፓይፐር፡- ሲጨምር በሞት ላይ ሥልጣን የነበረውን እንዴት ሥልጣኑን ሻረው? በማለት ይጠይቃል ይህ ማለት ክርስቲያኖች አካላዊ ሞትን አይሞቱም ማለት አይደለም፡፡ አንዳንዴ የሚያምኑ ሰዎችም ቢሆኑ ይሞታሉ፡፡ ሰይጣን ሊገድለን አይችልም ማለትም አይደለም (ራእይ 2÷10) እና ምን ማለት ፈልጎ ነው ሰይጣን እኛን በሞት ለማጥቃት ሲፈልግ የሚጠቀምበት ብቸኛ መሣርያ የእኛ ኃጢአት ነው፡፡ ማንም በሰይጣን ጫና ስለ ደረሰበት ወይም በሰይጣን ስለ ተያዘም ወደ ገሃነም አይገባም፤ እንዲሁም የትኞቹም ሰዎች በሰይጣን ትንኮሳ ስለ ደረሰባቸውና ጫና ውስጥ ስለ ገቡም ገሃነም አይገቡም፡፡ እነዚህ ሁሉ ወደ ገሃነም ሊያስገባ ዐቅም ያለውን ንስሐ ያልተገባ ኃጢአት ለመሸፈን የሚገቡ የጭስ መሸፈኛ ናቸው፡፡ ማንም ወደ ገሃነም የሚገባው በራሱ ኃጢአት ምክንያት ብቻ ነው፡፡ እናም ሰይጣን ሊያደርግ የሚችለው ሰውን በኃጢአቱ እንዲቀጥል ማድረግ፣ እንዲሁም ከኃጢአት ነፃ ከሚያደርገው ነገር ሰውዬውን ማራቅ ነው፤ ምክንያቱም ኃጢአታችን ይቅር ከተባለ የእግዚአብሔር ቍጣ ስለሚበርድ ሰይጣን መሣሪያውን ይጥላል፡፡ አንድ ማድረግ የሚችለው ነገር እኛን ስለ ኃጢአት መውቀስና ኃጢአት በመሥራት እንድንቀጥል ማድረግ፣ ደግሞም ከክርስቶስ ማራቅ ነው፡፡

ኃጢአትን ይቅር ከተባለና የእግዚአብሔር ቍጣ ከበረደ በእግዚአብሔር ፊት ጻድቅ ሆነን በክርስቶስ ከቆምን፣ እግዚአብሔር ከእኛ ጋር ይሆናል፤ ሰይጣንም እኛን ለማጥፋት ዐቅም ያጣል፡፡ በድምር በዕብራውያን 2÷14 እና 2÷17 መካከል ያለው ግንኙነት የሚያሳየን ክርስቶስ ሰይጣንን ዐቅም ያሳጣው የኃጢአታችንን ዋጋ በመክፈል ነው፡፡ ይህም የሚያሳየው በሰይጣን አሠራር ብቸኛው ገዳይ ነገር የእኛ ኃጢአት ማሆኑን ነው፡፡ ስለዚህ ይህ ኃጢአታችን በደሙ ከተሸፈነ፣ ይቅርም ከተባለ፣ የእግዚአብሔርም ቍጣ ከበረደና ሁሉን ቻዩ ለእኛ መልካም መሥራት ከጀመረ፣ እኛም በዚያን ጊዜ ለማንም ሰው፣

እንዲሁም አጋንንታዊ ኍልበት እንዲህ ማለት እንችላለን፡- “ሞት በድል ተዋጠ፥ ሞት ሆይ መውጊያህ የታለ? ማሸነፍህስ የታለ?” (1ኛ ቆሮ. 15፥54-55)፡፡ *ሥጋን ሊገድሉ ቢችሉ እኛ* ግን ከጌታችን ጋር ልንኖር ወደ ቤት እንሄዳለን (2ኛ ቆሮ. 5፥8)

ጆን ማክአርተር፦ ሲያብራራ የሰይጣንን ኃይል የምንቀማበት ብቸኛው መንገድ መሣሪያውን በመቀማት ነው፤ ይህም ሞት ነው፡- አካላዊ ሞት፣ መንፈሳዊ ሞት፣ ዘላለማዊ ሞት፡፡ ሰይጣን እግዚአብሔር በኃጢአታችን ምክንያት ሞትን እንዳሰበብን ያውቃል፡፡ ሞት የሕይወት ዕውነታ ሆኗል፡፡ ሰይጣን ሰዎች በዚህ ሁኔታ ከቀጠሉ ከእግዚአብሔር መገኘት እንደሚወጡና ወደ ገሃነም እንደሚሄዱ ያውቃል፡፡ ሰይጣን ሰዎች እስከ ሚሞቱ ድረስ መያዝ ይፈልጋል፡፡ ምክንያቱም ከሞቱ በኋላ የመዳን ተስፋ እንደማይኖራቸው ያውቃል፡፡ ሰው ከሞት ሊያመልጥ አይችልም፤ ስለዚህ እግዚአብሔር ከሰይጣን የሞትን ኍልበት መቀማት አለበት፤ ደግሞም ለዚያ አላማ ኢየሱስ መጣ፡፡ የሰይጣን መሣሪያ ኍልበት ያለው ነው፡፡ እግዚአብሔር ግን ከዛ የተሻለ ኍልበት ያለው ነገር አለው፡፡ እርሱም የዘላለም ሕይወት ነው፡፡ ሞት የሰይጣን የበላይነት መጠቀሚያ ነው ኢየሱስ ይህን ሲሽር የሰይጣንንም የበላይነት ነው የሻረው፡፡ *(ዕብራውያን፡ ጆን ኤፍ. ማክአርተር የአዲስ ኪዳን ሐተታ 1983)*

ባርንስ፡- ማጥፋት የሚለው ቃል እዚህ ጋር አገልግሎት የሰጠው ሕይወትን ከማጥፋት ጋር በተመሳሰለ አይደለም፡፡ ነገር ግን ወደ መገዛት ወደ ማምጣትና ኍልበቱን በመስበር ነው፡፡ ይህ ጌታ ሊያደርገው የመጣው ተግባር ነው፡፡ ይህ ጌታ ሊያደርው የመጣው ትግባር ነው በምድር ላይ የሰይጣንን መንግሥት ሊያፍርስና የራሱን መንግሥት ሊገነባ ነው፡፡ *(ባርነስ፣ አልብርት፡- ወደ አዲስ ኪዳን ላይ ኮሜንተሪ 1885)*

ቫይን፡- ሲያብራራ የዚህ (ካታርጌኦ) የሚል ቃል ትርጉም አንድን ነገር ለአንድ ዓላማ ሲባል ዝቅ ማድረግን ያመለክታል፡፡ ስለዚህ ማንነትን ማጣት ሳይሆን፣ ጤንነትንና ኍልበትን ማጣትን የሚያሳይ ቃል ነው፡፡ *(የቫይን ኤክስፖዚተሪ ዲክሽነሪ፡- ዊሊያም ኤድዊ ቫይን)*

በሕይወታቸውም ሁሉ

በሕይወታቸውም zao- የሚል ቃል ነው፡፡ ትርጓሜውንም በግሪኩ ሰፊ ትንታኔ ይሰጥበታል፡፡ መንፈሳዊ ሕይወትን፣ ሥነ ፍጥረትን፣ የተፈጥሮ ሕይወትን፣ ዘላለማዊ

ሕይወትን ያመለክታል፡፡ሉቃስ 24÷23 *« ... ሥጋውን ባጡ ጊዜ ሕያው ነን የሚሉ የመላእክትን ራእይ ደግሞ አየን ሲሉ መጥተው ነበር፡፡»*

ስለ ሞት ፍርሃት በባርነት የታሰሩትን ሁሉ ነጻ እንዲያወጣ ነጻ እንዲያወጣ

ሞት (ታናቶስ) thanatos / than'-at-os፡- የነፍስን ከሥጋ በአካል መለያየት ያሳያል፡፡ የሞት ዋናው ትርጉሙ መለያየት ነው፡፡ ይህ ወደፊት የሚከሰተውን እስካላወቅን ድረስ የሚያስፈራ አሳብ ነው፡፡ ዳሩ ግን የወደፊቱ ሕይወት በማን ዕጅ ላይ እንዳለ ካወቅን በሰላም እንኖራለን፡፡ በሰላምም እንሞታለን፡፡ በሕይወታቸውም ሁሉ ስለ ሞት ፍርሃት በባርነት የታሰሩ የነበሩትን (ሮሜ 8÷15፣ 21፤ ገላ 4÷21፤ 2ኛ ጢሞ. 1÷7) *(መጽሐፍ ቅዱስ ጥቅሶች የብሉይና / የአዲስ ኪዳን ግሪክ መዝገበ ቃላት፣ የቴየር ትርጉም 1989. በ ጆሴፍ ሄንሪ ቴየር፣ አስቲን ሐተታ/ በጄፍ ጋሪሰን)*

ፍርሃት (ፎቦስ) phobos / fob'-os፡- ይህ የጭንቀት ስሜትን የሚያሳይ ነው፡፡ ድነት ከሰው ልጅ አካላዊ ሞት በዘለለ ጭንቀትን ማስወገድና ሕይወትን መስጠትን ያሳያል፡፡ *(መጽሐፍ ቅዱስ ጥቅሶች የብሉይና / የአዲስ ኪዳን ግሪክ መዝገበ ቃላት፣ የቲየር ትርጉም፣ አስቲን ሐተታ/ በጄፍ ጋሪሰን)*

መጽሐፍ ቅዱስ ሁለት ዐይነት ፍርሃት እንዳለ ያስተምረናል፡፡ አንደኛው ከሰይጣን የሚመነጭ አማኝ በክርስቶስ የመቤዠት ሥራ እና የሊቀ ካህናትነቱ አገልግሎት ሳይታመን በኩነኔ ሥር በማድረግ ባሪያ አድርጎ ወደ አባቱ የጸጋ ዙፋን በእምነት እንዳይቀርብ፣ ይልቁንም ከሕይወት ምንጭ ርቆ በጨለማ እንዲቀመጥ መንፈሳዊ ሽባ የሚያደርው ዐይነት ፍርሃት ነው፡፡ ይህ ለእኛ የተሰጠን አይደለም (2ኛ ጢሞ. 1÷7፤ ሮሜ 8÷15፤ 1ኛ ዮሐ. 4÷18)፡፡

ሌላው ግን ቅዱስ ፍርሃት ሲሆን፣ ለእግዚአብሔር አክብሮትን መስጠት ማለት ነው፡፡ በዕብራይስጡ Yare (yaw-ray) አክብሮትን አድናቆትን የሚያሳይ ሲሆን፣ የዕብራይስጥ ኢንሳይክሎፒዲያ እግዚአብሔርን መፍራትን ሰው ከአውሬ ፊት ቀርቦ በመሸማቀቅ ራሱን አሳንሶ እንደሚገኝ፣ ቢቻል ለመሸሽ ያለ የሌለ ኃይሉን ተጠቅሞ በመበርገግ በድንጋጤ ሆኖ ያለበት ሳይሆን፣ እግዚአብሔር በማድነቅ አክብሮትን በመስጠት የሚኖረው ኃይል ጉልበትን ይገልጣል (1ኛ ዮሐ. 4÷18፤ ዘሌ. 19÷3፣ 32፤ ኢያሱ 4÷14፤ ምሳሌ 9÷10)፡፡

ይህ ዐይነት ፈሪሀ-እግዚአብሔር በግሪክ “phobos” የሚለው ቃል ሲሆን፣ “phobia” የሚለው የእንግሊዝኛ ቃል ይተካል፡፡ እግዚአብሔርን በማድነቅ እና በማክበር ምስጋናን በሕይወት እና በቃል ማቅረብ ያሳያል (1ኛ ጴጥ. 3፥1-2፣ 15፤ የሐዋ. 2፡43፤ ማቴ. 28፥8)፡፡

ማክዶናልድ፡- ሲናገር በብሉይ ኪዳን ላይ የተወሰነ ከሞት በኋላ ሕይወት እንዳለ የሚያሳይ አሳብ ቢኖርም፣ አብዛኛው ክፍል ፍርሃትና ጥርጣሬ የሞላው ነው፡፡ በዛን ጊዜ ብዙም ግልጽ ያልሆነውን አሳብ አሁን ክርስቶስ በወንጌሉና ከሞት በመነሣቱ ግልጽ አድርጎታል፡፡ *(ዊሊያም ማክዶናልድ፡ ቢሊቨርስ ባይብል ኮሜንተሪ 2016 2016፡- ቶማስ ኔልሰን)*

ባርነት (Douleia) ባርነት፣ ጥገኝነት፣ አንድ ሰው በነፃነት ደስ ብሎት እንዳይኖር የሚደርግ ድርጊት ነው (ሮሜ 8፥15)፡፡ ዓለም ስለ ሞት ያለው ፍርሃት ከፍተኛ ነው፡፡ አንዳንድ ሰዎች በሕይወት እየኖሩ ደፋሮችና ጨካኞች ቢሆኑም፣ የመጨረሻዋ የሞት ጣር በመጣች ጊዜ ግን እነርሱ ፈሪዎች ይሆናሉ፤ በጭንቀትና በፍርሃት ይዋጣሉ፡፡

ባርነት (ዱሌአህ) douleia / doo-li'-ah፡- እስራት፣ አገልጋይ መሆን ወይም ባርያ መሆንን ያሳያል፡፡ ሰው በነፃነት የመንቀሳቀስ መብቱን ሲያጣና በእስራት ሲሆን ያለን ሁኔታ ያመለክታል፡፡ እኛ ክርስቶስ ነፃ ሳያወጣን በፊት ለሥጋችንና ለሰይጣን ተገዝተን እንደ ነበርነው ነው፡፡ ዳሩ ግን እርሱ የታሰሩትን ነፃ አወጣ (ሮሜ 8፥15 እና ገላ 5፥1ን አነጻጽሩ)፡፡ *(መጽሐፍ ቅዱስ ጥቅሶች የብሉይና / የአዲስ ኪዳን ግሪክ መዝገበ ቃላት፣ የቴየር ትርጉም 1989. በ ጆሴፍ ሄንሪ ቴየር፣ አስቲን ሐተታ/ በጄፍ ጋሪሰን)*

የታሰሩትን (ኤኖኮስ) enochos / en'-okh-os፡- የሚለው ቃል በአንድ ድርጅት ወይም አካል ቁጥጥር ውስጥ መሆንን ያመለክታል፡፡ *(መጽሐፍ ቅዱስ ጥቅሶች የብሉይና / የአዲስ ኪዳን ግሪክ መዝገበ ቃላት፣ የቴየር ትርጉም 1989. በ ጆሴፍ ሄንሪ ቴየር፣ አስቲን ሐተታ/ በጄፍ ጋሪሰን)*

ነፃ እንዲያወጣ (አፓላሶ) apallasso / ap-al-las'-so፡- ማለት መቀየርና መልቀቅ ወይም ነፃ ማውጣትን ያመላከታል፡፡ ከአንድ ሁኔታ ወደ ሌላ ሁኔታ ማሸጋገርን ያሳያል፡፡ በግልጽ ለመናገር ይህ ቃል አሁን ያለ ግንኙነትን ማቋረጥንና ሌላ ግንኙነት መመሥረትን የሚያሳይ ነው፡፡ ከመንፈሳዊ ውጭ በሆነው አጠቃቀምም ከአንድ ነገር ጋር መለያየትን ያሳያል፤ ለምሳሌም የትዳር መለያየትን ያመልከታል፡፡

ነፃ ማውጣት የሚለው ቃል **አፓላሶ (apallasso)** የሚሸኝ ሲሆን፣ ለምሳሌ ከትዳር ውልዋ ነፃ ለመውጣት የምትፈልግን አንድ ሴት ሊገልጽ የሚችል ቃል ነው፡፡ ጌታችንም በሞቱ አማኝን በእርሱ ላይ ከተጫነው ሞት ነፃ ያወጣዋል፡፡ *(ዌስት፣ ኬ. ኤስ 1947. የግሪክ አዲስ ኪዳን ቃል፣ ጥናት:- ኢርድማንስ)*

የኢራን ፕሬዝዳንት የነበረው ሳዳም ሁሴን በሕይወት በነበረበት የሥልጣን ዘመኑ አትንኩኝ ባይ ደፋር ነበረ፡፡ ቤተ መንግሥቱንም ከማንም ወራሪ ኃይል መከላከል በሚችልበት መንገድ የመሬት ውስጥ ምሽጎችም አሠርቶለት ነበር፡፡ ሳዳም የመጨረሻዋ የጣር ሰዓት በመጣችበት ወቅት ከቤተ መንግሥቱ ሸሽቶ በመውጣት ስውር የሆነ ዋሻ ውስጥ ተደብቆ ነበረ፡፡ ከተደበቀበት ዋሻ ውስጥ ሲያዝም ድንጋጤ ፊቱ ላይ ይነበብ ነበር፡፡ በዓለም ታሪክ ውስጥ ሌሎችም በሕይወት በነበሩበት ወቅት ደፋርና ጨካኝ የነበሩ አምባገነን መሪዎችን ዓለማችን አፍርታለች፡፡ በመጨረሻዋ ወሳኝ ሰዓት ግን እነዚህ አምባገነን መሪዎች የሚገቡበት ሲጠፋባቸው እናያለን፡፡

በሌላ በኩል ደግሞ የቅዱሳንን ሞት ስንመለከት በመጨረሻዋ የሞጥ ሰዓት ፊታቸው የሚበራና በምስጋና የሚሞሉ በርካታ ቅዱሳንን እናስተውላለን፡፡ ጋሼ መስፍን ተሰፋዬ በኢትዮጵያ ቤ/ክ ውስጥ «ማራናታ!» በሚለው ቅጽል ስም የሚታወቅ ሲሆን፣ በመጨረሻዎቹ የሕይወት ዘመኑ ከአሥር ዓመታት በላይ በሕምም ተሰቃይቷል፡፡ አልፎ አልፎ ልጠይቀው በሄድሁኝ ጊዜ ሁሉ «ጌታ ይመስገን!» የሚለው ቃል ከአንደበቱ አይጠፋም ነበር፡፡ በመጨረሻው ሰዓትም ሕመሙ የጠነከረ ቢሆንም፣ ጋሼ መስፍን ግን በምስጋና የተሞላ ነበር፡፡ ሞት ለክርስቲያን የመሸጋገሪያ ድልድይ ነው፡፡

ዕፀገነት አበበ የተባለች እኅታችን ከረጅም የሕመም ዘመኗ በኋላ በመጨረሻዎቹ ሰዓታት ወገኖችን ሰብስባ «አሁን ወደጌታ የምሄድበት ሰዓት ነው፤ ቃሉን አንብቡ፤ እንዘምር፤ ጸልዩ» ብላ ጸሎቱ እንዳበቃ ፊቷ እያበራ ወደ ጌታ ተሰብስባለች፡፡ይህ ዐይነቱን ትረካ በአንደበት መተረክ ቀላል ቢሆንም፣ በሕይወት መስከሮ ማለፍ የሚቻለውና የሚያስችለው ከጸጋው ዙፋን በሚገኘው ጸጋ እንደሆነ እንጂ፣ በሕመም ወደ ጌታ መሄድ መልካም ነው ወይም ቀላል ነው ማለታችን አይደለም፡፡ ጌታ ይህን ሸካራና ተራራ አልፎና አሸንፎት ስለ እኛ *‹አንተ ተራራ ሆይ፥ በዘሩባቤል ፊት ምንድር ነህ?›* ብሎ ስላወጀ እንጂ፣ ነገሩ ቀላል ስለ ሆነ አይደለም!

ሞት ለክርስቲያን የመሸጋገሪ ድልድይ ነው (1ኛ ቆሮ. 15፥51-58)፡፡ ቅዱሳን ስለሞት ፍርሃት እያሰብን እንድንኖር አልተጠራንም፤ ይልቁንም ሁልጊዜ የጌታ ሥራ የሚበዛልን ልንሆን

ይገባናል፡፡ ዘማሪው *«ዕንግዳ ነኝ እኔ ስኖር በዚህ ዓለም»* ብሎ እንደ ዘመረ የዕንግድነት ዘመናችንን አንድ ቀን እንደምንጨርስና ወደ ተሻለው ዕረፍት እንደምንሄድ ዐውቀን ሁልጊዜም እንደ ዕንግዳ ሰው ልንኖር ይገባናል (ፊልጵ. 3÷9፤ 3÷18፤1ኛ ጢሞ. 6፡-6)፡፡

አማኝ ሰው ሲሞትበት ባጋጠመው ኀዘን ቢያዝንም፣ እንደ አሕዛብ ግን ሊሆን አይገባውም፡፡ በተለይም በአገራችን ባህል ኀዘን በርካታ ሥርዓቶች ያሉት ሲሆን፣ ሰዎች እስከ አርባ ቀን ድረስ የልቅሶ ሥርዓት ሲፈጽሙና ከዚያም ባለፈ በየዓመቱ ተዝካር ሲያወጡ፣ ጥቁር ለብሰው ለዓመታት ሲተክዙ ይታያል፡፡ ወደ መቃብር ቦታም በየጊዜው እየሄዱ ኀዘናቸውን የሚወጡ ጥቂቶች አይደሉም፡፡

በመዝ. 87 (89)÷1- በሞት ጎዳና ላይ ያየውን ሥቃይ ይተርካል፡፡ ዳዊት ግን በዚህ ሁሉ ውስጥ አንተ ከእኔ ጋር ነህና ሞትን አልፈራም ይላል፡፡ አማኝ በብርቱ ኀዘን ውስጥ ሲገባ ወደ አምላኩ ሊቀርብ ይገባዋል፡፡ ያን ጊዜ በኀዘን ውስጥ ያሉትን የሚያጽናና መንፈስ ቅዱስ ኀዘናችንን በመውሰድ እንድንጽናና ይረዳናል፡፡

በሥጋና በደም እንዲሁ ተካፈለ

እንዲሁ (ፓራፕልሲኦስ) paraplesios / par-ap-lay-see'-oce፡- ማለት በተመሳሳይ፣ በቅርብ፣ በሚመስል መልክ የሚሉትን አሳቦች ይዟል፡፡ አጠቃላይ ተመሳሳይነትን ያሳያል፡፡ ጌታ ኢየሱስ ሥጋ ሲለብስ ከሰው ዘር አጠገብ በተመሳሳይ ተሰለፈ፡፡ እርሱ የወሰደው ሁሉንም የሰው ማንነት አይደለም፤ ምክንያቱም ኢየሱስ ከሰዎች በተለየ ከኃጢአተኛ ማንነት አይደለም የተወለደው፡፡ (ዕብ. 4÷15) *(መጽሐፍ ቅዱስ ጥቅሶች የብሉይና / የአዲስ ኪዳን ግሪክ መዝገበ ቃላት፣ የቴየር ትርጉም 1989. በ ጆሴፍ ሄንሪ ቴየር፣ ኦስቲን ሐተታ/ በጄፍ ጋሪሰን)*

ተካፈለ (ሜቴኮ) metecho / met-ekh'-o፡- ማለት መጋራት፣ በንብረት ወይም በአንድ ነገር ተጋሪ መሆንን ያመለክታል፡፡ በተፈጥሮ የራሳቸው ያልሆነን ነገር መካፈልን ያሳያል፡፡ ክርስቶስ ማንነታዊ ባሕርይው ሥጋና ደም አልነበረም እናም በፈቃዱ በማንነታዊ ባሕርይው የእርሱ ያልሆነን ነገር ወሰደ፡፡ በብሉይ ኪዳን ለመቤዠት አንዱ መስፈርት የሚቤዥው ሰው ዘመድ መሆን አለበት፤ ኢየሱስ ከእኛ ወገን የሆነው እኛን ለማዳንና የሌለንን ዘላለማዊ ማንነት እንድንካፈል ራሱን ፈቃደኛ አድርጎ ሰጠ፤ በእኛም ቦታ ሞተ፡፡ (2ኛ ጴጥ. 1÷4) *(መጽሐፍ ቅዱስ ጥቅሶች የብሉይና / የአዲስ ኪዳን ግሪክ መዝገበ ቃላት፣ የቴየር ትርጉም 1989. በ ጆሴፍ ሄንሪ ቴየር፣ ኦስቲን ሐተታ/ በጄፍ ጋሪሰን)*

ቪንሰንት፡- ሲጽፍ **(ኮይኖኒአ)** የሚያመለክተው ከሰው ልጅ ጋር የጋራ ማንነት ያለውን ሥጋዊ ፍጡር ሲሆን፣ **(ሜቴኮ)** የሚለው ቃል ግን በፈቃደኝነት የሰውን ልጅ ማንነት በመጋራት ሥጋን መልበስ ነው፡፡ ይህ በመጽሐፍ ቅዱስ "ፍጹም አምላክ ፍጹም ሰው" የሚል ትምህርት ላይ የሚያበራው ብርሃን ይህን ሁሉ ያደረገው ለእኛ እንደ ሆነ የሚያስረዳ ነው፡፡ መወለዱ ማንንም አያድንም፤ ሞቱ ግን ያድነናል፡፡ ከመንፈሳዊና ከዘላለማዊ ሞት ያዳነን መወለዱ ወይም ሕይወቱ አይደለም፤ ዳሩ ግን ሞቱ ነው፡፡ አምላክ በሆነ ማንነት መሞት አይችልም፤ ነገር ግን ሰው ሆኖ ይህን ማድረግ ይችላል፡፡ በሁሉን ቻይ ጉልበቱ አይደለም፤ ነገር ግን በሞቱ እኛን ማዳን ይችላል፡፡እርሱ ደግሞ በሞት ላይ ሥልጣን ያለውን በሞት እንዲሽር፣ ይኸውም ዲያብሎስ ነው። *(ማርቪን. አር. ቪንሰንት፡- በአዲስ ኪዳን ውስጥ ቃል ጥናቶች ኮሜንተሪ)*

የግሪኩ ሊቅ እና ስመ ጥሩ የሆነው ቪንሰንት ስለ ጌታችን «መወለዱ አያድንም» ብሎ መናገሩ ጌታችን የእኛን ስፍራ በመስቀሉ እስካልወሰደ ድረስ የሰው ልጅ አይቀደስም እይድንምም፡፡ ኃጢያት ያላወቀውን ኃጢያት አደረገው ተብሎ እንደተፃፈ!

ቁጥር 14 እንግዲህ ልጆቹ በሥጋና በደም ስለሚካፈሉ፥ እርሱ ደግሞ በሞት ላይ ሥልጣን ያለውን በሞት እንዲሽር፥ ይኸውም ዲያብሎስ ነው፥ በሥጋና በደም እንዲሁ ተካፈለ።
እንግዲህ ልጆቹ በሥጋና በደም ስለሚካፈሉ፥፤ ቆሮንቶስ 15፡50
እርሱ ደግሞ በሥጋና በደም እንዲሁ ተካፈለ 18; 4÷15; ዘፍ 3 ÷15; ኢሳ 7÷14; ዮሐ 1÷14; ሮሜ 8÷3; ገላ 4÷4; ፊል 2÷7,8; 1ኛ ጢሞ 3÷16
በሞት ላይ ሥልጣን ያለውን ዕብ 9÷15; ኢሳ 53÷12; ዮሐ 12፡ 24,31-33; ሮሜ 14÷9; ቆላ 2÷15; ራዕ 1÷18
በሞት እንዲሽር፥ ኢሳ 25÷8; ሆሴ 13÷14; 1ኛ ቆሮ 15÷54,55; 2ኛ ጢሞ 1÷10
ይኸውም ዲያብሎስ ነው ማቴ 25÷41; 1ኛ ዮሐ 3÷8-10; ራዕ 2÷10; 12÷9; 20÷2
ቁጥር 15 በሕይወታቸውም ሁሉ ስለሞት ፍርሃት በባርነት ይታሰሩ የነበሩትን ሁሉ ነጻ እንዲያወጣ፥
ነጻ እንዲያወጣ፥ኢዮብ 33÷21-28; መዝ 33÷19; 56÷13; 89÷48; ሉቃ 1÷74,75; 2ኛ ቆሮ 1÷10
ስለ ሞት ፍርሃት ኢዮብ 18÷11,14; 24÷17; መዝ 55÷4; 73÷19; 1ኛ ቆሮ 15÷50-57
በባርነት ይታሰሩ የነበሩትን ሮሜ 8÷15,21; ገላ 4÷21; 2ኛ ጢሞ 1÷7

ቁጥር 16 *የአብርሃምን ዘር ይዞአል እንጂ፣ የያዘው የመላእክትን አይደለም።*

የጌታ ኢየሱስን የዘር ታሪክ ስንመለከት እንዴት በሰው ዘር ውስጥ ገብቶ እንደመጣ እናነብባለን፡፡በማቴዎስ ምዕራፍ አንድ ላይ የዳዊት ልጅ የአብርሃም ልጅ የኢየሱስ

ክርስቶስ ትውልድ መጽሐፍ በሚል የጌታን የዘር ሐረግ ይተነትንልናል፡፡ በዚህ የትውልድ ሐረግ ውስጥ የምንገነዘበው ትልቅ ዕውነት የኢየሱስን ሰው መሆንም ነው፡፡ እርሱ ፍጹም አምላክና ፍጹም ሰው ነው፡፡

ቄስ ኮሊን ማንሰል በዚህ ርእስ ላይ ባሳተሙት መጽሐፍ እንዲህ ብለዋል፡- «ከሐዋርያት ዘመን ጀምሮ አንዳንድ ሰዎች የክርስቶስን ትስብዕት (የክርስቶስ ፍጹም ሰውነት) አላመኑም፤ እነርሱም ክርስቶስ ሰው መሰለ እንጂ፣ ሰው አልነበረም አሉ፡፡ ሐዋርያው ዮሐንስ፣ *«ኢየሱስ ክርስቶስ በሥጋ እንደ መጣ የማይታመን መንፈስ ሁሉ ከእግዚአብሔር አይደለም»* ብሎ ይህን ክህደት መቃወም ነበረበት (1ኛ ዮሐ. 4÷3)፡፡ *«ይህ ትምህርት ከኢየሱስ ክርስቶስ ትሥጉት (ሥጋ መልበስ)፣ መለኮታዊ ሞትና ትንሣኤ ጋር አይስማማም»* ብለዋል፡፡ (234)

በዚህ ነጥብ ላይ ኢየሱስ ሰው ሆኖ መምጣቱ ለምን አስፈለገ? የሚለውን ጥያቄ ብዙዎች ማንሣታቸው አይቀርም፡፡ የእርሱ ሰው ሆኖ ወደ ምድር የመምጣቱ ዋነኛ ምክንያቱ ሰው በኃጢአት መውደቁና ከዚህ ውድቀቱ ጋር ተያይዘው የመጡት ውጤቶች ሰውን በከፍተኛ አዘቅት ውስጥ ስለ ጣሉት ይህንን የሰው ልጅ ለመታደግ እግዚአብሔር ያለው አንድ ብቸኛ ምርጫ አንድ ልጁን ለሰው ልጅ ኃጢአት ምትክ ሆኖ እንዲሞት መፍቀዱ ነው፡፡ (ፊልጵ. 2÷5-11፤ ሮሜ 5÷15-19) በሰው ልጅ ውድቀት የተነሣ ፍርሃት፣ ጭንቀት፣ ሞት በሰው ላይ የወደቀ ሲሆን፣ በሌላ በኩል ደግሞ ዲያቢሎስ በሰው ላይ ኃይሉንና ተጽዕኖውን በማሳደር ሰውን የራሱ ተገዥ አድርጎ አሰቃይቶታል፡፡

ይህንን የኃጢአት ቀንበር ለመስበር መሢሑ የሰውን አካል ለብሶ ወደ ምድር በመምጣት ሥቃይን ተቀብሎ ሰውን ነፃ አወጣው፡፡

ቁጥር 16 የአብርሃምን ዘር ይዞአል እንጂ የያዘው የመላእክትን አይደለም።
የአብርሃምን ዘር ይዞአል ዕብ 6÷16; 12÷10; ሮሜ 2÷25; 1ኛ ጴጥ 1÷20
የያዘው የመላእክትን አይደለምዘፍ 22÷18; ማቴ 1÷1-17; ሮሜ 4÷16-25; ገላ 3÷16,29

ቍጥር 17 *ስለዚህ የሕዝብን ኃጢአት ለማስተሰረይ፥ ለእግዚአብሔር በሆነው ነገር ሁሉ የሚምርና የታመነ ሊቀ ካህናት እንዲሆን፥ በነገር ሁሉ ወንድሞቹን ሊመስል ተገባው።*

የሚምር የሚለው ቃል በግሪክ ቃል (Eleemon) ይለዋል፡፡ ትርጓሜውን ስናብራራው በተግባር የተገለጸን የእግዚአብሔር ጸጋ፣ ምሕረትና ርኅራኄ ያሳያል፡፡«... ***ጌታም እጅግ የሚምር የሚራራም ነውና፡፡» ያዕ.*** 5÷11 አምላካችን የምሕረት አምላክ በመሆኑ በበደልንበት ኃጢአት በፊቱ ወድቀን ንስሐ ስንገባና ይቅር በለኝ ብለን በጸጸት ስናነባ የምሕረት ዕጁ ትዘረጋልናለች፡፡ ሰው ግን ይህን የእግዚአብሔር ምሕረት ችላ በማለት በልበ-ደንዳንነት እግዚአብሔርን ያሳዝናል፡፡ በዚህ ባለንበት ዘመን በቅዱሳኖች መካከል እንኳ ሳይቀር፣ እግዚአብሔር ለትንሽ ለትልቁ፣ ለረባ ላልረባው ንስሐ እንድንገባ አይፈልግም እየተባለና የኃጢአት ደረጃው እየተመረጠ በግዴለሽነት መመላለስ ተጀምሯል፡፡

ይህ ብቻም አይደለም በቤተ ክርስቲያን ውስጥ የከፋ ኃጢአትን በማድረግ እየተመላለሱ በድፍረት የሚያገለግሉ፣ በዕጃቸው ላይ ትላልቅ ተአምራት የሚፈጸም፣ ከዚህም የተነሣ ምንም ቢያደርጉ ማንም የማይቃወማቸው ደፋር አገልጋዮችም ከጊዜ ወደጊዜ ቍጥራቸው እየበረከተ ነው፡፡ መጽሐፍ ቅዱስ ግን የሚስተምረን ማንም ኃጢአት ቢያደርግ ንስሐ መግባት እንዳለበት ነው፡፡

ሌላው ቃል ***የታመነ*** የሚለው ሲሆን (pistos) የሚለው የግሪክ ቃል ይተካዋል፡፡ ትርጓሜውን ስናብራራው በቃል ኪዳን ታማኝ ሆኖ መገናት፣ ዕውነተኛ በቃሉ የሚገኝ የሚል አሳብ ይዟል፡፡ ጌታ ኢየሱስ በዚህ ቃል መሠረት የታመነ ሆኖ እንዲገኝ ወንድሞቹን ሊመስል ተገብቶታል፡፡ ወንድሞች የተባልነውም እኛ ሁላችን ነን፡፡ እኛን የሚመስለውም በገጽታ ሳይሆን፣ የሰው ልጅ በመሆን ነው፡፡የመሢሑን ታሪክ በአራቱ ወንጌላት ላይ በምናነብበት ጊዜ ኢየሱስ ልክ እንደኛው ሰው መሆኑን ቁልጭ አድርገው ያሳዩናል፡፡

እንደ ሰው የደከመበት፣ የተራበበት፣ የደኸየበት፣ ሰብዓዊ ስሜቱ የተገለጸበት አጋጣሚ በርካታ ነው፡፡ ብዙዎችም ውልደቱንና አስተዳደጉን ያውቁ ስለ ነበር፣ ይህ የጸራቢው የዮሴፍ ልጅ አይደለም እንዴ?» (ማር 6÷3) እያሉ ከልጅነቱ ጀምሮ የሚያውቁት ሰው እንደ ሆነ መስክረውለታል፡፡ እርሱ እንደ እኛ ሰው በመሆኑ ምክንያት እኛን ሙሉ ለሙሉ በታማኝነት የሚወክለን ለመሆን በቃ፡፡ ዳሩ ግን ይህ ባይሆን ኖሮ፣ እርሱ ወንድማችን ተብሎ ሊጠራም ባልበቃ ነበር፡፡

ቁጥር 17 ስለዚህ የሕዝብን ኃጢአት ለማስተስረይ፥ ለእግዚአብሔር በሆነው ነገር ሁሉ የሚምርና የታመነ ሊቀ ካህናት እንዲሆን ፥ በነገር ሁሉ ወንድሞቹን ሊመስል ተገባው።
በነገር ሁሉ ወንድሞቹን ሊመስል ተገባው ዕብ 2፡11,14; ፊል 2÷7,8
የሚምርና የታመነ ሊቀካህናት እንዲሆን 3÷2,5; 4÷15,16; 5÷1,2; ኢሳ 11÷5

የሕዝብን ኃጢአት ለማስተስረይ፥ ዘሌ 6፡30; 8÷15; 2ኛ ዜና 29÷24; ሕዝ 45÷15,17,20; ዳን 9÷24; ሮሜ 5÷10; 2ኛ ቆሮ 5÷18-21; ኤፌ 2÷16; ቆላ 1÷21

ቍጥር 18 እርሱ ራሱ ተፈትኖ መከራን ስለ ተቀበለ የሚፈተኑትን ሊረዳቸው ይችላልና።

ተፈትኖ በግሪክ ቃሉ (Peirazo) ማረጋገጥ፣ መፈተሽ፣ በመልካም መንገድ ማረጋገጥ ወይም መፈተን፣ በክፉ መንገድም መፈተን 2ኛ ቆሮ. 13÷5፤ ዕብ. 11÷17 የመሳሰሉትን ይመለከታል፡፡

ይችላልና (Dunamal) የመርዳት የማከናወን ኃይልን ያሳያል፡፡ ሮሜ 15÷14፤ 1ኛ ተሰሎንቄ 2÷6

ጌታ ኢየሱስ ከኃጢአት በስተቀር በሁሉም ፈተና እንደ ተፈተነ መጽሐፍ ቅዱስ ያስተምረናል፡፡ ዕብ. 4÷15 «*ከኃጢአት በቀር በነገር ሁሉ እንደ እኛ ተፈተነ ነው እንጂ፣ በድካማችን ሊራራልን የማይችል ሊቀ ካህናት የለንም*» ይላል፡፡ የእርሱ ፈተና አባቱን ከመታዘዝና ክብሩን ከመተው ጀምሮ፣ የባሪያን መልክ ይዞ ተንሳቁሎ በመኖር፣ በሰው ዘንድ ደም ግባት የሌለውና የተጠላ ሆኖ፣ተንቆና ተጠልቶ፣ በሰይጣንም ተፈትኖ በማለፍ የተገለጸ ነው፡፡ እነኚህን ፈተናዎች ሁሉ ተቋቁሞ አለፋቸው፡፡ እርሱ ፍጹም ጻድቅ ስለሆነ፣ ወደ ምድር መምጣት በራሱ እንኳ እጅግ ከፍተኛ ምጥን የሚጠይቅበት እንደ ሆነ ይታወቃል፡፡ እርሱ ግን ከዚህም ባለፈ እርቃኑን እንደ ተረገመ ሰው በመስቀል ላይ ተሰቀለ፡፡

ዛሬ እኛንም የሚረዳን ራሱ ካለፈበት፣ በተግባር ካየው ውጣ-ውረድ ተነሥቶ ነው፡፡ እርሱና እኛ አንዱ ልዩነታችን እርሱ በብዙ ምጥ ውስጥ ሲያልፍ በጽናት፣ በታማኝነት ፈተናውን ተወጣ፤ እኛ ግን ብዙ ጊዜ ክብራችንን የሚነካ ጥቂት ፈተና እንኳ ሲያጋጥመን ተንገዳግደን የምንወድቅ ነን፡፡

ይህ አምላካችን ተንሸራተን ስንወድቅ ዝም ብሎ የሚመለከተን ወይም በወደቅንበት የሚረሳን አይደለም፡፡ እርሱ ዐቅፎና ደግፎ የሚያነሣ የፍቅር እጆች አሉት፡፡ እርሱም ስለ ማንነቱ ሲያስተምር «*መልካም እረኛ እኔ ነኝ፣ አብም እንደሚያውቀኝ እኔም አብን እንደማውቀው የራሴን በጎች አውቃለሁ፣ የራሴም በጎች ያውቁኛል፣ ነፍሴንም ስለ በጎች አኖራለሁ*» ብሏል፡፡ ዮሐ. 10÷14-15፡፡

አንዳንድ ጊዜ ይህ እረኛ የተወን ዕርዳታው ከእኛ የራቀ የሚመስለን ጊዜ አለ፡፡ ማርያምና ማርታ ወንድማቸው አልዓዛር በታመመ ጊዜ ጌታ ኢየሱስ በፍጥነት መጥቶ ከሕመሙ እንዲያድነው ፈልገው ነበር፡፡ እርሱ ግን ዘገየ፤ ከዚህም የተነሣ አልዓዛር ሕመሙ ጠንቶበት ሕይወቱ አለፈች፡፡ማርያምና ማርታም ተስፋ ቈርጠው ወንድማቸውን ከቀበሩትና አራት ቀን ካለፈ በኋላ ጌታ ኢየሱስ ወደ እነርሱ መጣ፡፡ ከሞት ሊያስነሣው ባለ ጊዜ ማርታም እንዲህ አለች፡- *«ጌታ ሆይ ከሞተ አራት ቀን ሆኖታልና አሁን ይሸታል" አለችው፡፡ ኢየሱስም፡- "ብታምኚስ የእግዚአብሔርን ክብር እንድታዪ አልነገርኩሽምን?* አላት፡፡» (ዮሐ. 11÷39-40)፡፡

በእኛም ሕይወት ውስጥ ተመሳሳይ ሁኔታ የሚከሰትባቸው አጋጣሚዎች በርካታ ናቸው፡፡ የጸለይንበት ጉዳይ ሳይመለስ ሲዘገይ እግዚአብሔር ትቶኛል የምንል ጥቂቶች አይደለንም፡፡ ጌታችን ግን ሁልጊዜም የሚራራልንና የሚረዳን አምላክ እንደ ሆነ ዐውቀን በነገር ሁሉ በእርሱ ልንታመን ይገባናል እንጂ፣ ረዳት የለኝም ልንል አይገባም፡፡

ምዕራፍ ሦስት

በምዕራፍ አንድ ጥናት ላይ ጸሐፊው ክርስቶስ ኢየሱስን ከነቢያት ጋር በማነጻጸር ስለ እርሱ ማንነት አብራርቷል፡፡ በምዕራፍ አንድ መግቢያ ላይ በብዙ ዐይነት መንገድ በነቢያቱ አማካይነት እግዚአብሔር እንደ ተናገረን ከገለጸልን በኋላ በመቀጠልም ጌታ ኢየሱስ ከእነርሱም ጭምር እንደሚበልጥ ይተርካል፡፡

በምዕራፍ ሁለት ላይ ደግሞ እግዚአብሔር በመላእክቱም አማካይነት እንደ ተናገረን በመግለጽ፣ ጌታ ኢየሱስ ከመላእክቱም የሚበልጥ የክብርና የምስጋና ዘውድ እንደ ጫነ ያብራራልናል፡፡

በምዕራፍ ሦስት ላይ ንጽጽሩ ከሙሴ ጋር ነው፡፡ ሙሴ እስራኤልን ከግብፅ ባርነት በማላቀቅ የመራቸው ስመ-ገናና የሆነ ነፃ አውጭ መሪ ነው፡፡ በምዕራፍ ሦስት ላይ ያሉትን ቍልፍ ቃላት ከግሪኩ ትርጓሜ ጋር አልፎ አልፎ እያነጻጸርን ምዕራፉን ቍጥር በቍጥር እንመልከተው፡፡

ቍጥር 1 *ስለዚህ፥ ከሰማያዊው ጥሪ ተካፋዮች የሆናችሁ ቅዱሳን ወንድሞች ሆይ፥ የሃይማኖታችንን ሐዋርያና ሊቀ ካህናት ኢየሱስ ክርስቶስን ተመልከቱ*

ዘገጸን የሚባለው መጽሐፍ ቅዱስ፡- “እናም የተወደዳችሁ ወንድሞችና እሕቶች ሆይ ተቀድሳችኋል፤ እያንዳንዳችሁም ወደ ተጠራችሁበት ሰማያዊ ድግስ ተጋብዛችኋል።

ስለዚህ በሃሳባችሁ ሙሉ በሙሉ በኢየሱስ ላይ ተጣበቁ፤ እርሱም ሐዋርያችንና ንጉሳዊ ካሕናችን ነው"። ዕብ 3፡1

ከሰማያዊው፡- ከእንግሊዘኛው Heavenly የሚለው ቃል ጋር የሚወራረስ ሲሆን፣ የዚህ ቅጽል የግሪክ ቃል (Epouranious) የሚል ሲሆን፣ ትርጉሙም ሰማያውያኑ አማኞች ከክርስቶስ ጋር በመሆን የሚቀመጡበትን የከፍታ ሥፍራና ሥልጣናቸውን፣ ከእርሱ ጋር አብሮ መሆንን፣ ክርስቶስ ባለበት ቦታ መገኘትን፣ የእግዚአብሔር ልጅ በተዘጋጀው ሥፍራ ላይ መሆንን ጭምር ያመለክታል:: *«ክርስቶስንም ከሙታን ሲያስነሣው ከአለቅነትና ከሥልጣንም ከኃይልም ከጌትነትም ሁሉ በላይና በዚህ ዓለም ብቻ ሳይሆን፣ ነገር ግን ሊመጣ ባለው ዓለም ደግሞ ከሚጠራው ስም ሁሉ በላይ በሰማያዊ ሥፍራ በቀኙ ሲያስቀምጠው በክርስቶስ ባደረገው ሥራ የብርታቱ ጉልበት ይታያል»* ኤፌ. 1÷20፤ ማቴ. 6÷14::

በምዕራፉ መግቢያ ላይ የሰማዩን ጥሪ ተካፋይነት ያስታውሰናል:: ይህ ጥሪ ለነፍሳችን መዳን ብቻ የሆነ ጥሪ አይደለም:: እግዚአብሔር አንድን ሰው ወደ መዳን ሲያመጣው ነፍሱንና ሥጋውንም ለመባረክ ነው:: ይህ ባርኮት ግን በዚህ ዘመን የብልጽግና ወንጌል አስተማሪዎች እንደሚሉት በምድራዊ የገንዘብ ቱጃርነት ብቻ የሚወሰን አይደለም:: ምንም እንኳ እግዚአብሔር በገንዘብም ጭምር መባረክ ባይሳነውም፣ ባርኮቱ ግን ገንዘብ ብቻ ነው ማለት አይገባም::

በምድር ላይ ስንኖር የእርሱ ባርኮት በብዙ መልክ ሊገለጽ ይችላል:: ከእነዚህም ውስጥ ጥቂቶቹ ትውልድን በገንዘብ በመባረክ፣ አስተሳሰባችንን በመፈወስ፣ አካባቢያችንን ሰላማዊ በማድረግ፣ ከሚጠሉን ጠላቶቻችን ፍላጻ በመታደግ፣ እርሻችን ፍሬ እንዲያፈራ በማድረግ፣ ጤናን በመስጠት . . . ወዘተ እግዚአብሔር ባርኮቱን ይገልጽልናል::

አብርሃም በምድራዊ በረከት ተባርኮ ነበር:: ከተገባለት የተስፋ ቃል ዋነኛው፡- "ዘርህን እንደ ምድር አሸዋ አበዛዋለሁ" የሚለው ነው:: ከዚህ ሁሉ በፊት ግን አብርሃም በእምነት ለእግዚአብሔር ድምፅ መታዘዝና ከአገሩ፣ ከዘመዶቹ በመለየት የከለዳውያን ዑርን ለቅቆ መውጣት ነበረበት:: *«ክርስቶስንም ከሙታን ሲያስነሣው ከአለቅነትና ከሥልጣንም ከኃይልም ከጌትነትም ሁሉ በላይና በዚህ ዓለም ብቻ ሳይሆን፣ ነገር ግን ሊመጣ ባለው ዓለም ደግሞ ከሚጠራው ስም ሁሉ በላይ በሰማያዊ ስፍራ በቀኙ ሲያስቀምጠው በክርስቶስ ባደረገው ሥራ የብርታቱ ጉልበት ይታያል»* ኤፌ. 1÷20::

በሰማይ የተዘጋጀው በረከት ከምድራዊው በረከት ጋር ሲተያይ ምንኛ የላቀ እንደሆነ ይህ ክፍል ያሳየናል፡፡ አብርሃም በምድራዊ በረከት ከመንብኘቱ በበለጠ በሰማያዊው በረከት እጅግ የከበረ፣ የበለጠ በረከትን አግኝቷል፡፡ ዛሬ እኛም ከክርስቶስ የአዳኝነት ሥራ የተነሣ ተመሳሳይ በረከትን እንደ ተቀበልን ምን ያህል እንረዳለን? በኤፌሶን መጽሐፍ ላይ እንደምናየው ሰማያዊው በረከት የብርታቱ ጉልበት ከሁሉ በላይ ነው፡፡

ጥሪ፡- የግሪኩ ቃል (Klesis) ይህ ጥሪ ወደ እግዚአብሔር መንግስት መጋበዝን፣ ለሥራ መጠራትን፣ የመጨረሻ መዳረሻ ሥፍራ ያመለክታል፡፡ *"እግዚአብሔር በጸጋው ስጦታና በመጥራቱ አይጸጸትምና።"* ሮሜ11፡-29 *"ወንድሞች ሆይ፡- መጠራታችሁን ተመልከቱ ፤ እንደ ሰው ጥበብ ጥበበኞች የሆኑ ብዙዎች፣ ኃያላን የሆኑ ብዙዎች፣ ባላባቶች የሆኑ ብዙዎች አልተጠሩም»* 1ኛ ቆሮ. 1÷26፤7፡-20፡፡

እግዚአብሔር በብሉይ ኪዳን አብርሃምን ሲጠራ ዛሬም በእኛ ዘመን እኛን ሲጠራ በድርጊቱ ለምን ይህንን አደረግሁ? ብሎ በራሱ ሥራ አልተጸጸተም፡፡ በመጀመሪያው የአዳም ስሕተት ሰውን በመፍጠሩ እንደተጸጸተ በዘፍጥረት መጽሐፍ እናነብባለን፡፡ ከዚያ በኋላ ግን እርሱ መርጦ በጠራቸውና ጸጋውን በሰጣቸው ሰዎች እንዳልተጸጸተ ቃሉ ይነግረናል፡፡

ጥሪ (ክሌሲስ) klay'-sis፡- ማለት መጠራት ሲሆን፣ ብዙውን ጊዜ ለግብዣ ወቅት የሚያገለግል አገላለጽ ነው፡፡ ይህ ቃል በአዲስ ኪዳን ሥዕላዊ በሆነ አጠቃቀሙ ያገለገለው ወደ እግዚአብሔር መንግስት የሚደረግን ጥሪ ለማሳየት ነው፡፡ የዚህ ክሌሲስ (**klesis**) የሚለው የግሪክ ቃል ትርጉም ክርስቲያኖች ወደ ወንጌል ዕድል እንዲመጡ የተደረገላቸውን ግብዣ የሚያመላክት ነው፡፡ የዚህ ጥሪ ዋና አሳብ እግዚአብሔር ሰዎችን የመዳንን ፍሬዎች ተካፋይ እንዲሆኑ ሲሆን፣ ይህም የወንጌል ዋና አጀንዳ ነው፡፡ በእግዚአብሔር ዘላለማዊ ዕቅድ ውስጥም የመጀመሪያው ድርጊት ይህ ነው (ሮሜ 8÷28)፡፡ የእግዚአብሔር ጥሪና የሰው ልጅ የሰጠው ምላሽ መካከል ልዩነት ተደርጓል (ማቴ 20÷16)፡፡*(መጽሐፍ ቅዱስ ጥቅሶች የብሉይና / የአዲስ ኪዳን ግሪክ መዝገበ ቃላት፣ የቴየር ትርጉም 1989. በ ጆሴፍ ሄንሪ ቴየር፣ ኦስቲን ሐተታ/ በጀፍ ጋሪሰን)*

እግዚአብሔር በክርስቶስ ኢየሱስ የክህነት አግልግሎት ጠራን ስንል የክርስቶስ ሞት እና ትንሣኤ ተካፋዮች ለመሆን ወደ ልጁ ኅብረት ጠራን ማለት ነው፡፡ የኢየሱስ ክርስቶስ ሥራ ውጤት ያስገኘው የጽድቅ ኅብረት ጋር ተካፋዮች እንድንሆን አድርጎናል (1ኛ ቆሮ. 1÷9)፡፡ ጌታችን ኢየሱስ ክርስቶስ ከጸለየው ጸሎት የምንረዳው በአብና በወልድ መካከል

ያለው አንድ የመሆን ኅብረት (የመለኮታዊ አንድነት) በልጁ በሚያምኑት ሁሉ ዘንድ እንዲሆን ጸሎትን አቀረበ (ዮሐ. 17፥21)።

ይህ የክብሩ ተካፋይ እና መለኮታዊ ባሕርይውን የመውረስ አንድነት በማያምነው አማኝ ዘንድ ለዘላለም እንዲኖር ክርስቶስ ኢየሱስ የወይን ግንድ፣ እኛንም ደግሞ ቅርንጫፎች አድርጎ ዓለም ከመፈጠሩ አስቀድሞ በመለኮት ምክሩ ያቀደው እና የወሰነው እግዚአብሔር ነው (ኤፌ. 1፥6፣ 5፣ 11፤ ዮሐ. 15፥4፣ 5)።

እኛ በክርስቶስ ውስጥ የመገኘኛችን፣ እንዲሁም ክርስቶስ በእኛ የመገኘቱ ምሥጢር ያለ ጥርጥር ታላቅ ነገር ነው። ይህም የእርሱ የሆነው የመለኮት ባሕርይ የእኛ ሊሆን (1ኛ ዮሐ. 4፥13) ከእርሱ ጋር ኅብረት እንዲኖረን እግዚአብሔር በመለኮታዊ ጥሪው አደረገ። የሌለውን እንዳለ አድርጎ በሚጠራ (ሮሜ 4፥17)፣ በእርሱ የመለኮት አሠራር ይህ ሥራ በክርስቶስ እንዲፈጸም አስቀድሞ የወሰነ፤ የሠራውም እግዚአብሔር ራሱ ነው። ስለዚህም ይህን ኅብረት ከልጁ ጋር ብቻ ሳይሆን፣ ከአብም ጋር ማድረጋችንን እናስተውላለን (1ኛ ዮሐ. 1፥3)።

ጌታችን እንደሚታረድ በግ ወደ መስቀል ሲነዳ በሸላቾች ፊት እንደሚታረድ በግ ዝም ሊል፤ በማስጨነቅ እና በፍርድ እንዲሰቀል ፍቅሩ ግድ አለው፤ እርሱም ሞቱን እና ትንሣኤውን እንድንካፈል አደረገን፤ ስለዚህም በፍቅሬ ኑሩ አለን። ይህ ከልጁ ጋር ያለን ኅብረት የፍቅር ጥሪውን ያመለክታል። አብ ደግሞ አንድያ ልጁን ስለ እኛ መስጠቱ ምንም የማይገባንን የክርስቶስን ጽድቅ፣ ቅድስና፣ መቤዠት፣ ጥበብ፣ እንድንካል ማድረጉ፣ የሌለውን እንዳለ አድርጎ በመጥራት ያቀረበውን የፍቅር ጥሪ ይገልጣል (ሮሜ 5፥8፤ 1ኛ ቆሮ. 1፥31)።

አንድ ንጉሥ ከከፍተኛ ባለ ሥልጣናት ጋር ዝግ የሆነ ስብሰባ አድርጎ በአገራዊ አጀንዳ ላይ ተወያይቶ መክሮ ሊሠራበት ለሚፈልገው ነገር ላይ የመጨረሻ ውሳኔ ይሰጣል። ይህን የመንግሥቱን ሥራ የሚሠሩለት እና የሚያስፈጽሙለት ሰዎችን ይሾማል። አብ ያደረገው ይህንን ነው። ሊሠራለት የሚፈልገው እና በፍጥረት ሁሉ ላይ በሾመው በክርስቶስ በኩል ብዙ ልጆች ወደ ክብር በማምጣት የሰማያዊ ክብር ተካፋዮች ማድረግ ነው (ዕብ. 2፥10)። ይህን ሥራ እንዲሠሩ የተሾሙ አገልጋዮችም ጥሪያቸው ሰዎች ከእግዚአብሔር ጋር ታርቀው የልጅነት ክብር ተካፋዮች እንዲሆኑ የሚችሉትን ሁሉ ማድረግ ነው።

እግዚአብሔር ከሕዝቡ ጋር በክርስቶስ ታርቋል፡፡ ማለትም የኃጢያት ዋጋ ተከፍሎአል፡፡ በመለኮት ችሎቱ የተወሰነው አጀንዳ ክርስቶስ ሕግን በመፈጸም ስለ ኃጢአት ዋጋ በመክፈል ሰው በክርስቶስ ደም ከእግዚአብሔር ጋር እንዲታረቅ ነው፡፡ ያመኑ ሁሉ የክርስቶስን የጽድቅ ስጦታ በእምነት በመቀበል የከብሩ ተካፋዮች በመሆን የማይቋረጥ እና የማይለወጥ ኅብረት ማድረግ ይጠበቅባቸዋል፡፡ የሰርግ ያህል የምሥራች እና የፍቅር ግብዣ በክርስቶስ በኩል ቀረበ (1ኛ ቆሮ. 5÷19፤ መኃ. 2÷4፤ ሉቃስ 4÷15-24፤ መዝ. 23÷5፤ ማቴ. 22÷3)፡፡

ወደ ልጁ ወደ ኢየሱስ ኅብረት የመጣ ሁሉ የጠወለገው ነፍሱ ትረካለች፤ መንፈሱ ሐሤት ያደርጋል (ኢሳ. 55÷1-2፤ መዝ. 107÷9)፡፡ ሰዎች ወዳጃቸውን ሲጋብዙ ሁሉን አዘጋጅተው ነው፤ በእኛ ቤት ግን ሳይኖር ኢየሱስ ወደ ቤታችን (ወደ ሕይወታችን ሲገባ) ይዞት የሚመጣው የተትረፈረፈ ሕይወትን ነው (መኃ. 5÷2፤ ራእይ 3÷20)፡፡ የተጠራነው መጨረሻው ለክብር ሲሆን አጽድቆ ሊያከብረን ወሰነ (ሮሜ 8÷30፤ 2ኛ ተሰ. 2÷14)፡፡

ለዚህ ጥሪ በሚገባ መኖር ይገባናል፣ ማለትም በጸጋው ላይ ተደግፎ በእርሱ ጉልበት እና ኃይል መኖር ለእኛ የተሰጠን የበረከት ድርሻ ነው፡፡ ከአዲስ አበባ ሰደሬ መናፈሻ ሊሄድ ያለ ሙሽራ ሊሙዚን ተዘጋጅቶለት ታጅቦ ወደ ማረፊያው እንዲሚገባ ሁሉ፣ እንዲሁ እኛም ወደ በጉ ሰርግ የተጠራን ሙሽሮች በመንፈስ ቅዱስ ጸጋና ጉልበት በመላእከት አገልግሎት በቅዱሳን የወንድማማች ፍቅር ታጅበን የክርስትና ጉዞ መጓዝ እንድንችል በአብ ተወሰነ (1ኛ ተሰ. 2÷12)፡፡

ይህን ጉዞ ስንጓዝ በአጠገባችን ክርስቶስ ኢየሱስ እና የክርስቶስ መንፈስ የሆነው መንፈስ ቅዱስ ይገኛሉ፡፡ በመንፈስ ቅዱስ ሰረገላ (በጸጋው ጉልበት) ታጅባ ቤተ ክርስቲያን ወደ ክብሯ መግባቷ በደሙ ኪዳን የተወሰነ የማያወላውል ጽኑ ውሳኔ ነው፡፡ ይህ በእኛ ዕውቀትና ችሎታ የሚደረግ ሳይሆን፣ በፍቅሩ ጉልበት፣ በመለኮቱ ኃይል እና በጸጋው አሠራር የሚፈጸም ነው (መኃ. 6÷12)፡፡ ይህን በተመሳሳይ መልኩ በውል ማጤን እንችላለን፡፡

ሕዝበ-እስራኤልን ከግብፅ አውጥቶ ወደ ዕረፍቱ ያስገባቸው ኢያሱ ነው (ዕብ. 4÷6)፡፡ ይህ ሲሆን እነርሱ ከሌሎች ነገድ የተሻሉ ስለሆኑ ሳይሆን፣ እግዚአብሔር በእነርሱ የጸጋውን ክብር ሊገልጥ አስቀድሞ በንጉሣዊ ችሎቱ ስለሆነ ነው (ዘዳ. 9÷5-6)፡፡ አማኙም ወደ ተስፋው ክብር ሊገባ የራሱ መፍጨርጨር ሳይሆን፣ ይህን የሚወርሰው በልጁ ሥራ በመታመን እና በመደገፍ ብቻ ነው (ዕብ. 4÷1)፡፡

ወደ ዕረፍቱ ለመግባት ተስፋ ቀርቶልን ከሆነ (ዕብ. 4÷3)፣ እኛስ ያመንን ወደ ዕረፍቱ እንገባለን ይላል፡፡ ወደዚህ ክብር እንዳንገባ የልጅነትን ሕይወት (የተስፋው ክብር) ተብሎ የሚጠራውን (ሮሜ 5÷2) በቅዱስ ስጦታ በኩል በተገኘው የንግሥና ሕይወት (ሮሜ 5÷17) እንዳንመላለስ ተቀናቃኝ ኃይል አለ፡፡

እርሱም ኲነኔ፣ የኃጢአት ክስ፣ አለማመን፣ ያልሞተው ማንነታችን (ሥጋ) ወይም ያልተለወጠ አእምሮ እና አሳብ፣ እንዲሁም ጠላት ዲያቢሎስ የጨለማው ሥልጣናት ናቸው፡፡ አማኝ እነዚህ ሁሉ ፈተናዎች በመንገዱ ቢፈራረቁበት እና በድካም ቢገኝ በእርሱ ውስጥ ያለው ክርስቶስ ግን አይደክምም (2ኛ ቆሮ. 13÷3)፡፡

በበረሃ በጥማት ሳለ የተገናኘው እግዚአብሔር ተጠነቀቀለት፤ የሰማይን መና አበላው ኃይለኛ የጦር ሠራዊት ሆኖ ለኢያሱ ተገለጠለት እና ጠላቶቹን ከፊቱ አውጥቶ አንገታቸውን ረግጦ አጥፋው አለው (ዘዳ. 32÷10፤ 33÷26-27)፡፡ ወደዚህ ዕረፍት እንድንገባ የተሰጠን የጦር ዕቃ በእግዚአብሔር ፊት ብርቱ ነው (2ኛ ቆሮ. 10÷4)፤ እርሱም ክርስቶስ ኢየሱስ ነው፡፡

የሚሸከመን፣ የሚጠበቀን፣ በእኛ ውስጥ ሆኖ የሚዋጋልን፣ ከእኛ ጋር ያለ፣ ከእኛ ጋር ኅብረት ያደረገው፣ በእርሱ ውስጥ የምንገኘው ልጁ ኢየሱስ ክርስቶስ ነው፡፡ ይህን የተስፋ ክብር ለመውረስ የተሳፈርንበት ሰረገላ ብርቱ ነው፡፡ ከሰረገላው ወርደን ለጠላት እንዳንሰጥ ክርስቶስ ኢየሱስ ሐዋርያችንና ሊቀ ካህናታችን ብቻ ሳይሆን፣ የተስፋው ክብር ዋስም ሆኗል (ዕብ. 7÷2)፡፡ አማኝ ይህን የተስፋ ቃል (ክብር) በመኖር እንዳይመላለስ ብዙ ነገሮች ይጎትቱታል፡፡ የተስፋውን ቃል እንዳንወርስ፣ የቅዱሳን ርስት የሆነው ክርስቶስ በእኛ እንዳይገለጥ ኃጢአት፣ ሥጋ፣ ዓለምና ጠላት ይሟገቱናል፡፡

ክርስቶስ ግን ኃጢአታችንን (ያለፈው የአሁኑን የወደፊቱን) የዓለምን ኃጢአት ሁሉ በደሙ አንጽቶ (ከፍሎ) በሰማያት በአብ ቀኝ ተቀመጠ (ዕብ. 1÷3)፡፡ የዕብራውያን ጸሐፊ ለማስረዳት የሆነው መሐላ የሙግት ሁሉ ፍጻሜ ነው ይላል (ዕብ. 6÷16)፡፡ ሙግቱ አማኝ በዚህ የተስፋ ቃል ኪዳን በኩል የተሰጠውን የክርስቶስን ሕይወት ሊወርስ አይገባውም የሚል ነው፡፡

የዕብራውያን ጸሐፊ ደግሞ ኢየሱስ ክርስቶስ ሞትን ስለእኛ ስለተቀበለ የተሰጠውን ክብር ሊሚያምኑ ለመስጠት (ለማካፈል) በአብ ፊት ሲማልድ ጸሎቱ ሊሰማ ተገብቶታል ይላል (ዕብ. 2÷10)፡፡ የምልጃ ጸሎት በዮሐ. 17÷22-23 ላይ ሲያቀርብ እርሱ ሁሉን በመስቀል

ፈጽሞ እንደ ጨረሰ እና የተሰጠውን ክብር እንደ ሰጠ ይህም በሰማይ ችሎት ዘንድ በአብና በመንፈስ ቅዱስ ማኅተም የተገባውን ሰነድ ይዞ እንደ መቅረብ ዐይነት ነው፡፡

ይህም ካህንነቱ አንገት የደፋ ሳይሆን፣ እንደ ጠበቃ እኛን ወክሎ በአብ ፊት የቀረበበት ነው፡፡ ሳይገባው ደረቱን እየደቃ እንደ ባሪያ ወይም የአሕዛብ አማልክት እንደሚያቀርቡት ዐይነት አልነበረም፡፡ በአባት እና በአንድያ ልጅነት ኅብረት ውስጥ ሆኖ ሳለ፣ ነገር ግን ከእግዚአብሔር ጋር መተካከልን እንደ መቀማት ሳይቈጥር ራሱን ለመስቀል ሞት አዋርዶ ፈጽሞ በራሱ ሥልጣን ነፍሱን ለአባቱ አሳልፎ ሰጠ፡፡

ከዚያም በክብር ተነሥቶ በዘላለም መንፈስ ቤዛነትን ያስገኘውን ደም ይዞ ደመና ተቀብላው ስለ እኛ ሊታይ ወደ ቀድስተ ቅዱሳን ወደ አብ ፊት ገባ፡፡ ይህ እንዲህ ከሆነ ካህኑ ሥራውን ጨርሶ በአብ ፊት ከተቀመጠ፤ ወደ ዘላለም ክብር ተካፋይነት ጥሪ የተጠራነው የንጉሥ ካህናት ለመሆን ነውና ይህን ከልባችን ማመን ይጠበቅብናል (ዘዳ. 7፥6፤ 1ኛ ጴጥ. 2፥9-10)፡፡

የበጉን ሰርግ ስንካፈል ክርስቶስን ለመልበስ ተጠራን፡፡ በሰርግ ሰአት ነጭ ልብስ ለብሶ ያልመጣ ግን የሰርጉ ተካፋይ እንዳልሆነ ሁሉ ክርስቶስን ለመልበስ በክርስቶስ ሞት እና ትንሣኤ ማመን ይገባዋል፡፡ ክርስቶስ ለእርሱ ሞቶ እንደ ተነሣ በልቡ አምኖ በአፉ መመስከር ይኖርበታል (ሮሜ 10፥9-10)፡፡ አማኝ ወደ ፍቅሩ ልጅ ኅብረት በእምነት ከገባ በኋላ በዚያ ክብር በልጅነት ሕይወት እንዲኖር ብቃትን (ጸጋን፣ የተስፋ ቃልን፣ ኃይልን እና መለኮታዊ ባሕርይን) ሰጠው፡፡

እግዚአብሔር እንቁልልጭ የሚል አምላክ አይደለም፤ ይልቁንም የክርስቶስ የካህንነት አገልግሎት በእኛ ይገለጥ ዘንድ ጸጋውንና መንፈሱን በእኛ ላይ አብዝቶ አፈሰሰው (ኤፌ. 1፥8)፡፡ ጸጋው ከመጠን ይልቅ ለብዙዎች በዛ፡፡ “ጸጋ ከመጠን ይልቅ በለጠ” የሚለውን የሐዋርያው ጳውሎስን አነጋገር ስናነብብ እንደነቃለን፡፡ እርሱ ተስፋችን እንዳይነቃነቅ ያደርገዋል (ሮሜ 5፥15፣ 17፣ 21)፡፡

ቀድሞውኑ ወደዚህ የሰርግ ግብዣ በፍቅሩ ጉልበት ተስበን መጣን “ግድ በላቸው” (ሉቃስ 14፥23)፡፡ አሁንም በክርስቶስ ሆነን የፍቅሩ ብዛት በልባችን ስለ ፈሰሰ (ሮሜ 5፥5) የክርስቶስ ፍቅር ጉልበት ኃይል ከውስጣችን እየፈነቀለ በእምነት እንድንመላለስ ይማርከናል፤ ልባችንን ያቃልጥለዋል፤ ከዚያ የክብሩን ሕይወት በእምነት እንድንቀበል ያደርገናል (2ኛ ቆሮ. 5፥14)፡፡

ተካፋዮች፦ የግሪኩ ቃል (Metochos) የሚል ሲሆን ትርጉሙ ሲብራራም አጋርነት፣ አብሮ የሚሠራ፣ ሸሪክ፣ በኅብረት የሚሠራ የሚለውን ትርጉም ይዟል፡፡

ተካፋዮች (ሜታሆስ) met'-okh-os፦ የሚል የግሪክ ቃል ሲሆን፣ በአንድ በረከት ከሌላ አካል ጋር መጋራትን ያሳየናል)፡፡ የሚለው ይህ ቃል በአንድ ሥራ በጋራ መሳተፍን የሚያሳየን ቃል ነው፡፡ የሥራ አጋርነትን፣ አብሮ መሆንን ያመለክተናል፡፡ በዚህ ቦታ ደግሞ የሰማያዊ ጥሪን መካፈልን ወይም በመሢሑ የሺህ ዓመት መንግሥት ውስጥ ቦታ መጋራትን የሚያመለክት ነው፡፡ *(መጽሐፍ ቅዱስ ጥቅሶች የብሉይና / የአዲስ ኪዳን ግሪክ መዝገበ ቃላት፣ የቴየር ትርጉም 1989. በ ጆሴፍ ሄንሪ ቴየር፣ አስቲን ሐተታ/ በጄፍ ጋሪሰን)*

አንድ ጊዜ ብርሃን የበራላቸውን ሰማያዊውንም ስጦታ የቀመሱትን ከመንፈስ ቅዱስም ተካፋዮች ሆነው የነበሩትን መልካሙንም የእግዚአብሔርን ቃልና ሊመጣ ያለውን የዓለም ኃይል የቀመሱትን በኋላም የካዱትን እንደገና ለንስሐ እነርሱን ማደስ የማይቻል ነው፤ ለራሳቸው የእግዚአብሔርን ልጅ ይሰቅሉታልና ያዋርዱትማልና። (ዕብ 6፥4-6፤ 12፥8)፡፡

ወደ አዲስ ኪዳን ስንመጣ ከመንፈሳዊው ጥሪ ሸርተት ብለው በክህደት የሚገኙት ለንስሐ ያላቸው ዕድል የተዘጋ እንደ ሆነ ቃሉ አስረግጦ ይነግረናል፡፡ እነዚህ ሰዎች በርካታ መንፈሳዊ ልምምዶች ውስጥ ያለፉ ናቸው፡፡ ሰማያዊውን ስጦታ፣ የመንፈስ ቅዱስን በረከት፣ ቃሉን፣ ሊመጣ ያለውን የዓለም ኃይል የተለማማዱ ናቸው፡፡ በኋላ ላይ ግን እግዚአብሔርንና ሰማያዊ ልምምዳቸውን ከደውታል፡፡ የገንዘብ ኑፋቄና ሴሰኝነት መራራነት ትዕቢት ዕልከኛ ደንደና ልብ አላቸው፡፡ 1ኛ ጢሞ. 6፥19፡፡ በአሁኑ ዘመን ባለ ጠጎች የሆኑት **የትዕቢትን ነገር እንዳያስቡ፤** ደስም እንዲለን ሁሉን አትርፎ በሚሰጠን በሕያው እግዚአብሔር እንጂ በሚያልፍ ባለ ጠግነት ተስፋ እንዳያደርጉ እዘዛቸው (ዕብ. 3፥13፤ 12፥15-16፤ 13፥4-5)፡፡

ዌስት ሲናገር ተካፋዮች ማለት በአንድ የጋራ ሥራ ወይም ሁኔታ ላይ በጋራ ከሌሎች ጋር መተሳሰርን የሚናገር ነው ይላል፡፡ በዚህ ጥቅስ ላይም ቃሉ በሰማያዊ ጥሪ ከሌሎች ጋር እርስ በርስ መተሳሰሩ ቅዱሳንን ጠቋሚ ነው ይለናል፡፡ ዌስት በሰማያዊ ጥሪ ላይ ፦ ጳውሎስ ከሰማይ ስለሆነ ጥሪ ያወራል፡ ከሰማይ የወጣ የመዳን ጥሪ እናም ወደ ሰማይ የሚሄድ (ፊልጵ. 3፥14)፡፡ ስለዚህ ይህ በዕብራውያን 3፥1 ላይ ያለው አገላለጽ ስለ ቤተ ክርስቲያን የሚናገር ነው፡፡ እስራኤል ምድራዊ ጥሪ እና ምድራዊ ፍጻሜ ነው ያላት፤ ቤተ ክርስቲያን ደግሞ ሰማያዊ ጥሪና ሰማያዊ ፍጻሜ ያላት ናት፡፡ ስለዚህ ጸሐፊው እነዚህን

የሚጽፍላቸውን አይሁዳውያን ከእስራኤል የተለዩና የቤተ ክርስቲያን ወገን እንደ ሆኑ አድርጎ ይገልጻቸዋል፡፡ *(ዌስት፣ ኬ. ኤስ 1947. የግሪክ አዲስ ኪዳን ጥናት)*

ቅዱሳን፡- የግሪኩ ቃል (Hagios) ይህም ሲተረጐም ለቅድስና ከምንሰጠው ትርጉም ጠለቅ ያለ ትርጉምን ይዟል፡፡ ፍጹም መቀደስን፣ ጌታ ኢየሱስ ክርስቶስ ሞትን ድል አድርጎ ከተነሣ በኋላ ወደ አባቱ ዕቅፍ ሲሄድ የነበረውን ዐይነት ፍጹምነት ያመለክታል፡፡ መቀደስን፣ መለየትን፣ ለእግዚአብሔር ተለይቶ መትጋትን፣ ከምድር ግሳንግስ ተለይቶ መገኘትን ያመለክታል፡፡ ቅዱሳንም እግዚአብሔርን በመፍራት ይህን መሰል ፍጹም ቅድስና እንደሚያገኙ ይናገራል፡፡ *"ጌታችንም ኢየሱስ ክርስቶስ ከቅዱሳኑ ሁሉ ጋር ሲመጣ፣ በአምላካችንና በአባታችን ፊት በቅድስና ነቀፋ የሌለበት አድርጎ ልባችሁን ያጸና ዘንድ፤ እኛ ደግሞ ለእናንተ እንደምንሆን ጌታ እርስ በርሳችሁ ያላችሁን ለሁሉም የሚሆን ፍቅራችሁን ያብዛ ይጨምርም"* (1ኛ ተሰሎ. 3÷13)። *"እንግዲህ ወዳጆች ሆይ፡- የዚህ ተስፋ ቃል ካለን፣ በእግዚአብሔር ፍርሃት ቅድስናን ፍጹም እያደረግን ሥጋንና መንፈስን ከሚያረክስ ሁሉ ራሳችንን እናንጻ"* (2ኛ ቆሮ. 7÷1)፡፡

አማኝ እንደ ጌታው እስከ ሞት ድረስ በቈራጥነት በቅድስና መኖር ይጠበቅበታል፡፡ ይህንን ሕይወት ይኖር ዘንድ በታላቁ ካህን የተዘጋጀ ዕርከን አለው፡፡ በዚህም የሕይወት ዕርከን ይኖርና ይመላለስ ዘንድ ካህኑ ይረዳው ዘንድ ከእርሱ ጋርና በእርሱ ውስጥ ይገኛል፡፡ አማኝ በቅድስና መኖር ይችላል ስንል በክርስቶስ እንደ ሆነ እናስተውላለን ማለትም በሥጋ መንፈራገጥ ሳይሆን፣ በእርሱ ጸጋ እርሱ በእኛ ይኖርና ይመላለስ ዘንድ ራስን ማስገዛት ነው!

ዌስት፡- ቅዱስ የሚለው ቃል እዚህ ጋር በሰጠው አገልግሎት የሕይወትን ጥራት የሚጠቁም አልነበረም፤ ይልቁንም እርሱ የተናገረው በመዳን የሚገኝን ቦታ እንጂ፡፡ የግሪኩ ቃል ትርጉሙ "ለእግዚአብሔር መለየት" ሲሆን፣ የቃሉ ዋና አሳብ የተለየ፣ ለእግዚአብሔር የተለየ ቦታ ያለው የሚልን አሳብ የያዘ ነው፡፡ ቅዱሳን ወንድሞች የሚለው ይህ ቃል የአዲስ ኪዳን አማኞችን፣ ቅዱሳኑን እና የተለዩትን የሚወክል ነው፡፡ ከዚህ ከመልእክቱ ላይ ካለው ትስስር ማስተዋል ያለብን ነገር ይህ መልእክት አዲስ ለተተከለችው በዕውነተኛ አማኞች ለተሞላችው እና ቃሉ ላይ ከዕውቀት ብቻ የሆነ መረዳት ለነበራቸው ምእመናን የተጻፈ መሆኑን ነው፡፡ ጸሐፊው ከሚጽፍላቸው ሰዎች መካከል የተወሰኑት ያልዳኑ እንደ ሆኑ በልቡ እያወቀ መልእክቱን ግን የሚያስተላልፈው ስለ እነርሱ ካለው መንፈሳዊ ሕይወት ግምት አንጻር ሳይሆን፡፡ ከእነርሱ ከኑሮና ከሥራቸው አንጻር ነው፤ ነገር ግን ወንድሞች (**adelphós** አንድነት + **delphús** ማህፀን=

በማህፀን ያለ አንድነትን የሚያሳይ ቃል ነው) የሚለው የቃሉ ትርጉም ከአንድ ማህጸን መወለድን የሚያሳይ እና ማንነት ላይ የተመሰረተ ህብረትን የሚያሳይ ነው ለምሳሌ የአንድ ቤተሰብ አባላትን ያሳያል። ስለዚህ ጸሃፊው ለአንባቢዎቹ የሚላቸው ከብዙው ህዝብ በአዲስ ልደት እንደተለዩና በደም ተገዝተው በሰማያዊ ስፍራ የተቀመጡ እና ከመረጣቸው ጋር ህብረት ማድረግ የጀመሩ እንደሆነ ነው። (ዌስት, ኬ. ኤስ. የግሪክ አዲስ ኪዳን ጥናት)

የሃይማኖታችንን፡- የሚለውን ቃል (እንግሊዘኛው **Confession /profession** በግሪኩ ደግሞ Homologia) ይለዋል። የግሪኩ ትርጉም ሲብራራ ስለ እርሱ የተነገረለትና የታመነ ዕውቅና ያለው እንደ ማለት ነው። *"በዚህ አገልግሎት ስለ ተፈተናችሁ፤ በክርስቶስ ወንጌል በማመናችሁ ስለሚሆን መታዘዝ እነርሱንና ሁሉንም ስለምትረዱበት ልግስና እግዚአብሔርን ያከብራሉ"* (2ኛ ቆሮ. 9፥13)። *"የተስፋን ቃል የሰጠው የታመነ ነውና፥ እንዳይነቃነቅ የተስፋችንን ምስክርነት እንጠብቅ"* ዕብ 10፡-23

የሃይማኖታችንን / Confession (ሆሞሎጊያ) hom-ol-og-ee'-ah፡- የሚል የግሪክ ቃል ሲሆን፣ **homoú** = በጋራ እና **légo** = መናገር) ማለት አንድ ዐይነት ነገርን መናገር እና በአንድ አሳብ መስማማትን የሚያመለክት ነው። *(መጽሐፍ ቅዱስ ጥቅሶች የብሉይና / የአዲስ ኪዳን ግሪክ መዝገበ ቃላት፣ የቴየር ትርጉም 1989. በ ጆሴፍ ሄንሪ ቴየር፣ አስቴን ሐተታ/ በጇፍ ጋሪሰን)*

ዌስት፡- እዚህ ጋር ያለው ዋናው አሳብ አማኞች ከእግዚአብሔር ጋር በልጁ ወንጌል ላይ ከተገለጸው ጋር መስማማታቸውን ነው። ይህ ነው የአማኞች እምነት (confession)። ይህ ቃል በውስጡ አንድ ስላመንንበት ነገር ምስክርነት መስጠትን በውስጡ ቢያካትትም፣ ከአንድ ሰው ጋር ስለ አንድ ሁኔታ ተስማምቶ በዚያ ነገር ላይ ያለ የራስን እምነት ግን አያካትትም። ሁሉም ዕውነተኛ ክርስቲያኖች ስለ ድነታቸው ልምምድ ተመሳሳይ ነገር ነው የሚናገሩት። እነዚህ የዕብራውያን አማኞችም ኢየሱስን እንደ ሊቀ ካህናትነቱ አምነው ተቀብለውታል። ኢየሱስ ማን እንደ ሆነ መፈለግና እርሱ ላይ ተስፋ መቁረጥ አይነት ጅማሬ ይታይባቸዋልም። ሆሞሎጂያ (**Homologia**) ለዕብራውያን ሰዎች ቍልፍ ቃል ነው። ዕብ. 3፥1፤ ዕብ. 4፡4፤ 2ኛ ቆሮ 9፥13። ጳውሎስ ወጣቱን አማኝ ልጁን የእምነትን መልካም ገድል እንዲጋደል እያበረታታው የተጠራህበትን የዘላለም ሕይወት አጥብቀህ ያዝ ይለዋል። በብዙዎችም ፊት ዕውነቱን መስክር ሲል ይመክረዋል (1ኛ ጢሞ. 6፥12-13)። ተመሳሳይ ቃልም በማቴ. 7፥23 እና ማቴ. 10፥32 ላይም ይገኛል። *(ዌስት፣ ኬ. ኤስ 1947. የግሪክ አዲስ ኪዳን ጥናት)*

ስቲቨን ኮል፡- እዚህ ላይ ሲጨምር ይህን ማጠቃለያ ያስቀምጣል፡፡ የክርስቲያን ሕይወት የመቶ ሜትር ሩጫ አይደለም፤ ማራቶን ነው እንጂ፡፡ ይህ ማራቶን የሚለው ስም የመጣው ግሪኮች ከፐርሺያ ጋር ባደረጉት ጦርነት ነው እናም በዛ ውጊያ ወራሪዎቹ ፐርሺያውያን ሆነው ቢሆን የግሪኮች ድል ባልተሰማ ነበር፡፡ ነገር ግን ሳይጠበቅ ግሪኮች ጦርነቱን አሸነፉ፡፡ ይህንንም ወሬ ለመናገር አንድ ወታደር ቀንና ለሊት ወደ አቴንስ እየሮጠ ሄደ፤ ቀጥታም ወደ ነገሥታቱ ገብቶ ደስ ይበላችሁ ጦርነቱን አሸነፍን ብሎ እንደ ተናገረ ወድቆ ሞተ፡፡ *ሥራውን አጠናቀቀና ተልእኮውን ፈጸመ፡፡ (ዊሊያም ባርክሌይ፣ ለጢሞቴዎስ ደብዳቤዎች፣ ቲቶ እና ፊልሞና [ዌስትሚኒስት ፐሬስ], ገጽ 210-211)*

ሐዋርያ፡- በግሪኩ ትርጉም (apostle) ሲባል የጥሬ ቃሉ ትርጉም የተላከ ለማለት ሲሆን፣ ይህም ቃል ጌታ ኢየሱስ ክርስቶስ ከእግዚአብሔር ጋር ያለውን ግንኙነት ያመለክታል፡፡ አሥራ ሁለቱ ደቀ መዛሙርትም ሐዋርያት ተብለው የሚጠሩ ሲሆን፣ በዚህ ክፍል ትርጉም ግን ጌታን በተመለከተ ከአባቱ ጋር ያላቸውን ግኑኙነት የሚያመለክት ነው፡፡

ሐዋርያ (አፖስቶሎስ) ap-os'-tol-os፡-የሚል የግሪክ ቃል ትርጉሙም የተላከ ነው) ማለት በሌላ አካል የተላከ አንድ አካል ሲሆን ብዙውን ጊዜ ሌላን አካል ወክሎ የሚፈጸም ልዩ ተግባር ነው፡፡ በአንድ ባለ ሥልጣን የሚላክ የልዑካን ቡድንን፣ አምባሳደርንና ሚሽነሪን ይወክላል፡፡ *(መጽሐፍ ቅዱስ ጥቅሶች የብሉይና / የአዲስ ኪዳን ግሪክ መዝገበ ቃላት፣ የቴየር ትርጉም 1989. በ ጆሴፍ ሄንሪ ቴየር፣ አስቲን ሐተታ/ በጄፍ ጋሪሰን)*

የዕብራይስጡ ቃል saalach የሚሰኝ ሲሆን፣ መላክ ወይም የተላከ የሚል ትርጉምን ይይዛል (ዘጸ. 3÷14-15)፡፡ እስከ ዛሬ አይሁድ በምኩራብ አገልግሎት የሚጠቀሙበት ቃል ነው፡፡ በቤተ መቅደሱ ለከፍተኛ ሥራ ኀላፊነት የታጨ ወይም የተሾመ ሰው መጠሪያ ነው፡፡ ይህ ሰው እግዚአብሔርን ወክሎ በቤተ መቅደስ ይሠራል፡፡ ከዚህም ሹመት የተነሣ እግዚአብሔር ከሕዝቡ ጋር በቅርብ ሆኖ ሕዝቡን ይመራል፤ ያስተምራል፤ ያግዛል፡፡

ቃሉ በአዲስ ኪዳን የጌታችን የኢየሱስን ሐዋርያነትና ንግሥናውን ሲያመለክት፤ ሊቀ ካህናትነቱን፣ አማላጅነቱንና መካከለኛነቱን ያሳያል፡፡ በሐዋርያነቱ የእግዚአብሔር የሆነውን ለሕዝቡ የሚሰጠው በረከት በንግሥናው ሥልጣን እንዲፈጸም ያደርጋል፡፡ ሊቀ ካህናትነቱ ደግሞ እኛን ወክሎ በነገር ሁሉ እኛን መስሎ የመስቀልን ሞት መሞቱ፣ እኛንም ወክሎ በአብ ቀኝ መቀመጡ፣ በዚህም ለኢየሱስ ክርስቶስ የተገባውን ክብር፣ ሥልጣንና ኃይል ሁሉ ወንድሞቹ እንዲካፈሉ የማድረጉን አግልግሎት ይይዛል፡፡

ሄስት፡- ሐዋርያ የሚለው የእንግሊዝኛ ቃል **(አፖስቶሎስ)** ከሚል የግሪክ ቃል የተተረጐመ ሲሆን፣ ይህም የግሪክ ቃል **apostello** ከሚል ከሌላ የግሪክ ቃል የመጣ ቃል ነው፡፡ የዚህ ቃል ትርጉም አንድን ሰው ወይም አንድን አካል ለአንድ ሥራ ወደ አንድ ቦታ መላክን ያመለክታል፡፡ ይህ ቃል አብዛኛውን ጊዜ በብሉይ ኪዳን ቀደምት መጻሕፍት የተጠቀሰው እና ሙሴን ለሥራ የላከበት ዐይነት አሳብ ነው (ዘጸ. 3÷7)፡፡ በሌላ በኩል እግዚአብሔር ጌታ ኢየሱስን ለስራ የላከበትንም አሳብ የሚያመላክት ነው (ሉቃስ 10÷16፤ ዮሐ. 3÷17፤ 5:36፤ 6÷29) (ሄስት፤ ኬ. ኤስ. የግሪክ አዲስ ኪዳን ጥናት)

ሊቀ ካህን (እርካዩስ) ar-khee-er-yuce'፡-የሚል የግሪክ ቃል ሲሆን **arche** = ቀድምያ ወይም መሪ ሲሆን **hiereus** = ካህን ነው) ማለት በእስራኤል ውስጥ የሌሎች ካህናት አለቃን የሚወክል ነው፡፡ ይህ የአገልግሎት ክፍል የተጀመረው እግዚአብሔር ለሙሴ በሰጠው ሕግ ውስጥ ነው፡፡ ይህ ሊቀ ካህናት እንደ ሌሎች ካህናት በእግዚአብሔርና በእስራኤል ሕዝብ መካከል መካከለኛ ሆኖ የሚያገለግል ሲሆን፣ ከዚህ በተጨማሪ ግን በዓመታዊው የስርየት ቀን የሕዝብን ኃጢአት ወክሎ ለስርየት ወደ መቅደስ የሚገባው እርሱ ነው፡፡ *(መጽሐፍ ቅዱስ ጥቅሶች የብሉይና / የአዲስ ኪዳን ግሪክ መዝገበ ቃላት፣ የቴየር ትርጉም 1989. በ ጆሴፍ ሄንሪ ቴየር፣ አስቲን ሐተታ/ በጄፍ ጋሪሰን)*

ተመልከቱ (ካታኖኤኦ) kat-an-o-eh'-o ፡- የሚል የግሪክ ቃል ሲሆን፣ **kata** ማለት ጥልቅ ማለት ሲሆን፣ **noéo** ማለት ደግሞ ማየት ወይም ማሰብ ማለት ነው፤ በጥቅሉ የዚህ ሁለት ቃላት ድምር በጥልቀት ማሰብ የሚል ሲሆን) ይህም አእምሮን ወደ አንድ ነገር እንዲያተኩርና በጥልቀት እንዲያስብ ማድረግ ማለት ነው፡፡ የዚህ ቃል ዋናው አሳብ አንድን ነገር በጥልቀት ማየትና አእምሮ ተጨባጭ ዕውነታዎችን በማጤን ተገቢና ትክክለኛ ውሳኔን ለማስተላለፍ የሚረዳን ዕይታ ማየት ነው፡፡ እዚህ ጥቅስ ላይም የሚያሳየው ስለ ኢየሱስ ያለ ተጨባጭ እውነታዎችን በአእምሮ ማጤንን ነው፤ አእምሮዋችሁን በኢየሱስ ላይ አድርጉት የሚልና በትኩረት እርሱን መከታተልን የሚጠቁም ነው፡፡ *(መጽሐፍ ቅዱስ ጥቅሶች የብሉይና / የአዲስ ኪዳን ግሪክ መዝገበ ቃላት፣ የቴየር ትርጉም 1989. በ ጆሴፍ ሄንሪ ቴየር፣ አስቲን ሐተታ/ በጄፍ ጋሪሰን)*

ዌስት፡- የዚህ መልእክት አንባቢዎች የሚያስፈልጋቸው የዚህ ዐይነት የምክር ቃል ነው፤ የዕይታ ትኩረታቸው ከመሢሒ እና ከአዲስ ኪዳን ወደ ብሉይ ኪዳን የመሥዋዕት ማቅረብ ሥርዓት ተመልሶ ነበርና፡፡ *(ዌስት፣ ኬ. ኤስ 1947. የግሪክ አዲስ ኪዳን ጥናት)*

ቫይን፡- ሲጽፍ ካታኒአ (**katanoeo**) አእምሮ ስለ አንድ ነገር ያለውን መረጃን የማየትና የመረዳት ተግባር ያሳያል፡፡ *(የቫይን ኤክስፖዚተሪ ዲክሽነሪ፡- ዊሊያም ኤድዊ ቫይን)*

ቲ. ዲ. ኤን. ቲ፡- በጽሑፉ የሚያስቀምጠውን ተመልከቱ፡፡ **(ካታኖኤአ)** የሚለው ቃል **noeo** ከሚለው ቃል ጋር በጣም ተቀራራቢነት ያለው ትርጒም አለው፡፡ አንድን አእምሮ ወደ አንድ ነገር ትኩረት እንዲያደርግ ማድረግ ወይም አንድ ነገር ውስጥ በጥልቀት ገብቶ ጥልቅ ምርመራ ማድረግን የሚያመለክት ነው፡፡ በአጭሩ እንዲህ ብሎ ማስቀመጥ ይቻላል - አእምሮዋችሁን ወደ ኢየሱስ አድርጉት፡፡ *(ቲኦሎጂካል ዲክሽነሪ ኦፍ ዘ ነው ቴስታመንት፡- ቲ. ዲ. ኤን. ቲ)*

ጆን ማክአርተር ፡ አንዳንዶች ምን አልባት ጸሐፊው፣ "ክርስቲያኖችን ዐውቀውት እያለ ለምን መልሶ ተመልከቱ ይላቸዋል?" ብሎ ሊገረም ይችላል፡፡ ዳሩ ግን እኛ ኢየሱስ ማን እንደ ሆነ ከመረዳት የራቅን ነን፡፡ ከቀደምት የክርስትና አባቶች ዋናው እና እስካሁንም ትልቅ ተደርጎ የሚቈጠረው ጳውሎስ እንኳ ክርስቶስን በማወቅ ረገድ የሚፈልገውን ያህል ሊያውቀው አልቻለም ነበር (ፊልጵ. 3፥10)፡፡ መከራና ፈተና በሕይወታችን ላይ በሚያልፍበት ወቅት በዚያ ውስጥ የእርሱ ዓላማ ምን እንደ ሆነ እስክንረዳ ድረስ ዐይናችንን ከኢየሱስ ላይ ማንሣት የለብንም፡፡ ብዙ ክርስቲያኖች በመንፈሳዊ ሕይወት ጠንካራ ስላልሆኑ የክርስቶስን ባለጠግነት ጥልቀት ካለመረዳታቸው የተነሣ ከፍርሃትና ጭንቀት ጋር እየታገሉ ይኖራሉ፡፡ ኢየሱስ እርሱን ስናውቅ ለነፍሳችን ዕረፍት ሊሰጥ ቃል ገብቶልናል (ማቴ. 11፥29)፡፡ የክርስትና ሕይወታችሁን ትወዱታላችሁ? መቋቋም እስከማትችሉ የሚገርም ሆኖባችኋል? መሆን ያለበት እንደዚያ ነው፡፡ ካልሆነ እርሱን በደንብ አላወቃችሁትም ማለት ነው፡፡ *(ጆን ኤፍ. ማክአርተር፣ ቺካጎ፣ ሙዲ ፕረስ)*

ስቲቨን ኮል፡- ሲጽፍ ተመልከቱ ማለት ስለ አንድ ነገር ጊዜ ወስዶ ማሰብ ማለት ነው፡፡ ኢየሱስ ስለ ቍራዎች እና አበባዎች ባስተማረበት ወቅት በቃሉ ላይም የሚነግረን ይህንን ነው፡፡ (ሉቃስ 12፥ 24፤ 27)፡፡ ሁል ጊዜ በሚባል ደረጃ ያህል ቍራዎችን እናያለን፤ ዳሩ ግን ተመልክተናቸው (ልብ ብለን አይተናቸው) አናውቅም፡፡ ኢየሱስ እንደ ማይዘሩና እንደ ማያጭዱ ይነግረናል፤ የሚያጠራቅሙበትም መጋዘን የላቸውም፤ ነገር ግን እግዚአብሔር እነርሱን ይመግባቸዋል፡፡ ሲያጠቃልልም "እናንተ ከወፎች ምን ያህል እንደምትበልጡ ተመልከቱ!" ይላቸዋል እኔ ለምንድን ነው እንደዚያ የማላስበው? ምክንያቱም ቍራዎችን ለመመልከት ቆም ብዬ ስለማላውቅ፡፡ *(ስቲቨን ኮል፣ ኮሜንተሪ)*

በቍጥር አንድ ላይ ጸሐፊው ሊያመለክተን የሚፈልገው ፍሬ ነገር እኛ የሰማያዊው ጥሪ ተካፋዮች እንጂ፣ አሳባችን በምድራዊው ዝና፣ ክብር፣ ብርና ወርቅ ፍቅር መተብተብ እንደ ሌለበት፤ ከዚህ ይልቅ የሃይማኖታችንን ራስና ፈጻሚውን ኢየሱስን እንደ ምሳሌ በመውሰድ ዐይኖቻችንና ልቦናችን በእርሱ ላይ ዐርፈው፣ እርሱን እየተመለከትን ሰማያዊውን ጒዞ መቀጠል እንዳለብን ነው፡፡

ከአብርሃም ሕይወት ጋር በንጽጽር ስንመለከተው አብርሃም ምድራዊውን በረከት ቢቀበልም፣ በመጀመሪያ ግን ለሰማያዊው ጥሪ በእምነት በመታዘዝ ከአምላኩ ጋር ግንኙነቱን መልካም እንዳደረገ እንረዳለን፡፡ ወዳጁ ሎጥ ስለ ምድራዊው ሀብትና ብልጽግና ሲጨነቅ፣ አብርሃም ግን በአምላኩ መታመንን ያስቀድም ነበር፣ በዕድሜው መጨረሻ ላይ በበከት መልኩ ያገኘውን ልጅ እግዚአብሔር ሠዋልኝ ባለው ጊዜ እንኳ ጥቂትም ቢሆን ሲያመነታና ሲያንገራግር አንመለከተውም፡፡

ቁጥር 1 ስለዚህ፥ ከሰማያዊው ጥሪ ተካፋዮች የሆናችሁ ቅዱሳን ወንድሞች ሆይ፥ የሃይማኖታችንን ሐዋርያና ሊቀ ካህናት ኢየሱስ ክርስቶስን ተመልከቱ፤

ቅዱሳን ወንድሞች ሆይ፥ ቆላ 1÷22; 3÷12; 1ኛ ተሰ 5÷27; 2ኛ ጢሞ 1÷9; 1ኛ ጴጥ 2÷9; 3÷5; 2ኛ ጴጥ 1÷3-10; ራዕ 18÷20

ተካፋዮች የሆናችሁ14; ሮሜ 11፡17; 15÷27; 1ኛ ቆሮ 9÷23; 10÷17; 2ኛ ቆሮ 1÷7; ኤፌ 3÷6; ቆላ 1÷12; 1ኛ ጢሞ 6÷2; 1ኛ ጴጥ 5÷1; 2ኛ ጴጥ 1÷4; 1ኛ ዮሐ 1÷3

ከሰማያዊው ጥሪ ሮሜ 1÷6, 7; 8÷28-30; 9÷24; 1ኛ ቆሮ 1÷2; ኤፌ 4÷1,4; ፊል 3÷14; 1ኛ ተሰ 2÷12; 2ኛ ተሰ1÷11; 2÷14; 1ኛ ጢሞ 6÷12; 2ኛ ጢሞ 1÷9; 1ኛ ጴጥ 5÷10; 2ኛ ጴጥ 1÷10; ይሁ 1÷1; ራዕ 17÷14

ክርስቶስን ተመልከቱ ኢሳ 1÷3; 5÷12; 41÷20; ሕዝ 12÷3; 18÷28; ሐጌ 1÷5; 2 15; ዮሐ 20÷27; 2ኛ ጢሞ 2÷7

የሃይማኖታችንን ሐዋርያና ዮሐ 20÷21; ሮሜ 15÷8

ሊቀ ካህናት ዕብ 2÷17; 4÷14,15; 5÷1-10; 6÷20; 7÷26; 8÷1-3; 9÷11; 10÷21; መዝ 110÷4

ቍጥር 2 *ሙሴ ደግሞ በቤቱ ሁሉ የታመነ እንደሆነ፥ እርሱ ለሾመው የታመነ ነበረ።*

በምዕራፍ ሦስት ላይ ጸሐፊው ኢየሱስ ከሙሴ በላይ እንደ ሆነ በአጽንኦት ይናገራል፡፡ በእስራኤላውያን ውስጥ ታላላቅ የተባሉ ቅዱሳኖች በርካቶች ናቸው፡፡ ከእነዚህም መካከል አብርሃም፣ ኤልያስ፣ ዳዊት፣ ሰሎሞን፣ ሙሴ፣ ያዕቆብ፣ ዮሴፍ ዋና ዋናዎቹ ናቸው፡፡ በተለይም ደግሞ አብርሃም የእስራኤላውያን አባት የሚባል ነው፡፡ ከአሕዛብ ወገን የነበረው አብርሃም የከለዳውያን ዑርን ትቶ በመውጣት የእርሱ ዘሮች የሆኑትን

እስራኤላውያንን ዐፈራ። እግዚአብሔር ዘርህን እንደ ምድር አሸዋ እንደ ሰማይ ከዋክብትም አበዛዋለሁ፤ እንዳለው የአብርሃም ዝርያዎች እየተዋለዱ በመሄድ በዙ።

አብርሃም፣ ይስሐቅን ወለደ፤ ይስሐቅም ያዕቆብን ወለደ። ከያዕቆብ ልጆች መካከልም ዮሴፍ በወንድሞቹ ተሸጦ ወደ ግብፅ ምድር ሄደ። በግብፅም ውስጥ እግዚአብሔር አከበረው። በእስራኤል ምድር ረሃብ በመበርታቱ እስራኤላውያን ዮሴፍ ወዳለበት ወደ ግብጽ ተሰደዱ። እስራኤላውያን ወደ ግብፅ ከተሰደዱ በኋላም በግብፅ ውስጥ ተዋለዱ፤ በዙም። ከብዙ ትውልድ በኋላም ዮሴፍን የማያውቅ የግብፃውያን ትውልድ ተነሣ፣ በእስራኤላውያን ላይ ቀንበርን ጭነው ያሰቃዩአቸው ጀመር። የሸክላ ጡብ እንዲሠሩ በማድረግ ጉልበታቸውን በዘበዙት። የፈርዖን መንግሥትም የወንዶቹ ቍጥር በርክቶ ሲመለከቱ፣ በዓመፅ ተነሥተው ለግብጽ መንግሥት ሥጋት እንዳይሆኑ በመፍራት፣ እስራኤላውያን ሴቶች ወንድ ልጅ ከወለዱ ሕፃኑ እንዲገደል በማድረግም ግፍ ፈጸሙባቸው። አንድ ቀን ግን እግዚአብሔር ሙሴ ሲወለድ በአስገራሚ መንገድ በራሳቸው በግብፃውያኑ አማካይነት ከሞት እንዲተርፍ አድረጎት በፈርዖን ቤት ውስጥ እንዲያድግ አደረገና እስራኤላውያንን ከግብፅ ባርነት ነፃ እንዲያወጣ ተጠቀመበት። ሙሴ ታላቅ የእስራኤላውያን መሪ በመሆንም በእስራኤላውያን ታሪክ የከበረ ቦታ ያለው ተወዳጅ ሰው ሆነ።

በዚህ ምዕራፍ ላይ ይህን ታላቅ መሪ ከመሢሑ ኢየሱስ ጋር እያስተያየው ኢየሱስ ከሙሴም እንደሚበልጥ ያመለክተናል። ሙሴ ለእስራኤላውያን ሕገ ኦሪትን ከእግዚአብሔር ተቀብሎ የሰጣቸውም ነው። ሕጉን በመስጠት ብቻም ሳይሆን፣ የሃይማኖታቸውንም ሥርዓት ሁሉ የዘረጋው ሙሴ ነው። ከዚህ የተነሣ ሙሴ በእስራኤላውያን ታሪክ ውስጥ ታላቅ መሪ ነው።

ጸሐፊው ኢየሱስ የሃይማኖታችን ሐዋርያና ሊቀ ካህን ነውና እርሱን ተመልከቱ ይላቸዋል። ከፍ ብለን እንደ ተመለከትነው ሐዋርያ የተላከ ነው። ሙሴ ወደ እስራኤላውያን ተላከ። ኢየሱስ ደግሞ መጥምቁ ዮሐንስ *“የዓለም ኃጢአት የሚያስወግድ የእግዚአብሔር በግ”* እንዳለው፣ እርሱ ለእስራኤላውያን ብቻ ሳይሆን፣ ስለ ዓለም የተላከ ሐዋርያ ሆኖ ወደ ምድር መጣ። ቀጥሎም ኢየሱስ ሊቀ ካህናት ተብሏል። ሊቀ ካህናት የክህነት ሥራን እየሠራ ሰዎች በእግዚአብሔር መንግሥት ውስጥ በጽድቅና በቅድስና እንዲኖሩ ይረዳቸዋል።

ስለዚህ ብሎ ሲናገር ከምዕራፍ ሁለት አሳብ ጋር ያለውን ሰንሰለታዊ ግንኙነት ያመለክታል፡፡ ምዕራፍ ሁለትንም ሲጀምር፣ ጸሐፊው ስለዚህ ብሎ በመጀመሩ፣ ሦስቱ ምዕራፎች ያላቸውን የአሳብ ተያያዥነት ይጠቁመናል፡፡ ጸሐፊው የዕብራውያንን ክርስቲያኖች "የሰማያዊው ጥሪ ተካፋዮች" የሆናችሁ ቅዱሳን ወንድሞች» ብሏቸዋል፡፡ ሙሴና ኢየሱስን ጸሐፊው ሲያነጻጽራቸው ሁለቱም ተመሳሳይነት ያላቸውን ኀላፊነቶች እንደ ተወጡ እንገነዘባለን፡፡ **ሙሴ በቤቱ ሁሉ የታመነ ሆኖ ተገኝቷል፡፡** ቤቱ የሚለው የእግዚአብሔርን ቤተ ሰቦችን እንደሆነ ወይም የእግዚአብሔርን ቤት እንደ ሆነ በቀጣዮቹ ቍጥሮች ከምናገኘው አሳብ እንገምታለን፡፡ በዚህ ቤት ውስጥ ሙሴ ታማኝ መሆኑ ከኢየሱስ ጋር ባለው *ሥራ* ውስጥ በተመሳሳይ አገልግሎት ላይ እንደ ተሰማራ ይጠቁማል፡፡ ኢየሱስም በዚህ ቤት ውስጥ ለሾመው አባቱ ታማኝ በመሆን አገልግሏል፡፡

ጸሐፊው እነዚህን ታላላቅ አገልጋዮች ማነጻጸር ለምን አስፈለገው? ብለን ብንጠይቅ እስራኤላውያን ለሙሴ ትልቅ ከበሬታ ስላላቸው ነው፡፡ የሙሴን ታማኝነት የከበረ አገልግሎት ከኢየሱስ ጋር እያወዳደረ ዐይኖቻቸውን ወደ ሊቀ ካህናቱና ወደ እምነታቸው ሐዋርያ እንዲያደርጉ ያስታውሳቸዋል፡፡

የታመነ (ፒስቶስ) pis-tos':- ከሚል የግሪክ ቃል የመጣና ማመን የሚል ፍቺ ያለው ነው) ማለት፡- የታመነ፣ እምነት የሚጣልበት የሚል ነው፡፡ የታመነ (ፒስቶስ) የሚለው ቃል እግዚአብሔርን፣ ሰውን ወይም ቃልን የሚወክልና ቃል ኪዳንን ሊጠብቅ የሚችል አካልን የሚያመለክት *ነው፡፡(መጽሐፍ ቅዱስ ጥቅሶች የብሉይና / የአዲስ ኪዳን ግሪክ መዝገበ ቃላት፣ የቴየር ትርጉም 1989. በ ጆሴፍ ሄንሪ ቴየር፣ አስቲን ሐተታ/ በጀፍ ጋሪሰን)*

ዌስት፡- ሲጽፍ የታመነ የሚለው ቃል የተገለጸው በኀላፊ ቃል ሳይሆን፣ የተገለጸበት ግስ ቀጣይነትን የሚያሳይ ነው፡፡ ይህም ዳግሞ ባሕርይን የሚያሳይ ነው፡፡ መሢሑ ሁሌም ታማኝ እንደ ሆነ ሁሉ እንዲሁ አሁንም ታማኝ ነው፡፡ መሢሑ እጅግ ትልቅ በሆነው የታማኝነት ባሕርይው በሚታወቀውና በአይሁዳውያን አማኞች ዘንድ ትልቅ ቦታ ከሚሰጠው ከሙሴ ጋር ነው ተነጻጽሮ የተቀመጠው፡፡ እግዚአብሔር ራሱ ስለ አገልጋዩ ሙሴ ታማኝነት ምስክርነትን ሰጥቷል (ዘኍ. 12÷7)፡፡ *(ዌስት፣ ኬ. ኤስ 1947. የግሪክ አዲስ ኪዳን ጥናት)*

በዘመናችን ብዙዎች ሰዎች የሚቸገሩት በዚህ አይደለምን? አገልጋዮች የሆኑቱ ኢየሱስን ከማሳየት ይልቅ ራሳቸው እንዲታዩ ያደርጋሉ፡፡ ትምህርታቸው **ሰው ተኮር** በመሆኑ ምክንያት ምዕመኑ የሚያውቀው ኢየሱስን ሳይሆን፣ እነርሱን ይሆናል፡፡

ቁጥር 2 ሙሴ ደግሞ በቤቱ ሁሉ የታመነ እንደሆነ፥ እርሱ ለሾመው የታመነ ነበረ።
የታመነ ነበር ዕብ 2፥17; ዮሐ 6፥38-40; 7፥18; 8፥29; 15፥10; 17፥4
እርሱ ለሾመው 1ኛ ሳሙ 12፥6
የታመነ እንደሆነ፥ ዕብ 3፡5; ዘኁ 12፥7; ዘዳ 4 5; 1 ጢሞ 1፥12
በቤቱ ሁሉ ዕብ 3፡6; ኤፌ 2፥22; 1ኛ ጢሞ 3፥15

ቍጥር 3-4 *ቤትን የሚያዘጋጀው ከቤቱ ይልቅ የሚበልጥ ክብር እንዳለው መጠን፥ እንዲሁ እርሱ ከሙሴ ይልቅ የሚበልጥ ክብር የተገባው ሆኖ ተቈጥሮአልና። እያንዳንዱ ቤት በአንድ ሰው ተዘጋጅቶአልና፥ ሁሉን ያዘጋጀ ግን እግዚአብሔር ነው።*

ቤቱን የሚያዘጋጀው:- የቤቱ ባለቤት፣ ከቤቱ ይልቅ የሚበልጥ ክብር አለው፡፡ የቤቱ አዘጋጅ እርሱ ባዘጋጀው ቤት ውስጥ የሚበልጠውን ክብር ይወስዳል፡፡ ሙሴ ያዘጋጀው ቤት አለ፡፡ እስራኤልን በመምራት የሚቀበለው ክብር ይኖረዋል፡፡ ኢየሱስም ያዘጋጀው ቤት አለው፡፡ በቍጥር ሁለት ላይ ሁለቱ የሠሩአቸው ቤቶች ያላቸውን ንጽጽርም ተመልክተናል፡፡ እያንዳንዱ ቤት አዘጋጅ ወይም መሪ ያለው ሲሆን፣ ሁሉንም የሚጠቀልለው ግን እግዚአብሔር እርሱ የቤቱ የበላይ፣ ዋናውና ሁሉንም ያዘጋጀው ነው፡፡ ሙሴና ኢየሱስ እንግዲህ የሚበላለጡበት ዋና ነጥብ እዚህ ጋር ነው፡፡ በቤቱ ውስጥ እግዚአብሔር ወልድ የሚበልጠውን ክብር ከአባቱ ከአብ ሲወስድ እናያለን፡፡

በእግዚአብሔር ቤት ውስጥ የሚያገለግሉ እንደ ሙሴ ያሉ አገልጋዮች ሁሉ፣ ዛሬም በዘመናችን ያሉ አገልጋዮችም በደረጃቸው ተገቢው ክብር የሚገባቸው ናቸው፡፡ ይሁንና ግን ከእነርሱም በበለጠ የላቀው ክብር የሚገባው ኢየሱስ ነው፡፡ እነርሱ ወደ እርሱ የሚያመለክቱ፣ በራሳቸው ውስጥም እንኳ ኢየሱስን አክብረውና አስከብረው ሊመላለሱ የሚገባቸው ፍጡራን ናቸው፡፡ የእርሱን ክብር ወደ ራሳቸው ለመሰብሰብ ከሞከሩና፣ የኢየሱስን ክብር የሚጋርዱት ከሆነ፣ ያን ጊዜ በከፉ ስሕተት ውስጥ ናቸው ማለት ነው፡፡

እነኚህ አገልጋዮች የኢየሱስን ክብር የሚያስቀድሙ ከሆነ በማንኛውም አቅጣጫ እርሱ እንደኖረው እየኖሩ፣ እርሱ ታማኝ እንደ ሆነ እነርሱም ታማኝ እየሆኑ፣ እርሱ ትሑት እንደ ሆነ እነርሱም ትሑት እየሆኑ በአጠቃላይ በኑሮአቸው ሁሉ ኢየሱስን እንደሚገባ እየገለጡት ሕዝቡን ሁሉ ከእነርሱ በበለጠ ኢየሱስን እንዲያከብርና እንዲወድ

ያደርጉታል፡፡ በዚህ ዘመን ግን የምንመለከተው በአብዛኛው ከዚህ ያፈነገጠ ወይም በተቃራኒው ያለ ድርጊትን ነው፡፡

እግዚአብሔር አብ ሁሉን አዘጋጅቶ ሳለ ሰው ግን ይህን የተዘጋጀለትን ትልልቅ ምስጢር በትክክል አልተረዳውም፡፡ ይህ ምሲጢር ቢገባን ምንኛ ታላቅ ነው; እግዚአብሔር በመንፈስ ቅዱስ አማካኝነት በእኛ ውስጥ ሊገልጠው ያለ የክብሩ ታላቅነት እንዴት ድንቅ ነው? እኛ ሰዎች ግን ይህን የተዘጋጀልንን ትልቅ በረከት መውረስ አቅቶን አብዛኛውን ግዜ ስንተላለፍ እንገኛለን፡፡

ቤቱን የሚያዘጋጀው (ካታስኪዮዞ)) kat-ask-yoo-ad'-zo፦ ማለት ዝግጁ ማድረግ፣ ማቅረብ፣ መገንባት የሚል አሳብ ነው ያለው፡፡ ይህ ቃል ያለው አሳብ ከቤት ግንባታ የዘለለ ነው፡፡ በውስጡ ለቤቱ የሚያስፈልጉ ነገሮችን እና ቁሳቁሶችን ማሟላትንም ያጠቃልላል፡፡ *(መጽሐፍ ቅዱስ ጥቅሶች የብሉይና / የአዲስ ኪዳን ግሪክ መዝገበ ቃላት፣ የቴየር ትርጉም 1989. በ ጆሴፍ ሄንሪ ቴየር፣ አስቲን ሐተታ/ በጄፍ ጋሪሰን)*

የተገባው (አክሲአአ) ax-ee-o'-o፦ የሚለውቃል ትርጉሙ አንድ ጥቅም ያለውና ክብር የተገባው ነገርን ሲሆን፣ እዚህ ጋር የኢየሱስን የተገባው መሆንን የሚያመለክት ነው፡፡ የተገባው ተደርጎ ተቈጠረ የሚለው ቃል የዚህን ነገር ቋሚነት እና ቀጣይነት የሚገልጽ ግስ ነው፡፡ ይህም ኢየሱስ ሁሉም የተገባው ተደርጎ እንደ ተቈጠረ ማለት ነው፡፡ *(መጽሐፍ ቅዱስ ጥቅሶች የብሉይና / የአዲስ ኪዳን ግሪክ መዝገበ ቃላት፣ የቴየር ትርጉም 1989. በ ጆሴፍ ሄንሪ ቴየር፣ አስቲን ሐተታ/ በጄፍ ጋሪሰን)*

ቁጥር 3 ቤትን የሚያዘጋጀው ከቤቱ ይልቅ የሚበልጥ ክብር እንዳለው መጠን፥እንዲሁ እርሱ ከሙሴ ይልቅ የሚበልጥ ክብር የተገባው ሆኖ ተቆጥሮአልና።
እርሱ ከሙሴ ይልቅ የሚበልጥ ክብር የተገባው ሆኖ ተቆጥሮአልና ዕብ 6; 1÷2-4; 2÷9; ቆላ 1÷18
ቤትን የሚያዘጋጀው ዘካ 4÷9; 6፡12,13; ማቴ 16÷18; 1ኛ ቆሮ 3÷9; 1ኛ ጴጥ 2÷5-7
ቁጥር 4 እያንዳንዱ ቤት በአንድ ሰው ተዘጋጅቶአልና፥ሁሉን ያዘጋጀ ግን እግዚአብሔርነው።
ግን ሁሉን አዘጋጅቷል ዕብ 3; 1÷2; አስ 2÷10; 3 9

ቍጥር 5 ሙሴስ በኋላ ስለሚነገረው ነገር ምስክር ሊሆን በቤቱ ሁሉ እንደ ሎሌ የታመነ ነበረ፥ ክርስቶስ ግን እንደ ልጅ በቤቱ ላይ የታመነ ነው፤

ሙሴ የራሱን ክብር በመናገርና በማሳየት ሳይሆን ወደፊት ስለሚሆነው የመሢሑ ክብር መምጣት እያመሰከረ በእግዚአብሔር ቤት ውስጥ እንደ ታማኝ ሎሌ አገለገለ፡፡ ሎሌ ሁልግዜ ጌታው የሚፈልገውን ያደርጋል እንጂ፣ በራሱ ፈላጭ ቆራጭ አይደለም፡፡ በየቀኑ ሕይወቱ የሚያገለግለውም የራሱን ፍላጎት ሳይሆን፣ ጌታው የሚፈልገውን ነገር በማድረግ ነው፡፡ በራሱ ላይ ከጌታው ፈቃድ ውጭ ምንም ሥልጣን የለውም፡፡ ዝቅ ብሎ በየቀኑ የጌታውን ተድላና ደስታ ብቻ ይፈጽማል፡፡ ሙሴ እንዲህ ዐይነት አገልጋይ ነበር፡፡ በቤቱ ሁሉ ላይ በሥልጣን እየተመላለሰ ሳይሆን፣ እንደ አገልጋይ ራሱን አዋርዶ፣ ከፈርዖን ቤተ መንግሥትም መውጣቱ ሳያኩራራው ታማኝ ሎሌ አገልጋይ ሆኖ የእግዚአብሔርን ፈቃድ በመፈጸም አልፎአል፡፡

በዚህ ባለንበት ዘመን ያሉ አገልጋዮች ከሙሴ ሕይወት ትሕትናና ሊማሩ ይገባቸዋል፡፡ በከበሬታው ሥፍራ ተቀምጠው ኢየሱስ ሳይሆን፣ እነርሱ እየታዩ፣ የተሰጣቸውን ጸጋ መነገጃ በማድረግ የተቀማጠለ ሕይወትን እየኖሩ፣ የእግዚአብሔርም ሕዝብ ጸጥ-ለጥ ብሎ እንዲገዛላቸው መለኮታዊ ሥርዓት መከበር ይገባዋል እያሉ በዘዴ ወንበራቸውን የሚያስከብሩ አገልጋዮች በርክተዋል፡፡ የነዋይ ፍቅርና የሥልጣን ጥማት ልባቸውን ስላሳወረው ኢየሱስ የት እንዳለም ለማስታወስ የማይችሉበት ደረጃ ላይ ደርሰዋል፡፡ ሙሴ ግን የዕውነተኛ አገልጋይ ምሳሌ ሆኖ ኢየሱስን ሲያሳየን እንመለከተዋለን፡፡

ጌታ ኢየሱስ ክርስቶስም በቤቱ ውስጥ ታማኝ በመሆን ሲያገለግል እርሱና ሙሴ የሚለያዩት ኢየሱስ የእግዚአብሔር ልጅ በመሆኑ ነው፡፡ ሙሴ ደግሞ በቤቱ ውስጥ ወደ ፊት ስለሚሆነው ስለ መሢሑ መምጣት የሚመሰክር ታማኝ አገልጋይ ነበር፡፡

ሙሴ በቤቱ ሁሉ እንደ ሎሌ የታመነ ነበር

ሎሌ (ቴራፖን) therapon/ ther-ap'-ohn፡-ከሚል የግሪክ ቃል ሲሆን፣ አሳቡም በፈቃደኝነት አገልግሎት መስጠትን ያመለክታል)፡፡ የሚያሳየው ለሚበልጠው አካል ታማኝ ጓደኛ የሆነን ሰው፡፡ የበላዩን ወይም የአለቃውን አሳብ ወይም ፍላጎት የሚያስፈጽም ሲሆን፣ ይህ የተለመደውን የአገልጋይነት ዐይነት የሚወክል አይደለም፡፡

ሎሌ (therapon) የሚለው ቃል ምንም ዐይነት ግዴታ ሳይኖርበት በፍቅር የሚያገለግልን አገልጋይም ወይም ግዴታ ኖሮበት የሚያገለግልንም አገልጋይ የሚወክል ቃል ነው፡፡

ስለዚህ ይህ ሎሌ የሚል ቃል የፈቃድኝነትን አገልግሎት የሚያሳይ ብቻ ሳይሆን፣ በአገልጋዩና በተገልጋዩ መካከል ያለውን ግንኙነትም የሚያሳይ ነው፡፡ therapon/ ቴራፖን የግሪክ ቃል ሲሆን፣ በዕብራውያን ቀደምት ቃል ላይ ሎሌ "**servant**" የሚለውን ቃል ለመተርጐም የሚውል ቃል ነው፡፡ እግዚአብሔር ከሙሴ ጋር ያለውን ግንኙነት በገለጸበት ቦታም ያገለገለ ቃል ነው (ዘኍ. 12÷7-8)፡፡ ይህን የግሪክ ቃል መጠቀሙ የሚያሳየን ነገር ቢኖር ሙሴ ትልቅ ቦታ ያለው፣ በነፃ የሚያገለግልና ትልቅ ክብር የተሰጠው መሆኑን ነው፡፡ የሙሴ አገልግሎት በአብዛኛው የሚያሳየው በእግዚአብሔር ቤት ውስጥ የተቆጣጣሪነት ቦታ እንዳለው ነው፡፡ *(መጽሐፍ ቅዱስ ጥቅሶች የብሉይና / የአዲስ ኪዳን ግሪክ መዝገበ ቃላት፣ የቴየር ትርጒም 1989. በ ጆሴፍ ሄንሪ ቴየር፣ አስቲን ሐተታ/ በጀፍ ጋሪሰን)*

አገልጋይ ወይንም ሎሌ ለሚለው ቃል ጸሐፊው የተጠቀመበት የመጀመሪያ ቃል በራሱ ጥንቃቄ የተሞላው ጥናት የሚጠይቅ ነው፡፡ ይህ ቃል **ቴራፖን (therapon)** የሚል ሲሆን፣ በቀደምት የብሉይ መጻሕፍት መላእክትንና ነቢያትን ለመግለጽ አገልግሏል፡፡ ይህን ቃል ሲገልጽ ጸሐፊው አብሮ አያይዞ ያስቀመጠው የባሕርይ መገለጫም አለ፡፡ ይህም በታማኝነት የሚደረግ አገልግሎትን አመልካች ነው፡፡ **ቴራፖን** ከገኸርና እስረኛ ባርያ ይልቅ በገኸርውና እስረኛ ባልሆነ፣ ነገር ግን በፈቃዱ ከሚያገለግል አገልጋይ ጋር ያለን ትስስር የሚገልጽ ነው፡፡ ቃሉ ሐኪሞች ለታማሚ የሚያደርጉትን ዕንክብካቤም ያሳየናል፡፡ ዜኖፎን የሚለው ቃል በሌላ መልክ አማልክት ለሰው የሚያደርጉትን ዕንክብካቤ እንዲሁም ሰው አማልክትን የሚያመልክበትን የሚያሳየን ነው፡፡ *(ዌስት፣ ኬ. ኤስ 1947. የግሪክ አዲስ ኪዳን ቃል፣ ጥናት:- ኢርድማንስ)*

ትሬንች፡- ስለዚህ ቃል ሰፊ ገለጻን ይጽፋል /ቴራፖን/ - ሎሌ ማለት ሲሆን፣ የአሁንን ተግባር የሚያሳይ ነው፤ ደግሞም የሚፈጸመው ተግባር በፍላጎትና በነፃ የሚፈጸም ይሁን ወይም በግድ የሚፈጸም ቢሆን ያለው አሳብ ላይ ለውጥ የሚፈጥር አይደለም፤ ቢሆንም በግድ ከሚያገለግል ይልቅ በውድ እንደሚያገለግል ትልቅ ፍቅርና ስሜት የሚያገለግልን ያመለክታል፡፡ ይህ ሎሌ /ቴራፖን/ የሚል ቃል ሐኪም ለህመምተኛው የሚያሳየውን ርኅራኄ፣ ሰው ለእግዚአብሔር የሚያሳየውን አገልግሎት የሚጠቁም ሲሆን፣ ፈጣሪ ለሰው ልጅ የሚያሳየውንም ዕንክብካቤ የሚገልጽ ቃል ነው፡፡ የዕብራውያን ጸሐፊ በዕብራውያን 3÷5 ላይ ሙሴን ሎሌ ብሎ ሲጠራው በእግዚአብሔር ቤት ውስጥ የተለየ ቦታ እንዳለው፣

በነፃ የሚያገለግልን አገልጋይ እንደሚመስልና ብዙ ክብር ያለው ሆኖ እንደ ባለ ዐደራ ቤቱን የሚመራ ዐይነት መሆኑን ነው የሚገልጸው (ዘኊ. 12÷6-8)። አስተርጓሚዎቻችን "በእግዚአብሔር ቤት ላይ የታመነ" የሚለውን ማዕረግ ልዩ እና የከበረ መሆኑን የሚያሳዩበት የተለየ መንገድ አላቸው። *(ትሬንች፣ አር. ሲ. ዘ ኒው ቴስታመንት ተመሳስሎ፣ ሄንድሪክሰን እትም፣ 2000)*

ኪስተማከር፡- ሲጨምር ሎሌ የሚበልጠውን አካል ወይም ግለሰብ የሚያገለግልን ሰው የሚገልጽ ቃል ነው። እንዲሁም ማገልገል የሚፈልግን አካል በግድ ሳይሆን፣ በውድ ማገልገልን የሚፈልግ አካልን የሚያሳይ ነው። *(ሳይመን ጀን ኪቲማከር፣ አዲስ ኪዳን ሐተታ፡- ኤክስፖሲሽን) :*

በኋዋላ ስለሚነገረው ነገር ምስክር ሊሆን

ዌስት፡- እግዚአብሔር ስለ ሙሴ ታማኝነት ምስክርነት መስጠቱ በኋላ ሙሴ እግዚአብሔር ስለ ተናገረው ነገር ለሚሰጠው መግለጫ ዕውነተኛነት ማረጋገጫ ነው። ይህ አተረጓጐም በዘኊ 12÷7-8 ላይ ላለው እግዚአብሔር ለሙሴ ለሰጠው ማረጋገጫ ትክክለኛ ትርጒም ይሰጣል። *(ዌስት፣ ኬ. ኤስ 1947. የግሪክ አዲስ ኪዳን ጥናት)*

ቁጥር 5 ሙሴስ በኋላ ስለሚነገረው ነገር ምስክር ሊሆን በቤቱ ሁሉ እንደ ሎሌ የታመነ ነበረ፥ ክርስቶስ ግን እንደ ልጅ በቤቱ ላይ የታመነነው፤
በቤቱ ሁሉ የታመነ ነበረ፥ ዕብ 3፡2; ዘኊ 12÷7; ማቴ 24÷45; 25÷21; ሉቃ 12፡42; 16÷10-12; 1ኛ ቆሮ 4÷2; 1 ጢሞ 1÷12
እንደሎሌ ዘጸ 14÷31; ዘዳ 3÷24; 34÷5; ኢያ 1÷2,7,15; 8÷31,33; ነህ 9÷14; መዝ 105÷26
ምስክር መሆን ዕብ 8÷5; 9÷8-13,24; ዘዳ 18÷15-19; ሉቃ 24÷27,44; ዮሐ 5÷39,46,47; ሥራ 3÷22,23; 7÷37; 28÷23; ሮሜ 3÷21; 1ኛ ጴጥ 1÷10-12

ቊጥር6 እኛም የምንደፍርበትን የምንመካበትንም ተስፋ እስከ መጨረሻው አጽንተን ብንጠብቅ ቤቱ ነን።

ጸሐፊው ከዚህ አሳብ በመቀጠል "እኛም" ብሎ መልእክቱን ወደ ተደራሲያኑ የዕብራውያን ክርስቲያኖች ያዞራል። በዚህ አሳብ ውስጥ ራሱንም በማካተት እየተናገረ መሆኑ፣ ዕብራዊነቱን ያረጋግጥልናል።

የምንደፍርበት(parrhesia / par-rhay-see'-ah፡- የሚል የግሪክ ቃል ሲሆን**pas** = ሙሉ + **rhesis** = ንግግር) የቃሉ ትርጉም የመናገር ነጻነት ወይም ፍርሃት የሌለበት የግልጽነት ማንነት፡፡ በውጤቱም በራስ መተማመንና ድፍረት ይታያል፡፡ ይህ የግሪክ ቃል በስብሰባ ላይ በግልጽ የመናገር ድፍረትን የሚያሳይ ቃል ነው፡፡

የምንደፍርበት፡- የምንመካበት ተስፋ የትኛው ነው ብለን ብንጠይቅ የእግዚአብሔር ቤተ ሰቦችና የርስቱ ወራሾች መሆናችን ነው፡፡ ነገር ግን ሰው ድፍረትና ትምክህቱን በራሱና በዚህ ምድር ጉዳይ ሊያደርግ ይችላል፡፡ ባለመታዘዝና በዓመፅ፣ እስራኤላውያን በምድረ በዳ ድምጹን እየሰሙ ሙሴም ሲመራቸው ዕንቢታን እያሳዩና ወደ ጣዖታት ራሳቸውን እየመለሱ፣ የግብፅ ሽንኩርት ይሻለናል ብለው ምኞትና ተስፋቸውን ወደ ተዉት ዓለም እያረጉ እግዚአብሔርን ተዳፍረዋል፡፡

ዛሬም ይህን በመሰለ ትምክህትና ድፍረት በእግዚአብሔር ፊት የሚመላለሱ፣ በቤቱ ውስጥ የሚያገለግሉ ጥቂት አይባሉም፡፡ ወንጌሉንና የእግዚአብሔርን መንግሥት የሚያገለግሉ መስለው ራሳቸውን የሚያገለግሉ፣ ክብርን ለራሳቸው የሚወስዱ፣ በወንጌል ስም የሚነግዱ እየተበራከቱ ይገኛሉ፡፡ ይህ በእግዚአብሔር ፊት አስነዋሪ ድፍረት ነው፡፡

እኛ ልንደፍርበት የሚገባን የምንመካበት ተስፋችን ግን የሙሴንና የኢየሱስን አገልግሎትና ሕይወት ሊመስል ይገባዋል፡፡ ሙሴ በቤቱ ውስጥ እንደ ሎሌ ሆኖ እንዳገለገለ፣ እንዲሁ እኛም ራሳችንን ሳይሆን፣ አምላካችንን በማገልገል፣ ለእርሱ በመኖር ተስፋችንን እስከ መጨረሻ አጽንተን ልንይዝ ይገባናል፡፡ ኢየሱስም ያገለገለው በዚሁ የታማኝነት መንገድ ሲሆን፣ ከእርሱም የምንቀስመው ትልቅ ትምህርት ይህ ነው፡፡ ይህን ተስፋችንም እስከ መጨረሻ ድረስ አጽንተን ልንይዝ ይገባናል፡፡ ክርስቲያን በብዙ ውጣ-ውረድ ውስጥ ጸንቶ የሚቆም እንጂ፣ በመወላወል የተስፋውን ቃል አይወርስም፡፡ ለእስራኤላውያን የተሰጣቸው የተስፋ ቃል “ማርና ወተት የምታፈስሰውን ምድር ትወርሳላችሁ” የሚል ነበር፡፡ ብዙዎች በዚህ ተስፋ ጉዟአቸውን ቢጀምሩም፣ ጅምሩን መጨረስ አቅቶአቸው በየመንገዱ ተንጠባጥበዋል፡፡

በቃሉ ውስጥ ታሪካቸው የሰፈረልን የቀደሙት ቅዱሳን አባቶች ሕይወት የሚያሳየን ግን ለጌታቸው ታማኝ በመሆን የቱን ያህል በጽናት እንዳለፉ ነው፡፡ ከኖኅ ጀምሮ አብርሃምን፣ ይስሐቅን፣ ያዕቆብን ሌሎቹንም የእግዚአብሔር ሰዎች ታሪክ ተራ በተራ ስንመለከት በብዙ መከራና ዕንግልት ውስጥ ቢያልፉም እስከ መጨረሻ ድረስ ዋጋ ከፍለው ተስፋቸውን አጽንተው ይዘው አልፈዋል፡፡

በዚህ የዕብራውያን መጽሐፍ ክርስቶስ የሚለውን ቃል ለመጀመሪያ ጊዜ የተጠቀመው በዚህ ቊጥር ላይ ነው፡፡ ጸሐፊው የዕብራውያንን መልእክት ሲያዘጋጅ ዋነኛ ትኩረቱ ክርስቶስ ኢየሱስ ከማንኛውም ከአይሁድ እምነት ጋር ግንኙነት እንደ ሌለው ማስጨበት ነው፡፡ የዕብራውያን ክርስቲያኖችን ሊያሳስባቸው የሚፈልገው የአይሁድ የሃይማኖት አስተሳሰብና የሕይወት ዘይቤ ቀስ በቀስ በውስጣቸው እየሰረጸ መምጣቱን በማሳየት፣ ኢየሱስ ከዚህ አመለካከት ጋር ኅብረት እንደ ሌለውና እርሱ ከሁሉም እንደሚልቅ ማስጨበጥ ነው፡፡ አይሁዳውያን፤ ይህ አዳኝ ክርስቶስ ወደ እነርሱ በአካል በመጣ ጊዜ ሊቀበሉት አልወደዱም፤ ማን መሆኑንም አላወቁም፡፡ ሊቀበሉት አልወደዱምና፤ ከዚህም የተነሣ ዕድሉ ለአሕዛብ ሁሉ ተሰጠ፡፡

የዕብራውያን አማኞች ዙሪያቸውን በአይሁድ እምነት ተከታዮች የተከበቡ በመሆናቸውና ወገኖቻቸውም ስለሆኑ፣ እያደር ግር እያላቸው የመጣው የአብርሃም ዘሮች በሆኑት ወገኖቻቸውና በእነርሱ መካከል ስለ ሃይማኖታቸው ሊቀ ካህናት ያለው ግንዛቤ ነው፡፡ ከዕብራውያን መልእክት የምንገምተውም፣ እነዚህ የእዕራውያን ክርስቲኖች ቀስ በቀስ እምነታቸው እየተሸረሸረ ወደ አይሁድ እምነት እንዳይንሸራተቱ ነው፡፡ *«እኛም የምንደፍርበትን የምንመካበትን ተስፋ እንያዝ»* ሲል ይህ ትምክህት በቤቱ ውስጥ ተማምኖ መኖርን በቃሉ ላይ መደገፍን የሚያመለክት ትርጒም አለው፡፡ *"እናንተ ደግሞ እንደ ሕያዋን ድንጋዮች ሆናችሁ፡- በኢየሱስ ክርስቶስ ለእግዚአብሔር ደስ የሚያሰኝ መንፈሳዊ መሥዋዕትን ታቀርቡ ዘንድ ቅዱሳን ካህናት እንድትሆኑ መንፈሳዊ ቤት ለመሆን ተሠሩ"* (1ኛ ጴጥ. 2፡-5)፡፡

ዌስት፡- ድፍረት (ፓራዝያ/parrhesia) የሚለው ቃል ዋናው አሳቡ በመናገር ነፃነት ውስጥ ያለ ቁጥብነት የሌለበት ያልተዘበራረቀና ፍርሃት የማይታይበት ድፍርትና መተማመን ነው፡፡ ይህ ድፈረት የድነትን እምነት መናገር ብቻ ሳይሆን፣ የእርሱ ወራሽም ጭምር ለሆኑት አይሁዳውያን ንግግራቸውን እና ባሕርያቸውን የሚያሳይ መገለጫ ነው፡፡ ዳሩ ግን ወደ ቀደመው የመሥዋዕት አስተሳሰብ ከተመለሱ ይህንን ድፍረት ሊያጡት ይችላሉ፡፡ ጸሐፊው ሊያስታውሳቸው የሚፈልገው የእግዚአብሔር ቃል ሕያውና የሚሠራ እንደ ሆነና ከንግግር የዘለለ ጒልበት እንዳለው ነው (ዕብ. 4÷12-13)፡፡ የደስታ መንፈስ ከድፈረት መንፈስ ጋር አብሮ እንደሚሰራ ማሰብ አስፈላጊ ነው ምክንያቱም የማስመሰል ድፈረት ዕውነተኛ ደስታን አያመጣልንምና፡፡ (ዌስት፣ ኬ. ኤስ 1947. የግሪክ አዲስ ኪዳን ጥናት)

ስቲቨን ኮል ሲጽፍ ኢየሱስ ቤቱ አደረገን (3÷6) ብሏል፡፡ ቤት የሚለው ቃል በዚህ ምዕራፍ ላይ 7 ጊዜ ተጽፏል፡፡ እግዚአብሔር ሊኖርባቸው የመረጣቸውን ሕዝቡን የሚገልጽ ተምሳሌታዊ አገላለጽ ነው (ኤፌ. 2÷19፣ 22፤ 1ኛ ጢሞ. 3÷15፤ 1ኛ ጴጥ. 2÷4፣ 5)፡፡ መጽሐፍ ቅዱስ የትኛውም ቦታ ላይ የቤተ ክርስቲያን ሕንጻን የእግዚአብሔር ቤት ብሎ ጠርቶ አያውቅም፡፡ የእግዚአብሔር ቤት የእግዚአብሔር ሕዝብ ናቸው፡፡ በመጠለያ ውስጥ ሊሆን ይችላል ወይም በባዶ ሜዳ ላይ ወይም ለአምልኮ የተገነባ ሕንጻ ላይ ሊሆን ይችላል፡፡ ነገር ግን ሕንጻው አይደለም የአምልኮ ቦታው፣ ነገር ግን ሰዎቹ ራሳቸው ናቸው፡፡ የእግዚአብሔር መቅደስ ለመሆን አብረን መሠራት አለብን፡፡ የእግዚአብሔር መንፈስ ማደሪያ እንድንሆን (ኤፌ. 2÷21-22)፡፡ ይህ ሁሉ ነገር የሚያጽናና ነገር ነው ነገር ግን በመሃል ጸሐፊው አንድ ምቹት የማይሰጥ ማስጠንቀቂያን ይሰጣል፡- ይህም "እኛም የምንደፍርበትን የምንመካበትንም ተስፋ እስከ መጨረሻው አጽንተን ብንጠብቅ" የሚል ሲሆን፣ *ብሩሰረ ሜዝገር* እስከ መጨረሻው መጽናት የሚለው ሐረግ በመጀመሪያው ላይ ያልነበረ፣ ዳሩ ግን ከዕብ. 3÷14 ላይ የተወሰደ ሊሆን ይችላል ይላል፡፡ *(ስቲቨን ኮል፣ ኮሜንተሪ)*

የምንመካበት ተስፋችን

መመካት (ካውኬማይ) kow'-khay-mah፡- akin to aucheo = *መመካት*+ euchomai = ወደ እግዚአብሔር መጸለይ <>auchen = *ሰዎች* በኩራት በአንገታቸው ላይ የሚያንጠለጥሉዋቸው ነገሮች ናቸው)፡፡ በትክክል የዚህን ቃል ትርጉም ለመናገር በሥራ መመካት ወይም የምንመካበትን መነሻ ወይም የምንመካበትን ቊስም ሊያሳይ ይችላል፡፡ ይህ መመካት ተገቢ የሆነ ወይም ተገቢ ያልሆነ ሊሆን ይችላል (ኃጢአት የሆነ ልክ በ1ኛ ቆሮ. 5÷6 እንደ ተገለጸው) እና ጥሩ ይሁን መጥፎ ትርጉም ያለው የሚወሰነው ቃሉን በተጠቀምንበት ቦታ ላይ ባለው አሳብ ነው፡፡ *(መጽሐፍ ቅዱስ ጥቅሶች የብሉይና / የአዲስ ኪዳን ግሪክ መዝገበ ቃላት፣ የቴየር ትርጉም 1989. በ ጆሴፍ ሄንሪ ቴየር፣ አስቲን ሐተታ/ በጄፍ ጋሪሰን)*

ይህ ዐይነቱ መመካት በእምነት በኩል ማለትም ክርስቶስ ሞቶ በተነሣበት ኃጢአትን በደሙ ባነጻበት የትንሣኤው ኊልበት በተገለጠበት አሠራር ላይ ጥርጣሬ በሌለበት ከመቆም ባሻገር ዛሬ ታላቅ ሊቀ ካህናት ሆኖ በአብ ፊት ስለ እኛ በመቅረቡ እና የሰጠውን የክብር ሕይወት አማኝ ከክርስቶስ ጋር በመጣበቅ ተካፋይ በመሆን ሊመላለስ የሚያበቃው ብቃት (በአብ ፊት ቅዱስና ያለ ነውር በፍቅር) አድርጎ ዘወትር ሊያቆመን መቻሉ በማወቅና በማስተዋል የሚሆን በደስታ የሆነ መመካትን ያሳያል፡፡

ዓለም ውስጥ ብዙ ሰዎች ሀብት ባላቸው ዘመዶች ወይም ሥልጣንና ክብር ባላቸው ቤተ ሰቦቻቸው ይመካሉ፡፡ ብዙ ጊዜ ግን እነዚያ የተመኩባቸው ምርኩዞች በመከራቸውና በጭንቀታቸው ጊዜ ሲደርሱላቸው ወይም የክብራቸው ተካፋዮች ሲያደርጓቸው አይታይም፡፡ አንዳንዶች በዘራቸው ይመካሉ፤ ለምሳሌ በቀዳማዊ ኃይለ ሥላሴ ዘመን የነበሩ ባላባቶች ሆኑ ንጉሣዊ ዘር ያላቸው የዕከሌ ዘር ነኝ ይላሉ፡፡ ነገር ግን ያ ለእነርሱ ለስሜታቸው ዕርካታ ይሰጣቸው እንጂ፣ ዛሬ ላይ ላሉበት ችግር ዕረፍትን አይሰጣቸውም፡፡

ሰዎች የሚመኩባው ለጊዜው ሥልጣን ላይ የሚገኙ ባለ ሥልጣናት ለድህው ወገናቸው የሚፈይዱለት አንዳችም ነገር አይኖርም፡፡ የኢየሱስ ክርስቶስን በአብ ቀኝ መቀመጥ ግን አንድም ደቂቃ ሆነ ሰከንድ ለራሱ ሳይሆን፣ በምድር ሕይወቱ እንደ ገለጠው እና በመስቀል ላይ እንዳሳየው ለእኛ ነው፡፡ ከጨለማው ግዛት ወደሚደነቀው የፍቅሩ ልጅ መንግሥት የፈለሱ ልጆቹ ሁሉ ወደ ክብር ማምጣት ብቻ ሳይሆን፣ በክብሩ ውስጥ ሊያኖራቸው ዘወትር ስለ እነርሱ ሊማልድ በሕይወት ይኖራል፡፡

በምድር ላይ ያሉ ፖለቲከኞች፣ ገዥዎች እና ባለ ሥልጣናት ብዙ ተስፋ ለሚመሯቸው ሕዝብ ይሰጣሉ፡፡ ምርጫ አልፎ ሥልጣናቸው ሲደላደል በግል ጥቅማቸው ተጠላልፈው ሕዝቡን ይረሱታል፤ የሰጡትን ተስፋ አይፈጽሙም ወይም ኃይልን በመጠቀም የሚቃወማቸውን ይገድላሉ፡፡ ኃጢአታችንን በደሙ ያነጻው የዕዳ ጽሕፈታችንን የደመሰሰው የይሁዳው አንበሳ ግን ዛሬም ለሚወዱት ራሱን እየሰጠ፣ እየባረከና እያበረታታ ይገኛል፡፡ ስለዚህ ዛሬም በአብ ቀኝ ሆኖ እኛ ፍጥረቱ የሆንን (አዲስ ፍጥረት - የክብሩ መገለጫ የሆንን) በማይነገር ደስታ ገዛን፡፡

የመጀመሪያዎቹ ክርስቲያኖች በብዙ የሕይወት መዘባበቻነት ውስጥ ያሳልፉ ነበር፡፡ የዕብራውያን ጸሐፊ እንዲህ ይላል፡- "ነገር ግን ግማሽ በነቀፋና በጭንቅ በብዙ መጫወቻ ስለ ሆነችሁ ግማሽ እንዲህ ካሉት ጋር ስለ ተካፈላችሁ" ሲል፣ ስለ ስሙ ሲሉ ያሳለፉትን የመስቀል መከራ ይናገራል፡፡ የሚገርመው ግን በዚህ መከራቸው ውስጥ አብሯቸው ያለ ሊቀ ካህናት ኢየሱስ ነው (ዕብ. 10÷32-33)፡፡ ከእኛ ጋር አብሮ እየተሰደደ፣ አብሮ እየተራበ እና እየተጠማ ያለ ጌታ ነው ያለን፡፡

እስራኤልን በበረሃና በጭንቅ ውስጥ አግኝቶ ዝም ብሎ አልተወውም፤ ዳሩ ግን አብሮ ተጨነቀ፤ እሸሩሩ እያለ አዝሎ አብሮ መከራን ተቀበለ (ኢሳ. 63÷9፤ ዘጸ. 3÷7-9፤ ዘካ. 2÷8)፡፡ ይህ ብቻ አይደለም፤ ዳሩ ግን በድካማችንን የሚራራ፣ አንጀቱ ስለ እኛ

የሚታወከና ዕንቅልፍን የሚያጣ ነው። እናት የወለደችውን ትረሳ ይሆናል፥ እርሱ ግን አይረሳም። ስለዚህም ስለ መስቀሉ የሚያልፉትን መከራ የራሱ አድርጎ የወሰደ ጌታ አለን (የሐዋ. 9፥4፤ ማቴ. 25፥45-46)።

ጌታ ኢየሱስ መከራዬ ብሎ የእኛን መከራ ጠራው ክብሩን ግን ክብራችሁ ሕይወታችሁ ብሎ ተካፋይ አደረገን (ሮሜ 8፥17፣ ቈላ. 2፥4)። ስለዚህ በደስታ የተሞላ መመካት በክርስቶስ ብቻ ይገኛል፤ ስለዚህም ድፍረት ይሆናል። ወደ ጸጋው ዙፋን በእምነት ለመቆም ያስቻለን ጸጋው እንደ ሆነ እናስተውላለን (ሮሜ 5፥2)።

ብቃትን ያገኘነው "አልለቅህም ከቶም አልተውህም፤ በጽድቅ ዕጄ መዳፍ ቀርጬሃለሁ" ብሎ የተናገረው መሆኑን ለእስራኤላውያን መናገሩን (ኢሳ. 41፥9-10) ደግሞ ለዕብራውያን አማኞች ያሳስባቸዋል (ዕብ. 13፥5)። ስለዚህም የኃይሉ ታላቅነት ከአብ እንጂ፣ ከእኛ አይደለም (2ኛ ቆሮ. 4፥7)። መመካታችን በጸጋው አሠራር ስለሆነ፣ በጸጋው ዙፋን ወደ ቅድስተ ቅዱሳን የመግባት ድፍረት ዐቅም አገኘን (ዕብ. 10፥35፤ ዕብ. 4፥13፣ 29፣ 31)። በብሉይ ሆነ በአዲስ ኪዳን ልንመካ የሚገባን በአምላካችን በእግዚአብሔር ነው።

አይሁድ በመገረዝ፣ በመቅደሱ ሥርዓትና ውበት፣ በተሰጣቸው የኪዳን ታቦት፣ በሙሴ፣ በአብርሃም እና በነቢያት ... ወዘተ ይመኩ ነበር። ይህ ደግሞ የእግዚአብሔርን ክብር እንዳይቀበሉ፣ ለጠላቶቻቸው ተላልፈው እንዲሰጡ፣ የኃጢአት ባሪያ እንዲሆኑ አደረጋቸው። እኛ ግን ምሕረትንና ጸጋን በምድር ላይ በሚያደርገው፣ የሌለውን እንዳለ አድርጎ በሚጠራ በእግዚአብሔር፣ በልጁ በኢየሱስ ክርስቶስ የክህነት ሥራ እንመካለን (ፊልጵ. 3፥3፤ ዮሐ. 4፥21፤ 8፥31-32፤ 6፥32፤ 1ኛ ሳሙ. 4፥3-5፤ 10፥11)።የሎዶቅያ ቤተ ክርስቲያን እኛን የምትወክል ናት ተብሎ በራዕይ መጽሐፍ አስተማሪዎች ይታመናል። ይህች ቤተ ክርስቲያ ትደገፍባቸው የነበሩ ብዙ መንፈሳዊ የሆኑ ቍሳዊ ነገሮች እና የሕዝብ ጋጋታ ነበራት (ራእይ 3፥18)።

ተስፋ (ኤልፒስ- elpis / el-pece')፦ ከተወሰኑ ጥቅሶች ላይ በስተቀር በመጽሐፍ ቅዱስ ላይ ልክ በዓለም ላይ ተስፋ አደርጋለሁ ብለን እንደምንጠቀምበት ዐይነት ትርጒም አይደለም ያለው፤ ዳሩ ግን የወደፊት ነገር ላይ ፍጹም እርግጠኛነትን የሚያሳይ ነው። ተስፋ ሲተረጐም ለወደፊቱ መልካም ነገርን መመኘትና እርሱን ለማግኘት መጠበቅ ነው። ተስፋ በመተማመን የተሞላ መጠባበቅ ነው። ተስፋ አንድን ነገር እንደምናገኝ በአንድ ነገር ላይ በመተማመን መጠባበቅ ነው። *(መጽሐፍ ቅዱስ ጥቅሶች የብሉይና /*

የአዲስ ኪዳን ግሪክ መዝገበ ቃላት፣ የቴየር ትርጉም 1989. በ ጆሴፍ ሄንሪ ቴየር፣ አስቲን ሐተታ/ በጀፍ ጋሪሰን)

ገብርኤል ማርሴል፦ ሲናገር እስትንፋስ ሕይወት ላላቸው ፍጡራን እንደ ሆነ ተስፋም ለነፍስ እንዲሁ ነው ይላል፡፡ በሞት እስር ካምፕ ውስጥ ቆይተው በሕይወት ከተረፉት መረዳት እንደ ተቻለው ተስፋቸውን ሳይቈርጡ መቆየት የቻሉ እነርሱ የመትረፍ ዕድላቸው እንደ ሰፋ ነው፡፡ ስለዚህ ተስፋ ለእነዚህ እስረኞች የሞትና ሕይወት ጉዳይ እንጂ፣ የምርጫ ጉዳይ አይደለም፤

ኤች. ኤል. ሜንከን፦ ተስፋን ትክክል ባልሆነ መልክ ሲተረጒመው ይታያል፡፡ የማይቻል ነገር ይከሰታል ብሎ የሚያምን ጤነኛ ያልሆነ እምነት ይለዋል፡፡ የእርሱ ትርጒም ዌስብስተር የተባለ ዓለማዊ መዝገበ ቃላት ከሚተረጒመው ራሱ ይለያል፡፡ ዌብስተር ተስፋ አንድን ነገር ይከሰታል ብሎ በመተማመን መጠበቅ ነው ብሎ ይተረጒመዋል፡፡

ጂ.ኬ. ቼስቴርቶን፦ ሲናገር "ተስፋ ማለት ነገሮች ምንም ተስፋ በማይሰጡበት ወቅት ተስፋ ማድረግ ነው፤ ነገሮች ተስፋ በሚሰጡበት ወቅት ተስፋ ማድረግ የተለመደ ነገር ነው፤ ነገር ግን ሁሉም ነገር ተስፋ-ቢስ በሆኑበት ወቅት ነው ተስፋ ጒልበት የሚኖረው፡፡"

እስከ መጨረሻው

መጨረሻው / ፍጻሜ (ቴሎስ) tel'-os / telos፦ ማለት መጨረሻ፣ ማለቂያ ወይም መጠናቀቂያ የሚል ነው፡፡ ፍጻሜ (**Telos**) የመጨረሻ ግብ ወይም የተገኘ ውጤትን የሚያመለክት ቃል ነው፡፡ ይህ ቃል የሚያመለክተን መበላሸትን አይደለም፤ ነገር ግን የዘመናትን ወደ ፍጻሜ መምጣት ነው፡፡ ኢየሱስ ራሱ ይህንን ቃል በዚህ አሳብ መግለጫነት ተጠቅሞበታል (ማቴ. 24÷6፤ ማር. 13÷7፣ ሉቃስ 21÷9)፡፡ በዚህ ምዕራፍ ውስጥም እንዲሁ ፍጻሜ የሚለው ቃል ከጊዜ ማለቅ ጋር ተያይዞ ይጠቀሳል፡፡ የመሢሑ መንግሥት ፍጻሜ የለውም (ሉቃስ 1÷33)፡፡ ፍጻሜ (**Telos**) የሚለው ቃል የአንድ ነገር ውጤት፣ ማለትም ስለ ኢየሱስ የተነገረ ትንቢት ፍጻሜ ተደርጎ በሉቃስ 18÷5 ላይና በሉቃስ 22÷37 ላይ ተጠቅሷል እናም በዚህ ቦታ ፍጻሜ የእምነታችን ውጤት ተደርጎ ተቀምጧል፡፡ *(መጽሐፍ ቅዱስ ጥቅሶች የብሉይና / የአዲስ ኪዳን ግሪክ መዝገበ ቃላት፣ የቴየር ትርጉም 1989. በ ጆሴፍ ሄንሪ ቴየር፣ አስቲን ሐተታ/ በጀፍ ጋሪሰን)*

ሪቻርድስ፡- telos/ ቴሎስ የሚለው የግሪክ ቃል ሁለት ትርጉም ያለው ነው፡፡ ፍጻሜ የሚለው ቃል ቀዳሚው ትርጉሙ አንድን ዕቅድ ማሳካት ነው፤ በተለይ ስለ ዘመን መጨረሻ የሚናገሩ የብሉይ ኪዳን መጻሕፍትን የሚጠቅሱ የአዲስ ኪዳን ጥቅሶች ይጠቀሙባቸዋል፤ ነገር ግን አዲስ ኪዳን ትኩረታችንን ወደ ነገሮች ሂደት መደምደሚያ ያደርገዋል፡፡ ይህ ፍጻሜ መደምደሚያው ነው፤ ዳሩ ግን ይህ መደምደሚያ ዓላማ ያለበት ነው፡፡ ምንም ነገር ድንገተኛ፣ ምንም ነገር ሳይታሰብ የሚከሰት አይደለም፤ ሁሉም ነገር የእግዚአብሔርን ዓላማ ወደ ፍጻሜ የሚያመጣ ነው፡፡ ፍጻሜ የሚሆነው የእግዚአብሔር ዓላማ ሲጠናቀቅ ነው፡፡ ሌላው የዚህ ፍጻሜ የሚል ቃል ፍቺ መሥራት ያሰቡትን ነገር አከናውነው የጨረሱ ሰዎችን ወይም ንብረትን ያመለክታል፡፡ በተወሰነ መልክ ግብን ማሳከት ማለት ይህ ሰው ሙሉ ወይም ፍጹም ሆኗል ማለት ነው፤ ይህ ፍጽምና በአዲስ ኪዳን ኃጢአት አልባነትና ስሕተት የማይገኝበት መሆንን አያሳይም፡፡ ይልቁንም የአንድ ግለሰብ ዕምቅ ዐቅም ሙሉ ሆኖ የሚሳካበት የዕድገት ከፍተኛ ደረጃ ነው፡፡*(ሎውረንስ ሪቻርድስ፡-ባይብል ቲቸርስ ኮሜንተሪ)*

ሂዩስ ይህንን ክፍል ሲጠቀልለው ይህንን ጉዳይ በዕብራውያን ላይ በተደጋጋሚ እናገኘዋለን፤ በክርስቲያን ሕይወት ውስጥ መጽናት የዕውነተኛ እምነት መፈተኛ ነው፡፡ ጸሐፊው ቤተ ክርስቲያን በፈተና ውስጥ ላትጸና ትችላለች የሚል ፍርሃት አለው፤ ስለዚህ መንፈስ ቅዱስ ጸንታችሁ እየኖራችሁ ነው ወይ ሲል ይጠይቀናል? ወይስ በማዕበል ውስጥ እየተወሰዳችሁ ነው? ኢየሱስ አሁንም በሕይወታችሁ በመጀመሪያ ቀን ስታገኙት እንደ ነበረው ውድ ነው ወይ? ስለ እርሱ ያላችሁ ተነሣሽነት አሁንም አብሯችሁ አለ ወይ? የምንመካበትን ተስፋ አሁንም ይዛቹሃል? በወንጌል ትኮራላችሁ? በሕይወታችሁ ውስጥ በአንድ ወቅት ስለ ክርስቶስ የነበራችሁ ትኩስ እምነትና በእርሱ ላይ ያላችሁ መመካት ቀዝቅዞ ይሆን? መነቃቃት ከሕይወታችሁ ያጣችሁበት ወቅትስ አለ ወይ? እንደዚያ ከሆነ ጸንታችሁ መቆየት አለባችሁ፡፡ አትኩረታችሁና ዕይታችሁ የሃይማኖታችን ሐዋርያና ሊቀ ካህናት የሆነው ኢየሱስ ክርስቶስ ላይ ይሁን፡፡ (አር. ኬንት፣ ሂዩዝ፣ ለነፍስ መልሕቅ፣ ጥራዝ 1 አና 2)

አጽንተን

❖ መጽናት እና መጠበቅ በሚለው አስትምህሮ በካልቪኒዝም እና በአርሜኒያኒዝም የሥነ-መለኮታዊ ትምህርት መካከል ያለውን ልዩነት በሁለቱም ጎራ ወስጥ ያሉትን አስተምህሮዎች እናቀርባለን፡፡

የሆልማን የመጽሐፍ ቅዱስ መዝገበ ቃላት፡- መጽናትን ሲተረጉም በፈተና ወቅትም ቢሆን በእምነት መጽናት ብሎ ይተረጉመዋል፡፡

የብሪጅዌይ የመጽሐፍ ቅዱስ መዝገበ ቃላት:- መጽናት በሚለው ቃል ላይ ጥሩ ማጠቃለያ ያስቀምጣል፡፡ እግዚአብሔር ከክርስቲያኖች የሚጠብቅባቸው በመጽሐፍ ቅዱስ እንዲያምኑ ብቻ ሳይሆን፣ ነገር ግን በምንም ዐይነት ፈተና ውስጥ ቢያልፉም ጸንተው እንዲኖሩም ጭምር ነው፡፡ ጽናት የእምነት ዕውነተኛነት ማረጋገጫ፣ እንዲሁም የመንፈሳዊ ዕድገትም ምልክት ነው፡፡ (ዮሐ. 8÷31፤ የሐዋ. 14÷22፤ ሮሜ 5÷3-4፤ ቄላስ. 1÷21-23፤ ዕብ. 3÷12-14፤ ዕብ. 4÷1-11፤ ዕብ. 6÷11-12)፡፡ ኢየሱስ ሰዎችን በእርሱ እንዲያምኑ ሲጠራቸው ቀጣይነት ላለው ከእርሱ ጋር ላለ ግንኙነት እንደ ሆነ ግልጽ አድርጎታል፡፡ ማመን ከአንድ ጊዜ ውሳኔ በዘለለ ቀጣይነት ባለው መልክ የእርሱ ደቀ መዝሙር ሆኖ መቀጠልን ያሳያል (ማር 8÷34-38፤ ማር. 13÷13፤ ሉቃስ 9÷57-62፤ ዮሐ. 15÷4-6፤ ዮሐ. 6:60፤ ዮሐ. 6÷66-68)፡፡ ኢየሱስ በአንድ ምሳሌው ላይ እንደ ተናገረው አንዳንድ ሰዎች በአፋቸው የእርሱ እንደሆኑ ይናገራሉ፤ ዳሩ ግን ጽናት ከማጣት የተነሣ የእርሱ ባለመሆናቸው ይታወቃሉ (ማር. 4÷15-20)፡፡ ክርስቲያኖች በውስጣቸው ከሚሠራው ከእግዚአብሔር ኃይል የተነሣ ጸንተው መኖር ይችላሉ (ፊልጵ. 1÷6፤ ቄላስ. 1÷11፤ 1ኛ ጴጥ. 1÷5፤ ይሁዳ 1÷24፤ ራእይ 3÷10)፡፡ እግዚአብሔር የራሱን ኃይል ሊሰጥ ቃል ከመግባቱ በተጨማሪ ከተከታዮቹ ራስን የመግዛት ልምምድ እንዲያዳብሩ ይፈልጋል፡፡ ክርስቲያኖች ጸንተው እንዲኖሩና እስከ መጨረሻው ድረስ ጸንተው እንዲቆሙ ከጠባቂያቸው ጋር እንዲሆኑና በጸሎት እንዲተጉ ይጠበቅባቸዋል (ሉቃስ 21:36፤ ቄላስ 4÷2)፡፡ ሰዎች በእግዚአብሔር ላይ ዕውነተኛ እምነት ካላቸው እርሱን በጽናት በመኖር በኃይሉና በቃል ኪዳኑ በመታመን ማሳየት አለባቸው፡፡ ይህ መጽናት መዳንን በመስጠት የሚያሸልማቸው ነገር ሳይሆን፣ መዳናቸውን የሚያረጋግጥላቸው ነው፡፡

የፈተናቸው ምክንያት የኑሮ ፈተና፣ ስደት፣ የብልጥግና ምኞት፣ ፍርሃት፣ ስንፍና ወይም የሃሰት ትምህርት ሊሆን ይችላል (ማር 4:17-18; ማር 13:13; 1 ጢሞ 4:1; 1 ጢሞ 6:10; እብ 2:1; እብ 10:32-39) ፡፡ ክርስቲያኖች እነዚህን ነገሮች እራሳቸውን እግዚአብሄርን መምሰል በማስለመድ፣ የአለምን ጫና በማሸነፍ፣ ባመኑት ነገር ጸንቶ በመኖር፣ የእግዚአብርን ቃል በደንብ በመማር እና እራሳቸውን ሙሉ ለሙሉ እግዚአብሄር በእነርሱ ውስጥ መስራት ለሚያስበው ነገር አሳልፈው በመስጠት ማሸነፍ ይችላሉ (2 ተሰ 2:14-15;1 ጢሞ 4:7; 1 ጢሞ 4:15; 1 ጢሞ 6:11-12; 2 ጢሞ 2:10; 2 ጢሞ 3:14-17; እብ 4:14;እብ 6:1-3; እብ 10:23; ይሁ 1:20-21) ፡፡ የክርስቲያኖች በጽናት የመኖር ውጤቱ

በክርስቶስ ዳግም ምጽአት መዳናቸውን በሙላት እንዲቀበሉ ያደርጋል (ሮሜ 8:24-25; 2 ጢሞ 4:7-8; 1 ጴጥ 1:6፣9; ራእ 2:26-28)። ስለዚህ የክርስቶስ ዳግም መመለስ ለክርስቲያኖች የጽናታቸው መበርቻ ነው (ማቴ 24:45-51; 1 ተሰ 5:23; 2 ጢሞ 2:11-12; ያዕቆ 5:8; 2 ጴጥ 3:14; 2 ጴጥ 3:17; 1 ዩሃ 2:28) ።

ሐተታው የሚያስተምረን ዕውነተኛ አማኝ መዳኑን በኃጢአት መታለል ይህም «ምንም ኃጢአት በመሥራት ብኖር መዳኔን አላጣም» ከሚለው ከንቱንት ወጥቶ ዘወትር ከኃጢአት ሊያነጻ ሊያወጣው የሚችለውን ክቡር ደሙን እያከበረ ንስሓ ከዕውነተኛ ልብ መሰበር በማቅርብ በጸጋው ጉልበት በመደገፍ በእምነት መቅረብ ይገባዋል። አለዚያ ግን ክቡር ደሙን ያቋሸሸ የዳነ አማኝ የከፋ ቅጣት ያገኘዋል፤ ይህም የዘላለም ሞት ነው። ይህ ማለት ኃጢአት በሠራን ቊጥር ከመዳን ኪዳን ወይም ከደሙም የማንጻት ኃይልም ሆነ ዘወትር እርሱን ወክሎ በአብ ቀኝ ከሚማልደው ታላቁ ሊቀ ካህናት ዕጅ እንወጣለን ማለት አይደለም። ይሁን እንጂ፣ ዘወትር ሊያበረታው ከኃጢአቱ ሊያነጻው፣ በመጨረሻም ለክብሩ በአብ ፊት ምንም ፊት መጨማደድ ሊያበቃው የሚችለውንና በእግዚአብሔር በሆነው ነገር ሁሉ የታመነው ጌታ ዕጁን ዘርግቶ ዘወትር ሲቀርበው በምላሹ በዓመፅና ትዕቢት ተሞልቶ «አልፈልግህም!» አያለ የመስቀሉን ሥራ እየናቀና እያራከሰ የሚኖር ግን ሌላ መሥዋዕት ሊቀርብለት ወይም ክርስቶስ ዳግማኛ ሊሰቀል አይችልም። ክርስቲያን ራሰን በመግዛት ከወይኑ ግንድ ጋር እንደ ተጣበቀው በብርሃን ሊመላለስ ይገባል።

ጻድቅ ሰባት ግዜ ሊወድቅ እና እንዲሁ ሰባት ጊዜ ከውድቀት ሊነሣ ይችላል። የመነሣቱ ጉዳይ ግን የኃጢአት ዋጋ እንደ ተከፈለ ዐውቆ ዕውነተኛ ንስሐ በመግባት፣ ማለትም የአመላከከት ለውጥ እና የሕይወት አቅጣጫውን ወደ ቅድስና ሙሉ ለሙሉ ዘውር በማድረግ በክርስቶስ ሥራ በመታመን ላይ የተመሠረተ ነው። አማኝ በትሕትና እስከ ተመላለሰ ድረስ በምንም የኃጢአት ድረጊቱ ምክንያት መዳኔን አጣለሁ ብሎ ሊሰጋ አይገባውም። በአብ ቀኝ እኛን ወክሎ የተቀመጠ ሊቀ ካህናት አለን። ቢወድቅ የሚያነሣው፣ ዕድፋሙን ልብስ አውልቁለት! የጽድቅን ልብስ አልብሱት! ብሎ እንደገና የሚያድሰው ትዕግሥትን የተሞላ፣ ፍቅር የሆነ እግዚአብሔር አባቱ ነው። በምሕረቱ ላይ ተስፋ አይቈረጥም።

በምሕረቱ ደጅ የተማጽኖ መጽናናትን ያጣ መፃተኛ የለም!! «ጻድቅ ሰባት ጊዜ ይወድቃልና፥ ይነሣማል፤ ኀጥአን ግን በክፉ ላይ ይወድቃሉ።» ምሳሌ 24፡16። «በስድስት ክፉ ነገር ውስጥ ያድንሃል፥ በሰባትም ውስጥ ክፋት አትነካህም።» ኢዮብ 5፡19።

«የጻድቃን መከራቸው ብዙ ነው፥ እግዚአብሔርም ከሁሉ ያድናቸዋል» መዝ. 34፥19 «ቢወድቅም ለድንጋጤ አይጣልም፥ እግዚአብሔር ዕጁን ይዞ ይደግፈዋልና» መዝ. 37፥ 24። «እግዚአብሔር በቃሎቹ የታመነ ነው፥ በሥራውም ሁሉ ጻድቅ ነው፤ እግዚአብሔር የተፍገመገሙትን ሁሉ ይደግፋቸዋል፥ የወደቁትንም ያነሣቸዋል።» መዝ. 145፥14:: «በጭንቃቸው ሁሉ እርሱ ተጨነቀ፥ የፊቱም መልአክ አዳናቸው፤ በፍቅሩና በርኅራኄውም ተቤዣቸው፥ በቀደመውም ዘመን ሁሉ አንሥቶ ተሸከማቸው» ኢሳ. 63፥ 9።

የዕብራውያን ጸሐፊ በፍርሃት እንድንኖር አልጻፈልንም፤ ይልቁንም አዲሱ ኪዳን ከቡር እና ትኩስ ደም ያለ ኃጢአት ወደ ቅድስተ ቅዱሳን የገባ ሊቀ ካህናት ወደ ጽዮን ተራራ መቅረባችን የዘላለም መዳን መቀደስ ... ወዘተ ናቸው፡፡ እግረ መንገዱን ግን ይህን ጸጋ ያረከሰ በዐመፃ ተመልሶ ወደ ቀደመው የመቅደስ ሥርዓት የሚሄድ ሆነ በኃጢአት መኖር የሚሻ በመካከላችሁ ሊኖሩ ስለሚችሉ ማስጠንቀቂያ ይሰጣል፡፡

አባቶች «ባጎረሰሁ ዕጄን ተነከስሁ» እንደሚሉት ሆነው ሊገኙ ይችላሉ፡፡ ስለሆነም ይህን ታለቅ መዳን ቸል ያሉ ልባቸውን ዕልከኛ ለሚያደርጉና መንፈስ ቅዱስን ለሚቃወሙ ሆነ ልባቸውን ዕልከኛ ለሚያደርጉ ሰዎች ወዮ! «እነርሱ ግን ዐመፁ ቅዱስ መንፈሱንም አስመረሩ፤ ስለዚህ ተመልሶ ጠላት ሆናቸው፥ እርሱም ተዋጋቸው።» ኢሳ. 63፥10 «በመላእክት የተነገረው ቃል ጽኑ ከሆነ፥ መተላለፍና አለ መታዘዝም ሁሉ የጽድቅን ብድራት ከተቀበለ፥ እኛስ እንዲህ ያለውን ታላቅ መዳን ቸል ብንለው፥ እንዴት እናመልጣለን?» ዕብ. 2፥2 *«ወንድሞች ሆይ፥ ይህን ታውቁ ዘንድ እወዳለሁ። አባቶቻችን ሁሉ ከደመና በታች ነበሩ ሁሉም በባሕር መካከል ተሻገሩ፤ ሁሉም ሙሴን ይተባበሩ ዘንድ በደመናና በባሕር ተጠመቁ፤ ሁሉም ያን መንፈሳዊ መብል በሉ ሁሉም ያን መንፈሳዊ መጠጥ ጠጡ፤ ይከተላቸው ከነበረው ከመንፈሳዊ ዓለት ጠጥተዋልና፥ ያም ዓለት ክርስቶስ ነበረ። እግዚአብሔር ግን ከእነርሱ በሚበዙት ደስ አላለውም፥* ***በምድረ በዳ ወድቀዋልና*** *። ... እኛ ደግሞ እንዳንመኝ ይህ ምሳሌ ሆነልን። ... በዕባቦቹም እንደ ጠፉ ጌታን አንፈታተን። ይህም ሁሉ እንደ ምሳሌ ሆነባቸው፥ እኛንም የዘመናት መጨረሻ የደረሰብንን ሊገሥጸን ተጻፈ። ስለዚህ እንደ ቆመ የሚመስለው እንዳይወድቅ ይጠንቀቅ»* 1ኛ ቆሮ. 10፥1-11

አጽንተን የሚለውን ስጥርጀን፡- በሕይወት ዘመን ሁሉ ቀጣይነት ሊኖረው የሚችለው ተግባር እስካልታከለበት ድረስ፣ እምነት ብቻ በቂ ነው የሚባለው ነገር ዕውነት ሊሆን አይችልም፡፡ በጸጋው ጸንተው መኖር ከሚችሉት ውጭ ማንም በዕውነት የክርስቶስ ነው ብለን መናገር አንችልም፡፡ ሰዎች የክርስቶስ ለመሆን ሊታጩ ይችላሉ፤ ነገር ግን በተስፋው

እስከ መጨረሻው ጸንተው መኖር እስኪችሉ ድረስ ዕውነተኛ የክርስቶስ ቤት መሆን አይችሉም፡፡ ጊዜያዊ ክርስቲያኖች የዕውነት ክርስቲያን አይደሉም፤ ጸንቶ መቆምና መቆየት የመፈተኛው መስፈርት ነው፡፡

አጽንተን / ጽኑ / በመጽናት (ቤባዮስ) beb'-ah-yos (bebaios)፡- ከቤዪኖ/baino = መሄድ፣መራመድ) የሚያሳየው የጸና፣ የማይናወጥ፣ እርግጠኛ እና ተፈትኖ ያለፈ የሚል ትርጕም የያዘ ነው፡፡ ይህ የማይናወጥና ልንደገፍበት በሚችል መልኩ የሚያስተማምን ነው፡፡ ብንተማመንበት የማያሳፍረን ስለሆነ፣ ያለ ምንም ስጋት ልንደገፍበት እንችላለን፡፡ በጊዜ ርዝመት ውስጥም ትክክለኛነቱን ጠብቆ የቆየ ነገርን የሚያመለክት ነው ለምሳሌ ለአብርሃም የተገባው ቃልኪዳን ለአዲስ ኪዳን አማኞችም ይሰራ ነበር፤ ሮሜ 4፡16፡፡ **ጽኑ** የሚለው ቃል ገለጻው ሊታመን የሚችልን ነገር የሚያሳይ ነው፡፡ ጽኑ (**Bebaios**) ሕጋዊነትንም የሚያሳይ ገጽታ ሲኖረው፣ ገዥ ከሦስተኛ ወገን የንብረት ባለቤትነት ጥያቄ ቢነሣበት እንዲያስተማምነው ከሻጭ የሚያገኘውን ማረጋገጫ ዐይነት የያዘ ማለት ነው፡፡ ቤባዮስ (**Bebaios**) በግሪክ ዋስትናን የሚያሳይ ሲሆን፣ አሁን ልክ በመኪና ወይም ተመሳሳይ ምርት ላይ የምናገኘውን ዐይነት ማለት ነው፡፡ ቅድስና ያለበት ሕይወት የራስን ጥሪ ለሌሎችም ሆነ ለራስ የምናረጋግጥበት ማረጋገጫችን ነው፡፡ *(መጽሐፍ ቅዱስ ጥቅሶች የብሉይና / የአዲስ ኪዳን ግሪክ መዝገበ ቃላት፣ የቴየር ትርጕም 1989. በ ጆሴፍ ሄንሪ ቴየር፣ አስቲን ሐተታ/ በጄፍ ጋሪሰን)*

መጠበቅ

መጠበቅ (ካቴኮ) (**katecho / kat-ekh'-o፡-** መጠበቅ ወይም መያዝ ማለት ራስ ጋር ጠብቆ ማቆየትን ያሳያል፡፡ ሉቃስ መጠበቅ የሚለውን በሐዋርያት ሥራ ላይ ይጠቅሳል (የሐዋ. 27፡40) ፡፡ *(መጽሐፍ ቅዱስ ጥቅሶች የብሉይና / የአዲስ ኪዳን ግሪክ መዝገበ ቃላት፣ የቴየር ትርጕም 1989. በ ጆሴፍ ሄንሪ ቴየር፣ አስቲን ሐተታ/ በጄፍ ጋሪሰን)*

ዌስት፡- ሲናገር ዕብራውያኖች ሕይወታቸውን አሁን ባላቸው እምነት በጽናት መጠበቅ ከቻሉ መዳናቸውን ያሳያል፡፡ ከዚያ ጽናት ግን ፈቀቅ ካሉ፣ መጀመሪያም እንዳልዳኑ ያሳያል፡፡ በመሢሑም ላይ የነበራቸው እምነት ከልብ ሳይሆን፣ ከአእምሮ ዕውቀት ብቻ የመነጨ እንደ ሆነ ያመለክታል፡፡ በእግዚአብሔር ጸጋ መቅዘፊያችንን አጽንተን በዕጃችን መያዝና ፊታችንን ወደ ኢየሩሳሌም ማተኰር አለብን፡፡ በእርሱም ዕይታችን ወደ በእግዚአብሔር ዘላለማዊ መንግሥት ላይ ይሆናል፡፡ አስታውሱ እኛ አሁን ቤታችን አይደለም ያለነው፤ ጌታ ሆይ እባክህ ይህንን የሚናፍቅና የሚጠብቅ ልብ ስጠን፡፡

የእግዚአብሔርን መንገድ፣ ዕውነትና ሕይወት ካልገፋነውና ባዶ ካላደረግነው የእግዚአብሔር ቤት መሆናችንን እናረጋግጣለን፡፡ እኛ ራሳችንን ልናድንም ሆነ ድነታችንን ጠብቀን ልናቆየው አንችልም፡፡ ዋናው ነገር በያዝነው ነገር መቀጠል ነው፡፡

እንደዚያ ካደረግን ብቻ ነው የዕውነት የእግዚአብሔር ቤት መሆናችንን የምናረጋግጠው፡፡ እዚያ በመቆየታችን ብቻ ነው ይህን ልናረጋግጥ የምንችለው፡፡ ማንም ከዚያ አፈንግጦ ቢወጣ የዚያ አካል አይደለም፡፡ ይህ ዮሐንስ የመጀመሪያ መልእክቱን ሲጽፍም እያነሳው የነበረ አሳብ ነው (1ኛ ዮሐ. 2፡19)፡፡ ኢየሱስም በማቴ. 10፡22 ላይ ስለዚህ ነገር ማስጠንቀቂያ ሰጥቶ ነበር፡፡ ኢየሱስ ዕውነተኛ እምነትን ከጸንቶ መቆየት ጋር አያይዞ አይናገርም እያሉ የሚያስተምሩ አንዳንዶች አሉ፡፡ ለምሳሌ አንድ *ቶማስ ኮንስታብል* የተባለ ወንጌላዊ አስተማሪ ኢየሱስ በማቴ. 10፡22 ላይ የሰጠው ማስጠንቀቂያ ላይ አስተያየት ሲሰጥ፡- “ሁሉም ዕውነተኛ አማኞች እምነታቸውንና መልካም *ሥራቸውን* ጠብቀው ይይዛሉ ወይስ ነገሩ እንዲህ አይደለም? ከሚለው ይልቅ እንደዚያ ጠብቀው የሚቆዩ ሰዎች በፍርድ ወቅት እግዚአብሔር ወደ ፍጻሜ ያደርሳቸዋል የሚል አሳብን የያዘ ነው፤ ኢየሱስ ስለ ጊዜያዊ ነፃ መውጣት እንጂ፣ ስለ ዘላለማዊ ድነት እያወራ አይደለም፡፡ ጊዚያዊ ነፃ መውጣት በእምነት በመጽናት ላይ የተመሠረተ ነው” ይላል፡፡ *(ዌስት፣ ኬ. ኤስ 1947. የግሪክ አዲስ ኪዳን ጥናት)*

ሌሎች ልክ እንደ *ጆን ማክአርተር* ያሉ ሰዎች እዚሁ ተመሳሳይ ጥቅስ ላይ አስተያየታቸውን ሲሰጡ “ጽናት ድነትን አያመጣም፤ ደግሞም መዳናችንን አይጠብቅም፤ ዳሩ ግን መጽናት የድነት ማረጋገጫ ነው፤ ይህ ሰው በዕውነት መቤዠትን እንደ ተቀበለና የእግዚአብሔር ልጅ እንደሆነ የሚያሳይ ነው፡፡” *(ጆን. ኤፍ. ማክአርተር፡- ቺካጎ ሙዲ ፕረስ)*

ስፐርጀን፡- በማቴ. 10፡22 በወሰደው እስከ መጨረሻው መጽናት በሚለው ስብከቱ ላይ ሲጽፍ “ጽናት የዕውነተኞች ክርስቲያኖች መታወቂያ ነው፡፡ ይህ የእነርሱ መንፈሳዊ መለያ ነው፡፡ እኔ እንዴት ነው አንድን ክርስቲያን ማወቅ የምችለው? በቃሉ ወይም በንግግሩ? አዎን ይህ በተወሰነ መጠን ሊሆን ይችላል፤ ዳሩ ግን ቃል ሰውን ያታልላል፡፡ ይሁንና የሰው ንግግር ሁልጊዜ የልቡ ትክክለኛ ነጸብራቅ ላይሆን ይችላል፡፡ ብዙዎች በለስላሳ ቃል ማታለል ይችላሉና፡፡ ጌታችን ስለዚህ ምንድን ነው? የተናገረው፡- “ከፍሬያቸው ታውቋቸዋችሁ”፣ ግን እንዴት ነው የሰውን ፍሬ ማወቅ የምችለው? አንድ ቀን ብቻ በማየት? ምናልባት ለአንድ ሰዓት ከአንድ ሰው ጋር በመሆን የተወሰነ ባሕርዩን መገመት እችል ይሆናል፤ ዳሩ ግን ስለ አንድ ሰው ማንነት አንድ ሰዓት ብቻ ሳይሆን፣ አንድ ሳምንትም በማየት በእርግጠኝነት መናገር አይቻልም፡፡

ጆርጅ ዋይትፊልድ ስለ ሰው ባሕርይ ሲጠየቅ “ከእርሱ ጋር ኖሬ አላውቅም” የሚል ነበር ትክክለኛ መልሱ፡፡ የአንድን ሰው ሕይወት ለ10፣ 20 ወይም 30 ዓመታት በጥንቃቄ በማየት በመንፈስ ቅዱስ ዕርዳታ የጸጋ ፍሬዎችን ማፍራቱን ዐይተን ትክክለኛ የሆነ መደምደሚያን መስጠት እንችል ይሆናል፡፡ ልክ በአቅጣጫ ጠቋሚ ኮምፓስ ላይ ከማግኘቱ ጋር በትክክል እንደ ተጣበቀ መርፌ ብዙ አቅጣጫ የሚያስቀይሩ ነገሮች ቢኖሩም፣ ወደ ትክክለኛው አቅጣጫ መጠቆም እንደሚችል እንዲሁ ጓደኛዬን ብዙ ጉድለቶች እያሉበትም ቅድስናውን ጠብቆ ለመኖር የሚያልም ከሆነ፣ እርሱ በዕውነት የእግዚአብሔር ልጅ ነው ብዬ ልደመድም እችላለሁ፡፡ ምንም እንኳ ሥራ ሰውን በእግዚአብሔር ፊት ሊያጸድቀው ባይችልም፣ በአማኞች መካከል ግን በሥራው ሊታወቅ ይችላል፡፡ አንተ በሥራህ ካላሳየህኝ በስተቀር ራስህን ክርስቲያን ነኝ ብለህ በመጥራትህ ብቻ እኔ ልክ ያዕቆብ እንደሚለው ጻድቅ መሆንህን ልናገርና ልቀበል አልችልም፡፡ አንተ በቃልህ ወይም ከዚህ በፊት በነበረህ ልምምድ ብቻ ክርስቲያን መሆንህን ልታሳምነኝ አትችልም፡፡ ነገር ግን እኔ በማየውና ካሁን በኋላ በምትኖረው ሕይወትህ ይህን ልታረጋግጥልኝ ትችላለህ፡፡ ይህ ዕውነታውን ጮኽ ብሎ ይናገራልና፡፡ አንተ በስራህ እስከ ፍጻሜው ድረስ ለማብራት የጨከንህ ከሆነ፣ መንገድህ የጽድቅ መንገድ መሆኑን አውቃለሁ፡፡ ማመን ብቻ ነፍስን ወደ ክርስቶስ ያቀርባታል፤ ክርስቶስ ይህን እምነት በሕይወት ያኖረዋል፤ ይህ እምነትም አማኙ ጸንቶ እንዲኖር ያደርገዋል፤ ወደ መንግሥተ ሰማይም እንዲገባ ያደርገዋል፡፡ ይህ ሰው አንተ ሁን፡፡”

ጆናታን ኤድዋርድ፡- በአንድ ወቅት እንደ ተናገው የመመረጥ ዕውነተኛ ማረጋገጫው እስከ መጨረሻ መጽናት ነው፡፡ ጽናት እና ተስፋ የእግዚአብሔር ቤተ ሰብ ባሕርይ መገለጫ ነው፡፡ እምነትን አጽንቶ መጠበቅ የምርጫ ትልቁ ልዩነት ፈጣሪ ነው፡፡

ዶናልድ ባርንሃውስ፡- በአንድ ወቅት የዚህን የመጽናት መርኅ ሲያብራራ እንዲህ በማለት ይጠይቃል፡- "ልጆች የሚጫወቱበትን ትልቅ ክብ አሸዋ ከሥሩ ያለው ትልቅ አሻንጉሊት አስታወሳችሁ? ስትመቱት ወደ ቦታው ይመለሳል፤ እንደገናም ምቱት ተመልሶ ወደ ቦታው ይመለሳል፡፡ በተመሳሳይ በመጀመሪያዎቹ ቤተ ክርስቲያን ውስጥ ያሉ አማኞችም ተመልሰው ወደ ቦታቸው ይመለሱ ነበር፡፡ "እርሱ እያለ ያለው በመጠበቅ የእግዚአብሔር ቤት ሁኑ አይደለም፤ ነገር ግን የእግዚአብሔር ቤት ከሆናችሁ መጠበቅ አለባችሁ ነው፡፡ ጸንታችሁ ካልጠበቃችሁ የእግዚአብሔር ቤት አይደላችሁም፤ እየነገረን ያለው የድነትን የመጨረሻ ውጤት ነው ... እስከ መጨረሻው መጽናት፡፡ *(ዶናልድ ግራይ ባርንሀውዝ)*

ብሩስ፡- "በአዲስ ኪዳን በየትኛውም ቦታ እንደዚህ ተደጋግሞ ትኩረት በመስጠት መጽናት በክርስቲያን ሕይወት የዕውነታ መፈተኛ ነው ብሎ የሚያወራ ሌላ ክፍል አናገኝም፡፡" *(ኤፍ. ኤፍ. ብሩስ፡- ኮሜንተሪ)*

ቁጥር 6 እኛም የምንደፍርበትን የምንመካበትንም ተስፋ እስከመጨረሻው አጽንተን ብንጠብቅ ቤቱ ነን።

እኛም የምንደፍርበትን ዕብ 1÷2; 4÷14; መዝ 2÷6,7,12; ኢሳ 9÷6, 7; ዮሐ 3÷35,36; ራዕ 2÷18

ቤቱ ነን ዕብ 2,3; ማቴ 16÷18; 1ኛ ቆሮ 3÷16; 6÷19; 2ኛ ቆሮ 6÷16; ኤፌ 2÷21,22; 1ኛ ጢሞ 3÷15; 1ኛ ጴጥ 2÷5

እስከ መጨረሻው አጽንተን ብንጠብቅ ዕብ 3፡14; 4÷11; 6÷11; 10÷23,35,38,39; ማቴ 10÷22; 24÷13; ገላ 6÷9; ቆላ 1÷23; ዮሐ ራዕ 2÷25; 3÷11

የምንመካበትንምተስፋ ሮሜ 5÷2; 12÷12; 15÷13; 1ኛ ተሰ 5÷16; 2ኛ ተሰ2÷16; 1ኛ ጴጥ 1÷3-6,8

ቍጥር 7 *ስለዚህ መንፈስ ቅዱስ እንደሚል*

መንፈስ ቅዱስ፡- በዘመናት መካከል ሕዝቡን እንደ ተናገረ ነው፡፡ ይህ ቅዱስ መንፈስ በብሉይ ኪዳን ዘመን በመዝሙረኛው አማካይነት የተናገረውን ጸሐፊው ቍጥር 8 ጀምሮ ከመዝሙር 95÷7-11 በመጥቀስ ያስታውሰናል፡፡ ከዚህም በመነሣት ነው ጸሐፊው የዕብራውያን መልእክቱን ሲጀምር መግቢያው ላይ ከጥንት ጀምሮ እግዚአብሔር በብዙ ዐይነት ጎዳና መናገሩን ያስገነዘበናል፡፡ እግዚአብሔር ሳይናገር ዝም አላለም፤ ሰው ግን ብዙውን ግዜ አያስተውልም፡፡ ከዘፍጥረት ምዕራፍ ሦስት አንሥቶ የመሲሑ መምጣት በእግዚአብሔር ቃል ውስጥ በተለያዩ ነቢያት አማካይነትም በየትውልዱ መካከል ይነገር ነበር፡፡

በኢሳ. 53÷1-3 ላይ *"በፊቱ እንደ ቡቃያ ከደረቅም መሬት እንደ ሥር ኢደጎአል። መልክና ውበት የለውም፤ ባየነውም ጊዜ እንወድደው ዘንድ ደም ግባት የለውም። የተናቀ ከሰውም የተጠላ፣ የሕማም ሰው ደዌንም የሚያውቅ ነው ሰውም ፊቱን እንደሚሰውርበት የተናቀ ነው፤ እኛም አላከበርነውም። በዕውነት ደዌያችንን ተቀበለ ሕመማችንንም ተሸከምአል እኛ ግን እንደ ተመታ በእግዚአብሔርም እንደ ተቀሠፈ እንደ ተቸገረም ቈጠርነው። እርሱ ግን ስለ መተላለፋችን ቈሰለ፤ ስለ በደላችንም ደቀቀ የደኅንነታችንም ተግሣጽ በእርሱ ላይ ነበረ፤ በእርሱም ቍስል እኛ ተፈወስን።"* ይህ ትንቢታዊ ቃል መሢሑ ወደ ምድር

ከመምጣቱ ከ700 ዓመታት በፊት ቢነገርም ልብ ያለው ግን አልነበረም፡፡ አይሁዳውያን የትንቢት መጻሕፍትን ጠንቅቀው የሚያውቁና የሚወዱ፣ የሚያነቡም ቢሆኑም፣ ስለ መሢሑ የተነገረው ትንቢት ግን በገሃድ ሲፈጸም ልባቸው ደነደነ፡፡ ክርስቶስ መጥቶ በመስቀል ላይ ሲሰቀል እንደ ወንጀለኛ ቈጥረውት በርባን ይፈታልን፣ እርሱን ስቀለው ብለው ጮኹ፡፡

በዚህ ዘመንም እግዚአብሔር በልዩ ልዩ መንገድ ይናገራል፡፡ በሮሜ 1፥19-23 *"እግዚአብሔር ስለ ገለጠላቸው፤ ስለ እግዚአብሔር ሊታወቅ የሚቻለው በእነርሱ ዘንድ ግልጥ ነውና። የማይታየው ባሕርይ እርሱም የዘላለም ኃይሉ ደግሞም አምላክነቱ ከዓለም ፍጥረት ጀምሮ ከተሠሩት ታውቆ ግልጥ ሆኖ ይታያልና፤ ስለዚህም እግዚአብሔርን እያወቁ እንደ እግዚአብሔርነቱ መጠን ስላላከበሩትና ስላላመሰገኑት የሚያመካኙት አጡ፤ ነገር ግን በአሳባቸው ከንቱ ሆኑ የማያስተውለውም ልባቸው ጨለመ"* ይለናል፡፡ ዳዊትም በመዝ. 19፥1-6 የእግዚአብሔርን ማንነት ከጥንት ጀምሮ ግልጽ ሆኖ እንደ ኖረ ያረጋግጥልናል፡፡ አዳም ከወደቀ በኋላ እግዚአብሔር የሰው ልጅ ከሞት ፍርድ የሚመልጥበትን መንገድ ከመፈለግ ይልቅ ምንም ሳያደርግ ዝም ቢል፣ አንዳችም ባያደርግለት የእግዚአብሔር ጻድቅነት አይለወጥም፡፡

ነገር ግን እርሱ የፍቅር አምላክ ስለሆነና ለሰውም ያለው ፍቅር እጅግ ጥልቅ በመሆኑ ለሰው የደህንንት መንገድ መከፈቱን ጀመረ፤ በመጀመሪያ በሰው ጠላት በእባቡና ከእባቡ በስተጀርባ ባለው በሰይጣን ላይ፣ *«እርሱ ራስህን ይቀጠቅጣል»* ብሎ ፍርዱን ወሰነ፣ ከዚህም በኋላ ሴቲቱ በዋና ሚናዋ ተቀጥታ በጭንቅ እንደምትወልድና ለባሏ እየታዘዘች እንደምትኖር፣ ምድርም በአዳም አለመታዘዝ ምክንያት በመረገሟ እርሱ በብዙ ችግር ምግብን እንደሚያገኝ፣ ሰው ሁሉ እንደሚሞትና ወደ አፈር እንደሚመለስ እግዚአብሔር ቅጣታቸውን ነገራቸው፤ ዘፍ 3፥15-19፡፡

እግዚአብሔር ይህንን ሲያደርግ *"በአንተና በሴቲቱ መካከል፤ በዘርህና በዘርዋም መካከል ጠላትነትን አደርጋለሁ እርሱ ራስህን ይቀጠቅጣል፤ አንተም ሰኰናውን ትቀጠቅጣለህ"* (ዘፍ 3፥15) በማለቱ ሴት ዘር እንደሚኖራት ገለጠ፤ እዚህም ላይ አሸናፊው ያለ ወንድ ዘር ከድንግል እንደሚወለድ በዓለም ታሪክ የመጀመሪያው ፍንጭ ይታያል፡፡ *(ትምህርተ እግዚአብሔር፣ ገጽ 33)*

ጆን ማክአርተር፡- አትኩሮት በመስጠት መንፈስ ቅዱስ የመጽሐፍ ቅዱስ እያንዳንዱ ቃላት ላይ ተሳትፎ ነበር፤ ስለዚህም ነው መጽሐፍ ቅዱስ በመለኮታዊ እስትንፋስ የተሰጠ

መሆኑን መቃወም አንድም ኃጢአት በተጨማሪም ደግሞ ለስሕተት ትምህርት በር ሊከፍት የሚችለው፡፡ እግዚአብሔር የመጽሐፍ ቅዱሱን የመጀመሪያውን ቅጅ የመጀመሪያውንም ግልባጭ በመጀመሪያው ቃል አዘጋጅቶታል፡፡ *(ጆን፣ ኤፍ. ማክአርተር፡- ሙዲ ፕረስ)*

ዌስት፡- ጸሐፊው መዝሙር 95፥7-11 ላይ ያለውን ክፍል ነው የሚጠቅሰው፡፡ መዝሙሩ በዳዊት ሲሆን፣ የተጻፈው ጸሐፊው ግን እዚህ ጋር የጥቅሱን ባለቤትነት ለመንፈስ ቅዱስ ይሰጣል፡፡ መንፈስ ቅዱስ ቃላቱን ተናገረ መዝሙረኛው ዳዊት ደግሞ ጻፈው፡፡ የዕብራውያን ቅጅውም የሚያሳየው ዕብራውያን እግዚአብሔርን መስማት ከፈለጉ ልባቸውን ማደንደን እንደ ሌለባቸው የሚያመላክት ነው፡፡ መዝሙረኛው እርሱ የሚለው እግዚአብሔርን የሚያመለክት ቃል ነው፡፡ ይህንን መልእክት የጻፈው ጸሐፊ በጻፈበት ዐውድ ደግሞ ክርስቶስን ነው የሚያመለክተው፡፡ ይህ ነው የብሉይ ኪዳኑን እግዚአብሔር (Jehovah) የአዲስ ኪዳን መሢሕ የሚያደርገው፡፡ እርሱ ነው የአዲስ ኪዳንን መልእክቶች ያስተላለፈው (ዕብ. 2፥3)፡፡ እነዚህ አይሁዳውያን ወደ መጀመሪያው ኪዳን ተመልሰው ነበር፤ ይህ ነው ልብ ማደንደን የሚባለው፤ ስለ እርሱም ነው ማስጠንቀቂያ የተቀበሉት፡፡ ዛሬ የሚለው ቃል በዕብራውያን መልእክት የመጀመሪያው ክፍል ላይ ቊልፍ ቃል ነው፡፡ ከዚህ ቦታ በተጨማሪ በዕብ. 3፥13፤ ዕብ. 3፥15 እና ዕብ. 4፥7 ላይ ይገኛል፡፡ ዛሬ አስቸኳይነትን የሚያጎላ ቃል ነው፡፡ ትናንት አይደለም፤ ነገም አይደለም፤ ነገር ግን ዛሬ፣ ልክ አሁን ወይም በዚህ ጊዜ ማለት ነው፡፡ *(ዌስት፣ ኬ. ኤስ 1947. የግሪክ አዲስ ኪዳን ጥናት)*

ስፐርጀን፡- ዛሬ በዕጃችን ያለው ብቸኛ ጊዜ ነው፡፡ መንፈስ ቅዱስ ስለ እኛ እንዲህ ይላል "ዛሬ ድምፄን ብትሰሙት"፣ ነገ ሲል ሰምቼው አላውቅም፡፡ የዚህ መንፈስ አገልጋዮችም እንደ ፊሊክስ ካሉ "ይህን ወቅት እንደ ልብህ ተራመድበት! የተመቻቸ ጊዜ ሲኖረኝ እርሱንም እልክልሃለሁ" የሚሉ፣ እንዲሁም ሐዋርያቱ ካሉት በተቃራኒ "ነገ ንስሐ ግባ ወይም ለማመን ሌላ የተሻለ ጊዜን ጠብቅ" የሚል፡፡ የመንፈስ ቅዱስ ስለ ጊዜ የሚሰጠው ተደጋጋሚ ምስክርነት የሚያመለክተው ግን እንዲህ የሚል ነው፡- "ዛሬ ድምፁን ብትሰሙት ልባችሁን ዕልከኛ አታድርጉ"፡፡ ጽሑፉ በውስጡ ልዩ ትእዛዝ አዝሏል፤ ይህም የእግዚአብሔርን ድምፅ መስማት አለብን የሚል ነው፡፡ መልእክቱ የእግዚአብሔርን "ኑና እንዋቀስ ኃጢአታችሁ እንደ አለላ ብትሆን እንደ አመዳይ ትነጻለች" (ኢሳ. 1፥18) የሚለውን ጥሪ ልብ እንድንል ያሳስበናል፤ ወይም ደግሞ ኢየሱስ ክርስቶስን "እናንተ ደካሞች ሸክም የከበደባችሁ ሁሉ ወደ እኔ ኑ እኔም ዐሳርፋችሃለሁ" (ማቴ. 11፥28) የሚለውን ጥሪ እንድናስበውና ምላሽ እንድንሰጥ ያሳስበናል፡፡ በእርግጥ እነዚህ

የምንሰማቸው የጥሪ ድምፆች ሁሉ የመለኮተ ሥላሴ ጥሪ ነው፤ የእግዚአብሔር አብና ወልድ፣ መንፈስ ቅዱስም ጥሪ እንዲሁ "ኑ" ይላል፡፡

ቁጥር 7 ስለዚህመንፈስቅዱስእንደሚል፦ዛሬድምፁንብትሰሙት፥
ስለዚህመንፈስቅዱስእንደሚልዕብ 9፥8; 2ኛ ሳሙ 23፥2; ማቴ 22፥43; ማር 12፡36; ሥራ 1፥16; 28፥25; 2ኛ ጴጥ 1፥21
ዛሬ ዕብ 3፡13,15; 4፥7; መዝ 95፥7-11; ምሳ 27፥1; መክ 9፥10; ኢሳ 55፥6; 2ኛ ቆሮ 6፥1,2; ያዕ 4፥13-15
ድምፁንብትሰሙት
መዝ 81፥11,13; ኢሳ 55፥3; ማቴ 17፥5; ዮሐ 5፥25; 10፥3,16,27; ራዕ 3፥20

ቍጥር 8-9 *ዛሬ ድምፁን ብትሰሙት፥ አባቶቻችሁ እኔን የፈተኑበት የመረመሩበትም አርባ ዓመትም ሥራዬን ያዩበት በምድረ በዳ በፈተና ቀን በማስመረር እንደ ሆነ፥ ልባችሁን እልከኛ አታድርጉ።*

"ዛሬ"፦ የሚለው የጸሐፊው አገላለጽ በመጽሐፉ ውስጥ ስምንት ጊዜ ያህል በተደጋጋሚ ተገልጿል፡፡ እግዚአብሔር ዛሬ እርምጃ እንድንወስድ፣ ዛሬ መንገዳችንን እንድናስተካክልም የሚፈልግ አምላክ ነው፡፡ ሰው በትናንት ትዝታ እየኖረ፣ ታሪክን ብቻ እያጣቀሰ ዛሬ ለመወሰን ዐቅም ያጣል፡፡ ሰይጣን ደግሞ የነገን ብቻ እያሳየ "ነገ ታደርገዋለህ" እያለ በተስፋ አታልሎ ሊያጠፋን ተንኮሉን ይሸምቃል፡፡ አስተዋይ ጠቢብ ሰው ግን ዛሬን ይጠቀምበታል፡፡ ቀን ሳለ ሥራውን ያጠናቅቃል፡፡ "ወደ ዘለፋዬ ተመለሱ እነሆ፥ መንፈሴን አፈስስላችኋለሁ ቃሌን አስተምራችኋለሁ። በጠራሁ ጊዜ ዕምቢ ስላላችሁ፤ ዕጄን በዘረጋሁ ጊዜ ማንም ስላላስተዋለ ምክሬን ሁሉ ግን ቸል ስላላችሁ፥ ዘለፋዬንም ስላልፈቀዳችሁ፤ እኔም ስለዚህ በጥፋታችሁ እስቃለሁ፤ ጥፋታችሁም በመጣ ጊዜ አላግጥባችኋለሁ (ምሳሌ 1፥23-28)፡፡

ዛሬ የእግዚአብሔርን ድምፅ በማስተዋል ካላዳመጥን በስተቀር በርካታ አደናጋሪ የሆኑ ድምፆችን እንሰማለን፡፡ ጥንቁቅና አስተዋይ የሆነ የእግዚአብሔር ሰው ብቻ ከብዙ ሁካታ ውስጥ የአምላኩን ድምፅ ይለያል፡፡ ጌታ ለልባችን ይናገራል ስንል ሕሊናችንን ጥለን አይደለም፡፡ የእግዚአብሔር ሰዎች ሕሊናቸው ደንዝዞ ከመንፈስ ሰማን ሊሉ አይችሉም፡፡

እግዚአብሔር ሕሊናን የፈጠረልን እንድናመዛዝን ነው፡፡ አንድ አማኝ ሕሊናውን ተጠቅሞ ሐሰቱንና ዕውነቱን ማመዛዘን ይገባዋል፡፡ እስራኤላውያን ሕሊናቸው ደንዝዞ ስለነበር፣ ከግብፅ ባርነት ያላቀቃቸውን፣ የኤርትራን ባሕር ሲከፍል በዐይናቸው ያዩትን፣ መናን ከሰማይ አዝንበ የመገባቸውን አምላካቸውን ወዲያው ይረሱት ነበር፡፡ ወደ ጣዖታትም ፊታቸውን በማዞር እግዚአብሔርን በማማረር ያሳዝኑት ነበር፡፡ *"ይህ ምስክር ዕውነተኛ ነው። ስለዚህ ምክንያት የአይሁድን ተረትና ከዕውነት ፈቀቅ የሚሉትን ሰዎች ትእዛዝ ሳያዳምጡ፥ በሃይማኖት ጤናሞች እንዲሆኑ በብርቱ ውቀሳቸው። ሁሉ ለንጹሖች ንጹሕ ነው፤ ለርኩሳንና ለማያምኑ ግን ንጹሕ የሆነ ምንም የለም፥ ነገር ግን አእምሮአቸውም ሕሊናቸውም ረክሶአል"* (ቲቶ 1፥13-16)፡፡

በሳሙኤል መጽሐፍ ውስጥ ዔሊን ስንመለከት ሕሊናው ደንዝዞ ነበር፡፡ የክህነት አገልግሎቱንም እንደሚገባ ባለመወጣቱ ከእግዚአብሔር ይልቅ ልጆቹን በማክበሩ እግዚአብሔር አዘነበት (1ኛ ሳሙ. 2፥19-30)፡፡ ዛሬም በቤተ ክርስቲያን ውስጥ ዔሊን የሚመስሉ መሪዎች በርክተዋል፡፡ በፊት ለፊት ማንንም የማይናገሩ፣ የሚያመቻምቹ፣ ዕውነቱን መጋፈጥ ትተው ለወገናቸው በሚያዝኑ መሪዎች እግዚአብሔር ዛሬም ያዝንባቸዋል፡፡ እስራኤላውያን ባለመታዘዛቸውና ባለ መስማታቸው ለአርባ ዓመታት በምድረ በዳ ተንከራተቱ፡፡ የዕብራውያን መጽሐፍ የተጻፈበትን ዘመን ብናሰላው ከክርስቶስ ትንሣኤ በኋላ አርባ ዓመታት አልፈዋል፡፡ የዕብራውያን መጽሐፍ በተጻፈበት ዘመንም በተመሳሳይ ሁኔታ እስራኤላውያን ከአርባ ዓመታት በኋላም በምድር ላይ ያደረገውን አገልግሎት ተአምራቱን ሞትና ትንሣኤውንም እያዩ መሢሑን ለመቀበል አልፈቀዱም፡፡

አባቶቻችሁ እኔን የፈተኑበት

ፈተና dokimazo - dok-im-ad'-zo፡- የሚል የግሪክ ቃል ሲሆን፣ **dokimos/ዶኪሞስ** ከሚል ቃል የመጣ ነው፡፡ መፈተን፣ ብረት በእሳት ለመጥራት እንደሚፈተን)፡- መፈተን ወይም ለፈተና ማስቀመጥ የሚልን ትርጉም የያዘ ነው፡፡ dokimazo/ዶኪማዞ የሚለው የግሪክ ቃል መፈተንን ብቻ የሚያሳይ ሳይሆን የአንድን ነገር ወይም መርሐግብር ትክክለኛነት ማረጋገጥ የሚልም ትርጉም አለው፡፡ *(መጽሐፍ ቅዱስ ጥቅሶች የብሉይና / የአዲስ ኪዳን ግሪክ መዝገበ ቃላት፣ የቴየር ትርጉም 1989. በ ጆሴፍ ሄንሪ ቴየር፣ አስቲን ሐተታ/ በጂፍ ጋሪሰን)*

ጆን ማክአርተር፡- አሳቡን ሲያስቀምጥ ብዙ ሰዎች እግዚአብሔር ዕውነት እንደ ሆነ ወይም ኢየሱስ የእግዚአብሔር ልጅ እንደ ሆነና አዳኝ እንደ ሆነ ለማመን ብዙ ማስረጃ አይፈልጉም፤ ከኃጢአታቸው መራቅና ኃጢአታቸውን ተናዝዘው ለእርሱ ራሳቸውን ማስገዛት ይፈልጋሉ። ሁሌ በፈተና ላይ የሚሆን አምላክ ተቀባይነት ሊያገኝ አይችልም። ዛሬ እግዚአብሔርን የሚፈትን ሰው እስራኤላውያን በሙሴ ዘመን በምድረ በዳ በፈተኑበት ተመሳሳይ ምክንያት ነው የሚፈትነው፤ ኃጢአትን በመውደድ. የራሳቸውን መንገድና እቅድ በመውደድ እና የእግዚአብሔርን ሃሳብ በመተው እርሱን ያሳዝኑታል። *(ጆን. ሔፍ. ማክአርተር፡- ቺካጎ ሙዲ ፕረስ)*

ዌስት፡- መሞከር እና መፈተን የሚለውን ቃል የሚተረጉመው የግሪክ ቃል በቅደም ተከተል ፔራዞሚያ/ peirazomai እና ዶኪማዞ/ dokimazo የሚል ሲሆን፣ የመጀመሪያው "አንድን ሰው በውስጡ ያለው መልካም ወይ ክፉ ነገር እንደሆነ" ለመለየት የሚደረግ ፈተና ነው። ሁለተኛው ግን "አንድን ሰው በአንድ ነገር ፈተናውን የሚያሟላ ከሆነ ለማጽደቅ ተብሎ በአንድ ፈተና ውስጥ ማሳለፍን" የሚያመለክት ነው። ስለዚህ በግሪኩ አሳብ መፈተን "በእኔ ውስጥ መልካም ወይም ክፉ ነገር እንዳለ ለመለየት በፈተና ውስጥ አሳልፉኝ ወይም እኔን ትክክለኛ መሆኔን ለማወቅ በፈተና ውስጥ አሳልፉኝ" የሚል አሳብ ያለው ነው። አንድን አካል በዚህ ፈተና ውስጥ ለማሳለፍ መፈለግ ምን ዐይነት አለማመን ነው። ሁሉን በሚወደውና ሁሉን ቻይ በሆነው አምላክ ፊት ይህንን ለማድረግ ማሰብ ምን ዐይነት ክፉ ሙከራ ነው። የዚህ ደብዳቤ አንባቢ የሆኑት የመጀመሪያው ምእተ ዓመት አማኞች በእግዚአብሔር ላይ እንዲህ ዐይነት አስተሳሰብ እንዳይኖራቸው ነው ማስጠንቀቂያ የሚሰጣቸው። በአዲስ ኪዳን በመሢሑ ላይ ከነበራቸው እምነት የተነሣ መራር በሆነ ሁኔታ ተሰድደው ነበር፤ ዳሩ ግን በዚህ መከራ መሐል እግዚአብሔርን ሊያምኑት ይገባል። በእርሱም ላይ ልባቸውን ዕልከኛ ማድረግ የለባቸውም። *(ዌስት፣ ኬ. ኤስ 1947. የግሪክ አዲስ ኪዳን ጥናት)*

በምድረ በዳ በፈተና ቀን በማስመረር እንደ ሆነ

ማስመረር (ፓራፒክራስሞስ) parapikrasmos፡- ማለት ምሬት፣ ማበሳጨት የሚል ትርጉም ያለው ነው። ይህ ቃል የዕብራውያን መሪባ "Meribah" (ዘኁ. 20÷13፣ 24፤ 27÷14፤ መዝ. 81÷7) የሚለው ቃል ትርጉም ሲሆን፣ አሳቡም ጠብ፣ አለመግባባት፣ ጠላትነት ወይም ዐመፅ የሚል ነው። መራራ የሚለውንም ቃል በቈላስያስ 3÷19ንም ይመልከቱ።

ፈተና (ፒራስሞስ) peirasmos፡- ማለት በቀላሉ መፈተን የሚል አሳብ የያዘ ሲሆን፣ በራሱ መልካም ያልሆነን አሳብ ያለው ነው፡፡ ወደ ጽድቅም ወደ ኃጢአትም የሚመራ ሲሆን፣ የሚወሰነው ለእርሱ በምንሰጠው የምላሽ ተግባር ላይ ብቻ ነው፡፡ እግዚአብሔር ፈተናቸው፤ እነርሱም በምላሹ ፈተኑት፡፡ በከባድ ሁኔታ ውስጥ በእርሱ ከመታመን ይልቅ፣ እርሱ በዚያ መካከል ሊረዳቸው ይችል እንደሆነ ያሳያቸው ዘንድ ግድ አሉት፡፡

ዌስት፡- ጸሐፊው *በራፊዲም* የእስራኤል ሕዝብ ልባቸውን ዕልከኛ በማድረግ እና ሙሴ ላይ በማመፅ እግዚአብሄርን እንዳስመረሩት ያስታውሳቸዋል (ዘጸ. 17፥1-7)፡፡ እዚህ ጋር መፈታተን የሚለው ቃል ፈተናውን የሚያሳይ አሳብን ተከትሎ የተቀመጠ ነው፡፡ የግሪኩ ቃል ትርጉሙ "ፈተና ላይ ማስቀመጥ" የሚል ነው፡፡ እስራኤል መከራ በከበባቸው ወቅት እግዚአብሔርን ከማመን ይልቅ "ጌታ በመካከላችን አለ ወይስ የለም?" የሚልን ጥያቄ በመጠየቅ እርሱን ፈተኑት፡፡ ዕጆቹንም በመግለጥ በመከራው መሐል መኖሩን ያሳያቸው ዘንድ ግድ አሉት፡፡ *(ዌስት፣ ኬ. ኤስ 1947. የግሪክ አዲስ ኪዳን ጥናት)*

ልባችሁን እልከኛ አታድርጉ

እልከኛ (ስክሌሩኖ) (sklay-roo'-no / skleruno ጠንካራ፣ ደረቅ፣ የማይነቃነቅ)፡- ማለት ጠንካራ ማድረግ፣ የማይነቃነቅ መሆን ሲሆን፣ ግትር መሆንን የሚያመለክት አገላለጽ ነው፡፡ *(መጽሐፍ ቅዱስ ጥቅሶች የብሉይና / የአዲስ ኪዳን ግሪክ መዝገበ ቃላት፣ የቴየር ትርጉም 1989. በ ጆሴፍ ሄንሪ ቴየር፣ አስቲን ሐተታ/ በጄፍ ጋሪሰን)*

የራስን ልብ ዕልከኛ ማድረግ

ሲድኒ ሃሪስ፡- ሲጽፍ "አንድን ነገር ከፉ ግን የሚያስፈልግ እያልን በዚያ ነገር ላይ አእምሮዋችን ያለውን የመወቀስ መጠን እየቀነስን ከመጣና አእምሮዋችን የነገሩን አስፈላጊነት እያጎላ የነገሩን ከፉ መሆን እያደር ማሳነስ ይጀምራል" ይላል፡፡

ቍጥር 8 በምድረ በዳ በፈተና ቀን በማስመረር እንደ ሆነ፥ ልባችሁን ዕልከኛ አታድርጉ።
ልባችሁን ዕልከኛ አታድርጉ ዕብ. 3፥12፣ 13፤ ዘጸ. 8፥15፤ 1ኛ ሳሙ. 6፥6፤ 2ኛ ነገሥት 17፥14፤ 2ኛ ዜና 30፥8፤ 36፥13፤ ነህ. 9፥16፤ ኢዮብ 9፥4፤ ምሳሌ 28፥14፤ 29፥1፤ ኤር. 7፥26፤ ሕዝ. 3፥7-9፤ ዳን. 5፥20፤ ዘካ. 7፥11፣ 12፤ ማቴ. 13፥15፤ የሐዋ. 19፥9፤ ሮሜ 2፥5፣ 6
በማስመረር እንደ ሆነ ዘኍ 14፥11፣ 22፣ 23፤ ዘዳ. 9፥22-24፤ መዝ. 78፥56
በፈተና ቀን ዘጸ. 17፥7፤ ዘዳ. 6፥16፤ መዝ. 78፥18፤ 106፥14፤ 1ኛ ቆሮ. 10፥9
ቍጥር 9 አባቶቻችሁ እኔን የፈተኑበት የመረመሩብትም አርባ ዓመትም ሥራዬን ያዩበት

ሥራዬን ያዩበት ዘጸ. 19፥4፤ 20፥22፤ ዘዳ. 4፥3፣ 9፤ 11፥7፤ 29፥2፤ ኢያሱ 23፥3፤ 24፥7፤ ሉቃስ 7፥22
አርባ ዓመትም ዘኍ. 14፥33፤ ዘዳ. 8፥2፣ 4፤ ኢያሱ 5፥6፤ አሞጽ 2፥10፤ የሐዋ. 7፥36፤ 13

ቍጥር 10 *ስለዚህ ያን ትውልድ ተቈጥቼ ዘወትር በልባቸው ይስታሉ መንገዴን ግን አላወቁም አልሁ፤*

እግዚአብሔር የምሕረትና የፍቅር አባት እንደ ሆነ ሁሉ፣ እንዲሁ የቍጣም አምላክ ነው፡፡ እግዚአብሔር ኃጢአትን የሚታገሥ ባሕርይ የለውም፤ ኃጢአትን ስለሚጠየፍም ቍጣውን እንደሚባላ እሳት ይገልጸዋል፡፡ *"አምላካችን በእውነት የሚያጠፋ እሳት ነውና"* (ዕብ. 12፥29)፡፡ እስራኤላውያን ባለመታዘዛቸውና በዐመፅ በቆዩበት ጊዜ እግዚአብሔር ከጥንት ጀምሮ ቍጣውን ገልጿል፡፡ በኖኅ ዘመን ምድሪቱን በውኃ ሲያጠፋት ምክንያቱ የሰው ልጅ አለመታዘዝ ነው፡፡ እግዚአብሔር በግለሰብም ላይ ሆነ በትውልድ ላይ ቍጣውን የሚገልጽ አምላክ ነው፡፡ ትውልዱ በአንድነት ተስማምቶ በሚሠራው ጥፋት የእግዚአብሔር ቍጣ በምድሪቱ ላይ ሁሉ ይገለጻል፡፡ ሕዝብ ወደ እግዚአብሔር ልቡን ሲመልስ፣ መንግሥትም እግዚአብሔርን በመፍራት ሲመራ የእግዚአብሔር ምሕረትና ባርኮትም በትውልዱ ላይ ይገለጻል፡፡

የእግዚአብሔር ቍጣ በብሉይ ኪዳን ብቻ ሳይሆን፣ በአዲስ ኪዳንም የሚገለጽ ነው፡፡ (የሐናንያ እና ሰጲራ፣ የሐዋ. 5፥1-11 ታሪክ - ራእይ 2፥16)፡፡ *"ስለዚህ ያን ትውልድ ተቈጥቼ፣ ዘወትር በልባቸው ይስታሉ መንገዴን ግን አላወቁም አልሁ፤"* (ቍጥር 10) የእነኚህ ሰዎች ስሕተት የእግዚአብሔርን መንገድ ካለማወቅና ከመሳት ከልበ-ደንዳናነት የተነሣ ነው፡፡ ዘወትር በልባቸው የማያስተውሉና የሚስቱም ናቸው፡፡

የእስራኤላውያንን የምድረ በዳ ጕዞ ዓመፃቸውን ስንመለከት የመሳትና መንገድን አለማወቅም ብንመለከትባቸውም፣ አላውቅም ማለት በራሱ ቅጣትን የሚያመጣ ቢሆንም፣ የእነዚህ ሰዎች አለማወቅ ግን የመጣው ከልበ-ደንዳናነትና ካለማስተዋል፣ ከቸልተኝነትም እንደሆነ እንረዳለን፡፡ ዕውነት እነርሱ ከልባቸው እግዚአብሔርን የሚፈሩና የሚፈልጉ ቢሆን ኖሮ፣ በግብፅ በነበሩ ጊዜ የእንስሳው ደም በመቃናቸው ላይ በመቀባቱ የሞት መልአክ ወደ ቤታቸው ባለመግባቱ፣ የግብፃውያንን የበኵር ልጅ መፍጀቱ፣ እግዚአብሔር የኤርትራን ባሕር ሲከፍለው በዐይኖቻቸው እያዩ የፈርዖን ሠራዊት ባሕሩ ሲከደንባቸውና አስከሬናቸውም በባሕሩ ጥግ ወድቆ ሲመለከቱ፣ እነርሱም

ምንም ሳይሆኑ በደረቅ ምድር ሲሻገሩ ይህ ብቻ ትምህርት በሆናቸውና እግዚአብሔርን ባከበሩ ነበር፡፡ እነርሱ ግን በእግዚአብሔር ላይ በልበ-ደንዳናነት ተመላለሱ፡፡

ተቆጥቼ የሚለው ቃል **ፕሮሶክቲዞ (prosochthizo)** የሚል ቃል ትርጓሜ ሲሆን፣ ደስተኛ አለመሆን ማለት ነው፡፡ የግሪኩ ቃል ጠንካራ የሆነ አለመደሰትን የሚያሳይ ነው፡፡ እግዚአብሔር በእስራኤል ድርጊት ተቈጥቶ ነበር፡፡ በዚህ ቍጥር ላይም ይስታሉ የሚለው ትርጉም ከትክክለኛ መንገድ መውጣትን የሚያሳይ ነው፡፡ እስራኤል በልቧ ከመንገድ ወጥታ ነበር፡፡ እስራኤል የያህዌን መንገድ ችላ ማለቷ ከመንገድ መሳትን አስከተለ፡፡ ይህ የያህዌን መንገድ ችላ ማለታቸው የመጣውም ራሱን ያህዌን ችላ ከማለታቸው የተነሣ ሲሆን፣ የሚጐድላቸው በተግባር የሆነና ትእዛዛቱን በመፈጸም የሚገኘው እግዚአብሔርን ማወቅ ነው፡፡ *(ዌስት፣ ኬ. ኤስ 1947. የግሪክ አዲስ ኪዳን ቃል. ጥናት፡- ኢርድማንስ)*

ቁጥር 10 ስለዚህያን ትውልድ ተቆጥቼ፡- ዘወትር በልባቸው ይስታሉ መንገዴን ግን አላወቁም አልሁ፤

ስለዚህ ያን ትውልድ ተቆጥቼ ዘፍ 6፥6፤ መሳ 10፥16፤ መዝ 78፥40፤ ኢሳ 63፥10፤ ማር 3፥5፤ ኤፌ 4፥30

መንገዴን ግን አላወቁምአልሁ ዕብ 3፡12፤ መዝ 78፥8፤ ኢሳ 28፥7፤ ሆሴ 4፥12፤ ዮሐ 3፥19,20፤ 8፥45፤ ሮሜ 1፥28፤ 2ኛ ተሰ2፥10-12

በልባቸው ይስታሉመዝ 67፥2፤ 95፥10፤ 147፥20፤ ኤር 4፥22፤ ሮሜ 3፥7

ቁጥር 11 *እንዲሁ ወደ ዕረፍቴ አይገቡም ብዬ በቍጣዬ ማልሁ።*

እንዲሁ የሚለው ቃል **ሆስ (hos)** የሚል ቃል ትርጓሜ ሲሆን፣ በዚህም ነገር የተነሣ የሚል ትርጉም ያለው ነው፡፡ **ማልሁ** የሚለው ቃልም **አሙኖ (omnuo)** የሚል ቃል ትርጉም ሲሆን፣ ቃል ኪዳን መግባት የሚል አሳብ ያለው ነው፡፡ አይገቡም የሚለው አሳብም መሐላውን አመልካች ሆኖ የተቀመጠ ነው፡፡ *(ዌስት፣ ኬ. ኤስ 1947. የግሪክ አዲስ ኪዳን ቃል. ጥናት፡- ኢርድማንስ)*

እግዚአብሔርን በዘመናት መካከል ለሰው ልጆች ያዘጋጀላቸው የዕረፍት ሥፍራን ነው፡፡ ከአዳም ጀምሮ ስንመለከት ለሰው እግዚአብሔርን ዕረፍትን አዘጋጀ፡፡ ሰው ግን በእግዚአብሔር መታመን እየተሣነው ይህንን የተዘጋጀለትን የዕረፍት ሥፍራ ደስ ብሎት ሊጠቀሙበት ሲገባ፣ ሌላ ምቾት፣ ሌላ ክብር ፈለገ፡፡ እንደ እግዚአብሔር መሆንም

አማረው፡፡ በእግዚአብሔር ሥልጣን ሥር ከመሆን ይልቅ ራሱ ባለ ሥልጣን ሆኖ ማንም ከእርሱ በላይ እንዳይኖር ፈለገ፡፡ ይህ አመለካከት የሰይጣንም ፍላጎት ነበረ፡፡

ሰይጣን በመጀመሪያ በእግዚአብሔር ክብር ውስጥ የነበረ ሲሆን፣ እርሱ ግን ከእግዚአብሔር ጋር ሥልጣንን ሊሻማ በመመኘቱና፣ ለራሱ ክብርን በመሻቱ የእግዚአብሔር ቍጣ ነደደበት፡፡ ከነበረበት የክብር ሥፍራም ተጣለ፡፡ ልክ እንደዚሁ ሁሉ የሰው ልጅም የነበረበትን የዕረፍት ሥፍራውን ባለመታዘዝ ምክንያት አጣ፡፡

በእስራኤላውያን ሕይወት ውስጥም የምናስተውለው ይህንኑ ነው፡፡ በመታዘዝ የሚገኘውን በረከት መቀበል ሲገባቸው፣ እነርሱ ግን የተደረገላቸውን ሁሉ ወዲያውኑ እየረሱ እግዚአብሔርን የሚያሳዝኑ ሆኑ፡፡ ቤተ ክርስቲያንም በአዲስ ኪዳን ወደ እግዚአብሔር መንግሥት የተጠሩ ቅዱሳን ኅብረት ናት፡፡ ይህቺ ኅብረት ቅዱሳን በዕረፍት እንዲገኙባት እግዚአብሔር ፈቀደ፡፡ በማርያምና በማርታ ሕይወት ላይ የምንመለከተው ልዩነትም ይህንኑ ያሳየናል፡፡ ጌታ ኢየሱስ የማርታን መባከን ተመለከተና *"የሚያስፈልገው አንድ ወይም ጥቂት ነገር ነው አለ"* (ዮሐ. 14÷1-3)፡፡

ብዙዎቻችን እንደ ማርታ በመባከን በረከታችንን እንደምንሰበስብ እናስባለን፣ ዘወትርም ደግሞም እንሮጣለን፡፡ የሚያስፈልገን ግን በእግዚአብሔር ማረፍ ነው፡፡ ይህ ዘመን ዕረፍት የታጣበትና ሰዎች የሚዋከቡበት ዘመን ነው፡፡ እግዚአብሔር ግን ለመዋከብ አልጠራንም፡፡ ይህ ማለት ተኝተን እንኑር ማለት አይደለም፡፡ ዕረፍቱ አለመጨነቅን፣ አለመፍራትን፣ አለመጠራጠርን ያመላክታል፡፡ በእምነትና በእርጋታ በመመላለስ፣ በእግዚአብሔር ፊት እንደ ማርያም ቁጭ ብለን ቃሉን በማዳመጥም እረፍት ይሆንልናል፡፡

ዕረፍት የሚለው ቃል ደግሞ **ካታፓውሲን (katapausin)** የሚል ቃል ትርጓሜ ሲሆን፣ **ፓዎ (Pauo)** ማለት **ማቆምን** የሚያሳይ ቃል ነው፡፡ ይህ ዐይነቱ ማቆም ከሥራ እና ከዕንቅስቃሴ ማረፍን የሚያሳይ ነው፤ ይህም ማረፍ ደግሞ ቋሚ የሆነ ነው፡፡ ይህ እዚህ ጋር የተገለጸው ዕረፍት እስራኤል ከነዓን ሲገባ የሚያርፈውን ዕረፍት ታሳቢ ያደረገ ነው፡፡ እግዚአብሔር ለሕዝቡ የሚሰጠው ዕረፍት ነው፡፡ ግብፅ ካሳለፉት የባርነት ሕይወት ጋር ፍጹም የሚቃረን ነው፡፡ ቋሚውና ጸንቶ የሚኖረው የእስራኤል ዕረፍት ግን በሺህ ዘመት መንግሥት ውስጥ የኪዳን ንጉሧ ጌታ ኢየሱስ ሲነግሥ የምታርፈው ነው፡፡ ካለማመናቸው የተነሣ የምድረ በዳው ድንቅ ሳይሳካ ቀረ፡፡ አዲሱም ትውልድ ይህን ዕረፍት ወረሰ፤ ነገር ግን ከኃጢአት የተነሣ እንደ ታሰበው ደስ አልተሰኙበትም፤እናም ወደ

ባርነትም ተመለሱ። እዚያ የቀሩቱ ደግሞ በተከታታይ ለአሕዛብ ነገሥታት ተገዙ፤ እስከ ሮም የበላይነት ድረስ በ70 ዓመተ ምሕረት ደግሞ ወደ ዓለም ሁሉ ተበተኑ። *(ዌስት፣ ኬ. ኤስ 1947. የግሪክ አዲስ ኪዳን ቃል፣ ጥናት:- ኢርድማንስ)*

ቁጥር 11 እንዲሁ፡-ወደ ዕረፍቴ አይገቡም ብዬ በቍጣዬ ማልሁ።
በቍጣዬ ማልሁ ዕብ 3፥18,19; 4÷3; ዘኍ 14÷20-23,25,27-30,35; 32÷10-13; ዘዳ 1÷34,35; 2÷14
ወደ ዕረፍቴ አይገቡም ዕብ 4÷9

ቍጥር 12 *ወንድሞች ሆይ፥ ምናልባት ሕያው እግዚአብሔርን የሚያስከዳችሁ ክፉና የማያምን ልብ ከእናንተ በአንዳችሁ እንዳይኖር ተጠንቀቁ፤*

ከቍጥር አሥራ ሁለት እስከ አሥራ ዘጠኝ ባሉት የምዕራፉ ተከታታይ ቍጥሮች አንዳንዶች ወደ ተዘጋጀላቸው ዕረፍት መግባት እንዳልቻሉና የእግዚአብሔርም ቍጣ እንደ ተገለጠባቸው ያብራራል። የዕብራውያን ክርስቲያኖች ተመሳሳይ ስሕተት እንዳይደግሙ "ተጠንቀቁ" ይላቸዋል። የአይሁድ ሰዎች በምድረ በዳ ተንከራተው ዓላማቸው ሁሉ ከተበላሸባቸውና ከንቱ ሆነው ከቀሩት ወዳጆቻቸው ትምህርት ወስደው እንዲጠነቀቁ ጸሐፊው ያሳስባቸዋል። በአዲስ ኪዳን አገልግሎት ውስጥ ኢየሱስ ክርስቶስ የዕብራውያን ክርስቲኖችንና ዛሬም እኛን ከሰይጣን እስራት ፈትቶ አድኖናል። የጥንቶቹ እስራኤላውያን ከግብፅ ባርነት ነፃ ወጥተው ወተትና ማር ወደምታፈሰው የዕረፍት ምድር እንዲጓዙ እንደ ተደረገ ሁሉ ለአዲስ ኪዳን ክርስቲያኖችም ይኸው መንገድ ተዘጋጅቶላቸዋል።

በምድረ በዳ የተጓዘው ሕዝብ ጸሐፊው የሠራውን ስሕተት እያስታወሳቸው የመልእክቱ ተደራሾችን ተመሳሳይ ስሕተት እንዳይሠሩ ያሳስባቸዋል። የማያምን ልብ በእናንተ እንዳይኖር ተጠንቀቁ ይላቸዋል። የተጠቀመበት የግሪክ ቃል የሚያሳየን ሁኔታው ሊከሰት የሚችልበት ነገር ታይቶ ያለውን ፍርሃት የሚገልጽ ነው። በአንዳችሁም እያለ የገለጸበት የቍጥር አገላለጽ ደግሞ ጸሐፊው ይህ አለማመን እንዳይከሰት የሚያመለክተው ለእያንዳንዱ ግለሰብ እንደሆነ ነው። *(ዌስት፣ ኬ. ኤስ 1947. የግሪክ አዲስ ኪዳን ቃል፣ ጥናት:- ኢርድማንስ)*

በጸሐፊው አገላለጽ ክፉና የማያምን ልብ ለክህደት ቅርብ እንደ ሆነ ያሳያል፡፡ መዝሙረኛው ዳዊት በኃጢአት ውድቀት ውስጥ በተገኘ ጊዜ "አቤቱ ንጹሕ ልብን ፍጠርልኝ፣ የቀናውንም መንፈስ በውስጤ አድስ" (መዝ. 50 (51)÷10) ይላል፡፡ በመዝሙር 53፡-1 "ቂል በልቡ አምላክ የለም" ይላል (ዘዳ. 10÷12-13፤ ሐዋ. 5÷3-4፤ ማቴ. 15÷18-19፤ ማር. 12÷30)፡፡

እነዚህ የተዘረዘሩት ጥቅሶችና ሌሎችም በርካታ ተመሳሳይ መልእክት ያላቸው ጥቅሶች በመጽሐፍ ቅዱስ ውስጥ የሚገኙ ሲሆን፣ ቃሉ የልባችንን መዝጊያ በሚገባ መጠበቅ እንዳለብን እንደሚስተምረን እንረዳለን፡፡ በወንጌላት ውስጥም "የሰው መዝገቡ ባለበት ልቡ በዚያ አለ" ይላል (ሉቃስ 6÷45)፡፡ የልባችን ክፉ አሳብና ለኃጢአት ተገዥ መሆን እምነታችንን በመሸርሸር ከእግዚአብሔር መንገድ ያወጣናል፡፡ ስለዚህም የሕይወት መውጫ የሆነውን ልባችንን አጥብቀን ልንጠብቀው ይገባናል፡፡

በዚህ ዘመን በአማኞች መካከል የልብ ድንዛዜው እየጨመረ የመጣበት ወቅት ነው፡፡ በጥንቷ የኢትዮጵያ ቤ/ክ ሰዎች ክህደትና ዓለማዊነት ሲያስጎመጃቸው ቀስ በቀስ ከቤ/ክ ይቀራሉ፡፡ በመጨረሻም ጭልጥ ብለው ይኮበልላሉ እንጂ፣ በድፍረት ወደ ቤ/ክ አይመጡም፡፡ በዚህ ዘመን ግን ሁኔታው ተቀይሯል፡፡ ብዙዎች ቤ/ክ ውስጥ ሆነው እያገለገሉ፣ እየዘመሩ፣ እያመለኩና በሌሎችም አገልግሎቶች እየተሳተፉ ልባቸው ግን ወደ ዓለም ኮብልሎ ይመላለሳሉ፡፡ የሃይማኖት መልክ ቢኖራቸውም፣ እግዚአብሔርን በመፍራትና በዕውነተኛ አምልኮ መመላለስ ቀርቷል፡፡ ሐሰተኛነት፣ ለጥቅም ማደር፣ ስመ-ክርስትናን ብቻ ይዘው እምነትን በፋሽን ወይም በወረት መልኩ መያዝ የተለመደበት ወቅት ላይ ደርሰናል፡፡

ምናልባት፡- መጽሐፍ ቅዱስ ሁል ጊዜ ራሳችንን እንድንመረምር ይነግረናል፡፡ በቃሉ መስታወት ራሳችን ማየት ይገባል፡፡ ራሱን የመረመረ በቅዱስ ቃሉ አማካይት መንፈስ ቅዱስ የተናገረው ሰው፤ ቃሉ ሕያው ስለሆነ እና ከሁለት አፍ ካለው ሰይፍ ይልቅ የተሳለ ነፍስን፣ ጅማትን፣ አጥንትን እስከሚለያይ ስለሚወጋ ንስሐ ይገባል፤ በጠላት ላይ ይጫማል፤ ከወደቀበት ይነሣል፤ ለአምላኩ ክብር ይሰጣል (ያዕ. 1÷23)፡፡

በይበልጥም በኃጢአት ውስጥም ሆነ በመከራ ስናልፍ ራሳችንን መመርመር ተገቢ ነው (ሰቆ. 3÷40፤ መዝ. 53÷23)፡፡ ምንም እንኳ በክርስቶስ ያመነ አማኝ በጸጋው ሥር ቢሆንም፣ በኃጢአት ተጠላልፎ ከጸጋው እንዳይወድቅ ማስጠንቀቂያ ይሰጣል (ዕብ. 12÷15፤ ገላ. 5÷24)፡፡ ነገር በዚህ ብቻ አያበቃም፤ በጸጋው ማፍራታችንን ለማወቅ ወደ ወይኑ ሥፍራችን ጌታን መጋበዝ አስተዋይነትም ጭምር ነው (መኃ. 7÷15)፡፡ ምክንያቱም

የጻድቁን እርሻ ሆነ የኃጥኡን እርሻ ማየት የሚችል የእግዚአብሔር ልጅ ኢየሱስ ብቻ ነው፡፡ ክርስቲያን የክርስቶስ ልብ ስላለው ሁሉን ይመረምራል (1ኛ ቆሮ. 2÷15-16፤ ኤፌ. 5÷9፤ ምሳሌ 24÷30-31)፡፡ ይሁን እንጂ፣ እግዚአብሔር ከልባችን ይልቅ ታላቅ ነው (1ኛ ዮሐ. 3÷19)፡፡ ስለዚህ በእኛ እርሻ ያለው ፍሬ ካላፈራ ቅርንጫፉን ሊገርዘው ሊኮተኩተው እና የወይኑ ተክል ያብብ ዘንድና ገበሬው እንዲሠራ መፈቀድ ይኖርብናል (ኢሳ. 27÷3)፡፡

ኢየሱስ ይህን የወይን እርሻ ሊያጠጣ፣ ሊኮተኩትእና ሊያሳድግ ይሻል፡፡ ይሁን እንጂ፣ የወይኑ እርሻ ጠባቂዎች በጥቅማ ጥቅም ታውረው በጠላት አሳብ ቁጥጥር ሥር ስለ ነበሩ አሳልፈው ሰጡት (ማቴ. 21÷33-39)፡፡ በዚህም ምክንያት ይህ የወይን ተክል በመገረዝ፣ በታቦት፣ የአብርሃም ልጅ ነን ብለው ከሚመኩቱ ወገኖች ተወሰደና ፍሬ ሊያፈሩ ለሚችሉ ሰዎች ተሰጠች (ማቴ. 21÷41)፡፡

አማኝ ከወይኑ ግንድ ጋር ስለተጣበቀ ያፈራል ይህም ከክርስቶስ የጽድቅ ስራ እና የትንሳኤው ኃይል ተካፋይ ስለሆነ ነው (ፊልጵ. 1÷11፤ መዝ. 1÷3፤ 92÷12፣ 13፤ ኢሳ. 32÷17፤ ዮሐ. 15÷2)፡፡ ኢየሱስ ካህናችን የአዲስ ኪዳን ዋስ ነውና የእግዚአብሔር ሰማያዊ ጥሪ የከበሩ ተካፋዮች ስለሆንን ማፍራታችን አይቀርም፡፡ ወንጌል ፍሬ እድናፈራ የሚያደርገንን ጸጋ ሰጠን (ቈላስ. 1፡6፤ 1ኛ ጢሞ. 2÷11-15)፡፡ በድካም ብንገኝ በቃሉ ስለሚገሥጸን እናፈራለን (ዕብ. 12÷11)፡፡

የምናፈራቸው ፍሬዎች ደግሞ የእርሱ ባሕርያቶች ናቸው፤ የመንፈስ ፍሬ ይባላሉ (ገላ. 5÷22-23)፡፡ በሌላ አነጋገር ክርስቶስን መልበስ ማለት ነው፡፡ ይህ ክርስቶስ ነጭ ልብስ ወይም አንጸባራቂ (የብርሃን ልብስ) የሚባለው በዓለም ሊታይ የሚችል ልብስ ወይም ፍሬ ነው (ኤፌ. 5÷8፤ ቈላስ. 3÷12)፡፡ አማኝ ከዚህ ዓለም ጉድፍ ለመንጻት እና ፍሬ ለማፍራት ዳገት መውጣትም ሆነ ቁልቁለት መውረድ ወይም ገዳም መሄድ የለበትም፡፡ ታላቁ ሊቀ ካህናት ሊቀድሰው፣ የሰማያዊው ክብር ተካፋይ ሊያደርገው፣ ለክብሩ እንዲኖርና በዚያ ሕይወት ሊጠብቀው ይችላል (ይሁዳ 1÷24፤ ዮሐ. 10÷29፤ ሮሜ 8÷31፤ ፊልጵ. 3÷20፡ 2ኛ ጢሞ. 4÷18)፡፡ ፍሬ አፍርተን በፊቱ ሊያቆመን የሚችል ሊቀ ካህናት አለን (2ኛ ቆሮ. 4÷14፤ ኤፌ. 5፡27፤ ቈላስ. 1÷22)፡፡

ስለዚህ በቃሉ ራስን ማየት፣ የመንፈስ ቅዱስን ድምፅ መስማት፣ ምሪትን መቀበል በክህንነቱ አገልግሎት ታምነን በጸጋው ተደግፈን ወደ መቅደሱ በመግባት የዕረፍት ሕይወት መለማመድ ይጠበቅብናል (ዕብ. 4÷9፤ 3፡14፤ 1ኛ ዮሐ. 3÷1-3)፡፡ የቀደመው

የኃይለ ሥላሴ ትርጉም መጽሐፍ ቅዱስ የሚያስከዳችሁ የሚለውን አሳብ አዲሱ መደበኛ ትርጉም የሚያሰኮበልላችሁ ይለዋል።

ምንም እንኳ በአዲሱ ኪዳስ ድንጋዩ ልብ ወጥቶ የሥጋ ልብ ተሰጥቶን ሕጉ በልባችን ተጽፎ በእግዚአብሔር ቃል የተፈጠረ አዲስ ማንነት ቢኖረንም፣ አማኝ የአእምሮ መታደስ ሊኖረው፣ ነፍሱ በእግዚአብሔር ሊገዛ እና የምድር ብልቶቹን (አካላቶቹን፣ ዕጁን፣ እግሩን፣ አንደበቱን ... ወዘተ) ለእግዚአብሔር ሊያቀርብ ይገባል (ዕብ. 8፥10፤ ቈላስ. 3፥10፤ 1ኛ ጴጥ. 1፥23፤ ያዕ. 1፥18፤ ሮሜ 12፥1፤ 6፥19)።

በአእምሮው ያልታደሰ ማንነት (ልብ) ለማመን የዘገየ፣ ቸልተኛ፣ ዕልከኛ፣ በመጨረሻም ቃሉን ተቃዋሚ ልብ ይሆናል። ንጉሥ ዳዊት የኦርዮንን ሚስት ሲወስድ ዕልከኛ ልብ ላይ አልደረሰም ነበር። ስለዚህም ነቢዩ ናታን በመጣና ባነጋገረው ጊዜ ንስሐ ገባ፤ ራሱን አስተካከለ። ዕልከኛ ልብ ያለው ሳኦል ነበር። በእግዚአብሔር የተቀባውን ዳዊትን ለማሳደድ ወደ ኋላ አላለም፤ በዕልከኝነቱ ተቃዋሚ ሆነ። የኤማሁስ መንገደኞች ለማመን የዘገየ ልብ ነበራቸው።

ዕብራውያን አማኞች ቸልተኛ ልብ ነበራቸው ነገር ግን ዕልከኛ አልሆኑም፤ ሆኖም ከእምነት ወደ ኋላ የማፈግፈግ ባሕርይ ይታይባቸዋል። ልባቸው ዕልከኛ ሆኖ እንደ ፈርዖን ደንዳና ልብ እንዳይሆን እና ተቃዋሚ እንዳይሆኑ በአእምሮአቸው መታደስ ንስሐ እንዲገቡ እና ወደ እምነት እንዲመለሱ፣ የመጀመሪያውን እምነታቸውን እንዲይዙ፣ በእምነት መመላለስ እንዳለባቸው የዕብራውያን ጸሐፊ ይመክራል፤ ያስጠነቅቃልም (ዕብ. 3፥6፤ 10፥36-38)።

በዚህ ክፍል ላይ **ክፉ ልብ** ሲል የተጠቀመው አገባብ በግሪኩ ቅደም ተከተል ፍቺው ሲታይ፣ በዚህ ቦታ ላይ ያለው ክፉ የሚለው ቃል ካኮስ (kakos) የሚለው አይደለም። ይልቅ *ፖኔሮስ (poneros)* የሚለውን ነው። *ፖኔሮስ* መልካም የሚለው ቃል ቀጥተኛ ተቃራኒ ትርጉም ያለው ቃል ነው። ሰይጣን እንደ ክፉ ሲገለጽ *ፖኔሮስ* በሚለው ቃል የሚገለጽ ሲሆን፣ ይህ ቃል *ካኮስ* ከሚለው ቃል ይልቅ ጠንካራ ቃል ነው። ጳውሎስ በገላትያ 1፥4 ላይ ይህንን ቃል ይጠቀምበታል። በዚያ ክፍል ላይ የአሁኑን ዓለም *ፖኔሮስ* ጊዜ በመግለጽ ነው የሚያወራው። *ካኮስ* የሆነ ሰው በራሱ ጥፋት ሲረካ *ፖኔሮስ* የሆነው ሰው ግን ሌሎችን ካላጠፋ በቀር፣ በራሱ ጥፋት አይረካም።

ጸሐፊው እየተናገረበት ያለው ክፉ የማያምን ልብ በአንዳንድ አንባቢዎቹ ዘንድ እንደሚገኝ ነው፡፡ በእነዚህ ሰዎች ውስጥ አዲሱን ኪዳን በተመለከተ ያለው አመለካከትን ችላ ማለት ብቻ ሳይሆን፣ መቃወምም ስለ ነበር ጸሐፊው ይህ ነገር በመጨረሻ አዲሱን ኪዳን ወደ መግፋት እንዳይወስዳቸው ስጋት ነበረው፡፡ እዚህ ጋር አለማመን ባለበት ልብና በማያምን ልብ መካከል ያለውን ልዩነት ልብ ማለት ያሻል፡፡ በክርስቲያን ልብ ውስጥ የመጀመሪያው ልብ ሊኖር ይችላል፤ ሁለተኛው ግን ከቶ የማይሆን ነገር ነው፡፡ ይህ ሁለተኛው አገላለጽ የሚያሳየን ሙሉ ለሙሉ የማያምንን ልብ ነው፡፡ የኋላ ጥናታችን እንደሚያሳየን ይህ ማስጠንቀቂያ የሚሰጣቸው አይሁዳውያን የዳኑ አልነበሩም፡፡ ስለ ኢየሱስ መሢሕነት፣ እንዲሁም ስለ አዲሱ ኪዳን መረዳት ብቻ ዕውቀት እንዲኖራቸው አልፈቀደም ነበር፡፡ *(ዌስት፣ ኬ. ኤስ 1947. የግሪክ አዲስ ኪዳን ቃል፣ ጥናት:- ኢርድማንስ)*

በዚህ ቦታ ላይ **የሚያስከዳችሁ** "departing" ተብሎ የገባው ቃል ልዩ ትኩረትን ይሻል፡፡ **አፊስቴሚ "aphistemi"** የሚል ሲሆን፣ **አፖ "apo"** ወይንም **መራቅ፣ መውጣት** ከሚልና **ሂስቴሚ "histemi"** ወይም **መቆም** ከሚሉ ቃላቶች የተዋቀረ ነው፡፡ እነዚህ ቃላቶችም በአንድ ላይ ሲሆኑ፣ **ከአንድ ነገር ርቆ መቆምን** የሚያሳዩ ናቸው፡፡ ይህም እነዚህ ዕብራውያን የሚገኙበትን ሁኔታ በትክክል ገላጭ ነው፤ ከሕያው አምላክ ርቀው ቆመው ነበር፡፡ አሳቡ መሸሽ ሳይሆን፣ ርቆ መቆም ነው፡፡ *(ዌስት፣ ኬ. ኤስ 1947. የግሪክ አዲስ ኪዳን ቃል፣ ጥናት:- ኢርድማንስ)*

ክህደት ወይም **አፖስታሲ "apostasy"** የሚለው ቃል የመጣው ከዚህ የግሪክ ቃል ነው፡፡ **አፖስታሲ** ማለት ቀድሞ በአንድ ነገር ያምን የነበረና አሁን ግን ይህ ያምነው የነበረውን ነገር የካደና በእርሱ ፈንታ ቀድሞ ያምነው ከነበረው ነገር ቀጥታ ተቃራኒ በሆነ ነገር ማመን የጀመረን ሰው የሚገልጽ ነው፡፡ በሌላ አገላለጽ የአሁኑ እምነቱ ዝም ብሎ አዲስ እምነት ብቻ ሳይሆን፣ በእያንዳንዱ ነጥብ በፊት ከነበረው እምነት የሚቃረንም ጭምር ነው፡፡ እነዚህ አዲሱን ኪዳን ሳይቀበሉ ወደ ቀደመው ኪዳን የመሥዋዕት ሥርዓት የተመለሱት ሰዎች አዲሱን ኪዳን አለመቀበል ብቻ ሳይሆን፣ በቀጥታ ጭምር ነበር የሚቃረኑት፡፡ ጥያቄው የነበረው የሌዋውያን የመሥዋዕት ሥርዓት ወይስ የተሰቀለው መሢሕ የሚል ነው፡፡ አንድ ሰው መሢሑን እንደ ሊቀ ካህናት አድርጎ ከተቀበለ በኋላ ተመልሶ እግዚአብሔር ወደ ጎን ወዳደረገው የመሥዋዕት ሥርዓት የሚመለስ ከሆነ፣ ይህ ክህደት ወይም አፖስታሲ ይባላል፡፡ *(ዌስት፣ ኬ. ኤስ 1947. የግሪክ አዲስ ኪዳን ቃል፣ ጥናት:- ኢርድማንስ)*

ቁጥር 12 ወንድሞች ሆይ፥ምናልባት ሕያው እግዚአብሔርን የሚያስከዳችሁ ክፉና የማያምን ልብ ከእናንተ በአንዳችሁ እንዳይኖር ተጠንቀቁ፤

ተጠንቀቁ ዕብ 2÷1-3; 12÷15; ማቴ 24÷4; ማር 13÷9,23,33; ሉቃ 21÷8; ሮሜ 11፡ 21; 1ኛ ቆሮ 10÷12
ክፉና የማያምን ልብ ዕብ 3፡10; ዘፍ 8፡21; ኤር 2÷13; 3÷17; 7÷24; 11÷8; 16÷12; 17÷9; 18÷12; ማር 7÷21-23
ከእናንተ በአንዳችሁ እንዳይኖር ዕብ 10÷38; 12÷25; ኢዮብ 21÷14; 22÷17; መዝ 18÷21; ምሳ 1÷32; ኢሳ 59÷13; ኤር 17÷5; ሆሴ 1÷2
ሕያው እግዚአብሔርን 1ኛ ተሰ 1÷9

ቊጥር 13 *ነገር ግን ከእናንተ ማንም በኃጢአት መታለል ዕልከኛ እንዳይሆን፥ ዛሬ ተብሎ ሲጠራ ሳለ፥ በእያንዳንዱ ቀን እርስ በርሳችሁ ተመካከሩ፤*

ኃጢአት በአንድ ጊዜ የመቆጣጠር ባሕርይ የለውም፡፡ ነገር ግን ቀስ እያለ እንደ ማር እየጣፈጠ፣ ጥቂት በጥቂት ውስጣችንን የመቆጣጠር ኃይል አለው፡፡ ሙሉ ለሙሉ ሲቆጣጠረንም ዕልከኝነት ውስጣችንን ይሞላዋል፡፡ በመደበኛው የመጽሐፍ ቅዱስ ትርጉም ዕልከኛ የሚለውን ቃል ልበ-ደንዳና ይለዋል፡፡ ኃጢአት ልበ-ደንዳና የሚያደርግም በመሆኑ በዚህ ደረጃ ላይ የደረሱ ሰዎች እግዚአብሔር ራሱ ምናልባት በመለኮታዊ አሠራሩ ካልቀየራቸው በስተቀር በሰው ምክር፣ በስብከት ኃይል፣ በቅጣትም የሚመለሱ አይሆኑም፡፡ ንጉሥ ዳዊት በአንድ ወቅት ኃጢአትን ከመጎምጀት ጀመረና ቀስ በቀስ ወደ ድርጊት ለወጠው፡፡ ኃጢአት መጀመሪያ የሚጀምረው ከአሳብ ነው፡፡ ቀጥሎም የውስጥ ምኞት እያደገ ይሄዳል፤ በመቀጠልም አንደበት ይረከሳል፣ በመጨረሻም በድርጊት ይፈጽመዋል፡፡ ዳዊት የኦሪዮን ሚስት በሥልጣኑ አስጠርቶ ሲደፍራት፣ በመቀጠልም ኦሪዮ እንዲገደል ሲያስደርግ ልበ-ደንዳናነት ሁለንተናውን ተቆጣጥሮት ነበር (2ኛ ሳሙ. 13÷26)፡፡

በቃየን ውስጥ የምንመለከተው ልበ-ደንዳናነትም፣ ከቅንዓት የመነጨ በቀል የሞላበት ነው፡፡ የወንድሙ መሥዋዕት በእግዚአብሔር ዘንድ ሞገስን ባገኘበት ጊዜ ቃየን በእግዚአብሔር ፊት ከመናዘዝ ይልቅ ልበ-ደንዳናነት ውስጡን አሸነፈውና የገዛ ወንድሙን ገደለው፡፡

የኃጢአትን ኃይል ለማሸነፍ አንዱ ትልቅ መሳሪያ እርስ በርስ ያለን ግንኙነትና ኅብረት እንደሆነ ጸሐፊው ያስረድናል፡፡ የዕብራውያን ክርስቲያኖች እርስ በርስ በመመካከርና ኅብረት በማድረግ፣ በመተናነጽም የኃጢአትን ኃይል መርታት እንደሚችሉ ጸሐፊው ይመከራቸዋል፡፡ ለአማኝ ኅብረት ትልቅ መሣሪያ ነው፡፡ በኅብረት ውስጥ ብዙ መልካም

ነገሮች ይሆናሉ፡፡ ከእነዚህም መካከል ጸሎታችን መልስን የሚያገኝ ይሆናል (ማቴ. 18፥15-20)፡፡ ኅብረት በሌለበት የሚደረግ ጸሎት ከንቱ ውዳሴ ነው፡፡ ጊዜያችንና ጉልበታችንን ከመጨረስ በስተቀር አንዳችም ፋይዳ አይኖረውም፡፡ በማቴዎስ 18 በተመለከትነው ንባብ ላይ በመስማማት የሚደረግ ጸሎት ምላሽ እንዳለው፣ በምድር የምናስረው ሁሉ በሰማይ የታሰረ እንደ ሆነም ያመለክተናል፡፡ ስለዚህ ወንድማችን ቢበድለን ቶሎ ብለን ችግሩ የሚፈታበትንና ወደ ዕውነተኛ ኅብረት የምንመጣበትን መንገድ መፈለግ እንዳለብን ያስተምረናል፡፡ በዚህ ዘመን በኢትዮጵያ ቤተ ክርስቲያን ውስጥ ኅብረትን የሚያናጉ ነገሮች ዕለት ዕለት እየበረከቱ መምጣታቸውን ምን ያህል ልብ ብለናል?

ሁለተኛው የኅብረት ጥቅም መንፈስ ቅዱስ በመካከላችን እንዲሠራ ማድረጉ ነው፡፡ ያለ ዕውነተኛ ኅብረት መንፈስ ቅዱስ ሊሠራ አይችልም፡፡ በመዝሙር "ወንድሞች በኅብረት ቢቀመጡ … " ይለናል፡፡ መንፈስ ቅዱስ የሚንቀሳቀሰው ዕውነተኛ ፍቅር ባለበት ነው፡፡ ቅዱሳኖች ኅብረትን በማጠናከር፣ እርስ በርስ በመመካከር የኃጢአትን ተጽዕኖ ማዳከም እንደሚችሉ ቃሉ ይመሰክርልናል፡፡ ጸሐፊው በመካከላችሁ ማንም በኃጢአት ተታልሎ ልቡ እንዳይደነድን እርስ በርሳችሁ ተመካከሩ ይላል፡፡ በመደበኛው ትርጉም ተጽናኑ የሚል ትርጉም አለው፡፡ በኪንግጀምስ የእንግሊዘኛው ትርጉም ደግሞ But exhort one another daily ይላል፡፡ Exhort የሚለው ቃል ማደፋፈር፣ አጥብቆ ማሳሰብ የሚል ትርጉም ይዟል፡፡ በግሪኩ ፍቺ Parakaleo (3870) የሚል ሲሆን፣ መለመን፣ ማግባባት፣ ወደ አንድ አቅጣጫ መሳብ የሚል ትርጉም አለው፡፡ በአጠቃላይ ከእነዚህ ትርጓሜዎች የምናገኘው ድምዳሜ ቅዱሳኖች በኅብረት በመሆን እርስ በርስ በመተጋገዝና አንዱ ሌላውን በመሳብ፣ በመለመን፣ በማበረታታት፣ በመመካከር ኃጢአትን ድል የመንሳት ሕይወትን እንደሚኖሩ ያሳያል፡፡ በዚህ ዘመን ቤ/ክ በከፍተኛ ደረጃ ያጣችው ደግሞ የእርስ በርሱን ዕውነተኛ ኅብረት በመሆኑ፣ ኅብረትን በማጉደል በተጻጻሪው ጎን ኃጢአት የቱን ያህል በአማኞች ሕይወት ላይ ተጽዕኖ እንዳሳደረ እንድንረዳ ያደርገናል፡፡

ቁጥር 13 ነገር ግን ከእናንተ ማንም በኃጢአት መታለል እልከኛ እንዳይሆን፥ዛሬ ተብሎ ሲጠራ ሳለ፥ በእያንዳንዱ ቀን እርስ በርሳችሁ ተመካከሩ።

እርስ በርሳችሁ ተመካከሩ ዕብ 10፥24,25; ሥራ 11፥23; 1ኛ ተሰ 2፥11; 4፥18; 5፥11; 2ኛ ጢሞ 4፥2

በእያንዳንዱ ቀን በኃጢአት መታለል እልከኛ እንዳይሆን ምሳ 28፥26; ኢሳ 44፥20; አብድዩ 1፥3; ሮሜ 7፥11; ኤፌ 4፥22; ያዕ 1፥14

ቊጥር 14 *የመጀመሪያ እምነታችንን እስከ መጨረሻው አጽንተን ብንጠብቅ፥ የክርስቶስ ተካፋዮች ሆነናልና፤*

መጀመሪያ በነበሩበት ጸንቶ መቆየት የብዙ አማኞች ችግር ነው፡፡ ከነበርንበት እየጨመርን መሄድ ሲገባን ስንጀምር የነበረንንም እየጣልን፣ ጭራሽ እየተዳከምን እንሄዳለን፡፡ ክርስትና እንደ ሩጫ የተመሰለባቸው የመጽሐፍ ቅዱስ ክፍሎችን በዚህ ሁኔታ ውስጥ እናስባለን፡፡ አንድ አማኝ ሁልግዜ በሩጫ ላይ ነው፡፡ ሩዋጩ እንደሚገባ ካልሮጠ የድሉን አክሊል እንደማያገኝ፣ እንዲሁ አማኝም በትጋት ካልተሰማራ ተሸናፊ ሕይወት ይኖረዋል፡፡ የመጀመሪያው የጸሎት ሕይወታችን፣ የመጀመሪያው የቃሉ ጥናት ትጋታችን፣ የመጀመሪያው ቅድስናችን በየቀኑ የበለጠ ሊጨምር ወይም በጽናት ሊቀጥል ሲገባው፣ ብዙ ክርስቲያች ጸሎትን አቁመናል፡፡ ቃሉንም አናጠናም፡፡ ጸሐፊው ይህን ትጋት እስከ መጨረሻው አጽንተን ብንጠብቅ፣ የክርስቶስ ተካፋዮች ሆነናል ይለናል፡፡

በማቴ. 25፥1-13 የምንመለከታቸው አሥር ቆነጃጅት ታሪክ ይህንኑ ያሳየናል፡፡ አምስቱ ልባሞች ቆነጃጅት ዘይታቸውን ሞልተው ለመጠባበቂያም ትርፍ ዘይት ይዘው ሙሽራውን ይጠብቁ ነበር፡፡ አምስቱ ደግሞ በማሰሮአቸው ውስጥ ያለው ዘይት እንጂ፣ መጠባበቂያ አልያዙም፡፡ በዚህ መሐል በጽናት ሙሽራውን መጠበቅ ሲገባቸው ዕንቅልፍ ዕንቅልፍ አላቸውና አሥሩም ተኙ፡፡ ይህ ዕንቅልፍ የዘመናችን ቤተ ክርስቲያንን ያሳየናል፡፡ በዚህ ወቅት ቤተ ክርስቲያን ወይም አማኞች ከሙሽራው መዘግየት የተነሣ ዕንቅልፍ ውስጥ የገቡበት ሰዓት ነው፡፡ በድንገት ሙሽራው ቢመጣም፣ መደነባበር ሆነ፡፡ ሰነፎቹ ቆነጃጅት በመጨረሻው ሰዓት ላይ ዘይታቸው በማለቁና መጠባበቂያም ባለመያዛቸው ዘይት ለመግዛት በሄዱበት ሙሽራው መጥቶ በሩ ተዘጋ፡፡ ይህ አሳዛኝ ምሳሌ ነው፡፡ የዕብራውያን ጸሐፊም የሚለን ይህንኑ ነው፡፡ የመጀመሪያ እምነታችንን በትጋት ይዘን መዳናችንን እንድንጠብቅ አጽንቶ ያሳስበናል፡፡

ማረጋገጫ (ሁፖስታሲስ)**hupostasis / hoop-os'-tas-is**፡-የሚል የግሪክ ቃል ሲሆን፣ **hupo-** *ሥር* + **histemi-** *መቆም*) ትርጉሙም አንድ ነገር የሚገነባበትን መሠረት ያመለከታል ወይም አንድ ማንኛውም ነገር የሚመሠረትበትን ነገር ያሳያል፡፡ ሁፖስታሲስ (**Hupostasis**) በጥንታውያን ግብፅ ጽሑፍ የንግድ ውል መሠረትን ለመግለጽ የሚጠቀሙበት ቃል ነው፡፡ በአጠቃላይ ምንም ተረጋግቶና ጸንቶ የተቀመጠ ነገር ሁፖስታሲስ (**Hupostasis**) ይባላል፡፡ *(መጽሐፍ ቅዱስ ጥቅሶች የብሉይና / የአዲስ ኪዳን*

ግሪክ መዝገበ ቃላት፣ የቴየር ትርጉም 1989. በ ጆሴፍ ሄንሪ ቴየር፣ አስቲን ሐተታ/ በጀፍ ጋሪሰን)

ዌስት፡- ሁፖስታሲስ(Hupostasis) የሚለው ቃል ላይ አስተያየት ሲሰጥ ቀዳሚ ትርጉሙ ምንም ነገር የሚመሠረትበት መሠረት ማለት ነው፡፡ የተስፋ ወይም መተማመንን አሳብም ስለሚይዝ በመሢሑ ላይ የሚኖር የተስፋ መሠረት ነው፡፡ በዓለማውያን ሥነ ጽሑፍ ላይ ይህ ቃል ሲተረጐም የአንድን ንብረት ባለቤትነት በመዝገብ ወይም በማስረጃ ጽፎ በማስቀመጥ ባለቤትነት ማረጋገጥ የሚል ነው፡፡ ስለዚህ በማስረጃ ላይ የተመሠረተን የአንድን ንብረት ባለቤትነት የሚያመልከት ቃል ሆኖ ያገለግላል፡፡ እዚህ ጋር ደግሞ የመዳናቸው ማረጋገጫ በሆነው በመሢሑ ላይ ያላቸውን እምነት የሚያሳይ ነው፡፡ **ይህ በመሢሑ ላይ ያላቸው እምነት ከልብ የሆነ እምነት ከሆነ ምንም እንኳ ከባድ ስደትና መከራ እየደረሰባቸው ቢሆኑም፣ እስከ መጨረሻው ድረስ መጽናት ይኖርባቸዋል፡፡** በመሢሑ ላይ ያላቸው እምነት ግን ከልብ ሳይሆን፣ እንዲያው የዕውቀት ብቻ ከሆነ፣ በመከራ ቀን ጸንቶ ለመቆም አይችሉም፡፡ ይህም ሰው እምነቱን ችላ ይለዋል፡፡ ... *(ዌስት፣ ኬ. ኤስ 1947. የግሪክ አዲስ ኪዳን ጥናት)*

አፅንተን - ጽኑ (ቤባዮስ)(**bebaios / beb'-ah-yos**) ከ ቤዩኖ/**baino** = *መሄድ፣ መራመድ)*፡- የሚያሳየው የጸና፣ የማይናወጥ፣ እርግጠኛ እና ተፈትኖ ያለፈ የሚል ትርጉምን የያዘ ነው፡፡ ይህ የማይናወጥና ልንደገፍበት በሚችል መልኩ የሚያስተማምን ነው፡፡ ብንተማመንበት የማያሳፍረን ስለሆነ፣ ያለ ምንም ስጋት ልንደገፍበት እንችላለን፡፡ በጊዜ ርዝመት ውስጥም ትክክለኛነቱን ጠብቆ የቆየ ነገርን የሚያመለክት ነው፡፡ ለምሳሌ ለአብርሃም የተገባው ቃል ኪዳን ለአዲስ ኪዳን አማኞችም ጭምር ይሠራ ነበር (ሮሜ 4፡ 16)፡፡ ጽኑ የሚለው ቃል ገለጻው ሊታመን የሚችልን ነገር የሚያሳይ ነው፡፡ ጽኑ (ቤባዮስ) ሕጋዊነትንም የሚያሳይ ገጽታ ሲኖረው፣ ገዥ ከሦስተኛ ወገን የንብረት ባለቤትነት ጥያቄ ቢነሣበት እንዲያስተማምነው ከሻጭ የሚያገኘውን ማረጋገጫ ዐይነት ማለት ነው፡፡ (ቤባዮስ) በግሪክ ዋስትናን የሚያሳይ ሲሆን፣ አሁን ልክ በመኪና ወይም ተመሳሳይ ምርት ላይ የምናገኘውን ዐይነት ማለት ነው፡፡ ቅድስና ያለበት ሕይወት የራስን ጥሪ ለሌሎችም ሆነ ለራስ የምናረጋግጥበት ማረጋገጫችን ነው፡፡ *(መጽሐፍ ቅዱስ ጥቅሶች የብሉይና / የአዲስ ኪዳን ግሪክ መዝገበ ቃላት፣ የቴየር ትርጉም 1989. በ ጆሴፍ ሄንሪ ቴየር፣ አስቲን ሐተታ/ በጀፍ ጋሪሰን)*

ክርስቶስ ሊቀ ካህናታችን ስለ እኛ ራሱን የሰጠ፣ በአብ ፊት ዘወትር የሚሚልድ፣ ሕይወታችን ሆኖ በእኛ ውስጥ ራሱን የሚገልጽ ነው፡፡ እርሱ በመስቀል፣ በመከራ እና

በሞት የጸና ብቻ ሳይሆን፣ ልጆቹን ወደ ክብር ያመጣና በክብሩ ተጠብቀው ይኖሩ ዘንድ የተስፋ ቃሉን ለመፈጸም ጽኑ ነው። የእኛ መጽናት የወይኑ ግንድ ከሆነው ከእርሱ ጋር በመጣበቅ፣ እንዲሁም በክህነቱ ሥራ በመታመን የሚመጣ ነው።ጽናት ከጸጋው ዙፋን የሚወጣ የክብሩ ጉልበት በእኛ ውስጥ የሚፈጥረው የመንፈስ ፍሬ ነው (ዘካ. 10÷6፣ 12፣ 1ኛ ጴጥ. 5÷10፣ ሉቃስ 22÷32)። ሆኖም ግን አማኝ ክርስቶስን በማወቅ ዐይኖቹ በክርስቶስ ላይ በማረፍ ብልቶቹን የጽድቅ መሣሪያ እንዲሆኑ በማቅረብ እና ለመንፈስ ቅዱስ ድምፅ ልቡን በመክፈት ድርሻውን ሊወጣ ይገባል (1ኛ ቆሮ. 16÷13፣ ፊልጵ. 4÷13)።

የክርስቶስ ተካፋዮች ሆነናልና

በዕብራውያን 3÷6 ላይ ጸሐፊው በጥንቃቄ ጠብቁ እያለ የሚያስጠነቅቅበትን ምክንያት ሲናገር በክርስቶስ ድነት ተካፋይ መሆን ጥልቀት ያለውና የሰማይ ጥሪው እንደሚፈጸም በእርግጠኝነት መጠበቅ ያለበት ነው ይላቸውና በተጨማሪም ጸንቶ የመቆየትን ከባድነት ያወራል፤ ተመልሶ ግን ወደዛው አሳብ ይመለስና ለማስጠንቀቂያው ተመሳሳይ ምክንያትን ይሰጣል። "እስከ መጨረሻው አጽንተን ብንጠብቅ የክርስቶስ ተካፋዮች ሆነናልና" የሚል ነው። - *(ኒኮል፣ ሮበርትሰን፣ ዘ ኤክስፖዚተርስ ግሪክ አዲስ ኪዳን)*

ተካፋይ (ሜቶሆስ)፡- (**metochos / met'-okh-os** የሚል የግሪክ ቃል ሲሆን፣ የመጣውም **metecho** ከሚል ቃል ነው ትርጉሙም አብሮ መሆን፣ ከሌላ አካል ጋር አንድን በረከት በጋራ መካፈልን ያሳያል)፣ ማለትም ከአንድ የሥራ አጋር ወይም ባልደረባ ጋር በጋራ መሥራትን ነው። ተካፋይ (ሜቶሆስ) የአንድ ነገር ተካፋይ ለሆኑ ወይም ከሌላ ግለሰብ ጋር ተካፋይነትን ለመግለጽ የምንጠቀምበት ቃል ነው። የእግዚአብሔር ልጆች በመሆናችን ምክንያት የእግዚአብሔር ኀዘንንም ጭምር ተካፋዮች ነን (ዕብ. 12÷8)፤ ይህም የሚያሳየው በኪዳኑ አንድ መሆንን ነው ሁለቱ አንድ የሆኑበት። "እናንተ በእኔ እኔም በእናንተ" ማለት ክርስቶስ እንደ ልጅ በራሱ ቤት በሆነው በእኛ ውስጥ ያድራል፤ አማኞችም በክርስቶስ ውስጥ ያድራሉ፤ ይህም ደግሞ መለኮታዊው ኑሮን በመጋራት የሚሆን ነው። የግሪኩም ቃል እኛ ከክርስቶስ ጋር ተካፋዮች መሆናችንን ከእርሱ ጋር አብረን የምንሠራ (ዕብ. 1÷9) መሆናችንን ያሳያል። አብረን አዲስን ሕይወት እንካፈላለን። *(መጽሐፍ ቅዱስ ጥቅሶች የብሉይና / የአዲስ ኪዳን ግሪክ መዝገበ ቃላት፣ የቴየር ትርጉም 1989. በ ጆሴፍ ሄንሪ ቴየር፣ አስቲን ሐተታ/ በጀፍ ጋሪሰን)*

ማከአርተር፡- ሁሉም ክርስቲያኖች ከመዳናቸው በፊት የነበራቸው ማንነት ምንም ቢሆን አሁን ግን በወንጌሉ ውስጥ የክርስቶስ ሆነው ከተነገሩት ነገሮች ሁሉ ተካፋዮች ናቸው፡፡ የወንጌሉ ዋና መልእክት በክርስቶስ ኢየሱስ በማመን አማኞች የኢየሱስ የሆነውን ሁሉና የሠራውን ሁሉ ተካፋይ ሆነዋል፡፡ በዕብራውያን ላይ የተቀመጠው የክርስቶስ ምሥጢር የሚለው አሳብ በቈላስያስ መልእክት 4÷3 ላይም ጳውሎስ ይጠቀምበታል፡፡ ይህም የቈላስያስ 1÷27 ዕውነትን በመያዝ ሲሆን፣ ክርስቶስ በእርሱ ላመኑት አይሁድም ቢሆኑ አሕዛብ ለሁለቱም የክብር ተስፋ ነው ይላል፡፡ እኛም የምንደፍርበትን ተስፋ እስከ መጨረሻው አጽንተን መጠበቅ ይኖርብናል (ዕብ. 3:6፤ ማቴ. 24:13፤ 2ኛ ዮሐ. 1:9፤ 2ኛ ተሰ. 1÷5)፡፡

ቁጥር 14 የመጀመሪያ እምነታችንን እስከ መጨረሻው አጽንተን ብንጠብቅ፥የክርስቶስ ተካፋዮች ሆነናልና፤
የክርስቶስ ተካፋዮች ሆነናልና ፤ዕብ 3:1; 6÷4; 12÷10; ሮሜ 11÷17; 1ኛ ቆሮ 1÷30; 9÷23; 10 17; ኤፌ 3÷6; 1ኛ ጢሞ 6÷2; 1ኛ ጴጥ 4÷13; 5÷1; 1ኛ ዮሐ 1÷3
አጽንተን ብንጠብቅ ፥ዕብ 3:6; 6÷11

ቊጥር 15 *እየተባለ ዛሬ ድምጹን ብትሰሙት፥ በማስመረር እንደሆነ ልባችሁን እልከኛ አታድርጉ።*

በዚህ ቊጥር ላይ ያለው ጥቅስ በቊጥር 7 ላይ ያለው ጥቅስ ድጋሚ ነው፡፡ ሁለቱም የተወሰዱት ከመዝሙር 95÷7-11 ላይ ነው፡፡ ይህ ታሪክ የእስራኤላውያን ሲሆን በዘኁልቁ 14÷1-4 እስራኤላውያን ባለመታዘዛቸው ምክንያት ለአርባ ዓመታት በምድረ በዳ የመንከራተታቸውን ታሪክ እናነብባለን፡፡ በዘኁልቁ 14÷28 እግዚአብሔር በሕዝቡ ኃጢአት ከመቈጣቱ የተነሣ ወደ ዕረፍት ምድር አይገቡም ብሎ የወሰነበትን ታሪክ እናነብባለን፡፡ የዕብራውያን ጸሐፊ አሁንም በድጋሚ ያኔ አባቶቻችሁ የሠሩትን ስሕተት እንዳትደግሙት እያለ ያስጠነቅቃቸዋል፡፡

ቁጥር 15 እየተባለ፡-ዛሬ ድምጹን ብትሰሙት፥በማስመረር እንደሆነ ልባችሁን እልከኛ አታድርጉ።
ዛሬ ዕብ 3፡ 7,8; 10÷38,29

ቍጥር 16-19 ሰምተው ያስመረሩት እነማን ነበሩ? በሙሴ ተመርተው ከግብጽ የወጡ ሁሉ አይደሉምን? አርባ አመትም የተቈጣባቸው እነማን ነበሩ? ሬሳቸው በምድረ በዳ የወደቀ፥ ኃጢአትን ያደረጉት እነርሱ አይደሉምን? ካልታዘዙትም በቀር ወደ ዕረፍቱ እንዳይገቡ የማለባቸው እነማን ነበሩ? ባለማመናቸውም ጠንቅ ሊገቡ እንዳልተቻላቸው እናያለን።

እነዚህ ቍጥሮች የእስራኤላውያን የምድረ በዳ ጉዞ በማስታወስ፣ ጸሐፊው በእነርሱ ድርጊት ላይ ተመርኩዞ ተከታታይ ጥያቄዎችን በመጠየቅ ምላሹንም ራሱ በጥያቄ መልክ እያስቀመጠ መልእክቱን የሚያስተላልፍበት ነው፡፡

በቀድሞው የመጽሐፍ ቅዱስ ማኅበር 1962 ትርጒም *"ሰምተው ያማረሩት እነማን ነበሩ?"* የሚለውን በአዲሱ መደበኛ ትርጒም ላይ *"ሰምተው ያመጹት እነማን ነበሩ?"* ይለዋል፡፡ መደበኛው ትርጒም አሳቡን የበለጠ ግልጽ አድርጎታል፡፡ እስራኤላውያን ከግብፅ ከወጡ በኋላ በተደጋጋሚ በእግዚአብሔር ላይ በማመፅ ሙሴንም ባለ መታዘዝ አሳልፈዋል፡፡

በሙሴ ዘመን የነበሩት እስራኤላውያን ሰምተው ዐምፀዋል፡፡ በመጨረሻም ከዐመፃቸው የተነሣ ሬሳቸው በምድረ በዳ ወድቆአል፡፡ ወደ ዕረፍቱም እንዳይገቡ ተወስኖባቸዋል፡፡ ኃጢአት ለግዜው ደስ ቢያሰኝም፣ የመጨረሻ ውጤቱ ግን ባዶ ዕጅ መቅረት ነው፡፡ የአዲስ ኪዳን አማኞች የሆኑት የዕብራውያን ክርስቲያኖችም በዚህ ፈተና መሐል ገብተዋል፡፡ ከዚህ የተነሣ ጸሐፊው በሙሴ ዘመን የነበሩትን አይሁዳውያን ታሪክ እያነሣ ትምህርት ይሰጣቸዋል፡፡

ቲም ፊሎስ በዚህ ጉዳይ ሲያብራራ "የብሉይ ኪዳኑ አምላክ አንድ በመሆኑ የአይሁድ ክርስቲያኖች ወደ ድሮው ሃይማኖታቸው ሲመለሱ እግዚአብሔርን መካዳችን አይደለም ብለው ሊከራከሩ ይችሉ ነበር፡፡ ነገር ግን የመጨረሻው የእግዚአብሔር ራእይ የሆነውን ኢየሱስን በመካድ ራሱን እግዚአብሔርን ይክዱ ነበር፡፡ ይህም ዕውነተኛ እምነት እንደ ሌላቸው ማስረጃ ሊሆን ይችላል" ይላል *(ቲም ፊሎስ ገጽ 158)፡፡*

እግዚአብሔር በእስራኤላውያን አለመታዘዝ ምክንያት ወደ ከነዓን እንዳይገቡ ወሰነባቸው (ዘኍ. 14፥21-35)፡፡ በሐዋርያት ዘመን የነበሩትም ዕብራውያን የአዲስ ኪዳን አማኞችም

የመወላወልና የዐመፅ ሕይወት እንደ ታየባቸው ከጸሐፊው መልእክት መገመት እንችላለን፡፡

በዚህ ዘመን ያለን አማኞችም ከእነርሱ ሕይወት ተምረን እምነታችንን አጽንተን ልንይዝ ይገባናል፡፡ ዐይኖቻችንን ከሰው ላይ አንሥተን የሃይማኖታችንን ሐዋርያና ሊቀ ካህን የሆነውን ኢየሱስን በመከተል፣ እርሱን የአኗኗራችን ምሳሌ በማድረግ በታማኝነት፣ በትሕትና፣ በመታዘዝና በቅድስና ልንመስለው ይገባናል፡፡

አንድ አማኝ ወደ ተዘጋጀለት የዕረፍት ሕይወት መግባት አለመግባቱን በየዕለት ሕይወቱ እርግጠኛ በመሆንም ያውቀዋል፡፡ ይህንንም የሚያደርገው እግዚአብሔር መንፈስ ቅዱስ ነው፡፡ የእግዚአብሔር ዕውነት ይመሰክርልናል፤ ከእኛም ጋር ኅብረት ያደርጋል፡፡ ይህም የሚሆነው የመጀመሪያ እምነታችንን እስከ መጨረሻ አጽንተን ስንጠብቅ ነው፡፡

ቁጥር 17 አርባ አመትም የተቆጣባቸው እነማን ነበሩ? ሬሳቸው በምድረ በዳ የወደቀ፥ኃጢአትን ያደረጉት እነርሱ አይደሉምን?
ኃጢአትን ያደረጉት እነርሱ አይደሉምን? ዘኍ 26÷64,65; 1ኛ ቆሮ 10÷1-13
ሬሳቸው በምድረ በዳ የወደቀ ዘኍ 14÷22,29,32,33; ገላ. ዘዳ 2 15,16; ኤር 9 22; ይሁ 1÷5
ቁጥር 18 ካልታዘዙትም በቀር ወደ እረፍቱ እንዳይገቡ የማለባቸው እነማን ነበሩ?
የማለባቸው ዕብ 3÷11; ዘኍ 14÷30; ዘዳ 1÷34,35
ካልታዘዙትም በቀርዘኍ 14÷11; 20÷12; ዘዳ 1÷26-32; 9÷23; መዝ 106÷24-26
ቁጥር 19 ባለማመናቸውም ጠንቅ ሊገቡ እንዳልተቻላቸው እናያለን
ማር 16÷16; ዮሐ 3÷18,36; 2ኛ ተሰ2÷12; 1ኛ ዮሐ 5÷10; ይሁ 1÷5

ምዕራፍ አራት

> ቍጥር 1 *እንግዲህ ወደ ዕረፍቱ ለመግባት ተስፋ ገና ቀርቶልን ከሆነ፥ ምናልባት ከእናንተ ማንም የማይበቃ መስሎ እንዳይታይ እንፍራ።*

ጸሐፊው በምዕራፍ ሦስት ላይ “በሙሴ ዘመን የነበሩት አይሁድ እግዚአብሔርን እንዳስመረሩትና ልባቸውን እንዳደነደኑ እናንተም እንደ እነርሱ እንዳትሆኑ ተጠንቀቁ!” ሲል ቆይቶ በዚህ ምዕራፍ አራት ጅማሬ ላይ፣ እንግዲህ በሚለው አያያዥ ቃል አማካይነት በምዕራፍ ሦስት የጀመረውን አሳቡን እንዳልቋጨውና ከዚያው የቀጠለ መልእክቱን እያብራራልን መሆኑን እንድንገምት ያደርገናል፡፡ በብሉይ ዘመን እስራኤላውያን ወደ ከነዓን ያደረጉት ጉዞና በከነዓንም የሆነው ዕረፍት የአዲስ ኪዳኑ ሰማያዊ ዕረፍት ምሳሌ ነው፡፡ ታሪኩን በአጠቃላይ ስንመለከተው ግብፅ የዓለም ምሳሌ ነው፡፡ በመቃኑ ላይ የተደረገው ደም፣ ሞት መሸነፉንና የኃጢአት ስርየት እንደ ተገኘ የሚያመለክት ነው፡፡ በመስቀል ላይ የተሰቀለው የናሱ ዕባብ የአዲስ ኪዳንን በመስቀል የተደረገውን ሥራ በምሳሌነት የሚያሳይ ነው፡፡ የከነዓኑ ዕረፍት በአዲሲቱ እየሩሳሌም የሚሆነውን የቅዱሳን ዕረፍት፣ ማለትም ሰማያዊውን የዕረፍት ሕይወት የሚያሳይ ነው፡፡

በክርስትና ሕይወት ውስጥ ሰማያዊው መንፈሳዊ ጉዞ፣ በክርስቶስ ኢየሱስ የተገኘው እረፍትም የድነት አንዱ ቁም-ነገር ነው፡፡ አንድ ክርስቲያን ድነት ተቀብያለሁ ብሎ ውስጡ ተቅበዝባዥና ዕረፍት የሌለው፣ ሰላም ያጣ ሊሆን አይችልም፡፡ የመንፈስ ቅዱስ ወደ እኛ መምጣት አንዱ ሥራው ቅዱሳንን ማሳረፍ ነው (ፊልጵ. 4÷7፤ ዮሐ. 15)፡፡

ከእግዚአብሔር የሚገኘው ሰላምና ደስታ ዕረፍትም በብርና በወርቅ በዚህ ዓለም ተድላ ላይ የተመሠረተ ሳይሆን፣ ከእግዚአብሔር ጋር ከመስማማት፣ የእርሱ ልጅ ከመሆን የሚመጣ ነው፡፡ የኃጢአት ስርየት ያገኙ ሁሉ በዚህ ሰላም ውስጥ ይመላለሳሉ (ዮሐ. 14÷27፤ ሮሜ 5÷1)፡፡ በአንጻሩ በልበ-ደንዳናነትና በዐመፅ የሚሄዱቱ፣ በዓለማዊነት የሚመላለሱም ሰዎች ይህ ዕረፍት የላቸውም፡፡ በቊጥር አንድ ላይ የሚተርክልን ዕረፍት ደግሞ ከዚህም የዘለቀ ሰማያዊውን ዕረፍት ነው፡፡ እስራኤላውያን ወደ ከነዓን ገብተው ወተትና ማር የምታፈልቀውን ምድር ወርሰው ዕረፍትን እንዳገኙ፣ እንዲሁ እኛም አዲሲቷን እየሩሳሌም በመውረስ በዕረፍትና በደስታ እንሞላለን፡፡

ዘማሪው "አንዲት ከተማ አየሁ ማንም ያላያትን
ቁንጅናዋ ፍጹም ድንቅ ነው፤
እጓጓለሁ፣ እጓጓለሁ
በዚያች ከተማ ውስጥ ለመኖር"

ብሎ እንደ ዘመረ ቅዱሳን ሁሉ በዚህች ውብ ከተማ ውስጥ በመኖር የሚገኘውን ዕረፍት ዕለት ዕለት እንናፍቃለን፡፡ በዚህ ምድር ላይ በምንኖርበት ጊዜ ብዙ መከራ፣ ዕንግልት፣ ኀዘንና መከፋትም ጭምር እኛን ክርስቲያኖችን ያጋጥመናል፡፡ ይህቺ የምንኖርባት ዓለም በክፋት መንፈሳውያን ኃይላት ተጽዕኖ ሥርም ያለች በመሆኗ እግዚአብሔርን እየመሰሉ ሊኖሩ የሚወዱ በብዙ ትግል፣ ዋጋ በመክፈል ያልፉበታል፡፡ ይህ ብቻም ሳይሆን፣ ከአዳም ኃጢአት በኋላ ይህቺ ምድር የተረገመች በመሆኗ የሰው ልጅም በብዙ ልፋት ጥሮ-ግሮ የሚኖርባት እንድትሆን በመረገሟ ፍጹም የሆነውን ዕረፍት ከቶ በዚህች ምድር ላይ ልናገኝ አንችልም፡፡ የብልጽግና ወንጌል አስተማሪዎች ይህቺን ምድር አሰማምረው ወንጌል ብልጽግናን ብቻ እንደሚያስገኝልን አድርገው የሚያስተምሩት ትምህርት ስሕተት የሚሆነው ከዚህ የተነሣ ነው፡፡

አንድ አማኝ ሕይወቱን ከዚህ ዓለም ኑሮ ጋር አቆራኝቶ ዕለት ዕለት የሚያስበው ምድራዊውን ብልጽግና ብቻ ከሆነ፣ ቀንና ማታ ያለ ዕረፍት ለምድራዊው ሀብት ብቻ

ከሮጠ፣ ጭራሽም ብሶበት የምድራዊውን ሀብት ለማግኘት የሐሰት መንገድን የሚጠቀም ከሆነ፣ እርሱ ከእግዚአብሔር ጎዳና ሸሽቷል፡፡ ክርስቲያን በምድር ሀብትን ቢያገኝ ክፋት ባይኖረውም፣ ይህ ሀብት ከእግዚአብሔር ሲሰጠው ዓላማው ለምድራዊው ክብረት ሳይሆን፣ አማኙ ባለ ጸጋ ለእግዚአብሔር ክብር እንዲኖርበት መሆኑን ሁልጊዜ መዘንጋት አይኖርበትም፡፡ ብዙ ሀብታሞች ከሀብታቸው የተነሣ ዕንቅልፍ አጥተው ያድራሉ፡፡ ክርስቲያን ባለ ጸጋ ግን ዕረፍቱ በሀብቱ ላይ ሳይሆን፣ ይህን ሀብት በሰጠው በሰማያዊው አምላኩ ላይ በመሆኑ ከሁሉ በማስቀደም የእግዚአብሔርን መንግሥት ጽድቁንም በመፈለግ ይመላለሳል፡፡

አማኞችም ለሰማያዊው ዕረፍት ዕለት ዕለት በመትጋት፣ ተስፋው አሁንም የተጠበቀ፣ የተዘጋጀልን መሆኑን በመረዳት፤ ከዚህ ዕረፍት እንዳንጐድል ዘወትር ትጋታችንን ጠብቀን መኖር እንዳለብን ይህ ክፍል ያስገነዝበናል፡፡ እስራኤላውያን ግብፅን ለቅቀው ሲወጡ በተስፋዪቱ ምድር የሚጠብቃቸውን ዕረፍትና በረከት ለመውረስ ነበር፡፡ የቱም እስራኤላዊ በምድረ በዳ ከንቱ ሆኜ እቀራለሁ ብሎ እንዳላሰበ ከወዲሁ መገመት ይቻላል፡፡ ነገር ግን ባለማወቅና ባለማስተዋል ጠንቅ መጀመሪያ የተደረገላቸውን ሁሉ በመርሳት ብዙዎች ተሰነካክለው በምድረ በዳ ቀሩ፡፡ ዛሬም ያለን የአዲስ ኪዳን ክርስቲያኖች ፊተኞች ኋለኞች ይሆናሉ እንደሚል፤ ሩጫውን ብንጀምረውም፣ ባለማስተዋልና ባለማወቅ ጠንቅ ከጉዞው የምንስተጓጎል ጥቂቶች አንሆንም፡፡

በኢትዮጵያ ውስጥ የኮምዩኒዝም ሥርዓት በተመሠረተበት ዘመን በምድሪቱ ላይ “እግዚአብሔር የለም” የሚለው ትምህርት ከዳር እስከ ዳር ተስፋፋ፡፡ በዚያን ዘመን በቤ/ክርስቲያን ውስጥ ትምህርቱ በመግባቱ የቤተ ክርስቲያን አገልጋዮች የሆኑትን ብዙዎችን ይህ የትምህርት ጎርፍ ጠራርጎ ወሰዳቸው፡፡ ከዚያ በኋላ ጥቂቶች በንስሐ ቢመለሱም፣ ብዙዎች ግን እንደ ወጡ ቀሩ፡፡

“የለም ሊል ጀመረ አምላኩን አፍ ምልቶ ኃያሉን ከንድ እንዳለየ አይቶ” የሚለው የደረጀ ከበደ መዝሙር የተዘመረው በዚያን ወቅት ነበር፡፡ በመድረክ ላይ ቆመው ሲሰብኩ የነበሩ፣ ሲዘምሩ የነበሩ፣ በጸሎታቸው በሽተኞችን የፈወሱ፣ አጋንንትን ያስወጡ፣ እግዚአብሔር ለመኖሩ እርግጠኞች መሆን አቅቷቸው በምድረ በዳ ቀሩ፡፡ ይህ ገጠመኝ ከአይሁዳውያን የግብፅ ጉዞ ጋር ተመሳሳይነት ያለው ነው፡፡የዕብራውያን መልእክት ጸሐፊም ተስፋው አሁንም የተጠበቀ ስለሆነ፣ እናንተም ከዚህ ተስፋ እንዳትቀሩ እያለ የአዲስ ኪዳን አማኞች አጠንክሮ ያሳስባቸዋል፡፡

እንግዲህ ወደ ዕረፍቱ የመግባት ተስፋ ገና ቀርቶልን ከሆነ

ተስፋ፡- ለእስራኤላውያን ትልቁ ተስፋ ለአብርሃም ለይስሐቅ ለያዕቆብ የተሰጠው ተስፋ ትልቁ ዕረፍት ከነዓን መግባት ብቻ አይደለም፡፡ ከነዓን መግባታቸው በሙሴ እና በአራት መጻሕፍት ተነግሮላቸዋል፡፡ ይሁን እንጂ፣ አንድ ቀን ብሎ ንጉሥ ዳዊት የተናገረው የትንቢት ቃል በተደጋጋሚ በቤተ እስራኤል ሕዝብ ጆሮ የተሰማ ልዩ የተስፋ ቃል ነበር፡፡

ምንም እንኳ ኢያሱ ሕዝቡን ይዞ ዮርዳኖስን ተሻግረው ተስፋዪቱ ምድር ቢገቡም፣ ሙሉ ዕረፍትን ግን አላገኙም፡፡ ወተት እና ማር የምታፈሰውን እጅግ የሚናፍቃትን ምድር ሙሴ በሩቅ አሻቅቦ ቢመለከታትም፣ የሚናፍቃት አገር ግን በእግዚአብሔር ዕጅ ተሠርታ በጉ ብርሃንዋ የሚሆንባት ወደ ፊት የምትገለጥ ከተማ ናት፡፡ መሠረትዋ የዕውነት ዓምድ የሆነችው፣ ቅዱሳን ሰማዕታት የሚገኙባት፣ አእላፋት መላእክት ያሉባት፣ የበኩራት ማኅበር የተሰባሰቡባት፣ የእስራኤል አዛውንቶች በእምነት ዐይን ተመልክተው በተስፋ የጠበቁዋት፣ ለቅዱሳኑ ዕረፍት የሆነችውን የሁሉ ዳኛ የሆነው እግዚአብሔር የሚገኝባትን የጽዮን ተራራ እርሷን ይጠብቃሉ (ዕብ. 10÷10፤ 12÷22-24)፡፡

በነቢዩ ኢሳያስ የተነገረለት የእሴይ ልጅ የሆነው የእግዚአብሔር በትር የሆነው ንጉሥ ሲመጣ እስራኤል ብቻ ሳይሆን፣ አሕዛብም የእርሱን ዕረፍት ይፈልጉታል (ኢሳ. 1÷10)፡፡ ዮሐንስ በራእይ መጽሐፍ እንዳሰፈረው ይህ የዳዊት ግንድ እና ሥር የሆነው ጌታ የንጋት ኮከብ እንደ ሆነ ነው (ራእይ 22÷16)፡፡ ይህ የንጋት ኮከብ በሰው ልብ ገብቶ ክብሩን ካልገለጠ የሰው ልጅ መቅበዝበዝ ዕረፍት የለውም፡፡ ኢየሱስ በሞት ጥላ ለሚኖር በጨለማ ለሚኖረው ሕዝብ ብርሃን ሆነ (ኢሳ. 9÷3)፡፡

ጌታ ኢየሱስ በጸጋና በጥበብ በሞገስም ዐደገ፤ በመጥምቁ ዮሐንስ በዮርዳኖስ ተጠመቀ፤ መንፈስ ቅዱስ በዕርግብ አምሳል ወረደበት፤ እግዚአብሔር በመንፈስ ቅዱስ፣ በኃይልም ቀባው፤ እርሱም መልካም እያደረገ በአጋንንት የታሰሩትን እየፈወሰ ዞረ፤ በእስራኤል ከተሞች የምሥራች ብሎ ሰበከ፡፡ እናንተ ሸክማችሁ የከበደ ወደ እኔ ኑ÷ እኔም አሳርፋችኋለሁ እያለ በኃጢአት እና በሰይጣን እስራት ላሉት የምሥራች ሰበከ፡፡

ያመኑትና የተቀበሉት ወደ ዕረፍቱ ገቡ፡፡ አማኝ በዚህ ዓለም ሳለ መከራ ቢኖርበትም፣ ሰላሙን የተወላቸው ጌታ ከእነርሱ ጋር አለ፡፡ ኢየሱስ ዕረፍት ብቻ ሳይሆን፣ ሰላማችንም ነው (ዮሐ. 14÷27)፡፡ ይህ የንጋት ኮከብ በሙላት የማያበራበት ጊዜ የለም፡፡ ከውስጣቸው በክብር የሚገለጥበት ጊዜ ስላለ አማኝ የክብር ተስፋ የሆነውን ኢየሱስ ክርስቶስን በማየት፣ በመታመን፣ በመደገፍና በእምነት መመላለስ ይጠበቅበታል (2ኛ ጴጥ. 1÷19)፡፡ክርስቶስ ወደ አባቱ ዕረፍት እንደገባ በክርስቶስ ያመኑ ሁሉ ወደዚህ ዕረፍት ይገቡ ዘንድ አላቸው፡፡ አዲሲቱ ኢየሩሳሌም የዕረፍት ቦታ ነች፡፡ እረፍት በዚያ የተገኘበት ምክንያት በጉ ብርሃንዋና ዕረፍትዋ ስለሆነ ነው፡፡

የተስፋ ቃል epaggelia/ep-ang-el-ee'-ah /ኢፓጌልያ:- የሚል የግሪክ ቃል ሲሆንepí/ኢፕ+aggéllo/አጌሎ= መንገር፣ ማወጅ) በመጀመሪያ የሚያመለክተው ማሳወቅን ወይም ዐዋጅን ሲሆን፣ በኋላ ላይ ግን የግሪክኛው ገለጻ ይህን ቃል በውስጡ ያለውን ቃል የመተግበር ግዴታን ያዘለና አንድን ነገር የማድረግ ዓላማን ያደረገ ዐዋጅን የሚገልጽ ቃል ሆኖ ተቀምጧል፡፡

ዌስት:- ዕረፍቱን እንደ መንፈሳዊ ዕረፍት አድርጎ ይቈጥረዋል፡፡ በሰው ላይ ያለ ዕረፍት እንጂ፣ በቦታ ላይ ወይም በሕይወት ወይም በመሬት ላይ ያልሆነ ዕረፍት፡፡ ጸሐፊው አንባቢዎቹን ከግብጽ የወጣው ትውልድ ካለማመናቸው የተነሣ ወደ ከነዓን ዕርፍት እንዳልገቡ ያስታውሳቸዋል፡፡ በመቀጠልም ወደ መሢሑ ዕርፍት የሚያደርጉት ጕዞ ላይ የተጋረጠ የመውደቅ ዐደጋን እያነሣ ያስጠነቅቃቸዋል፡፡ ጸሐፊው አትኲሮት ሰጥቶ መናገር የሚፈልገው ነገር በመሢሑ ያለው መንፈሳዊ ዕረፍት ለመጀመሪያው ክፍለ ዘመን ዕብራውያን አማኞችም እንደሚሠራ ሲሆን፣ ነገር ግን ማንም ከዚህ ዕረፍት እንዳይጐድል የሚል ፍርሃት እንዳለው ይነግራቸዋል፡፡ *(ዌስት፣ ኬ. ኤስ 1947. የግሪክ አዲስ ኪዳን ጥናት)*

ዕረፍት (katapausis/ kat-ap'-ow-sis / ካታፓውሲስ:- የሚል የግሪክ ቃል ሲሆን፣ kata/ካታ = ቋሚነትን የሚያሳይ አሳብ ሲኖረው +paúo/ፓኦ=መቆምን ያመለክታል) የሚለው ቃል አንድን ስራ ወይም ተግባር ማቆምን ያሳያል፡፡ ቴየር ይህን ቃል ሲጠቀምበት ከነፋሳት ጸጥ ማለት ጋር አያይዞ በተምሳሌታዊ አገላለጽ ይገልጸዋል፡፡ በዚህ ጥቅስ ላይ እንዳለው ዕረፍት እግዚአብሔር ለሕዝቡ የሚሰጠው መንፈሳዊ ሙላት ነው፡፡

አማኝ ክርስቶስን ሲያምን ከሞት ወደ ህይወት ከጨለማው መንግስት ወደ ፍቅሩ ልጅ መንግስት ፈልሷል፤ ከድቅድቅ ጨለማ ወደሚደነቅ ብርሃን ተሸጋግርዋል (ቈላ. 1÷13-14፤ 1ኛ ጴጥ. 2÷9)፡፡ በዚህ መንግሥት ሲኖር በክርስቶስ በተገኘው በረከት ተከብቦ በዚያም ውስጥ ተሰውሮ ይገኛል፡፡ ማለትም አማኙ በክርስቶስ ውስጥ፤ ክርስቶስም በእርሱ ውስጥ ይገኛል፡፡ወደፊት ክርስቶስ ለራሱ ላይኖር፣ ነገር ግን የእርሱ የሆኑትን ወደ ለመለመ መስክ ሊያወጣቸው፣ ሊያሳርፋቸው ሐዋርያ እና ሊቀ ካህናት ሆኖ ይመራል ማለት ነው፡፡ ክርስቶስ በአማኙ ውስጥ ይኖራል ስንል በእነርሱ ሕይወቱን ሊገልጥ፣ አሳቡን ሊፈጽም፣ እርሱን እንዲመስሉ ጸጋ እና ጉልበት ሊሰጣቸው፣ ወዳጅ፣ ባልንጀራ፣ ጌታ፣ ወንድም፣ ሊሆናቸው ይገኛል ማለት ነው፡፡

ይህ እንዲሆን አማኙ ቀርቦ ጸጋን እና ምሕረትን የሚቀበልበት የእግዚአብሔር የጸጋ ዙፋን ተዘጋጅቶለታል፡፡ ወደ ቅድስተ ቅዱሳን ዘልቆ የገባ፣ ደሙን ይዞ የቀረበ፣ የጸደቀ፣ በአብ ቀኝ ተቀምጦ ጸጋን ለአማኙ የሚሰጥ ኢየሱስ ክርስቶስ ነው፡፡ የአብን ተስፋ ቃል ተቀብሎ መንፈስ ቅዱስን ያፈሰሰ ሰማያዊ ዕረፍት ውስጥ ተዘልለው እንዲኖሩ የሚያደርግ ጌታችን ኢየሱስ ክርስቶስ ብቻ ነው፡፡ በቀደመው የመቅደስ ሥርዓት ብዙ ኮርማዎች፣ በጎችና ፍየሎች፣ እንዲሁም ዕርግቦች ታርደዋል፡፡ ከእነዚህ መካከል አንዳቸውም ግን የሚያመልከውን ሰው ሊያሳርፉ፣ ከሕሊና ክስም ነፃ ሊያወጡ አልቻሉም፤ በክርስቶስ ግን ይህ ሁሉ ሆነ፡፡

በርክሌይ፡- ዕረፍት **(ካታፓውሲስ)** ላይ ይህን ትንታኔ ይሰጣል፤ በእንዲህ ዐይነት ውስብስብ ምዕራፍ ውስጥ የእያንዳንዱን ቃል ፍቺ ማየት ከመጀመር በፊት አጠቃላይ አሳቡን ማየት የተሻለ ነው፡፡ ጸሐፊው ዕረፍት የሚለውን ቃል በ3 የተለያዩ ይዘቶች ይጠቀምባቸዋል፡፡

1) እኛ የእግዚአብሔርን ሰላም በምንገልጽበት መልክ ይጠቀምበታል፡፡ በምድር ላይ ወደ እግዚአብሔር ሰላም መግባት ትልቅ ነገር ነው፡፡

2) በዕብራውያን 3÷12 ላይ ባለው መልክ ይጠቀምበታል፡፡ የተስፋዪቱን ምድር ለመግለጽ በምድረ በዳ ለነበሩት የእስራኤላውያን ልጆች የተስፋዪቱ ምድር በእርግጥ የእግዚአብሔር ዕረፍት ነበር፡፡

3) እግዚአብሔር ፍጥረትን ፈጥሮ ከጨረሰባቸው ከ6ተኛው ቀን በኋላ ያረፈውን ዕረፍት ለማመልከት ይጠቀምበታል፡፡ ይህ አንድን ቃል በሁለት ወይም በሦስት የተለያየ መንገድ መጠቀም፣ ይህ የዕብራውያን መጽሐፍ በተጻፈበት ዘመን ላይ የተለመደ የአጻጻፍ መንገድ ነበር፡፡ *(የመጽሐፍ ቅዱስ ሐተታዎች፡- ዊሊያም ባርክሌይ ዴይሊ መጽሐፍ ቅዱስ ጥናት)*

ስጦርጅን፡- ዕረፍት የተባረከ ወርቃማ ዓለም ነው፡፡ ዓለም የምትፈልገው ብቸኛው ነገር እርሱ እንደሆነ አምናለሁ፡፡ ብዙዎች ደስታን የሚፈልጉ ይሆናሉ፤ ነገር ግን ሁሉም ሰው ዕረፍትን የሚፈልግውን ያህል ይሆናል ብዬ ግን አላስብም፡፡ ዕረፍትን የማይፈልጉ የተወሰኑ ኃይላት ይኖራሉ፤ እነዚህም ወደ ጥፋት የሚፈጥኑ እና የማያቋርጥን የሞትን መንገድ የሚሹ፣ ነገር ግን ለብዙዎቹ የምድር ፍጥረታት ዕረፍት አስፈላጊ ነገር ነው እናም አሁን በእርሱ የምናገኘውም ደስታ ትልቅ እፎይታችን ነው፡፡

ከእናንተ ማንም የማይበቃ መስሎ እንዳይታይ

የሪፎርምድ ማብራርያ ጥሩ ገለጻ ይሰጣል፤ አስተውሉ መልእክቱ በነጠላ ቍጥር ቢቀመጥም፣ ሲጀምር ግን በብዙ ቍጥር አገላለጽ የጀመረ ነው፤ መጠንቀቅ ያለብን ሁላችንም ነን፡፡ ይህ አሁን በቤተ ክርስቲያን ያለን ሰዎች አመለካከት መሆን ያለበት ጉዳይ ነው፡- "እኔ የወንድሜ ጠባቂ ነኝ በሌሎች ሰዎች መንፈሳዊ ህይወት ላይም ኀላፊነት አለብኝ፡፡ የእኔ መዳን ብቻ ሳይሆን፣ የሌሎችም መዳን ይመለከተኛል" የሚል ነው፡፡ ይህ አፍራሽ የሆነ ሂደት ሳይሆን፣ ቤተ ክርስቲያንን ለማስቀጠል የሚሆን ገንቢ ንግግር ነው፡፡ እንዲህ ዐይነቱ ልምምድ ለቤተክርስቲያን በጣም አስፈላጊ ነገር ነው፤ ያዕቆብም ይህንን አስመልክቶ፡- "ኃጢአተኞችን ከተሳሳተበት መንገድ የሚመልሰው ነፍሱን ከሞት እንዲያድን የኃጢአትንም ብዛት እንዲሸፍን ይወቅ" ይላል (ያዕ. 5፥20)፡፡ *ሲምን ሲስትሜከር* "ከዕውነተኛ አስተምህሮና ከዕውነተኛ ባሕርይ እያፈገፈጉ ስላሉ ሰዎች በጥንቃቄ ማሰብና ስለ እነርሱ መጸለይ አለብን፤ እኛ ያለማቋረጥ በመንፈሳዊ ትግል ውስጥ ነን" እያለ የሚሰጠው አስተያየት ልክ ነው፡፡ *(የተሐድሶ ኤክስፖዚተሪ ሐተታ ወደ ዕብራውያ፡- ሪቻርድ ዲ ፊሊፕስ)*

የማይበቃ (hustereo/hoos-ter-eh'-o ሁስቴሬኦ፡- የሚል የግሪክ ቃል ሲሆን፣ hústeros/ሁስቴሮስ= መጨረሻ፣ ከኋላ፣ ያነሰ) ይህ በዋናነት ማርፈድ፣ ከኋላ መሆን እና ሳይደርሱ መቅረትን የሚያሳይ ነው፡፡ የማይበቃ **(hustereo/**ሁስቴሮስ**)** ማነስን ወይም የመጨረሻ መሆንን ያሳያል፡፡ በውድድር ላይ ከኋላ መቅረት ወይም ወደ ግብ ሳይደርሱ መቅረትን የሚያሳይ ነው፡፡ *(መጽሐፍ ቅዱስ ጥቅሶች የብሉይና / የአዲስ ኪዳን ግሪክ መዝገበ ቃላት፣ የቴየር ትርጉም 1989. በ ጆሴፍ ሄንሪ ቴየር፣አስቲን ሐተታ/ በጄፍ ጋሪሰን)*

ለአይሁድ በብሉይ ኪዳን ዘመን ብቃትን የሚሰጥ ተስፋ ተሰጥቶአቸው ነበር፡፡ ሕግ በሙሴ ቢሰጣቸውም ብቃታቸው የሚሆነው ተስፋ አስቀድሞ የተሰጠ ነበር፡፡

እግዚአብሔር አስቀድሞ ወንጌልን ለአብርሃም ሰብኮለት ነበር (ገላ. 3፥8)፡፡ ብቃታቸው እግዚአብሔር ስለሆነ፣ እስራኤል በበረሃ ተጉዘው ከነዓንን መውረስ ቻሉ እንጂ፣ በራሳቸው ብቃት አልነበራቸውም (ዘዳ. 9፥5)፡፡ ብዙዎች በበረሃ ሬሳቸው እንዲቀር ያደረገው ትልቁ ኃጢአት አለማመናቸው ነበር፡፡

ቸል ያለ፣ ዕልከኛ እና ተቃዋሚ ልብ እንዲኖራቸው በመፍቀዳቸው እንጂ፣ እነርሱ በቀሪው ነገር ከኢያሱ እና ከካሌብ የተለዩ አልነበሩም፡፡ በአዲስ ኪዳን ሰው ወደዚህ የዕረፍት ሕይወት እንዳይመላለስ የሚያደርገው በክርስቶስ ላይ ዐይኑ ያለማረፉና ያለማመን ውጤት ነው፡፡ የኃጢአት ሁሉ ፍሬ የሚገለጠው አማኝ ከወይኑ ግንድ ከሚወጣ ሕይወት ጋር ሳይጣበቅ ሲቀር ነው፡፡

ዌስት፡- እነዚህ በስደት ያሉት አይሁዳውያን የመሢሑን ተስፋ በሙሉ ለማግኘት፣ ማለትም ከጭንቀትና በስደት ካጋጠማቸው መከራ መውጣትን ይጠብቃሉ (ዕብ. 10፥32፤ 33፣ 34)፡፡ የብሉይ ኪዳን አማኞች ፍርድ እግዚአብሔር በእነርሱ ላይ ደስተኛ ካለመሆኑ የተነሣ እንደ መጣ እንዲያስቡ ነው የተማሩት ነገር ግን የማያስተውሉት ነገር ቢኖር የአዲስ ኪዳኑን በረከትና የቅዱሳንን ኑሮ ያመጣውም በብሉይ ኪዳን ዘመን እግዚአብሔር የነበረው ደስተኛ አለመሆን መሆኑን ነው፤ ስለዚህ በመሢሑ በኩል የሚመጣውን ዕረፍት ለማመን ተቸገሩ፡፡ እምነታቸው በነበሩበት ከባድ ሁኔታ ተፈተነ በዚያም መከራ ውስጥ እምነታቸውን ትተው ወደ ቀደመው ኪዳን የመሥዋዕት ልምምድ የመመለስ ዐደጋ አጋጠማቸው፡፡ ጸሐፊው ይህ ተስፋ አሁንም ግን ክፍት እንደሆነ ማሳየቱን ቀጠለ፡፡ *(ዌስት፣ ኬ. ኤስ 1947. የግሪክ አዲስ ኪዳን ጥናት)*

ኢርቪንግ ጄንሰን፡- የእብራውያን መጽሐፍ ዋና መልእክት በዚህ ሊቀ ካህናታችን በኢየሱስ ላይ ያለ ተስፋ አማኞችን ከመንፈሳዊ ድንዛዜ ወደ ወሳኝ መንፈሳዊ ብስለት ማሸጋገር አለበት የሚል ይሆናል፡፡ በሌላ አገላለጽ ወደ ኋላ ላለማፈግፈግ መድኃኒቱ በኢየሱስ ክርስቶስ ዕውቀት ማደግ ነው (ዕብ. 2፡1፤ ዕብ. 2፥3)፡፡ *(ጄንሰን፣ ኤል. የአዲስ ኪዳን ዳሰሳ ጥናቱን ፈልግ እና አግኝ፣ ገጽ 418 ቺካጎ ሙዲ ፕሬስ)*

ሪቻርድ ፊሊፕስ፡- ሲጽፍ የዕብራውያን መጽሐፍ ጸሐፊ አንባቢዎቹን ወደ እግዚአብሔር መንግሥት ዕረፍት እንዲገቡ ሲጎተጉታቸው በአእምሮው ውስጥ ያለው ዋናውና የመጨረሻው ግብ መንግሥተ ሰማይ ነበር፡፡ በዚህ ምዕራፍ ላይ ዕረፉ የሚለው ቃል 5 ጊዜ ያህል ተጠቅሷል (ዕብ. 4፡6-11)፡፡ *(የተሐድሶ ኤክስፖዚተሪ ሐተታ ወደ ዕብራውያ፡- ሪቻርድ ዲ. ፊሊፕስ)*

የዊሊያም ማክዶናልድ፡- ማብራርያ የዕረፍቱ ተስፋ ከአሁን በኋላ ትርጉም የለውም ብሎ ማንም ማሰብ እንዳይጀምር ይላል፡፡ ባለፉት ጊዜያት ይህ ተስፋ ሙሉ ፍጻሜ አላገኘም፡፡ ስለዚህ አሁንም የምንጠብቀው ነገር አለ፡፡ ዳግሞም ማንም አማኝ ነኝ የሚል ከዓላማው እንዳይጐድል መጠንቀቅ አለበት፡፡ እምነታቸው ባዶ ከሆነ ለማዳን ዐቅም ወደ ሌለው ሌላ እምነት ዘወር የማለት ዐደጋ ሊያጋጥማቸው ይችላል፡፡ *(ዊሊያም ማክዶናልድ፣ ቢሊቨርስ ባይብል ኮሜንተሪ 2016 2016፡- ቶማስ ኔልሰን)*

አይረን ሳይድ፡- እዚህ ቦታ ለይ የተገለጸው ዕረፍት ብዙዎች እንደሚያስቡት አሁን በከርስቶስ ያለን ደስታ አይደለም፤ ነገር ግን ልክ በእስራኤላውያን ላይ እንደ ሆነው በፍጻሜ የምናገኘው ዕረፍት ነው፡፡ ይህን ሳያገኝ ለሚቀር ምን ዐይነት አሳዛኝ ነገር ነው፡፡ በእስራኤውያን ላይ ሆኖ እንዳየነው ስለሚመጣው የዕረፍት ማዕበል ሰምተናል፡፡ ስለዚህ የእምነታችንን ዕውነተኛነት በሥራችን እያረጋገጥን እስራኤላውያን እንደ ሆኑት ከዚያ ዕረፍት እንዳንጐድል እንጠንቀቅ፡፡ *(ሄንሪ አለን አይረን ሳይድ፡- ኮሜንተሪ)*

ሬጋንስ፡- ሲጽፍ እምነትና መታዘዝ ሁለት እጅግ አስፈላጊ የሆኑ የእምነት መገለጫዎች ናቸው፡፡ መጽሐፍ ቅዱስ እምነት ብሎ ለሚገልጸው ነገር ዋና ብሎ የሚያስቀምጠው በእግዚአብሔር ላይ ያለን እምነት ነው፡፡ እምነት ማለት የሁሉንም ነገር መልስ ማወቅና ሁሉንም አስተምህሮዎች ያለ ምንም ጥርጣሬ መቀበል ማለት አይደለም፤ ይልቁንም ስለሚመጣው ነገር ሁሉ እግዚአብሔርን ማመን ነው፡፡ *(ሬጋንስ፣ ዋልተር፣ ፎከስ ኦን ዘ ፋምሊ፡- ወደ ዕብራውያን ኮሜንተሪ)*

እንፍራ(phobeo/fob-eh'-o /ፎቢኦ)፡- ማለት መፍራት፣ መሸበር፣ እንዲሁም ለመሸሽ ዝግጁ መሆንን ያሳያል፡፡ በአንዳንድ አገላለጽ ላይ የአክብሮት የሆነን ፍራቻ ወይም ደግሞ ከመጠን ያለፈ መፍራትንም የሚያሳየን ቃል ነው፡፡ *(መጽሐፍ ቅዱስ ጥቅሶች የብሉይና / የአዲስ ኪዳን ግሪክ መዝገበ ቃላት፣ የቴየር ትርጉም 1989. በ ጆሴፍ ሄንሪ ቴየር፣ ኦስቲን ሐተታ/ በጂፍ ጋሪሰን)*

እንፍራ፡ የሚለው የአማኞች ቃል የተጠቀመው የቀዳማዊ ኃይለ ሥላሴ ትርጉም ሲሆን፣ አዲሱ መደበኛ ትርጉም ግን እንጠንቀቅ ይለዋል፡፡ በመጽሐፍ ቅዱሳችን መፍራት የሚለው ቃል እንደ ዐውዱ የተለያየ ፍቺ ይዞ ይገኛል፡፡ በግሪክ መፍራት የሚለው “phobos” በእንግሊዝኛው phobia የሚለው ሲሆን፣ ሁለት ዐይነት ትርጉም አለው፡፡ አንደኛው ቅዱስ ፍርሃት አክብሮት እና ዕውቅና መስጠት ሲሆን፣ ሁለተኛው በድንጋጤ ሸሽቶ ማምለጥን፣ መፈርጠጥን፣ ሽባ ሆኖ እንዳይንቀሳቀስ የማድረግ ዐቅም ያለው ሆኖ

ይተረጐማል፡፡ ለምሳሌ ሙሴ በሲና ተራራ ያየው እጅግ የሚያስፈራ ነበር (ዕብ. 12÷21)፡፡ ሕዝቡ እንዲሸሹ አደረጋቸው፡፡

የልዕልናው ድምጽ ሙሴን እና ሕዝቡን ያስፈራራ ቢሆንም ትንሽ ሳይቆዩ ግን የወርቅ ጥጃ ሰርተው ያመለኩት ሕዝብም የእግዚአብሔርን ክብር የተመለከቱት እነሱ ነበሩ (አሞጽ 3÷8)፡፡ ልዩነቱ ሙሴ በብዙ ፍርሃት እና መንቀጥቀጥ ወደ ሰንጣቃው ዐለት ቀርቦ ክብሩን አየ (ቅዱስ ፍርሃት ነበር)፤ ከተራራው በታች ያሉት ግን ከተራራው ሸሽተው አሮን የወርቅ ጥጃ እንዲሠራላቸው አደረጉ፡፡

ሁለተኛው ፍርሃት በኃጢአት ምክንያት ከእግዚአብሔር እንድንሸሽ የሚያደርግ ነው፡፡ ይህ አይነቱ ፍርሃት ሸባ አድርጎን ሰዎችን የሚያጠምድ ነው፡፡ ሐዋርያው ለጢሞቴዎስ እንዳለው "እግዚአብሔር የፍርሃት መንፈስ አልሰጠንም" (2ኛ ጢሞ. 1÷7) ወይም "በሕይወታቸውም ሁሉ ስለ ሞት ፍርሃት በባርነት የታሰሩትን ... " (ዕብ. 2÷14-15) ብሎ የገለጸው፡፡

የሰው ልጅ በእግዚአብሔር አምሳል የተፈጠረ ስለሆነ፣ በዚህ ዐይነት ፍርሃት ውስጥ ሆኖ በባርነት መገዛት የለበትም፡፡ የትኞቹንም ፍጥረታት መፍራት ተፈጥሮአዊ የሆነ ማንነቱ እና ገላጭ ባሕርይው አይደለም፡፡ ስለዚህ ሰዎች በሰዎች ላይ ለመሠልጠን ሲፈልጉ የሞትን ፍርሃት እንደ መሣሪያ አድርገው ይጠቀሙበታል፡፡ መጽሐፍ ቅዱስ ሰውን መፍራት ወጥመድ ነው እንደሚል የምድር አራዊትንም ቢሆን መፍራት አይገባውም፤ የሰው ልጅ ለዚያም አልተፈጠረም (ዘፍ. 9÷2፤ ምሳ. 29÷25፤ ኢሳ. 51÷12)፡፡

እግዚአብሔርን መፍራት ግን ጌታን ማክበር እና ለበላይነቱ ዕውቅና መስጠት ነው፡፡ ፈሪሀ እግዚአብሔር ያለው በአባቱ ዕቅፍ ያረፈና ለአባትነቱ አክብሮት እንደሚሰጥ ሁሉ፣ በጸጋው (በመንፈሱ) ልጆቹ ያደረገን እኛም የአምላካችንና የአባታችንን ግርማ (ክብር) ዐይተን በፊቱ በአክብሮት እንቀርባለን፡፡ ይህ ዐይነቱ መፍራት ግን በሥጋ ወይም በተፈጥሮ አይመጣም፤ አብርሃምን ብንወስድ የባዕድ አምላክ ተከታይ ነበር፡፡

ድምፁን ሰምቶ ከአገሩ ከዘመዶቹ ወጥቶ እግዚአብሔር ወዳሳየው ምድር በእምነት ሄደ፡፡ የተሰጠውን የተስፋውን ቃል ለመውረስ ከሃያ ዓመታት በላይ ፈጀበት፡፡ ይስሐቅ ተወለደ! እልል ተባለ፤ ለእግዚአብሔርም ድግሞ ክብር ተሰጠ፡፡ ሆኖም ልጁ እንዳደገ ሳለ አብርሃም በሞሪያም ምድር በሚገኝ ተራራ ላይ ይህን ልጅ እንዲሠዋለት ታዘዘ፡፡ አብርሃም ያንን ድምፅ ሰምቶ ልጁን ይስሐቅን ይዞ ወደ ተራራ ወጥቶ ሊሠዋው አጋደመው፤ ከዚያም

ሰይፉን በመዘዘ ሰዓት እግዚአብሔር ተናገረው "በብላቴናው ላይ እጅህን አትዘርጋ፥ አንዳችም አታድርግበት፤ አንድ ልጅህን ለእኔ አልከለከልህምና እግዚአብሔርን የምትፈራ እንደ ሆንህ **አሁን አውቄአለሁ** አለ።" (ዘፍ. 22÷12)፡፡

የአብርሃምን መታዘዝ ብዙዎች ያስተምራሉ፡፡ ነገር ግን እግዚአብሔርን መፍራት ያስተማረው ራሱ እግዚአብሔር እንደ ሆነ ብዙ ጊዜ አንሰማም (መዝ. 34÷11)፡፡ እግዚአብሔር ሳያስተምር አይፈትንም፡፡ እኛም እንኳ ሳናጠና አስተማሪ በትምህርት ቤት ፈተና አያቀርብልንም፡፡ በእምነት መታዘዝ ማለት እግዚአብሔርን መፍራት ነው፡፡ የእምነትን ሕይወት ለአብርሃም ያሳየውና የመራው ደግሞ ራሱ እግዚአብሔር ነበር፡፡

እግዚአብሔር አስቀድሞም ለአብርሃም ወንጌልን ሰብኮለት ነበር (ገላ. 3÷6፣ 8)፡፡ እግዚአብሔር የሰጠውን ተስፋ እንደሚፈጽም አጥብቆ ተረድቶ ነበር (ሮሜ 4÷20)፡፡ ይህ ብቻ አይደለም፤ አብርሃምን እግዚአብሔርን ለሙታን ሕይወትን እንደሚሰጥ፣ የሌለውንም ነገር እንዳለ አድርጎ እንደሚጠራ አድርጎም ጭምር አምኖ ነበረ (ሮሜ 4÷16)፡፡ አብርሃም ልጁ ሞቶ እንደሚነሣ በመንፈስ እንዲረዳ አድርጎታል፤ ምክያቱም የልቡና ዐይኖቹ የበሩ ነበሩ (ዮሐ. 8÷56)፡፡ ዐይኑ የበራለት ሰው ባወቀውና በመንፈሱ በበራለትን መጠን ይፈተናል፡፡ ሆኖም እግዚአብሔር በክፉ አይፈትንም፤ ማለትም መጨረሻው ጌታን የማያከብርን ነገር አያመጣም እንዲሁም ሰው የሚውድቅበትን ዕንቅፋት ከፊቱ እንደ ጋሬጣ አያስቀምጥም፡፡ እግዚአብሔር ዐይናቸው ያልበራላቸውን ማለትም የልጁ ዕውቀት ብርሃን ያልተገለጠላቸውን ሰዎች ጭራሹንም አይፈትንም፡፡

ዐይናቸው የበራ እና እርሱን ያወቁት ሲሆኑ ግን ስለ እርሱ በተረዱት ነገር እንዲመላለሱ በእምነታቸው እንዲጎለምሱ ይፈትናቸዋል፡፡ በግብፅ ምድር የእግዚአብሔርን ክንድ ያየ ሕዝብ በበረሃ እግዚአብሔር ፈተነው፡፡ እግዚአብሔር መንፈሳዊ ሕፃናት የሆኑትን ይመራል እንጂ፣ አይፈትናቸውም፡፡ ዕውሮችን በማያውቁት መንገድ እመራቸዋለሁ ይላል፡፡

ሕፃን ክርስቲያን ወተት እንጂ ጠንካራ ምግብ እንደማያስፈለገው ሁሉ እንዲሁ እነርሱ በእግዚአብሔር በመልካም ተፈትኖ ለመውጣት አልደረሱም፡፡ ሕፃን ልጅ ወተት የሚግተው ሞግዚት ይፈልጋል፡፡ የበሰለ ክርስቲያን ግን ራሱን እግዚአብሔርን ለመምሰል ያስለመደ ስለሆነ፣ ከቶ እሽሩሩ እያለ የሚያባብለው ሰው አይፈልግም፡፡ ቃሉን ዘወትር ይመገባል፤ የሚያለብሰው ሰው አይፈልግም፡፡ ይህ ማለት ግን ፍጹም ነው ወይም ረዳት አይፈልግም ማለት አይደለም፡፡ በትግሉ ሜዳ ላይ ሲያለቃቅስ ከቶ ዐይታይም፡፡

ዐይኑን ከጦር አዛዡ ላይ አድርጎ መልካሙን የእምነት ትግል ይታገላል፡፡ ዘወትር ሰዎች ዕጃቸውን በላዩ እንዲጭኑለት አይሻም፣ በትምህርት ነፋስ ወዲህ እና ወዲያ አይልም፤ አምላኩን ተማምኖ ይኖራል፤ አባቱን ያከብራል፡፡ አንዳንድ ጊዜ አይሁድ እና ኢትዮጵያውያን እግዚአብሔርን መፍራት የውጭ ሥርዓት አድርገን እንወስዳለን፡፡

ደረት እየደቁ ጠጕር እየነጩ ማልቀስ የልብን ሽለፈት ከማሰወገድ ጋር የተያያዘ እስኪመስል ድረስ ይታያል፡፡ በዐመድ ላይ መቀመጥና ልብስን መቅደድ የተለመደ ነው፡፡ የልብ መዋረድ ግን ከዚያ ያለፈ ነው፡፡ እግዚአብሔርን በመፍራት ንስሐ መግባት ከዚያ ያለፈ ነው እነዚህ ሥርዓቶች በይበልጥም በአይሁድ የተለመዱ ናቸው፡፡ ጥቁር ልብስ መልበስ በእኛም ሆነ በአይሁድ ዘንድ የተለመደ ነገር ነው (አሞጽ 5÷16፤ ኤር. 9÷17፤ 1ኛ ነገሥት 21÷19-24፤ ማቴ. 9÷23-24)፡፡

ይሁን እንጂ እግዚአብሔር እርሱን የማከብር ለታይታ የሆነ የውጭ ስርአትንም ሆነ መልከን የሚያይ አይደለም (ዘፍ. 37÷24፤ ኢዮብ 16÷15፤ አስቴር 4÷1፤ ሰቆ. 2÷10፤ ዮናስ 3÷5-9፤ መዝ. 69÷11፤ ዳን. 9÷3፤ ሉቃስ 10÷13)፡፡ የአገሬ ልጅ ይህን በማድረጉ የሚኰነን ወይም የሚንቋሸሽ አይደለም፡፡ ዳሩ ግን ይህ በቅን ልቦናና በየዋህነት የተደረገ እንደ ሆነ ብናስተውልም፣ ምንም ጠቀሜታ የለውም፡፡ እግዚአብሔር የልባችንን መሰበር እንጂ፣ ልብሳችን እንድንቀይር ወይም ጥቁር ልብስ ለብሰን በመሬት ላይ ፍራሽ አድርገን መቀመጣችንን፣ አሊያም በራሳችን ላይ ዐመድ መነስነሳችንን አይሻውም፡፡

ይልቁንም ፈቃዱን ለመፈጸም ቈርጦ መነሣት ፊትን ከማጠውለግ ወጥቶ ዘይት መቀባት ነው ይለናል (ማቴ. 6÷17)፡፡ በክርስቶስ ይቅር ስለ ተባልን ማቃችንን በደሙ ስለ ቀደደው ይቅር እንደ ተባልን ሰዎች ልንጾም ልንጸልይ ራሳችንን በጸጋው ዙፋን ፊት ልናዋርድ ይገባል፡፡ በራስ ጥረት ጽድቅን ለማግኘት መሞከር ሊቀ ካህናቱ በመስቀል ላይ የሠራውን፣ ስለ እኛም በአብ ቀኝ የተቀመጠበት እና በደሙ የገባው የአዲስ ኪዳን ዋስነትን ከመንገድ ዘወር ማድረግ ይሆናል፡፡

ብቃታችን በሥጋ በምናደርጋቸው ዕንቅስቃሴዎች ሳይሆን በሊቀ ካህናቱ ሥራ ላይ በመታመንና በመደገፍ የመጣ መሆኑን ሁልጊዜ ልናስተውል ይገባል (1ኛ ቆሮ. 1÷7፤ 1ኛ ቆሮ. 15÷10)፡፡ በጸጋው ድነናል (ኤፌ. 2÷8)፤ ጸጋው ወደ ዘላለም ክብር ያስገባኛል (1ኛ ጴጥ. 5÷10፤ ቲቶ 2÷11) ስለዚህ እግዚአብሔር መፍራት ማለት በእምነት መታዘዝ ነው (ሮሜ 1÷5፤ 16÷26)፡፡

ጆን አዊን፡- በዚህ ቦታ ላለው ፍርሃት ለሚለው ቃል ጥሩ የትርጉም ፍቺ ይሰጠዋል፡- “እንዴት ልናደርገው እንችላለን? ምን ዐይነት ፍራቻ ነው ያለው? የመተማመን ማጣት ወይም የጥርጣሬ ወይም መታዘዛችን እርግጠኛ ካለመሆን የሚመጣ ፍርሃት አይደለም፡፡ ይህ ብዙ ሰዎች ላይ የሚከሰት ነገር ነው፤ ዳሩ ግን ማንም እንዲህ እንዲሆን አልታዘዘም፡፡ ይህ ያለ ማመን ፍሬ ነውና፤ ስለዚህም ይህ የእኛ ኀላፊነት ሊሆን አይችልም፡፡ ስለ ከባድ ነገሮች፣ ተቃርኖና ዐደጋም ያለ ፍርሃት አይደለም፡፡ “በውጭ አንበሳ አለ፤ ስለዚህ በጎዳና ላይ ልሞት እችላለሁ” ብሎ መፍራት የሰነፍ ሰው ፍርሃት ነው፡፡ እናም የዚህ መልእክት ዋና አሳብ ሰዎችን ከዚህ ፍርሃት ማውጣት ነው፤ ምክንያቱም ፍርሃት የክርስቲያኖችን የእምነት መንገድ ያሳሳልና፡፡

በዚህ ቦታ ላይ የተቀመጠው ፍርሃት በእግዚአብሔር ፊት በምንሆንበት ጊዜ የምናሳየውን አክብሮት የሚገልጽ አይደለም፡፡ ምክንያቱም እኛ ሁሌም ጌታንና መልካምነቱን እንፈራለን፤ ይህም ፍርሃት በእግዚአብሔር ተጽዕኖ ውስጥ የወደቀ አይደለምና፡፡ በዚህ ቦታ ላይ ያለው ፍርሃት የሁለት ነገሮች ቅንጅት ነው፤ የመጀመሪያው የእግዚአብሔርን ቅዱስነት፣ ትልቅነትና በኃጢአት ላይ ያለውን ጽኑ ቊጣ ከማየትና ከመፍራት የሚመጣ ሲሆን፣ ሁለተኛው ደግሞ አለማመንና አለመታዘዝ የሚፈጥሩትን ከፋት በጸጋው ማስወገድን የሚገልጽ ነው፡፡ *(ጆን ኦውን፣ ዕብራውያን ኤክስፖሲሽን)*

ባርነስ ሲያብራራ በዚህ ቦታ ላይ ፍርሃት የሚለው ቃል ሊገልጽ የገባው ከዕረፍቱ ሳንደርስ ልንቀር እንችላለን ብለን እንፍራ የሚል ሲሆን፣ ጥንቃቄና አትኲሮት እንድናደርግ የሚያደርግ የፍርሃት ዐይነት ነው፡፡ ሕይወቱን የማጣት ዐደጋ የተጋረጠበት ሰው ጥንቁቅ መሆን አለበት፤ ማዕበልም ከፊቱ ያለበት መርከበኛ ማዕበሉን በመከለያው ሆኖ ማለፍ ይጠበቅበታል፡፡ ስለዚህ ማንም የመንግሥተ ሰማይ ዕድል የተሰጠውና እርሱን የማጣት ዐደጋ ያለበት ሰው እርሱን ላለማጣት ሁሉንም ጥንቃቄ ማድረግ መቻል አለበት፡፡ *(ባርነስ፣ አልበርት፣ አዲስ ኪዳን ላይ ማስታወሻዎች ኮሜንተሪ)*

ቫይን ሲጽፍ ይህ አማኞች በክርስቶስ በኩል በእግዚአብሔር ስጦታ የሚያገኙትን መንፈሳዊ ዕረፍትን አስመልክቶ የተሰጠ ማስጠንቀቂያ ነው ይለናል፡፡ ለዕብራውያን አይሁድ መሆናቸው ዕርፍቱን ሊሰጣቸው አይችልም፡፡ በተመሳሳይ ለአማኞችም ሥራቸው ይህን ሊያደርግላቸው አይችልም፡፡ *(የቫይን ኤክስፖዚተሪ ዲክሽነሪ፡- ዊሊያም ኤድዊ ቫይን)*

የሪፎርምድ ማብራርያ(Reformed Expository Commentary) ፡ የግሪኩ ቃል በግልጽ የሚለው "እንፍራ" ሲሆን አሳቡም "ስለዚህ ሊመጣ ስላለው ነገር ንቁ እንሁን፣ ይህንን ወሳኝ አጋጣሚ እና ፈተና በማሰብ ማንም ከድነት ፈቀቅ ማለት የለበትም" የሚል ነው፡፡ እዚህ ጋር በፈተና ጸንቶ የመቆምን አስፈላጊነት እናያለን፡፡ ጸሐፊውም ማንም ሳይበቃ እንዳይቀር እያለ ማስጠንቀቂያ የሚሰጠው ተምሳሌታዊ አገላለጹ ከሩጫ ውድድር ጋር ይያያዛል፡፡ አሳቡም ውድድርን ከመጨረስ ጋር የሚገናኝ ነው፡፡ ጽናት የክርስትና ሕይወት ወሳኝ አካል ነው፡፡ አዎን ሩጫውን እስከ መጨረሻ ድረስ መሮጥ የዕውነተኛ እምነት መገለጫ ነው፡፡ በታቃራኒው ደግሞ ከጽናት ወድቆ መገኘት ወደ መዳን ሊመራ የማይችል ጽኑ ያልሆነ እምነት መገለጫ ነው፡፡ *(የተሐድሶ ኤክስፖዚተሪ ሐተታ ወደ ዕብራውያ፦ ሪቻርድ ዲ. ፊሊፕስ)*

ጆን ፓይፐር፡- ማወደስ (Reverence) የአድናቆትና የፍርሃት፣ የመደነቅና የመንቀጥቀጥ ድምር ነው፡፡ ይህ ሊሰማን የሚችል ስሜት ነው ይለናል፡፡

ቁጥር 1 እንግዲህ ወደ ዕረፍቱ ለመግባት ተስፋ ገና ቀርቶልን ከሆነ፥ምናልባት ከእናንተ ማንም የማይበቃ መስሎ እንዳይታይ እንፍራ።
የማይበቃ መስሎ እንዳይታይ እንፍራ ዕብ 4፡ 11; 2÷1-3; 12 15,25; 13 7; ምሳ 14÷16; 28÷14; ኤር 32÷40; ሮሜ 11÷20; 1ኛ ቆሮ 10÷12
ተስፋ ገና ቀርቶልን ከሆነ ዕብ 4፡9; ዘኍ 14÷34; 1ኛ ሳሙ 2÷30; ሮሜ 3÷3,4; 2ኛ ጢሞ 2÷13
ወደ ዕረፍቱ ለመግባት ዕብ 4፡3-5; 3÷11
ከእናንተ ማንም ማቴ 7÷21-23,26,27; 24÷48-51; 25÷1-3; ሉቃ 12÷45,46; 13÷25-30; ሮሜ 3÷23; 1ኛ ቆሮ 9÷26, 27

ቁጥር 2 *ለእነዚያ ደግሞ እንደ ተነገረ ለእኛ የምሥራች ተሰብኮልናልና፤ ዳሩ ግን የሰሙት ቃል ከሰሚዎቹ ጋር በእምነት ስላልተዋሐደ አልጠቀማቸውም።*

ጸሐፊው እነዚያና እኛ እያለ ያነጻጽራል፡፡ እነዚያ የሚላቸው የብሉይ ኪዳን የእግዚአብሔር ሕዝብ የሆኑትን አይሁዳውያንን ነው፡፡ ለአይሁዳውያን እግዚአብሔር የምሥራቹን ቃል በዘመናት መካከል በተለያዩ ነቢያት አማካይነት ሲናገራቸው ቆይቶአል፡፡ እግዚአብሔር ከአብርሃም ጀምሮ የገባላቸው ቃል ኪዳን ውስጣቸውን አጽንቶ የሚጠብቅ ነበር፡፡ የአብርሃም ልጅ ይስሐቅ እግዚአብሔርን በመፍራት ተመላለሰ፡፡ ምንም እንኳ ይስሐቅን በተመለከተ ስለ ሕይወት ዘመኑ ታሪክ በስፋት የተጻፈለት ነገር ባይኖርም፣ እግዚአብሔርን በመካድና፣ በስንፍና፣ በልበ-ደንዳናነት

ሲመላለስ ግን አንመለከተውም፡፡ በመጽሐፍ ቅዱስ ውስጥ በጥቂቱ ከተጻፈው የይስሐቅ የሕይወት ታሪክ እግዚአብሔርን በመፍራት ዕድሜውን ሙሉ እንደ ኖረ እንረዳለን፡፡ ልጆቹ ዔሳውና ያዕቆብም በብዙ ውጣ-ውረድ አልፎ አልፎም በሰንፍና ውስጥ ቢገኙም፣ አምላካቸውን የሚፈሩ ሕዝብ ነበሩ፡፡ ከእነርሱ በኋላ የተነሡት የያዕቆብ ልጆች የእስራኤል ነገድ መሠረቶች ሆነው እናገኛቸዋለን፡፡ ከመካከላቸው ዮሴፍ ነጠል ብሎ ወጥቶ እግዚአብሔርን በመፍራቱ ብዙ ዋጋ የከፈለ፣ ከትንሽነቱ ጀምሮ ብዙ ሰልፍ ቢበዛበትም በአባቱም ሆነ በእግዚአብሔር ዘንድ የተወደደ፣ ከራሱ ወገኖች አልፎ ለእስራኤል ሕዝብና ለግብፃውያንም በረከት የሆነ የእግዚአብሔር ሰው ነው፡፡

ከእርሱ በኋላ ስለ ተነሣው የእስራኤል ሕዝብ መጽሐፍ ቅዱስ በግልጽ የሚነግረን ባይኖርም ጉራማይሌ ሕይወት የሚኖር፣ ጭራሹንም እግዚአብሔርን በመበደል በመካድ፣ ፊቱን ከአምላኩ በመመለስ ወደ ጣዖታት አምልኮ ያዘነበለ ሕዝብ እንደ ሆነ ግን በተለያዩ ዘመናት ከተቀነጫጨቡበት ታሪኮች መገንዘብ እንችላለን፡፡ እግዚአብሔርም ለአባታቸው ከገባላቸው ቃል ኪዳን የተነሣ ለእነርሱ ያለውን የተስፋ ቃል ሳያጓድልባቸው ከመካከላቸውም መሢሑ የሚወጣበትን የዘር ሐረግ ነጥሎ በማውጣት እንደ ሩት፣ ዳዊት፣ በመሳሰሉት ታላቅ ሥራውን እየሠራ እስከ መጨረሻ ድረስ ታዳጊያቸው ሆኖ መርቶአቸዋል፡፡

በዘመናት መካከልም ለጠላቶቻቸው አሳልፎ ባለመስጠት በብዙ ትዕግሥት ሊያስተምራቸው ሞክሮአል፡፡ እነርሱ ግን የተደረገላቸውን ሁሉ ከምንም ባለመቍጠር አብዝተው እግዚአብሔርን በመበደል ተመላልሰዋል፡፡ የሚያስጨንቃቸው ነገር ሲበረታ ፊታቸውን ወደ እግዚአብሔር በመመለስ ይቅር በለን ብለው ቢማጸኑም ሁኔታዎች ሲስተካከሉላቸው ደግሞ እንደገና መልሰው ወደ ጣዖት አምልኮ በመዞር እግዚአብሔርን ይበድሉታል፡፡ የመሢሑን መምጣት ከጥንት ጀምሮ የሚያውቁ፣ በነቢያቱ አማካይነት የተረዱና የሚጠባበቁ ቢሆኑም፣ ልባቸው ግን ደንዳና ነበር፡፡

ከዮሴፍ ዘመን በኋላ ረሃቡ ሲበረታባቸው ወደ ግብፅ ቢሰደዱም፣ የዚህ ስደታቸው ምክንያቱ አለመታዘዝ እንደ ሆነ መገመት ይቻላል፡፡ በግብፅ ውስጥም ሲኖሩ ግብፃውያን እጅግ በጣም ስላስመረሩአቸው እግዚአብሔር የምሕረት ጒብኝትን ሊያደርግላቸው ሙሴን በአስደናቂ ተኣምራቱ አስነሳላቸው፡፡ በሙሴ አማካይነት ከግብፅ ምድር ሲወጡ እግዚአብሔር በድንቅና በተኣምር ቢመራቸውም እነርሱ ግን የተደረገላቸውን ሁሉ መልሰው ይረሱታል፡፡

ዝንጉነት እንዴት የከፋ ኃጢአት ነው? ሰው የተደረገለትን ረስቶ መልሶ ወደ ዓለም ሲኮበልል ምንኛ ያሳዝናል? የሚኮበልለው ደግሞ ወደ ተሻለ አማራጭ ሳይሆን፣ ወደ ሞት፣ ወደ ባሰው አዘቅት ሲሆን፣ ደግሞም በዚህ ምርጫውም ሆነ መንገዱ ይበልጡን የሚከፋበት ይሆናል፡፡ እስራኤላውያንን የገጠማቸው ነገር ይህ ነው፡፡ ሙሴ እየመራቸው የኤርትራን ባሕር ለመሻገር ሲዘጋጁ የፈርዖን ሠራዊት ወደ እነርሱ በመገስገስ ተመልክተው፣ ከፊት ለፊታቸውም ዘግቶ የቆመውን የኤርትራን ባሕር ዐይተው እንደማይተርፉ በመገመት ተስፋ ቈረጡ፡፡ በሙሴ ላይም በመጮኸም፡- *"ለእኛ የግብፅ ሽንኩርትና ዱባ ይሻለን ነበር"* በማለት ትተውት የመጡትን የስቃይና የባርነት ሕይወታቸውን እንደ ገና ናፈቁት፡፡

በአዲስ ኪዳን ውስጥ ላሉት የዕብራውያን ክርስቲያኖችም ጸሐፊው የሚያስታውሳቸው ይህንኑ ነው፡፡ የብሉይ ኪዳን አይሁዳውያን የምሥራቹን ቃል የተነገራቸው ቢሆንም፣ የሰሙት ቃል ከሰሚዎች ጋር በእምነት ስላልተዋሐደ አልጠቀማቸውም፡፡ እናንተም እንደ እነርሱ እንዳትሆኑ ተጠንቀቁ ይላቸዋል፡፡ ለእነርሱ የተነገረው የምሥራች ቃል ለእኛም የምሥራች ተብሎ ተሰብኮልናል በሚል ያስረዳል፡፡

ዘ ሜሴጅ የሚባለው መጽሐፍ ቅዱስ ፡- "በምድረበዳ የነበሩት እነዚያ ሕዝብ እንደተቀበሉት አይነት ተመሳሳይ የተስፋ ቃሎች ተቀብለናል፤ ነገር ግን የተስፋ ቃሎቹን በእምነት ስላልተቀበሉ ለእነሱ ትንሽም እንኳ አልጠቀማቸውም፡፡ እኛ ግን ብናምን በተስፋ ቃሉ ውስጥ የተነገረውን እረፍት እንለማመደዋለን፡፡ እምነት ከሌለን ግን እረፍቱን አንቀምስም፡፡ እግዚአብሔር ምን እንዳለ አስታውሱ፡- ተቆጥቼ እንዲህ በማለት ማልኩኝ "የሚሄዱበት አይደርሱም፤ መቀመጥም አይችሉም እረፍትም ከቶ አይሆንላቸውም" (ዕብ 4፡2-3)፡፡

የምሥራቹን ቃል ለሰው ሁሉ የሚያበራ፣ ዕውነተኛው የዓለም መድኅን እንደ ተገለጠ፣ በእርሱም የኃጢአት ስርየት መገኘቱን የሚያስረዳ ነው፡፡ መዳን በሌላ በማንም እንደ ሌለ፣ ልንድንበት የሚገባ መሢሑ ክርስቶስ ኢየሱስ ብቻ እንደሆነ የሚገልጽ የምሥራች ቃል ነው፡፡ ለብሉይ ኪዳን አይሁዳውያን ይህ የምሥራች ቃል እንደ አዲስ ኪዳን አማኞች በተግባር በተገለጸ መንገድ ባይታይም፣ በመስቀል ላይ የተሰቀለው አዳኙ ኢየሱስ በመካከላቸው ባይገኝም፣ በማደሪያው ድንኳን ውስጥ የሚሰጠው የካህናቱ አገልግሎትና በመሥዋዕትነት የሚፈስሰው የኮርማዎችና የፍየሎች ደም ይህንኑ የኃጢአት ስርየት ዕውነታ በምሳሌነት የሚያስረዳ ነው፡፡

ጌታ ኢየሱስ ወደ ምድር በመጣበት ዘመን ጥቂቶች አይሁዳውያን የእስራኤልን መጎብኘት በንጽሕና ይጠባበቁ ነበር፡፡ የትንቢቱን ቃል ተረድተው፣ በአምላካቸው ላይ ልባቸውን አሳርፈው፣ በቅድስና እየተመላለሱ የመሢሑን መምጣት ከሚጠባበቁት አይሁዳውያን መካከል ካህኑ ስምዖን አንደኛው ነበር፡፡ ይህ ሰው የምሥራቹ ቃል በትክክል ገብቶታል፡፡ አንድም የስንፍና ንግግር ሳይናገር አምላኩን ሳይረሳ፣ በበረት ውስጥ የተወለደው ሕፃን ማን እንደ ሆነ በመንፈስ ተረዳ፡፡ ብዙዎች መሢሑ እንደ ንጉሥ በክብር ይመጣል ብለው በራሳቸው መረዳት ሲነዱ፣ ስምዖን ግን ከመጀመሪያውም ሕይወቱን ከአምላኩ ጋር አጣብቆ የሚያየው በገሃዱ ዓለም ዕንቅስቃሴ አማካይነት ሳይሆን፣ በተነገረው ቃል ላይ ስለ ነበር በእምነት በመቆም ከአምላኩ ጋር ለመገናኘት በቅቶአል፡፡

ስምዖን እንደ ማንኛችንም ዐይነት ሰው ነው፡፡ ከጥንቶቹ አይሁዳውያንም በምንም መልኩ አይለይም፡፡ እነርሱ የሰሙትን የሰማ፣ እነርሱ ያዩትን ያየ፣ በእነርሱው ባህል ውስጥ የኖረ፣ በዚያው ክፍለ ዘመን ውስጥ የኖረ ሰው ነው፡፡ ልዩነት የነበረው ስምዖን ለሰማው ቃል ትልቅ ግምት ነበረው፡፡ የሰማው ቃል በእምነት ከማንነቱ ጋር ተዋሐደ፡፡ ለብዙዎቻችን ትልቁ መንፈሳዊ ችግር የሰማነው ቃል በእምነት ከማንነታችን ጋር ማዋሃድ አለመቻላችን አይደለምን?

እምነት እንዲሁ አየር ላይ የሚንሳፈፍ ልምምድ አይደለም፡፡ አንዳንድ ሰዎች አየር ላይ የሚንሳፈፍ እምነት አላቸው፡፡ ከዚህ የተነሣ ንግዳቸው ከቀዘቀዘ፣ እግዚአብሔር ምንም ሳይናገራቸው እግዚአብሔር እንደሚባርከኝ አምናለሁ ይላሉ፡፡ ታመው ከሆነ እግዚአብሔር እንደሚፈውሰኝ አምናለሁ ይላሉ፡፡ ሌሎችንም ችግሮቻቸውን ወይም ጥያቄዎቻቸውን እግዚአብሔር በዚህ ጒዳይ ጣልቃ ገብቶ እንዲህ እንደሚያደርግ አምናለሁ ሲሉ እንሰማቸዋለን፡፡ ይህን የተናገሩትን ቃል ከየት አመጡት? በእርግጥ እግዚአብሔር ተናግሮአቸው ነው? ወይስ በስሜታዊነት ወይም ምኞታቸውን ነው የሚያወሩት ብለን ብንፈትሸው፣ ከስሜታዊነትና ከምኞት ያለፈ ነገር አንመለከትም፡፡

እግዚአብሔር እምነትን በውስጣችን ሲያስቀምጥ አስቀድሞ በትክክል ሊሆን ያለውን ነገር ይነግረናል፤ እምነት ከመስማት ነው፣ መስማትም ከእግዚአብሔር ቃል ነው እንጂ፣ በእኛ ምኞት ብቻ የሚሆን ነገር የለም፡፡ ስምዖንና ሌሎቹ አይሁዳውያን የመሢሑን መምጣት ዕኩል ሰሙ፡፡ የምሥራቹን ቃል ከሰሙት ውስጥ አብዛኞቹ የሰሙት ቃል አልጠቀማቸውም፡፡ ስምዖን ግን የሚኖረውን የሚያውቅ ሰው ነበርና የሰማውን ቃል በእምነት ከራሱ ጋር አዋሐደ፡፡ መበለቲቱ ሐና ላይ የምንመለከተውም ተመሳሳይ እምነት

ነው፡፡ ለብዙ ዘመን በውስጣቸው ሲንገላወድ የነበረውን ለዘመናት የተሸከሙትን እምነት በማሳረፋቸው እፎይ አሉ፡፡ ስምዖን አሁን መጽናናትን አገኘሁ አለ፡፡

ለሌሎቹ አይሁዳውያን ግን በግርግም የተወለደው ሕጻን ተረት ተረት ነው፡፡ መሢሑ ንጉሥ እንጂ፣ ድሀ እረኛ አይደለም፡፡ ለድሀው እረኛ እንኳ ክብር አለው፤ በከብቶች መካከል አይወለድም ብለው ገምተዋል፡፡ ይህ ስሜታቸውና ምኞታቸው የሚነግራቸው የራሳቸው ድምፅ ነው፡፡

የዕብራውያን የአዲስ ኪዳን አማኞችም በተመሳሳይ ሁኔታ ውስጥ እንዳይገቡ የመጽሐፉ ደራሲ የሠጋ ይመስላል፡፡ ለእነርሱ የምሥራች እንደ ተሰበከ ለእኛም ተሰብኮልናል ይላቸዋል፡፡ የእግዚአብሔርን ቃል መስማቱና ቃሉን ማነብነቡ፣ በነገረ መለኮት ትምህርት በከፍተኛ ደረጃ ተምሮ መመረቁ ወይም ደግሞ የአርባ ዓመት ክርስቲያን ነኝ፣ አገልጋይ ነኝ ማለቱ ብቻ ለየእለት ሕይወታችን አንዳች የሚፈይደው አይኖርም፡፡ የሰማነው ቃል ከሕይወታችን ጋር መዋሃድ አለበት፡፡ ጨጓራችን ውስጥ የምንበላው ምግብ እየተጠራቀመ ዝም ብሎ ቢቀመጥ፣ ባይፈጭ፣ ባይላወስ፣ ባይዋሐድ ከፍተኛ ሕመም ውስጥ እንደምንወድቅ ሁሉ የእግዚአብሔር ቃልም ወደ ውስጣችን ገብቶ ካልተዋሐደ ትልቅ ችግር ውስጥ እንወድቃለን፡፡ የሰሙትቃል ከሰሚዎቹ ጋር በእምነት ስላልተዋሃደ አልጠቀማቸውም፡፡

ሕጻናት ሆነን በሰንበት ት/ቤት ውስጥ የጥቅስ ውድድር ይደረግ ነበር፡፡ አንዳንዶቻችን በርካታ ጥቅሶችን በአእምሮአችን ሸምድደን በጉባዔ ፊት ወጥተን ያጠናናቸውን ጥቅሶች በማነብነብ አንደኛ ወጥተንም ይጨበጨብልናል፤ እንሸለማለን፡፡ ቃሉን በአእምሮአችን መያዝ ጥሩ ነገር ቢሆንም፣ የሕይወት ለውጥ ግን አያስገኝም፡፡ በአንዳንድ የክርስቲያን ት/ቤት በመጽሐፍ ቅዱስ ትምህርት ክፍለ ግዜም በአእምሮ የሚሸመደዱ ጥቅሶች ማርክ የሚያስገኙ ይሆናሉ፡፡ ሙስሊም የሆኑ ተማሪዎች ሳይቀሩ ለማርክ ሲሉ ጥቅሶቹን ሸምድደው ይወዳደራሉ፡፡ የጥቅስ ብዛት ግን ሕይወትን የሚቀይር አይሆንም፡፡ አንድ አማኝ ቃሉን ካነበበ በኋላ ያነበበው ቃል ወደ ውስጡ ገብቶ ከማንነቱ ጋር በእምነት ሊዋሃድ ይገባዋል፡፡ የሰማነው ቃል አንዳንዴ ፈጽሞ ግራ የሚያጋባና ዕውነተኛ ባይመስለን እንኳ በእምነት ተቀብለን የራሳችን ልናደርገው ይገባናል፡፡

የዕብራውያን ክርስቲያኖች በዚህ ችግር ውስጥ የገቡ ይመስላሉ፡፡ ጸሐፊው በመልዕክቱ ውስጥ ደጋግሞ የሚያሳስባቸው እንደ ቀደሙት የሙሴ ዘመን አይሁዳውያን እነርሱም ሌላ ስሕተት ደግመው ተንከራታቾች እንዳይሆኑ ነው፡፡ ዛሬም የአሕዛብ ወገን የሆንን

ኢትዮጵያውያን የአዲስ ኪዳን ክርስቲያኖችም በተመሳሳይ ሁኔታ የተነገረንን ረስተን ከበረከቱ፣ ከተስፋው ቃል ኪዳን እንዳንጐድል ልንጠነቀቅ ይገባናል፡፡

ለእነዚያ ደግሞ እንደ ተነገረ ለእኛ የምስራች ተሰብኮልናልና

በመጀመሪያ ክፍለ ዘመን የአመኑ አይሁድ ነበሩ፡፡ ይህ ወቅት ቤተ ክርስቲያን የተወለደችበት ቢሆንም፣ የአዲስ ኪዳን መጻሕፍትም ተጽፈው አላለቁም፡፡ አብዛኛዎቹ መጻሕፍት ቢጻፉም፣ ሁሉንም አልተጠናቀቁም፡፡ የዕብራውያን መጽሐፍ ከተጻፈ በኋላ 9 መጻሕፍት ተጽፈዋል፡፡ ይሁን እንጂ፣ የመጀመሪያዋ ክፍለ ዘመን ቤተ ክርስቲያን የብሉይ ኪዳን መጻሕፍት ነበሯት፡፡ ነቢያቱም መጻሕፍቱም ሁሉ ስለ ኢየሱስ የሚናገሩ ነበር፡፡ ኢየሱስ በሚኖርበት ዘመን ደግሞ አንዳቸውም የአዲስ ኪዳን መጻሕፍት አልተጻፉም፡፡

የኦሪት፣ ነቢያት፣ የታሪክም ሆነ ሌሎች መጻሕፍት ሁሉም ወደ ኢየሱስ ይጠቁማሉ፤ ይሁንና ጸሐፍትና ፈሪሳውያን ወደ እነርሱ ሊመጡ አልወደዱም፡፡ ስለዚህ ከብርሃን ይልቅ ጨለማን ወድደዋል ሲል ዮሐንስ ተናገረ (ዮሐ. 5÷39-40፤ 3÷19)፡፡ ፈሪሳውያኑ ከብሉይ ኪዳን መጻሕፍት ሌላ የራሳቸውን ሕግጋት በመጨመር የሚታወቁ ነበሩ፡፡

በአናጢው በዮሴፍ እጅ ያደገው ኢየሱስ ክርስቶስ መቅደሳቸው ገብቶ የመጽሃፍ ጥቅሉን ከፍቶ ስለእርሱ የተነገረውን ቃል በጆሮአቸው ሲያሰማ ዕውነቱን መቀበል አልቻሉም፡፡ ሐዋርያው "ለፍጥረታዊ ሰው መንፈሳዊ ነገር ሞኝነት ነው፥ ሊቀበለው አይችልም (ዐቅም የለውም)" እንዳለ፣ የልቦናቸው ዐይን መንፈስ ቅዱስን ከመስማት የራቀ እና ዕልከኛ የሆነ ነበር፡፡

በመጨረሻም ድምፁን ሳይሰሙ በዕልከኝነት ተቃዋሚነት ደረጃ ተሸጋግረው የክብር ጌታ እንዲሰቀል በዐመፀኞች ዕጅ (በሮማውያን) አሳልፈው ሰጡት (የሐዋ. 2÷23)፡፡ የአይሁድ አማኞች ከአይሁድ ሕግ፣ ወግና ሥርዓት ከኦሪትም ዘወር ብለው በብሉይና በአዲስ ኪዳን አስቀድሞ እግዚአብሔር በተለያየ መንገድና ጎዳና ተናግሮ በመጨረሻም በልጁ በኢየሱስ ክርስቶስ ወደ ተናገረው ወደ እርሱ ዘወር እንዲሉ ልባቸውን ለመንፈስ ቅዱስ ድምፅና ለሕያው ቃሉ እንዲሰጡ ያስጠነቅቃል፡፡

የሆልማን አዲስ ኪዳን ማብራሪያ፡- ዕረፍት የተገለጸበት የትኛውም ቦታ በዕብራውያን 3÷1-4፤ 4÷11 የሚያሳየው በኢየሱስ ክርስቶስ በማመን የምንገባበትን ድነት የሚገልጽ ነው፡፡ ጸሐፊው ይህንን ነገር አንባቢዎቹ በወንጌል ላይ እምነት ሊኖራቸው እንደሚገባ

ባስገነዘበበት ወቅት (ዕብ. 4፡2) ግልጽ አድርጎታል፡፡ እምነቱ ከራስ ጋር ይልቅ በእግዚአብሔር ሥራ ላይ መታመንን ይጠይቃል (ዕብ. 4፥10)፡፡ በኢየሱስ ክርስቶስ በማመን የክርስትናን ጉዞ የጀመሩት ሰዎች የእግዚአብሔርን ዕረፍት በመለማመድ የውሳኔያቸውን ዕውነተኛነት ያሳያሉ፤ በዚያ ዕርፍት ማረፍ ያልቻሉ ሰዎች ግን እምነታቸው ሐሰት መሆኑን ያሳያሉ፡፡ አንዳንዶች ይህን ዕረፍት ከእግዚአብሔር ጋር ያለ የማያቋርጥ ኅብረት ብለው ይገልጹታል፡፡ እናም ጸሐፊው ያነሳቸውን ሐሳቦች ከድነት ይልቅ ከአብ ጋር ስላለ ኅብረት መላላት አድርገው ይቄጥሩታል እናም ይህ አተረጓጎም ከዚህ በፊት እንደነበሩት ምእራፎች ተገቢ ነጥብ የያዘ ነው፡፡ የሁለቱንም አሳብ ደጋፊዎች በያዙት አሳብ መውቀስ አስፈላጊ አይደለም፡፡ አሁንም ይህ ጸሐፊ ከላይ እንደ ተገለጸው መረጃዎች የሚጠቁሙን ዕረፍት ከቅድስና ይልቅ ከድነት ጋር ነው እንደሚገናኝ የሚያሳይ ነው፡፡ (ሌ. ቶማስ ሆልማን ኒው ቴስታመንት ኮሜንተሪ፡- ዕብራውያን እና ያዕቆብ. ቢ. ኤንድ፡- ኤች፣ ማተሚያ፣ 1999)

ዌስት፡- ሲያብራራ የመልካሙ የምሥራች (የወንጌሉ) ባሕርይ ከተጠቀሰበት ሥፍራ አንጻር መታየት አለበት፤ ለመጀመሪያው ክፍለ ዘመን አማኞች የተሰበከው መልካም የምሥራች በመሢሑ ስላለ መንፈሳዊ ዕረፍት ነው፡፡ ከግብፅ ምድር ለወጣውና ለ400 ዓመት ያህል በባርነት ሸንኩርት እየበላ ለነበረው ሕዝብ የተሰጠው መልካም የምሥራች ደግሞ ጊዜያዊ ሲሆን፣ ወተትና ማር ወደምታፈሰው ምድር መግባት ነው፡፡ የምሥራቹን የሰሙት ሰዎች መልካሙን ዜና በእምነት አልተቀበሉትም የተስፋ ቃል የሆነችውን ከነዓንንም የራሳቸው አላደረጉም፡፡ ወንጌል ለእኛ ተሰበከ የሚለው አገላለጽ ያለፈና የተጠናቀቀን ሥራን ብቻ ሳይሆን፣ የሚያሳየው ይህ የተጠናቀቀው ሥራ አሁንም ድረስ ዘላቂ ውጤት እንዳለው ነው፡፡ ከግብፅ ባርነት ለወጣው ሕዝብ የከነዓኑን መልካም የምሥራች መንገር፣ እንዲሁም ለመጀመሪያው ዘመን አማኞች በመሢሑ የሚመጣውን እረፍት የምስራች አዋጅ ከሰሚዎቹ አእምሮ በማይወጣ መልክ የተነገረ ነው፡፡ ስለዚህ በሁለቱም ጊዜ መልእክቱ በተገቢው መልክ አልተላለፈም የሚል ምክንያት ማቅረብ አይቻልም፡፡ *(ዌስት፣ ኬ. ኤስ 1947. የግሪክ አዲስ ኪዳን ጥናት)፡፡*

ዳሩ ግን የሰሙት ቃል ከሰሚዎቹ ጋር በእምነት ስላልተዋሐደ አልጠቀማቸውም

የብሉይ ኪዳን አባቶች በእምነትና በቅድስና የሚመላለሱ ነበሩ፡፡ መንፈስ ቅዱስ ሲናገራቸው ይታዘዙት ነበር፡፡ የእምነት አባት የሆነው አብርሃም እግዚአብሔር አምላክ ተገልጾለት ከአገርህ፣ ከዘመዶችና ከአባትህ ቤት፣ ማለትም ከቅርብ ቤተሰብህ ተለይተህ

እኔ ወደ ማሳይህ አገር ሂድ ሲለው በእምነት ታዘዘ:: በዕብራውያን 11 ላይ የተጠቀሱት ሌሎች አባቶችም ለተገለጠላቸው መለኮታዊ ዕውነት ታምነው ተሰማሩ::

እነዚህ ሁሉ በእምነታቸው ተመስክሮላቸዋል፤ ዛሬም እንደ ደመና ከብበውናል:: በምድረ በዳ የቀሩት ብዙዎች የመቅደስ ሥርዓት ስላልፈጸሙ አይደለም፤ ይልቁንም ከዐለቱ የፈለቀውን ውኃ የጠጡት፣ እንደ ደመና በመራቸው ኢየሱስ ክንድ ላይ ባለመታመናቸው ዐይናቸውን አንሥተው በጣዖታት ላይ በማድረጋቸው፣ በመሴሰናቸው እና በማጉረምረማቸው እንደ ሆነ ሐዋርያው ለቆሮንቶስ ሰዎች በጻፈው መልእክት ላይ ልናስተውል እንችላለን::

ቃል logos/ሎጎስ/log-om-akh-ee'-ah/ሎጎማኪ.ያህ/logomachía:- ማለት የሚነገርና ለአእምሮ ትርጉም የሚሰጥ ንግግር ነው:: ጸሃፊው የተጠቀመው ቃል በትክክል የእግዚአብሄርን ቃል የሚጠቁም ነው:: ምን ያህል እርሱ ተናግሮ መስማት ሳልችል ቀርቼ ከንግግሩ ሳላተርፍ *ቀረሁ::(መጽሐፍ ቅዱስ ጥቅሶች የብሉይና / የአዲስ ኪዳን ግሪክ መዝገበ ቃላት፣ የቴየር ትርጉም 1989. በ ጆሴፍ ሄንሪ ቴየር፣ አስቲን ሐተታ/ በጄፍ ጋሪሰን)*

የሰሙት akouo/akoḗ/ak-o-ay'/አኩዬ:- ማለት በአጭሩ መስማት ማለት ነው እና ያለፈ ቃልን የሚያሳይ ነው:: እነርሱ በእርግጥ ሰምተዋል፤ ስለዚህ መደምደሚያው ምንም አልሰማንም የሚሉበት ምክንያት የላቸውም:: ሕያው ቃሉን ሰምተዋል ... በረከትንና መርገምን (ዘዳ 30÷19-20):: (መጽሐፍ ቅዱስ ጥቅሶች የብሉይና / የአዲስ ኪዳን ግሪክ መዝገበ ቃላት. የቴየር ትርጉም 1989. በ ጆሴፍ ሄንሪ ቴየር፣ አስቲን ሐተታ/ በጄፍ ጋሪሰን)

የኔልሰን መጽሐፍ ቅዱስ ማጥኛ ሲጽፍ ወንጌል ተሰብኮልናል የሚለው ሐረግ መልካሙ ዜና ታውጆልናል ከሚል የግሪክ አንድ ቃል የተተረጐመ ነው:: የእግዚአብሔር ዕረፍት (ዕብ. 4÷1) መልካም ዜና ለእስራኤላውያን ታውጆ ነበር:: በሙሴ የተመራው ትውልድ ወደ ተስፋዪቱ ምድር ወደ ዕረፍቱ ሳይገቡ ቀሩ ምክንያቱም እምነት ስላልነበራቸው:: በተመሳሳይ መንገድ ይህ መልእክት የሚጻፍላቸው ሰዎች በወንጌል አማካይነት ወደ እግዚአብሔር ዕረፍት የሚገቡበት ጥሪ ደርሷቸው ነበር ነገር ግን አለማመናቸው እንዳይገቡበት ሊያደርጋቸው ይችላል:: *(ራድማቸር. ኢ.ዲ. አለን. አር.ቢ. እና ቤተ ሰብ፣ ሔች. ደብሊው. የኔልሰን መጽሐፍ ቅዱስ ማጥኛ ነው ኪንግ ጄምስ ቭረዚን፡ ናሽቪል)*

ስላልተዋሐደ

መዋሐድ፡- የሁሉ ነገር መገኛ ቃሉ ነው፡፡ ከቃሉ ላይ የተደገፈ ልብ እምነትን ያገኛል፡፡ እምነት ከመስማት፣ መስማትም ከእግዚአብሔር ቃል ነው፡፡ ቸልተኛ ሆነ ዕልከኛ ልብ የሌለው፤ ቃሉን በሞኝነት እና በየዋህነት የሚቀበል እምነትን በውስጡ ይፈጥርለታል፡፡ ይህ ብቻ አይደለም፤ ቃሉ ሕይወት ስለሆነ ቃሉን የተቀበሉ ሰዎች ሕይወት ያገኛሉ፡፡ አምላካችን ድንቅ አምላክ ነው፡፡ ሕይወትን በቃሉ ውስጥ ማኖር ብቻ ሳይሆን፣ ሕይወትን የምንቀበልበትን ዐቅም (እምነትም) በቃሉ ውስጥ አስቀምጧል፡፡ ይህ ህይወት ያለበት ቃል በአማኙ ልብ በእምነት በኩል ገብቶ የመዋሃድ አቅም አለው ይህም የሰውን ህይወት ሊለውጥ የሚችል ነው፡፡ ሆኖም ግን ይህ ሕይወት (የክርስቶስ ሕይወት) በሰው ውስጥ ሊገለጥ (ክርስቶስን ሊለብስ) ይችል ዘንድ በእምነት ከቃሉ ጋር መጣበቅ አለበት፡፡

ክርስቶስ የእምነታችን ራስ እና ሐዋርያ ነው፡፡ ይህ ደግሞ እምነት ራሱ በክርስቶስ ሞት እና ትንሣኤ ማመን ማለት ነው፡፡ ይህን ስንል ክርስቶስ ብዙ ልጆችን ወደ ክብር ሊያመጣ ስለ እኛ መሞቱንና ስለ እኛ መነሣቱን አምኖ የታዘዘበትን እና ሕግን የፈጸመበትን መታመንና መደገፍ ነው፡፡ እግዚአብሔር የሰጣቸው የተስፋ ቃል እስራኤላውያንን ከግብፃውያን የግዞት ቀንበር አላቅቆ ሃሩሩን የሲናይ በረሃ ተሻግረው ወተትና ማር ወደምታፈስሰው ምድር ሊያስገባ የሚችል ብቃት ነበረው፡፡

እግዚአብሔር ቃል ለረሃባቸው መና እየሰጣቸው፤ በቀን በደመና ሌሊት አግሞ የእሳት ዓምድ ሆኖ እየጠበቀ እና እየመራቸው ተሸክሞአቸው ከነዓን አስገባቸው፡፡ ይህ እንዲሆን ግን በሙሴ በኩል የመጣውን ቃል ተቀብለው በእምነት መጓዝ ነበረባቸው፡፡ ቃሉ ሕይወት ሆኖላቸው ከዐለቱ ድንጋይ ውኃ እያፈለቀላቸው፣ ደግሞም እየመራቸው ወደ ተስፋዩቱ ምድር ገቡ፡፡ ሆኖም ግን ሙሴን ሊሰሙ ባለመውደድ ልባቸውን ዕልከኛ ያደርጉ ነበር፡፡ ሙሴ እንደ እኔ ያለ ነቢይ ያስነሣላችኋል ያንን ነቢይ የማትሰማ ነፍስ (ሰው) ትጥፋ ብሎ እንደ ተናገረ የመሢሑን ቃል መስማትና መቀበል የሰውዬው ድርሻ ነው፡፡

ልብን የመክፈት እና ድንጋዩን ልብ የሥጋ ልብ የማድረግ ድርሻ የመንፈስ ቅዱስ ነው፡፡ ክርስቶስ የክብር ተስፋ ቢሆንም፣ በቃሉ ዐቅም እና ጉልበት በልባችን ይሠራ ዘንድ የመንፈስ ቅዱስ ድምፅ የሆነውን ቃሉን መስማትና በእምነት ማዋሃድ ይኖርብናል፡፡ እምነት የሚጠይቀው በተስፋ ቃሉ ላይ መደገፍ ብቻ ነው፡፡ ይህ ለሰው ሁሉ ያለ ልዩነት

የተሰጠ ነው። ድሀ፣ ሀብታም፣ አይሁድ፣ አሕዛብ፣ አማራ፣ ትግሬ፣ አሮሞ፣ ቤኒሻንጉል ... ወዘተ የብሔር፣ የቋንቋ እና የቀለም ልዩነት የለም።

በሰው ዘንድ የተናቁና ኀብረተሰቡ ገፍቶ የጣላቸው በሕዝቡ መካከል ገብተው በእምነት የልብሱን ጫፍ ነኩ፣ በዕንባቸው እና በጠጉራቸው ዕግሩን አበሱ፤ ቃሬዛ ተሸክመው ጣሪያው ነድለው አስገቡ፤ በእምነት ከቃሉ ጋር ተገናኙ ሕይወትንም አገኙ።

መዋሃድ sugkerannumi / soong-ker-an'-noo-mee ሱግከራኑሚ፡- የሚል ሲሆን፣ **sún/ሱን** = በጋራ፣ with + **keránnumi / ከራኑሚ**= መደባለቅ) ትርጉሙ መደባለቅ ወይም አንድ ላይ ታጥፎ መቀላቀል ነው። አሳቡ ወይንን ከውኃ ጋር መደባለቅ ወይም ጣፋጭ ነገርን ከውኃ ጋር ቀላቅሎ የሚጠጣ ነገርን ማዘጋጀትና በመጠጫ ውስጥ መቅዳትን ነው። *(መጽሐፍ ቅዱስ ጥቅሶች የብሉይና / የአዲስ ኪዳን ግሪክ መዝገበ ቃላት፣ የቴየር ትርጉም 1989. በ ጆሴፍ ሄንሪ ቴየር፣ አስቲን ሐተታ/ በጀፍ ጋሪሰን)*

ባርንስ፡- የተቀላቀለ የሚለው ቃል በብዙዎች ምግብ ወደ ሰውነታችን ገብቶ ከምራቅና ጨጓራ ኬሚካሎች ተዋሕዶ እና የኬሚካል ለውጥ አካሂዶ ወደ ደምነት የሚቀየርበትን ሂደት የሚያሳይ ነው ይላሉ። (ባርነስ፣ አልበርት፡- አዲስ ኪዳን ላይ ማስታወሻዎች ኮሜንተሪ)

ሊድ እና ስኮት፡- አሳባቸውን ሲሰነዝሩ ይህ ቃል በዘመናዊው አጠቃቀም ቅርብ ጓደኝነትን የሚጠቁም ነው ይላሉ። *(የሊዴል እና ስኮትስ ግሪክ-ኢንግሊሽ ሌክሲከን)*

ሄንሪ ሞሪስ፡- በዚህ ምዕራፍ ላይ በጻፈው ጽሑፉ ውስጥ ሲያብራራ ወንጌሉ ለእስራኤላውያን በምድረ በዳ የተነገሩ ትንቢቶች የአዲስ ኪደን መገለጥ ብቻ አይደለም። በእርግጥም ዘላለማዊ ወንጌል ነው (ራእይ 14÷6-7) የመቤዠቱም የመጀመሪያ ተስፋ (ዘፍ. 3÷15) እንደ መጀመሪያው ወንጌል (protevangelium) ተደርጎ የሚቈጠር ነው። በባሕርይው ወንጌሉ ፈጣሪ የሚቤዠን እና የሚመጣው ንጉስ እንደሆነና፤ በእርሱ የሚኖረን መዳንን የሚያመጣ እውነተኛ እምነት ለቃሉ መታዘዝንም የሚያመጣ ነው። *(ዲፌንደር እስተዲ ባይብል፡- ሄንሪ ሞሪስ)*

በእምነት

እምነት ማለት በተስፋው ቃል፣ ማለትም በቃሉ የመፍጠር ብቃት ላይ መደገፍ ማለት ነው፡፡ ቃሉ የፈጠራቸውን ደግሞ ቃሉ በራሱ ችሎት አጋጥሞ እንዳሉ አድርጎ ማቆየት የሚችል ነው (ዕብ. 1÷23)፡፡ ይህ የእግዚአብሔር ቃል ባሕርይ የሌለውን እንዳለ አድርጎ የሚጠራ፣ በማወቅ በእምነት ዐይን ተመልክተን ተስፋውን እንደ ያዝን መቍጠርም የምንችልበት ዐቅም ነው፡፡

እምነት ከቃሉ የሚወጣ ሲሆን የቃሉን ባሕርይ የምናውቅበት የምናስተውልበት ከቃሉ የምናገኘው መለኮታዊ ችሎታና አሠራር ነው፡፡

ቃሉ የመፍጠር ዐቅም ያለው ብቻ ሳይሆን፣ በቃሉ የተፈጠረውን የምንቀበልበት ዕጅም የሆነው እምነትም ጭምር የሚገኝበት ነው፡፡ ስለዚህም በቃሉ ላይ እንዴት እንደምንደገፍና እንደምንታመን የሚያስተምረን ቃሉ ነው፡፡

ከምድራዊ ሩጫ ረጋ ብለን ተደላድለን እንደ ማርያም ቃሉን ለመስማት ስንቀመጥ ቃሉ ራሱ የልባችንን በር ማንኳኳት ይጀምራል፡፡ ይህም ቃሉ ልባችንን መንካት ብቻ ሳይሆን፣ ሁሉን ማድረግ እንደሚችል ታምናለህ? የሚል ጥያቄን ለልባችን ያቀርባል፡፡ ቃሉ ልብን ይፈትሻል፤ የአንተ የአንቺ ልብ ፈቃደኛ ሆኖ አዎ የሚል ምላሽ ሲሰጥ፣ ቃሉ የሚያድነውን እምነት ይሰጠናል፡፡ በእምነት በኩል የጌታን ከንድ ማዳን ሰውየው ያገኛል፤ መንፈስ ቅዱስ በቃሉ አማካይነት ለሰውዬው ልብ ሕይወትን ይሰጠዋል፡፡ ያን የምሥራች ወንጌል የሰማ እና ያን ሰው በተቀበለው በክርስቶስ ሕይወት ይመላለሳል፡፡ ስለዚህ ሊቀ ካህናቱ የእግዚአብሔር የሆነው መዳን በዕለት ተዕለት ኑሮው እንዲገለጥና እንዲለማመድ ያደርገዋል፡፡

ሂዱስ፡- ይህ የሚገርም ነው ምክንያቱም እነርሱ የእግዚአብሔርን ባሕርይና ልግስና ምስክር ናቸው፤ እነርሱ የጥፋት፣ እንዲሁም የባሕር መከፈል ልዩ ምሳሌዎች አሏቸው፡፡ ደመናና የእሳት አምድ በቀንና በሊለት አልተለያቸውም የመናም አቅርቦት ነበራቸው፡፡ አሁን ግን አዲስ ፈተና ገጠማቸው እግዚአብሔርን ማመን አልቻሉም፡፡ ስለዚህም ወደ ዕረፍቱ ሳይገቡ ቀሩ፡፡ ብዙዎች እግዚአብሔርን ቢያምኑትም፣ ነገር ግን ሁለቱ ብቻ ሩጫቸውን ጨርሰው ወደ ዕረፍቱ መግባት ቻሉ፡፡ ወደ ዕረፍቱ ለመግባት የሚሆነንን እምነት ለመረዳት በመረዳትና በእምነት መካከል ያለውን ልዩነት ማስተዋል አስፈላጊ

ነው፡፡ የአዲስ ኪዳን ምሁር የሆነው ሊዮን ሞሪስ ሲናገር በዕብራውያን 4÷2 ላይ ያለው እምነት "እግዚአብሔርን በሙሉ ልብ የማመን ዝንባሌ ነው" ይላል፡፡

ስለዚህ የዕብራውያን 4÷3 መክፈቻ መስመር "እኛስ ያመንን ወደ ዕረፍቱ እንገባለን" ሲል እኛ በሙሉ ልባችን ያመንን ወደ ዕረፍቱ እንገባለን" ማለቱ ነው እናም ያለ ምንም ጥርጣሬ መጻፍ እንደሚቻለው እግዚአብሔርን የሚያስደስተው እምነት በአእምሮ መረዳት ማመንና የልብ እምነት ድምር ነው፡፡ በአእምሮ ማመን(**Belief**) ዕውነታን በአእምሮ አምኖ መቀበል ነው፡፡ ነገር ግን ወደ ነፍስ ዕርፍትን ሊያመጣ አይችልም፡፡ ኢየሱስ ክርስቶስ የአብ ልጅ እና የዓለም \ አዳኝ መሆኑን ማወቅ ብቻ ለነፍሳችን ዕረፍትን አያመጣም፡፡ በእርሱ ከልብ ማመን ነው ይህን ዕረፍት የሚያመጣው፡፡ "በልብ ማመን ዕረፍትን ያመጣል" ይለናል አሌክሳንደር ማክሌረን "ምክንያቱም ልክ የሰሜን ንፋስ ደመናውን እንደሚበትን እርሱ ከልባችን ውስጥ ያለውን አለማረፍ ሁሉ ይበትነዋልና"፡፡ *[ማክላርን ዘ ሬስት ኦፍ ፌዝ - ውይይት በእምነት እና መታመን discussion of faithas belief plus trust] (አር. ኬንት፣ ሂዩዝ፡- ለነፍስ መልህቅ፣ ጥራዝ 1 ኮሜንተሪ)*

እምነት pistis/pis'-tis /ፒስቲስ፡- ከአእምሮ ከሆነ እምነትና (belief) ከልብ ከሆነ መታመን (trust) ጋር ተመሳሳይነት ያለው ሲሆን፣ በተጨማሪም ያመንነውን ነገር ትክክለኛነት ማረጋገጥን ያጠቃልላል፡፡ በመጽሐፍ ቅዱስ ላይ በአእምሮ መታመን ሰው ከእግዚአብሐር ጋር ስለሚኖረው ኅብረት የሚያወራ ሲሆን፣ በተጨማሪም ከልብ መታመንና የዕውነተኛ እምነት ያመጣው ደስታም ውጤት ነው፡፡ *(መጽሐፍ ቅዱስ ጥቅሶች የብሉይና / የአዲስ ኪዳን ግሪክ መዝገበ ቃላት፣ የቴየር ትርጉም 1989. በ ጆሴፍ ሄንሪ ቴየር፣ አስቲን ሐተታ/ በጂፍ ጋሪሰን)*

ዋይን ግሩደም፡- ነፍስን የሚያድን እምነትን ሲተረጉም የሚያድን እምነት በኢየሱስ ክርስቶስ ላይ ያለ እምነት ሲሆን እርሱን ለሀጢያት ስርየትና ከእግዚአብሔር ጋር ላለ ዘላለማዊ ሕይወት የሚሆን ሕያው አምላክ መሆኑን ማመን ነው፡፡ ትርጉሙ አትኩረት የሚሰጥበት ነገር በክርስቶስ ላይ ያለ የግል እምነት ስለ ክርስቶስ ያሉ መረጃዎችን ማመን ብቻ አለመሆኑን ነው ምክንያቱም በመጽሐፍ ቅዱስ ውስጥ የሚያድን እምነት የግል እምነትን የሚጠይቅ ነው፡፡ አንድን ነገር እውነት መሆኑን በዛ ነገር ላይ ሳንደገፍ ወይም ቊርጠኛ ሳንሆን፣ ማመን ይቻላልና ግን ነፍስን የሚያድን እምነት ከዚህ ይዘላል፡፡ *(ግሩደም፣ ደብልው. ኤ. ሲስትማቲክ ቲዎሎጂ - ስልታዊ ስነመለኮት፡ የመጽሐፍ ቅዱስ ዶክትሪን ዞንደርቫን መግቢያ)*

ዌስት፡- **pistis** /ፒስቲስ የሚለውን ቃልና ተያያዥ ቃል ባጠናበት ክፍል ላይ ሲያብራራ እነዚህ ቃላት ኃጢአተኛ ለመዳን ሲል በኢየሱስ ላይ ሊያሳርፈው የሚገባን እምነት የሚያሳይ ቃል ነው ይልና እነዚህን አሳቦች ይጨምራል፤ ኢየሱስን በባሕሪውና በአሳቡ የታመነ አድርጎ መቀኍጠር፣ የታናገረውን ማድረግ መቻሉን፣ የነፍስን ድነት ለጌታ ዕጆች አሳልፎ መስጠትን፣ የነፍስ ድነትን በሥራ ለጌታ መስጠት፡፡ እነዚህ ነገሮች የራስን ሙሉ ማንነት ከራስ ዕጅ አውጥቶ ለጌታ ኢየሱስ የመስጠት ሂደት ናቸው፡፡ *(ዌስት፣ ኬ. ኤስ 1947. የግሪክ አዲስ ኪዳን ጥናት)*

ዊልያም በርክሊይ፡- ሲጽፍ እምነት ከመቀበል ይጀምራል አንድ ሰው የእውነትን መልእክት ለመስማት ፈቃደኛ ከመሆን ይጀምራል፡፡ ከዚያ ወደ አእምሮ ሂደት ይሄዳል ሰው መጀመሪያ ይሰማል ከዚያም ትክክል መሆኑን ይስማማል፤ የአእምሮ መስማማት ግን ተግባራዊ ለውጥ ላያመጣ ይችላል አንዳንድ ጊዜም ሰው አንድ ነገር ትክክል መሆኑን እያወቀ ይህን ዕውቀት ወደ ተግባር ሳይለውጠው ሲቀር ይታያል፡፡ የመጨረሻው ደረጃ ይህ የአእምሮ መስማማት ወደ ሙሉ መገዛት ይለወጣል፡፡ በሙሉ እምነት ሂደት ውስጥ አንድ ሰው የክርስቲያን መልእክትን ይሰማል፣ ዕውነት መሆኑን ይስማማል እናም ሙሉ ሕይወቱን ለእርሱ አሳልፎ ይሰጣል፡፡ (ዊሊያም ባርክሌይ፡- ወደ ዕብራውያን ኮሜንተሪ)

ቫይን፡- ሲጽፍ እምነት ነፍስ ሕይወት ለሚሰጠው ለእግዚአብሔር ቃል የሚሰጠው ምላሽ ነው፡፡ ሮሜ 10÷8-17 እምነት ከማየት ይቃረናል ጳውሎስ በ2ኛ ቆሮንቶስ 5÷7 ላይ እንደሚለው "በእምነት እንጂ በማየት አንመላለስም" እንደሚለው፡፡ *(የቫይን ኤክስፖዚተሪ ዲክሽነሪ፡ ዊሊያም ኤድዊ ቫይን)*

ፑልፒት፡- ማብራርያ ስለ እምነት ፍቅርና ተስፋ ሲጽፍ 1. ቅደም ተከተላቸው፡- እምነት የመንፈሳዊ ሕይወት መጀመሪያ ነው፣ ፍቅር ዕድገቱና ቀጣይነቱን ያሳያል ተስፋ ደግሞ ፍጻሜን፡፡ እምነት መሠረት ነው ፍቅር ደግሞ አካሉ ሲሆን፣ ተስፋ ደግሞ እግዚአብሔር በነፍሳችን ውስጥ የገነባው የመቅደሱ መደምደሚያ ድንጋይ ይሆናል፡፡ 2. መገለጫቸው፡ እምነት በስራ ይገለጣል ፍቅር ደግሞ እራስን በሚያስከድ ሃይሉ እና ተስፋ በትዕግሥትና በጽናት ይገለጻሉ፡፡ 3. ከጊዜ አንጻር ያላቸው አገላለጽ እምነት ያለፈ ነገርን ሲጠቁም ፍቅር የአሁን ጊዜን ተስፋ ደግሞ የወደፊትን ጠቋሚ ናቸው፡ *(ዘ ፑልፒት ኮሜንተሪ፡- ሪቻርድ ቻርልስ ሄነሪ)*

ቁጥር 2 ለእነዚያ ደግሞ እንደ ተናገረ ለእኛ የምስራች ተሰብኮልናልና፤ዳሩ ግን የሰሙት ቃል ከሰሚዎቹ ጋር በእምነት ስላልተዋሐደ አልጠቀማቸውም።

ለእኛ ሥራ 3፥26; 13፥46; ገላ 3፥8; 4፥13; 1ኛ ጴጥ 1፥12
የምስራችተሰብኮልናልናሮሜ 10፡16, 17;
አልጠቀማቸውም ሮሜ 2፡25; 1ኛ ቆሮ 13፥3; 1ኛ ጢሞ 4፥8
የሰሙት ቃል ከሰሚዎቹ ጋር በእምነት ስላልተዋሐደ ዕብ 6; 3፥12,18,19; 11፥6; 1ኛ ተሰ 1፥5; 2፥13; 2ኛ ተሰ2፥12,13; ያዕ 1፥21

ቍጥር 3 ሥራው ዓለም ከተፈጠረ ጀምሮ ምንም እንኳ ቢፈጸም እንዲህ ወደ ዕረፍቴ አይገቡም ብዬ በቍጣዬ ማልሁ እንዳለ፥ እኛስ ያመንን ወደ ዕረፍቱ እንገባለን።

ሥራው ዓለም ከተፈጠረ ጀምሮ ምንም እንኳ ቢፈጸም

አለም (ኮስሞስkos'-mos/kosmos)፡- ማለት የዓለምን የመጀመሪያ አፈጣጠር ሲሆን፣ እዚህ ጋር ደግሞ እግዚአብሔር ዛሬ የምናውቀውን ሰማይንን ምድርን የፈጠረውን የሚወከል ነው፡፡

ማከአርተር፡- አስተያየት ሲሰጥ እግዚአብሔር ሥራውን ጨርሷል፡፡ እግዚአብሔር ሁሉንም ሥራ ሠርቷል እና ማንም ወደ ዕረፍቱ ለመግባት ለሚፈልግ በእምነት መግባት ይችላል፡፡ እግዚአብሔር በዘፍጥረት ላይ ፍጥረቱን ፈጥሮ በጨረሰበት ወቅት "አለቀ ዓለምን ለወንድም ለሴትም የሚመች ድንቅ አድርጌ ፈጥሬያለሁ፣ በምድር ላይ የሚፈልጉትን ነገር ሁሉ ሰጥቻቸዋለሁ፣ ሕይወታቸውን ሙሉ ለማድረግም አንዳቸውንም ለአንዳቸው ሰጥቻቸዋለሁ፡፡ ከምንም በላይ ፍጹም፣ ያልተቋረጠ ኅብረት ከእኔ ጋር አላቸው፡፡ አሁን ማረፍ እችላለሁ እነርሱም በእኔ ማረፍ ይችላሉ፡፡"*(ጆን. ሔፍ. ማከአርተር፡- ቺካጎ ሙዲ ፐረስ)*

ከተፈጠረ Foundation katabole/kat-ab-ol-ay' ካታቦሌ፡- ካታ እና **ባሎ** ከሚል ቃል ድምር ሲሆን፣ ወደ ታች ማውረድ የሚል ይሆናል) ማለት መመሥረት ማለት ነው፡፡ ዋና ሃሳቡ የቤት መሰረት መመሥረት ነው፡፡

ቲ. ዲ. ኤን. ቲ፡- ሲጨምር ካታቦሌ ማለት መመሥረት ወይም ማቋቋም የሚል አሳብ ሲኖረው የሰውን ፍጥረት፣ የጦርነት መነሣትና የመንግሥት መመሥረትን ያሳያል፡፡

(ቲዎሎጂካል ዲክሽነሪ ኦፍ ዘ ኒው ቴሲታመንት፡- የአዲሱ ኪዳን ሥነ-መለኮታዊ መዝገበ-ቃላት)

ዌስት፡- የዕረፍቱ ስጦታ የእግዚአብሔር ሥራ መፈጸሙን የሚያሳይ ነው። ከግብፅ የወጣው ሕዝብ ምንም እንኳ እግዚአብሔር ዕረፍትን ያዘጋጀላቸው ቢሆንም፣ እነርሱ ግን ካለማመናቸው የተነሣ ወደ ከነአን ዕረፍት አልገቡም። *(ዌስት፣ ኬ. ኤስ 1947. የግሪክ አዲስ ኪዳን ጥናት)*

ቢፈጸም / መፈጸመ (ጊኖማይ) ginomai/ghin'-om-ahee፡- አሁን የምናየው ሂደት አዲስ ፍጥረት ወይም ዝግመተ ለውጥ አይደለም ነገር ግን የኃይል መከፋፈልና ወደ ተለያዩ አካላት መበታተን ነው። ልክ በ1ኛና 2ተኛው የቴርሞዳይናሚክ ሕግ እንደሚያብራራው። (መጽሐፍ ቅዱስ ጥቅሶች የብሉይና / የአዲስ ኪዳን ግሪክ መዝገበ ቃላት፣ የቴየር ትርጒም 1989. በ ጆሴፍ ሄንሪ ቴየር፣ አስቲን ሐተታ/ በጄፍ ጋሪሰን)

ወደ ዕረፍቴ አይገቡም ብዬ በቍጣዬ ማልሁ

ማክአርተር፡- ሲያብራራ እግዚአብሔር ከሥራው ባረፈ ወቅት የተገለጸው ወይም በክርስቶስ በኩል ለእኛ የሰጠን ዕረፍት ዐይነት ሥራ ከመሥራት ማረፍ አይደለም፤ ነገር ግን ሥራን ሠርቶ የመጨረስ እረፍት ነው። *(ማክአርተር፣ ጄ. ሰ-ማክአርተር የመጽሐፍ ቅዱስ ጥናት ናሽቪል - ቃል)*

እረፍት (ካታፓውሲስ) katapausis/ kat-ap'-ow-sis፡- ካታ/kataእና pauo/ፓዎ ከሚሉ ቃላት ድምር ሲሆን፣ ሙሉ ለሙሉ ማቆም የሚል አሳብ ነው ያለው። ይህ ቃል ወደ እግዚአብሔር ዕረፍት ስለመግባት አገልግሎት የሚሰጥ ቃል ነው። ይህ ቃል ለመዳን የግል ጥረት እንደማያስፈልግም ጠቋሚ ነው፤ በግል ልፋት እና ሥራ እግዚአብሔርን ለማስደሰት የምንሞክርበት ጊዜ ማብቃቱንም ያሳየናል፡፡ የእግዚአብሔር ፍጹም ዕረፍት በነጻ እንዲያው በጸጋው በኩል የሆነ ከእውነተኛ እምነት የወጣ ዕረፍት ነው። *(መጽሐፍ ቅዱስ ጥቅሶች የብሉይና / የአዲስ ኪዳን ግሪክ መዝገበ ቃላት፣ የቴየር ትርጒም 1989. በ ጆሴፍ ሄንሪ ቴየር፣ አስቲን ሐተታ/ በጄፍ ጋሪሰን)*

ማልሁ omnuo/ om-noo'-o እምኑኦ፡- ማለት አንድን አካል የተናገረውን ነገር ሐሰት ሆኖ ከተገኘ በእግዚአብሔር ዘንድ ቅጣትን እንዲያመጣበት ወስኖ የሚናገረው የሚያጸና

ቃል ነው፡፡ በዚህ ክፍል ላይ ግን መሐላውን የሚገባው ራሱ እግዚአብሔር ነው እና ይህንንም በማድረግ መለኮታዊ ማንነቱ ንግግሩን የሚያጸና ይሆናል፡፡

ቍጣ orge/or-gay'/ኦርጌ ከ orgaô/ኦርጋኦ = ከመጠን በላይ መሆን፣ ማበጥ፡- ይህ ቃል ሊፈነዳ እስኪችል ድረስ ያበጠ ነገርን ያሳያል እና ከአንድ ከተለመደ መጠን በላይ የሆነን ንዴት የሚገልጽ ቃል ነው፡፡ ኦርግ ሰዎች በተደጋጋሚ የሚፈተኑበትን አይነት ከቁጥጥር በላይ የሆነን ቍጣ የሚያሳይ ቃል አይደለም ነገር ግን እግዚአብሄር በኃጢአት ላይ ያለው ከማንነቱ የተነሣ የሚወጣውን ስሜት የሚያመላክት ቃል ነው፡፡ እግዚአብሔር ከማንነቱ የተነሣ ከኃጢአት ጋር በምንም መልክ አብሮ ሊሆን አይችልም፡፡ ኦርግ ሰዎች ተጋላጭ የሆኑበትን ዐይነት ጊዜያዊ የሆነና ከቁጥጥር ውጭ የሆነ ስሜት አይደለም፡፡ ኦርግ የእግዚአብሔርን ቅዱስ የሆነ የቍጣ ዐይነት የሚገልጽ ቃል ቢሆንም፣ አንዳንድ ወቅት ላይ ግን የሰውም ቍጣ በዚህ ቃል ይገለጻል (ኤፌ. 4÷31)፡፡

የእግዚአብሔር ቍጣ፡- እግዚአብሔር ታጋሽ ስለሆነ ቍጣውን ያዘገያል፡፡ ቍጣውን የሚያዘገይበት የመጀመሪያ ምክንያቱ ሰዎች የእርሱ ቸርነትና ፍቅሩ ግድ ብሎአቸው ወደ ንስሐ እንዲመጡ ጸጋውን በመግለጥ ልጆቹ እንዲሆኑ ነው፡፡ ይህ ዘላለማዊ ዕቅዱ ደግሞ ትዕግሥትን እንዲያደርግ አድርጎታል፡፡

ሁለተኛው ምክንያት ደግሞ ቍጣው እጅግ አስከፊና የሚያስፈራ ስለሆነ ነው፡፡ ሲኦልና ገሃነመ- እሳት ተረት ተረት አይደሉም ወገኔ! ድቅድቅ ጨለማው፣ እንደ ዳቦ መጋገሪያ የሆነ የእሳት ኃይል፣ የጠብታ ያህል ውኃ መቅመስ በማይቻልበት፣ ትሉ በማይጠፋበት ሥፍራ መኖር ቃላት የማይገልጡት ዘግናኝ ስቃይ ነው፡፡ በራእይ መጽሐፍ እንደምንመለከተው የጸጋ ዘመን ተገባዶ የመከራው ዘመን ሲመጣ ሰዎች ሞትን ፈልገው የሚያጡት ጊዜ እንደ ሆነ ዮሐንስ ይነግረናል፡፡ ኃጢአት ደመወዝ ሞት ነው፣ የእግዚአብሔር ቍጣ ግን ከዚያ ያልፋል፡፡

ኦርጌ ወይም ቍጣ የውስጥ ጥልቅ የሆነን የሚታይ መበሳጨትን ያሳያል፡፡ ኦርጌ እግዚአብሔርን ለማመልከት ሲገለጽ በኃጢአት ላይ ያለውን መቈጣት ያሳያል፡፡ ቱሞስ/ **thumos** የሚለው ቃል በበኩሉ ከዚያኛው ከፍ ያለን ቍጣን የሚገልጽ ቃል ነው፡፡ ቱሞስ የሚረብሽና የማይበርድ ቍጣን የሚያመልከት ቃል ነው፡፡ የዚህ ቃል መነሻ አሳቡ ጠላትን ለመበቀል ቶሎ ቶሎ እየተነፈሰ የሚሮጥን ሰው የሚያሳይ ነው፡፡ ኦርግ የእግዚአብሔር የሁልጊዜ በኃጢአት ላይ ያለውን አለመደሰት የሚያሳየን ነው፡፡ የእግዚአብሔር ቍጣ ቅዱስ ባልሆኑ ነገሮች ላይ የሚገለጥ ቅዱስ ቍጣ ነው፡፡ ኦርግ የእግዚአብሔር ከቁጥጥር

በላይ የሆነ ቍጣ፣ መራርነት ወይም ስሜትን መቆጣጠር አለመቻል እንዳልሆነ ማስተዋል ተገቢ ነው እነዚህ ባሕርያት በሰው ልጅ ላይ የሚታዩ ናቸው የእግዚአብሄር ቍጣ ግን ለቅድስና ነው። *(ቅድመ አስቲን ሐተታ/ በጄፍ ጋሪሰን)*

ቶማስ ብሩክስ፡- በዚህ ላይ ሲጨምር ለአንባቢዎቹ መልካሙን ዜና ሰምቶ የመግፋትን ዐደጋ አስታውሱ የአርሱ ዕውቀት ዛሬ ልባችሁን ካልነካው ነገ ከምስክር ጋር ልባችሁ ላይ ኀዘን ይሆንባቹሃል፣ ዛሬ ክረስቶስን ልባችሁ ላይ ከፍ ካላረጋችሁት በመጨረሻ በእናንተ ላይ ይነሣል፣ ዛሬ በዐይናችሁ ፊት ክርስቶስ ውድ ካልሆነ ነገ በእርሱ አይን ፊት በከፋ ትታያላችሁ። *(ፑሩታኑ መምህር ቶማስ ብሩክስ)*

ማክአርተር፡- በምድረ በዳ ኃጢአት አድርገው ከነዓንን ያላዩት ሕዝብ ያጡት ከነዓንን ብቻ ሳይሆን፣ በአርባ ዓመት ጕዞ ውስጥም ከእግዚአብሔር ጋር የግል እምነት ልምምድ ከሌላቸው በስተቀር ከነዓን እንደ ምሳሌ የሆነለትን የዘላለምን ሕይወትም አያገኙትም። *(ጆን. ኤፍ. ማክአርተር፡- ቺካጎ ሙዲ ፐረስ)*

እንደ *ሬይ ስቲድማን* ያሉ ወግ አጥባቂ ወንጌላውያን ጸሐፊዎች የሚስማሙበት ነገር እንደ ሙሴ፣ አሮን እና ማርያም ያሉ እስራኤላውያን በምድረ በዳ ላይ ቢሞቱም እንኳ ወደ ተስፋዪቱ ምድር መግባት አለመቻላቸው ዘላለማዊ ሞትንም እንደ ሞቱ የሚያሳይ አይደለም ይላሉ። በሌላ በኩል እንደ *ስቲድማን* አመለካከት ከግብፅ የወጡት አብዛኛዎቹ እስራኤላውያን በአካል ሞት የተስፋዪቱን ምድር ከነአንን ሳያዩ ብቻ ሳይሆን የቀሩት በምድረ በዳ በመሢሑ ስላላመኑ ዘላለማዊ ሞትም ነው የሞቱት። *(ሬይ ስቲድማን ኮሜንተሪ)*

እንደ ዶ/ር ቻርልስ ሬይሪ በዚህ ክፍል ላይ በሰጡት ገለጻ አማኞች ብቻ ናቸው የመዳንን ዕረፍት የሚገቡበት። (ቻርልስ ሬይሪ፣ የመጽሐፍ ቅዱስ ጥናት ማብራሪያ፡- ባይብል - ኒው አሜሪካን ስታንዳርድ መደበኛ ትርጕም - 1995፣ ሙዲ አታሚዎች)

እኛስ ያመንን ወደ ዕረፍቱ እንገባለን

እኛስ ያመነው ወደ ዕረፍቱ እንገባለን ሲል የዕብራውያን መጽሐፍ ከብሉይ ኪዳን ጋር እያነጻጸረ እረፍት የሚለው አራት ዐይነት ዕረፍቶች እንዳሉት ልናስተውል ይገባል።

ማመን Believed pisteuo/pist-yoo'-o ፒስቲዮ፡- ማለት ተራ ዕውቀት ብቻ አይደለም ያዕቆብ የሞተ እምነት ብቻ ብሎ የሚጠራው ያዕ. 2÷17፣ 26 ነገር ግን ዕውነተኛና ሕይወትን መለወጥ ዐቅም ያለው ፍሬ የሚያፈራ እምነት ነው እንጂ፡፡ ፍጹም ሕይወት አይደለም፤ ነገር ግን በአዲስ ልብ ውስጥ ሊታይ የሚችል አዲስ የሕይወት ልምምድ መታየት አለበት፡፡ እምነት የሚለውጥ፣ የሚይዝ፣ የሚታዘዝ፣ የሚጸናና ፍሬን የሚያፈራ እንጂ ወደ ኋላ የሚመለስ ወይም የሚወድቅ አይደለም፡፡ *(መጽሐፍ ቅዱስ ጥቅሶች የብሉይና / የአዲስ ኪዳን ግሪክ መዝገበ ቃላት፣ የቴየር ትርጉም 1989. በ ጆሴፍ ሄንሪ ቴየር፣ አስቲን ሐተታ/ በጄፍ ጋሪሰን)*

ቪንሰንት ሲጽፍ ፒስትዮ ማለት ማሳመን፣ እንዲያምኑ ማድረግ፣ አንድን አካል በማሳመን አንድ ተግባር እንዲፈጽም ማድርግ እና ከማሳመኑ የተነሣ መታዘዝ ወደሚል ትርጉም ይሄዳል፡፡ ሚካኤል ይህ ቃል አገልግሎት መስጠት የጀመረው በሄለናውያን ዘመን ነው ይላል፡፡ ከጥርጣሬና አምላክ የለም ከሚል ትምህርት ጋር ትግል በተደረገበት ወቅት የግሪካውያን አማልክት መኖራቸውን ከማሳመን ጋር አገልግሎት መስጠት የጀመረ ቃል ነው፡፡ *ታየር* ይህንን ቃል ስለ አንድ ነገር ዕውነተኛነት እርግጠኛ ስንሆን የምንጠቀመው ቃል ነው ይላል፡፡ ይህ ዐይነቱ እምነት የሚያምነውን ሰው ምንም ዐይነት ተግባር የሚፈልግ አይደለም፤ በአእምሮ መቀበል ብቻ እንጂ፡፡

ይህ ዐይነቱን እምነት ያዕቆብ እንደሚለው የሞተ እምነት ነው ይላል ጨምሮም "አጋንንትም ደግሞ ያምናሉ ይንቀጠቀጡማል" (ያዕ. 2፥19) ይላል፡፡ ሌላኛው የዚህ ቃል የግሪክ ትርጉምና በአዲስ ኪዳን ላይ በተደጋጋሚ ያገለገለው በአንድ ነገር ላይ እምነትን መጣል ወይም መታመን ነው፡፡ አንዳንዴም አንድን ነገር ከልብ ማመን የሚል ጠንካራ ትርጉምም አለው፡፡ በጥንታዊ አጠቃቀሙ በሁለት ጦሮች መካከል የገባን ቃል ማክበርንም ያሳያል፡፡ ጳውሎስ በ2ኛ ጢሞ. 1÷12 ላይ ይህን ቃል በመጠቀም ያመንሁትን አውቃለሁና የሰጠሁትንም ዐደራ እስከዚያ ቀን ሊጠብቅ እንዲችል ተረድቻለሁ ይላል፡፡ *(ማርቪን. አር. ቪንሰንት፡- በአዲስ ኪዳን ውስጥ ቃል ጥናቶች ኮሜንተሪ)*

የመጀመሪያው ዕረፍት በፍጥረት መጀመሪያ ጊዜ እግዚአብሔር ከሥራው ያረፈበት፣ የሰባተኛው ቀን የሰንበት ዕረፍት ነው (ዘፍ. 2÷1-3)፡፡ በዚህ ዕረፍት እግዚአብሔር ከሠራው ሥራ ሁሉ ያረፈበት ወቅት ሲሆን፣ በብሉይ እምነት ውስጥ ሰንበትን አክብር በሚለው የአሪት ትዕዛዝ መሠረት ሰንበት የእረፍት ቀን ተደርጎ ይወሰዳል፡፡ የዕረፍት ቀን ብቻ ሳይሆን ሰንበት በአዲስ ኪዳን ለሚሆነው የክርስቶስ ኢየሱስ ሞትና ትንሣኤ

ለተገኘው አዲስ ሕይወትና ሰማያዊ የነፍሳችን የመዳን ዕረፍትም ምሳሌ በመሆን ያገለግላል፡፡

ሁለተኛው ዕረፍት እስራኤላውያን ከግብፅ ባርነት ተላቀው ወደ ከነዓን ባደረጉት ጉዞ የተፈጸመው የከነዓን ዕረፍት ነው፡፡ ምንም እንኳ ወደ ቅድስቲቱ ከተማ የገቡት እያሱና ካሌብ ቢሆኑም፣ ይህ እረፍት ታልሞ የነበረው ለሁሉም እስራኤላውያን ነበረ፡፡

ሦስተኛው ታላቅ እረፍት የተከናወነው በክርስቶስ ኢየሱስ አማካኝነት ነው፡፡ ክርስቶስ ኢየሱስ በመስቀል ላይ ባደረገው ተጋድሎ የሰው ልጆችን የሚያስጨንቀው የሞት ኃይል ድል ተነሣ፡፡ ቀድሞ የኮርማዎችና የፍየሎች ደም ስለ ኃጢአት መሥዋዕት ሆኖ ይፈስ እንዳልነበር፣ ኢየሱስ ክርስቶስ ለአንዴና ለመጨረሻ ግዜ ራሱን መሥዋዕት አድርጎ ወደ ቅድስተ ቅዱሳን የመግባትን ነፃነት አገኘን፡፡ መንፈስ ቅደስም ቀድሞ በካህናት ላይ ብቻ የሚሠራ እንዳልነበረ በአማኞች ሁሉ ላይ ወረደ፡፡ ይህ ትልቅ በረከት ለሰው ልጆች ዕረፍት አስገኘ፡፡ አማኝ በዚህ ዕረፍት ውስጥ ሲመላለስ የእግዚአብሔር ሰላም በሁለንተናው ሞልቷል፡፡

አራተኛውና የመጨረሻው ታላቁ እረፍት ከጌታ ዳግም ምጽዓት በኋላ ቅዱሳኖች ሁሉ የሚሰበሰቡበት የመንግሥተ ሰማያት ዕረፍት ነው፡፡ በዚህ የዕረፍት ሥፍራ ከአዳም ጀምሮ የነበሩ እግዚአብሔርን በመፍራት የኖሩና በክርስቶስ ኢየሱስ ደም ታጥበው ከኃጢአታቸው የነጹና ድነት የተቀበሉ ሁሉ በአንድነት ይሰበሰባሉ (1ኛ ተሰ. 4፡13-18)፡፡

ቀደም ብለን በምዕራፍ ሦስት ላይ እንደ ተመለከትነው እስራኤላውያን ባለመታዘዛቸው ጠንቅ ወደ ዕረፍቱ እንዳይገቡ እግዚአብሔር በቍጣው ማለ፡፡

ዓለም ከተፈጠረ ጀምሮ የእርሱ ሥራ ተከናውኗል ሲል፣ እግዚአብሔር ዓለም ከመፈጠሩ ጊዜ አንሥቶ ዕረፍትን እንዳዘጋጀ ያመለክታል፡፡ እግዚአብሔር ሥራውን በትክክል ካከናወነ በኋላ በሰባተኛው ቀን ዕረፍት አደረገ፡፡ ከአዳም በኋላ የሰው ልጆች ይህንን በትክክል እየሄደ ያለ የእግዚአብሔር አሠራር ሲያውኩት እንመለከታለን፡፡ እግዚአብሔር ከመጀመሪያው አዳምን ሲፈጥር ሁሉን በሥርዓት አከናወነ፡፡ ለአዳምም እጅግ ደስ የሚል ዕረፍትን አዘጋጀለት፡፡ አዳም የራሱን መንገድ በመምረጡ የዕረፍት ሕይወቱ ቀረና በምድር ላይ በሥቃይ፣ በኑሮ ውጣ ውረድ ሊኖር ተገደደ፡፡ በእስራኤል ላይም የምንመለከተው ይህንኑ ነው፡፡ እግዚአብሔር መልካምን መንገድ አዘጋጅቶላቸው እያለ በተደጋጋሚ

የዐመፅን መንገድ መረጡ:: ዕረፍት ወደ ተሞላችው ወደ ከነዓን በሰላም ከመግባት ይልቅ በምድረበዳ ተንከራተው ቀሩ::

መግባት eisérchomai / ice-er'-khom-ahee /ኢሴርኮማይ፡-ወደ ዕርፍቱ እንገባለን የሚል ጠንካራ ቃል ነው:: እንገባለን የሚለው አሳብ ምርጫውና ውሳኔው የእኛ እንደ ሆነና በውጤቱም ተካፋይ እንደምንሆን ያሳየናል:: ስለዚህ የእግዚአብሔር ዕርፍት ስንድን የሚቆም አይደለም በሥጋ ሳይሆን፣ በመንፈስ እንደምንራመደው ቀጣይ ነገር ነው እንጂ:: (መጽሐፍ ቅዱስ ጥቅሶች የብሉይና / የአዲስ ኪዳን ግሪክ መዝገበ ቃላት፣ የቴየር ትርጉም 1989. በ ጆሴፍ ሄንሪ ቴየር፣ ኦስቲን ሐተታ/ በጄፍ ጋሪሰን)

ጌታችን ኢየሱስ ክርስቶስ በር ነው:: ወደ ክብሩ ወደ ቅድስተ ቅዱሳን መግባት የሚቻለው በሥጋው (በመጋረጃው) በኩል ነው:: ወደ እግዚአብሔር መግባት የቻልነው በጉ በሽላቾቹ ፊት ሆኖ ዝም ብሎ ራሱን አሳልፎ ስለ ሰጠ ነው:: በደሙ የተመረቀ ስለሆነ ዘወትር የተከፈተ የምሕረት በር ሆነ:: መጋረጃው ተመልሶ ቅድስተ ቅዱሳኑን እንዳይሸፍን ከላይ እስከ ታች ድረስ ተቀደደ::

ቁጥር 3 ሥራው ዓለም ከተፈጠረ ጀምሮ ምንም እንኳ ቢፈጸም፡-እንዲህ፡-ወደ ዕረፍቴ አይገቡም ብዬ በቁጣዬ ማልሁ እንዳለ፥ እኛስ ያመንን ወደዕረፍቱ እንገባለን።

እኛስ ያመንን ወደ ዕረፍቱ እንገባለን ዕብ 3÷14; ኢሳ 28÷12; ኤር 6÷16; ማቴ 11፡28,29; ሮሜ 5÷1,2

ወደ ዕረፍቴ አይገቡም ብዬ በቁጣዬ ማልሁ እንዳለ ዕብ 3÷11; መዝ 95÷11

ሥራው ዘፍ 1÷31; ዘፀ 20÷11

ዓለም ከተፈጠረ ጀምሮ ዕብ 9÷26; ማቴ 13÷35; ኤፌ 1÷4; 1ኛ ጴጥ 1÷20

ቍጥር 4-5 *ስለ ሰባተኛው ቀን በአንድ ሥፍራ እግዚአብሔርም በሰባተኛው ቀን ከሥራው ሁሉ ዐረፈ ብሎአልና፤ በዚህ ሥፍራም ደግሞ ወደ ዕረፍቴ አይገቡም።*

ሰባተኛው ቀን የሰንበት ቀን በመባልም የሚታወቅ ነው:: "ሰንበት" የሚለው የቃሉ ትርጉም የመጣው እግዚአብሔር በሰባተኛው ቀን ሥራውን በማቆም ወይም በማገባደድ ዕረፍት ማድረጉን በማስታወስ ነው:: ሰንበት በዕብራይስጡ ትርጉም ቀጥታ ስንፈታው "ማቆም" የሚል ትርቁም አለው:: ሥራን ማቆም፣ መጨረስ እንደ ማለት ነው:: የሰንበት ቀን በዋነኛነት የሚከበርበት ምክንያት የአምልኮ ቀን በመሆኑ ነው:: ሰው ሁሉ ሥራውን

በማቆም ከሩጫው በመገታት በሳምንቱ ውስጥ አንዱን ቀን እግዚአብሔርን ለማምለክ ያውለዋል፡፡

ይህ የሰንበት ቀን በሁለተኛው ደረጃ ጠቀሜታው ሰዎች ስድስት ቀናት ያህል ከሠሩ በኋላ በሰባተኛው ቀን ዕረፍት አድርገው ሰውነታቸውና አእምሮአቸው ለሚቀጥለው አዲስ የሥራ ቀንም እንዲዘጋጅ ማድረግ ነው፡፡ ባለንበት በዚህ ዘመን በዓለም ዙሪያ ከተፈጠረው የኑሮ ክብደት የተነሣ ሰዎች የዕለት እንጀራቸውን ለማግኘትና ድህነትንም ለመቋቋም ሳምንቱን ሙሉ ያለ ዕረፍት ሲሠሩ ይታያል፡፡ በኢትዮጵያ ውስጥ እሁድ ቀንን በሥራ ላይ የሚያሳልፉ ሰዎች እየበረከቱ ነው፡፡ ይህም ዘመኑ የቱን ያህል የውጥረትና የጭንቀት ዘመን እንደሆነ ያመለክተናል፡፡

በብሉይ ኪዳን ዘመን ሰንበትን ማክበር ትልቅ ሥፍራ ይሰጠዋል፡፡ የማያከብሩትም በሞት እንዲቀጡ ይደረግ ነበር (ዘኅ. 15÷32-35)፡፡

ወደ አዲስ ኪዳን ስንመጣ ጌታ ኢየሱስ በምድር ላይ ባገለገለበት ዘመን ከፈሪሳውያን ጋር የነበረው አንድ ውዝግብ በሰንበት ቀን በሽተኞችን ይፈውሳል ብለው የተከራከሩበት ነው፡፡ ጌታም “የሰው ልጅ የሰንበት ጌታ ነው” ብሎ ተከራክሮላቸዋል፡፡ እነርሱ ግን ትኩረታቸው ለሰዎች ከበሽታቸው መዳንና ከስቃያቸው ማረፍ ሳይሆን፣ ሕጉን ማክበራቸው ነበር፡፡

ወደ አዲስ ኪዳን የጸጋ ዘመን ስንመጣ ሕጉ ተሻረ ማለት ሳይሆን፣ በሳምንቱ ውስጥ አንድ ቀን ብቻ ሳይሆን የሰው ልጅ በየቀኑና በየደቂቃው በሥራው ላይም ሆኖ እግዚአብሐርን በማክበርና በማምለክ፣ በቅድስና መመላለስ እንደሚገባው አዲስ ኪዳን ላይ ተገልጾአል፡፡ ቆላ. 2÷16-17፤ ሮሜ 14÷5-6 ይህንኑ ያስተምሩናል፡፡ አንዳንድ ሰዎች የአራት ሕግ በአዲስ ኪዳን ፈጽሞ እንደ ተሻረ አድርገው ሲናገሩና ሲያስተምሩ ይደመጣሉ፡፡ አሥርቱ ትእዛዛት ግን ጭራሹን ከሕይወታችን ጋር በተዛመደ መንገድ ተግባር ላይ ዋሉ እንጂ፣ ተሽረዋል ልንል አንችልም፡፡ ሰንበት የሚባለው ትክክለኛው ቀን ቅዳሜ ቢሆንም ክርስቲያኖች ክርስቶስ ኢየሱስ ከሞት የተነሳበትን የእሑድ ቀን እናከብራለን፡፡ በሳምንት አንድ ቀን ለእግዚአብሔር ሰጥተን ከሥራችን ዐረፍ ብለን እሑድ ቀን እግዚአብሔርን ልናመልክም ይገባናል፡፡

በእስራኤላውያን ባህልና በሙሴ ሕግ ውስጥም በርካታ ክብረ በዓላት የነበሩ ሲሆን፣ እነኚህ ክብረ በዓላት ከብሉይ ኪዳን የእምነት ሥርዓትና ከግብፅ ወደ ከነዓን ያደረጉትን

522
የአፈበአ አገልግሎት ዕብራውያን መጽሐፍ ጥናት

ጊዜ ያስታውሰናል። አይሁዳውያን ከሰባቱ ቀናት ውስጥ አንዱን ቀን ለይተው ማክበራቸው ዛሬም ድረስ በአይሁድ እምነት ውስጥ ዋና ሥርዓት ሲሆን፣ ከዚህ በማስከተልም ሰባት ክብረ በዓላት አሉዋቸው።

እነዚህም የፋሲካ በዓል (ዘሌ. 23፥4-5)፣ የቂጣ በዓል (ዘሌ. 23፥6-8)፣ የመከርን በኲራት በማቅረብ የሚደረግ በዓል (ዘሌ. 23፥9-14)፣ የበኲራት ቊርባን ክብረ በዓል (ዘሌ. 32፥15-22)፣ የመለከት ድምጽ መታሰቢያ (ዘሌ. 23፥23-25)፣ የስርየት ቀን (ዘሌ. 23፥26-32)፣ የዳስ በዓል (ዘሌ. 23፥33-44) የሚባሉት ናቸው።

ስለ እነዚህ በዓላት በዝርዝር መመልከቱ የዚህ ማብራሪያ መሠረታዊ ዓላማ ባለመሆኑ ይህንን ያህል በዓላቱን ከተመለከትን በኋላ ወደ ተነሣንበት የሰንበት ዕረፍት ስንመለስ ምንም እንኳ አይሁዳውያን የሰንበት ቀን በማክበር ሃይማኖተኞች መምሰላቸውን ቢቀጥሉም፣ እግዚአብሔር ግን ወደ ዕረፍቴ አይገቡም ብሎ እንደ ማለ ስንመለከት፣ እርሱን የሃይማኖት ሥርዓትን በመጠበቅና በማስመሰል ልንሸነግለው እንደ ማንችል ከእነርሱ ታሪክ እንማራለን።

እስራኤላውያን በዓላቱን ሁሉ ጠንቅቀው ቢያከብሩም፣ ስለ ሰንበት ተቆርቋሪዎች ሆነው ቢከራከሩም፣ ልባቸው ግን የደነደነ እንደ ነበረ ቃሉ ይናገራል። ጸሐፊው የዕብራውያን ክርስቲያኖችንም የሚያስጠነቅቃቸው ይህንኑ ነው። እናንተም ወግና ሥርዓትን ብቻ በመጠበቅ ሕይወታችሁ ከእግዚአብሔር የራቀ እንዳይሆን ተጠንቀቁ ይላቸዋል።

<u>ቁጥር 4</u> ስለ ሰባተኛው ቀን በአንድ ስፍራ፡-እግዚአብሔርም በሰባተኛው ቀን ከሥራው ሁሉ ዐረፈ ብሎአልና፤

በአንድ ስፍራ ዕብ 2፥6

እግዚአብሔርም በሰባተኛው ቀን ከሥራው ሁሉ ዐረፈ ብሎአልና፤ ዘፍ 2፥1, 2; ዘፀ 20፥11; 31፥17

<u>ቁጥር 5</u> በዚህ ስፍራ ደግሞ፡- ወደ ዕረፍቴ አይገቡም።

ዕብ 4 ፡3; 3፥11

ቊጥር 6-8 እንግዲህ አንዳንዶች በዚያ እንዲገቡ ስለ ቀሩ፥ ቀድሞም የምሥራች የተሰበከላቸው ባለመታዘዝ ጠንቅ ስላልገቡ። ዛሬ ድምፁን ብትሰሙት ልባችሁን ዕልከኛ አታድርጉ በፊት እንደ ተባለ፥ ይህን ከሚያህል ዘመን በኋላ በዳዊት ሲናገር። ዛሬ ብሎ አንድ ቀን እንደ ገና ይቀጥራል። ኢያሱ አሳርፎአቸው ኖሮ ቢሆንስ፥ከዚያ በኋላ ስለ ሌላ ቀን ባልተናገረ ነበር።

እንግዲህ አንዳንዶች፡- ከምድረ ግብፅ ወጥተው በበረሃ የቀሩት በእርግጠኝነት ስንት እንደ ሆኑ ለማወቅ አዳጋች ቢሆንም፣ የአሪት መጻሕፍትን ያጠኑ የመጽሐፍ ቅዱስ አስተማሪዎች የሚሰጡት ትንታኔ ተቀራራቢነት ያለው ስለሆነ፣ ለትምህርታችን እናቀርባለን፡፡ በዘኍ. 26፥51 ላይ 601730 ሲሆኑ፣ ከልጆችና ከሚስቶች ጨምሮ 2.5 ሚሊዮን ይጠጋሉ፡፡

አዳም ክላርክ 400 ተዋጊዎች እያንዳንዳቸው 6 ልጆች ቢኖራቸው 2 ሚሊዮን የተቈጠሩት፣ ሌዋውያኑ 45 ሺህ ከሆኑ 33 ሺህ የሌዋውያን ሚስቶች 165 የሌዋውያን ልጆች 20 ሺህ ቢጨመሩ ከዘጸ. 12፥37፣ ዘኍ. 1፥45-47 አንጻር 603500 ናቸው፡፡ ስለዚህ ሕዝቡ 3263000 ይሆናሉ ሲል፣ አልበርት ባርነስ ደግሞ 2 ሚሊዮን ይጠጋሉ ይላል፡፡ ጀምስ ፋስት የተባለው አስተማሪ ደግሞ 2.4 ሚሊዮን ይላል፡፡ አንደ አደም ክላርክ ገለጻ 1 ሚሊዮን (1078000) የሚያህል ሕዝብ በበረሃ ቀርቷል፡፡

በቊጥር ሁለት ላይ የጠቀሰውን የምሥራች ቃል ጸሐፊው በድጋሚ ያነሳዋል፡፡ እግዚአብሔር ቃል ኪዳኑን ጠባቂ አምላክ ቢሆንም አንዳንዱ ቃል ኪዳን ከሁኔታዎች ጋር የተያያዘ ነው፡፡ ለእስራኤላውያን ወደ ዕረፍቱ ምድር እንደሚገቡ ቃል ኪዳን ሲገባላቸው ከእነርሱ የሚጠበቀውም በእምነት መታዘዝ ነበረ፡፡ እነርሱ ግን በእምነት ለመታዘዝ አሻፈረን አሉ፡፡ ጸሐፊው ይህንን መልእክቱን ለማስተላለፍ እንደ ምሳሌ አድርጎ የተጠቀመባቸው ሁለት ተከታታይ ትውልዶችን ነው፡፡ የመጀመሪያው ትውልድ በሙሴ መሪነት ከግብፅ የወጣውና በምድረ በዳ የቀረው ትውልድ ሲሆን፣ ሁለተኛው ትውልድም ከእርሱ በመቀጠል የተነሣው የኢያሱ ትውልድ ነው፡፡ በኢያሱ ዘመንም ቢሆን አብዛኛዎቹ በምድረ በዳ የቀሩ፣ ከነዓንን ያልወረሱ ቢሆኑም፣ ምንም እንኳን የተወሰኑቱ በኢያሱ መሪነት ወደ ከነዓን ገብተዋል፡፡ ይህ ዕረፍት ግን ሙሉ ለሙሉ የተጠናቀቀ የመጨረሻ ዕረፍትም አልነበረም (መዝ. 95፥7-8)፡፡

ጸሐፊው መልእክቱን ለማስተላለፍ በተለይ የተጠቀመበት የመጀመሪያው በምድረ በዳ የቀረውን ትውልድ ሲሆን፣ ይህ ትውልድ ለዕብራውያን ክርስቲያኖች ማስጠንቀቂያን ለመስጠት ጥሩ ምሳሌ መሆን የሚችል ነው (ሮሜ 12÷30-32)፡፡

የእግዚአብሔር ምሕረት ይገለጥ ዘንድ የእነኚህ ሰዎች ልበ ደንዳናነት አስፈላጊ ሆነ፡፡ ብርሃን ምን እንደሆነ ለማሳየት ጨለማውን ማየት፣ ጣፋጩ ምን እንደ ሆነ በሚገባ ለማወቅና ጥቅሙን ለመረዳት መራራውን መቅመስ በተጻጻራሪው እንደሚያስፈልግ ማለት ነው፡፡ እንዲህ ሲባል ግን የእግዚአብሔር ምረት እንዲኀላ እነኚህ ሰዎች ልባቸው ደንዳና እንዲሆን ተደርጓል ብለን እንዳንሳሳትም ይገባል፡፡ እግዚአብሔር በክፉ የሚፈትን አምላክም አይደለም፡፡ ከዚህ ይልቅ ግን የእነርሱ ልበ ደንዳናነትና ቸልተኝነት፣ ዐመፃም የእግዚአብሔርን ምሕረትና ፍቅር ትዕግሥቱንም ገለጠው ማለት ይቻላል፡፡
ግዴለሽነት ለመንፈሳዊ ሕይወታችን ጠንቅ ከሆኑ ነገሮች ውስጥ አንዱ እንደሆነ መጽሐፍ ቅዱስ በስፋት ያስተምረናል፡፡ በምድረ በዳ ውስጥ ያለቀው የእስራኤል ትውልድ ግድ የለሽ ነበር፡፡ ወደ ጣዖታት ፊቱን ሲያዞር እጅግም አይጨነቅም ነበር፡፡ እንዲያውም በእነርሱ ብሶ መሪያቸው ሙሴን ይቈጡትና ያማርሩት ነበር፡፡

በኢየሱ ዘመን የተነሣው ቀጣይ ትውልድ በአብዛኛው እግዚአብሔርን የሚፈራና የሚታዘዝ ነበር፡፡ አካን በበደለ ግዜም የእስራኤል ሽማግሌዎች ኢያሱን ተከትለው በግንባራቸው ተደፍተው ትቢያ በላያቸው ላይ ነስንሰው ቀኑን ሙሉ የእግዚአብሔርን ምሕረት ይለምኑ ነበር (ኢያሱ 7÷6)፡፡ በሕዝቡና በመሪዎቻቸው መካከልም ትልቅ የሆነ መከባበርና እግዚአብሔርን መፍራትም ስለ ነበረ እግዚአብሔር በመካከላቸው ታላቅነቱን ገልጧል፡፡ በኢያሱ ዘመን በነበረው ትውልድ ውስጥ ከነበረው የእግዚአብሔር ክብር የተነሣ ጠላቶቻቸው ሁሉ ይንበረከኩላቸው ነበረ፡፡ የኢያሪኮ ግንብ በአስገራሚ መንገድ በመለከት ድምፅ ብቻ ሲደረማመስና እሥራኤላውያን ያችን ምድር ሲወርሱ እናነብባለን፡፡

ተኣምራትን በተመለከተ በሙሴ ዘመን የነበረው የእግዚአብሔር ክንድ የበለጠ እጅግ የሚያስደንቅ ሲሆን፣ ሕዝቡ ግን ከግብጻውያን የወረሰው የአሕዛብ አስተሳሰብ ተጽዕኖ ያሳደረበት ይመስላል፡፡ አምላኩን እግዚአብሔርም ሆነ መሪውን እንደሚገባ የማያከብር ጥቂት ችግር ሲገጥመው እስከ መጨረሻው ድረስ የሚያማርር ትውልድ ነበረ፡፡

የሙሴ ዘመን ትውልድ ለዕብራውያን ክርስቲያኖች ብቻ ሳይሆን፣ ዛሬ ላለችውም ቤተ ክርስቲያን በምሳሌ የሚነሣ ትምህርት አለው፡፡ በዛሬዋ ቤተ ክርስቲያን ብዙዎች ከዓለም

ከመጡ በኋላ ወዲያውኑ በአገልግሎት እንዲሰማሩ ይደረጋሉ፡፡ ባሕርያቸው እንደሚገባ የተሞረደ ባለመሆኑ በቤ/ክ ውስጥ ለትልቅ ግጭትና ለውድቀትም ምክንያት ይሆናሉ፡፡ አንድ ሰው ወደ ቤ/ክ እንደ መጣ በትንሹ ለሦስት ዓመታት ጠንካራ የደቀ መዝሙርነትን ትምህርት እንዲወስድና በበቂ መንገድ ከሥር አገልግሎት ጀምሮ ቀስ በቀስ ሊያድግ ይገባል እንጂ፣ እንደመጣ ወዲያውኑ ወደ አገልግሎት ማሰማራት ዐደገኛ ነው፡፡ ሐዋርያው ጳውሎስ በአእምሮው የበሰለ ሰው ቢሆንም፣ ወደ አገልግሎት ከመውጣቱ በፊት ለ15 ዓመታት ያህል በቅዱሳን አገልጋዮች እግር ሥር ሆኖ እንዲያድግ ተደርጓል፡፡

አዳም ካለርክ፡- መጀመሪያ የተሰበከላቸው እነርሱ(የተስፋው ቃል ለተሰጣቸው ለእነርሱ፣ መልካሙን ቃል በቅድሚያ ለተቀበሉት ለእነርሱ፣ እነርሱም እስራኤላውያን፣ ወደ ተስፋው አገር ወደ ከነዓን የመግባት ተስፋ ለተሰጣቸው) ካለማመናቸው የተነሣ፣ ሊገቡ አልተቻላቸውም (ዕብ. 3፥19) እና በዳዊት ዘመንም እንኳን የተሰፋው ቃል አልተቋረጠም፡፡ ይህንንም ከመዝሙር 95 ላይ ማየት እንችላለን፡፡ ስለዚህ ሌላ የታሰበ ዕረፍት አለ ማለት ነው እና ከዚህ በፊት እንደ ተወያየንበት ይህ ዕረፍት በክርስቶስ ያለው ዕረፍት ነው፤ እርሱ የአማኞች ከፍተኛው ዕረፍት ነው) (አዳም ክለርክ ኮሜንተሪ)

እስራኤላውያን በምድረ በዳ ጉዞአቸው የግብጽን ሽንኩርት እየተመኙ፣ በድንገትም ወደ ጣዖት አምልኮ እጥፍ እያሉ ያስቸገሩበት ምክንያት ጠንካራ መንፈሳዊ መሠረትም ስለነበራቸው ለመሆኑ የሚያጠራጥር አይሆንም፡፡ ኢያሱ ከሙሴ አገልግሎቱን ከተቀበለ በኋላ ግን ያን ትውልድ ኮትኩቶ ለማሳደግ ሙሴ እጅግ ደክሞባቸዋል፡፡ ለእያሱ አመራሩ ቀለል ያለ እንዲሆን ትልቅ አስተዋዕዖ ነበረው፡፡

ብዙ ሰዎች ምድራችንን በተመለከተ፣ በዓለም ዙሪያም ያለውን ዕንቅስቃሴም በሚመለከት የሙሴ ትውልድ በእያሱ ትውልድ እየተተካ ነው በማለት የኢያሱ ትውልድ የጉብኙት ጊዜ እንደ ሆነና ይህ የበረከትና የጉብኙት ዘመን እንደ ጀመረ አድርገው ሲያወሩ ሲያስወሩም እሰማለሁ፡፡ ይህን አባባል እኔ ራሴን እንደ ማሞኘት እቈጥረዋለሁ፡፡ በአገራችን ኢትዮጵያ ዛሬ ያለው ትውልድ ከኢያሱ ትውልድ ጋር የሚመሳሰል ገጽታ አለው ብዬ ለማለት በብዙ ይቸግረኛል፡፡ ይልቅስ በቀደመው ትውልድና በአሁኑ ትውልድ መካከል ክፍተት ያለ በመሆኑ የአሁኑ ትውልድ ከፍተኛ ዐደጋ ላይ የወደቀ ለመሆኑ በርካታ መረጃዎችን መጥቀስ ይቻላል፡፡ የአሁኑን ትውልድ የኢያሱ ትውልድ ነው ብሎ ለማለት በመጀመሪያ በቀደመው ትውልድና በአሁኑ ትውልድ መካከል መተካካት መኖር አለበት፡፡ ይህ መተካካት በሌለበት፣ ድልድይ በሌለበት ሽግግር አለ፣ የኢያሱ ትውልድ ተነሥቷል ማለት ከንቱ ፉከራ ነው፡፡

ባለመታዘዝ ap-i'-thi-ah/apeitheia/አፔቴያ a/አ = ውጭ + peitho /ፔተዮ= ማሳመን)፡ - *ማለት ለማመን ፈቃደኛ አለመሆን እና የማያምን ማንነትን መያዝ ያሳያል፡፡ አፔትያ ሆን ብሎ ማመንን፣ ዕውቀትን ወይም መታዘዝን አለመፈለግን ያሳያል፡፡ አለማመን ከእግዚአብሔር ፈቃድ ያስወጣል፡፡(መጽሐፍ ቅዱስ ጥቅሶች የብሉይና / የአዲስ ኪዳን ግሪክ መዝገበ ቃላት፣የቴየር ትርጉም 1989. በ ጆሴፍ ሄንሪ ቴየር፣ አስቲን ሐተታ/ በጄፍ ጋሪሰን)*

ሬይ ስቲድማን፡- ዕይታውን ሲያስቀምጥ መዘግየት ልብን ያደንድናል በተለይ የእግዚአብሔርን ድምፅ በውስጥ ነፍሳችን እንደ ሰማን እርግጠኛ ከሆንን፡፡ ሁሉም ግድ የለሽምን የሚያሳይ ዕንቅስቃሴ እግዚአብሔርን አዲስ ነገር እንዲያደርግ ለመቀስቀስ የሚደረግ ሲሆን፣ ሁሉም የአንገት ንቅናቄ ደግሞ ይህን ማድረግ እንዳለብኝ አውቃለሁ፡፡ ግን ግድ የለሽም የሚል መልእክት ያለው ነው፡፡ ሁሉም ዐይነት የውስጥ ቍርጠኝነት የሌለበት የውጭ መስማማት የልብ መደንደንን ያስከትላል እርሱ ደግሞ ንስሐን ይበልጥ ከባድ ያደርገዋል፡፡ የመንፈስ ምስክርነት ችላ መባል የለበትም፤ ምክንያቱም የማመን ዕድል ሁልጊዜ የሚኖር አይደለም፡፡ ከሕያው እግዚአብሕር ጋር ጨዋታ መጫወት መሞከር የማይጠቅም ብቻ ሳይሆን፣ ዐደገኛም ነው፡፡

ዊሊያም ኔዊል፡- እስራኤል ወደ ዕረፍቱ መግባት ያልቻሉት ፍጹም ባልሆነ ኪዳን ውስጥ ስለነበሩ አልነበረም ነገር ግን ልባቸው ወደ ከፋትና አለማመን ስላዘነበለ እንጂ፡፡ የተስፋይቱን ምድር በር የከፈተላቸውን እግዚአብሔርን አልፈለጉትም፡፡ ስለዚህ በሲና ምድረ በዳ ሙሴ በተራራ ላይ በነበረበት ወቅት ለአሮን “መሪ እንሹምና ወደ ግብፅ እንመለስ” አሉት እንጂ፡፡ *(ኤ. ክላሲክ. ኢቫንጀሊካል ኮሜንተሪ በ ዊሊያም አር ኔውል)*

የእብራውያን ጸሐፊ በቍጥር 8 ላይ ኢያሱ እስራኤልን አሳርፏቸው ኖሮ ቢሆንስ ... ሲል እሥራኤላውያን በኢያሱ መሪነትም ሙሉ በሙሉ ገና እንዳላረፉ ያሳየናል፡፡ በዚህ ምዕራፍ የቍጥር 3 ማብራሪያ ላይ እንደዳሰስነው ይህ ዕረፍት በአራት ዋና ዋና መልክ ተገልጾአል፡፡ ሁለቱ የመጨረሻ ዕረፍቶችም ለሰው ልጆች ሁሉ ዕውነተኛ ደስታንና ዘለዓለማዊ ዕረፍትን የሚያስገኙ ናቸው፡፡ እነርሱም የመጀመሪያው በክርስቶስ ኢየሱስ በማመን የሚገኘው የነፍስ ድነትን የሚመለከተው ዕረፍት ሲሆን፣ የመጨረሻው ዕረፍትም በሰማያዊቷ አገራችን በሄድን ጊዜ የምናገኘው ዕረፍት ነው፡፡ እነዚህ ዕረፍቶች ፍጹም ናቸው፡፡ የኢያሱ ዕረፍት ጊዜ ጊዜያዊና በከነዓን ምድር ላይ የሚያበቃ ነው፡፡

ዌስት፡- *ጸሐፊው አሁን በሙሴ ሥር የነበሩት ሕዝብ ካለማመን የተነሣ ወደ ዕረፍት መግባት እንዳቃታቸው ይናገርና ከኢያሱ ጋር የነበረው ሕዝብ ግን ወደ ጊዜያዊው አካላዊና ቊሳዊው ዕረፍት ገብተዋል ይላል፡፡ ነገር ግን ኢያሱ ይዟቸው የገባው ዕረፍት ሙሉ ዕረፍት አልነበረም፡፡ ምክንያቱም እግዚአብሔር እንደገና እስራኤልን በዳዊት ዘመን መልሶ ወደ እረፍት ይጠራቸዋልና፡፡ ስለ ቀሩ የሚለው ቃል አፖሊዮ የሚለው ቃል ትርጉም ሲሆን፣ አሳቡም ካለፈው የተረፈ የሚል ነው፡፡ በመጀመሪያው ላይ የእረፍቱ የተስፋ ቃል በተገቢው ሁኔታ አልሄደም ሁለተኛው ምሳሌ ላይ ደግሞ የዕረፍቱ አይነት የመጨረሻ አልነበረም ስለዚህ የዕርፍቱ ተስፋ አሁንም መልካም ነገርን ይዟል፡፡ ዕረፍቱ በከንቱ የተሰጠ አልነበረም፡፡ የእግዚአብሔር ዕረፍት የሚያሳየው ወደ እርሱ የሚገቡ እንዳሉ ነው ግን የዕረፍቱ ተስፋ መግቢያ ተግቢነት ወደ ፊት የሚታይ ነውና አንዳንዶች የግድ ሊገቡበት ይገባል፡፡ የተሰበከላቸው የሚለው ቃል ኢዩጋሊዞሚያ* (euaggelizomai) *የሚለው ቃል ቀጥተኛ ትርጉም ሲሆን፣ የመልካሙ ዜና ተደራሾች ተብሎ ሊተረጐም ይችላል፡፡ አለማመን የሚለው ቃልም አፔትያ* (apeitheia) *የሚለው ቃል ፍቺ ሲሆን፣ ፔቲዮ የሚል ሥር ካለውና ማሳመን የሚል ፍቺ ከያዘ ቃል የመጣና የተቃራኒ ትርጉም ሰጭ ግስ የተጨመረበትና በትርጉሙም ሊያምን አለመቻል ወይም የማይታዘዝ የሚል ትርጉም ይይዛል፡፡ (ዌስት፣ ኬ. ኤስ 1947. የግሪክ አዲስ ኪዳን ጥናት)*

ዊልያም ኔውል፡- ይህ መልእክት ሲጻፍላቸው የነበሩ ዕብራውያን ክርስቲያኖች ብሔራዊ ነገራቸውን እያከበሩ የለመዱ ናቸው ልክ የፕሪስቤተርያን እና ሌሎች ክፍሎች ታሪካቸውንና መለኪያቸውን እንደሚያከብሩት ግን ዕብራውያኑን ይህ አክብሮታቸው ዕውነታውን አሳውሯቸው ነበር፡፡ እስራኤላውያን ካለማመናቸው እና ከልባቸው ድንዳኔ የተነሣ ሳይገቡ ቀሩ፤ የእግዚአብሔር ምሕረት በእነርሱ ላይ በዝቶ ነበር፡፡ ነገር ግን ካሌብ እና ኢያሱ ብቻ ናቸው ወደ ዕረፍቱ ወደ ከነዓን ሊገቡ የቻሉት፡፡ ይህ ደስ የማይል ሽንፈት ነው በአስተማሪዎቻቸው (ረቢዎች) ካመይነሳው ርእስ መካከል፡፡ *(ኤ. ክላሲክ. ኢቫንጀሊካል ኮሜንተሪ በ ዊሊያም አር ኔውል)*

ሜየር፡- እንደሚያስቀምጠው ቀሪ የሚለው ቃል የማብራርያ ሰጭዎችን አሳብ ከፋፍሏል፡፡ እነርሱ ይህ ቃል መንግሥተ ሰማይን ነው የሚወክለው ይሉ ነበርና፡፡ ዕረፍት ነበር መልካም ዕረፍት ነገር ግን ቀሪ ማለት አሁንም ያልተደረሰበት በዐይን ያልታየ እንደሚቀር ነው፡፡ ዕረፍቱ አሁን ለእኛ ሆኑዋል "ያመንን ወደ ዕረፍቱ ገብተናል" የት ነው ይህ ዕረፍት? በክርስቶስ ዕቅፍ ውስጥ፡፡ "ወደ እኔ ኑ ዕረፍት እሰጣችኋለሁ"፡፡ *(ኤፍ. ቢ. ሜየር, መጽሐፍ ቅዱሳዊው ሥዕላዊ ኮሜንተሪ)*

አንድ ቀን እንደ ገና ይቀጥራል

ቀሪ ap-ol-ipe'-o /apoleipo/አፖሊፖ አፖ/ apo + ሊፖ/leipo፡- መቅረት፣ መተው)፡- ማለት ወደ ኋላ መተው ነው፡፡ ጳውሎስም ይህንን ነገር በ2ኛ ጢሞ. 4÷13 እና በቲቶ 1÷5)፡፡ *(መጽሐፍ ቅዱስ ጥቅሶች የብሉይና / የአዲስ ኪዳን ግሪክ መዝገበ ቃላት፣ የቴየር ትርጉም 1989. በ ጆሴፍ ሄንሪ ቴየር፣ አስቲን ሐተታ/ በጀፍ ጋሪሰን)*

ሮበርትሰን፡- ይህ የቀረው ተስፋ ምንም እንኳ በሙሴ ሥር የነበሩት እስራኤላውያን ባይጠቀሙትም አሁንም አልተተወም፡፡*(ኒኮል፣ ሮበርትሰን፡- ዘ ኤክስፖዚተርስ ግሪክ ኪዳን)*

ቪንሰንት፡- ተስፋው የተገባቸው አልነበረም፡፡ ከእግዚአብሔር ልግስና አንጻር ተገቢ ይሆናል፡፡ ዕረፍቱ በከንቱ የተሰጠ አይደለም፡፡ የእግዚአብሔር ዕረፍት ስጦታ የሚያሳየው አንደንዶች የሚገቡበት እንዳሉ ነው ግን ሙሉ እና ተገቢ የሚሆነው ወደፊት ነው፡፡ አሁንም ሊገቡበት የሚቀሩ እንዳሉ ነው፡፡ *(ማርቪን. አር. ቪንሰንት፡- በአዲስ ኪዳን ውስጥ ቃል ጥናቶች ኮሜንተሪ)*

ጆን ማክአርተር፡- ሲያብራራ ሰው የእግዚአብሔርን ዕረፍት ባጣበት በዚያው ቅጽበት እግዚአብሔር ይህን የሚያስተካክልበትን ሂደት ጀመረ፤ በልጁ በኢየሱስ ክርስቶስ በኩል የተወሰኑት ተመልሰው እንዲገቡ፡፡ ሰውን ከእርሱ ጋር ኅብረት እንዲያደርግ ነው የፈጠረው እናም ዕቅዱ የማይከለከል ነው በመላእክት ዐመፅም በሰው አለማመንም ቢሆን፡፡ በመለኮት ዕቅድ ውስጥ ምንም እንኳ አብዛኞቹ እስራኤላውያን አለማመን ቢታይባቸውም ሁሌም ቢሆን ግን ለእርሱ ቅሬታዎች አሉት፡፡ በተመሳሳይ መልኩ በአሁኑ ጊዜም እንደ እግዚአብሐር የጸጋ ምርጫ ቅሬታ የሆኑ አማኞች አሉት (ሮሜ 11÷5)፡፡ የእግዚአብሔር የእረፍት መንገድ ጠባብ ነው እና ጥቂት ሰው ልጆች ብቻ ናቸው የሚያገኙት ግን አንዳንዶች ሊገቡበት ይገባል ምክንያቱም የእግዚአብሔር ዓላማ መፈጸም አለበት፡፡ በሉዓላዊ ዐዋጅ ለሰው ልጅ ዕረፍትን አዘጋጅቷል ስለዚህ ወደ እርሱ ይገባሉ፡፡ *(ጆን. ኤፍ. ማክአርተር፡- ቺካጎ ሙዲ ፕረስ)*

ኢያሱ አሳርፎአቸው ኖሮ ቢሆንስ

እያሱ ወተት እና ማር ወደምታፈስሰው የከነዓን የተስፋ ምድር ሕዝቡን ይዞ ገባ፡፡ ኢያሱ ይዞ የገባው የመገናኛው ድንኳን በሰው ዕጅ የተሠራችውን ነበር፡፡ በዚያም ሊቀ ካህናቱ አሮን በዓመት አንድ ጊዜ ስለ ራሱ እና ስለ ሕዝቡ የኃጢአት ማስተሰሪያ መሥዋዕት ይዞ ወደ ቅድስተ ቅዱሳን የሚገባውን የብሉይ የመቅደስ ሥርዓት ይፈጽም ነበር፡፡ በእርግጥ ኢያሱም ሆነ ሕዝቡ ከጠላቶቻቸው ዐርፈው በመልካም ሽምግልና ወደ አባቶቹ እንደ ተሰበሰቡ ዕናውቃለን (ኢያሱ 23፥1)፡፡ ይህ የሆነው ግን በምድር ላይ በትልቅ ስልፍ ውስጥ አልፈው ነው፡፡

ከሞት በኋላ ለጻድቃን ስለ ተዘገጀ ዕረፍት መጽሐፍ ቅዱሳችን ይነገራል (ራእይ 14፥13)፡፡ ይህ የሆነው ፍጥረት ሁሉ ገና ሊመጣ ያለውን የመንግሥት ልጆች መቤዥት እየተጠባበቀ በመቃተት ላይ በሚገኙበት ሁኔታ ውስጥ ነው (ሮሜ 8፥19)፡፡ ይህን ዕውነት መላእክትም ጭምር በጉጉት የሚናፍቁት ነው፡፡ ኢየሱ ከነዓን ለመግባት ብዙ ውጣ-ውረድ አልፏል፤ ብዙም ደም ፈስሶ ነበር፡፡

ብዙ የጨበጣ ውጊያ አሳለፈዋል፣ ብዙ ወንድሞቻቸውን ባጡበት ጦርነት ዮርዳኖስን ተሻግረው ወርሰዋል፡፡ ከኢያሪኮ ጦርነት በጩኸት ከማሸነፍ በስተቀር አብዛኛው ዘመቻ የሰው ሕይወት መሥዋዕት የተደረገበት ነበር፡፡ ያም ሆኖ ፍጹም የሆነ ዕረፍትን አላገኙም፡፡ ጌታችን ኢየሱስ ግን እንደ ቅርንጫፍ ከሆኑቱ ከጠላት ሠራዊቶች ጋር ሳይሆን፣ ከራሱ ከጠላት ዲያብሎስ፣ ማለትም ከምንጩ ጋር ተዋጋ፡፡

ኃጢአትንና ዲያቢሎስን ሁለቱንም ድል አድርጎ የሲያልን መከፈቻ ወስዶ ሕዝቡን ወደ ዘላለም ዕረፍት አስገባቸው፡፡ የኢየሱስ በታሪክ ያልታየ፣ በሰው ጆሮ ያልተማ፣ በሰውም ልብ ያልታሰበውን ድል ተቀዳጀ፡፡ ሥልጣናትን ገፍፎ እያዞረ አሳያቸው (ዕብ. 9፥26)፡፡ ኢያሱ ግን ሁሉንም ጠላቶች እንዳላሸነፈ ይታወቃል (ኢያሱ 15፥63፤ 16፥10)፡፡

ጌታችን ኢየሱስ ግን በጠላቶቻችን ላይ ለአንዴና ለመጨረሻ ድል ተቀዳጀ (ዮሐ. 16፥13፤ 1ኛ ዮሐ. 5፥4፤ ራእይ 12፥11)፡፡ ኢያሱ የሚለውን ስም የጥንቱ የኪንግ ጀምስ መጽሐፍ ቅዱስ ትርጓሜ ኢየሱስ በሚል አስቀምጦታል፡፡ የመልእክቱ አሳብ በኢያሱ የሚነገር ሲሆን፣ ለምን ኢየሱስ የሚል ትርጓሜ ተሰጠው የሚል አሳብ ከመጽሐፍ ቅዱስ

አስተማሪዎች ይሰነዘራል፡፡ የዚህ ነገር ምክንያትም በዕብራይስጥ ኢያሱ ማለት ኢየሱስ ማለት ስለሆነ ነው፡፡

ቁጥር 6 እንግዲህ አንዳንዶች በዚያ እንዲገቡ ስለ ቀሩ፥ቀድሞም የምስራች የተሰበከላቸው ባለመታዘዝ ጠንቅ ስላልገቡ
በዚያ እንዲገቡ ስለ ቀሩ፥ ዕብ 4፡9; 1ኛ ቆሮ 7÷29
እንግዲህ አንዳንዶች ዘኍ 14÷12,31; ኢሳ 65÷15; ማቴ 21÷43; 22÷9,10; ሉቃ 14÷21-24; ሥራ 13÷46,47; ሥራ 28÷28
ቀድሞም የምስራች የተሰበከላቸው ዕብ 2; 3÷19; ገላ 3÷8
ባለመታዘዝ ጠንቅ ስላልገቡ ዕብ 3፡18,19
ቁጥር 7 ዛሬ ድምፁን ብትሰሙት ልባችሁን እልከኛ አታድርጉ በፊት እንደ ተባለ፥ይህን ከሚያህል ዘመን በኋላ በዳዊት ሲናገር፡-ዛሬ ብሎ አንድ ቀን እንደ ገና ይቀጥራል።
በዳዊት ሲናገር ዕብ 3÷7,8; 2ኛ ሳሙ 23÷1,2; ማቴ 22÷43; ማር 12÷36; ሉቃ 20÷42; ሐዋ 2÷29,31; 28÷25
ዛሬ 3÷7,15; መዝ 95 7
ይህን ከሚያህል ዘመን በኋላ 1ኛ ነገ 6÷1; ሥራ 13÷20-23
ቁጥር 8 ኢያሱ አሳርፎአቸው ኖሮ ቢሆንስ፥ ከዚያ በኋላ ስለ ሌላ ቀን ባልተናገረ ነበር።
ኢያሱ ሥራ 7÷45
አሳርፎአቸው ኖሮ ቢሆንስ ዕብ 11÷13-15; ዘዳ 12÷9; 25÷19; ኢያ 1÷15; 22÷4; 23÷1; መዝ 78÷55; 105÷44

ቍጥር 9 *እንግዲያስ የሰንበት ዕረፍት ለእግዚአብሔር ሕዝብ ቀርቶላቸዋል።*

ቀርቷል ap-ol-ipe'-o/apoleipo/አፖሌይፖ ከ apo/አፖ = መለየትን የሚያሳይ ሲሆን + leipo = ማነስ፣ መቅረት)፡- ማለት ከኋላ መተው ወይም ነው፡፡ ጳውሎስ ይህንን ቃል በ2ኛ ጢሞ. 4÷13 እና በ2ኛ ጢሞ. 4÷20፣ ቲቶ 1÷5 ተጠቅሞበታል፡፡ (መጽሐፍ ቅዱስ ጥቅሶች የብሉይና / የአዲስ ኪዳን ግሪክ መዝገበ ቃላት፣ የቴየር ትርጕም 1989. በ ጆሴፍ ሄንሪ ቴየር፣ አስቲን ሐተታ/ በጀፍ ጋሪሰን)

የሰንበት ዕረፍት ለእግዚአብሔር ሕዝብ ቀርቶላቸዋል ሲል ይህ ዕረፍት ወደ በለጠ ዕረፍት ተሸጋግሮአል ወይም በበለጠ ዕረፍት ተውጧል ማለት ነው፡፡ በቍጥር 6 ማብራሪያ ላይ የሰንበት ዕረፍት ምን ማለት እንደ ሆነ በአጭሩ የተመለከትን ሲሆን አይሁዳውያን በሰንበት ላይ ያላቸው አመለካከትም ጠንካራና አከራሪ በመሆናቸው፣ መሢሑን ይቃወሙና ይጠሉ የነበረበት አንዱ ዋና ምክንያት ሰንበት እንደ ነበረ ወንጌላት

ይገልጹልናል፡፡ ጌታ ኢየሱስ ግን የሰንበት ዕረፍት ማለት ምን እንደ ሆነ ሊያስረዳቸው ቢሞክርም፣ እነርሱ ግን አልተረዱትም፡፡ እነርሱ ስለ ሕጉ የነበራቸው መረዳት በሕግና በሥርዓት ላይ ብቻ የተንጠለጠለ ነው፡፡ ጌታ ኢየሱስ ግን ሰንበትን ከሕይወት ጋር አያይዞ ይመለከተዋል፡፡

ፈሪሳውያንን "የጽዋውንና የወጭቱን ውጭ ታጠራላችሁ፣ ውስጣችሁ ግን ቅሚያና ክፋት ሞልቶበታል፡፡ እናንተ ደንቆሮዎች፣ የውጭውን የፈጠረ የውስጡንም ደግሞ አልፈጠረምን? ነገር ግን በውስጥ ያለውን ምጽዋት አድርጋችሁ ስጡ፣ እነሆም ሁሉ ንጹሕ ይሆንላችኋል" ይላቸዋል (ሉቃስ 11÷39-41)፡፡ ጌታ ለፈሪሳውያን ይህን የተናገረው ከምሳ በፊት አንድ ፈሪሳዊ እንደ ወጋቸው ልማድ ዕጁን ሳይታጠብ ለማዕድ መቅረቡን ተመልክቶ በመደነቁና፣ እንደ መንፈሳዊ ሰው አድርጎ እንዳልተመለከተው ስለተረዳ ነው፡፡ *"እናንተ ፈሪሳውያን ከአዝሙድና ከጤናዳም ከአትክልትም ሁሉ አሥራት ስለምታወጡ፣ ፍርድንና እግዚአብሔርን መውደድ ስለምትተላለፉ ወዮላችሁ፣ ነገር ግን ሌላውን ሳትተው ይህን ልታደርጉ ይገባችሁ ነበር"* ይላቸዋል (ሉቃስ 11÷42)፡፡

በዮሐ. 5÷10 ላይም ሰላሳ ስምንት ዓመታት በሕመም ያሳለፈውን ሰው ጌታ ከፈወሰው በኋላ አልጋህን ተሸከመህ ሂድ በማለቱ ለፈሪሳውያኑ ለዚህ ሰው የተደረገለት ፈውስ ሊያስደንቃቸውና እግዚአብሔር ከ38 ዓመታት ሥቃይ ፈታው ብለው ሊያመሰግኑ በተገባ ነበር፡፡ እነርሱ ግን ህመምተኛውን በሰንበት አልጋህን ተሸከመህ መሄድ አትችልም አሉት፡፡

የእብራውያን ጸሐፊ የሰንበት እረፍት በክርስቶስ ኢየሱስ አማካይነት እርሱን ላመኑ ሰዎች ተጠብቆላቸዋል ይላል (እንግሊዘኛው Reserved) ማለት ነው፡፡ አዲሱ መደበኛ ትርጉም ገና ቀርቶላቸዋል ይላል፡፡ የመጽሐፍ ቅዱስ ማኅበር ትርጉም ደሞ ቀርቶላቸዋል ይላል፡፡ የጥንቱ ቀርቶላቸዋል የሚለው ቃል አሻሚ ነው፡፡ ከእንግዲህ የለም፣ ቀርቷል የሚል ይመስላል፡፡ ገና ቀርቶላቸዋል ሲል ደግሞ ገና የሚለው የወደፊትን ሁኔታ ያመለክታል፡፡ ስለዚህም የእንግሊዘኛውን Reserved ወይም የKJV ትርጉም Remain የሚል ትርጉም አለው፡፡

በየትኛውም መንገድ ብናስበው ለእግዚአብሔር ሕዝብ በክርስቶስ ኢየሱስ አማካኝነት የተገኘው ዕረፍት በብሉይ ዘመን ከነበረው ዕረፍት በእጅጉ የላቀ ሲሆን፣ ሰማያዊው የአዲሲቱ እየሩሳሌም ዕረፍት ደግሞ ገና ወደፊት የሚጠብቀን በክርስቶስ ኢየሱስ የተገኘልን ተጨማሪና ዘላለማዊ ዕረፍት ነው፡፡

ሮበርትሰን፡- ይህ የቀረው ተስፋ ምንም እንኳን በሙሴ ሥር የነበሩት እስራኤላውያን ባይጠቀሙትም አሁንም አልተተወም፡፡ *(ኒኮል፣ ሮበርትሰን፡- ዘ ኤክስፖዚተርስ ግሪክ ኪዳን)*

ዊሊያም ኔውል፡- ነጥብ 1. ይህ ዕረፍት ለእግዚአብሕር ሕዝብ ነው እዚህ ጋር በተለይ በክርስቶስ ንስሐ የገቡ ዕብራውያንን ካለፈው የአገራቸው ታሪክ አንጻር የተባለ ሲሆን፣ ነገር ግን ሁሉንም የሰማያዊ ጥሪ ተካፋዮች ያካትታል፡፡ ነጥብ 2. ይህ ዕረፍት ይቀራል፤ ይህም ማለት ወደ ፊት ገና የሚፈጸም ነው፡፡ አሁን በክርስቶስ ስራ ማረፍ ብቻ አይደለም፡፡ በክርስቶስ ሥራ ያገኘነው ዕረፍት ሁሌ በሰይጣን ተጽዕኖ ውስጥ ነው፡፡ በተጨማሪም በአእምሮም ጥርጣሬ ይጠቃል፡፡ ስለዚህ ሁሌም የማያምንን ክፉ ልብ መጠበቅ አለብን እናም እውነተኛ በክርስቶስ ስራ ማረፍ የሚቻለው እንደ እግዚአበሔር አሳብ በመራመድ ነው የሰይጣን መሣርያን ተጠንቅቀን፡፡ እዚህ ጋር ዕረፍቱ ከሥራ ወይም ከአገልግሎት ማረፍ ተደርጎ ነው፡፡ የተገለጸው ይህ ግን እንደ ሰንበት በየሳምንት በሚከሰት መልክ ሳይሆን፣ ዘላለማዊ ዕረፍት ነው ክርስቶስን የሚያውቁ አዲስ ፍጥረቶች የሚገቡበት (ራእይ 21-22) እግዚአብሔርም ዐርፎ ያለበት፤ ይህ ነው የእግዚአብሔር ዕረፍት ማለት፡፡ (ኤ. ክላሲክ. ኢቫንጀሊካል ኮሜንተሪ በዊሊያም አር ኔውል)

ዋረን ዌርዝቢ፡- ጸሐፊው በብሉይ ኪዳን ታሪክ ውስጥ ያሉ 2 ዐይነት ዕረፍትን ነው የሚጠቅሰው፡- 1. እግዚአብሔር ፍጥረትን ፈጥሮ ያረፈበትን የሰንበት ዕረፍት (ዘፍ. 2÷2፤ ዕብ. 4÷4)፣ 2. የእስራኤል የከነዓን ዕረፍት (ዘዳ. 12÷9፣ ኢያሱ 21÷43-45፤ ዕብ. 3÷11) ነው፤ ዳሩ ግን በእነዚህ ዕረፍት ውስጥ የዛሬን የአማኞችን መንፈሳዊ ልምምድ ነው ያየው፡፡ የሰንበት እረፍት በክርስቶስ ያገኘነው የድነት እረፍት ማሳያ ሲሆን፣ (ዕብ. 4÷3፤ ማቴ. 11÷28) የከነአን እረፍት ደግሞ በክርስቶስ ርስታችንን ስንወርስ ያለውን ዕረፍት የሚያሳይ ምሳሌ ነው (ዕብ. 4÷11-13)፡፡ የመጀመሪያው የድነት ዐረፍት ሲሆን፣ ሁለተኛው የመታዘዝ ዕረፍት ነው፡፡ ነገር ግን ሌላም የሚቀር ሦስተኛ ዕረፍት አለ የምናወራበት ወደ ፊት የምናገኘው ከእግዚአብሔር ጋር ሆነን ደስ የምንሰኝበት፣ ለእግዚአብሔር ህዝብ ዕረፍት ቀርቶላቸዋል (ዕብ. 4÷9)፤ እነዚህ ቅዱሳን መንግሥተ ሰማይ ሲገቡ ሁሉም ድካምና ጦርነት አብቅቶ ልክ የእግዚአብሔርን የሰንበት ዕረፍት እንደ መካፈል ነው የሚሆነው፡፡ (ራእእ 14÷13)፡፡ *(ዋረን ዌርዝቢ፣ የመጽሐፍ ቅዱስ ትርጓሜ ኮሜንታሪ 1989 እ.ኤ.አ. ቪክቶር)*

ዌስት፡- እዚህ ጋር ጸሐፊው ዕረፍት ለሚለው ቃል የተለያዩ የግሪክ ቃላትን ነው የተጠቀመው፡፡ ከዚህ በፊት ለነበሩት ማጣቀሻዎች የተጠቀመው katapausis /ካታፓውሲስ የሚለውን ቃል ሲሆን፣ ሥራን ማቆም የሚል ትርጉም ነው ያለው፡፡ አሁን sabbatismos / ሳባቲስሞስ የሚለውን ደግሞ ሲጠቀም የሰንበት ዕረፍትን ነው የሚያሳየው፡፡ ቃሉ ወደ መጀመሪየው የእግዚአብሔር ዕረፍት የሚጠቁም ነው፤ ፍጹም የሆነውን ዕረፍት የሚወክለውም እርሱ ነው፡፡ የሰንበት ዕረፍት ሰዎች ሥራቸውን በሙሉ ሲጨርሱ የሚርፉት ዕረፍት ሲሆን፣ ልክ እግዚአብሔር ሥራውን በጨረሰበት ወቅት እንዳረፈው ዐይነት ዕረፍት ነው፡፡ የሚገባው ወደ አማኙ ወደ ተሳተፈበት ዕረፍት ሳይሆን፣ ልዩ ወደ ሆነው የእግዚአብሔር ዕረፍት ነው አማኙ የሚካፈለው፡፡*(ዌስት፣ ኬ. ኤስ 1947. የግሪክ አዲስ ኪዳን ጥናት)*

ሰንበት፡- ዕረፍት ማለት በእግዚአብሔረ የሆነ ነገር ነው፡፡ ሊቀ ካህናቱ በእግዚአብሔር በሆነው ነገር ሁሉ ላይ የተሾመ ነው፡፡ ይህ በእርግጥም በነፍስ፣ በመንፈስ እና በሥጋ መቤዠትን ያገኘ ሰው የሚኖርበት የሕይወት ዕርከን ነው፡፡ በዚህም ክርስቶስ ዕረፍታችንና ሰላማችን ሆነ፡፡ የነገር ጥላው በሰባተኛው ቀን እግዚአብሔር ሠርቶ እንዳረፈ፣ እንዲሁ ጌታችን ኢየሱስ ኃጢአታችንን በደሙ አጥቦ፣ ማለትም በመስቀል ላይ የሞትን ዋጋ ከፍሎ የጨለማውን ሥልጣናትና ዙፋናትን አሸንፎ ስለ ሰው ልጅ በአብ ፊት ለመታየት በትንሣኤው ኃይል በአብ ቀኝ ተቀመጠ፡፡ በዚህ ምክንያት የቅዱሳን ርስት ክብር ባለጠግነት (ዕረፍት) ኢየሱስ ክርስቶስ ሆኖ ተገኘ፡፡

ዐውቀውትስ ቢሆን ኖሮ የክብርን ጌታ ባልሰቀሉት ነበር (1ኛ ቆሮ. 2÷8)፡፡ ይህ ዋናው መንፈሳዊ መልእክት ሲሆን፣ ሰንበትን ለአይሁድ የሰጠው እግዚአብሔር ዕረፍት ያደረገበትን ሁኔታ ማወቅ አስፈላጊ ነው፡፡ ሆኖም ይህ አሳብ ብዙዎችን ሲያከራክር የኖረ ጉዳይ ነው፡፡ ይሁን እንጂ፣ ሰንበት ቀን አይደለም፤ ማለትም እሑድ አሊያም ቅዳሜ አይደለም፡፡

ይህ በእርግጥም በኢትዮጵያውያውያ ዘንድ ቅዳሜን ሰንበት ነው ብለን እንደምንናገረው አይደለም፡፡ ይህ የሰንበት ዕረፍት ትንሣኤ ነው፤ ማለትም የሰው ልጅ በክርስቶስ የመስቀል ሥራ የዘላለም ቤዛነት አግኝቶ ከክርስቶስ ጋር ሞቶ መነሣቱንና እኛም ወደ ዕረፍት ሕይወት የተሸጋገረበትን ያመለክታል፡፡ የዕብራይስጡ Shabbat – Shavat ዕረፍት ማለት ሲሆን፣ 7ኛ ቀን Shevi'l ነው፡፡ ይህ በአይሁድ ዘንድ አርብ ፀሐይ ጠልቃ እስከ ቅዳሜ ፀሐይ መጥለቂያ ያለው ጊዜ ነው፡፡

ሁለት ዐይነት ሰንበት አሉ ይላሉ፡፡ ይህም ልዑል እግዚአብሔር ከሥራው ያረፈበት 7ኛው ቀን ሲሆን፣ ሌላው ለሌዋውያኑ የተሰጠው ሰንበት ነው፡፡ ከሙሴ ሕግ በፊት የነበረው (ዘፍ. 8፥10፣ 12፤ ዘጸ. 16፥4-5፤ 23፥26) በሌዋውያኑ የክህነት ሥርዓት ዘመን ነበረ (ዘጸ. 20፥8-11፤ ዘዳ. 5፥12-13)፡፡ በነቢያቱ የተነገረ ነው (ኢያሱ 5፥13-14) በታላቁ ካህን ዘንድ የቀረበ ጉዳይ ነበር (ሉቃስ 4፥16)፡፡

የሰንበት ስርአት ግን በአይሁድ ዘንድ ዓላማውን ስቶ ነበር (ማቴ. 12፥1-13፤ 1ኛ ሳሙ. 21፥6)፡፡ ሰንበት ቢከበር ለአማኙ በረከት ያመጣል የሚሉ በብዙ የወንጌላውያን አማኞች ዘንድ የተወሰነ ነበር፡፡ በ1689 ፐሪሰቢቴሪያን፣ ኢፒስኮፖሊያውን፣ ሜቶዲስታውያን እና ባፕቲስቶች ደንግገው ነበረ፡፡ እነርሱ ይህ ሰማያዊ ሕግ ነው ሲሉ በአሜሪካ አገር የመንግሥት መሥሪያ ቤቶች እሑድ የዕረፍት ቀን እንዲሆን ተደንግጓል፡፡

የቀደሙት የበጉ ሐዋርያት እና የመጀመሪያዋ ቤተ ክርስቲያን ሰንበትን እሑድ አድርገው ያከብሩ ነበረ፡፡ ይህ የሆነው ጌታችን ኢየሱስ በእሑድ ቀን ከሙታን የተነሣ ስለሆነ ነው፡፡ ኦሪየንታል ኦርቶዶክስ አብያተ ክርስቲያናት ሰንበት ቅዳሜና እሑድ እንዲሆን ደንግገው ነበር፡፡ የኢትዮጵያ ኦርቶዶክስ ቤተ ክርስቲያን በ12ኛው ክፍለ ዘመን ሁለቱንም ቀን ዕረፍት እንዲሆን መወሰናቸውን ብርሃነ ሥላሴ በሚለው መጽሐፍ ሰፍሮ ይገኛል፡ (Spintendo የተወሰደ)

ጆን ካልቪን ሰንበት የሞራል ሕግ ነው ሊከበር ይገባል፣ ሲል ማርቲን ሉተር የሥጋ ዕረፍት እና የአምልኮ ቀን የሆነ ሕዝባዊ (ሲቪክ) ሕግ ነው ይላል፡፡ ጆን ዌስሊ አሥሩ ትእዛዛት ሁሉም የሞራል ሕግ ናቸው፤ በአዲስ ኪዳን ክርስቲያኖች ሁሉ ሊፈጽሟቸው ይገባል ይላል፡፡

ቫይን፡- በጽሑፎቹ ላይ ሲጨምር ስለዚህ ለእግዚአብሔር ሕዝብ የሰንበት ዕረፍት ቀርቶለታል፡፡ እግዚአብሔር በመቤዠት ሥራ እና ከእርሱ ጋር ኅብረትን በማደስ ሂደቱ ላይ ኃጢአት ጣልቃ ገብቷል፡፡ ስለዚህም በአዲስ ኪዳን ገላጭ የሆኑ መሥዋዕትና የመቤዠቱ ጥላ ይታያል፡፡ የመቤዠቱ ሥራ በመስቀል ላይ ተከናውኖ እግዚአብሔር ከሞት ካስነሣው በኋላ ለአንዴና ለመጨረሻ ጊዜ በአብ ቀኝ ተቀመጠ፡፡ እግዚአብሔር ለእኛ ባቀደው መልክ ከሄደ፣ በጌታ ደስ ይለናልና ከእግዚአብሔር ጋር ኅብረት ደስ ይለናል፡ የራሳችንን ደስታና መንገድ የእኛ ብቻ እንደ ሆነ አስቦ ከመከተል መከልከል አለብን፡፡ እንደዚያ ማድረግ ከቀጠልን የክርስቶስን ዕረፍት በደስታ መካፈል አንችልም፡፡

እናም ረብ ከሌለው ወሬ መከልከል አለብን ለከንቱነትና ድህነት ያጋልጣልና (ምሳሌ 14÷23)፡፡ *(የቫይን ኤክስፖዚተሪ ዲክሽነሪ፡- ዊሊያም ኤድዊ ቫይን)*

አይሁዳዊው ጸሐፊ *አርኖልድ ፍሩክትንባውም* ስለ ሳባቲሞስ /sabbatismos/ የሚለውን ቃል ቢያብራራ በእግዚአብሔር የሚሰጥ ፍጹም ዕረፍት ነው ይለዋል፡፡ ይህ ዕረፍት ዛሬ የቀረበ ሲሆን፣ የዕብራውያን አማኞች በእምነት ሊወርሱት ይችላሉ፡፡ ይህም ማለት በሕይወታቸው የእግዚአብሔርን ፈቃድ በተገቢው መልክ ከፈጸሙ በኋላ የሚያገኙት ይሆናል፡፡ እግዚአብሔር *ሥራውን* ከፈጸመ በኋላ ወደ ሰንበት ዕረፍት ገባ፡፡ የሰንበት ዕረፍት የመንፈሳዊ ብስለት ዐይነት ነው፡፡ በመጀመሪያም ለእስራኤል ሕዝብ የታቀደ ነው (ዘጸ. 20፡8-11)፡፡ ይህም ምሳሌነቱ ለሚያምኑ አይሁዳውያንም ለአሕዛብም ይህ ዕረፍት እንዳለ ነው፡፡ ይህ ለአማኝ ሁሉ የተገባ የዕረፍት ተስፋ ቃል ነው፡፡ አማኝ በእምነቱ ከጸና ከተራ የሕይወት ትግል ጋር መታገል የሚያቆምበት መንፈሳዊ ዕድገት ላይ ይደርሳል፡፡ *(መሲሐዊ የአይሁድ መልእክቶች ጥናት፡- ዕብራውያን፣ ያዕቆብ፣ ጴጥሮስ፣ ሁለተኛ ጴጥሮስ፣ ይሁዳ፡- አርኖልድ ፍሩክትንባውም)*

ማርቪን ቪንሰንት፡- ሲጽፍ የእስራኤላውያን ኃጢአትና አለማመን ከሰንበት ዕረፍት ጋር የማይጣጣም ነው፡፡ እግዚአብሔር መልሶ የገነባው የደስታ ኅብረት እስኪፈጸም ድረስም የማይጣጣም ሆኖ ይቀራል፡፡ የሰንበት ዕረፍት በክርስቶስ የሆኑ አዲስ ፍጥረታት ስጦታ ነው (ይህ ስጦታ ግን እርሱ ራሱ በሚገኝበት የእግዚአብሔር ክብር ሙላት ላይ እስከንደርስ ድረስ ሙሉ ለሙሉ አይገለጥም) በክረስቶስ የመካከለኝነት የክህነት አገልግሎት በኩል የምንወርሰው ነው *የሚሆነው፡፡ (ማርቪን. አር. ቪንሰንት፡- በአዲስ ኪዳን ውስጥ ቃል ጥናቶች ኮሜንተሪ)*

ቁጥር 9 እንግዲያስ የሰንበት ዕረፍት ለእግዚአብሔር ሕዝብ ቀርቶላቸዋል።
ለእግዚአብሔር ሕዝብ ቀርቶላቸዋል ዕብ 4፡1,3; 3÷11; ኢሳ 11÷10; 57÷2; 60÷19,20; ራዕይ 7÷14-17; 21÷4
የሰንበት ዕረፍት ዕብ 11÷25; መዝ . 47÷9; ማቴ 1÷21; ቲቶ 2÷14; 1ኛ ጴጥ 2÷10

ቍጥር 10 *ወደ ዕረፍቱ የገባ፥ እግዚአብሔር ከሥራው እንዳረፈ፥ እርሱ ደግሞ ከሥራው ዐርፎአልና።*

እግዚአብሔር አምላክ ለአይሁድ የሰጠው የዕረፍት በረከት ቤት፣ ልጆች፣ እርሻ፣ አበዳሪና ራስ መሆንን ነበር፡፡ እስራኤል ገናና ሆና በከፍታ ላይ ተቀምጣ የነበረበት ጊዜ ነበር፡፡

ነገሥታት በጫንቃቸው ተሸከመዋት ተራራው በወተት፣ ድንጋዩ በቅቤ የሚታጠብበት ጊዜ ነበር፡፡ እንደዚሁ የእግዚአብሔር ድምፅ በካህናቱ እና በቤተ መንግስት ደጃፍ ይሰማ ነበር፡፡

ድንጋዩ ወርቅ እና አልማዝ የሆነበት ብዙዎች ከሩቅ የንጉሽ ሰሎሞንን ጥበብ ሊሰሙ የመጡበት ወቅት ነበር፡፡ የእስራኤል አምላክ ከድንኳን ወጥቶ በወርቅ በተለበጠ መቅደስ ያረፈበት ክብሩ በካህናቱ ላይ እንደ ደመና አርፎ ቃሉ ከጠዋት እስከ ማታ ድረስ የሚነበብበት፣ አዛውንቶች፣ ባልቴቶች፣ ሽማግሌዎች፣ ወጣቶች ቁጭ ብለው የሚሰሙበት ጊዜ ነበር፡፡ እንዲህ ባለ የመንፈስ፣ የነፍስና የሥጋ በረከት ውስጥ ቢኖሩም፣ ብዙም ሳይቆዩ ግን ከምድረ ግብፅ ያወጣቸውን፣ ማሳቸውን የባረከላቸውን፣ ከጠላት የጠበቃቸውን የእስራኤል አምላክ ጌታ እግዚአብሔርን ረሱት፡፡

በዚህም ከከፍታቸው ወርደው በጠላት ተማርከው በባርነት የሚሸጡበት ጊዜ ነበር፡፡ ሆኖም ኪዳን የገባላው እግዚአብሔር ቃሉን ይጠብቅ ነበር፡፡ በተመሳሳይ በአዲስ ኪዳን አማኝ በመንፈሳዊ በረከት፣ እንዲሁም በነፍስና በሥጋ በረከት ተባርኳል፡፡ “ወዳጅ ሆይ ነፍስህ እንደሚከናወን በነገር ሁሉ እንዲከናወንልህና ጤና እንዲኖርህ እጸልያለሁ” 3ኛ ዮሐ. 2፡፡ ጌታችን በምድር ሳለ ለደቀ መዛሙርቱ እንዳስተማራቸው “… ስለ ወንጌል የሚሰደዱ ከመከራ ጋር 100% በምድርም እንደሚቀበሉ የተስፋ ቃልን ሰጥቶአል፡፡

የዚህ ቊጥር አሳብ በላይኛው ቊጥር ላይ “ቀርቶላቸዋል” ከሚለው አሳብ ጋር ተያያዥ ሆኖ የቀረበ ነው፡፡ ወደ ዕረፍቱ የገባ ሲል፤ እግዚአብሔር የስድስቱ ቀን ሥራውን ጨርሶ ከሥራው እንዳረፈ የሚል ትርጒም ይዟል፡፡ እግዚአብሔር በስድስተኛው ቀን ሥራውን ሁሉ ካጠናቀቀ በኋላ ሁሉ መልካም መሆኑን አየ፡፡ ሰባተኛው ቀን ላይም ወደ ዕረፍቱ ገባ፡፡ ኤፍ. ኤፍ. ብሩስ ይህን ቃል ሲያብራራው “በሌላ አገላለጽ የተሰጠውን ኀላፊነት ያለበትን ሥራውን እንደ እግዚአብሔር ፍላጎትና ፈቃድ አጠናቅቆ ወደ ዕረፍቱ ሄደ” እንደ ማለት ነው ይለዋል፡፡

የእግዚአብሔርን ፈቃድ በመታዘዝ ውስጥ እረፍት አለ፡፡ ጌታ ኢየሱስን ስንመለከት የአባቱን ፈቃድ እስከመጨረሻ ድረስ በመታዘዝ ፈጽሞ በመጨረሻም ወደ እረፍቱ ገባ (ፊልጵ. 2÷26)፡፡ ዛሬም የእግዚአብሔር ባሪያዎች የሆንን ሁሉ ለእርሱ ለአምላካችን በመታዘዝ ከብዙ ውጣ ውረድ ድካም በኋላ የመጨረሻው ፍሬ እፎይታ፣ እረፍት ነው፡፡

ዕብራውያን 11 ላይ የበርካታ ቅዱሳን የሕይወት ታሪክና እንዴት ወደ ዕረፍቱ ሥፍራ እንደ ገቡም ይተርክልናል፡፡ እግዚአብሔርን በመፍራትና ፈቃዱን በመታዘዝ ዋጋ ከፍለው (ዕብ. 11÷38) ላይ እንደ ተገለጸው ዓለም አልተገባቸውምና ቢቅበዘበዙም፣ ፍጻሜያቸው ግን ዕረፍትን የተሞላ ነው፡፡ በ1ኛ ተሰ. 4÷13-18 እንደ ተገለጸው የብሉይ ኪዳን አማኞ እስከ ዳግም ምጽአት ድረስ አንቀላፍተው በመጨረሻው ጊዜ ከአዲስ ኪዳን ውስጥ ከሞቱት አማኞችና በሕይወት ካለነው ጋር በአንድነት ወደ መንግሥተ ሰማያት እንደምንገባ ቃሉ ይናገራል፡፡

ሐዋርያው ጳውሎስ *"መልካሙን ገድል ተጋድያለሁ፣ ሃይማኖትንም ጠብቄያለሁ"* ብሎ ሲናገር በሌላ አባባል እግዚአብሔር ከሥራው እንዳረፈ እኔም የሚጠብቀኝን ኀላፊነት ተወጥቻለሁ፣ ከእንግዲህ የዕረፍት ሕይወቴን እኖራለሁ ማለቱም ነው፡፡ ዕረፍት ለእግዚአብሔር ሕዝቦች ሁሉ ሁልጊዜም ተጠብቆላቸዋል፡፡

ዛሬ በምድር ላይ የምንኖረው ኑሮ የትግል ኑሮ ነው፡፡ "በጨዋታ የሚታገል እንደሚገባ አድርጎ ባይታገል" የሚለንም ይህንኑ ነው፡፡ ክርስትና የትግል፣ የወታደር ሕይወትንም ይመስላል፡፡ ቅዱሳኖች በብዙ ትግል በዕንባ ሕይወታቸውን ይመራሉ፡፡ በዕብራውያን 11 ላይ እንደ ተጠቀሰውም አንዳንዶቹ በመጋዝ ተሰንጥቀዋል፤ ሌሎቹ በእሳት ተቃጥለዋል፡፡ የሐዋርያው ጳውሎስ ታሪክ እንደሚያሳየው አንገቱን በመጋዝ ተቈርጦ ስለ ጌታው ሰማዕት ሆኗል፡፡ በዚህ በእኛ ዘመን የምንመለከተው ክርስትና ደግሞ *"ከዚህ ቀደም አባቶቻችሁ የከፈሉት መከራ ይበቃል፤ ከእንግዲህ በሰላምና በድሎት፣ በብልጽግና፣ በክብር እንድትኖሩ ተፈቅዶላችኋል"* የተባለ ይመስላል፡፡ ዕውነታው ግን ይህ አይደለም፡፡ ምንም እንኳን ዛሬ በዓለም ዙሪያ በተለይም በምዕራባውያኑ ዘንድ የምንመለከተው ክርስትና በስኬት፣ በዝና፣ በወርቅና አልማዝ፣ በዓለም ብልጽግና የተከበበ ቢሆንም፣ ክርስትና ግን በውስጡ ብዙ ዕንግልት አለበት፡፡ ቃሉም "በዕውነት ክርስቶስ ኢየሱስን እየመሰሉ ሊኖሩ የሚወዱ ሁሉ ይሰደዳሉ" ይላል፡፡

ይህ ሲባል ትክክለኛው የክርስቲያን መገለጫው ድህነትና መከራ ነው፣ ክርስቲያን በድህነትና በስቃይ ውስጥ ሁልግዜ እየማቀቀ ይኖራል ማለት አይደለም፡፡ የአስተምህሯችን መንፈስና ዕለታዊ ኑሯችን ግን ዓለማዊውን ሕይወት የሚያንጸባርቅ መሆን የለበትም፡፡ ሀብቱ እንኳ ቢቀር የወንጌሉን ሥራ ለማስፋት፣ ሌሎችን በድህነት እየማቀቁ ወንጌልን የሚያገለግሉትን ለመርዳት ሊውል ይገባዋል እንጂ፣ ቅንጡውን በአልማዝ የተሸቆጠቆጠ ሕይወት ግን እግዚአብሔር ይጸየፈዋል፡፡ በራስ ወዳድነትና በዓለማዊነት ክብር የተዘፈቁቱ ግን በወንጌል ስም ዕለት ዕለት ይህን መሰሉን ሕይወት

ሲጠሙት ይታያሉ:: ወንጌሉ የሚነግረን፣ የጌታችን የኢየሱስ ሕይወት የሚያስተምረን ይህንኑ የተመጠነ ሕይወት አይደለምን? ይህ አሮጌው ሥጋችን ግን መቼም ጠግቦ አያውቅም:: ሁልጊዜ ሌላ ምቾት፣ ሌላ ጥቅም እንደ ፈለገ ይኖራል:: የእግዚአብሔር ሰው ግን "በቃኝን" የተማረ፣ ምግብና ልብስ ከኖረኝ ይበቃኛል ብሎ በመጠኑ እየኖረ ሌሎችን የሚረዳና የሚደግፍ ከትርፉ ሳይሆን፣ ከጒድለቱ የሚሰጥ ሊሆን ይገባል:: ለእኛ የተዘጋጀልን የዕረፍት ሕይወት ሥራችንንና የተሰጠንን ኀላፊነት ከተወጣን በኋላ የሚሆን ነው::

ጸሐፊው ተመልሶ **ዕረፍት** ለሚለው ቃል **ካታፓውሲስ (katapausis)** የሚለውን ቃል ወደ መጠቀም ይመለሳል:: ወደ እግዚአብሔር ዕረፍት የገባ ሰው እግዚአብሔር በሰባተኛው ቀን ራሱ ከሚሠራው ከሥራው እንዳረፈ እርሱም እንዲሁ ያርፋል:: *(ዌስት፣ ኬ. ኤስ 1947. የግሪክ አዲስ ኪዳን ቃል. ጥናት: ኢርድማንስ)*

ጊዚክ፡- ዕብራውያን 4÷10ን ሲያብራራ ጽድቅን መሠረት አድርጎ የመጣ ሥራን መጨረስ የሰንበት ዕረፍትን ወደ እኛ ያመጣል:: እግዚአብሔር በመጀመሪያው ሰንበት ከሥራው ያረፈው (ዘፍ. 2÷2) ሥራውን ስለ ጨረሰ ነው:: እኛም ራስን ለማጽደቅ የሚደረግን ሥራ አቁመናል:: ምክንያቱም፣ ሥራው በመስቀል ላይ በክርስቶስ ተፈጽሟል:: *(የጸናው ቃል ኮሜንተሪ፣ ዴቪድ ጊዝክ)*

ቁጥር 10 ወደ ዕረፍቱ የገባ፥ እግዚአብሔር ከሥራው እንዳረፈ፥እርሱ ደግሞ ከሥራው አርፎአልና።
ወደ ዕረፍቱ የገባ ዕብ 1÷3; 10÷12; ራዕ 14÷13
እርሱ ደግሞ ከሥራው አርፎአልናዮሐ 19፡30; 1ኛ ጴጥ 4÷1,2
እግዚአብሔር ከሥራ ተወስኖአልና ዕብ 4፡3,4

ቍጥር 11 *እንግዲህ እንደዚያ እንደ አለመታዘዝ ምሳሌ ማንም እንዳይወድቅ ወደዚያ ዕረፍት ለመግባት እንትጋ።*

ዘ ሜሴጅ የሚባለው መጽሐፍ ቅዱስ ፡- "ስለዚህ ይህ የተስፋ ቃል ዛሬም ድረስ ይሰራል:: በኢያሱ ዘመን የተሻረ አይደለም፤ ቢሻር ኖሮ እግዚአብሔር "ዛሬ" ብሎ እየተናገረ ቀጠሮውን አያድሰውም ነበር:: ለእግዚአብሔር ህዝብ ወደ ፍጻሜ "የመድረስና የማረፍ" ተስፋ አሁንም እንዳለ ነው:: እግዚአብሔር እራሱ እረፍት ውስጥ ነው:: በጉዟችን ማብቂያ እኛም ከእግዚአብሔር ጋር ማረፋችን የተረጋገጠ ነው:: ስለዚህ

ጉዟችንን ጸንተን እንቀጥልና በመጨረሻም ወደ ማረፊያችን እንድረስ እንጂ በአንዳች አይነት አለመታዘዝ ምክንያት አቋርጠን አንውጣ":: ዕብ 4፡11

ከቍጥር 11-13 ያለው አሳብ ተያያዥነት ያለው ሲሆን፣ ወደ ዕረፍቱ እንዲገቡ ማደፋፈር ላይ ያተኩራል:: ከፍ ብለው ባሉት የምዕራፉ ቍጥሮች ላይ በዚሁ ርእስ ጉዳይ በስፋት ከዘረዘረ በኋላ አሳቡን ሲያጠቃልል ቍጥር 11 ላይ እንግዲህ ብሎ ይጀምራል::

ዘ ሜሴጅ የሚባለው መጽሐፍ ቅዱስ ፡- "እግዚአብሔር ሲናገር የምሩን ነው:: የሚናገረው ይሆናል:: ኃያል የሆነው ቃሉ እንደ ቀዶ-ጥገና ሐኪም ቢላ የሰላና ጥርጣሬ ይሁን ፍርሃት ሁሉንም ሰንጥቆ በማለፍ እንድናደምጥና እንድንታዘዝ የሚያነቃን ነው:: ለእግዚአብሄር ቃል ማንም ይሁን ምንም ነገር ሰምቶ እንዳልሰማ መሆን አይችልም:: ምንም ቢመጣ ከቃሉ ማምለጥ አንችልም" (ዕብ 4፡12-13)::

ዘፓሽን የሚባለው መጽሐፍ ቅዱስ ፡- "ሐሳቡን ከእግዚአብሔር መሰወር የሚችል አንድም ሰው የለም፤ ምክንያቱም ከምናደርገው ነገር ውስጥ አንድ ስንኳ ሚስጥር ሆኖ የሚቀር የለም፤ ከፍጥረት መካከል ሊደበቅ የሚችል አንዳችም ነገር የለም፤ ነገር ግን ሁሉም ነገር በእርሱ ዓይኖች ፊት የተጋለጠና የተራቆተ ነው፤ ተጠሪነታችንም ለእርሱ ነው" (ዕብ 4፡ 13)።

ይህንን ቍጥር (11) በመደበኛው ትርጒም ስንመለከተው "እንግዲህ ማንም የእነዚያን አለመታዘዝ ምሳሌ ተከትሎ እንዳይወድቅ ወደዚያ እረፍት ለመግባት እንትጋ" ይላል:: በዚህ ቁጥር ላይ በተለይ እንትጋ የሚለው ቃል ትኩረት ሰጥተን እንመልከተው::

የክርስትና ሕይወት የአንድ በጦር ሜዳ ላይ የተሰለፈ ወታደር ሕይወትን ይመስላል:: በጦር ሜዳ ላይ ያለ ወታደር ዘወትር በተጠንቀቅ ነው:: የሚዘናጋባቸው ሁኔታዎች ካሉ ራሱን ለዐደጋ ያጋልጣል:: ቀንም ሆነ ሌሊት ንቁ ሆኖ መገኘት ይጠበቅበታል:: ስለ ትጥቁ ሳይቀር በጥንቃቄ ማሰብ አለበት:: መረጃዎቹን እንደሚገባ አደራጅቶ የጠላትን አሰላለፍ በሚገባ ለይቶ አውቆ ጒዞውን ሁሉ አስተውሎ የሚያደርግ ነው:: የቀኑ ሀሩር፣ የሌሊቱ ብርድና ውርጭ እየተፈራረቁበት፣ በውኃ ጥም እየተሰቃየ ፍላጎቱን ሁሉ ገትቶ በትጋት የሚንቀሳቀስ ካልሆነ ለዐደጋ የተጋለጠ ይሆናል። በአሳቻ ሰዓትም ትጋት የሌላው ከሆነ ድንገት በጠላት ዕጅ ሊወድቅ ይችላል (2ኛ ጢሞ. 2÷1-7)::

አማኝም ልክ እንደ ወታደር ነው፡፡ ጠላት ዲያቢሎስ የሚውጠውን ፈልጎ እንደሚያገሳ አንበሳ ዙሪያውን ይዞረዋል፡፡ የሚያዳልጠው መንገድ ተጠንቅቆ የማይጓዝ ከሆነ፣ በቀላሉ ሊውጠው ይችላል፡፡ አንድ አማኝ ሊተጋባቸው ከሚገቡ ዋና ተግባሮቹ ውስጥም የእግዚአብሔር ቃል ጥናት፣ ጸሎት፣ የቅድስና ኑሮና አገልግሎቱ ናቸው፡፡ እነዚህ አራት ዋና ዋና ነገሮች አንዳቸውም ከሕይወታችን ሊጐድሉ አይገባም፡፡ መንፈስ ቅዱስና የእግዚአብሔር ጸጋ በሕይወታችን ውስጥ የሚበዛው እኛም የሚጠበቅብንን ኀላፊነታችንን በትጋት ስንወጣ ነው፡፡ ትጋት ላለው ተጨማሪ ትጋት ይሰጠዋል፡፡ ለሌለው ግን ያቺው ትንሿም ከሕይወቱ ልትጠፋ ትችላለች፡፡ የዘራነው ዘር እርሱ ራሱ ሌላ ዘርን ይሰጣል፡፡ (ሉቃስ 12÷35-40)

እንትጋ የሚለው ቃል **ስፖውዳዞ** የሚል ቃል ትርጓሜ ሲሆን፣ አሳቡም **ጥረትን እናሳይ** የሚል ነው፡፡ ቃሉ ዓላማ ያለውን ነገር ያሳይና ይህንን ዓላማ ለማሳካት የሚደረግን ከፍተኛ ጥረት ያመለክተናል፡፡ በመሢሑ ላይ ያላቸውን እምነት በመካድ ወደ ቀደመው የመሥዋዕት ሥርዓት ለመመለስ ጫፍ ላይ ያሉት የመጀመሪያው ዘመን አማኞች በመሢሑ ላይ ያላቸውን እምነት ከሞት ለመታደግና ወደ ዕረፍቱ ለመግባት ትልቅ ትጋት ማሳየት ይጠበቅባቸዋል፡፡ አንባቢዎቹ በሙሴ ዘመን የነበረው ትውልድ እንደ ሆነው እንዳይጠፉ ማስጠንቀቂያ ይሰጣቸዋል፤ ይህ ትውልድ በምድረ በዳ በሥጋ ሞተ፣ ይህ ማስጠንቀቂ የሚሰጣቸው ግን በኃጢአታቸው ይሞታሉ እስከ ዘላለምም ይጠፋሉ፡፡ በምድረ በዳው ላይ የተከሰተው ነገር እነርሱን ተመሳሳይ ስህተት ከመፈጸም እንዲታቀቡ ምሳሌ የሚሆን ነው፡፡ *(ዌስት፣ ኬ. ኤስ 1947. የግሪክ አዲስ ኪዳን ቃል ጥናት፡- ኢርድማንስ 1947)*
መጽሐፍ ቅዱስ ስለ ትጋት በስፋት ያስተምረናል፡፡ 2ኛ ጢሞ. 3÷15 ታማኝነት የትጋት ውጤት ነው፡፡ ለአምላካችን ታማኝ ለመሆን ከፈለግን ትጋትን ልንይዝ ይገባናል፡፡ አንድ ሰው ታማኝ ነኝ ለማለት አስተሳሰቡ፣ ንግግሩና ድርጊቱ የተጣጣመ ሊሆን ይገባዋል፡፡ በዚህ ዘመን የንግግር ክርስቲያኖች እየበረከትን ነው፡፡ አንደበታችን ብዙ ይናገራል፡፡ በጸሎት፣ በስብከት፣ በዝማሬ ብዙ እንናገራለን፡፡ አስተሳሰባችን ግን መሉ ለሙሉ የተቀደሰ አይደለም፡፡ ድርጊታችንም እንደዚሁ ከንግግራችን ጋር የተጣጣመ አይደለም፡፡ ለዚህም ነው የዕብራውያን መልእክት ጸሐፊ እንደ እዚያ እንዳለመታዘዝ ምሳሌ ማንም እንዳይወድቅ፣ ወደዚያ ዕረፍት ለመግባት እንትጋ የሚለን፡፡ መታዘዝ የሚመጣው ከትጋት ውስጥ ነው፡፡ ሰነፍማ ሁልጊዜም ስንፍናውን ይዞ በትጋት የሚወረሰውን በረከት ሊቀበል አይችልም፡፡

ክርስትና በትጋት ይወረሳል ብለን ስንል ድነት በሥራ የሚገኝ ነው ማለት አይደለም፡፡ ድነት በእግዚአብሔር ምሕረት እንዲሁ በጸጋ የተቀበልነው ነጻ ስጦታ ነው፡፡ ይሁንና

ጳውሎስ በፊልጵ. 2÷12-13 በፍርሃትና በመንቀጥቀጥ ድነታችንን መፈጸም አለብን ይላል። በኢየሱስ ክርስቶስ በነጻ የተሰጠንን ድነት በትጋት የሚፈጽም በመሆኑ መልካሙን ሩጫ በትጋት በመሮጥ ድነታችንን ልንፈጽም ይገባናል።

ቁጥር 11 እንግዲህ እንደዚያ እንደ አለመታዘዝ ምሳሌ ማንም እንዳይወድቅ ወደዚያ ዕረፍት ለመግባት እንትጋ።

ወደዚያ ዕረፍት ለመግባት እንትጋ ዕብ 1; 6÷11; ማቴ 7÷13; 11÷12,28-30; ሉቃ 13÷24; 16÷16; ዮሐ 6÷27; ፊል 2÷12; 2 ጴጥ 1÷10,11

ማንም እንዳይወድቅ ዕብ 3÷12,18,19

እንደ አለመታዘዝ ምሳ ሥራ 26÷19; ሮሜ 11÷30-32; ኤፌ. 2÷2; 5÷6; ቆላ 3÷6; ቲቶ 1÷16; 3÷3

ቍጥር 12 *የእግዚአብሔር ቃል ሕያው ነውና፥ የሚሠራም፥ ሁለትም አፍ ካለው ሰይፍ ሁሉ ይልቅ የተሳለ ነው፥ ነፍስንና መንፈስንም ጅማትንና ቅልጥምንም እስኪለይ ድረስ ይወጋል፥ የልብንም ስሜትና አሳብ ይመረምራል፤*

የእግዚአብሔር ቃል ዘላለማዊና የማያረጅ፣ የማይለወጥ ከመሆኑ ባሻገር ሕያውና ሁለት አፍ ካለው ሰይፍ ይልቅ የተሳለ ለመሆኑ በተግባር ተፈትሾ የታየ ነው። ቃሉ ዘመናትን አልፎ የመጣ ሲሆን፣ በዘመናት መካከል የሰው ልጆች ጠላት ዲያቢሎስ ሰዎችን ተጠቅሞ ሊያጠፋው ቢሞክርም፣ ቃሉን ለማጥፋት ሙከራ ያደረጉት ሰዎች ራሳቸው ሲጠፉ፣ የእግዚአብሔር ቃል ግን ዘመናትን እየጣሰ አልፎ እኛ ዘንድ ደርሶአል። በ2ኛ ጢሞ. 3÷17 «የእግዚአብሔር መንፈስ ... » ይላል። በፊደላት ቅርጽ ተጽፎ የምናገኘው ቃሉ ቅዱሳን ሰዎች በመንፈስ ቅዱስ ተነድተው የጻፉት ሲሆን፣ ይህ መጽሐፍ ለትምህርት፣ ለተግሣጽ ወዘተ ... በሕይወታችን ውስጥ ጉልህ ድርሻ አለው። በ2ኛ ጴጥ. 1÷21 *"ዳሩ ግን ቅዱሳን ተነድተው ተናገሩ"*።

የእግዚአብሔር ቃል **ሕያው ነው** ይለናል። ይህ ቃል **ዞን (zon)** ከሚል ቃል የተተረጐመ ሲሆን፣ **በህይወት መኖርን** የሚያሳይ ነው። *(ዌስት፣ ኬ. ኤስ 1947. የግሪክ አዲስ ኪዳን ቃል. ጥናት:- ኢርድማንስ)*

ሰዎች በመንፈስ ቅዱስ ተነድተው ተናገሩ ሲል ከፍላጎታቸውና ከምርጫቸው ውጭ በሆነ ኃይል ተገፍተውና ተገድደው እነርሱም ሳያውቁት ተናገሩ ለማለት ሳይሆን፣ መንፈስ

ቅዱስ በእነርሱ ውስጥ አድሮ እየመራቸው ተናገሩ ለማለት ነው፡፡ የእንግሊዘኛው ቃል (Inspired) ይለዋል፡፡ እርግጥ እንደ አሪት ዘፍጥረት፣ የዮሐንስ ራእይ ያሉት መጻሕፍት ጸሐፊዎቹ እያወቁትና በአካል ተገኝተው እየዳሰሱ፣ እያዩ የተጻፉ አይደሉም፡፡ መንፈስ ቅዱስ ባመለከታቸው መሠረት ሰዎች እነዚህን መጻሕፍት ጽፈዋቸዋል፡፡ በሌላ በኩል የወንጌል መጻሕፍትን፣ የታሪክ መጻሕፍትን፣ የመልእክት መጻሕፍትን በምንመለከትበት ግዜ ሰዎች በዐይናቸው የተመለከቱትን፣ አብረው ሆነው ያጋጠማቸውን ነገር ተገንዝበው የጻፉበት ነው፡፡

ዛሬም ድረስ መጽሐፍ ቅዱስን በትክክል ለመረዳት የመንፈስ ቅዱስ ምሪትም በጣም ያስፈልጋል፡፡ አንዳንድ የቋንቋ፣ የሥነ ጽሑፍ ተመራማሪዎች፣ መጽሐፍ ቅዱስን በሳይንሳዊ መንገድ መርምረው ሊደርሱበት ይሞክራሉ፡፡ ሳይንሳዊ ምርምር የመጽሐፍ ቅዱስን ታላቅነት የበለጠ ቢያጠናክረውም፣ ቃሉ ለነፍስ ምግብ መሆኑን ግን ከቶ አይረዳም፡፡ 1ኛ ቆሮ. 2÷14 "ለፍጥረታዊ ሰው የእግዚአብሔር መንፈስ ነገር ሞኝነት ነውና አይቀበለውም፤ በመንፈስም የሚመረመር ስለ ሆነ ሊያውቀው አይችልም" ይላል፡፡

ይህ የእግዚአብሔር ቃል የሰውን ሁለንተና የሚፈውስ፣ ለነፍስ ምግብ፣ ለአእምሮ ሰላም፣ ለሕይወታችንም መማሪያ የሚሆን ነው፡፡ በምዕራባውያን ሥልጣኔና የዕድገት ምክንያቶች ከሆኑት ዋና ዋና ነገሮች ውስጥ አንዱ የእግዚአብሔር ቃል ነው፡፡ እነዚህ ነገሮች ቅድመ አያቶቻቸው ለእግዚአብሔር ቃል ትልቅ ትኩረትን ይሰጡ ነበር፡፡ ዛሬ ግን በምዕራባውያን ዘንድ ትኩረት ሲነፈገው፣ ልጆቻቸውም በትምህርት ቤት ውስጥ መጽሐፍ ቅዱስን እንዳይማሩ በማድረጋቸው በሥነ ምግባር ረገድ የወደቀ ትውልድን ለማፍራት ተገደዋል፡፡

2ኛ ጢሞ. 3÷15 የእግዚአብሔር ቃል ሌላው ዐይነተኛ ጥቅሙ እምነትን በውስጣችን መፍጠሩ ነው (ሮሜ 10÷17፤ ዕብ. 11÷1-3)፡፡ ቃሉ በውስጣችን በሙላት በሚኖርበት ጊዜ እምነታችንን ከፍ ያደርገዋል፡፡ ቃሉ ለእያንዳንዱ ጥያቄያችን፣ ግራ ለሚያጋቡን ነገሮች፣ ላለንበት ሁኔታ ሁሉ በቀጥታ ወይም በተዘዋዋሪ መንገድ መልእክት አለው፡፡ መንፈስ ቅዱስም የምናዳምጠው ከሆነ ዕለት ዕለት በቃሉ አማካይነት ለጊዜው የሚያስፈልገውን መልእክት ይልክልናል፡፡ የተላከልን የቃሉ መልእክትም በእምነት ከእኛ ጋር ሲዋሐድ ውስጣችን እንዲታነጽና ወደፊትም የእምነት ጉዞን እንድንራመድ ይረዳናል፡፡

በወንጌላት ውስጥ ጌታ ሲያስተምር "ቃሉን ሰምቶ የማያስተውለው ሰው ቤቱን በአሸዋ ላይ እን ደሠራ ሰው ነው" ይለዋል፡፡ ሉቃስ 6÷49 በሌላ ስፍራም የተዘራው ዘር በጭንጫ

መሬት ላይ ሲወድቅ (ማቴ. 13÷18) እናነብባለን፡፡ በቍጥር 12 ላይ የእግዚአብሔር ቃል በአስገራሚ ሥዕላዊ መንገድ ተገልጾአል፡፡ ሁለት አፍ ካለው ሰይፍ ይልቅ የተሳለ ነው፡፡ ይህን መሰሉ ሰይፍ በሁለቱም በኩል ይቈርጣል፡፡ ወደ ቀኝ ወደ ግራ፣ ወደ ኋላ ወደፊት ሲንቀሳቀስ ስለቱ ዐደገኛ በመሆኑ ጥንቃቄም ይፈልጋል፡፡

ይህን መሰሉ ሲሰነዘር ለራስም ጭምር ያሰጋል፡፡ የእግዚአብሔርን ቃል የሚያስተምሩ ሌሎችን ሲያስተምሩ ራሳቸውንም ጭምር ስለቱ ያገኛቸዋል፡፡ ለአንድ ሰው የተሰነዘረው ሰይፍ ሌሎችንም ሰዎች የሚወጋ፣ የሚቈርጥ ይሆናል፡፡ ለዚህም ነው በአንድ ትልቅ ጉባዔ ውስጥ የእግዚአብሔር ቃል ሲተላለፍ ለሁሉም ሰው እንደሚጠቅም ሆኖ አንዱ የቃሉ መልዕክት ወደ ሰዎች የመድረስ፣ ጅማትንና ቅልጥምን እስከ ሚለያዩ የመውጋት ኃይል አለው፡፡

ይህ ሕያው የቃሉ ጉልበት በዚህ ዘመን ምእመናን ዘንድ በድንጋያማው መሬት ላይ እንደ ወደቀ ዘር መሆኑ በገሃድ ይታያል፡፡ ሰዎች እየሰሙ አይሰሙም፤ ከዚህ ይልቅ ብዙ ሰዎች በጸጋ ስጦታዎች አገልግሎት ላይ መደገፍን ይመርጣሉ፡፡ ቃሉን ከሚማር ይልቅ በመገለጥ አገልግሎት የግል ነገሩ ቢነገረው ይወዳል፡፡ ብዙዎች ለእግዚአብሔር ቃል ደንታ-ቢስ ሆነው፣ የመገለጥ አገልግሎት ሲሰጥ ግን ጆሯቸውን ቀስረው ያዳምጣሉ፡፡ ልባቸውን ይጥሉበታል፡፡ የመጣውን የመገለጥ መልእክት እንዳይረሱት ይጽፉታል፡፡

የእግዚአብሔር ቃል ግን፣ ያለ እምነት እግዚአብሔርን ደስ ማሰኘት እንደማይቻል ያስተምረናል፡፡ እምነታችንን ለማሳደግም በእግዚአብሔር ቃል ላይ መቆም ይኖርብናል፡፡ መዝሙረኛው ዳዊት (119)÷9 "ጎልማሳ መንገዱን በምን ያነጻል?" ይለናል፤ ይህ ቃል የልብንም ስሜትና አሳብ ይመረምራል፡፡ ውስጣችንን እንደ ኤክስሬይ እየፈተሸ ያለንበትን ሁኔታ ያሳየናል፡፡ የሰው ልብ እጅግ ምሥጢራዊና እንደ ትላልቅ የስምጥ ሸለቆዎች ነው፡፡ ለእግዚአብሔርም እንኳ አስቸጋሪ ነው፡፡ ቃሉ ግን ይህንን እንደ ባልጩት የጠነከረ ልብ ይፈረካክሰዋል፡፡ ስሜትና አሳባችንን፣ ሰዎች ሊደርሱበት የማይችሉትን ነገራችንን ሁሉ እየደረሰ ቃሉ ውስጣችንን የመንካት ኃይል አለው፡፡

ጆን ፍላቬል፡- የብሩክን አሳብ እያስተጋባ ሲጽፍ "መጽሃፍ ቅዱስ እንዴት መኖር እንዳለብን መልካሙን መንገድ ያሳየናል እንዴት መከራ መቀበል እንዳለብንና እንዴት በዕረፍት መሞት እንዳለብን ያሳየናል፡፡"

ፍራንክ ኮክ፡- በትክክል እንደሚገልጸው የሁሉም የመንፈስ ቅዱስ ተሐድሶ ምሥራች የእግዚአብሔር ቃል ነው ለሰዎች መንገዱን የሚያቀናው፡፡

ብርያን ኢድዋርድስ፡- ፍልስፍና እና ሃይማኖት ሊለወጡ ይችላሉ ሊለውጥ የሚችለው ግን መጽሐፍ ቅዱስ ብቻ ነው፡፡

ቫንስ ሃቨነር፡- እንደ ጠቆመው "በመጽሐፍ ቅዱስ የመጀመሪያዎቹም የመጨረሻዎቹም ሁለት ምእራፎች ላይ ሰይጣን የለበትም፡፡ ሰይጣን የሌለበትን መጽሃፍ ስለ ሰጠን እግዚአብሔርን እናመሰግናለን፡፡ "ማክአርተር ሲያብራራ የእግዚአብሔር ዕረፍት አስፈላጊነት አስቸኳይ ነው፤ ሁሉም ሰው በቊርጠኝነት እና በዓላማ ወደ እርሱ ለመግባት መትጋት አስፈላጊ ነው፡፡ ከሰው የሚጠበቅበት የራሱን ለመዳን የሚያበቃውን ሥራ መሥራት ሳይሆን፣ እስራኤላውያን ዕድላቸውን እንዳልተጠቀሙት ጉዳዩ እንደዚያ እንዳይሆን እምነታቸውን አጽንተው መጠበቅ ነው ያለባቸው፡፡ *(ጆን. ኤፍ. ማክአርተር፡ - ቺካጎ ሙዲ ፕረስ)*

ክሬመር ሲያብራራ ሎጎስ/ **logos፡-** የሚወከለው የሚነገርን ቃል ነው፤ የቃልን የላይኛውን ገለጻ ሳይሆን፣ ከቃሉ ተያይዞ ያለውን አሳብ የሚገልጽ ነው፡፡ በአጭሩ ቃላቱን ሳይሆን፣ አሳቡን የሚያሳይ ነው፡፡

ፒንክ፡- ለዘመናዊቷ ቤተ ክርስቲያን አጭርና ግልጽ ጥያቄን ያቀርባል ባለፉት ጥቂት ዓመታት ውስጥ የመጽሐፍ ቅዱስ ንባብና ጥናት በውስጡ ላሉት መንፈሳዊ ትርፍ እንዳመጣላቸው የሚያሳይና ሚያሳምን ምንም ነገር የለም፡፡ አዎን፣ በብዙ ሁኔታ እንደምናየው በረከት ሳይሆን፣ መርገም ነው የታየው፡፡ ጠንካራ ቋንቋ እንዳለ ብናውቅም ጥንካሬው በዚህ ላይ አይታይም፡፡ መለኮታዊ ስጦታዎች ላልተፈለገ እና ላልተገባ አላማ ሲውሉ ነው የምናየው ምሕረቱም ላልታሰበለት ዓላማ ሲውል እነዚህ ሁላ ነገሮች ደግሞ በሚታዩት ፍሬዎች ይረጋገጣሉ፡፡ ተፈጥሮአዊው ሰው እራሱ የመጽሃፍ ቅዱስን አስተምህሮ ለሳይንስ ባለው ጥልቅ ስሜት ተመሳሳይ መልክ ሲጠቀምበት ይታያል፡፡ በዚህም ነው ዕውቀቱ እየጨመረ ትምክህቱም እየበዛ የመጣው፡፡

ልክ አንድ ኬሚስት የሚያስደስተው ምርምር ላይ እንደሚጠመድ ቃሉን የሚያጠናውም ምሁር አንድ አዲስ ነገር ባገኘ ቊጥር ደስ ይሰኛል ግን የሁለተኛው ደስታ ከመጀመሪያው የተለየ ምንም ዐይነት መንፈሳዊ ገጽታ የሌለው ነው፡፡ ልክ ኬሚስቱ ስኬቱ በጨመረ

ቍጥር ስለ ራሱ ያለው አመላካከት እየጨመረ ሌሎችን ዝቅ አድርጎ ማየት እንደሚጀምር መጽሐፍ ቅዱስንም ባጠኑት ሰዎች ላይ እና በነቢያት ላይም ተመሳሳይ ነገር ይታያል፡፡ የእግዚአብሔር ቃል በተለያየ ዓላማ ይጠናል፡፡ አንዳንዶች የንባብ ዕውቀታቸውን ለመጨመር ያነብቡታል፡፡ በአንዳንድ አካባቢዎች ላይ የመጽሐፍ ቅዱስ ዕውቀት የሚያስከብርና የታወቀ ስለሆነ፣ እርሱንም አለማወቅ እንደ ዕውቀት ጒድለት ስለሚቈጠር ያነብቡታል፡፡ አንዳንዶች አዲስ ነገር ለማወቅ ካላቸው ፍላጎት አንጻር ያነቡታል፡፡

አንዳንዶች ደሞ የንባብ ክህሎታቸውን ለመጨመር ያነብቡታል፡፡ በቤተ እምነታቸው ውስጥ ያለውን አስተምህሮ ለመፈተን ብዙ ጥቅስ በቃል የሚያውቁ ሰዎች መሆን እንዳለባቸው ስለሚያስቡ እንደዚያ ያደርጋሉ፡፡ ሌሎች ደግሞ ከእነርሱ ከተለዩት ጋር ለመከራከር ይረዳቸው ዘንድ ያነብቡታል፡፡ በእነዚህ ሁሉ ውስጥ ዕውነተኛው የእግዚአብሔር አሳብ የለም ለመንፈሳዊ ንጽሕና አይረዳቸውም ስለዚህም ምንም መንፈሳዊ ትርፍ ለነፍሳቸው ሳያገኙ ይቀራሉ፡፡

ታዲያ እንዴት ነው ዕውነተኛውን ትርፍ ከእግዚአብሔር ቃል የምናገኘው? 2ኛ ጢሞ. 3፥16-17 ይህን ግልጽ አያደርግልንም? እንዲህ ይነበባል፡- “የእግዚአብሔር ሰው ፍጹምና ለበጎ ሥራ ሁሉ የተዘጋጀ ይሆን ዘንድ የእግዚአብሔር መንፈስ ያለበት መጽሐፍ ሁሉ ለትምህርትና ለተግሣጽ ልብንም ለማቅናት በጽድቅም ላለው ምክር ደግሞ ይጠቅማል፡፡”

እዚህ ጋር ምን እንዳልተጠቀሰ አስተውሉ ቅዱሱ መጽሓፍ የተሰጠን ለዕውቀት ልህቀት ወይም ለሥጋዊ ትንታኔ አይደለም፡፡ ነገር ግን ወደ መልካም ሥራ ሊመራን ሊያስተምረን እና ሊስተካክለን ነው፡፡ ይህንን አሳብ ሌሎች ምእራፎችን በማየት እናጠናክር፡፡ (መጽሐፍ ቅዱስ እና ኃጢአት፡- አርተር ዎኪንግትን ፒንክ ኮሜንተሪ (1886-1952))

ፒንክ፡- በአንድ ቦታ ሲጽፍ እግዚአብሔር ለእኛ የገለጠው ዕቅዱ ስሜታችንን ማጽዳትና ባሕርያችንን መለወጥ ነው፡፡ በመጽሐፍ ቅዱስ ውስጥ ያለው አሳብ ሁሉ ጽድቅን ለማጒላት የታሰበ ነው፡፡ *(አርተር ዎኪንግትን ፒንክ ኮሜንተሪ)*

ቫንስ፡- ሁቨነር የፒንክን፡- ጽሁፍ እያስተጋባ ሲናገር የእግዚአብሔር ቃል መዝገበ ለምርምር የታሰበ አይደለም፤ ለጥናትም የታለመ አይደለም፤ ነገር ግን እንድንኖረው የታቀደ ነው፡፡

ዊል ሀውተን፡- በጽሑፉ ይህን ተስማምቶ ይጽፋል፤ መጽሐፍ ቅዱስ ራሱን ምግብ ብሎ ይጠራል። የምግብ ጥቅሙ ደግሞ የሚያስነሣውን ውይይት መስጠቱ ሳይሆን፣ የምንካፈለው ንጥረ ነገር ነው።

ሙዲ፡- መጽሐፍ ቅዱስ ዕውቀታችንን ለመጨመር ሳይሆን፤ ሕይወታችንን ለመለወጥ የተሰጠ ነው።

ማርቲን ሉተር፡- በትክክል እንደሚያውጀው መጽሐፍ ቅዱስ ሕያው ነው ያወራኛል፤ ይከተለኛል፤ ዕጆች አሉት፤ በእኔም ላይ ዕጁን ይጭናል።

ሕያው dzah'-o/zao/ዛኦ፡- የሚወክለው ከሞት በተቃራኒ መልክ ያለውን ሕይወት የሚወክል ነው። የሚነገሩት ቃላት ብቻቸውን በሰሚውና በአንባቢው ነፍስ ውስጥ ሕያውነትን ለማጋራት ዐቅም ያለው ነው። ቃሉ የሞተ ወይም ሊሠራ የሚችልበት ዐቅም የሌለው አይደለም፤ ነገር ግን ተጽዕኖን ለማምጣት የሚያስችል ዐቅም ያለው ነው። *(መጽሐፍ ቅዱስ ጥቅሶች የብሉይና / የአዲስ ኪዳን ግሪክ መዝገበ ቃላት፣ የቲየር ትርጉም፣ ኦስቲን ሐተታ/ በጀፍ ጋሪሰን)*

እግዚአብሔር እፍ አለበት፡- ሕያው ነፍስ ያለው ሆነ እንጂ! ይህ ሕይወት በኋለኛው አዳም (በክርስቶስ) ለአማኙ ተሰጠ። አዲስ ፍጥረት፣ አዲስ ሕይወት፣ ከእግዚአብሔር ቃል አገኘን። ከቃሉ ተፈጠረናል። - - ይህ ሕይወት ሕያው ከሆነው ጋር ከመጣበቅ ከወይን ግንዱ እንደ ቅርንጫፍ በመሆን ያገኘነው ነው (ሮሜ 6፥8)። ወደፊትም በዚህ ሕይወት የምንኖረው ከእርሱ ጋር በመጣበቅ ነው (2ኛ ጢሞ. 2፥11)። በክርስቶስ ሕያው (ሕይወት) ማግኘታችንን ሐዋርያው ጳውሎስ ለቆሮንቶስ በጻፈው መልእክቱ መረዳት እንችላለን . . . . . . (ኤፌ. 2፥5)።

ቻርልስሲሞን፡- በትክክል እንደሚናገረው ቃሉ የማይሠራ ሕይወት የሌለውና በቅርብ የሚያከትም ደብዳቤ ብቻ አይደለም። በእግዚአብሔር ልብ ውስጥ ሁልጊዜ ይኖራል፤ በሰማይ ባሉ ሰዎች ውስጥ ይኖራል፤ ቃሉ ለዘላለም ይኖራል። ለሚሊዮን ዓመት ከዚያ እንዲረሳ ያህል አይደለም፤ ኃይሉም አይደከምም። ሁሉም ነገሮች አሮጌ ይባላሉ፤ ያረጃሉም፤ ቃሉ ግን አንዲት ነጥብ ያህል እንኳ ሳይቀየር ሁሌም ጸንቶ ይኖራል።

የእግዚአብሔር ቃል ሕያው ነው። ይህ ማለት ቃሉ በየትኛውም ዘመን፣ አሁንም ቢሆን ሕያው መሆኑን ያሳያል። ቃሉ ሕያው ነው ለማለት የተጠቀመበት ኀላፊ ግስ

አይደለም፡፡ አባታችን አዳም ሕይወትን (ሕያውነትን) ያገኘው ከራሱ አይደለም፡፡ ስለዚህ እኛ ከእርሱ የመጣን በመሆናችን እርሱ በእግዚአብሔር እስትንፋስ ሕያው እንደ ሆነ፣ እንዲሁ እኛም ደግሞ ሕያው ነን፡፡

ስፐርጀን፡- ሕያው ቃሉ ላይ አስተያየት ሲሰጥ አንዳንድ ከልሎች ላይ ያሉ ተከሎች ከዐፈር ውስጥ ድንገት የሚበቅሉ ናቸው፡፡ ዘሩ በወፎች ወይም በውኃ ማዕበል ሲገፉ እዚያ የደረሰ ነው፡፡ ዘሮች የትም ቦታ ላይ ቢሆን መኖርና ማደግ መቻላቸው እንደ ገናም ለዘመናት በመሬት ተቀብረው ከቆዩ በኋላ ወደ ላይ የሚያወጣቸው ኃይል ሲመጣ ተመልሰው ዘርን ማፍራት ይጀምራሉ፡፡ የእግዚአብሔርም ቃል እንዲሁ ነው፡፡ ዘላለም ሕያው ሆኖ ይኖራል፤ ለእግዚአብሔርም ክብር ፍሬን እያፈራ የመሥራት ዐቅም እንዳለው ያሳያል፡፡

የሚሰራ en-er-gace' / energes /ኢነርጌስ **en/ኢን** = ውስጥ + **érgon**/ኢርጎን= *ሥራ*) የሚያብራራው *ሥራ* ላይ ያለ፣ ዐቅም ያለው፣ ውጤታማና ጉልበት ያለው የሚል አሳብ አለው፡፡ ኢነርጌስ ውጤት የሚያመጣ ስራን ያሳያል፡፡ በምዕራፍ 3 እና 4 ላይ በተደጋጋሚ የሚጠቀሱት የማስጠንቀቂያ መልእክቶች ዐቅም ያላቸውና ያሰቡትን ዓላማ ሊያሳኩ የሚችሉ ነው፡፡ *(መጽሐፍ ቅዱስ ጥቅሶች የብሉይና / የአዲስ ኪዳን ግሪክ መዝገበ ቃላት፣ የቲየር ትርጉም፣ ኦስቲን ሐተታ/ በጄፍ ጋሪሰን)*

ጊልበራንት፡- ኢነርጌስ (ኢነርጅስ)፡- ላይ አስተያየቱን ሲያስቀምጥ በጥንታዊያን ግሪክ አስተምህሮ ኢነርጅስ ማኅበራዊም የባርይም ገጽታ አለው፡፡ በዚህም በሰዎች ላይ የተጫነ *ሥራ* አድርጎ ያስቀምጠዋል፡፡ ምሁራኑ በሚጠቀሙበት የግሪክ የቋንቋ አጠቃቀም ይህን ቃል በሰው ላይ ወይም በሰው ዙርያ የሚሠራ አካላዊ ኃይል ብሎ ይገልጸዋል፡፡ ሰው በ*ሥራ*ው ይመዘናል፤ እርሱ የሕይወት መሠረት ነውና፡፡ *ሥራ*ው በተግባሩና በባሕርይው ይገለጻል፡፡ በፓፒሪ ኢነርጅስ አገልግሎት የሚሰጥን ዕቃ ይወክላል፡፡ ምሳሌ የሚሆነን የማረሻ መሬት ወይም የ*ሥራ* ማሽን ነው፡፡ ስለዚህ አንድ ግለሰብ የሚመጣውን ተጽዕኖ ማስተዋል ይችላል፡፡

ኢነርጅስ በብሉይ ኪዳን መጻሕፍት ላይ ባይኖርም የእግዚአብሔር *ሥራ* (ኢርጋ/erga) ግን አለ፡፡ የእግዚአብሔር *ሥራ*ው ክብርና ሞገስን አመጣ፡፡ በተቃራኒው የሰው ልጅ ስራ ተግልጦ መርገም ኃጢአትና ጥፋት አመጣ፡፡ በአዲስ ኪዳን energeô /ኢናርግዮ የሚለው ቃል ለመለኮታዊ ኃይላት *ሥራ* መግለጫ ነው አገልግሎት የሰጠው፡፡ በ1ኛ ቆሮንቶስ 16÷9 ላይ ጳውሎስ *ሥራ*ን የሚያሳካው እግዚአብሄር ትልቅና ውጤት ያለው የአግልግሎት በር እንደ ከፈተለት ይናገራል፡፡ በዕብራውያን 4÷12 ላይ የእግዚአብሔር ቃል ሕያውና

የሚሠራ (ኢነርጅስ) ነው ይላል፡፡ ጳውሎስ በተመሳሳይ ይህንን ቃል በመጠቀም ለተሰሎንቄ ሰዎች እግዚአብሔርን እያመሰገነ ይጽፋል (1ኛ ተሰ. 2÷13)፡፡

ሊዮን ሞሪስ "ሕያውና የሚሠራ" የሚያሳየው ስለ እግዚአብሔር መገለጥ ጥራት ነው፡፡ በባሕርይው ሁለት አፍ ካለው ሰይፍ ጋር ይስተያያል (ኢሳ. 49÷2፤ ኤፌ. 6÷17፤ ራእይ 19÷15)፡፡ *(ጌበላይን፣ ኤፍ፣ አርታኢ:- ኤክስፖዚተርስ የመጽሐፍ ቅዱስ ሐተታ)*

የሚሠራም የሚለው ቃል ደግሞ **ኢነርጅስ (energes)** ከሚል ቃል የተተረጎመ እና **በስራ ላይ ያለ ሃይል ያለው ነገርን** የሚያሳይ ቃል ነው፡፡ *(ዌስት፣ ኬ. ኤስ 1947. የግሪክ አዲስ ኪዳን ቃል. ጥናት:- ኢርድማንስ)*

ይህ የሚሰራ ኃይል ፍሬ የሚያፈራ ነው፡፡ በቃሉ ውስጥ ያለው ጉልበት በሰውየው ልብ ውስጥ ገብቶ የማፍራት ብቃት አለው (ዮሐ. 5÷20)፡፡ ይሁን እንጂ፣ ይህ ኃይል እንደ ርችት እና ቦምብ በሰውዬው ልብ ውስጥ በመግባት እሳት መፍጠር ይገባዋል፡፡

ስለ ቃሉ የሚሰራ መሆን ባርነስ ሲጽፍ ኃይሉ የሚታየው አእምሮን በማንቃት ፍርሃትን በመቀስቀስ የልብን ሚስጥራዊ ስሜት ወደ ብርሃን በማውጣትና ኃጢአተኛው የሚመጣውን ፍርድ እንዲረዱት ያደርጋል፡፡ ዓለም ላይ የመጡት ትላልቅ የሞራል መልካም ለውጦች ሁሉ በዕውነት ኃይል የመጡ ናቸው፡፡ እነዚህ የዕውነት ቃሎች በራሳቸው ትልቅ ተጽዕኖ ይፈጥራሉ እና ኃይሉን በሚያመጣው ለውጥ ትልቅነት የምንለካው ከሆነ፣ የትኛውም ዐይነት ቃል የእግዚአብሔርን የገለጠውን ዕውነት የመግለጽ ኃይል አይኖረውም፡፡ በየትኛውም ቃልም ቢገለጽ ተጋነነ ልንል አንችልም፡፡ *(አልበርት ባርነስ፣ አልበርት:- ወደ አዲስ ኪዳን ላይ ኮሜንተሪ 1885)*

ሁለት አፍ ካለው ሰይፍ ሁሉ ይልቅ የተሳለ ነው

ሁለት አፍ distomos/dis'-tom-os /ዲስቶሞስ:- ከ **dia/ዲያ** = ውስጥ + **stoma/ስቶማ** = አፍ) ልክ ሁለት አፍ እንዳለውና ወደ ሁለት አቅጣጫ እንደሚሄድ ወንዝ ይህ ቃል በእነ ሆሜርና ኢዩሪፒደስ ለሰይፍም (ዚፎስ/ xiphos) ይጠቀሙበታል፡፡ *(መጽሐፍ ቅዱስ ጥቅሶች የብሉይና / የአዲስ ኪዳን ግሪክ መዝገበ ቃላት፣ የቴየር ትርጉም 1989. በ ጆሴፍ ሄንሪ ቴየር፣ አስቲን ሐተታ/ በጄፍ ጋሪሰን)*

ባርነስ፡- ሁለት አፍ ስላለው ሰይፍ አስተያየት እየሰጠ ሲጽፍ አፍ የሚለውን ቃል ለሰይፍ የተጠቀሙበት ምክንያት በፊቱ ያሉትን ነገር ሁሉ ስለሚበላ ይመስላል፡፡ ልክ እንደ ጫካ አውሬ በፊቱ ያሉትን ሁሉንም ነገር ይበላል፤ ያጠፋልም፡፡ የእግዚአብሔርም ቃል ከሰይፍ ወይም ከጦር የተነጻጸረበት ምክንያት ልብን ሰንጥቆ የመግባት ዐቅሙን ለማሳየት ነው፡፡ መክብብ 12÷11፣ ኢሳይያስ 49፡2፤ ራእይ 1፡16፤ ራእይ 2፡12፤ ራእይ 19፡15፡፡

ንጽጽሩ በጥንታዊውም በዓረብም ሥነ ግጥም ተመሳሳይ ነው፡፡ አሳቡ መውጋት ወይም መሰንጠቅ ነው፡፡ ትርጓሜም የእግዚአብሄር ቃል የስራችን ማዕከል የሆነው ልባችንን እንደሚነካና እንዲሁም የሰውን አሳብና ፍላጎት ራቁት ያደርጋል፡፡ ለጥንታውያን ሰዎች ሁለት አፍ ያለው ሰይፍ የተለመደ ነው፡፡ የሮማውያን ሰይፍ በዚህ መንገድ ነው በአብዛኛው ጊዜ የሚሠራው፡፡ ባለ ሁለት አፍ መሆኑ በቀላሉ ሰንጥቆ እንዲገባና በሁሉም አቅጣጫ እንዲቆርጥ ይረዳዋል፡፡ *(ባርነስ፣ አልብርት፣ ወደ አዲስ ኪዳን ላይ ኮሜንተሪ 1885)*

ስፐርጀን ሁለት አፍ ስላለው ሰይፍ ሲያወራ እግዚአብሔር በቅዱስ ቃሉ የሰጠን መገለጥ በሁሉም አቅጣጫ ስለታም ነው፡፡ በሁሉም በኩል ሕያው ነው፤ በሁሉም በኩልም አእምሮን ሊያልፍና ልብን ሊያቈስል ይችላል፡፡ በዚህ መሠረት በመጽሐፍ ቅዱስ ላይ ምንም የማያስፈልግ ጥቅስ የማይጠቅም ምእራፍ የለም፡፡ የእግዚአብሔር ቃል የመቍረጥ ዐቅም ያለው እና ስለታም ነው፡፡ የመቍረጥ ዐቅሙን ካልተረዳን በቊስሉ ሥር ደምተን ልንገኝ እንችላለን፡፡ ወንጌልን ቀርባችሁት ተጽዕኖ ሳያደርግባችሁ መቆየት አትችሉም፤ ሥራው እንዴት እንደ ተከናወነ ሳታውቁም ኃጢአታችሁን አጥፍቶት ሊገኝ ይችላል፡፡

አዎን ኢየሱስ ወደ ምድር ሲመጣ ወደ ምድር ሰይፍን እንጂ፣ ሰላምን ሊያመጣ አይደለም የመጣው፡፡ እናም ይህ ሰይፍ የሚጀምረው ከቤት ነው፤ ከራሳችን ነፍስ፣ በመግደል በመቍረጥ በማሰር እና በመከፈል፡፡ የጌታን ቃል በስለታምነቱ የሚያውቀው የተባረከ ነው፡፡ መግደል የፈለገውን ነገር ቃሉ ይገድላልና፡፡ የእግዚአብሔር ለሆኑት አዲስ ሕይወትን ይሰጣልና፡፡ ያረጀውንና አሮጌውን ግን ያጠፋል፡፡ ይህም ደግሞ ልክ ነቢዩ ሳሙኤል በጌታ ፊት ንጉሥ አጋግን እንዳጠፋው ያለው ነገር ነው፡፡ (1ኛ ሳሙ. 15÷33)

ሰይፍ (ማካይራህ) machaira/makh'-ahee-rah፡- ማለት መቍረጥና መውጋትን የሚወክል አጭር ቃል ነው፡፡ እዚህ ጋርም በሥዕላዊ መልክ ይሁን እንጂ፣ ሰንጥቆ መግባትን የሚያሳይ ነው፡፡ *(መጽሐፍ ቅዱስ ጥቅሶች የብሉይና / የአዲስ ኪዳን ግሪክ*

መዝገበ ቃላት፣ የቴየር ትርጉም 1989. በ ጆሴፍ ሄንሪ ቴየር፣ አስቲን ሐተታ/ በጄፍ ጋሪሰን)

ስፐርጀን፡- የእግዚአብሔር ቃል ልክ በቤት ውስጥ እንደ ነበረው እንደ ጎልያድ ሰይፍ ነው፡፡ ዳዊትም ስለ እርሱ ሲናገር እንደ እርሱ ያለ የለምና እርሱን ለእኔ ስጠኝ ይላል፡፡ (1ኛ ሳሙ. 21÷9) ለምንድን ነው ግን ዳዊት የወደደው? ሳስበው የወደደው በካህናቱ በቅዱስ ቦታ እንዲቀመጥ ስለ ተደረገ ነው፡፡ ከምንም በላይ ግን የወደደው እላዩ ላይ ደም ስላለበት ነው፤ ያውም የጎልያድ ደም፡፡

ዌርስቢ፡- የእግዚአብሔርን ቃል ከሰይፍ ጋር ሲነጻጸር ጸሐፊው እግዚአብሐር ቃሉን ካህናትን ለመግደል ይጠቀምበታል እያለ አይደለም፡፡ ዕውነት ነው ቃሉ የኃጢአተኞችን ልብ ይቈርጣል (የሐዋ. 5÷33፤ 7÷54)፣ ቃሉ ሰይጣንንም ያሸንፋል (ኤፌ. 6÷17)፡፡ ሰይፍ ለሚለው ቃል የግሪክ ፍቺው አጭር ቢላ ወይም ሰይፍ ሲሆን አትኩሮት የሚሰጠውም የቃሉን የሰውን ልብ ሰንጥቆ የመግባት ዐቅም ነው፡፡ ቃሉ ልብን ለይቶ ማወቅ ይችላል፡፡ (ዋረን ዊርዝቢ፡- አዲስ ኪዳን ኮሜንተሪ፣ 1989)

የተሳለ tomoteros/tom-o'-ter-os/ቶሞቴሮስ፡- ከ **temnô /ቴምኖ** = መቍረጥ) መሳል፣ የሚቈርጥ የሚል ትርጉም አለው፡፡ በአዲስ ኪዳን እዚህ ቦታ ላይ ብቻ ነው ይህ አገላለጽ *የተቀመጠው፡፡(መጽሐፍ ቅዱስ ጥቅሶች የብሉይና / የአዲስ ኪዳን ግሪክ መዝገበ ቃላት፣ የቴየር ትርጉም 1989. በ ጆሴፍ ሄንሪ ቴየር፣ አስቲን ሐተታ/ በጄፍ ጋሪሰን)*

ቪንሰንት፡- የእግዚአብሄር ቃል የመቁረጥና ጥሶ የመግባት አቅም አለው፡፡ ከንቱ እምነትንና የሞራል ውድቀትን ያጋልጣል፡፡ የእግዚአብሔርን ቃል ከሰይፍ ጋር ለማነጻጸር እነዚህን መመልከት ይጠቅማል (መዝ. 57÷4፤ 59÷7፤ 64፡3፤ ኤፌ. 6÷17)፡፡ የ18ኛው ክፍል ዘመን ታላቅ ወንጌላዊ የሆነው *ጆርጅ ዋይት ፊልድ* እራሳቸውን የገሃነም እሳት ቡድን (Hell-fire Club) ብለው በሚጠሩ መልእክቱን በሚያጣጥሉ ቡድኖች ተከብቦ ነበር፤ *ሥራውን እያንቋሸሹ ያጣጥሉም* ነበር፡፡ በአንድ ወቅት *ትሮፕ* የተባለ ሰው ዋይት ፊልድን ለቅርብ ጓደኛው ስብከቱን በትክክልና ድምፅና ፊቱንም እያስመሰለ ሲያሳይ አይቶት እርሱ እንኳ ውስጡ ተገድቶ ነበር፡፡ *(ማርቪን. አር. ቪንሰንት፡- በአዲስ ኪዳን ውስጥ ቃል ጥናቶች ኮሜንተሪ)*

የተሳለ የሚለው ቃልም **ቶሞቴሮስ (tomoteros)**ከሚል ቃል የተወሰደ ሲሆን፣ መቍረጥ የሚል ትርጉም ያለው ነው። የእግዚአብሔር ቃል ሰንጥቆ የመግባት ዐቅም ያለው ቃል ነው። *(ዌስት፣ ኬ. ኤስ 1947. የግሪክ አዲስ ኪዳን ቃል ጥናት፦ ኢርድማንስ 1947)*

ነፍስና መንፈስን እስኪለይ ድረስ ይወጋል

ነፍስ

ነፍስ ከመንፈስ የተለየ መሆኑን ይገልጣል። በእርግጥ በነፍስና በመንፈስ መካከል መለየት እስከማይቻል ሁለቱም አንድ ናቸው የሚሉ አስተምህሮዎች በወንጌላውያን የሥነ መለኮት ልሂቃን ዘንድ አልፎ አልፎ ይነገራል፤ ሆኖም አብዛኞቹ ወንጌላውያን አብያተ ክርስቲያናት ነፍስ እና መንፈስ የተለያዩ መሆናቸውን ያስተምራሉ።

ላውረንስ ሪቻርድስ ሲጨምር እንደ መጽሐፍ ቅዱስ ቃላት የነፍስ ዋና ትርጒም ከግሪክ አቻ ቃሉ ይልቅ በብሉይ ኪዳን አቻው ላይ ተመሥርቶ ነው የሚተረጐመው። ነፍስ የውስጥ ማንነትን ነው የሚወክለው። በአዲስ ኪዳን ላይ ካለው ከ100 በላይ አገልግሎቱ 25 ጊዜ ያህሉ ብቻ ነው ነፍስን የሚወክለው እና በአዲስ ኪዳን በአብዛኛው ከመንፈስ ጋር በአንድነት ነው የተቀመጠው። ደግሞም በመካከላቸውም የተወሰነ የሚለያይ ነገር እንዳለ ያስታውቃል። አንዳንድ ጊዜም የእነዚህ ነገሮች የትኵረት አቅጣጫ አንድ ዐይነት ሆኖ ይገኛል። ሁለቱም የሚያሳዩት ከሥጋ ውጭ ያለ ማንነትን፣ ከሞት በኋላ ያለ ሕይወት፣ ስሜትን፣ ዓላማንና ማንነትን የሚጠቅሱ ናቸው። ነፍስ አካላዊ ሕይወትንና መንፈሳዊ ዕድገትንም ይወክላል። መንፈስ ደግሞ ከእስትንፋስ፣ አምልኮ፣ መረዳት እና መንፋሳዊ ዐቅም ጋር ይያያዛል። *(ሎውረንስ. ኦ. ሪቻርድስ፣ የመጽሐፍ ቅዱስ ቃላት ኤክስፖዚተሪ ዲክሽነሪ፦ ሪጅንሲ)*

(1) አንዱ ትርጒም የሕይወትን መርኅ የሚያሳይ ሲሆን፣ ለማንኛውም ፍጡር ሕይወትን የሚሰጥ ኃይልን ያሳያል የሕይወትን እስትንፋስ ልክ በሌሎች እንስሳት ላይ እንደሚገኘው። የሐዋ. 3÷23። ለግሪኮች ነፍስ የአካላዊ ሕይወት ዋና ነገር መግለጫ ነው ሁሉም አካላዊ ሕይወት ያለው ነገር ነፍስ አለው፣ ሁሉም ሕይወት ያለው ነገር ነፍስ አለው፤ ውሻ ወይም ድመት የመሳሰሉት ሁሉ ነፍስ አላቸው። መንፈስ ግን የላቸውም። ነፍስ ሰው ከሁሉም ሕያው ፍጡር ጋር የሚጋራው ሲሆን፣ ከሌሎቹ ለየት የሚያደርገው ግን መንፈስ ያለው ሰው ብቻ መሆኑ ነው።

(2) ሁለተኛው ትርጉም ከመለኮታዊው ሕይወት በተለየ ምድራዊ ሕይወትን ለመግለጽ ያገለግላል፡፡ ማቴ. 6÷25፤ ሮሜ 11÷3፡፡ ይህ ቃል የሚያሳየው ከግል ሕይወት ጋር የተያያዘ ኑሮን ነው፡፡

(3) የነፍስ (**psuche)** ሦስተኛው ትርጉም የውስጠኛው ቊሳዊ ያልሆነው ሕይወትን ሲሆን፣ ስጋዊው አካል የሚያርፍበት ነው እና ከስሜት ከአሳብ ጋር አትኩሮት ያለው ነው እና እነዚህ በቅድሚያ አእምሮን፣ ልብን እና የውስጥ ፍላጎትን የሚያሳይ ነው፡፡ (ሉቃስ 10÷27፤ ማር. 14÷34፤ ኤፌ. 6÷6፤ ዕብ. 12÷3፡፡ ይህ አሳብ የሚያሳየው የውስጥ ማንነትን፣ ከማሰብ ከፈቃድና ከስሜት ጋር የተያያዘን የሕይወት ገጽታ ነው ሊል ይችላል፡፡ እዚህ ጋር ግን ነፍስ በተለያየ መልክ የሚያብራራው የሰው ሕይወትን የውስጥ መቀመጫ ነው፡፡

ነፍስ (**psuche)** የሚለው ቃል ሌላ ተቀጽላ ትርጉሞች እንዳሉትም ማወቅ ጥሩ ነው ማለትም ዳግም ያልተለወጠን ወይም ዳግም ያልተወለደንና ሕይወቱ ተቤዥ የሆነ ማንነት የተሞላን ሰው ለመግለጽ ያገለግላል፡፡ *(ቅድመ አስቲን ሐተታ/ በጀፍ ጋሪሰን)*

ቪንሰንት፡- ነፍስ ላይ የሚከተለውን አሳብ ያስቀምጣል፡- ነፍስ (**psuche**) የማንነት መለያ የግል ገጽታ መገለጫ ነው፡፡ ከቊሳዊውም ከመንፈሳዊውም የሰው ልጅ ማንነት ጋር ትስስር አለው፡፡ በመንፈስና በስጋዊ አካል መካከልም መካከለኛ ሆኖ ይሠራል፡፡ ስለዚህ ትርጉሙ ከሕይወትና ከሕያው አካል የዘለለ ነው፤ እናም ከስሜት (emotion) ወይም ከመንፈሳዊ ሕይወት ገጽታ አንጻር የተለያየ ቀለም ይኖረዋል፤ የስሜት (feeling)፣ ፍላጎት፣ መሻት እና ከመንፈስ አንጻር የተለያየ መልክ ይይዛል፡፡ በዚህም ምክንያት ነፍስ (psuche) ብዙውን ጊዜ እንደ ልብ ተደርጎ ይገለጻል (ሉቃስ 1÷46፤ 2÷35፤ ዮሐ. 10÷24፤ የሐዋ. 14÷2)፡፡

ስለዚህ የነፍስ (psuche) እና የመንፈስ (pneuma) ትርጉም ብዙውን ጊዜ እርስ በርስ የተቀራረበ ነው፡፡ እነዚህን ክፍሎች አነጻጽሩ፡- ዮሐ. 12÷27 ከዮሐ. 9÷33፤ ማቴ. 11÷29 ከ 1ኛ ቆሮ. 16፡18፣ እና በሉቃስ 1÷47 ላይ ሁለቱም ቃላት ይገኛሉ፡፡ በዚህ ምእራፍ ላይ ነፍስ የሚወክለው ለዘላለም ሕይወት የተዘጋጀውን የማንነት ክፍል ነው፡፡ እነዚህ ክፍሎችን ተመልከቱ ዕብ. 6÷19፤ 10÷39፤ 13÷17፤ 1ኛ ጴጥ. 2÷11፤ 4÷19፡፡ ዮሐንስ በአብዛኛው ጊዜ ይህንን ቃል የሚጠቀምበት የተፈጥሮአዊውን ሕይወት ማንነት ለመግለጽ ነው (ዮሐ. 10÷11፤ 10÷15፤ 13÷37፤ 15÷13፤ 1ኛ ዮሐ. 3÷16፡፡ *(ማርቪን. አር. ቪንሰንት፡- በአዲስ ኪዳን ውስጥ ቃል ጥናቶች ኮሜንተሪ)*

ጆን ማክ አርተር፡- ስለ ሁለትነት(**dichotomist**) እና ሶስትነት (**trichotomist**) አስተሳሰብ ዕይታ ሲናገር፡- በዓመታት ውስጥ ስለ ነፍስ እና መንፈስ ትርጓሜና አጠቃቀም ትልቅ ክርክር ሲደረግ ቆይቷል፡፡ አንዳንዶች (በታሪክ ትራይኮቶሚስት / **trichotomists** የሚባሉት) የሚያምኑት ጳውሎስ ቁሳዊ ስላልሆነው ክፍል ሁለት የተለያየ ክፍፍል ያደርጋል እና እነዚህ ክፍሎች ከሰው አካል ጋር ተደምረው የሰውን ማንነት ሦስት ያደርጉታል፡፡ ሌሎች ደግሞ (በታሪክ ውስጥ ዲያኮቶሚስትስ / dichotomists በመባል የሚታወቁት) ነፍስና መንፈስ በሰው ውስጥ ያሉ በልውውጥ የሚያገለግሉ የሰውን የማይከፈል የውስጥ ማንነት የሚገልጽ ነው ይላሉ፡፡ ስለዚህ እነዚህ ተርጓሚዎች ሰውን በሁለት ይከፍሉታል፡- እነርሱም ቁሳዊ ያልሆነ ማንነት (ነፍስና መንፈስ) እና ቁሳዊው ማንነት (ሥጋ) ይባላሉ፡፡

የትኛውም የመጽሐፍ ቅዱስ ክፍል መንፈስና ነፍስን የሚለይ ግልጽ የልዩነት መግለጫ አያስቀምጥም፡፡ *ትራይኮቶሚስት* አሳብ አራማጆች ምንም እንኳ ሁልጊዜም መንፈስ የሰው ልጅ ወደ እግዚአብሔር የሚያቀርበው ማንነት ነው ቢሉም፣ የግሪኩ መንፈስም (pneuma) ነፍስም (psuche) ይህን አሳብ አያሳየንም፡፡ የሰው ልጅ ቁሳዊ ያልሆነው ማንነቱ ለእግዚአብሔር፣ ለሰይጣንና ለተለያዩ የምድር ምልክቶች መልስ የሚሰጥበት ዐቅም አለው፡፡ ነገር ግን መንፈስን ከነፍስ ለያይቶ ማስቀመጥ አስቸጋሪ ነው፡፡ መጽሐፍ ቅዱስ ላይ ሁለቱ ቃላት በተለዋዋጭነት ነው ያገለገሉት (ዕብ. 6÷19፤ 10÷39፤ 1ኛ ጴጥ 2÷11፤ 2ኛ ጴጥ. 2÷8)፡፡

መንፈስና ነፍስ የተለመደና ጳውሎስ የቅድስናን ጥልቀት ለመግለጽ የሚጠቀምባቸው ተለዋዋጭ ቃላት ናቸው፡፡ አንዳንድ ሰዎች ሲጠቁሙ የዚህ የጳውሎስ አሳብ ተቀባይነት ያለው ትርጉም የሚሆነው “መንፈሳችሁ ማለትም ሥጋችሁና ነፍሳችሁ” ጭምር የሚል ነው፡፡ በዚህ ቦታ መንፈስ የሚወክለው ሙሉ ማንነትን ሲሆን፣ ሥጋና ነፍስ ግን የሰውን ቁሳዊ ያልሆነና ቁሳዊ ማንነት ወካዮች ናቸው፡፡ ከሌሎች መጽሐፍ ቅዱስ ክፍሎች ጋር እያጣቀስን ካየነው ጳውሎስ ሁለትነት (**dichotomist**) አሳብ እንዳለው ማወቅ ይቻላል፡፡ (ሮሜ 8÷10፣ 1ኛ ቆሮ. 2÷11፤ 5÷3፤ 7÷34፤ 2ኛ ቆሮ. 7÷1፤ ገላ. 6÷18፣ ቈላስ. 2÷5፤ 2ኛ ጢሞ. 4÷22)

አንዳንዶች ዕብራውያን 4÷12 ሦስትነት(**trichotomist**)ን ይደግፋል ይላሉ፡፡ ምክንያቱም ነፍስና መንፈስን ይለያል በማለት ይናገራር ይላሉ፡፡ ነገር ግን ይህን ጥቅስ በጥንቃቄ ካየነው እርሱን አሳብ ውድቅ ያደርጋል፡፡ ጸሐፊው የቃሉ ሰይፍ የሰውን የውስጥ ማንነት ሰንጥቆ ገብቶ ነፍሱን ከመንፈሱ ይለያል አይልም፤ ጸሐፊው ቃሉ የሰውን ነፍስና መንፈስ

ዘልቆ ይገባል ነው የሚለው፡፡ የተጠቀመውም ተምሳሌታዊ አገላለጽ አጥንትና ጅማትን ዘልቆ ይገባል የሚልን ነው፡፡ ይህም የቃሉን ዘልቆ ወደ ውስጥ የመግባት ባሕርይ የሚያሳየን ነው፡፡ ይህ ጥቅስ ለሁለትነት (**dichotomist**) አሳብ ምንም ዐይነት ፈተና አይሆንም፡፡ (ጆን. ኤፍ. ማክአርተር፡- ቺካጎ ሙዲ ፕረስ)

መንፈስ

መንፈስ (ፒኡማህ)pnyoo'-mah/pneuma፡- ከ **pnéo** = እስትንፋስ) ይህ ከሚታየው የሥጋዊ ማንነት በተቃራኒው የሰውን ቍሳዊ ያልሆነ ማንነት የሚወክል ነው፡፡ *(መጽሐፍ ቅዱስ ጥቅሶች የብሉይና / የአዲስ ኪዳን ግሪክ መዝገበ ቃላት፣ የቴየር ትርጒም 1989. በ ጆሴፍ ሄንሪ ቴየር፣ አስቲን ሐተታ/ በጂፍ ጋሪሰን)*

ሊዮን ሞሪስ፡- በሐተታው ይህን የነፍስና መንፈስ አጠቃቀም ለሁለትነት እና ሦስትነት አስተሳሰብ ማስረጃነት መጠቀም የለብንም ጸሐፊውም ነፍስና መንፈስን ሰንጥቆ ስለ መግባትም አይደለም እያወራ ያለው፡፡ ሰይፉ አጥንትና ጅማትን ሰንጥቆ ይገባልም አይደለም እያለን ያለው፡፡ ጸሐፊው እያለን ያለው የእግዚአብሔር ቃል የውስጥ ማንነታችንን ዘልቆ የመግባት ባሕርይ አለው የሚለውን ነው፡፡ ከእግዚአብሔር የሚሰወር ነገር የለምና፤ ከእርሱ ሰውረን የምንኖረው ነገር እንዳለ ማሰብ የለብንም፡፡ አሳባችንን እኛ ጋር ብቻ ሰውረን ማቆየት አንችልም፡፡ ሙሉ አሳባችንን፣ ማለትም ቍሳዊም ሆነ ቍሳዊ ያልሆነ ማንነታችን ከእግዚአብሔር የተሰወረ አይደለም፡፡ ወደ ሕግ አገላለጽ ብንወስደው የእግዚአብሔር ቃል በሰው መሻትና አሳብ ላይ ይፈርዳል፡፡ *(ጌበላይን፣ ኤፍ. አርታኢ፡- ኤክስፖዚተርስ የመጽሐፍ ቅዱስ ሐተታ)*

ሬይር፡- ትርጒሙ ይህ ነው ቃሉ ወደ ነፍስና መንፈስ ዘልቆ ይገባል በሁለቱ መካከል ሳይሆን፡፡ እነርሱ ቍሳዊ ያልሆነውን የውስጠኛውን ማንነታችን ይወክላሉ፡፡ ልክ አጥንትና ጅማት የቀሳዊ (ሥጋዊ) አካላችንን እንደሚወክሉ፡፡ ነፍስም መንፈስም እግዚአብሄርን ደስ በማሰኘት ወይም በማሳዘን ውስጥ ተካፋይ ሊሆኑ ይችላሉ፡፡ (ለነፍስ ማር. 12፥30 እና 1ኛ ጴጥ. 2፥11 ን ተመልከቱ፣ ለመንፈስ 1ኛ ቆሮ. 2፥11፤ 2ኛ ቆሮ. 7፥1) በተጨማሪም 1ኛ ተሰ. 5፡23-24 ይመልከቱ፡፡*(ቻርልስ፣ ካልድዌል ሬይሪ፣ የመጽሐፍ ቅዱስ ጥናት ማብራሪያ፣ 1995 ሙዲ እትም)*

ብሊቨርስ፡- የመጽሐፍ ቅዱስ ማጥኛ፡- የእግዚአብሔር ቃል የመሥራት ዐቅም እዚህ ጋር በግልጽ ተቀምጧል፡፡ የእግዚአብሔር ቃል ባሕርይው ሕይወትን የሚሰጥ ግንኙነት

ነው፡፡ እዚህ ጋር ኃይል ያለው ወይም የሚሠራ ተብሎ የተተረጐመው (ኢነርጅስ / energes) ቃል ኃይለኛ የሚለው የእንግሊዝኛ ቃል ፍቺ ነው፡፡ ከዚህ በላይ የእግዚአብሔር ቃል የተሳለና ሰንጥቆ የሚገባ ነው፡፡ የሰውን አሳብና ፍላጎት መርምሮ መግባት የሚችል ዐቅም አለው፡፡ የእግዚአብሔር ቃል የሰውን ተግባር የመለየት ዐቅም ብቻ ያለው ሳይሆን፣ የውስጥ አሳብንም ዘልቆ መለየት ይችላል፡፡ ስለዚህ "እኛን በሚቆጣጠር በእርሱ አይኖች ፊት ሁሉ ነገር የታራቆተና የተገለጠ ነው (ቍጥር 13)፡፡" *(ብሊቨርስ መጽሐፍ ቅዱስ - አዲሱ ኪንግ ጄምስ ቨርዥን - ሰኔ 1 ቀን 1991 በደብሊው. ኤ. ክሪስዌል)*

ጅማትንና ቅልጥምን

ማክአርተር፡- ብዙ ሰዎች ወንጌሉን በደስታ ይሰማሉ፤ ነገር ግን ውሳኔን ሳይወስኑ አንዳንድ ዕንቅፋቶች ያሰናከሏቸውና የምስክሩ ውጤታማነት ይጠፋል፤ ከሰማው ከነፍሱ ጋር ሆኖ፡፡ ሌላ ሰው ደግሞ ቃሉን በመጀመሪያ በደስታ ይቀበላል፤ ነገር ግን ሰይጣን ከቃሉ የተነሣ መከራና ስደት በላከበት ወቅት ወዲያው ይሰናከላል (ማቴ. 13÷20-21)፡፡ ብዙ ሰዎች ዕውነተኛ አማኞች ይመስላሉ መከራ ትችት እና ስደት እስኪመጣ ድረስ ብቻ ነው፡፡ ልክ የእምነት የሚከፈልበት ዋጋ ከፍተኛ ሆኖ ሲገለጥ መጀመሪያም ዕውነተኛ እምነት እንዳልነበራቸው ይታያል፡፡ ሌሎችም አሉ ቃሉን በጊዜያዊና ከላይ በሆነ ስሜት ብቻ የሚቀበሉት፤ ነገር ግን በሀብታቸው መታመን ሲጀምሩ ቃሉ ይታነቅና ፍሬ- ቢስ ይሆናሉ (ማቴ. 13÷22)፡፡ ምክንያቱም ዓለምን ስላስቀደሙ ቃሉን ችላ ይሉታል፡፡ *(ጆን. ኤፍ. ማክአርተር፣ ቺካጎ ሙዲ ፐረስ)*

እስኪለይ ድረስ / መለየት (ሜሪስሞስ) mer-is-mos'/merismos፡- ከ **merizo/ሜሪዞ** = መከፋፈል, **meros /ሜሮስ** = ክፍል) በመጀመሪያ የሚያሳየው መካፈልን ነው፡፡ የሚያመለክተውም በመንፈስ ቅዱስ የተደረገውን የመንፈሳዊ ስጦታ ክፍፍል ነው፡፡ የእግዚአብሔር ቃል የመቍረጥና ሰንጥቆ የመግባት ባሕርይ አለው፤ ከንቱ እምነትንም ባዶ ያደርጋል፡፡ *(መጽሐፍ ቅዱስ ጥቅሶች የብሉይና / የአዲስ ኪዳን ግሪክ መዝገበ ቃላት፣ የቴየር ትርጉም 1989. በ ጆሴፍ ሄንሪ ቴየር፣ አስቲን ሐተታ/ በጂፍ ጋሪሰን)*

ጊልብራንት፡- ኤፍ. ኤፍ. ብሩስ ሲናገር በዚህ ጥቅስ ላይ ያለው አሳብ የእግዚአብሔር ቃል የውስጥ ማንነታችንን ይመረምራል፡፡ የተደበቀውን አሳባችንንም ወደ ብርሃን ያወጣል (አዲስ ዓለም አቀፍ ሐተታ አዲስ ኪዳን፣ ዕብራውያን፣ ገጽ 82)፡፡ ምዕራፉ ያሰበው የሰውነት ክፍሎችን ለያይቶ ማስቀመጥ አይደለም፤ ነገር ግን የእግዚአብሔር አሳብ የሰው

የውስጥ አሳብን አውጥቶ ያሳያል ለማለት ነው የፈለገው፡፡ ሜሪስሞስ በአዲስ ኪዳን 2 ጊዜ በብሉይ ኪዳንም 2 ጊዜ ነው የተገለጸው፡፡

ይወጋል (ዲክናኦማይ) dee-ik-neh'-om-ahee / diikneomai፡- ከ **diá / ዲያ** = ውስጥ + **hiknéomai / ሂክናኦሚ = መምጣት)** ማለት በውስጥ ማለፍ፣ ጥሶ መሄድ፣ መውጋት(በሌላ የመጽሐፍ ቅዱስ አገላለጥ ዘጸ. 26÷28 ይመልከቱ) በጥንታዊ ግሪክ ለሚሳኤል ነበር የሚጠቀሙበት፡፡ ይህም በሦስት የተለያየ አቅጣጫ በመሄድ፣ ዕላላዊ መግለጫው በውስጥ ማለፍና መውጋት ነው፡፡ *(መጽሐፍ ቅዱስ ጥቅሶች የብሉይና / የአዲስ ኪዳን ግሪክ መዝገበ ቃላት፣ የቴየር ትርጉም 1989. በ ጆሴፍ ሄንሪ ቴየር፣አስቲን ሐተታ/ በጇፍ ጋሪሰን)*

የእግዚአብሔር ቃል በሰው ነፍስ ውስጥ ገብቶ ለክርስቶስ ያልታዘዘውን ምሽግ ያፈርሳል፡፡ ይህ ማለት ከክርስቶስ ጋር ሞተን ከክርስቶስ ጋር ተነሥተን ክርስቶስ ሕይወታችን ሆኖ ያለበትን የሕይወት ዕርከን የሚቃወምን ሥር የሰደደውን ኃጢአት እና ከፋት ያፈርሳል፤ ይወጋል፡፡ በአማኙ ውስጥ ያለ ከእግዚአብሔር ቃል ጋር የማይስማማውን አስተሳሰብ በቃሉ ወደ ብርሃን አወጥቶ በቃሉ ኃይል ያፈርሳል ማለት ነው፡፡ ይህም ሊቀ ካህናቱ በራሱ ደም የኃጢአትን ዋጋ ከፍሎ አማኞች ቅዱስ እና ያለ ነውር ሆነው በእግዚአብሔር ፊት መቆም መቻላቸውን የሚቃወመውን አስተሳሰብ፣ አገዛዝ እና አስተዳደር ሁሉ ይቃወማል ማለት ነው፡፡

ይወጋል የሚለው ቃል **ዲክኒዮማይ (diikneomai)** የሚል ቃል ትርጓሜ ሲሆን፣ ትርጉሙም ወደ ውስጥ ዘልቆ መግባት ነው፡፡ ቃሉ ነፍስንና መንፈስን ይለያል ማለት ነፍስንና መንፈስን ይከፋፍላል ማለቱ ሳይሆን፣ ወይም ጅማትንና ቅልጥምን ይከፋፍላል ማለትም ሳይሆን፣ ቃሉ በውስጥ የመግባት አቅም ያለው መሆኑን አመልካች ነው፡፡ ጅማትና ቅልጥምም አብረው ያሉ ክፍሎች አይደሉም፡፡ ስለዚህ ሊከፈሉ አይችሉም እናም የዚህ ክፍል አሳብ ቃሉ በውስጥ የመግባት ዐቅም ያለው እንደ ሆነ አመልካች ነው፡፡ *ቪንሰንት* እንደሚለው እዚህ ጋር ያለው ገለጻ የግጥም ዐይነት ጥበባዊ ሲሆን፣ ይህም ልክ ቢላዋ አጥንትና ጅማትን ሰርስሮ የመግባት ዕቅም እንዳለው እንዲሁ ቃሉ የውስጥ መንፈሳዊ ነገራችን ድረስ ዘልቆ የመግባት ዐቅም ያለው መሆኑን የሚያሳይ ነው፡፡ *(ዌስት፣ ኬ. ኤስ 1947. የግሪክ አዲስ ኪዳን ቃል ጥናት፡- ኢርድማንስ 1947)*

ቪንሰንት፡- አጻጻፉ ግጥማዊ ይዘት ያለው ሲሆን፣ የሚያጎላውም ቃሉ በውስጥ የመንፈሳችንን ማንነት ሰንጥቆ እንደሚገባ ነው፡፡ ልክ ሰይፍ የሰውነታችንን አጥንትና

ጅማት ጥሶ እንደሚገባ ያለ ነገር ነው፡፡ ልዩነቱ አንዱን ከሌላው መለየት ብቻ አይደለም፤ ነገር ግን በሁሉም የመንፈሳዊ ክፍላችን ውስጥ የሚሠራ ይሆናል፡፡ *(ማርቪን. አር. ቪንሰንት፡- በአዲስ ኪዳን ውስጥ ቃል ጥናቶች ኮሜንተሪ)*

ቫይን ሲጨምር ጸሐፊው የሚለው ነገር የእግዚአብሔር ቃል የማሳመንን ሥራ ይሠራልና የስሜትንና የምንፈስን ተጽዕኖ ይለያል ብቻ አይደለም፡፡ ቃሉ ከከነዓን ብቻ ሳይሆን፣ ከመንግሥተ ሰማይም የመለየት ዐቅም አለው እያለ ነው፡፡ ስለዚህ ማንም የማያምን ይጠንቀቅ በምድረ በዳም ዕረፍትን መፈለግን ልብ ይበል፡፡ *(የቫይን ኤክስፖዚተሪ ዲክሽነሪ፡ ዊሊያም ኤድዊ ቫይን)*

የልብንም ስሜትና አሳብ ይመረምራል

ልብ (ካርዲያ) kar-dee'-ah/kardia፡- ይህ የሥጋውን አካል የሚወክል አይደለም፤ ነገር ግን በመጽሐፍ ቅዱስ ላይ የሰውን ሕይወት ማዕከልና መቀመጫ የሚያሳይ ሥዕላዊ አገላለጽ ነው፡፡ ልብ የማንነት ማዕከል ነው እናም አእምሮን፣ ስሜትን እና ፈቃድን ይቆጣጠራል፡፡ ልብ የሰው መቆጣጠሪያ ማዕከል ነው፡፡ ልክ የአየር ትራፊክ የበረራዎችን መውጣትና መግባት እንደሚቆጣጠር እንደዚያው ልብም የሕይወትን ትክክለኛ የበረራ መስመር ይቆጣጠራል፡፡ *(መጽሐፍ ቅዱስ ጥቅሶች የብሉይና / የአዲስ ኪዳን ግሪክ መዝገበ ቃላት፣ የቴየር ትርጉም 1989. በ ጆሴፍ ሄንሪ ቴየር፣ ኦስቲን ሐተታ/ በጂፍ ጋሪሰን)*

ማክ አርተር፡- ካርዲያ ላይ አስተያየት ሲሰጥ እንዲህ ብሎ ይጽፋል፡- "ልብን ብዙ ጊዜ ከስሜት ጋር ብናያይዘውም (ለምሳሌ የተሰበረ ልብ ነው ያለው) መጽሐፍ ቅዱስ ግን በመጀመሪያ ከአእምሮ ጋር ነው የሚያያይዘው (ለምሳሌ ክፉ አሰብና ምኞት ከልብ ይወጣል፡- መግደል፣ አመንዝራነት፣ መዳራት፣ ሌብነት፣ የሐሰት ምስክርነትና ሐሜት ማቴ. 15÷19)፡፡ ለዚህም ነው ልብን በትጋት መጠበቅ የሚገባው (ምሳሌ 4÷23)፡፡ በሁለተኛ ደረጃ ምንም ያህል ልብ ከፈቃድና ከስሜት ጋር የተያያዘ ቢሆንም፣ በአእምሮ ተጽዕኖ ውስጥ ነው የሚወድቀው፡፡ ለአንድ ነገር ቍርጠኛ ከሆንክ/ሽ ይሄ ውሳኔ ፈቃድና ስሜት ላይ ተጽዕኖ ያሳድራል፡፡

ማክ አርተር ሲጨምር በዘመናዊው ባህል ልብ እንደ ስሜትና ፍላጎት መቀመጫ ተደርጎ ይወሰዳል፤ በጥንታዊው ወቅት ግን በዕብራዊው፣ በግሪክና በሌሎች ታሪኮች ልብ የዕውቀት፣ መረዳት፣ አሳብ እና ጥበብ ማዕከል ተደርጎ ነበር የሚወሰደው፣ አዲስ ኪዳንም በተመሳሳይ በዚህ መንገድ ነው የሚያስቀምጠው፡፡ ልብ እንደ ፈቃድና አእምሮ ማዕከል ተደርጎ ስለሆነ የሚቆጠረው፣ ከአእምሮ ቁጥጥር ውጭም የሚሆንበት ወቅት አለ፤

ስሜትና ስሜትና ፍላጎት ከሆድ እና አንጀት ጋር ተያይዞ ነው የሚገለጸው።" *(ጆን. ኤፍ. ማከአርተር፡- ቺካጎ ሙዲ ፐረስ)*

ሂዩስ፡- ሲያብራራ ጳውሎስ እዚህ ጋር የሚለው ነገር ልብ የሰው ልጅ መንፈሳዊ ሕይወት ምንጭ ነው። እና የሮም ክርስቲያኖች የመታዘዝ መሠረት የሆነውም እርሱ ነው። ይህ የተለመደ ዐይነት መታዘዝ ብቻ አይደለም፤ ከማንነታቸው የሚመነጭም ነው። ይህ ጳውሎስ ለሁላችንም የሚናገረው የባርነት ምሳሌ ነው፤፡ ከልብ የመነጨ ለክርስቶስና ለቃሉ ያለ መታዘዝም። መታዘዝ ነው ነፃነት የሚያመጣው።*(አር. ኬንት. ሂዩዝ፣ ሮሜ፡- ከሰማይ ጽድቅ (ቃሉን መስበክ) 1991)*

አሳብ (ኢንቱሜሲስ) en-thoo'-may-sis /enthumesis፡- ከኢን/en + thumos /ቱሞስ፡ ጠናካራ ስሜት፣ የአእምሮ አሳብና የመሳሰሉት) ማለት የውስጥ ምክንያታዊ አሳብ ሲሆን፣ ማሰላሰልና ማሰብን የሚያሳይ ቃል ነው። ዌስኮት ሲጽፍ ቃሉ የሚያመለክተው ከፍላጎት ጋር የተያያዘን ተግባር ነው። *(መጽሐፍ ቅዱስ ጥቅሶች የብሉይና / የአዲስ ኪዳን ግሪክ መዝገበ ቃላት፣ የቴየር ትርጉም 1989. በ ጆሴፍ ሄንሪ ቴየር፣ ኦስቲን ሐተታ/ በጂፍ ጋሪሰን)*

ማቲው ሄነሪ፡- አሳብ ለክርስቶስ ቃላት ናቸው። ስለዚህ ስለምንናገረው ብቻ ሳይሆን፣ ስለምናስበውም መጠንቀቅ አለብን ይላል።

የውስጥ አሳብ (ኢኖያ) en'-noy-ah/ennoia፡- ከen/ኢን = ውስጥ+ nous/ኖውስ = አእምሮ) ማለት በአእምሮ ውስጥ የሚካሄድ ነገር ነው። ኢኖያ የሚያብራራው ከአንድ ሂደት በኋላ የሚመጣን የአእምሮ አሳብን ነው። ይህ ቃል ዕይታችንንና ተግባራችንን የሚወክል አሳብን የሚወክል ቃል ነው። *(መጽሐፍ ቅዱስ ጥቅሶች የብሉይና / የአዲስ ኪዳን ግሪክ መዝገበ ቃላት፣ የቴየር ትርጉም 1989. በ ጆሴፍ ሄንሪ ቴየር፣ኦስቲን ሐተታ/ በጂፍ ጋሪሰን)*

የውስጥ አሳብ (የገሃነም መንገድ በመልካም አሳቦች ነው የሚከፈተው) በአንድ በተወሰነ መልክ ሥራ ለመሥራት መወሰን ነው። የውስጥ አሳብ ተግባሩን ተከትሎ የሚመጣውን ነገር እያወቀ የሚደረግ ውሳኔን ያሳየናል። በአመክንዮ (logic) ይህ ቃል አእምሮን ወደ አንድ አቅጣጫ እንዲያስብ በማድረግ የሚፈጠር ዕይታ ነው። *(መጽሐፍ ቅዱስ ጥቅሶች የብሉይና / የአዲስ ኪዳን ግሪክ መዝገበ ቃላት፣ የቴየር ትርጉም 1989. በ ጆሴፍ ሄንሪ ቴየር፣ ኦስቲን ሐተታ/ በጂፍ ጋሪሰን)*

ባርክሌይ፡- ኢንቱሜሲስ እና ኢኖያን ሲያነጻጽር እንዲህ ይላል፡- የመጀመሪያው የሰው ስሜት ክፍልን ሲያሳይ ኢኖያ ደግሞ የሰው የአእምሮ ክፍልን የሚያሳይ ነው፡፡ ልክ እርሱ እንደሚለው "የስሜታችንና የአእምሮዋችን ክፍል በእግዚአብሔር ዕይታ ፊት ይመዘናል፡፡" የእግዚአብሔር እስትንፋስ ቃል የሰውን ልጅ ማንነትና ምን እንደሚሆን ያሳያል፡፡ ሁሉንም ሰው ከእግዚአብሔር ፈቃድና መንገድ አንጻር ይዳኛል፡፡ ዳኝነቱ ማዕከሉን የሚያደርገው በግለሰብ ድርጊት ላይ ሳይሆን፣ በዓቅም፣ ዓላማ እና ዕይታ ላይ ነው፡፡ *(ዊሊያም ባርክሌይ ኮሜንተሪ)*

ይመረምራል (ክሪቲኮስ) krit-ee-kos' /kritikos፣ ikos, /ኢኮስ ከ krino/ክሪኖ ፡ መከፋፈል፣ መለየት፣ መርምሮ ማውጣትና መረጃ ማቅረብ)፡- ማለት ከፍርድና መመርመር ጋር ይያያዛል፤ ለመመርመር የሚበቃ እና በመመርመርና መፍረድ ጥበብ የተሞላ ማለት ነው፡፡ ቃሉ ልክ የቀዶ ጥገና ሐኪም ሆድ-ዕቃን ከፍቶ እንደሚመረምረውና ምን ማድረግ እንዳለበት እንደሚወስነው እንደዚያው ያደርጋል፡፡ የእግዚአብሔር ቃል ልክ እንደ እግዚአብሔር ዐይኖች የልብ ውስጥ ጥርጣሬንና አለማመንን ዘልቆ ያያል፡፡ *(መጽሐፍ ቅዱስ ጥቅሶች የብሉይና / የአዲስ ኪዳን ግሪክ መዝገበ ቃላት፣ የቴየር ትርጉም 1989. በ ጆሴፍ ሄንሪ ቴየር፣ አስቲን ሐተታ/ በጀፍ ጋሪሰን)*

እያንዳንዱን የዕንቅስቃሴ ክፍል፣ ዐቋም እና አረማመድ በትኖ መፈተሽን ያመለክታል፡፡ ሰይጣን ጴጥሮስንና ደቀ መዛሙርቱን እንደ ስንዴ ሊያበጥራቸው ጠይቆ ነበር፡፡ ጌታ ኢየሱስ ለምን ቅዱስ ጴጥሮስን መረጠ? እንደሚታወቀው ጴጥሮስ በእምነቱ የደከመ ነው፤ ይህንም በአንዲት ገረድ ፊት ኢየሱስን መካድ እና መራገሙን በማስታወስ ሊሆን ይችላል የሚል ግምት አለ (ሉቃስ 22፥31)፡፡ የእግዚአብሔር ቃል የተሰጠን እንደ መስታወት ራሳችንን የሚያሳየን ከልጅነት ክብር ሕይወት (ልጁን ከመምሰል፣ ክርስቶስን ከመልበስ) የጐደልንበትን ሊያሳይ እንጂ፣ ሊኰንነን አይደለም፡፡

ቫይን፡- ሲጽፍ kritikos /ክሪቲኮስ የሚያጎላው ለመመርመር ዐቅም እና ኃይል መኖርን ነው፡፡ የእግዚአብሔር ድምፅ የሆነው የእግዚአብሔር ቃል ይመዝናል፤ እናም ለፍርድም ይቀመጣል፡፡ ለምሳሌ ከእግዚአብሔር የሚለየን አለማመንን ይመረምራል፡፡ የእግዚአብሔር ቃል ፍጹም የሆነ መርማሪ ነው ፍጹም ክሪቲኮስ ነው፡፡ ዕውነታን ብቻ አይደለም የሚመረምረው፤ ይልቁንም የልብ አሳብና ፍላጎትንም ጭምር ይፈትሻል፡፡ የሰው ዕውቀትና ምርምር ሊያደርግ ከሚችለው በላይ ያደርጋል፡፡ የቃሉ ሰይፍ በፍርድና በትግበራ ላይ ምንም ስሕተት አይሠራም፡፡ *(የቫይን ኤክስፖዚተሪ ዲክሽነሪ፡- ዊሊያም ኤድዊ ቫይን)*

በዚህ ክፍል ላይ **ይመረምራል** ተብሎ የገባው **ክሪቲኮስ (kritikos)** የሚለው ቃልም ተመሳሳይ አሳብ ያለውና መከፈልን፣ መለያትንና ፍርድ መስጠትን የሚያሳይ ነው:: አሳብ የሚለውም ኢንቱሜሲስ (enthumesis) ከሚለው ቃል የተተረጐመው ቃል ማሰብን የሚገልጽ ነው:: *(ዌስት፣ ኬ. ኤስ 1947. የግሪክ አዲስ ኪዳን ቃል. ጥናት:- ኢርድማንስ)*

ቁጥር 12 የእግዚአብሔር ቃል ሕያው ነውና፥ የሚሠራም፥ሁለትም አፍ ካለው ሰይፍ ሁሉ ይልቅ የተሳለ ነው፥ ነፍስንና መንፈስንም ጅማትንና ቅልጥምንም እስኪለይ ድረስ ይወጋል፥ የልብንም ስሜትና አሳብ ይመረምራል፤

የእግዚአብሔር ቃል ዕብ 13፡7; ኢሳ 49÷2; ሉቃ 8÷11; *ሥራ* 4÷31; 2ኛ ቆሮ 2÷17; 4÷2; *ራዕ* 20÷4

ሕያው ነውና መዝ 110÷2; 119÷130; መክ 12÷11; ኢሳ 55÷11; ኤር 23÷29; ሮሜ 1 16; 1ኛ ቆሮ 1÷24; 2ኛ ቆሮ 10÷4,5; 1ኛ ተሰ 2÷13; ያዕ 1÷18; 1 ኛጴጥሮስ 1÷23; ዮሐ 6÷51; 1ኛ ጴጥ 2÷4,5;

ሁለትም አፍ ካለው ሰይፍ ሁሉ ይልቅ የተሳለ ነው መዝ 45÷3; 149÷6; ምሳ 5÷4; ኢሳ 11÷4; 49÷2; *ሥራ* 2÷37; 5÷33; ኤፌ 6÷17; *ራዕ* 1÷16; 2÷16; 19 15,21

የልብንም ስሜትና አሳብ ይመረምራል መዝ 139÷2; ኤር 17÷10; 1ኛ ቆሮ 14÷24,25; ኤፌ 5÷13; *ራዕ* 2÷23

ቁጥር 13 *እኛን በሚቆጣጠር በእርሱ ዐይኖቹ ፊት ሁሉ ነገር የተራቆተና የተገለጠ ነው እንጂ፥ በእርሱ ፊት የተሰወረ ፍጥረት የለም።*

እኛን በሚቆጣጠር የሚለው ገለጻም በግሪኩ ያለው **አሳብ እኛ ተጠሪ የሆንንለት፣ በፊቱ ተጠያቂ የሆንንለት** የሚል ነው:: እነዚህ ዕብራውያን የአዲስ ኪዳንን ዕውነት ላስተናገዱበት መንገድ በእግዚአብሄር ፉት ምላሽ የሚሰጡበት ቀን ይመጣል:: *(ዌስት፣ ኬ. ኤስ 1947. የግሪክ አዲስ ኪዳን ቃል ጥናት:- ኢርድማንስ 1947)*

ይህ ቁጥጥር በክርስቶስ ንጉሣዊ አገዛዝ ሥር የሚደረግ እንደ ሆነ መጽሐፍ ቅዱስ ያስተምረናል:: “አባት ልጁን ይወዳዋል፥ ስለዚህ ሁሉን ሰጥቶታል” . . . “በእጆችህ ሥራ ሁሉ ላይ ሾምኸው”፣ “ንጉሥ ሆይ ዙፋንህ ለዘላለም ነው” ... ይላል:: ጌታችን ኢየሱስ የክብሩ መንጸባረቅ እና የባሕርይው ምሳሌ ሲሆን፣ የሰው ልጅን ኃጢአት በደሙ ካነጻ በኋላ በአብ ቀኝ ተቀምጦአል:: የእግዘአብሔር አሳብ ግዑዛኑ እና ተንቀሳቃሹ፣ በአየር እና በየብስ የሚገኙ፣ ከምድር በላይ ሆነ በታች ያሉት፣ የሰማይ ሠራዊትን ጨምሮ ሁሉንም ፍጥረት በክርስቶስ የመጠቅለል ነው::

እግዚአብሔር ሁሉን ይቆጣጠራል ያያልም፡፡ እግዚአብሔር ያያል ማለት ወይም ዕይታው ሰው ትኩረት ሳይሰጥበት የለበጣ ያህል ገረፍ ገረፍ በማድረግ የሚታየው ዐይነት ዕይታ አይደለም፡፡ የለበጣው ዕይታ “blepo” የሚለው የግሪኩ ቃል ሲሆን፣ ሌላው ዐይነት ዕይታ ደግሞ ጊዜ ተሰጥቶበት በአንክሮ በማስተዋል እና የነገሩን መጨረሻ በጥልቀት ለመረዳት በጉጉት ሆኖ የሚታይ ዕይታ (eido) የሚለው ዐይነት ነው፡፡

ይህ ዐይነቱ (eido) ዕይታ ከልብ የሆነ ዕይታ ነው፡፡ አገሬ ልጅ ልብ ካላየ ዐይን አያይም እንደሚለው አይነት ነው፡፡ ልብ ያያል ስንል ልብ ተመልከቶ የተረዳው እውቀት አለ ማለት ነው፡፡ የልቦና ዐይኖች በሩ ስንል በልቦናችን ተረድተን ዐወቅነውም ሆነ ቀምሰነው፤ ደግሞም ልክ የመዳሰስ እና የመጨበጥ ያህል በነገሩ ላይ እርግጠኛ የሆንበትና በመረዳት ውስጥ ሆነን የምንናገረው ነው (ማር. 4÷12) ማለት ነው፡፡

ለምሳሌ የጌታን መምጣት የሚጠባበቁ ሰዎች ጌታን እያዩ ይኖራሉ፡፡ “የእምነታችን ራስ እና ፈጻሚ የሆነውን ኢየሱስን ተመልክተን . . . ” (ዕብ. 12÷1)፣ እንዲሁም “ከሰማያዊ ጥሪ ተካፋዮች የሆናችሁ ቅዱሳን ወንድሞች ሆይ የሃይማኖታችን ሐዋርያ እና ሊቀ ካህናት የሆነውን ኢየሱስን ተመልከቱ” ይላል (ዕብ. 3÷1)፡፡ ጌታን በማየት መመላለስ ማለት በሥጋ ዐይን ማየት እንዳልሆነ እናስተውላለን፡፡ የእምነት ዐይን ግን ኢየሱስን ማየት ይችላል (ዮሐ. 20÷29)፡፡

ሐዋርያው ለቆሮንቶስ ሲጽፍላቸው በእምነት እንጂ በማየት አንመላለስም ሲል ይህ እምነት ከልብ በሆን መረዳትና ማስተዋል (ዕይታ) የሚመጣ ነው፡፡ የልቦና ዐይን መብራት ልብ ከማመንታትና ከፍርሃት ወጥቶ በነገሩ ላይ ሙሉ ዕይታ ኖሮት በመረዳት በማስተዋልና እርግጠኛ በመሆን መመላለስ እና ከዚያ ማንነት የሚወጣ የሕይወት ልምምድ ነው፡፡

እንግዲህ የጌታን ቀን መምጣት የሚጠባበቁ ጌታን እያዩ ይመላለሳሉ ማለት ነው፡፡ የሚያውቁት፣ የተረዱት፣ የተመለከቱት ነቅተው ይኖራሉ (ማቴ. 24÷43)፡፡ የእግዚአብሔር ፈቃድ የዘላለም አሳቡ ልባችንን ሲሞላው እና እርግጠኛ ስንሆን፣ እግዚአብሔር እንደሚያይ እናያለን፡፡ እግዚአብሔር መለኮታዊ ባሕርይውን ለአማኙ ጨልፎ ሲያካፍለው፣ በዚያን ጊዜ የዳነው አማኝ እግዚአብሔር የሚያየውን በማየት እና በማስተዋል ይመላለሳል፡፡

ወይም ክርስቶስ አባቱን አይቶ በምድር ላይ እንደ ተመላለሰ አማኝ ደግሞ የክርስቶስ ልብ አለውና (የዘላለም ሃሳቡ በጎ ፈቃዱ) ተሰጥቶታልና ባወቀው (ከልቡ በተረዳው ባየው) መጠንና ልክ ይመላለሳል፡፡ የእምነት አይን ማለት እግዚአብሔርን በማወቅ መኖርና መመላለስ ማለት ነው፡፡ እግዚአብሔር በዘመን መጨረሻ ሊሰራ ያለውን ምሥጢር የዕውቀቱ ብርሃን በበራልን መጠን በመረዳት እንመላለሳለን ማለት ነው፡፡

አማኝ የልቦና አይኖቹ የበሩለት አዲስ ፍጥረት ነው፡፡ የክብሩ መንጸባረቅ እና የባሕርይው ምሳሌ የሆነው የንጋት ኮከቡ ኢየሱስ ክርስቶስ በውስጡ ሲገባ መንፈሳዊ ዐይኖቹ በርተዋል፡፡ የብርሃኑ ልክ ግን እርሱን በማወቅ እያደገ እየደመቀ ሊመጣ ይገባል (ቈላስ. 3÷10)፡፡ ስለዚህም በክርስቶስ አዲስ ፍጥረት የሆነው ክርስቲያን የጥበብ እና የዕውቀት መዝገብ የሆነውን ክርስቶስን እያወቀ (ልቦናው እየበራ)፣ እየተረዳ እና እያስተዋለ ሊመጣ ተፈጥሯል፡፡

ይህ የተከፈተለት አዲስና ሕያው መንገድ ዘወትር ክርስቶስ በውስጡ ሊያበራ፣ ሊያንጽ እና ሊያሳድግ ተሰጥቶታል፡፡ አማኝ ምንም እንኳ በክርስቶስ የተሰጠው ከፍታ ክርስቶስ በምድር ላይ እንደ ተመላለሰ መመላለስ ቢሆንም፣ ከዚያ የሕይወት ከፍታ ወርዶ በድካም ሕይወት ሊመላለስ ይችላል፡፡ ስለዚህም ሊቀ ካህናቱ ሊረዳው ከእርሱ ጋር ይገኛል፡፡ የክርስቶስ ዕውቀት ብርሃን በልቡ እንዳያበራ የጠላት የሚንበለበሉ ፍላጻዎች፣ እንዲሁም ሥጋ እና ዓለም ሲፈራረቁበት ወደ ጸጋው ዙፋን በመምጣት ራሱን ሊቀድስና ሊያበረታ ከወደቀበትም ተነሥቶ ክርስቶስን ሊያበራ በክርስቶስ ዕውቀት ብርሃን የልቦናው ዐይኖች በርተው ክርስቶስን በመምሰል ሊመላለስ ይችላል (1ኛ ዮሐ. 3÷2)፡፡

ልባችን በበራና በሰፋ መጠን የክርስቶስን ሕይወት ማሳየት መኖር እንችላለን፡፡ "ልቤን ባሰፋኸው ጊዜ በትእዛዝህ መንገድ ሮጥሁ" (መዝ. 119÷32)፡፡ ... የፈቃዱን ምሥጢር አስታውቆናልና÷ ዐይን ያላየችው÷ ጆሮ ያልሰማው÷ በሰው ልብ ያልታሰበው ለእኛ ግን በክርስቶስ ተሰጠን፡፡ እግዚአብሔር እንደሚያይ እኛም በተሰጠን በደረስንበት ጥቂት መንፈሳዊ ዕውቀት በድንግዝግዝ ማየት ችለናል፡፡ 1ኛ ቆሮ 13፡9-10

የፍጥረት የሁሉ ዳኛ ወደ ሆነ ወደ እግዚአብሔር ቀርቦ መዝገቡ ተገላብጦ በልዑል ዐይን እየታየ የሚበይነውን ፍርድ ይቀበላል፡፡ እግዚአብሔር ያያል ስንል ገና ከእናታችን ማህፀን ሳንፈጠር ጀምሮ እስከ ዛሬም ድረስ መግባት መውጣታችን በእርሱ ዘንድ የታወቀ እና የታየ ነው ማለት ነው፡፡ ብዙ ጊዜ እግዚአብሔር በሩቅ ያለ ፍጥረቱ ሁሉ የፈለጋቸውን

እንዲያደርጉ የፈቀደ እና የሚሠሩትን ተግባር ለመጨረሻው ፍርድ እያዘጋጀ ያለ ብቻ አድርገን እንሥለዋለን፡፡

የዕብራውያን ጸሐፊ ግን ጌታ ኢየሱስ የክብሩ መንጸባረቅና የባሕርይው ምሳሌ ሆኖ ሁሉን በሥልጣኑ ቃል ደግፎ የያዘ ነገር ሁሉ በእርሱ እየተገጣጠመ ወደ ፍጻሜው እየሄደ እንደሆነ ይገልጣል፡፡ የክብር ዕቃዎች ለክብር፣ እንዲሁም የውርደት ዕቃዎችም እንደዚሁ ለውርድት ይሆኑ ዘንድ ሸክላ ሠሪው አስቀድሞ ያየውና ያስተዋለው ዕውቀት፣ እንዲሁም የሸመተው መረዳትና ባለጠግነት በዚህ ላይ የተመሠረተ ነው፡፡

ስለሆነም እግዚአብሔር በክርስቶስ በኩል ያያል፤ በክርስቶስ በኩል ያየውን የዘላለም አሳቡን ይፈጽማል፤ ይጠቃለላል፡፡ ኃጥኡም ሆነ ጻድቁ የሚፈረድበት እና የሚፈረድለት በክርስቶስ ኢየሱስ ይሆናል፡፡ እግዚአብሔር አብ በወልድ በኩል ሊሠራ ያለውን የዘላለም አሳቡን፣ ዕውቀቱን፣ ጽድቁንና ፍርዱን ይፈጽማል፡፡ እርሱ በሰው ዕይታ ልክ አይመላለስም (ዮሐ. 8፥15፤ ዕብ. 9፥27፤ 5፥22)፡፡

ኤ. ደብሊው. ቶዘር፡- እግዚአብሔር ሁሉንም ነገር ፊት ለፊት ያውቃል፤ ሁሉንም አእምሮ፣ ሁሉንም መንፈስና ሁሉንም መናፍስት፣ ሁሉንም ፍጡርና ሁሉንም ፍጥረት፣ ሁሉንም ፍጥረታት፣ ሁሉንም ብዙ ነገርና ሁሉንም ብዙሀነት፣ ሁሉንም ሕግና ሁሉንም ዐይነት ሕግ፣ ሁሉንም ግንኙነት፣ ሁሉንም ምክንያት፣ ሁሉንም አሳብ፣ ሁሉንም ምሥጢር፣ ሁሉንም ስሜትና ሁሉንም ፍላጎት፣ ሁሉንም ያልተገለጠ ፍላጎት፣ ሁሉንም ሥልጣንና ሁሉንም ዙፋናት፣ ሁሉንም ሰብዓዊ ፍጥረታት፣ ሁሉንም በሰማይና በምድር የሚታይና የማይታይ ነገር ሁሉ በዕንቅስቃሴ በጊዜና በህዋ ላይ፣ በሕይወትና በሞት፣ በመልካምና ክፉ፣ በመንግሥተ ሰማይና ገሃነም ሁሉ ያሉትን ነገሮች ያውቃል፡፡*(ዘ ኖውሊጅ ኦፍ ዘ ሆሊ ... ካምፕ ሂል፣ ኤይደን. ዊልሰን . ቶእር)*

ፍጥረት የሚለው ቃል **ቲሲስ (ktisis)** የሚል ቃል ትርጉም ሲሆን፣ **የተፈጠረ ነገር** ማለት ነው፡፡ *(ዌስት፣ ኬ. ኤስ 1947. የግሪክ አዲስ ኪዳን ቃል. ጥናት፡- ኢርድማንስ)*

የእግዚአብሔር ቃል ውስጣችንን የመመርመርና የማወቅ ኃይል እንዲኖረው የሆነበት ምክንያቱ እኛን በሚቆጣጠር በአምላካችን ፊት ሁሉ ነገር የተገለጠ በመሆኑ ነው፡፡ የሰው ልብ በአብዛኛው ድብቅ ነው፡፡ ማንኛችንም ብንሆን እንደየደረጃችን ምሥጢር ብለን የምንድብቀው የግላችን የሆነ በጓዳችን ውስጥ የምናውቀው ድብቅ ነገር አለ፡፡ አንዳንድ ሰዎች ደግሞ ሁሉንም ነገር ምሥጢር አድርገው ይይዙታል፡፡ የት እንደ ዋሉ፣ ምን

እንደሠሩ፣ ዕቅዳቸው ምን እንደ ሆነ የሚጠቅመውንም የሚጐዳውንም ነገር ምሥጢር አድርገው የሚይዙ ጥቂቶች አይደሉም፡፡ ከሰው ምሥጢራችንን ደብቀን በመያዝ ራሳችንን ለመከላከልና ከሌሎች በልጠን ለመገኘት ብንሞክርም፣ በእግዚአብሔር ፊት ግን የተደበቀና እርሱ ከቶውንም የማይደረስበት ምሥጢር የለም፡፡

ጌታ የእያንዳንዳችንን ገመና ገሃድ ቢያወጣው ኖሮ ብዙ ችግርም በተፈጠረ ነበር፡፡ እርሱ ግን ለሰውየው ለራሱ ሊናገር የፈለገውን በቃሉ አማካይነት ይናገረዋል እንጂ፣ በዐደባባይ አጋልጦ ሰዎች እርስ በርስ እንዲጋጩና እስከ መጨረሻው ተለያይተው ወይም በጠላትነት ተፈላልገው እንዲኖሩ አያደርግም፡፡ ሆኖም ለአንድ ሰው በተደጋጋሚ ከተናገረው በኋላ ሰውዬው በዐመፅ የሚቀጥል ከሆነ፣ በመጨረሻ ላይ ዐደባባይ ላይ ሊያወጣው የሚችልበት ሁኔታም ይኖራል፡፡

ጌታ ኢየሱስ ይሁዳን በቀጥታ አጋልጦ አልሰጠውም፡፡ "ከእናንተ አንዱ አሳልፎ ይሰጠኛል" አለ (ዮሐ. 13÷21-29)፡፡ *"የአንዳንዶች ሰዎች ኃጢአት የተገለጠ ነው"* (1ኛ ጢሞ. 5፡24-25)፡፡ ኃጢአታቸው የሚከተላቸው ሰዎች በሚሠሩት በደል ምንም አንሆንም እያሉ በድፍረት ሊያስቡ ይቻላሉ፡፡ በእያንዳንዱ ድርጊታቸው ውስጥ የእግዚአብሔር ቃል ራሳቸውን እንዲያርሙ መናገሩ ገሃድ የወጣ ነው፡፡ በመጨረሻ ላይም አንድ ቀን ሁሉም ነገር ግልጥ መውጣቱ አይቀርም፡፡ የእነዚህ ሰዎች ኃጢአት ለምን ለረጅም ጊዜ ሳይገለጥ ቆየ? ለሚለው ግምታዊ መልስን ከመስጠት በስተቀር ትክክለኛውን ዕውነት የሚያውቀው እግዚአብሔር ብቻ ነው፡፡

አንዳንድ ሰዎች ለመጀመሪያ ግዜ ወደ ቤ/ክ ሲመጡ ሰባኪው መልእክት ሲያቀርብ ስለ እነርሱ ሕይወት የደበቁትን ምሥጢራቸውን ዐውቆ የሚናገር ስለሚመስላቸው፣ ወደ ቤ/ክ እንዲመጡ የጋበዛቸው ሰው ምሥጢራቸውን የተናገረባቸው እየመሰላቸው ይጠራጠራሉ፡፡ ዕውነታው ግን እንዲህ አይደለም፡፡ ምሥጢራቸውን የሚነግራቸው መንፈስ ቅዱስ ሲሆን፣ የሚናገራቸውም በእግዚአብሔር ቃል አማካይነት ነው፡፡ ቃሉ በቍጥር 12 ላይ እንደ ተመለከትነው የልብን ስሜትና አሳብም ይመረምራል፡፡

የተገለጠ የሚለው ቃል ደግሞ **ትራኬሎስ (trachelos)** የሚል ቃል ትርጒም ነው፡፡ ይህ አሳብ ትርጒሙ ልክ አንድን ነገር ለማረድ ወይም ምርኰኛን አንገቱን ከፍተን እንደምናሳየው ማድረግን አመላካች ነው፡፡ የእግዚአብሄር ቃል የተሳለ ነው ከሚለው አሳብ ጋር ይህ አንድን ነገር ለመሠዋት አንገቱን ክፍት ማድረግ የሚለው መልእክት አብሮ

የሚሄድ ነው፡፡ (ዌስት፣ ኬ. ኤስ 1947. የግሪክ አዲስ ኪዳን ቃል ጥናት፡- ኢርድማንስ 1947)

ትራኬሊዞtrakh-ay-lid'-zo / trachēlizō፡- ለመሠዋት አንገታቸው ወደ ኋላ የሚደረግበትን እና ጉሮሯቸው ክፍት የሚሆንበትን ለማሳያት ያገለግላል፡፡ ትግል የሚያደርጉ ሰዎች ጉሮሮ ለጉሮሮ ተያይዘው ዐቅም ለማሳጣት የሚያደርጉትን ሙከራም ያሳያል፡፡

ዌስት፡- ሲጽፍ ትራኬሊዞ ማለት "አንገትን መጠምዘዝ እና መቈለፍ ነው"፡፡ ጠላቶቻቸውን በዛ መንገድ የሚይዙ ታጋዮችን ያሳያል፡፡ በተመሳሳይ የተጎዳን ሰው አንገቱን ወደ ሁዋላ አድርጎ ማሳየትንም ያመለክታል፤ ስለዚህ ቃሉ ትርጉሙ ግልጽ ማድረግ፣ መግለጥ ወይም ክፍት ማድረግ የሚልን ትርጉም ይይዛል፡፡" *(ዌስት፣ ኬ. ኤስ 1947. የግሪክ አዲስ ኪዳን ጥናት)*

ቫይን፡- ሲጽፍ ትራኬሊዞ ማለት ጉሮሮን ክፍት አድርጎ መስጠት ማለት ነው፡፡ ይህ ቃል የተወሰደው ከጨዋታዎች ላይ ሲሆን፣ አንገትን ወደ ኋላ ማጠፍን የሚያሳይ ነው፡፡ ይህ ተምሳሌታዊ መግለጫ የሚያሳየው ለቅጣት የሚቀርብን መሥዋዕት የሚያሳይ ነው፡፡ ተምሳሌታዊ አገላለጹ ምንም ይሁን ምን ማስጠንቀቂያው ራሳችንን ከእግዚአብሔር ማንነት መደበቅ አንችልም የሚል ነው፡፡ *(የቫይን ኤክስፖዚተሪ ዲክሽነሪ፡- ዊሊያም ኤድዊ ቫይን)*

ማክአርተር፡- ሲጨምር ትራክሊዞ በጥንታዊ ዘመን ሁለት ዐይነት አገልግሎት ይሰጣል፡፡ በትግል ላይ ያሉ ሁለት ሰዎች ጉሮሮ ላይ ተያይዘው የሚያደርጉትን ትግል ያሳያል፡፡ እዚህ ትግል ላይ ሁለቱ ሰዎች ፊት ለፊት እስኪሸናነፉ ድረስ ይታገላሉ፡፡ ሌላው የዚህ ቃል አጠቃቀም ከወንጀለኛ ፍርድ ጋር የተያያዘ ነው፡፡ የተከሳሹን አንገት ከአገጩ ሥር ላይ ተጠፍሮ ይያዛል፡፡ ስለዚህ አንገቱን ቀና ማድረግ አይችልም ግን የፍርድ ሂደቱን ይከታተላል፡፡ የማያምን ሰው ከእግዚአብሄር የሚመረምር ፊት ሲቀርብ የግድ እውነታውን ከእግዚአብሄር ጋርና ከራሱ ጋር ይጋፈጣል፡፡*(ጆን. ኤፍ. ማክአርተር፡- ዕብራውያን፣ ሙዲ ፕረስ)*

የተራቆተ (ጉምኖስ) goom-nos'/gumnos፡- ማለት ያልተሸፈነ፣ ክፍት ሲሆን ግን ሙሉ መከፈትንና ራቁትነትን የሚጠቁም አይደለም ልክ ከወገብ በታች ብቻ የለበሰን ሰው ለመግለጽ እንደምንጠቀምበት ማለት ሲሆን፣ ይህም ቃሉ በአብዛኛው ዕርቃኑን የሆነና

በደንብ ያልለበሰን ሰው የሚጠቁም ነው፡፡ በሥዕላዊ አገላለጽ እዚህ በታም ጉምኖስ ማለት ያልተሸፈነ፣ ግልጽ፣ የተከፈተ፣ ያልተሰወረና ለመታወቅ ቀላል የሆነን ነገር ያመለክታል፡፡ ጉምኖስ በበቂ ሁኔታ አለመሸፈንንም የሚያሳይ ቃል ነው፡፡ (ማቴ 25÷36፤ 38÷43-44) *(መጽሐፍ ቅዱስ ጥቅሶች የብሉይና / የአዲስ ኪዳን ግሪክ መዝገበ ቃላት፣ የቲየር ትርጉም፣ ኦስቲን ሐተታ/ በጀፍ ጋሪሰን)*

ከእግዚአብሔር ፊት ለመሸሽ የተጣጣረ ፍጡር እንዳለ ሐዋርያው ይናገራል፡፡ ገና ከመጀመሪያው ከእግዚአብሔር ለመሸሽ በገነት መካከል ካለው ዛፍ የተደበቀ ሰው እንደ ነበር ዘፍጥረት ሦስት ላይ እናነብባለን፡፡ ኃጢአት የሰው ልጅ ከፈጣሪው ጋር ኅብረት እንዳያደርግ፣ ይልቁንም ፈጣሪውን እንዲሸሽና ወደ ራሱ መንገድ አዘንብሎ ፈርጥጦ እንዲጠፋ አደረገው፡፡

ፍጥረት ሁሉ ለእግዚአብሔር ምላሽ የሚሰጠው በዚህ መልክ ሊሆን ባልተገባ ነበር፤ ሆኖም ኃጢአት የሰውን ልጅ ዕርቃኑን እንዲሆን አደረገው፡፡ የወደቀው ማንነቱ ዕራቁቱን መሆኑን አይነግረውም፤ ይልቁንም ምንም ረዳት እንደማያስፈልገው በትዕቢት ይሞላዋል፡፡ ዕራቁትነቱን የሚያውቀው በፈጠረው ፊት ሲቆም እና ድምፁን ሲሰማ ብቻ ነው፡፡ኃጢአት ዕርቃን እንደሚያስቀር የተገለጠው መሢሑ የዓለምን ኃጢአት በመስቀል ላይ ዕርቃኑን በተሸከመ ጊዜ ነበር (ማቴ. 25÷36)፡፡ የሰው ልጅ ሲወለድ ዕራቁቱን ነው የሚወለደው፤ ነገር ግን 'እነሆ÷ በዐመፃ ተፀነስሁ እናቴም በኃጢአት ወለደችኝ' እንደሚል (መዝ. 51÷5)፣ የሰው ልጅ ሥጋዊውን ብቻ ሳይሆን፣ መንፈሳዊ ዕራቁትነትን ጭምር ይዞ ይወለዳል፡፡ በአንዱ በደል ምክንያት የአዳም ዘር ሁላችን በደለኛ ሆንን፡፡ ከእግዚአብሔር ፊት የሚሸሽግ ምንም ፍጡር የለም፡፡ ገና ከእናቴ ማህፀን እያለሁ ዐወቅኸኝ ብሎ መዝሙረኛው እንደ ተናገረ እግዚአብሔር ሁሉን ያውቃል፤ ያያልም፡፡
ሊንድል ስኮት፡- ሲናገር በአለማዊው የግሪክ ቃል **ጉምኖስ** ያልታጠቀ ማለት ሲሆን ይህ ክፍል በትጥቅ አለመሸፈኑን ያሳያል፡፡

በርክሌይ ሲያብራራ "እያለ ያለው ነገር እንደ ሰው ተጨንቀን ከላይ ያለውን ማንነት ልንሸፍን እንችል ይሆናል፤ ዳሩ ግን የእግዚአብሔር መገኘት ሲመጣ እነዚህ ነገሮች ሁሉ ይነሡና በማንነታችን እንገናኘዋለን፡፡" *(ዊሊያም ባርክሌይ፡- ዕብራውን 4 ኮሜንተሪ)*

ጉዚክ፡- ሲጽፍ ከፍት ወይም የተራቆተ የሚለው የሚያስታውሰን አዳም በእግዚአብሔር ፊት ያደረገውን ደካማ መደበቅ ነው (ዘፍ. 3÷7-9)፡፡ እግዚአብሔር የእኛንም መደበቅ በዚያው መንገድ ነው የሚያየው፡፡ የማያምኑት አእምሮ ራሱ ይህን ከእግዚአብሔር

መሰወር አለመቻል ይረዳል፡፡ ሴኔካ ሲጽፍ "ሁልጊዜ የምናደርገውን ተግባር በዐደባባይ እንደሚያደርግ ሆነን መከወን አለብን፤ ልክ በውስጣችን የሚያልፈውን ነገር የሚያይ እንዳለ ማሰብ አለብን፤ ከሰው ሊደበቅ የቻለ ምንም ነገር ከእግዚአብሔር ሊደበቅ አይችልም፡፡ እርሱ በሁሉም ነፍስ ውስጥ ይገኛል የውስጥ አሳባችንን ዘልቆ ይገባል፤ ምንም ነገር ከእርሱ አይደበቅም፡፡ (ዳዊት ጉዙኪ)

ቍጥር 14 *እንግዲህ በሰማያት ያለፈ ትልቅ ሊቀ ካህናት የእግዚአብሔር ልጅ ኢየሱስ ሰላለን፥ ጸንተን ሃይማኖታችንን እንጠብቅ፡*ዘፓሽን የሚባለው መጽሐፍ ቅዱስ ፡- “ስለዚህ ከተገለጠልን እውነት ጋር መጣበቅ አለብን። ስለ እኛ ወደ ሰማያት ያለፈ ድንቅ የሆነ ንጉሳዊ ካሕን የእግዚአብሔር ልጅ ኢየሱስ ክርስቶስ አለልን፤ እርሱም አሁን በድካማችን ይራራልናል፤ ይረዳንማል”። ዕብ 4፡14

በብሉይ ኪዳኑ ሥርዓት ውስጥ ሊቀ ካህናቱ ወደ ቅድስተ ቅዱሳን በመግባት ስለ ራሱና ስለ ሕዝቡ መሥዋዕትን ያቀርባል፡፡ ይህን መሥዋዕት ከማቅረቡ በፊት ግን እርሱ ራሱም መጀመሪያ መቀደስ አለበት፡፡

ዘሌ. 16÷11 በዚህ የዘሌ. 16ኛ ምዕራፍ ላይ ሁለቱ የአሮን ልጆች ወደ ቅድስተ ቅዱሳን በራሳቸው ፈቃድ በመግባታቸው እና መሥዋዕት በማቅረባቸው በሞት መቀሰፋቸውን እግዚአብሔር ተናግሮ፣ አባታቸው አሮንም የእነርሱ ተመሳሳይ ዕጣ እንዳይገጥመው እግዚአብሔር በሙሴ በኩል ያስጠነቅቀዋል (ዘሌ.16÷1-4)፡፡ አሮን ምንም እንኳ ሊቀ ካህናት ቢሆንም፣ እርሱም ቢሆን ኃጢአተኛና ደካማ ሰው በመሆኑ የሚቃጠለውን መሥዋዕት ማቅረብ ያስፈልገዋል፡፡ ከዚህም የብሉይ ኪዳን ካህናት በራሳቸው ጒድለት እንዳላቸው እንረዳለን፡፡

ወደ ጌታ ኢየሱስ ስንመለከት እርሱ ራሱን ለሰው ልጆች ሁሉ መሥዋዕት አደረገ እንጂ፣ በደልና ኃጢአት አልተገኘበትም (ኢሳ. 53÷10)፡፡ ጸሐፊው ከላይ እየተንደረደረ የመጣበትን አሳቡን ለማስጨበጥ፣ እንግዲህ የሚለውን አያያዥ ቃል በዚህም ጥቅስ መግቢያ ላይ ይጠቀማል፡፡ ስለ ጌታ ኢየሱስም ሲያብራራ በሰማያት ያለፈ ይለዋል፡፡ በሰማያት ያለፈ ማለት ምን ማለት ነው? የእንግሊዘኛው KJV ... Passed into the heavens ይለዋል፡፡ ሰማይ የሚለው መንግሥተ ሰማይን ነው፡፡ እርሱ መንግሥተ ሰማይ በአብ ቀኝ ሆኖ ስለ እኛ ኃጢአት ዘወትር ይማልዳል፡፡ መደበኛው ትርጒም *“ወደ ሰማይ ያረገ”* ይለዋል፡፡

1ኛ ጢሞ. 3÷16 የጌታ ኢየሱስን ስቃይና ውርደት፤ በእርሱ የተደረገውንም ታላቅ ሥራ በቅደም ተከተል አስቀምጦልናል፡፡ ጌታ በሥጋ ተገለጠ፡፡ ይህ ለእርሱ ታላቅ ውርደት ቢሆንም፣ እስከ መጨረሻ ድረስ ራሱን ዝቅ አድርጎ ስለ እኛ ኃጢአት ስቃይን ሁሉ ተቀበለ፡፡ ሌሎች ካህናት ሁሉ የጠቦትን ደም በማፍሰስ መሥዋዕትን ያቀርባሉ እንጂ፣ ራሳቸውን መሥዋዕት በማድረግ አልተሠውልንም (ሮሜ 5÷6-8)፡፡ ጌታ ግን ስለ እያንዳንዳችን በሥጋ ተገልጦ መሥዋዕት ሆነ፡፡ በእያንዳንዱ እርምጃው ውስጥ ምንም ኃጢአት ሳይገኝበት፣ ሞትን ድል አድርጎ በመንፈስ ጸደቀ፡፡ አንዳንዶች ይህን በመንፈስ ጸደቀ የሚለውን ኢየሱስ አጋንንትን ከማስወጣቱና በመንፈስ ቅዱስ አሠራር ውስጥ መመላለሱን፣ ምልክቶችን ማድረጉንም በማሳየት ይተረጉሙታል፡፡ በመላእክት መታየቱንም በትንሣኤውና በዕርገቱ ጊዜ የሆነውን ያስታውሰናል (ማቴ. 28÷2፤ የሐዋ. 1÷10)፡፡ በመጨረሻም በክብር አርጎ በአባቱ ቀኝ በመቀመጥ እስከ ዛሬ ስለ ሰው ልጆች ኃጢአት ይማልዳል፡፡

የዕብራውያን ጸሐፊ እንዲህ ያለ ወደ መንግሥተ ሰማያት ያረገ ሊቀ ካህናት ስላለን ነቅተን ሃይማኖታችንን እንጠብቅ፤ አናወላውል፤ አናፈግፍግ፣ ተመልሰን ወደ ብሉይ የአሮን ሥርዓት ለመምጣት ልባችን አይከጅል የሚላቸው ይመስላል፡፡ ስለ ጌታ በተጨማሪ ሲያብራራ ከሊቀ ካህናቱም በበለጠ ትልቅ ሊቀ ካህናት ይለዋል፡፡ ይህ ገላጭ የመስተዋድድ ቃል ጌታ ኢየሱስ ከሊቀ ካህናቱም በላይ የላቀ መሆኑን ያመለክታል፤ በመጨረሻም የእግዚአብሔር ልጅ ነው ይለዋል (ፊልጵ. 2÷6-8)፡፡

ሰማይ (ኡራኖስ) oo-ran-os'/ouranos፡- ornumi/ኦሩኑሚ = ከፍ ማድረግ፣ ወደ ላይ ማንሣት-- ይህ ሰማይ የሚለው ቃል ከአዲስ ኪዳን ላይ ካለው 24 ጊዜ አገልግሎት ከሰጠበት ክፍል አንዱ ነው፡፡ (መጽሐፍ ቅዱስ ጥቅሶች የብሉይና / የአዲስ ኪዳን ግሪክ መዝገበ ቃላት፣ የቴየር ትርጉም 1989. በ ጆሴፍ ሄንሪ ቴየር፣ አስቲን ሐተታ/ በጄፍ ጋሪሰን)

ሰማይ የሚለው ቃል ቢያንስ በ3 ዐይነት መንገድ ይከፈላል፡-

1. የመጀመሪያው ሰማይ (ከባቢውን አየር) (በሐዋ. 1÷9-11 ኢየሱስም ወደ ሰማይ ከፍ ከፍ እያለ ሄደ÷ ደማናም ከእነርሱ ሰውራ ተቀበለችው፤ አሁን ወደ ሰማይ ሲወጣ እንዳያችሁት እንዲሁ ሲመጣ ታዩታላችሁ)
2. ሁለተኛው ሰማይ (ከላይ ያለው ክፍት አካል)
3. ሦስተኛው ሰማይ (የእግዚአብሔር ማደሪያ፡- 2ኛ ቆሮ. 12÷2-4)

ኢየሱስ የመጀመሪያው ሁለቱን ሰማይ አልፎ ሄደ፤ በሦስተኛው ሰማይ በእግዚአብሔር ማደሪያ ላይ በአባቱ ቀኝ ተቀመጠ።

እዚህ ጋር ደርሶ ጸሃፊው አይሁዳዊ አንባቢዎቹን በብርቱ ንግግር ይሞግታቸዋል፤ **"የእግዚአብሔር ልጅ ኢየሱስ"** ይላቸዋል እናም ተመሳሳይ ገለጸም ነበር፡፡ ኢየሱስ በምድር ሳለ ፈሪሳውያን መሢሑ የዳዊት ልጅ ነው ብለው ሲሞግቱት ኢየሱስ መልሶ "እንግዲያስ ዳዊት በመንፈስ ሆኖ እንዴት ጌታዬ ብሎ ይጠራዋል" ይላቸዋል (ማቴ. 22÷43)፡፡ በኢየሱስ ጥያቄ አዘል መልስ ውስጥ የምናየው የአይሁድ አምላክ እግዚአብሔር በመሢሑ አካል መገለጡን ነው፡፡ በዚህ ጊዜ ሔሱስ የሚለው ስም ትልቅ ትኩረትን አግኝቶ ነበር፡፡ አንድ ሰውን በማመልከት የናዝሬቱን ኢየሱስን፣ መሢሑን፡፡ **የሹዋ** የእስራኤል አምላክ እርሱ የእግዚአብሔር ልጅ ነው፡፡ ይህም አምላክ የሆነው ልጅ ነው፡፡ ይህ በእግዚአብሔር መለኮት ዘንድ ከአንድ በላይ አካል ከሌለ እንዴት ሊሆን ይችላል? ይህም አካል የናዝሬቱ ኢየሱስ ሆኖ በሥጋ ተገለጠ፤ መለኮትና ሰው በአንድ ተዋሐዱ፡፡ ይህም የአይሁዱ መሢሕ ነው፡፡ ይህን በሚያነቡ አይሁዳውያን ጭንቅላት ውስጥ የሚያልፈው ሃሳብ ይህ ነው፡፡ እርሱ ሊቀ ካህናት ብቻ አልነበረም፡፡ የእግዚአብሔር ልጅም ሆነ አምላክ የሆነው ልጅም ነበር፤ የናዝሬቱ ኢየሱስ በእስራኤል ሕዝብ ዘንድ የተገፋውና የተሰቀለው እርሱ በእርግጥም መሢሑ ነበር፡፡ *(ዌስት፣ ኬ. ኤስ 1947. የግሪክ አዲስ ኪዳን ቃል ጥናት፡- ኢርድማንስ 1947)*

ቪንሰንት፡- እግዚአብሔር ለሚያኑት የመለኮት ተስፋውን ቃል የሚፈጽመው ሥልጣኑ ባለበት በዙፋኑ ውስጥና ሥር ነው፡፡

ዌስት፡- ውስጥ የሚለው ቃል የሚያመለክተን መሢሑ ከአሮን የተሸለ ሊቀ ካህናታችን እንደ ሆነ ነው፡፡ ሁለተኛው በእስራኤል ትልቁ ሊቀ ካህን ነው በመገናኛው ድንኳን ፍርድ የሚቀርብ፡፡ በቅዱስ ቦታ፣ በቅድስተ ቅዱሳን የዕውነታው ትክክለኛ ነጸብራቅ ነው፡፡ መሢሑ እንደ አዲስ ኪዳን ሊቀ ካህናት በሰማያት ያለፈ ሲሆን፣ የከዋክብት ሰማይ በሆነው በሰማየ ሰማያት የፈጣሪ ማዕከል ውስጥ ያልፋል፡፡ መሢሑ የመገናኛው ድንኳን እንደ ምሳሌ በሆነው ነገር ውስጥ በዕውነተኛው ውስጥ ያልፋል፡፡ አሮን በተምሳሌቱ ውስጥ ሲያልፍ መሢሑ ግን በዕውነተኛው ውስጥ ያልፋል፤ መሢሑ ከአሮን ይበልጣል፡፡ ኢየሱስ በእግዚአብሔር ዙፋን ውስጥና ላይ ያለፈና ሥልጣንን የያዘ ለተከታዮቹም የመለኮትን ተስፋ ሊሰጣቸው የሚችል ነው፡፡ *(ማርቪን. አር. ቪንሰንት፡- በአዲስ ኪዳን ውስጥ ቃል ጥናቶች ኮሜንተሪ)*

ሃይማኖታችንን (ምስክርነታችንን እምነታችንን) እንጠብቅ

እንጠብቅ የሚለውን ቃል በግሪኩ ትርጉም (Krateo – 2902) ይለዋል፡፡ እንደ ጨበጡ መቆም፣ አለመልቀቅን፣ ጥንካሬን በጥንካሬ መቋቋምን ያሳያል፡፡ በማቴ. 26፥38-39 ጌታ ኢየሱስ “ነፍሴ እስከ ሞት ድረስ እጅግ አዘነች፤ በዚህ ቆዩ ከእኔም ጋር ትጉ አላቸው፡፡ ጥቂትም ወደ ፊት እልፍ ብሎ በፊቱ ወደቀና ሲጸልይ። አባቴ፥ ቢቻልስ፥ ይህች ጽዋ ከእኔ ትለፍ፤ ነገር ግን አንተ እንደምትወድ ይሁን እንጂ፣ እኔ እንደምወድ አይሁን አለ። “በዚያ ታላቅ የመከራ ሰዓት ነፍሱ በኀዘን ተመትታ፣ እየተጨነቀ ሳለ ደቀ መዛሙርቱን ትጉ ይላቸው ነበር፡፡ ጽናት ይህንን ትጋት ያመለክታል፡፡ ይህም በዚያ ከባድ የምጥ ሰዓት ሥፍራን ሳይለቁ፣ ከዓላማ ዝንፍ ሳይሉ መቆምን የሚጠቁም ነው፡፡ ከዚህ የመልእክቱ አሳብ ተነሥተን ስንገምት የዕብራውያን ክርስቲያኖች ወደ ብሉይ ኪዳን ሥርዓት እያፈገፈጉ እንደ ሆነ፣ በመካከላቸው የተሳሳተ ትምህርት ገብቶ እያዳከማቸው ለመሆኑ ፍንጭ እናገኛለን፡፡ ስለዚህም ጸሐፊው በመልእክቱ ጸንታችሁ ቁሙ ይላቸዋል፡፡

መጠበቅ (ክራቴኦ) krat-eh'-o/krateo፡- ማለት አንድ የምንይዘውን ነገር አጥብቆ መያዝና መጠበቅን ያሳያል፡፡ ክራትዮ ማለት አንድ ነገር ላይ ተጣብቆ እዚያው መቅረትን የሚያሳይ ነው፡፡ ይህም ልክ በዕብራውያን 6፥18 ላይ እንዳለው ነው፡፡ ጸሐፊው አንባቢዎቹን የሚያሳስበው በተለይ ወደ አይሁድ እምነት እያፈገፈጉ ያሉትና በዕውነተኛ በመሢሑ እምነት እየበረቱ ያልሆኑትን በመሢሑ ላይ ባላቸው በእምነታቸው እንዲጸኑ ያሳስባቸዋል፡፡ *(መጽሐፍ ቅዱስ ጥቅሶች የብሉይና / የአዲስ ኪዳን ግሪክ መዝገበ ቃላት፣ የቴየር ትርጉም 1989. በ ጆሴፍ ሄንሪ ቴየር፣ አስቲን ሐተታ/ በጄፍ ጋሪሰን)*

ሮበርትሰን፡- “ጸንተን እንጠብቅ” ይህ አሳብ በመልእክቱ ውስጥ የአይሁድ ክርስቲያኖችን ክርስቶስ በሠራው በእምነታቸው እንዲጸኑ በማሳሰብ ይደጋገማል፡፡ የክርስቶስን ከካህናት የሚበልጥበትን 5 ነጥብ ከመጥቀስ በፊት (ዕብ. 5፥1-7፣ 25፤ ዕብ. 8፥1-13፤ ዕብ. 9፥1-12፤ ዕብ. 9፥13-10፥18) ጸሐፊው በዕብራውያን 2፥1-4 ላይ እንዳለው ዐይነት ማሳሰቢያ ሊቀ ካህናቱ ላይ እንዲጸኑ እና በእርሱ እንዲኖሩ ያሳስባቸዋል (ዕብ. 4፥14-16)፡፡ *(ኤ.ቲ. ሮበርትሰን፡- በአዲሱ ኪዳን ውስጥ የቃላት ስዕላዊ መግለጫ-ሐተታ)*

ማቴው ፑል፡- እምነታችንን አጽንተን እንያዝ፡፡ ኢየሱስ ደራሲ የሆነበት ሙሉ ሃይማኖት ከአይሁዳውያኑ በተለየ በጠንካሬ ሊያዝና ያለ መዳከምም ሊጠበቅ የሚገባው ነው፡፡ ከተከተልነው ከእርሱ ጋር ከተጣበቅን ወደ እግዚአብሔር ዕረፍት በእርሱ ሥራ እንገባለን እንጂ፣ ከእርሱ አንጐድልም፤ ራሱ ባለበት አካሉም በዚያ ይኖራልና (ዕብ. 7÷24-25፤ ዮሐ. 14÷2፤ 17÷24)፡፡

ዌስኮት፡- ጸሐፊው በየቦታው ላይ በእምነት ጸንቶ ስለ መቆየት ያሳስባል፡፡ ነገሩ የግል ማመንና አለማመን ብቻ አይደለም፤ ነገር ግን በሰው ፊት የሚደረግ ግልጽ የሆነ የእምነት መግለጫ ነው ማለት ነው፡፡ *(ዌስትኮት፣ ቢ. ኤፍ: ወደ ዕብራውያን ገጽ 106፣ ኮሜንተሪ 1967)*

ብርያን ሀርበር፡- እምነቱ ሰባኪው በሚናገረው ቃል ውስጥ ተገልጾ ይገኛል፡፡ አሁን ደግሞ በዚያ እምነት ጸንተው እንዲኖሩ ያሳስባቸዋል፡፡ ለምንድን ነው ጸንተው የሚኖሩት? ኢየሱስ ማን እንደሆነ በማወቅ መጽናት አለባቸው፤ እንዲሁም እርሱ በሠራው መጽናት አለባቸው፡፡ የእግዚአብሔር ልጅ ኢየሱስ ለእነርሱ ሁሉን ነገር ሆኗል፡፡ ለእነርሱ በሰማያት አልፏል፤ ስለዚህ እነርሱ በእርሱ ጸንተው መኖር አለባቸው፡፡

ሃይማኖታችንን (ምስክርነታችንን እምነታችንን) / እምነትን ማወጅ (ሆሞሎጊያ) Confession hom-ol-og-ee'-ah / homologia፡- ከ **homoú/ሆሞ** = በጋራ + **légo** = መናገር) ማለት ከአንድ ነገር መስማማትን መናገር ነው፡፡ ለአንድ ሃሳብ ያለንን መስማማት የሚያሳይ ገለጻ ነው፡፡ እንዲህ አይነቱ እምነት አውነታ ላይ ያለ ጥልቅ መስማማት የሚያሳይ ነው፡፡(መጽሐፍ ቅዱስ ጥቅሶች የብሉይና / የአዲስ ኪዳን ግሪክ መዝገበ ቃላት. የቲየር ትርጉም. አስቲን ሐተታ/ በጀፍ ጋሪሰን)

ይህ ቃል ጠንካራ የሆነ የሕግ መሠረትና አጠቃቀምም አለው፡፡ በዚህም አንድ ሰው በፍርድ ፊት መናዘዝና ፍርድን ማመንን ያሳያል፤ ወይም አንድ ሰው ካለው ሕግ ጋር መስማማቱን እና በዚያ ለመመራት ፈቃደኛ መሆኑን ያሳያል፡፡ ይህ የመጨረሻው አሳብ የሚያሳስበን ኢየሱስን ዕውቅና ሰጥተን እንድንቀበለው ነው፡፡ በይፋ ከኢየሱስ ጋር ለመሆን ያለንን ቊርጠኝነት መግለጽና ከእርሱ ጋር ላለን ኅብረት ዕውቅና መስጠት አለብን፡፡ ዮሐንስ የዚህን ነገር አስፈላጊነት በአጭር ቃል ሲገልጽላቸው ወልድን የሚክድ አብን ከዷል፤ ወልድን የሚቀበል አብንም ይቀበላል (1ኛ ዮሐ. 2÷23)፡፡

በአዲስ ኪዳን ወቅት ያለ የዓለማውያን አገላለጽ ይህን ሆሞሎጂዮ የሚለውን ቃል በሁለት ወገኖች መካከል ያለ መስማማትን የሚያሳይ ነው:: እንደ ኮንትራት፣ ስምምነት የመሳሰሉ ሕጋዊ ስምምነቶችን ያሳየናል:: በሕግ አገላለጽ ስለ አንድ ነገር ያለ መስማማትን ማሳየት ነው:: ሌላው የዚህ ቃል ትርጉም ደግሞ በይፋ ወይም በሕዝብ ፊት ማወጅ የሚል ነው:: *(ቅድመ አስቲን ሐተታ/ በጄፍ ጋሪሰን)*

ሊዊስ ጆንሰን፡- ሲጽፍ በዚህ ክፍል ጸሐፊው አንባቢዎቹን የሚያሳስባቸው እስራኤል እንደ ሆነችው እንዳትገሎድሉ ነው:: ማየት የፈለገው እምነት የሚሠራ እምነትን ነው:: ይህም ደግሞ ልክ ያዕቆብ እንደሚለው የሚጸና እምነት ነው:: ስለዚህ እምነትን አጽንቶ ስለ መቆየት ያወራል:: *ፒተር ሎምባርድ ሲያብራራ* ይህ የልብ እምነት ሲሆን፣ ከአፍ መመስከር ጋር የተያያዘ ነው፤ ስለዚህ እምነቱ በአፍ ከመመስከርም ጋር ይያያዛል::

ቁጥር 14 እንግዲህ በሰማያት ያለፈ ትልቅ ሊቀ ካህናት የእግዚአብሔር ልጅ ኢየሱስ ስላለን፥ ጸንተን ሃይማኖታችንን እንጠብቅ።
ትልቅ ሊቀ ካህናት ዕብ 2÷17; 3÷1; 3 5,6
በሰማያትያለፈ 1÷3; 6÷20; 7÷25,26; 8÷1; 9÷12,24; 10÷12; 12፡2; ማር 16÷19; ሉቃ 24÷51; ሥራ 1÷11; 3÷21; ሮሜ 8÷34
የእግዚአብሔር ልጅ ኢየሱስ ስላለን ዕብ 1÷2,8; ማር 1÷1
ጸንተን ሃይማኖታችንን እንጠብቅ ዕብ 2÷1; 3÷6,14; 10÷23

ቍጥር 15 *ከኃጢአት በቀር በነገር ሁሉ እንደ እኛ የተፈተነ ነው እንጂ፥ በድካማችን ሊራራልን የማይችል ሊቀ ካህናት የለንም።*

በድካማችን (አስቴንያ) as-then'-i-ah/astheneia፡- ከ **a/ኤ = ውጭ + sthénos/ስቴኖስ = ጥንካሬ)** ማለት ጥንካሬ የሌለው ሲሆን በስአላዊ አገላለጽ አንድን ነገር ለማድረግ የአለመቻልን ሁኔታ ያሳያል:: *(መጽሐፍ ቅዱስ ጥቅሶች የብሉይና / የአዲስ ኪዳን ግሪክ መዝገበ ቃላት፣ የቴየር ትርጉም 1989. በ ጆሴፍ ሄንሪ ቴየር፣ አስቲን ሐተታ/ በጄፍ ጋሪሰን)*

ቪንሰንት፡- መከራ ሳይሆን፣ ዳሩ ግን የሞራል እና የአካል ድካም ነው:: ወደ ኃጢአት የመምራት ዐቅም ያለው ነው:: *(ማርቪን፣ አር. ቪንሰንት፡- በአዲስ ኪዳን ውስጥ ቃል ጥናቶች ኮሜንተሪ)*

ዌስት፡- እዚህ ጋር ያለው ጉድለት መከራ ሳይሆን፣ የሞራል ወይም የአካል ድካም ነው አንድን ሰው ወደ ኃጢአት ሊመራ የሚችል፡፡ ይህ ድካም ለፈተና ያለንን የመቋቋም አቅም የሚያሳጣ ሆኖ ከኃጢአት እንዳንርቅ የሚያደርግ ነው፡፡ እርሱ እንደ እኛ የተፈተነ ነው፡፡ በዚህ በመጨረሻው አሳብ ላይ ማብራሪያው ደስ የሚል አሳብ ያቀርባል፤ "ጸሐፊው የተለመደውን አገላለጽ ሊያስቀር በማሰብ ሲናገር የእርሱን መከራ ከእኛ የተለየ የሚያደርገው መገለጫዎች አሉ፡፡ እርሱ የተወረወረበትን መከራ ሁሉ አሸንፎ ወጥቷል፣ ከዚህ በተቃራኒ መልክ ግን በምድር ላይ ጻድቅ ሆኖ የመኖርን ከባድነት ይረዳል፡፡ ሰዎችን ወደ ኃጢአት እንዲያዘነብሉ የሚያደርጋቸውን ፈተና በራሱ ላይ ደርሶ ዐይቷል፡፡

ሰዎች ከመከራና ሞት ይልቅ ኃጢአትን እንዲመርጡ የሚያደርጋቸው፣ በሰው ማንነት ውስጥ ያለ ሰው የሚገጥመውን ፈተናና መከራ ይረዳል፡፡ ማሸነፊያውንም መንገድ፣ ኃጢአት እንዲያደርግ ተፈትኗል፡፡ ማንም ሰው ሊኖረው ከሚችለው በላይ ብዙ ሺህ እጥፍ ኃጢአትን ለማድረግ የሚሆን ምክንያት አለው፡፡ ምንም እንኳ የመለኮት ማንነቱ ይህን እንደሚያሸንፍ ማረጋገጫ ቢሆንም፣ ማሸነፉ ግን ዕውነትና ለሁሉም ግልጽ በሆነ መልክ ያደረገው ድል ነው፡፡ በእኛ እና በእርሱ ፈተና መካከል ያለው ልዩነት እርሱ በምንም ኃጢያት ውስጥ አለመገኘቱ ነው፡፡" *(ዌስት፣ ኬ. ኤስ 1947. የግሪክ አዲስ ኪዳን ጥናት)*

ማክአርተር፡- ድካም ኃጢአትን የሚያሳይ አይደለም፤ ዳሩ ግን ጉድለትንና ዐቅም ማጣትን የሚያሳየን ነው፡፡ ይህ የሚያሳየው የተፈጥሮ ድካምን ነው፤ ነገር ግን ወደ ኃጢአት የሚያዘንብል ነው፡፡ ኢየሱስ የሰውን ልጅ ወደ ኃጢአት የሚያዘነብል ማንነት ያውቀዋል፡፡ ሰው መሆኑ የውጊያው ቦታ ነው፡፡ እዚህ ላይ ነው ኢየሱስ ኃጢአትን የተጋፈጠውና የተዋጋው፡፡ እርሱ ድል አድራጊ ነበር፤ ነገር ግን መከራ ሕመም እና ኀዘን ውጭ አልነበረም፡፡*(ዕብራውያን፡ ጆን ኤፍ. ማክአርተር የአዲስ ኪዳን ሐተታ 1983)*

የኢየሱስ ሊቀ ካህንነት በተግባር የተፈተነ ነው፡፡ ከኃጢአት በስተቀር እኛ ልናልፍበት የምንችለውን አድካሚ መንገድ ሁሉ ይህ ሊቀ ካህናቱ አልፎበታል፡፡ በምድር ላይ በተመላለሰበት ወቅት በመስቀል ላይ ከመስቀሉ በተጨማሪ እንደ ሰዎች ተርቧል (ማቴ. 4÷2)፤ ተጠምቶ ነበር (ዮሐ. 19÷28)፤ ደክሞት ነበር (ዮሐ. 4÷6)፤ አንቀላፍቶ ነበር (ማቴ. 8÷24)፡፡

ጌታ ኢየሱስ ይህን ሁሉ ስቃይ የተቀበለው ስለ እያንዳንዳችን ኃጢአት ነው፡፡ ፍቅሩ እጅግ ታላቅ ስለሆነ፣ የሰውን ልጅ ኃጢአት ለመሸከም በራሱ ላይ ጨከነ፡፡ እርሱ በከፍታ ላይ

ባለ ቃላት ሊገልጹት በማይችሉት ክብር ውስጥ የነበረ ቢሆንም፣ ከፍቅር የተነሣ ዝቅ አለ፡፡ ራሱንም እስከ መጨረሻ ድረስ አዋረደ፡፡ የሰው ልጆችን ኑሮ ኖሮ እኛን ነፃ አወጣን፡፡

ሊራራልን (ሱምፓቲኦ)soom-path-eh'-o/sumpatheo፡- ከsun /ሰን= ቅርብ የሆነ መጠጋጋት ያለበት +pascho/ፓስኮ=ስቃይ፤ እንግሊዝኛው= "sympathy /ሲምፓቲ") የሌሎችን ስሜት መጋራት መቻልን ያሳየናል፡፡ ከሰዎች ጋር ወይም ከነገሮች ጋር ያለ አንድነት፣ መቀራረብ እና ኅብረት ሲሆን፣ አንዱ ላይ የሚከሰት ምንም ነገር ሌላኛውም ላይ ተጽዕኖ ያደርጋል፡፡ *(መጽሐፍ ቅዱስ ጥቅሶች የብሉይና / የአዲስ ኪዳን ግሪክ መዝገበ ቃላት፣ የቴየር ትርጒም 1989. በ ጆሴፍ ሄንሪ ቴየር፣ አስቲን ሐተታ/ በጄፍ ጋሪሰን)*

በዚህ ዘመን ባለው መንፈሳዊ አገልግሎት ውስጥ የአገልጋዮች አንዱ ትልቁ ፈተና ይህ አይደለምን? ለሰዎች የሚራራና የሚደርስ አገልግሎት ችግር አለ (በድካማችን ሊራራልን የማይችል ሊቀ ካህናት የለንም)፡፡ ሕዝቡና አገልጋዩ ፈጽሞ ተለያይተዋል፡፡ **በብዙዎች የሚዲያ የሆነ የመድረክ አገልግሎት** ብንባረክም፣ ነፍሳችን ብትረካምና ቋጠሮአችን ቢበጠስ፣ ደግሞም ቀንበሩ ከጫንቃችን ተንከባልሎ ዕንባችን ቢታበስም፣ **በአንዳንድ** በቴሌቪዥን የምንመለከታቸው ታላላቅ ሰባኪዎች ብለን የምንጠራቸው አገልጋዮችና በሕዝቡ መካከል ትልቅ አጥር ያለ ይመስላል፡፡ ማንም እንዲሁ በቀላል ወደ ቢሯቸው ዘው ብሎ አይገባም፡፡

ሰዎች እንዳይቀርቡአቸው ከንዳቸው የፈረጠመ ጠባቂዎች በራቸው ላይ ያቆማሉ፡፡ ሕዘቡ በዙሪያቸውን በወፍራም የብረት ሰንሰለት እንደ አጥር ተሠርቶ ከታጠረው ከክልሉ ማለፍ አይቻልም፡፡ አልፎ አልፎ ለይስሙላ ያህል በሕዝቡና በእነርሱ መካከል ግንኙነት እንዳለ፣ ድሀውን እንደሚወዱ ለማስመሰል በካኒቴራና በጅንስ ሆነው ሕዝቡ መካከል ሲመላለሱ፣ ሕዝቡን ሲጨብጡ፣ ሲረዱ ይታያሉ፡፡ ከዚህ በተረፈ ግን የእነርሱ ፊት የሚፈታው ብርና ወርቅ ላለው ብቻ ነው፡፡ ይህ ዕውነት ያልተጋነነ ሐቅ ነው፡፡

ጌታ ኢየሱስ ግን እንዲህ አይደለም፡፡ ራሱን የሚያስጠጋበት መጠለያ እንኳ ሳይኖረው የሰው ልጆችን ለማገልገል ራሱን ሰጠ፡፡ ሁለት ሳንቲም ያላት አንዲት ድሀ መበለት ከጒድለቷ ስትሰጥ እርሱ ትኩረቱ ሁሉ በእርሷ ላይ ነበር፡፡ የብዙዎች ትኩረት በእንደዚህ ዐይነት ምስኪኖች ላይ አይደለም፡፡

ፊልፕስ፡- የምታገለግለው ጌታ የምትመለከተው አዳኝ ከልብ በሆነ የአብሮነት ስሜት ይረዳሃል እንጂ፣ እርሱ ከመከራዎችህ የራቀ በምታልፍበት ነገር ውስጥ የማይሰማው አይደለም፤ ወደ ምድር መጥቶ የሰውን መልክ የያዘው ከእኛ ጋር ኅብረት ሊያደርግ እንዲቻለው ነው፡፡ ስለዚህም እርሱ በአባቱ ዙፋን ፊት አንተንና እኔን ሊወክል የተገባው ነው የአንተን ጉዳይ ያቀርባል ቦታህን እና የምትፈልገውንም መንፈሳዊ አቅርቦት ይሰጥሃል፡፡ *(ጆን ፊሊፕስ፡- የአዲስ ኪዳን መጽሐፍ ኮሜንተሪ)*

የማይችል (ዱናሚ) Cannot/doo'-nam-ahee/dunamai፡- ይህ በማንነቱ ያለውን ዐቅም የሚያሳይ ነው፡፡ እርሱ አለማድረግ ይችላል፤ ቃሉ የሚያሳየው ይህ ችሎታው ሁልጊዜ አብሮ የሚኖርና ዘላቂ ነው፡፡ *(መጽሐፍ ቅዱስ ጥቅሶች የብሉይና / የአዲስ ኪዳን ግሪክ መዝገበ ቃላት፣ የቴየር ትርጉም 1989. በ ጆሴፍ ሄንሪ ቴየር፣አስቲን ሐተታ/ በጄፍ ጋሪሰን)*

እግዚአብሔር ለሕዝቡ የሚራራ አምላክ ስለሆነ በሰዎች ጎዳና አልፎ እኛ ባለመታዘዝ የቀመስነውን መራራ ሕይወት እርሱ ራሱ መቅመስ ነበረበት፡፡ ርኅራኄ ማለት በሰውዬው ጫማ መግባት ማለት ነው፡፡

እኛ በአባታችን አዳም አለመታዘዝ ምክንያት ከእግዚአብሔር መለየት (ሞት) ምን እንደ ሆነ ቀምሰን ተለማመድን፡፡ እርሱ ግን *ሥጋ* እና ደም ለብሶ በምስሉም እንደኛ ተገኝቶ የመታዘዝን ሕይወት ኖሮ ምንም በደል ሳይገኝበት ሞትን ቀመሰ (ማቴ. 4፥1፤ ዕብ. 4፥15፤ 5፥2፤ 7፥26፤ 2፥9)፡፡ *ሥጋ* ለብሶ ራሱን ለመስቀል ሞት አሳልፎ ሊሰጥ ወደ ምድር መጣ (ዮሐ. 1፥14)፡፡ ድንኳኑን በመካከላችን ያደረገው ለዘላለም ነው፡፡ እኛን መስሎ በሞቱ እና በተንሳኤው እያገለገለን ይገኛል፡፡ ርህራሄ በተግባር!

ጌታ ኢየሱስ ሰዎች የሚያልፉበትን ድካም ሁሉ ስለሚያውቀው ይራራል፡፡ የዕብራውያን ክርስቲያኖችም በዛሉበት፣ በደከሙበት መንገድ በጭካኔ ሊቀጣቸው የሚመጣ ካህን ሳይሆን፣ የሚራራ በመሆኑ ጸሐፊው ወደ እርሱ ቅረቡ፤ ጸንታችሁ ሃይማኖታችሁን ጠብቁ ይላቸዋል፡፡

ቁጥር 15 ከኃጢአት በቀር በነገር ሁሉ እንደ እኛ የተፈተነ ነው እንጂ፥በድካማችን ሊራራልን የማይችል ሊቀ ካህናት የለንም።
በድካማችን ሊራራልን የማይችል ሊቀካህናት የለንም ዕብ 5፥2; ዘፀ 23፥9; ኢሳ 53፥4,5; ሆሴ 11፥8; ማቴ 8፥16,17; 12፡20; ፊል 2፥7,8

እንደ እኛ የተፈተነ ነው ዕብ 2፥17,18፤ ሉቃ 4፥2፤ 22፥28
ከኃጢአት በቀር7፥26፤ ኢሳ 53፥9፤ ዮሐ 8፥46፤ 2ኛ ቆሮ 5፥21፤ 1ኛ ጴጥ 2፥22፤ 1ኛ ዮሐ 3፡5

ቊጥር 16 *እንግዲህ ምሕረትን እንድንቀበል በሚያስፈልገንም ጊዜ የሚረዳንን ጸጋ እንድናገኝ ወደ ጸጋው ዙፋን በእምነት እንቅረብ።*

ዘፓሽን የሚባለው መጽሐፍ ቅዱስ ፡- "ስለዚህ አሁን ፍቅር በዙፋኑ ላይ ወደተቀመጠበት በነጻነትና ያለ ፍርሃት እየቀረብን ምሕረትንና በድካማችን ጊዜ በአስቸኳይ እንዲያበረታን የሚያስፈልገንን ጸጋ እንቀበላለን"። ዕብ 4፡16 የሊቀ ካህናቱ አገልግሎት ምልጃን ማቅረብ ነው፡፡ በእርሱ አገልግሎት ሰዎች ምስክርነት ከአምላካቸው ይቀበላሉ፡፡ ወደ ፊት እንዲራመዱ የሚያስችልም ጸጋ ይለቀቃል፡፡ በተለይም በአዲስ ኪዳኑ አገልግሎት ውስጥ ምሕረትና ጸጋ ለቅዱሳኖች ሁሉ በዝቶአል፡፡ *"ልጆቼ ሆይ፥ ኃጢአትን እንዳታደርጉ፥ ይህን እጽፍላችኋለሁ። ማንም ኃጢአትን ቢያደርግ ከአብ ዘንድ ጠበቃ አለን፥ እርሱም ጻድቅ የሆነ ኢየሱስ ክርስቶስ ነው። እርሱም የኃጢአታችን ማስተስሪያ ነው፥ ለኃጢአታችንም ብቻ አይደለም፥ ነገር ግን ለዓለሙ ሁሉ ኃጢአት እንጂ "* (1ኛ ዮሐ. 2፥1-2)፡፡

የጸጋ ኃይል ለአንድ አማኝ የሕይወት ጽንዓት እጅግ አስፈላጊ ነው፡፡ እያንዳንዱ የመንፈሳዊ ሕይወት እርምጃችን በእኛ ብርታት ሳይሆን በእግዚአብሔር ጸጋ ብቻ እንደ ሆነ መቼም መዘንጋት አይኖርብንም፡፡ ይህንን ዕውነት መዘንጋት ከጀመርንና በራሳችን ጉልበት የምንታመን ከመሰለን ውድቀታችን ጀምሯል ማለት ነው፡፡ በየዕለቱ ሕይወታችን እያንዳንዱ እርምጃ በራሳችን ብቃት የሚሆን አይደለም፡፡ የምናገለግለው በእግዚአብሔር ጸጋ ነው፡፡ የምንጸልየው በእግዚአብሔር ጸጋ ነው፡፡ የምንቀደሰው፣ የምንዘምረው፣ ቃሉን ለማጥናት የቻልነው፣ በየዕለቱ በአምላካችን ቤት ውስጥ በትጋት የምንመላለሰው፣ ለሌሎችም ወንጌልን የምናደርሰው በእግዚአብሔር ጸጋ ነው (ቲቶ 2፥11፤ ኤፌ. 4፥7፤ ሮሜ 5፥6-10)፡፡

ድነታችንን ያገኘነውም በዚህ የእግዚአብሔር ጸጋ ሲሆን፣ በዕለት ሕይወታችንም ውስጥ ሙሉ እርምጃችን በእግዚአብሔር ጸጋ ላይ የቆመ ነው፡፡ ይህ ማለት ግን እኛ አንዳችም ኀላፊነት ሳይኖርብን በጸጋ ብቻ እንኖራለን ማለት አይደለም፡፡ ለምሳሌ ቃሉን ቁጭ ብሎ ማጥናት ትዕግሥትን፣ ጊዜ መስጠትን፣ ሌሎች ጉዳዮቻችንን ገታ ማድረግን፣ በትንሹ ለአንድ ሰዓት ያህል ቁጭ ብሎ ማጥናትን ይጠይቃል፡፡ ሥጋችን ሁልግዜ ምቾትን ስለሚመርጥና ከክፉት ኃይላት ጋር መንፈሳዊ ጦርነትም ስላለብን ይህን ግብግብ ለማለፍ

ቈራጥነትና የተግባር እርምጃም ያስፈልጋል፡፡ እኛ የእምነት እርምጃን በተራመድን ቊጥር የእግዚአብሔር ጸጋ ይበዛልናል፡፡ ጸጋው በዚህ መልክ እየተትረፈረፈ ይበዛልናል፡፡

የጸጋው ዙፋን የሚለው የእግዚአብሔር ዙፋን የሚገኝበት ነው፡፡ በዚያም ታላቁ ሊቀ ካህናት ኢየሱስ ክርስቶስም በአብ ቀኝ ሆኖ ስለ እያንዳንዳችን ይማልድልናል፡፡ ወደዚህ ትልቅ በረከት ወዳለበት ሥፍራ ለመቅረብ የምንከፍለው ገንዘብም ሆነ ደጅ ጥናት የለብንም፡፡ የሚያስፈልገው አንድ ነገር "እምነት" ብቻ ነው፡፡

ዘ ሜሴጅ የሚባለው መጽሐፍ ቅዱስ ፡- "አሁን ያለንን ስለምናውቅ - እርሱም ወደ እግዚአብሔር ለመግባት ፈቃድ ያለው ታላቁ ሊቀካህናት ኢየሱስ ሲሆን - ይህ ያለን በቀላሉ ከእጃችን አምልጦ እንዳይወጣ እንጠንቀቅ፡፡ የኛ ሊቀካህናት ከሕይወታችን ተጨባጭ ሁኔታዎች ጋር ያልተነካካና የራቀ ሊቀካሕናት አይደለም፡፡ ከሐጥያት በቀር በድካምና በፈተና ውስጥ ሁሉ አልፏል፤ ሁሉንም አይቷል፡፡ ስለዚህ ቀጥ ብለን ወደ ፊቱ በመቅረብ ሊሰጠን ያዘጋጀልንን እንቀበል፡፡ ምህረቱን እንውሰድ፣ እርዳታውን እንቀበል"፡፡ ዕብ 4፡14-16

እንግዲህ ምሕረትን እንድንቀበል በሚያስፈልገንም ጊዜ የሚረዳንን ጸጋ እንድናገኝ

አዳም ክላርክ፡- ምሕረት ... ጸጋ እይታውን ሲናገር "ምሕረት የኃጢያትን መተውና ወደ እግዚአብሔር ሞገስ መምጣት ሲያሳይ ጸጋ ነፍስ ምሕረትን ከተቀበለች በኋላ የምትደገፍበት ነው፡፡ በዚህም ከሁሉም ርኲሰት፣ መከራና ፈተና የሚያነጻትና እስከ ሞት የታመነች እንድትሆን የሚረዳት ነው ይላል፡፡ *(አዳም ክላርክ፡- ኮሜንተሪ 1837)*

ምሕረት (ኢሊዎስ) el'-eh-os/eleos/፡- ማለት ለአንድ በችግር ላለ የሚሰማን የኀዘንና የርኅራኄ ስሜት ሲሆን፣ ይህም ለዕርዳታ እንድንሄድ የሚያደርገን ነው፡፡ ምሕረት ኀዘናችን በውጭ የሚገለጽበት ሲሆን፣ እርሱን በሚያሳየው አካል ውስጥም የሚያስፈልገውን ነገር ለማድረግ የሚታይ አቅም መኖርንም ያሳያል፡፡ *(መጽሐፍ ቅዱስ ጥቅሶች የብሉይና / የአዲስ ኪዳን ግሪክ መዝገበ ቃላት፣ የቴየር ትርጉም 1989. በ ጆሴፍ ሄንሪ ቴየር፣ እስቲን ሐተታ/ በጂፍ ጋሪሰን)*

ማክ ጊ፡- በትክክል እንደሚገልጸው እኛ ብዙ ምሕረት ያስፈልገናል፡፡ ምሕረት በአንድ በኩል መልካም ያልሆነ ዕይታ አለው እርሱም ያለፈ ነገርን ነው የሚናገረው፡፡ እኛ የተቤዠነው በእግዚአብሔር ምሕረት ነው፡፡ እኛ በሠራነው በጽድቅ ሥራ ሳይሆን፣

ከምረቱ የተነሣ አዳነን (ቲቶ 3÷5)፡፡ እርሱ ለእኔ ባለ ምሕረት ነበር፡፡ *(ጄ. ቬርነን ማክ ጊ. ኮሜንተሪ)*

ምሕረት ሦስት ነገሮችን ያካትታል፡፡ "አስፈላጊነቱን አየሁ!" ይህም ዕውቅና መስጠት "በአስፈላጊነቱ ተንቀሳቀስሁ!" ይህም ተነሳሽነት "ወደሚያስፈልገው ነገር ሄድሁ!" ይህም ተግባር ናቸው፡፡ አንድ ሰው ካለበት ክፉ ሁኔታ የተነሳ ስላዘንኩ ስለ ሁኔታው የሆነ ነገር ማድረግ ፈለኩኝ፡፡ *(ቅድመ አስቲን ሐተታ/ በጄፍ ጋሪሰን)*

ሂበርት፡- ምሕረትን ሲተረጉም "ፍቅር ከሆነው ከእግዚአብሔር በራስ ተነሳሽነት የመጣና እርሱን ከተጐዱትና ለተጨነቁት በርኅራኄና በልብ-መነካት እንዲነሣ የሚያረገው ስሜት ነው" ይላል፡፡ *(ኤድመንድ ሂይበርት ኮሜንተሪ)*

ምሕረት ለ - እግዚአብሔር በክርስቶስ የሰጠን ትልቁ ነገር ምሕረት ነው፡፡ አማኝ ይህን ምሕረት ሊያገኝ በራሱ ብቃት የለውም፡፡ ምሕረት ከእግዚአብሔር የተሰጠን ነፃ ስጦታ ነው (ሮሜ 9÷15-16)፡፡ እግዚአብሔር ለሰው ልጅ ምሕረት የሰጠው ከክርስቶስ ኢየሱስ መሥዋዕትነት የተነሣ ነው፡፡ ይህ የእግዚአብሔር ምሕረት ሙታን ሳለን የተገለጠ ነው (ቈላስ. 2÷13)፡፡

ገና በዐመፃ እያለን እግዚአብሔር በክርስቶስ ኢየሱስ ምሕረት አደረገልን፡፡ የእግዚአብሔር ጠላቶች ሳለን (ፊልጵ. 3፡18)፣ ከእግዚአብሔር ርቀን ሳለን (ቈላ. 1÷23)፣ ሁላችን ወደ ገዛ መንገዳችን አዘንብለን እያለ ሳለ፣ የደኅንነታችንን ተግሣጽ በክርስቶስ ኢየሱስ ላይ ፈጽሞ እኛን ማረን (ኢሳ. 53)፡፡ ይህን ምሕረት በእምነት የተቀበለ አማኝ የክርስቶስ ሕይወት ተሰጥቶታል፡፡ ማለትም ክርስቶስ ሞቶ ተነሥቶ ለእግዚአብሔር ክብር እንደሚኖር ያን የትንሣኤ ክብር ሕይወት ስጦታ አማኝ አግኝቷል፡፡

ያላመነ ሰው ግን ከእግዚአብሔር ምሕረት እና የበረከት ስጦታ፣ ማለትም የዘላለም ሕይወት ሳያገኝ የቀረ ነው፡፡ በክርስቶስ ያመነ ምሕረቱን ተቀብሎ ይህም ከክርስቶስ ጋር ሞቶ ከክርስቶስ ጋር መነሣትን ለእግዚአብሔር ክብር የመኖርን ስጦታ ተሰጥቶታል (ኤፌ. 2÷5)፡፡ የእግዚአብሔር ምሕረት የማይገባንን የክርስቶስን ሕይወት ሰጠን፤ ክርስቶስም ሕይወታችን ሆነ፡፡

የእግዚአብሔር የሆነው ሁሉ የእኛ ሆነ፡፡ በሌላ አነጋገር እግዚአብሔርን ወረስን (ተሰጠን)፡፡ ምሕረት የማይገባን ብንሆንም፣ ከክርስቶስ የተነሣ የእግዚአብሔር ልጅነትን

አገኘን፡፡ ዮሐንስ በመልእክቱ ሕይወት ተገለጠ ካለ በኋላ ይህን ሕይወት ቀምሰነዋል፤ ዳስሰነዋል፤ ዐይተነዋል ይላል፡፡ በመጨረሻ ስለ ኅብረት ሲናገር ከአብና ከወልድ ጋር ኅብረት አለህ ይላል፡፡ በሌላ አነጋገር የአብ ሕይወት በክርስቶስ ውስጥ ነው፤ የክርስቶስ ሕይወት የእኛ ነው (1ኛ ዮሐ. 1÷2-3)፡፡

ጌታችን ኢየሱስ በክህነት አገልግሎቱ ጸሎት ወደ አባቱ ሲያሳርግ ባደረገው ምልጃ "እኛ አንድ እንደ ሆንን አንድ ይሆኑ ዘንድ እኔም በእነርሱ አንተም በእኔ ስትሆን ... " የሚለውን ስናይ የእግዚአብሔር ሕይወት በክርስቶስ እንዳለ፣ ክርስቶስ የእግዚአብሔርን ክብር በሙላት እንደ ገለጠ እንረዳለን፡፡ ክርስቶስ በአማኙ ሕይወት ሲገለጥ የእግዚአብሔር ክብር (ሕይወት) ተገለጠ፡፡ ክርስቶስ የወይን ግንድ ነው እኛም ቅርንጫፎች፤ ግንዱም ሆነ ቅርንጫፉ ምግባቸውን ከክርስቶስ የቀበላሉ፡፡ ጌታችን ኢየሱስ የእግዚአብሔርን ክብር (ሕይወት) ተቀብሎ ለእኛ ሰጠን (ዮሐ. 3÷31-36፤ ኤፌ. 2÷5)፡፡ "ከክርስቶስ ጋር ሕይወትን ሰጠን" ከክርስቶስ ጋር ከሞትን ከክርስቶስ ጋር ተነሥተን በእግዚአብሔር ሕይወት እንኖራለን፡፡ እንግዲህ ይህ ሕይወት ከምሕረቱ የተነሣ ስለ ተሰጠን ወደ ጸጋው ዙፋን በእምነት ቀርበን መቀበል ብቻ ነው፡፡

ዙፋኑ ሥልጣኑን የበላይነቱን የሚያመለክት እንጂ፣ ከእኛ የራቀ መሆኑን የሚያመለክት አይደለም፡፡ ዙፋኑ ከሥልጣናት፣ ከአለቆች፣ ከገዥዎች በላይ የሆነ፣ ነገር ግን አማኝ በቀላሉ የሚቀርበው በመሆኑ ከልጅነት ሥልጣን የራቀ አለ መሆኑን እንረዳለን፡፡ በጥንት ዘመን ንጉሥ በሚሄድበት ሥፍራ ሁሉ ያረፈበት ሥፍራ እንደ ቤተ መንግሥት የሚቀመጥበት እንደ ዙፋኑ ይቈጠር ነበር፡፡ በአሁን ዘመንም እንዲሁ የአሜሪካው ፕሬዚዳንት የሚበርበት አውሮፕላን Airforce one ተብሎ ይጠራል፡፡ የጸጋ ዙፋን ላይ ያለው ጌታችን ኢየሱስ በደጅ ቆሞ ሲያንኳኳ መንግሥቱን ዙፋኑን ሥልጣኑን ሁሉ ይዞ ነው፡፡ አማኑኤል እግዚአብሔር ከእኛ ጋር ነው፡፡

ወደ ጸጋው ዙፋን ስንቀርብ ሥልጣኑንና የበላይነቱን ይገልጥልናል፡፡ ኅብረቱን ስንመለከት ደግሞ ምን ያህል ለልባችን ቅርብ የሆነ ብቻ ሳይሆን፣ ሕይወቱን የተካፈልንና የተጋራን መሆናችንን እንረዳለን፡፡ ሐዋርያው ለሮሜ ሰዎች ሞቱን በሚመስል ሞት ከተባበርን ትንሣኤውን በሚመስል ትንሣኤ ደግሞ ከእርሱ ጋር እንተባበራለን ይላል (ሮሜ. 6÷6)፡፡ ይህ መተባበር (ወይን ከቅርንጫፉ ጋር ያለውን መገጣጠም) የሚያሳይ ነው፡፡

ስለዚህ ወደ ጸጋው ዙፋን የምንቀርበው የክርስቶስን ሕይወት ለመቀበል ነውና እንደ ባሪያ ወይም እንደ አሕዛብ አንቀርብም፤ ይልቁንም ልጅ አባቱን እንደሚጠይቅ እንቀርባለን፡፡

ለማኝነት (የእኔ ቢጤ ድሀ) በቤተ መቅደስ ደጃፍ ቀርቦ እንደሚለምነው (beggars) (ሉቃስ 18÷1-8) እግዚአብሔር በክርስቶስ በኩል (በስሙ) የምንጸልየውን አባቱ እንደሚሰጠን አስተምሮናል፡፡

እንደ ፈቃዱ ብንጸልይ ይሰማናል ... ፡፡ በእምነት የሚጸልይ ያገኝ ይሆን? የጌታን ዙፋን የሚያነቃንቅ ጸሎት የሚጸልይ፣ ፀሐይ በገባዖን ትቁም የሚል? እንደ እግዚአብሔር ፈቃድ በእምነት የጸለየውን በገሃድ ይቀበላል፡፡ ጌታችን ኢየሱስ በግል ጸሎት ማድረግ እንደ የሚገባን አስተምሮናል፡፡

ስለ ወንድሞቻችን እና እኅቶቻችን በግል ጸሎት ለማድረግ ወደ ጸጋው ዙፋን በእምነት የምንቀርበው እንዴት ነው? ቃሉ ባልንጀራህን እንደ ራስህ ውደድ እንደሚል፤ ስለ ወንድሞቻችን የምንማልደው በፍቅር ሊሆን ይገባል፡፡ ይህ ካልሆነ በስሕተት ውስጥ በተገኙ ጊዜ እንደ ኤልያስ የፍርድ እሳት ይውረድባቸው ልንል እንችላለን፡፡ ደቀ መዛሙርት ከጌታ ጋር በነበሩ ጊዜ የተቃወሟቸውን ሰዎች እሳት ከሰማይ ወርዶ ያጥፋቸው ባሉ ጊዜ ጌታ ገሠጻቸው (ሉቃስ 9÷54)፡፡

ስለ ወንድሞቻችን ልንዋጋ በጸሎት ልንደግፋቸው ወደ ጸጋው ዙፋን ልናቀርባቸው ይገባል (ኤፌ. 6÷18፤ 1ኛ ተሰ. 5÷25)፡፡ እንዲሁም ሁላችን በኅብረት አንድ ላይ ሆነን መጸለይ ይኖርብናል፡፡ ሌላው ልናስተውለው የሚገባ ነገር ምሕረት ልንቀበል ስንቀርብ ለሌሎች ምሕረትን መስጠት፣ ማለትም ይቅርታ ማድረግ ይኖርብናል፡፡

ለሰዎች ግን ኃጢአታቸውን ይቅር ባትሉ አባታችሁም ኃጢአታችሁን ይቅር አይላችሁም (ማቴ. 6÷15) የሚለው ለዚያ ነው፡፡ እግዚአብሔር ይህን ያለው እኛን ሊፈትነን ፈልጎ ሳይሆን፣ በምሕረት ዕርከን የሕይወት ሕግ እየኖርን የምንመላለስበት የእምነት ዘይቤ ምሕረት ብቻ ስለሆነ ነው፡፡ በአየር ላይ የሚበርር አውሮፕላን በምድር ስበት ሕግ መሠረት ኤሮዳይናሚክስን ካልተከተለ መከስከሱ አይቀርም፡፡

በሕይወት መንፈስ ሕግ እየኖርን በምሕረት መመላለስ ግዴታችን ነው፡፡ የእኛ ማንነትም የአዲስ ፍጥረት ባሕርይ ነው (ሮሜ 8÷2)፡፡ ሌላው የጸሎት ጎዳና የተሰጠው ደካማ ሰው መሆኑን መረዳት ይኖርብናል፡፡ ወደ ጸጋው ዙፋን የምንቀርበው ከነድካማችን ሲሆን፣ ጸጋን ለመቀበል ተራራ የሚነድል ማንነት ሳይሆን፣ እንደ ሕፃን ልጅ የሆነ ዕምነት ያስፈልጋል፡፡ ይህን ለማድረግ ልባችንን በደሙ ተረጭተን በቅን ልብ መቅረብ ያስፈልጋል (ዕብ. 10÷12)፡፡

በሕይወታችን ትልቅ እና ከሁሉ የሚበልጠውን ስጦታ ያገኘነው በእምነታች ኀልምሰን እና ጠንክረን አልነበረም፡፡ ትልቁን ስጦታ የተቀበልነው መንፈስ ቅዱስ በውስጣችን በፈጠረው እምነት እና ያንንም በመታዘዝ ነው (ሮሜ 8÷32፤ ሉቃስ 11÷13)፡፡ ብዙ ጊዜ ጸሎት የማይመለሰው በራሳችን ስም (በጽድቃችን በዕውቀታችን ተመክተን) ስለምንቀርብ ወይም በሁለት አሳብ ስለምንወላውል ነው (ያዕ. 4÷8)፡፡

ክርስቶስ ጽድቃችንና ቅድስናችንና ቤዛነታችን መሆኑን አንዘንጋ፡፡ በእግዚአብሔር ልጅ ስንታመን እና በስሙ ወደ አብ የምንቀርበው ባወቅነው ትንሽ ዕውቀት እንጂ፣ ማንነቱን ሙሉ ለሙሉ ተረድተን አይደለም (1ኛ ቆሮ. 1÷29-30፤ ዮሐ. 16÷23)፡፡ ትልቅ የጸሎት መልስ ትልቅ እምነት ያፈልገዋል፡፡ ሁሉን በሥልጣኑ ደግፎ የያዘው ኃጢአታችንን በደሙ ያነጻው የእግዚአብሔር ቃል የሆነው ክርስቶስ የክብር ተስፋችን በልባች ውስጥ ማደሩን የምንረዳው በእምነት ነው፡፡ በብሉይ የእግዚአብሔር ክብር በመገናኛው ድንኳን ያድር የነበረ ሲሆን፣ በአዲስ ኪዳን ግን የእግዚአብሔር የመጨረሻ የክብሩ መገለጥ በልባችን ዐደረ፡፡

ብሉ ሌተር፡- መጽሐፍ ቅዱስ ድኅረ ሲጽፍ ምኽረት ማለት ምሕረት ለሚደረግለት ሲባል የሚገባው ነገር ሲቀር ነው፡፡ እግዚአብሔር ይህንን በሰው ልጆች ላይ ያለ ገደብ አሳይቷል፡፡ እኛ ከፍጥረታችን ቊጣ ነው የሚገባን ኃጢአት ስለ ሠራንና ከዘላለም ሕይወት ስለ ጐደልን በእግዚአብሔር ፊት ራሳችንን ለመከላከል ልናቀርበው የምንችለው ነገር የለንም፤ ነገር ግን ምስጋና ይግባውና እግዚአብሔር በምሕረቱ አስደነቀን፡፡ ከምስቅልቅልና ከሚያጠፋን ሕይወት በቅጽበት ማውጣት ብቻ ሳይሆን፣ እግዚአብሔር በልጁ ዕጅ ወደ ትልቅነትና ክብር አሸጋገረን፡፡ አማኝ ራሱን በክርስቶስ ያገኝና የእግዚአብሔርን የምሕረት ፍሬ ያጣጥማል፡፡

ዌስት፡- ሲጽፍ ኢሎስ ማለት ካለበት ነገር ለማውጣት ካለ ፍላጎት የተነሣ ወደ አንድ የተጎሳቆለና የተሰቃየ ሰው የሚሄድ የእግዚአብሔር መልካምነትና ፈቃድ ነው፡፡ ጸጋ የሰውን ፍላጎት ካለበት መከሰስና መጥፋት አንጻር ሲረዳ ምሕረት ደግሞ ከኃጢአቱ ተያይዞ ባለው መከራው ይረዳዋል፡፡*(ዌስት፣ ኬ. ኤስ 1947. የግሪክ አዲስ ኪዳን ጥናት)*

ማርቪን ቪንሰንት፡- ሲጨምር ኢሎስ የሚያጎላልን ጸጋ የሚጋፈጠውን ውስብስብ ነገር ሲሆን፣ የሰውን በኀዘን መኖር ከዚያ ለመውጣት ካለው መልእክት ጋር ያያይዘዋል፡፡ እርሱም የጸጋው አገልግሎትን ያመለክታል፡፡ ቤንገል ሲናገር፡- "ጸጋ ስሕተትን ያስወግዳል፤ ምሕረት ደግሞ መከራና ኀዘንን ያመጣል፡፡" የኢሎስ የቅድመ ክርስትና ትርጕም

የሚያሰየን አንድ ሰው የማይገባው መከራ ሲደርስበት የሚሰማንን ሃዘን ያሳያል። *(ማርቪን. አር. ቪንሰንት፦ በአዲስ ኪዳን ውስጥ ቃል ጥናቶች ኮሜንተሪ)*

በጥንታውያን ግሪክ **ምሕረት (ኢሎስ)** ተከሳሽ የሆነው ግለሰብ የዳኞቹን ርኅራኄ ለመቀስቀስ በስተመጨረሻ ላይ የሚሰጠውን የመከላከያ የንግግር ቃል የሚያመለክት ነው።*(ብራውን፣ ኮሊን፣ አዘጋጅ) ኒው ኢንተርናሽናል ዲክሽነሪ ኦው ኤን ኤ ቲኦሎጂ 1986፣ ዞንደርቫን)*

ጸጋ እንድናገኝ፦ የጠፋው ጸጋው አይደለም፤ ነገር ግን እንደ ግሪኩ ቃል ሂዩሪስኮ (ማቴ. 7፥7 ላይ ይገኛል) እንደሚያሳየን አማኙ ወደዚህ ጸጋ ሥር የመጣው በዓላማ በተካሄደ ፍለጋ ነው። ጸጋ ለሚፈልጉት አለ ነገር ግን ራሳችንን ለዚህ ጸጋ ማቅረብና መገኘት አለብን። እግዚአብሔር ከባድ ሁኔታዎችንና አስቸጋሪ ሰዎችን ወደ ሕይወታችን እንዲመጡ የፈቀደው ትሑት እንድንሆንና በፈቃዳችንና በድፍረት በመጠየቅ ወደ ጸጋው ዙፋን እንድንቀርብ ነው። እንደዚያ ካለደረግን ግን አንገታችን ይደነዝዛል፤ ጸጋውም ይጐድለናል (ያዕ. 4፡6)። *(ቅድመ አስቲን ሐተታ/ በጄፍ ጋሪሰን)*

እርዳታ (ቦኤት(ዮ)-አህ)bo-ay'-thi-ah/boetheia፦ ከ **ቦዬቶኦ** boetheo/ bo-ay-theh'-o]= **መርዳት** - ከ **ቦኤ** boé/**ማልቀስ፣ ጩሀት**+ theo/**ቲዮ** = **መሮጥ**) ፦ ይህ አንድ የለቅሶ ጩኸትን ሰምቶ ለመርዳት ወይም ለማዳን የመሮጥን ሥዕላዊ ዕይታ የሚፈጥር ቃል ነው። ቦኤቲያ ዕርዳታ ለሚፈልግ የሚሰጥ ዕርዳታን የሚያሳየን ነው። በዓለማዊው ግሪክ ይህ ቃል የሕክምና ዕርዳታን ለመግለጽ ነበር የሚያገለግለው። ቦኤቲያ በአዲስ ኪዳን ሁለት ጊዜ ብቻ ነው የተገለጸው። *(መጽሐፍ ቅዱስ ጥቅሶች የብሉይና / የአዲስ ኪዳን ግሪክ መዝገበ ቃላት፣ የቴየር ትርጉም 1989. በ ጆሴፍ ሄንሪ ቴየር፣ አስቲን ሐተታ/ በጄፍ ጋሪሰን)*

ዋረን ዌርዝቢ፦ እንዲህ ሲል ይጠይቃል እግዚአብሔር በሕይወትህ ላይ ዘግይቶብህ ያውቃል ወይ? ይህ ዳዊት በሳኦል በተወነጀለበት ወቅት ከጻፈው መዝሙር ውስጥ አንድ ነው። ስለዚህ ጮኸ ብሎ አለቀሰ "ጌታ ሆይ ለምን አንድ ነገር አታደርግም? በጣም ትዘገያለህ!" የእግዚአብሔር መዘግየት አሳስቦህ ያውቃል? እርሱ ቸኩሎ አያውቅም ግን መሥራት ከጀመረ ትመለከተዋለህ። ሥራውን በትዕግሥት ይፈጽማል። ዳዊት ሲማጸን "ፍጠን አቤቱ ፍጠን!" (መዝ. 70፥1) ይላል። በመዝሙር 70፥5 ላይም ተማጽኖውን ይደግመዋል። በዚህ ወቅት እግዚአብሔር ከመሥራት ይልቅ ዝም ካለ ከመፍጠን ይልቅ ከዘገየ ምንድን ነው የምታደርገው? እርሱን ፈልገው ጠብቀው ውደደውም። መዝሙር 70፥4 ጥሩ አድርጎ ያስቀምጠዋል "የሚሹህ ሁሉ በአንተ ሐሤትን ያድርጉ፥ ደስ

ይበላቸው፥ ማዳንህን የሚወድዱ ሁልጊዜ እግዚአብሔር ታላቅ ነው ይበሉ።" ይህንን ሐረግ ከዚህ በፊትም ዐይተነዋል፤ ይህም ደግሞ ዳዊት በሚሰጥምበት ወቅት" ነበር።

የእግዚአብሔርን ስም በዝማሬ አመሰግናለሁ። በምስጋናም ከፍ ከፍ አደርገዋለሁ" እያለ (መዝ 69፥30)። እዚህ ጋር ለእኛ ጥሩ ትምህርት አለ፤ እግዚአብሔር እንዳሰብነው እየሠራ ካልሆነ፣ የእኛ ጊዜ ከእርሱ ጋር ካልተጣጣመ ምን እናድርግ? በእርሱ ደስ ይበለን እንውደደው እናወድሰውም። እርሱ እራሱ ስለ ጊዜው ይጨነቅበት። እግዚአብሔር ሁልግዜም እየሠራ ነው። እንደምናውቀውም ሁሉም ነገር ተያይዞ ለመልካም ይሠራልና (ሮሜ 8፥28)። እርሱ ድሉን ሊያሳየን ትክክለኛውን ሰዓት ይጠብቃል፤ እርሱ ሰዓቱን ይየው፤ የእግዚአብሔር መዘግየት የእኛ የመሠራት ሂደት አንድ አካልም ነውና። በሚቀጥለው ወቅት እግዚአብሔር ሲዘገይብህ እርሱ መሥራት እንደ ማያቆም ለራስህ እየነገርህ ራስህን አበረታታ ደግሞም እርሱ መቼና እንዴት አንተን መርዳት እንዳለበት ያውቃል። ለጊዜውና ለጥበቃው ራስህን አስገዛ። *(ዋረን፣ ዌንደል፣ ዊርዝቢ፦ የመጽሐፍ ቅዱስ ኤክስፖዚሽን ኮመንተሪ)*

በሚያስፈልገን ጊዜ (ኢውካርዮስ) yoo'-kahee-ros/eukairos፦ ከeu/ኢዩ= መልካም +kairos/ካርዮስ= ጊዜ /ዕድል) ማለት ወቅቱን የጠበቀ፣ በጊዜው የሆነ፣ የተመቸ፣ በትክክለኛው ጊዜ እና ሰዓቱን የጠበቀ። በዚህ ቦታ አጠቃቀም ትርጉሙ በምትፈልገው ወቅት ወይም ጊዜ ይረዳናል።ርኅሩኅ አዳኝ ስንፈልገው ይመጣና ይረዳናል። *(መጽሐፍ ቅዱስ ጥቅሶች የብሉይና / የአዲስ ኪዳን ግሪክ መዝገበ ቃላት፣ የቴየር ትርጉም 1989. በ ጆሴፍ ሄንሪ ቴየር፣ አስቲን ሐተታ/ በጄፍ ጋሪሰን)*

ጆሚሰን፦ ሲጽፍ በሚያስፈልገን ጊዜ ማለት ወቅቱን የጠበቀ ማለት ነው። በፈተናዎች ከመዋጣችን በፊት በጣም ስንፈልገው፣ በፈተናና ስደት ወቅት፣ ለጊዜው ተገቢ በሆነ ወቅት፣ ጊዜና ሁኔታ (መዝ. 104፥27) ውስጥ ሳለን ማለት ነው። የጸጋ አቅርቦት በሚያስፈልጋቸው ጊዜ ሁሌ ለአማኞች በማከማቺያ ውስጥ ነው ያለው ግን ይህ ጸጋ የሚሰጠው ፍላጎትን ተከትሎ ነው። *(ጀሚሰን ፋውሰት ኤንድ ብራውን ኮሜንተሪ)*

ዊርዝቢ ነጥቡን ሲያስቀምጥ "ራስህን እንደ እሳት በሚፈትን ሁኔታ ውስጥ ስታገኘው ወደ ጸጋው ዙፋን ፊት ቅረብ እና የሚያስፈልግህን ጸጋ ተቀበል" (ዕብ. 4፥14-16)። ጌታ በመከራህ ወቅት ሁሉ ለአንተ ድንቅ ዕቅድ ለሕይወትህ እንዳለው አስታውስ እና ዓላማውን ለክብሩ በራሱ ጊዜ ይሠራዋል። በአለቃ መንጋጋ ሥር እንዳለ አሻንጉሊት አይደለህም፤ አንተ የእግዚአብሔር ውድ ልጅ ነህ፤ የድንቅ ዕቅዱ አካል ለመሆን የታደልህ

ነህ፡፡ ልዩነት የሚፈጥር ነው፡፡ *(ዋረን፣ ዌንደል. ዊርዝቢ፦ የመጽሐፍ ቅዱስ ኤክስፖሲሽን ኮመንተሪ)*

ወደ ጸጋው ዙፋን በእምነት እንቅረብ

ወደ ጸጋው፦ ይህ የሚያሳየን የነገሩን ጥራት ነው፡፡ ይህም "በጸጋው የሚገለጽ ዙፋን" ነው፡፡

ዌርዝቢ፦ አሳቡን ሲናገር በቃል ኪዳኑ ታቦት ጥግ ያለው የምሕረት መቀመጫ በእስራኤል የእግዚአብሔር ዙፋን ነው (ዘጸ. 25፥17-22)፡፡ ዳሩ ግን አንዴም የጸጋው ዙፋን ተብሎ ተጠርቶ አያውቅም፤ ጸጋ ራሱን ከሕዝቡ ደብቆ አያውቅም ጸጋ ራሱን በድንኳን አይደብቅም፡፡ *(ዋረን፣ዌንደል. ዊርዝቢ፦ መጽሐፍ ቅዱስ ኤክስፖሲሽን ኮመንተሪ)*

ጸጋ (ቻሪስ) khar'-ece/charis፦ የእግዚአብሔር ዐድሎ የሌለበት ሞገስ ነው፤ እንዲሁም ለመዳንና ለዕለት ተዕለት መንጻት የሚሆን መለኮታዊ ችሎታም ነው፡፡ ጸጋ ምንም ዐይነት መከራን ወደ ድልና ሐሤት ይቀይራል፡፡ ጸጋ ሁልጊዜ ከሰላም ፊት ይመጣል፤ ወደ ሰላምም ይወስዳል፡፡ *(መጽሐፍ ቅዱስ ጥቅሶች የብሉይና / የአዲስ ኪዳን ግሪክ መዝገበ ቃላት፣ የቴየር ትርጉም 1989. በ ጆሴፍ ሄንሪ ቴየር፣ አስቲን ሐተታ/ በጄፍ ጋሪሰን)*

ማርቪን ቪንሰንት፦ ሲናገር ጸጋ በዋናነት ደስታ የሚሰጥ ሲሆን፣ የክርስትና ትልቅ ትርጉሙ ደግሞ በሞገስ ወይም እንዲሁ ያለ ዋጋ ነጻ መውጣት ላይ ያተኩራል፡፡ ጸጋ ከእግዚአብሄር ዘንድ ወደ ሰው ልጆች የመጣ ነፃ፣ በራሱ የመጣና ፍጹም ፍቅር ነው፡፡ *(ማርቪ. አር. ቪንሰንት፦ በአዲስ ኪዳን ውስጥ ቃል ጥናቶች ኮሜንተሪ)*

ዙፋን (ትሮኖስ) thron'-os/thronos፦ ማለት አንድ መሪ በትልቅ ሥነ ሥርዓት ወቅት የሚቀመጥበትን ትልቅ መቀመጫ የሚያሳይ ነው፡፡ በሥዕላዊ አገላለጽ ዙፋን ሥልጣንን እና ዐቅምን የሚያሳይ ሲሆን፣ ጸጋ ደግሞ የርኅራኄና መረዳትን አሳብ የሚያንጸባርቅ ነው ሊቀ ካህናታችን ኢየሱስም እነዚህን ባሕርያት በፍጹምነት ይዞ የሚታይ ነው፡፡ *(መጽሐፍ ቅዱስ ጥቅሶች የብሉይና / የአዲስ ኪዳን ግሪክ መዝገበ ቃላት፣ የቴየር ትርጉም 1989. በ ጆሴፍ ሄንሪ ቴየር፣ አስቲን ሐተታ/ በጄፍ ጋሪሰን)*

ፍጹም ሰው ፍጹም አምላክ የሆነው ኢየሱስ ክርስቶስ በአንድ በኩል ገደብ የሌለው ዐቅም ያለው ሰው ሲሆን በሌላ በኩል ደግሞ ወደ ፍጹም ትሑትና አዛኝ ልብ ያለው ነው፡፡

ከትንሣኤው በኋላ ኢየሱስ ደቀ መዛሙርቱን "ሥልጣን በሰማይና በምድር ተሰጠኝ" ሲል ያበረታታቸዋል (ማቴ. 28፥18)፡፡

ወደ ጸጋው፡- ይህ የሚያሳየን የነገሩን ጥራት ነው፤ ይህም "በጸጋው የሚገለጽ ዙፋን" ነው፡፡

ዌርሰቢ፡- አሳቡን ሲናገር በቃል ኪዳኑ ታቦት ጥግ ያለው የምሕረት መቀመጫ በእስራኤል የእግዚአብሔር ዙፋን ነው (ዘጸ. 25፥17-22)፡፡ ዳሩ ግን አንዴም የጸጋው ዙፋን ተብሎ ተጠርቶ አያውቅም፤ ጸጋ ራሱን ከሕዝቡ ደብቆ አያውቅም፡፡ ጸጋ ራሱን በድንኳ አይደብቅም፡፡ *(ዋረን፣ ዌንደል. ዊርዝቢ፡- የመጽሐፍ ቅዱስ ኤክስፖሲሽን ኮመንተሪ)*

ጸጋ (ቻሪስ)khar'-ece/charis፡- የእግዚአብሔር ዐድሎ የሌለበት ሞገስ ነው፤ እንዲሁም ለመዳንና ለዕለት ተዕለት መንጻት የሚሆን መለኮታዊ ችሎታም ነው፡፡ ጸጋ ምንም ዐይነት መከራን ወደ ድልና ሐሤት ይቀይራል፡፡ ጸጋ ሁልጊዜ ከሰላም ፊት ይመጣል ወደ ሰላምም ይወስዳል፡፡ *(መጽሐፍ ቅዱስ ጥቅሶች የብሉይና / የአዲስ ኪዳን ግሪክ መዝገበ ቃላት፣ የቴየር ትርጒም 1989. በ ጆሴፍ ሄንሪ ቴየር፣ ኦስቲን ሐተታ/ በጂፍ ጋሪሰን)*

ማርቪን ቪንሰንት፡- ሲናገር ጸጋ በዋናነት ደስታ የሚሰጥ ሲሆን፣ የክርስትና ትልቅ ትርጒሙ ደግሞ በሞገስ ወይም እንዲሁ ያለ ዋጋ ነፃ መውጣት ላይ ያተኩራል፡፡ ጸጋ ከእግዚአብሔር ዘንድ ወደ ሰው ልጆች የመጣ ነፃ፣ በራሱ የመጣና ፍጹም ፍቅር ነው፡፡ *(ማርቪን. አር. ቪንሰንት፡- በአዲስ ኪዳን ውስጥ ቃል ጥናቶች ኮሜንተሪ)*

በእምነት እንቅረብ

በእምነት (በድፍረት - መተማመን) (ፓሬሲያ)par-rhay-see'-ah / parresia ፡- ከ **pás/ፓስ** = ሙሉ + **rhesis/ርሄሲስ** = ንግግር) ማለት ለመናገር የፈለግኸውን ሙሉውን ያለ ምንም ፍርሃት መናገር ነው፡፡ በቃሉ ያለው ዋናው አሳብ የመናገር ነፃነት ነው፡፡ ከነፃነት እና ከፍርሃት ውጭ ከመሆን የተነሣ የሚመጣ ግልጽነት ነው፡፡ ግሪኮች ፓሬዢያ የሚለውን ቃል በጉባኤ መካከል የመናገር መብት ያላቸውን ሰዎች ለማመልከት ነው፡፡ በግልጽ፣ ፊት ለፊት በራስ መተማመን መናገር ነው (የሐዋ. 2፥29)፡፡ በግልጽ ቦታ መናገር (ዮሐ. 7፥13፤ 11፥54፤ 18፥20) እና በግልጽ አንድን ነገር ማድረግ ማለት ነው (ዮሐ. 7፥26፤ ቈላስ 2፥15)፡፡ ከምንም በላይ ይህ ድፍረት ከውስጥ መንፈስ የሚወጣ ጒልበት ሲሆን፣

በመንፈስ በመሞላት በውስጥ ያለውን ነገር በመናገር ይገለጻል፡፡ *(የመጽሐፍ ቅዱስ ጥቅሶች የብሉይና / የአዲስ ኪዳን ግሪክ መዝገበ ቃላት፣ የቴየር ትርጉም 1989. በ ጆሴፍ ሄንሪ ቴየር)*

ሊንድል ስኮት፡- ሲዘግብ በዓለማዊ አጠቃቀም ፓሬዢያ ውሳኔን በሚያሳይ መልክ የሚገለጽ ነው፡፡

ዌርዝቢ፡- ለመናገር ነፃነት ሲኖርህ ስለዚህ ፍርሃት የለህም፤ ድፍረት አለህ ማለት ነው፡፡ አማኝ ወደ ዙፋኑ ፊት በድፍረት መቅረብ ይችላል (ዕብ. 4፥16) በግልጽና ያለምንም ፍርሃት፡፡ ከኢየሱስ ክርስቶስ ደም የተነሣ ይህን ድፍረት አገኘን (ዕብ. 10፥19)፡፡ ስለዚህ ሁኔታዎቹ ምንም ቢሆን ድፍረታችንን አንጣል፡፡ በራሳችን ላይ ድፍረት ሊኖረን አይገባም፤ ምክንያቱም እኛ ለመውደቅ የተጋለጥን ነንና፡፡ ነገር ግን በኢየሱስ ክርስቶስ ላይ ድፍረት ሊኖረን ይገባል እርሱ ሊወድቅ አይችልምና፡፡ *(ዋረን፣ ዌንደል. ዊርዝቢ፡- የመጽሐፍ ቅዱስ ኤክስፖሲሽን ኮመንተሪ)*

ዌስት፡- ሲናገር ፓሬዢያ ማለት በንግግር ነፃነት ማግኘት እና ያለ ምንም ፍርሃት በድፍረት መናገር ማለት ነው፡፡ የነፃነትና የድፍረት ንግግር ሁሉንም ቃል ያለ ምንም ፍርሃት መናገር፡፡ ዋናው አሳቡ ድፍረት፣ መተማመን ሲሆን፣ ከፍርሃት፣ ግራ-መጋባት ወይም ቁጥብነት በተቃራኒ የሚገለጽ ነው፡፡ አንዳንድ ጊዜ አብሮት በዐደባባይ የመናገር አሳብ አለው፤ ዳሩ ግን ዋናው አሳብ ይህ አይደለም፡፡ *(ዌስት፣ ኬ. ኤስ 1947. የግሪክ አዲስ ኪዳን ጥናት)*

በድፍረት (መተማመን - በእምነት) ኮንፊድንስ፡- ማለት የአእምሮ ሁኔታ ሲሆን፣ በመረጋጋት እና ያለ ጥርጣሬ ወይም ግራ-መጋባት ውጭ የመሆንን ስሜት ያሳያል፡፡ የሰው መሪን ስሜት ሁልጊዜ በእርግጠኝነት መናገር እንችል ይሆናል፡፡ በተመሳሳይ ደግሞ የእግዚአብሔርን የሁልጊዜ ፍቅር የተሞላ አቀባበል አለው፡፡

አዳም ክላርክ፡- ሲጨምር ፓሬዥያ እንቅረብን ሲያጎላ የሚሰጠው ትርጉም በነፃነት፣ መተማመን፣ በንግግር ነፃነት የሚል ሲሆን፣ ከአይሁድ ሊቀ ካህናት ላይ ካለ ፍርሃት በተቃራኒ በሆነ መልክ ማለት ነው፡፡ እዚህ ጋር ምንም ነገር ሊፈራ አይገባም፣ ልብ ከእግዚአብሔር ጋር በመሆን በአክብሮት እና በመሥዋዕቱ ደም መታመንን ያሳያል፡፡ *(አዳም ክለርክ ኮሜንተሪ)*

በድፍረት (መተማመን) ኮንፊደንስ - ፓሬዢያ፡- ቀዳሚ ትርጕሙ ግልጽነት፣ ያለፍርሃት ነፃ ሆኖ መናገር ሲሆን፣ ኋላም ድፍረትን እና በተግባር ላይ መተማምንና ግልጽነት ነው፡፡ በራስ ላይ ወይም በራስ ዐቅም ላይ ያለ ምንም ማስፈራራት ያለ እምነትን የሚያሳይ ነው፡፡ ቀዳሚው አሳቡ አንድን ንግግር በሚያደርጉበት ወቅት ምንም የሚተውና የሚዘለል ነገር ሳይኖር በግልጽ ሙሉውን በድፍረት መናገርን ያሳየናል፡፡ ለምሳሌ በዮሐንስ ወንጌል ላይ ደቀ መዛሙርቱ ኢየሱስን እስካሁን በምሳሌ ትናገር ነበር፡፡ አሁን ግን በግልጽ (ፓሬዢያ) ትናገራለህ ይሉታል (ዮሐ. 16÷29)፡፡ የግልጽነት ስሜት አንዳንድ ጊዜ በዐደባባይ መናገርን ያሳያል (ዮሐ. 7÷26፤ የሐዋ. 28÷31) ይህም የኢየሱስንም የጳውሎስንም በዐደባባይ በድፍረት የማስተማር ሁኔታ ያሳያል፡፡

ፓሬዢያ በአንዳንድ አጠቃቀም የብርታትን እና መተማመንን አሳብ ይይዛል (የሐዋ. 4÷13፤ 1ኛ ዮሐ. 3÷21፤ ኤፌ. 6÷19)፡፡ በክርስትና ንግግር ግልጽነት በሰውም በእግዚአብሔርም ፊት ያለ ድፍረትን የሚያሳይ ሲሆን፣ በእግዚአብሔር አሳብ ይህ ግልጽነት የተቻለው እርሱ በትልቁ ሊቀ ካህናት በኢየሱስ ክርስቶስ በኩል ወደ እርሱ የሚመጡትን ሰዎች ሊቀበላቸው ይችላልና ነው፡፡

በጥንታዊ አጻጻፍ ባርያዎች በጌቶቻቸው ፊት በድፍረት የመናገር መብት አልነበራቸውም፡፡ የአማኞች ንግግር ግን ከዚህ እጅግ የተለየ ሲሆን፣ የትልቁ ሊቀ ካህናት አገልጋይ ቢሆንም፣ የእግዚአብሔር ልጅ የመሆንን ድፍረት ግን አግኝቷል ስዚህ አባ ብለው ሚጠሩበትንና በእግዚአብሔር ፊት በድፍረት የሚቀርቡበትን ዐቅም አግኝተዋል (2ኛ ቆሮ. 3÷12)፡፡

ስማሊ፡- በግሪክ የቃል አጠቃቀም ይህ ቃል (ፓሬዠያ) የሰዎችን አሳባቸውን በግልጽና በዐደባባይ የመግለጽ ዲሞክራሲያዊ መብት ያሳያል፡፡ በግልጽ የመናገርና በጕልህ የመናገር አሳብ በሰዎች መካከል የድፍረትን አሳብ የሚያንጸባርቅ ነው፡፡ በመጽሐፍ ቅዱስ ጽሑፎች ፓሬዤያ የሚለው ቃል ድፍረትን ከሰውም ከእግዚአብሔር ጋርም በተገናኘ መልክ ይጠቀምበታል፡፡ (ዘሌ. 26÷13፤ የሐዋ. 4÷29፤ 2ኛ ቆሮ. 7፡4፣ ኢዮብ 27÷10፤ ቲቶ 3፡ 13፤ ዕብ. 10÷19) *(ስቲቨን፣ ስሚሊ፣ ዎርድ ቢብሊካል ኮሜንተሪ)*

ፑልፒት፡- ማብራሪያ ሲጽፍ ፓሬዢያ የሚያመለክተው በልባችን ላይ የነበረው ሸክም ተራግፎልን ያገኘነውን ሙሉ ነፃነት ነው፡፡ *(ቄስ ጆሴፍ፣ ኤስ. ኤክል እና ሄንሪ ዶናሊድ ምሪስ ስፔን-ጆንስ. ፑልፒት ኮሜንተሪ)*

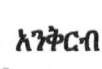

አንቅርብ

በሊቀ ካህናቱ በኩል የመቅረብ ብቃትን አገኘን፡፡ ወደ እግዚአብሔር እንዳንቀርብ የሚያደርጉ ዕንቅፋቶችና የተከሰስንበት የዕዳ ጽሕፈት ተወግደዋል፡፡ ወደ እግዚአብሔር እንድንቀርብ ከማያደርጉን ነገሮች መካከል ኃጢአት አንደኛውና ዋነኛው ሲሆን፣ ሌላው ዓለም እና የጨለማው መንግሥት ገዥዎች ናቸው፡፡ ካህኑ ኢያሱ ዕድፋሙን ልብስ ለብሶ በመቅረቡ በክህነቱ እንዳይቀጥል እና ከእግዚአብሔር ዘንድ በረከትን እንዳይቀበል ተቀናቃኝ ከሳሽ አጠገቡ ቆሞ ነበር፡፡

ነጭ ልብስን መልበስ የሚችል በእግዚአብሔር ክብር የተላበሰ የክብሩ መንጸባረቅ እና የባሕርይው ምሳሌ የሆነው ክርስቶስ ኢየሱስ ነው፡፡ በመቅደስ ሥርዓት መሠረት ካህን ሁለት ዋና ዋና ነገሮች ይፈጽማል፡፡ እነዚህ ሁለት ዋና ዋና ነገሮች በካህኑ ዕጅ ይከናወናሉ፡፡ የመጀመሪያው ኃጢአትን ማስተሰረይ ነው፡፡

ካህኑ የመሥዋዕቱን በግ አዘጋጅቶ ማቅረብ (ዕብ. 1÷2) ያለበት ሲሆን፣ ሁለተኛው ኃጢአቱ በቀረበው በደሙ የተሰረየለት ሰው ከሞት ፍርሃትና ከሕሊና ክስ ድኖ (ተፈውሶ) ወደ እግዚአብሔር ዕረፍት እንዲገባ መርዳት ነው፡፡ እነዚህ ነገሮች በምድራዊው መቅደስ የሚከናወኑ ሲሆን፣ ታላቁ ሊቀ ካህናት ኢየሱስ የፈጸመው እና በአብ ቀኝ የተቀመጠው ራሱን በማቅረብና ሥራውን በማጠናቀቅ ነው፡፡

“ኃይልህ ሲባዛ ጠላቶችህ ዋሹብህ” ተብሎ እንደ ተጻፈ ይህ ዕውነት እንዳልሆነ አማኙ በነጻ የተቀበለውን የጽድቅ ስጦታ እና የጸጋ ስጦታ እንዳይጠቀም (የልጅነት ሥልጣኑን እንዳይመላለስበት) ኢየሱስ ክርስቶስ ራሱን ወክሎ በአብ ቀኝ መቀመጡን እንድንጠራጠር ያደርገናል፡፡ አማኝ ወደ እግዚአብሔር ዙፋን እንዳይቀርብ የሚያደርግ አንዱና ዋነኛው ነገር የኃጢአት ሸንገላ ነው፡፡ ኃጢአት የሠራ ሰው የኃጢአት ሕሊና ስለሚያገኘው (ኃጢአት ሕሊናውን ስለሚያቆሽሸው) በዚህ ምክንያት በክርስቶስ ያለውን ድፍረቱ ይሰረቅበታል፡፡

የጸጋው ዙፋን ተብሎ የተጠራበት ምክንያት ኃጢአተኛው በእምነት በመቅረብ ጸጋን እና ምሕረትን ስለሚቀበል ነው፡፡ ዳዊት በኃጢአት በወደቀ ጊዜ “ኃጢአቴ ሁልጊዜ በፊቴ ነውና” ብሏል፡፡ ይህ የሚያሳየው ኃጢአት ሕሊናውን እንዳቆሸሸ ነው (መዝ. 51÷3)፡፡

አማኝ ከሕሊና ክስ ከወጣ፣ ማለትም በደሙ በንስሐ ከታጠበ ግን የማዳኑን ደስታ የሚለማመድ ይሆናል (መዝ. 51÷12)፡፡

እግዚአብሔር በክርስቶስ የክህነት አገልግሎት ሥር ላሉት ያዘጋጀው የጸጋ ዙፋን ብቻ ነው፡፡ አሁን በዚህ ዘመን ዙፋኑ የምሕረት ሲሆን፣ በፍርድ ወንበር የሚቀመጠው ወደፊት ነው፡፡ ስለዚህም በክርስቶስ ኢየሱስ ላሉት ኩነኔ የለባቸውም፡፡ ይህ ማለት ግን ኃጢአት የሚሠራ ሰው ቅጣት ወይም ተግሣጽ አያገኘውም ማለት አይደለም፡፡

በመጀመሪያ ኃጢአት ስንሠራ መበስበስን እናጭዳለን፤ በሁለተኛ ደረጃ ደግሞ ልጆች ስለሆንን ከቅድስናው ተካፋይ እንድንሆን አባት የሚወድደውን ልጅ በዕቅፉ (በጉያው) አድርጎ እንደሚቀጣው ይቀጣናል፡፡ ይህም እንደ ዲቃላ እንዳንሆን የምንቀጣበት አግባብ ነው (ገላ. 6÷7-8፤ ዕብ. 12÷7፣ 10)፡፡ አባት ልጁን የሚቀጣው ለአባቱ ጥቅም ሳይሆን፣ ለገዛ ልጁ ጥቅም ሲል ነው፡፡

አባቱ የሚቆጣው (የሚቀጣው) ልጅ የአባቱን ባሕርይ ስላልያዘና ይህን እንዲይዝ ለማድረግ እንጂ፣ አባትዬው በልጁ አለመታዘዝ ክብሩ ስለሚነካ ወይም ሌሎች ሰዎች ስለሚያፌዙበት አይደለም፡፡ የአብ ቁጣ የነደደው የሰው ልጅ በፈጣሪው ፊት በዐመፀ ጊዜ ነው፤ በዚህም ምክንያት የመጣው ተግሣጽ፣ ቁጣና ፍርድ በኢየሱስ ክርስቶስ ላይ ዐርፏል (ኢሳ. 53÷5)፡፡

እግዚአብሔር ከሰዎች ጋር ታርቆአል፤ ሆኖም ሰው ከእግዚአብሔር ጋር አልታረቀም (2ኛ ቆሮ. 5÷19-20)፡፡ አማኝ በክርስቶስ ሥራ ከአብ ጋር ሰላም አለው (ሮሜ 5÷1)፡፡ ለዚህም ነው የቱም አማኝ በበደል ውስጥ ቢገኝ፣ እንዲያውም ዐመፃ ሲሠራ እኛ በጸጋው ጉልበት ኃጢአትን ዕንቢ ብለን ከኃጢአት መጠላለፍ ያመለጥን መንፈሳውያን ሰዎች ከክስ እና ሰውዬውን ከማዋረድ ወጥተን ክርስቶስ እንደ ተቀበለው በየዋህነት መንፈስ ያንን ሰው ማቅናት ያለብን፡፡ የጠፋው ልጅ ወደ አባቱ ሲመጣ አባቱ ኃጢአቱን ሲያስታውቀውና ሲወቅሰው አናይም፡፡ ሕገ አጥባቂ የሆነው ታላቅ ወንድሙ ግን የራሱን መዝገብ ሳይሆን፣ የወንድሙን መዝገብ ማገላበጥ ጀመረ፡፡ ሆኖም በአባቱ ዘንድ ያ መዝገብ አልነበረም፡፡ ምናልባት ኮፒውን (ቅጅውን) ከጠላት መንደር ተቀብሎ ይሆን?

ሂዩስ፡- እስከ ኢየሱስ ክርስቶስ ሥጋ መልበስ ድረስ አገልግሎት እየሰጠ በነበረው ሥርዓት ወደ እግዚአብሔር የመቅረብ ፈቃድ ያላቸው ሊቀ ካህናት ብቻ ናቸው፤ በዓመት አንድ ቀን በስርየት ቀን ነው ወደ ቅድስተ ቅዱሳን የሚገባው (ዘሌ. 16÷1-34)፡፡ ሕዝቡ ግን

ከኃጢአታቸው የተነሣ ከመለኮታዊ መገኘት የራቁ ናቸው፡፡ ወደ እርሱም እንዳይቀርቡ ይከለከላሉ፡፡ በክርስቶስ ዋጋ መከፈል የተገኘው ስርየት ግን ለሁሉም ተዘግቶ የነበረውን በር ክፍት አድርጎታል፡፡ ይህም ከስተት ድራማዊ በሆነ መልክ የቤተ መቅደሱ መጋረጃ ከላይ ወደ ታች በመቀደድ ተገልጾ ይታያል፤ ማለትም በመለኮት ጸጋ ወደ ቅድስተ ቅዱሳን የመግባት ዕድል ለሁሉም ክፍት ሆኑዋል (ማር. 15፥38፤ ማቴ. 27፥51፣ ዕብ. 10፥20)፡፡ የዚህ ምልከት እውነታ በዚህ ጸሐፊ አትኩሮት ተሰቶት ይታያል፡፡ ኃጢአተኞች ከአሁንነ በኋላ በፍርሃት እርቀው መቆም አይጠበቅባቸውም፤ በተቃራኒው እንደውም አሁን ካለ ምንም ፍርሃት እንዲቀርቡ ይጋብዛል፡፡ *(አር. ኬንት. ሂዩዝ፡- ዕብራውያን ኮሜንተሪ . 2015)*

መቅረብ (ፕሮስርኮሃማይ)proserchomai/pros-er'-khom-ahee፡-ከprós/ፕሮስ = ፊት ለፊት መተያየት+erchomai/ኤርኮማይ= መምጣት)፡ ማለት አንድን ነገር ከፊት ለፊቱ ምምጣት፣ መቅረብ፣ መንብኘት፣ ለማምለክ መቅረብ፡፡ *(መጽሐፍ ቅዱስ ጥቅሶች የብሉይና / የአዲስ ኪዳን ግሪክ መዝገበ ቃላት፣ የቴየር ትርጉም 1989. በ ጆሴፍ ሄንሪ ቴየር፣ አስቲን ሐተታ/ በጂፍ ጋሪሰን)*

ማክ ፒ፡- በድፍረት መግባት መቻላችንን ሲያብራራ፡ ኢየሱስ ክርስቶስን በግልጽ ልናናግረው እንችላለን፡፡ ለአንተ ልነግርህ የማልችለውን ነገር ለእርሱ እነግረዋለሁ፡፡ እርሱ ይረዳኛል፤ እርሱ ድካሜን ያውቃል እናም ድካሜን እነግረዋለሁ፡፡ ከእርሱ ጋር ግልጽ መሆንን ተምሬያለሁ፡፡ ከእርሱ ጋር አቻ ጓደኛ ለመሆን አልሞክርም፡፡ ይህን ዐይነቱን አቀራረብ አልወደውም፡፡ እርሱ እግዚአብሔር ነው፤ ወደ እርሱም የቀረብሁት በአክብሮት አምልኮ ለማቅረብ ነው፡፡ ነገር ግን ከእርሱ ጋር ለማውራትም ነፃ ነኝ፤ ምክንያቱም እርሱ ሰውም ነውና፡፡ እርሱ እግዚአብሔር ነው፤ እርሱ ሰውም ነው፤ ወደ እርሱ በትልቅ ነፃነት መቅረብ እችላለሁ፡፡ በልቤ ውስጥ ያለውን ነገር ለእርሱ መንገር እችላለሁ፡፡ ልቤን ለእርሱ መክፈት እችላለሁ፡፡ በዚህም ይህ ሃይማኖተኛ የሆነና ያጌጠ ጸሎታችን ለእርሱ ማራኪ አይሆንም፡፡ በተለይ በልባችን ያለውን ለመሸፈን እየሞከርን ስናደርገው ይህ እርሱን የሚስበው አይሆንም፡፡ ወደ እርሱ በነጻነት እና ልባችንን ሳንከፍት ስንቀርብ ጌታ እኛ ላይ ዝም ያለ ማለቱ ይገርመኛል፡፡ ይህ ነው ጸሎታችን ውጤታማ እንዳይሆን ከሚያረገው ምክንያት አንዱ፡፡ ይህም ወደ እርሱ ክፍት ሆነን በአክብሮት መቅረብ ትተን በልዩ ገደብ ስንቀርብ ነው፡፡ *(ዶ/ር ጄ. ቨርነን ማክ ጊ፣ ወደ ዕብራውያን)*

Bibles

The message// remix bible by Peterson

NIV New (International Version)

NKJV (New King James Version)

New American Standard Bible Updated edition

King James Version.

American Standard Version

Amplified Bible

Darby Bible

The Living Bible

New American Standard Bible

New Living Translation

New Revised Standard Version

Today's English Version

References:

- ዳንኤል ጂ ሪድ, IVP ዲክሽነሪ ኦቭ ዘ ኒው ቴስታመንት, አንደኛው ጥራዝ ኮንቴሚየም ዘመናዊ የመጽሐፍ ቅዱስ ምሁራዊነት
- ዶ. ኤፍ. ብሩስ, የመጽሐፍ ቅዱስ ሐተታ, (NIV ትርጉም, 1986)
- የኔልሰን አዲሱን ስዕላዊ የመጽሐፍ ቅዱስ ሐተታ, የዌን ቤት
- ጀምሽ ስትሮንግ፣ ኤስ ቲ ዲ በዎረን ቢከር, ጠንካራ የ "ቃሉን ቃላት ጥምረት" (የተስፋ ማራመጃ 2004)
- መጽሐፍ ቅዱስ ጥቅሶች የብሉይና / የአዲስ ኪዳን ግሪክ መዝገበ ቃላት. የቲየር ትርጉም በቅድመ
- ስፓሮስ ዞድሄትስ የተሟላ የቃል ጥናት አዲስ ኪዳን, የቋንቋ ጥናት 1992
- ዋልተር ኤ ኤሊቬል, ቢርተር ኮሜንታሪ ኦቭ ዘ ባይብል ዘ ኒው ኢንተርናሽናል (አርትዕ 2002)
- ዋልተር ኤ ኤሊቬል, ቤከር ቲኦሎጂካል ዲክሽነሪ ኦቭ ዘ ባይብል በ 2000 ጻፈው
- ቫይን, የቫይን ኤክስ.ሲ.ኢ.ሲ.ኤ. የመጽሐፍ ቅዱስ መዝገበ-ቃላት. 1999
- ዋረን. ዊ. ዊረንስቢ, የመጽሐፍ ቅዱስ ንቃተ-ገፅ ማብራሪያ-V1
- ዜድሂያት, የተሟላ የቃል ጥናት ብሉይ ኪዳን በቃለ መጠይቅ ጥናት 1994
- የአደም ክላርክ ኮሜንታሪ, 1996, 2003, 2005.
- የበርኔስ ማስታወሻዎች, 1997, 2003, 2005.
- የጄኔቫስ ማስታወሻዎች, 2003
- ጃሚሰን, ፋሳቴ እና ብራውን ኮሜንተሪ
- ኬይል እና ዴሊሽች, የብሉይ ኪዳን ሐተታ ላይ: አዲስ የተሻሻለው እትም 1996, በሄንድሪክክ አታሚዎች, ኢንክ
- ማቲው ሄንሪ ኮምፕሊት ኦቭ ዘ ሙሉው ባይብል- ዘመናዊ እትም.
- ዊክሊፍ ባይብል ኮሜንታሪ, 1962 በሞዲ ፕሬስ.
- ሮበርትሰንስ የቃል ስዕሎች በአዲስ ኪዳን, 1997, 2003 ላይ. ሮበርትሰንስ የቃል ስዕሎች በአዲስ ኪዳን. 1985 በ ብራማን ፕሬስ
- ዩ ቢ ኤስ ኒውካሽ መማሪያ መጽሐፍ ተከታታይ. 1961-1997, በተባበሩት የመጽሐፍ ቅዱስ ሶሳይቲ.
- ባይብል ኖውሌጅ አዲስ ኪዳን / ብሉይ ኪዳን ኮሜንትሪ

- ከአይ.ቪ.ፒ. የመጽሐፍ ቅዱስ ታሪክ ጀርባ ሐተታ-አዲስ ኪዳን በክሬግ ኤስ ኪኔር .1993
- ከአይሁድ የአዲስ ኪዳን ሐተታ .1992 በዴቪድ ኤች. እስተርን
- የቪንሰንት የግሪክ ቃል ጥናቶች በአዲስ ኪዳን, 1997, 2003, 2005.
- የዌስት ቃላቶች ከግሪኩ አዲስ ኪዳን, 1940-55 by Wm. ቢ. ኤድማንስ ህትመት ኩባንያ በ 1968-73
- የቫይን የመጽሐፍ ቅዱስ ቃላቶች, 1985, ቶማስ ኔልሰን
- የግሪክ-ዕብራይስጥ መዝገበ-ቃላት ጋር. 1994, 2003. እና ኢንተርናሽናል የመጽሐፍ ቅዱስ ተርጓሚዎች,
- ግሪክ-እንግሊዝኛ መዝገበ-ቃላት በሴሚናዊ ጎራ ላይ የተመሠረተ. የ 1988 የመጽሐፍ ቅዱስ ማኅበራት, ኒው ዮርክ
- ብራውን-ሾፌር-ብሪግስስ ዕብራይስጥ እና እንግሊዝኛ መዝገበ-ቃላት, Unabridged, 2002, 2003.
- የኦንላይን ባይብል ታይር ግሪክ ሌክሲከንና ብራውን ሾፌር እና ብሪግስ ሂሊስ ሊክስሲን, 1993, የዊድነስ የመጽሐፍ ቅዱስ ሕብረት, ኦንታሪዮ, ካናዳ. ስለ ፍጥረት ምርምር ተቋም ፍቃድ የተሰጠ.
- ሥነ-መለኮታዊ የቃል መልእክት ኦቭ ብሉይ ኪዳን. 1980 በ ሙክሲ የመጽሐፍ ቅዱስ ተቋም በቺካጎ
- ኦስቲን ሐተታ/ በጄፍ ጋሪሰን ትንታኔ
- ቅድመ ኦስቲን ሐተታ/ በጄፍ ጋሪሰን ድህረ ገፅ
- ማርቪን. አር. ቪንሰንት፡ በአዲስ ኪዳን ውስጥ ቃል ጥናቶች ኮሜንተሪ
- ዋረን. ዌንደል. ዊርስቢ፡ መጽሐፍ ቅዱስ ኤክስፖሲሽን ኮሜንተሪ
- የግሪክ አዲስ ኪዳን ከ ወዌስት ቃል ጥናቶች: ኢርድማንስ
- ዌስት, ኬ. ኤስ. የግሪክ አዲስ ኪዳን ቃል. ጥናት: ኢርድማንስ
- ኬኔት ሳሙኤል ዌስት ኮሜንተሪ
- ጀሚሰን. ፋውሰት ኤንድ ብራውን, ኮሜንተሪ
- አዳም ክላርክ፡ ኮሜንተሪ
- ኤፍ. ቢ. ሜየር, መጽሐፍ ቅዱሳዊው ስዕላዊ ኮሜንተሪ
- ጆን. ኤፍ. ማክአርተር፡ ቺካጎ ሙዲ ፕረስ
- የመጽሐፍ ቅዱስ መመሪያ መጽሐፍ በሃሮልድ ዊሊንግተን
- ማክአርተር, ጄ.ስ-ማክአርተር የመጽሐፍ ቅዱስ ጥናት ናሽቪል-ቃል

- ዊልያም ማክዶናልድ፡ ደብሊው. እና ፋርሳታድ፡ ቢሊቨርስ ባይብል ኮሜንተሪ 2016 2016: ቶማስ ኔልሰን
- ብሊቨርስ መጽሐፍ ቅዱስ-አዲሱ ኪንግ ጀምስ ቨርዥን - ሰኔ 1 ቀን 1991 በደብሊው. ኤ. ክሪስዌል
- ዊሊያም ባርክሌይ፡ ኮሜንተሪ
- ኤክስፖዚተርስ የመጽሐፍ ቅዱስ ኮሜንተሪ, ዞንደርቫን ህትመት
- ኤ.ቲ. ሮበርትሰን፡ በአዲሱ ኪዳን ውስጥ የቃላት ስዕላዊ መግለጫ-ሐተታ
- የቫይን ኤክስፖዚተሪ ዲክሽነሪ፡ ዊሊያም ኤድዊ ቫይን
- ማርቪን. አር. ቪንሰንት፡ በአዲስ ኪዳን ውስጥ ቃል ጥናቶች ኮሜንተሪ
- የዕብራይስጥ-የግሪክ ቁልፍ ጥናት መጽሐፍ ቅዱስ- ስፓይሮስ ዞድሄትስ የተሟላ የቃል ጥናት መዝገበ-ቃላት: አዲስ ኪዳን
- ስሚዝ, ቦብ: የመጽሐፍ ቅዱስ ትርጓሜ መሠረታዊ ትምህርቶች - አይነቶች
- ሎውረንስ ሪቻርድስ፡ የመጽሐፍ ቅዱስ ቃላት ኤክስፖዚተሪ ዲክሽነሪ
- አር. ኬንት. ሂዩዝ፡ ለነፍስ መልሕቅ. ጥራዝ 1
- ፓስተር ስቲቨን ጄ. ኮል
- ብሪስሲ, ዲ. ኤስ., እና ኦግሊቪ, ኤል. ጄ. ዘ ፕሪቸር ኮሜንተሪ, አዲስ ኪዳን, 2003, ቶማስ ኔልሰን
- አርተር ዎኪንግትን ፒንክ ኮሜንተሪ
- አዳም ክለርክ ኮሜንተሪ
- ዩናይትድ. ባይብል. ሶሳይቲ. አዲስ ኪዳን ሐተታ 1997
- ባርነስ, አልብርት: ወደ አዲስ ኪዳን ላይ ኮሜንተሪ
- ባርነስ, አልበርት፡ አዲስ ኪዳን ላይ ማስታወሻዎች ኮሜንተሪ
- ጄሚሰን, ፋሰት, እና ብራውን ኮሜንተሪ
- ራድማኅር., ኢ. ዲ, አለን, አር. ቢ, & ሀወዝ, ኤች. ደብሊው. ኔልሰን መጽሐፍ የጥናት መጽሐፍ ቅዱስ: ኒው. ኪንግ ጀምስ. ናሽቪል፡ ቶማስ ኔልሰን
- ዋልቮርድ, ጄ ኤፍ., ዣከ, አር.ቢ ኢት.አል., የመጽሐፍ ቅዱስ እውቀት ኮሜንታሪ, 1985. ቪክቶር
- ዴቪድ ኤች ስተርን እብራይስጥ የአዲስ ኪዳን ሐተታ .1992.
- ቻርልስ. ሪይሪ የመፅሕፍ ቅዱስ ጥናት ትንታኔ
- ሎውረንስ ሪቻርድስ፡ ባይብል ቲቸርስ ኮሜንተሪ
- ኒኮል, ሮበርትሰን፡ ዘ ኤክስፖዚተርስ ግሪክ ኪዳን
- ስቲቨን ኮል፡ኮሜንተሪ

- ሎውረንስ ሪቻርድስ፡ ባይብል ቲቸሀርስ ኮሜንተሪ
- ኤ. ደቨልው. ፒንክ ኮሜንተሪ
- ሂዊስ, አር. ኬ: ዕብራውያን, ለነፍስ መልህቅ፡ ኮሜንተሪ
- ለዕብራውያን ኤፒስተል; የግሪክ ቃላቱ ማስታወሻዎች እና ድርሰቶች ለንደን. ማክሚላን፡ ቢ. ኤፍ. ዌስትኮት
- ቶሪስ ቶፒካል ቴክስት ቡክ፡ ባይብል ኮንረኮርዳስ
- ዌስትኮት, ቢ. ኤፍ: ወደ ዕብራውያን፣ ኮሜንተሪ
- ቻርልስ. ካልድዌል. ሬይሪ ፡ የመፅሐፍ ቅዱስ ጥናት ማብራሪያ
- ባርነስ, አልበርት፡ አዲስ ኪዳን ላይ ማስታወሻዎች ኮሜንተሪ
- ማርቲን. ሊዮድ. ጆንስ፡ ኮሜንተሪ
- ዲፌንደር እስተዲ ባይብል፡ ሄንሪ ሞሪስ
- ጆን ፊሊፕስ፡ የአዲስ ኪዳን መጽሐፍ ኮሜንተሪ
- ጄምስ ሞፋት፡ ኢንተርናሽናል ክሪቲካል ኮሜንተሪ
- ጆንሰን, 1. ኤል፡ የአዲስ ኪዳን ዳሰሳ ጥናቱን ፈልግ እና አግኝ, ገጽ 418 ቺካጎ ሙዲ ፕሬስ
- የተሃድሶ ኤክስፖዚተሪ ሐተታ ወደ ዕብራውያ: ሪቻርድ ዲ ፊሊፕስ
- ሄንሪ አለን አይረን ሳይድ፡ ኮሜንተሪ
- ጆን ፓይፐር የፅናት ዶክትሪን
- ጆን አውን ፡ ዕብራውያን ኤክስፖሲሽን
- የመጽሐፍ ቅዱስ ሐተታዎች፡ ዊሊያም ባርክሌይ ዴይሊ መጽሐፍ ቅዱስ ጥናት
- ሌ, ቶማስ ሆልማን ኒው ቴስታመንት ኮሜንተሪ፡ ዕብራውያን እና ያእቆብ. ቢ. ኤንድ፡ ኤች. ማተሚያ.1999
- ሎውረንስ ሪቻርድስ፡ ባይብል ሪደርስ ኮፓኒየን ኮሜንተሪ
- አይ.ቪ.ፒ. ባይብል ባግራውንድ ኮሜንተሪ
- ጌበላይን, ኤፍ, አርታኢ: ኤክስፖዚተርስ የመጽሐፍ ቅዱስ ሐተታ
- ሎውረንስ. አ. ሪቻርድስ የመጽሐፍ ቅዱስ ቃላት ኤክስፖዚተሪ ዲክሽነሪ: ሪጅንሲ
- ስቲቨን. ስሚሊ. ዎርድ ቢብሊካል ኮሜንተሪ
- ቄስ. ጆሴፍ. ኤስ. ኤክል እና ሄንሪ ዶናልድ ሞሪስ ስፔን-ጆንስ. ፑልቲት ኮሜንተሪ
- ጄ. ቬርነን ማክ ጊ. ኮሜንተሪ
- ሬይመን ቻርልስ ስቴድማን ኮሜንተሪ
- ኤድመንድ ሂይበርት. ኮሜንተሪ
- ስልታዊ ሥነ-መለኮት - ሲስተማቲክ ቲዎሎጂ፡ ዋይን ግሩደም

- ፊል ኒውተን. ሳውዝ ውድስ ባብቲስት ቤተክርስቲያን ድህረ
- ሃልዲን, አር. ሮማውያን ትርጉሞች ማብራርያ
- ኒውማን, ቢ. ኤም. እና ኒዳ, ኢ. ኤም. የዩ. ቢ. .ኤ. ስ መጽሐፍ ተከታታይ; የተባበሩት የመጽሐፍ ቅዱስ ሶሳይቲ
- ሎውረንስ ሪቻርድስ. የመጽሐፍ ቅዱስ ቃላት ትርጓሜ መዝገበ ቃላት
- ኒኮል, ሮበርትሰን, ኤ ኤ ኤል, ኤል.ዲ. "በዕብራውያን ላይ ያለው ትችት". ዘ ኤክስፖዚተርስ ግሪክ ኪዳን
- ዕብራውያን መልዕክት ላይ ሐተታ. ፊሊፕ ኤድካምሙ ሂዩዝ
- ዶብሰን, ኤ, ኤፍ ጂ, ቻርለስ ፌይንበርግ, ኢ ሂንሰን, ውድሮል ኪልለር, ኤች. ኤል. ዊሊንግተን: የኬ. ጄ. ቪ. የመጽሐፍ ቅዱስ ሐተታ: ኔልሰን
- ቲኦሎጂካል ዲክሽነሪ ኦቭ ዘ ኒው ቴስታመንት
- ዊሊያም አር. ኒዌል፡ ኮሜንተሪ
- ዊልያም ሌን, ዊልያም፡ ዕብራውያን የተሰፋ ቃል, ሄንሪክሰን, 1988
- ኔልሰን ኒው ኢለስትሬትድ ባይብል ዲክሽነሪ
- ኢንተርናሽናል ስታንዳርድ ባይብል ኢንሳይክሎፒዲያ
- ዘ. ባይብል. ኤክስፖዚሽን ኮሜንተሪ 1989. በ. ቻሪዮት ቪክቶር
- ስሚዝ የመጽሐፍ ቅዱስ መዝገበ-ቃላት
- ጂዊሽ ኒው ቴስታመንት ኮሜንተሪ ዴቪድ. አች.ስትርን
- ኪንግ ጀምስ ቨርዚን ሃንሪ ሞሪስ መጽሐፍ ቅዱስ ጥናት
- ራልፍ ደብሊው. ጊልበርገን, ቶርፋ ሃሪስ፡ ሙሉው መጽሐፍ ቅዱሳዊ ግሪከኛ እንግሊዝኛ መዝገበ ቃላት
- ሮበረት ግሮማኪ. በፀጋ መቆም ዕብራውያን ኤክስፖሲሽን
  ዴቪድ ጉዚኪ የመጽሐፍ ቅዱስ ሐተታ

አቤቱ ከክህንነትህ የተነሳ ክብርህን እንዳስታውል እርዳኝ!

www.ingramcontent.com/pod-product-compliance
Lightning Source LLC
Chambersburg PA
CBHW032039200426
43209CB00048B/20
9781735678801